வீரபாண்டியன் மனைவி

முதல் மற்றும் இரண்டாம்
பாகம் இணைந்தது

அரு.ராமநாதன்

பிரேமா™

பிரசுரம்

59, ஆற்காடு சாலை,
கோடம்பாக்கம்,
சென்னை – 600 024.

✆: 044- 24800325 📱:9486000325.

e-mail : aruram@premapirasuram.com
website: www.premapirasuram.com

பிரேமா பிரசுரம் – 400

1952 நிறுவப்பட்டது

முதற் பதிப்பு : பிப்ரவரி 2012
இரண்டாம் பதிப்பு : ஜூன் 2016
மூன்றாம் பதிப்பு : மார்ச் 2021
நான்காம் பதிப்பு : அக்டோபர் 2024

© சகல உரிமைகளும் பெற்றது

அரு. ராமநாதன் (1924–74)

- 1944 ல் எழுதப்பட்ட இராஜ ராஜ சோழன் நாடகம் 1955 ல் அரங்கேற்றப்பட்டு ஆயிரம் முறைகளுக்கும் மேல் தமிழகம் மற்றும் வெளிநாடுகளில் நடிக்கப்பெற்றது.
- 1967 ல் சிறந்த தமிழ் நாடக ஆசிரியருக்கான கலைமாமணி விருது அன்றைய முதல்வர் அறிஞர் அண்ணாதுரை அவர்களால் வழங்கப்பட்டது.
- 1947–1974: காதல், கலைமணி, மர்மக்கதை ஆகிய இதழ்களின் ஆசிரியர்.
- 1952–1974: பிரேமா பிரசுரத்தின் 315 நூல்களுக்கு பதிப்பாசிரியர்.
- மற்றும் இராஜ ராஜ சோழன், தங்கப்பதுமை, பூலோக ரம்பை, கற்புக்கரசி ஆகிய திரைப் படங்களுக்கு கதை வசனம் எழுதி உள்ளார்.

விலை ரூ. 440/

3ம் பாகம்
தனி நூலாகும்

கணிப்பொறி வடிவமைப்பு : ஏ.ஆர். எண்டர்பிரைசஸ், சென்னை - 24.

அச்சிட்டோர் : காரிஸ் ஆப்செட் பிரிண்டர்ஸ், சென்னை - 29

பதிப்புரை......

தமிழகம், ஆந்திரம், கர்நாடகம், கேரளம் மற்றும் இலங்கை சார்ந்த வரலாறுகளை அடிப்படையாகக் கொண்ட இந்த மாபெரும் சரித்திரக்கதை பதினொன்றாம் நூற்றாண்டின் அரசியல் பின்புலத்தில் எழுதப்பட்ட ஒரு காதல் கதையாகும். உணர்வுக்கும் அறிவுக்கும் எற்படுகின்ற போராட்டங்களை கதா பாத்திரங்களின் வாயிலாகப் புலப்படுத்தி கதையுடனேயே ஒன்றும்படிச் செய்து இருக்கின்றார் ஆசிரியர் அரு. ராமநாதன்.

1953 லிருந்து 1959 வரை காதல் இதழ்களில் தொடர்கதையாக வந்த இக்கதை பின்னர் மூன்று பாகங்கள் கொண்ட மூன்று புத்தகங்களாய் வெளி வந்தது. வாசகர்களின் விருப்பத்திற்கு ஏற்ப இப்பொழுது முதல் மற்றும் இரண்டாம் பாகம் ஒரு நூலாகவும், மூன்றாம் பாகம் மற்றொரு நூலாகவும் வெளி வருகின்றது. வாசகர்களின் ஆதரவைப் பெற அன்புடன் விழைகின்றோம்.

நன்றி,

பிரேமா பிரசுரம்.

ஆசிரியர் முன்குறிப்பு

(இக்கதை காதல் இதழில் தொடர்கதையாக வெளிவந்த நான்காவது இதழில் இடம் பெற்ற சில வசனங்களில் வாசகர்கள் எழுப்பிய சந்தேகங்களுக்கு அடுத்த இதழில் விளக்கம் அளித்துள்ளார் ஆசிரியர். அதையே ஆசிரியர் குறிப்புரையாக்கி இங்கு தந்துள்ளோம்.)

காதல் இதழ், ஜுன் *1953*ல் அதாவது அத்தியாயம் 5-ல்

''இவ்வளவு கொடூரத் தோற்றமுள்ளவனும் செம்படவர்களும் நிஜமான சிவனடியார்களாவென வீரசேகரனால் சந்தேகிக்க முடியவில்லை. கடவுள் தாசராகத் தொண்டு புரியவோ, கடவுள் தூதராக உபதேசம் செய்யவோ இன்னின்ன ஜாதிதான் என்ற ஓர் நிர்ணயம் பாண்டிய நாட்டில் கிடையாது. சாணார் ஏனாதி நாயனாரும், பறையர் நந்தனாரும், வேடர் கண்ணப்பரும், செம்படவர் அதிபத்தரும், வண்ணார் திருக்குறிப்புத் தொண்ட நாயனாரும் கடவுளின் அவதார புருஷர்களாய்த் தமிழ் நாடெங்கும் பக்தி உபதேசம் செய்த பெரிய புராணப் பொன்யுகம் அது!'' என்று எழுதியுள்ள பகுதியைப் பற்றி நேயர்களிடமிருந்து இரண்டு வித அபிப்பிராயங்கள் வந்துள்ளன.

ஒரு முற்போக்குக் கருத்துள்ள இளைஞர், ''பக்தி உபதேசம் செய்த பொன்யுகம் என்று பெரிய புராண காலத்தைப் புகழ்ந்திருக்கிறீர்களே, மூட நம்பிக்கைப் பிரசாரம் அறிவு வாதத்திற்கு ஏற்குமா?'' என்று சற்று கோபமாகவே தம் அபிப்பிராயத்தை எழுதியிருக்கிறார்.

ஒரு சரித்திரக் கதையில் குறிப்பிட்ட காலத்தைச் சித்தரித்து எழுதும்போது, எழுதும் ஆசிரியனின் சொந்த மத நம்பிக்கையையோ, அவநம்பிக்கையையோ, சொந்த விருப்பு வெறுப்புக்களையோ கூடிய வரையில் சரித்திரக் கதையில் நுழைக்கக் கூடாது என்பதுதான் என் அபிப்பிராயமாகும்!

''கடவுள் தாசராகத் தொண்டு புரியவோ, கடவுள் தூதராக உபதேசம் செய்யவோ இன்னின்ன ஜாதிதான் என்ற ஒரு நிர்ணயம் பாண்டிய நாட்டில் கிடையாது'' என்ற வரியை எடுத்துக் காட்டி, ஜாதிகளில் ஏற்றத் தாழ்வு கிடையாது என்ற கொள்கையையும், மனித குலம் அனைத்தும் ஒன்று, சகல ஜாதிகளும் சமமான அந்தஸ்து உள்ளவை என்ற எண்ணங்களையும் தொடர் கதையில் வலியுறுத்தியிருப்பதாகப் பல நேயர்கள் புகழ்ந்திருக்கிறார்கள். இரண்டொரு நேயர்கள் மட்டிலும் சாணார், பறையர், வண்ணார்

என்ற பதங்களை உபயோகப் படுத்தி இருப்பதைத் தவறாகப் புரிந்து கொண்டு வருத்தம் தெரிவித்துக் கடிதம் எழுதியிருக்கிறார்கள். அப்பதங்களை உபயோகிப்பது தவறு என்று கருதுவதோ அந்த ஜாதிப் பெயர்களைக் குறைவாகக் கருதுவதோ அடிப்படையிலே தவறாகும். அத்தகைய தாழ்வு மனப்பான்மை கூடவே கூடாது. உயர்ந்த பொருள்களைக் குறிக்கும் உயர்ந்த பதங்களேயாகும்.

'தில்லை வாழ் அந்தணர் தம் அடியார்க்குமடியேன், திருநீலகண்டத்துக் குயவனார்க்கும் அடியேன்' என்றே தேவாரத்தில் சுந்தரமூர்த்தி நாயனார் தம்முடைய திருத்தொண்டர் தொகையைப் பாடத் தொடங்குகிறார். திருக்குறிப்புத் தொண்ட நாயனாரின் ஜாதியைக் குறிப்பிடும்போது 'ஊர் ஒலிக்கும் பெரு வண்ணார்' என்றே பெரிய புராணம் பெருமைப்படுத்திப் பாடுகிறது. இவை 'அந்தணரையும் குயவரையும் பெரு வண்ணாரையும்' சமமாகப் பாவித்துப் பாடுகின்றனவே தவிர, அப்பதங்களை உபயோகிப்பதில் உயர்வு தாழ்வு மனப்பான்மை பாராட்டவில்லை. அப்பதங்களை நீக்கி விட்டுப் 'பானைத் தொழிலாளி, சலவைத் தொழிலாளி, என்பன போன்ற இக்காலத்திய புதுச் சொற்களை தேவாரத்திலும், பெரிய புராணத்திலும் நாம் நுழைக்க முடியாது. இக்காலத்திய இனப் பதங்களை அக்காலத்திய சரித்திரத் தொடர் கதையில் உபயோகப் படுத்துவதும் பொருத்தமாயும் இராது. நம் முன்னோர் வழங்கி வந்த இச்சாதிப் பெயர்கள் தமிழ் நாட்டைப் பொறுத்தவரை உண்மையில் உயர்ந்த பொருளுடையன என்பது பலருக்குத் தெரிவதில்லை யென்பது வருந்தத்தக்க விஷயமாகும்.

ஆதிக் குடிகளான 'பறையர்' அரசியல் திட்டங்களை அந்நிய நாட்டினர்க்கும் உள்நாட்டு மக்களுக்கும் பறைசாற்றும் அரசியல் தூதர்களாகவும், போர்க்காலத்தில் பறை சாற்றிப் படை வீரர்களைச் சேகரிக்கும் படைத் தலைவர்களாகவும், ஒரு ஊரில் தனி மனிதன் பிறப்பது முதல் இறக்கும் இழவுச் சடங்கு வரை சகல விதமான சமூகக் காரியங்களுக்கும் அத்தியாவசியமானச் சமூகத் தொண்டர்களாகவும் சமூகத் தலைவர்களாகவும் விளங்கி இருக்கிறார்கள். பறை சாற்றுவதென்றால் பறையும் தமுக்கும் அடிப்பது என்று மட்டும் பொருளல்ல. பலருக்கும் தெரியும்படி எதையும் வலிவுறுத்துவது, எந்த லட்சியத்தையும் எந்தச் செய்தியையும், எங்கும் பரவச் செய்வது என்பதுதான் அப்பதத்தின் உள் கருத்தாகும்.

'பறையர்' என்று இவ்வளவு உயர்வான கருத்துகளைத் தரும் இந்தப் பெயரோடு சமுகத்தில் இவ்வாறு செல்வாக்குடன் சமூகத் தலைவர்களாய் இருந்தவர்கள்தான் பிற்காலத்தில் சமூகத்தால் தீண்டப் படாதவர்களாகவும் கோயிலில் நுழையக்

கூடாதவர்களாகவும் ஆக்கப்பட்டனர்; இந்தக் கொடுமை நம் கதை நடக்கும் மூன்றாம் குலோத்துங்க சோழன் காலத்தில் அதிகமிருந்தது. இப்படித் தம்பினோமாகில் (பகைவனுக்குக்) கடை காக்கும் பறையர்க்குச் செருப்பு எடுக்கிறோம்' என்ற வரிகள் அக்காலத்திய கோயில் கல் வெட்டுகளில் இருக்கின்றன. (இதற்கு South India Inscriptions, VII No: 106 ஆதாரம்.) இத்தகைய ஜாதீய மனப்பான்மையால்தான் நாடு சீரழிந்தது என்பதும் சகல ஜாதிகளும் சமமாகி எல்லோரும் ஓர் குலமாய் வாழ வேண்டுமென்பதுந்தான் இத்தொடர்கதையின் முக்கிய நோக்கம் என்பதை வாசகர்கள் போகப் போக உணருவார்கள்.

மதுரையிலிருந்து ஒரு நேயர், பாண்டவருக்குத் துரோணாசாரியார் வாட் பயிற்சி தரும் ஆசிரியராய் விளங்கினார் என்ற இதிகாசத்தைக் குறிப்பிட்டுக் காட்டி 'அரசர்களுக்கு வாட் பயிற்சி தரும் ஆசிரிய குலம் அந்தணரல்லவா, வாட் பயிற்சி தரும் ஏனாதி நாயனாரைச் சாணார் என்று குறிப்பிட்டிருக்கிறீர்களே' என்று கடிதம் எழுதியுள்ளார். ''ஈழ் குலச் சான்றார் ஏனாதி நாயனார்'' என்று பெரிய புராணம் ஏனாதி நாயனாரைச் சான்றார் குலத்தினரென சந்தேகத்திற்கிடமின்றி சொல்லியிருப்பதால் மேற்படி நேயரின் வாதம் தவறாகும். வாள்வித்தை போன்ற வித்தைகளைப் பயிற்றுவிக்கும் ஆசிரியர் குலத்தினரே சிறந்தோர் எனப் பெருமைப் படுத்தும் விதத்தில் அச்சாதியினரைச் சான்றார் என முன் காலத்தில் வழங்கி வந்தனர். சான்றார் என்ற பதம் பேச்சு வழக்கில் சாணார் ஆகிவிட்டாலும் அதன் உயர்வு மாறி விடாது. மதுரை நாடார் மகாஜன சங்கத்தினர் சில விஷயங்களை விளக்கியிருப்பதற்கு நன்றி! 'வண்ணார்' என்ற பதம் "வண்ணப்படுத்துவோர்', 'அழகு படுத்தும் கலைஞர்' என்ற உயர்ந்த கருத்துகளைக் குறிப்பதாகும். மேலும் முதலிமாரும், பிள்ளைமாரும் அரசியலில் முன்னணியாய் விளங்கியது நம் சரித்திர காலத்தில்தான். நாடார் என்ற இனத்தினர் நம் சரித்திரக் கதை காலத்தில் நாட்டை ஆளும் குறுநில மன்னர்களாய் அரசியல் செல்வாக்குப் பெற்றுத் திகழ்ந்தார்கள். ஆகவே நம் தொடர் கதையில் சாதிகளைப் பற்றிய பதங்கள் ஏராளமாக வரலாம். அப்பதங்களைப் படிக்கும்போது இக்காலத்திய ஜாதீயக் கண்ணோட்டத்தோடு பார்ப்பது பொருத்தமல்ல என்பதை முன்கூட்டியே தெரிவித்துக் கொள்கிறேன்.

சான்றார், பறையர் என்பன போன்ற அக்காலத்திய ஜாதிப் பெயர்கள் உயர்ந்த கருத்துடைய பதங்கள் என்பதையும். இனியாவது உயர்வு அல்லது தாழ்வு மனப்பான்மை' உள்ளவர்கள் உணர்வார்களாக.

❀ ❀ ❀

இக்கதை எழுதும்போது சரித்திர ஆதாரங்களுக்கு உதவிய சில முக்கியமான ஆராய்ச்சி நூல்கள்:-

1. The Pandyan Kingdom
2. The Cholas. Vol II (Part I)
3. The Cholas. Vol II (Part I I)
4. Foreign Notices of South India (by Prof. K.A. Nilakanta Sastry)
5. The Mahavamsa Part II (By L.C. Wijesinha.)
6. The Historical Inscriptions of Southern India (By S.R. Swell.)
7. South Indian Inscriptions.
8. Studies in the Ancient History of Tondanmandalam (by R. Sathianathaier, M.A.L.T.)
9. Thirumalirunjolaimalai (Kallalagar Devastanam, Madura)
10. The Banas (By T.N. Rama Chandran, M.A.)
11. Inscriptions of the Pudukkottah State.
12. Gangas of Talakad (By M. V.K. Rao.)
13. Origin and Development of Saivism In South India.
14. பிற்காலச் சோழர் சரித்திரம் (பகுதி II)
15. பாண்டியர் வரலாறு (டி.வி. சதாசிவ பண்டாரத்தார்)
16. சோழர் வரலாறு
17. பெரிய புராண ஆராய்ச்சி
18. தமிழ்நாட்டு வட எல்லை (மா. இராசமாணிக்கனார் எம்.ஓ.எல்,)
19. சாஸனத் தமிழ்க் கவி சரிதம்
20. ஆராய்ச்சித் தொகுதி (மு.இராக வையங்கார்)
21. மூன்றாங் குலோத்துங்க சோழன் (வி.ரா.இராமசந்திர தீக்ஷிதர்,எம்.ஏ)
22. தென்னாட்டு கல்வெட்டுகள் (பி.ஓ.எல். Degree Exam, by மு.சிவ குருநாதன், பி.ஏ)
23. சோழர் கோயிற்பணிகள் (ஜே.எம். சோமசுந்தரம் பிள்ளை)
24. அகத்தியர் வரலாறு (துடிசை கிழார் அ. சிதம்பரனார்)
25. கம்பர் (டி. செல்வகேசவராய முதலியார், எம்.ஏ)
26. சரித்திரக் கொத்து (ஸி.ஆர். ஸ்ரீநிவாஸ அய்யங்கார், பி.ஏ)
27. செயற்கை நலம்
28. யான் கண்ட இலங்கை
29. கொங்குதேச இராசாக்கள் (சி.எம், இராமசந்திரன் செட்டியார், பி.ஏ.பி.எல்)
30. இராமாயண உள்ளுறை பொருளும் தென்னிந்திய சாதி வரலாறும் (வெ.ப. சுப்பிரமணிய முதலியார்.)
31. தமிழ் வீரம் (ரா.பி. சேதுப் பிள்ளை, பி.ஏ.பி.எல்)
32. இலக்கிய உதயம் II (எஸ். வையாபுரிப் பிள்ளை)
33. கள்ளர் சரித்திரம் (ந.மு. வேங்கடசாமி நாட்டார்)
34. பழந்தமிழாட்சி (ஞா. தேவநேயன், எம்.ஏ.)
35. பௌத்தமும் தமிழும் (மயிலை. சீனி. வெங்கடசாமி)
36. தமிழ் வரலாறு முதற்றொகுதி (ரா. இராகவையங்கார்)
37. தமிழ் நாவலர் சரிதை
38. வினோத ரசமஞ்சரி

மற்றும் இலக்கியங்கள், புராணங்கள், தத்துவ சாஸ்திரங்கள், கதை வளர வளர ஆங்காங்கே சிறு குறிப்புகளுக்கு வேறு பல ஆராய்ச்சி நூல்களும் துணை புரியலாம்.

வீரபாண்டியன் மனைவி

முதல் பாகம் – யுத்த காண்டம்

கடவுள் வாழ்த்து

உலகம் யாவையும் தாமுள ஆக்கலும்
நிலைபெறுத்தலும், நீக்கலும் நீங்கலா
அலகிலா விளையாட்டுடையார் அவர்
தலைவர் : அன்னவர்க்கே சரண் நாங்களே!

– கம்ப ராமாயணம்

அத்தியாயம் 1

மதுரை மீனாட்சி அம்மன் கோயிலில் அர்த்த யாம மணி அடித்தது. ஆலவாய் பெருமானின் அருள் பிரசாதத்தை வழங்குவதற்காக அந்த மணியோசை நாலாபுறமும் பரவி, இருளில் அவதியுறும் மனிதகுலம் அனைத்தையும் அறைகூவி அழைத்தது.

அன்று பக்தர்கள் எவரும் கோயிலுக்குப் போகவில்லை. சித்தத்தைச் சிவன்பால் வைத்த சிவனடியார் எவரும் சொக்கநாதரைத் தரிசிக்கப் போகவில்லை; பரம்பரை ஆண்டிகள் மட்டுமல்ல, பஞ்சத்து ஆண்டிகள் கூடத் தங்கள் அன்னக் காவடிகளைத் தூக்கிக் கொண்டு பஞ்சாமிர்தப் பிரசாதம் பெறப் போகவில்லை. அன்று கையில் வாளேந்திய போர்வீரனைத் தவிர வேறு எவனுமே தெருவில் நடமாடப் பயந்தான். திருவோடுகளோடு அலையும் தினப்பட்டினிக் கூடத் திருவீதிகளைக் கடந்து தேவாலயத்தை அடைவதற்குள் நடுவீதியிலே கைலாஸ பதவி சித்தித்து விடுமோ என்று நடுங்கினான்.

அது கி.பி. 1180ல் ஒரு பயங்கரமான இரவு!

தலைமுறை தலைமுறையாகப் பாண்டியர்களின் தலைநகராக விளங்கிய மதுரைக் கோட்டைமீது சோழர்களின் புலிக்கொடி வானளாவிப் பறந்தது. வீரபாண்டியனுக்குரிய மீனக்கொடியும் பாண்டியனின் நேசப்படையான சிங்களவர்களின் ஈழக் கொடியும் கீழே முறிந்து விழுந்து இரத்தச் சகதியில் சிதைந்து கிடந்தன. மூன்றாவது குலோத்துங்கச் சோழ மன்னன் பாண்டிய நாட்டின் மீது படையெடுத்து வீரபாண்டியனின் தலைநகரான மதுரையைக் கைப்பற்றிக் கொண்டான்.

பாண்டிய நாட்டின் வீர மண் பூமியில், பிணக் குவியல்களின் மத்தியில், சோழர்களின் வெற்றித் தூண் நடப்பட்டிருந்தது.

அந்தப் பயங்கரமான இரவில், இரண்டு சோழ நாட்டு அதிகாரிகள் தீப்பந்தங்களை ஏந்திய வண்ணம், வெற்றித் தூண் அருகே அமர்ந்திருந்தனர். இருவரும் மார்பில் வீரக் கவசங்களையும் இரத்தம் சொட்டும் உடை வாள்களையும், விலையுயர்ந்த ஆபரணங்களையும் அணிந்திருந்தனர். இருவரில் ஒருவர் கிழவர்: இன்னொருவன் வாலிபன். இருவரும் அந்தக் கனத்த இருளில் சுவாரசியமாகக் கதை பேசுவதில் ஆழ்ந்திருந்தனர்.

''நீ ஆரம்பிப்பது புதுக்கதையா?'' என்று கேட்டார் கிழவர்.

''இல்லை. எல்லாம் பழைய கதைதான்! போரும் காதலும் உலகம் பிறந்த நாள் முதலாய் இருந்து வரும் ஒரு மிகப் பழைய கதை! துரதிர்ஷ்டவசமாக உருவங்களும் சம்பவங்களும் மட்டுந்தான் காலத்திற்கேற்றபடி மாறுபடுகின்றன!'' என்று சிரித்தான் வாலிபன்.

''அப்படியானால் நம் குலோத்துங்க சோழ சக்கரவர்த்தி இந்த மதுரை மீது படையெடுத்ததற்கும் நீ போரில் ஈடுபட்டதற்கும் காரணம் காதல் என்றா சொல்கிறாய்?''

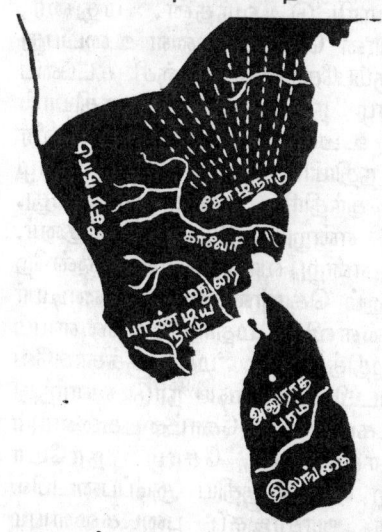

''ஆமாம், சம்புவராயரே! இந்த ஜனநாதக் கச்சிராயன் ஏதாவது சொல்கிறான் என்றால் அது கல்வெட்டுக்குச் சமானம்!''

ஜனநாதன் வாலிபன்! சோழர் வாட்ப் படைத் தலைவன்; திருமுனைப்பாடி நாட்டைச் சிற்றரசர்களாய் ஆளும் காடவராயர்கள் வம்சத்தைச் சேர்ந்தவன்; பழைய பல்லவ மரபினன். சோழ அரசாங்கத்தில் அதிகச் செல்வாக்கு உள்ளவன். எதையும் விஷமச் சிரிப்புடன் பரிகாசமாகப் பேசுவது அவனது சுபாவம். சம்புவராயர் கிழவர்! யானைப் படைத் தலைவர்களில் ஒருவர். மகாபலிபுரத்தைச் சிற்றரசர்களாய் ஆளும் செங்கேணி வம்சத்தைச் சேர்ந்தவர். கடவுள் பக்தியும், ராஜ பக்தியும் மிகுந்தவர். எதையும் நிதானமாகப் பேசுவது அவரது சுபாவம்.

''ஜனநாதா, நீ எவளைக் காதலிக்கிறாய்? நம் குலோத்துங்க சோழ மகாராஜா எவளைக் காதலிக்கிறார்?'' என்று கிழவர் சம்புவராயர் கேட்டார்.

''இனிமேல் நடக்கப் போவதை உம்மைப் போன்ற கிழட்டு சேனாதிபதிகளிடம் சொல்லக் கூடாது. நீர் காயகற்பம் சாப்பிட்டு வந்தீரானால் உம் கண் முன்னாலேயே ஒரு பெரிய கதை நடக்கப் போவதைக் காண்பீர்!''

''என் காலத்தில் நானே சரித்திரத்தில் எத்தனையோ கதைகளை உண்டாக்கியிருக்கிறேன். இப்போது நான் கிழவன். இனிமேல் உன்னையும் நம் குலோத்துங்க மன்னரையும் போன்ற வாலிபர்களின் கதைகளைக் கேட்டுப் பெருமூச்சு விடுவதைத் தவிர வேறு வழியில்லை!'' என்றார் சம்புவராயர்.

அந்தக் கிழவருக்கு ஜனநாதன் சொல்வது எதிலும் உள்ளூர நம்பிக்கையிருப்பதில்லை. குலோத்துங்க சோழ மன்னர்பிரானின் காதல்தான் மதுரை மீது படையெடுத்ததற்குக் காரணம் என்பதை அந்தப் பெரியவரால் நம்ப முடியவில்லை. சோழ நாட்டிற்கும் பாண்டிய நாட்டிற்கும் உள்ள அரசியல் விரோதத்தைப் பற்றித் தீவிரமாகச் சிந்தித்தார்.

பழங்காலம் தொட்டுப் பாண்டிய நாடும் சோழ நாடும் தீராப் பகைமை பூண்டு ஓயாமல் போரிட்டு வந்தன. மதுரை, திருநெல்வேலி, இராமநாதபுரம் முதலான கோட்டங்களை உடையது பாண்டிய நாடு. தஞ்சை, உறையூர், கும்பகோணம், காஞ்சி, கடப்பை வரை உள்ளடங்கி யிருப்பது சோழ நாடு. வைகை நதியால் வளம்பெறும் பாண்டிய நாடு உடல் பலம் மிக்க வீர மறவர்களைக் கொண்டது. காவிரி நதியால் வளம் பெறும் சோழ நாடு மூளை பலம் மிக்க ராஜ தந்திரி களைக்கொண்டது. பாண்டியர்கள், ''அன்பே தெய்வம்'' என்று பூஜித்து வாழ்ந்தனர். சோழர்களோ, ''அறிவே தெய்வம்'' என்று வாதித்தனர். ''ஒன்றே குலமும் ஒருவனே தேவனும்'' என்னும் கொள்கையைப் பாண்டியர் பரப்பினர். சோழர்களோ, கடவுளைவிட மதாசாரங்களையும் ஜாதியாசாரங்களையுமே அதிகம் மதித்தனர். ''மக்களுக்காகவே மன்னன்'' என்ற அரசியல் அடிப்படையில் பாண்டிய நாடு வளர்ந்து வந்து தற்காப்பிற்காக ஊர்ப்படைகளையும் கோட்டைகளையும் அதிகமாகப் பெருக்கிக் கொண்டது. சோழ நாடோ ''மன்னனுக்காகவே மக்கள்'' என்ற ஏகாதிபத்திய அடிப்படையில் வளர்ந்து வந்து ஆக்ரமிப்பிற்காக அரசாங்கப் படைகளையும் அரசியல் தந்திரிகளையும் அதிகம் பெருக்கிக் கொண்டது.

ஆக, பாண்டிய நாட்டிற்கும் சோழ நாட்டிற்கும் நடந்து வந்த ஓயாத போராட்டத்தைக் குடியரசுத் தத்துவத்திற்கும் ஏகாதிபத்திய

வெறிக்கும் நடந்த போராட்டமென்றோ, தற்காப்புக்கும், ஆக்கிரமிப்புக்கும் நடந்த போராட்டம் என்றோ இருதயத்துக்கும், மூளைக்கும், அன்புக்கும் அறிவுக்கும், மனசாட்சிக்கும் குயுக்திக்கும் நடந்த போராட்டம் என்றோ, இயற்கைப் பண்பாட்டிற்கும் செயற்கை கலாசாரத்திற்கும் நடந்த மல்யுத்தமென்றோ சுருக்கமாகச் சொல்லலாம்.

இந்த நிலையில், மதுரையைத் தலைநகராகக் கொண்டு பாண்டிய நாட்டை அரசாண்டு வந்த வீரபாண்டியன், இலங்கை மன்னன் பராக்கிரமபாகுவின் நெருங்கிய நண்பனாகி, பௌத்த மதத்தின் சமதர்மக் கொள்கைகளைப் பின்பற்ற விரும்பினான். இதைக் கண்டு சோழ நாட்டு ஏகாதிபத்தியவாதிகள் மிரண்டனர். சோழ ஏகாதிபத்தியத்திற்கு ஓர் எதிர் சக்திபோல் வளரும் பாண்டிய நாட்டை வலியற்ற நாடாக ஒடுக்கிவிட விரும்பினர். அப்போது சோழ அரசனாயிருந்த மூன்றாவது குலோத்துங்க சோழன் பட்டத்திற்கு வந்த புதிது. இருபது வயசு வாலிபன். சோழர்களின் புலிக் கொடி உலகெங்கும் பறக்க வேண்டும், சோழ நாட்டுக் கலாசாரத்தை உலகெங்கும் பரப்ப வேண்டும் என்று ஏகாதிபத்தியக் கனவு கண்டான். முதலில் தன்னருகே உள்ள பாண்டிய நாட்டின் சக்திகளை நிர்மூலமாக்கிப் பாண்டிய நாட்டைத் தன் சாம்ராஜ்யத்தின் கீழ்க் கொண்டு வர விரும்பினான். ஆனால் ஒன்றுபட்ட சமுதாயமாக விளங்கும் பாண்டிய நாட்டின் வீர மறவர்களையும் அவர்களுக்குத் துணை வரக்கூடிய இலங்கைப் படையையும் வெல்வது அவ்வளவு இலகுவான காரியமல்ல. இதனை நன்குணர்ந்த குலோத்துங்க சோழன் குயுக்தியான முறையில்தான் பாண்டிய நாட்டை மெல்ல மெல்லக் கவர வேண்டுமென்று நிச்சயித்தான். எங்கோ தென் பாண்டிய நாட்டின் மூலையில் கிடந்த குலசேகரன் மகன் விக்கிரம பாண்டியனை வாரிசு போட்டியிடும்படித் தூண்டி விட்டு, பாண்டிய நாட்டில் இரண்டு கட்சிகளை உண்டாக்கிப் பிளவுபடுத்தினான். பிறகு வீரபாண்டியனிடமிருந்து ராஜமுடியைப் பறித்து விக்கிரம பாண்டியனுக்குத் தானம் செய்யப் போவதாகச் சொல்லிக் கொண்டு, மண்ணாசை வெறி பிடித்த மூன்றாவது குலோத்துங்க சோழன் பாண்டியர்களின் தலைநகரான மதுரை மீது படையெடுத்து வந்தான். சோழ நாட்டின் மூன்று மகாசேனைகள், கைக்கோளப் படைகள், குஞ்சரமல்லர் என்ற யானைப் படைகள், வாள்பெற்ற வீரர்கள், வில்லிகள், குதிரைச் சேவகர்களெல்லாம் ஒருமிக்கத் திரண்டுவந்து மதுரைப் படையெடுப்பில் பயங்கரமாகத் தாக்கினார்கள். முன்னறிவிப்பின்றி எதிர்பாராமல் வந்த அப்படையெடுப்பை வீரபாண்டியனால் சமாளிக்க முடியவில்லை. அவனது வீர மறவர்களின் இரத்தத்தால் வையை ஆறு இரத்த நெய்யாக ஓடியது. பலநாள் முற்றுகைக்குப் பிறகு

படுதோல்வியடைந்து பகைவர் கையில் தலைநகரை விட்டுவிட்டு வீரபாண்டியன் தன் குடும்பத்துடன் எங்கோ ஓடிவிட்டான். வீரபாண்டியனுக்கு உதவியாயிருந்த இலங்கை மன்னன் பராக்கிரமபாகுவின் ஈழப் படையும் மூக்கறுப்புண்டு ஓடிவிட்டது. நான்மாடக் கூடல் நன்கலம் இழந்த விதவையைப் போல் எதிரிகளின் கையில் சிக்கிக்கொண்டது.

ஆனால் மதுரை கோட்டைக்குள்ளே...

சோழர்கள் எதிர்பார்த்தபடி, வீரபாண்டியன் போரில் வீரமரணமடைந்து போர்க்களத்தில் பிணமாகிக் கிடக்கவில்லை! தலையைக் கொடுத்தாகிலும் தலைநகரைக் காக்கவில்லை. அவன் தன் குடும்பத்தோடு எங்கோ தலைமறைந்து விட்டான்!

இது குலோத்துங்க சோழனுக்கு மிகவும் துயரத்தைத் தரக்கூடிய செய்தி! வீரபாண்டியனோ, அல்லது அவன் குமாரர்களில் ஒரு கைச்சிசுகூட உயிரோடிருக்கும்வரை, பாண்டிய நாட்டில் சோழ ஆக்ரமிப்புக்கு எதிராக ஒரு கட்சி ரகசியமாக வேலை செய்து கொண்டேயிருக்கும்; பாண்டியர்களின் வீர சிம்மாசனத்தில் விக்கிரம பாண்டியன் என்ற அரசனை ஒரு பொம்மை ராஜாவாகச் சோழர்கள் அமர்த்தி வைத்தாலுங்கூட, தலைமறைவாக எதிர்ப்பு இருந்து கொண்டேயிருக்கும். அந்தப் பொம்மை ராஜாவின் பெயரால் பாண்டியநாடு முழுவதும் சோழ அதிகாரிகளை அமர்த்தித் தன் இஷ்டம்போல் பாண்டிநாட்டை ஆளலாம் என்ற குலோத்துங்க சோழனின் ராஜதந்திரமும் பலிக்காமல் போய்விடலாம். பாண்டி நாட்டின் நிலங்களையும் அதிகாரங்களையும் பங்கு போட்டுக் கொள்ளலாம் என்ற சுயநல மனப்பான்மையோடு மதுரைப் படையெடுப்பில் கலந்து கொண்ட சோழ நாட்டு அதிகாரிகளும் சிற்றரசர்களுங்கூட அதிருப்தியடைவார்கள். குலோத்துங்கனின் அந்தரங்க அதிகாரியும் சேனைமீகாமனுமான இராஜராஜக் கம்பீர சேதிராயன் இவற்றையெல்லாம் தீவிரமாகச் சிந்தித்தான். வீரபாண்டியனும் அவனது குடும்பமும் நிர்மூலமாகும் வரை நிம்மதியில்லை என்று தோன்றியது. உடனே, வீரபாண்டியனையும் அவன் குமாரர்களையும் உயிரோடாவது பிணமாகவாவது கொண்டுவரும்படி சேனை மீகாமன் சேதிராயன் தன் போர் வீரர்களுக்கு உத்திரவிட்டான். வீரபாண்டியனைக் கொண்டு வந்து ஒப்புவிக்கும் வரையில் மதுரை மக்களைச் சித்திரவதை செய்யும்படியும் கட்டளை பிறப்பித்தான்.

மதுரையைக் கைப்பற்றி வெற்றி மாலை சூடிய சோழ வீரர்கள் இப்போது மதுரையைச் சூறையாடி மக்களை வேட்டையாடத் தொடங்கினர். மதுரையில் எஞ்சியுள்ள பாண்டிய வீரர்களையும் சிங்களவ வீரர்களையும் நடுவீதிகளிலே நிறுத்திக் குத்திக்

கொன்றனர். இலங்கைப் படைத் தலைவர்களின் தலைகளை வெட்டிப் பாண்டிய வீரர்களின் குடல்களில் கட்டி மதுரைக் கோட்டை வாசல்களில் தொங்க விட்டனர். மதுரையின் மாடமாளிகைகளையும் குடிசைகளையும் தீவைத்துக் கொளுத்தினர். தெருவில் தென்படுபவனை யெல்லாம் சித்திரவதை செய்து படுகொலை புரிந்தனர். கையில் சிக்கும் பாண்டியநாட்டுப் பெண்களையெல்லாம் நடு வீதிகளிலேயே மானபங்கம் செய்தனர். கன்னியென்றும் விதவையென்றும் கர்ப்பவதியென்றும் வித்தியாசம் பாராமல் இருளில் கண்மூடிப் போய் மிருகங்களைப் போல நடந்து கொண்டனர்.

மதுரை பிணக்காடு ஆயிற்று, கபாலீஸ்வரரின் கழுத்தில் தொங்கும் மண்டையோடுகளின் மாலையைப் போலத் திருவீதிகளிலெல்லாம் தலைகள் வரிசையாகக் கிடந்தன. கசங்கிய பூக்களைப்போல இருண்ட சந்துகளிலெல்லாம் இளம் பெண்களின் உடல்கள் ஸ்மரணையற்றுச் சிதறிக் கிடந்தன. அழிவுக்கடவுள் ருத்திர தாண்டவம் புரியும் மயானக் கரைபோல மதுரை காட்சியளித்தது. எங்கு பார்த்தாலும், பிணக் குவியல்கள்! எந்தப்புறம் திரும்பினாலும் மதுரையம்மனுக்கு இரத்தக் காப்பு பூசியதுபோல ஒரே இரத்தச் சிகப்பு! இருளின் தீயில் கருநீல ரத்தச் சிவப்பாகத் தெரியும் மதுரை நகரை, ஜனநாதன் தன் கண்களால் உற்றுப் பார்த்து விட்டு ஒரு பெருமூச்சுடன் கிழவர் சம்புவராயரின் பக்கம் திரும்பினான்.

''சம்புவராயரே, பாண்டிநாடு நம் காலடியில் விழுந்து விட்டது. பாண்டியனிடமிருந்து மதுரையைக் கைப்பற்றித் தீ வைத்துக் கொளுத்துகிறோம். இனிமேல் இந்த மதுரையில் இருந்துதான் ஒரு ரசமான கதை ஆரம்பமாகப் போகிறது!'' என்று ஜனநாதன் புன்னகை செய்தான்.

''ஆமாம், நம் குலோத்துங்க சோழ மன்னரின் ஏகாதிபத்தியக் கதை ஆரம்பமாகப் போகிறது. ஜனநாதா!.... தீப்பிடித்து எரியும் ஜ்வாலையில் பாண்டி நாட்டின் இருதயத்தைக் கிழித்துக் கொண்டு திக்கெட்டும் பரவப்போகும் நம் சோழ ஏகாதிபத்தியத்தின் வெற்றி ஜ்வாலை வீசவில்லையா? ரத்தக் காடாகிக் கிடக்கும் இம் மதுரையின் ரத்தச் சிவப்பில், உலகம் முழுவதும் ஒளி மயமாக்கும் நம் சோழ சாம்ராஜ்யத்தின் சூரியோதயம் உன் கண்முன் வரவில்லையா?''

''இல்லை சம்புவராயரே! துரதிருஷ்டவசமாக நான் இந்த மதுரையின் அழிவுத் தீயில், வெற்றி பெற்ற நம் சோழ ராஜ்யத்தின் அழிவைத்தான் அதிகம் காண்கிறேன்! உதய சூரியன் மட்டுமல்ல, அஸ்தமன சூரியன் கூடத்தான் ரத்தச் சிவப்பாக இருக்கிறது!''

"ஜனநாதா! நம் சோழ நாட்டு அதிகாரிகளில் நீ ஒருவன்தான் எதற்கும் ஏறுமாறாகப் பேசுகிறவன். நம் குலோத்துங்கச் சக்கரவர்த்திக்கு அடங்கிய சிற்றரசர்களில் நீ ஒருவன்தான் எதிலும் அதிருப்தி அடைபவன். நம் சோழநாட்டுப் படைகள் அனைத்திலும் உன் கையிலுள்ள வாலிபப் படைகள்தாம் எதைக் கண்டும் முணுமுணுப்பவர்கள்!"

"சம்புவராயரே, நீர் ஒருவர்தான் எந்த அல்ப காரியத்திலும் அதிகத் திருப்தியடைந்து விடுகிறீர். நம் சோழ நாட்டு அதிகாரிகளில் நீர் ஒருவர்தான் நம் மகாராஜாவை அதிகம் முகஸ்துதி செய்கிறீர். நம் சோழ நாட்டுப்படைகள் அனைத்திலும் உம்முடைய கிழட்டுப் படைகள்தான் அதிகம் ஆமை வேகத்தில் நகர்பவர்கள்!"

"ஜனநாதா! வீரபாண்டியன் தலையைக் கொடுத்தாகிலும் தலைநகரைக் காப்பாற்றவில்லை. படுதோல்வியடைந்து தன் மனைவி மக்களோடு ஒரு பேடியைப் போலத் தப்பி ஓடிவிட்டான்! இனியும் நம் வெற்றியில் உனக்கென்ன சந்தேகம்!"

"அவன் தன் தலைநகரைப் பறிகொடுத்தானே தவிர இன்னும் தன் தலையைப் பறிகொடுக்கவில்லை!... அதற்குக் காரணமும் அவனுடைய காதல்தான்!"

"நீ போர்க்களத்தில் பரணி பாடாமல் காதல் பிரபந்தம் படிக்கிறாய்! நீ வாலிபனாகையால் எதையும் காதலில் கொண்டுபோய் முடித்து விடுகிறாய்!"

"துரதிருஷ்டவசமாகக் காதலும் போரும் ஒன்றாகத்தான் இருக்கின்றன! வீர பாண்டியன் தோற்றோடியதற்குக் காரணமே அவனுடைய காதல்தான்! அவனுக்குத் தன் புதுமனைவிமீது மகத்தான காதல்! அவள் வானலோகத்து அப்சரஸ். அதாவது நாம் வானவர்கள் என்று கேலி செய்யும் மலைநாட்டுச் சேர ராஜன் மகள்! புது மனைவியின் பிறந்த தினத்தை வீரபாண்டியன் அதி விமரிசையாகக் கொண்டாடினான். அன்றுதான் புதுமணத் தம்பதிகள் முதன் முதலாகத் தனிமையில் சந்தித்துக் கொஞ்சி மகிழும் இன்ப இரவு. அந்த உற்சாகத்தில் வீர பாண்டியனும் அவனது போர் வீரர்களும் மூழ்கிக் கிடந்தபோது நாம் சுலபமாக மதுரைக் கோட்டைக்குக் கன்னம் வைத்துப் பாண்டி நாட்டுச் சுதந்திரத்தைத் திருடிக் கொண்டு விட்டோம்!...."

"மனைவியாவது மிஞ்சினாளேயென்று வீரபாண்டியன் தலைமறைந்து விட்டான். இனி புது மனைவியின் காதலோடு அவன் ஆயுள் முழுவதும் ஆரண்யங்களில் அலைந்து அஞ்ஞாத

வாசம் புரிவான்! இனிப் பாண்டி நாடு நம் அடிமை நாடுகளில் ஒன்று என்பது நிச்சயம்!''

''சம்புவராயரே மதுரையைக் கைப்பற்றிய உடனேயே பாண்டிய நாட்டின் தலைவிதியில் அடிமை முத்திரையைச் சாசுவதமாகப் பதித்து விட்டதாக நினைத்துக் கொள்கிறீர். மதுரையில் துரதிருஷ்ட வசமாக நம் கையில் சிக்கிக் கொண்ட சில சிங்களவ வீரர்களையும் பாண்டிய வீரர்களையும் நாம் கொன்று குவித்தவுடனேயே, 'ஈழமும் பாண்டிய நாடும் கொண்டதாக' மெய்க்கீர்த்தி பாட விரும்புகிறீர்!''

''பின்னே உன்னைப்போல நிந்தாஸ்துதியாப் பாடச் சொல்கிறாய்? வெற்றி பெற்ற நாம் போர்க்களத்தில் பரணி பாடாமல் வசைமாரியான கலம்பகமா பாடுவது? இனி இந்தப் பாண்டி நாட்டில் பல தலைமுறைகளுக்கும் சுதந்திர உத்வேகம் எழாதபடி நாம் பலமாக நசுக்கி விடுவோம்!''

''ஒருவனை எவ்வளவு பலமாக உதைத்து மிதிக்கிறீரோ, அதைவிடப் பல மடங்கு பலமாக உம்மை உதைத்து மிதிக்க அவன் காத்திருப்பான் என்பதை மறந்துவிட்டீர்! தோற்றோடிய வீரபாண்டியன் நம் கையில் சிக்கினானா? வீரபாண்டியனுக்கு இலங்கை மன்னன் பராக்கிரமபாகு நெருங்கிய நண்பன். பராக்கிரமபாகுவின் ஆட்சியில் ஒரு புதிய பௌத்த மத சமதர்ம சமுதாயமாக உயிர் பெற்றெழும் இலங்கை, தென் பாண்டி நாட்டைத் தன் வியாபாரத் தோழனாகவும், வீரபாண்டியனைத் தன் ஞான சிஷ்யனாகவும் கருதுகிறது. இலங்கையிலிருந்து லட்சக்கணக்கான ஈழப்படைகள் இங்கே வந்து குதித்தால் நம் குலோத்துங்க சோழரின் ஏகாதிபத்தியக் கனவு என்ன கதியாகும்? இந்த மதுரை வெற்றி நிச்சயமற்றது, மின்னலைப் போன்றது!''

''ஜனநாதா, உன்னைப்போன்ற வாலிபர்கள் எதிலும் அவநம்பிக்கைப்படுகிறார்கள்; எதிலும் அவர்களுக்கு நிலைத்த புத்தி இருப்பதில்லை?''

''கிழவர்களுக்கு எப்போதும் சமீபப் பார்வைதான். அவர்களுக்குத் தூரதிருஷ்டி இருப்பதில்லை!''

''என்னை ஓயாமல் கிழவன் கிழவன் என்று ஏதோ உபயோகப்படாத ஓட்டை உடைசலைப் போலக் கூப்பிடாதே. இதே செங்கேணி வீர அத்திமல்லன் குலோத்துங்கச் சோழ சம்புவராயன் இப்போது கையில் வாளை எடுத்தாலும் உன்னைப்போன்ற நூறு வாலிபர்களைக் கொன்று விடுவேன்!''

"பெரியவரே, இனிமேல் இவ்வளவு நீளமான பட்டப் பெயர்களைச் சுமக்க உம் உடம்பில் வலு இல்லை. இனி நீர் உடைவாளை உருவுவதைவிட எல்லோருக்கும் உபதேசம் செய்வதுதான் உமக்கு ஏற்ற தொழில்! உம்முடைய கத்தியைத் தீட்டுவதற்குப் பதில் புத்தியைத் தீட்டிக் கொள்ளும். அதுதான் உமக்கும் நல்லது, உம் கத்திக்கும் நல்லது!''

''ஜனநாதா, நீ துஷ்டன். கிழவர்களை நையாண்டி செய்வது உனக்கு ஒரு வேடிக்கையாயிருக்கிறது!''

''சம்புவராயரே, கோபப்படாதீர். மூப்பும் சினமும் ஒன்று என்ற முதுமொழிக் காஞ்சிக்கு உதாரணமாகி விடாதீர்! கத்தி பலத்தைவிட மூளை பலந்தான் சக்தி வாய்ந்தது என்று சொல்ல வந்தேன். உம்முடைய கத்தியால் எதிரே நிற்கும் ஒருவன் தலையைத்தான் அறுக்க முடியும். ஆனால் நூற்றுக்கணக்கான தலைமுறைகளையும் உம்முடைய மூளை பலத்தால் அழித்துவிடலாம்!''

ஜனநாதன் சொல்வதை நம்பாதவர் போலக் கிழவர் காட்டிக் கொண்டாலும், அந்த வாலிபன் சொல்வது அனைத்திலும் ஒரு புதுக் கண்ணோட்டம் இருப்பதாகப் பட்டது. கிழவர் சிந்தனையில் ஆழ்ந்து விட்டார். ஜனநாதன் மெல்லச் சிரித்துக்கொண்டே அவர் காதுக்குள் ஒரு பெரிய இரகசியத்தை உரத்த குரலில் சொன்னான்.

''சம்புவராயரே, வீரபாண்டியன் தலையை எவன் தங்கத் தட்டில் வைத்து நம் குலோத்துங்க சோழ சக்கரவர்த்திக்குப் பாத காணிக்கையளிக்கிறானோ அவனுக்குத்தான் இனிமேல் அரசியலில் அதிக அந்தஸ்தும் சலுகைகளும் கிடைக்கும்!''

''வீரபாண்டியனும் அவனது மனைவியும் இந்த மதுரை நகர் கோட்டைக்குள்தான் எங்கோ தலைமறைவாய்ப் பதுங்கியிருக்கிறார்களாம்...!'' என்று கிழவர் சம்புவராயர் ஒரு பெருமூச்சு விட்டார்.

''சம்புவராயரே! கவலைப்படாதீர்! வீரபாண்டியன் குடும்பத்தை ஒரு சிசுவைக்கூட விடாமல் நாமிருவரும் ஒன்று சேர்ந்து பிடித்துவிடலாம்!

அதனால் கிடைக்கும் லாப நஷ்டங்களை நாமிருவர் மட்டும் பங்கு போட்டுக் கொள்வோம். இதற்கு மத்தியில் நம்மை முந்திக் கொண்டு வேறு எவனும் வீரபாண்டியன் குடும்பத்தைப் பிடித்து விடாதபடியும் கவனித்துக் கொள்வோம்!''

கிழவர் சம்புவராயரின் முகத்தில் உற்சாகம் ததும்பியது. தனது புஜபல பராக்கிரமத்தை ஒருமுறை உற்றுப் பார்த்து உள்ளம் பூரித்துவிட்டு, இலேசாகப் புன்னகை செய்தார்.

''ஜனநாதா, நீ யவன நாடகங்களில் வரும் கட்டியக் காரனைப் போல எதையும் முன்கூட்டியே சொல்லிவிடுகிறாய்! நம் குலோத்துங்க மகாராஜா எவளையோ காதலிக்கிறார் என்றாயே, யாரவள்?''

''உம்மிடம் இப்போது சொல்லக்கூடாது! அது ஒரு பெரிய அரசியல் ரகசியம்!''

''நீ எவளைக் காதலிக்கிறாய்?''

''அது என் சொந்த விஷயம்!''

''நீ வீரபாண்டியன் மனைவியைப் பார்த்திருக்கிறாயா?''

''பிறத்தியான் மனைவியைப் பார்க்கும் வழக்கம் என்னிடம் இல்லை!''

''வீரபாண்டியன் மனைவி மிகவும் அழகானவள் என்று சொல்லுகிறார்கள். அதனால் கேட்டேன்!''

''பருவ வயசில் குருடி கூடத்தான் அழகாய் இருக்கிறாள்! புதுக் குருத்தின் ராசியே அப்படித்தான்!''

''வீரபாண்டியன் மனைவியைப் போல அழகு திரிபுவனத்திலெங்கு தேடினாலும் இராதாம்! நம் அரச சபையை அலங்கரிக்கும் கவிச்சக்கரவர்த்தி கம்பர்கூட அவள் அழகை வர்ணிக்க முடியாதாம்!... 'இப்பாவை தோன்றலால், அழகு எனும் அதுவும் ஓர் அழகு பெற்றதே...' என்று சீதையைக் கம்பர் வர்ணிக்கிறாரே, அது வீரபாண்டியனின் மனைவியைப் பார்த்த பிறகுதானாம்; செம்பருத்தி போல ஒரு மஞ்சள் சிவப்பு... பருவக்கொப்பு போல தளதளவென்று உடல் வாளிப்பு. கண்களில் கயல்மீனைப்போல ஒரு துடிப்பு, நடையில் ஒரு மதமதப்பு, கொடிபோல் பின்னிக்கொள்ளும் ஒரு பசுமை. சவுக்குபோல சதா ஒரு துள்ளல் நிறைந்த போக்கு. சாட்டையில்லா பம்பரம் போல் ஆடும் அலாதியான அழகு ஜொலிப்பு...'' என்று கிழவர் சம்புவராயர் வாய் கொள்ளாமல் உற்சாகமாக வர்ணித்துக் கொண்டே போனார்.

ஜனநாதன் புன்னகையுடன் பேச்சை இடைமறித்து, ''மலைநாட்டுப் பெண்களுக்கே எப்பவும் ஓர் அலாதியான அழகு

இருக்கும்! ஆனால் வீரபாண்டியன் அவளது அழகு ஒன்றை மட்டும் கருதி ஆசைப்பட்டவனாகத் தெரியவில்லை. அவ்வளவுதூரம் அவன் சிறுபையனுமல்ல; அவ்வளவுதூரம் அவன் கிழவனுமல்ல!'' என்று சிரித்தான்.

கிழவர் சம்புவராயரின் முகம் சுண்டிவிட்டது. ஆனால் ஜனநாதனிடமிருந்து ஏதாவது விஷயத்தைக் கிரகிக்க வேண்டுமென்ற ஆவலால் தம் வருத்தத்தை மறைத்துக் கொண்டார்.

''ஜனநாதா, நம் நாட்டில் இனிமேல்தான் ஒரு ரசமான கதை நடக்கப்போகிறதென்று சொன்னாயே, அது என்ன கதை?''

''சம்புவராயரே! கம்பர் ராமாயணம் பாடும் காலத்தில் நாம் பிறந்திருக்கிறோம். கம்பநாட்டாழ்வார் அவதரித்த அதே சோழ நாட்டில்தான் நாமும் அவதரித்திருக்கிறோம். கவிச்சக்கரவர்த்தி கம்பர் வீற்றிருக்கும் அதே குலோத்துங்க சோழ சக்கரவர்த்தியின் ராஜசபையில்தான் நாமும் வீற்றிருக்கிறோம். இதை ஒரு பெரிய பாக்கியமாகக் கருதுவீர், இல்லையா... ஆனால் கம்பராமாயணத்தை விட ஒரு பெரிய ராமாயணம் இனிமேல்தான் நம் நாட்டில் நடக்கப் போகிறது. அதில் நீரும் நானும்கூடக் கதாபாத்திரங் களாயிருப் போம்!''

''என்னது, இனிமேல்தான் ஒரு ராமாயணம் நடக்கப் போகிறதா?...''

''ஆமாம்! ராமன், ராவணன் முதல் சூர்பனகை கும்பகர்ணன் அனுமார் வரை சம்பூர்ண ராமாயணத்திற்கு வேண்டிய சகல நபர்களும் நம்மிடையிலே இருக்கிறார்கள்! ஆனால் கம்பராமாயணம் பால காண்டத்தில் ஆரம்பித்து யுத்த காண்டத்தில் முடியும். நம்முடைய ராமாயணம் யுத்தகாண்டத்தில் ஆரம்பித்து பாலகாண்டத்தில் போய் முடியும்!''

''ஜனநாதா! உன் ராமாயணத்தில் முதலில் உனக்கு என்ன வேஷம் என்பதைச் சொல்லிவிடு!''

''நான் ராமனுமல்ல; ராவணனுமல்ல! நீர் அனுமாருமல்ல; அவன் தம்பி அங்கதனுமல்ல! என் வேஷத்தை ஸ்பஷ்டமாகச் சொல்வதென்றால், ஒவ்வொரு சந்தர்ப்பத்திலும் ஒவ்வொரு அவதாரமெடுக்கும் மாயாவி என்று வைத்துக்கொள்ளும்!''

''உன்மீது கம்பன் கவிபாட மறுத்தான் என்பதற்காக, ராமாயணத்தையே குட்டிச்சுவராக்காதே. உனக்குக்

"காவியங்களைப்பற்றி என்ன தெரியும்? நீ ராமாயணம் படித்திருக்கிறாயா? அல்லது சிலப்பதிகாரந்தான் படித்திருக்கிறாயா?"

"இரண்டையும் படித்திருக்கிறேன்!"

"படித்திருப்பாய். ஆனால் அவற்றின் தத்துவங்களைப் புரிந்து கொண்டிருக்க மாட்டாய்!"

"நன்றாகப் புரிந்து கொண்டிருக்கிறேன்! இன்னொருத்தியின் புருஷனை இன்னொருத்தி திருடிக் கொள்வது சிலப்பதிகாரம். இன்னொருவன் மனைவியை இன்னொருவன் திருடிக் கொள்வது ராமாயணம். முன்னதைச் சாதாரணமாக நினைக்கிறோம். பின்னது சர்வ சாதாரணமாக நடக்கிறது!"

"ஜனநாதா, உனக்கு கம்பராமாயணத்தில் ஒரு பாட்டாவது தெரியுமா?" என்று கிழவர் சம்புவராயர் கோபமாகக் கேட்டார்.

"எனக்குக் கடவுள் வாழ்த்து தலை கீழ்ப்பாடம்!"

இவ்வாறு சொல்லிவிட்டு ஜனநாதக் கச்சிராயன் மிருதுவான குரலில் அதே விஷமச் சிரிப்புடன் பாட ஆரம்பித்தான்:

"உலகம் யாவையும் தாமுள ஆக்கலும்
நிலைபெறுத்தலும் நீக்கலும் நீங்கலா
அலகிலா விளையாட்டு உடையார் அவர்
தலைவர் அன்னவர்க்கே சரண் நாங்களே"

கிழவர் சம்புவராயரின் முகம் பக்திப் பரவசத்தால் ஒளி பெற்றது.

"ஆகா, எவ்வளவு அற்புதமாக நம் கம்ப நாடார் கடவுள் வாழ்த்துப் பாடியிருக்கிறார்! கடவுளை எந்த மதப் பெயராலும் சொல்லாமல் பொதுவாகத் 'தலைவர்' என்றே கடவுளைக் குறிப்பிடுகிறார்... ஆகா... நம் மாணிக்க வாசகப் பெருமாள் கூடத் திருவாசகத்தில் "ஆக்கம் அளவிறுதி இல்லாய்! அனைத்துலகும் ஆக்குவாய் காப்பாய் அழிப்பாய் அருள்தருவாய்" என்று பக்திப் பரவசமாகி......"

"கொஞ்சம் நிறுத்தும்! முதலில் நான் சொன்ன கம்பன் கடவுள் வாழ்த்துக்கு என்ன அர்த்தம், சொல்லும்!"

"உலகம் யாவையும் ஆக்கியும் காப்பாற்றியும் அழித்தும் அளவற்ற திருவிளையாடல்கள் புரியும் — அதாவது சிருஷ்டி

ஸ்திதி சங்காரம் என்னும் முத்தொழில்களையுமுடைய எம் பெருமானான தலைவரையே நாம் வாழ்த்திச் சரணடைவோமாக என்று அர்த்தம்...''

''சம்புவராயரே! ஆக்கல், அழித்தல், காத்தல் முதலான அலகிலா விளையாட்டுடைய அந்தத் தலைவர் யாரென்று உமக்குத் தெரியுமா?... நம் குலோத்துங்க மன்னர் தாம்தான் அந்தத் தலைவர் என்று நினைத்துக் கொண்டிருக்கிறார்... ஆனால் உண்மையில் நான்தான் அந்தத் தலைவர்!''

''என்னது! நீயா? நீயா கம்பராமாயணத்தில் கடவுள் வாழ்த்தில் வரும் தலைவர்? நீயா கடவுள்?''

''ஆமாம்!... ஆதிசங்கரரின் அத்துவைத தத்துவப்படி நானே யாவும் என்று சொல்லிக் கொள்ளலாம். அதனால் கடவுளின் முத்தொழில்களையும் நானே எடுத்து நடத்தலாம். சம்புவராயரே, ஆக்கல், காத்தல், அழித்தல் முதலான அலகிலா விளையாட்டுடைய தலைவர்... நானேதான்! ஆகையால், ''அன்னவர்க்கே சரண் நாங்களே!'' என்ற கடைசி அடியை நீர் எல்லோருக்கும் பாடிக் காட்டும், அதுபோதும்!'' என்று ஜனநாதன் விஷமமாகச் சிரித்தான்.

''ஜனநாதா! உன்னைக் கடவுளாகவும் என்னை உன் பக்தனாகவும் ஆக்கிவிட்டாய்! வாலிபனோடு கிழவர்கள் பேச்சு வைத்துக் கொள்வதே சுத்தத் தப்பு!'' என்று சம்புவராயர் கோபமாக ரணகளத்தை விட்டு எழுந்தார்.

அப்போது எங்கிருந்தோ ஆண்டவனுக்குத் தீபாராதனையாகும் ஆலய மணி ஓசை கேட்டது.

''திருச்சிற்றம்பலம்!'' என்று சம்புவராயர் மெய் மறந்து கூவினார்.

''சம்புவராயரே! அதோ ஆண்டவன் மணியோசை! வாரும் கடவுள் வாழ்த்தோடு நம் ராமாயணம் ஆரம்பமாகி விட்டது!'' என்று ஜனநாதன் எழுந்தான்.

''ஜனநாதா! எங்கே போகிறாய்!''

''வாரும்! நம் பக்தர்களுக்குத் தரிசனம் கொடுத்துவிட்டுப் பாண்டித் துஷ்டர்களை நிக்ரகம் செய்து கொண்டே, கடைசியில் நம் பள்ளியறையை அடைவோம்!'' என்று ஜனநாதன் விஷமப் புன்னகையுடன் ஒரு குறுக்குப் பாதையை நோக்கி நடந்தான்.

‘‘ஜனநாதா, ஏன் இந்தப் பழைய பாதையில் போகிறாய்?’’

‘‘சம்புவராயரே! இந்தப் பாதைக்குக் கம்பர் போன வழி என்று ஒரு பெயர் உண்டாம். கம்பர் எப்போதோ பாண்டி நாட்டிற்கு வந்தபோது இந்த வழியாகத்தான் போனாராம். வாரும், நாமும் கம்பர் போன வழியிலே போவோம்!’’ என்று ஜனநாதன் கலகலவென்று சிரித்தான். அந்தச் சிரிப்பு இருளில் வெகு தூரம் பரவி எதிரொலித்தது.

‘‘திருச்சிற்றம்பலம்! நமச்சிவாய வாழ்க! நாதன் தாள் வாழ்க!’’ என்று கிழவர் சம்புவராயர் மனத்திற்குள் முணுமுணுத்துக் கொண்டே, ஜனநாதனைப் பின்தொடர்ந்தார்.

அத்தியாயம் 2

அவையடக்கம்

அறையும் ஆடரங்கும் மடப்பிள்ளைகள்
தறையில் கீறிடில் தச்சரும் காய்வரோ?
இறையும் ஞானம் இலாதஎன் புன்கவி
முறையின் நூலுணர்ந் தாரும் முனிவரோ?

– கம்ப ராமாயணம்

மதுரை, பகைவர் கையில் வீழ்ந்த ஏழு நாட்களுக்குப் பிறகு தெருக்களெல்லாம் இருளின் சகதியில் அழுந்தி, ஊரடங்கி விட்டது.

எங்கும் சாவின் நிச்சப்தமும், பயங்கர இருளும் கவிந்திருந்தன. தூரத்தில் இரண்டொரு குடிசைகள் தீ வைத்துக் கொளுத்தப்படும் வெளிச்சத்தைத் தவிர, எந்த வீட்டிலும் விளக்கு வெளிச்சம் இல்லை. எல்லோரும் தெருக் கதவுகளை இழுத்துச் சாத்திவிட்டுப் பீதியால் ஒருவர் கையை ஒருவர் கெட்டியாகப் பிடித்துக் கொண்டு, இருண்ட வீடுகளுக்குள் ஒடுங்கிக் கிடந்தனர். சாக விரும்புகிறவனைத் தவிர வேறு எவனும் வீட்டை விட்டு வெளியே வர நடுங்கினான்.

இருளடைந்த ராஜவீதியில் ஒரே ஒரு வீட்டிலிருந்து மட்டும் மங்கலான வெளிச்சமும், பைத்தியம் பிடித்தது போல ஒரு

பெண்ணின் சிரிப்பும் வந்தன. அந்த வீட்டின் வாசல் கதவை வேகமாகத் திறந்துகொண்டு உள்ளேயிருந்து ஒரு வாலிபன் வெளியே ஓடி வந்தான். அவன் பின்னால் முப்பது வயதுள்ள ஒரு பெண்மணி ஓடிவந்து, அவன் கையைப் பிடித்து உள்ளே இழுத்தாள். அவனோ கையைப் பறித்துக் கொண்டு வெளியே ஓடிவிடவே முயன்றான். அவனது உடைவாளின் வெள்ளிக் கைப்பிடி, கேலிப் புன்னகை செய்வதுபோல, இருளில் மின்னியது.

தூரத்தில் நஞ்சுடையப் பெருமான் கோயிலில் அர்த்தசாம பூஜை மணி அடித்து, ஆத்ம சாந்தியளிக்க அவனை அறைகூவிக் கூப்பிட்டது.

வாலிபன் கிளம்பினான். பெண்மணி பதறினாள்.

"வீரசேகரா! என்னை விட்டுவிட்டு நீ எங்கேயடா போகப் போகிறாய்?" என்று அவள் கத்தினாள்.

"சாகப் போகிறேன்!" என்று வாலிபன் கூவினான்.

"ஏன்?"

"எல்லோரும் ஒருநாள் சாகத்தான் போகிறார்கள்! நான் வீரவாலிபன். கத்தி முனையில் லட்சியத்திற்காகச் சாகப் போகிறேன். எனக்கு வீரமுக்தி வேண்டும்!"

"சாகப் போகிறாயா? அப்படியானால் என்னையும் கூட்டிக் கொண்டு போ!"

"முடியாது!"

"பார், இனிமேல் உன்னை வீட்டுக்குள் வைத்துப் பூட்டிவிடுகிறேன்! இந்தச் சிவகாமசுந்தரி உயிரோடிருக்கும் வரையில் நீ சாக முடியாது! தேசம் என்னிடமிருந்து உன்னைப் பறித்துக் கொள்ள விட மாட்டேன்...!"

"வீடு எனக்குச் சிறையாகி விட்டது. என் வீரவாள் துருப்பிடித்து உறங்குகிறது. ஒவ்வொரு நாளும் என்னைக்

கோழையாக்கிக் கொண்டே வருகிறாய். நீ சுயநலக்காரி! உன் ஒருத்திக்காக என் உயிரைக் காப்பாற்ற விரும்புகிறாய்! எனக்கு உயிரும் வாழ்வும் கசந்து விட்டன. தேசம் என் வீரத்தை அறைகூவி அழைக்கிறது. என் காலடியில் ஒரு லட்சியப் பாதை விரிந்து கிடக்கிறது. இனிமேல் என்னை நீ தடுக்கமுடியாது..." என்று கூவிக் கொண்டே வீரசேகரன் இருளில் ஓடி மறைந்தான்.

வாசல்படியில் தலையை மோதிக்கொண்டு துடிக்கும் சிவகாமசுந்தரியின் அழுகை அந்த வீர வாலிபனின் காதில் விழவில்லை. ஆத்ம சாந்தியளிக்கும் ஆண்டவன் மணியோசையும் அவன் காதுக்கு எட்டவில்லை.

வீரசேகரன் இருபது வயதுகூட நிரம்பப் பெறாத வாலி பத்தின் மிடுக்கு உள்ளவன். எந்த இளம் பெண்ணும் கண்டு மயங்கத்தக்க முகக்களை. எந்தக் காமினியும் கண்டு சபலம் கொள்ளும் தேகக்கட்டு. லட்சியக் கனவு காணும் கருவிழிகள். உதடுகளில் தோய்ந்திருக்கும் புன்னகைக்கு வரம்பு கட்டுவது போல மை போன்ற மீசை. பெண்மையும் ஆண்மையும் ஒருங்கே செறிந்த அலாதியான ஒரு வசீகரத் தோற்றம்.

பித்துப் பிடித்தவனைப் போல வீரசேகரன் வாளை உருவிக் கொண்டு சாவை எதிர்நோக்கி வீதிகளில் அலைந்து கொண்டிருந்தான். எதிரே தெருவில் கவிந்திருக்கும் கனத்த

இருளையும் பனிக்காற்றையும், தூரத்தில் யாரோ வாழுக்குப் பலியிடப்படும் ஹீனமான புலம்பலையும் ஊடுருவிப் பார்த்தான். குற்றுயிராய்க் கிடக்கும் பாண்டிய ஆடவர்களின் புலம்பல்களும், மானத்தையும் மணாளரையும் ஒருங்கே இழந்த இளம் பெண்களின் விம்மல்களும் இரவின் வாடைக் காற்றோடு இணைந்து வந்தன. வீட்டிற்குத் திரும்பிச் செல்வதை விட அந்தப் பயங்கரமான இரவில் வீதிகளில் அலைவதுதான் வீரசேகரனுக்கு நிம்மதியாயிருந்தது!

நடுநிசி ஆயிற்று. நள்ளிருள் நாறிப் பூக்களின் மணத்தோடு சாமக்கால மணி அடிக்கும் ஓசை கேட்டது.

தெருக்களில் உருவிய வாளுடன் எமகிங்கரர்களைப் போல அலைந்த சோழ வீரர்கள் ஓய்ந்து விட்டனர். ஆறலைக் கள்வரைப் போல வழிப் போக்கரைக் கொள்ளை யிட்டுத் திரிந்த காவற்காரர்

களுக்கும் தூக்கம் அசத்தியது. இருள் அரக்கியின் இறுகிய அணைப்பில் உலகம் சோர்ந்து ஒடுங்கிவிட்டது.

அதே பயங்கரமான இரவில் ஓர் அழகான இளம்பெண் மீனாட்சியம்மன் கோயிலின் கம்பத்தடி மண்டபத்தை விட்டுக் கிழக்குக் கோபுர வாசலை நோக்கி மெல்ல நடந்து வந்தாள். கோபுர வாசலில் சோழ நாட்டுக் குதிரைச் சேவகர்கள் வரிசையாக அணிவகுத்துத் தீப்பந்தங்களுடன் செல்வதைக் கண்டதும், அங்குள்ள ஒரு சிலையினருகில் மற்றொரு பெண்சிலையாய் அசைவற்றுப் பதுங்கி நின்றாள். அவளது அழகிய முகம் பயத்தால் அதிகம் வெளுத்துப் போயிருந்தது.

குதிரைகளின் குளம்படியோசைகளும் தீப்பந்த வெளிச்சமும் தூரத்தில் போய் மறைந்த பிறகு, வெகு நாழிகை கழித்து அந்த யுவதி மெல்லத் தலையை நீட்டித் தெருவில் பார்த்தாள்.

தெருவில் ஆள் நடமாட்டமில்லை. பிணக்காடு போல ஒரே சூன்யமாக இருந்தது. எங்கும் ஒருவிதப் பேய்க் காட்டு அமைதி உறைந்து கிடந்தது. தூரத்தில் இரண்டொரு தெருநாய்கள் குரைக்கும் சப்தத்தையும், தூரத்தில் வையை நதியின் மெல்லிய சலசலப்பையும், வானத்தில் வட்டமிட்டுப் பறக்கும் கழுகுகள் படபடவென்று இறக்கைகளை அடித்துக் கொள்ளும் ஓசையையும் தவிர, எங்கும் ஒருவித நிச்சப்தம் குடிகொண்டிருந்தது.

அவள் உச்சிமுதல் உள்ளங்கால்வரை ஒரு கறுப்புக் கம்பளியால் போர்த்திக்கொண்டு, காற்றில் புடவையின் சலசலப்புக் கூட ஏற்படாத வண்ணம் சீலைத் தலைப்பை எடுத்து இடுப்பில் செருகிக் கொண்டு, கோபுர வாசலை விட்டுத் தெருவில் இறங்கினாள். அவளது மிருதுவான கால்கள் பின்னிக் கொண்டன. நெஞ்சு வேகமாக அடித்துக் கொண்டது. பல்லைக் கடித்து, பயத்தை விழுங்கிய வண்ணம், கண்ணை மூடிக்கொண்டு வேகமாகத் தெருவில் நடந்து செல்ல ஆரம்பித்தாள்.

அழகிய இளம்பெண் பல இருண்ட தெருக்களையும் சந்துகளையும் வேகமாகக் கடந்து, ஓட்டமும் நடையுமாகப் போய்க் கொண்டேயிருந்தாள். நிசிக் காவலர்களோ போர் வீரர்களோ எதிரில் தென்பட்டால், தெருத் திண்ணைகளின் இருள் சரிவிலும் சந்து முனைகளின் இருட்டிலும் மறைந்து கொள்வாள். அவர்கள் தன்னைக் கடந்து போகும்வரை. அவள் மூச்சை அடக்கிக் கொண்டு இருளோடு இருளாய் ஒட்டிப் போய்க் கற்சிலைபோல் அசைவற்று நிற்பாள். காவற்காரர்களும் தீப்பந்த வெளிச்சமும் வெகுதூரம் சென்று தெருவின் திருப்பத்தில் மறைந்த பிறகு அவள் தன் மறைவிடத்தை விட்டு மாடப் புறாவைப் போல

வேகமாகக் கிளம்பி, ஓரிடத்திலிருந்து மற்றொரு இருள் படலத்திற்கு ஓடிவந்து நின்று பெருமூச்சு விடுவாள். இவ்வாறு அந்தப் பருவப் புறா எந்த வேடன் கையிலும் சிக்காமல் பல தெருக்களையும் கடந்துவந்து ஒரு சந்து முனையில் திரும்பினாள். காலடியில் ஏதோ ஒரு யுவதியின் நெஞ்சை மிதிப்பது போன்ற உணர்ச்சி தட்டியது. கீழே குனிந்து பார்த்தாள்.

அவளைப் போல் உடல் வனப்பு வாய்ந்த இளம் பெண் ஒருத்தி சந்து இருட்டில் சுவரோரமாகச் சரிந்து கிடந்தாள்... கூந்தல் கலைந்து, குங்குமம் அழிந்து, கண்கள் சிவந்து, முகம் களையிழந்து, புகையுண்ட ஓவியம் போல மூர்ச்சித்துக் கிடந்தது அந்தப் பெண்ணின் மெல்லிய உடல். முகம் வீங்கிப் போய் இரண்டொரு நகக்கீறல்கள் தென்பட்டன. அழகிய கன்னக் கதுப்புகளில் ரத்தத் திவலைகள். அவளது வறண்ட உதடுகளிலிருந்து புகையிலை நாற்றம் அடித்தது... ''என் குழந்தை... ஐயோ அம்மா... என் புருஷன் முகத்தில்... இனி... எப்படி... விழிப்...பேன்? பாபிகள்...'' என்று வாயிலிருந்து மெல்லிய முணுமுணுப்பு வந்தது. கூம்பிய தாமரைப் பூவைப் போலத் தெருப்புழுதியில் துவண்டு கிடந்தாள். அசைவதற்குக் கூட அவளது மெல்லிய உடலில் தெம்பு இல்லை...

இருளில் ஓடி வந்த இளம் பெண், சந்து முனையில் பிணம்போல் கிடக்கும் இளம் பெண்ணைத் தூக்கிவிட நினைத்தாள். அதற்குள் தன் பின்னால் யாரோ தடதடவென்று ஓடிவரும் காலடி ஓசை கேட்கவே, அந்தச் சந்து முனையிலிருந்து எதிரேயுள்ள தெருவில் பாய்ந்து ஓடினாள்.

தெருவில் முரடர்களான நாலைந்து போர் வீரர்கள் குந்தியிருந்து தீவட்டியின் வெளிச்சத்தில் சூதாடிக் கொண டிருந்தனர். குடிபோதையால் அவர்களது கண்கள் இரத்தம் போல் சிவந்திருந்தன. கள் வெறியால் மோகம் தலைக்கேறி, பாண்டி நாட்டுக் குமரிகளின் உடல் வனப்புகளைப் பற்றி உற்சாகமாக வம்பளந்து கொண்டிருந்தனர்.

அவர்களைக் கண்டதும் அழகிய மங்கை திடுக்கிட்டு, ''ஆ!'' என்று தன்னையறியாமல் மெல்லக் கூவி விட்டாள். மறுகணம் அந்த அபலை, முரடர்களின் கையில் சிக்காமல் மான்போலத் துள்ளித் தப்பி ஓடிவிட முயன்றாள்.

ஆனால், இரத்தவெறி பிடித்த ஐந்து புலிகளின் பாய்ச்சல் முன் ஒரு மான்குட்டி என்ன செய்யமுடியும்? ஐந்து முரடர்களும் அந்த இளம் பெண்ணை வேட்டை நாய்களைப் போலச் சூழ்ந்து கொண்டனர். அவள் அப்படியே வெலவெலத்து நின்று விட்டாள்.

மதயானைகள் போல் திமுதிமுவென்று நிற்கும் அம்முரடர்களின் மத்தியில் பூவைவிட மிருதுவான அவளது உடல் வெடவெடவென்று நடுங்கியது. மோகக் கிறக்கத்தோடு கூடிய அவர்களது பார்வையையும் சிரிப்பையும், அவர்களது தடித்த உதடுகளிலிருந்து வரும் கள் வாடையையும் தாங்க முடியாமல் அவளுக்கு மூச்சுத் திணறியது; முகமெல்லாம் குப்பென்று வியர்த்துவிட்டது. தலையைத் தொங்கப் போட்டுக் கொண்டு, தூண்டிலில் சிக்கிய மீனைப் போலத் துடித்தாள்.

அம்முரட்டுக் காவலர்களில் ஒருவன், முன்னால் வந்து தீவட்டி வெளிச்சத்தை அந்தப் பூங்கொடியின் முன் நீட்டி, அவளது முகத்தைப் பிடித்துத் தூக்கிப் பார்த்தான்.

"புத்தம் புதுசு! மூக்கும் விழியுமாகக் கொழு கொழுன்னு இருக்கிறாள்டா..." என்று குடிபோதையோடு ஆசைக்கிறக்கத்தில் தள்ளாடினான்.

"புதுக் குருத்துவிட்ட நாத்து மாதிரி தளதளன்னு இருக்கிறாள்... கெண்டை மீனைப் போல அவள் கண் இரண்டும் துள்ளுகிற துள்ளலைத்தான் பாரேன்... அராபிக் குதிரை மாதிரி திமுதிமுன்னு நிற்கிற சொகுசைப் பாரு..." என்று ஒரு சோனியன் சற்று கவிநயத்தோடு அவளது சர்வாங்கத்தின் அழகுக் கொழிப்பையும் வர்ணிக்கத் தொடங்கினான்.

"பாண்டி நாட்டுக் குட்டிகளுக்கே மதயானை மாதிரி நல்ல தேகக்கட்டு இருக்கிறதடா... இன்னைக்கு நல்ல சகுனம் பார்த்துத்தான் காவலுக்குக் கிளம்பியிருக்கிறோம். கண்ணி வைத்துக் காத்திருந்தாலும் இனி இது மாதிரி ஒரு புறா நம் கையில் வந்து சிக்காது!" என்று ஒரு முரடன் ஆசை மதமதப்போடு வாயில் எச்சில் ஊற அவளை நெருங்கினான். அவன் வாயிலிருந்து குப்பென்று கள் நாற்றம் அடித்தது.

இதுவரை காதுகளைப் பொத்திக் கொண்டு மருண்டு நின்ற அந்த இளம் பெண், வெடுக்கென்று தலை நிமிர்ந்து பார்த்தாள். பாதி ரோஷமும் பாதி அழுகையுமாக அவள் கத்தினாள்.

"இப்படியெல்லாம் பேசாதீர்கள்...நான் ஒரு குடும்பப் பெண், ஐயா...ஒவ்வொருவனின் துஷ்டச் செயலையும் கவனிக்கத் தலைக்கு மேலே கடவுள் இருக்கிறார் என்பதை மறந்து விடாதீர்கள்!..."

"தம்பி...மாடு புதுசு, அதுதான் மிரளுது!...உன் கலயத்தில் ஏதாவது குடிக்காமல் மிச்சம் வைச்சிருந்தால் கொஞ்சம் ஊத்திக்

கொடு...அப்புறம் அவள் சொக்கி விழுகிற சொக்கைப் பாரேன்...'' என்று ஒரு முரடன் சிரித்தான்.

அவனது பிடியிலிருந்து வெடுக்கென்று இளம் பெண் தன் கையைப் பறித்துக்கொள்ள முயன்றாள். ஆனால் பிடி உடும்புப் பிடியாக இருந்தது.

''ஏனடி, கெழுத்தி மீன் மாதிரியிருக்கிறே...என்னடி ஒரேயடியாக நெளிக்கிறே...வா இப்படி...''

''ஐயா...ஐயா...''

''ஏனடி, உன்னைப் பார்த்தால், கலியாணமான புதுசுலே என் பெண்சாதி இருந்த மாதிரி இருக்கிறாயே...?''

''ஐயா, தங்கை மாதிரி ஒருவன் கண்ணிலாவது படவில்லையா, ஐயா?... பெண் பாவம் பொல்லாதது... உங்கள் சோழ நாட்டுப் பத்தினித் தெய்வம் கண்ணகி இந்த மதுரையைச் சுட்டெரித்தாள் என்பதை மறந்து விட்டீர்களா, ஐயா?''

''என்ன வெட்டிக் கதை படிக்கிறே?... நடு ராத்திரியிலே ஏன் ஊரைச் சுத்துகிறே? இந்த இருட்டு நேரத்திலே ஒரு வயசுப் பெண்ணுக்கு தெருவிலே என்ன வேலை?''

''ஏய்! இந்த இருட்டு நேரத்தில் எங்களைத் தேடிக்கிட்டு எதுக்கு வந்தாய்?'' என்று இன்னொரு முரடன் வேடிக்கையாகச் சிரித்தான்.

''உங்களைத் தேடிக்கொண்டு வரவில்லை. என் கையில் ஒரு கத்தி இருந்தால் பாபிகளைக் குத்திவிட்டு உங்கள் கையிலிருந்து தப்பி ஓடியிருப்பேன்!'' என்று அவள் அழாத குறையாய்க் கத்தினாள்.

''சரிதான், வா...'' என்று முரடர்களின் தலைவன், அவள் கையைப் பிடித்துப் பரபரவென்று இழுத்துக் கொண்டு போனான்.

''ஐயா, என்னை எங்கே இழுத்துக்கொண்டு போகிறீர்கள்...?''

''இன்னும் நாலைந்து தெரு தாண்டிப் போனால் அங்கே ஒரு பாழடைந்த சத்திரம் இருக்கிறது! அங்கே எங்களைப் போல இன்னும் ஏழெட்டு ஆசாமிகள் இருக்கிறார்கள். உன்னைப் போல ஒரு மாடப்புறாவை எந்தப் பயலாவது பிடித்திருக்கிறானா என்று சவால் விடுகிறேன் பார்...''

''ராட்சஸர்களே! என்னை விட்டுவிடுங்கள். இல்லையெனில் இந்த அக்கிரமத்தை மேலதிகாரிகளிடம் சொல்லி உங்களைப் பழிதீர்ப்பேன்!''

''என்ன மிரட்டுகிறாய்? இது மாதிரியான எங்கள் சொந்த விஷயங்களில் மேலதிகாரிகள் தலையிட விரும்பமாட்டார்கள். தம் கீழ் உள்ள சேவகர்கள் குற்றம் செய்தாலும் அவர்கள் பக்கந்தான் நீதி பேசுவார்கள்!''

''உங்கள் குலோத்துங்க சோழ சக்கரவர்த்தியிடம் சொல்லி என் அவமானத்திற்குப் பரிகாரம் கேட்பேன்!''

''வாயை மூடிக்கொண்டு நீ சமத்துப் பெண்ணாகச் சும்மா இராவிட்டால் உன்னைக் கொன்று போட்டு விடுவோம்!''

''என்னைக் கொன்றுவிடுங்கள்! நான் சாகத்தான் இந்த இருட்டு நேரத்தில் புறப்பட்டு வந்தேன்! ஒரு மானமுள்ள குடும்பப் பெண்ணை அவமானப்படுத்தித் தெருச் சகதியில் விட்டெறிந்துவிட்டுப் போனால் அவளுடைய கதி என்ன ஆகும் என்பதை யோசித்துப் பாருங்கள்...''

அம் முரடர்களில் சற்று நளினமாய் பேசக்கூடிய ஒருவன் பதில் சொன்னான் :

''யானை செத்தால்தான் ஆயிரம் பொன் கிடைக்கும். நீ செத்தால் எங்களுக்கு என்னடி கிடைக்கும்? சோழ நாட்டவர்கள் எப்போதும் புத்திசாலிகள். ஒரே கல்லில் இரண்டு காய்களை எறியக்கூடிய சூரர்கள். உன்னை எங்கள் இஷ்டப்படி கொஞ்ச காலம் வைத்திருந்து விட்டு, நீ சலித்துப் போனதும் உன்னைக் கொண்டுபோய் ஆமூர்க் கிழவர் வயிராதராயரிடம் எழுநூறு காசுக்கு விற்று விடுவோம்.''

''யார் அந்த வயிராதராயர் என்னும் கிழவன்?'' என்று அந்த இளம் பெண் கலவரத்தோடு கேட்டாள்.

''அவர் ஓர் அடிமை வியாபாரி. போரில் நாங்கள் பிடிக்கும் ஆண்களையும் பெண்களையும் விலைக்கு வாங்கி மற்றவர்களிடம் அதிகக் காசுக்கு விற்பார். செக்கு மாடுபோல் உழைக்கக்கூடிய ஒரு வாலிபனை ஏழு காசுக்குமேல் விலைகொடுத்து வாங்கமாட்டார். ஆனால் உன்னைப் போன்ற அழகான பெண்ணைப் பிடித்துக் கொண்டு போனால் எழுநூறு பொற்காசுகள்கூடக் கொடுப்பார்!''

அந்த மங்கையின் சிவந்த முகம் ஒளிமங்கி, கருவிழிகளில் நீர் ததும்பியது.

"இந்தா பெண்ணே! நாளை உன் கதி என்னாகு மென்று கலங்காதே. நீ புத்திசாலிப் பெண்ணாயிருந்து தோதாய் நடந்து கொண்டால், உன்னை யாருக்காவது ஒரு சிற்றரசனுக்கு ஆசை நாயகியாக விற்பார். நீ இடக்குப் பெண்ணாயிருந்தால் உன்னை ஏதாவது கோயிலுக்கு எழுபது காசுக்கு அடிமைக் கணிகையாக விற்றுவிடுவார்! ஜாக்கிரதை!"

"என்னடா அந்தச் சிறுக்கியிடம் வீணாக் கதை பேசிக் கொண்டு இருக்கிறாய்?... நாழியாகவில்லை...? சரிதான், வாடி..." என்று முரடன் அவளது கையைப் பிடித்துப் பரபரவென்று இழுத்துக் கொண்டு போனான்.

அவள் நிச்சப்தமான இருண்ட தெருவிலெல்லாம் ஓலமிட்டு வீறிட்டு அழுதுகொண்டே போனாள்.

"ஐயோ, என்ன செய்வேன்...? ஓர் அபலையைக் காப்பாற்ற இந்தப் பாண்டி நாட்டில் ஒரு வீர மறவனுமில்லையா?... நடுத்தெருவில் ஒரு குடும்பப் பெண்ணின் மானம் சூறையாடப்படுகிறதே? வீடுகளைப் பூட்டிக் கொண்டு உள்ளே பத்திரமாகப் பதுங்கிக் கிடக்கிறீர்களே? ஒருவராவது வெளியே வந்து இந்த அபலையைக் காப்பாற்ற மாட்டீர்களா?" என்று அந்தப் பெண் வானமும் வாயும் கிழிய உரக்கக் கத்தினாள்.

ஆனால் ஒருவனாவது தெருக் கதவைத் திறக்கவில்லை. தெருவிலுள்ள ஒரு பெண்ணுக்காக வீட்டுக் கதவைத் திறந்தால் உள்ளேயிருக்கும் ஏழு பெண்களின் மானம் சூறை போகும் என்று ஒவ்வொருவனும் பயந்தான்.

குடி போதையில் தள்ளாடும் முரடர்களோ, தங்கள் கையில் சிக்கிய பருவப் பெண்ணின் கண்ணீரையும் கூச்சலையும் பொருட்படுத்தாமல், அவளை இழுத்துத் தள்ளிக் கொண்டே, இருளடைந்த சத்திரத்தை நோக்கிப் போனார்கள்.

அப்போது மரணதேவனை எதிர்நோக்கி ஒவ்வொரு வீதியாக அலைந்து கொண்டிருந்த வீரசேகரன், அந்த அழகிய பெண்ணின் முன் வந்து நின்றான்.

அந்த வாலிபனின் முகத்திலிருந்த கண்ணியத்தையும், அவனது புஜபலத்தையும், இரத்தினக் கற்கள் பதித்த அவனது வீரவாளையும் கண்ட அந்த அனாதைப் பெண் ஓவென அழுது அதிகமாகக் கூச்சலிட்டாள்.

"அபலை ஒருத்தியின் மானத்தைக் காக்க இந்த நாட்டில் ஒரு வீரவாலிபனும் இல்லையா?... ஐயோ, கடவுளே!... உனக்குக் கண் இல்லை. இந்தக் கிராதகர்களுக்குக் காது இல்லை. பாண்டி நாட்டு மறவர்களுக்குக் கைகள் இல்லை. ஒரு சோழ நாட்டு வீரவாலிபனுக்குக் கூடவா இருதயம் இல்லை?..." என்று அவள் கூவிக் கொண்டே தன் முன்னே வரும் வாலிபனைப் பரிதாபமாகப் பார்த்தாள்.

அழகான இளம் பெண் ஒருத்தியின் கண்ணீர், வாலிபனின் உள்ளத்தில் வாள் முனையைவிடக் கூர்மையாகத் தைத்துப் பரிதாபத்தை ஊட்டியது.

உடைவாளின் கைப்பிடிமீது கையை வைத்துக் கொண்டே வீரசேகரன், அம் முரடர்களின் முன் ஓடி நின்று வழி மறைத்துக் கொண்டான்.

"காவற்காரர்களே! இந்தப் பெண் ஏன் அழுகிறாள்? இவளை நீங்கள் என்ன செய்தீர்கள்?" என்று வீரசேகரன் அதட்டினான்.

"நீ என்ன எங்களைக் கேட்பது? உன் வேலையைப் பார்த்துக் கொண்டு போ, அப்பாலே!..." என்று முரட்டுக் காவற்காரர்களின் தலைவன் அலட்சியமாக உறுமினான்.

"என் வேலை எதுவென்று எனக்குத் தெரியும். இந்தப் பெண்ணிடம் உங்களுக்கு என்ன வேலை என்பதை முதலில் சொல்லுங்கள். இந்தப் பெண் யார்?" என்று வீரசேகரன் மேலும் அதிகாரத் தொனியில் கேட்டான்.

"எங்களை அதட்டிக் கேட்பவன் யாரடா?"

"உங்களை அதட்டிக் கேட்க மட்டுமல்ல, உங்களைத் தண்டித்து அடக்கவும் உரிமையுள்ளவன்! வீரசேகரன் என்ற பெயரைக் கேள்விப்பட்டிருக்கிறீர்களா? நான் திட்டம் தீட்டிக் கொடுத்திராவிட்டால், நம்முடைய சோழப் படைகள் இவ்வளவு நீண்ட காலம் மதுரையை முற்றுகையிட்டுப் பிடித்திருக்க முடியாது. நான் உயிரைத் திரணமாக மதித்துக் கோட்டை மீதேறி உள்ளே குதித்துக் கோட்டைக் கதவுகளைத் திறந்திராவிட்டால், நம்முடைய மூன்று மகாசேனைகள் உள்ளே புகுந்திருக்க முடியாது. என் வெற்றி வாளும் வீரக்குரலும் கிளம்பியிராவிட்டால், நம் சோழநாடு மதுரைக் கோட்டையைக் கைப்பற்றியிருக்க முடியாது! நான் மதுரைக் கோட்டையைக் கைப்பற்றியிரா விட்டால் நீங்கள் இப்படி ஒரு நிர்க்கதியான பெண்ணைத் தெருக்களில் முரட்டுத்தனமாக இழுத்துக் கொண்டு போக முடியாது!" என்று வீரசேகரன் படைமுகத்தில் வீர முழக்கம் செய்வது போலக் கூவினான்.

‘‘உன்னை நாங்கள் முன்பின் பார்த்ததில்லையே?’’ என்று முரடன் சந்தேகத்தோடு கேட்டான்.

‘‘நான் மின்னலைப் போல அரசியலில் புகுந்தேன். என் கத்திவீச்சைப் போலப் போர்த் தலைவரின் இருதயத்தை எளிதில் கவர்ந்தேன். மதுரைப் படை யெடுப்பில்தான் முதன் முதலில் கலந்து கொண்டேன். சேனை மீகாமன் இராஜ இராஜக் கம்பீரச் சேதியராயர் என் வீரசூர சாமர்த்தியங்களைக் கண்டு மதுரையைக் கைப்பற்றும் மகத்தான பொறுப்பை என் ஒருவனை நம்பித்தான் கொடுத்தார். குலோத்துங்க சோழ தேவரின் பலநாள் கனவான பாண்டிய நாட்டின் தலைநகரை இந்த வீரசேகரன் தான் கைப்பற்றினான். முந்தையப் போரில் பாண்டிய நாடு கொண்டானாகிய கண்டர் சூரியன் அம்மையப்பரின் வீரப்புகழும் இந்த வீரசேகரனின் முன் மங்கிவிட்டது. பாண்டி நாட்டுப் படையெடுப்பு என் கன்னிப்போர்; இனி, சோழ சாம்ராஜ்யத்திற்காக நடக்கப் போகும் எண்ணற்ற போர்கள் என் வீரவாளைத்தான் நம்பியிருக்கின்றன.

கங்கையும் கடாரமும் தாண்டி ஏழு கடல்களுக்கும் அப்பால் சோழரின் புலிக்கொடியை என் வீரத்தோள் களில் சுமந்து சென்று அகில உலகத்திலும் பறக்கவிடுவேன். குலோத்துங்க சோழ தேவரின் சோழ சாம்ராஜ்ய சரித்திரத்தில் இந்த வீரசேகரனின் பெயரைப் பொன்னெழுத்துக் களால் பொறிப்பார்கள். என் மதுரை வெற்றியைப் புகழ்ந்து நாளை எனக்கு அரசாங்க சபை வீரப்பதக்கம் அளிக்கப் போகிறது!’’ என்று பெருமை பொங்க, தன் பிரதாபங்களைக் கூறி விட்டுத் தன் புலி இலச்சினை பொறித்த வீரவாளைக் காணபித்தான்.

அபயக் குரல் கொடுத்து அழுத இளம் பெண் இப்போது வீரசேகரனின் முகத்தை ஏறிட்டுப் பார்த்து ஏளனமாகச் சிரித்தாள்.

‘‘வீரவாலிபனே! மதுரையைக் கைப்பற்றிய மகாசூரனான உனக்கு அவசியம் வீரப்பதக்கம் கொடுக்க வேண்டியதுதான். உன்னுடைய குலோத்துங்க சோழ சக்கரவர்த்தியின் புலிக்கொடி கங்கையும் கடாரமும் தாண்டி ஏழு கடல்களுக்கப்பாலும் அவசியம் பறக்க வேண்டியதுதான்! ஏனெனில், இங்கே மதுரையின் தெருக்களில் இளம் பெண்களின் மானத்திற்கு நேர்ந்த கதை உலகத்திலுள்ள ஒவ்வொரு தெருவிலும் நடக்க வேண்டுமல்லவா? அழகான பெண்களையும் ஆடவர்களையும் அடிமைகளாகப் பிடித்துக் கொண்டு போய் வியாபாரம் செய்யும் உங்கள் அற்புதமான கலாசாரம் கங்கையும் கடாரமும் தாண்டி ஏழு கடல்களுக்கு அப்பாலும் பரவ வேண்டுமல்லவா? குடும்பப் பெண்களைப் போரில் சூறையாடிக் கொண்டு போய் ஆண்டவன் பெயரால் அடிமைக்

கணிகைகளாக்கி அறுபது எழுபது காசுகளுக்கு விற்றுக் கோயிலை அசுத்தப்படுத்தும் இந்த அபூர்வமான திருப்பணி உலகத்திலுள்ள ஒவ்வொரு புனிதமான தேவாலயத்திற்கும் எட்ட வேண்டுமல்லவா?'' என்று அந்த இளம்பெண் பாம்புபோலச் சீறினாள்.

"வாயை மூடுடி, பாண்டி நாட்டுச் சிறுக்கி! எங்கள் சோழ நாட்டைப் பற்றி இனி ஏதாவது ஏளனமாகப் பேசினால் உன் வாயைக் கிழித்து விடுவேன்!'' என்று முரடன் பயமுறுத்தினான்.

"அவளைப் பேசவிடுங்கள். யாருக்கும் பேச உரிமையுண்டு. கோழையும் குற்ற நெஞ்சமுள்ளவனுந்தான் பிறர் வாயை மூடி அடக்க விரும்புவான்!'' என்று வீரசேகரன் அதிகாரத் தொனியோடு சொன்னான்.

அழகிய யுவதி தனக்கு ஆபத்பாந்தவனாய் வந்து உதவிய வீரவாலிபனை ஏறிட்டுப் பார்த்து ஏளனச் சிரிப்புடன் சொன்னாள்:

"வீரசேகரன் என்ற பெயர் சரித்திரத்தில் பொன்னெழுத்துக்களால் பொறிக்கப்படும் என்று கனவு காணும் வீர வாலிபனே! மதுரையைக் கைப்பற்றிப் பெண்களின் மானத்தை இந்தத் துஷ்டர்கள் சூறையாட வழி வகுத்துக் கொடுத்த உன்மீது மானமுள்ள ஒவ்வொரு பெண்ணும் காறி உமிழ்வாள். பெண் மான்களின் மீது புலிகளைப் போலப் பாய்ந்து அடிமைக் கணிகைகளாக ஆறேழு காசுகளுக்கு விற்கும் உன் சோழ நாட்டுப் புலிக் கொடியை ஒவ்வொரு பெண்ணும் சபிப்பாள். ஆண்டவன் சந்நிதியில் ஒவ்வொரு பெண்ணும் கண்ணீருகுத்து உருகி உன் சோழ சாம்ராஜ்யம் சரிந்து விழவேண்டுமென்று கடவுளைக் கும்பிடுவாள்!''

இவ்வாறு அனாதைப் பெண் தொடுக்கும் வசையம்புகளைக் கண்டு வீரசேகரனுக்குக் கோபம் வரவில்லை. எதையோ தீவிரமாகச் சிந்தித்துவிட்டு முரட்டுக் காவற்காரர்களை நோக்கிக் கட்டளையிட்டான்:

"காவற்காரர்களே, அந்த அபலையை விட்டு விடுங்கள்!''

முரடர்களின் தலைவன் அபலையின் கையை இன்னும் கெட்டியாகப் பிடித்துக்கொண்டு கத்தினான்:

"முடியாது! எங்களுக்கு உத்தரவிட உனக்கு அதிகாரமில்லை. எங்கள் காவல் படைத்தலைவர் ஏகவாசகன் வாணகோவரசரைத் தவிர வேறு எவர் கட்டளைக்கும் கீழ்ப்படிய மாட்டோம்! வீரசேகரா! மதுரையைக் கைப்பற்றியதோடு உன்

அதிகாரமும் வேலையும் முடிந்து விட்டன. ஊர்களைக் கைப்பற்றுவ தொன்றுதான் உன்னுடைய போர்ப் படையின் வேலை! ஊர்களைக் காவல் புரிவதும் தெருக்களைப் பாதுகாப்பதும் எங்கள் காவல் படையின் வேலை. உன் வேலையை நீ பார். எங்கள் வேலையை நாங்கள் பார்க்கிறோம்!'' என்று முரடன் சொன்னான்.

"ஊர்களைக் கைப்பற்றுவது மட்டுமல்ல. என் வெற்றியில் களங்கமேற்படாமல் பாதுகாப்பதும் என் வேலைதான்! உங்களைப் போன்ற சில கயவர்களால் குலோத்துங்க சோழ சக்கரவர்த்தியின் வெற்றி விஜயத்தில் அபகீர்த்தி ஏற்படாமல் என் வாள் முனையால் துடைத்தெறிவதும் என் வேலைதான்; தெற்கே குமரிமுனை முதல் வடக்கே வேங்கி நாடுவரை பரந்து கிடக்கும் தமிழர் சமுதாயத்தை ஒன்றுபடுத்தும் வீரப்புலிக் கொடியில் அசுத்தக் கறை படியாமல் உங்கள் ரத்தத்தால் கழுவி விடுவதும் என் வேலைதான்! அன்று மதுரையைக் கைப்பற்றப் பாண்டியப் பகைவர்முன் என் வீரவாளை உருவினேன். இன்று என் மதுரை வெற்றியைக் களங்கமற்றதாக்க என் சோழ சகோதரர்கள் மீதே என் வீரவாளை உபயோகப்படுத்தப் போகிறேன், முரடர்களே! இந்த இளம் பெண்ணை விட்டுவிடுங்கள். இல்லையெனில் என் சோழ சகோதரர்களின் இரத்தம் ஒரு பாண்டிப் பெண்ணின் மானத்திற்காக வீணாக மண் தரையில் சிந்த நேரிடும். இந்த வீரசேகரன் ஒருமுறை உடைவாளை உருவினால் ஒன்பது தலைகள் அறுந்து விழும்வரை உள்ளே செருக மாட்டான்! ஒருதரம் கத்தியை வீசினால் ஒரே கணத்தில் உங்களுடைய பத்துக் கைகளும் ஐந்து தலைகளும் பந்துபோல் மண்ணில் உருண்டு விழுவது நிச்சயம்!'' என்று வீரசேகரன் நவரத்தினக் கற்கள் பதித்த வீரவாளை உருவினான்.

முரடன் ஒரு கையால் இளம் பெண்ணைக் கெட்டியாகப் பிடித்துக்கொண்டு இன்னொரு கையால் வாளை உருவினான். அவனுடைய சகாக்களான நால்வரும் தங்கள் வாள்களை உருவிக்கொண்டு நின்றார்கள்.

வீரசேகரன் அலட்சியமாகச் சிரித்துக் கொண்டே தன் முன் நிற்கும் அழகிய யுவதியை நோக்கி, "மதுரை வெற்றிக்குப் பிறகு என் வீரவாள் துருப்பிடித்து விட்டது. அதை மறுபடியும் உபயோகிக்கச் சந்தர்ப்பம் கொடுத்த பெண்ணே, உன் மானத்திற்காக வாளை உருவுகிறேன். வெற்றி பெற்ற பிறகு என் வீரவாளை உன் சிவந்த உதடுகளால் முத்தமிடு. என் வீரவாளில் கறைபடப் போகும் இந்தக் கயவர்களின் ரத்தப் பூச்சை உன் ஆனந்தக் கண்ணீரால் கழுவி விடு!'' என்று புன்முறுவல் செய்தான்.

வீ.ம 3

அந்த இளம் பெண்ணும் புதுத் தாமரையாய் முகம் மலர்ந்து இலேசாகப் புன்னகை செய்தாள்.

ஐந்து முரடர்களும் கத்திகளைத் தூக்கிப் பிடித்து வியூகம் வகுத்து யுத்த சன்னத்தர்களாய் நின்றார்கள். வீரசேகரன் அவர்களை நோக்கி அலட்சியமாகச் சிரித்துக் கொண்டே சொன்னான்:

''சகோதரர்களே, நாம் கத்திச் சண்டை புரியுமுன் ஒரு விஷயத்தைத் தீர ஆலோசி யுங்கள். இந்தச் சிறு சண்டையில் இரண்டு முடிவுகள்தான் உண்டு. ஒன்று உங்களது ஐந்து தலைகளும் ஒன்றாகத் தரையில் உருண்டு விழும். அல்லது என் ஒருவனுடைய தலை அறுந்து விழும். நான் இரண்டுக்கும் தயார்! வெற்றி பெற்றால் ஒரு பெண்ணின் புன்னகை எனக்குப் பரிசு கிடைக்கும். தோல்வியடைந்தால் ஒரு பெண்ணின் மானத்தைக் காக்க உயிர் நீத்த தியாகியாவேன்! எனக்கு இரண்டு விதத்திலும் நன்மைதான் கிடைக்கும்! உங்களுக்கோ............? நீங்கள் தோல்வியுற்றால், ஒரு குலப்பெண்ணின் மீதுள்ள துராசையால் உயிர் நீத்த இராவணர்களாவீர்கள். நீங்கள் வெற்றி பெற்றால், விலைமதிப்பற்ற ஒரு வீரவாலிபனைக் கொன்ற குற்றத்திற்காக அரசர்பிரான் உங்களை அங்கம் அங்கமாக வெட்டி உங்கள் இறைச்சியை உங்கள் கண் முன்னாலேயே கழுகுகளுக்கு இரைபோடுவதைக் காண்பீர்கள். ஆக, வெற்றி தோல்வி இரண்டு விதத்திலும் உங்களுக்குக் கெட்ட சாவு நோவது நிச்சயம்!''

வீரசேகரனின் இந்தப் புத்தி கூர்மையான வாசகத்தைக் கேட்டதும் ஐந்து முரடர்களும் திடுக்கிட்டனர். தங்களுக்குள் இரகசியமாக ஏதோ குசுகுசுவென்று பேசிவிட்டு, உருவிய வாள்களை உடையுறைகளுக்குள் செருகிக் கொண்டனர்.

காவற்காரர்களின் தலைவன் ஆழ்நத துயரத்துடன் வீரசேகரனை நோக்கி, ''ஒரு குற்றவாளியைத் தப்புவிக்கச் செய்து நீ ராஜத்துரோகியாக விரும்பினால் இந்த மோசக்காரியை நாங்கள் விட்டுவிடுகிறோம். ஆனால் நாளை மேலதிகாரிகளுக்கு நீ என்ன பதில் சொல்வாய் என்பதை யோசித்துக் கொள்!'' என்றான்.

"இவள் என்ன குற்றம் செய்தாள்?" என்று வீரசேகரன் கேட்டான்.

"நடுநிசியில் இந்தப் பெண் சந்தேகத்துக்கிடமான முறையில் தெருக்களில் அலைந்தாள். அமைதிக்குப் பங்கம் விளைவிப்பவர்களையும் கோயிலில் அர்த்தசாம மணி அடித்த பிறகு தனியாகவோ நாலைந்து பேராகவோ வீதிகளில் அலைபவரையும், ஆணாகயிருந்தாலும் பெண்ணாகயிருந்தாலும் சிறைபிடிக்க வேண்டுமென்று எங்கள் காவல்படை அதிகாரி ஏகவாசகர் வாணகோவரசர் கடுமையான உத்தரவு பிறப்பித்திருக்கிறார். மதுரை முழுதும் நமக்கு எதிராக ஒரே கலவரமாகக் கிடக்கிறதென்று உனக்குத் தெரியாதா? இவள் அரசாங்க உத்தரவை மீறி நடுநிசியில் வீதியில் நடமாடினாள். அதனால் இவளைப் பிடித்துக் கொண்டோம்!"

வீரசேகரன் இளம் பெண்ணை உற்று நோக்கி, "இந்த முரடர்கள் உன் வீட்டிற்குள் புகுந்து உன்னைத் தூக்கிக் கொண்டு வந்து விட்டார்களா?" என்று கேட்டான்.

அவள் தப்புவதற்காக "ஆமாம்" என்று பொய் சொல்லி விடுவாளோ என்று ஐந்து முரடர்களும் கலவரமடைந்தார்கள். ஆனால் அவள் பொய்கூடச் சொல்ல முடியாதவளாயிருந்தாள்.

"இந்த ராட்சஸர்கள் என்னைத் தூக்கிக் கொண்டு ஓட என் வீட்டிற்குள் நுழைந்திருந்தால் எல்லோரையும் விஷம் வைத்துக் கொன்று வீட்டிற்குள்ளேயே புதைத்திருப்பேன். நானாகத்தான் இந்தத் துஷ்டர்களின் கையில் எதிர்பாராதவிதமாக மாட்டிக் கொண்டேன்!" என்று அவள் நிஜமாக நடந்ததைச் சொல்லி விட்டாள்.

காவற்காரரின் தலைவன் உடனே ஆக்ரோஷத்தால் கூவினான்: "மதுரையின் அமைதிக்கு ஆபத்து சூழ்ந்திருக்கிறது. நடுநிசியில் நாசவேலைகளும் ராஜத் துரோகமான காரியங்களும் ரகசியமாக நடக்கின்றன. அத்தாணி மண்டபத்தில் பறக்கும் நம் புலிக்கொடி மீது சாணியுருண்டை வீசப்பட்டிருப்பது உனக்குத் தெரியாதா?"

"மதுரைக்கு ஆபத்து சூழ்ந்திருப்பதும் நாசவேலைகள் நடப்பதும் இளம் பெண் ஒருத்தி நடுநிசியில் மதுரையின் திருவீதிகளில் சஞ்சரிப்பதனால் அல்ல! தலைநகரைப் பறிகொடுத்துவிட்டுப் பேடியைப் போல ஓடிய கிராதகன் வீரபாண்டியனின் ஆட்கள் ரகசியமாக இந்த மதுரையில் நடமாடுகிறார்கள். நாளை நாம் மதுரை மழவராயன் சிம்மாசனத்தில்

பட்டம் சூட்டி உட்கார வைக்கப்போகும் குலசேகர பாண்டியன் மகனை ரகசியமாகக் கொலை செய்துவிட ஒரு கட்சி சதிவேலைகள் புரிகிறது. அந்த நாசகாரக் கும்பலை நாம் நிர்மூலமாக்க வேண்டுமே தவிர, ஓர் இளம் பெண்ணின் மானத்தைப் பறிப்பது நம்முடைய கடமையல்ல!" என்று வீரசேகரன் உருக்கமான குரலில் சொன்னான்.

அந்த இளம் பெண் தன் புடவைத் தலைப்பால் கண்ணீரைத் துடைத்துக் கொண்டு நன்றியறிதல் பொங்க வீரவாலிபனைக் கடைக்கண்ணால் பார்த்து ஒரு சிறு புன்னகை செய்தாள். வைகறை ஒளிபோன்ற அந்தப் புன்னகையின் ஸ்பரிசத்தில் அவளது முகம் பூர்ணத் தாமரையாக மலர்ந்து அதிக அழகுடன் விளங்கியது.

அவளும் அந்தப் புன்னகையும் தனக்காகவே பிறந்திருப்பது போல வீரசேகரனின் வாலிப நெஞ்சில் ஏதோ ஓர் உணர்ச்சி உண்டாயிற்று. ஆனால் நடுநிசியில் வீதிகளில் அலையும் அவள்...?

"பெண்ணே, இந்த இருட்டு நேரத்தில் எங்கே கிளம்பினாய்?" என்று வீரசேகரன் அவளை உற்றுப் பார்த்துக் கொண்டே கேட்டான்.

"நான் எங்கேயும் கிளம்பவில்லை. என் வீட்டிற்குத்தான் திரும்பி வந்தேன்!"

"ஒரு கண்ணியமான குடும்பப் பெண் நடுநிசியில் இப்படிச் சந்து இருட்டுகளில் நடமாட மாட்டாள். அதுவும் காவற்காரர்களே வேட்டை நாய்களாக மோப்பம் பிடித்துத் திரியும் இந்தப் பயங்கரமான இரவில் மட்டரகமான தெருப் பரத்தைகூட..."

"வீர வாலிபனே, என் முகத்தைப் பார். நான் அப்படிப்பட்டவளாகத் தெரிகிறதா? உனக்கு ஒரு தங்கையோ மனைவியோ இருந்தால் எவ்வளவு வித்தியாசமாக நினைக்க மாட்டாயோ அப்படி என்னையும் நினை!"

"இல்லை... அரசாங்க உத்தரவை மீறி நீ ஏன் நடுநிசியில் தெருக்களில் அலைகிறாய்?"

"எனக்கு அப்படியொரு அரசாங்க உத்தரவு இருப்பது தெரியாது!"

"நகரின் ஒவ்வொரு மூலை முடுக்குகளிலும் பறையடித்துத் தெரிவித்தார்களே? செவிடன் காதிலும் அந்தப் பறை கொட்டு விழுந்திருக்குமே?"

"நான் இன்று இருட்டிய பிறகுதான் மதுரைக்கு வந்தேன். என் பாட்டியைப் பார்க்க அடுத்த ஊருக்குப் போயிருந்தேன். எனக்கு மதுரையில் நடந்தது ஒன்றும் தெரியாது!"

"மதுரை நகரின் நான்கு கோட்டை வாசல்களும் இழுத்துச் சாத்தப்பட்டுப் பலத்த காவல் இருக்கிறதே! நீ எப்படி நகருக்குள் நுழைந்தாய்?"

அவள் பதில் சொல்லவில்லை. அவளது முகம் கலவரமடைந்தது. கண்ணீர் கலங்கக் கெஞ்சும் பார்வையுடன் அவள் வீரசேகரனைக் கடைக்கண்ணால் பார்த்து மெல்லச் சிரித்தாள்.

உடனே காவற்காரர்களின் தலைவன், "இவள் மோகினிப் பிசாசு! இவளது அழகில் ஏமாந்து விடாதே! இவள் மாய்மாலக்காரி. வீரபாண்டியன் கட்சியைச் சேர்ந்தவள். நம் புலிக்கொடி மீது சாணியுருண்டை வீசியவள், இந்தச் சிறுக்கியாக இருக்கலாம். ஒருவேளை வீரபாண்டியன் மனைவியாகவே இருக்கலாம். இவளைச் சிறைப்பிடித்து அதிகாரிகளிடம் விசாரணைக்கு அனுப்பாமல் விட்டுவிடவா சொல்கிறாய்?" என்று கத்தினான்.

வீரசேகரன் குழம்பினான். அவனது இருதயமும் மனித உணர்ச்சியும் அந்த இளம் பெண்ணைக் காப்பாற்றும்படித் தூண்டின. ஆனால் மூளையும் கடமையுணர்ச்சியும் அவளைச் சிறைக்கு அனுப்பும்படி வற்புறுத்தின.

வெகு கணங்கள் தீர ஆலோசித்துவிட்டு வீரசேகரன் காவற்காரர்களை நோக்கி, "நீங்கள் சந்தேகப்படுவது போல இவள் காவற்படை அதிகாரிகளால் விசாரிக்கப்பட வேண்டியவளே! நீங்கள் அரசாங்க உத்தரவுகளை அணுவளவேனும் பிசகாமல் நிறைவேற்றுவதை நான் ஒரு சிறந்த ராஜவிசுவாசி என்ற முறையில் மிகவும் பாராட்டுகிறேன். ஆனால் சிறந்த மனிதப் பண்புள்ளவன் என்ற முறையில், நீங்கள் ஒரு பெண்ணிடம் கண்ணியமாகவும் மிருதுவாகவும் நடந்துகொள்ள வேண்டுமென்று வற்புறுத்துகிறேன். இவளை உங்கள் இஷ்டம்போலச் சிறைச்சாலைக்கு அழைத்துச் செல்லுங்கள். ஆனால் இவளிடம் நீங்கள் அணுவளவாவது கண்ணியக் குறைவாக நடந்து கொண்டதாகத் தெரிந்தால் உங்கள் ஐந்து தலைகளையும் அந்த இடத்திலேயே வெட்டி உங்கள் மண்டையோடுகளைக் கபாலிகப் பைராகிகளுக்குத் தானம் கொடுத்து விடுவேன்; ஜாக்கிரதை!" என்று எச்சரித்தான்.

மங்கை திடுக்கிட்டுப் பதறி, "வீரவாலிபனே! இந்தப் பாபிகளின் கையில் என்னைத் தள்ளாதே!" என்று உருக்கமாகக் கெஞ்சினாள்.

"அப்படியானால் என் கையைப் பிடித்துக்கொள்! நானே உன்னைச் சிறைச்சாலைக்கு அழைத்துப் போகிறேன்!"

"சிறைச்சாலைக்கா? நான் ஒரு குற்றமும் செய்யவில்லையே?"

"நீ குற்றம் செய்தாயா இல்லையா என்பதை ஒற்றுப்படை அதிகாரிகள்தாம் விசாரித்து முடிவு செய்ய வேண்டும். அதுவரை உனக்கு எந்தவித ஹானியும் நேரிடாமல் உன்னைச் சிறைச் சாலைக்குக் கொண்டுபோய்ப் பாதுகாப்பதுதான் என் கடமை!" என்றான் வீரசேகரன்.

"ஐயோ! சிறைச்சாலைக்கா? செத்தேன்! வீர வாலிபனே! என்னை விட்டுவிடு. இல்லையென்றால் இந்த இடத்திலேயே என்னைக் கொன்றுவிடு. நான் சாகத்தான் இந்த இருட்டில் வழிதேடி அலைகிறேன்... நான் சாக விரும்புகிறேன்..." என்று பரிதாபமாகக் கெஞ்சினாள் மங்கை.

"நானும் சாக விரும்புவதாகச் சொல்லிக் கொண்டுதான் என் வீட்டை விட்டு வந்தேன்!" என்று வீரசேகரன் கலங்கிய குரலில் மெல்லச் சொல்லிவிட்டு, "பெண்ணே! உன் கண்ணீரோ புன்னகையோ என் கடமையைத் தடுக்க முடியாது... வீணாக முயற்சி செய்யாதே! என் பின்னால் சிறைக்கு வா..." என்றான்.

பிறகு சந்தேகக் கண்ணோடு பார்க்கும் காவற்காரர் தலைவனிடம் தன் உடைவாளை வீரசேகரன் கழற்றிக் கொடுத்து, "காவற்காரர்களே! வீரசேகரன் என்று என் பெயரும் புலி இலச்சினையும் பொறித்த என் வீர வெள்ளிவாள் இது! நான் இந்த வனிதையை உரிய அதிகாரிகளிடம் ஒப்புவித்த பிறகு நீங்கள் என் வீரவாளை என்னிடம் திருப்பி ஒப்புவிக்கலாம். இந்தப் பெண்ணிற்கு அடைக்கலம் கொடுத்ததற்காக என் உயிர் போன்ற வீரவாள் அடைமானமாக இருக்கட்டும்!" என்று சொல்லிவிட்டு, மான்போல் மருண்டு நிற்கும் இளம் பெண்ணின் கையை பிடித்துக் கூட்டிக் கொண்டு போனான்.

பின்னாலிருந்து காவல் தலைவன், "அவள் ஒரு வேளை வீரபாண்டியன் மனைவியாக இருந்தால்.........?" என்று கத்தினான்.

"அவளைக் கண்டுபிடித்ததற்குப் பரிசு உங்களுக்கே கிடைக்கும்!" என்று வீரசேகரன் பதிலளித்தான்.

"ஒருவேளை நீ அவளைத் தப்பி ஓட விட்டு விட்டால்...?" என்று முரடன் மறுபடியும் கத்தினான்.

''அப்போதும் உங்களுக்குப் பரிசு கிடைக்கும்! அதனால் கிடைக்கும் தண்டனைகளை மட்டும் நான் அனுபவிப்பேன்'' என்று வீரசேகரன் திரும்பிப் பாராமலேயே கூவிக்கொண்டு போனான்.

''அவள் வீரபாண்டியன் மனைவியாக இருந்து, அவளைத் தப்பியோடவிட்டால், நீ தேசத்துக்கு எவ்வளவு அவசியமான வீரவாலிபனாக இருந்தாலும், மன்னர் பிரான் உன் தலையை யானைக் காலில் வைத்து நசுக்கி விடுவார் என்பதை மட்டும் மறவாதே!'' என்று முரடன் கத்தும் குரல் வீரசேகரன் காதில் வந்து விழுந்து கொண்டேயிருந்தது.

இருட்டு நேரத்தில் அந்த வீர வாலிபனும் இளமங்கையும் வெகு நேரம் மௌனமாக நடந்து சென்றார்கள்.

அவளை அவன் உற்றுப் பார்க்கும்போது அவள் தலையைக் குனிந்து கொண்டாள். அவன் பாராதபோது மெல்ல ஓரக்கண்ணால் ஏறிட்டுப் பார்த்தாள். அவளது சிவந்த உதடுகளில் இலேசாகப் புன்முறுவலும், சோக விழிகளின் கண்ணீரில் ஒருவிதக் குதூகலச் சோபையும் ததும்பின.

வீரசேகரன் அவளது முகத்தை ஊடுருவிப் பார்த்துவிட்டு, ''நீ வீரபாண்டியன் மனைவியா?'' என்று துயரத்தோடு கேட்டான். அவள் வீரபாண்டியன் மனைவியாக இல்லாமலிருக்க வேண்டுமென்று உள்ளூர அவனுக்கு ஆசை அடித்துக்கொண்டது.

அவள் இலேசாகச் சிரித்தாள்; பதில் சொல்ல வில்லை.

''நீ வீரபாண்டியன் மனைவிதானே...?'' என்று வீரசேகரன் மறுபடியும் கேட்டான்.

''அந்தத் துரதிர்ஷ்டம் எனக்கு இல்லை! புருஷன் இல்லாமல் மனைவி இருட்டு நேரத்தில் தெருவில் அலைவதுண்டா? அதுவும் வீரபாண்டியர் ஒருகணமும் தம் மனைவியைவிட்டுப் பிரிந்திருக்கச் சம்மதியாராம்!'' என்று அந்த இளம்பெண் சிரித்தாள்.

''ஏன் சிரிக்கிறாய்?''

''என் அதிர்ஷ்டத்தை நினைத்துச் சிரித்தேன்!''

''சிறைச்சாலைக்கு உன்னை அழைத்துச் செல்வதா அதிர்ஷ்டமாகத் தோன்றுகிறது?''

''உன்னைப் போல ஒரு நல்ல உள்ளம் வாய்ந்த வீரவாலிபன் அழைத்துச் சென்றால் சாவுகூட இனிக்கும்!''

வீரசேகரன் மௌனமானான். அவள் மிகவும் மர்மமான பெண்ணாகவும் நம்ப முடியாதவளாகவும் விளங்கினாள்.

இருவரும் ஒரு சந்து இருட்டில் திரும்பினார்கள். அவள் தப்பி ஓடிவிடுவாளோ என்று வீரசேகரன் அவளுடைய கையைக் கெட்டியாகப் பிடித்துக் கொண்டே நடந்தான்.

அவள் வெட்கம் கலந்த ஒரு சிறு புன்னகையுடன், "கையை விடு. எனக்குக் கூச்சமாயிருக்கிறது!" என்றாள்.

"இதுவரை சும்மா இருந்தாயே? அந்த முரடர்கள் பிடித்திருந்த போதுகூட நீ உன் கையைப் பறித்துக் கொள்ள முயலவில்லையே?..."

"இப்போதுதான் கூச்சமாக இருக்கிறது!... இப்போதுதான் என் சுய நினைவும் இருதயமும் திரும்பி வந்தன!"

"நீ தப்பி ஓடிவிட்டால்...?"

"என்னைவிட அதிவேகமாக ஓடிவந்து என்னை உன்னால் பிடிக்க முடியாதா?... நீ ஆண்மகன் இல்லையா?..."

"ஒரு பிடி மண்ணை அள்ளி என் கண்ணில் தூவிவிட்டு நீ ஓடிவிடுவாய்...?"

"மாட்டேன்! நான் நன்றி மறப்பவளல்ல. நான் கனவிலும் எதிர்பாராத ஒரு பெரிய ஆபத்திலிருந்து காப்பாற்றினாய். என் மானத்தைக் காத்த உனக்கு நான் ஏழேழு ஜன்மத்திலும் கடமைப்பட்டிருப்பேன்!"

"தயவுசெய்து தப்பி ஓடிவிடாதே. கடமை உன்னைக் கொல்லும்படித் தூண்டும். உன்னைக் கொன்றுவிட்டு அந்தச் சோகத்தில் நானும் தற்கொலை செய்து கொள்வேன்."

மங்கை சிரித்தாள். "நீ ஒரு பைத்தியம்! என் குற்றத்திற்கு நான்தான் சாக வேண்டியவள். நீயும் ஏன் எனக்காகத் தற்கொலை செய்துகொள்ள வேண்டும்? என்மீது உனக்கு அவ்வளவு அன்பிருந்தால் என்னை ஏன் கொல்லவேண்டும்?"

"என் கடமையும் நிலையும் அப்படிப்பட்டவை! என் லட்சியத்தின் கதை உனக்குத் தெரிந்தால்தான் என்னைப் புரிந்து கொள்வாய்!"

"முதல் சந்திப்பிலே புரிந்துகொண்டேனே..." என்று மெல்லத் தன் வாய்க்குள் சொல்லிக் கொண்டாள் அந்தக் குறும்புக்காரி.

"சிறு வயதுமுதல் நான் ஒரு பெரிய லட்சியக் கனவு கண்டேன். எங்கள் குலோத்துங்கசோழ சக்கரவர்த்தியின் புலிக்கொடியைக் கங்கையும் கடாரமும் தாண்டி அகில உலகத்திலும் பறக்க விட விரும்பினேன். அந்த வெற்றிச் சரித்திரத்தில் இந்த வீரசேகரனின் பெயர் என்றென்றும் வீரவிளக்காய் சுடர்விட்டெரிய வேண்டுமென ஆசைப்பட்டேன். வாள்நிலை கண்டான் ஜனநாதனையும், அத்திமல்லர் சம்புவராயரையும், ஏகவாசகர் வாணகோவரசரையும் போலச் சோழநாட்டு அரசியல் அவையில் மாபெரும் அந்தஸ்து வகிக்க விரும்பினேன். ஆனால் அரசியலில் என்னால் சாமானியத்தில் நுழைய முடியவில்லை. எனக்கு உயர்ந்த பிறப்பு இல்லை. உன்னதமான அரசியல் தலைவர்களின் தொடர்பு இல்லை. நான் அநாமதேயம். ஆனால் சாதாரண மனிதனைப் போல நான் சாமானிய வாழ்க்கை வாழமாட்டேன். எப்படியாவது அரசியல் புருஷனாக, லட்சியவாதியாக விளங்குவதே என் ஜன்ம சாபல்யமாகக் கருதினேன். இந்த மதுரை வெற்றி இப்போது எனக்கு ஓர் அரிய சந்தர்ப்பத்தை அளித்திருக்கிறது. நீ இந்தச் சமயம் தப்பி ஓடினால் அரசியல் வட்டாரம் என்னை இகழும். என் முன் திறந்து கிடக்கும் சுவர்க்கத்தின் வாசல் மறுபடி மூடிக்கொள்ளும்... என்ன, நான் பேசுவதைக் கவனிக்காமல் வேறு எங்கேயோ பார்க்கிறாயே?"

"இந்த இருட்டில் ஏதோ காலடி ஓசை கேட்டது..."

"ஒன்றுமில்லை. எல்லாம் வெறும் மனப் பிரமைதான்."

"உன் உடைவாளைக் கழற்றிக் கொடுத்துவிட்டாயே? இருட்டில் கத்தியில்லாமல் போவதென்றால்..."

"உடைவாளைப் பிரிவது என் உயிரைப் பிரிவது மாதிரிதான்! ஆனால் உன் உயிருக்கு ஆபத்து நேர்ந்துவிடாது. என் கத்தியைப் போல என் மதியும் நாக்கும் கூர்மையானவைதான்...! மேலே கேள்: நாளை குலோத்துங்க சோழ மன்னரின் தலைசிறந்த அமைச்சர்களும் உடன் கூட்டத்துப் பெருமக்களும் முதலிகளும் இங்கே மதுரையில் ஒரு பெரிய சபை கூடிப் பேசப் போகிறார்கள். அந்த மாபெரும் அரச அவை, என் வீரத்திற்குச் சம்மானமாகப் பதக்கமும் பட்டமும் அளிக்கப் போகிறது. அந்த அரசியல் அவையில் சோழ நாட்டின் தலைசிறந்த ராஜதந்திரிகளும் அரசியல் தலைவர்களும் நிறைந்திருப்பார்கள். அவர்கள் முன்னிலையில் வீரப்பதக்கம் பெறும் நான் ஏதாவது பேசியாக வேண்டும். அப்போது சங்கோஜத்தால் பேச முடியாமல் திண்டாடுவேன். என் கால்கள் பின்னிக்கொள்ளும். உடம்பு வெடவெடவென நடுங்கி வியர்த்து விடும். மனப்பாடம்

செய்ததெல்லாம் மறந்துபோகும். கூச்சத்தால் எதையாவது திக்கித் திக்கி உளறிவிடுவேன். சபை முழுதும் பரிகாசமாகப் பார்க்கும். நாளை அரசவையில் எப்படிப் பேசுவது என்பதுதான் எனக்குப் பெரிய பயமாக இருக்கிறது..."

"ஆயிரக்கணக்கான போர் வீரர்களின் மத்தியில் வீரமுழக்கம் செய்து உயிர்களைப் பணயம் வைத்துப் போராடும்படி உணர்ச்சிகரமாகப் பேசக்கூடியவன் நீ! வீரப்பதக்கம் சம்மானம் பெறும்போது அரசசபையில் நாலு வந்தன வார்த்தைகள் பேச இப்படிப் பயப்படுகிறாயே?..."

"ஆயிரக்கணக்கான வீரர்களின் மத்தியில் உணர்ச்சிகரமாகப் பேசுவது மிகவும் சுலபம். ஆனால் இரண்டு ராஜதந்திரிகளின் முன்னால் புத்திசாலித்தனமாக இரண்டு வார்த்தை பேசுவது மிகவும் சிரமம். அதுவும் சோழ நாட்டு ராஜதந்திரிகளோ ஒரு வார்த்தைக்கு ஒன்பது அர்த்தம் வைத்துப் பேசக்கூடிய மதியூகிகள். ஒரே கேள்வியில் எதிரிகளின் பேச்சை மடக்கி விடுவார்கள். ஒரு சமயம் சோழ நாட்டின் தலைசிறந்த அரசியல் கிழவரான நாடாழ்வார் எங்கள் கிராமத்திற்கு வந்து கிராம சபையில் பேசினார். அப்போது நாற்பது வயதுக்கு மேற்பட்ட கிழவர்கள்தான் கிராம சபையில் அங்கத்தினர்களாகவோ தேர்தலுக்கு நிற்கவோ முடியும் என்று புதிதாக ஒரு மகாசபை திருத்தம் ஏற்பட்டிருந்தது. கூட்டத்திலிருந்து ஒரு வாலிபன் எழுந்து நின்று கிழவர் நாடாழ்வாரை நோக்கிக் கோபமாக ஒரு கேள்வி கேட்டான். "கிழவர்கள்தான் கிராம சபையில் அங்கத்தினர்களாக முடியுமென்று விதித்திருக்கிறீர்களே! கிழவர்கள் பிற்போக்கானவர்களல்லவா? நாட்டை முற்போக்கில் நடத்திச் செல்லவும் 'எதையும் துணிந்து சாதிக்கவும் கூடியவர்கள் வாலிபர்கள்தானே?" என்று அந்த வாலிபன் படுகோபமாகக் கேட்டுவிட்டான். அதற்கு அந்தக் கிழவர் சட்டென்று என்ன பதில் சொன்னார் தெரியுமா?"

"என்ன பதில் சொன்னார்?"

"வாலிபனுக்கு முதலில் அவையடக்கம் இராது. அவையடக்கம் இல்லாதவனுக்கு நிதானம் இராது. நிதானமில்லாதவனுக்கு, தீர ஆலோசிக்கும் ஆற்றல் இராது. ஆலோசனை ஆற்றல் இல்லாதவன் நாட்டை அமைதியான முறையில் நடத்திச் செல்ல முடியாது. நாட்டில் அமைதியில்லா விட்டால் பிரஜைகளுக்குச் சீர்கேடுகள் உண்டாகும். அதனால் வாலிபன் கிராமசபைக்கு லாயக்கில்லை என்று பதில் சொன்னாரே பார்க்கலாம்! அப்புறம் ஒருவன்கூட மூச்சுவிடவில்லை! அதுமுதல் எனக்கு ராஜதந்திரிகளையும் அரசியல் தலைவர்களையும் கண்டால்

என்னையறியாமலே தாழ்வு மனப்பான்மை உண்டாகிச் சங்கோஜத்தால் உடம்பெல்லாம் நடுங்கும்... என்ன, வேறு எங்கேயோ கவனிக்கிறாய்?''

''ஒன்றுமில்லை...''

''உன் கவலை எப்படித் தப்பி ஓடுவது என்பது! என் கவலை நாளை அரச அவையில் எப்படி அவையடக்கமாகப் பேசுவது என்பது!... அரசியல் தலைவர்கள் நிறைந்த அந்த மாபெரும் அவையில் எந்தவிதமான அரசியல் சொற்களை உபயோகப்படுத்துவது, எவ்வாறு நடந்து கொள்வது, யாரார் எந்தெந்தக் கொள்கையுடையவராக இருப்பார், யார் யாருக்கு எந்தெந்தப் பட்டங்களைச் சொல்லி முகமன் கூறுவது என்ற அரசியல் சபைத் தோரணைகள் ஒன்றும் எனக்குத் தெரியாது. வெட்கத்தைவிட்டு யாரிடமாவது கேட்கலா மென்றாலோ அரசியல் வட்டாரத்தில் எனக்கு நண்பன் யாருமில்லை!''

''அவையடக்கம் என்பது அவ்வளவு பெரிய விஷயமா?'' என்று அந்த இளம் பெண் வீரசேகரனோடு சந்து இருட்டில் திரும்பி நடந்தாள்.

''ஆமாம்! இலக்கண இலக்கியங்களைக் கரைத்துக் குடித்த கவிச்சக்கரவர்த்தி கம்பர்கூடத் தம் மாபெரும் ராமாயணத்தை ஆரம்பிக்குமுன் முதலில் அவையடக்கமாக ஆறு பாடல்கள் எழுதியிருக்கிறார். ராமாயண காவியம் எழுத வேண்டுமென்ற ஆசையால் அறிவுத் தச்சர்கள் முன் ஏதோ சிறு பிள்ளைபோல் கீறுகிறேனே தவிர வேறொன்று மில்லை என்றெல்லாம் அவையடக்கம் பாடுகிறார்...''

அந்த இளம் பெண் குறும்பாகச் சிரித்துக்கொண்டே மிருதுவான குரலில் பாட ஆரம்பித்துவிட்டாள்:

ஓசைபெற்று உயர் பாற்கடல் உற்று, ஒரு
பூசைமுற்றவும் நக்குபு புக்கென
ஆசைபற்றி அறையலுற்றேன், மற்று, இக்
காசில் கொற்றத்து இராமன் கதை, அரோ!

''நீ இனிமையாகப் பாடுகிறாய்!'' என்றான் வீரசேகரன்.

''இனிமையாகப் பாடுவது மட்டுமல்ல. அந்தப் பாட்டிற்குப் பொழிப்புரையும் எனக்குத் தெரியும்!'' என்று அவள் சிரித்துக் கொண்டே சொன்னாள்: ''பாற்கடல் முழுவதையும் ஒரே வாயில் நக்கிக் குடிக்கவேண்டுமென ஆசைப்படும் பூனையைப்போல, வால்மீகி இராமாயணம் முழுவதையும் சுவையாகப் பாட

ஆசைப்படுகிறேன் என்று கம்பர் மிகவும் பணிவாக அவையடக்கம் பாடுகிறார்..."

"ஆமாம்; நான் ஒரு பூனை! என் முன்னால் இருக்கும் அரச அவை ஒரு பாற்கடல். அதைப் பார்த்துப் பெருமூச்சு விடுகிறேன். அவையடக்கம் என்னவென்று தெரியாமலே அரச அவையில் நுழையப் போகிறேன்!" என்று கூறியபடி வீரசேகரன் இருண்ட சந்தில் திரும்பினான்.

அப்போது ஹிஹிஹிஹி என்ற பயங்கரமான சிரிப்புடன் இரண்டு கரிய உருவங்கள் அவன்முன் வந்து நின்றன. தொப்பையாக இருந்த ஆள் தீப்பந்தம் ஏந்தி நிற்க, மெலிவாக இருந்த ஆசாமி கத்தியை உருவி வீரசேகரனது மார்புக்கு நேரே நீட்டிக்கொண்டே பயங்கரமாகச் சிரித்தான்.

"தம்பி! உன்னிடம் வீரவாள் இல்லை. நீ சிறிது அசைந்தாலும் என் வாள்முனை என்னையும் உன்னையுமறியாமல் உன் இருதயத்துக்குள் புகுந்துவிடும். வீணாக ரத்தம் சிந்த வைக்காதே!" என்று பயங்கரமான இருட்டில் அந்தக் கரிய உருவினன் கலகலவென்று சிரித்தான்.

வீரசேகரன் திடுக்கிட்டு நின்றான். அந்த இரண்டு ஆட்களும் வீரபாண்டியனின் ஆட்களாக இருப்பார்களோ, தன்னை மடக்கித் தான் சிறைப்பிடித்துச் செல்லும் இளம் பெண்ணை மீட்டுச் செல்ல வந்திருப்பார்களோ என்று கலவரமடைந்தான்.

"தம்பி! உனக்கு அவையடக்கம் என்றால் என்னவென்று தெரியாது. நீ ஒரு பூனை; உன் முன்னால் தென்படப் போகும் அரச அவை ஒரு பாற்கடல் என்பது மட்டுந்தான் உனக்குத் தெரியும்! தம்பி கவிச் சக்கரவர்த்தி கம்பர், காவியத்தில் எழுதும் அவையடக்கம் வேறு. அவர் அமர்ந்திருக்கும் குலோத்துங்க சக்கரவர்த்தியின் ராஜசபையிலுள்ள அவையடக்கம் வேறு!" என்றான் அந்தப் பயங்கர மனிதன்.

வீரசேகரன் வியப்பும் பீதியும் நிறைந்த விழிகளால் அந்தக் கரிய மனிதனை ஏறிட்டுப் பார்த்தான்.

"தம்பி! அவையடக்கம் என்றால், என்ன தெரியுமா?...பதவி வேட்டை, ராஜதந்திரம், முகஸ்துதி, போட்டி, பொறாமை, சுயநலம், நயவஞ்சகம், கையூட்டு (லஞ்சம்), வறட்டு வாதம் இவைதான் அரசியல் அவையில் அடங்கியுள்ளவை; இவைதான் சோழ நாட்டு அவையடக்கம்!" என்று அந்த மூர்க்கன் சிரித்தான். அவனது சிரிப்பு இருண்ட தெருவில், பயங்கரமாக எதிரொலித்தது!

அத்தியாயம் 3

உலாவியல் படலம்

'இவன்
கருணை என்பது கண்டறியான், பெரும்
பருணதன் கொல்? படுகொலையான்!' என்றாள்.

— கம்ப ராமாயணம்

மந்தமான இரவில் உலகமே சூனியமாகி விட்டது போன்ற உணர்ச்சி வீரசேகரனுக்கு உண்டாயிற்று.

அவனது மார்புக்கு நேரே கத்தியை நீட்டிக் கலகலவென்று சிரிக்கும் கருநிற வாலிபனின் சிரிப்பு, இருள் அரக்கியின் வஞ்சனைச் சிரிப்புப் போல, வீரசேகரனுக்குத் தோன்றியது. தன்னை வழிமறித்து நிற்கும் காக்காசுரன் போன்ற அந்தக் கருநிற வாலிபனையும், அவனருகில் அக்கினியாசுரன்போல் தீப்பந்தம் ஏந்தி நிற்கும் கிழட்டு உருவத்தையும் ஏறிட்டுப் பார்த்தான். மாயாவிகளான அவர்களிருவரும் வீரபாண்டியனின் ஆட்கள் என்றும், தான் சிறைபிடித்துச் செல்லும் இளம் பெண்ணை மீட்டுச் செல்ல வந்தவர்களென்றும் நிச்சயித்துக் கொண்டான்.

ஆனால் எதிர்த்துப் போரிட அவனிடம் உடைவாள் இல்லை. பெண்ணின் கையை விடவும் அவன் கடமையுள்ளம் இடங்கொடுக்கவில்லை. அவளோடு பின்வாங்கி நழுவி மறைந்துவிடலாமென்று, தான் நிற்கும் குறுகலான சந்து முனையையும் எதிரேயுள்ள தெற்கு வெளி வீதியையும் ஊடுருவிப் பார்த்தான்.

"தம்பி! நான் அறியாமல் ஓர் அணுகூட அசைய முடியாது!" என்று வைடூரிய வாளை நீட்டிப் பயமுறுத்தும் கரியவனின் மாயச்சிரிப்பு, மதுரையின் துவஜஸ்தம்பங்களையெல்லாம் தாண்டிவரும் ஒரு வானொலிபோல் கேட்டது.

வீரசேகரன் யுவதியின் மிருதுவான கையை இன்னும் கெட்டியாகப் பிடித்துக்கொண்டு, கண்ணிமைகள் மூடி, சாவை எதிர்நோக்கி அலட்சியமாக நின்றான். அவளோ, ஆவலும் பயமும் ஒருங்கே நிறைந்தவளாய், பனித் திவலைகள் படிந்த புதுத் தாமரை போல, கண்ணீர்த் திவலைகளில் அதிகச் சோபையுடன் காணப்பட்டாள்.

"இந்த அழகான பெண்ணை நீ இலேசில் விடமாட்டாய்! இவளுக்காகச் சாகத் தயாராகிவிட்டாய், இல்லையா?" என்று கரியவன் விஷமப் புன்னகையுடன் பரிகாசமாகக் கேட்டான்.

"நான் எந்த நேரத்திலும் அலட்சியமாகச் சிரித்துக் கொண்டே சாகத் தயாராயிருக்கிறேன்! இந்த வீரசேகரன் மரண தேவதையின் அணைப்பில் அலாதியான சுகம் காண்பவன்! மரணத்தோடு விளையாடுவதை, மணப் பெண்ணோடு கொஞ்சி மகிழ்வதாகக் கருதும் தமிழ்க் குடியில் பிறந்தவன்!" என்று வீரசேகரன் யுவதியின் கையைக் கெட்டியாகப் பிடித்துக்கொண்டு சிரித்தான்.

அவனது கைப்பிடியில் பூவைப் போலத் துவண்டு, மின்னலைப் போல மருங்கி நுடங்கி நின்ற அவளது கருமேக விழிகளில் கண்ணீர்த் துளிகள் அதிகமாக அரும்பி மழைத்துளிகளாய்ச் சிந்தின. அவை கண்ணீர் அருவியாகப் பெருகி, பாற்கடலாய் மாறி, அதில் வீரசேகரன் அமிழ்வது போன்ற பிரமை தட்டியது. அவன் நிற்கும் குறுகலான சந்து முனையும், தீபஸ்தம்பமும் மாயச் சக்கரத்தில் தலை கீழாய்ச் சுழன்றன. மதுரையின் மாடமாளிகைகளும், மணி மகுடங்களும், தங்கக் கலசங்களும், பட்டுக் கொடிகளும், கோயில் விமானங்களும் கோட்டை வாசல்களும் புகையுண்ட ஓவியம் போல அவன் கண்ணிமைகளிலிருந்து மெல்ல மெல்லத் தேய்ந்து மறைந்தன. ஒரு மாய மோகினியின் இரத்தச் சிவப்பான இரண்டு பெரிய உதடுகளுக்கு மத்தியில் துயில்வது போலவும், புஷ்பக விமானத்தில் ஏறி, கோமேதகக் கற்கள் தூவிய வான வீதியில் பறப்பது போலவும், கந்தருவிகள் மகரயாழ் மீட்ட, சப்த மாதர்கள் மகரந்தப் பொடிகளைத் தூவ, செக்கர்வான மஞ்சத்தில் ஏதோ ஒரு வீரசுவர்க்கத்தில் கண் விழிப்பது போலவும், வீரசேகரன் ஓர் இலட்சிய புன்முறுவல் செய்தான்.

இரண்டு உஷ்ணமான கண்ணீர்த் துளிகள் அவன் கையில் விழுந்த பிறகுதான் அவனுக்குச் சுயநினைவு திரும்பிப் பூலோகத்தின் ஸ்மரணை வந்தது.

"வீரசேகரா! உனக்கு உயிர் பெரிதா? இந்தப் பெண்ணின் கண்ணீர் பெரிதா?" என்று கருநிற வாலிபன் பரிகாசமாய்ச் சிரித்தான்.

"இந்தப் பெண்ணைவிட என் உயிர் பெரிதல்ல! என் தேச பக்தியைவிடப் பெண்ணின் கண்ணீரும் பெரிதல்ல!" என்று வீரசேகரன் இலட்சிய வெறியோடு பதிலளித்தான்.

"விசித்திரமான பதில்! உயிரைப் பெரிதாக மதிக்காதவன் மகா ஞானி! ஆனால் நீ ஞான ரிஷியாகவும் அதே சமயத்தில் தேச பக்தனாகவும் இருக்க முயல்கிறாய்! துரதிர்ஷ்டவசமாக, மண்ணை மாயை என்று இகழும் மகா ஞானியாகவும், அதே

சமயம் மண்ணைத் தெய்வம் என்று கும்பிடும் தேசபக்தனாகவும் ஒரே நபர் இருக்க முடியாது!''

''வீண் வார்த்தைகள் வேண்டாம். என் உடம்பிலிருந்து உயிர் பிரிந்தாலொழிய என்னிடமிருந்து இந்தப் பெண்ணை யாரும் பிரிக்க முடியாது!'' என்றான் வீரசேகரன் தீர்மானமான குரலில்.

''முட்டாள்! ஒரு பெண்ணுக்காக உயிரை விடுவது, அழகான ஒரு கிளிஞ்சலுக்காகக் கடலில் விழுவதைவிடப் பைத்தியக்காரத்தனம்!''

''என்னை ராஜத் துரோகியாக்க முயலாதே! நீங்கள் இருவரும் வீரபாண்டியனின் ஆட்கள். என்னைக் கொன்றாலொழிய இந்தப் பெண்ணை நீங்கள் என்னிடமிருந்து காப்பாற்றிப் போக முடியாது!''

''அந்தப் பெண்ணின் துரதிர்ஷ்டம், நாங்கள் வீரபாண்டியனின் கூலியாட்களல்ல! உன்னைப் போன்ற சோழ நாட்டு மகாவீரர்கள் தான். ஆனால் புத்திசாலிகள்!'' என்று சொல்லிவிட்டு அந்தக் கருநிற வாலிபன் தன் அருகில் நிற்கும் கிழவரை நோக்கிப் புன்னகை செய்தான்.

யுவதி திடுக்கிட்டாள். தன்னை அவர்கள் காப்பாற்றுவார்கள் என்ற ஆவலினால் மலர்ந்திருந்த அவளது முகம் இப்போது அதிகமாக வாடியது.

அவர்கள் இருவரும் வேறு யாருமல்ல; சோழநாட்டு வாட்படைத் தலைவனான ஜனநாதக் கச்சிராயனும், யானைப் படைத்தலைவரான கிழவர் சம்புவராயருந்தான் அவர்கள்! இரவில் நகர்வலம் வந்தவர்கள், தங்கள் முன் ஓர் அழகிய யுவதியுடன் எதிர்பட்ட வீரசேகரனை விளையாட்டாக வழிமறித்து வேடிக்கை பார்த்தார்கள்.

வீரசேகரன் கோபம் நிறைந்த குரலில் ஜனநாதனை நோக்கிக் கேட்டான்: ''அப்படியானால் என்னை வழிமறித்துத் தடுத்து நிற்பது யார்?''

''வழிமறித்து நிற்க நான் நந்தியுமல்ல. நீ நந்தனாருமல்ல. என் பின்னால் நிற்கும் இந்தப் பெரியவர் தில்லைக்கூத்தப் பெருமானுமல்ல. என் வாள் முனையில் நீ எதிர்பார்ப்பது கைலாச பதவியுமல்ல!'' என்று ஜனநாதன் கலகலவென்று சிரித்தான்.

''நான் வீர வைஷ்ணவன். எனக்குக் கைலாச பதவி தேவையில்லை. நீ சுத்த சைவனாயிருப்பதோடு சுத்த

வீரனாயுமிருந்தால், வெறுங் கையனாய் நிற்கும் என்னிடம் ஒரு வாளைக் கொடுத்துப் போரிட்டுப் பார். ஒரே வீச்சில் உனக்கு வைகுந்த பதவி அளிக்கிறேன்!''

"அரசியல்வாதிகள் ஆசைப்படாத பதவி அது ஒன்றுதான்!'' என்று சிரித்தான் ஜனநாதன்.

இளம் பெண்ணோ மானினமும் மீனினமும் போல மருண்டு துள்ளி, "ஐயா, ஐயா! நான் அநாதைப் பெண். இந்த வாலிபனின் குரங்குப் பிடியிலிருந்து என்னைக் காப்பாற்றுங்கள். என் கையைவிடச் சொல்லுங்கள்!'' என்று கூவினாள்.

"விட்டுவிடு!'' என்றான் ஜனநாதன்.

"விடமுடியாது! என்னை ராஜத் துரோகியாக்காதே! இவள் ராஜாங்க விசாரணைக்கு ஆளாக வேண்டியவள்!''

"எனக்கு எல்லாம் தெரியும்! அவளுடைய கையைத்தான் விடச் சொன்னேன்! நம்முடைய கலாசாரத்தில் ஒரு பெண்ணின் கையை அவளுடைய புருஷன்தான் இவ்வளவு முரட்டுத்தனமாகப் பிடிக்கலாம்!'' என்று சிரித்தான் ஜனநாதன்.

"எனக்குக் கலாச்சாரத்தைப் பற்றிக் கவலையில்லை. கையை விட்டுவிட்டால் இவள் ஓடிவிடுவாள்!''

"ஓட மாட்டாள்! ஓட முயன்றால் இருட்டில் பதுங்கி யிருக்கும் என் சேவகர்கள் இவளைத் தாவிப் பிடித்துக் கொள்வார்கள். நான் எங்கே இருந்தாலும், எங்கே போனாலும், என்னைச் சுற்றிலும் என்னுடைய பரிவார மெய்க்காப்பாளர்கள் மாயாவிகளாய் மறைந்திருப்பார்கள்!''

அதைக் கேட்டதும் யுவதியின் மாந்தளிர் மேனி நடுங்கியது. மைதீட்டிய கருவிழிகளும், வாள் நுதலும் செவ்வாயும் நீரைக் கக்கின. அந்தக் கண்ணீர் வெள்ளம் ரத்த நதியாக ஓடி, அதில் வீரசேகரன் நீந்த முடியாமல் அமிழ்ந்து போவது போலவும், அவனது இரத்தத் துளிகளிலிருந்து நூற்றுக்கணக்கான ரத்தப் பேய்கள் சிரிப்பது போலவும் பிரமை தட்டியது. சுற்றிலும் இருள் படலத்திலிருந்து நூற்றுக்கணக்கான பூத கணங்கள் கிளம்பி வந்து அவளைப் பிடித்துக் கொள்வது போலவும், பாழடைந்த மண்டபங்களின் கோரச் சிலைகள் கைகாலற்று உயிர்பெற்று ஆயிரக்கணக்காக நடமாடுவது போலவும், சோழியர்கள் நாசமாக்கிய மதுரையின் திருவீதிகளில் பல்லாயிரக்கணக்கான எமகிங்கரர்கள் சஞ்சரிப்பது போலவும் தோன்றியது. தான் நிற்கும் வீதியை அவள் மெல்ல உற்றுப் பார்த்தாள்.

வீதியில் பாண்டிய நாட்டுக் கேடயங்களும் கல்லெறி யந்திரங்களும் உடைந்து கிடந்தன. ஒவ்வொரு வீதியிலும், பூ மாலைகளும், சங்கு வளையல்களும், பூக்களும், நீண்ட கூந்தல்களும், காற சிலம்புகளும் மேகலைகளும் அறுந்து சிதறிக் கிடந்தன.

''உன்னை ராஜத்துரோகி என்று சந்தேகித்தேன். மன்னித்துக் கொள்!'' என்றான் வீரசேகரன்.

''சந்தேகந்தான் அரசியல் சதுரங்கத்தின் முதற்படை!'' என்று ஜனநாதன் சிரித்தான்.

''நீயும் ஒரு சோழ நாட்டவனாயிருந்து என்னை ஏன் வழி மறைத்தாய்? இந்த நடுநிசியில் நீங்கள் உலாவுவதற்குக் காரணம் என்ன?''

''தம்பி! நம் அரசியல் படலம் நிலைத்திருப்பதற்கு அவ்வப்போது நாம் நாடெங்கும் உலாவியல் படலம் நடத்துவது அவசியம் என்பது உனக்குத் தெரியும்! தம்பி! நம்மால் இந்த மதுரைமாநகர் எவ்வளவு தூரம் நாசமடைந்திருக்கிறதென்பதைக் கண்டுகளிக்க நாங்கள் நகர்வலம் வந்தோம். நங்கையையும் நம்பியையும் கண்டோம். வாள் நுதல் நங்கையும், கையில் வாள் இல்லாத நம்பியும் ஊர்வலம் வருவதைக் கண்டு அதிசயித்தோம். ஒரு சோழநாட்டு வீரன் ஒரு பாண்டி நாட்டுப் பெண்ணோடு நடுநிசியில் உலா புறப்பட்டதால் நாங்கள் சந்தேகத்துடன் பின்தொடர்ந்தோம். நீ சிறந்ததொரு தேசபக்தன் என்பதை உணர்ந்ததும் உன் பக்தியைச் சோதிக்க முயன்றோம்! பக்த காண்டத்திலும் யுத்த காண்டத்திலும் இந்த யுக்தி முறை புதிதல்ல!'' என்று விஷமப் புன்னகை செய்தான் ஜனநாதன்.

''நீ யார்?'' என்று வீரசேகரன் வியப்பும் கோபமும் நிறைந்த குரலில் கேட்டான்.

''என்னை யாரென்று உனக்குத் தெரியாது; ஆனால், உன்னை யாரென்று எனக்குத் தெரியும்! சோழ ராஜசபையை ஆக்ரமித்துக்கொண்டிருக்கும் அரசியல் கிழவர்களின் ஜாதகங்களை மட்டுமல்ல, என் கீழ் வரக்கூடிய உன்னைப்போன்ற ஒவ்வொரு வீர வாலிபனின் ஜாதகத்தையும் நான் நன்றாகக் கணித்து வைத்திருக்கிறேன். கம்பரைப்போல ஒவ்வொரு பாத்திரத்தின் நெஞ்சிலும் புகுந்து கனகச்சிதமாகக் குணாதிசயங்களையும் கண்டுபிடித்து வைத்திருக்கிறேன்! தம்பி, மதுரை முழுதும் மகாவீரன் என்று வாழ்த்தும் வீரசேகரன் என்பது நீதானே?'' என்று ஜனநாதன் விஷமப் புன்னகையுடன் கேட்டான்.

"ஆமாம்!" என்று வீரசேகரன் வியப்புடன் பதிலளித்தான்.

அதைவிட வியப்படைந்தவராய்க் குலோத்துங்க சோழ சம்புவராயர், "இவனை உனக்கு எப்படித் தெரியும்? இவன் யார்?" என்று ஜனநாதக் கச்சிராயனை நோக்கிக் கேட்டார்.

"ராமாயணத்தில் வால்மீகிக்கும் கம்பனுக்கும் தெரியாத கதாபாத்திரங்கள் உண்டா? பெரியவரே, இந்த வீர வாலிபன்தான் நம்முடைய ராமாயணத்தில் இந்திரஜித்! இந்திரனை வென்றவன் இந்திரஜித். வீரபாண்டியனை வென்றவன் இந்த வீரசேகரன். பெண்கள் விஷயத்திலும் இவன் இந்திரனை வெல்லக் கூடிய அதிக அழகு, சாதுரியங்கள் உள்ளவனாகத்தான் இருக்கிறான்!" என்று ஜனநாதன் சிரித்துக்கொண்டே, வீரசேகரன் அருகில் உள்ள அழகிய யுவதியைக் கடைக்கண்ணால் பார்த்தான்.

"என்னது, இவனா வீரபாண்டியனை வென்றவன்?" என்று கிழவர் சம்புவராயர் வியப்புடன் கேட்டார்.

"ஆமாம்! நம்முடைய சோழ நாட்டுக் கைக்கோளப் பெரும்படை இந்த மதுரைக் கோட்டையைப் பலமாக முற்றுகையிடும் போது சோழ நாட்டின் அதிபராக்கிரம அதிகாரிகளான நீரும் நானும் நம்முடைய அந்தப்புரங்களில் அதிகாரிச்சிகளோடு ஆனந்தமாக இருந்தோம்! அதாவது கம்பராமாயணத்தில் ஸ்ரீராமபிரான் இலங்கையை முற்றுகையிட விரும்பிய சமயத்தில் அவருடைய துணைப்படைகளான சுக்கிரீவ வானரங்கள் தங்களுடைய காதலிகளோடு பொழுதைக் கழித்ததுபோல! அப்போது இந்த இந்திரஜித் எங்கிருந்தோ வந்து, யுத்த காண்டத்தில் குதித்து நாக பாசத்தால் – அதாவது, தன்னுடைய விஷ அம்புகளால் பாண்டிய சைன்யங்களை ஸ்தம்பிக்கச் செய்து, கல்மாரி பொழிந்து, மதுரைக் கோட்டையை வெகு சுலபமாகக் கைப்பற்றி விட்டான். இப்போது இந்திரஜித்தின் அந்தஸ்துக்கு வீரசேகரன் உயர்ந்துவிட்டான்!" என்றான் ஜனநாதன்.

"இவ்வளவு சீக்கிரம் அரசியலில் அந்தஸ்து கிடைப்பது ஆச்சரியம்!" என்றார் சம்புவராயர்.

"அதற்குக் காரணம் இவன் இளிச்சவாயனாக அரசியல் தலைவர்களான நம்மிடம் வராமல் நேரே அரசர்பிரானிடம் சென்றுவிட்டான்! நம்மிடம் வந்திருந்தால், எங்கே நம்மைவிடப் புத்திசாலியாகி விடுவானோ என்று இவனை அமுக்கி வைத்துக்கொண்டே யிருப்போம். இவன் கஜகர்ணம் போட்டாலும் இவ்வளவு சுலபத்தில் இந்திரஜித் பதவியை அடைந்திருக்கவே முடியாது!" என்றான் ஜனநாதன் விஷமமாக.

"இவன் பிடித்து வந்திருக்கும் பெண் யாராயிருப்பாள்?" என்று கிழவர் சம்புவராயர் மேலும் கேட்டார்.

"கம்ப ராமாயணத்தில் இந்திரஜித்தின் அருமைக் காதலியாய் வருபவள் சுலோசனாதான்! ஆனால் நம்முடைய ராமாயணப்படி இவள் தாரையாய்த் தானிருக்க வேண்டும்! ஏனென்றால் வானத்துத் தாரகைதான் இருட்டில் மினுமினுக்கிறது!" என்று சிரித்தான் ஜனநாதன்.

அவள் வெடுக்கென, "ஐயா! இவன் இந்திரஜித் தாகவோ சுக்கிரீவனாகவோ இருக்கலாம். ஆனால் நான் சுலோசனாவுமல்ல; தாரையுமல்ல! அநாவசியமாக இந்த வாலிபனையும் என்னையும் சம்பந்தப்படுத்திப் பேசவேண்டாம்!" என்றாள்.

"பூர்வ ஜன்மத்தில் கூடவா உனக்கும் இவனுக்கும் சம்பந்தமில்லை என்று நினைக்கிறாய்? கர்மவினை பல ஜன்மங்களுக்கும் தொடரும் என்ற நம் கர்மா தத்துவத்தை நீ நம்பவில்லையா? இந்த வீரசேகரன் ஒவ்வொரு ஜன்மத்திலும் உன் கையைக் கோத்துக் கொண்டு ரத்தமயமான வீரசுவர்க்கத்தின் கோட்டை வாசலுக்கு அழைத்துப் போயிருக்கிறான்!"

"ஐயா, வேந்தர்கோன் ஆணை நோக்கான், வீரன் வில்லாண்மை பாரான் என்று நான் சிறிதும் எதிர்பார்க்கவில்லை. ஏந்திழையாரைத் துன்புறுத்துவான் இவன் யாவனோ ஒருவன்!" என்றாள்.

"பெண்ணே! நீ கம்ப ராமாயணத்தை நன்றாக மனப்பாடம் செய்து கவிதை மாதிரி பேசுகிறாய்! ஆனால் துரதிர்ஷ்டவசமாகக் கலாவதிகளுக்கும் ஆபத்துகளுக்குந்தான் அதிக சம்பந்தம் ஏற்படுகிறது!" என்று சிரித்தான் ஜனநாதன்.

வீரசேகரன் ஒன்றும் விளங்காதவனாய், ''என்னையும் இந்தப் பெண்ணையும் பற்றி என்ன பேசுகிறீர்கள்?... வாளை நீட்டிப் பயமுறுத்திய வாலிபனே, நீ யார்?'' என்று ஜனநாதனை நோக்கிக் கேட்டான்.

ஜனநாதன் மௌனமாகச் சிரித்தான். ''நீ யார்?'' என்று வீரசேகரன் அதட்டினான்.

''உன்னுடைய பரம விரோதி!'' என்றான் ஜனநாதன்.

''எனக்கு விரோதிகள் யாரும் இல்லை!''

''துரதிர்ஷ்டவசமாக நல்லவர்களுக்கும் திறமைசாலி களுக்குந்தான் அவர்களையறியாமலே விரோதிகள் உண்டாகிறார்கள்!''

''நான் எவனுக்கும் துரோகம் செய்ததில்லை.''

''அதனால்தான் எந்தக் கோழையும் எளிதில் உனக்கு விரோதியாக முடியும்!''

''சோழ சாம்ராஜ்யத்தின் வீரப் புலிக் கொடியின்கீழ் வீரவாளேந்தி நிற்கும் நீ, உன்னைக் கோழை என்று சொல்லிக் கொள்வதற்காக நான் வெட்கப்படுகிறேன். நீ என் விரோதியாக விரும்பினால், என் கோபம் விசுவரூபம் எடுப்பதற்குள் உன் விரோதத்திற்குத் தகுந்த காரணத்தைச் சொல்லியாக வேண்டும்!''

''தம்பி! காரண காரியமில்லாதது நம்முடைய விரோதம். நீ வீர வைஷ்ணவன். நான் வீர சைவன். துரதிர்ஷ்டவசமாக, நம்முடைய கடவுள்கள் ஜன்ம விரோதிகளாக இருக்கிறார்கள். நம்முடைய கடவுள்களின் பிரதிநிதிகளோ பரம்பரை பரம்பரையாக நம்மைப் பரம விரோதிகளாக்குவதையே நம்முடைய மதக் கடமைகளாக உபதேசம் செய்து வருகின்றனர்!''

''உன்னிடமிருந்து நான் உபதேசம் பெற விரும்பவில்லை!''

''தம்பி, சற்றுமுன்தான் நீ சாகப் போகிறேன் என்று வீட்டை விட்டு ஓடிவந்தாய். நானோ சாக விரும்பாத ஜீவாத்மாக்களுக்கும் விடுதலையளிக்கும் வரப்பிரசாதி; உன் துன்பங்களுக்கெல்லாம் ஒரு முடிவு காணக் கடைசியில் என்னிடந்தான் நீ சரணாகதி அடைய வேண்டும்!''

''நீ வீரனாயிருந்தால் வெட்டு ஒன்றும் துண்டு இரண்டுமாகப் பேசு. நீ யார் என்பதைச் சொல்லப் போகிறாயா, இல்லையா?''

ஜனநாதக் கச்சிராயன் 'கலகல'வென்று சிரித்தான்.

''நானா? நான்தான் அழித்தல் கடவுள்! இதோ என் அருகில் நிற்கும் கிழவர் ஆக்கல் கடவுள்! இன்னும் காத்தல் கடவுளும் ஒருவர் இருக்கிறார்! அவரை நீ நாளை மந்திராலோசனை சபையில் சந்திப்பாய்!''

வீரசேகரன் பாதிக் கோபமும் பாதி வியப்பும் நிறைந்தவனாய் ஜனநாதனை ஏறிட்டுப் பார்த்தான்.

''தம்பி! மதுரையைக் கைப்பற்றியதோடு உனது போர்ப்படையின் வேலை முடிந்துவிட்டது. இனி இம் மதுரையை நிர்வகிக்கச் சோழ நாட்டின் மூன்று கடவுள்களும் மூன்றுவிதப் படைகளுடன் வந்திருக்கிறோம். மதுரையின் செல்வங்களையும் பெண்களையும் சூறையாடி, மாட மாளிகைகளைத் தீ வைத்துக் கொளுத்தி, பகைவர்களையும் துரோகிகளையும் நாசம் செய்ய வந்திருக்கும் நாசப்படையின் தலைவன் நான். அதாவது, அழித்தல் கடவுள். இதோ நிற்கும் முதியவர், புதிதாகப் போர் வீரர்களையும் போர் யானைகளையும் தயாரித்துக் கொடுக்கும் மூலப்படைத் தலைவர். அதாவது, ஆக்கல் கடவுள்; இனிக் கைப்பற்றிய மதுரையில் நிலப்படையை நிறுவி அரசாங்கத்தையும் துரோகிகளையும் கண் காணித்துப் பாதுகாக்க ஒரு காவல் படையும் ஏகவாசக வாண கோவரையர் தலைமையில் வந்திருக்கிறது! அதாவது அவர் காத்தல் கடவுள்! ஆக இந்த மூன்று கடவுள்களுந்தான் சோழ சாம்ராஜ்யத்தின் மூன்று தூண்கள்!'' என்று ஜனநாதன் தூணைப்போலச் சிறிதும் அசையாமல் கம்பீரமாகச் சிரித்தான்.

''நீ விசித்திரமான வாலிபன். உன் பெயர் என்ன?'' என்று கேட்டான் வீரசேகரன்.

''என் பெயரைக் கேட்டால் நீ மூர்ச்சித்து விழுந்து விடுவாய். அவ்வளவு நீளமானது என் பெயர்!''

''அனுமாரையே கண்டு பயப்படாதவன், அனுமாரின் வாலைக் கண்டு பயப்படமாட்டேன்! உன் நீளமான பெயர் என்ன?''

''வாள் நிலை கண்டான் ஜனநாதக் கச்சிராயன் கூடல் ஆளப்பிறந்தான் ஏழிசை மோகன் இராசராச வீரசேகரக் காடவராயன்!'' என்று ஜனநாதன் ஹடயோகம் செய்வதுபோலச் சுவாச பந்தனம் செய்துகொண்டு ஒரு வழியாகத் தன் பெயரைச் சொல்லி முடித்து விட்டு ஒரு பெருமூச்சும் விட்டான்.

வாலிபன் வீரசேகரனோ, அந்தப் பெயரைக் கேட்டதும் அப்படியே திகைத்துப்போய் மூர்ச்சித்தவனைப் போல அசைவற்று நின்று விட்டான்.

''தம்பி, இவ்வளவு நீளமான என் பெயர் எனக்கே அடிக்கடி மறந்துபோகும். அதனால் நான் எப்போதாவது ஆண்டவனுக்கு ஆடுமாடுகளையும் அடிமைகளையும் தானமளிக்கும்போது என்னுடைய பட்டப் பெயர்களை யெல்லாம் ஒன்றுவிடாமல் கோவில் கல்வெட்டுக்களில் பொறித்து வைப்பேன்!''

வீரசேகரன் பிரமிப்பினாலும் உணர்ச்சி மிகுதியாலும் முகம் பிரகாசிக்க, ''என் கண்முன் நிற்பது நிஜமாக அந்த வாள் நிலை கண்டான் ஜனநாதன்தானா? வீரப் புகழ்பெற்ற அந்தக் காடவராய வம்சகுல திலகனா? கங்கையும் கடாரமும் தாண்டித் தமிழர்களின் புலிக் கொடியைப் பறக்கவிடப்போகும் குலோத்துங்க சோழ மன்னரின் மகிமை பெற்ற அந்தப் படைத் தலைவனா? எந்த வீரத் திலகனை என் இருதயத்தில் லட்சிய புருஷனாகக் கொண்டேனோ, எவனுடைய ''வாள் நிலை கண்டான்'' என்ற பட்டத்தைக் கோயிற் கல்வெட்டுக்களில் படித்துப் படித்து உள்ளம் பூரித்து மானசீக பூஜை செய்து வந்தேனோ, எவனுடைய வீர வம்சத்தைப்போல் வாள் வீச்சில் வல்லவனாகி வாள் நிலை கண்டான் என்ற பட்டத்தை அடைய வேண்டுமென்று சிறு வயதுமுதல் கனவுகண்டு வந்தேனோ, வீரசேகரன் என்று எவனுடைய பட்டப் பெயரை எனக்கும் பெயராகச் சூடிக் கொண்டேனோ, அந்த ஜனநாதக் கச்சிராயன் வாள் நிலை கண்டான் வீரசேகரக் காடவராயனா என் கண்முன் நிற்பது?'' என்று கூவினான்.

''உன்னால் நம்ப முடியவில்லை, இல்லையா? எதிர்பாராத இடத்தில், பரிவார ஆடம்பரங்கள் இல்லாமல் அநாதைபோல் உலாவுகிறேன். இதை நீ நம்பமாட்டாய்! இல்லையா?''

''ஆமாம்! என் கண்ணையே என்னால் நம்ப முடியவில்லை! என் கண்முன் நிற்பது நிஜமாகவே வாள் நிலை கண்டான் ஜனநாதன் தானா? எவனுடைய பெயரை உச்சரித்ததும் எண்ணற்ற வீரசிங்கங்கள் விண்ணை முட்ட வெற்றி நிமிர்ச்சி பெறுகிறார்களோ, அந்த வீர ஜனநாதனா? எவனுடைய லட்சியக் குரல் கேட்டதும் ஏராளமான இளங்காளைகள் மண்ணைச் செம்பொன்னாக்க ரத்தம் சிந்துகிறார்களோ, அந்த வாள் வீரன் ஜனநாதனா? எவனுடைய வீரவாளைச் சோழநாட்டிலுள்ள ஒவ்வொரு குக்கிராமமும் கதை கதையாகப் பேசுகிறதோ, எவனுடைய வெற்றிப் பிரதாபம் சோழ வளநாடு முழுதும் வானச் சுடராய் பிரகாசிக்கிறதோ, எவனுடைய வீரத் தோள் எந்த நாட்டுச் சரித்திரத்தையும் நடுநடுங்க வைக்கிறதோ, அந்த வாள் நிலை கண்ட ஜனநாதனா என் கண்முன் நிற்பது? என்னால் நம்பவே முடியவில்லை!''

என் உருவத்தைக்கூட நம்பமாட்டாய்! மெலிந்த உருவம். கரிய நிறம். சிரித்த முகம். சின்ன மீசை. நையாண்டிப் பேச்சு. உறைக்குள் சும்மா உறங்கும் உடைவாள். முகத்திலோ உடம்பிலோ எந்தவிதக் கத்தி வடுக்களும் இல்லை. நீ கற்பனையில் பார்த்த வாள் நிலை கண்டான் ஜனநாதனுக்கும் நேரில் காணும் இந்த ஜனநாதனுக்கும் ஏராளமான வித்தியாசமிருக்கிறது. இல்லையா?''

''ஆமாம்!''

''தம்பி! இப்படி மெலிந்த உருவமுள்ள ஒரு சாதாரண மனிதன் எப்படி அசாதாரணமான காரியங்களைச் சாதிக்கிறேன், எவ்வளவு அமானுஷ்யமான அந்தஸ்தை அரசியலில் அடைந்திருக்கிறேன், எவ்விதம் ஒரு சாதாரண நாடு காவல் அதிகாரியாக இருந்தவன் படிப்படியாக உயர்ந்து சிற்றரசனானேன், அவனி ஆளப் பிறந்தான் என்ற பட்டத்தை எவ்வளவு தைரியமாகச் சூடிக்கொண்டு அரசர் பெருமான் முன் நடமாடுகிறேன், சோழநாட்டு அரசியலில் எவ்வாறு அரசர் உள்பட அரசியல் கிழவர்கள் அனைவரும் கண்டு நடுநடுங்கும் படியான அலாதியான செல்வாக்கை அடைந்திருக்கிறேன், என்றெல்லாம் நீ அதிசயப்படுகிறாய்; இல்லையா? என் குணாதிசயங்கள் தெரிந்தால் இப்படியெல்லாம் அநாவசியமாக அதிசயப்படமாட்டாய். என் குணாதிசயங்கள் என்ன தெரியுமா?''

''தெரியாது!''

''உறவாடிக் கெடுக்கும் உத்தம குணம் என் குணாதிசயங்களில் தலை சிறந்தது! சுயநலம், நயவஞ்சகம், நம்பிக்கைத் துரோகம், விஷமம், ஏளனம், பொறாமை, பேராசை முதலான நம் நீதி நூல்கள் கண்டிக்கும் துர்க்குணங்களெல்லாம் என்னிடம் பொதிந்திருக்கின்றன. ஆனால் இவை சாமானிய மனிதர்களிடமும் தென்படக் கூடிய குணங்களாகையால், என்னிடம் தென்படுவதில் விசேஷம் ஏதுமில்லை. என்னுடைய விசேஷமான குணங்களைச் சொல்லுகிறேன், கேள்!'' என்று சிரித்தான் ஜனநாதக் கச்சிராயன்.

''இன்னுமென்ன?'' என்று வீரசேகரன் வியப்புடன் ஏறிட்டுப் பார்த்தான்.

''நான் ராஜதந்திரத்தில் குள்ளநரி. அரசியல் கட்சிகளில் அடிக்கடி நிறம் மாறும் பச்சோந்தி. மதநம்பிக்கைகளில் கூடுவிட்டுக் கூடு பாயும் வேதாளம். பதவி மோகத்தில் வேட்டை நாய். பணப் பசியில் மலைப் பாம்பு. பழி தீர்ப்பதில் மத யானை. மத்தியஸ்தம் செய்வதில் ருத்ராக்ஷப் பூனை. ஆனால் அரசியலில் என் அந்தஸ்து நிலைத்திருப்பதற்கு

இத்தனை மிருக குணங்களும் எனக்கு அத்தியாவசியமாய் இருக்கின்றன!''

அரசியல் கிழவரான சம்புவராயர் சந்தேகக் கண்ணாலும் வீரசேகரன் வியப்புக் கண்ணாலும் ஜனநாதனை ஏறிட்டுப் பார்த்தனர்.

''ஆனால் மிருகங்களைக் கண்டு பழக்கப்பட்ட மனிதர்கள் பயப்படுவதில்லை! ஆனால் என்னைக் கண்டு அரசியல் வட்டாரத்திலுள்ள ஒவ்வொருவனும் ஏன் பயப்படுகிறான் என்ற மகா ரகசியம் உனக்குத் தெரியுமா?'' என்றான் ஜனநாதன்

''தெரியாது!''

''எவனாவது எனக்கு அற்பத் தீங்கு இழைத்தாலும், அவனைச் சாகடிக்கும்வரை மறக்கமாட்டேன். பழி தீர்த்துக் கொள்ள எந்தப் பாபகரமான வழியையும் பின்பற்றுவேன். எவனாவது என் காரியங்களில் குறுக்கிடக் கூடியவனாய்ச் சந்தேகப் பட்டால்கூடப் போதும். அவனோடு ஆருயிர் நண்பனைப்போலப் பழகிக்கொண்டே அவனுக்குப் படுகுழி தோண்டிவிடுவேன். வாலியைக் கொன்ற ஸ்ரீராமபிரானைப் போல எந்தக் காரியத்தையும் பின்னால் மறைந்து நின்றே சாதித்துக் கொள்வேன். அரசியல் வட்டாரம் என்னைக் கண்டு நடுநடுங்குவதற்குக் காரணம் இல்லாமலில்லை. சோழநாட்டு அரசியலில் மட்டுமல்ல. பல நாடுகளின் அரசாங்கங்களிலும் எனக்குத் தனிஅந்தஸ்து உண்டு. என் கையில் எந்தப் படுபாதகங்களுக்கும் துணிந்த ஏராளமான வாலிபப் படைகள் இருக்கின்றன. என் கருவூலத்தில் மணிமேகலையின் அமுதசுரபிபோல எடுக்க எடுக்கக் குறையாத எண்ணற்ற செல்வம் குவிந்து கிடக்கிறது. அரசியலை விட்டு என்னை எவனும் அணுவளவுகூட அசைக்க முடியாது!'' என்று ஜனநாதன் சொல்லி விட்டுக் கிழவர் சம்புவராயரைக் கடைக் கண்ணால் பார்த்தான்.

அந்தக் கிழவரின் முகம் பரிதாபகரமாகக் கலவரமடைந்திருந்தது. பிறகு ஜனநாதன் தொடர்ந்து சொன்னான்.

''அரசாங்கத்தின் ஒவ்வொரு அசைவிலும், ஒவ்வொரு அரசியல் சதியிலும், எந்தவிதமான நாசவேலையிலும் நான் சர்வ வியாபியாய் நீக்கமற நிறைந்திருப்பேன். குலோத்துங்க சோழ சக்கரவர்த்தியின் உடன் கூட்டத்துப் பெருமக்களிலே நான் மிகவும் பயங்கர புருஷன்; மதியூகிகளிலே நான் மிகவும் மர்மமான மனிதன். நான் நண்பனா, பகைவனா, நல்லவனா, கெட்டவனா என்பதை எவனுமே தீர்மானிக்க முடியாது. நான் என்ன செய்தேன், இனி என்ன செய்வேன், எவரெவர் எனக்கு நேசர்கள், எவரெவர் எனக்கு விரோதிகள், என் மூலபலம் என்ன, என் முயற்சி வழிகள் என்ன என்பதை எவ்வளவு பெரிய ராஜதந்திரியாலும் நிச்சயிக்க முடியாது! எவனாவது உயிரோடிருக்க விரும்பினால் என்னை விரோதித்துக் கொள்ள மாட்டான். அரசாங்கத்தில் யாராவது கௌரவத்தோடிருக்க விரும்பினால் என் சிநேகிதத்தை உதறித் தள்ளமுடியாது!'' என்று சொல்லிவிட்டு ஜனநாதக் கச்சிராயன் கடகடவென்று சிரித்தான்

வீரசேகரன் வியப்புடன் அவனை ஏறிட்டுப் பார்த்தான்.

ஜனநாதன் விஷமமான புன்னகையுடன், ''தம்பி, உன் உள்ளக் கோயிலில் என்னை லட்சியத் தெய்வமாக வைத்து இத்தனை நாளும் மானசீகப் பூஜை செய்து வந்திருப்பாய்! இனி இந்த விக்கிரகத்தை விட்டு விட்டு வேறொரு விக்கிரகத்தைத்தான் நீ நாடவேண்டும். என்னுடைய குணாதிசயங்களையெல்லாம் என் வாயாலே வர்ணித்த பிறகு என்மீது உனக்குள்ள அநாவசியமான மதிப்பு மறைந்திருக்கும் என்று நம்புகிறேன்!'' என்றான்.

''இல்லை! இன்னும் அதிகமான மதிப்புத்தான் உண்டாகிறது! இவ்வளவு வெளிப்படையாகப் பேசுபவனை என் வாழ்நாளிலே கண்டதில்லை!''

''தம்பி! வெளிப்படையாகப் பேசுவதுகூட நான் உபயோகிக்கும் வெற்றி ஆயுதங்களில் ஒன்றுதான்! ஏனெனில், இவ்வளவு வெளிப்படையாகப் பேசக்கூடியவன் எவ்வளவு சக்தி வாய்ந்தவனாயிருப்பான் என்று மற்றவர்கள் மதி குழம்புவார்கள். தன்னுடைய மோசங்களை வாய்விட்டுச் சொல்லக்கூடியவன் இன்னும் எவ்வளவு பெரிய மோசங்கள் செய்யக்கூடியவனாக இருப்பான் என்று கதிகலங்குவார்கள்!'' என்று சொல்லிவிட்டு, ஜனநாதன் தன்னருகிலுள்ள கிழவர் சம்புவராயரை மறுபடியும் கடைக்கண்ணால் பார்த்தான். அவரது முகம் இருளடைந்து பரிதாபகரமாக இருந்தது. வீரசேகரனோ தெய்வதரிசனம் பெற்றவன்போல் பிரமை பிடித்தவனாய் ஜனநாதனை ஏறிட்டுப் பார்த்துக் கொண்டிருந்தான்.

ஜனநாதனின் காடவராய வம்சம் சோழ வரலாற்றில் அதிமுக்கியமான அங்கம் வகிப்பதாலும், வாள் நிலைகண்டான் ஜனநாதன் நம்முடைய கதை நெடுகிலும் அதி சாமர்த்தியமான காரியங்களைப் புரிகிறவனானதாலும் அவன் உருவத்தை நன்றாகக் கவனிப்பது அவசியம்.

மத்திய உயரம்; கரிய நிறம்; கத்திக் கீற்றுபோல அரும்பு மீசை; நீளமான மூக்கு; ஜோதிபோல் பிரகாசிக்கும் கருவிழிகள். நிர்த்தாட்சண்யமாய் எவர் நெஞ்சையும் துருவி ஆராயும் பார்வை; அந்தப் பார்வையின் கூர்மையை எவ்வளவு திட நெஞ்சுள்ளவனாலும் தாங்க முடியாது. எப்போதும் விஷமமாய்ச் சிரிக்கும் அவன் சிரிப்பில் மகத்தான சாகஸம் மறைந்து கிடக்கும். அவன் பேச்சு, சிரிப்பு, நடையுடை பாவனைகள் அனைத்திலும் ஏதோ ஒரு மர்மம் நிறைந்திருந்து சகலரையும் நடுநடுங்க வைத்தது.

வீரசேகரனின் பிரமை கொஞ்சம் கொஞ்சமாய் நீங்கிச் சுயநினைவு திரும்பியது.

கிழவர் சம்புவராயரோ, எங்கே புது வாலிபன் தன்னைக் கவனிக்காமல் விட்டுவிடுகிறானோ, தன் அந்தஸ்து ஜனநாதனைவிட இறங்கிவிடுமோ என்று கருதிப் பெரிதாகக் கனைத்தார்.

அவரைச் சுட்டிக்காட்டி வீரசேகரன், ‘‘இந்தக் கிழவர் யார்?’’ என்று கேட்டான்.

‘‘தம்பி, இவரைக் கிழவர் என்று சொல்லாதே. ஓர் அரசியல்வாதி; நிஜம் சொல்வதை இவர் விரும்பமாட்டார்!’’ என்று சிரித்தான் ஜனநாதன்.

வீரசேகரன் தன்முன் சிவப்பழம்போல நிற்கும் கிழவர் சம்புவராயரை உற்றுப் பார்த்தான். வழுக்கைத் தலை; கொழுக்கட்டைபோல் கொழுகொழுவென்ற உருவம்; மூஞ்சுறுபோல் முக அமைப்பு; பெரிய காதுகள்; நீளமான வளைந்த மூக்கு; அவர்தம் பெரிய தொந்தியைத் தடவிக் கொண்டு நின்றார்.

‘‘இந்த முதியவரை, உனக்கு அறிமுகப்படுத்த வில்லையே? பார்த்ததும் தெரிந்துகொண்டிருப்பாய் என்று நினைத்தேன்!... இவர்தான் பிள்ளையார்!’’ என்றான் ஜனநாதன் விநயமான புன்முறுவலுடன்.

பிள்ளையார் என்றதும் கிழவர் சம்புவராயரின் பெரிய தொந்தியைப் பார்த்து வீரசேகரன் மனத்தில் சிரித்துக் கொண்டான். சம்புவராயரோ முறைத்துப் பார்த்தார்.

ஜனநாதன் மேலும் சிரித்துக் கொண்டே, ''வீரசேகரா! இந்தப் பிள்ளையார் அரசியலில் எல்லோருக்கும் செல்லப் பிள்ளை! நீ சரித்திரங்களில் கேள்விப்பட்டிருப்பாய். கோயில் கல்வெட்டுகளில் படித்திருப்பாய். இவர்தான் பிள்ளையார் செங்கேணி வீரப்பெருமாள் அத்திமல்லர் குலோத்துங்க சோழ சம்புவராயர் என்ற நீளமான பட்டத்தைச் சுமப்பவர். மகாபலிபுரத்தின் ஒரு பகுதியை ஆளும் குறுநில மன்னர். நம் சோழசாம்ராஜ்யத்தின் அதி முக்கியமான யானைப் படைத் தலைவர்களில் ஒருவர். என்னுடைய வாள் படையின் திறமையைக் கண்டு எனக்கு 'வாள் நிலை கண்டான்' என்ற பட்டத்தை அருளிய மகராஜன், இவருடைய யானைப் படைகளின் அணிவகுப்பைக் கண்டு அத்திமல்லர் என்ற பட்டத்தை அருளியிருக்கிறான். சிறந்த ராஜவிசுவாசி. எனது உத்தம நண்பர். என்னோடு பேசிய பாவத்தைக் கழிக்க நீ சிவ கங்கையில் தீர்த்தமாட வேண்டாம். இந்தப் புண்ணிய மூர்த்தியைத் தரிசித்தாலே அந்தப்பாவம் தீர்ந்துவிடும்! அதனால்தான் என் நண்பர்களுக்காக எந்நேரமும் விடாமல் இவரை என்னருகிலேயே வைத்துக்கொண்டிருக்கிறேன்!'' என்றான்.

கிழவர் சம்புவராயர் சிறிது கோபமுற்றவராய் ஜனநாதனை நோக்கி, ''ஜனநாதா, வீணாக ஏன் என்னை வம்புக்கு இழுக்கிறாய்? நீ என்னைப் புகழவும் வேண்டாம்; இகழவும் வேண்டாம்!... வீரசேகரன் உன்னைப் போல வாலிபன். அரசியல் துறைக்குப் புதிது. உன்னை லட்சிய புருஷனாகக் கருதி உனக்குச் சிஷ்யனாகும் ஆசையோடு வந்திருக்கிறான். தன் அரசியல் குருவிடம் தெரிந்து கொள்ளக் கூடியவையா உன்னுடைய போதனைகள்?'' என்றார்.

''வீரசேகரா, இந்த முதியவர்தான் சரியான அரசியல் குரு. ராஜபக்தி என்றால் என்ன என்பதை நீ இவரிடமிருந்துதான் தெரிந்து கொள்ளவேண்டும். முதலில் இவருடைய பெயரை எடுத்துக் கொள். குலோத்துங்க சோழ சக்கரவர்த்தியிடமுள்ள ராஜபக்தியினால் இவரும் தம் பெயரைக் குலோத்துங்க சோழ சம்புவராயர் என்று சூடிக்கொண்டிருக்கிறார். அரசர் பெருமான் முன் அவருடைய மெய்க்கீர்த்திகளை அடிக்கடிப் புகழ்ந்து அதிகமான அந்தஸ்துகளை அடைந்திருக்கிறார். ஆக முகஸ்துதி தான் ராஜபக்தி என்ற மகா ரகசியத்தை இந்த அரசியல் குரு விடமிருந்துதான் நீ கற்றுக்கொள்ள வேண்டும்!'' என்றான் ஜனநாதன் ஏளனமாக.

''இல்லை. சிறு வயசுமுதல் என் நெஞ்சில் குருவாய்ப் பதிந்து விட்ட ஜனநாதன்தான் என் அரசியல் குரு! துரோணாச் சாரியாருக்குத் தெரியாமல் அவரையே மானசீகக் குருவாய்

வழிபட்டு வில்வித்தை பயின்ற ஏகலைவனைப் போல, 'வாள் நிலைகண்டான் ஜனநாதனையே' என் குருவாகக் கற்பனை செய்து வாள் பயிற்சி பெற்று வந்தேன்...''

''தம்பி! ஏகலைவனின் விரல் நுனிக்கு அவனுடைய குருவால் ஏற்பட்ட ஆபத்து உனக்குத் தெரியும்! மேலும் நான் சுத்த சைவன். நீ வீர வைஷ்ணவன். நான் விவகார அறிவுள்ளவன். நீ லட்சிய உணர்ச்சி உள்ளவன். அறிவும் உணர்ச்சியும் எதிரெதிரான இரு துருவங்கள். ஆகையால் என்னுடைய சிஷ்யனாகாதே! அது உனக்கும் நல்லதல்ல, எனக்கும் நல்லதல்ல!''

''நல்லதோ கெட்டதோ, அரசியலில் நுழைய ஆசைப்பட்டு இத்தனை வருஷங்களாக நான் கற்பனை செய்து வந்த ஜனநாதன் தான் என் குரு; அரசியலில் மட்டுமல்ல, சகல துறைகளிலும் நீதான் என் குரு!''

''தம்பி! தயவுசெய்து என்னைக் குரு ஆக்காதே! இந்தத் தேசத்தில் எத்தனையோ ஞான குருக்கள் தோன்றினார்கள். அவர்களுடைய உன்னதமான உபதேசங்களெல்லாம் மக்களுக்கு உபயோகப்படாமல் போனதற்குக் காரணம் என்ன தெரியுமா? அவர்களுடைய சிஷ்யகோடிகள்தாம்!... திடுக்கிடாதே! தீவிரமாகச் சிந்தித்துப் பார். மகான் தோன்றுவார். மனித குலம் அனைத்தும் ஒன்று என்று பேரொளி காண்பார். வீடு வாசல்களைத் துறப்பார். உற்றார் உறவினரை உதறி எறிவார். அன்னவிசாரமின்றி நாடெங்கும் கோவண ஆண்டியாகச் சுற்றித் திரிவார். பொருளாசை கூடாது என்பார். சுட்டெரிக்கப்படும் மனிதனுக்கு ஆறடி நிலங்கூடத் தேவையில்லை என்பார். ஜாதிமத பேதம் பாராதே என்பார். தீண்டாமை தீது என்பார். பறையரைத் தொடுவதைப் பகவானைத் தொடுவதைப் போலப் பரம சந்தோஷமுறுவார். நான் என்ற அகங்காரத்தை ஒழிப்பார். தம்முடைய உபதேசப் பாடல்களில் தம் பெயரைச் சொல்லுவதுகூட நான் என்ற அகங்காரமெனக் கருதித் தன்னைக் 'கட்டை'யென்றே சொல்லிக் கொள்வார். தன்னுடைய ஊத்தைச்சடலம் ஒரு காசுக்கு உதவாது என்று நிந்திப்பார். ஆனால் அந்தக் குருமகான் காலமான பிறகு, அவருடைய சிஷ்ய கோடிகள் என்ன செய்வார்கள் தெரியுமா? அவருடைய பெயரால் நாடெங்கும் குரு பீடங்களும், மடாலயங்களும் கட்டுவார்கள். அவருடைய தேக உருவத்தைப் பொற்சிலையாக்கி அவருடைய ஜாதிமத ஆசாரப்படி குருபூஜை செய்வார்கள். தீண்டாதவர்களைத் தள்ளி வைப்பார்கள்; அவருடைய பெயரால் மடங்களுக்குப் பொருள் சேகரிப்பார்கள். எண்ணற்ற மண் நிலங்களை வளைத்து வளைத்து வாங்குவார்கள்.

குருமகானின் பெயரையும் அவருடைய உபதேசங்களையும் சரியான வியாபாரச் சரக்குகளாக ஆக்கிவிடுவார்கள். பிறகு அந்தத் தர்மச் சொத்துகளைத் தங்களுடைய உறவினரும் தங்களுடைய மதத்தினரும் தங்களுடைய ஜாதியினருமே வாழையடி வாழையாக அனுபவிக்க வேண்டுமென்று வழி வகுப்பார்கள். இவ்வாறு குருமகானின் உபதேசம் அவருடைய சிஷ்ய கோடிகளாலேயே அர்த்தமற்றதாகப் பட்டு, மக்களால் அலட்சியப்படுத்தப்பட்டு, சீக்கிரம் செத்துப் போகும்!... ஆனதாலே, தம்பி நான் சிஷ்யக் கோடிகளை விரும்புவதில்லை!... தேவைப்பட்டால் நாமிருவரும் கூடுமானவரை நண்பர்களாகவே இருப்போம்!''

"சரித்திரப் பிரசித்தி பெற்ற வாள்நிலை கண்டான் ஜனநாதனின் நட்புக் கிடைப்பதை என் ஜன்ம விமோசனமாகக் கருதுகிறேன்!'' என்றான் வீரசேகரன் இலட்சியக் குரலோடு.

"ஆனால் ஒன்றுமட்டும் முன்னதாகச் சொல்லிவிடுகிறேன்! என்னை நம்பாதே. என்னைப் போன்ற அரசியல்வாதிக்கு நண்பன் இல்லை; மனைவி மக்கள் இல்லை; பந்தபாசங்கள் இல்லை!'' என்றான் ஜனநாதன் அறிவுப் புன்னகையோடு.

வீரசேகரன் அப்போதும் மனம் தளராமல் பெருமிதத்தோடு, ''நீ காட்டும் லட்சியப் பாதையில் நடப்பேன்!'' என்றான்.

"அப்படி ஒரு பாதை இருப்பது எனக்குத் தெரியாது!'' என்று ஜனநாதன் சிரித்தான்.

"லட்சியம் என்பது ஒரு உன்னதமான பொருளல்லவா?'' என்று வீரசேகரன் திகைப்புடன் கேட்டான்.

"தம்பி! உன்னைப்போன்ற உணர்ச்சியாளர்களுக்கு என்னைப் போன்ற அறிவாளிகள் உருட்டிப் போடும் களிமண் பொம்மைகள் தான் லட்சியங்கள்! இவ்வாறு மனிதச் சந்தையில் ஏராளமான பொம்மைக் கடைகள் வைத்து எங்கள் சுயநலத்திற்காக லட்சியங்களை வியாபாரம் செய்கிறோம்!''

வீரசேகரன் திடுக்கிட்டான். ''லட்சியம் என்பது சுயநலமா?'' என்று கூவினான்.

"தம்பி! ஒருவனுடைய ஆசைக்குப் பெயர் சுயநலம்! பல்லாயிரக்கணக்கானவர்கள் கூட்டாகச் சேர்ந்து ஆசைப்படுவதற்குப் பெயர் லட்சியம்! இரண்டுக்கும் எண்ணிக்கையளவில் வித்தியாசமே தவிர, குண பரிமாணத்தில் இரண்டும் ஒன்றுதான்!'' என்றான் ஜனநாதன்.

அந்தச் சந்தர்ப்பத்தில் கிழவர் சம்புவராயர் இனியும் ஏதாவது வேடிக்கையாகப் பேசாவிட்டால் தம் அந்தஸ்து தாழ்ந்துவிடுமென்று கருதி, ஜனநாதனை நோக்கிச் சிரித்துக்கொண்டே, ''ஜனநாதா! கண்ணபிரான் உபதேசத்தைக் கேட்கச் சரியான அர்ச்சுனன் தான் வந்து வாய்த்திருக்கிறான்!'' என்று சொன்னார்.

''ஆமாம்! பாண்டவர் காலத்திலே, யமுனை நதிக்கரையிலே, போர்க்களத்திலே, கண்ணபிரானின் கீதோபதேசம் நடந்தது. நான் காலம் வரும்போது, பாண்டி நாட்டுப் போர்க்களத்திலே, வைகை நதிக்கரையிலே, இந்த அர்ச்சுனனுக்குக் கீதையின் மகா ரகஸ்யத்தை உபதேசிப்பேன்!'' என்று ஜனநாதன் கண்களில் ஒரு தீட்சண்ய ஒளியுடன் சிரித்தான்.

இதுவரை மௌனமாய்ச் சம்பாஷணைகளைக் கவனித்து வந்த இளம் பெண் ஜனநாதனை நோக்கி, ''ஐயா! உங்களுடைய கீதோபதேசத்தை இன்னொரு சமயம் வைத்துக் கொள்ளுங்கள். இனிமேல் எனக்குப் பொறுமை இருக்காது! முதலில் என்னை என் வழியே போகச் சொல்லுங்கள்!'' என்று கூவினாள்.

''பெண்ணே, உன் வழி அவ்வளவு நேரானதல்ல!'' என்றான் ஜனநாதன்.

''ஐயா, நான் நடுநிசியில் தெருவில் அலைந்ததைத் தவிர வேறு எந்தவிதக் குற்றமும் செய்யாதவள். இந்த வாலிபன் என்னைத் துர் ஆசையுடன் சிறைபிடித்துப் போகிறான். என்னைக் காப்பாற்றுங்கள். நீங்கள் பகவத் கீதையை அனுஷ்டிப்பவர்களானால் முதலில் குலமாதரின் கற்பைக் காப்பாற்றுங்கள்!'' என்றாள் கெஞ்சுங் குரலில்.

ஜனநாதன் அலட்சியமாகச் சிரித்துக் கொண்டே, ''வீரசேகரா, பார்த்தாயா பெண்ணின் சாகஸத்தை! தப்பித்துக் கொள்ள எந்தவிதப் பழியையும் சுமத்தத் தயாராகிவிட்டாள்! இவளுக்காக உன் வீரவாளைக் காவற்காரர்களிடம் அடைமானம் வைத்தாய். இவளுக்காக உன் உயிரைப் பலியிடவும் துணிந்தாய். இப்போது உன்னிடம் எஞ்சியிருக்கும் கௌரவத்தையும் இவள் பறித்துவிட முயல்கிறாள்! நாமோ நம்முடைய காவியங்களில் பெண்ணைப் பேதையென்றும் பலஹீனமானவள் என்றும் வர்ணிக்கிறோம்!'' என்றான்.

இளம்பெண் வெடுக்கென்று, ''நான் அழகாயிருப்பதைத் தவிர எந்தவிதக் குற்றமும் இல்லாதவள்!'' என்று சொல்லிவிட்டு, ஜனநாதனை ஓரக் கண்ணால் பார்த்தாள். அவன் சோழ அரசியலைப் பற்றி அலட்சியமாகப் பேசியதில் அவளுக்கு அலாதியான ஓர் ஆனந்தம் உண்டாயிற்று. ஜனநாதன் தன்னை விடுவிப்பானா என்று ஆவலோடு அவனை நோக்கி இலேசாகப் புன்னகை செய்தாள்.

"பெண்ணே, அநாவசியமாக என்னைப் பார்த்துப் புன்னகை செய்யாதே! உன் புன்னகையில் ஏமாறக்கூடிய முட்டாள் நானல்ல!" என்றான் ஜனநாதன், வீரசேகரனைக் கடைக்கண்ணால் பார்த்துக்கொண்டே.

"ஐயா, உங்களை ஏமாறச் சொல்லவில்லை. இந்த வாலி பனிடமிருந்து என்னைக் காப்பாற்றத்தான் சொல்கிறேன்!"

"பெண்ணே! நான் முதலையின் பிடியிலிருந்து மதயானையைக் காப்பாற்ற வந்த ஆபத்பாந்தவனல்ல!"

அவள் இனி ஜனநாதனிடம் கருணையை எதிர்பார்ப்பதில் பலன் இல்லை என்று உணர்ந்து, கிழவர் சம்புவராயரின் கால்களில் விழுந்து கெஞ்சினாள்.

"நீங்கள் வாலிபரல்ல. வயதான பெரியவர். சிறந்த பக்திமானாகவும் தெரிகிறீர்கள். எனக்குக் கருணை காட்டுங்கள்!"

ஜனநாதன் சட்டென்று, "அசட்டுப் பெண்ணே! பெண்ணை மாயை என்று கருதும் பக்திமானிடம் நீ கருணையுள்ளத்தை எதிர்பார்க்க முடியாது!" என்றான்.

அவள் வெய்துயிர்த்து, "ஐயா, நீங்கள் கறுப்பாய் இருப்பது போல, உங்கள் இரும்பு நெஞ்சமும் கறுப்பாய் இருக்கிறது!" என்றாள்.

ஜனநாதன் சிரித்துக்கொண்டே, "பெண்ணே! எங்கள் குலோத்துங்க சோழ சக்கரவர்த்தியும் என்னைப் போலக் கறுப்பானவர்தான்! உன்னைப் போன்ற பெண்களின் அஞ்சனக் கருவிழிகள் ஓயாமல் படுவதால்தான் எங்கள் தேகங்கள் கறுப்பாகிவிட்டன! ஆனால் இந்த நிறத்தைச் சியாமள வண்ணம் என்று சொன்னால் தேவாமிர்தமா யிருக்கும்!" என்று சிரித்தான்.

பிறகு அவன் வீரசேகரனை நோக்கி, "தம்பி! கரியவனான என்னை முதலில் சந்திக்கும்போது காகாசுரன் என்று நினைத்திருப்பாய்! ஆனால் இப்போது கண்ணன் அவதாரமென்று கருதுவாய்! என்னுடைய அவதார மகிமையையும், இந்தக் காகுத்தன் கதையையும் சமயம் வரும்போது உனக்குச் சொல்லுகிறேன்!" என்றான்.

பாண்டியநாட்டு யுவதி வெடுக்கென்று, "ஐயா கருணையற்றவர்களே! உங்களைக் கருணை மயமான கிருஷ்ணபரமாத்மா என்று சொல்லிக் கொள்கிறீர்கள். உங்களுக்கு வாய் கூசவில்லையா?" என்று கூவினாள்.

பூங்கொம்பு போன்ற அவளை உற்றுப் பார்த்துக் கொண்டிருந்த கிழவர் சம்புவராயர், "இவள் யார், இவள் பெற்றோர் யாரென்று விசாரிக்க வேண்டாமா?" என்று கேட்டார்.

''விசாரிப்பதால் பலன் இல்லை! இவள் ஒழுங்கான பதிலைச் சொல்லமாட்டாள். ஆண்டாளையும் ஒளவையாரையும் போல, பெற்றோர் யாரென்று தெரியாமலே பிறந்துவிட்டதாகச் சாதிப்பாள்!'' என்றான் ஜனநாதன்.

''இவளுடைய பெயரைக்கூடச் சொல்ல மாட்டாளா?''

''சொல்லுவாள்! ஆனால் அதை நம்பமுடியாது! ஒற்றன் தன்னுடைய பெயரை ஒவ்வொருவனிடமும் ஒவ்வொரு விதமாகச் சொல்வதுபோல, அரசியல் துறையில் சஞ்சரிக்கும் நபர் ஒவ்வொரு சருக்கத்திலும் ஒவ்வொரு புதுப்பெயரை உபயோகப்படுத்துவது வழக்கம்!''

யுவதியின் முகம் ரோஷத்தால் சிவந்தது. ''இதென்ன அநியாயம்? என்னை ஒன்றுமே விசாரிக்காமல் எல்லாவற்றையும் நீங்களே முடிவு கட்டிவிடுகிறீர்கள். ஓர் அபலை உங்கள் கையில் இசைகேடாய்ச் சிக்கிக் கொண்டால், அவளை என்னதான் பேசுவது என்று ஒரு நியதி இல்லையா? உங்கள் நெஞ்சில் கொஞ்சமேனும் கருணை இல்லாவிட்டாலும், எனக்குக் கடவுளின் கருணை இருந்தால் அதுவே போதும்! இந்த உலகில் வேறெதுவும் எனக்குத் துச்சம்!'' என்று அவள் கூவினாள்.

வீரசேகரன் கண்களில் நீர் துளித்தது. அதை மற்றவர் பார்க்காவண்ணம் மறைத்துக் கொண்டு, அவளை நோக்கி, ''என்னிடங்கூட உன் பெயரைச் சொல்லமாட்டாயா?'' என்று கெஞ்சும் குரலில் கேட்டான்.

''வாலிபனே, நீ ஒருவனாவது நல்லவனாயிருக்கிறாய். நீ கேள். நான் எதையும் மறைக்க மாட்டேன். என் பெயர் ஊர்மிளா!''

ஜனநாதன் கலகலவென்று சிரித்தான். ''வீரசேகரா, இவள் சொல்வது நிஜமென்று நம்புகிறாயா? இவள் ஊரைச் சுற்றி ஊர்ந்து செல்லும் தொழிலில் ஈடுபட்டிருப்பதால் தன் பெயரை ஊர்மிளா என்று கற்பனை செய்திருக்கிறாள்! ஆனால் தற்போதைக்கு இவளுடைய பெயரை ஊர்மிளா என்றே வைத்துக் கொள்வோம்!'' என்றான் ஜனநாதன்.

யுவதி தலைகுனிந்தாள்! ஜனநாதனின் மதியூகத்தைக் கண்டு அவளுக்கு உள்ளூறக் கோபம், கோபமாய் வந்தது.

வீரசேகரன் சந்தேகக் குரலில், ''ஒருவேளை இவள் வீரபாண்டியன் மனைவியாக இருப்பாளோ...?'' என்று ஜனநாதனைக் கேட்டான்.

''இல்லை! இவள் வீரபாண்டியன் மனைவியாக இருந்திருந்தால், இந்நேரம் உன்னைக் கொன்றுவிட்டு, இவளைத்

தூக்கிக் கொண்டு ஆகாசமார்க்கமாய்ப் பறந்து போயிருப்பேன்...! வீரபாண்டியன் மனைவி அழகானவள்!''

''இவளும் அழகானவள்தான்!''

''இருட்டில் எந்தப் பெண்ணும் அழகானவளாகத்தான் தோன்றுவாள்!''

''நிஜமாகவே இவள் அழகானவள்தான்! இவளது முகலாவண்யமும், கருவிழிகளும்...''

''தயவு செய்து பெண்ணின் அழகுகளை வர்ணிக்க ஆரம்பித்து விடாதே! திடகாத்திரமான வீர வாலிபர்கள் அநாவசியமான வர்ணனைகளில் பொழுதைப் போக்கமாட்டார்கள்! அது செயலற்றவர்களின் போக்கு.''

யுவதியின் அழகிய முகம் கோபத்தால் சிவந்தது. ''என்னுடைய அழகைப் பற்றி உங்களுக்குள் அநாவசியமாகச் சண்டை வேண்டாம்!'' என்றாள் அவள் வெடுக்கென்று.

''இவளைப் பார்த்தால் அரசியல் சதிகளில் ஈடுபடக்கூடிய பெண்ணாய்த் தோன்றுகிறதா?'' என்று வீரசேகரன் கேட்டான்.

''தம்பி! நடுநிசியில் இவ்வளவு அழகான பெண் தெருக்களில் உலவுகிறாள். இது பெண்மணிகள் உலாப் புறப்படும் நேரமல்ல. அரசியல் படலத்திற்கும் உலாவியல் படலத்திற்குந்தான் அதிகச் சம்பந்தமுண்டு!''

''வேறு ஏதாவது காரணத்தை முன்னிட்டு இவள் வீதிக்கு வந்திருக்கக் கூடாதா?''

''இந்த நேரத்தில் கணிகைகூட வெளியே வரமாட்டாள்! இப்போது மதுரையின் திருவீதிகளிலே கூற்றுவ நாயனாரைத் தவிர வேறு யாரும் உலாவ முடியாது! இவள் துணிந்து உலாவியல் படலம் நடத்துகிறாள் என்றால் அது ஏதோ ஒரு அரசியல் சதிக்கு அஸ்திவாரத்தைத் தவிர வேறென்ன?''

யுவதிக்கு மெய் சிலிர்த்தது. ஒரு கணம் சுய நினைவு தடுமாறியது. சிந்தையும் உணர்வும் தேஜஸும் நாணும் நிறையும், உயிர் ஒன்றைத் தவிர அனைத்தையும் உகுத்து விட்டு, அசைவற்று நின்றாள்!

வீரசேகரன் குழம்பினான்; அவளைப் பரிதாபகரமாய்ப் பார்த்தான்; அவள் பொலபொலவென்று கண்ணீர் வடித்தாள். ஜனநாதன் விஷமப் புன்னகையுடன் கூறினான்:

‘‘தம்பி! இவளோ உலகம் தெரியாத கன்னிப் பெண்ணல்ல. கௌரவமோ, கூச்சமோ, நாசுக்கோ உள்ளவளாயும் தெரியவில்லை! நீலிக் கண்ணீர் வடிப்பதில் கைகேகியையும்விடக் கைதேர்ந்தவளாயிருக்கிறாள். என்னைக் கேட்டால், வீரபாண்டியனிடம் கைக்கூலி பெற்று ஒற்று வேலைகள் புரியும் நாசகாரிகளில் இவளும் ஒருத்தி என்றே சொல்வேன்! இவளால் நீ நாசமடைந்துவிடாதே!’’ என்றான் ஜனநாதன்.

ஊர்மிளாவோ, ‘‘ஓ வாலிபனே!’’ என்று வீரசேகரனை நோக்கிக் கூவி, யௌவனமும் சௌந்தரியமும் பொங்க உதடுகளில் புன்னகையை வரவழைத்துக் கொண்டு, ‘‘என்னை நன்றாகப் பார்! என்னைப் பார்த்தால் அவ்வாறு தோன்றுகிறதா?’’ என்று கேட்டுவிட்டு அடுத்த கணமே துயரந் தாங்காமல், பழுதிலாவொரு பாவையன்னாள் பதைத்தழுது வெய்துயிர்த்தாள்.

வீரசேகரன் அவளை வைத்த விழி வாங்காமல் உற்றுப் பார்த்தான். அவன் கண்கள் கூசின. சுவர்ப்பனபுரியின் அதிதேவதைபோல் அவள் மாசுமருவற்ற அழகு ஜொலிப்புடன் தோன்றினாள்.

‘‘இவள் குற்றம் செய்யக்கூடியவளாய்த் தெரிய வில்லை!’’ என்று மெய்மறந்து கூவினான் வீரசேகரன்.

‘‘முட்டாள்! இவளுடைய அழகால் உன் மூளையின் கூர்மை மழுங்கிவிட்டது! இவள் ஒருகணம் அழுகிறாள். மறுகணம் சிரிக்கிறாள். இவளை நம்பமுடியாது!’’ என்றான் ஜனநாதன்.

கிழவர் சம்புவராயர் குறுக்கிட்டு, ‘‘இவளை என்ன செய்யப் போகிறாய்?’’ என்று கேட்டார்.

‘‘இவளைச் சிறையதிகாரிகளிடம் கொண்டுபோய் ஒப்புவிப்பதுதான் என் கடமை!’’ என்று பதிலளித்தான் வீரசேகரன்.

‘‘வேண்டாம்; இவளைச் சிறையதிகாரிகளிடம் ஒப்புவிக்காதே!’’ என்றான் ஜனநாதன்.

‘‘அப்படியானால் இவளை விட்டுவிடச் சொல்கிறாயா?’’

‘‘இல்லை! இந்த அற்பப் பெண்ணை அரசாங்கம் கேட்கும்வரை நம்முடைய சொந்தப் பாதுகாப்பில் ரகசியமாகச் சிறை வைத்திருப்போம்! வைரத்தை வைரத்தால்தான் அறுக்கவேண்டும் என்ற நியதிப்படி, இவளைக் கொண்டே அரசியல் சதிகளைக் கண்டுபிடிப்போம். அதனால் கிடைக்கும் லாப நஷ்டங்களை நாம் மூவர் மட்டும் பங்கு போட்டுக் கொள்வோம்!’’ என்றான் ஜனநாதன்.

யுவதி பெண் புலிப்போல ஜனநாதன் முன் துள்ளி வந்து கூவினாள்; ''ஐயா, உங்களுடைய சுயநலத்திற்காக ஒரு குடும்பப் பெண்ணை ரகசியமாக அடைத்து வைப்பதும், அவமானமாகப் பேசுவதும் மகாபாவம்! தெய்வம் உங்களைத் தண்டிக்கும். இந்தப் பழி பாவம் உங்களைச் சும்மாவிடாது!''

''பெண்ணே! பழி பாவத்திற்கு அஞ்சுபவர் களாயிருந்தால் நாங்கள் அரசியல் துறைக்கு வரவேண்டிய அவசியமே இல்லை! நாங்கள் இரக்கம் என்பதே இல்லாத அரக்கர்கள்!'' என்று ஜனநாதன் கொடூரமாகச் சிரித்தான்.

வீரசேகரனின் இலட்சிய உள்ளமோ ஜனநாதனின் சூழ்ச்சி முறைக்குத் தயங்கியது.

''ஒருவேளை இவள் நிரபராதியாக இருந்தால்...? அரசியல் துறையில் எவரையும் தகுந்த காரணமின்றிச் சிறைப்பிடித்து விசாரணையின்றி நீண்ட காலம் அடைத்து வைப்பது காட்டுமிராண்டித்தனமாகும். ஆகையால் இவளை இப்போதே சிறையதிகாரிகளிடம் கொண்டு போய் ஒப்புவித்து நாளையே இவளை விசாரித்துத் தீர்ப்புக் கூறும்படி செய்வதுதான் நியாயம்!''

''தம்பி! இவ்வளவு அழகான ஒரு பெண்ணைச் சிறையதிகாரிகள் இலேசில் வெளியே விடமாட்டார்கள்! நம்முடைய சோழ நாட்டுக் கோவில்களுக்குத் தேவதாசிகள் தேவைப்படுகிறார்கள். போரில் குற்றவாளிகளாகச் சிறைபிடிக்கும் இளம் பெண்களை, கலாவதிகளாக்கித் தேவதாசிகளாகச் சிலாசாஸனம் செய்விக்கும் அற்புதமான கலாசாரமும் நம் சோழ நாட்டில் இருந்து வருகிறது. நம்முடைய அடிமை வியாபாரி ஆமூர் வயிரதராயரின் ஆட்கள், இவளை எப்படியும் குற்றவாளியாக்கிவிடவே முனைந்து நிற்பார்கள்!''

''இதென்ன அக்கிரமம்? சூரியகுல மன்னர்களால் உதயமாயிருக்கும் நம் சோழிய அரசியல் நீதியே அஸ்தமித்து விடுமா? மேலதிகாரிகளின் நீதி விசாரணை சபை இல்லையா?''

''இருக்கிறது! ஆனால் அநாதைப் பெண்ணான இவளை நீதி மன்றத்தில் நிரபராதியென்று நிரூபிக்க இவளுக்குச் சாட்சி உண்டா? சான்று உண்டா? தம்பி! நீதி விசாரணை என்பது ஜனங்கள் முன்னால் தொங்கவிடப்படும் ஓர் அழகான நாடகத் திரை! அதை நீக்கிவிட்டு உள்ளே எட்டிப் பார்த்தால், அங்கே நம் சோழிய யதேச்சதிகாரந்தான் தென்படும், தம்பி! நம்முடைய சோழ அரசாங்கம் ஒரு நபரைக் குற்றவாளியென்று சந்தேகித்தால் கடைசிவரை அந்த நபரைக் குற்றவாளியென்றே சாதித்துவிடும்!

அதற்கு அநுசரணையாக நம்முடைய நீதி விசாரணை சபையில் அபூர்வமான ஒரு முறையும் உண்டு. அதற்குத் தெய்வாதீன முறை என்று பெயர்! குற்றம் சுமத்தப்படுபவள் தன் கையில் பழுக்கக் காய்ச்சிய இரும்புத் துண்டைப் பிடித்துக் கொண்டு தெய்வ சாட்சியாகத் தான் குற்றவாளி இல்லை என்று சத்தியம் செய்யவேண்டும். அவள் நிரபராதியாக இருந்தால் நெருப்பு அவள் கையைச் சுடாது. குற்றவாளியாயிருந்தால் நெருப்பு அவள் கையை சுட்டுப் பொசுக்கிவிடும்!... தம்பி! நம்முடைய சுயநலத்திற்காக, தாசிகள் விவகாரம் முதல் அரசியல் விஷயம் வரை, தெய்வத்தின் பெயரை நாம் சர்வ சாதாரணமாக உபயோகப்படுத்தி வருகிறோம்!''

''நீதி நிலை சரியுமானால், இவளை இந்த க்ஷணமே விட்டுவிடப் போகிறேன்!'' என்றான் வீரசேகரன்.

''அது இன்னும் ஆபத்து! இந்தப் பாண்டிய தேசத்தில் நாம் பொம்மை ராஜாவாக விக்கிரம பாண்டியனுக்கு முடி சூட்டப் போகிறோம். அவனைக் கொலை செய்துவிட வீரபாண்டியனின் கட்சி ரகசியமாக முயற்சி செய்கிறது. நாமோ நம்முடைய அரசியல் சதுரங்கத்தில் முக்கியமான ராஜாக்காய் வெட்டுபடக் கூடாதென்பதற்காக, நம் பொம்மை ராஜாவை அரண்மனைக்குள் பூட்டி வைத்துப் பலத்த காவல் புரிகிறோம். அழகான பெண்களைத் தவிர எந்தவித ஆண் வாடையையும் உள்ளே அனுமதிப்பதில்லை. அதனால் வீரபாண்டியனின் கட்சி ஓர் அழகான பெண்ணை ஏவி விட்டிருக்கிறதாம். அந்தக் கொலைகாரி இவளாயிருக்கலாம்!'' என்றான் ஜனநாதன்.

யுவதி பாம்பை மிதித்தவள்போல் துள்ளினாள். ''ஒரு பாண்டிநாட்டுப் பெண் ஒரு சோழியனைக் கொல்வாளே தவிர, ஒரு பாண்டிய ஜீவனைக் கொல்லமாட்டாள். ஐயா, என்னை மாயக்காரி என்றீர்கள். சதிகாரி என்றீர்கள். இப்போது என்னைக் கொலைகாரியாக்குகிறீர்கள். இது அபாண்டம்!'' என்று சீறினாள்.

''மயிலினமே! சந்தர்ப்பம் அவ்வாறு உன்னைச் சித்திரிப்பதில் தவறில்லை!'' என்றான் ஜனநாதன்.

''ஐயா! நீர் ஒரு பெண்ணின் இருதயத்தைத் துரும்பாய் மதிக்கிறீர்! கருணை என்பதே கண்டறியாதவர்! நீரென்ன பெரிய தத்துவ ஞானியா? படுகொலையான்!, பாபி! பாபி!'' என்று கத்தினாள் ஊர்மிளா.

வீரசேகரன் பரிவோடு நோக்கிக் கொண்டே, ''இவள் வீரபாண்டியனின் ஒற்றுப் பெண்ணாயிருக்கலாம்! ஆனால் ஓர் அற்பப் புழுவைக் கூடக் கொல்லும் கொடூர இருதயம் இவளுக்கு இராது!'' என்றான் குரல் தழதழக்க.

ஜனநாதன் அவனை நோக்கி, ''தம்பி! இப்போது நான் சொல்வதை முக்கியமாய்க் கவனி! துரதிர்ஷ்ட வசமாக வீரபாண்டியன் நம்மிடம் தோற்றோடியபோது, எப்படியோ அவனுடைய மூத்தபிள்ளை இந்த மதுரைக் கோட்டைக்குள் சிக்கிக் கொண்டுவிட்டதாகவும், நான்கு கோட்டை வாசல்களையும் நாம் அடைத்துவிட்டதால் அந்த இளவரசனை ரகசியமாக வெளியேற்ற ஒரு சதி நடக்கிறதென்றும், அந்தச் சதியை இவளைப்போல ஒரு மங்கையர்க்கரசிதான் நடத்துவதாகவும் நம்முடைய ஒற்றர்கள் மூலம் கேள்விப்படுகிறேன்! ஒருவேளை அந்தச் சதிகாரி இந்த ஊர்மிளாவாயிருக்கலாம்!'' என்றான் ஜனநாதன்.

ஊர்மிளா திகைத்தாள். அவள் முகம் ஏதோ ஒரு பீதியால் பிரேதம்போல் வெளுத்தது. மெல்லிய உடல் கிடுகிடுவென்று நடுங்கியது. ஆனால் மறுகணமே, அந்தத் திகைப்புணர்ச்சியை மறைத்துக்கொண்டு, ''பொய்! பொய்!'' என்று கத்தினாள்.

கிழவர் சம்புவராயர் இடையில் குறுக்கிட்டு, ''ஜனநாதா! வீரபாண்டியன் சமீபத்தில்தான் சேரராஜன் மகளை மணந்தான் என்று சொன்னாயே; அதற்குள் அவளுக்கு எப்படி ஒரு மூத்த பிள்ளை பிறந்தான்?'' என்று சந்தேகத்தைக் கிளப்பினார்.

ஜனநாதன் சிரித்துக்கொண்டே, ''சம்புவராயரே! துரதிர்ஷ்டவசமாக வீரபாண்டியன் ஏகபத்தினி விரதனல்ல! அவனுக்கு எத்தனையோ மனைவிகள்! அவன் ஸ்ரீ ராமச்சந்திரமூர்த்தி அல்ல! தசரதச் சக்கரவர்த்தி!'' என்றான்.

வீரசேகரன் அதைக் கவனிக்காமல் ஏதோ ஒரு சிந்தனையில் ஆழ்ந்திருந்தான்.

ஜனநாதன் அவனை நோக்கி, ''வீரசேகரா! என்ன யோசிக்கிறாய்? நான் சொல்கிறபடி செய். இவளை உன் வீட்டிற்குக் கொண்டுபோய் அறையில் போட்டுப் பூட்டி வை!'' என்றான்.

''இவளை என் வீட்டிற்குக் கொண்டு போனால் நான் காட்டிற்குப் போக நேரிடும். வேறு வினையே வேண்டாம்!''

''ஓ! அது ஒரு துரதிர்ஷ்டம் இருக்கிறதா! அப்படி யானால்.... தெற்கு மாசி வீதியிலுள்ள ஏழாவது படை வீடுதானே, உன்னுடைய படை வீரர்கள் தங்கியிருக்கும் பாசறை? ஒவ்வொரு பாசறையிலும் ஒவ்வொரு சிறு சிறை இருக்கும், ஒழுங்கு தவறும் வீரர்களை அடைத்து வைப்பதற்காக! அதில் இந்தப் பெண்மணியை அடைத்துவை!''

''நான் தயங்குவதெல்லாம் என் உடைவாளுக்காகத்தான்! மதுரையில் வெற்றி விளைவித்த என் வீரவாளைக்

காவற்காரர்களிடம் அடைமானம் வைத்துவிட்டு வந்தேன். இவளைச் சிறையதிகாரிகளிடம் கொண்டுபோய் ஒப்புவித்த பிறகுதான், என் உடைவாளை என்னிடம் திருப்பிக் கொடுப்பார்கள்!'' என்றான் வீரசேகரன்.

''இன்று பொழுது விடிவதற்குள் அந்தக் காவற்காரர்களைக் கொன்றுவிட்டு உன் உடைவாளை உன்னிடம் சேர்ப்பிக்கச் செய்கிறேன்!'' என்றான் ஜனநாதன் அலட்சியமாக.

வீரசேகரன் அழகிய யுவதியை அழைத்துப் போக அவள் பக்கம் திரும்பினான். அவள் இன்னதென்று இயம்ப இயலாத ஒரு குறும்புச் சிரிப்புடன், தலை கவிழ்ந்து மின்னலைப்போல நாணி நுடங்கி நின்றாள்.

அதைக் கவனித்த ஜனநாதன் தன்னருகில் மௌனப் பொம்மையாய் நிற்கும் கிழவர் சம்புவராயரை நோக்கி, ''சம்புவராயரே! இப்போது நம் வீரசேகரன் அருகில் இந்தப் பெண் எப்படி நிற்கிறாள் தெரியுமா?... சொல்நலம் கடந்த காமச் சுவையே ஓர் உருவமாக்கி இன்னலம் தெரிய வல்லான் எழுதியது என்ன நின்றாள்... என்று நம் கம்பர் உலாவியல் படலத்தில் வர்ணிக்கிறாரே அந்தக் கவிதை வரிகள்தான் ஞாபகம் வருகின்றன!'' என்றான்.

அவளோ சட்டென ரோஷமுற்று, ''ஐயா! பெண்ணை வேறெந்தக் கண்ணாலும் பார்க்கும் இருதயம் உங்களுக்கு இல்லை! கண்ணினால் காதல் என்னும் பொருளையே காண்கிறீர்கள். பெண்ணீர் மையினால் எய்தும் பயன் எதுவென்று உங்களுக்குத் தெரியாது!'' என்று கூவிவிட்டு, மெல்ல விம்மி அழலானாள்.

வீரசேகரன் ஊர்மிளாவின் கையைப் பிடித்து அழைத்துப் போக முயன்றான்.

''தம்பி, சற்று நில்! நடுநிசியில் அழகான வாள்நுதல் வனிதையை வீதி வழியே அழைத்துச் செல்கிறாய்! விதி குறுக்கிடாமலிருக்க உன் கையில் கூர்மையான வாள் இருக்கவேண்டும்!'' என்று சொல்லிவிட்டு ஜனநாதன் தன் உடைவாளைக் கழற்றிக் கொடுத்தான்.

''இதோ என் வைடூரிய வாள்! வாள் நிலை கண்டான் ஜனநாதன் என்ற பெயரைக் கேட்டே மயங்கிய நீ, என்னுடைய வீரவாளைப்பற்றியும் எத்தனையோ மானசீகக் கற்பனைகள் செய்திருப்பாய்! சோழ நாட்டுச் சரித்திரத்திலே தனி ஒளியுடன் ஜொலிக்கும் காடவராய வம்சத்தின் வீரவாள் இது! வாளையடி

வாழையாக எத்தனையோ வாலிபர்களின் பூஜைக்கு இலக்கான வாள். இதில் பொறித்துள்ள நந்தி இலச்சினையையும், இதில் பதித்துள்ள விலைமதிப்பற்ற நவரத்தினங்களையும் புகழாதவர்கள் இந்த அவனியில் யாரும் இல்லை. இதன் கைப்பிடியிலுள்ள வைடூரியம் கோடிப் பொன் மதிப்புள்ளது; கோடிச் சூரியர்களை விடப் பிரகாசமானது! இந்த மகத்தான வீரவாளை வாங்கிக்கொள். ஆனால் இதை நான் உபயோகப்படுத்திப் பல நாளாகி விட்டபடியாலே, இதன் கூர்மை மழுங்கிப் போயிருக்கும்! போகும்போது ஏதாவது ஒரு பாறைக் கல்லில் தீட்டிக்கொள்!'' என்று சிரித்தான் ஜனநாதன்.

அந்த வாளை வாங்கிக்கொண்ட வீரசேகரன் அதை நாலாபுறமும் சுழற்றி, காற்றைக் கிழிப்பதுபோல வீசிப் பார்த்தான். மெல்லிய பெண்ணின் தேகவாகுவைப் போல் அதன் வாள் பட்டை நாசூக்காகவும், நினைத்த கோணத்திலெல்லாம் வளைந்து கொடுக்கும் நுட்பம் வாய்ந்ததாகவும் இருந்தது.

வீரசேகரன் உள்ளம் பூரித்துப் போனான்.

''வீரசேகரா! உன் வீரவாள் உனக்குத் திரும்பக் கிடைக்கும் வரை எனது வைடூரிய வாளை வைத்துக் கொள்ளலாம்!'' என்றான் ஜனநாதன்.

''அதுவரை உனக்கு...?'' என்று கேட்டான் வீரசேகரன்.

''எனக்குப் புத்தி இருப்பதால் கத்தி தேவையில்லை!'' என்று சிரித்தான் ஜனநாதன்.

பிறகு வீரசேகரனின் முகத்தைத் தன்னருகில் இழுத்து ஜனநாதன் அவன் காதுக்குள் ஏதோ ஒரு பரம ரகசியத்தை, யுவதியின் காதில் விழாதவண்ணம் சொன்னான். அருகில் நின்ற கிழவர் சம்புவராயரின் கூர்மையான காதுக்குக்கூட அந்த ரகசிய வார்த்தைகள் எட்டவில்லை. அந்தப் பெண்ணைப் போகும் வழியில் என்ன செய்யுமாறு ஜனநாதன் தன் சிஷ்யனான வீரசேகரனின் காதுக்குள் ரகசியமாய்ச் சொல்லுகிறான், என்ன புதுச் சதியாலோசனையோ என்றெல்லாம் கிழவர் சம்புவராயர் சந்தேகப்பட்டார். ஜனநாதனும் அவரது முகபாவத்தைப் புரிந்து கொண்டான். ஆனால் சமாதானமாக ஒன்றும் சொல்லவில்லை!

வீரசேகரன் முகம் வியப்பால் பிரகாசமடைந்தது, ஊர்மிளாவை ஒருமுறை ஏற இறங்கப் பார்த்துவிட்டு, ஜனநாதன் பக்கம் திரும்பி, ''அப்படியே செய்கிறேன்!'' என்று வாக்களித்தான். அது காதில் விழுந்ததும் அழகிய யுவதி துணுக்குற்று, ''என்னை

என்ன வேண்டுமானாலும் செய்து கொள்ளுங்கள். இனி நான் எதுவுமே பேசப் போவதில்லை. கவிகளிடமும் அரசியல்வாதிகளிடமும் பேச்சு வைத்துக் கொள்ளக் கூடாது என்பார்கள்!'' என்றாள்.

"ஏன்? அவர்கள் அவ்வளவு பாபிகளா?'' என்று கேட்டான் ஜனநாதன்.

"கவிகள் பிறரைப் புகழ்வதற்காக இல்லாத கற்பனைகள் எல்லாம் செய்து புளுகுவார்கள்! அரசியல்வாதிகள் பிறரைத் தாழ்த்துவதற்காக இல்லாத பழிகளையெல்லாம் சுமத்துவார்கள்!'' என்று சீறினாள் அவள்.

"இவள் புத்திசாலிப் பெண்ணாய் இருக்கிறாள்! வீரசேகரா, புத்திசாலிப் பெண்ணை, உன் கத்தியைவிடக் கவனமாய்க் கையாள வேண்டும். இல்லையெனில் கைநழுவி விடுவாள்!''

"இவள் இந்த உலகத்தில் மட்டுமல்ல, எந்த உலகத்திற்கும் என்னை விட்டு நழுவிப் போய்விட விடமாட்டேன்!'' என்று வீரசேகரன் தன்னம்பிக்கை மிகுதியோடு சிரித்தான்.

"வீரசேகரா, ஜாக்கிரதை! என்னுடைய முக்கியமான சூழ்ச்சிக்காயான இவளை நழுவி ஓட விட்டுவிட்டால், நான் உன் பரமவிரோதியாகிவிடுவேன்!'' என்று ஜனநாதன் பலத்த குரலில் கொடூரமாக எச்சரித்தான்.

வீரசேகரன் ஒருகணம் சிந்தனையில் ஆழ்ந்தான். மறுகணம் அவன், விட்ட குறையோ, தொட்ட குறையோ, மறுபடியும் அந்த அழகிய யுவதியின் கையைப் பிடித்துக்கொண்டு இருட்டில் அழைத்துச் சென்றான். அவளோ கூச்சமும், இன்னதென்று விவரிக்கமுடியாத ஏதோ சந்தோஷக் குறுகுறுப்பும் நிறைந்தவளாய் முகம் மலர்ந்து காணப்பட்டாள். மனத்திற்குள் பொங்கும் சிரிப்பையும் அடக்கிக் கொண்டாள்.

அவளது முகத்தில் சிரிப்பு பொங்குவது ஏன்? உணர்ச்சியாளனான வீரசேகரனோடு இருட்டில் தனியாகச் செல்லும்போது அவனை ஏமாற்றித் தப்பி ஓடிவிடலாம் என்ற ஆனந்தமா அல்லது அவன்மீது அவளுக்கு உள்ளூரக் காதல் இருக்குமா என்ற சந்தேகத்தில் கிழவர் சம்புவராயர் ஆழ்ந்தார். ஆனால் மதியூகியான ஜனநாதன் ஒரு முடிவிற்கு வந்த பிறகு அதில் புதிதாக ஒரு பிரச்சனையைக் கிளப்ப அவர் விரும்பவில்லை.

வீரசேகரன் இருட்டைக் கிழித்துக் கொண்டு, அப்சரஸ் போன்றவளோடு, நட்சத்திரப் பூக்கள் மந்த ஒளியைத் தூவும் தெற்கு வெளிவீதியில் தென்திசை நோக்கி உல்லாசமாகச் சென்றான்.

அவன் பின்னாலிருந்து, ''வீரசேகரா! மறந்துவிடாதே!... இந்திரன் கெட்டதும் பெண்ணாலே! சந்திரன் கெட்டதும் பெண்ணாலே!'' என்று ஜனநாதன் எச்சரிக்கும் குரல், வீரசேகரன் காதுக்குள் வெகுதூரம் வரை வந்து விழுந்து கொண்டே இருந்தது.

வீரசேகரனோ மெல்லச் சிரித்துக் கொண்டே யுவதியோடு நடந்து சென்றான். ஊர்மிளாவின் இரத்தம்போல் சிவந்த உதடுகளிலும் ஒரு மாயப்புன்னகை நெளிந்து கொண்டேயிருந்தது!

அத்தியாயம் 4

காட்சிப் படலம்

கண்ணொடு கண்இணை கவ்வி ஒன்றைஒன்று
உண்ணவும், நிலைபெறாது உணர்வும் ஒன்றிட,
அண்ணலும் நோக்கினான், அவளும் நோக்கினாள்.

— கம்ப ராமாயணம்

மங்கிய நிலவு. ஆசையால் கண்செருகும் காமினியின் முகத்தைப்போல மந்தமாக ஒளி வீசியது. நிலாக் கன்னங்கள் கிறங்கிச் சோர்ந்து, ஒருவிதக் கருமை படர்ந்திருந்தது. கூந்தல் நிறக் கருமேகங்கள் அலங்கோலமாக அவிழ்ந்து தொங்கி, நெற்றிப் பிறை மீது சுருள் சுருளாக வந்து விழுந்தன. அஞ்சனக் கருவிழிகள் போன்ற குவ்ளைப் பூக்களில் இரவின் பனித் திவலைகள் தேங்கி நின்றன.

பறவைகளும் பூக்களும் நீர்ச்சுனைகளும் உறங்கி விட்டன. கள்ளுண்ட விலைப்பாவையர்கூடக் கொஞ்சல் மொழிகளைக் குளறியவண்ணம் விழி சோர்ந்தனர். சுவப்பன சுந்தரியின் இறுகிய அணைப்பில் ஒடுங்கி உலகமே அயர்ந்து கிடக்கும் நேரம் அது!

எங்கும் ஒரே நிச்சப்தம், சூன்யம், ஒருவித மௌனக் குறுகுறுப்பு! இடையிடையே இரண்டொரு நட்சத்திரங்கள் மினுக் மினுக்கென்று புன்னகை செய்ய முயன்றாலும், நீலவானம் ஒளியும் சலனமுமற்று மந்தமாக இருந்தது. எங்கிருந்தோ நகரக் காவலர் தூக்கக் கிறக்கத்தில் பாடும் காதல் தெம்மாங்கு பனிக்காற்றில் மிதந்து வந்தது. மதுரையின் மணிமாடங்களிலும் துவஜஸ்தம்பங்களிலும் உள்ள சிறுசிறு மணிகள் காற்றில் அசைந்து மோதும்போது ஏற்படும் ''கிளிங் கிளிங்'' என்ற மெல்லிய ஒலிகள், நிசி மோகினியின் மெட்டி குலுங்குவதை நினைப்பூட்டின. இருள் நாறிப் பூக்களின் கமகமவென்ற வாசனை நெஞ்சைக் கவர்ந்தது. ஒவ்வொரு ஜாமத்திலும் ஒவ்வொரு நாயகனை வரித்துச் சரசமாடி, மூன்றாவது ஜாமத்தில் கண்விழித்து, உடலில் அசதியும் உணர்வில் ஆசைப் பெருமூச்சுமாகப் பஞ்சணையில் புரளும் காமினியின் மெல்லிய புடவைச் சலசலப்பைப் போல, ஜிலுஜிலுவென்று வீசும் வாடைக் காற்றில் ஒருவித வெக்கையும் வேட்கையும் நிறைந்திருந்தன. இயற்கை நெடுகிலுமே ஒருவிதப் போதை மூர்ச்சை கலந்திருந்தது.

ஊர்மிளாவைச் சிறைபிடித்துச் செல்லும் வீரசேகரன் தெற்கு வெளி வீதியில் மௌனமாக நடந்து வந்தான்.

''எங்கும் ஒரே சூன்யமாயிருக்கிறதே! இப்போது என்ன நேரமிருக்கும்?'' என்று கேட்டாள் ஊர்மிளா.

''மூன்றாவது சாமக்கால மணி அடிக்கும் நேரமாகிவிட்டது. இன்னும் கொஞ்ச நாழிகை சென்றால் இரண்டாவது காவல் முடிந்து மூன்றாவது காவலுக்கு ஆட்கள் மாறும் சந்தடி ஆரம்பித்துவிடும்! தீப்பந்தங்களுடன் குதிரை வீரர்கள் அணிவகுத்து 'ஜாம்ஜாம்' என்று தெருவெல்லாம் சுற்றி வருவார்கள்!'' என்றான் வீரசேகரன்.

''அதற்குள் நாம் போய்விடலாம்! நீ ஒருவன் என் கையைப் பிடித்துப் பரபரவென்று இழுப்பது போதாதென்று, அந்த முரட்டுக் காவற்காரர்கள் வேறு வந்துவிட்டால், என்னால் சமாளிக்க முடியாது!''

''கவலைப்படாதே! என் கையில் சோழ சாம்ராஜ்யத்தின் மகாவீரனான ஜனநாதனின் வைடூரிய வாள் இருக்கிறது! மதுரையை வென்ற வீரசேகரன் என்ற வீரப்பிரதாபமும் எனக்கு வெற்றிக் கேடயமாக விளங்கும்! உன்னை எவனும் தொடவிட மாட்டேன்'' என்றான் வீரசேகரன், வைடூரிய வாளின் கைப் பிடியைக் குலுக்கிக் கொண்டே. ஊர்மிளாவின் முகத்தில் மந்தஹாசம் தவழ, வீரசேகரனைத் தன் வாள்போன்ற கூர்மையான கயல்விழிகளால் ஏறிட்டுப் பார்த்தாள்.

நிசி இருட்டில், மங்கிய நிலவொளியில், ஓர் அழகிய யுவதியுடன் தனியாக விடப்பெற்ற வீரசேகரனுக்கு நெஞ்சு குழம்பியது; உணர்ச்சிகள் தடுமாறின. இளமையின் மதமதப்பு நிறைந்த ஊர்மிளாவின் தேக வனப்பும், அவள் கூந்தலிலிருந்து கமகமவென்று வரும் அகில் வாசனையும், அவள் சிவந்த உதடுகளில் நெளியும் ஒரு மாயச் சிரிப்பும், கருவிழிகளில் துள்ளும் குறும்பும், மிருதுவான மேனியின் நறுமணமும் அவன் நெஞ்சை என்னவோ செய்தன. சூன்யமான வீதிகளும், மதுரையின் மாடமாளிகைகளும் ஒரு மாயத் தீவாக மாறி, அப்சரஸ் ஒருத்தியின் சிரிப்பு முத்துக்கள் சிந்திக் கிடக்கும் நிலவுப் பாதையில் அநாதி காலந்தொட்டு ஒரு மாய மோகினியோடு தன்னந்தனியாகச் சஞ்சரிப்பது போலவும் ஒரு பிரமை தட்டியது.

இன்னதென்று விவரிக்க இயலாத ஓர் இன்ப வேதனையாலும் பயத்தாலும் அவன் உடம்பெல்லாம் நடுங்கியது. ஊர்மிளாவின் அலாதியான அழகுக் கவர்ச்சியில் ஏமாறி விடுவோமோ, அவள் தன்னை ஏமாற்றிவிடுவாளோ, அவளது வசீகர போதையால் தலைக்கிறங்கி கடமை தவறிவிடுமோ என்றெல்லாம் பயந்தான். அவன் மனச்சாட்சியில் ஏதோவொன்று உறுத்தியது; ஊர்மிளாவைப் பிடித்திருக்கும் கையின் வழியாகத் தன் நெஞ்சு நழுவி ஓடுவது போலவும் அவனுக்கு ஓர் உணர்ச்சி உண்டாயிற்று. சட்டென்று அவளுடைய மெல்லிய கையை விட்டுவிட்டான்.

ஊர்மிளா அவனை ஓரக்கண்ணால் பார்த்து மனசுக்குள் சிரித்துக் கொண்டாள்.

"கையை ஏன் விட்டுவிட்டாய்?" என்று ஊர்மிளா குறும்பாகக் கேட்டாள்.

"நீ தப்பியோடி விடமாட்டாய் என்ற நம்பிக்கையால்தான்!" என்றான் வீரசேகரன் கம்பீரமான குரலில்.

"பொய்! உன் மனசின்மீதே உனக்குத் தன்னம்பிக்கை யில்லை!" என்றாள் வெடுக்கென்று ஊர்மிளா.

வீரசேகரன் லஜ்ஜையுடன் தலை குனிந்தான். அவள் முகத்தை நிமிர்ந்து பார்க்கவே அவனுக்கு மனங்கூசியது.

ஊர்மிளாவுக்கு அவன்மீது ஒருபுறம் கோபம் இருந்தது; ஒருபுறம் சிரிப்பும் வந்தது.

அவள் தன் நெற்றியில் வந்து விழும் சுருண்ட கேசத்தைத் தன் மெல்லிய விரல் நுனியால் ஒதுக்கி விட்டுக் கொண்டு, "வாலிபனே! நிஜமாகவே என்னை நம்புகிறாயா?" என்று கேட்டாள்.

"ஆமாம்! உன்னை நம்பும்படி உள்ளூர என் மனசில் ஏதோவொன்று சொல்கிறது!"

"உன் மனசை நம்பாதே! அதைவிட என்னை நம்பாதே!" என்றாள் ஊர்மிளா சட்டென்று விஷமமான குரலில்.

"ஜனநாதனைப்போல் சொல்கிறாய். ஆனால் நம்பாதே என்று சொல்லுகிறவர்களைத்தான் நான் அதிகம் நம்புகிறேன்!"

"கடைசியில் ஏமாறத்தான் போகிறாய்!" என்று சிரித்துக் கொண்டே ஊர்மிளா, "சரி; போகலாமா?" என்று கேட்டு விட்டு, காற்றில் பறக்கும் தன் முந்தானையை எடுத்து இடுப்பில் செருகிக் கொண்டு, பாய்ச்சல் குதிரைபோல மதமதவென்று நின்றாள். மனங்குழம்பியவனாய் வீரசேகரன் கிளம்பினான். இருவரும் தெற்கு வெளியிலுள்ள புத்த விஹாரத்தைக் கடந்து சென்றனர். வரிசையான மாளிகைகளின் இடைவெளிகளிலும் சந்துகளிலும் சுற்றும்முற்றும் இருளை ஊடுருவிப் பார்த்துக் கொண்டே ஊர்மிளா மௌனமாக நடந்தாள்.

"ஊர்மிளா! ஓயாமல் ஏன் பின்னால் திரும்பித் திரும்பிப் பார்த்துக்கொண்டே நடக்கிறாய்?"

"நம்மை யாராவது பின் தொடர்கிறார்களாவென்று பார்த்தேன்! ஏதோ பெண்ணின் காற்சிலம்பொலி கேட்டது!

ஒருவேளை நீங்கள் தீ வைத்துக் கொளுத்திய மதுரையில் மறுபடியும் கண்ணகியின் ஆவி உலாவுகிறதோ என்னவோ!"

"ஊர்மிளா! உன் மனசு வேறெங்கோ அலைகிறது!... என்ன யோசிக்கிறாய்?"

"என்ன யோசிப்பேன்? உன்னை எப்படி ஏமாற்றித் தப்பியோடலாமென்று யோசிக்கிறேன்! *கையூட்டு கொடுக்கலாமென்றாலோ நீ *காகப் பணத்திற்குக் கூட ஆசைப்படுபவனாகத் தெரியவில்லை! பட்டம் பதவி கொடுக்கலாமென்றாலோ எனக்குச் சக்தியில்லை! நீயோ வேறெதிலும் மயங்கக் கூடியவனுமல்ல... ஊம்... வாலிபனே! என்ன செய்தால் நீ ஏமாறுவாய்? உன்னிடமிருந்து தப்பியோட தயவுசெய்து நீயே ஒரு சுலபமான வழி சொல்லமாட்டாயா?"

"அது மிகவும் சுலபம்! இதோ என் கையில் ஜனநாதன் தந்த வைடூரிய வாள் இருக்கிறது! இதைப் பறித்து என் நெஞ்சில் குத்திக் கொன்றுவிட்டு நீ சுலபமாய் ஓடிவிடலாம்!"

"அது அவ்வளவு சுலபமல்ல! உன் நெஞ்சோ வஜ்ஜிரக் கல்போல் திடமானது. ஜனநாதனின் வைடூரிய வாளோ, உபயோகப்படுத்திப் பல நாளாகிவிட்டபடியாலே, கூர்மை மழுங்கியிருக்கிறது! நானோ, பூவைவிட மிருதுவான பெண்!... உன் நெஞ்சில் ஒரு சாண் அளவுகூட வாளைச் செருக முடியாது!" என்றாள் ஊர்மிளா. அவள் விளையாடுகிறாளா அல்லது வினையாகப் பேசுகிறாளா என்று வீரசேகரன் ஒருகணம் திகைத்தான். மறுகணம் திகைப்பை மறைத்துக்கொண்டு அவளோடு சகஜமாகப் பேசலானான்.

"இவ்வளவு புத்திசாலிப் பெண்ணான நீ யார் என்று தெரிந்து கொள்ளலாமா?"

"நான் யாராயிருந்தால் உனக்கென்ன? உன்னால் சாகப் போகிற ஒருத்தியைப்பற்றி நீயேன் தெரிந்துகொள்ள விரும்புகிறாய்?"

"நீ ஏன் சாகவேண்டும்?"

"மானம் போன பிறகு சாகத்தானே வேண்டும்?"

"உன் மானத்திற்கு என்ன நேர்ந்துவிட்டது?"

"ஒரு பருவப் பெண்ணின் கையைப் பிடித்துக் கொண்டு இருட்டில் தெருத் தெருவாய் ஊர்வலம் வந்தாயே, இது ஒன்றே

---

*காகப் பணம் என்பது மதுரையில் சிறந்த நாணயமாகக் கருதப்பட்ட ஈழப் பொன்னாகும்.

போதாதா? இந்தக் காட்சியைக் காண்பவர்கள் என்ன நினைப்பார்கள்?... இனிமேல் உன் அரசியல் குரு ஜனநாதன் சொற்படி என்னை உன் பாசறையில் ரகசியமாக அடைத்து வைக்கப் போகிறாய்! மறுபடி எந்த நிலையில் எப்போது வெளியே வருவேன் என்பதும் நிச்சயமில்லை! வாலிபனே, உன்னால் உலகமே என்னைப் பார்த்துச் சிரிக்கப்போகிறது!''

"ஊர்மிளா! என்மீது உனக்குக் கோபமா?"

"உன்மீது எனக்கென்ன கோபம்? உன் கடமையைத்தானே செய்கிறாய்? என் துரதிர்ஷ்டம் உன் கடமைக்கு நான் பலியாகப் போகிறேன்!"

"நீ குற்றவாளியாய் இருந்தால்தானே பலியாவாய்?"

"உன் சோழிய அரசாங்கம் பாண்டி ஜாதிப் பெண்ணான என்னை எப்படியும் குற்றவாளியெனத் தீர்ப்பளிக்குமாறு நீதிசபையை வற்புறுத்தும்!"

"ஊர்மிளா, நீ அநியாயமாகக் குற்றவாளியாக்கப் படலாம், ஆனால் நான் இல்லையா? இம்மதுரையை வென்றதற்குப் பரிசாக அரசாங்க சபை எனக்கு வீரப்பதக்கம் அளிக்கப் போகிறது! அதற்குப் பதிலாக உன் விடுதலையைப் பரிசாகக் கேட்பேன்!"

"வேண்டாம்! உன்னால் சாக விரும்புகிறேனே தவிர, வாழ விரும்பவில்லை! சீக்கிரம் என்னைக் குற்றவாளியாக்கி என் தலையை யானைக் காலின் கீழ் வைத்து நசுக்கினால் எவ்வளவோ ஆனந்தமாயிருக்கும்! என் நெஞ்சின் பாரமெல்லாம் தீர்ந்துவிடும்!"

"நானும் அதே யானைக் காலின்கீழ்த் தலையை நசுக்கிக் கொண்டு உன்னோடு சாவேன்! என் நெஞ்சின் பாரமும் தீர்ந்து விடும்!" என்று வீரசேகரன் சிரித்தான்.

"மரணத்துக்கு அப்பால்கூட என்னை விடமாட்டாய் போலிருக்கிறதே!" என்று ஏளனமாகச் சிரித்தாள் யுவதி.

வீரசேகரன் தன் குரலில் உருக்கத்தை வரவழைத்துக்கொண்டு அவளிடம் கேட்டான்.

"ஊர்மிளா, உன்னிடம் சிலவற்றைக் கேட்கிறேன். உண்மையான பதில்களைச் சொல்லுவாயா?"

"கேட்கக் கூடியதைக் கேட்டால், நான் சொல்லக் கூடியதைச் சொல்லுகிறேன்!"

"இந்த இரவில் நீ எங்கிருந்து வந்தாய்?"

''அதுதான் சொன்னேனே! பல நாளாக முறைக் காய்ச்சலில் கிடந்த என் பாட்டியைப் பார்க்க அயலூருக்குப் போயிருந்தேன். இன்றுதான் மதுரைக்குத் திரும்பி வந்தேன்.'' ''மதுரையின் நான்கு கோட்டை வாசல்களும் இழுத்துச் சாத்தப்பட்டுப் பலத்த காவல் இருக்கிறதே! அரசாங்க அனுமதியில்லாமல் எமன்கூட உள்ளே நுழைய முடியாது! யாராவது உள்ளே வரவோ வெளியே போகவோ விரும்பினால், முன்கூட்டியே அரசாங்கத்தினிட மிருந்து முத்திரை பதித்த அனுமதி ஓலை பெற வேண்டும்!''

''அது இலேசான காரியமா? பலவிதமான அதிகாரிகளின் கைகளுக்கும் மாறி • ஆவணக்களரியில் பதிவாகி அனுமதி ஓலை பெறுவதற்குள் ஒரு யுகம் ஆகிவிடும்!... ஆனால்... உன்னுடைய படைத் தலைவர்கள் அவசரமாகத் தூதர்களையோ ஒற்றர்களையோ நகர்க் கோட்டைக்கு வெளியே அனுப்ப வேண்டுமென்றால் என்ன செய்வார்களோ, தெரியவில்லை!'' என்று ஊர்மிளா ஆவலுடன் கேட்டாள்.

''ஜனநாதனைப் போன்ற முக்கியமான படைத் தலைவர்கள் மட்டும் அனுமதி ஓலைக்குப் பதிலாகத் தங்கள் உடைவாளைக் கழற்றிக் கொடுத்தனுப்பலாம். அது சரியான பெயரும் அடையாளங்களும் உள்ள உடைவாள்தான் என்று தெரிந்தால் வாசல் காப்போர் அதைத் தங்களிடம் ஈடாக வைத்துக்கொண்டு வாளைக் கொண்டு வந்த யாரையும் கோட்டை வாசல் வழியாக வெளியே விடுவார்கள். ஆனால் மறுநாளே அதற்குரிய அரசாங்க அங்கீகாரப் பட்டிகை வாங்கிக் கொடுத்துத் தங்கள் உடைவாளைத் திரும்பப் பெறவேண்டும்!'' என்றான் வீரசேகரன்.

''உன்னுடைய வீரவாளுக்கு அந்த மகிமை உண்டா?''

''இனிமேல்தான் ஏற்படவேண்டும்! ஜனநாதனைப் போன்ற அரசியல் அந்தஸ்து உள்ளவர்கள்தான் அவ்வாறு தங்கள் உடைவாளை அனுமதி ஓலையாக உபயோகப் படுத்தலாம்!'' என்றான் பெருமூச்சுடன் வீரசேகரன். ஊர்மிளாவின் கருவிழிகள் வீரசேகரனின் கையிலுள்ள ஜனநாதனின் வைடூரிய வாளின்மீது பதிந்தன. அவளது மெல்லிய உடலெங்கும் ஒருவித நடுக்கம் பரவியது. மறுகணம் அதை மறைத்துக்கொண்டு சிவந்த உதடுகளில் புன்முறுவலை வருவித்துக் கொண்டாள்.

வீரசேகரன் அவளை நோக்கி, ''ஊர்மிளா, உன்னிடம் அனுமதி ஓலை இருப்பதாகத் தெரியவில்லை! எப்படிக் கோட்டை வாசல்

• ஆவணக்களரி என்பது அந்தக் காலத்தில் வளங்கிய சொல்

வழியாக மதுரை நகருக்குள் வந்தாய்? கோட்டை வாசலைப் பாதுகாக்கும் வீரர்கள் சுலபத்தில் ஏமாறக்கூடிய முட்டாள்கள் அல்லவே?'' என்று கேட்டான்.

''அவர்களில் உன்னைப்போல் ஒரு வாலிபன் இருந்தான்!'' என்று குறும்பாய் மெல்லச் சிரித்தாள் ஊர்மிளா.

''ஊர்மிளா, ஏன் சிரிக்கிறாய்? உனக்காக உள்ளம் உருகும் என் லட்சிய உள்ளத்தைக் கண்டா? ஏன் சிரிக்கிறாய்?''

''இடையூறுகள் அளவு மீறி வந்தால் வாய்விட்டுச் சிரி என்று திருவள்ளுவர் சொல்லியிருக்கிறார்! ஒரு பருவப் பெண்ணுக்கு ஒரே இரவுக்குள் எவ்வளவு துன்பங்கள்!''

''ஊர்மிளா! இவ்வளவு துன்பங்கள் ஏற்படுமென்று தெரிந்திருந்தும் நீ ஏன் நடுநிசியில் தெருக்களில் அலைகிறாய்? யாரைச் சந்திக்கக் கிளம்பினாய்?''

''ஓ, வாலிபனே! தயை புரிந்து அதை மட்டும் கேட்காதே!...'' என்று தலை குனிந்து கொண்டே கெஞ்சினாள் அவள்.

''ஒருவேளை இந்தப் பருவ மங்கை தன் காதலனைச் சந்திப்பதற்காக இருட்டில் கிளம்பியிருப்பாளோ...?'' என்று வீரசேகரன் நெஞ்சில் ஒரு நினைப்பு ஓடியது. அந்தச் சந்தேகம் தட்டியதும், தன் நெஞ்சில் ஏதோவொன்று பறி போவது போலவும், அவனது இதயப்படகு அளவிலாத துயரச் சுமையால் நடுக்கடலில் முழுகுவதைப் போலவு மிருந்தது.

''ஊர்மிளா, நீ எவனையாவது காதலிக்கிறாயா?'' என்று குரல் கரகரக்க வீரசேகரன் கேட்டான்.

காதல் என்ற வார்த்தை காதில் விழுந்ததும் ஊர்மிளாவின் முகம் சிவந்தது. உடம்பெல்லாம் தீப்பிடித்து எரிவது போல் பதட்டத்தால் நடுங்கியது.

''வாலிபனே! நான் யாரையும் காதலிக்கவில்லை! இனிமேல் யாரையும் காதலிக்கவும் மாட்டேன்! யாரும் என்னைக் காதலிக்கவும் விடமாட்டேன்!'' என்று கூவினாள்.

''ஏன்...?'' என்று வியப்புடன் வீரசேகரன் வினவினான்.

''அது என் இஷ்டம்!... அது என் கடமை!... வாலிபனே, நாம் காதலை விட்டுவிட்டு, நடக்கக்கூடிய காரியத்தைப்பற்றிப் பேசலாம்'' என்று ஊர்மிளா, தன் கருவிழிகளில் அரும்பிய இருகண்ணீர் முத்துக்களைத் துடைத்தெறிந்துவிட்டுத் தன் சிவந்த உதடுகளில் சகஜமான புன்னகை முத்துக்களை வரவழைத்துக் கொண்டாள்.

அவள் இதுவரை யாரையும் காதலிக்கவில்லை என்றதனால் வீரசேகரனுக்கு ஆனந்தமுண்டாயிற்று. ஆனால் இனிமேல் யாரையும் காதலிக்கக்கூடாது. அது தன் கடமை என்கிறாளே? ஒருவேளை வீரபாண்டியனின் அரசியல் இலட்சியத்திற்குத் தன் காதலைப் பலியிடுவது தன் கடமை என்று நினைக்கிறாளோ? அல்லது இவள் காதலிக்காத ஒரு கணவன் இவளுக்கு வாய்த் திருப்பானோ? அதுதான் காதலை வெறுக்கிறாளா? வீரசேகரன் குழம்பினான். இவ்வளவு பசுமையான அழகுள்ளவளைப் பார்த்தால் இவள் இன்னும் கலியாணமாகாத கன்னி என்றே தோன்றுகிற தெனத் தன் மனத்திற்குள் ஓராயிரம் தடவை சொல்லிக் கொண்டான். அவளைப் பற்றிய விவரங்களைத் தெரிந்துகொள்ளத் துடித்தான். ஆனால் அவள் உண்மையைச் சொல்லுவாளா? வீரசேகரன் எதையோ தீவிரமாகச் சிந்தித்துவிட்டு அவளை நோக்கிக் கேட்டான்.

"ஊர்மிளா! இப்போது உன்னை என்ன செய்யப் போகிறேன் தெரியுமா?"

"அதுதான் உன் அருமைத் தோழன் ஜனநாதன் உன் காதுக்குள் ரகசியமாய்ச் சொல்லியிருக்கிறானே!"

"ஊர்மிளா! உன்னை விட்டுவிடப் போகிறேன்!"

"நிஜமாகவா?"

"ஆமாம்!"

"நான் நம்பவில்லை! ஜனநாதன் சொல்லியிருப்பதால் இதில் ஏதோ சூது இருக்கவேண்டும்!"

"இதில் சூது ஒன்றுமில்லை! உன்னை விட்டுவிட்டால் ஜனநாதன் எனக்கு ஜன்ம சத்ரு ஆகிவிடுவான் என்றுதான் சொன்னான்! ஆனால் நான் உன்னை விட்டுவிடுவ தோடல்லாமல், காவலர்கள் உன்னை வழிமறித்துப் பிடித்துக் கொள்ளாதவாறு, உன் வீடுவரை துணை வந்து உன்னைப் பத்திரமாகச் சேர்ப்பிக்கப் போகிறேன்! உன் வீடு எங்கிருக்கிறது?"

"உங்கள் சோழியப் படைகள் தீ வைத்துக் கொளுத்தி விட்டார்கள்!"

"உன் தந்தை?"

"தீயில் எரிந்து போனார்!"

"உன் தாய்?"

"அவள் போன இடம் தெரியவில்லை."

"உனக்கொரு பாட்டி இருப்பதாகச் சொன்னாயே?"

"பல நாளாகக் காய்ச்சலில் கிடந்தவள் நேற்றுக் காலமாகி விட்டாள்!"

"உனக்கு அண்ணன் தம்பி உறவினர் யாருமில்லையா?"

"இல்லை! இனி என் மானத்தைக் காப்பவன்தான் என் அண்ணன். எனக்கு உணவளிப்பவன்தான் என் தம்பி. எனக்கு அடைக்கலம் கொடுப்பவர்கள்தான் என் உறவினர்!......... வாலிபனே, நான் ஓர் அநாதைப் பெண்... இனி இந்த விசாலமான பூமிதான் என் பிறந்தகம். மேலேயுள்ள ஆகாசந்தான் என் புக்ககம்..."

"பெண்ணே! நானும் அநாதைதான். அநாதைக்கு அநாதைதான் துணை. நான் உனக்கு அடைக்கலம் தந்து ஆதரிக்கிறேன்!"

"வேண்டாம்! அதற்கு நீ அதிகமாக என்னிடம் பிரதிபிரயோஜனத்தை எதிர்பார்ப்பாய்! என்னால் அதைக் கொடுக்க முடியாது!"

"அநாதையான உன்னிடம் எதை எதிர்பார்ப்பேன்?"

"ஒரு பருவப் பெண்ணிடம் ஒரு வாலிபன் எதை எதிர்பார்ப்பான்?" என்று வெடுக்கெனக் கேட்ட ஊர்மிளாவின் முகம் நாணத்தால் சிவந்தது. புன்முறுவலுடன் தலைகுனிந்து கொண்டாள். அந்தப் புன்முறுவலில் ஏதோ ஒருவிதச் சோகமும் ததும்பி நின்றது.

"ஊர்மிளா! உன்னிடம் எந்தவிதப் பிரதி பிரயோஜனத்தையும் எதிர்பாராமல் உனக்கு உதவி செய்கிறேன்; ஆனால் ஒரு வாக்குறுதி

"என்ன வாக்குறுதி?"

"எங்களிடம் தோற்றோடிய வீரபாண்டியன் கட்சியை உதறியெறிந்துவிடு. எங்கள் சோழ அரசாங்கத்திற்கு எதிராக எந்தச் சதிவேலையிலும் ஈடுபடுவதில்லை யென்றும், என் சோழ குலத்தின் புலிக்கொடி வானளாவிப் பறக்கச் சேவை செய்வதாகவும் வாக்குறுதி கொடு!"

"வாலிபனே! உங்கள் சோழ அரசாங்கம் பாண்டி நாட்டை ஆக்கிரமித்துக் கொண்டிருக்கிறது! நான் பாண்டி நாட்டுப் பெண்!... என் தாயின் மானத்தைப் பறித்து நெஞ்சை மிதிப்பவன் பாதங்களையா முத்தமிடச் சொல்கிறாய்?"

‘‘பாண்டி நாடு என்று பேசுவதே வெறும் மாவட்டப் பித்து! வெறும் குறுகிய மனப்பான்மை! கன்னியாகுமரி முதல் இமயம்வரை பரந்து கிடக்கும் இந்த விசாலமான பாரத தேசம்தான் உன் தாய் நாடு என்று நினை! அதுதான் உன்னத லட்சியம்!’’ என்றான் வீரசேகரன். ஊர்மிளா நிராசையடைந்த விழிகளால் அவனை ஏறிட்டுப் பார்த்தாள். அவனோ இலட்சிய உணர்ச்சியில் ஆழ்ந்து போனவனாய் போர்க்களத்தில் வீரமுழக்கம் செய்வதுபோல் தொடர்ந்து கூறினான்:

‘‘இந்த அகண்ட பரத கண்டத்தின் ஆதிக்குடிகளான பரதவர் நம் தமிழரினம்! ஒரு காலத்தில் தமிழ்நாட்டின் எல்லை இமயம் வரை பரந்து கிடந்தது. உலக நாகரிகத்திற்கு அடிப்படையான தமிழ்நாடு இன்று சுருங்கிக் கிடக்கிறது. சேர சோழ பாண்டியர்களென்று நாம் பல நாடுகளாகப் பலப்பல ஜாதிகளாகப் பிரிந்து கிடக்கிறோம்! சிதறிக் கிடக்கும் இந்தச் சக்திகளையெல்லாம் ஒன்றுதிரட்டி ஒரே தமிழ்நாடாக்கி, தமிழன் குரலை இமயம்வரை எதிரொலிக்க முயல்கிறது எங்கள் சோழ அரசாங்கம்! திக்கெட்டும் வீரச் செல்வர்களை அனுப்பி, கங்கை நதியில் ரத்த ஸ்நானமாடி, இமயத்தில் புலிக்குறி பொறித்து அகில பரதகண்டத்தையும் ஒரே குடைக்கீழ்க் கொண்டுவர முயல்கிறார்கள் சோழ குல மன்னர்கள்! வடநாடு சிறுசிறு இராஜ்யங்களாகப் பிரிந்து கிடப்பதால்தான் அடிக்கடி அந்நியப் படையெடுப்புகளுக்கு ஆளாகி, கிரேக்கர்களுக்கும், ஹூணர்களுக்கும், சோனகர் களுக்கும் புறமுதுகிட்டு இப்போது கஜனி சோனர்களுக்கு அடிமைப்பட்டு வருகிறது. இதைக் கண்ட சோழநாட்டு மதியூகிகள் தமிழ்நாடு முழுவதுக்கும் ஒரு பலம் பொருந்திய அரசாங்கத்தைச் சோழ நாட்டில் உருவாக்க முயல்கிறார்கள்! எங்கள் குலோத்துங்க சோழ சக்கரவத்தியைக் கங்கைப் படையெடுப்புக்குத் தூண்டி, வடநாட்டில் அழிந்துவரும் புராதனக் கலாசாரத்தை நிலைநிறுத்தப் பாடுபடுகிறார்கள்! தமிழன் கனவு மட்டுமல்ல, வடநாட்டின் கலாசாரமும் எங்கள் சோழ மன்னரின் கையைத்தான் எதிர்நோக்கித் தவமிருக்கிறது! சோழியரின் லட்சியம் மகத்தானது! வீரபாண்டியனின் லட்சியமோ பாண்டியநாடு என்று குறுகிய எல்லைக்குள்ளேயே அலைகிறது! சோனகர்களின் குதிரை வியாபாரத்தில் மயங்கி அவர்களோடு தோழமை கொள்கிறான்; இலங்கை மன்னன் பராக்கிரம பாகுவைத் தன் ஞான குருவாகக் கருதி, தன் பங்காளிச் சண்டைக்குள் அந்நியனைப் புகவிடுகிறான். கிரேக்க யவனர்களை நம்பிக்கையான கோட்டைக் காவலராக அமர்த்துகிறான். அந்நிய தேசங்களோடும் மிலேச்சர்களோடும்தான்

*அந்தக் காலத்தில் குதிரைகள் கொண்டுவந்து வியாபாரம் செய்யும் அரேபிய வர்த்தகர்களுக்குச் சோனகர் என்ற பெயர் பாண்டி நாட்டில் வழங்கி வந்தது.

அதிகத் தோழமை கொள்கிறான்!... வீரபாண்டியன் தன் கலாசாரத்தையும் தன் இனத்தையும் மறந்துவிட்டான். சுயநலத்தினால் சுதேசத்தையே மறந்துவிட்டான்! வீரபாண்டியன் நிர்மூலமாகும் வரை சோழ வீரர்கள் ஓயமாட்டார்கள்! என் வீரவாளும் உறங்காது!''

(பஃறுளியாறு மறையும் முன்னரே, வெகு காலமாகவே, கிழக்கில் சாவகம், மலையா, காழகம் (பர்மா), சீனம் முதலிய தேசங்களுடனும், மேற்கில் அராபியா, பாபிலோனியா, கல்தேயா முதலிய தேசங்களுடனும் தமிழகம் வாணிபம் செய்து வந்தது. பாண்டியனின் மெய்க்காவற்படையில் ரோம கிரேக்கப் பொருநரும் இருந்தனர். அரச மகளிர் வசிக்கும் உவளகத்தில் சோனக (மிலேச்சப்) பேடியர் வாளேந்தி நின்று காவல் புரிவர். இவர்களை வேறு இனத்தவர் என்று கருதாமல் வீரபாண்டியன் இவர்களோடு நெருங்கிய தோழமை கொண்டிருந்தான். இதைச் சோழ நாட்டிலிருந்த சில வைதீகர்கள் விரும்பவில்லை. வடக்கே அரேபிய இஸ்லாமிய கஜனி மன்னர்களின் படையெடுப்புகளுக்கு ஆளாகி வடநாட்டிலுள்ள சிறுசிறு வைதீக ராஜ்யங்கள் சின்னா பின்னமாகிக் கொண்டிருந்த காலம் அது. அத்தகையதோர் அந்நியக் கலாசாரப் படையெடுப்பு தமிழ் நாட்டில் நுழைந்தால், அந்தச் சமாளிக்க ஒரு பலம் பொருந்திய சாம்ராஜ்யம் வேண்டுமெனப் பல ராஜதந்திரிகள் கருதினர். குமரிமுனை முதல் இமய மலைவரை ஒரே நாடு, ஒரே கலாச்சாரம், ஒரே சாம்ராஜ்யம் என்றும் பலர் கனவு கண்டனர். அதுதான் மகத்தான இலட்சியம் எனத் தமிழகத்தில் பரப்பவும் தொடங்கினர். இந்தச் சூழ்நிலையையும் இலட்சிய உணர்ச்சியையும் சாம்ராஜ்ய வாதிகள் தங்கள் யதேச்சாதிகார ஆக்ரமிப்பு முறைகளுக்கு உபயோகப் படுத்திக் கொண்டனர். வீரசேகரனோ, குமரிமுதல் இமயம் வரை தமிழ் நாகரிகத்தின் சின்னமாகச் சோழ சாம்ராஜ்யம் ஸ்தாபி தமாகும் என்று கனவு கண்டான். அந்த இலட்சியக் கனவில் ஊர்மிளாவையும் எப்படியாவது பங்கு பெறச் செய்ய வேண்டுமென்றும் விரும்பினான்.)

''ஊர்மிளா! காவிரிக் கரையில் சோழியர் துவக்கிய சூரியோதயம் கங்கைக் கரையையும் தாண்டி இமயமலைக்கு அப்பாலும் ஒளிபரப்பப் போவதைக் காண்பாய்! எங்கள் லட்சியம் பூமியைவிட விசாலமானது; கடலைவிட ஆழமானது; இமயமலையைவிட உயர்ந்தது!'' என்று உணர்ச்சியின் மிகுதியினால் வீரசேகரன் சொன்மாரி பெய்துகொண்டே போனான்.

இதுவரை பொறுமையாயிருந்த ஊர்மிளா, அவனை நோக்கி, ''வாலிபனே, போதும்! எனக்குத் தூக்கம் வருகிறது! உன்னுடைய

இமயமலை போன்ற லட்சியக் கனவுகளை ஒரு மெல்லிய அபலையிடம் சொல்வதனால் என்ன பிரயோஜனம்? என்னால் உன் உடைவாளைக் கூடத் தூக்க முடியாது!'' என்று பரிகாசமாகச் சொன்னாள்.

''ஊர்மிளா, உன்னிடம் இவ்வளவையும் ஏன் சொல்லுகிறேனென்றால், நீ வீரபாண்டியனின் வேவுக்காரியாய்ச் சதிவேலைகளில் ஈடுபடக்கூடாது என்பதற்காகத்தான்!'' என்றான் வீரசேகரன்.

''நான் வீரபாண்டியனின் வேவுக்காரியென்று ஏன் வீணாகச் சந்தேகப் படுகிறாய்?'' என்று ஊர்மிளா குரலில் வருத்தம் தொனிக்கச் சிறிது கோபமாகவே கேட்டாள்.

''சந்தேகப்படுவதற்குத் தகுந்த காரணமிருக்கிறது! வீரபாண்டியன் தோற்றோடியபோது அவனது மூத்த மகன் இம்மதுரைக்குள் சிக்கிக் கொண்டானென்றும், அவனை மதுரையைவிட்டு ரகசியமாக வெளியேற்ற உன்னைப் போன்ற ஒரு பெண்தான் முயல்கிறாளென்றும் சோழ ஒற்றர்கள் ஜனநாதனிடம் சொல்லியிருக்கிறார்கள்!'' என்றான் வீரசேகரன்.

''வீரபாண்டியனின் மூத்த மகன் மட்டுமல்ல, இரண்டாவது மகன்கூட இம்மதுரைக் கோட்டைக்குள்தான் சிக்கிக் கொண்டிருக்கிறானாம்!'' என்றாள் ஊர்மிளா.

''உனக்கு எப்படித் தெரியும்?''

''நான் பெண்; அதுவும் பாண்டி நாட்டுப் பெண்! உங்கள் ஒற்றர்கள் சேகரிக்க முடியாத வதந்திகளை யெல்லாம் பெண்கள் சர்வசாதாரணமாகக் குளத்தங்கரையில் அலசுவார்கள்!''

''வீரபாண்டியனின் இரண்டாவது மகனுக்கு என்ன வயதிருக்குமாம்?'' என்று வீரசேகரன் கேட்டான்.

ஊர்மிளா ஒரு கணம் எதையோ யோசித்துவிட்டு, ''எனக்குத் தெரியாது! உன்னைவிட நான்கு வயதாவது குறைவாயிருக்குமென நினைக்கிறேன். ஏனெனில் அவன் பெண்கள் தெருக்களுக்கு அடிக்கடி உலா வருவதில்லை. புலவர்களும் அவன்மீது இன்னும் உலாப் பிரபந்தம் பாடவும் ஆரம்பிக்கவில்லை!'' என்றாள்.

''அப்படியானால், இரண்டாவது மகனுக்குப் பதினாறு வயதிருக்கும் என்கிறாய்...''

ஊர்மிளா அவனை ஏறிட்டு நோக்கி, குரலில் பரிவையும் பாசத்தையும் வரவழைத்துக்கொண்டு, ''வாலிபனே! ஒருவாரத் தவணை கொடு. என்னால் மூத்த மகனைப் பிடிக்க

முடியாவிட்டாலும் இரண்டாவது மகன் மறைந்திருக்கும் ரகசிய இடத்தை விசாரித்து அவனை பிடித்துக் கொடுக்கிறேன். அப்போதாவது என்மீது உனக்குள்ள சந்தேகம் தீருமல்லவா?''

வீரசேகரன் ஆனந்தத்தால் சிரித்தான்.

''ஏன் சிரிக்கிறாய்? என்னை நம்பவில்லையா?''

''எனக்கு ஒரு பெரிய சந்தேகம் தீர்ந்துவிட்டது! வீரபாண்டியன் என்று உன் வாயாலேயே சகஜமாகப் பெயரைச் சொல்வதால் நீ வீரபாண்டியன் மனைவியாய் இருக்கமாட்டாய்! அதுதான் என் ஆனந்தத்திற்குக் காரணம்!''

''நான் வீரபாண்டியனின் மனைவியுமல்ல; வீரபாண்டியனின் கட்சியைச் சேர்ந்தவளுமல்ல. இந்தப் பாண்டிய நாட்டை வீரபாண்டியன் ஆண்டாலும் அல்லது உங்கள் சோழ அரசாங்கம் ஆதரிக்கும் விக்ரமபாண்டியன் ஆண்டாலும் அடுப்பூதும் பெண்களுக்கு அக்கறையில்லை. ராமன் ஆண்டாலென்ன ராவணன் ஆண்டாலென்ன வென்று நினைக்கும் ஒரு சாதாரணமான குடும்பப் பெண் நான்!''

''அரசியலுக்கும் உனக்கும் சம்பந்தமில்லை என்கிறாயா?''

''அரிசி நிலை கண்டவர்கள் அரசியலைச் சீண்ட மாட்டார்கள்!'' என்று வேடிக்கையாய்ச் சிரித்தாள் ஊர்மிளா.

இவ்வாறு அவர்களிருவரும் உற்சாகமாகப் பேசிக்கொண்டே, தெற்கு வெளி வீதியிலிருந்து தெற்கு மாசி வீதிக்குத் திரும்பும் திருப்பத்திலுள்ள நந்தவனத்தருகே வந்தார்கள். பூக்களின் 'கம்'மென்ற வாசனையும், அவ்வீதியிலுள்ள பெருமாள் கோயிலின் விமானத்தில் விழும் மங்கிய நிலவும் மிகவும் இரம்மியமாக இருந்தன.

நந்தவனத்தின் வாசலை அடைந்ததும் யுவதி சட்டென்று நின்று விட்டாள்.

''வாலிபனே! இந்த நந்தவனத்தின் அழகைக் கொஞ்ச நேரம் பருகிவிட்டுப் போகலாம்!'' என்றாள் ஊர்மிளா.

''நந்தவனத்தின் வாசல் பூட்டிக் கிடக்கிறதே?'' என்றான் வீரசேகரன்.

''அதோ, அருகில் சிற்ப மண்டபம் இருக்கிறது! அதன் உயரமான படிகளில் கொஞ்சம் சிரமப்பட்டு ஏறி அமர்ந்தால் நந்தவனத்தின் அழகு முழுதும் தெரியும்! கண்ணுக்கு எவ்வளவு

குளிர்ச்சி! சிறு சிறு பூக்கள் சிந்திக் கிடப்பதையும், மணல் மேடுகளில் சங்குப் பூச்சிகள் ஒளிர்வதையும், தாமரைக்கொடிகள் படர்ந்திருக்கும் நீர்ச்சுனைகளில் அன்னங்கள் துயில்வதையும் காண்பது கண்ணுக்கு எவ்வளவு ஆனந்தமாயிருக்கும்!'' என்று ஊர்மிளா மெய்மறந்து நின்றாள்.

"அதற்கெல்லாம் நேரமில்லை; ஊர்மிளா, வா, போகலாம்.''

"நந்தவனத்தில் ஏறிக் குதித்து இரண்டொரு பூக்களாவது கொய்து கொடு. முற்றுகையின்போது உயரமான மதுரைக் கோட்டையின் மதிற்சுவரில் ஏறிக் குதித்தவனுக்கு இது சிரமமில்லையே?''

"நான் வைஷ்ணவன். இது சிவன் கோவிலுக்குரிய நந்தவனம். இங்குள்ள பூக்களைத் தொட்டால் என் கையை வெட்டி விடுவார்கள்!''

"வீரன் கை என்றாவதொரு நாள் வெட்டுப்படக் கூடியதுதானே?'' என்று ஊர்மிளா மெல்லச் சிரித்தாள்.

அவளது கருவிழிகள் சிற்பமண்டபத்தின்மீதே பதிந்திருந்தன. அந்தப் பாழடைந்த மண்டபத்தில் கவிந்திருந்த இருளையும், சிற்பங்கள் கைகாலற்று உடைந்து கிடக்கும் கோரத்தையும் அவள் பொருட்படுத்தவில்லை. அங்கே சென்று அமரவே அவள் பிடிவாதமாக விரும்பினாள்.

"வாலிபனே! அந்தச் சிற்ப மண்டபத்தில் கொஞ்ச நேரம் இருந்து நந்தவனத்தின் அழகைப் பார்த்துவிட்டுப் போகலாம்! நந்தவனத்தில் நீர் வாய்க்கால் சலசலவென்று ஓடும் சப்தம் இனிமையாயிருக்கும்!''

"வேண்டாம், ஊர்மிளா! என் பாசறைச் சிறைக்கு வா; அல்லது உன் வீட்டிற்குப் போகலாம். உன்னைப் பத்திரமாக எங்கேயாவது கொண்டுபோய்ச் சேர்த்துவிட்டு நான் உறங்கவேண்டும். நான் உறங்கி மூன்று நாளாகிறது!''

"அதெல்லாமில்லை! அந்தப் பாழடைந்த மண்டபத்தில் பேய் வாசம் இருக்குமோ என்ற பயம் உனக்கு!

உடைந்து கிடக்கும் விளக்குப் பாவைச் சிற்பத்தில் மோகினிப் பிசாசு உலாத்துமோ என்று பயப்படுகிறாய்!''

"எமனையே எதிர்கொண்டழைப்பவன், மோகினிப் பேய்க்கு அஞ்சமாட்டேன்! அந்தப் பாழடைந்த சிற்ப மண்டபத்தில் பாம்பும் பூச்சிகளும் ஊரும் என்றுதான் பயப்படுகிறேன்!''

''பகல் நேரத்தில் பிரயாணிகள் அங்கே தங்கி மண்டபத்தில் சூதாடுகிறார்கள்! பாம்பு பூச்சி இராது!''

''வேண்டாம், ஊர்மிளா! வா போகலாம்!''

''முடியாது! கொஞ்சநேரம் அங்கே இளைப்பாறி விட்டுத்தான் வருவேன்! நீ என்னை என்ன வேண்டுமானாலும் செய்துகொள்!''

''இன்னும் கொஞ்ச தூரந்தானே, ஊர்மிளா? பாசறை வந்துவிடும்...''

''முடியாது! நடந்து நடந்து என் காலெல்லாம் வலிக்கிறது! என்னால் இனி ஒரு அடிகூட எடுத்து வைக்க முடியாது!''

''வேண்டுமானால் புஷ்பக் குடலையைப் போலத் தூக்கிக் கொண்டு போகிறேன்!''

''அழகாயிருக்கிறது! வேறு வினையே வேண்டாம்! அதைவிட நீ உடைவாளை உருவி என் நெஞ்சில் செருகி என்னைக் கொன்று விடலாம்!''

வீரசேகரன் வேறு வழியின்றி ஊர்மிளாவின் கோரிக்கைக்குச் சம்மதிக்க வேண்டியதாயிற்று. ஊர்மிளா சிற்ப மண்டபத்தை நோக்கி 'ஜம்'மென்று தாவி ஓடினாள். அதன் படிகளில் வேகமாய் ஏறினாள்.

ஒரு படியிலிருந்த பாசியில் அவளது கால்கள் வழுக்கி, சருக்கென்று வீரசேகரன் மார்பில் சரிந்து விழுந்தாள். அந்த அதிர்ச்சியில் வீரசேகரன் கழுத்தைக் கெட்டியாகக் கட்டிக்கொண்டாள்.

''ஊர்மிளா!'' என்று கூவிய வீரசேகரனுக்கு உடம்பெல்லாம் புல்லரித்தது. அவளது யௌவன முகத்தை மிருதுவாகத் திருப்பி தன்னிரு கைகளாலும் அந்த நிலா முகத்தை அள்ளியெடுத்து அதன் பசுமையைப் பருகிக் கொண்டேயிருந்தான். ஊர்மிளா வஞ்சிக்கொடி போல வளைந்து கொடுத்துக்கொண்டே, மெல்லக் கண்ணிமைகளைத் திறந்து, அவனை மெல்ல ஏறிட்டுப் பார்த்தாள். ஆசையால் சிவப்பேறிய ஆடவனது போதை விழிகள் பெண்மையின் நாணச்சிவப்பில் லயித்திருப்பதைக் கண்டாள்.

பாச அம்புகள் பாயும் அவனது வில்விழிகளும், கூர்மையாகப் பதம் பார்க்கும் அவளது வாள் விழிகளும் சந்தித்தன. இருவரது

கண்களும் ஒன்றையொன்று கவ்வி உண்பது போல் நிலை தடுமாறி உணர்வு ஒன்றி ஒருகணம் ஒன்றோடொன்று உறைந்து கிடந்தன. பாலை உறைவிக்கும் சிறு மோர்த் துளியைப் போல, அவளது கண்களின் வழியாகப் புகுந்து ஒரு சிறு காதல் உணர்ச்சி அவள் உடலெங்கும் பரவியது.

வீரசேகரன் உணர்ச்சிகளைத் தாங்க முடியாதவனாய் பித்தனைப் போல், "ஊர்மிளா...... ஊர்மிளா!" என்று அவள் உதட்டருகில் கூறினான்.

அந்த வாலிபனின் களைசொட்டும் முகத்திலும் சிவப்பான உதடுகளிலும் பொங்கி நிற்கும் உணர்ச்சிகளைக் கண்டதும் அவளுக்கு உடம்பெல்லாம் ஏதோ ஓர் அனல் வேகத்தில் குப்பென்று வியர்த்துக் கொட்டியது. உள்ளங்காலில் ஏதோ தீப்பிடித்து அதன் ஜ்வாலையில் கண்ணிமைகள் எரிந்தன. அவளது மெல்லிய மேனி வெடவெடவென்று நடுங்கியது. வாலிபன் விடும் உஷ்ணமான மூச்சுகள் அவளது கன்னக் கதுப்புகளில் வந்து விழுந்து மோதின. அந்தம் இல்லாத அழகனை அள்ளி மாந்தியவண்ணம் மூச்சுப் பேச்சற்றுச் சித்திரப் பதுமைபோல் அசைவற்றிருந்தாள். அவளது சிந்தையும் நிறையும் மேனியழகும் ஸ்தம்பித்துப் போயிருந்தன. மனமெனும் மதயானை பெண்மையெனும் அங்குசத்திற்கும் அடங்காமல் மீறிச் சென்றது. ஏதோ தன்னை மீறிய ஒரு கனவுப் போதையில் சக்தி குன்றிப் போனவளாய், வாலிபனின் முகத்தை மந்தமாகப் பார்த்துக் கொண்டேயிருந்தாள். அந்தப் பார்வையில் ஏக்கமும் தவிப்பும் பீதியும் கலந்திருந்தன. ஏதோ மூர்ச்சை வசப்பட்டவளாய் அந்த நிலையிலே சில கணங்கள் மெய்மறந்திருந்து விட்டு, பிறகு சுயநினைவு வந்தவளாய் வீரசேகரனின் கைகளிலிருந்து தன்னையும் தன் முகத்தையும் விடுவித்துக் கொண்டு தாவி ஓடி ஒரு படிமீது அமர்ந்தாள்.

அவளுக்கு அழவேண்டும் போலிருந்தது. ஏதோ செய்யத் தகாத செய்கையை செய்துவிட்டது போல் ஓவென அழுது துடிக்க வேண்டும் போலிருந்தது. ஆனால் அழுகையை அடக்கிக் கொண்டாள். வீரசேகரன் அவளருகில் வந்தமர்ந்ததும் கருவிழிகளில் அரும்பியிருந்த கண்ணீர்த் துளிகளைத் துடைத்தெறிந்து விட்டு முகத்தை வேறுபுறம் திருப்பிக் கொண்டாள். வீரசேகரனை ஏறிட்டுப் பார்க்கவே அவளுக்கு வெட்கமாக இருந்தது.

சிறிது நேரம் மௌனத்தில் கழிந்தது. சூன்யமான சிற்ப மண்டபத்தில் மௌனமாய் அமர்ந்திருப்பது வீரசேகரனுக்குப் பிடிக்கவில்லை.

"உன் பெயர் ஊர்மிளா என்று பொய்தானே சொன்னாய்?" என்று வீரசேகரன் கேட்டான்.

"ஆமாம்!" என்று பூரிப்பான கன்னங்களில் மந்தஹாசம் தவழ 'ஜம்'மென்று தலை ஆட்டினாள் ஊர்மிளா. சகஜமான குறும்புப் புன்னகையையும் கூடவே வரவழைத்துக் கொண்டாள்.

"உன் நிஜமான பெயரென்ன?" என்று அவன் விடாமல் கேட்டான்.

"ஏன், ஊர்மிளா என்ற பெயர் அழகாயில்லையா?"

"உன்னால் அந்தப் பெயரும் ஓர் அழகு பெறுகிறது!"

"வாலிபனே! நான் அவ்வளவு தூரம் அழகானவளில்லை!"

"உன்னையா அழகில்லையென்று சொல்லுகிறாய்? ஊர்மிளா! ஆயிரம் வருஷங்களுக்கு ஒருமுறை தோன்றும் ஓர் அழகுத் திரட்சி நீ! இதயக் கூண்டில் ஓயாமல் ஆத்மமொழிகள் பேசும் பசுங்கிளி நீ! உன் மாயச் சிரிப்பு, மகரயாழில் மகரந்தப் பூக்கள் மீட்டும் இன்னிசை! உன் குரலினிமை, பாற்கடலில் திரளும் தேவ அமுது! உன் கருங்கூந்தல் காவிரியாற்றின் வளமான கருமணல்!... ஊர்மிளா, நீ எவருக்கும் எட்டாத வானக்கொம்பிலுள்ள பசுந்தேன்!" என்று உணர்ச்சி மிகுதியால் வீரசேகரன் வர்ணித்துக் கொண்டே போனான்.

ஊர்மிளா அவனை நோக்கி விளையாட்டாய்ச் சிரித்துக்கொண்டே, "வீணாக என் அழகை வர்ணிக்க வேண்டாம்! என்னை என் வழியே போகவிட்டால் போதும்!" என்றாள். அவளது வேலாயுதம் போன்ற கூர்மையான பார்வை அவனது வலிமையான தோள்கள் மீதே ஆழ்ந்திருந்தன.

"ஊர்மிளா! உன்னை விட்டுவிட்டால் ஜனநாதன் என் ஜன்ம விரோதியாகி விடுவான்! அரசாங்கம் எனக்கு என்ன தண்டனை விதிக்குமோ தெரியாது! உனக்காக என் தலையையும் கொடுக்கத் தயாராயிருக்கிறேன்! ஆனால் இவ்வளவு ஒத்தாசையையும் யாருக்காகச் செய்கிறேன் என்று தெரிந்துகொள்ள விரும்புகிறேன்!"

"வாலிபனே! இவ்வளவு தியாகங்களுக்கும் நான் ஏற்றவளல்ல. நான் சாதாரணமான ஒரு வேலைக்காரி!"

"நான் நம்பவில்லை!"

"ஏன்? வேலைக்காரி இவ்வளவு அழகாயிருக்க மாட்டாளென்று நினைக்கிறாயா? வாலிபனே! பாண்டிய நாட்டில் வேலைக்காரிகள்தான் நல்ல உடல் வளத்தோடு

அழகாயிருப்பார்கள்! எஜமானிகளின் கழுத்தில் ஏராளமான நகை இருக்குமே தவிர முகத்தில் களை இருக்காது!''

''உன்னைப் பார்த்தால் கலையரசியாய்த் தென்படுகிறாய்! கம்பராமாயணத்தில் நன்கு தேர்ச்சிபெற்றுப் பாலைவிட இனிப்பான குரலில் கவிதை பாடுகிறாய்!''

''நான் கம்பன் வீட்டு வேலைக்காரி! கம்பன் வீட்டுக் கட்டுத்தறியும் கவிபாடுமென்று கேள்விப்பட்டிருப்பாயே?''

''உன் உண்மையான பெயரென்ன?''

''மின்மினி!'' என்று ஊர்மிளா குறும்புச் சிரிப்புடன் பதிலளித்தாள்.

''மின்மினியே! உன் இஷ்டப்படியே எங்கு வேண்டுமானாலும் போகலாம்...ஊர்மிளா, போ!...''

''மாட்டேன்! என்னையறியாமல் என்னைப் பின்தொடர்ந்து என் வீட்டைத் தெரிந்துகொள்வாய்! என்னை அடிக்கடி சந்திக்க முயல்வாய். என் வீட்டுக்காரர்களுக்குத் தெரிந்தால் உன் கழுத்துக்கும் ஆபத்து! என் கழுத்துக்கும் ஆபத்து! இந்த வினையே வேண்டாமென்றுதான் என்னைப் பற்றிய மர்மங்களைச் சொல்லாமல் மறைக்கிறேன்!''

''கடைசியில் நீ என்னதான் செய்யப் போகிறாய்?''

''உன்னை எப்படியாவது ஏமாற்றி உனக்குத் தெரியாமல் நழுவி ஓடிவிடுவேன்...'' என்று ஊர்மிளா சிரித்தாள். இவ்வளவு சம்பாஷணைகளுக்கிடையிலும் அவளது கருவிழிகள், நந்தவனத்தின் புதர்களையும் சிற்ப மண்டபத்தின் இருளையும், தெருவின் சூன்யத்தையுமே ஊடுருவிப் பார்த்துக் கொண்டிருந்தன. அவள் யாரையோ எதிர்பார்ப்பது போலிருந்தது.

'இன்னும் ஏன் மூன்றாவது சாமக்கால மணி அடிக்கவில்லை?' என்று அவள் நெஞ்சில் ஒரு நினைப்பு ஓடியபோது, 'பிணம் தின்னி' வௌவால் ஒன்று சிற்ப மண்டபத்தில் கிரீச்சென்று பறக்கும் சப்தத்தோடு, தூரத்தில் மூன்றாவது சாமக்கால மணி அடிக்கும் ஓசை, இரவின் நிச்சப்தத்தில் கடூரமாகக் கேட்டது!

வாழ்ச்சியுற்ற செந்தாமரைபோல ஊர்மிளாவின் முகம் மலர்ந்தது. வீதியை உற்றுப் பார்த்த வண்ணமிருந்தாள். வீதியின் திருப்பத்தில் தெற்கு வெளி வீதியில் யாரோ நாலைந்து ஆட்கள் தடதடவென்று நடந்துவரும் காலடியோசைகள் இருளின் நிச்சப்தத்தில் பயங்கரமாய்க் கேட்டன!

அத்தியாயம் 5

குகப்படலம்

பொருப்பு ஏந்திய தோளானொடு
விளையாடினள்; போனாள்.

– கம்ப ராமாயணம்

மங்களமான சங்கநாதம் இரவின் நிச்சப்தத்தில் கணீரென்று ஒலித்தது! அதைத் தொடர்ந்து தெருவின் திருப்பத்தில் கேட்ட காலடி ஓசைகளும் நின்றுவிட்டன!

சிற்ப மண்டபத்தில் வீரசேகரன் அருகில் அமர்ந்திருந்த ஊர்மிளா, சங்கு ஒலி கேட்டதும் வான் ஒலி கேட்டவள்போல், தேகம் புல்லரிக்க ஆவலுடன் முகம் மலர்ந்து காணப்பட்டாள். வீரசேகரன் தன் இடுப்பில் தொங்கும் வைடூரிய வாளின் கைப்பிடி மீது கை வைத்தான். தான் சிறைப்பிடித்த ஊர்மிளாவைத் த்ன்னிடமிருந்து காப்பாற்றிப் போக அடுத்த தெருவின் திருப்பத்தில் யாரோ நாலைந்து ஆட்கள் மறைந்திருக்கிறார் களென்றும், சங்கு ஒலி அவர்களின் சங்கேத ஒலியாக இருக்கலாம் என்றும் சந்தேகித்தான்.

அதற்கேற்றாற்போல் மறுபடியும் சங்கு அசாதாரணமான முறையில் பூம்பூம் என்று இடையிடையே விட்டுவிட்டு, குறிப்பாக மூன்று முறை முழங்கியது.

உடனே சிற்ப மண்டபத்திலிருந்த ஊர்மிளா, ''ஓம், திருச்சிற்றம்பலம்! நமச்சிவாய வாழ்க! நாதன்தாள் வாழ்க!'' என்று உரக்கக் கூவினாள்.

சட்டென்று வீரசேகரன், ''ஊர்மிளா! ஏன் இப்படிக் கூவுகிறாய்?'' என்று கேட்டான்.

''நான் சிவமதம்! சங்கு ஒலி கேட்டதும் சிவமந்திரத்தை உச்சரிப்பது என் வழக்கம்!'' என்றாள் ஊர்மிளா.

''அதற்காக அடுத்த தெருவிலுள்ளவர்களின் காதில் விழும்படியாக ஏன் இப்படி உரக்கக் கூவுகிறாய்?''

"ஆண்டவன் காதில் விழவேண்டும் என்பதற்காகத்தான்! பெரிய மனிதர்கள் போல மற்றவர்கள் காதில் விழாதபடி சிவநாமத்தை வாய்க்குள் முணுமுணுக்கும் வழக்கம் என்னிடமில்லை!'' என்றாள் ஊர்மிளா வெடுக்கென்று.

"ஊர்மிளா, அடுத்த தெருவில் காலடி ஓசைகள் கேட்டன. இப்போது அவை நின்றுவிட்டன. அங்கு மறைந்திருக்கும் முரடர்கள் உன் குரலைக் கேட்டு ஓடி வந்து என்னோடு சண்டையிட்டு உன்னைக் காப்பாற்றுவார்கள் என்று எதிர்பார்க்கிறாய்!''

"உன்னிடந்தான் ஜனநாதன் தந்த வைடூரிய வாள் இருக்கிறதே! அந்த வாளோ சோழ சாம்ராஜ்யத்தின் மகத்தான வெற்றி வாள். நீயோ எங்கள் மதுரைக் கோட்டையைச் சுலபமாய்க் கைப்பற்றிய சூராதிசூரன்! இனி இந்தச் சூரனை வெல்ல ஒரு குகப்பெருமானும் அவதரிக்க மாட்டார்!'' என்று சிரித்தாள் ஊர்மிளா.

"ஊர்மிளா, ஏளனம் செய்கிறாய்! என் முன்னால் பத்து முரடர்கள் ஒரே சமயத்தில் ஒன்றாக ஓடிவந்து எதிர்த்தாலும், என் கையில் ஒரு வாள் இருக்கும்வரை வெற்றி என் பக்கந்தான்!''

"வாலிபனே! உன்னை நானாக ஏமாற்றி ஓடுவேனே தவிர, இந்த அற்ப விஷயத்திற்காகப் பிறர் உதவியை எதிர்பார்க்கவில்லை!'' என்றாள் அலட்சியமாக ஊர்மிளா.

"எங்கே ஓடுவாய்?''

"கோட்டைக்கு வெளியே என் வீடு இருக்கிறது!''

"அப்படி ஏன் என்னை ஏமாற்றி ஓட விரும்புகிறாய்?''

"அதுதான் சொன்னேனே! நான் பெண்! உன் சம்பந்தம் இருப்பது தெரிந்தால் என் வீட்டுக்காரர்கள் சந்தேகிப்பார்கள்! என் புருஷன் முரடன். என்னையும் உன்னையும் உடனே கொன்று விடுவான்!''

"நீ எவனுக்கும் மனைவியல்ல என்று என் இருதயம் சொல்லுகிறது!''

"இருதயம் சொல்லுவதை நம்பக்கூடாது என்று தத்துவஞானிகள் சொல்லுகிறார்களே!''

"ஊர்மிளா! உன் கழுத்தில் தாலி இல்லை!''

"வாலிபனே! கழுத்தில் தாலி இல்லை என்றால் கன்னிப்பெண் என்று அர்த்தமல்ல! ஒரு முரடனின்

ஆசைநாயகியாக இருப்பதற்குத் தாலி அவசியமல்ல! தாலி கட்டாவிட்டாலும் அவன் என் புருஷன்தான்!''

"உன் முகத்தில் பசுமை இருக்கிறது. நீ முரடனின் ஆசை நாயகியாக இருக்கமாட்டாய்! ஊர்மிளா, உன் வீட்டில் பெற்றோர்கள் உன்னை அநாவசியமாகச் சந்தேகிப்பார்கள் என்பதற்காக உனக்கொரு புருஷன் இருப்பதாக என்னிடம் நீ பொய் சொல்லவேண்டாம்!'' என்றான் வீரசேகரன், சிறிது வருத்தம் கலந்த குரலில்.

ஊர்மிளா ஏதோ சிந்தனையில் ஒருகணம் ஆழ்ந்திருந்துவிட்டு, ''வீரசேகரா! முரடர்கள் யாராவது வந்து நம்மை வளைத்துக் கொண்டால் என்ன செய்வது? உன் கையில் வீரவாள் இருப்பதால் முரடர்களிடமிருந்து உன் உயிரைக் காப்பாற்றிக் கொள்ளலாம். ஆனால் நான் அழகாயிருப்பதால் அந்த முரடர்களிடமிருந்து என் மானத்தைக் காப்பாற்றிக் கொள்ள முடியாது!'' என்றாள்.

"மலையையும் ஏந்தக்கூடிய என் தோள் வலிமைமீது உனக்கு நம்பிக்கை இல்லையா? இந்த மாபெரும் மதுரைக் கோட்டையை ஒரே நாளில் சுலபமாய்க் கைப்பற்றிய மகாவீரன் நான்!'' என்றான் வீரசேகரன்.

"தூங்குகிற மனிதனின் தலையை வெட்டுவதுபோல் எதிர்பாராத சமயத்தில் உங்கள் சோழப்படை முற்றுகையிட்டதால்தான் எங்கள் தலைநகர்க் கோட்டையை நீ சுலபமாகக் கைப்பற்ற முடிந்தது!'' என்று ஊர்மிளா பரிகாசம் செய்தாள்.

மதுரைக் கோட்டையைச் சோழர்கள் எவ்வாறு கைப்பற்றினார்கள் என்று ஊர்மிளா நிறையக் கேள்விப்பட்டிருந்தாள். அவையெல்லாம் அவள் நினைவில் வந்து நின்றன.

சிறிதும் எதிர்பாராத சமயத்தில் சோழ நாட்டுப் படை மதுரைக் கோட்டையின் நான்கு புறமும் வளைத்துக் கொண்டு முற்றுகையிட்டதனால்தான் வீரபாண்டியன் படுதோல்வியடைந்து தன் தலைநகரைப் பறிகொடுக்க நேர்ந்தது. அவனுடைய பாண்டிய சிம்மாசனத்தைப் பறித்து அவனுடைய பங்காளியான விக்கிரம பாண்டியனுக்குத் தானம் கொடுக்க மூன்றாவது குலோத்துங்க சோழமன்னன் பாண்டிய நாட்டின்மீது படையெடுத்து வருவான் என்பதும், நாடு இரண்டு கட்சிகளாகப் பிளவுண்டு கிடக்கிற

தென்பதும் வீரபாண்டியனுக்குத் தெரிந்ததுதான்! ஆனால் சோழர் படை பாண்டிய நாட்டின் பல பகுதிகளையும் சுற்றுப்புறமுள்ள கோட்டைகளையும் படிப்படியாகத் தாக்கிக் கைப்பற்றிக் கொண்டு கடைசியில்தான் தலைநகரான மதுரைக் கோட்டையைத் தாக்கும் என்று வீரபாண்டியன் கருதியிருந்ததால், தன்னுடைய ஏழகப்படை, மறவப்படை, முனையெதிர் 'மோகர்'படை அனைத்தையும் பாண்டிய நாட்டின் பல கோட்டைகளுக்கும் அனுப்பி அவற்றைப் பலப்படுத்தி யிருந்தான். தலைநகர்க் கோட்டைக்குள் அவனது மெய்காவற் படையினரும், 'தென்னவன் ஆபத்துதவிகளும்' இலங்கைப் படையில் ஒரு பகுதியினரும் மட்டுமே இருந்தனர். சேர ராஜன் உதவியைப் பெறுவதற்காக வீரபாண்டியன் சேரராஜன் மகளை மணந்து அவளது பிறந்ததின விழாவை மதுரையில் உற்சாகமாகக் கொண்டாட வேண்டிய அவசியமும் நேரிட்டது. இந்த சந்தர்ப்பத்தைப் பயன்படுத்திக் கொண்டு சோழநாட்டுப் படை, யுத்த தர்மத்தையும் அனுசரிக்காமல், முன்னறிவிப்பின்றிப் படையெடுத்து வந்து, இரகசியமாய்ப் பாண்டியநாட்டிற்குள் புகுந்து திடுமென்று தலைநகரான மதுரையை வளைத்துக் கொள்ளவே, வீரபாண்டியன் ஸ்தம்பித்துப் போனான்! தலைநகர்க் கோட்டையின் நான்கு கோட்டை வாசல்களையும் இழுத்து மூடிவிட்டு உள்ளே நாற்படைகளையும் திரட்டி நிறுத்தி, முற்றுகையில் தலைநகர் எதிரிகளின் கையில் விழுந்துவிடாமல் சமாளிக்க முயன்றான். ஆனால் சோழ ஏகாதிபத்தியத்தின் ஆக்ரமிப்புத் திட்டங்களில் நன்கு ஊறி, நாடுகள் பிடிப்பதில் நன்கு அநுபவம் பெற்றிருந்த சோழப் படையினர் எவ்வளவு பெரிய கோட்டையையும் எளிதில் கைப்பற்றும் சூரர்களாயும் மதியூகிகளாயும் இருந்தனர். மதுரைக் கோட்டையைச் சுற்றிலும் ஒரு பெரிய நீர் அகழியும், அதனுள் பெரிய பெரிய முதலைகள் பசியோடு வாயைப் பிளந்துகொண்டு கிடப்பதையும் கண்ட சோழ வீரர்கள், சுற்றுப் புறங்களிலுள்ள பாண்டிய நாட்டு ஏழை ஜனங்களைப் பிடித்து வந்து அகழிக்குள் தள்ளி அதைத் தூர்த்துவிட்டு, நான்கு புறமும் கோட்டையின் மதிற்சுவர்களை இடிக்கத் தலைப்பட்டனர். கோட்டைக்குள்ளோ வீரபாண்டியன் கைவசம் போதியளவு போர்வீரர்களோ யுத்த தளவாடங்களோ உணவுச் சேமிப்போ இல்லை...

சுற்றுப்புறமுள்ள பாண்டியநாட்டுப் பிரதேசங்களைப் பாதுகாக்க ஏராளமான படைகளை அனுப்பிவிட்டதால் கையில் எஞ்சியுள்ள தேர்ப்படை, யானைப்படை, குதிரைப்படை, காலாட்படை என்ற நான்குவிதப் படைகளையும் நான்கு கோட்டை வாசல்களில் நிறுத்தினால் மட்டும் போதாது! கோட்டைக்குள்ளிருக்கும் பாமர

ஜனங்கள் அனைவரும் சோர்வுறாமல் உயிரைத் திரணமாய் மதித்து ஒருமுகமாய்த் திரண்டெழுந்து போரிட்டால்தான் கோட்டையைப் பாதுகாக்க முடியும்! சோழர்களின் பயங்கரமான முற்றுகையைக் கண்டு பயந்து நடுங்கும் பாண்டிய பாமர ஜனங்களின் நெஞ்சில் எவ்வாறு வீர உணர்ச்சியை எழுப்புவது? நான்கு கோட்டை வாசல்களிலும் நான்குவிதப் படைகளை நிறுத்தி அதற்கு யார் யாரை படைத்தலைமை பூண்டு நிற்கச்செய்வது? சோழர்களுக்குச் சாதகமாகக் கோட்டையை வீழ்த்துவதற்குக் கோட்டைக்குள்ளேயே விக்கிரமபாண்டியனின் கட்சி வீரபாண்டியனுக்கு எதிராகத் துரோகிகளைச் சிருஷ்டிப்பதில் மும்முரமாயிருக்கிறதே? கைவசம் நம்பிக்கையான படைத்தலைவர்கள் யார் இருக்கிறார்கள்? அஞ்சுகோட்டை நாடாள்வான் ஒருவன், ஈழவராயன் ஒருவன் ஆக இவ்விருவர்களைத் தவிர மற்ற நம்பிக்கையான படையதிகாரிகளெல்லாம் சுற்றுப்புறமுள்ள ஊர்களுக்குத் தங்கள் படைகளுடன் போயிருக்கிறார்களே? இந்த நிலையில் என்ன செய்வது? – இவ்வாறெல்லாம் சிந்தித்த வீரபாண்டியன், தானும் தன் மனைவி மக்களும் போர்க்கோலம் பூண்டு நின்றால் என்ன என்று யோசித்தான்.

அவன் பேரழகி என்று கருதிப் புதிதாகத் திருமணம் புரிந்து கொண்ட சேரராஜன் மகள் அவன் அருகில் வீரமரணத்திற்குத் தயாராக இருந்தாள்! அவனுக்கு வேறு இராணிகளின் மூலம் பிறந்த இருகுமாரர்களும் இருந்தார்கள். அவர்களில் இளையவன் மலையரசன் மகள்மூலம் பிறந்தவன்; ஆறு வயதுகூட நிரம்பப்பெறாத பாலகன்... ஆனால் என்ன?... வீரபாண்டியனும், அவனது புது மனைவியும், அவனது மூத்த குமாரனும், ஆறு வயதுள்ள பச்சிளம் மகனும் ஆக நால்வரும் நாற்படைகளுக்குத் தலைமை பூண்டு, கோட்டையின் நான்கு வாசல்களிலும் வீரமரணத்தை எதிர்நோக்கி நின்றால், அதைக் கண்டு பாமரஜனங்கள் உள்ளம் உருகி உணர்ச்சி வசப்பட்டுப் போரிடுவார்களென்று வீரபாண்டியன் நினைத்தான். அதன் பிரகாரம் மேற்குக் கோட்டை வாசலைப் பாதுகாக்க, அம்மதிற்சுவரின் உட்புறம் யானைப்படையை நிறுத்தி அதற்கு வீரபாண்டியன் தலைமை பூண்டு நின்றான். இந்த முற்றுகைக்கு மூல காரணமான விக்கிரமபாண்டியன் என்ற பங்காளி, சோழியப்படை வீரர்களுடன் மேற்குக் கோட்டை வாசலைத் தாக்குகிறான் என்பது தெரிந்ததனால் அந்த வாசலில் தானே தலைமை பூண்டு எதிர்த்து நிற்பதுதான் தகுதியானது என்று கருதினான்.

கிழக்குக் கோட்டை வாசலிலோ, அதன் உட்புறம் பிரம்மாண்டமான தேர்ப்படையை நிறுத்தி அதற்கு அவன் புது மனைவியான சேரராஜன் மகள் தலைமை பூண்டு நின்றாள்.

வடக்குக் கோட்டை வாசலின் உட்புறம், குதிரைப் படையை நிறுத்தி அதற்கு வீரபாண்டியனின் மூத்த குமாரனான பராக்கிரமன் தலைமை பூண்டு நின்றான். அவனுக்கு உதவியாக அஞ்சுகோட்டை நாடாள்வான் என்ற குறுநில மன்னன் தன் பெரும்படையுடன் நின்றான்.

தெற்குக் கோட்டை வாசலின் உட்புறம் காலாட் படையை நிறுத்தி அதற்கு ஆறு வயது பாண்டியகுமாரன் தலைமை பூண்டு, ஈழவராயன் உதவியுடன் நின்றான். காலாட்படை என்பது பெரும்பாலும் வேற்படைதான். பெருவாரியான குதிரைப் படைகளும், யானைப் படைகளும் பாண்டிய நாட்டின் மற்றப் பகுதிகளுக்குச் சென்றுவிட்டதால், தலைநகரான மதுரையில் காலாட்படைதான் அதிகமாயிருந்தது. ஆகவே காலாட் படையும், தெற்குக் கோட்டை வாசலும் எதிரிகளினால் உடைபட்டுப் போனால் மூல பலமே சிதைந்து போன மாதிரியாகும். அப்படையைத் தெற்குக் கோட்டை வாசலில் அணிவகுத்து நிறுத்திய ஈழவராயன் என்ற இலங்கை நாட்டவன் அதிசாமர்த்தியசாலி. வீரபாண்டியனின் நம்பிக்கைக்குப் பாத்திரமான நண்பன். தன் வேற்படையையும் அதற்கு பாலமுருகக் கடவுள் போல் தலைமை பூண்ட பாண்டிய பாலகுமாரனையும் கடந்து எமன் கூடத் தெற்குக் கோட்டை வாசல் வழியாக நகருக்குள் நுழைய முடியாது என்று இறுமாந்திருந்தான் ஈழவராயன்.

தெற்கு மதிற்சுவரைச் சிதைக்கும் சோழப் படைக்குத் தலைமை பூண்ட வீரசேகரனோ, எமனையும் ஏவல் செய்யக்கூடிய எமகாதகனாயிருந்தான்! இந்திரஜித்தைப் போல மாயாவியாய் மறைந்து நின்று கோட்டையைத் தாக்குவதில் வல்லவனாயும் இருந்தான்!

உயரமான கல்லெறி யந்திரங்களின்மூலம் ஆகாசத்திலிருந்து கல்மாரி பொழிவதுபோல பாறாங்கற்களைக் கோட்டைக்குள் வீசி, ஈழவராயனின் வேல் படையினரை அவன் நசுக்கினான். அதோடு நாகபாசம் போன்ற விசித்திரமான விஷ அம்புகளையும் சரமாரியாகக் கோட்டைக்குள் தொடுத்தான். நெருப்பில் வாட்டினால் மயக்கவாசனையையும் புகையையும் எழுப்பக்கூடிய விஷப் பூண்டுகளைத் துணியில் வைத்து மூடிப் பந்தங்களாக்கி, அவற்றை அம்புகளில் கட்டி வைத்திருந்தான். அம்புகளை எண்ணெயில் நனைத்து, ஒரு முனையில் இலேசாகத் தீயைப் பொருத்தி, அக்னியாஸ்திரங்களைப் போலக் கோட்டைக்குள் பிரயோகித்தான். அம்புகள் நெருப்புப் பொறிகளுடன் கோட்டைக்குள் விழுந்து, தீ கொழுந்துவிட்டு எரிந்து நெருப்பு அணைந்ததும்,

உள்ளே பந்தங்களிலுள்ள விஷப் பூண்டுகள் வெந்து கருகி, மயக்க வாசனையோடு கூடிய விஷவாயுப் புகை குப்பென்று கிளம்பி நாலாபுறமும் பரவி, கோட்டைக்குள்ளிருந்த வேற்படையினரை மூர்ச்சிக்கச் செய்தது. மயக்கப் புகையைச் சமாளிக்க முடியாமல் கோட்டைக்குள்ளிருந்த வேல் வீரர்களும்

ஈழவராயனும் பிரக்ஞை தடுமாறிச் சுருண்டு விழுந்தனர். சோழப் பெருவீரனான வீரசேகரனின் இந்தப் பிரம்மாஸ்திரம் போன்ற விசித்திரமான மயக்க வாசனை அம்புகளால் கோட்டைக்குள்ளிருந்த ஈழவராயனின் மாபெரும் வேற்படை கதிகலங்கி விட்டது. அதோடு வீரபாண்டியனின் மூலபலப் படையே சிதைந்து விட்டது.

இந்த நிலையில் வீரசேகரன் துணிச்சலுடன் மதிற்சுவரின் மீதேறி மாயாவிபோல் உள்ளே குதித்துத் தெற்குக் கோட்டை வாசலைத் திறந்துவிட்டான்; அவனது சோழியப்படை மடை திறந்த வெள்ளம் போல் தெற்குக் கோட்டை வாசலுக்குள் பாய்ந்து வேற்படையினரைச் சின்னாபின்னமாக்கி இரத்த வெள்ளத்தில் மிதக்கச் செய்தது. வேற்படைத் தலைவனான ஈழவராயன் மூர்ச்சை தெளிந்து பார்க்கும்போது தன்னருகிலிருந்த ஆறு வயது பாண்டிய குமாரன் என்ன கதியானான் என்று தெரியவில்லை!

அதே சமயம் வடக்குக் கோட்டை வாசலில் இளவரசனுக்கு உதவியாய்த் துணைப்படையுடன் நின்ற அஞ்சுகோட்டை நாடாள்வான் முற்றுகையின் நெருக்கடியான கட்டத்தில் எதிரிகளின் கையாளாக மாறி, கோட்டைக்குள்ளேயே கலகத்தை மூட்டி, இளவரசனின் குதிரைப் படையினரைக் கொன்று குவிக்கத் தொடங்கினான்; வடக்குக் கோட்டை வாசலையும் எதிரிகளுக்குத் திறந்துவிட்டு மகத்தான துரோகம் இழைத்தான். அந்த மதிற்சுவரை மோதி உடைத்துக் கொண்டிருந்த சோழர்களின் மாபெரும் யானைப்படை எளிதில் கோட்டைக்குள் நுழைந்துவிட்டது! அவ்வடக்கு வாயிலில் எஞ்சியிருந்த பாண்டிய இளவரசனின் குதிரைப்படையும் சோழர்களின் மதயானைகளைக் கண்டு மருண்டு ஓடி, மிதியுண்டு துவையுண்டு போயின! பாண்டிய இளவரசன் என்ன கதியானான் என்று தெரியவில்லை!

கிழக்குக் கோட்டை வாசலில் பிரம்மாண்டமான தேர்ப்படைகளுடன் அணிவகுத்து நின்ற வீர பாண்டியனின் புது மனைவியோ, சோழியர்கள் எறியும் அக்னியாஸ்திரங்களைக் கண்டு திடுக்கிட்டாள். சோழிய வீரர்கள் கோட்டைக்கு வெளியே வெகு தொலைவில் அணிவகுத்து நின்று தங்கள் நெருப்பெறி யந்திரங்கள்மூலம் தீப்பந்தங்களை அக்கினிமாரியாகக் கோட்டைக்குள் எறிந்தனர். அவர்கள் அருகில் வந்தால் அவர்கள் தலையில் எண்ணெய் ஸ்நானம் செய்விப்பதற்காகக் கோட்டை மதிற்சுவர் மீது எண்ணெய்க் கொப்பரைகள் கொதிக்கக் கொதிக்கக் காய்ச்சி வைக்கப்பட்டிருந்தன. சோழிய வீரர்கள் தங்கள் கல்லெறி யந்திரங்களின் மூலம் பாறாங்கற்களை வீசி அந்த எண்ணெய்க் கொப்பரைகளையெல்லாம் கோட்டைக்

குள்ளேயே கவிழ்ந்து விழும்படிச் செய்து விட்டனர். உள்ளேயிருந்த தேர்ப்படை வீரர்களெல்லாம் சுட்டுப் பொசுக்கும் எண்ணெயில் குளித்தெழுந்து உடலில் கொப்புளங்கள் கிளம்ப அலறித் துடித்தனர். அங்கிருந்த பிரம்மாண்டமான மரத்தேர்களெல்லாம் ஒரே எண்ணெய்க் காப்புப் பூசப்பட்டு, அதே சமயம் தீப்பந்தங்கள் சரமாரியாக வந்து விழவே பிரம்மாண்டமாகத் தீப்பிடித்து எரிந்து போயின! அக்குழப்பத்தில் வீரபாண்டியன் மனைவி என்ன கதியானாள் என்று தெரியவில்லை!

மேற்குக் கோட்டை வாசலில் சிறு யானைப் படையுடன் அணிவகுத்து நின்ற வீரபாண்டியனோ, போரின் நடுவில் தன் படை யானைகள் திடுமென மதம் பிடித்து ஓடுவதையும் மயங்கிச் சுருண்டு இறந்து விழுவதையும் கண்டு திடுக்கிட்டான். அவனது யானைப் படையைக் கண்காணித்து வந்த அதிகாரி, அணிவகுப்பிற்கு யானைகளைத் திரட்டும்போது அவற்றிற்கு இரகசியமாகத் தீனியும் தண்ணீரும் கொடுத்தான்; அந்தத் தீனியில் மத நீரையும் வெறியையும் ஊட்டக்கூடிய விஷ மூலிகைகளைக் கலந்திருந்தான். இவ்வாறு அந்த யானைப் படை அதிகாரி, நெருக்கடியான கட்டத்தில் சோழியர்களின் கையாளாக மாறி மகத்தான துரோகம் புரிந்துவிட்டான். சோழ வீரர்கள் மேற்குக் கோட்டை வாசலை உடைத்துக்கொண்டு உள்ளே நுழைந்தனர். அக்குழப்பத்தில் வீரபாண்டியன் என்ன கதியானான் என்று தெரியவில்லை!

"ஊர்மிளா! என்ன ஒரேயடியாகச் சிந்தனையில் ஆழ்ந்திருக்கிறாய்?" என்று வீரசேகரன் அவளை உற்றுப் பார்த்தான்.

"ஒன்றுமில்லை! அடுத்த தெருவில் மறைந்துள்ள முரடர்கள் என்னைப் பார்த்துவிட்டால் என்ன செய்வது என்றுதான் சிந்திக்கிறேன்!"

"ஊர்மிளா! நான் மதுரையின் முரடான தெற்குக் கோட்டை வாசலையும் அங்கிருந்த பிரசித்தி பெற்ற ஈழவராயனின் முரட்டு வேற்படையையும் கதிகலங்கச் செய்தவன்! உன் மீதோ என் மீதோ எந்த முரடர்களும் கை வைக்க விடமாட்டேன்!"

"ஈழவராயன் பயங்கரமான மனிதராம்; நான் பார்த்ததில்லை! நீ பார்த்திருக்கிறாயா?"

"இல்லை! தெற்குக்கோட்டை வாசலை உடைத்ததும் முதலில் அந்த ஈழவராயன் மீது பாய்ந்து அவன் கழுத்தை என்

கைகளால் நெறிக்க வேண்டுமெனத் துடித்தேன். ஆனால் அந்தக் கோழை என் கைக்குச் சிக்காமல் எங்கோ ஓடி ஒளிந்து கொண்டான். எனக்குச் சமதையான வீரன் எனப் பேசப்பட்ட அந்த இலங்கைப்புலி ஈழவராயனைக் கண்டுபிடிக்க வேண்டுமென்றுதான் ஓயாமல் தேடி அலைகிறேன்!''

"உன் சோழ அரசாங்கம், வீரபாண்டியனின் வம்சத்தை நிர்மூலமாக்க அவனது இரு குமாரர்களையும் தேடி அலைகிறது! நீயோ உனக்குச் சமதையான ஒரு மாவீரனை நிர்மூலமாக்க ஈழவராயனைத் தேடி அலைகிறாய்! வீரபாண்டியனின் கட்சிகூட இம்மூவரும் எங்கு மறைந்திருக்கிறார்களோ, என்ன கதியானார்களோ, உங்கள் கையில் அகப்பட்டு விடுவார்களோ, என்று மதுரையெங்கும் இரகசியமாகத் தேடி அலைகிறது! வாலிபனே! கோட்டைவிட்ட ஈழவராயனை வீர சுவர்க்கத்தில்தான் நீ தேடிப் பார்க்க வேண்டும்!''

"இதெல்லாம் உனக்கெப்படித் தெரியும், ஊர்மிளா?''

"அதுதான் சொன்னேனே, உங்கள் ஒற்றர்கள் சேகரிக்க முடியாத விஷயங்களையெல்லாம் பெண்கள் குளத்தங்கரையில் சர்வசாதாரணமாக அலசுவார்கள் என்று!...... வாலிபனே, வீரபாண்டியனின் எவனாவது ஒரு குமாரனைப் பிடிப்பதற்கு ஒரு வழி சொல்லுகிறேன்... அரசாங்க விசாரணையென்று என்னை அநாவசியமாகச் சந்திக்கு இழுக்காமல் நீ விட்டுவிடுகிறாயா?'' என்று கேட்டாள் ஊர்மிளா. வீரசேகரன் மௌனமாயிருந்தான். அந்தச் சமயம் சிற்ப மண்டபத்தின் பின்புறமோ, பின்புறத் தெருவிலிருந்தோ ஒரு கொம்பு ஊதும் சப்தம் கேட்டது. அதோடு யாரோ ஒருவன், 'ஓம் சக்திமாதா!' என்று கூவும் சப்தமும் இரவின் நிச்சப்தத்தில் தெளிவாய்க் கேட்டது.

ஊர்மிளா உடனே, "ஓம்! திருச்சிற்றம்பலம்! நமச்சிவாயா போற்றி! நாதன் தாள் போற்றி!'' என்று மெய்ம்மறந்து கூவினாள்.

அடுத்த கணம் தெருவின் திருப்பத்தில் சங்கநாதமும், யாரோ நாலைந்து ஆட்கள் நடந்து வரும் காலடி ஓசைகளும் கேட்டன. அதோடு மெல்லிய தேவாரப் பஜனையும் வலம்புரிச் சங்கொலியும் இரவின் நிச்சப்தத்தில் கணீரென்று ஒலித்தன.

நாடகத்தால் உன்னடியார் போல் நடித்து நான் நடுவே
வீடகத்தே புகுந்திடுவான் மிகப் பெரிதும் விரைகின்றேன்
ஆடகச் சீர் மணிக்குன்றே!

இந்த தெய்வீகத் திருவாசக அடிகளைப் பாடிக்கொண்டே சிவயோகி போலத் திருமேனியின் பதினாறு இடங்களிலும் விபூதி

தரித்த ஒரு படகோட்டி, கையில் வேல் ஏந்தியவண்ணம் சிற்ப மண்டபத்தை நோக்கி நடந்து வந்தார். அவர் பின்னால் இரண்டு செம்படவர்கள் ஒரு சிறு பல்லக்கைத் தங்கள் தோள்களில் சுமந்தவண்ணம், 'முருகா போற்றி! கந்தா போற்றி! குகா போற்றி!' என்று போற்றித் திருவகவல் பாடிக்கொண்டு வந்தனர். மற்ற இருவர் பூப்பல்லக்கின் இருபுறமும் வந்தனர். ஒருவன் வலம்புரிச் சங்கும் தப்பட்டமும் ஏந்தியிருந்தான். இன்னொருவன் தீவட்டி பிடித்துக் கொண்டு வந்தான். நான்கு செம்படவர்களும் திருநீறு அணிந்து பரிபூரணப் பக்தர்களாய் விளங்கினார்கள்.

அச் செம்படவர்களுக்கும் பூப்பல்லக்கிற்கும் முன்னால், பஜனைக் கோஷ்டியின் தலைவரைப் போலப் படகோட்டிச் சாமியார் தேவாரம் பாடிக்கொண்டே நடந்து வந்தார். அவரைக் கண்டதும், காணாமற் போன மைந்தனைக் கண்ட தாயின் முகம் ஆனந்தத்தால் மலர்வது போல, ஊர்மிளாவின் செந்தாமரை முகம் மலர்ந்தது.

படகோட்டிச் சாமியார் அவள் இருந்த திசையை நோக்கிக் கொண்டே அப்பர் தேவாரத்திலிருந்து ஒரு பாசுரத்தைப் பாடலானார்:

தேடிக் கண்டு கொண்டேன்!
திருமாலொடு நான்முகனும்
தேடித் தேடொணாத் தேவனை, என்உளே
தேடிக் கண்டுகொண்டேன்!

அதைக் கேட்டு ஊர்மிளாவும் பக்தி பரவசமாகித் தேவாரப் பஜனை செய்ய ஆரம்பித்து விட்டாள்:

தேடிச் சென்று திருந்துஅடி ஏந்துமின்!
நாடி வந்தவர் நம்மையும் ஆட்கொள்வார்
ஆடிப்பாடி அண்ணாமலை கைதொழ
ஓடிப்போம் நமது உள்ள வினைகளே!

இவ்வாறு ஊர்மிளா பாடிக்கொண்டே படகோட்டியை நோக்கி ஓடினாள்.

அவள் பின்னால் ஓடிவந்த வீரசேகரன், அவளைத் தடுத்து நிறுத்தி, "ஊர்மிளா, நீ ஏன் பாடுகிறாய்?" என்று கேட்டான்.

"அப்பர் தேவாரத்தில் கலந்து கொள்கிறேன், வைணவனுக்கு விரிந்த மனப்பான்மை இருக்குமென்றால் நீயும் கலந்து கொள்ளலாம்!" என்றாள் ஊர்மிளா வெடுக்கென்று.

இதற்குள் படகோட்டியின் சாம்பல் உருவமும் விபூதி பூசிய மூடுபல்லக்கும் அவர்களருகில் வந்து விட்டன. வீரசேகரன் அந்தப் பஜனைக் கோஷ்டித் தலைவரை நோக்கி, ‘‘ஏ பண்டாரம், நில்! உன் அன்னப் பல்லக்கையும் நிறுத்து! பெருமாள் கோவில் வீதியில் சிவபஜனையா?’’ என்று அதட்டினான்.

பஜனை கோஷ்டி நின்றுவிட்டது!

வீரசேகரனும் ஊர்மிளாவும் ஒன்றாக நெருங்கி நிற்பதைக் கண்ட படகோட்டிச் சாமியார், ‘‘சிவா, சிவா!’’ என்று காதுகளைப் பொத்திக் கொண்டு, ‘‘பாவம்! பாவம்! பெண்ணாகி வந்ததொரு மாயப்பிசாசமும், ஆணாகி வந்ததொரு வைணவப் பிசாசமும் ஒன்றாகி நிற்பதைக் கண்டுவிட்டேன்! மகா பாவம்! மகா பாவம்!’’ என்று கொடூரமாகக் கத்தினார்.

ஊர்மிளாவின் முகத்தாமரை ஒருவிதக் கலக்கத்தாலும் கோபத்தாலும் கனன்று கூம்பியது. மனஸ்தாபத்தோடு வீரசேகரனை விட்டுச் சிறிது விலகி நின்றாள். படகோட்டியை முறைத்துப் பார்த்தாள். அவர்மீது கோபம் கொண்டவள் போல் நடித்தாளா, உண்மையில் உள்ளூரக் கோபந்தானா என்பது அவளுக்கே தெரியாது! கருவிழிகளில் நீர் அருவி சோர, ‘மீளா அடிமை உமக்கே ஆளாய்ப் பிறரை வேண்டாதே...’ என்ற சுந்தரர் தேவாரப் பாசுரத்தை உருக்கமாகப் பாடியவண்ணம் துயர ஓவியமாய் நின்றாள். படகோட்டியை ஏறிட்டுப் பார்க்கவே அவள் மனம் கூசியது.

அந்தப் படகோட்டி, இருளை வளைத்துக் கட்டியது போன்ற கூந்தல் முடியில் நெற்கதிர் ஒன்றைச் செருகியிருந்தார். இடையிலிருந்து துடைவரை சல்லட வகையைச் சேர்ந்த ஒரு குறுங்காற் சட்டை அணிந்து, அதன்மேல் ஒரு செந்நிறத் தோலைத் தொங்கவிட்டுப் புலியின் வாலை அரைக்கச்சாகச் சுற்றிக் கட்டியிருந்தார். அரைக்கச்சிலே இரத்தக்கறையுடன் பிரகாசிக்கும் வாள் ஒன்று தொங்கியது! பழுக்கக் காய்ச்சிப் பதமான அம்புகளுடன் வில் ஒன்றும் வைத்திருந்தார். அவருடைய சகாக்களான செம்படவர்களின் அரைக்கச்சுகளிலும் மீன் அறுக்கும் கட்டாரிகள் இருளில் மின்னின.

‘‘ஏய், பண்டாரம், நீ படகோட்டிதானே?’’ என்று கேட்டான் வீரசேகரன்.

‘‘ஆஹா! ஓம் குகா!... நான் துன்ப நதியைக் கடக்க உதவும் படகோட்டி! பால முருகன் அருளுக்கு வழிகாட்டி!’’

‘‘ஏய்! சங்கநாதம் புரிந்துகொண்டு பஜனைக் கோஷ்டியுடன் தெருவின் திருப்பத்தில் தடதடவென்று வேகமாய் வந்தவன்

நீதானே? ஏன் சட்டென்று நின்று தெருவின் திருப்பத்திலேயே இவ்வளவு நேரமாய் மௌனமாகத் தங்கியிருந்தாய்? உடனே இவ்வீதியில் திரும்பி வருவதற்கென்ன?'' என்று வீரசேகரன் அதட்டிக் கேட்டான்.

ஊர்மிளா குறுக்கிட்டு, ''பல்லக்குச் சுமப்பவர்கள் இளைப்பாறியிருப்பார்கள். ஆட்கள் தோள்மாற்றிக் கொள்ளும் அவசியமும் ஏற்பட்டிருக்கும்!'' என்றாள்.

வீரசேகரன் படகோட்டிச் சாமியாரை ஏற இறங்கப் பார்த்துக் கொண்டே, ''ஏய் படகோட்டிப் பண்டாரம்! உன் மூடு பல்லக்கில் எந்த மூர்த்தியை வைத்திருக்கிறாய்?'' என்று கேட்டான்.

''பல்லக்கில் பால முருகக் கடவுள் இருக்கிறான்! அம்மையப்பன் கோவிலுக்குப் போகிறேன்; அவன் கையால் விபூதிப் பிரசாதம் வாங்கிக்கொள்! வைணவனே! நீ பிறவித் தொடர் அறுந்து கைலாசப் பதவி அடைவாய்!'' என்றார் படகோட்டிச் சாமியார். பூப்பல்லக்கின் அருகில் நின்ற ஊர்மிளா, அப் பல்லக்கின் திரைக்குள் பால வடிவமுள்ள ஒரு சிறுவனின் உருவம் அசைவது போலவும், பல்லக்கின் உள்ளேயிருந்து இலேசாகக் குறட்டை விடும் சப்தம் வருவதையும் உணர்ந்தாள். ஆனால் சற்றுத் தள்ளி நின்ற வீரசேகரன் அதைக் கவனிக்கவில்லை.

''ஏய், பண்டாரம்! உன் பெயரென்ன?''

''என் பெயர் குகன்! அந்தப் பல்லக்கில் இருக்கும் மூர்த்தியும் குகன்! பல்லக்குச் சுமப்பவனும் குகன்! நீயும் குகன்! அவளும் குகன்! உலகமே குகன் மயம்!... ஓம் குகசரவணபவா!........'' என்று அந்தப் படகோட்டிச் சாமியார் பல்லக்கிருந்த திசையில் திரும்பித் தரையில் சாஷ்டாங்கமாய் விழுந்து, ''கந்தா! குகனே! கதிர்வேல் முருகா! சிங்காரவேலா! சூரர்கள் பாலா! கங்காதரன் பாலா!.....முருகனே! மாயோன் மருகனே! ஈசன் மகனே! தும்பிக்கை முகன் தம்பியே! நின்னுடைய தண்டைக் காலெப்பொழுதும் நம்பியே கைதொழுவேன் நானே!'' என்று தோத்தரித்துப் பக்திப் பரவசத்தில் மூழ்கியவாறு எழுந்து நின்றார்.

பல்லக்குச் சுமந்த செம்படவர்களும் அந்தப் பக்திப் பெருக்கில் உணர்ச்சி கொண்டு, ''தேவர்கள் தேவே ஓலம்! சிறந்த சிற்பரனே ஓலம்! மேலவர்க்கு இடியே ஓலம்! வேற்படை விமல ஓலம்!'' என்று ஓலமிட்டனர்.

வீரசேகரன் அப் படகோட்டியை நோக்கி, ''நீ யார்?'' என்று கோபமான குரலில் கேட்டான்.

படகோட்டி, ''ஹா...ஹா...ஹா'' என்று ஆங்காரத்துடன் தொண்டையைக் கனைத்துக்கொண்டு பஜனை பாடலானார்:

"ஒரு முருகா என்று என் உள்ளங் குளிர உவந்து உடனே
வரு முருகா என்று வாய் வெருவாநிற்ப கையிங்ஙனே
தரு முருகா என்று தான் புலம்பாநிற்ப, தையல் முன்னே
திரு முருகாற்றுப் படையுடனே வரும் சேவகனே!"

படகோட்டியின் பஜனைப் பாடல்களில் ஏதோ உள்ளர்த்தம் இருக்குமென்பதை நன்கு உணர்ந்திருந்த ஊர்மிளா, ''திருமுருகாற்றுப் படை'' என்ற சொற்றொடரைப் படகோட்டி அழுத்திப் பாடியதால், ''திரு–முருகு–ஆற்று–படை'' என்ற சொற்களாகப் பதம் பிரித்து, செல்வக்குமரனை–வையை–ஆற்று வழியாகக் கொண்டு போக முயலும்–படை'' என்று மனசுக்குள் அர்த்தம் செய்து கொண்டாள். அந்தச் செல்வக் குமரன் மூடுபல்லக்குள் மறைந்திருக்கும் பால மூர்த்திதான் என்றும் நிச்சயித்துக்கொண்டாள்.

பித்தன் போலப் பேசும் படகோட்டியை வீரசேகரன் தீவட்டி வெளிச்சத்தில் ஏற இறங்கப் பார்த்தான்.

மலைபோல் திரண்ட தோள்கள்; மதயானைபோல் உருவம்; சிரிப்பே இல்லாத முகம்; கூற்றமும் அஞ்சும் குரல்; எண்ணெய் உண்ட இருள் மேனி; நெல்லைத் தொடுத்ததுபோல் ஏறிச் சாய்ந்துள்ள அடர்த்தியான புருவம்; விஷ சர்ப்பத்தைப்போல் நடுக்க மூட்டும் பார்வை; வஜ்ஜிராயுதம்போல் இடை; கல்போல் விசாலமான மார்பு; பனைமரச் சிறாம்புபோல் முன்னங் கைகளில் அடர்த்தியான ரோமம்; செருப்புக்கள் அணிந்த பெரிய கால்கள்; அக்கால்களில் வீரத் தண்டைகள்.

இவ்வளவு கொடூரத் தோற்றமுள்ளவரும் செம்படவர்களும் நிஜமான சிவனடியார்களாக இருப்பார்களாவென வீரசேகரனால் சந்தேகிக்க முடியவில்லை. கடவுள் தாசராகத் தொண்டு புரியவோ, கடவுள் தூதராக உபதேசம் செய்யவோ இன்னின்ன ஜாதிதான் என்ற ஒரு நிர்ணயம் பாண்டிய நாட்டில் கிடையாது. சாணார் ஏனாதிநாயனாரும், பறையர் நந்தனாரும், வேடர் கண்ணப்பரும்,

செம்படவர் அதிபத்தரும், வண்ணார் திருக்குறிப்புத் தொண்ட நாயனாரும் கடவுளின் அவதார புருஷர்களாய்த் தமிழ் நாடெங்கும் பக்தி உபதேசம் செய்த பெரிய புராணப் பொன்யுகம் அது! மேலும் இரவின் மூன்றாவது ஜாமத்தில் பஜனைக் கோஷ்டி கிளம்புவதையும் சந்தேகிக்க இடமில்லை. திருப்பரங்குன்றத்தில்

நடக்கும் முருகன் திருவிழாவுக்கு ஏற்பாடுகள் செய்யப் பகல் நேரத்திலேயே பரபரப்பாய் அலையும் மெய்யடியார்கள் இரவு நேரத்தில் அதிக மும்முரமாயிருப்பார்களென்றும் வீரசேகரன் சகஜமாய் நினைத்தான்.

''ஏய் படகோட்டி! உன் பெயர் குகன் என்கிறாய்! ராமாயணத்தில் வருவதுபோல் படகோட்டியாயு மிருக்கிறாய். குகன் எனும் நாமமுடையவன் வைஷ்ணவ ஆழ்வாராய் இராமல் சிவனடியாராய் இருக்கிறாயே?'' என்று கேட்டான் வீரசேகரன் பரிகாசமாக.

''நான் கம்பராமாயணத்தில் வரும் அந்த நாவாயன் குக ஆழ்வான் அல்ல! குக சரவணபவனான பால முருகனின் பெருமையைக் குன்றேறிக் கூற வந்த சிவனடியான்! எங்கள் சிவ மதத்திலுள்ள குகப் பெருமானின் பெருமையைக் கண்டு பொறாமைப்பட்டு உங்கள் வைணவ மதம் குகன் என்ற பெயரால் ஒரு படகோட்டியை ஆழ்வாராகச் சிருஷ்டித்துக்கொண்டது!'' என்று பதிலளித்தார் படகோட்டிச் சாமியார்.

''எங்கள் வைணவ மதத்தில் பாலகிருஷ்ணனுக்கு மக்களிடமுள்ள செல்வாக்கைக் கண்டு உங்கள் சிவமதம் பாலமுருகன் என்ற ஒரு கடவுளையே சிருஷ்டித்துக் கொண்டது!''

''எங்கள் பால முருகன்தான் முழுமுதற் கடவுள்!''

''ஏய், அன்னக்காவடி! வாயை மூடு!'' என்று வீரசேகரன் அதட்டிக்கொண்டே மூடு பல்லக்கின் அருகில் சென்றான்.

படகோட்டி கோபங் கொண்டவராய், ''இந்த அமுதுபடியின் வாயைக் கிழியுமையா! எங்களை விக்கினமின்றிக் காருமையா!'' என்று எம்பி நின்றார்.

ஊர்மிளா அவரை நோக்கி, ''குகச் சாமியாரே! விக்கினமின்றிக் காப்பாற்றுவதற்கு ஏற்றவர் விக்கினேசுவராதான். அதிலும் எங்கள் தெருவிலுள்ள முக்குறுணிப் பிள்ளையார்தான் அதிசக்தி வாய்ந்த தெய்வம்! அவரை நாடினால்தான் குறைகளெல்லாம் தீரும்!'' என்று ஏதோ ஒரு குறிப்பை உணர்த்துபவள் போலப் படகோட்டியைப் பார்த்தாள். அவர், ''குகனைப் பாடிய வாயால் இந்த நாயேன் வேறொருவனைப் பாடேன்! இவனையல்லால் எனக்கு வேறோர் தெய்வமில்லை!'' என்று கூவினார்.

''சாமியாரே! முன்னவனை விட்டுப் பின்னவனைப் பாடுவீரோ? மூத்தவனை விட்டுவிட்டு இளையவனை நாடினால்

அம்மையப்பனுக்குக் கோபம் வரும்! பிள்ளையாரும் எல்லோரையும் சபித்து விடுவார்!''

''அடி பேதாய்! மாயப் பிசாசமே! என் குகனை என்னடி சொன்னாய்? என் குகன் அப்பனுக்கும் அருள்போதம் தரும் சாமியப்பனடி! அம்பலத்தரசனையும் ஆட்கொள்ளும் அவதாரப் பாலனடி! மூத்தவனோ வயிறுதாரி! வாகனம் பெருச்சாளி!''

ஊர்மிளா தன் குலதெய்வமான பிள்ளையாரைப் படகோட்டி பிரி ஏளனம் செய்வதைப் பொறுக்காதவள் போலக் கோபம் கொண்டவளாய் நடித்தாள். அந்தக் காலத்தில் மத உணர்ச்சி மிகுந்து மதச் சண்டைகளும் சைவ வைஷ்ணவப் போராட்டமும் அதிகரித்திருந்தது போலவே, சைவ சமயத்திலும் ஆதி சைவம், ஸ்மார்த்தம், காளமுக சமயம், கபாலிக சமயம் என்பன போன்ற பல உட்பிரிவுகள் ஏற்பட்டுத் தங்கள் குலதெய்வந்தான் உயர்ந்ததென்று வாதப் பிரதிவாதம் செய்யும் குறுகிய மனப்பான்மையும் அதிகமாயிருந்தது. சிவனைப் பாடிய வாயால் அவன் மகன் ஆண்டிச் சுப்பனைப் பாடமாட்டேன் என்று சொல்லுபவர்களும், முருகனைக் கும்பிடும் கைகளால் பிள்ளையாரைக் கும்பிடமாட்டேன் என்று சொல்லுபவர்களுங்கூட அந்தக் காலத்தில் இருந்தார்கள்!

ஊர்மிளா வீரசேகரனை நோக்கி, ''வாலிபனே! இந்தச் சாமியார் என் குலதெய்வமான பிள்ளையாரைத் தூஷிக்கிறார்! இவர் மெய்யான சிவனடியாராய் இருப்பாரென்று கருதி, இவரது சிவபஜனையில் கலந்து கொண்டேன்! அந்தப் பூப்பல்லக்குத் திருப்பரங்குன்றம் கோயிலுக்கு உரியது. இந்த வேடதாரி பல்லக்கில் ஏதாவது கோயில் சொத்தைத் திருடி மறைத்து வைத்திருப்பார்! பல்லக்கினுள் என்ன இருக்கிறதெனப் பார்!'' என்று கத்தினாள்.

வீரசேகரன் பல்லக்கினருகில் விரைந்து சென்று அதைச் சுற்றி மூடி திரையோடு தொங்கும் பூச்சரங்களை நீக்கிக்கொண்டே உள்ளே ஊடுருவிப் பார்த்தான்.

அந்தப் பல்லக்குக்குள் எந்த உற்சவமூர்த்தியும் இல்லை. தத்ரூபமான பாலதண்டாயுதமே இருந்தது! ஆறு வயது நிரம்பப் பெறாத பாலகனொருவன், கோவண ஆண்டியாய் உடலெல்லாம் விபூதி பூசிக் கையில் வேலும் சேவற்கொடியும் தாங்கி, மயில் தோகைக்கருகில் தூங்கி வழிந்தவாறு உட்கார்ந்திருந்தான். பால்மணம் மாறாப் பச்சிளம் வடிவம்; குனித்த புருவம்; கொவ்வைச் செவ்வாயில் குமிழ் சிரிப்பு; பவள மேனியில் பால் வெண்ணீறு. அசல் பாலமுருகக் கடவுள் போலவே இருக்கும் அந்தப் பாலகனிடம்

ஏதாவது விசாரிக்கலா மென்று வீரசேகரன் நினைத்தான். ஆனால் அந்தப் பாலமுருகன் வாய் திறந்து பேச முடியாதபடி வாய்க்கு வெளியே நாக்கு இழுக்கப்பட்டு அதில் சிறு வேலொன்று செருகப்பட்டிருந்தது. மேலும் அந்தப் பையன் தூங்கியவாறு அமர்ந்திருந்தான்.

"என்ன குகப் பெருமான் சமாதியில் ஆழ்ந்திருக்கிறாரோ?" என்றான் வீரசேகரன். படகோட்டி கலகலவென்று மணியடிக்கவே, தூங்கி வழிந்து கொண்டிருந்த அந்தப் பையன் திடுக்கிட்டு விழித்து, கொஞ்சம் விபூதியை வேகமாக அள்ளி வீரசேகரன் கையில் கொடுத்தான்.

அந்த விபூதியை வீரசேகரன் வாங்கிக் கொள்ளாமலே, முகத்தைச் சுளுக்கிக் கொண்டான்.

அந்தப் பல்லக்கைச் சோதித்துப் பார்க்கும்படி ஊர்மிளா சொன்னதனாலும், வீரபாண்டியனின் இரண்டாவது குமாரனுக்குப் பதினாறு வயதாவது இருக்கும் என்று அவள் சொன்னதனாலும், பல்லக்கில் இருக்கும் ஆறுவயதுப் பாலகன் வீரபாண்டியனின் இரண்டாவது குமாரனாய் இருப்பானோ என்ற சந்தேகமே வீரசேகரனுக்கு உண்டாகவில்லை!

"படகோட்டியே! இந்தப் பாலதண்டாயுதம் எங்கிருந்து வருகிறது, எங்கே போகிறது?" என்று அவன் ஏளனமாய்க் கேட்டான்.

"என் குகப் பெருமான் திருப்பரங்குன்றத்திலிருந்து வருகிறான்! அம்மையப்பன் கோயிலுக்குப் போகிறான்! இடையில் மேலைமாசி வீதியிலுள்ள நக்கீரர் கோயிலுக்குப் போவான். பொற்றாமரைக் குளத்தில் நீராடுவான். வையை ஆற்றில் இறங்கி அக்கரை வழியாகவே வண்டியூர் சென்று வாழ்த்துக் கூறுவான். சிவகங்கையில் தீர்த்தமாடுவான்! பழனி மலையில் பாலன்னம் அருந்துவான்! ஆறுபடை வீடுகளுக்கும் ஆறுமுகம் பேசுவான். குன்றைக்குடியில் குகனருள் காட்டுவான்! கதிர்காமத்தில் காட்சியளிப்பான். கடைசியில் மாயோன் மலையில் சேயோன் மலையேறுவான்!"

"போதும், நிறுத்து! நகர்க் கோட்டை வாசலைத் தாண்டி எந்தப் பாலதண்டாயுதமும் போக முடியாது!" என்று வீரசேகரன் ஏளனமாய்ச் சிரித்தான். ஊர்மிளா வீரசேகரனுக்குத் தெரியாமல் அவனது உடைவாளைக் கண்ணால் சுட்டிக் காட்டி, "காக்கும் தெய்வம்!" என்று கும்பிட்டுப் படகோட்டியை நோக்கிப் புன்முறுவல் செய்தாள்.

வீரசேகரன் அவளை நோக்கி, ''ஊர்மிளா! ஏன் புன்னகை செய்கிறாய்?'' என்று கேட்டான்.

''பாவம்! அந்தப் படகோட்டிச் சாமியார் பல்லக்கில் இருக்கும் பாலமுருகனை எப்படிக் கோட்டையைவிட்டு வெளியே கொண்டுபோவது, கோட்டைக் காவலர் விடமாட்டார்களே என்று மருகினார்! எனக்குச் சிரிப்பு வந்தது!''

''ஏதோ காக்கும் தெய்வம் என்றாயே? எது காக்கும் தெய்வம்?''

''உன் இடுப்பில் தொங்குவதுதான் காக்கும் தெய்வம்! உன் இடுப்பில் தொங்கும் வைடூரிய வாளைக் கோட்டை காவலரிடம் கொண்டு போய்க் கொடுத்தால் வெளியே போக அனுமதிப்பார்கள் என்று பரிகாசமாய்ச் சொன்னேன்!''

அப்போது படகோட்டிச் சாமியாரோ தன்னோடுள்ள நான்கு செம்படவர்களையும் ஊர்மிளாவையும் குறிப்பாகப் பார்த்துவிட்டு, 'ஆறிரு தடந்தோள் வாழ்க! ஆறுமுகம் வாழ்க! வெற்பைக் கூறுசெய் தனிவேல் வாழ்க!' என்று பாடிக்கொண்டே தம் கையிலுள்ள கூர்மையான வேலை ஓங்கினார்; ஊர்மிளா ஏதோ கண் ஜாடை செய்யவே, ஓங்கிய வேலை அமர்த்திக்கொண்டு, தீப்பொறி பறக்கும் விழிகளால் ஊர்மிளாவை நோக்கினார்.

ஊர்மிளாவின் முகபாவம் சட்டென்று மாறியது; கோபத்தால் சிவந்தது. ஊர்மிளா வீரசேகரனை நோக்கி, ''இந்தக் கொடூரமான படகோட்டிச் சாமியார் அன்பே சிவம் என்னும் நிஜமான சிவனடியாராக இருக்க மாட்டார்! மக்களைக் காளி மாதாவுக்கு நரபலி கொடுக்கும் கபாலிக மதத்தைச் சேர்ந்தவராக இருப்பார்! இப்போதுதான் இவரது கபட வேஷத்தையும் தந்திரத்தையும் புரிந்து கொண்டேன்! இவர் அசல் கபால பைரவர்! பல்லக்கில் இருக்கும் பாலகன் பாலமுருகக் கடவுளல்ல! அந்தச் சிறு பையனை எங்கிருந்தோ திருடிக் கொண்டு வந்து காளி மாதாவுக்கு நரபலி கொடுக்கப் போகிறார்! பாலமுருகன் உருவத்தில் அச்சிறு பையனைத் தந்திரமாகக் கோட்டையைவிட்டுக் கடத்திக்கொண்டு போய், அமாவாசை நடுநிசியில் காளி மாதாவுக்குப் பூஜை நடக்கும்போது அந்தப் பையனின் தலையைப் பலி பீடத்தில் வைத்து வெட்டிவிடுவார்! கடவுளின் பெயரால் நடக்கும் இந்த அக்கிரமத்தை நாம் அனுமதிக்கக் கூடாது!'' என்று கூவினாள்.

எமனே எதிரில் நின்றாலும் அஞ்சாத வீரசேகரன் தன் எதிரில் நிற்பது கபால பைரவர் என்றதும் கலவரமடைந்தான். அவ்வளவு தூரம் காளிமாதாவின் பெயரால் கபாலிக மதத்தினர்

பயங்கரமான காரியங்களைச் செய்து வந்தனர். காளி மாதா கபால மாலை அணிகிறாள், ருத்திரமூர்த்தி கையில் மண்டையோடு ஏந்துகிறார். 'பிள்ளைக் கனி அமுது' கேட்கிறார் என்றெல்லாம் தத்துவங்களை ஆதாரம் காட்டி, பாலர்களையும் யுவர்களையும் தூக்கிக்கொண்டு போய்க் காளி மாதாவுக்குப் பலி கொடுத்தனர்.

அந்தக் காலத்தில் எதையும் மிகைபடச் சொல்வது இலக்கியத்தில் மட்டுமல்ல, தெய்வீகப் பிரசாரங்களில்கூட இருந்தது! 'காளியின் பலிபீடத்தின் முன்னால் ஒரு பக்தன் தன் கையாலேயே தன் தலையை வெட்டிப் பலி கொடுக்க வேண்டும். அவ்வாறு செய்தால் சுலபத்தில் மோக்ஷ பதவி கிடைக்கும். நினைத்த காரியமெல்லாம் கைகூடும்' என்றெல்லாம் கபாலிக மதத்தினர் பிரசாரம் செய்து, வறுமையாலும் அறியாமையாலும் பஞ்சத்தாலும் வாடும் பாமர ஜனங்களைச் சுலபமாக நம்பச் செய்தனர். தெய்வ நம்பிக்கை மதப் பிரசாரங்களினால் பயப்பிராந்தியான மூடபக்தியாக மாறும்போது கபாலிகர்களின் பயங்கரமான தத்துவ வியாக்கியானங்களைப் பாமர ஜனங்கள் நம்பியதில் வியப்பில்லை. இந்தக் கொடூரமான கபாலிக மதம் வடநாட்டில் தோன்றி, பிறகு வடநாட்டுக் கலாசாரத்தைப் பின்பற்ற முயலும் சோழ நாட்டில் சுலபமாகக் குடியேறி, பாண்டிய நாட்டில் பரவித் தமிழ் நாடெங்கும் வியாபித்தது. இவ்வாறு தலையையும் உயிரையும் நரபலி கொடுக்கும் வழக்கம் இப்போது 'வேண்டுதலுக்காகத் திருப்பதி மொட்டையடிக்கும்' வழக்கமாகவும், 'அலகு குத்திக் கொள்ளும்' வழக்கமாகவும், 'ஆடு கோழிகளைப் பலி கொடுக்கும்' வழக்கமாகவும் மாறி இன்றளவும் கபாலிக மதத்தின் சின்னங்களாய் இருந்து வருகின்றன போலும்!

வீரசேகரன் எதிரே ருத்திரமூர்த்தி போல் நின்ற படகோட்டிச் சாமியார் தீப்பொறி பறக்கும் தம் விழிகளை உருட்டி நோக்கி ஊர்மிளாவை எரித்து விடுபவர்போல் பார்த்தார்.

அடுத்த கணம் அவர் தம் கையிலிருந்த வேலைத் தூக்கி, தெய்வ ஆவேசம் வந்தவர்போல் மெய் சிலிர்க்க உடம்பைக் குலுக்கி, "ஓம் நமப் பார்வதி பதயே! ஓம் சக்தி மாதா!" என்று உரத்த குரலில் கூவினார்.

அவர் எதிரொலி அடங்குவதற்குள் சிற்ப மண்டபத்திலிருந்தோ அல்லது வேறு எங்கிருந்தோ ஒரு பயங்கரமான உருவம் தடதடவென்று இருட்டில் ஓடி வந்தது!

'ஹா...ஹா...ஹா...' என்று பயங்கரச் சிரிப்புடன் கபாலிகன் ஒருவன்தான் அவர்களை நோக்கி ஓடி வந்து நின்றான்.

மண்டையோடுகளை மாலையாக அணிந்து, நெற்றியில் சந்தனத்தை அப்பி, இரத்தம்போல் சிவந்த குங்குமத்தைப் பூசிக் கதாயுதத்துடன் பயங்கரமாய்த் தோன்றிய அந்தக் கபாலிக உருவத்தைக் கண்டதும் ஊர்மிளா நடுநடுங்கியவளாய் வீரசேகரனின் முதுகுப்புறம் ஓடி அவன் பின்னால் மறைந்துகொண்டாள்.

கபாலிகனோ தன் பெரிய விழிகளை உருட்டி ஊர்மிளாவை ஊடுருவிப் பார்த்தான். ''ஓம், சக்தி மாதா! மகாகாளீ!... பெண்ணே, என்னை ஏமாற்றி ஓடிவந்து விட்டாய்! இந்தக் கபால பைரவன் வலையிலிருந்து எவளும் தப்ப முடியாது! உன்னை என் சக்தி மாதாவுக்கு நரபலி கொடுக்காமல் விட மாட்டேன்! ஓம் மகாகாளி...'' என்று கனல் கக்கும் குரலில் கூறிக்கொண்டே, தன் கதாயுதத்தை ஓங்கியவண்ணம் அவள்மீது பாய்ந்தான்.

ஊர்மிளாவின் தலையில் அடி விழுந்ததா இல்லையா என்று வீரசேகரன் திரும்பிப் பார்ப்பதற்குள் அவள் கீழே மூர்ச்சித்துக் கிடந்தாள்.

வீரசேகரன் கடுங்கோபமுற்றவனாய்த் தன் உடைவாளை உருவியவண்ணம் கபாலிகனை நோக்கித் திரும்பினான். அதற்குள் அவன் தலையில் யாரோ பலமாக மரக்கழியால் அடிக்கும் உணர்ச்சி உண்டாயிற்று.

அடுத்த கணம் வீரசேகரன் பிரக்ஞை தடுமாறித் தரையில் மூர்ச்சித்து விழுந்தான்!

மறுபடி வீரசேகரனுக்குச் சுயநினைவு வந்தபோது பொழுது விடிந்திருந்தது! வைகறையின் சிவந்த புன்னகை குருவிகளின் கலகல ஒலியோடு நந்தவனமெங்கும் தவழ்ந்தது. சேற்றில் தோன்றிய செந்தாமரைகள் செங்கிரணத் தேரேறி வரும் சூரியனின் வெப்பமான மேனி மண்டலத்தை நோக்கிச் செவ்விதழ்கள் மலர்ந்திருந்தன.

சிற்ப மண்டபத்தின் ஒரு மூலையில், மோகினிச் சிலையின் மடியில், வீரசேகரன் சோர்ந்து கிடந்தான். அங்கு எவ்வாறு வந்தான் என்ற நினைவு தட்டவே வீரசேகரன் திடுக்கிட்டெழுந்தான். எதிரே படகோட்டிச் சாமியாரையும், பாலமுருகக் கடவுளையும், பஜனைக் கோஷ்டியையும் காணோம்! ஜனநாதன் தந்த வைடூரிய வாளையும் இடுப்பில் காணோம்! உல்லாச மோகினியான ஊர்மிளாவையும் காணோம்!

அதற்குப் பதில் சோழர் வாட்படைத் தலைவன் ஜனநாதன், ''ஏன் பள்ளிகொண்டீரய்யா, ஸ்ரீரங்கநாதரே...!'' என்று ஒரு தண்ணீர் ஜாடியுடன் பாடிக் கொண்டு நின்றான்!

‘‘ஆ! ஜனநாதனா...?’’ என்று வீரசேகரன் ஆச்சரியத்தோடு கூவினான்.

‘‘நானேதான்! உன்னை எங்கெல்லாமோ தேடிக் கடைசியில் இந்திரஜித் இங்கே மோகினிச் சிலையின் மடிமீது நாகபாசத்தால் கட்டுண்டு கிடப்பதைக் கண்டேன்; சஞ்சீவியைப் போல் கொஞ்சம் தண்ணீரை உன் முகத்தில் தெளித்து மூர்ச்சை தெளிவித்தேன்!’’ என்று சிரித்தான் ஜனநாதன்.

அவனிடம் வீரசேகரன் கடந்த இரவில் நடந்த விருத்தாந்தங்களையெல்லாம் சொல்லிவிட்டு, ‘‘எல்லாம் ஒரு மாயச் சொப்பனமாக இருக்கிறது! நடுநடுவே பிரக்ஞை வரும்போதெல்லாம் யாரோ என் மூக்கருகில் மயக்க வாசனையை ஊட்டியது நினைவு வருகிறது!’’ என்றான்.

‘‘கடைசியில் கங்கையைப் பறிகொடுத்து விட்டாய்!’’ என்று ஜனநாதன் சிரித்தான்.

‘‘அந்த ஊர்மிளாவின் உண்மையான பெயர் கங்காவா?’’ என்று வீரசேகரன் வியப்புடன் கேட்டான்.

‘‘சந்தனு மகாராஜன் கையிலிருந்து நழுவியோடிய கங்கையைச் சொல்லவில்லை! கங்கைப் படையெடுப்பிற்காக வாழையடி வாழையாக எங்கள் வம்சம் வைத்திருந்த என் வீரவாளைப் பறிகொடுத்து விட்டாயே? என் வைடூரிய வாளுக்குத்தான் கங்கை என்று பெயர்!’’

வீரசேகரன் அளவிறந்த வருத்தத்தோடு, ‘‘படகோட்டிச் சாமியார்தான் அந்த வாளைத் திருடிக் கொண்டு போயிருக்க வேண்டும். குகன் பல்லக்கையும் பஜனைக் கோஷ்டியையும் கண்டுபிடித்து எப்படியும் உன் வாளை மீட்டுத் தருகிறேன்!’’ என்றான்.

‘‘இந்நேரம் படகோட்டிச் சாமியார் வையை ஆற்றைக் கடந்து அம்பலத்தரசன் ஜோதியில் கலந்திருப்பார். உன்னை ஏமாற்றி என் வாளைத் திருடிக் கொண்டுபோய்க் கோட்டை வாசல் காவலரிடம் அதை ஈடு வைத்துவிட்டு, பல்லக்கிலிருந்த குகப் பெருமானைத் தந்திரமாகக் கோட்டையை விட்டுக் கடத்திவிட்டார்கள்! பாலமுருகக் கடவுளோடு துணை போனவள் ஒரு ஔவையார்!’’

‘‘யார் அந்த ஔவையார்? ஊர்மிளாவா?’’

‘‘ஔவையார் ஒரு கனிந்த கிழவி! கனியாத குமரியல்ல!’’

"அப்படியானால் ஊர்மிளாவின் கதி?"

"கபாலிகன் அவளைச் சக்திமாதாவிற்கு நரபலி கொடுப்பான்! எவருக்கும் கிடைக்காத சக்தியருளும் சுவர்க்க பதவியும் உன் ஊர்மிளாவுக்குச் சீக்கிரம் சித்திக்கும். கபாலிகனை எங்கேயாவது கண்டால் அவனுக்குப் பரிசு கொடு!"

"ஊர்மிளா, காளிக்குப் பலியாவதைப் பற்றிக் கொஞ்சமாவது கவலையில்லையா?" என்றான் வருத்தத்துடன் வீரசேகரன்.

"உன்னைவிட எனக்குத்தான் அவளைப் பற்றிய கவலை அதிகம்" என்றான் ஜனநாதன். அதைச் சொன்ன அவன் குரலிலிருந்த பரிவும், முகபாவமும், ஊர்மிளாவின் அலாதியான அழகும் அவளை ஜனநாதன் அடைய விரும்புகிறானோ என்ற சந்தேகத்தை உண்டாக்கின.

வீரசேகரன் சந்தேகத்தோடு ஜனநாதனை ஏறிட்டுப் பார்த்தான்.

"சந்தேகப்படாதே, தம்பி! அவள் அழகைக் கண்டு ஆசைப்படக் கூடிய முட்டாள் நானல்ல! இன்னொரு முட்டாள் அவளுக்காக ஆசைப்பட்டு நேற்றிரவு என்னிடம் ஆயிரம் ஈழப்பொன் கொடுப்பதாக அவளை விலைக்குக் கேட்டான்! உன்னால் அதை இழந்து விட்டேன்!... ஆனாலும் என்ன? அவள் இறந்துவிட்டால் எனக்கு ஆயிரம் பொற்காசு கொடுப்பதாக இன்னொருத்தி பேரம் பேசினாள்! 'யானை இருந்தாலும் ஆயிரம் பொன், செத்தாலும் ஆயிரம் பொன்' என்ற பழமொழி ஊர்மிளா விஷயத்தில் எவ்வளவு கனகச்சிதமாயிருக்கிறது, ஆகா!"

"ஊர்மிளாவைக் கொல்லச் சொன்னவள் யார்? சிவகாமசுந்தரியா? நான் ஓர் இளம் பெண்ணோடு கொஞ்ச நேரம் தனித்துப் பேசினாலே அவளுக்கு உடனே சந்தேகம் கிளம்பிவிடும். அவளை வீட்டில் நிர்க்கதியாய் விட்டுவிட்டு நான் கண்ட பெண்ணோடெல்லாம் ஓடிவிடுவேனோ என்று அலறுவாள்; வீட்டில் நிம்மதியில்லாமல் நான் வெளியே கிளம்பினால் அவள் நிழல்போல் என்னையறியாமல் என்னைப் பின்தொடர்ந்து வருவாள்!" என்றான் வீரசேகரன் எரிச்சலோடு.

ஜனநாதனோ அதற்கு எந்தவிதப் பதிலும் சொல்லாமல் மௌனமாகச் சிரித்தான்.

"என்னிடமிருந்து ஊர்மிளாவை விடுதலை செய்தால் உனக்கு ஆயிரம் ஈழப்பொன் கொடுப்பதாக ஒருவன் சொன்னானா?... அவன் யாராக இருப்பான்?" என்று கேட்டான் வீரசேகரன்.

''கேவலம் ஒரு பெண்ணுக்காக ஆயிரம் பொன் கொடுப்பதாகச் சொல்பவன் அவளுடைய புருஷனாகக் கூட இருக்க மாட்டான்! அவளுடைய காதலனாகத்தான் இருப்பான்!'' என்று ஜனநாதன் பரிகாசம் செய்துகொண்டே வீரசேகரனோடு சிற்ப மண்டபத்தை விட்டு வெளியே வந்தான். வெளியே கட்டப்பட்டிருந்த ஜனநாதனின் வெள்ளைக் குதிரை, ஜனநாதனைக் கண்டதும் மெல்லக் கனைத்தது!

''அதோ என் குதிரை! இந்த உலகில் என்னிடம் உண்மையான நன்றி விசுவாசமுள்ள ஒரே ஜீவன்!'' என்று ஜனநாதன் சொல்லி விட்டு, பலவிதச் சந்தேகங்களாலும் குழம்பியவனாய் நிற்கும் வீரசேகரனை நோக்கி, ''தம்பி! அதன்மீது எவ்வளவு பாரத்தை வேண்டுமானாலும் சுமத்தலாம்! வா, நாமிருவருமே அந்தக் குதிரை மீதேறி, பவனி செல்வோம்!'' என்றான்.

வீரசேகரனோ துயரத்தால் முகம் வாடியவனாய், ''என் ஊர்மிளாவைக் கபாலிகன் கொண்டு போய் விட்டான்! பஜனைக் கோஷ்டியோடு போகவில்லை யாதலால் ஊர்மிளா இங்கே நகர் கோட்டைக்குள்தான் எங்கேயோ இருக்கிறாள்! கபாலிகன் அமாவாசை நடுநிசியன்றுதான் பூஜையின்போது ஊர்மிளாவைக் காளி மாதாவுக்குப் பலி கொடுக்க முயல்வான். அதற்குள் அவளை எப்படியும் அந்த முரட்டுக் கபாலிகனிடமிருந்து காப்பாற்றி விடுவேன்!'' என்றான்.

''அந்த முரட்டுக் கபாலிகனை அவ்வாறு தூண்டிவிட்டவன் யார் தெரியுமா? நான்தான்!'' என்று சிரித்தான் ஜனநாதன்.

வீரசேகரன் திடுக்கிட்டான்.

''வீரசேகரா! தீவிரமாகச் சிந்தித்துப் பார்! நீ சிறைபிடித்துப் போன ஊர்மிளாவை உன்னிடமிருந்து விடுதலை செய்தால் ஒருவன் ஆயிரம் பொன் தருவதாகவும், அவளை உன்னிடமிருந்து பிரித்துக் கொன்றால் ஒருத்தி எனக்கு ஆயிரம் பொன் தருவதாகவும் என்னிடம் ஒரே சமயத்தில் இருவர் பேரம் பேசியிருக்கிறார்கள்! அவளை விட்டு விடும்படி என் வாயாலேயே சொன்னால் அது அரசாங்கக் குற்றமாகும்! அதனால் போலிக் கபாலிகன் ஒருவனை இரகசியமாக அனுப்பி ஊர்மிளாவை உன்னிடமிருந்து கொள்ளை யடித்தேன்!....''

''நீயா? நிஜமாகவா சொல்கிறாய்...?''

''நான் சொல்லவில்லை! நம் இருவருக்குள்ளும் சண்டை மூட்டிவிட நம் அரசியல் தோழர்கள் அவ்வாறு உன்னிடம் சொல்லுவார்கள்!'' என்று சிரித்தான் ஜனநாதன்.

‘‘எவ்வளவு நேர்மையாகப் பேசும் நண்பன் நீ! என்னால் உன் வைடூரிய வாள் பஜனைக் கோஷ்டியால் திருடப்பட்டுக் கோட்டை வாசல் காவலரிடம் அண்டமானம் வைக்கப்பட்டிருக்கிறதே, அது சோழ அரசர் குலம் தலைமுறை தலைமுறையாக உங்கள் காடவராயர் வம்சத்திற்கு அளித்துவந்த வெற்றி வாளல்லவா? அதைத் திரும்பப் பெற வேண்டாமா?'' என்று கேட்டான் வீரசேகரன்.

‘‘துரதிர்ஷ்டவசமாக இன்று மாலைக்குள் என் வீரவாள் என் கையில் இருந்தாக வேண்டும். ஏனெனில், வாட் படைத் தலைவனான நான் அவ்வாளைத் தூக்கிப் பிடித்து, ‘சோழ சக்ரவர்த்திகள் வாழ்க!' என்று சொன்ன பிறகுதான் வாடபடை வீரர்கள் சோழ சாம்ராஜ்யத்தின் புலிக்கொடிக்கு மாலை வணக்கம் செலுத்தவோ, இரவில் தூங்குவதற்காக அணி வகுப்புக் கலைந்து செல்லவோ முடியும்!'' என்றான் ஜனநாதன்.

‘‘அப்படியானால் உன் வாளை அதற்குள் எப்படித் திரும்பப் பெறுவாய்? காவற்படை அதிகாரி ஏகவாசகன் வாணகோவரசரிடம் சென்று உன் வாளைக் கேட்பாயா?''

‘‘நானா? தனக்குச் சமதையான அந்தஸ்துள்ள ஒரு அதிகாரியிடம் இந்த ஜனநாதனா போய்க் கேட்பான்? ஒரு நாளுமில்லை! நான் வாய் திறந்து என் வாளைக் கேட்கவே மாட்டேன். அது தானாகவே என்னிடம் வலிய வந்து சேரும்! ஏனெனில் மாலை நேரம் வரை என் வாளைத் திரும்பிக் கேட்காதிருந்தால் இதில் ஏதோ சூழ்ச்சியிருக்கும் என்று சந்தேகித்து, காவற்படை அதிகாரியே அந்த வாளை என்னிடம் கொண்டுவந்து கொடுத்து விடுவார்!'' என்று சிரித்தான் ஜனநாதன்.

‘‘கோட்டையை விட்டு வெளியேறிய அந்த பஜனைக் கோஷ்டியைப்பற்றி உன் அபிப்பிராயம் என்ன?'' என்று வீரசேகரன் கேட்டான்.

‘‘இதிலென்ன சந்தேகம்? அந்தப் படகோட்டிச் சாமியார் வீரபாண்டியன்! பல்லக்கில் இருந்த பாலமுருகன் அவனுடைய இரண்டாவது குமாரன்! உன்னோடு இருந்த ஊர்மிளா அவனது புது மனைவி! ஆக, இம்மூவரையும் ஏககாலத்தில் உன் கண் முன்னாலேயே தப்பியோடவிட்டு நீ மகத்தான தேசத் துரோகியாகி விட்டாய்!''

வீரசேகரன் பீதியுடன், ‘‘நிஜமாகவா சொல்லுகிறாய்?'' என்றான்.

''நான் சொல்லவில்லை! உன் முன்னேற்றத்தைக் கண்டு மனம் புழுங்கும் நம் அரசியல் கிழவர்கள் அவ்வாறு திரித்துச் சொல்லுவார்கள்! ஆனால்...''

''ஆனால் என்ன?''

''நான்தான் வீரபாண்டியன் கட்சியிடம் கைக்கூலி பெற்று அந்தப் பஜனைக் கோஷ்டி கோட்டையை விட்டு வெளியேற வழி வகுத்துக் கொடுத்தேன்! யோசித்துப் பார்! நானாக வலிய வந்து உன் கையில் என் வைடூரிய வாளைக் கொடுத்து அந்த வாளின்மூலம் பஜனைக் கோஷ்டி கோட்டை வாசல் வழியாக வெளியேறவும், எனக்குப் போட்டியாக முளைக்கும் உன்மீது அந்தப் பழியைச் சுமத்தவும் இவ்வாறு நான் சூது செய்தேன்!'' என்றான் ஜனநாதன்.

''நிஜமாகவா சொல்லுகிறாய்?''

''நான் சொல்லவில்லை! என் செல்வாக்கைச் சீர்குலைத்து என்னை எப்படியும் ராஜத் துரோகியாக்க முயலும் என் அரசியல் கூட்டாளிகள் சொல்லுவார்கள்! ஆனால் அரசாங்கத்தின் அஸ்திவாரம் அசைந்தாலுங்கூட அதை விட்டு என்னை அரசர்பிரான்கூட அசைக்க முடியாது!'' என்று சிரித்தான் ஜனநாதன்.

''என் சிறு அஜாக்கிரதை இவ்வளவு பெரிய அனர்த்தங்களுக்கும் இடங்கொடுத்து விட்டது!'' என்று வருந்தினான் வீரசேகரன்.

''ஆர்த்தத்தை அனர்த்தமாக்குவதுதான் அரசியல்! சரி; வா, போகலாம்; ஆனால்... உன்னால் சோழர்களின் கங்கைப்படலம் மாறிப் போய்ப் பாண்டியரின் குகப் படலம் வெற்றிகரமாக அரங்கேறியிருக்கிறது என்பதை மட்டும் மறந்துவிடாதே!'' என்று சிரித்துக் கொண்டே எச்சரித்தான் ஜனநாதன்.

வீரசேகரனோ பலவித சந்தேகங்களால் இன்னும் அதிகமாய் மனம் குழம்பியவனாய் ஜனநாதனைப் பின் தொடர்ந்தான்.

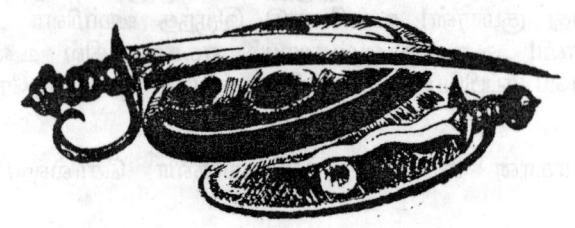

அத்தியாயம் 6

மந்திரப் படலம்

இரண்டு கன்றினுக்கு இரங்கும் ஓர் ஆவென இருந்தார்!

— கம்ப ராமாயணம்

மலை நாட்டு மங்கையின் முகத்தைப் போல, மாலை நேரத்து மஞ்சள் வெயில் நெட்டூர்க் கோட்டையின் கருமையில் கலந்து மருவியது.

அந்தக் காலத்தில் பாண்டி மண்டலத்தின் பெரிய கோட்டைகளில் ஒன்றாக நெட்டூர்க் கோட்டை சிறந்து விளங்கியது. நெட்டூர் என்பது இராமநாதபுர வளநாட்டில் சிவகங்கைக் கூற்றத்தில் இளையான்குடிக்கு அருகிலுள்ள ஒரு சிறு கிராமமாகும். நெட்டூர்வாசிகள் அனைவரும் சுத்த வீரர்களாகையால் யுத்தங்களில் வீரமரணமடைந்து விட்டார்கள். பல தலைமுறைகளாக ஓயாமல் போர்களினால் பெரிதும் பாதிக்கப்பட்டு அந்தக் கிராமம் ஜனசஞ்சாரமற்று, சூன்யமாகி விட்டது. அங்குள்ள பெரிய கோட்டையும் தேடுவாரற்று உயரமான மதிற் சுவர்களில் பாசி பிடித்துக் கருமை படர்ந்து, கோட்டைக்குள் புல் புதர்கள் வளர்ந்தும் பாம்புகள் நெளிந்தும் பாழடைந்த கோட்டையாகக் காட்சியளித்தது.

முன் தலைமுறையில் வீரபாண்டியனின் தந்தை பராக்கிரம பாண்டியனுக்கும் விக்கிரம பாண்டியனின் தந்தை குலசேகர பாண்டியனுக்கும் நடந்த பயங்கரமான போராட்டத்தில் இதே நெட்டூர்க் கோட்டை சரித்திரப் பிரசித்தி பெற்று விளங்கியது. சோழர்களால் தூண்டி விடப்பட்ட குலசேகர பாண்டியன் மதுரைமீது படையெடுத்து வந்து அதை ஆண்ட பராக்கிரம பாண்டியனையும் அவன் மனைவி மக்களையும் வஞ்சகமாய்ப் படுகொலை செய்தான். அந்தப் படுகொலையில் தலைதப்பி ஓடியவன் அப்போது இளவரசனாயிருந்த வீரபாண்டியன் ஒருவன்தான்! அதற்குப் பழிவாங்கத் துடித்த இலங்கை மன்னன் பராக்கிரமபாகு இலங்காபுரியின் தலைமையில் ஒரு மாபெரும் படையைப் பாண்டி நாட்டிற்கு அனுப்பினான்.

அப்போது அந்த மாபெரும் படைத்தலைவனான இலங்காபுரி இந்த நெட்டூர்க் கோட்டையையே தன் யுத்த நடவடிக்கைகளின் தலைமை ஸ்தானமாகக் கொண்டு தங்கியிருந்து, பாண்டி நாட்டின் பல பகுதிகளையும் கைப்பற்றிக் குலசேகரப் பாண்டியனைச் சிம்மாசனத்திலிருந்து விரட்டியடித்து, கொலையுண்ட பராக்கிரமனின் மகன் வீரபாண்டியனுக்கு மதுரையில் முடி சூட்டினான். அந்தத் தலைமுறையில் வீரவாலிபர்களுடன் எந்நேரமும் 'ஜே ஜே' என்றிருக்கும் நெட்டூர்க்கோட்டைக்குள் எந்தக் கோழையொருவன் நுழைந்தாலும் 'வெற்றி அல்லது வீரமரணம்!' என்ற இலட்சியக் குரலோடுதான் மறுபடி வெளியே வருவான்! ஆனால் இப்போதோ, பாழடைந்து கிடக்கும் அதே நெட்டூர்க் கோட்டைக்குள் எவனும் போவதில்லை. அதற்குள் போனவனும் மறுபடி திரும்பி வருவதுமில்லை!

முன்பு இலங்கைப் படைத் தலைவன் இலங்காபுரி தங்கியிருந்ததால் இப்போது அங்கே ஒரு இலங்கைப் பூதம் தங்கியிருக்கிறதென்றும் கோட்டைக்குள் எவன் நுழைந்தாலும் பூதம் விழுங்கி விடும் என்றும் பாமர ஜனங்கள் பேசிக் கொண்டார்கள். கோட்டையைச் சுற்றி மண்டையோடுகளும் மாட்டுக் கொம்புகளும் குவிந்து கிடக்கின்றனவெனவும், அப்பாழடைந்த கோட்டைக்குள் பயங்கரமான கபாலிக மதத்தினர் உலாவுகிறார்களெனவும் காளிமாதாவுக்கு நரபலி கொடுப்பதற்காக நாடு நகரங்களிலிருந்து பாலர்களையும் யுவர்களையும் தந்திரமாகத் தூக்கிவந்து அந்த நெட்டூர்க் கோட்டைக்குள்தான் சேர்ப்பிக்கிறார்களெனவும், வேறு சிலர் சொன்னார்கள். இத்தகைய வதந்திகளினால், திசை தப்பி வரும் வழிப்போக்கரும் பகல் நேரத்திலுங்கூடக் கோட்டையிருக்கும் திசைப் பக்கமே தலைவைத்தும் படுப்பதில்லை!

மாலை மயங்கும் நேரத்தில் பாழடைந்த கோட்டை பயங்கர அமைதியுடன் தோன்றியது. அக்கோட்டையை நோக்கி ஒரு பஜனைக் கோஷ்டி வேகமாக வந்தது. பூப்பல்லக்கு ஒன்றை இரண்டு செம்படவர்கள் தூக்கி வந்தனர். மற்றுமிரு செம்படவர்கள் வலம்புரிச்சங்கும் தம்பட்டமும் ஏந்தி வந்தனர். தலைவனைப் போல ஒரு படகோட்டிச் சாமியார் கையில் வேலுடன் முன்னால் நடந்து வந்தார். அவர் குகன் என்னும் நாமம் படைத்த படகோட்டிச் சாமியார் என்றும், பூப்பல்லக்கில் இருக்கும் ஆறு வயதுப் பாலகன் மதுரைக் கோட்டையிலிருந்து இரகசியமாகக் கடத்தி வரப்பட்ட பால முருகக் கடவுள் என்றும் சொல்லத் தேவையில்லை!

பஜனைக் கோஷ்டி கோட்டையை நெருங்கியதும் படகோட்டிச் சாமியார் அதன் பின்புறம் சென்று, வெளி மதிற்சுவரில் செடிகொடி புதர்களுக்கு மத்தியில் தொங்கிய ஒரு மல்லிகைக் கொடியைப்

பிடித்து மெல்ல மும்முறை இழுத்தார். மதிலின் உட்புறம் மும்முறை மணியோசை கேட்டது. அடுத்த கணம் மதிற்சுவரிலுள்ள ஒரு சிறு இரகசியப் பாதை திறந்து கொண்டது. சுரங்க வழியினுள்ளே மண்டையோடு தீச்சட்டியாக நடப்பட்டு இலேசாக வெளிச்சம் வந்துகொண்டிருந்தது. அதன் வழியாக இரண்டு கபாலிகர்கள், மண்டையோடுகளை மாலைகளாய் தரித்துப் பயங்கரமான தோற்றத்துடன் மெல்லத் தலையை நீட்டி வெளியே எட்டிப் பார்த்தனர். ஒருவன் பெரிய மீசையுடன் பயங்கரமாய் இருந்தான். இன்னொருவன் மீசை இல்லாமலே அதிபயங்கரமாய்ப் பெரிய விழிகளை உருட்டிப் பார்த்தான். இருவரும் ஏககாலத்தில் ''யாரது...?'' என்று கேட்டனர்.

''நான் கபால பைரவன்! சக்தி மாதாவின் பலிபீடத்தையும் பலி பூஜையையும் அலங்கரிக்க வந்திருக்கிறேன்! தாரணியில் சக்தி மாதா ஜகஜோதியாய் விளங்க இந்நாட்டில் ஆயிரக்கணக்கானவர் தாரக மந்திரத்தை உச்சரித்துக்கொண்டே உயிர்ப்பலி தர முன் வருவார்கள்!'' என்று போலிச் சாமியார் சொல்லிவிட்டுப் புதர் செடிகொடிகளை நீக்கிக்கொண்டு கபாலிகர் முன் வந்து நின்றார். அவரைக் கண்டதும் கபாலிகரிருவரும் அதிவியப்படைந்தவர்களாகி, ''யார் ஈழவராயரா?'' என்று ஏக காலத்தில் கூவினார்கள்.

''ஆமாம்; நான்தான்! அந்த மூடு பல்லக்கில் பால முருகக் கடவுள் இருக்கிறான்! சக்தி மாதாவின் சந்நிதானத்திற்கு வந்திருக்கிறான். அந்தப் பாலகன் யார் தெரியுமா?'' – மூடு பல்லக்கின் திரையைத் திறந்து காட்டினார்.

''யார்! திரிபுவன சக்கரவர்த்திகள் வீரபாண்டிய தேவரின் இரண்டாவது குமாரனையா கொண்டு வந்திருக்கிறீர்?'' என்று கபாலிகர் இருவரும் ஏககாலத்தில் கண்விழி பிதுங்க ஆவலுடன் கேட்டனர்.

''ஆமாம்! அதே திருக்குமாரன் வீரகேரளன்தான்! ஆனால் திரிபுவன சக்கரவர்த்தி வீரபாண்டிய தேவர்தான் இப்போது ஒரு புவனமும் இல்லாமல் நாடிழந்து நகரிழந்து மக்களை இழந்து நாடோடியாகி விட்டார்!'' என்றான் போலிச் சாமியாரான ஈழவராயன்.

''ஈழவராயரே! எங்களால் நம்ப முடியவில்லை! மதுரைச் சண்டையில் நீர் வீர மரணமடைந்துவிட்டதாகச் சொன்னார்கள்! நீர் தெற்குக் கோட்டை வாசலில் பிரேதமாகக் கிடந்ததை நம் ரணபத்திரன் தன் கண்ணாலேயே கண்டதாகக் கூடச் சொன்னான்!'' என்றான் கபாலிகன் வீரபத்திரன்.

''சக்திமாதாவின் கடாக்ஷத்திற்காகத் தவம் கிடக்கும் நான் அவ்வளவு சீக்கிரத்தில் சாவேனா...? சோழர்கள் மதுரையை

முற்றுகையிட்ட சமயம், சோழப் பெருவீரன் வீரசேகரன் தெற்குக் கோட்டை வாசலைப் பலமாகத் தாக்குகிறான் என்றதும், வீரபாண்டியத்தேவர் என் வேற்படையை அங்கு நிறுத்தினார். அதற்குத் தலைமை பூணத் தன் இளைய குமாரனான இந்தச் சிறுவனையும் என்னோடு அனுப்பினார். சண்டையின் நடுவே, என்ன மந்திரமாயமோ அந்தச் சோழிய வீரன் மூர்ச்சைப் புகையை உண்டாக்கக்கூடிய பிரமாஸ்திரங்களைக் கோட்டைக்குள் பிரயோகித்தான். அந்தப் புகை நெடியில் நான் சிறிது நேரம் பிரேதம்போல் மூர்ச்சித்துக் கிடந்தேனே தவிர வேறில்லை!'' என்றான் ஈழவராயன்.

''இந்தப் பாண்டிய குமாரன்?''

''மறுபடி நான் மூர்ச்சை தெளிந்து எழுந்தபோது இந்தப் பாலகனை என்னருகில் காணோம்! பாண்டிக் குடியானவனொருவன் இந்தப் பாலகனைக் கொண்டுபோய் இரகசியமாய் ஒரு குடிசையில் மறைத்து வைத்திருந்தான். அந்தக் குடியானவன் என்னிடம் இந்தப் பாலகனை ஒப்படைக்கச் சாமானியத்தில் என்னை நம்பவில்லை. ஏன் தெரியுமா?'' என்று கேட்டான் ஈழவராயன்.

''தெரியும், ஈழவராயரே! நீர் இலங்கை நாட்டவர்! மூத்த குமாரன்தான் வீரபாண்டிய சக்கரவர்த்திக்கு இலங்கை ராணிமூலம் பிறந்தவன்! இந்த இளைய குமாரனோ சேர வமிசப் பெண்ணின் மூலம் பிறந்தவன். இளவரசுப் பட்டத்திற்கு மூத்தவனுக்குப் போட்டியாக இளையவன் முளைத்துவிடுவானோ என்று நீர் இவனைத் தந்திரமாகக் கொன்றாலும் கொன்றுவிடுவீர் என அந்தக் குடியானவன் சந்தேகித்திருப்பான்!'' என்றான் கபாலிகன் வீரபத்திரன்.

வீரபாண்டியனின் இரு குமாரர்களில் இளையவனான இந்தப் பாலகன் சேரகுலப் பெண்ணின் மூலம் பிறந்தவன். தற்போதுள்ள வீரபாண்டியன் மனைவிக்குத் தமக்கை மகன். மலையாளம் எனப்படும் சேரநாட்டை அரசாளும் கேரள மன்னனின் மகளை வீரபாண்டியன் மணம் புரிந்து, இந்தப் பாலகனைப் பெற்று இவனுக்கு வீரகேரளன் என்று பெயரிட்டான். இவனுக்கு ஆறு வயதாகும்போது இவனைப் பெற்றவள் உயிர் துறக்கவே, வீரபாண்டியன் தன் மனைவியின் தங்கையை மணம் புரிந்து கொண்டான். அதனால் இப்பாலகனைக் கருத்தோடு வளர்க்க ஒரு தாய் கிடைப்பதோடு சேரராஜனின் உறவும் விட்டுப் போகாது என்று நினைத்தான். இளைய மைந்தனின் இரத்தத்தில் வீரபாண்டியனின் தமிழ் இரத்தமும் சேரநாட்டு இரத்தமும் கலந்திருந்தன.

வீரபாண்டியனின் மூத்த குமாரனான பராக்கிரமனோ, இலங்கை இராஜகுலப் பெண்ணின் மூலம் பிறந்தவன்; அவன் உடலில் வீரபாண்டியனின் தமிழ் இரத்தமும் இலங்கை இரத்தமும் கலந்திருந்தன; அவனுக்கு வீரபாண்டியன் தன் தந்தையின் நினைவாகவும் இலங்கை மன்னன் பராக்கிரமபாகுவின் நினைவாகவும் பராக்கிரமன் என்று பெயரிட்டிருந்தான். வீரபாண்டியனுக்கு அவன் மூத்த மைந்தனாகப் பிறந்தபடியால் அவனே இளவரசுப் பட்டத்திற்கு உரியவன்! வீரபாண்டியனுக்குப் பின் பாண்டி நாட்டை அரசாளவும் உரிமை யுள்ளவன்; ஆனால் பாண்டி நாட்டுக் கோட்டைத் தலைவர் பலர் அதை விரும்பவில்லை. இலங்கை ராணிமூலம் பிறந்தவனுக்கு இளவரசுப் பட்டம் கட்டக்கூடாது. இலங்கை இரத்தமுள்ள ஒருவனுக்குப் பாண்டிய அரசுரிமை கொடுக்கக் கூடாது என்று சமயம் நேரும்போதெல்லாம் வாதித்து வந்தனர்.

படகோட்டிச் சாமியார் வேஷத்தில் நிற்கும் ஈழவராயனை நோக்கிக் கபாலிகன் வீரபத்திரன், "ஊர்மிளா எங்கே? அவள் உம்மோடு வரவில்லையா?" என்று கேட்டான்.

"வரவில்லை! என்னோடு வர அவள் இஷ்டப்பட வில்லை. அவளால் எனக்குத் துன்பமும் துயரங்களுந்தான் அதிகமாகும்!" என்று ஈழவராயன் துயரம் நிறைந்த ஒரு பெருமூச்சுடன் தொடர்ந்து சொன்னான்; "நான் மதுரைக் கோட்டையில் இந்த இளையகுமாரன் மறைந்திருக்கும் இடத்தைத் தேடிக் கண்டுபிடிப்பதற்காகத் தெற்குப்புறம் சென்றேன். அவள் மூத்த குமாரனின் மறைவிடத்தைக் கண்டுபிடிப்பதாகச் சொல்லி வடக்குப்புறம் பிரிந்து சென்றாள். மறுபடி நாங்களிருவரும் மூன்றாவது சாமக்கால மணியடிக்கும்போது தெற்கு மாசி வீதியிலுள்ள சிற்ப மண்டபத்தில் சந்திப்பதாகப் பேசிக்கொண்டோம். அதன் பிரகாரமே சந்தித்தோம். மதுரையைக் கைப்பற்றிய மகாசூரனான வீரசேகரனால் அவள் சிறைபிடிக்கப்பட்டு சிற்ப மண்டபத்தருகில் நின்றாள். நான் வீரசேகரனைக் கொல்ல விரும்பினேன். ஆனால் அவள் அதை விரும்பவில்லை. கபாலிகனொருவன் அவளைத் தப்புவித்து விடுவதாக நாடகம் நடிக்கும்படி குறிப்புக் காட்டினாள். நான் அதை அடுத்த தெருவிலுள்ள நம் கபாலிகனொருவனுக்கு உணர்த்துவதற்காக 'சக்திமாதா' என்று கூவி அழைத்தேன். கபாலிகனொருவன் ஓடிவந்து ஊர்மிளாவைப் பிடித்துக் கொண்டு போனான். ஆனால் அவன் நம்மவனல்ல! நமக்குத் தெரியாத வேறொரு கபாலிகன்!"

"யார் அந்தக் கபாலிகன்?"

‘‘சரியாகத் தெரியவில்லை! வழியில் நம் ஊர்மிளா சோழியன் வீரசேகரன் கையில் சிறையான செய்தியைக் கேள்விப்பட்ட போது அவளைத் தந்திரமாக விடுவித்தால் ஆயிரம் ஈழப்பொன் கொடுப்பதாக என் கண்முன் எதிர்ப்பட்ட ஒரு சோழ அதிகாரியிடம் சொன்னேன்! அந்தச் சோழிய அதிகாரியின் முகத் தோற்றத்தைப் பார்க்கும்போது அவன் சுயநல ஆசையுள்ளவன் என்றும், கையூட்டு (இலஞ்சம்) வாங்கக்கூடியவன் என்றும் தெரிந்தது. ஒருவேளை ஊர்மிளாவை வீரசேகரனிடமிருந்து தப்புவித்துச் சென்றவன் அந்தச் சோழ அதிகாரியால் அனுப்பப்பட்ட கபாலி கனாயிருக்கலாம்!‘‘ இவ்வாறு சொல்லிவிட்டு ஈழவராயன் பூப்பல்லக்கினருகில் சென்று அதிலிருந்த ஆறு வயதுப் பாலமுருகனைத் தூக்கித் தன் தோள்மீது வைத்துக்கொண்டு, மதிற்சுவரின் இரகசியப் பாதை வழியாக நுழைந்தான்.

கபாலிகர் இருவரும் அந்தப் போலிச் சாமியாரையும் பாலமுருகக் கடவுளையும் அழைத்துக் கொண்டு மூன்று மதிற் சுவர்களையும் நீர் அகழிகளையும் கடந்து மூன்றாவது உள் கோட்டைக்குள் கொண்டு வந்துவிட்டனர்!

கோட்டைக்குள், வெளியே உள்ளவர் சந்தேகிக்கும்படி, கபாலிகக் கூட்டம் எதுவும் இல்லை! அதற்குப் பதில் பல பாண்டிய வீரர்கள் கோட்டையைச் செப்பனிட்டுக் கொண்டிருந்தனர். குதிரைகளுடன் சோனக வியாபாரிகளும், கைகளில் ஈட்டியேந்திய கிரேக்க யவனப் பரிவாரப் படையினரும், படைக் காப்பாளரும், யானை மறவர்களும், இவுளி மறவர்களும் அங்கும் இங்கும் அலைந்தனர். பல விஸ்தாரமான மண்டபங்களையும், பாசறைகளையும், நிலவறைகளையும், சுரங்கக் கூடங்களையும் உடைய அந்தக் கோட்டையெங்குமே யுத்தத்திற்கு வேண்டிய நானாவிதப் போர்க்கருவிகளும் உணவுச் சேமிப்பும் குவிந்திருந்தன. முன்பு இலங்காபுரி தங்கியிருந்ததால், கௌதம புத்தரின் உருவச் சிலையுள்ள ஒரு பெரிய பௌத்த விஹாரமும் அக்கோட்டைக்குள் இருந்தது. உறுதியான கல் தூண்களிலும் மண்டபச் சுவர்களிலும் புத்தர் உருவங்களும் அஜந்தா ஓவியங்கள் போன்ற அமைப்புள்ள சித்திரங்களும், பார்வதி பரமேசுவரன் படிமங்களும் நிறைந்திருந்து, எம்மதமும் சம்மதம் என்பதை நிலைநாட்டுவது போலிருந்தது.

பாலகனைத் தோளில் சுமந்தவண்ணம் ஒதுப்புறமாக நின்ற போலிப் படகோட்டிச் சாமியாரை நோக்கி வீரபத்திரன், ‘‘நான் சக்திமூதாவின் சந்நிதானத்துக்குச் சென்று நம் பால முருகப் பெருமானின் திருவருகையைத் தெரிவிக்கட்டுமா?’’ என்று கேட்டான். ‘‘வேண்டாம்! எதிர்பாராத விருந்தில்தான் சுவை

இருக்கும். நானே சக்தி மாதாவின் சந்நிதானத்துக்குச் செல்லுகிறேன்!'' என்று சொல்லிவிட்டு, ''பார்வதிப் பிராட்டியார் எங்கிருக்கிறார்?'' என்று வேடிக்கையாகக் கேட்டான் ஈழவராயன். ஆனால் அப்போதும் அவன் முகத்தில் சிறிதுகூடச் சிரிப்பு இல்லை.

''பார்வதிப் பிராட்டியார் பரமேசுவரருடன் அந்த இராஜ மாளிகையின் இரண்டாவது உப்பரிகையில் தனியாகச் சல்லாபித்துக் கொண்டிருக்கிறார்!'' என்றான் கபாலிக வேஷத்திலிருந்த வீரபத்திரன், மலர்ந்த முகத்துடன்.

கருங்கல் மாடமான இரண்டாவது உப்பரிகையின் கருமையில் மாலை நேரத்து மஞ்சள் வெயில் ஆழ்ந்து தவழ்ந்தது. அம்மாடத்தின் உள்கூடம் மணித்திரி விளக்குகளாலும், சித்திரம் தீட்டிய விதானங்களாலும், சுவர்களாலும் சிறுசிறு மீனத் துவஜங்களாலும் கவின் பெறக் காட்சியளித்தது.

அந்தக் கூடத்தை முற்காலத்தில் போர்த் தலைவர்கள் தங்கள் பள்ளியறையாக உபயோகித்து வந்தனர். அங்கு ஒரு மூலையில் உள்ள ஒரு மரக்கட்டிலின் மீது வீரபாண்டியனும், அவனது இளமனைவியும், பார்வதியும் பரமசிவனும்போல் அமர்ந்திருந்தனர். வீரபாண்டியனின் இளம் மனைவி மலைநாட்டு மங்கையாதலின் தகதகவென்று பொன்னிற அழகு வாய்ந்தவளாயிருந்தாள். வீரபாண்டியனின் கட்டமைந்த கருமையான மார்பில் அவள் தலை வைத்துச் சாய்ந்திருப்பது, மாலை நேரத்து மஞ்சள் வெயில் மலை முகட்டின் கருமையில் கலந்து மருவுவது போலவும், இருளும் ஒளியும் ஒன்றாய் லயித்திருக்கும் அந்தி நேரம் போலவும் இருந்தது.

அந்த இராஜ மாளிகைக்கு வெளியே நூறு போர் வீரர்கள் வீரக் கவசங்கள் அணிந்து கைகளில் வாள்களை உருவி வரிசையாக அணி வகுத்து நின்றனர். அவர்களின் நடுவே ஒரு போர்வீரன் பாண்டிய நாட்டின் மீன் கொடி ஏந்தி நின்றான். அவர்களனைவரும் இரண்டாவது உப்பரிகையை நோக்கி வீரகோஷமிட்டனர்.

''திரிபுவன சக்கரவர்த்திகள் வீரபாண்டியத் தேவர் வாழ்க! பாண்டிமாதேவி திரைலோக்கியம் முழுதுடையாள் வாழ்க!'' என்று வீரர்கள் உற்சாகமாகக் கோஷமிடுவது இரண்டாவது உப்பரிகையை எட்டியது.

ஏதோ சிந்தனையில் ஆழ்ந்திருந்த வீரபாண்டியன் தன் மார்பின்மீது பொன்மாலை போல் துவளும் தேவியின் முகத்தைக் கூர்ந்து பார்த்தான். அவள் தன் கருவிழிகளில் பெருகியிருந்த நீரைத் துடைத்துக் கொண்டு புன்னகை புரிந்தாள்.

வீரபாண்டியன் தன் இளம் மனைவியை அப்படியே வாரியணைத்துக் கொண்டு இலட்சியக் குரலில் உணர்ச்சிகள் பீறிட, ‘‘தேவி! நான் தலைநகரை இழந்தேன்! பாண்டிய நாட்டின் வீரமுடியை இழந்தேன்! என் கௌரவத்தை இழந்தேன்! என் இரு செல்வங்களான இரு குமாரர்களையும் நான் இழந்துவிடலாம்! என்னுள் ஓடும் வீரமறவ ரத்தத்தின் கடைசித் துளியையும் என் தேகம் இழந்து விடலாம்! ஆனால் நான் சகலத்தையும் இழந்து விட்டாலுங்கூட, உன் புன்னகை ஒன்று இருந்தால் அதுவே போதும்! என் தளர்ந்த நெஞ்சுக்கு அது ஒன்றுதான் புது சக்தி தரும்!’’ என்றான்.

அவனது அணைப்பில் அசைவற்று அவள் சித்திரப்பாவை போல் இருந்தாள். சோகத்தின் பனித்திவலைகள் ததும்பி நின்ற அவளது செந்தாமரை முகத்தில் சூரிய இரேகைபோல இலேசாக ஒரு புன்னகை மட்டும் அரும்பியது.

அவளை அணைத்தவாறே வீரபாண்டியன், ‘‘தேவி! நான் மதுரையில் நான்கு முறை முடி சூடப்பட்டு நான்கு முறையும் முடி இழந்து மறைந்து திரிந்தேன். உன் புன்னகை முகம் இருக்கும் வரை நான் எத்தனை முறை முடி இழந்தாலும் சோர்வுறேன்! தேவி, உண்மையில் உன்னை எப்போது இழக்கிறேனோ, அப்போதுதான் நான் சகலத்தையும் இழந்து சரித்திரத்தையும் விட்டே மறைந்து போவேன்! அதுவரை என்னை என் இலட்சியப் பாதையிலிருந்து யாரும் அகற்றவே முடியாது!’’ என்றான்.

அவள் தன் நாதனைப் பரிவோடு நோக்கி, ‘‘உங்கள் இலட்சியப் பாதைக்கு என்றாவது நான் இடையூறாக நேர்ந்தால் அன்றே நான் மாய்ந்து போவேன்!’’ என்று சொன்னவள் மேலே எதுவும் சொல்லமுடியாமல், வீரபாண்டியனின் விசாலமான மார்புக்குள் தன் மலர் முகத்தைப் புதைத்துக் கொண்டாள்.

இலட்சிய ஒளி வீசும் வீரபாண்டியனின் கண்களில் இரண்டு நீர்த்துளிகள் அரும்பின.

மாலை நேரத்து மஞ்சள் வானம் மெல்ல மெல்லக் கருமை படர்ந்து, கருமை மேகங்கள் சூழ்ந்தன. திசைகளெல்லாம் இருளத் தொடங்கின.

வீரபாண்டியனுக்கு வயது அதிகமாகிவிட்டாலும் அவனுடைய இலட்சிய உணர்ச்சிகளினால் இருபது வயது வாலிபனைப் போலவே தோன்றினான். இடையில் வீரவாளும், திடமான நெஞ்சும், கரிய மீசையும் கணீரென்ற வீரக்குரலும் நேர்மையான உள்ளமும் வாய்ந்தவனாயிருந்தான். இலங்கை மன்னன் பராக்கிரமபாகு தன் நட்பிற்கு அறிகுறியாகப் பரிசளித்த விலை மதிப்பற்ற

வைரத்தோடுகள் வீரபாண்டியன் காதுகளில் தகதகவென்று ஜ்வலித்தன. அவன் இளம் மனைவியோ அழகையெல்லாம் ஒருங்கே திரட்டி உலகச் சிற்பி செதுக்கிய தந்தப்பதுமையாக இருந்தாள். அன்றலர்ந்த தாமரை முகம்; பூங்கொடியின் சாயல்; பஞ்சினும் மிருதுவான தளிர்ப் பாதங்கள்; மை தீட்டிய கரு விழிகள்... இவளுடைய ஒவ்வொரு அங்கமுமே அலாதியான கவர்ச்சி வாய்ந்ததாக இருந்தது. ஒவ்வொரு பெண்ணும் ஒவ்வொரு விதத்தில் அழகாயிருப்பாள். ஆனால் அவ்வளவு பெண்களின் பலவிதமான அழகும் இவள் ஒருத்தியிடமே திரண்டிருந்தது!

வீரபாண்டியனின் மார்பின்மீது இரண்டு உஷ்ணமான கண்ணீர்த் துளிகள் விழவே, தன் தேவியின் முகத்தைப் பூவைவிட மிருதுவாகத் தூக்கி, "தேவி, உன் கண்களில் ஏன் கண்ணீர்?" என்று கேட்டான்.

"ஒன்றுமில்லை! தங்கள் அன்பை நினைத்துக் கொண்டேன்... இந்த அன்பு தங்கள் குமாரர்கள்மீதும் இருக்க வேண்டுமென்றுதான்..." என்று அவள் மேலும் எதுவும் சொல்ல முடியாதவளாய்க் குரல் அடைத்துக் கொள்ள அப்படியே வீரபாண்டியனின் விசாலமான மார்பினுக்குள் தன் முகத்தைப் புதைத்துக் கொண்டு மின்னலைப் போலத் துவண்டவண்ணம் இலேசாக விம்மினாள்.

"தேவி, என் குமாரர்கள் உன் வயிற்றில் பிறக்கா விட்டாலும் அவர்கள்மீது அளவிலாத பாசம் வைத்திருக்கிறாய்! ஒரு புது மனைவியின் இருதயத்தைப் போல் சாமானியமானதல்ல உன் இருதயம்!"

"உங்கள் குமாரர்கள் என் குமாரர்கள் இல்லையா? அவர்கள் மீது என் அன்பு குறையாமல் இருக்க வேண்டு மென்பதற்காக நான் கன்னியாகக் கூட இருந்துவிடுவேன்!" என்றாள் தேவி.

வீரபாண்டியனுக்கு மெய் சிலிர்த்தது! நெய்யில் நெருப்புப் பட்டதுபோல் நெஞ்சழிந்து உருகினான்.

"தேவி! என்னால் உனக்கு எவ்வளவு துன்பம்? வசந்த இரவில் உன் பிறந்த தின வைபவத்தில் மூழ்கிக் கிடந்தபோது எதிரிகள் மதுரையைச் சூழ்ந்து கொண்டார்கள்! புது மனைவியின் இன்பக் கனவுகளில் லயிக்கவேண்டிய உன்னைப் பயங்கரமான போர் முனையில் இறக்கினேன்! கிழக்குக் கோட்டை வாசலில் தேர்ப்படையை நிறுத்தி, அதற்குப் பூங்கொடி போன்ற உன்னைத் தலைமை பூணச் செய்தேன்!... நான் எவ்வளவு கல் நெஞ்சன்!"

''அவ்வாறெல்லாம் சொல்லாதீர்கள்! அதனால் எனக்கு எவ்வளவோ பெருமையைத்தான் தந்திருக்கிறீர்கள்!'' என்று சொன்ன தேவியின் தேகம் நடுங்கியது. அவளை அணைத்திருந்த வீரபாண்டியனின் தேகமும் நடுங்கியது.

''தேவி! முற்றுகையில் நம் மதுரைக் கோட்டை எதிரிகளின் கையில் சிக்கும்போது எவ்வளவு பயங்கரமான நிலையில் நீயும் நானும் தப்பி ஓடிவந்தோம்? கிழக்குக் கோட்டை வாசலில் உன் தேர்ப்படை தீயில் எரிந்துபோனதும், நீ நிலைகுலைந்து என்னை நோக்கி ஓடி வந்தாய். மேற்குக் கோட்டை வாசலில் என்னுடைய யானைப் படை சீர்குலைந்து எதிரிகள் கோட்டைக் கதவை உடைத்ததும், 'தேவி' என்று நான் கதறிக்கொண்டு உன்னை நோக்கி ஓடிவந்தேன். கிடைத்தற்கரிய செல்வமான நீ எதிரிகளின் கையில் சிக்கிவிடுவாயோ என்று கதி கலங்கித்தான் தலைநகர் வீழ்வதையும்பற்றிக் கவலைப்படாமல் என் குமாரர்களின் கதியையும் பற்றிச் சிந்திக்காமல், உன்னோடு கோட்டையைவிட்டுத் தப்பியோட வழிதேடித் திண்டாடினேன். எண்ணெய்க் கொப்பரைகள் கவிழ்ந்து எங்கும் தீப்பிடித்து எரிந்தது. எண்ணற்ற நம்முடைய பிரம்மாண்டமான தேர்களெல்லாம் தீயில் கருகி ஒவ்வொன்றாய் உடைந்து சிதறிக் கொண்டிருந்தன. எதிரிகளின் வேல்களை ஏந்தவேண்டிய நம் வீரர்களின் மார்பு, எரியும் தீயில் கருகிக்கொண்டிருந்தன. எங்கும் தீயின் ஒரே புகைமண்டலம்! நீ திக்குமுக்காடி புகையுண்ட ஓவியம்போல் என் மார்பில் சோர்ந்து விழுந்தாய்! மிரண்டோடும் ஒரு மதயானையின் காலில் ஆணும் பெண்ணுமான இருவர் மிதிபடுவதைக் கண்டு அது நானும் நீயுந்தானோ என்று பிரமை பிடித்து நின்றாய். கோட்டையின் மூன்று வாசல்களிலுமோ எதிரிகள் திமுதிமுவென்று உள்ளே நுழைந்து நம்மை நோக்கி எமகிங்கரர்கள் போல் ஓடிவந்தார்கள். நாம் நின்ற கிழக்குக் கோட்டை வாசலின் கதவோ தீ மயமாகக் காட்சியளித்தது. வாசலின் வெளியிலோ, தீ அடங்கியதும் உள்ளே பாய்ந்து வர எதிரிகள் இராட்சஸர்கள் போல் உறுமிக் கொண்டிருந்தார்கள். தப்ப வழியில்லாத இந்த நெருக்கடியான நிலையில், உன் நல்ல காலந்தான் நம்மருகே நம்மீது அபிமானமுள்ள தோட்டி ஒருவன் தன் தண்ணீர் வண்டியுடன் நின்றான். அவன் வண்டியில் இருந்த தண்ணீர்க் கொப்பரையில் என்னையும் உன்னையும் அமரவைத்து, வண்டியைச் சுற்றிலும் தீ மூட்டி, கண்மூடிக் கண் திறக்கும் நேரத்திற்குள் கோட்டையைவிட்டுக் காததூரம் தாண்டி, நாம் எதிரிகளின் கையில் சிக்காதபடி நம்மைப் பத்திரமாகக் கொண்டுவந்து சேர்த்தான். நம்மைக் காப்பாற்ற வேண்டுமென்ற இராஜ விசுவாசத்தினால் அந்தத் தோட்டி தன்

தேகம் கொப்புளிப்பதையும் பொருட்படுத்தவில்லை! தேவி! அந்தப் பயங்கரமான சம்பவத்தை நினைத்துக்கொள்வதனால் உன் மெல்லிய தேகம் இப்போதும் நடுநடுங்குகிறது!''

''நான் அதற்காக நடுங்கவில்லை! கோட்டைக்குள் சிக்கிக் கொண்ட நம் குமாரர்கள் இருவரும் என்ன ஆவார்களோ என்று நினைத்துத்தான் ஒவ்வொரு கணமும் நான் நடுங்குகிறேன்!''

''தேவி, கவலை வேண்டாம்! நம் வேற்படை மல்லன் ஈழவராயன் நம் நம்பிக்கைக்குப் பாத்திரமானவன். மிகவும் சாமர்த்தியசாலி. அவனை நம்பித்தான், ஆறு வயதுகூட நிரம்பப் பெறாத நம் இளையகுமாரனை வேற்படைக்குத் தலைமை பூணச்செய்து தெற்குக் கோட்டை வாசலில் நிறுத்தினோம். அவன் எப்படியும் நம் இளையகுமாரன் வீரகேரளனை நம்மிடம் பத்திரமாகக் கொண்டு வந்து சேர்ப்பான் என்பதில் சந்தேகமில்லை. ஆனால் வடக்குக் கோட்டை வாசலில் குதிரைப் படைக்குத் தலைமை பூண்டு நின்ற நம் மூத்த குமாரன் பராக்கிரமன் என்ன கதியானான் என்பதுதான் தெரியவில்லை. அவனுக்கு உதவியாக நாம் நிறுத்திய அஞ்சு கோட்டை நாடாள்வான் எதிரிகளின் கையாளாக மாறி மகத்தான துரோகம் புரிந்தபோது நம் மூத்த குமாரன் அத் துரோகியின் கையில் சிக்காதபடி எவனோ காப்பாற்றிக் கொண்டுபோய் அவனை இரகசியமாய் மறைத்து வைத் திருப்பதாகக் கேள்விப்படுகிறேன். மூத்தவன் இருக்குமிடத்தை ஆராய்ந்து அவனைக் கோட்டையிலிருந்து நம்மிடம் கொண்டு வந்து சேர்ப்பதற்குரிய வழிகளைப் பற்றி ஊர்மிளா நமக்குத் தகவல் அனுப்புவாள்! கவலைப்படாதே! நம் குலதெய்வம் கன்னி பகவதி நம் குமாரர்களைக் காப்பாற்றுவாள்!'' என்றான் வீரபாண்டியன். ஆனால் தேவி தன் கண்ணீரைத் துடைத்துக் கொண்டாலும் சமாதானமடைந்தவளாய்த் தெரியவில்லை.

அவள் வீரபாண்டியனின் கழுத்தைக் கட்டிக் கொண்டு அவனது பூரித்த தோளில் தன் உணர்ச்சி பொங்கும் முகத்தைப் புதைத்துக் கொண்டு அளப்பரும் உணர்ச்சியில் மூழ்கியிருந்தாள்.

அவர்களுக்குப் பின்னால் பூரண சந்திரிகை உதயமாகி வட்ட வடிவமான மதுக்கிண்ணமாகக் காட்சியளித்தது. அதைச் சுற்றிலும் நீல வர்ணத் தோப்பில் எண்ணற்ற மல்லிகை மொட்டுகள் பூத்துச் சிதறிக் கிடப்பது போல நட்சத்திரங்கள் மின்னின. அந்தச் சூழ்நிலையின் போதையில் இருவரும் உணர்ச்சி மயமாகி மௌனமாக மெய் மறந்திருந்தார்கள்.

அம்மௌனத்தைக் கலைப்பதுபோல, ''திரிபுவனச் சக்கரவர்த்திகள் வீரபாண்டியத் தேவர் வாழ்க! பாண்டிமாதேவி

திரைலோக்ய முழுதுடையாள் வாழ்க!'' என்று வெளியிலிருந்து வீர கோஷங்கள் கேட்டன.

பாண்டிமா தேவியின் தேகம் புல்லரித்தது. தன்னை அணைத்திருந்த கணவனின் கைகளை மிருதுவாக எடுத்துத் தன் கண்களில் ஒற்றிக் கொண்டாள்.

''புறப்படுங்கள்! வீரர்கள் தங்களைக் காண கோஷமிடுகிறார்கள். மந்திராலோசனை சபையும் தங்களுக்காகக் காத்திருக்கும்!'' என்று சொல்லிவிட்டுப் பதுமைபோல் எழுந்து சென்று அக்கூடத்திலிருந்த தந்தப் பெட்டகத்தைத் திறந்தாள். அதில் நவரத்தினங்கள் இழைத்த பாண்டிய வம்சத்தின் இராஜமுடி தகதகவென்று மின்னியது. முற்றுகையில் மதுரைக் கோட்டை எதிரிகள் கையில் விழுந்த சமயத்தில், வீரபாண்டியன் தலையிலிருந்து, அம்முடி கீழே போர்க்களத்தில் விழுந்து கிடந்தது. இராஜ விசுவாசமுள்ள குடியானவன் ஒருவன் அவ்வீர முடியை எடுத்து வைத்திருந்து, எதிரிகளுக்குத் தெரியாமல் வீரபாண்டியனிடம் அதைச் சேர்ப்பிக்கச் சமயம் பார்த்திருந்தான். மதுரைக் கோட்டையிலிருந்து பக்கத்து ஊரிலுள்ள சிவன் கோவிலுக்கு வெண் பொங்கல் பிரசாதத்திற்காக ஒரு வண்டி நிறைய நெல் மூட்டைகளை அக்குடியானவன் காணிக்கை அனுப்பினான். தலைநகருக்கும் வெளியூர்களுக்கும் எந்தவிதமான போக்குவரத்துமில்லாமல் தடுத்து நிறுத்தும் கோட்டைக் காவலர், கோயில் காரியங்களை மட்டும் தடுப்பதில்லை. அவ்வாறு கோட்டையை விட்டுத் தந்திரமாக வெளிவந்த நெல் வண்டியில், ஒரு நெல் மூட்டைக்குள் பாண்டிய வம்சத்தின் இராஜமுடி மறைத்து வைக்கப்பட்டிருந்தது! அவ்வளவு பிரயாசையுடன் சற்று முன்தான் இராஜமுடி நெட்டூர்க் கோட்டைக்குள் வந்து சேர்ந்திருந்தது.

அந்த மாபெரும் இராஜமுடியைப் பாண்டிமாதேவி தன் பூங்கரங்களால் எடுத்து வந்து வீரபாண்டியனிடம் நீட்டினாள்.

''வேண்டாம்! தலைநகரை இழந்தவன் தன் தலையில் வீரமுடி சூடுவதா? தலைநகரை மீட்கும் வரையில் வெறுந்தலையனாகவே இருப்பேன்! வாழையடி வாழையாகப் பாண்டிய மன்னர்கள் சூடி வந்த இந்தப் பொன்முடியை மதுரை அத்தாணி மண்டபத்திலுள்ள மழவராயன் சிம்மாசனத்தில் நான் அமரும்போதுதான் மறுபடி என் தலையில் சூடுவேன்!'' என்று வீரபாண்டியன் உணர்ச்சி பீறிடும் இலட்சியக் குரலில் சொல்லி விட்டு, இரண்டாவது மாடத்திலிருந்து கீழே இறங்கிச் சென்றான்.

வெளி மண்டபத்தில் வாளையுருவி வரிசையாக அணிவகுத்து நிற்கும் வீரர்கள் முன் வீரபாண்டியன்

வீரசிங்கம்போல் வந்து நின்றான். பிறகு மந்திரத் தலைவர்கள் சூழ்ந்துள்ள மண்டபத்தில் இலட்சிய வீரனைப்போல் வந்து அமர்ந்தான்.

ஐம்பெருங் குழுவினரும், அறையர் எனப்படும் நாட்டதிகாரிகளும், அரசியற் பொறுப்புச் சுற்றத்தினரும், பொக்கிஷசாலை அதிகாரிகளான கனகச் சுற்றத்தினரும், அரசனது நன்மையைக் கவனிக்கும் உறுதிச் சுற்றத்தினரும், யானை மறவர், இவுளி மறவர்களும், படைத் தலைவர்களும், விடையதிகாரிகளும், மாளிகை நாயகமும் அம் மந்திராலோசனை சபையில் குழுமியிருந்தார்கள். சட்டையும் தலைப்பாகையும் அணிந்த கஞ்சுகமாக்கள் எனப்படும் அரச தூதர்களும் கம்பீரமாக வீற்றிருந்தனர். அரசனுக் கருகில் அணுக்கச் சேவகர் நின்றனர். அரசன் அவ்வப்போது திருவாய் மலர்ந்தருளும் ஆணைகளை நேரில் கேட்கும் திருவாய் கேள்வியினரும் திருமுகம் எழுதுபவரும் தயாராக இருந்தனர். நாள்தோறும் அரசியல் நிகழ்ச்சிகளை ஓலைகளில் எழுதிவைக்கும் அதிகாரியான பட்டோலைப் பெருமானும் தயாராக இருந்தான்.

வீரபாண்டியன் அம் மாபெரும் மந்திராலோசனை சபையில் வந்தமர்ந்ததும், "திரிபுவனச் சக்கரவர்த்திகள் வீரபாண்டியத் தேவர் வாழ்க!" என்று வீரர்கள் கோஷமிட்டனர்.

"இதற்குப் பதில் 'தமிழ் வாழ்க' என்று கூறுங்கள்! நானும் இந்தப் பாண்டிய நாடும், நம் சந்திர குலமும் சரித்திரத்தை விட்டு மறைந்து போகலாம். ஆனால் தமிழும் தமிழர் நாகரிகமும் என்றென்றும் வாழவேண்டும். அதற்காகவே நீங்களும் நானும் வாழவேண்டும். நம் குலதெய்வம் கன்னிபகவதி நம் இலட்சியத் தைக் காப்பாளாக!" என்று வீரபாண்டியன் வெகு தொலைவில் கீழ்த்திசை வானத்தில் கிளம்பும் சந்திரோதயத்தை ஊடுருவிப் பார்த்துக் கொண்டே ஓர் இலட்சியப் பெருமூச்சுடன் சொன்னான்.

"ஆம்! படுதோல்வியடைந்து சிதைந்து கிடக்கும் நம்மை இனித் தமிழ் என்ற தாரக மந்திரந்தான் ஒன்றுசேர்க்க வேண்டும்!" என்றார், வீரபாண்டியன் அருகிலிருந்த உத்திர மந்திரி வீரகேரள பாண்டியக் கோனார். வயதின் அநுபவங்கள் நிறைந்த அவர் முகத்தில் நிதானமும் ஆழ்ந்த சிந்தனையின் கோடுகளும் நிரம்பியிருந்தன.

வீரபாண்டியன் பெருமூச்சுடன், "பாண்டிய நாட்டின் தோல்வி தமிழ் நாகரிகத்தின் தோல்வி! தென்திசைச் சமதர்மத்தின் தோல்வி! சோழியர்களின் வெற்றி வடதிசை ஜாதீயக் கலாசாரத்தின் வெற்றி!" என்று வீராவேசத்தோடு குமுறினான்.

வீ.ம **9**

மந்திரத் தலைவர்களில் ஒருவரான நரதுங்கப் பிரம்மராயர் தம் முகத்தைச் சுளித்தார். வீரபாண்டியன் அருகில் திருமந்திரவோலை நாயகமாக வீற்றிருந்த முரப்பு நாட்டு மறவனூரம்பலவன் வேளான் ஆன நித்தவிநோத மூவேந்த வேளான் அரசரின் திருவாய் மொழிகளை வேகமாக ஓலையில் எழுதிக் கொண்டிருந்தான்.

''நாம் படுதோல்வியடைந்து தீராப் பழியில் மூழ்கிக் கிடக்கிறோம்! வீரசேகரன் தயாரித்துக் கொடுத்த புதுமுறையான வியூகத்தினால் சோழர்கள் நம் மதுரைக் கோட்டையை எளிதாகக் கைப்பற்றிக் கொண்டார்கள்!'' என்று வாலிபத் தலைவர்கள் ஆவேசமாகக் கூவினார்கள்.

''முற்றுகையின்போது அஞ்சு கோட்டை நாடாள்வான் துரோகியாக மாறாதிருந்தால் நாம் படுதோல்வி அடைந்திருக்க மாட்டோம்! தெற்குக் கோட்டை வாசலில் நம் வேற்படை அதிகாரி ஈழவராயன் மூர்ச்சித்து விழுந்தவனைப் போல நடித்திராவிட்டால் நாம் படுதோல்வியடைந்திருக்க மாட்டோம். யானைப் படைக் காவலன் யானைகளுக்கு விஷ நீர் வைக்காதிருந்தால் நாம் படுதோல்வி அடைந்திருக்க மாட்டோம்! சோழர்கள் அதர்மமான முறையில் முன்னறிவிப்பின்றிப் படையெடுக்காதிருந்தால் நாம் படுதோல்வி அடைந்திருக்க மாட்டோம்!'' என்று கூவினான் பாண்டிய சேனாதிபதியான வெண்பைக் குடி நாட்டு இளவெண்பைச் சந்திரசேகரன், தன் கால்களில் அணிந்திருந்த வீரக் கழல்கள் குலுங்க.

உத்திர மந்திரி பாண்டியக் கோனார் நிதானத்துடன் சபையை நோக்கிச் சொன்னார்; ''சோழர்களிடம் புதுவிதமான யுத்தக் கருவிகள் மட்டுமல்ல; வீரசேகரனைப் போன்ற காரிய வீரர்களும், மதியூகிகளும் அதிகமிருந்தனர். நம்மிடமோ கோட்டைக்குள் துரோகிகள்தான் அதிகமிருந்தனர். எதிரிகளிடம் கட்டுப்பாடும், ராஜதந்திரமும், அறிவும், அதர்மமும் அதிகமிருந்தன. நம்மிடமோ உணர்ச்சிகளும் தர்மத்தைப்பற்றிய பேச்சுக்களுந்தான் அதிகமிருந்தன. இதுதான் நாம் படுதோல்வி அடைந்ததற்குக் காரணம்!''

வீரபாண்டியன் உணர்ச்சிகளால் சூழப்பட்டவனாய், ''நான் தோல்வியடைந்ததற்கோ, தலைநகர் பறிபோனதற்கோ துயர்ப்படவில்லை! நமது பொன்னகரான மதுரையைச் சோழர்கள் தீ வைத்துக் கொளுத்தி நாசமாக்கி விட்டனர். நம்முடைய அழகிய தலைநகர் புகையுண்ட ஓவியமாக மங்கிவிட்டது. நம் பாண்டிய நாட்டுப் பெண்களின் அகில் வாசனை வீசும் கூந்தல்களிலே புகை நாற்றம் நாறுகின்றது. நம் பொன்னகரின் கிணறுகளிலே

உதிரம் ஊறுகின்றது! நம் அருந்துணைவர்களான இலங்கையரோ எதிரிகளின் கையில் சிக்கி மூக்கறுப்புண்டு ஓடுகின்றனர். இவ்வாறெல்லாம் கேள்விப்படும் போதுதான் என் நெஞ்சில் நெருப்பு எரிமலையாகக் கொந்தளிக்கிறது!'' என்றான் தன் புஜங்கள் குலுங்க, சூழ்ச்சியின் கிழவரை நோக்கி.

''சோழநாட்டு வாட்படைத் தலைவன் ஜனநாதன்தான் அத்தகைய நாசவேலைகளைப் புரிகிறான்! அவன் குரங்குபோன்ற குறும்பன். விஷமமே உருவானவன். சோழர்கள் படையெடுத்து வந்து கோட்டைகளைக் கைப்பற்றியதும், ஜனநாதன் தன் வாலிப வானர சேனைகளுடன் நகர்க்குள் புகுவான். நகர் முழுவதையும் தீ வைத்துக் கொளுத்திச் செல்வங்களைச் சூறையாடுவான். இவ்வாறு கொள்ளையடித்துத் தன் சொந்தப் பொக்கிஷத்தைப் பெருக்கிக் கொள்வான். இது அவன் வழக்கம்!'' என்றான் சேனாதிபதி சந்திரசேகரன்.

''அந்த வானர சேனைத் தலைவன் மூட்டிய தீயில் நம் மதுரையிலிருந்த மீனக் கொடி எரிந்துவிட்டது. நம் கொடிநகர் கெட்டது. நம் கௌரவம் பட்டுப் போயிற்று. என்னுடன் தோளோடு தோள் நின்ற பல தோழர்களும் கிளையினரும் மடிந்து விட்டனர். எங்ஙனும் துயரமும் சோர்வும் பரவிக் கிடக்கின்றன. நாமே தீராப் பழியில் மூழ்கிக் கிடக்கிறோம்!'' என்று வீரபாண்டியன் துயரமும் ஏளனமும் நிறைந்த குரலில் சொல்லிக் கைகளைப் பிசைந்து உதட்டைக் கடித்துக் கொண்டான்.

உத்திர மந்திரி பாண்டியக் கோனார் மெல்ல எழுந்து நின்று நிதானமான குரலில் கூறினார். ''சென்றதை நினைத்து நாம் மனமும் உடலும் நொந்து கொள்வதில் பயனில்லை; அதனால் நம் முயற்சிகள்தான் குன்றும்! தோல்வியை வெற்றிப் பாதையில் திருப்புவதைப் பற்றிச் சிந்திப்பதுதான் சரியான வழியாகும்!''

''இனிச் செய்வதென்ன? இலங்கை வீரர்களின் மூக்கையறுத்துப் பரிபவம் செய்த பகைவரைப் பழிவாங்காமல் விடமாட்டோம்! அரசியல் அழிந்ததென அயரமாட்டோம். படை திரட்டுவோம். தலைநகரை மீட்போம். மதுரையைக் கவர்ந்த பகைவரின் இரத்தத்தால் நம் மறவகுல வீரத்தின் மாசைக் கழுவுவோம்! நாசத் தீயில் மண்ணாகும் மதுரையை மறுபடி மயனும் நிர்மாணிக்காத மதுராபுரியாக்குவோம்! பழிக்குப் பழியாகச் சோழர்களின் தலைநகரில் தீ வைப்போம்!'' என்று வாலிப வீரர்கள் உணர்ச்சி வசமாகிக் கூவினார்கள்.

வீரபாண்டியன் குரலில் உணர்ச்சி பீறிட, ''இந்த நெட்டூர்க் கோட்டையில் ஒரு மாபெரும் படை தயாரிப்போம். பகைவரின்

கையிலிருந்து நம் பொன்னகரான மதுரையை மறுபடி கைப்பற்றுவோம்! இதே நெட்டூர்க் கோட்டையில் முன் தலைமுறையில் இலங்கைப் படைத் தலைவன் இலங்காபுரி தங்கியிருந்தான். இங்கிருந்தே ஐம்பத்து மூன்று முறை யுத்தம் புரிந்து, கிராதகன் குலசேகரனிடமிருந்து பாண்டி நாட்டின் பல பகுதிகளையும் மீட்டு, என் தலையில் வீரமுடி சூட்டினான்! இந்தக் கோட்டையில் துவங்கும் நம் பாண்டிய நாட்டுச் சுதந்திரக் கிளர்ச்சி வெற்றி பெறுவது நிச்சயம்!" என்றான்.

"வெறும் நம்பிக்கை மட்டும் போதாது. நமக்குப் படைப்பலம் வேண்டும். நம் பாண்டிய நாடு இரண்டு கட்சிகளாகப் பிரிந்து கிடக்கிறதென்பதையும் மறந்துவிடக் கூடாது. நமக்கு எதிராக விக்கிரமபாண்டியனின் கட்சியை ஆதரிக்கும் பல பாண்டி நாட்டுக் கோட்டைத் தலைவர்களையும் சிற்றரசர்களையும் உடனே நம் பக்கம் சேர்க்க வேண்டும்" என்றார் உத்திரமந்திரி பாண்டியக் கோனார். சேனாதிபதி சந்திரசேகரன் மந்திராலோசனை சபையைச் சுற்றிலும் பார்த்துக்கொண்டே, "செம்பொன்னேரிக் கோட்டைத் தலைவன் நரசிங்கத்தேவன் நம் கட்சியில் சேர்ந்து உதவி செய்தால், பல கோட்டைத் தலைவர்கள் நம் பக்கம் சேர்வார்கள். இந்த நெட்டூர்க் கோட்டையை ஒரு யுத்த முனையாகவும் நரசிங்கத் தேவனின் செம்பொன்னேரிக் கோட்டையை இரண்டாவது யுத்த முனையாகவும் கொண்டு போரிட்டால், நம் தலைநகரான மதுரையை மீட்பது மிகவும் சுலபம்!" என்றான்.

"அதற்குப் பிரதிபலனாக அவன் என்ன பரிசு கேட்கிறான் தெரியுமா? பொன்னோ புன்செய் நிலங்களோ, புதிய ஊர்களோ பட்டம் பதவிகளோ அவன் கேட்கவில்லை! தீராப் பழியைக் கேட்கிறான்! மதுரையில் நான் மறுபடி மணிமுடி சூட அவன் உதவியை நாடினால், பாண்டி நாட்டில் நான் சைவ சமயத்தை ஒழித்துவிட்டு புத்த விஹாரங்களையும் சமணப் பள்ளிகளையும் இடித்தெறிந்துவிட்டு, வைஷ்ணவ மதத்தை ஸ்தாபிக்க வேண்டுமென்று வாக்குறுதி கேட்கிறான்! முன்பு சோழ நாட்டில் சைவர்கள் வைணவர்களை வதைத்தார்கள் என்பதையும், கிருமி கண்ட சோழன் தில்லை நடராஜரின் ஆலயத்தின் திருமுற்றத்திலிருந்த திருமாலின் விக்ரஹத்தைப் பெயர்த்தெடுத்து அலைகடலில் வீசியெறிந்தான் என்பதையும் கேள்விப்பட்டு, வைஷ்ணவனான நரசிங்கத்தேவன், அதற்குப் பாண்டி நாட்டில் பழி தீர்த்துக் கொள்ள விரும்புகிறான். ஆனால் நான் இதை மதப் போராட்டமாக்க விரும்பவில்லை!" என்று வீரபாண்டியன் சொல்லிவிட்டு, "ஆகவே, நரசிங்கத் தேவனுக்கு நாம் அவ்வாறு வாக்குறுதி கொடுக்கலாமா?" என்று சபையை நோக்கிக் கேட்டான்.

''வாக்குறுதி கொடுப்போம்! அவனுடைய உதவியினால் மதுரைக் கோட்டையை நாம் சுலபமாகக் கைப்பற்றிக் கொண்டதும் நம்முடைய வாக்குறுதிகளையும் சுலபமாக மறந்து விடலாம்!'' என்றான் மந்திரத் தலைவர்களில் ஒருவனான பட்டிராயன்.

''நம்முடைய வெற்றிக்காக அவனிடம் அவ்வாறு பொய்யாக வாக்குறுதி கொடுக்கிறோம் என்றால் அவனது பல்லாயிரக் கணக்கான வீரர்களின் இரத்ததானத்தைக் கேட்கிறோம் என்றுதான் அர்த்தம். அத்தகைய இரத்த தானத்தால் என் லட்சிய உள்ளம் கறையாகி விடும்!'' என்று சொல்லிவிட்டு வீரபாண்டியன், ''அது நேர்மையான வழியல்ல. நான் அரசியலை ஒரு சூதாட்டமாக்க விரும்பவில்லை!'' என்றான் தீர்மானமான குரலில்.

''நேர்மையாலும் உணர்ச்சிகளினாலும் தாழ்ந்து போனவர்கள் தமிழர்கள். நமக்குரிய அரசியலைக் கைப்பற்ற நாம் சூதும் சூழ்ச்சியும் செய்தால்தான் நாம் விரைவில் வெற்றி பெற முடியும்!''

''எனக்கு வெற்றி முக்கியமல்ல! அதை அடைய முயலும் வழிதான் முக்கியம்! எனக்குக் காரியம் முக்கியமல்ல! நேர்மைதான் முக்கியம்! என் இரு குமாரர்களும் மதுரைக் கோட்டைக்குள் சிக்கிக்கொண்டு கிடக்கிறார்கள். எனக்கு உதவியாக நின்ற இலங்கைப் படையோ, மூக்கறுப்புண்டு ஓடிவிட்டது! நான் துணைவர்கள் என்று நம்பியவர்களெல்லாம் துரோகிகளாக மாறி வருகிறார்கள்! மகளை மணம் செய்து கொடுத்த கேரள மகராஜனோ, மருமகனுக்கு ஒரு உதவிப் படையும் அனுப்பவில்லை! இந்த நிர்க்கதியான நிலையிலும் நான் நேர்மையைத்தான் கடைப்பிடிக்க விரும்புகிறேன்!'' என்றான் வீரபாண்டியன் திடமான குரலில்.

சேனாதிபதி சந்திரசேகரன் எதையோ தீவிரமாகச் சிந்தித்த வண்ணம் வீரபாண்டியனை நோக்கி, ''இந்த நிலையில் கேரளராஜரின் படை உதவி கிடைத்தால், நேர்மையான வழியிலேயே நம்முடைய இலட்சியத்தில் சுலபமாக வெற்றி பெற முடியும்! கேரளராஜரின் செல்வக் குமாரியைத் தாங்கள் மணம் புரிந்திருக்கிறீர்கள். தேவியாரின் மூலம் கோரிக்கை அனுப்பினால் கேரளராஜா் தம்முடைய சகலவிதமான படை உதவிகளையும் அனுப்புவார்!'' என்றான்.

''அதற்குப் பிரதியாகக் கேரள ராஜன் மூன்று நிபந்தனைகள் விதிக்கிறான்!'' என்று சொல்லிவிட்டு வீரபாண்டியன் துயரம் நிறைந்த குரலில், ''நான் இலங்கை உதவியை அறவே நிராகரிக்க வேண்டுமென்பது முதல் நிபந்தனை...'' என்றான்.

''அந்த நிபந்தனைக்கு நாம் ஒப்புக்கொள்ளலாம்! நம்மிடமிருந்த சிறு இலங்கைப் படையும் படுதோல்வி யடைந்து மூக்கறுப்புண்டு இலங்கைக்கு ஓடிவிட்டது! இலங்கையிலோ இப்போது உள்நாட்டுக் கலகம்! இலங்கை மன்னர் பராக்கிரமபாகுவோ தம்முடைய இறுதிக் காலத்தில் மதச் சீர்திருத்தங்களிலும் இலங்கை நீர்ப்பாசனத் திட்டங்களிலும் மூழ்கியிருக்கிறார்! இனி இலங்கையிலிருந்து நாம் படை உதவி எதிர்பார்க்க முடியாது! இந்த நிலையில் நமக்குக் கேரள ராஜரின் படை உதவியைத் தவிர வேறு வழியில்லை! அருமையான புது நண்பனுக்காக அசக்தனான பழைய மித்திரனை இழந்து விடுவதுதான் சரியான ராஜதந்திரமாகும்!'' என்றார் உத்திர மந்திரி பாண்டியக் கோனார்.

''கேரள ராஜனின் முதலாவது நிபந்தனை மித்திரபேதம் செய்வது! மற்றிரு நிபந்தனைகளோ புத்திர பேதம் செய்பவை!'' என்று வீரபாண்டியன் சொல்லிவிட்டு, ''இலங்கை ராணிமூலம் பிறந்த என் மூத்த மகனுக்கு இளவரசுப் பட்டம் இல்லையென்று நான் பிரகடனம் செய்யவேண்டுமென்பது இரண்டாவது நிபந்தனை. என் இளைய குமாரன் வீரகேரளனுக்கு உடனே இளவரசுப் பட்டம் கட்ட வேண்டுமென்பது மூன்றாவது நிபந்தனை! அது ஏன் என்பது உங்களுக்கே புரியும்! என் இளையகுமாரன், கேரள ராஜனின் மூத்த குமாரி மூலம் பிறந்தவன்! கேரளராஜன் தன் பேரனுக்குப் பாண்டிநாட்டு இளவரசுப் பட்டம் சூட்ட நம்முடைய இந்தப் பலஹீனமான நிலையைப் பயன்படுத்திக் கொள்ள விரும்புகிறான்!''

''அதனாலென்ன? தங்கள் இளையகுமாரன் வீரகேரளன் யார்? தங்கள் இருதய தேவியான திரைலோக்கிய முழுதுடையாளின் சொந்தத் தமக்கையார் மைந்தனல்லவா? இவன் ஆறு வயதில் அறியாப் பிராயத்தில் தன் தாயை இழந்ததும் தாங்கள் மைத்துனியை மணம் புரிந்தது ஏன்? கேரள ராஜரின் உறவு விட்டுப் போகக் கூடாது என்பதற்காகவன்றோ தாங்கள் கேரள ராஜரின் இரண்டாவது குமாரியையும் மணம் புரிந்தீர்கள்?'' என்றான் மந்திரத் தலைவர்களில் ஒருவனான பட்டிராயன்.

உத்திரமந்திரி வீரகேரளப் பாண்டியக் கோனார் சபையைச் சுற்றிலும் கண்ணோட்டம் செலுத்திக்கொண்டே, ''கேரள ராஜரின் நிபந்தனைகளையெல்லாம் நிறைவேற்றி அவரது முழு உதவியையும் பெறுவோம்! இந்த மந்திராலோசனை சபையிலுள்ள பல கோட்டைத் தலைவர்களும் அவ்வாறே எண்ணமுள்ளவர்களா யிருக்கிறார்கள். கேரள ராஜரைப் போலவே நம் கட்சியில் பலரும் தங்கள் இலங்கை ராணிமூலம் பிறந்த தங்கள் மூத்த குமாரனை விரும்பவில்லை! இலங்கை இரத்தம் கலந்துள்ள தங்கள் மூத்த குமாரன்

தங்களுக்குப் பின் பாண்டிய நாட்டை அரசாள்வதை இங்குள்ளோர் பொறுக்க மாட்டார்கள்! மூத்தவனுக்குப் பதில் இளைய குமாரனுக்கே இளவரசுப் பட்டம் கட்டவேண்டும் என்று நம் கட்சியில் பலர் வெகு காலமாக வாதாடி வந்ததும், தாங்கள் இந்தப் பிரச்சனையைத் தள்ளி வைத்து வந்ததும் தங்களுக்கு ஞாபகமிருக்கலாம்!'' என்றார்.

வீரபாண்டியனுக்குத் தலை சுற்றியது! நெற்றியைக் கெட்டியாகப் பிசைந்துகொண்டே சபையை நோக்கி மெல்லிய குரலில் பேசலானான்:

"நாம் எந்த ஜாதியினரையும் எந்த தேசத்தினரையும் எந்த மதத்தினரையும் துவேஷிக்கக் கூடாது! துவேஷம் சரியான இலட்சியமல்ல!... கேரள மன்னன் இலங்கையரை வெறுப்பதற்கு ஓரளவு காரணமிருக்கலாம்! முன்பு இலங்கையில் சிம்மாசனப் போர் நடந்த போது மலைவள நாட்டிலிருந்து சென்ற கேரள வீரர்கள் இரண்டு கட்சிகளிலும் மாறி மாறிச் சேர்ந்து, போரை முடியவிடாமல் நீடித்துக் கொண்டே இலங்கையிலுள்ள ஊர்களைச் சூறையாடித் திரிந்தார்கள். அதனால் இலங்கையில் குடியேறிய கேரளர்களை இலங்கை வெறுத்து விரட்டியடித்தது. அந்த ஆத்திரம் கேரள ராஜனுக்கு இருக்கலாம்! ஆனால் நம் பாண்டி நாட்டுக் கோட்டைத் தலைவர்கள் இலங்கையரை வெறுப்பதற்குக் காரணமென்ன? ஆதிகாலம் தொட்டு இலங்கையர் நம் பாண்டி நாட்டுக்கு அரும் துணைவர்கள் இல்லையா? சோழ ஆக்கிரமிப்பு நேர்ந்தபோதெல்லாம் பாண்டி நாட்டு சுதந்திரத்தை நமக்கு மீட்டுத் தந்தவர்கள் இல்லையா?'' என்று சொல்லிவந்த வீரபாண்டியன், மிதியுண்ட பாம்புபோல் ஏதோ பழைய நினைவால் ஆக்ரோஷம் கொண்டு கூவினான்;

"முன் தலைமுறையில் என் தந்தையும் தாயும், எங்கள் குடும்பம் அனைத்துமே சோழர்களின் சூழ்ச்சிக்கு இரையாகி, கிராதகன் குலசேகர பாண்டியனால் படுகொலை செய்யப்பட்டார்கள்! அதில் நான் ஒருவன் மட்டும் தப்பியோடி மலைநாட்டில் ஒளிந்துகொண்டேன்! அப்போது அப்பழிக்குப் பழிவாங்க, பரிகாரம் தேட, இலங்கையிலிருந்துதான் இலங்காபுரியின் தலைமையில் ஒரு மாபெரும் படை வந்தது! சோழ ஆக்ரமிப்பிலிருந்து பாண்டிய நாட்டையும், கிராதகன் குலசேகரனிடமிருந்து மதுரைச் சிம்மாசனத்தையும் மீட்டு, இளவரசனாய் ஓடிப் பதுங்கிய என் தலையில் ராஜமுடி சூட்டியது! அத்தகைய இலங்கைப்படையினர் நம்மால் என்ன கதியானார்கள்? அவர்கள் ஓய்ந்திருந்த போது நம்முள் பல கோட்டைத் தலைவர்கள் துரோகிகளானார்கள்! சோழர்கள் மறுபடி குலசேகர பாண்டியனைத் தூண்டிவிட்டு, பாண்டிய அரசியலில் புகுந்து, படையெடுத்து வந்தார்கள்! நமக்குத்

துணை வந்த இலங்கைத் தலைவர்களின் தலைகளை வெட்டி மதுரைக் கோட்டை வாசலில் தொங்கவிட்டார்கள்! இலங்கையர் வடித்த ரத்தத்திற்கு, அவர்களது நேர்மையான தியாகத்திற்கு, நாம் பரிசளிப்பது மறைமுகமான வெறுப்பா...?'' என்று கேட்டான் வீரபாண்டியன்.

அச்சபையிலிருந்த தொண்டித் தலைவன் எழுந்திருந்து, ''சைவர்களான நாம் அநாவசியமாக அந்நியர்களை வெறுப்பதில்லை! பௌத்தர்களான இலங்கைப் படையினரின் மதத்துவேஷமும் மத வெறியுமே எங்கள் வெறுப்பிற்குக் காரணம்! தங்கள் தந்தையின் பொருட்டுப் போராட வந்ததாகச் சொல்லிக் கொண்டே இலங்கைப் படை மறைமுகமாக நம்முடைய இராமேசுவரம் கோவிலைப் பாழாக்கியது! அந்த சரித்திரத்தைச் சக்கரவர்த்திகள் கேள்விப்பட்டிருக்கலாம்!'' என்றான்.

இதுவரை சபையில் கண்மூடிப் பரத்தியானத்தில் ஆழ்ந்திருப்பவர் போல் தோன்றிய நாதுங்கப் பிரம்மராயர் கண்விழித்துச் சபையினரை நோக்கி, ''இராமேசுவரம் கோயிலை இடித்ததோடு இலங்கைப் படை நிற்கவில்லை! சோழ நாடுவரை புகுந்து எண்ணற்ற நம் மதக் கோயில்களை இடித்தது!'' என்று சொல்லிவிட்டு முன் தலைமுறையில் நடந்த ஒரு சரித்திர நிகழ்ச்சியைக் குறிப்பிட்டு விவரிக்கலானார்:

சோழ நாட்டின் சைவாசாரியாரான ஸ்ரீ சுவாமி தேவர்கூட இலங்கைப் படையினரைப் பாப கர்மாக்கள் என்று கூறி, அவர்களால் ஸ்ரீமகாதேவர் கோவில் உட்பட சகல தேவாலயங் களுக்கும் வைதீக ராஷ்டிரத்துக்கும் விரோதம் உண்டாகுமென்று துக்கித்தார். சோழநாட்டுச் சிற்றரசன் எதிரிலி சோழ சாம்புவராயனுக்கும் அதே விசாரந் தோன்றி ஸ்ரீ சுவாமி தேவரின் பாதத்தில் விழுந்தான். ''ஈழப் படை விரைவில் அழியும்; கவலைப்படாதே!'' என்று அருளி ஸ்ரீசுவாமிதேவர் இருபத்தெட்டு நாள் அகோர பூஜை செய்தார். அந்தப் பூஜையின் பலனாய் ஈழப்படை தோற்றோடியது; நம்முடைய கோயில்கள் காப்பாற்றப் பட்டன. உடனே எதிரிலி சோழ சாம்புவராயன் உள்ளம் மகிழ்ந்து அந்த மகான் சுவாமி தேவருக்குக் காஞ்சியை அடுத்த ஆர்ப்பாக்கம் என்னும் சிற்றூரை திருப்பாத பூஜையாக அளித்தான்... இவற்றையெல்லாம் நான் கற்பனை செய்து சொல்லவில்லை! கோயிற் கல்வெட்டுகளில் இவை பொறிக்கப்பட்டிருப்பதை இன்றளவும் படித்தறியலாம்!''

''இலங்கையர்மீது நம்முடைய பின் சந்ததியினருக்கும் வெறுப்பேற்பட வேண்டுமென்பதற்காகவே சோழியர்கள் அவ்வாறு கோயிற் கல்வெட்டுகளில் பொறித்து வைத்திருக்கிறார்கள்!'' என்று

வாலிபத் தலைவனான முத்தையன் எழுந்து நின்று சொல்லி விட்டுத் தன் கருத்தைச் சபையில் விளக்கத் தொடங்கினான்: ‘‘புகழ் பெற்ற இராஜராஜ சோழன் காலத்திற்குப் பிறகு சோழர்களின் கப்பற்படை அடிக்கடி இலங்கைக்குச் சென்று அங்குள்ள பௌத்தக் கோவில்களையும் பௌத்த மதத்தையும் நாசமாக்கி அங்கு வைதீக மதத்தை ஸ்தாபிக்க முயன்று வந்தது. அதனால் சோழர்களுக்குக் கெட்ட பெயர் உண்டாயிற்று. அந்தக் கெட்ட பெயர் இலங்கையர்களுக்கும் ஏற்பட வேண்டு மென்பதற்காகவே சோழியர்கள் செய்த சூழ்ச்சிதான் இது! தோற்றோடிக் கோவில்களுக்குள் பதுங்கிக்கொண்ட சோழர்கள், கோவில்களுக்குள்ளேயே சதியாலோசனைகள் நடத்தினார்கள். போர்க் கருவிகளை மறைமுகமாகக் குவித்தார்கள். பொதுக் கோவில்களையே சொந்தக் கோட்டைகளாக உபயோகப் படுத் தினார்கள். அதனால் இலங்கைப் படை அக்கோவில்களையும் போரில் கைப்பற்றும் அவசியம் ஏற்பட்டது. சுற்றிலும் இலங்கைப் படை வளைத்துக் கொள்ளவே தங்கள் சொந்தக் கோவில்களையே சோழர்கள் இடித்தெறிந்துவிட்டு ஓடினார்கள். இலங்கையர்மீது அந்தப் பழியைச் சுமத்துவதற்காக! – நம் ஜனங்களுக்கு அருவருப்பை உண்டாக்குவதற்காக! – பாண்டி நாட்டுக்கும் இலங்கைக்குமுள்ள நட்பை நிரந்தரமாக உடைப்பதற்காக!... நம் பாண்டிய நாட்டில், சமணர்களைக் கழுவேற்றிய படலம் நடந்திருக் கிறதே தவிர, பௌத்தர்களின் மதவெறியாட்டம் நடந்ததில்லை! ஏனெனில் பௌத்தம் ஓர் மதமல்ல. எம்மதத்தவரையும் அரவணைக்கும் ஓர் அன்புப் பிரசாரம்!’’

இவ்வாறு முத்தையன் பேசி முடித்ததும் பிரம்மராயர் விநயமாகப் புன்முறுவல் செய்துகொண்டே பதிலளித்தார்:

‘‘முத்தையன் சுத்த சைவனாய்ப் பிறந்தும் பௌத்த மதத்தின் சமதர்மக் கொள்கைகளைப் புகழ்பவனாதலால் ஒரு சரித்திர நிகழ்ச்சியை மாற்றிக் கூற முயலுகிறான். ஆனால் ஜனங்களும் இங்குள்ள கோட்டைத் தலைவர்களும் அதை நம்பமாட்டார்கள். ஏனெனில் கோயில் கல்வெட்டுகளை மாற்ற முடியாது! சுவாமி தேவரின் அகோர பூஜையை மறுக்க முடியாது! இடிந்துபோன கோயில்களை மறைக்க முடியாது!’’

உத்திரமந்திரி கோனார் ஒருகணம் தீவிரமாகச் சிந்தித்துப் பின்னர் வீரபாண்டியனை நோக்கிச் சொன்னார்:

‘‘முன் தலைமுறையில் நடந்து போன ஒரு சரித்திர நிகழ்ச்சியில் எது நிஜம், எது பொய் என்று நிர்ணயிப்பது சுலபமல்ல! பலரின் நினைவில் வேரூன்றி விட்ட ஒரு அபிப்பிராயத்தை மாற்றியமைப்பதற்கு நமக்குப் போதிய அவகாசமும்

இல்லை. நமக்குப் பாதகமாக உள்ள சூழ்நிலையை நமக்குச் சாதகமாக்கிக் கொள்ள, நம் மனச்சாட்சியையும் மறந்து சில காரியங்களைச் செய்துதான் ஆகவேண்டும்! அதுதான் சரியான ராஜதந்திரமாகும்!''

''ராஜ தந்திரத்திற்காக என் மூத்த மகனின் உரிமையைப் பலியிடச் சொல்லுகிறீர்களா?'' என்று வீரபாண்டியன் சற்றுக் கோபமாகவே கேட்டான்.

''உரிமையைப் பற்றிப் பேசவோ உணர்ச்சிகளுக்கு இடம் கொடுக்கவோ இது நேரமல்ல! நாம் ஈடுபட்டிருப்பது அரசியல் துறை! வீழ்ச்சி முனையில் இருக்கும் நாம் வெற்றிப் பாதையில் ஏறக் கூடிய வழியைப் பற்றி நிதானமாகச் சிந்திப்பதுதான் உத்திர மந்திரியின் கடமையாகும்!'' என்றார் பிரதம மந்திரி கோனார்.

நரதுங்கப் பிரம்மராயர் கோபமுற்றவராய் எழுந்து நின்று, ''பட்ட உரிமை யாருக்கு? மூத்தவனுக்கா? இளையவனுக்கா? இலங்கையருக்கு விரோதமாக நான் வாதித்தாலும் இலங்கை ராணி மூலம் பிறந்த மூத்த குமாரனுக்கு இளவரசுப் பட்டம் கூடாது என்று சொல்ல என் நா கூசுகிறது! வெற்றி வழியைச் சிந்திப்பது உத்திரமந்திரி கோனாரின் கடமையாக இருக்கலாம்! ஆனால் புராதன தர்மத்தைப் பாதுகாப்பதுதான் இந்தப் பிரம்மராயரின் கடமையாகும்!'' என்றார். இலங்கையருக்கு விரோதமாக அவர் வாதித்த போது அதை ஆமோதித்த கோட்டைத் தலைவர்கள் பிரம்மராயரின் இந்த வாதத்தை மட்டும் ஏற்றுக்கொள்ளவில்லை.

அங்கிருந்த கோட்டைத் தலைவர்களில் பலர், மூத்தவனை நீக்கிவிட்டு இளையவனுக்கே இளவரசுப் பட்டம் கட்டவேண்டுமெனப் பிடிவாதமாக விரும்பினார்கள். வீரபாண்டியனின் நிலையோ தர்மசங்கடமாயிற்று. உரிமையுள்ள மூத்தவனுக்குப் பட்டம் இல்லையென்றால் உலகம் பரிகசிப்பதோடு, இலங்கையரும் மனக் கசப்படைவார்கள். மூத்தவனுக்குத்தான் பட்டமென்றாலோ, பாண்டிய நாட்டுக் கோட்டைத் தலைவர்கள் மனக் கசப்படைவதோடு, கேரளராஜனும் ஜன்ம விரோதியாகி விடுவான். இலங்கைமீது தீராப் பகைமை பூண்ட கேரளராஜன், பாண்டிய நாட்டில் இலங்கையின் உதவிப் படை இருக்கும்வரை வீரபாண்டியனுக்கு எந்தவிதப் படையுதவியும் செய்ய முடியாது என்று செய்தி அனுப்பியவனாயிற்றே...? மூத்த குமாரனா? இளைய குமாரனா...? எந்தக் கன்றுக்கு முதலில் பால் கொடுப்பது என்று இரண்டு பசுங் கன்றுகளையும் நினைத்து இரங்கும் ஒரு தாய்ப் பசுவைப்போல் வீரபாண்டியன் மௌனமாகச் சபையில் இருந்தான்.

பிரம்மராயர் கடைசியாகச் சபையை நோக்கி, ''மூத்தவன் இருக்க இளையவனுக்குப் பட்டம் கட்ட முயன்ற வினைதான் சம்பூர்ண ராமாயணத்துக்கே ஆதி காரணம் என்பதை நாம் முதலில் புரிந்துகொள்ள வேண்டும்!'' என்று எச்சரித்தார்.

உத்திர மந்திரி கோனார் சட்டென்று எழுந்து நின்று, ''இதில் புரிந்து கொள்வதற்கு ஒன்றுமில்லை! பிறப்பை ஒட்டியே ஜாதிகளையும் கர்மா தத்துவங்களையும் வகுக்கும் புராதனக் கலாசாரம், அரசியல் பதவிக்கும் பிறப்பையே முக்கியமாக வலியுறுத்துகிறது! பிறப்பில் மூத்தவனுக்குத்தான் அரசியல் பட்டம் என்பது வடநாட்டுச் சம்பிரதாயம்! வளர்ச்சியில் தகுதியான வனுக்குத்தான் அரசாட்சி என்பது தமிழ் நாட்டுப் பண்பு, சம்பிரதாயம், புராதனக் கலாசாரம் என்ற கால் விலங்குகளை முதலில் நாம் உடைத்தெறிந்தால்தான் நாம் முன்னேற முடியும்!'' என்று சொல்லிவிட்டு வீரபாண்டியனை நோக்கி, ''சக்கரவர்த்திகள் தம் மூத்த குமாரருக்கு இளவரசுப் பட்டம் இல்லை என்பதைத் தீர்மானமாக இந்த மந்திர சபைக்கு அறிவிக்க வேண்டும்! அதை உறுதி செய்ய உடனே இளையவனுக்கு இளவரசுப் பட்டம் கட்டுவதும் நல்லது! அப்போதுதான் இங்குள்ள நம் கோட்டைத் தலைவர்களில் பலர் மனப்பூர்வமாகப் போரில் ஈடுபடுவதென்று முடிவு செய்திருக்கிறார்கள். சம்பிரதாயத்தை ஒட்டி மூத்தவனுக்குத் தான் இளவரசுப் பட்டம் என்று அரசர் தீர்மானித்தால் நம்மிடையே-துரோகிகள் ஏற்படும் சூழ்நிலை அதிகரித்து விடும். நம் கட்சியிலிருந்து பெருவாரியானவர் வெளியேறுவார்கள்! வீரபாண்டியத் தேவரின் இலட்சிய வெற்றிக்குரிய வழியே நிரந்தரமாக அடைபட்டுப் போகும்!'' என்றார்.

அங்குள்ள அனைவரும் வீரபாண்டியன் என்ன முடிவு சொல்லப் போகிறானோ என்று ஆவலோடு அசைவற்றுக் கவனித்தனர்.

வீரபாண்டியன் தன் சபையைச் சுற்றிலும் கண்ணோட்டம் செலுத்திவிட்டு, ''என் இரு கண்களையும் எப்படிச் சமதையாகப் பாவிக்கிறேனோ, ஒரு பசு தன் இரு கன்றுகளுக்கும் எப்படி ஒரேவிதமாக இரங்குமோ அதைப்போல என் இரு குமாரர்களிடையே நான் எந்தவிதப் பேதமும் காணவில்லை! எனக்காக இரத்த தானம் கொடுக்க முன் வந்துள்ள உங்களில் பலரின் அபிப்பிராயத்தையும் புறக்கணிக்க விரும்பவில்லை! இதுபற்றி அந்தப்புர மகளிரிடமும் கலந்தாலோசித்து நாளை மந்திரி சபையில் உங்கள் எண்ணப்படியே முடிவு சொல்ல முயல்கிறேன்!'' என்று சபையை விட்டு எழுந்து சென்றான்.

அப்போது ஒரு யவன வீரன் ஓடிவந்து, ஈழவராயன் மேன்மாடத்தில் பாண்டிமாதேவியாரோடு பேசிக் கொண்டிருப்பதாக வீரபாண்டியனிடம் தகவல் சொன்னான். வீரபாண்டியன் அதே கணம் உத்திரமந்திரி பின்தொடர ஆவலோடு மேன்மாடத்தை நோக்கி விரைந்து சென்றான்.

அத்தியாயம் 7

சூழ்வினைப் படலம்

'தாழ்வு இல்லாய்! தந்த வரத்தைத் தவிர்க என்றல்
உரந்தான் இல்லால், நல் அறம் ஆமோ? உரை!' என்றாள்.

– கம்ப ராமாயணம்

மலர்க் குலம் வாய் விரித்து மந்தமாருதம் வாசனை வீசும் மேன்மாடத்தில், மணிச்சுடர் விளக்கு பிரகாசமாய் எரிந்து கொண்டிருந்தது.

அதைவிடப் பிரகாசமான அழகுடன் பாலமுருகக் கடவுள் போல் மேனியெங்கும் விபூதி பூசி, கையில் வேல் ஏந்தி, இளையகுமாரனான வீரகேரளன் புன்சிரிப்புடன் நின்றான். அவனை வாரியணைத்துக் கொண்டு மலைமங்கையான பாண்டிமாதேவி மெய்மறந்து நின்றாள்.

கற்சிலையான விளக்குப் பாவையருகில் பொற்சிலைபோல் நிற்கும் பாண்டிமா தேவியைப் பார்த்தவண்ணம் பக்திப் பரவசனாகிப் படகோட்டிச் சாமியாரின் உருவத்தில் ஈழவராயன் நின்றான்.

இம்மூவரையும் ஒருங்கே மேன் மாடத்தில் கண்ட வீரபாண்டியன், ''எனக்கு நல்ல காலம் பிறந்துவிட்டது!'' என்று உற்சாகமாய்க் கூவினான்.

மாளிகை எங்கும் அழகிய பருவ யுவதிகள் புன்சிரிப்புடன் தலைகளில் அகல் விளக்கு ஏந்தி நிற்பதுபோல் விளக்குப் பாவை

சிலைகள் கண்கவர் வனப்புடன் விளங்கின. அந்த வெளிச்சத்தில் பிரம்மாண்டமான சுவர்களெங்கும் இராமாயணக் காவியத்திலுள்ள காட்சிகள் அழகிய ஓவியங்களாய்த் தீட்டப்பட்டிருப்பது தென்பட்டது.

வீரபாண்டியன் பக்கம் ஈழவராயன் திரும்பி, ''பாலமுருகக் கடவுளைப் பார்வதிப் பிராட்டியாரிடம் கொண்டுவந்து சேர்த்துவிட்டேன்! ஆனால் குமாரன், 'அம்மா! அம்மா!' என்று ஓயாமல் புலம்பிக் கொண்டிருந்தபடியாலும், கோட்டையை விட்டுக் கடத்தி வரும்போது வழியில் எதிரிகள் ஏதாவது கேள்வி கேட்டால் விவரம் தெரியாத வயசாகையால் எதையாவது உளறிவிடக் கூடுமென்றும் கருதி, தங்கள் இளைய குமாரனின் நாக்கில் ஒரு சிறு வேலொன்று குத்த நேர்ந்தது. மன்னிக்க வேண்டுகிறேன்!'' என்று கூறிவிட்டுத் தலைகுனிந்து நின்றான்.

''மன்னிப்பதா? ஈழவராயா, உனக்கு நான் மகத்தான கடமைப்பட்டிருக்கிறேன்'' என்று சொன்ன வீரபாண்டியன் ஆனந்த மிகுதியினால் ஈழவராயனின் சேவையை எவ்வாறு புகழ்வது என்று தெரியாமல் திணறினான். தந்தப் பதுமைபோல் நிற்கும் தன் தேவியையும் அவளது அணைப்பில் சிட்டுப் பறவைபோல் நிற்கும் தன் தனயனையும் மாறி மாறிப் பார்த்தான். உணர்ச்சிகளின் மிகுதியினால் நெஞ்சில் ஓடிய எண்ணங்களையெல்லாம் கொட்டினான்.

''ஈழவராயா! எவ்வளவு பெரிய பொக்கிஷத்தை என்னிடம் கொண்டுவந்து சேர்த்திருக்கிறாய் என்பது உனக்குத் தெரியாது! இந்த இளைய குமாரன் பாண்டிமாதேவியின் பிரீதிக்குப் பாத்திரமானவன். இவன் அழகைப் பார். தேவியின் பிரதிபிம்பம் போலிருக்கிறான். அதே புன்சிரிப்பு! அதே வாஞ்சை தோய்ந்த கண்கள்! அதே மென்மையான மலர் முகம்! ஏனெனில் இவனைப் பெற்ற தாயும் இப் பாண்டிமா தேவியும் உடன் பிறந்த சகோதரிகளல்லவா? ஈழவராயா! தேவியின் முகம் அல்லது இந்தப் பாலகனின் முகம் அருகிலிருந்தால்தான் வீரபாண்டியன் ஜீவனுடன் விளங்குவான்! தாயற்ற இந்தப் பாலகன் மீதுள்ள பாசத்தாலும், இவனைப் பெற்ற தமக்கை மீதுள்ள பிரியத்தினாலுந்தான் தேவி என்னை மணம் புரிந்து கொண்டாளோ என்று கூடப் பல சமயங்களில் எனக்குத் தோன்றும்!'' என்று வீரபாண்டியன் சொன்னதும் தேவி நாணப் பதுமையாய் முகம் கவிழ்ந்து நின்றாள். அவளது பவள உதடுகளில் மென்மையான ஒரு புன்சிரிப்பு தவழ்ந்தது.

''என் தமக்கை தங்களைவிட்டு மறைந்ததும் அவளை மறக்க எவ்வளவோ முயன்றீர்கள்! இந்தப் பாலகனின் முகம் அவளை

ஓயாமல் நினைவூட்டி வந்தது. அதனால்தான் என்னை மணந்து கொண்டீர்களெனவும் சொல்லலாமல்லவா?'' என்றாள் தேவி.

ஈழவராயன் சிறிது ஒதுங்கித் தலைகுனிந்து நின்றான். தம்பதிகளின் இந்த அந்நியோன்ய வேளையில் தான் அங்கிருப்பது உசிதமாகுமா, அங்கிருந்து போய்விடலாமா என்றெல்லாம் குழம்பினான்.

அவன் பக்கம் வீரபாண்டியன் சட்டென்று திரும்பி, ''ஈழவராயா! எவ்வாறிருந்தாலும் தேவிக்கும் எனக்கும் இந்தப் பாலகன் இணையற்ற சங்கிலியாக விளங்குகிறான்! இவனை எதிரிகளின் கையிலிருந்து காப்பாற்றிக் கொண்டு வந்தாய். தேவியாரின் உயிரை மட்டுமல்ல, என் வெற்றிக்குரிய அரசியல் பகடையையும் கொண்டு வந்து விட்டாய்! இனி எனக்குக் கேரளராஜனின் படை உதவி கிடைக்கும்'' என்றான் உற்சாகத்தோடு.

நாணப் பதுமையாய் ஒருபுறம் ஒதுங்கி நின்ற பாண்டிமாதேவி, ஈழவராயன் பக்கம் திரும்பிக் கேட்டாள்: ''மூத்த குமாரன் எங்கே? அவன் மறைவிடத்தை விசாரித்தறிந்து ஊர்மிளா எந்தத் தகவலும் சொல்லவில்லையா?''

''சொன்னாள்! மதுரைக் கோட்டைக்குள் சிக்கிக் கொண்ட மூத்த குமாரரை நம் முகவெட்டி நாயகமான பொன்னன் இரகசியமாக இன்ன தெருவில் மறைத்து வைத்திருக்கிறான் என்ற விவரத்தையும் தெரிந்து கொண்டேன்! ஆனால் திருப்பரங்குன்றத்துப் பூப்பல்லக்குச் சிறிதானபடியாலும் மூத்த குமாரரைப் பாலமுருகக் கடவுள் வேஷத்தில் கடத்திக் கொண்டு வருவது இயலாது ஆகையாலும் இளைய குமாரனை மட்டும் கொண்டு வந்தேன். மேலும்...'' என்று சொல்லி நிறுத்திய ஈழவராயன் மெல்ல தேவியின் முகத்தைக் கூர்ந்து நோக்கினான். தேவியின் உயிருக்குயிராய் விளங்கிய சகோதரியின் மைந்தன் இளையவனான வீரகேரளன். மூத்த குமாரனோ இலங்கை ராணியின் மூலம் பிறந்தவன். இந்தக் கருத்தை மனத்தில் வைத்துக் கொண்டு ஈழவராயன் மெல்ல தேவியாரின் முகம் நோக்கி, ''மேலும், இளையவனை முதலில் கொண்டு வந்தால் தேவியாருக்கு அதிக ஆனந்தம் உண்டாகும் என்று நினைத்தேன்!'' என்றான்.

பாண்டிமாதேவியின் பொன்னிற முகம் சட்டென்று கோபத்தால் சிவந்தது.

''ஈழவராயரே! ஒரு தாய் இரண்டு குமாரர்களில் ஒருவன்மீது குறைவான அன்பும் இன்னொருவன் மீது அதிக அன்பும் செலுத்துவாள் என்று எதிர்பார்க்காதீர்!'' என்றாள். நீர் கொண்ட மேகம் போன்ற அவளது நெடுங் கண்களில் நீர்த் துளிகள் திரண்டு அவளது விம்மும் நெஞ்சில் சிந்தின.

ஈழவராயன் தலை குனிந்தான். வீரபாண்டியனுக்கு வியப்பால் மெய் சிலிர்த்தது; தன் தேவியின் முகத்தைக் கூர்ந்து நோக்கினான்.

வீரபாண்டியன் அவளை நோக்கி, ''தேவி! ஒரு தேசத் தாயின் இருதயத்தைப்போல ஒரு ராஜவம்சப் பெண்ணின் உள்ளம் விசாலமாயிருப்பதைக் கண்டு நான் அதிசயப்படவில்லை! அம்மா அம்மா என்று உன்னோடு ஒட்டி உறவாடும் என் இளையகுமாரன் உன் இருதயத்தைக் கவர்ந்ததைக் கண்டு நான் அதிசயப்படவில்லை! உன் சகோதரி மைந்தனை உன் குமாரனாகப் பாவிப்பதைக் கண்டு நான் அதிசயப்பட மாட்டேன்! ஆனால் .... உன்னை நான் மணந்த செய்தியறிந்ததும் உன்னை வாயாரச் சபித்துக்கொண்டே உயிர் துறந்தாள் என் இலங்கை ராணி. அவள் வயிற்றில் பிறந்தவன் என் மூத்த குமாரன். காலமான தன் தாயின் துர்ப்போதனையால் அவன் உன்னைக் கண்டு முணுமுணுத்து ஒதுங்கி வாழ முயன்றவன். அணைக்க வரும் உன் கையை உதறித் தள்ளியவன்! அவன்மீதும் நீ ஒரே மாதிரியான அன்பு வைத்திருப்பதைக் கண்டுதான் நான் அதிசயப்படுகிறேன்!'' என்றான்.

பாண்டிமாதேவி தன் பிராணகாந்தனைக் கம்பீரமாக ஒரு கணம் ஏறிட்டுப் பார்த்தாள்.

''இதில் அதிசயம் ஒன்றுமில்லை! நன்றாக யோசித்துப் பாருங்கள்'' என்று சொன்ன அவள் நிலா மாடத்தை நோக்கி ஓடி அங்கிருந்த மலர் மஞ்சத்தின் மீது கவிழ்ந்து விம்மி விம்மி அழத் தொடங்கினாள்.

வான நிலவும் வாடைக் காற்றும் மேனியை அரவும் நிலா மாடத்திற்கு வீரபாண்டியன் தன் தேவியைப் பின்தொடர்ந்து வந்தான். அவன் நெஞ்சில் பல நினைவுகள் சுழன்றன.

வீரபாண்டியனின் இலங்கை மனைவி, தன் வயிற்றில் பிறந்த மூத்த குமாரனுக்கே இளவரசுப் பட்டம் கட்ட வேண்டுமெனத் தன் கடைசி மூச்சு வரை போராடி வந்தாள். கேரள வம்சப் பெண்ணின் மூலம் பிறந்த இளைய குமாரனுக்கு இளவரசுப் பட்டம் கட்டி விடுவார்களோ என்ற கவலையும் ஆத்திரமும் அவளுக்கு இருந்தன. இளைய குமாரன் ஆறுவயதுப் பாலகனாக

இருக்கும்போது அவனைப் பெற்றவள் உயிர் துறக்கவே, வீரபாண்டியன் தன் மனைவியின் தங்கையான இந்தத் தேவியை மணம் புரிந்துகொண்டான். கேரள ராஜனின் இரண்டாவது குமாரியையும் வீரபாண்டியன் மறுபடி மணந்துகொண்டது மூத்த குமாரனுக்குப் பட்டமில்லாமல் செய்யவே நடந்த சூழ்ச்சி என்று வீரபாண்டியனின் இலங்கை மனைவி நினைத்தாள். அந்த நினைப்பால் உள்ளம் ஒடிந்துபோய், வீரபாண்டியனின் புது மனைவியைச் சபித்துக் கொண்டே உயிர் நீத்தாள். அவளுடைய மரணத் தறுவாயில் பாண்டிமாதேவி திரைலோக்கிய முழுதுடையாள் அவளிடம் சென்று, ''என்னைச் சக்களத்தி என்று தவறாக நினையாதே! என்னதான் என் உயிருக்குயிரான என் தமக்கையின் மைந்தன் எனினும், வீரகேரளன் இளையவன்! மூத்த குமாரனான உன் மகனுக்கே இளவரசுப் பட்டம் உரியது! மூத்தவனிருக்க இளையவனுக்குப் பட்டம் கட்ட என் உயிருள்ளவரை நான் சம்மதிக்கமாட்டேன்! என்தாலிக் கயிற்றின்மீது ஆணை!'' என்று வாக்குறுதி கொடுத்தாள்.

இவ்வளவு நினைவும் வீரபாண்டியன் நெஞ்சில் வந்து மோதவே கரைகாணாத் துயரக் கடலில் அழுந்தினான். கட்டிலில் பனிப் பூவைப் போலத் துவளும் பாண்டிமா தேவியைக் கண்டு நெய்யில் பட்ட நெருப்புப் போல நெஞ்சு உருகினான்.

பெண் மானைத் தன் துதிக்கையால் தூக்கும் ஆண் யானையைப் போல, அவளைத் தன் பெரிய கைகளால் தூக்கித் தன் மார்போடு இறுக அணைத்துக் கொண்டான். பாண்டிமாதேவி அவன் மார்பில் மின்னலைப் போல துவண்டாள். வீரபாண்டியன் அவளை அணைத்துக் கொண்டே, ''தேவி! இவ்வளவு சுமையை ஒரு இளம் பெண்ணின் நெஞ்சு தாங்கக்கூடியதா? நீ ஒரு சுமையுமில்லாத கேரள ராஜனின் செல்வக் குமாரியாய்ப் பிறந்து, துன்பமே என்னவென்பதே தெரியாமல் வளர்ந்தாய்! மாளாத ஆசையுடன் என் மனைவியானதும், என்னைச் சூழ்ந்திருந்த என் சூழ்வினை உன்னையும் சூழ்ந்து கொண்டது!'' என்று துயரக் கடலுக்குக் கரைகாணாதவனாய்த் தத்தளித்தான்.

தேவி மேகலை நெகிழ நெஞ்சு புழுங்கியவளாய்க் கணவனின் பரந்த மார்பில் நினைவழிந்து தேம்பிக் கொண்டிருந்தாள்.

''தேவி! கவலைப்படாதே! என் சூழ்வினை என் குமாரர்களையும் சூழ்ந்து கொண்டாலும், தாய்களற்ற அந்த அநாதைக் குழந்தைகள் மீது நீ வைத்திருக்கும் தாயன்பு நிச்சயம் அவர்களைக் காப்பாற்றும்!'' என்று தன் இளம் மனைவியைப் பூப்போல தழுவிக் கொண்டு அவளது தேன் மணம் கமழும் கூந்தலை வாஞ்சையுடன் வருடினான்.

ஈழவராயனும் இளையகுமாரனும், உத்திர மந்திரியும், வெளியே காத்திருப்பது நினைவு வரவே, இருவரும் நிலா மாடத்தை விட்டு மெல்ல வந்தார்கள்.

அவர்களைக் கண்டதும் உத்திர மந்திரி பாண்டியக் கோனார் உற்சாகமாகக் கூவினார்:

''இளைய குமாரரைக் கொண்டு வந்தாயிற்று! இனியும் இளவரசுப் பட்டம் கட்டுவதில் சுணக்கம் கூடாது! நாளையே முடிசூட்டு மண்டபத்தில் இளவரசராக வீரகேரளத் தேவருக்குப் பட்டம் சூட்டிவிடலாம்!''

பாண்டிமாதேவி சாப்பத்தைத் தீண்டியவள்போல் சட்டென்று நின்றாள். அவளது மிருதுவான பாதங்களிலிருந்த பொற் சிலம்புகள் கணீரென்று ஒலித்தன.

''இதென்ன அதிசயம்? மூத்தவனிருக்க இளையவனுக்குப் பட்டம் கட்டுவதா?'' என்று கேட்டுவிட்டுத் தேவி தன் பிராணகாந்தரின் முகத்தையும் உத்திர மந்திரி கோனாரின் முகத்தையும் மாறி மாறிப் பார்த்தாள்.

வீரபாண்டியன் தலை குனிந்து நின்றான்.

உத்திர மந்திரிக் கோனார் தீர்மானமான குரலில் தேவியை நோக்கி, ''நாம் வெற்றி பெற வேண்டுமானால் ஏதாவதொரு அதிசயம் நடந்துதான் தீரவேண்டும்! பாண்டிய நாட்டுப் பல கோட்டைத் தலைவர்களின் உதவியைப் பெற உடனடியாக இளையகுமாரருக்கு இளவரசுப் பட்டம் சூட்டும் அவசியம் சக்கரவர்த்திகளுக்கு ஏற்படுகிறது!'' என்றார்.

அவரைப் பாண்டிமாதேவி ஏறிட்டு நோக்கினாள். அப்பூங்கொடி உத்திர மந்திரியைக் கோபமாய்ப் பார்த்துக் கொண்டே, ''பாண்டி நாட்டுப் பேரமைச்சரே! இதைப் போல ஒரு அதிசயம் எங்கள் சேர வமிசச் சரித்திரத்தில் தோன்றியபோது என்னவாக முடிந்தது என்ற கதை உமக்குத் தெரியுமா? மூத்தவனான சேரன் செங்குட்டுவனுக்குரிய பட்டத்தை இளையவன் இளங்கோவிற்குச் சூட்ட வேண்டுமென்று நிமித்தர்கள் அனைவரும் சொன்னார்கள். அப்போது இளையவன் என்ன செய்தான் தெரியுமா? முடி தரிக்கவில்லை; மூத்தவன் காடாள இளையவன் நாடாளவில்லை! அரசியலை விட்டே விலகிச் சென்றான்! வனவாசம் செய்து வாழ்வைத் துறந்து தவயோகியாகிச் சிலப்பதிகாரமெழுதிய இளங்கோவடிகள் ஆனான்!'' என்று சொன்ன தேவி, எதிரே சுவரில் தீட்டப்பட்டிருக்கும் கைகேயி தசரதச் சக்கரவர்த்தியிடம் வரம் பெறும் இராமாயண ஓவியக் காட்சியை ஏறிட்டு நோக்கினாள்.

இளையவன் வீரகேரளனுக்கு நீங்கள் இளவரசுப் பட்டம் கட்ட முயன்றால் இந்தப் பாலகனும் ஒரு இளங்கோவடிகள் ஆவானே தவிர, ஒருபோதும் சக்கரவர்த்தி பரதனாக மாட்டான்!'' என்றாள் ஏளனமும் துயரமும் கொந்தளிக்க.

வாய் பேசாப் பதுமை போன்ற பாண்டிமா தேவி இவ்வளவு தூரம் கொந்தளித்துப் பேசுவதைக் கண்டிராத உத்திர மந்திரி திகைத்து அசைவற்று நின்றுவிட்டார்.

பாண்டிமாதேவி தன் நாதன் பக்கம் திரும்பி, ''இளையவன் வீரகேரளனுக்கு இளவரசுப் பட்டம் கட்டுவதை எந்தச் சந்தர்ப்பத்திலும் எந்தக் காலத்திலும் என் உடலில் உயிருள்ளவரை அநுமதிக்க மாட்டேன்! பாண்டிமா தேவி தன் சக்களத்திக்குத் தன் தாலிக் கயிற்றின்மீது செய்து கொடுத்த வாக்குறுதியை ஒருபோதும் மறக்க மாட்டாள்! என் சகோதரி மைந்தன் என்பதற்காகச் சக்களத்தி மைந்தனின் உரிமையை மறுக்க மாட்டாள்! என் ஈமக்கிரியைக்குப் பிறகுதான் இவன் தலையில் இளவரசுக் கிரீடம் சூட்டலாம்!'' என்றாள் தீர்மானமான குரலில்.

அதைக் கேட்டதும் வீரபாண்டியனுக்கு மெய் சிலிர்த்தது; நா உலர்ந்தது; உயிர் ஓடலுற்றது; உள்ளம் புலர்ந்தது; கண்கள் சிவந்தன; செய்வது இன்னதெனத் தெரியாமல் சஞ்சலத்தில் ஆழ்ந்தான். பாண்டிமா தேவியின் வாக்குறுதி தன் சூழ்வினையோ என்று நெஞ்சழிந்தான். வேதனை முற்றிட வெந்து வெந்து கொல்லன் உலைக்களத்தில் ஊதும் கனல்போல் பெருமூச்சு விட்டான்.

பாண்டிமா தேவியோ ஈழவராயனை நோக்கி, ''ஈழவராயரே! மூத்த குமாரனை முதலில் காப்பாற்றாமல் இளையவனை ஏன் காப்பாற்றிக் கொண்டு வந்தீர்! உலகம் இவனைப் பரதன் என்று பரிகசிக்கவா? பெண்குலம் என்னைக் கைகேயியெனப் பழி தூற்றவா? அல்லது நான் உயிரிழந்து போகவா?'' என்று ஆறாத் துயருடனும் கோபத்துடனும் கேட்டாள்.

ஈழவராயனோ பிரமித்து நின்றான்! எதிரே சுவரில் விளக்கு வெளிச்சத்தில் தெரியும் ராமாயண ஓவியங்களின்மீது ஈழவராயனின் கண்கள் பதிந்தன. கைகேயியின் வரத்தை எண்ணி, தசரத சக்கரவர்த்தி நெஞ்சழிந்து உருகும் ஓவியம் அற்புதமாகத் தீட்டப்பட்டிருந்தது. 'மூத்தவன் காடாள என் வயிற்றில் பிறந்த இளையவன் நாடாள வேண்டுமென வரங்கேட்ட கைகேயி போன்ற சிற்றன்னைகளை வாழ்க்கையில் காண்பது சுலபம். ஆனால் பாண்டிமாதேவி போன்ற குணநலப் பாவையரைக் காவியங்களில் சித்தரிப்பது கூடக் கடினம்'' என்று ஈழவராயன் மெய்சிலிர்த்து நின்றான்!

பாண்டிமாதேவி தன் கணவரின் முகத்தைத் தன் துயரம் நிறைந்த விழிகளால் ஏறிட்டு நோக்கினாள். ‘‘கோட்டைக்குள் சிக்கிக் கொண்டிருக்கும் நம் மூத்த குமாரனை எவரும் காப்பாற்ற விரும்பவில்லை. தாங்களுமா பெற்ற மகனைவிடப் பெறப் போகும் அரசியல் முக்கியமென்று கருதுகிறீர்கள்?’’ என்று கேட்டாள்.

மனம் ஒரு நிலைக்கு வந்திருந்த வீரபாண்டியன் தன் தேவியை நோக்கி, ‘‘கவலைப்படாதே! மதுரைக் கோட்டைக்குச் சென்று மூத்தவன் பராக்கிரமனைக் காப்பாற்ற முயல்வதுதான் என் முதல் கடமை! பிறகுதான் என்னுடைய மற்ற இலட்சியங்கள்! நானே விடியற் சாமத்தில் மதுரைக் கோட்டைக்குப் புறப்படுகிறேன். அப்போதுதான் தேவி திருப்தியடைவாள்!’’ என்றான்.

அவனை நோக்கி ஈழவராயன், ‘‘தாங்களே நேரில் சென்றால்தான் மூத்த குமாரரைக் காப்பாற்றும் முயற்சி கைகூடும்! ஏனெனில் மூத்த குமாரரை ஒழித்து விடப் பாண்டி நாடு முழுதும் நம்முடைய கட்சியில் பலர் இரகசியமாகச் சதியாலோசனை நடத்துவதாகக் கேள்விப்படு கிறேன்! ஆதலின் மதுரைக் கோட்டையில் இரகசியமாய் மறைத்து வைத்திருக்கும் மூத்த குமாரரை வேறு யாரிடமும் பொன்னன் கொடுக்க மாட்டான். தாங்கள் கோட்டை வாசலின் வெளியே வந்து காத்திருப்பதாக அவனுக்கு இரகசியமாக ஸ்ரீமுகம் அனுப்பினால் அவனே தந்திரமாக மூத்த குமாரரைக் கொண்டு வந்து கோட்டைக்கு வெளியே தங்கள் கையில் ஒப்படைப்பான்! தாங்களே அழைத்து வந்தால் வழியில் நம் கட்சியினர் எவரும் மூத்த குமாரருக்கு எந்தவிதக் கேடும் செய்ய முயலமாட்டார்கள்!’’ என்றான்.

‘‘மூத்த குமாரரைக் காப்பாற்ற பயங்கரமான எதிரிகளின் கோட்டைக்குச் சக்கரவர்த்திகள் செல்வதா? போர் முரசம் கொட்டி ரத கஜ துரக பதாதிகளுடன் அக் கோட்டைக்குப் புறப்படும் நாள் ஒன்று வரும்! அதற்குள் சக்கரவர்த்திகள் மரணாபாயமான நிலையில் மதுரைக் கோட்டைக்குச் செல்வதா?’’ என்று உத்திர மந்திரி கோனார் திகைப்புடன் கேட்டார்.

வீரபாண்டியன் தன் தேவியின் முகத்தைக் கூர்ந்து பார்த்தான். அவள் ஒன்றும் பதில் சொல்லவில்லை. உள்ளே போய் விட்டாள்.

வீரபாண்டியன் கம்பீரமான குரலில் உத்திர மந்திரியை நோக்கி, ''வீரபாண்டியன் சொன்ன வார்த்தை தவறுவதில்லை! தேவியிடம் வாக்குக் கொடுத்தபடி இன்று விடியற் சமயத்தில் மதுரைக் கோட்டைக்குப் புறப்படுகிறேன். தேவி அதைத்தான் விரும்புகிறாள்!'' என்றான்.

''தேவியார் ஒரு கண ஆவேசத்தில் அவ்வாறு விரும்பியிருக்கலாம். மதுரைக் கோட்டைக்குள் நீங்கள் போவது எவ்வளவு பிராணாபத்தான முயற்சியென்று தேவியார் சிறிது நேரம் கழித்துச் சிந்தித்துப் பார்த்தால் அவ்வாறு விரும்பமாட்டார்கள்!''

''ஒருவேளை தேவி விரும்பாமலிருக்கலாம்! ஒருவேளை மதுரைக் கோட்டைக்குள் மூத்த குமாரனுக்கு ஏதாவது மரணாபாயம் நேரிடலாம்! அப்போது தேவி மனமுடைந்து போவாள். மரணத்துக்கு துணிந்து மகனைக் காப்பாற்ற முயன்றேன் என்றால், தேவி அப்போது சமாதானமடைவாள்!'' என்றான் வீரபாண்டியன்.

''அவ்வாறானால் தாங்கள் இளைய குமாரனுக்கு இளவரசுப் பட்டம் கட்டுவது?''

''மூத்தவன் இருக்கும்போது இளையவனுக்குப் பட்டம் இல்லை! தன் தேவியின் வாக்கைக் காப்பாற்றுவதும் வீரபாண்டியனின் கடமைகளில் ஒன்றுதான்!''

''அதனால் கேரள ராஜனின் படை உதவி நமக்குக் கிடைக்காமல் போகும்!''

''மனித இருதயத்தைப் பலியிட வேண்டுமென்றால் எனக்கு அந்த அரசியலே தேவையில்லை!''

''தங்கள் இளைய குமாரனுக்கு இளவரசுப் பட்டம் கட்டாமல் போனாலும், அதனால் கேரள ராஜனின் உதவி கிடைக்காமல் போனாலும் பாதகமில்லை. ஆனால் மூத்தவனுக்கு அரசுரிமை இல்லை என்பதைத் தாங்கள் பகிரங்கமாக மந்திராலோசனை சபையில் சொல்லியாக வேண்டும். இல்லையெனில்,

நாம் நம்முடைய கோட்டைத் தலைவர்களையும் இழந்துவிட நேரிடும்! இடது கையை நாம் இழந்து விடலாம்; ஆனால் வலது கையையும் இழந்துவிட்டு நாம் இலட்சியப் போரில் இறங்கிச் சண்டையிட முடியாது!''

''அமைச்சரே! மூத்த குமாரன் மதுரைக் கோட்டைக்குள்ளேயே எதிரிகளின் கையில் சிக்கி மடிந்து விட்டாலும் நல்லது என்று நீர் நினைப்பீர்! வெற்றியைப் பற்றிச் சிந்திக்கும் மதியாலோசனை மட்டும் போதாது! மனித இருதயமும் வேண்டும்!''

''தங்கள் குமாரர் என்று நினைக்கும்போது எனக்கும் மனித இருதயம் இருக்கிறது! ஆனால் சக்கரவாத்திகளின் மதியமைச்சர் என்ற முறையில் சிந்திக்கும்போது நான் மனித இருதயத்தையும் இழந்து விடுவது அவசியமாகிறது!'' என்று சொன்ன உத்திர மந்திரி கோனார் வேறுபுறம் திரும்பித் தம் கண்களில் அரும்பியிருந்த இரு துளிக் கண்ணீர்த் துளிகளைத் துடைத்தெறிந்தார்.

''அமைச்சரே! இது என் முடிவு! மூத்தவனுக்குரிய அரசுரிமையை நான் ஒருபோதும் மறுக்கமாட்டேன்! தேவியின் வாக்குத் தத்தம் சரியானதே!''

''அவ்வாறானால் நம் லட்சிய யாத்திரைக்குரிய வழி அடைபட்டுப் போகும்! நம் கட்சியிலிருந்து பல பாண்டி நாட்டுக் கோட்டைத் தலைவர்கள் வெளியேறி விடுவார்கள்!''

''எவர் வேண்டுமானாலும் வெளியேறட்டும். எல்லோருமே என்னைக் கைவிட்டுப் போகட்டும். என் தேவியின் துணைமட்டும் எனக்கு இருந்தால், நான் தனியொருவனாகவே என் கடைசி மூச்சு வரை நம் இலட்சியத்திற்காகப் போராடுவேன்!'' என்று தீர்மானமான குரலில் வீரபாண்டியன் சொன்னான்.

''இதற்கு மேல் நான் எதுவும் சொல்வதற்கில்லை! விதியின் பிரகாரமே எதுவும் நடக்கட்டும் என்று நம்புவதைத் தவிர என் மதியை நம்புவதில் பலனில்லை!'' என்றார் உத்திர மந்திரிக் கோனார்.

பிறகு வீரபாண்டியன் தன் சூழ்வினை அமைச்சர்களை அவசரமாக வரவழைத்து, தான் அதிகாலையில் மதுரைக் கோட்டைக்கு மூத்த குமாரனைக் காப்பாற்றப் போவது சம்பந்தமாக வெகுநேரம் ஆலோசித்து விட்டு துயிலச் சென்றான்.

இரவு கழியத் தொடங்கியது. கடைசிச் சாமக்கோழி அஞ்சிறகுகளை விரித்து 'கொக்கரக்கோ...' என்று கூவியது.

வைகறையில் அரசன் பள்ளியறை முன் அகவரும் சூதரும் நின்று, பாண்டியரின் சந்திரகுலப் பெருமையைப் புகழ்ந்து பாடும் பண் கனிந்தெழு பாடல் மந்தமாருதத்தில் மென்மையாக மிதந்து வந்தது.

வீரபாண்டியன் மதுரைக் கோட்டைக்குப் புறப்பட ஆயத்தமாகி வெளியே வந்து நின்றான்.

வானத்தில் சந்திரவட்டக் குடை நிலை சரிந்து மங்கியது. வானவீதியில் விரித்திருந்த முத்துப் பந்தலைப் பிரிப்பது போல் நட்சத்திரங்கள் மெல்ல மெல்ல மறைந்தன. குமரிகளின் உதடுகள் குவிவது போல் குமுத மலர்கள் குவிந்தன. பாண்டிமா தேவியின் முகத்தில் மிளிரும் புன்முறுவலைக் கண்டு நாணினாள் என நளிர் கங்குல் ஆகிய நங்கை ஏகினாள்.

பட்டுத்துணியில் பொன் ஜரிகையால் மீன் உருவம் புனையப் பட்ட பாண்டியரின் கொடி வைகறையின் மெல்லிய ஒளி ரேகையில் மங்கலாகத் தெரிந்தது.

ஈழவராயன் உத்திர மந்திரிக் கோனார் பின்தொடர அணுக்கச் சேவகர்களுடன் வீரபாண்டியனிடம் வந்து, "எல்லாம் சித்தமாகி விட்டது! நாம் மதுரைக் கோட்டைக்குப் புறப்படலாம்! இங்கிருந்து நாமிருவர் மட்டும் மாறுவேஷத்தில் இரகசியமாகப் போனால் போதும்! கோட்டை வாசலில் தேவைப்பட்டால் அங்கே என் ஆட்கள் இருக்கிறார்கள்!" என்றான்.

வீரபாண்டியனோடு ஈழவராயனும் போகிறான் என்றதும் உத்திர மந்திரிக் கோனாருக்கு என்னவோ சந்தேகம் உண்டாயிற்று.

அவர் வீரபாண்டியன் காதருகில் இரகசியமாக, "சின்ன மீனைக் காட்டிப் பெரிய மீனைப் பிடிக்கும் சூழ்ச்சியாகவும் இருக்கலாம்!" என்றார்.

"அந்தச் சிறுமையால் மீனக்கொடி வமிசம் சாசுவதமாய் அழிந்துவிடாது!" என்று சிரித்தான் வீரபாண்டியன்.

"மதுரைக் கோட்டை மீது எதிரிகளின் புலிக்கொடி வானளாவிப் பறக்கிறது! சோழ வீரர்கள் தங்கள் சூரிய குலம் தழைப்பதற்காகப் பாண்டிய வமிசத்தை நிர்மூலமாக்க எந்த அதர்மமான வழியையும் பின்பற்றுவார்கள்! உங்களைச் சிறைபிடிக்க மதுரையைச் சுற்றிலும் வலை விரித்திருக்கிறார்கள்! உங்கள் தலைக்கு நூறாயிரம் பொன் பரிசளிப்பதாக ஆசை காட்டியிருக்கிறார்கள். ஒவ்வொருவனும் உங்களைத் தேடி எமகிங்கரனாய் அலைவான். ஆதலின் நீங்கள் மதுரைக்குப் போவது புலியின் குகைக்குள் நுழைவதைப் போன்றது!" என்று எச்சரித்தார் உத்திர மந்திரி.

"அது புலியின் குகையாக இருக்கலாம்! ஆனால் வீரபாண்டியன் செம்மறியாடல்ல!" என்று வீரபாண்டியன் சொல்லி

விட்டுப் புறப்பட்டான். போகும்போது தன் பிரிய நாயகியின் முகத்தைக் கூர்ந்து பார்த்தான். அவளது கருவிழிகளில் இரு துளி கண்ணீர் முத்துக்கள் உதிர்ந்தனவே தவிர, அவள் ஒன்றும் பேசவில்லை.

வீரபாண்டியன் வெடுக்கென்று திரும்பி ஈழவராயனுடன் மாறுவேஷங்கள் அணிந்து கொண்டு கிளம்பினான்.

மாளிகையில் எரிந்து கொண்டிருந்த தீபங்களெல்லாம் நீர்த்து அணைந்தன. அவற்றின் புகைபோல் காரிருட் பகை துள்ளி ஓடிட, கிழக்கே சினத்தீப் போல இரத்தமயமான சூரியோதயம் கிளம்பியது.

அவற்றைக் கண்டதும், பாண்டியரின் குலதீபம் அணைவது போலவும், சோழர்களின் சூரிய குலம் இரத்தச் சிவப்புடன் உதயமாவது போலவும் வீரபாண்டியனுக்கு ஒரு பிரமை உண்டாயிற்று!

அத்தியாயம் 8

பிணிவிடு படலம்

யாரை நீ? என்னை இங்கு எய்து காரணம்?
யார் உனை விடுத்தவர்?

– கம்ப ராமாயணம்

மதுரையின் மயானக்கரை அருகில் ஒரு பாழடைந்த காளி கோயில் இருந்தது. அந்தி இருளில் இன்னும் ஊரடங்க வில்லையென்றாலும், சுடுகாட்டருகில் இருந்த அக்காளி கோயில் இரவின் நிச்சப்தத்தில் அதிபயங் கரமாகக் காட்சியளித்தது. கோயிலின் கதவு சாத்தப்பட்டு உள்ளே தாழிடப் பட்டிருந்தது. உள்ளே எந்தவிதத் தீப ஒளியும் இல்லை. வெகுகாலமாகவே பூஜைகள் நிறுத்தப்பட்டு விட்டது போலத் தோன்றியது. கோயிலின் உள்ளே இருட்டு அப்பியிருந்தது.

சிலந்தி வலைகளும் பிணந்தின்னி வௌவால்களும் அடைந்திருந்தன. காளியின் கோரமான சிலையும், அதற்கு முன்னால் இரத்தம் உறைந்த ஒரு சிறு பலிபீடமும், அதனருகில் கூர்மை மழுங்கிய ஒரு சூலாயுதமும் இருந்தன. பிணி வீடுபோலவே மந்தமாகவும் மர்மமாகவும் ஒருவித நாற்றமுள்ளதாகவும் அந்தப் பாழடைந்த காளிகோயில் காட்சியளித்தது.

காளியின் முன்னுள்ள பலிபீடத்தின் மீது தலைவைத்து ஊர்மிளா சாய்ந்து படுத்திருந்தாள். எதிரே உருவிய கத்தியுடன் நிற்கும் முரட்டுக் கபாலிகனையே அவளது கருவிழிகள் வெறித்துப் பார்த்துக் கொண்டிருந்தன. அவளது யௌவன முகத்தில் மரண பீதியோ நடுக்கமோ சிறிதும் இல்லை.

அவளது கண் இமைகள் கனத்து, விழி ஓரங்களில் கண்ணீர்த் துளிகள் உலர்ந்து சுவடு கட்டியிருந்தன. அவளது நெஞ்சு எங்கோ ஒரு சூன்ய உலகில் சஞ்சரித்துக் கொண்டிருந்தது.

பாழடைந்த கோவிலினுள்ளே பிணி வீடுபோலக் குமைந்திருக்கும் ஒருவித நாற்றத்தையும் புழுக்கத்தையும் ஊர்மிளாவால் சகிக்க முடியவில்லை. வியர்வை பெருகி அவளது ஆடைகளெல்லாம் நீர்த்துப் போயின. பலி பீடத்திலிருந்து ஊர்மிளா தலையை வெடுக்கென்று தூக்கினாள்.

''கபாலிகனே! என்னைக் கொல்ல மாட்டாயா?'' என்று அவள் ஏளனமும் கோபமும் கலந்த குரலில் கேட்டாள்.

முரட்டுக் கபாலிகன் அவளை வெறித்துப் பார்த்தானே தவிர, ஒரு பதிலும் சொல்லவில்லை.

''பின்னே எதற்காக இந்தப் பாழடைந்த கோயிலுக்கு என்னைக் கொண்டுவந்து இத்தனை நாளாக அடைத்து வைத்திருக்கிறாய்? அரசாங்க விசாரணைக்காக என்னைச் சோழியவீரன் வீரசேகரன் சிறைப் பிடித்துப் போனான். அவனிடமிருந்து எதற்காக என்னைக் காப்பாற்றிக் கொண்டு வந்தாய்? நீ சோழ அரசாங்கத்தைச் சேர்ந்தவனாயிருந்தால் என்னை வீரசேகரனிடமிருந்து தூக்கி வந்திருக்க மாட்டாய்! நீ நிஜக் கபாலிகன்தான்! இந்தக் காளி மாதாவுக்கு நரபலி கொடுக்கவே என்னைக் கொண்டு வந்திருக்கிறாய்!'' என்று கூவினாள் ஊர்மிளா.

முரட்டுக் கபாலிகன் வெறும் அசட்டுச் சிரிப்புச் சிரித்தான். ஊர்மிளாவின் அழகிய முகம் வாடியது.

"வீரசேகரன் கையிலிருந்து எனக்குத் தெரிந்தவன் எவனாவது கபாலிக வேஷத்தில் வந்து காப்பாற்றுவான் என்று எதிர்பார்த்தேனே! கிராதகன் நீ எங்கிருந்து முளைத்தாய்? நீயும் போலிக் கபாலிகன்தானா...? எதற்கும் பதில் சொல்லாமல் இருக்கிறாயே! நீயென்ன ஊமையா, செவிடா?" என்று ஏளனமாய்ச் சிரித்தாள் ஊர்மிளா.

கபாலிகன் தன் தலையைச் சொறிந்தான்.

"முரட்டுக் கபாலிகனே! நீ இதற்குப் பதில் சொல்லா விட்டால் உன் முகத்தில் காறி உமிழ்வேன்! எதற்காக இந்தப் பாழுங்கோயிலில் என்னை அடைத்து வைத்திருக்கிறாய்?" என்று ஊர்மிளா ஆத்திரத்துடன் கூவினாள்.

"இதே கேள்வியை நீ நூற்றேழாவது தடவையாகக் கேட்கிறாய்! நான் பதில் சொல்லமாட்டேன்!" என்று கபாலிகன் தடித்த குரலில் கத்தினான்.

ஊர்மிளா உர்ரென்று முகத்தை வைத்துக் கொண்டு கீழே உட்கார்ந்துவிட்டாள். பாழடைந்த காளிகோயிலில் ஒரு கணம் பிணவீடுபோல் நிச்சப்தமும் பிணி வீடுபோல் மெல்லிய பெருமூச்சுகளின் இரைச்சல்களும் கேட்டன. கோயிலின் வெளியிலிருந்து இருளின் புலம்பலும் சுவர்க் கோழிகளின் 'கிர் கிர்' என்ற சப்தமும், எங்கோ சோழிய வீரர்கள் அணிவகுத்துச் செல்லும் குதிரைப் படை யானைப் படைகளின் 'ஜம் ஜம்' என்ற கம்பீர ஓசைகளும் கேட்டன. வெகு தொலைவில் பேரிகை அடிக்கும் முழக்கமும் காளி கோயிலின் முன்னாலுள்ள கொடி ஸ்தம்பத்தில் சிறு சிறு மணிகள் குலுங்கும் ஒலிகளுங்கூடத் தெளிவாக வாடைக் காற்றில் மிதந்து வந்தன.

கோயிலின் வெளியே 'டங்டங்'கென்ற கத்திகளின் ஒலி களோடு ஊர்க் காவலர் நடந்து செல்லும் ஓசை கேட்டது. அது வெகு தூரம் போய் மறைந்த பிறகு தெருவில் நிச்சப்தமும்

சூன்யமும் நிலவியிருப்பதாகத் தோன்றியதும், ஊர்மிளா மறுபடி வாயைத் திறந்தாள்.

''கபாலிகனே, நீ நல்லவன்! அந்தச் சோழிய வீரன் கையிலிருந்து என்னைக் காப்பாற்றினாய்! உனக்கு நன்றி செலுத்துகிறேன். இப்போது என்னை விட்டுவிடு. உனக்கு இரண்டு மடங்கு நன்றியுள்ளவளாயிருப்பேன்! எனக்கு வேண்டியவரான ஒரு படகோட்டிச் சாமியார் இருக்கிறார். நீ எது கேட்டாலும் தரச் செய்கிறேன்!''

''உன்னை விடமுடியாது!''

''நான் இந்தக் கோயிலுக்குள்ளிருந்து கூச்சல் போட்டால் வெளியே நடமாடும் ஜனங்களோ, காவற்காரர்களோ கோயில் கதவை உடைத்துக் கொண்டு வந்து என்னைக் காப்பாற்றுவார்கள்... வீணாக மறுபடியும் சோழ வீரர்களின் கையிலோ, வீரசேகரன் கையிலோ நான் சிக்கிக்கொண்டு அரசாங்க விசாரணைக்கு ஆளாகி அவமானப்பட நேரிடும். அதைவிட உன் கையால் கொலையுண்டு இந்தக் காளி மாதாவுக்குப் பலியாவது எவ்வளவோ மேல்!...கபாலிகனே, என்னை விடாவிட்டால் இப்போதே என்னைக்கொன்றுவிடு!' இந்தப் பாழடைந்த கோயிலில் இருக்க முடியாது. இங்கே பல பிணங்களும், நோயாளிகளும் கிடக்கும் பிணி வீடுபோல் ஒரே நாற்றம் வீசுகிறது! என்னால் சகிக்க முடியவில்லை; என்னைக் கொன்றுவிடு!''

''மாட்டேன்!''

''பின்னே என்னை என்னதான் செய்யப் போகிறாய்?''

''அதைச் சொல்லமாட்டேன்!''

''ஏன்?''

''அப்படி எனக்கு உத்தரவு! உன் கேள்வி எதற்கும் பதில் சொல்லக் கூடாது. உன்னை ஒன்றும் செய்யக் கூடாது என்று மேலிடத்திலிருந்து உத்தரவு வந்திருக்கிறது!''

''உனக்கு அப்படி உத்தரவிட்ட கல்நெஞ்சன் யார்? நீயும் ஒரு ஒற்றனா? யாருடைய கட்சியைச் சேர்ந்த ஒற்றன்?''

''தெரியாது!''

''கபாலிகனே, ஒரு பேதைப் பெண்ணிடம் சொன்னால் உன் உடல் சதையில் ஏதாவது குறைந்து விடுமா? நீ யார்? இங்கு ஏன் வந்து என்னை அவஸ்தைப் படுத்துகிறாய்? உன்னை அனுப்பியது யார்? ஒன்றையும் மறைக்காமல் சொல்!''

''உன்னிடம் ஒன்றைக் கூடச் சொல்லமாட்டேன்!''

ஊர்மிளா கோயிலின் குறுக்கும் நெடுக்கும் நடந்தாள். அவளுடைய ஒவ்வொரு அசைவையும் கபாலிகன் தன் பெரிய விழிகளை உருட்டி நோக்கிக் கொண்டே, தூண் போல் அசையாமல் நின்றான்.

''நான் இப்போது ஏதாவது செய்தாக வேண்டும்!'' என்று ஊர்மிளா தன் கைகளைப் பிசைந்தாள்.

அவள் நினைவில் ஏனோ வீரசேகரனின் முகம் வந்து நின்றது. அவள் விரும்பாவிட்டாலும், நினைவை அடக்க எவ்வளவு முயன்றாலும், வீரசேகரனின் முகம் அவள் கண்முன் சதா வந்துகொண்டேயிருந்தது. கனிவு ததும்பும் அவனது களையான முகமும், கட்டமைந்த வாலிபப் பருவமும், கடமை தவறாத உள்ளமும் வாஞ்சை ஊடாடும் பேச்சும் அவளை என்னவோ செய்தன. ஊர்மிளா பெருமூச்சு விட்டாள். அவள் மேனி ஒரு கணம் 'வெட வெட'வென்று நடுங்கியது. மறுகணம் பல்லைக் கடித்து, பொங்கி வரும் அழுகையை அடக்கிக் கொண்டாள். நெஞ்சின் ஓவியமாகப் பதிந்துவிட்ட வீரசேகரனின் உருவத்தைத் தன் நினைவிலிருந்து அகற்றிவிட எவ்வளவோ பிரயாசைப்பட்டாள். ஆனால் அடக்க அடக்க முற்றிவரும் தீராப் பிணிபோல் அவன் நினைவு அவள் நெஞ்சைப் பிணைத்திருந்தது. செத்தால்தான் அந்தப் பிணியிலிருந்து விடுபட முடியுமோ என்ற பிரமையும் தட்டியது. ஊர்மிளா தன் கைகளைப் பிசைந்தாள்.

கபாலிகன் அவளையே வெறித்துப் பார்த்துக் கொண்டிருந்தான்.

ஊர்மிளா வெடுக்கென எழுந்து வந்து தன் மெல்லிய கைகளால் கபாலிகனைப் பிடித்து வேகமாக உலுக்கினாள்.

''முரடனே! இங்கே பார்! என்னைக் கொன்றுவிடு! சாவதென்றால் எனக்கு ரொம்ப ஆசை! நான் சாவதுதான் எனக்கு நல்லது; எல்லோருக்கும் நிம்மதி; என்னைப் பிடித்திருக்கும் பிணியும் என்னை விட்டுத் தொலையும்!''

''பாவம், அதுக்கு இப்போது உனக்குச் சந்தர்ப்பம் இல்லை!'' என்று கபாலிகன் ஏளனமாய்ச் சிரித்தான்.

''என்னை விடவும் மாட்டாய்! என்னைக் கொல்லவும் மாட்டாயா? அப்படியானால் உன் முகத்தில் காறி உமிழ்வேன்! வைத்திய சாஸ்திரத்திலுள்ள ஆயிரத்தெட்டு வியாதிகளும் வந்து நீ தீராப்பிணியால் சாகவேண்டும் என்று என் வாயாரச் சபிப்பேன்!

கைகளால் அடிப்பேன்! காலால் எட்டி உதைப்பேன்! இங்கே கிடக்கும் சிறுசிறு கற்களைப் பொறுக்கி உன் முகத்தில் வீசுவேன். அப்போதாவது உனக்கு ரோஷம் வந்து என்னைக் கொல்ல மாட்டாயா?'' என்று கூவினாள் ஊர்மிளா.

"மாட்டேன்! உன் கையையும் காலையும் கட்டிப் போட்டு விட்டுப் பேசாமலிருப்பேன்!"

"முரடனே! கிராதகனே! பூதமே! அவலட்சணமே! ஈரேழு ஜன்மத்துக்கும் நீ இப்படிக் குரூர ஜன்மமாகப் பிறக்க வேண்டுமென்று சபிப்பேன்... என் வாயால் திட்டிக்கொண்டேயிருப்பேன்!"

"உன் வாயையும் துணியால் கட்டிப் போட்டு விடுவேன்! 'தொண தொண'வெனப் பேசாமலிரு!" என்று அதட்டினான் கபாலிகன்.

மிஞ்சினால் காரியம் கனியாது என்று கண்ட ஊர்மிளா அந்த முரடனின் காலைப் பிடித்துக் கெஞ்சினாள்.

"என்னை விட்டுவிடு! உனக்கு இரண்டாயிரம் பொன் தருகிறேன். படக்கோட்டிச் சாமியார் என்னைத் தேடிக் கண்டுபிடித்து என்னை விடுவித்து விடுவார். அப்புறம் உனக்கு இரண்டாயிரம் பொன் நஷ்டமாகி விடும்!"

"எனக்கெதற்குப் பொன்?"

"இங்கே பார்! என்னைப்போல் ஒரு அழகான மகள் உனக்கிருந்தால் எப்படிக் கஷ்டப்படுவாள் என்று யோசித்துப் பார்! அப்போதாவது உனக்குக் கருணை பிறக்காதா?"

"எனக்கு மனைவியே கிடையாது; மகள் எங்கிருந்து முளைப்பாள்?"

"ஆமாம். உன்னைப்போல ஒரு அவலட்சணத்தை எந்தப் பெண்ணும் கலியாணம் செய்து கொள்ள சம்மதிக்க மாட்டாள். என்னை விட்டுவிடு. உனக்கு என்னைப்போல் ஆறு அழகான பெண்களைக் கலியாணம் செய்து வைக்கிறேன்!"

"உன்னை விட்டுவிட்டால் என் தலையை வெட்டி விடுவார்கள்!"

"என்னை விடவும் மாட்டாய்! கொல்லவும் மாட்டாய்! பின்னே என்னதான் செய்யப்போகிறாய்?"

"உன்னை மேற்கொண்டு என்ன செய்வது என்பதுபற்றி இன்றிரவு நடுச்சாமத்திற்குள் எனக்கு உத்தரவு வரும்! அதுவரை உன் உயிரைப் பிடித்துக் கொண்டு, உன் துறுதுறுத்த வாயை மூடிக் கொண்டு மூலையில் கிட!"

"என்னை எதற்காக இந்தப் பாழுங் கோயிலில் அடைத்து வைத்திருக்கிறார்கள் என்றுகூடச் சொல்ல மாட்டாயா?"

"உண்மையிலே அது எனக்குத் தெரியாது!"

"ஆனால் அது எனக்குத் தெரியும். சோழநாட்டு வாட்படைத் தலைவன் ஜனநாதனின் கையாள் நீ! மதுரையின் வெற்றிக்குக் காரணமான வீரசேகரன்மீது ஜனநாதனுக்குப் பொறாமை! அந்த வாலிபனை எப்படியும் அரசியலிலிருந்து ஒழித்துவிட விரும்புகிறான்! அரசாங்க விசாரணைக்காக என்னைச் சிறைபிடித்துச் சென்ற வீரசேகரனிடமிருந்து என்னைத் தந்திரமாகப் பறித்து வந்து என்னைக் கொன்றுவிட்டு, வீரசேகரன்மீது பழி சுமத்தப் போகிறான் ஜனநாதன். அதற்காகவே உன்னைக் கபாலிகன் வேஷத்தில் அனுப்பினான்; என்னை இந்தப் பாழுங்கோயிலிலேயே கொன்று இரகசியமாகப் புதைத்து விடுவீர்கள். வீரசேகரன் என்னை ஊரெங்கும் தேடி அலைவான். கடைசியில் என் அழகில் மயங்கி என்னைத் தப்பியோட விட்டுவிட்டான் என்று அரசாங்கம் அவனைத் தண்டிக்கும். இதுதான் ஜனநாதனின் சூழ்ச்சி!" என்று அழுகையும் கோபமுமாய்க் கத்தினாள்.

ஏதோ சாக்குருவி கூவுவதுபோல் வெளியே இருட் படலத்திலிருந்து விசித்திரமான ஒரு சப்தம் வந்தது.

கபாலிகன் புருவத்தை நெறித்துக் கொண்டே, "உஷ், பேசாதே; குதிரைகள் வேகமாய் வரும் குளம்படி ஓசைகள் கேட்கின்றன... ஒருவேளை என் ஆட்களாயிருப்பார்கள். அல்லது..." என்று தாழ்ந்த குரலில் சொன்னான்.

"அல்லது... ஒருவேளை என்னைத் தேடியலையும் ஆட்களாகவும் இருப்பார்கள்! கோயிலின் வாசல் கதவை யாரோ தட்டிப் பார்க்கும் சப்தம் கேட்கிறது..." என்று ஊர்மிளா மிகவும் மெல்லிய குரலில் சொல்லிவிட்டு, மெல்லிய தளிர்ப் பாதங்களின் ஓசைகூடக் கேட்காத வண்ணம் வாசல் கதவை நோக்கி நடந்து, தாழிடப்பட்ட உட்புறக் கதவின் சாவித் துவாரத்தின் வழியாக, வெளியே இருளை ஊடுருவிப் பார்த்தாள்.

காளி கோயிலின் வெளியே, இருட்டில் ஒரு வாலிபன் கதவைத் திறக்க முயன்று கொண்டிருந்தான். அப்போது இரண்டு குதிரைகள் தூசிப் படலத்தோடு வேகமாக வந்து அவன்முன் நின்றன.

"யாரங்கே? இருட்டு நேரத்தில் இங்கே ஏன் வந்தாய்? பாழடைந்த காளி கோயிலின்முன் என்ன வேலை?" என்று ஒரு குதிரை வீரன் அதட்டினான்.

"நான் வீரசேகரன்! என்னை அதட்டிக் கேட்கும் நீ யார்?" என்று பதில் வந்தது.

"உன் ஆருயிர் நண்பன் ஜனநாதன்! இதோ இன்னொரு குதிரை மீது இருப்பவர் நம் அரசியல் கிழவர் சம்புவராயர்!" என்று கூறிய ஜனநாதன், குதிரையை விட்டு இறங்கிக் கிழவர் சம்புவராயர் சகிதம் வீரசேகரன் முன் வந்து நின்றான்.

"ஜனநாதனா?" என்று வியப்புடன் வீரசேகரன் விழித்தான்.

"எங்கும் நீக்கமற நிறைந்திருக்கும் ஜனநாதன்தான்!... ம், வீரசேகரா, இதற்குள் நீ ஏன் சுடுகாட்டிற்கு வந்தாய்?"

"ஊர்மிளா விஷயமாகத்தான் வந்தேன்! நான் சிறைப்பிடித்துச் சென்ற ஊர்மிளாவை எவனோ ஒரு கபாலிகன் என்னிடமிருந்து தூக்கிக் கொண்டு போய் விட்டான். அவளை ஊர் முழுவதும் தேடி அலைந்தேன். இந்தப் பாழடைந்த கோயிலையும் சோதித்துப் பார்க்க விரும்பினேன். இதோ பிணி வீடுபோல் ஒரே நாற்றம் வீசுகிறது; பார்ப்பதற்கு ஒரே மர்மமாகவும் இருக்கிறது."

"தம்பி, ஊர்மிளாவுக்காக நீ ஊர் தேடு படலம் நடத்தி முடித்துவிட்டாய். இப்போது பிணி வீட்டுப் படலத்தை ஆரம்பித்திருக்கிறாயா?"

"ஆமாம்; இந்தப் பாழடைந்த காளி கோயிலினுள்ளே தேடிப் பார்க்கப் போகிறேன்!"

"கபாலிகன் கொண்டுபோன ஊர்மிளாவை எந்தக் காளிக்குப் பலியிட்டு விடுவானோ என்று ஒவ்வொரு காளி கோயிலாகத் தேடிப் பார்க்கிறாயா?"

"மதுரையிலுள்ள அத்தனை காளிகோயில்களையும் சோதித்துப் பார்த்துவிட்டேன்; சுடுகாட்டருகிலுள்ள இந்தப் பாழடைந்த கோயில் ஒன்றுதான் பாக்கி... சில சமயங்களில் இந்தப் பாழுங்கோயிலிலிருந்து யாரோ ஒரு இளம் பெண் சிரிப்பது போலவும் அழுவது போலவும் விசித்திரமான ஒலி உண்டாகிறதாம்; சுடுகாட்டுப் பேய் ஒன்று இந்தக் காளியைப் பிடித்திருப்பதாக ஜனங்கள் பேசிக் கொள்ளுகிறார்கள். ஆனால்..."

"ஆனால் அதை நீ நம்பவில்லையா? தம்பி, நீ நம்பாவிட்டாலும் அதை வெளியில் காட்டிக் கொள்ளாதே. இல்லையென்றால் உன்னை நாஸ்திகன் என்பார்கள். நீ உண்மையான ஆஸ்திகனாயிருந்தால் என்ன செய்ய வேண்டும்,

தெரியுமா? பேய் பிடித்துக் காளி ஆடுவதை உன் கண் முன்னாலேயே கண்டதாகச் சொல்லி, நூறு ஆடுகளைப் பலியிடும் யாகம் நடத்த வேண்டும்!''

''இது விளையாட நேரமல்ல! ஊர்மிளா பலி ஆவதற்கு முன் அவளைக் காப்பாற்ற வேண்டும்.''

''அவள் உயிரைப் பற்றி உனக்கு ஏன் இவ்வளவு கவலை!''

''அவளை அரசாங்க விசாரணைக்கு ஆளாக்கும் கடமை எனக்கு இருக்கிறது!''

''நல்ல வேளை! காதல் நோய் என்று திருவள்ளுவர் சொல்லுகிறாரே, அதைப் போல உனக்கு ஒரு தீராப் பிணி பிடித்திருக்கிறதோ என்று நினைத்தேன். நீ ஊர்மிளாவைத் தேடியலையும் வேகத்தைப் பார்த்தால் அவளை நீ சந்தித்த நாள் முதலாய் உனக்கு அவளிடமிருந்து அந்தப் பிணி தொத்திக் கொண்டிருக்குமோ என்று சந்தேகித்தேன். தம்பி, உண்மையில் அப்படி யிருந்தால், நீ கூடிய சீக்கிரம் அந்தப் பிணியிலிருந்து விடுபடுவதுதான் உனக்கும் நல்லது; நம் சோழ சாம்ராஜ்யத்துக்கும் நல்லது. ஏனெனில் பிணமாகும் வரை விடாத பொல்லாப் பிணி அது; சுற்றியுள்ளவர்களையுங்கூட அது சீரழித்துவிடும்!''

''நான் பிணியாளனுமல்ல; பரிகாசத்துக்கு இது நேரமுமல்ல! இந்தக் காளி கோயிலில் ஊர்மிளா இருப்பாளா என்பதுதான் என் நோக்கம்!''

''தம்பி, நரபலி கொடுக்கும் கபாலிகர்களுக்கும் தமிழ் நாட்டிலுள்ள காளி கோயில்களுக்கும் சம்பந்தமில்லை. ஆதி காலத்தில் கண்ணகி கோயில்களாக இருந்தவைதான் இப்போது காளி கோயில்களாக மாறியிருக்கின்றன!''

''நிஜமாகவா?''

''சந்தேகமே இல்லை! அழகிய மனித ரூபத்திலிருந்த கற்புக்கரசி கண்ணகியின் சிலை இப்போது மகா கோரமான காளி விக்ரகமாக் மாறியிருக்கிறது. தம்பி! கண்ணகி கோயில்களாகவே நாம் வழிபட்டு வந்தால் நம் நாட்டில் பெண்களின் கற்பாவது பெருகியிருக்கும். கோரமான காளி கோயில்களாக மாற்றி வழிபட்டு வருவதால் ஆடுகளையும் மனிதர்களையும் பலியிடும் கோரந்தான் பெருகியிருக்கிறது! அன்பே உருவான பெண் தெய்வத்தை மனிதனால் எவ்வளவு கோரமாக்க முடியும் என்பதற்குக் காளி ஒரு எடுத்துக்காட்டு!'' என்று சிரித்தான் ஜனநாதன்.

சிவப்பழமான கிழவர் சம்புவராயரின் முகம் கோபத்தால் சிவந்தது. "ஜனநாதா, நீ எதையும் தலை கீழாகப் புரட்டுபவன். அந்த வாலிபனின் பால்போன்ற நெஞ்சை ஏன் பாழடிக்கிறாய்?" என்றார் கிழவர் சம்புவராயர்.

"இந்தக் காளி கோயில் ஏன் உட்புறம் தாழிடப் பட்டிருக்கிறது?" என்று வீரசேகரன் சந்தேகத்தோடு கேட்டான்.

"தம்பி, வெகு காலத்திற்குமுன் ஒரு காளி பக்தர் இருந்தார். அவர் இந்தக் காளிகோயிலைக் கட்டி முடித்ததும் அவரது ஏழு பிள்ளைகளும் ஆறு மனைவிகளும் ஒரே நாளில் இறந்து போனார்கள். காளி பக்தர் பைத்தியம் பிடித்தவராய், இக்காளி கோயிலின் உட்புறம் கதவைத் தாழிட்டுக் கொண்டு, காளியை நூறு முறை சபித்துக் கொண்டே தம் தலையை வெட்டிக் கொண்டாராம். அவர் கதவைத் தாழிட்டுக்கொண்டு தற்கொலை செய்துகொண்ட பிறகு இவ்வளவு காலமாக மறுபடி கதவு திறக்கப்படாமலே இருக்கிறது! காளிக்குரிய பூஜைகளும் பல தலைமுறைகளுக்கு முன்பாகவே நிறுத்தப்பட்டுவிட்டன" என்று சிரித்துக் கொண்டே விளக்கினான் ஜனநாதன்.

"இப்போது வீரசேகரன் இப்பாழடைந்த கோயிலினுள் நுழைந்து ஊர்மிளா இருக்கிறாளாவெனச் சோதிப்பது அவசியமா, இல்லையா?" என்று கேட்டார் கிழவர் சம்புவராயர்.

"ஊர்மிளா தப்பி ஓடின நாள் முதலாய் வீரசேகரன் அவள் நினைவாகவே இருக்கிறான்! இவனைச் சதா அவள் நினைவு தீராப்பிணிபோல் பிடித்துக் கொண்டு ஆட்டுகிறது! பிணியால் அவஸ்தைப்படும் நோயாளிக்கு எவனைக் கண்டாலும் எமனாகவோ வைத்தியனாகவோ தெரிவதுபோல் இவனுக்குக் காளியைப் பார்த்தாலும் கோட்டானின் குரலைக் கேட்டாலும் ஊர்மிளாவோ என்று பிரமை தட்டுவது சகஜம். ஆனால் அதற்காக இப்பாழடைந்த கோயிலைச் சோதிக்க வேண்டாம் என்றும் சொல்லவில்லை. இந்த இருட்டு நேரத்தில் கோயிலின் கதவை உடைத்துக் கொண்டு உள்ளே நுழைந்தால் உள்ளே நீண்ட காலமாகக் குடியிருக்கும் பாம்பும் தேளும் நம்மைப் பெரிய மனிதர்கள் என்று மதிக்காமல் கடித்துவிடும்!" என்று சிரித்தான் ஜனநாதன்.

"ஆகையால் விடியும் மட்டும் இக்கோயிலைச் சுற்றிக் காவல் போடலாம் என்கிறாயா?" என்று வீரசேகரன் சொல்லிக்கொண்டே காளி கோயில் வாசல் கதவின் முன்புள்ள வெளி மண்டபத் திண்ணையில் உட்கார்ந்தான். ஜனநாதனும் கிழவர் சம்புவராயரும் தங்கள் குதிரைகளை ஒருபுறம் நிறுத்தி விட்டு, இளைப்பாறு வதற்காகத் திண்ணைமீது உட்கார்ந்தார்கள்.

''இப்பாழடைந்த கோயிலினுள் இப்போது ஊர்மிளா பதுங்கியிருப்பாளோவென்று எனக்குச் சந்தேகம் தட்டுகிறது'' என்றான் வெளிமண்டபத் திண்ணை மீதிருந்த வீரசேகரன்.

''அநாவசியச் சந்தேகம், இருக்கும் கொஞ்சம் அறிவையும் அழித்துவிடும், தம்பி!'' என்று ஜனநாதன் சிரித்துக்கொண்டே சொல்லலானான். ''தம்பி, ஊர்மிளா இப்போது உள்ளேயிருந்தால் இந்நேரம் புழுக்கத்தால் மூச்சுத் திணறிப் பிணமாகத்தான் இருப்பாள். ஆனால் நமக்கு பிணவாடை தட்டவில்லை. ஒருவேளை உயிரோடிருந்தால் மல்லிகைப்பூ வாசனையாவது வந்திருக்க வேண்டும். இரவு நேரத்தில் எந்தப் பூவையும் கூந்தலில் சூடாமல் விதவையைத் தவிர எந்தப் பெண்ணும் உயிரோடிருக்க மாட்டாள் என்பது உனக்குத் தெரியும். அவள் உயிரோடு விதவையாக இருந்தால் உனக்குப் பிரயோஜனமில்லை. பிணமாகிக் கிடந்தால் அரசாங்க விசாரணைக்கும் பிரயோஜனமில்லை. ஆகையால் சிறிதும் கவலைப்படாமலிரு! உள்ளே காளியைத் தவிர எந்தக் காரிகையும் இல்லை!''

''ஊர்மிளாவை எவ்வளவு விரைவில் தேடிப் பிடித்து ராஜாங்க விசாரணைக்கு ஆளாக்குகிறேனோ அவ்வளவுக்கு நல்லது! ஏனெனில், அப்பொழுதுதான் என் பொறுப்புந்தீரும். அடைமானமாகக் காவற்காரர்களிடம் கொடுத்துவிட்டு வந்த என் வீரவாளையும் திருப்பிப் பெறலாம்'' என்றான் வீரசேகரன்.

''தம்பி, நான் உன் ஸ்தானத்திலிருந்தால் என்ன செய்வேன் தெரியுமா? தெருவில் போகிற ஊமையாகவும் செவிடாகவும் உள்ள எவளையாவது ஒரு பெண்ணைப் பிடித்து இவள்தான் ஊர்மிளா என்று அரசாங்கத்திடம் ஒப்படைத்துவிட்டு என் பொறுப்பைக் கழித்துக் கொள்வேன்! நிஜ ஊர்மிளாவை என் கையில் இரகசியமாக வைத்துக் கொண்டு அவளை வீர பாண்டியன் கட்சியிடம் திருப்பிக் கொடுத்து விடுவதாகப் பணம் பறித்துக்கொண்டேயிருப்பேன்! தம்பி, இதுதான் அரசியல்வாதிகளின் அலாதியான புத்தி சாதுரியம்!'' என்றான் ஜனநாதன் விஷமப் புன்னகையுடன்.

அவனருகிலிருந்த கிழவர் சம்புவராயர் சிறிது கோபமுற்றவராய், ''ஜனநாதா! வீரசேகரன் பால் போன்ற வெள்ளையுள்ளம் படைத்தவன்! உன் அரசியல் போதனைகள் சிறந்த ராஜ விசுவாசியையும் சிறந்த ராஜத் துரோகியாக்கிவிடும்!'' என்றார்.

அவரைப் பொருட்படுத்தாதவன்போல் ஜனநாதன் அலட்சியமாய்ச் சிரித்துக்கொண்டே வீரசேகரனை நோக்கி, ''தம்பி! நான் ராஜவிசுவாசியா அல்லது ராஜத் துரோகியா என்று ராஜாங்கம்

நிச்சயிக்க முடியாதபடி நான் வெகு சாதுரியமாய் நடந்துகொண்டு வருகிறேன். அதனால், ராஜாங்கத்தில் எனக்கு மதிப்பும் சலுகைகளுந்தான் அதிகம் பெருகிக்கொண்டு வருகின்றன! உன்னை அரசாங்கம் அலட்சியப்படுத்தினால் நீ எந்த க்ஷணமும் ராஜத் துரோகியாக முடியும் என்று இடையிடையே பயமுறுத்திக் கொண்டிருப்பதுதான் அரசியல் செல்வாக்குப் பெருகுவதற்குச் சரியான வழியாகும்'', என்றான்.

கோயிலின் உள்ளேயே பதுங்கி நின்ற ஊர்மிளாவிற்கு முகமெல்லாம் வியர்த்துக் கொட்டியது. சாவித் துவாரத்தின் வழியாக வெளியே வீரசேகரனையோ அவனோடு அமர்ந்திருக்கும் ஜனநாதனையோ கிழவர் சம்புவராயரையோ அவளால் சிறிதும் பார்க்க முடியாவிட்டாலும், அம்மூவரும் பேசிக் கொள்வது அவளுக்கு மிகத் தெளிவாய்க் கேட்டது.

கோயிலின் உள்ளேயோ, அவளோடு மலைப் பூதம் போல் முரட்டுக் கபாலிகன் இருந்தான். வெளியிலோ, சோழ நாட்டின் மகாவீரர்களான பிரசித்தி பெற்ற மூன்று புலிகள் இருந்தன.

மான்போல் மருண்டு ஊர்மிளா சித்திரப் பாவைபோல அசைவற்று நின்றுவிட்டாள்!

அத்தியாயம் 9

ஒற்றுக் கேள்விப் படலம்

ஒற்றரை உணர்ந்துகொண்டான் சேர்வுறு பாலின் வேலைச்
சிறுதுளி தெறித்த தேனும் நீரினை வேறு செய்யும்
அன்னத்தின் நீரனானான்.

– கம்ப ராமாயணம்

நந்திகள் வால் நீட்டி உட்கார்ந்து கவனிப்பதுபோல் இரு குரங்குகளின் வடிவங்கள் செதுக்கப்பட்ட ஒரு மரக் கதவு பாழடைந்த காளிகோயிலுக்கு வாசல் கதவாக அமைந்திருந்தது.

யாரோ தலைசிறந்த காளி பக்தன் ஒருவன் எங்கோ ஒரு அநுமார் கோயிலிலிருந்து அந்த மரக் கதவைப் பெயர்த்து வந்து இக்காளி கோயிலுக்கு வாசல் கதவாக அமைத்திருக்க வேண்டுமென சரித்திர ஆராய்ச்சியாளர்கள் சொல்லுவார்கள்! ஒதுப்புறமான இக்காளி கோயிலைச் சுற்றிக் குரங்குகளின் நடமாட்டம் அதிகமாகையால் யாரோ தலைசிறந்த இளம் மரச்சிற்பியொருவன் இக் கதவின் மீது குரங்குகளைச் செதுக்கிவிட்டுப் போயிருப்பான் எனவும் ஊகிக்கலாம்!

இப்போது நன்கு சாத்தி உள் தாழ்ப்பாளிடப்பட்ட அக்கதவின் சாவித் துவாரத்து வழியாகக் கண்ணீர் தோய்ந்த இரு கருநீல விழிகள் வெளி இருளை ஊடுருவிக் கவனித்துக் கொண்டிருந்தன.

காளி கோயிலின் வெளியேயுள்ள பாழ்மண்டபத் திண்ணைமீது சோழியப் போர் வீரன் வீரசேகரனும், வாட்படைத் தலைவன் ஜனநாதனும், யானைப் படைத்தலைவர் கிழவர் சம்புவராயரும் உட்கார்ந்து சுவாரஸ்யமாகப் பேசிக்கொண்டிருந்தனர்.

கோயிலின் உள்ளே பதுங்கி நின்ற ஊர்மிளா வெடுக்கென்று பின்னால் திரும்பிப் பார்த்தாள். அவளை அப்பாழ் கோயிலில் சிறை வைத்த கபாலிகன் இப்போது பலிபீடத்தின் மீதமர்ந்து தன் ஆந்தை விழிகளால் அவளையே கண்கொட்டாமல் கவனித்துக் கொண் டிருந்தான்.

ஊர்மிளா மெல்லத் திரும்பி, கதவின் உட்புறச் சாவித் துவாரத்தில் காதை வைத்து, வெளியே உள்ளவர்கள் என்ன பேசிக் கொள்கிறார்கள் என்று ஒரு வார்த்தைகூட விடாமல் மிகவும் கவனமாக ஒற்றுக் கேட்க ஆரம்பித்தாள். அவள் பெண் பிறவியாதலால் ஒற்றுக் கேட்பது அவளுக்கு மிகவும் சுலபமாக இருந்தது.

"வீரசேகரா, என்ன தீவிரமான சிந்தனை? இப்பாழடைந்த கோயிலுக்குள் ஊர்மிளா பதுங்கியிருப்பாள் என்ற சந்தேகந்தானே?"

"ஆமாம்! மரணத்திற்கும் துணிந்து இந்த இருட்டு நேரத்திலே கதவை உடைத்துக் கொண்டு உள்ளே போய்ச் சோதித்துப் பார்க்க வேண்டும்! ஊர்மிளாவைச் சிறை பிடித்து நம் சோழ அரசாங்கத்தின் விசாரணைக்கு ஆளாக்க வேண்டும் என்று என் தேச பக்தி தூண்டுகிறது!"

''தம்பி! அவ்வளவு தூரம் தேசபக்தி உனக்கும் நல்லதல்ல; தேசத்திற்கும் நல்லதல்ல! அவ்வளவு கண்மூடித்தனமான தேசபக்தி இருந்தால், நீ ஸ்ரீராமானுஜருக்கு மட்டுமல்ல, அரசாங்கத்திற்கும் தாஸனாகி விடுவாய்! அரசாங்கம் செய்யும் எந்தத் தவற்றையும் கண்டிக்காமல் அநுமதித்துக் கொண்டே போவாய்! ஒரு தேசத்தில் எவ்வளவு கண்மூடித்தனமான தேசபக்தர்கள் இருக்கிறார்களோ, அவ்வளவு முட்டாள்களும் ஊமைகளும் அடிமைகளும் இருப்பதாக அரசாங்கம் கருதிவிடும்! கண்டித்துப் பேச எதிர்க் கட்சிக்காரர்கள் இல்லாவிட்டால் அரசாங்கம் யதேச்சாதிகாரமாக மாறி, பெருவாரியான மக்களுக்குத் தீமைகளைப் பெருக்கிக் கொண்டே போகும். கூடிய சீக்கிரம் தேசம் சர்வ நாசமடைந்து அந்நியருக்கு அடிமைப்பட்டுப் போகும். தம்பி, அளவு மீறிய தேசபக்தியால் ஒரு தேசத்துக்கு ஆபத்து ஏற்படும் என்ற அரசியல் தத்துவம் உனக்குப் புரியாது. நீ அரசியலுக்குப் புதிதாகையால்!... தம்பி, அளவு மீறினால் அமிருதமும் நஞ்சு என்பதை உன் காதல் விஷயத்தில் மட்டுமல்ல, அரசியல் விஷயத்திலும் உபயோகப்படுத்து!'' என்றான் ஜனநாதன் கலகலவென்று விளையாட்டாய்ச் சிரித்துக்கொண்டே.

வீரசேகரன் வருத்தமும் கோபமும் கலந்த குரலில், ''ஜனநாதா! அரசியலையும் தேசபக்தியையும் விளையாட்டாகப் பரிகாசம் செய்வதைக் கூட நான் விரும்பவில்லை! இதென்ன சிறு குழந்தைகள் போல் விளையாட்டு?'' என்றான்.

ஜனநாதனோ வழக்கம்போல் விஷமச் சிரிப்புடன், ''தம்பி! சிறு குழந்தைகள் தங்கள் சுய திருப்திக்காக மண் பொம்மைகளை வைத்து விளையாடுகிறார்கள்! அரசியல்வாதிகள் தங்கள் சுயதிருப்திக்காக தேசீய இலட்சியங்களைச் சூதாட்டக் காய்களாக வைத்து விளையாடுகிறார்கள்! ஆத்மவாதிகளோ தங்கள் ஆத்ம திருப்திக்காகத் தத்துவ சாஸ்திரங்களை வைத்துக்கொண்டு கண்கட்டு விளையாட்டு விளையாடுகிறார்கள்! இம்மூன்றும் ஒன்றுதானே? இன்னும் சொல்லப்போனால் சிறு குழந்தைகளின் விளையாட்டினால் பிறருக்கோ மனித ஜாதிக்கோ அதிகத் தீங்கு விளைவதில்லை!''

வீரசேகரன் இலட்சிய உணர்ச்சியினால் ஆவேசம் கொண்டவன் போல் கூவினான்; ''சோழ சாம்ராஜ்யத்தின் இணையற்ற அரசியல் புருஷனான ஜனநாதக் கச்சிராயன் இவ்வாறு அரசியலைப் பரிகாசம் செய்வதைக் கண்டு நான் ஆச்சரியப்படுகிறேன்! நம் சோழ சாம்ராஜ்யம் கங்கையும் கடாரமும் தாண்டி, அடி வானத்திற்கு அப்பாலும் தமிழரின் புலிக்கொடியை வானளாவப் பறக்கவிடப் போகிறது! ஒரு காலத்தில் உலகம் முழுதும் வியாபித்திருந்த தமிழர் நாகரிகத்தை மறுபடி உலகம்

முழுதும் வியாபிக்கச் செய்ய முயல்கிறது. சோழநாட்டின் காவிரிக் கரையில் அகில உலகையும் கட்டித்தழுவும் ஒரு இலட்சியக் கனவு உருவாகும்போது, திக்கெட்டும் திக்விஜயம் செய்ய ஆயிரக்கணக்கான சோழிய வீரர்கள் திரண்டு வரும்போது, சோழ சாம்ராஜ்யத்தின் வாட்படைத் தலைவன் ஜனநாதனா இப்படிப் பேசுவது? சாமானியப் போர் வீரனான எனக்கே இந்த மாபெரும் இலட்சியக் கனவு இருக்கும் போது, மகா வீரனான ஜனநாதன் இன்னும் எவ்வளவு பெரிய கனவெல்லாம் காண வேண்டியவன்?''

''தம்பி! எனக்கு நிம்மதியாகக் குறட்டை விட்டுத் தூங்கத் தெரியுமே தவிர, அநாவசியமான கனவுகளையெல்லாம் கண்டு தூக்கத்தைக் கெடுத்துக் கொள்ளும் வழக்கம் என்னிடம் இல்லை! உருக்காட்டுப் படலத்தை ஆரம்பிக்கும் சந்தர்ப்பம் ஒன்று வரும். அப்போது என்னைப்பற்றி நீ நன்றாகப் புரிந்து கொள்வாய்!'' என்றான் ஜனநாதன் அலட்சியமாக.

அவனை நோக்கிக் கிழவர் சம்புவராயர், ''ஜனநாதா! நீ இவ்வாறு பேசுவதற்குத் தகுந்த காரணம் இருக்கிறது! உன் காடவராய வம்சமே சதா முணுமுணுப்பது! நூறு வருஷங் களுக்கு முன் உங்கள் காடவராய வம்சத்தின் இனமான பல்லவ சாம்ராஜ்யத்தை ஆதிகாலச் சோழ மன்னர்கள் அழித்துவிட்டார்கள் என்ற ஆத்திரம் உனக்கு! சோழ சாம்ராஜ்யமும் அதைப்போல் அழிவதைக் கூட உன் உள்ளம் உன்னையறியாமல் விரும்பும்!'' என்றார்.

''சம்புவராயரே! எனக்கு உள்ளம் என்றே ஒன்று இல்லை என்பது உமக்கு நன்றாகத் தெரியும்!'' என்று சிரித்தான் ஜனநாதன்.

''ஜனநாதா! உன் கனவு, சோழ சாம்ராஜ்யம் உருவாகும் சோழ நாட்டின் காவேரிக் கரையிலோ, இப்பாண்டி நாட்டின் வைகைக் கரையிலோ இல்லை! தொண்டை நாட்டில் நூறு வருஷங்களுக்கு முன்பு அழிந்துபோன பல்லவ சாம்ராஜ்யத்தில் இருக்கிறது!''

''சம்புவராயரே! நூறு வருஷங்களுக்குமுன் அழிந்து பூண்டு முளைத்துப் போன பல்லவ சாம்ராஜ்யத்தைப் பற்றி நினைக்க நான் அவ்வளவு தூரம் முட்டாளல்ல. நேற்று என்ன காய்கறி சாப்பிட்டேன் என்பதைக்கூட மறந்துவிடக் கூடியவன் நான்! ஒருவேளை சோழ சாம்ராஜ்யத்தின் அழிவைக் காண விரும்புகிறேன் என்று நீர் நினைத்தால், அதோடு சேர்த்துப் பாண்டிய சாம்ராஜ்யத்தின் அழிவையும் காண விரும்புவேன் என்பதையும் உம் மனத்தில் பதித்துக் கொள்ளும்; ஏனெனில், நூறு வருஷங்களுக்கு முன் பல்லவ சாம்ராஜ்யத்தை அழித்தவர்கள்

சோழர்கள் மட்டுமல்ல, பாண்டியர்களுந்தான்!'' என்றான் ஜனநாதன்.

பேச்சை வேறு திசையில் திருப்ப விரும்பிய வீரசேகரன், கிழவர் சம்புவராயரைச் சுட்டிக்காட்டிக் கேட்டான்; "ஜனநாதா! இந்தப் பெரியவர் எப்போதும் ஏன் உன்னுடனே இருக்கிறார்?''

''இன்னும் இவர் என்னிடமிருந்து எந்தப் பலனும் அடையவில்லை! எனக்கோ இந்தப் பரமபக்தரை என் அருகில் வைத்திருப்பதால் ஏராளமான புண்ணியங்கள் கிடைக்குமே என்று ஆசைப்படுகிறேன்!'' என்று சிரித்தான் ஜனநாதன்.

கிழவர் சம்புவராயர் சட்டென்று, "ஜனநாதா, நம் வீரசேகரன் அரசியலைப் பெரிய லட்சியமாக நினைத்துக் கொண்டு வந்திருக்கிறான்! நீயோ, ஆடுகளையும் பிணங்களையும் அறுத்து விற்கும் வியாபாரிகளை விட அரசியல்வாதிகளை மோசமாக்கி விடுவாய் போல் இருக்கிறது!'' என்றார்.

அப்போது தொம்பைக் கூத்தாடிகள் போல மாறுவேடமணிந்த இரு சோழிய ஒற்றர்கள் வேகமாய் ஓடிவந்து, காளி கோயிலின் வெளி மண்டபத் திண்ணையிலுள்ள கிழவர் சம்புவராயரிடம் ஏதோ ஓர் அவசரமான தகவலைச் சொல்ல விரும்பினார்கள். அவ்விரு ஒற்றர்களும் நீள முகம் உள்ளவர்களாயும் முகவாய் உப்பிக் குரங்கு போன்ற முகமுள்ளவர்களாயு மிருந்தார்கள். ஏதோ தாங்கள் கண்டுபிடித்த ஓர் உளவைச் சம்புவராயரிடம் தனிமையில் சொல்ல ஏக காலத்தில் துடித்தவர்களாய்த் தவித்து நின்றார்கள்.

அதைப் புரிந்து கொண்ட ஜனநாதக் கச்சிராயன் விஷமமாகச் சிரித்துக் கொண்டே, "சம்புவராயரே, இந்தச் சுகன், சாரணன் என்ற இரு வானரங்களும் உம்முடைய ஒற்றுக் கேள்விப் படலத்தில் தலைசிறந்த ஒற்றர்கள், இல்லையா?'' என்று கேட்டான்.

''ஆமாம்!... என்ன ஒற்றர்களே, ஏதாவது துப்புக் கிடைத்ததா?'' என்றார் சம்புவராயர்.

''கிடைத்துவிட்டது! வீரபாண்டியரும் அவர் மனைவியும் இந்த மதுரைக் கோட்டைக்குள்தான் தலை மறைவாய் இருக்கிறார்கள்!'' என்று இரண்டு ஒற்றர்களும் ஏககாலத்தில் கூவினார்கள்.

''இரண்டு முட்டாள்கள்!'' என்று சிரித்தான் ஜனநாதன்.

ஒற்றர்கள் இருவரும் திடுக்கிட்டார்கள். இரண்டு முட்டாள்கள் என்று தங்களைத்தான் சொல்கிறானா, அல்லது வீரபாண்டியனையும் அவன் மனைவியையும் சொல்கிறானா என்று தவித்த ஒற்றர்கள் இருவரும் ஏககாலத்தில் ஜனநாதனைக் கூர்ந்து

பார்த்தார்கள். பிறகு சற்றுப் பெரிய தோற்றமுள்ள சாரண தேவன் என்ற ஒற்றன் கிழவர் சம்புவராயரை நோக்கிச் சொல்லலானான்:

''நாங்கள் இப்படிச் சந்தேகிப்பதற்குத் தகுந்த காரணம் இருக்கிறது. முற்றுகையில் மதுரைக் கோட்டை நம் கைக்குள் சிக்கும்போது வீரபாண்டியரும் அவர் மனைவியும் என்ன காரணத்தாலோ கோட்டைக்குள்ளேயே சிக்கிக்கொண்டு விட்டார்கள். கோட்டையின் நான்கு வாசல்களிலும் மதில்புறத்தைச் சுற்றிலும் நம்முடைய வாள் வீரர்களும் குதிரைச் சேவகர்களும் யானையாட்களும் இவ்வளவு பலமாகக் காவல் புரிவார்கள் என்று வீரபாண்டியர் எதிர்பார்த்திருக்க மாட்டார்!... அவரையும் அவர் மனைவியையும் நமக்குத் தெரியாமல் கோட்டையை விட்டு இரகசியமாக வெளியேற்ற இன்று நடுநிசியில் ஒரு பெரிய முயற்சி நடக்கப் போகிறது!... நாம் சிறிது ஏமாந்தாலும் வீரபாண்டியரும் அவர் மனைவியும் நம் வலையிலிருந்து தப்பி இம் மதுரை நகரைவிட்டு நீங்கிவிடுவார்கள்!''

ஜனநாதன் பரிகாசமாய்ச் சிரித்துக்கொண்டே, ''வீரபாண்டியன் தன் தலைநகரைக் கைநழுவ விட்டபிறகு இத்தனை நாள் கழித்தா இப்போது நகர் நீங்கு படலம் நடக்கும்? ஒற்றர்களே, நீங்கள் கம்பனைப் போல அபாரமாகக் கற்பனை செய்கிறீர்கள்!'' என்றான்.

''இல்லை; நாங்கள் அவ்வாறு அநுமானிப்பதற்குத் தகுந்த அத்தாட்சி இருக்கிறது. கோட்டைக்கு வெளியே வையை ஆற்றில் இரண்டு படகுகள் கட்டப்பட்டு மிதக்கின்றன. அவற்றில் ஆட்களோ, விளக்கு வெளிச்சமோ, சுற்றிலும் எந்தவித அரவமோ இல்லை. படகுகளுக்குள் துடுப்புகளும் ஒரு சாத மூட்டையும் தயாராக வைக்கப்பட்டிருக்கின்றன. ஒரு படகுக்குள் ஒரு ஈழக் காசு தவறி விழுந்து கிடந்தது. விடியற்சாம நேரத்திலிருந்து அங்கேயே அந்த இரண்டு படகுகளும் இருக்கின்றனவாம். நாங்கள் சந்தேகப்பட்டு, அவற்றின் சொந்தக்காரர்கள் வருகிறார்களாவென்று இரகசியமாகக் கவனித்தோம். இருட்டி இவ்வளவு நாழிகையாகியும் ஒரு ஆளாவது கண்ணில் படவில்லை. உடனே நாங்கள் நம்முடைய காவல் வீரர்களில் சிலரைப் படகுகளின் அருகில் இரகசியமாக நிறுத்தி வைத்து விட்டு நகர்க் கோட்டைக்குள் வந்தோம். சித்திரை வீதி, ஆவணி மேல் மாசி ஆடி வீதிகளில் எல்லாம் அலைந்த பிறகு, கிழக்குக் கோபுர வாசலில் எங்கள் சந்தேகத்தை ஊர்ஜிதம் செய்வதுபோல் இரண்டு குடியானவர்கள் சந்தித்து இரகசியமாகப் பேசிக் கொண்டிருந்தார்கள். அவர்கள் பேசிய பேச்சு இரண்டு புலவர்களின் பேச்சைப் போலிருந்ததால் எங்களுக்குச் சந்தேகம் தட்டியது...'' என்று ஒற்றன் சாரணன் மூச்சுவிடச் சற்று நிறுத்தினான்.

ஜனநாதன் சிரித்துக்கொண்டே, ''பாண்டியநாட்டுக் குடியானவர்கள் நம்முடைய சோழ நாட்டுப் புலவர்களைவிட நல்ல புலமைத் தமிழில் பேசுவார்கள்! இந்த மதுரை, முத்தமிழ்ச் சங்கம் இருந்த இடமப்பா... சரி! மேலே சொல். அந்த இரண்டு குடியானவர்கள் என்ன பேசினார்கள் என்பதை ஒன்றுவிடாமல் அப்படியே சொல். அவர்கள் என்மீது வசை பொழிந்திருந்தாலும் அதையும் ஒரு வசவு விடாமல் சொல்!'' என்றான்.

ஒற்றன் சாரணன் நடந்ததைச் சொல்ல ஆரம்பித்தான்:

''நாங்கள் ஒளிந்து நின்று அந்தக் குடியானவர்களின் பேச்சை ஒட்டுக் கேட்டோம். அவர்களில் குள்ளமாயிருந்த குடியானவன் தடியாக இருந்தவனைப் பார்த்து, 'அண்ணே, பெரிய புராணக் கதையை நேற்றுப் பாதியிலேயே நிறுத்திவிட்டாயே?' என்று சொன்னான்...''

''சம்புவராயரே, பார்த்தீரா? நம்முடைய சோழ நாட்டில் ராமாயணம் ஆரம்பமாகும்போது இங்கே பாண்டிய நாட்டில் ரகசியமாகப் பெரிய புராணம் நடத்துகிறார்கள்... சரி; சாரணா! மேலே அந்தக் குடியானவர்கள் பேசிக் கொண்டதைச் சொல்.''

''அதற்குத் தடியாயிருந்த குடியானவன், 'இன்றைக்கு திருஞானசம்பந்தர் கதை தம்பி!' என்றான்...'' என்று ஒற்றன் சொல்லி நிறுத்தினான்.

''சம்புவராயரே, இந்தத் திருஞானசம்பந்தர் புராணத்தின் உள்ளர்த்தம் உமக்குப் புரிகிறதா?'' என்று ஜனநாதன் சிரித்துக் கொண்டே கேட்டான்.

''இல்லை'' என்பதற்கு அறிகுறியாகக் கிழவர் சம்புவராயர் மௌனம் சாதித்தார்.

''சம்புவராயரே! நீர் திருஞானசம்பந்தர் புராணத்தைப் பாராயணம் செய்வீரே தவிர, அதன் உள்ளர்த்தம் உமக்குப் புரியாது! இங்கே கவனியும்; திருஞான சம்பந்தமூர்த்தி நாயனாருக்கு இன்னொரு பெயர் ஆளுடைய பிள்ளையார். அதாவது, ஆளக்கூடிய பிள்ளை, அதாவது வீரபாண்டியனுக்குப் பின் பட்டத்தை ஆளக்கூடிய மூத்த பிள்ளை. அந்தக் குடியானவர்கள் இருவரும் தங்களுடைய இளவரசனைப் பற்றிப் பேசுகிறார்கள்... சரி ஒற்றனே, மேலே தொடர்ந்து அவர்கள் பேசிக் கொண்டதைச் சொல்...''

''அதற்குக் குள்ளமான குடியானவன் சொன்னான்: 'இனித் திருஞானசம்பந்தர் கதை ஒன்றுதான் அண்ணே பாக்கி...' ......''

''பாக்கி என்றதனால் வீரபாண்டியனும் அவனது குடும்பமும் ஏற்கெனவே மதுரையை விட்டுத் தப்பி ஓடிவிட்டார்கள். இனி அவனுடைய இளவரசனான இந்தத் திருஞானசம்பந்தர் ஒருவர்தான் பாக்கி என்று அர்த்தம். சரி, மேலே சொல்.''

''அதற்குத் தடியன் சொன்னான்: 'இன்று இரவுக்குள்ளே அந்தக் கதையையும் முடித்துவிடலாம்' என்றான்.''

''அதாவது, அவர்களது நம்பிக்கைப்படி திருஞான சம்பந்தர் இன்றிரவுக்குள் மதுரையை விட்டு வெளியேறி விடுவார். நம்முடைய நம்பிக்கைப்படி திருஞானசம்பந்தர் நம் கையில் சிக்கி இந்த மதுரை ஸ்தலத்திலேயே நம் வாளால் முக்திப் பேறு அடைந்துவிடுவார்!... சரி; மேலே சொல்.''

''அதற்குக் குள்ளமானவன், 'நான் திருஞான சம்பந்தரைப் பார்த்ததில்லை' என்று கேட்க, அதற்குத் தடியானவன், 'கோயில் பிரகாரத்தில் அறுபத்து மூன்று நாயனார் வரிசையில் திருஞானசம்பந்தரைப் பார்க்கலாம், தம்பி' என்றான்...''

''அதாவது வீரபாண்டியன் மகன், மீனாட்சியம்மன் கோயிலில் சிவனடியார் கோலத்தில் எண்சாண் உடம்பையும் திருநீற்றால் மறைத்துக் கொண்டு பிரகார மண்டபங்களில் நடமாடுகிறான்!... சரி, மேலே சொல்...!''

''அதற்குக் குள்ளன், 'கதையை எப்போது ஆரம்பிப்பாய்?' என்று கேட்க, 'எல்லாம் கும்பகர்ணப் படலத்துக்கப்புறம் அந்தக் கதையைப் படித்தால்தான் புண்ணியம், தம்பி' என்றான் தடியன்...''

''அதாவது, நம்முடைய காவல் வீரர்களெல்லாம் நன்றாகத் தூங்கிய பிறகு நடுச்சாமத்தில் இளவரசனைக் கோயிலை விட்டுக் கிளப்பி மதுரைக் கோட்டையை விட்டு வெளியேற்ற முயல்கிறார்கள்!... சரி, அப்புறம்?''

''அப்புறம் குள்ளன் எதையோ யோசித்துவிட்டு, 'அண்ணே, ஒன்று கேட்க மறந்து போய்விட்டேன்!... உன் வயலில் எத்தனை கலம் நெல் அறுவடைக்குத் தயாராக இருக்கும்?' என்று கேட்க, அதற்குத் தடியன், 'என் வயலில் எண்பது கலம் நெல் இருக்கிறது. உன் கையில் அறுபது கலம் நெல்லாவது அறுவடைக்குத் தயாராயிருக்கும். இரண்டையும் சேர்த்தால் நம்முடைய பழைய கடனை அடைத்து விடலாம்' என்றான்...''

''அதாவது, நம்முடைய சோழ வீரர்களின் தலைகளை அறுவடை செய்ய அந்தத் தடியன் கையில் எண்பது ஆட்களும், குள்ளன் கையில் அறுபது ஆட்களும் இருக்கிறார்கள். இரண்டும்

சேர்ந்தால், இளவரசனை மதுரையைவிட்டு வெளியேற்றி, பாண்டிய மன்னருக்கு வாழையடி வாழையாகப் பட்டிருக்கும் நன்றிக் கடனைச் செலுத்திவிடுவார்கள்... சரி; மேலே சொல்..."

"உடனே குள்ளன், 'துவார பாலகர்களைத் தரிசிக்காமல் திருஞானசம்பந்தரைக் கும்பிடுவதால் புண்ணியம் கிடைக்காது, இல்லையா?' என்று கேட்டான்..."

"அதாவது, கோயில் வாசலில் காவல் புரியும் நம் சோழ வீரர்களின் தலைகளை வெட்டிவிட வேண்டுமென்று அந்தக் குள்ளன் விரும்புகிறான்... சரி; அதற்கு அந்தத் தடியன் என்ன பதில் சொன்னான்?..."

"உள்ளேயிருக்கிற நந்தியையும் மறந்துவிடாதே" என்று பதில் சொன்னான்...!"

"சம்புவராயரே, உள்ளே இருக்கும் நந்தி யார் தெரியுமா...? நந்தி என்பது ஒரு உயர்தரமான பக்திமாடு. அதாவது நம்முடைய உயர்தரமான ஒரு சோழ நாட்டு கிழட்டு மாடு! இங்கே நன்றாக யோசித்துப் பாரும்... இப்போது சொக்கலிங்கப் பெருமான் சந்நிதியில் இரவு முழுதும் பதிகம் பாடப் போயிருக்கும் நம் காவல் படைத் தலைவர் ஏகவாசகன் வாண கோவரையரைத் தவிர வேறு யார் அந்தக் கிழட்டு மாடாக இருக்க முடியும்? -- சரி, ஒற்றனே, மேலே சொல்!"

"பிறகு தடியனானவன், 'அதோடு – தம்பி, அரிபத்திர நாயனாரையும், தண்டேசுவரரையும் மறந்து விடக்கூடாது' என்றான்."

"அரிவாளையும் தடியையும் மறந்து விடாமல் எடுத்துக்கொண்டு சிவனடியார்கள் கோலத்தில் காரியத்தைச் சாதிக்கப் போகிறார்கள்! – சரி; அதற்குப் பிறகு?"

"அப்புறம் குள்ளமானவன், 'அண்ணே, திருஞானசம்பந்தமூர்த்தி, கோயிலிலிருந்து எங்கே போய்த் தங்குவார்?' என்று கேட்க, தடியனானவன், 'அப்பர் மடத்திற்கு முத்துச்சிவிகையில் போவார்' என்று பதில் சொன்னான்..."

"இவ்வாறு கோயிலிலிலுள்ள சோழியக் காவற்காரர்களைக் கொன்றுவிட்டுத் திருஞான சம்பந்தர், கோட்டை வாசலுக்குச் சென்று தம் அடியார்களை ஏவி அங்குள்ள காவற்காரர்களையும் கொன்றுவிட்டு, முத்துச்சிவிகையில் அப்பர் மடத்துக்குப் போவார்! அதாவது, பிள்ளையாரின் அப்பாவான வீரபாண்டியனிடம் கடைசியாகப் போய்ச் சேர்வார்... சரி; மேலே?"

''...உடனே குள்ளன், 'அண்ணே, ஞானசம்பந்தர் தலயாத்திரை செய்யும்போது வழியில் பிற சமயச் சழக்கரான பகைவர் பயம் இராதா?' என்று கேட்க, 'அதற்குத்தான் மருள் நீக்கியார் இருக்கிறாரே' என்றான் தடியன்...

''இலங்கை ராணிமூலம் பிறந்த மூத்த பிள்ளையைப் பல பாண்டி நாட்டுக் கோட்டைத் தலைவர்கள் விரும்பவில்லை. இந்த ஆளுடைய பிள்ளையார் கோட்டையைவிட்டுத் தாண்டிப் பல ஊர்களின் வழியாகப் போகும்போது பலர் மருண்டு வாதப் பிரதிவாதம் நிகழுமா என்று கேட்கிறான். அதற்குத்தான் மருள்நீக்கி போல் சொல் சாதுரியமுள்ள ஒருவனும் கூடவே போவான் என்று தடியன் சமாதானப்படுத்துகிறான்...... சரி, மேலே......''

''பிறகு குள்ளன், 'அண்ணே, திருஞானசம்பந்தர் திருமறைக்காட்டுக் கோயிலுக்கு எந்த வழியாகப் போவார்?' என்று கேட்க, 'ஏன் நேரான தலைவாசல் வழியாகத்தான்' என்றான் தடியன்...''

''அதாவது, நம் கோட்டையைவிட்டு நேரான வாசல் வழியாகவே காட்டுப்புறம் செல்லத் திருஞானசம்பந்தர் முயல்வார் என்று பேசிக்கொள்ளுகிறார்கள். ஆக, ஆளுடைய பிள்ளையுடன் போகும் அடியார் படை, கோட்டையின் உட்புறமுள்ள நம் சோழிய வீரர்களைக் கொன்றுவிட்டு உட்புறத் தாழ்ப்பாளைத் திறந்துகொண்டு போகத் தயாராகிவிட்டது... ஆனால் துரதிர்ஷ்டவசமாகக் கோட்டைக் கதவைத் திறக்க வெளிப்புறமுள்ள பூட்டையும் நம் சோழியக் காவற்காரர்களின் மண்டையையும் பிளக்க வேண்டுமென்பதை மறந்துவிட்டார்கள்... சரி; மேலே...''

''உடனே குள்ளனானவன், 'ஏன் அண்ணே, திருஞானசம்பந்தர் மீது திருநாவுக்கரசருக்கு நிறைய அன்புண்டல்லவா?' என்று கேட்க, 'அதிலென்ன சந்தேகம். ஞானப்பிள்ளையாரை எதிர்கொண்டழைக்கத் திருநாவுக்கரசர் தம் உழவாரப்படையுடன் காத்திருப்பாரே' என்றான் தடியன்.''

''அதாவது திருநாவுக்கரசர் என்ற சொல்லரசர், அதாவது செல்வாக்குள்ள ஒரு தலைவன், தன் உழவாரப் படையுடன் கோட்டைக்கு வெளியே தயாராய்க் காத்திருப்பான்! உழவாரப் படை என்பது நிலத்தில் பாய்ச்சிப் புற்களைச் செதுக்கித் தரையைத் துப்புரவு செய்தல். திருநாவுக்கரசரின் ஆட்கள் கோட்டைக்கு வெளியே புல்வெட்டித் தோட்டிகளின் வேடத்தில் வந்து கூடுவார்கள் என்பதையும், கோட்டைக்கு வெளியே நிற்கும் நம் சோழியக் காவற்காரர்களின் தலைகள்தான் புற்கள் என்பதையும், அப்புற்களை வெட்டி, திருஞானசம்பந்தர் உலாக் கிளம்புவதற்குத் தோதாக

தரையைத் துப்புரவு செய்து வைப்பார்கள் என்பதையும் நான் சொல்லாமலே நீங்கள் புரிந்து கொள்ளலாம்! சரி; ஒற்றர்களே, அதற்கு மேலே அந்தக் குடியானவர்கள் என்ன பேசிக் கொண்டார்கள்?''

''அதற்குப் பிறகு குள்ளன், 'அண்ணே, திருமறைக்காட்டுக் கோயிலில் கதவை யார் திறக்கப் பாடுவது? ஞானசம்பந்தரா? திருநாவுக்கரசரா?' என்று கேட்க, 'நாவுக்கரசர் திறக்கப் பாடுவார்; ஞானசம்பந்தர் சாத்தப் பாடுவார்!' என்றான் தடியன்!...''

''அதாவது, கோட்டைக்கு வெளியேயுள்ள திருநாவுக்கரசர் முதலில் கோட்டைக் கதவு திறக்கும்படி பதிகம் பாடுவார்! அந்தக் குறிப்பைத் தெரிந்துகொண்டதும் உட்புறமுள்ள ஞானப்பிள்ளையார் கதவு சாத்தும்படி பதிகம் பாடித் தன்னிலையைத் தெரிவிப்பார். பிறகு கோட்டைக்கு வெளியேயுள்ள நாவுக்கரசரின் படையினர் நம் சோழியக் காவற்காரர்களைக் கொன்றுவிட்டுக் கதவைத் திறந்துவிடுவார்கள். உள்ளே உள்ள வீரர்களைக் கொன்றுவிட்டு ஞானப்பிள்ளையின் படையினர் கதவைச் சாத்திவிட்டுக் கம்பிநீட்டி விடுவார்கள்! சரி, ஒற்றர்களே, அப்புறம் அவர்கள் பேசிக் கொண்டதைச் சொல்லுங்கள்!''

''உடனே தடியன் 'திருஞானசம்பந்தர் புராணத்தை நாலு பேரறிய வாசித்தாலும், வாசிக்கும் பக்கம் நின்று கேட்டாலும் கைலாய பதவி கிடைக்கும், தம்பி' என்று சொல்லிவிட்டு இருளில் மறைந்துவிட்டான்...''

''இந்த இரகசியம் நாலு பேருக்குத் தெரிந்தால் அதில் ஈடுபட்ட எல்லோருக்கும் நம் வாள் முனையில் கைலாச பதவி கிடைக்கும் என்று அந்தத் தடியன் எச்சரித்துப் போயிருக்கிறான். வேறு ஒன்றுமில்லை...!'' என்று சிரித்தான் ஜனநாதன்.

''அப்புறம்...'' என்று ஒற்றன் ஏதோ சொல்ல வாயெடுத்தான்.

''அப்புறம் நடந்தது நீ சொல்லாமலே தெரியும்... அந்தத் தடியன் இருளில் ஓடி மறைந்துவிட்டான். குள்ளனையாவது பின்பற்றி ஓடிப் பிடிக்கலாம் என்று நீங்கள் முயன்றீர்கள். ஆனால் துரதிர்ஷ்டவசமாக அவன் ஓடிப்போன அடிச்சுவடுகள்கூட உங்கள் கண்ணில் தட்டுப்படவில்லை. அதனால் இந்தத் தகவலை எங்களிடம் சொல்ல அவசரமாக ஓடிவந்தீர்கள்... இப்போது உங்கள் அதிகாரி செங்கேணி அத்திமல்லர் சம்புவராயர், பெரும் படைவீரர்களுடன் மீனாட்சியம்மன் கோயில்மீது படையெடுத்து வீரபாண்டியன் மகனைச் சிறைபிடிக்கப் போகிறார்...! இல்லையா, சம்புவராயரே?'' என்று ஜனநாதன் விஷமமாகக் கிழவரை ஏறிட்டுப் பார்த்தான்.

"ஏன், நீயும் உன் வீரர்களுடன் வரவில்லையா, ஜனநாதா?" என்று கேட்டார் கிழவர் சம்புவராயர்.

"ஒரு சிறுபயலைப் பிடிப்பதற்கு அநாவசியமாக என்னுடைய வானர சைனியம் எதற்கு? வேண்டாம், சம்புவராயரே! நம் சோழ மன்னர் ஆவலோடு எதிர் நோக்கும் பாண்டிய இளவரசனை, வீரபாண்டியனின் வம்ச விளக்கான அந்தக் குட்டி மீனைச் சிறைபிடித்த வீரப் புகழ் உம் ஒருவருக்கே சேரட்டும்! நமக்குள் போட்டி வேண்டாம். உம் நட்பிற்காக இந்த ஒரு முறையாவது என் சுயநலத்தை மறந்துவிடுகிறேன்!" என்றான் ஜனநாதன் உருக்கமான குரலில்.

கிழவர் சம்புவராயர் உற்சாகமடைந்து, ஜனநாதனை மனத்திற்குள் வாழ்த்திக்கொண்டே, ஒற்றர்கள் பின்தொடர உருவிய வாளுடன் அந்த இடத்தை விட்டுப் போய்விட்டார்.

இதுவரை ஏதோ மந்திரத்தால் கட்டுண்டவனைப் போல வாயடைத்துப்போய் ஒரு விநோதமான உலகில் மெய்மறந்திருந்த வீரசேகரன், சிறிது சுயநினைவு பெற்று இப்பூலோகத்திற்கு வந்தான். எதிரே விஷமச் சிரிப்புடன் காட்சியளிக்கும் ஜனநாதக் கச்சிராயனின் புத்தி சாதுரியத்தையும் பெரிய புராண ஆராய்ச்சி அறிவையும் எண்ணி எண்ணி அதிகம் வியப்புற்றான்.

"என்ன வீரசேகரா, என் அறிவு, செய்கை, என் போக்கு எல்லாமுமே உனக்கு விசித்திரமாக இருக்கிறது, இல்லையா?" என்று கேட்டான் ஜனநாதன்.

"ஆமாம்!" என்றான் வீரசேகரன்.

"பாண்டிய இளவரசன் கோயிலில் பதுங்கி யிருக்கிறான் என்று என் புத்திக் கூர்மையால் கண்டுபிடித்துச் சொல்லிவிட்டு, நானே நேரில் போய்ப் பாண்டிய குமாரனைச் சிறைபிடித்து என் வீரப் புகழ் அடைந்திருக்கக் கூடாது என்று நினைக்கிறாய், இல்லையா? அந்தப் பெருமையைக் கிழவர் சம்புவராயருக்கு விட்டுக் கொடுப்போம் என்ற தாராள மனப்பான்மை என்னிடம் இராதென்றும் உனக்குத் தெரியும், இல்லையா?"

"ஆமாம்! யோசனை சொல்லிவிட்டு அதன் பலனை இன்னொருவனுக்கு விட்டுக் கொடுக்கும் தியாகியை நான் என் ஜன்மத்தில் பார்த்ததில்லை! பகவத் கீதையைப் பாராயணம் செய்பவனால்கூட அப்படித் தன்னலம் மறந்தவனாக இருக்க முடியாது!" என்றான் வீரசேகரன் வியப்புடன்.

"தம்பி! அது என் தியாகமல்ல; அதுவும் என் சுயநலந்தான்! ஏதோ இரண்டு அசட்டுக் குடியானவர்கள் பேசிய பெரிய புராணப்

பரிபாஷையை வைத்துக் கொண்டு பாண்டிய இளவரசன், மீனாட்சியம்மன் கோயிலில் பதுங்கியிருக்கிறான் என்று பெரிய புராணத்திற்குப் புது அர்த்தம் சொல்லிவிட்டேன். ஒருவேளை அந்த அர்த்தம் தவறாக இருந்தால் நான் என் மாபெரும் படை வீரர்களோடு போய்க் கோயிலை முற்றுகையிடும் போது அங்கே பாண்டிய இளவரசனின் வாடையே இல்லாதிருந்தால், அந்த அவமானத்தை என்னால் சகிக்க முடியுமா? கிழவர் சம்புவராயர் அந்த அவமானத்தை அனுபவித்தால் நான் இரட்டிப்புச் சந்தோஷமடைவேன்!''

''இல்லை. பாண்டிய இளவரசன் நிச்சயம் கோயிலில்தான் பதுங்கியிருப்பான். பெரிய புராண பரிபாஷையில் அந்த இரண்டு குடியானவர்களும் பேசியபடியே, இளவரசனைக் கோட்டையை விட்டு வெளியேற்றி அனுப்பிவிட இன்றிரவு ஓர் இரகசிய முயற்சி நடக்கிறது என்பதிலும் சந்தேகமில்லை. நேற்று நான் குசவப்பாளையம் தெரு வழியாக நடந்து வந்தபோது இரு பாண்டிய நாட்டுச் செம்படவப் பெண்கள், 'சின்னமீன் சிக்கிக் கொண்டு விட்டதடி; ஆனால் கொஞ்சம் ஏமாந்தாலும் கையைவிட்டு நழுவிவிடும்' என்று சிலேடையாகப் பேசிக்கொண்டு போனார்கள். அதன் அர்த்தம் இப்போதுதான் எனக்குப் புரிகிறது. அதனால் பாண்டிய இளவரசன் கோயிலில் இருக்கிறான். படை வீரர்களோடு போனால் அவன் சம்புவராயரின் கையில் சிக்கிக்கொண்டு விடுவான்.''

''வீரசேகரா, இங்கே கொஞ்சம் உன் புத்தியை உபயோகி!... பாண்டிய இளவரசன் கோயிலில்தான் பதுங்கியிருப்பான் என்று வைத்துக் கொண்டாலும் நான் என் வாள் வீரர்களைத் திரட்டிக் கொண்டு கோயிலை அடைவதற்குள், திருஞானசம்பந்தர் உருவத்தில் பதுங்கியிருக்கும் பாண்டிய இளவரசன் வேறு அவதாரம் எடுத்து இந்த மதுரையை விட்டே மாயமாய் மறைந்து போயிருந்தால் என் நிலை என்னவாகும்? இந்த ஜனநாதன் ஒரு காரியத்தைச் சாதிக்க நினைத்து வெறுங்கையாகத் திரும்பிய கதை எங்கள் காடவராய சரித்திரத்திலேயே கிடையாது. அதனால் நிச்சயமாகப் பலன் கிடைக்குமென்று சந்தேகமறத் தெரிந்தால்தான் நான் நேரில் போவேன். இல்லாவிட்டால் அதன் பலாபலன்களை அனுபவிக்கும் பெருமையை இன்னொருவனுக்கு விட்டுவிடுவேன். இப்போது பார்... பாண்டிய இளவரசனைப் பிடிக்கப் போய், பிடிக்க முடியாமல் கிழவர் சம்புவராயர் அசட்டுப் பட்டம் கட்டிக் கொண்டாரானால் அவருடைய அந்தஸ்து என்னைவிட ஒரு படி கீழே இறங்கிவிடும்!''

''ஒருவேளை அவர் பாண்டிய இளவரசனைப் பிடித்து விட்டால்...?''

''அவர் என் அறிவுக்கு என்றென்றும் அடிமையாகி விடுவார். கிழவர் சம்புவராயர் என் அறிவைக் கண்டு மயங்கி என் இஷ்டம் போல் உபயோகப்படுத்தும் என் கூர்மையான ஆயுதங்களில் ஒன்றாக மாறிவிடுவார்!''

''அந்தக் கிழவரின் சிநேகம் உன்னைப் போன்ற மகாசூரனுக்கு அவ்வளவு அவசியமானதா?''

''என் சுயநலத்திற்கு அக்கிழவரின் சிநேகம் அவசியம் தேவைப்படுகிறது! வீரசேகரா, இப்போது சோழநாட்டை அரசாளும் நம் குலோத்துங்கச் சோழச் சக்கரவர்த்தி துரதிர்ஷ்டவசமாக நம்மைப் போல் ஒரு வாலிபனாக இருந்தாலும், அரச சபையைக் கிழவர்கள்தான் அதிகம் ஆக்கிரமித்துக் கொண்டு அட்டகாசம் செய்கிறார்கள். இனம் இனத்தோடுதான் சேரும் என்பது போலக் கிழடுகள் கிழடோடுதான் சேரும். சம்புவராயரை என் கைக்குள் போட்டுக் கொண்டு, இந்த ஒரு கிழட்டை ஆட்டினால் மற்றக் கிழடுகளும் சேர்ந்து கொண்டு, தாளம் போடும். மேலும் சம்புவராயர் வம்சமே அரச பரம்பரையோடு அதிகத் தொடர்பும் செல்வாக்கும் உள்ளது. இந்தக் கிழவர் சம்புவராயர் இருக்கிறாரே, இவர் அத்திமல்லர் என்ற பட்டம் பெற்ற யானைப் படைத் தலைவர். சீயமங்கலத்திலுள்ள கோயிலுக்கு ஏராளமான நிலங்களை இறையிலியாகத் தானங் கொடுத்துப் பரமபக்தர் என்ற வேஷமும் தரித்திருக்கிறார். ஆக இவர் கையில் ஏராளமான யானைகளும் அடியார் படைகளும் இருக்கின்றன. இவருடைய சிநேகத்தை அடைவதற்காகப் பாண்டிய இளவரசனைப் பிடிக்கும் பெருமையை நான் இவருக்கு லஞ்சம் கொடுக்கிறேன்! சின்ன மீனை இரை கொடுத்துத்தான் பெரிய மீனை நம் வலையில் சிக்க வைக்க வேண்டும்!... இல்லையா, தம்பி?''

ஏதோ சிந்தனையில் ஆழ்ந்திருந்த வீரசேகரன் சட்டென்று, ''நாம் சின்ன மீனை மட்டுமல்ல; பெரிய மீனையும் பிடித்துவிடலாம். மீனக் கொடியோனான வீரபாண்டியனைத்தான் இன்றே பிடித்துவிடலாம் என்று சொல்லுகிறேன். அவன் கோட்டை வாசலின் வெளியே தன் மூத்த மகனுக்காக இன்றிரவு காத்திருப்பான்!'' என்றான்.

அவனை ஜனநாதன் கூர்ந்து பார்த்தான்.

''இந்த அதிசயத்தை எப்படித் தம்பி கண்டு பிடித்தாய்?'' என்று ஜனநாதன் சிரித்துக்கொண்டே கேட்டான்.

''அதே பெரிய புராணப் பரிபாஷையைக் கொண்டுதான்! கோட்டைக்கு வெளியே திருஞானசம்பந்தரின் இரகசிய வருகையை

எதிர்நோக்கித் திருநாவுக்கரசு சுவாமிகள் தம் உழவாரப் படையுடன் காத்திருப்பார் என்று குடியானவர்கள் பேசிக்கொண்டார்களே; திருநாவுக்கரசு சுவாமிகள் வேறு யாருமல்ல. திரிபுவன சக்கரவர்த்திகள் வீரபாண்டியத் தேவர்தான்! செல்வாக்குள்ள சொல்லரசரான திருநாவுக்கரசருக்கு அப்பர் சுவாமிகள் என்று மற்றொரு பெயருமுண்டு. ஆளுடைய பிள்ளையாரின் அப்பாவான வீரபாண்டியனைத்தான் அவ்வாறு குடியானவன் இரகசியமாகக் குறிப்பிட்டிருக்கிறான். தலயாத்திரையின்போது மருள்நீக்கியார் கூடப் போவார் என்பது அப்பருக்கு மருள்நீக்கி என்ற மற்றொரு பெயரும் இருப்பதால்தான்!" என்றான் வீரசேகரன் தன் அறிவின் திறமையைத் தானே வியந்துகொண்டு.

ஜனநாதன் அவனை நோக்கி, "தம்பி! பூவோடு சேர்ந்த நாரும் மணக்கும் என்பதுபோல் நீயும் என்னோடு சேர்ந்து புத்திசாலியாகி விட்டாய்! ஆனால் வீர வைணவனான உனக்குச் சைவர்களின் பெரிய புராணத்தில் இவ்வளவு பரிச்சயம் இருக்கக்கூடாது!" என்று சிரித்தான்.

வீரசேகரனோ மேலும் தன் புத்தி சாதுரியத்தைக் காட்டத் தொடங்கினான்:

"வீரபாண்டியன் தன் ஆட்களுடன் கோட்டையின் வெளியே எந்த வாசற்புறம் காத்திருக்கிறான் என்பதையும் கண்டுபிடித்து விடலாம்! படகோட்டிச் சாமியாரும் பாலமுருகக் கடவுள் வேஷத்தில் ஒரு சிறு பையனும் இம் மதுரைக் கோட்டையை விட்டுத் தந்திரமாக வெளியேறிய நாள்முதலாக, எந்தப் பஜனைக் கோஷ்டியையும் எந்தவித முகாந்தரத்தைக் கொண்டும் கோட்டைக்கு வெளியேயோ உள்ளேயோ விடக்கூடாது என்று வாசற் காவலருக்கு நாம் கடும் கட்டளை பிறப்பித்திருக்கிறோம். இதனால் பாண்டிய இளவரசன் திருஞானசம்பந்தர் வேஷத்தில் கோட்டையைவிட்டுப் போவதென்றால் உள்ளேயும் வெளியேயும் உள்ள அத்தனை காவற்காரர்களையும் இரகசியமாகக் கொன்று விட்டுக் கதவைத் திறந்து கொண்டுதான் போகமுடியும்! நாமோ இந்த மதுரைக் கோட்டையின் நான்கு வாசற் புறங்களிலும் பெரும் முற்றுகை நடந்தாலும் சமாளிப்பதற்குத் தயாராய்ப் பலத்த காவல் வைத்திருக் கிறோம். இந்த நான்கு வாசல்களின் வழியாகவும் திருஞானசம்பந்தர் வெளியேற முடியாது! ஆனால் வடக்கு மதிற்சுவரின் தலைவாசலுக்கு அறுநூறு அடி தள்ளி ஒரு சிறு இடுக்குக் கதவு இருக்கிறது. நம்முடைய தூதர்களோ ஒற்றர்களோ வேலையாட்களோ, ஓரிரு ஜனங்களோ அடிக்கடி வெளியே போய் வருவதற்குச் சௌகரியமாக அந்தச் சிறு

வாசலை உபயோகப்படுத்தி வருகிறோம். அது ஒரே சமயத்தில் இருவருக்கு மேல் நுழைய முடியாதபடி மிகவும் குறுகிய வாசலை உடையதால், அங்கே நாம் அதிகமாகக் காவல் வைக்க வில்லை. ஆக, அந்தச் சிறு வாசலின் வழியேதான் திருஞானசம்பந்தர் வெளியேறச் சிந்திப்பாராகையால் அதன் வெளிப்புறம் திருநாவுக்கரசர் தம் உழவாரப் படையுடன் காத்திருப்பார் என்பது நிச்சயம். நாம் இப்போது நம் படைகளைத் திரட்டிக்கொண்டு போனால் வெளியே நிற்கும் வீரபாண்டியனைப் பிடித்து விடலாம்'' என்றான் வீரசேகரன் தானும் வேடிக்கையாகவும் திறமையாகவும் பேசிவிட்ட பெருமையோடு.

ஜனநாதன் அவனை நோக்கி, ''தம்பி! நீ மிகவும் அவசரப்படுகிறாய்! பெரும்படை திரட்டி நீ ஆரவாரச் சப்தத்துடன் போகும் வரை வீரபாண்டியன் வெளியே காத்திருப்பானா? அவ்வளவு தூரம் அவன் முட்டாளுமல்ல; உன்னோடு போரிட வந்தவனுமல்ல!'' என்றான்.

''அப்படியானால் வீரபாண்டியனை இன்றிரவு நம் வலையில் சிக்கவைக்க வழி?''

''அது மிகவும் சுலபம், நீ புத்திசாலியாகவும் பொறுமைசாலி யாகவும் இருந்தால்! இங்கே கவனி: கோயிலுக்குள்ளிருக்கும் பாண்டிய இளவரசனை, அதாவது திருஞானசம்பந்தரை இந்நேரம் நம் கிழவர் சம்புவராயர் எப்படியும் பிடித்துவிடுவார்! ஆனால் இளவரசன் அகப்பட்டுவிட்டான் என்ற செய்தி வெளியே ஒரு ஈ காக்கைக்குக் கூடத் தெரியாதபடி மிகவும் இரகசியமாக வைத் திருப்போம். இளவரசனைத் திருஞானசம்பந்தர் வேஷத்தில் ஒரு சிறு கோஷ்டியுடன் மூன்றாவது சாமத்துக்குப் பிறகுதான் கோட்டையை விட்டுக் கடத்த வேண்டுமென்பது எதிரிகளின் சதித் திட்டம். ஏனெனில், உள்ளிருந்து வரும் திருஞானசம்பந்தர் கோஷ்டியும் வெளியே காத்திருக்கும் திருநாவுக்கரசர் கோஷ்டியும் எண்ணிக்கையில் குறைவாக இருந்தால்தான் நமக்குச் சந்தேகம் ஏற்படாமலிருக்கும். அப்போது அச்சிறு வாசலிலுள்ள நம் காவற்காரர்களின் எண்ணிக்கையும் அவர்களைவிடக் குறைவாயி ருக்க வேண்டும்! அதற்கு எதிரிகளுக்குச் சௌகரியமான நேரம், மூன்றாவது சாமந்தான். அது போக்குவரவு அதிகமில்லாத நேரமாகையால் சிறு வாசலில் உள்ளும் புறமும் நம்முடைய காவற்காரர்கள் மிகவும் குறைவாகத்தானிருப்பார்கள். அதிலும், உள்ளேயிருக்கும் நம் காவற்காரர்கள் மூன்றாவது சாமத்தில் நன்றாகத் தூங்கி வழிவார்கள்; வெளியிலுள்ள காவற்காரர்களோ வயல்காட்டின் புறம் புதுக்காதலிகளோடு இரகசியமாகப் பொழுது போக்கிக்கொண்டிருப்பார்கள்!... ஆகவே, திருஞானசம்பந்தரை

எப்படிக் கடத்த எதிரிகள் திட்டமிட்டிருக்கிறார்களோ, அதன் பிரகாரமே அணுவளவும் பிசகாதபடி, நாம் வேறொரு சிறுபயலைத் திருஞானசம்பந்தர் வேஷத்தில் முத்துப் பல்லக்கில் உட்கார வைத்து மூன்றாவது சாமத்தில் கொண்டுபோய்க் கோட்டை வாசலின் உட்புறம் நிறுத்துவோம். வெளியே நிற்கும் அப்பர் சுவாமிகள் கதவு திறக்கப் பாடுவார். அந்தத் தேவாரக் குறிப்பு கேட்டதும் நாமும் நம் திருஞானசம்பந்தரைக் கொண்டு கதவு சாத்தப் பாடும்படி சங்கேத ஒலிகளைக் கிளப்புவோம். உடனே வெளியே நிற்கும் அப்பர் சுவாமிகள் நம் காவற்காரர்களைக் கொன்றுவிட்டுக் கதவைத் திறப்பார். உடனே நீ உன் பெரும் படையோடு வீரபாண்டியனின் கோஷ்டியைச் சுற்றி வளைத்துக் கொண்டு சுலபமாகப் பிடித்துவிடலாம்! அந்த எதிர்பாராத நிலையில்தான் வீரபாண்டியன் உன் கையில் சிக்குவான்! ஆனால் படை திரட்டும்போது எதற்கு என்று சொல்லாதே! வெளியே ஏதோ ஓர் அயலூர் முற்றுகைக்குப் படை கிளம்புகிறது என்று பொய் வதந்தியைக் கிளப்பிவிடு. வெளியே நிற்கும் வீரபாண்டியனைப் பிடிப்பதற்காகத்தான் இவ்வளவு மும்முரமும் என்பது என்னையும் உன்னையும் தவிர வேறு எந்தப் பிராணிக்கும் தெரியக்கூடாது! தெரிந்தால் வீரபாண்டியனுக்கு எச்சரித்து விடுவார்கள்! நீ படை திரட்டுவதற்குள் அவன் ஓடிப் போய்விடுவான்! கோட்டைக்குள் மூத்த மகன் சிக்கிக்கொண்டதையும் பொருட்படுத்தாமல் ஓடியே போய்விடுவான்!'' என்றான் ஜனநாதன்.

வீரசேகரன் வியப்பும் நன்றியும் பொங்க ஜனநாதனின் சூழ்ச்சித் திறமையை வெகுவாகப் புகழ்ந்தான்.

''தம்பி! சுயநலவாதிக்குச் சூழ்ச்சித் திறமை இருப்பதில் அதிசயம் ஒன்றுமில்லை! ஆத்மவாதிபோல் உணர்ச்சிகளைக் கொன்று இருதயத்தைத் துண்டாக அறுத்து வைத்து விட்டால், அறிவு வெகு கூர்மையாக வேலை செய்யும்!'' என்று சிரித்தான் ஜனநாதன்.

''ஜனநாதா! உன் அறிவின் திறமையால் வீரபாண்டியனின் மூத்த மகனை நம் கிழவர் சம்புவராயர் இந்த முதற் சாமத்தில் இந்நேரம் சிறை பிடித்து விடுவார். நான் மூன்றாவது சாமத்தில் வீர பாண்டியனைச் சிறைபிடித்து விடுவேன்! இன்றிரவுக்குள் திருஞான சம்பந்தரும் திருநாவுக்கரசரும் எங்கள் கையில் சிக்கிக்கொண்டு விடுவார்கள்!'' என்றான் வீரசேகரன் அளப்பரும் ஆனந்தத்துடன்.

இவ்வளவையும் பாழடைந்த காளி கோயிலின் உள்ளிருந்து ஒற்றுக் கேட்டுக் கொண்டிருந்த ஊர்மிளாவுக்குப் பிரக்ஞை தடுமாறியது!

அத்தியாயம் 10

சம்புமாலி வதைப்படலம்

'நன்று நன்று உன் கருணை!' என்னா
நெருப்பு நகை நக்கான்.

— கம்ப ராமாயணம்

றுபடி ஊர்மிளாவுக்குச் சுயநினைவு வந்தபோது, காளி கோயிலின் உட்புறம் மூடிய கதவைக் கெட்டியாகப் பிடித்துக் கொண்டு தான் பதுமைபோல் நிற்பதையும், தன் பின்னால் முரட்டுக் கபாலிகனின் ஆந்தை விழிகள் இருட்டில் பயங்கரமாக மின்னுவதையும் அவள் உணர்ந்தாள்.

காளி கோயிலின் வெளிப்புற மிருந்து, மூடப்பட்டகதவருகில் ஜனநாதனும் வீரசேகரனும் இன்னும் பேசிக் கொண்டிருக்கும் குரல்கள் கேட்டன. ஊர்மிளா தனக்கு ஒரு கணந்தான் பிரக்ஞை தடுமாறியிருக்குமென்றும், அவர்களது சம்பாஷணையை ஒற்றுக்கேட்டு வந்ததில் அதிகம் விட்டுப்போயிருக்காதென்றும் மனத்தைச் சமாதானப்படுத்திக் கொண்டாள். மறுபடி சாவித் துவாரத்தின்மீது காதை வைத்து வெளியே நடக்கும் உரையாடல்களை உற்றுக் கவனிக்கத் தொடங்கினாள்.

வெளியே நின்ற ஜனநாதன் ஒரு சிறு சிரிப்புடன், ''தம்பி! இப்போது நாம் பேசிக்கொண்டிருப்பது யார் காதில் விழுந்தாலும் காரியம் கெட்டுவிடும்!'' என்றான்.

''ஆமாம், ஆமாம்! நாம் பேசிக்கொண்டிருப்பதை ஒற்றுக் கேட்பவர்கள் உடனே ஓடிப்போய்க் கோட்டைக்கு வெளியே திருநாவுக்கரசர் கோலத்தில் வரப்போகும் வீரபாண்டியனுக்கு எச்சரித்து விடுவார்கள். மீனாட்சி யம்மன் கோயிலுக்கும் ஓடித் திருஞானசம்பந்தர் கோலத்திலிருக்கும் இளவரசனையும் காப்பாற்றி விடுவார்கள்! வீரபாண்டியனைப் பிடிக்கும் என் முயற்சி மட்டுமல்ல, இளவரசனைப் பிடிக்கும் கிழவர் சம்புவராயரின் காரியமும் கெட்டுப் போகும்!'' என்றான் வீரசேகரன்.

''இல்லை, தம்பி! உன் காரியம்தான் கெடுமே தவிர, சம்புவராயரின் கைங்கரியத்துக்கு எந்தவிதப் பழுதும் ஏற்படாது!

ஏனெனில் இந்நேரம் கிழவர் சம்புவராயர் மீனாட்சியம்மன் கோயிலை அடைந்து அந்த வீரபாண்டியனின் மூத்த குமாரனைப் பிடித்திருப்பார். இனி யாரும் அவனைக் காப்பாற்றவே முடியாது! ஆனால் நீ வீரபாண்டியனைப் பிடிக்கப் போவதோ மூன்றாம் சாமத்தில்! இப்போதோ முதற்சாமந்தான் ஆகிறது! இதற்கு மத்தியில் ஒருமுறை நன்றாகத் தூங்கியெழுந்த பிறகுகூட வீரபாண்டியனை எச்சரிப்பதற்குப் போதுமான அவகாசம் இருக்கிறது!'' என்றான் ஜனநாதன் சிரித்துக்கொண்டே.

''ஆமாம்! நாம் பேசிக்கொண்டிருப்பதை யாராவது ஒற்றுக் கேட்டால் என் காரியம் மட்டும்தான் கெடும்! முதற் சாமத்திலே ஓடிப்போகும் வீரபாண்டியனைப் பிடிக்க மூன்றாவது சாமத்தில் பெரும்படை திரட்டிப் போய் வெறுங் கையனாகத் திரும்பி வந்தால் அதைவிட எனக்குப் பெரும் இகழ்ச்சி வேறெதுவுமில்லை! ஆகையால் தயவுசெய்து இரைந்து பேசாதே, ஜனநாதா! மெல்லவே பேசு, ஒருவேளை இந்தக் காளி கோயிலுக்குள் ஊர்மிளாவோ அல்லது வேறு யாராவதோ நாம் பேசுவது அனைத்தையும் ஒற்றுக் கேட்டுக்கொண்டிருக்கலாம்'' என்றான் வீரசேகரன் இரகசியமான குரலில்.

''வீரசேகரா! இந்தப் பாழடைந்த காளி கோயிலுக்குள் காளி விக்ரஹத்தையும் புழு பூச்சிகளையும் தவிர வேறு எந்த ஜந்துவும் தங்கியிருக்க முடியாது! புழு பூச்சிகளுக்கோ நம்முடைய மனித பாஷை புரியாது! தெய்வ விக்ரஹங்களுக்கோ, அர்ச்சனையில் தேவ பாஷை ஒன்றுமட்டும் புரியுமே தவிர, நம்முடைய தமிழ் பாஷை புரியாது! இங்கு வெகு காலமாக அர்ச்சனையும் பூஜையுமில்லாமலிருக்கும் மஹா காளிக்கோ நம் தமிழ் பாஷை மட்டுமல்ல, தேவ பாஷைகூட மறந்து போயிருக்கும்!'' என்று ஜனநாதன் கலகலவென்று சிரித்தான்.

''அப்படியானால்...?''

''தம்பி! நாம் பேசிக்கொண்டிருப்பதை யாராவது ஒற்றுக் கேட்டுக்கொண்டிருப்பார்களென்று கடுகளவும் சந்தேகப்படாதே! நான் ராஜசபைகளில் இரைந்து கத்திப் பழக்கப்பட்டவனாகையால் எனக்கு மெல்லப் பேச வராது!'' என்று ஜனநாதன் விளையாட்டாய் இரைந்து பேசத் தொடங்கினான்.

வீரசேகரன் சிந்தனையில் ஆழ்ந்தான்.

''தம்பி! என்ன தீவிரமாகச் சிந்திக்கிறாய்? கோட்டைக் குள்ளிருந்து ஒரு நபர் யாருக்கும் சந்தேகம் எழாதவண்ணம் வெளியே நிற்கும் வீரபாண்டியனை எப்படி எச்சரிக்க முடியும் என்று சந்தேகிக்கிறாயல்லவா? எப்படி எச்சரிக்க முடியும் என்பதற்கு வழி சொல்லுகிறேன், கேள்!... நீ குறிப்பிட்ட வடக்கு மதிற்சுவர் சிறு வாசலின் அருகே ஒரு பிள்ளையார் கோயிலும் ஒரு பெரிய அரச மரமும் இருக்கின்றன. அந்த அரச மரத்தின் மீதேறித் தீப்பந்த வெளிச்சத்தை ஆட்டினால் வெளியே இருக்கும் எதிரிகள் கோட்டைக்குள்ளிருந்து அபாயச் செய்தி வருகிறதென்பதைத் தெரிந்துகொள்வார்கள். தமிழ் பாஷையின் உயிர்மெய் எழுத்துக்கள் முப்பதையும் தீப்பந்த வெளிச்சத்தை முப்பது விதங்களாக ஆட்டிக் காண்பிப்பதன்மூலம் சகலவிதமான செய்திகளையும் பரிமாறிக் கொள்ளலாம். இவ்வாறு எழுத்தாணியும் ஏடும் இல்லாமல் தீவட்டி வெளிச்சத்தை ஆட்டிக் காண்பிக்கும் விதங்களினாலே ஒரு செய்தியை உணர்த்திவிடும் பாஷா ஞானமும் சங்கேதக் குறிகளும் வீரபாண்டியனின் கட்சியைச் சேர்ந்த அனைவருக்கும் தெரியும்!'' என்றான் ஜனநாதன் வழக்கமான புத்தி தீட்சண்யத்துடனும் விஷமச் சிரிப்புடனும்.

''அவ்வாறு கோட்டைக்குள்ளிருந்து தீவட்டி வெளிச்சத்தை ஆட்டிக் காண்பித்து எச்சரிக்கலாம் என்று வைத்துக்கொள்ளலாம். ஆனால் மூன்றாவது சாமத்திற்குத் தேவையான வீரபாண்டியன் இந்த முதற் சாமத்திலேயே கோட்டைக்கு வெளியிலிருப்பானா?''

''இருக்க மாட்டான்! உன்னையும் என்னையும்போல் வேலையில்லாமலிருக்க அவன் அவ்வளவு தூரம் சோம்பேறியல்ல! வீரபாண்டியன் மூன்றாவது சாமத்தில் குறிப்பிட்ட நேரத்திற்குச் சற்று முன்புதான் கோட்டை வாசலுக்கு வருவான். ஆனால் அவனுடைய மற்ற ஆட்கள் இப்போதுமுதலே தயாராகக் கோட்டைக்கு வெளியே புல்லறுத்துக் கொண்டிருப்பார்கள்! இரவுக் கூலிகள் முதற் சாமத்திலிருந்தே புல்லறுக்கத் தொடங்குவது வழக்கமாதலால், நம் வெளிவாசல் காவலருக்குச் சந்தேக மேற்படா மலிருக்க, இப்போது முதலே வீரபாண்டியனின் ஆட்கள் இரவுக் கூலிகள் போல் புல்லறுத்துக் கொண்டிருப்பார்கள். மூன்றாவது சாமத்தில் அவர்களுக்குக் கூழ் கொண்டு வரும் கிழட்டுத் திருநாவுக்கரசு சுவாமிகளாய் வீரபாண்டியன் மட்டும் வருவான். இதனால் இப்போது யாராவது கோட்டைக் குள்ளிருந்து தீப்பந்த வெளிச்சத்தை ஆட்டிக் கோட்டைக்கு வெளியே இருக்கும் இரவுக் கூலிகளை எச்சரித்துவிட்டால், வீரபாண்டியன் நம் கோட்டை இருக்கும் திசைக்கே வராமல் திரும்பிப் போய் விடுவான்!''

"அதனால் நாம் ஜாக்கிரதையாக இருக்கவேண்டும்!"

"சரி, இப்போதே கிளம்பிப் போ, வீரசேகரா! இந்த முதற் சாமத்திலேயே நீ படை திரட்ட ஆரம்பித்தால்தான் தூங்கி வழியும் நம் போர்வீரர்கள் மூன்றாவது சாமத்திற்குள்ளாகவாவது உடுப்புகளை அணிந்துகொண்டு அணிவகுப்புக்குத் தயாராவார்கள்!" என்று சிரித்தான் ஜனநாதன்.

வீரசேகரன் பெரிய இலட்சியத்தில் ஈடுபடப்போகும் வீரஉணர்ச்சியுடன் நிமிர்ந்து நின்றான்.

ஜனநாதன் அவனை நோக்கி, "வீரசேகரா! நீ அரசாங்கத்தின் சகலவிதமான படைகளையும் அழைத்துச் செல். தேவைப்பட்டால் என் வாள் படையையும் கூட்டிச் செல். அதோடு, என் மாளிகையில் உன்னுடைய வீரவாள் இருக்கிறது! நீ ஊர்மிளாவைத் திருப்பி ஒப்படைக்கும்வரை அடைமானமாய் உன் வீரவாளை நீ காவற்காரர்களிடம் கொடுத்துவிட்டு வந்தாயே, நான் காவற்காரர்களை ரகசியமாகக் கொன்றுவிட்டு அந்த வாளை மீட்டு வந்து என் மாளிகையில் வைத்திருக்கிறேன்! அதையும் எடுத்துக் கொண்டு போ! உன்னுடைய வீரசரித்திரத்தை எழுத இந்தச் சந்தர்ப்பத்திலாவது உன் வாள் உபயோகப்படட்டும்!" என்றான் ஜனநாதன்.

"ஏன், நீயும் என்கூட வரவில்லையா? வீர பாண்டியனைப் பிடித்துச் சரித்திரப் பிரசித்தி அடையும் அரிய சந்தர்ப்பம் இது! நம் சோழநாட்டு வீர சரித்திரத்திலும் இந்தப் பாண்டிய நாட்டு அரசியல் சரித்திரத்திலும் அதி முக்கியத்துவம் பெறப் போகும் பொன்னாள் இது! நம்முடைய லட்சிய யாத்திரையின் துருவ நட்சத்திரத்தை நாம் எட்டிப் பிடிக்கப் போகும் மகத்தான இரவு! இந்த அரிய முயற்சியில், வீரபாண்டியனைப் போரிட்டுப் பிடிக்கும் மகத்தான சாதனையில் நீயும் ஈடுபடப் போவதில்லையா?" என்று வீரசேகரன் இலட்சியப் பெருமூச்சுடன் கேட்டான்.

"இல்லை, தம்பி! நான் மற்றவர்களைத்தான் ஆயுதங்களாக உபயோகப்படுத்துவேனே தவிர நானே ஆயுதமாக மாறுவதில்லை! நான் இங்கேயே இருக்கிறேன். வீரபாண்டியனை நீயும், மூத்த மகனைக் கிழவர் சம்புவராயரும் இந்த வழியாகத்தானே பிடித்துக்கொண்டு வரவேண்டும்? அப்போது அந்தக் கண்கொள்ளாக் காட்சியை என் கண்ணால் பார்த்துக் கொள்கிறேன்!"

"நீ உன் மாளிகைக்குக் கூட வரவில்லையா?"

"இல்லை! இங்கே ஜிலுஜிலுவென்று திறந்த வெளிக்காற்று வீசுகிறது! இந்தக் காளி கோயில் திண்ணையிலேயே

கொஞ்சநேரம் தூங்குகிறேன்! நீ வீரபாண்டியனைப் பிடித்துக்கொண்டு இந்த வழியாக வரும்போது என்னை எழுப்பிச் சொல்லிவிட்டுப் போ!'' என்று ஜனநாதன் காளி கோயிலின் வெளித் திண்ணைமீது சாய்ந்து படுத்தான்.

''இன்றிரவுக்குள் நான் எப்படியும் வீர பாண்டியனைச் சிறைபிடித்து வீரப்புகழ அடைந்து விடுவேன்! ஆனால் ஊர்மிளாவைத் தேடிக் கண்டுபிடித்து அரசாங்க விசாரணைக்கு ஆளாக்குவது என் முதல் கடமையல்லவா?'' என்றான் வீரசேகரன்.

''தம்பி, கவலையுறாதே! ஊர்மிளாவைத் தேடிப் பிடிக்கும்படி சம்புமாலி என்ற முரடனை அனுப்பி யிருக்கிறேன்!'' என்றான் ஜனநாதன்.

''சம்புமாலியா! அவன் கம்ப ராமாயணத்தில் வரும் ஒரு கதாபாத்திரமல்லவா? அநுமாரைக் கட்டிப் பிடித்து வரும்படி அனுப்பப்பட்ட ஒரு அசுரனல்லவா?'' என்று கேட்டான் வீரசேகரன்.

''நான்தான் அந்த முரடனுக்குச் சம்புமாலி என்று பெயர் வைத்தேன்! நம் சோழதேசத்தில் இனிமேல்தான் ஒரு ராமாயணம் நடக்கப் போகிறது என்று சொல்லி வருகிறேனல்லவா? அதனால் நம் எல்லோரையும் அதன் கதாபாத்திரங்களாக ஆக்கி வருகிறேன்! சம்புமாலி இந்நேரம் ஊர்மிளா என்ற அந்தப் பெண் குரங்கைப் பிடித்து வந்து எங்காவது அடைத்து வைத்திருப்பான்! இனி நான் சொன்னால்கூட அரசாங்கச் சதிகாரியான அவளைத் தண்டிக்காமல் வெறுமனே விடமாட்டான்! அவ்வளவு தூரம் அவனுக்கு ராஜபக்தியும் தேசபக்தியும் முற்றிப் போயிருக்கிறது! அதனால் நீ அநாவசியமாகக் கவலைப்படவேண்டாம்!'' என்றான் ஜனநாதன்.

''ஜனநாதா! இனி நம் சோழ தேசத்தில் நடக்கப் போகும் ராமாயணத்தில் உனக்கு என்ன கதாபாத்திரம்?'' என்று விளையாட்டாகக் கேட்டான் வீரசேகரன்.

''தம்பி! என்னுடைய விஷமமான செய்கைகளைப் பார்த்துச் சிலர் என்னை அநுமார் என்று நினைக்கிறார்கள். என்னோடு அனுபவப்பட்ட பல அரசியல்வாதிகளோ என்னைக் கட்சிவிட்டுக் கட்சிமாறும் விபீஷண ஆழ்வார் என்று கருதுகிறார்கள். ஆனால் நான் பகிரங்க ராஜத்துரோகியாகி ஒருநாளும் வீரபாண்டியனிடம் சரணாகதி அடைந்து அவனுக்குக் காவடி தூக்கமாட்டேன். பாண்டிய சாம்ராஜ்யத்தை ஆழக் குழி தோண்டிப் புதைப்பதில் நான் முக்கிய கதாபாத்திரமாக இருப்பேன்!'' என்றான் ஜனநாதன்.

வீரசேகரன் வியப்புடன் அவனைப் பார்த்துவிட்டு விடைபெற்றுக் கொண்டு வீரபாண்டியனைச் சிறை பிடிக்கப் படை திரட்டச் சென்றான்.

இவ்வளவையும் காளி கோயிலின் உள்ளிருந்து ஒற்றுக் கேட்டுக் கொண்டிருந்த ஊர்மிளா, பிரதிமைபோல் செயலற்று நின்றாள். உள்ளூர இருதயம்மட்டும் சோகச் சுழலில் இலேசாகத் துடித்துக் கொண்டிருந்தது. எவ்வளவு பயங்கரமான செய்திகளைக் கேட்டோம் என்று ஒன்றன்பின் ஒன்றாக நினைக்கும்போது அவளுக்குப் பிரக்ஞை தடுமாறிவிடும் போல் இருந்தது. உட்புறக் கதவின் தாழ்ப்பாளைக் கெட்டியாகப் பிடித்துக் கொண்டு கீழே விழுந்து விடாமல் நின்றாள்.

'சக்கரவர்த்திகள் வீரபாண்டியத் தேவரை எப்படியும் காப்பாற்றுவேன்! இங்கு ஒற்றுக் கேட்ட விஷயங்களை அவருக்கு அறிவித்து எப்படியாவது எச்சரிக்கவேண்டும்!' என்று அவளது மிருதுவான உதடுகள் இன்னும் மிருதுவாக முணுமுணுத்தன.

கதவின் தாழ்ப்பாளைத் திறந்துகொண்டு சட்டென்று வெளியே ஓடிவிடலாமா என்று நினைத்தாள். ஆனால் வெளி மண்டபத்தின் திண்ணையில் ஜனநாதன் உருவிய வாளுடன் உட்கார்ந்திருப்பான் என்ற பிரமை தட்டியதும் அவளுக்கு ஒரு கணம் சப்த நாடியும் ஒடுங்கி விட்டது.

மெய்சிலிர்த்து வெடுக்கென்று திரும்பினாள். பின்னால் பூதம் போல் கபாலிகன் நின்றுகொண்டு அவளையே கண்கொட்டாமல் கவனித்தான். அவன் உயிரோடிருக்கும்வரை அவன் கையிலிருந்து தப்பிக் காளி கோயிலைவிட்டு அவள் வெளியேற முடியாது! அவன் உயிரையோ அவள் தன் மிருதுவான கையால் கொல்லவும் முடியாது! என்ன செய்வது என்று தெரியாமல் ஊர்மிளா திகைத்துக் குழம்பினாள். கோயிலினுள் சிறு அசைவோ சப்தமோ கேட்டாலும் வெளியே இருக்கும் ஜனநாதன் சந்தேகப்பட்டுக் கோயிலுக்குள் வந்து விடுவான்! பூதம் போன்ற கபாலிகன் கையிலிருந்தாவது தப்பி ஓடலாம். அந்த ஒல்லியான ஜனநாதனின் நரிக்கண்ணிலிருந்து தப்பவே முடியாது! ... ஊர்மிளா, தன் புடவையின் சிறு சலசலப்புக்கூட ஏற்படாதபடி மிகவும் ஒடுங்கி அசைவற்று நின்றாள்.

எங்கிருந்தோ இருட்டில் ஒரு சாக்குருவி கூவும் பயங்கர ஒலி வந்தது.

ஊர்மிளாவின் மெல்லிய தேகம் புல்லரித்தது! 'வீரபாண்டியத் தேவரை எச்சரிக்காவிடில் வீரசேகரன் கையில் சிக்கி உயிர் துறந்து விடுவார்' என்று உள்ளூரப் பொருமினாள். விம்மலின் சிறு ஒலிகூடக் கேட்காதபடி கண்ணீர் வடித்தாள்.

'வீரபாண்டியத் தேவர் சோழர்களின் கையில் சிக்கிவிடுவார். அவரது லட்சியம் அழிந்துவிடும்! பாண்டிய நாட்டின் மகிமை

பெற்ற மன்னராய்ப் பட்டத்து யானை மீதேறிப் பவனி வரவேண்டியவர் கைகளில் விலங்கிடப்பட்டுப் பாண்டிய நாட்டின் ஒவ்வொரு வீதியிலும் வேட்டையாடப் பெற்ற மிருகம்போல் நடத்திச் செல்லப்படுவார். தாழ்ந்த சாதியினரையும் உயர்ந்த சாதியினரையும் ஒரே மாதிரி வாரியணைக்கும் அந்த மன்னரின் கைகளில் விலங்கிடப்படும்!...' இவ்வளவும் ஊர்மிளாவின் கற்பனையில் ஓடவே அவள் புழுப்போல் துடித்தாள். கோட்டைக்குள்ளிருந்து மூத்த மகன் திருஞானசம்பந்தர் வேஷத்தில் தப்பி வருவதை எதிர்நோக்கிக் கோட்டை மதிற்சுவருக்கு வெளியே இரகசியமாகக் காத்திருக்கப் போகிறார் வீரபாண்டியத் தேவர்! அவரை முன்னதாக எப்படியும் எச்சரித்துக் காப்பாற்ற வேண்டுமெனப் பரிதவித்தாள். அதற்காகத் தன் உயிரைப் பலியிடவும் சித்தமாயிருந்தாள். ஆனால் பாழுங்காளி கோயிலை விட்டு வெளியேறும் வகைதான் அவளுக்குத் தெரியவில்லை. நூறாயிரம் யோசனைகளும் செய்து பார்த்தாள். ஆனால் ஒன்றும் நடைமுறையில் பலனளிக்கக் கூடியதாய்த் தெரியவில்லை. உள்ளே இருக்கும் முரட்டுக் கபாலிகன், வெளியே படுத்திருக்கும் ஜனநாதன் இவ்விருவர்களையும் ஏமாற்றிச் செல்ல முடியாதே! காளி பிரசன்னமாகி அவ்விருவர்களையும் ஏககாலத்தில் விழுங்கிவிடக் கூடாதாவென்று, அது நடக்காத காரியமெனத் தெரிந்தும் நினைத்தாள். அசக்தியான நிலையில் பெண் உள்ளம் எதைத்தான் நினைக்காது?

விவரம் தெரியாத சிறு குழந்தைபோல் துறுதுறுவென்று காலம் வேகமாக ஓடிக்கொண்டிருந்தது. சற்றுமுன் பொழுது போகவில்லையே என்று துடித்தவள் இப்போது பொழுது வீணாகப் போகிறதே என்று பரிதவித்தாள்.

முதற்சாமம் கழிந்து இரண்டாவது சாமம் ஆயிற்று.

வெளியே படுத்திருக்கும் ஜனநாதனிடமிருந்து குறட்டை விடும் சப்தம் வந்தது. பிறகு அதுவும் மெல்ல மெல்லத் தேய்ந்து நின்று விட்டது. குறட்டையைக் கூட மறந்து ஜனநாதன் நன்றாக அயர்ந்து தூங்குகிறான் என்பதை யூகித்துக் கொண்டதும் ஊர்மிளா ஆனந்தமடைந்தாள். ஆனால் முரட்டுக் கபாலிகன் கண் கொத்திப் பாம்பு போல் விழித்துக்கொண்டு தன்னருகில் நிற்கிறானே! அவனை என்ன செய்வது? ஊர்மிளா புத்தபிரானை மனத்திற்குள் தியானித்தாள். 'சாதி வித்தியாசம் பாராமல் ஜீவஜந்துக்களுக்கும் அன்பு காட்டப் பிறந்த அண்ணலே, நீர்தான் அருள் போதம் தரவேண்டும்!' என்று புத்தர்பிரானை மனசுக்குள் உருவகப்படுத்தி அதே தியானத்தில் ஆழ்ந்துவிட்டாள்.

காளி கோயிலுக்கு வெளியே ஏதோ மாட்டுச் சதங்கை குலுக்கும் சப்தமும், இரண்டாவது சாமக்கோழி கூவுவதுபோல் விசித்திரமான ஓர் ஓசையும் கேட்டன. அதைத் தொடர்ந்து காளி கோயிலின் சிறு காற்று துவாரத்தின்மீது ஏதோ இரண்டு பித்தளைக் கலயங்களை டக்கென்று யாரோ வைத்துவிட்டுப் போகும் ஓசையும் உண்டாயிற்று.

கபாலிகன் அந்தச் சிறு ஜன்னலை நோக்கி ஆவலோடு ஓடினான். "நமக்கு இவ்வளவு நேரங் கழித்தாவது சாப்பாடு வந்ததே! அதோடு உன்னை என்ன செய்ய வேண்டுமென்ற செய்தியும் வந்திருக்கும்!" என்று ஆவலோடு முணுமுணுத்துக் கொண்டு ஓடியவன் சிறு ஜன்னலின் மீதுள்ள இரண்டு கலயங்களை எடுத்துப் பார்த்ததும், "செய்தி எதுவும் வரவில்லை! சாப்பாடுதான் வந்திருக்கிறது!" என்றான்.

"உனக்குப் பசியால் பிராணன் போகிறது! எனக்குக் கவலையால் பிராணன் போகிறது!" என்றாள் ஊர்மிளா எரிச்சலுடன் மெல்லிய குரலில்.

"பெண்ணே! உனக்குப் பசிக்கவில்லையா? அந்தி இருட்டியதும் பசியால் பிராணன் போகிறது என்று பதறினாயே!" என்றான் கபாலிகன்.

"இரையாதே! வெளியில் படுத்திருக்கும் ஜனநாதன் விழித்துக்கொண்டு விடுவான்!" என்றாள் ஊர்மிளா மெல்லிய குரலில்.

"இதோ, இரண்டு கலயங்களிலும் என்ன இருக்கிறது தெரியுமா?" என்று மெல்லிய குரலில் கபாலிகன் கேட்டான்.

"என்ன இருக்கும்? வழக்கம்போல் ஒரு கலயத்தில் உனக்கு உணவும் இன்னொரு கலயத்தில் எனக்கு உணவும் இருக்கும்! என்னை விட்டுவிடுவதானால் என் கலயத்தையும் நீயே விழுங்கிவிடு!" என்றாள் ஊர்மிளா எரிச்சலோடு.

"இல்லை, பெண்ணே! இத்தனை நாளும் நமக்கு விதவிதமான சைவ உணவுகளே வந்துகொண்டிருந்தன. இப்போது ஒரு கலயத்தில் ஆட்டு இறைச்சியும் இன்னொரு கலயத்தில் கள்ளும் வந்திருக்கிறது! இன்றுதான் என் ஆசைப்படி நல்ல சாப்பாடு சாப்பிடப் போகிறேன்!"

"உன் இஷ்டம்போல் சாப்பிடு!"

"ஆனால் உனக்கு?... பசியால் பிராணன் போகிறது என்றாயே?"

''நான் புத்தமதத்தைப் பின்பற்றுபவள்! ஆட்டு இறைச்சி சாப்பிடமாட்டேன்! நான் கண்ணை மூடிக் கொள்ளுகிறேன். நீயே எல்லாவற்றையும் விழுங்கிவிடு!''

''தாகமாய் இருக்கிறது என்றாயே, இதோ இந்தக் கலயத்திலுள்ள கள்ளையாவது கொஞ்சம் குடி!''

''வேண்டாம்! நான் கள் குடிக்கும் பெண்ணல்ல!''

''நீ இவற்றைச் சாப்பிடமாட்டாய் என்று தெரிந்துதான் இறைச்சியையும் கள்ளையும் மட்டும் அனுப்பி யிருக்கிறார்கள் போல் இருக்கிறது! அதாவது உன்னைப் பட்டினி போட்டுக் கொல்வது என்று முடிவு செய்திருக்கிறார்கள்!''

''நல்லது! அதனால் உன் கத்திக்குச் சிரமமில்லை! காளிக்கு ஆடு கோழிகளைப் போல் நரபலியாவதைவிடக் காளிமாதாவின் சந்நிதியில் உபவாசமிருந்து உயிர்விடுவது எவ்வளவோ மேல்! பட்டினியில் சாகும்போது இந்தத் தேசத்திலுள்ள பல்லாயிரக் கணக்கான ஜனங்களில் நானும் ஒரு ஜீவன்தான் என்ற நிம்மதியோடாவது சாகலாமல்லவா?'' என்றாள் ஊர்மிளா எரிச்சலுடன்.

கபாலிகன் இரண்டு கலயங்களையும் தன் முன்னால் வைத்து இறைச்சியையும் கள்ளையும் மாறி மாறிச் சாப்பிடத் தொடங்கினான். ஊர்மிளா வேறுபுறம் திரும்பி உட்கார்ந்து கொண்டு, 'வீரபாண்டியத் தேவரைக் காப்பாற்ற வேண்டுமே?' என்ற சிந்தனையில் கண்ணீர் வடிக்கத் தொடங்கினாள்.

சிறிது கணங்கள் கரைந்தன.

தொண்டையில் ஏதோ அடைத்துக் கொள்வதுபோல் ஒரு விசித்திரமான விக்கல் ஓசையும், 'ஹா!' என்ற பயங்கர ஒலியும் கபாலிகனிடமிருந்து கிளம்பி வந்தன.

ஊர்மிளா திரும்பிப் பார்த்தாள்.

கபாலிகன் மலைபோல் தலை மண்ணிடை விழ, விழுந்து கிடந்தான்! கண்கள் மேலே செருகிப் பிணம்போல் உடல் விறைக்கப் படுத்திருந்தான். சில கணங்களில் அவன் உடலெங்கும் நீலம் பாயத் தொடங்கியது.

இறைச்சியும் கள்ளும் இருந்த இரண்டு கலயங்களிலும் கடும் விஷம் கலக்கப்பட்டிருந்தது. முரட்டுக் கபாலிகனுக்கு நஞ்சிட்ட இறைச்சியும் கள்ளும் வைத்துவிட்டுப் போனவர்கள் யாராயிருக்குமென ஊர்மிளா சிந்தித்தாள். தன்னைக் காப்பாற்றப்

படகோட்டிச் சாமியாரான ஈழவராயர் வந்திருப்பார்; அவர்தான் இந்தச் சூழ்ச்சி செய்திருப்பார் என்று நினைத்தாள். அவள் முகம் ஆனந்தத்தால் மலர்ந்தது.

ஆனால் மரணத்தறுவாயில் பாம்புபோல் சீறிப் புழுப்போல் துடிக்கும் கபாலிகனைக் காணவே அவளுக்கு ஒருபுறம் பரிதாபமாகவும் இருந்தது.

அவனது உயிர் பிரியும் முகத்தைப் புரட்டி, "சாகப் போகிறாயே? இப்போதாவது சொல்! நீ யார்?" என்று கேட்டாள் ஊர்மிளா.

"நான்... சம்புமாலி...விஷம்!" என்று என்னவோ உளறினான். பயங்கரமாய்ச் சிரித்தான்.

ஊர்மிளாவைத் தேடிப்பிடிக்க ஜனநாதன் அனுப்பிய சம்புமாலியா இவன்? அல்லது சம்புமாலி வேறொருவனா? இந்தக் கபாலிகனிடமிருந்து அவளைக் கவர்ந்து செல்லச் சம்புமாலி விஷங்கலந்த உணவை அனுப்பிக் கொன்றுவிட்டான் என்று இவன் சொல்கிறானா? அப்படியானால் கபாலிகனைக் கொன்றுவிட்டுச் சம்புமாலி என்ற விஷப்பாம்பு காளி கோயிலின் வெளியே பயங்கரமாய்க் காத்திருப்பானோ? – இவ்வாறெல்லாம் ஊர்மிளா நடுங்கினாள்.

"கபாலிகனே! சாகப் போகிறாயே, உண்மையைச் சொல். உன்னைக் காப்பாற்ற முயல்கிறேன்!" என்று மெல்லிய குரலில் அவன் காதருகில் கெஞ்சினாள் ஊர்மிளா.

"நன்றி! நன்றி! நல்ல கருணை!" என்று கபாலிகன் என்னவோ பாம்புபோல் சீறி உளறினான். மரணத்தின் கடைசிப் பிடியில் அவன் நெருப்புப் பொறி பறக்க ஒரு முறை பயங்கரமாய்ச் சிரித்தான்; பிறகு உயிரை விட்டு விட்டான்!

ஊர்மிளாவுக்குத் தடையாயிருந்த கபாலிகன் பிணமாகிக் கிடந்தான். ஆனால் வெளியே இருந்த ஜனநாதன்...?

பிணம்போல் நன்றாக அயர்ந்து உறங்குகிறான் என்பதற்கு அடையாளமாக வெளியிலிருந்து ஜனநாதனின் குறட்டைச் சப்தம் பெரிதாகக் கேட்டது.

விடுதலை பெறப்போகும் பறவைபோல், ஊர்மிளா ஆனந்தத்துடன் காளிகோயில் கதவின் உட்புறத் தாழ்ப்பாளைத் திறந்து கொண்டு மெல்ல வெளியே ஓடினாள்.

வெளித் திண்ணைமீது, கரடுமுரடான தரைமீது, ஜனநாதன் தன் தலைப்பாகையால் முகத்தைப் போர்த்திக் கொண்டு நன்றாகக்

குறட்டை விட்டுத் தூங்கிக் கொண்டிருந்தான். இருளை ஊர்மிளா சுற்றுமுற்றும் ஊடுருவிப் பார்த்தாள். படகோட்டிச் சாமியாரான ஈழவராயனோ, சம்புமாலி என்ற பயங்கர மனிதனோ, வேறு எந்த ஆளின் அரவமுங்கூடக் காளி கோயிலின் அருகில் காணவில்லை!

காரிருளில் யாரோ அவள் பின்னாலிருந்து முந்தானையைப் பிடித்திழுக்கும் உணர்ச்சி தட்டியது. ஊர்மிளாவுக்கு ஒரு கணம் உயிரே போய்விட்டது போல் இருந்தது. வெடவெடவென்று மேனி நடுங்க மெல்லத் திரும்பிப் பார்த்தாள்.

வந்த வேகத்தில் அவள் முந்தானைக்குள் ஏதோ ஒரு மரக்கிளையின் நுனிதான் சிக்கிக்கொண்டு இழுத்தது. நிஜத்தைவிட வெறும் மனப்பிரமைதான் அதிகக் கோழைத் தனத்தைத் தருகிறது என்று நினைத்தாள். ஆனாலும் தெருவில் அப்பியிருக்கும் கன்னங்கரேலென்ற இருளும், சாக்குருவிகளின் ஒலமும், ஆந்தைகளின் அலறலும், காளி கோயிலின் சூலாயுதங் களும், இருளில் பேய்போல் தலைவிரித்தாடும் மொட்டை மரங்களும் அவளுக்கு அதிபயத்தை ஊட்டின. கண்ணை மூடிக் கொண்டு முன்னால் தாவி ஓடினாள்.

மறுகணம் ஏதோவொரு அதலபாதாளத்தில் சறுக்கிவிழும் உணர்ச்சி தட்டியது. உயிரோடிருக்கிறோமோ, இறந்துவிட்டோமோ என்று அவளுக்குத் திக்பிரமை உண்டாயிற்று. அவளுடைய இருகால்களையும் எழும்பவிடாமல் யாரோ அழுத்திப் பிடித்துக் கொண்டிருப்பது போல் தோன்றியது. நன்றாக இருளை ஊடுருவிப் பார்த்த போதுதான் காளி கோயிலின் முன்னாலுள்ள பாழடைந்த கிணற்றுக்குள் வழுக்கி விழுந்து கிடப்பதையும், கிணற்றிலுள்ள சகதியும் பாசிகளும் அவளது கால்களைப் பிடித்துக் கொண்டிருப்பதையும் கண்டாள். தன் மெல்லிய உடம்பில் தன் முழுப் பலத்தையும் வரவழைத்துக் கொண்டு கிணற்றிலிருந்து ஏறி வெளியே வந்தாள். அடுத்த கணமே கருவிழிகளை அகலவிரித்துக் கொண்டு குறுகலான ஓர் இருண்ட பாதையில் வேகமாக ஓடினாள்.

'வீரபாண்டியத் தேவரைக் காப்பாற்றப் போகிறோம்! அவரை எதிரிகளின் கையில் சிக்காமல் எச்சரித்து அனுப்புவதற்குப் போதுமான நேரம் இருக்கிறது!' என்ற எண்ணம் ஊர்மிளாவுக்கு ஒரு தனி வேகத்தைக் கொடுத்தது. அவள் நான்கு குதிரை வேகத்தைவிட மான்போல் மருண்டு துள்ளி ஓடிக் கொண்டேயிருந்தாள்!

அத்தியாயம் 11

பிரம்மாஸ்திரப் படலம்

'போர் அவர் அறிவுறாவகை மறைந்து அயன்தன்
வென்னற் போர்ப்படை விடுதலே நலமிது விதியால்'

— கம்ப ராமாயணம்

மத்தியான நேரத்தில் எவனுக்கும் சற்று எரிச்சல் வருவது சகஜம். வீரசேகரனோ எல்லோர்மீதும் எரிந்து விழுந்துகொண்டிருந்தான். எதிரே விஷமச் சிரிப்புடன் நிற்கும் ஜனநாதன் மீதுதான் அவனுக்கு அதிகக் கோபம் வந்தது. ஆனால் அவனைத் தன் ஆருயிர்த் தோழனாகவும் இலட்சியப் புருஷனாகவும் மதித்து வந்ததால் வீரசேகரன் தன் கோபத்தை அடக்கிக் கொண்டான்.

''தம்பி! ஊமைக் காயம் பொல்லாதது. அதை அறுத்துவிட்டு மருந்து வைத்துக் கட்டவேண்டும்!'' என்று ஜனநாதன் மெல்லச் சிரித்தான்.

''எனக்கு ஊமைக் காயம் எதுவும் ஏற்படவில்லை! முதல் சாமத்தில் ஓடிப்போன வீரபாண்டியனைப் பிடிக்க மூன்றாவது சாமத்தில் படைதிரட்டிச் சென்ற என் போர் வீரர்களுக்குக் கத்தியை உருவும் அவசியங்கூட ஏற்படவில்லை! நான் சுத்த வீரனாகையால் இந்த அவமானத்தை என்னால் சகிக்க முடியவில்லை! என் நெஞ்சில் இரத்தக் காயங்களுடன் படுதோல்வியடைந்து வெறுங் கையனாய்த் திரும்பியிருந்தாலும் எவ்வளவோ ஆனந்தமடைந்திருப்பேன்!''

''தம்பி! இந்த மதுரைக் கோட்டைக்குள் மீனாட்சி யம்மன் கோயிலில் திருஞானசம்பந்தர் கோலத்தில் வீரபாண்டியனின் மூத்தகுமாரன் பதுங்கியிருக்கிறான் என்று மட்டுந்தான் நான் யூகித்தேன்! என் யோசனையின் பிரகாரம் கிழவர் சம்புவராயர் தம்முடைய கையாட்களின் மூலம் அந்தப் பாலகனை வெகு சுலபமாகச் சிறைபிடித்து விட்டார்! கோட்டைக்கு வெளியே திருநாவுக்கரசர் கோலத்தில் காத்திருப்பவன் வீரபாண்டியன் என்று நீதான் யூகித்தாய்! நீதான் நம் சோழ அரசாங்கத்தின் படைகளையெல்லாம் திரட்டிச் சென்று வெறுங்கையனாய்த் திரும்பி

வந்திருக்கிறாய். அதற்காக உன் வேலைக்காரர்கள் முதல் உனக்குக் கத்திகள் செய்து கொடுத்தவனின் முப்பாட்டன் தலைமுறைவரை எரிந்துவிழுவது சுத்த அசட்டுத்தனம்! வேண்டுமானால் என்மீது எரிந்து விழலாம்! ஏனென்றால் நான் உன் ஆருயிர் நண்பன்!'' என்றான் ஜனநாதன்.

''நான் வீரபாண்டியனைப் பிடிக்க முடியாது என்று உனக்கு அப்பொழுதே தெரியும்! என் முயற்சியை நீ தடுத்திருக்கலாம்!'' என்றான் வீரசேகரன்.

''தடுத்திருந்தால், எங்கே எனக்குப் போட்டியாக முளைத்து விடுவாயோ என்ற பொறாமையால்தான் தடுக்கிறேன் என்று நீ நினைத்திருப்பாய்! தம்பி, நான் அநாவசியமாகப் பிறர் முயற்சிகளில் தலையிடும் வழக்கமில்லை!''

''வீரபாண்டியனைப் பிடிக்கப் போகிறேன் என்ற ரகசியம், பாழடைந்த காளி கோயிலின் வெளித் திண்ணையில் உட்கார்ந்து பேசிக்கொண்டிருந்த நம்மிருவரையும் தவிர, வேறு யாருக்கும் தெரியாது! ஊர்மிளாவை என்னிடமிருந்து தூக்கிச் சென்ற முரட்டுக் கபாலிகன் அப்பாழடைந்த காளி கோயிலினுள் பிணமாகிக் கிடந்தான்! ஊர்மிளாதான் நாமிருவரும் பேசியதை ஒற்றுக் கேட்டு, கபாலிகனைக் கொன்றுவிட்டு ஓடிச் சென்று, கோட்டைக்குள்ளிருந்தவாறு வெளியே மாறு வேஷத்தில் நிற்கும் வீரபாண்டியனை எச்சரித்திருக்க வேண்டும்!''

''அவ்வாறானால் ஓர் அபலையின்மீது கொலைக் குற்றமும் சதிக்குற்றமும் விழுகின்றன!''

''ஊர்மிளா அப்பாழடைந்த கோயிலினுள்ளிருந்து கதவைத் திறந்துகொண்டு வெளியே ஓடிவர வேண்டுமானால், வெளித் திண்ணையில் படுத்திருந்த உன்னைத் தாண்டிக் கொண்டுதான் ஓடியிருக்க வேண்டும்! அப்போது நீ ஏன் ஊர்மிளாவைத் தடுத்து நிறுத்தவில்லை?'' என்று கோபமாகக் கேட்டான் வீரசேகரன்.

''தம்பி! நம் அரசர்பிரானும் அரசாங்க சபையுங்கூட என்னிடம் கேட்கத் தயங்கும் கேள்விகளையெல்லாம் நீ கேட்கிறாய்! இந்த வாள் நிலை கண்டான் ஜனநாதக் கச்சிராயனைக் கேள்வி கேட்க உனக்கு என்ன அந்தஸ்து அல்லது அதிகாரம் இருக்கிறது?''

''ஆருயிர்த் தோழன், அரசியலில் என் இலட்சிய புருஷன் என்ற உரிமையால்தான் கேட்கிறேன்!''

''தம்பி! அறிவில் எப்படி நான் சாணக்கியனோ, அப்படியே உறக்கத்தில் கும்பகர்ணன்! ஊர்மிளா என் தலையை மிதித்துக்

கொண்டு என் உடம்பின்மீது ஏறி ஓடியிருந்தாலும் அது எனக்குத் தெரிந்திராது!''

''இவ்வளவு பெரிய படையை இரவின் மூன்றாவது சாமத்தில் ஏன் திரட்டிக் கொண்டு போனேன் என்று அரசாங்கம் என்னைக் கேட்டால் நான் என்ன சொல்வது?''

''இம் மதுரையை நம்மிடமிருந்து மீட்க வீரபாண்டியன் முற்றுகையிட்டால் எந்தச் சமயத்திலும் அதைச் சமாளிக்க நம் கையில் ஒரு பெரிய சோழியப் படை தயாராக இருக்கிறது என்று குடி ஜனங்களுக்குக் காட்டவே ராத்திரியில் திடுமென்று படைதிரட்டிச் சென்றதாக ஒரு பொய் சொல்லிவிடு! நடந்துபோன ஒரு விஷயத்தை நமக்கு ஏற்றவாறு சந்தர்ப்பம்போல் மாற்றித் திரித்துச் சொல்வதுதான் சரியான ராஜதந்திரமாகும்!'' என்று சிரித்தான் ஜனநாதன்.

''நான் சுத்த வீரனாகையால் பொய் சொல்லக் கூசுகிறேன்.''

''தம்பி! அரிச்சந்திர மகாராஜாக்களுக்கு அரசியலில் இடமில்லை! உன்னைப் போன்ற சத்தியசீலர்கள் அரசியல் துறைக்கு வந்தால், தனயனையும் தாலிகட்டிய மனைவியையும் ஏலம் கூறி விற்பது மட்டுமல்ல; உன் தலையையும் பறிகொடுக்க நேரிடலாம்!'' என்று சிரித்தான் ஜனநாதன்.

இவர்களிருவரும் இவ்வாறு ஜனநாதன் மாளிகையின் மேல் மாடியில் பேசிக்கொண்டிருந்தபோது, தெருவில் பாண்டிய ஜனங்கள் பெரும் ஊர்வலமாக வந்து கொண்டிருந்தனர்.

''உதவிக்கு வந்த சோழியப் படையே! உடனே திரும்பிப் போ!''

''விக்கிரம பாண்டியனுக்கு விரைவில் முடிசூட்டி விட்டு விரைவில் திரும்பிப் போ!''

''எங்கள் பாண்டிய நாட்டில் அன்னியர் அதிகாரம் ஒழிக!'' என்று வானமிடிய கோஷங்களிட்டவாறே ஜனங்கள் ஊர்வலம் சென்றனர்.

''நம் சோழியப்படை இப்பாண்டி நாட்டில் பாது காவலாயிருப்பதை இந்த ஜனங்கள் ஏன் இப்படி வெறுக்கிறார்கள்? நாம் ஆதரிக்கும் விக்கிரமபாண்டியன் கட்சியைச் சேர்ந்த கோட்டைத் தலைவர்கள்கூட நம்மைக் கண்டு முணுமுணுக்க ஆரம்பித்திருக்கிறார்களே, காரணமென்ன?'' என்று வீரசேகரன் வருத்தத்துடன் ஜனநாதனை நோக்கிக் கேட்டான்.

''தம்பி! நாம் எதற்காகப் படையெடுத்து வந்து இம்மதுரையைக் கைப்பற்றிக் கொண்டோம்? நம் சோழ

சாம்ராஜ்யத்துக்குப் பரமவிரோதியான வீரபாண்டியனிடமிருந்து பாண்டிய சிம்மாசனத்தைக் கைப்பற்றி, நம் இஷ்டப்படி ஆடும் பொம்மை ராஜாவாக விக்கிரம பாண்டியன் என்ற ஒரு அசடனை அதில் அமர்த்தி வைப்பதற்காகத்தானே?''

''ஆமாம்! விக்கிரமபாண்டியனுக்கு நாம் விரைவில் முடிசூட்டினாலென்ன?''

''விரைவில் நாம் இந்தப் பாண்டிய நாட்டை விட்டுத் திரும்பிப் போக நேரிடும்! அதனால் நம் சோழிய அதிகாரிகள் இங்கே சூறையாடி வரும் கொள்ளையும், இங்கு நம் சோழியப்படை இருப்பதற்காக நாம் பாண்டிய அரசாங்கத்திடம் வசூலித்து வரும் பெருவாரியான வரி வருமானமும் குறைந்து போகும்! தம்பி, நம் சோழ சாம்ராஜ்யம் திக்கெட்டும் வீரச் செல்வர்களை அனுப்பித் திக்விஜயம் செய்யும் வரை, நம்முடைய பூதாகாரமான போர்ப் படைகளுக்குத் தீனி போடும் வேலையை இந்தப் பாண்டிய நாட்டின் தலைமீதுதான் சுமத்தவேண்டும்! இதில் பொருளாதார தத்துவம் மட்டுமல்ல, இன்னொரு ராஜதந்திரமும் அடங்கியிருக்கிறது, தம்பி! நாம் மதுரையைக் கைப்பற்றியதுமுதல் விக்கிரமபாண்டியனுக்கு முடிசூட்டிவிட்டுத் திரும்பிப் போகும்வரை, அரசனில்லாத ஒரு இடைக்கால அரசாங்கம் அமைத்து அதை நாம் மறைமுகமாக நிர்வகித்து வருகிறோம்! தம்பி, நம் சோழ சாம்ராஜ்யத்தின் இஷ்டப்படி ஆடும் ஒரு பொம்மை அரசாங்கம் இப்பாண்டிய நாட்டில் உருவாக வேண்டுமானால், இந்த இடைக்கால அரசாங்கம் நடக்கும்போதே, இங்குள்ள முக்கியமான அரசியல் பதவிகளிலெல்லாம் நம்முடைய தாஸாநுதாஸர்களை அமர்த்திவிட்டுப் போகவேண்டும்! ஆகவே, விக்கிரம பாண்டியனுக்கு முடிசூட்டும் விழாவை எவ்வளவு தள்ளிப் போடுகிறோமோ அவ்வளவுக்கு நல்லது! இந்த அபூர்வமான யோசனையை நான்தான் நம் சோழ அரசாங்கத்திற்கு உணர்த்தினேன்! ஆனால் அந்தரங்கமான என் கருத்து என்ன தெரியுமா?''

''என்ன?''

''நூறு வருஷங்களுக்கு முன் எங்கள் பல்லவ சாம்ராஜ்யம் அடியோடு அழிந்ததுபோல், இந்தப் பாண்டிய சாம்ராஜ்யமும் நம் சோழ சாம்ராஜ்யமும் ஒன்றோடொன்று மோதிக்கொண்டு இரண்டுமே அடியோடு அழிந்து விட வேண்டுமென ஆசைப்படுகிறேன். வீரபாண்டியன் நம்மிடமிருந்து இம்மதுரையை மீட்கப் பெரும் படை திரட்டி வந்து நம் சோழியப் போர் வீரர்களோடும் போரிட வேண்டுமென்பது என் திட்டம். இப்போது நாம் விக்கிரம பாண்டியனுக்கு முடி சூட்டிவிட்டால், விஷயம்

முடிந்துவிட்டதென்று வீரபாண்டியன் கோழைபோல் சரணாகதியடைந்துவிடுவானோ என்ற தயக்கம் எனக்கு!''

"என்ன ஜனநாதா! நீயா இப்படிச் சொல்கிறாய்?"

"இல்லை, தம்பி! நம் கிழவர் சம்புவராயர் ஒருவேளை உன்னிடம் இப்படி அர்த்தவியாக்கியானம் செய்யக் கூடுமென்றுதான் சொன்னேன். உன்னிடம் பிடிபடாமல் ஓடிவிடும்படி வீரபாண்டியனை எச்சரிப்பதற்காகத்தான், பாழடைந்த கோயிலில் முரட்டுக் கபாலிகனை நானே கொன்று, ஊர்மிளாவை ஓடிவிட விட்டேன் என்றுகூட நீ அவரிடம் சொல்லலாம்!" என்று சிரித்தான் ஜனநாதன். அவன் வழக்கம்போல் விளையாட்டாய்ப் பேசுகிறான் என்று நினைத்து வீரசேகரனும் அவனோடு சேர்ந்து சிரித்தான்.

"சரி தம்பி, கிளம்பு!"

"எங்கே?"

"இன்று நாம் ஆதரிக்கும் விக்கிரமபாண்டியனின் கட்சியைச் சேர்ந்த பல பாண்டி நாட்டுக் கோட்டைத் தலைவர்கள் ஒன்று கூடுகிறார்கள். இன்று இடைக்காலப் பாண்டிய மந்திராலோசனை சபை கூடுகிறது. அதில் வந்து கலந்துகொள்ளும்படி நம் சோழிய அதிகாரிகள் அனைவருக்கும் அன்புடன் அழைப்பு அனுப்பியிருக்கிறது. அந்தச் சபை நமக்கு ஒரு சிறு விருந்து நடத்தியபிறகு, விக்கிரமபாண்டியனுக்கு நாம் எப்போது முடிசூட்டப் போகிறோம் என்று ஒரு பெரிய கேள்வி போடும். அதற்குப் பதில் சொல்லும் பொறுப்பை நம் சோழ அரசாங்கம் என் தலைமீதுதான் சுமத்தியிருக்கிறது."

"அதற்கு என்ன செய்யப் போகிறாய்?"

"எல்லோரையும் ஒடுங்கிவிடச் செய்யும் ஒரு பிரம்மாஸ்திரம் என்னிடம் இருக்கிறது. அதை நான் பிரயோகித்ததும் பாண்டிய சபையிலுள்ள அத்தனை வானரங்களும் அப்படியே ஸ்தம்பித்துப் புத்தி கலங்கி உணர்ச்சி ஒடுங்கிப் போய்விடும்!" என்று சிரித்தான் ஜனநாதன்.

"அதென்ன பிரம்மாஸ்திரம்? கம்பர் ராமாயணம் எழுதும் காலத்தில்தான் நாம் இருக்கிறோமென்றாலும் ராமாயணம் நடக்கும் புராண காலத்திலா இருக்கிறோம்?"

"தம்பி, நான் பிரம்மபுத்திரர்களைப் போல ஒரு அறிவாளியாகையால், வெறும் இரும்பு ஆயுதங்களை உபயோகப்படுத்துவதில்லை! சர்வ வல்லமை படைத்த சொல் ஆயுதங்களைத்தான் உபயோகப்படுத்துவேன். நான்முகனின்

பிரம்மாஸ்திரம் என்பது அறிவாளிகள் நடத்தும் மாயைப் போரில் நான்கு திசைகளிலுள்ள ஜனக்கும்பலையும் சக்தியற்றதாக்கிவிடும் ஒரு சொல் அஸ்திரந்தான்! பார் இன்று அந்தப் பிரம்மாஸ்திரத்தின் வலிமையை!'' என்றான் ஜனநாதன்.

இவ்வாறு அவனும் வீரசேகரனும் உரையாடிக் கொண்டே, இரண்டு குதிரைகள் மீதேறி, மதுரை நகரின் தெற்குப் புறமுள்ள பாண்டியர்களின் புராதனமான அரண்மனை வாசலை அடைந்தனர். வாசலில் ஏராளமான பாண்டியப் பிரஜைகள் கும்பல் கூடி வீரகோஷங்களிட்டவாறு ஆக்ரோஷத்துடன் நின்றனர். அந்த ஜனத்திரளை உள்ளே நுழைந்து விடாதபடி வாசலில் ஏராளமான போர் வீரர்கள் தங்கள் கத்திகளை உருவித் தடுத்தவண்ணம் நின்றனர். ஜனநாதனும் வீரசேகரனும் அரண்மனைக்குள் கம்பீரமாக நுழைந்து அங்குள்ள மந்திராலோசனை மண்டபத்தை அடைந்தனர். விக்கிரம பாண்டியனுக்கு இன்னும் சோழர்கள் முடிசூட்டவில்லையாதலால், மண்டபத்தின் நடுவே இருந்த சிம்மாசனம் சூன்யமாகவே இருந்தது. அதனருகிலுள்ள ஒரு சிறு ஆசனத்தில், விக்கிரமபாண்டியன், தன் கட்சியைச் சேர்ந்த கோட்டைத் தலைவர்கள் புடைசூழத் தலை குனிந்தவாறு அமர்ந்திருந்தான். அவன் வாலிப வயதினனானாலும் அவன் முகத்தில் பிள்ளைபோன்ற மருட்சியும், அசட்டுக் களையும், ஒருவிதப் பீதியும் நிறைந்திருந்தன.

''அவன் யார்?'' என்று வீரசேகரன் மெல்லிய குரலில் ஜனநாதனைக் கேட்டான்.

''தம்பி! அவன்தான் நம்முடைய ராமாயணத்தில் விபீஷண ஆழ்வார்! நாம் வீரபாண்டியனிடமிருந்து இப்பாண்டி நாட்டின் அரசுரிமையைப் பரிபூர்ணமாகப் பறித்து அவனுக்கு முடிசூட்டுவோமென நம்மிடம் அடைக்கலம் புகுந்திருக்கும் விக்கிரமபாண்டியன்!'' என்றான் ஜனநாதன் மெல்ல.

''அவனது வலது கைபோல் வலது கைப்புறம் பூதாகாரமான தோற்றத்துடன் சுயநலம் வழியும் பூனைப் பார்வையுடன் ஒருவன் திமிராக உட்கார்ந்திருக்கிறானே, அவன் யார்?''

"அவன்தான் அஞ்சுகோட்டை நாடாள்வான்! பாண்டிய நாட்டுக் கோட்டைத் தலைவர்களில் அதி முக்கியமானவன்! அவனும் விபீஷண ஆழ்வார் வர்க்கத்தைச் சேர்ந்தவன்தான்! வீரபாண்டியன் மீது நாம் படையெடுத்து வந்து இம்மதுரைக் கோட்டையை முற்றுகையிட்டபோது, வீரபாண்டியனின் மூத்த மகனுக்குத் துணையாக நின்று போரிடுவதாகப் பாசாங்கு செய்து நல்ல சந்தர்ப்பத்தில் நம் கையாளாக மாறி வீரபாண்டியனுக்குத் துரோகம் செய்து வடக்குக் கோட்டை வாசலை நமக்கு இரகசியமாகத் திறந்து விட்டவன்!"

"சுயநலம், பேராசை, வஞ்சகம், மமதையெல்லாம் ஒன்றாக உருவானதுபோல் அவன் முகம் இருக்கிறது! குட்டைச் சகதியில் கிடக்கும் சிறுமீனைப் போல அவன் கண்கள் எவ்வளவு குரூரமாக இருக்கின்றன!"

"தம்பி! அவன்தான் நம் ராமாயணத்தில் மகரக் கண்ணன்! ஏனெனில் இந்தப் பாண்டி நாட்டின் மகரக் கொடிக்கு தன்னைக் கண் போன்றவன் என்று நினைத்துக் கொண்டிருக்கிறான்! விரைவில் தனக்கு உத்திரமந்திரி பதவி வேண்டுமென்பதற்காக விக்கிரம பாண்டியனுக்கு நாம் விரைவில் முடிசூட்ட வேண்டுமென ஆசைப் படுகிறான்!"

இவ்வாறு இருவரும் மெல்லிய குரலில் சம்பாஷித்துக் கொண்டே மந்திராலோசனை சபைக்குள் உற்சாகமான வரவேற்பு வாழ்த்துக்களுடன் நுழைந்தார்கள்.

சுவையான ஒரு சிறு விருந்துக்குப் பிறகு, பாண்டிய மந்திராலோசனை சபை ஒன்றுகூடிச் சுவையற்ற முறையிலே சோழியர்களின் படையுதவிக்குப் பெரும் நன்றி செலுத்தி வாழ்த்துக் கூறியது.

ஜனநாதன் அச்சபையை நோக்கி, "எங்களை நீங்கள் வாழ்த்துவதை நம்புவதா, அல்லது வெளியிலுள்ள ஜனங்கள் தூற்றுவதை நம்புவதா என்று எனக்குப் புரியவில்லை! வெளியேயுள்ள உங்கள் ஜனங்கள் ஏன் கூச்சல் போடுகிறார்கள்? ஒவ்வொரு பிரஜையும் ஊமையாகப் பிறப்பதைத்தான் எங்கள் சோழ அரசாங்கம் விரும்பும்!" என்று விஷமப் புன்னகை செய்தான்.

அஞ்சுகோட்டை நாடாள்வான் வெடுக்கென்று எழுந்து நின்று, "இதோ எங்கள் விக்கிரமபாண்டிய தேவருக்கு முடிசூட்டுவதற்காகத்தான் வீரபாண்டியனிடமிருந்து உங்கள் சோழியப் படை இம்மதுரையைக் கைப்பற்றியது! இப்போது தனியரசான பாண்டிய நாட்டை உங்கள் சோழப் பேரரசோடு இணைத்து விடுவீர்களோ என்ற சந்தேகம் எங்கள் ஜனங்களுக்கு

உண்டாகி யிருக்கிறது! ஜனங்களைத் திருப்தி செய்வதற் காகவாவது நீங்கள் விரைவில் முடிசூட்டு விழாவை நடத்தி விடவேண்டும்!'' என்றான்.

''மிகவும் அவசரப்படுகிறீர்கள்! இப்பாண்டிய நாட்டிற்கு யார் யாரை மந்திரிகளாக்குவது, முக்கியமாக உத்திர மந்திரியாக எவரை நியமிப்பது என்று எங்கள் சோழ ராஜசபையில் சமர்ப்பிக்க இன்னும் நான் ஒரு பட்டியலும் தயாரிக்கவில்லையே!'' என்றான் ஜனநாதன்.

அப்போது வெளியேயிருந்த ஜனங்களின் கோஷங்களும் கூச்சல்களும் அதிகமாகிவிட்டன.

''இந்த அரண்மனைக்கு வெளியே எங்கள் ஜனங்கள் கொந்தளித்துக் குமுறித் திரண்டு நிற்கிறார்கள். இன்னும் சிறிது நேரம் சென்றால் ஜனங்கள் பெருங்கலகம் செய்து உள்ளே நுழைய முயல்வார்கள்! அவர்களை என்ன செய்வது? அத்தனை பேரையும் வெட்டியெறியும்படி எங்கள் போர் வீரர்களுக்கு உத்தரவிடட்டுமா?'' என்று கேட்டான் அஞ்சுகோட்டை நாடாள்வான்.

''வேண்டாம்; ஒரு சிறு குழந்தைக்கும் ஒரு சிறு காயங்கூட ஏற்படாதபடி அத்தனை ஜனங்களையும் உள்ளே விட்டுவிடுங்கள்! நான் இந்த மந்திராலோசனை சபையில் பேசுவதை அப்பாவிகளான ஜனங்களும் மௌனமாகக் கவனிக்கட்டும்!'' என்றான் ஜனநாதன்.

அஞ்சுகோட்டை நாடாள்வான் அளவிறந்த ஆனந்த மடைந்தவனாய் அவ்வாறே உத்தரவிட்டதும், ஜனங்கள் மடைதிறந்த வெள்ளம் போல் உள்ளே பாய்ந்து வந்து மந்திராலோசனை சபையைச் சுற்றிலும் சூழ்ந்து கொண்டு நின்றார்கள்.

ஜனக் கும்பலிலிருந்து ஒரு பாண்டிய வாலிபன் ஜனநாதனை நோக்கிப் பலமாகக் கூவினான்:

''சோழிய அதிகாரிகளே! விரைவில் விக்கிரம பாண்டியனுக்கு முடிசூட்டிவிட்டு விரைவில் உங்கள் நாட்டிற்குத் திரும்பிப் போங்கள்!'' என்று அவன் கத்தினான்.

அதைத் தொடர்ந்து ஜனங்களும், 'முடி சூட்டு!' 'முடி சூட்டு!' என்று ஆக்ரோஷமாய்க் கூவினார்கள்.

''முடிசூட்டத்தான் போகிறோம்! எங்கள் குலோத்துங்க சோழச் சக்கரவர்த்தியே தம் திருக்கையால் உங்கள் விக்கிரம பாண்டியத் தேவரின் தலையில் முடிசூட்டுவார்!'' என்று ஜனநாதன் பலமாகக் கத்தியதும் ஜனக்கும்பலில் அமைதியும் ஆனந்தமும் நிலவின.

ஜனநாதன் அந்த ஜனத்திரளை நோக்கி, ''நாங்கள் முடிசூட்டத் தயார்தான்! ஆனால் இந்த விக்கிரம பாண்டியத்

தேவரின் தலையில் முடியென எதைச் சூட்டுவது? பாண்டிய மன்னர்கள் வாழையடி வாழையாகத் தரித்துவந்த பாண்டிய வம்சத்தின் பொன்முடி, உங்கள் மூதாதையர்கள் கண்டுகளித்து வந்த புராதனமான மகரமுடி, உண்மையான ராஜமுடி, இப்போது தலைமறைவாய்த் திரியும் வீரபாண்டியன் கையிலன்றோ சிக்கிக் கொண்டிருக்கிறது!" என்றான் ஜனநாதன்.

அதைக் கேட்டதும் அஞ்சுகோட்டை நாடாள்வான் உட்படப் பல பாண்டிய நாட்டுத் தலைவர்களும் ஒருவரையொருவர் பார்த்துத் திருதிருவென விழித்தார்கள்.

ஜனநாதன் ஜனங்களை நோக்கி மேலும் தொடர்ந்து, "எங்கள் நாட்டிற்கு விரைவில் திரும்பிப் போகவேண்டுமென்ற ஆசையால் நாங்கள் அவசரப்பட்டு ஒரு போலி முடி தயாரித்து விக்கிரம பாண்டியரின் தலையில் சூட்டினால் அதை நீங்கள் ஒப்புக் கொள்வீர்களா? உலகம் காறி உமிழாதா? சுற்றுப் பிரதேசத்திலுள்ள மக்களும் மன்னரும் அங்கீகரிப்பார்களா? எங்கள் குலோத்துங்கச் சோழ சக்கரவர்த்தி உண்மையான ராஜரத்தத்தில் பிறந்தவரென்றால், ராஜ ராஜ சோழன் காலம் முதல் வாழையடி வாழையாகச் சோழ வம்சத்தினர் தரித்துவரும் உண்மையான ராஜமுடி தரித்திருப்பவரென்றால், இந்த விக்கிரம பாண்டியர் தலையில் புராதனமான பாண்டிய வம்சத்தின் பொன்முடியைச் சூட்டுவாரே தவிர, வேறு எந்தப் போலி முடியையும் தம் கையால் தொடவும் மாட்டார்!" என்றான் ஜனநாதன்.

அங்கிருந்த ஜனங்கள், அதிகாரிகள் அனைவரும் உணர்ச்சி ஒடுங்கி, சப்த நாடியும் அடங்கி, பிரம்மாஸ்திரத்தால் கட்டுண்டவர்கள் போல் ஸ்தம்பித்து விட்டனர்.

சிறிது நேரத்தில் ஜனங்கள் சுயநினைவு பெற்று, "எங்களுக்குப் போலி முடி வேண்டாம்! புராதனமான பொன்முடிதான் வேண்டும்!" என்று கத்தத் தொடங்கினர். ஜனநாதன் பிரசங்கம் செய்த களைப்புத் தீரச் சற்று ஒதுப்புறமாய்ச் சென்று காற்று வீசும் சாளரத்தருகில் நின்றான். அவனைத் தொடர்ந்து அளவிறந்த வியப்புடன் வீரசேகரனும் வந்து நின்றான்.

"தம்பி! பார்த்தாயா என் பிரம்மாஸ்திரத்தின் வேலையை? வானர சேனைகள் அத்தனையும் வாயடங்கி ஒடுங்கிப் போய் விட்டன!" என்று ஜனநாதன் மெல்லச் சிரித்தான்.

அப்போது அஞ்சுகோட்டை நாடாள்வான் மதயானை போல் மமதையான நடையுடன் எழுந்து வந்து ஜனநாதனை நோக்கி, "நான் யார் தெரியுமா?" என அழுத்தலோடு கேட்டான்.

"தெரியாது!" என்று ஜனநாதன் அலட்சியமாகப் பதிலளிக்கவே, நாடாள்வானின் முகம் சிறிது சுருங்கியது.

"என்னைத் தெரியாதவர்கள் யாரும் இருக்க முடியாதே! உங்கள் சோழ அரசாங்கத்திற்கு ஆருயிர் நண்பனான என்னை நீர் சுலபமாக மறந்துவிடவும் மாட்டீர்!"

"நான் ஆருயிர் நண்பர்களை அடுத்த கணமே மறந்துவிடுவேன்! அற்பமான பகைவர்களைத்தான் அதிக காலம் ஞாபகம் வைத்துக் கொண்டிருப்பேன்!" என்றான் ஜனநாதன் விஷமப் புன்னகையுடன்.

"என்னைப் பார்த்திருக்க மாட்டீர்! ஆனால் நிறையக் கேள்விப்பட்டிருப்பீர்! நான்தான் அஞ்சுகோட்டை நாடாள்வான்!"

"அஞ்சுகோட்டைகளில் ஒரு கோட்டையையும் நான் பார்த்ததில்லை! பாண்டி நாட்டில்தான் மணல் கோட்டைகளுக்குக் கணக்கு வழக்கில்லையே?" என்று ஜனநாதன் கூறியதும் அஞ்சுகோட்டை நாடாள்வானின் மமதையான முகம் அதிகம் வாடிச் சுருங்கிவிட்டது.

"நீங்கள் வீரபாண்டியன்மீது படையெடுத்து வந்து இம்மதுரையை முற்றுகையிட்டபோது, நான் இரகசியமாக வடக்குக் கோட்டை வாசலைத் திறந்து விடாதிருந்தால் உங்கள் சோழியப் படை இம்மதுரைக்குள் நுழைந்திருக்க முடியாது!" என்றான் நாடாள்வான்.

"அந்த நம்பிக்கைத் துரோகத்திற்கு இப்போது எங்களிடம் பரிசு கேட்கிறீரா? உமக்கு வேண்டியது இப்பாண்டி நாட்டின் உத்திர மந்திரி பதவிதானே?" என்று சிரித்தான் ஜனநாதன்.

அஞ்சுகோட்டை நாடாள்வான் கோபமும் மமதையும் பொங்க, "நான் இப்பாண்டி நாட்டுக் கோட்டைத் தலைவர்களுக்கெல்லாம் அதிமுக்கியமானவன்! நான் வாயசைத்தால் இன்னும் எத்தனையோ கோட்டைத் தலைவர்கள் வீரபாண்டியனின் கட்சியிலிருந்து விலகி என் கட்சியில் சேர்வார்கள்! உங்கள் சோழியப் படையின் உதவியில்லாமலே நானே படைதிரட்டிச் சென்று வீரபாண்டியனைக் கொன்று புராதன பாண்டிய வம்சத்துப் பொன்முடியை வெகு விரைவில் கொண்டு வந்து விடுவேன்!" என்றான்.

"சந்தோஷம்! ஆனால் வீரபாண்டியன் எந்த ஊரில் பதுங்கியிருக்கிறான், எந்தக் கோட்டைக்குள் இரகசியமாய்ப்படை தயாரிக்கிறான் என்ற விஷயம் முதலில் தெரிய வேண்டுமே?" என்றான் ஜனநாதன்.

''உங்கள் சோழிய அதிகாரி சம்புவராயர்தான் வீரபாண்டியனின் மூத்த குமாரனைச் சிறை பிடித்துவிட்டாரே! அந்தச் சிறு பையனைச் சித்திரவதை செய்தால் எல்லா விஷயத்தையும் கக்கிவிடுகிறான்!'' என்றான் நாடாள்வான்.

''இதை முன்கூட்டியே யூகித்துத்தான் வீர பாண்டியனின் மூத்த மகனை இந்தச் சபையில் பகிரங்கமாக விசாரணை செய்வதற்காகக் கொண்டு வரும்படி எங்கள் கிழவர் சம்புவராயருக்குச் செய்தி யனுப்பியிருக்கிறேன்!... அதோ, அவரும் வந்துவிட்டார்'' என்றான் ஜனநாதன்.

அப்போது கிழவர் சம்புவராயர் முகத்தில் வெற்றிக்களை தாண்டவமாடக் கம்பீரமாக வந்து நின்றார். அவர் பின்னால் ராட்சசர்கள் போல் இருபது சோழிய வீரர்கள், பன்னிரண்டு வயதுகூட நிரம்பப் பெறாத ஒரு சிறுவனின் கைகளில் விலங்கிட்டு, இரும்புச் சங்கிலிகளால் பிணைத்து விசாரணைக்காக அந்தச் சபையின் முன் கொண்டுவந்து நிறுத்தினார்கள்.

அந்தச் சிறுவனின் பச்சிளம் முகத்தில், ஒரு மருட்சியும், இரும்புச் சங்கிலிகளால் ஏற்படும் வேதனையும் நிறைந்திருந்தன! சபையை மிரள மிரளப் பார்த்துக் கொண்டே பிடிபட்ட மான்போல் மருண்டு நின்றான் வீரபாண்டியனின் மூத்த மகன் பராக்கிரமன்!

அத்தியாயம் 12

அட்சகுமாரன் வதைப்படலம்

நண்ணினன் நானும் நின்றேன்,
காலனும் நணுகி நின்றான்.

– கம்ப ராமாயணம்

மந்திராலோசனை சபையையும் அதில் விஷப் பாம்புகள் போல் நெளியும் துரோகிகளான பாண்டிய நாட்டுக் கோட்டைத் தலைவர்களையும், பிரம்ம ராட்சஸர்கள் போல் வீற்றிருக்கும் சோழிய அதிகாரிகளையும் வீரபாண்டியனின் மூத்த மகன் மிரள மிரள விழித்துப் பார்த்தான். பன்னிரண்டு வயதுகூட நிரம்பப் பெறாத அந்தச் சிறுவனின் முகத்தில் ஒருவித மருட்சி இருந்ததே தவிர, அழுகையோ கண்களில் ஒரு துளிக் கண்ணீரோ சிறிதும் இல்லை!

சுமக்க முடியாத இரும்புச் சங்கிலிகளையும் கனமான விலங்குகளையும் அவனது மெல்லிய உடல் சுமந்து கொண்டிருந்தாலும் அந்தச் சிறுவன் சிறிதுகூடத் தலை குனியவில்லை; நன்றாக நிமிர்ந்தே நின்றான்! காட்டுப் பன்றிகளுக்கும் குள்ள நரிகளுக்கும் நடுவே நிற்கும் சிறு புலிக்குட்டி போலவே நின்றான்.

பால் வழியும் முகமுள்ள அந்தப் பாலகனை இந்த நிலையில் கண்ட ஜனத்திரள், ஒருவிதப் பச்சாத்தாப உணர்ச்சியுடன் மௌனமாகி விட்டது.

வீரசேகரன் மெல்ல ஜனநாதனை நோக்கி, ''அந்தச் சிறுவனைப் பார்க்கும்போது எனக்குப் பரிதாபம் உண்டாகிறது. சிறிதும் பயமில்லாமல் இத்தனை எதிரிகளின் மத்தியில் தனியொரு வனாக எவ்வளவு கம்பீரமாக நிற்கிறான்! இந்தச் சபை என்னதான் விசாரித்தாலும் பையன் வாய்திறந்து எதுவும் சொல்ல மாட்டான் போலிருக்கிறது!'' என்று தன் முகத்தை வேறு புறம் திருப்பிக் கண்களில் துளிக்கும் கண்ணீரை அடக்கிக் கொண்டான்.

ஜனநாதனோ ஒன்றும் சொல்லாமல் வழக்கம்போல் விஷமச் சிரிப்புடன் காட்சியளித்தான்.

''இந்தப் பாண்டிய ராஜாங்க சபை ஏதோ பிரமாதமாக எதிர்பார்த்து இன்று கூடியது! ஆனால் கடைசியில் இங்கே என்னதான் உருப்படியாக நடக்கப் போகிறதோ, தெரியவில்லை!'' என்றான் வீரசேகரன்.

''என்ன நடக்கும்? கடைசியில் அட்சகுமாரன் வதைப்படலம் தான் நடக்கும்!'' என்று மெல்லச் சிரித்தான் ஜனநாதன்.

''அட்ச குமாரனா? அது யார்? இங்கே என்ன கம்பராமாயணமா நடக்கப் போகிறது?''

''தம்பி! அதோ நிற்கும் வீரபாண்டியனின் மூத்த குமாரனைத் தான் நான் அட்சகுமாரன் என்றேன்! ஏனெனில், வீரபாண்டியனை ராவணன் என்று நம் சோழ அரசாங்கம் அடிக்கடி சித்திரித்துப் பேசி வருகிறது! ராவணனின் மகன் கம்ப ராமாயணப்படி அட்ச குமாரனில்லையா? அதுவும் ஒரு குரங்கின் கையில் அகப்பட்டு மடிந்தானில்லையா?''

''குரங்கு யார்?''

''அனுமார்தான்!'' என்று ஜனநாதன் பிரகாசமான பல்வரிசையெல்லாம் தெரிய மெல்லப் பரிகாசமாய்ச் சிரித்தான்.

அந்த ஜனத்திரளின் மத்தியில் சித்திரப் பாவைகள் போல் நின்ற பெண்களின் கும்பலில் ஊர்மிளாவும் இருந்தாள். வீரசேகரனோ அல்லது வேறு யாருமோ தன்னைப் பார்த்துவிடக் கூடாதேயென்று, அடையாளம் தெரியாதபடி முகத்தை முக்காட்டு மறைத்துக் கொண்டு, தாமரைக் குளத்திலுள்ள மலர்களின் மத்தியில் கூம்பித் தொங்கும் தாமரை போல முகத்தைத் தொங்கப் போட்டுக் கொண்டு நின்றாள். வீரபாண்டியனின் மூத்தகுமாரனை எப்படியாவது காப்பாற்ற வேண்டுமேயென்று அவள் நெஞ்சு பரிதவித்தது. அந்தச் சிறு பையன் எதிரிகளிடம் பிடிபட்டு, எந்த விதத்திலும் தப்ப முடியாதபடி பல புலிகளின் மரணப் பிடியில் சிக்கிக்கொண்டு விட்டானே என்று அவளது பெண் நெஞ்சு பாகாய் உருகியது. அவனைக் காப்பாற்றுவதற்காகத் தன் உயிரையும் கொடுக்கச் சித்தமாயிருந்தாள். ஆனால் அவளது உயிரைப் பிரதியாய் வாங்கிக் கொண்டு வீரபாண்டியனின் மூத்த குமாரனை ஒருபோதும் விட்டுவிட மாட்டார்களே என்று கலங்கினாள். அவளுக்குச் சட்டென்று, தூரத்தில் நிற்கும் வீரசேகரனின் நினைப்பு வந்தது. வீரசேகரனுக்கு அவள்மீது அன்பு உண்டென்பதும், அவள் வாய் திறந்து கேட்டால் ஆனந்தமாகத் தன் உயிரைக் கூடக் கொடுத்து விடுவான் என்பதும் அவளுக்குத் தெரியும்! ஆனால் வீரசேகரன் தன் உயிரைக் கொடுப்பானே தவிர ஒருபோதும் கடமையுள்ளம் தவறமாட்டானே, என்னதான் கெஞ்சிக் கூத்தாடினாலும் வீரபாண்டியனின் மூத்த குமாரனைத் தந்திரமாகக் காப்பாற்றி விடுதலை செய்யச் சம்மதிக்க மாட்டானே, தியாகம் செய்வானே தவிரக் கடமை தவறி ராஜாங்கத்திற்கு நம்பிக்கைத் துரோகம் செய்ய மாட்டானே என்றெல்லாம் உள்ளூரப் பொருமினாள். பிறகு பொங்கி வரும் விம்மலையும் அழுகையையும், துக்கத்தையும் பல்லால் உதட்டைக் கடித்து அடக்கிக் கொண்டு மேலே நடப்பவனவற்றை மௌனமாகக் கவனிக்கத் தொடங்கினாள்.

பாண்டிய நாட்டுக் கோட்டைத் தலைவர்களில் ஒருவனான தொண்டைமான் ராயன் மந்திராலோசனை சபையில் எழுந்து நின்று, ‘‘சோழ நாட்டுப் பிரபல யானைப் படைத் தலைவரான அத்திமல்லர் சம்புவராயர் நம் சார்பாக வீரபாண்டியனின் மூத்தகுமாரன் பராக்கிரமனைச் சிறைபிடித்து வந்து நம்முன் நிறுத்தியிருக்கிறார்! இந்தப் பாண்டிய ராஜாங்க சபையின் சார்பாக அவரை வாழ்த்துகிறேன்!’’ என்றான்.

சிறைபிடிக்கப்பட்ட சிறுவன் பராக்கிரமன் சட்டென்று, "அந்தக் கிழவர் என்னைப் பிடிக்கவில்லை! இந்த முரட்டுச் சேவகர்கள் அத்தனை பேரும் சேர்ந்துதான் என்னைப் பிடித்தார்கள்!" என்று தன்னைப் பிடித்துக் கொண்டு நிற்கும் இருபது சோழிய வீரர்களையும் சுட்டிக் காட்டினான்.

ஜனத்திரள் கொல்லென்று சிரித்தது. ஜனநாதனோ அதிகமாகச் சிரித்தான்.

கிழவர் சம்புவராயர் தலை குனிந்தார். அந்தப் பையனின் முகத்தில் விழிக்கவே மனங்கூசியவராய், "இவனைச் சிறைபிடித்ததில் பெருமை இல்லை. இவன் மீனாட்சியம்மன் கோயிலில் திருஞான சம்பந்தர் கோலத்தில் பதுங்கியிருந்தான் என்பதையும், நகர்க்கோட்டையை விட்டு இவனைக் கடத்திக் கொண்டு போக முயற்சி நடந்தது என்பதையும் கண்டுபிடித்த பெருமையைத்தான் வாழ்த்த வேண்டும்!" என்று குறிப்பாக ஜனநாதனை ஒருமுறை பார்த்து விட்டு ஒரு மூலையில் போய் உட்கார்ந்து கொண்டார்.

பிறகு வீரபாண்டியனின் மூத்தகுமாரன் பராக்கிரமனைப் பாண்டிய ராஜாங்க சபை விசாரணை செய்யும் காட்சி ஆரம்பமாயிற்று.

தொண்டைமான் ராயன், அச்சிறுவன் முன்வந்து நின்று விசாரிக்கலானான்.

"தம்பி!" என்று துவங்கினான் தொண்டைமான்.

"நான் உன் தம்பியல்ல! உன் இளவரசன்!" என்றான் சிறுவன் பராக்கிரமன், வெடுக்கென்று கோபமும் கம்பீரமும் கலந்த குரலில்.

"நீதானே வீரபாண்டியனின் மூத்த குமாரன்? உன் பெயர்தானே பராக்கிரமன்?"

"ஏன், உனக்குத் தெரியாதா? எத்தனையோ தடவை என்னைச் சின்ன வயசில் உன் தோளில் தூக்கி வைத்துக்கொண்டு கொஞ்சி விளையாடினாயே?"

தொண்டைமான் ராயன் தலைகுனிந்தான். வீரபாண்டியனுக்குத் துரோகம் செய்தோமே என்ற மனச்சாட்சி அவன் நெஞ்சை அந்தக் கணம் ரம்பம்போல் அறுத்தது. பையனின் முகத்தை ஏறிட்டுப் பார்க்கத் தைரியமில்லாதவனாய்த் தலை குனிந்துகொண்டே மற்றக் கேள்விகளையும் வரிசையாகக் கேட்கலானான்:

"சோழ நாட்டுப் படை இம்மதுரைக் கோட்டையை முற்றுகையிட்டுக் கைப்பற்றியபோது உன் தந்தை வீரபாண்டியத் தேவர் தோற்றோடினாரே; எங்கே ஓடினார்?"

"என் தந்தை தோற்றோடவில்லை! நீங்களெல்லாம் சமயத்தில் துரோகம் செய்துவிட்டீர்கள்! அவர் மறுபடி படை தயாரித்துச் சண்டை போட்டு, அதோ அந்த சிம்மாசனத்தில் மறுபடியும் ராஜாவாக அமர்வார்!"

அப்போது அங்கிருந்த பல பாண்டிய நாட்டுக் கோட்டைத் தலைவர்கள் தலை குனிந்தார்கள்! சிலரின் கண்களில் கண்ணீரும் வந்துவிட்டது.

"இம்மதுரைக் கோட்டைக்குள் நீ மட்டுந்தான் சிக்கிக் கொண்டாயா? உன் தந்தை எங்கே? உன் தாய் எங்கே? உன் தம்பி எங்கே? அவர்களும் இந்த மதுரைக் கோட்டைக்குள் சிக்கிக் கொண்டு இன்னும் தலைமறைவாகப் பதுங்கியிருக்கிறார்களா?"

"இல்லை!"

"அப்படியானால் உங்கள் குடும்பம் எந்த ஊரில் இருக்கிறது? உன் தந்தை எந்த ஊரில் உள்ள கோட்டையில் இரகசியமாய்ப் படை திரட்டுகிறார்?"

"சொல்லமாட்டேன்!"

"உண்மையைச் சொல்லிவிடு! நீ ராஜபோகமாய் வாழலாம்! பிற்காலத்தில் நீ ஆள்வதற்குத் தென்பாண்டி நாட்டை வேண்டுமானாலும் தருகிறோம்!"

"எனக்கு ஒன்றும் வேண்டாம்!"

"நீ உண்மையைச் சொல்லாவிட்டால் என்ன செய்வார்கள் தெரியுமா?"

"தெரியும்! அடித்து உதைப்பார்கள்!"

அப்போது ஜனத்திரளில் பலர் விம்மி அழும் சப்தம் கேட்டது.

"கடைசி முறையாகக் கேட்கிறேன், சொல்லிவிடு!"

"சொல்லமாட்டேன்!"

அதற்கு மேலும் அந்தச் சிறுவனை விசாரிப்பதில் பிரயோஜனமில்லையென்று தொண்டைமான் ராயன் மௌனமாகி விட்டான்.

இவற்றைக் கவனித்துக் கொண்டிருந்த வீரசேகரன் மெல்ல ஜனநாதனின் காதருகில் குனிந்து, "அந்தப் பையன் பிடிவாதமாய்

ஒன்றையும் சொல்ல மாட்டேனென்று சாதிக்கிறானே? இனி என்ன செய்வார்கள்?'' என்று கேட்டான்.

"சித்திரவதை செய்து அவன் வாயிலிருந்து எப்படியும் விஷயத்தைக் கக்க வைத்துவிடுவார்கள்! விரல், கை, மூக்கு என்று ஒவ்வொரு அங்கமாய் வெட்டிச் சித்திரவதை செய்து கேட்கும்போதோ அல்லது இருதயத்தை வெட்டியெடுக்கும் போதாவது அந்தச் சிறுபயல் விஷயத்தைச் சொல்லிவிட மாட்டானா?''

"பாவம்! அந்தக் கண்ணறாவிக் காட்சியை வேறு நம் கண்களால் பார்க்கவேண்டாம்! வா, ஜனநாதா! இங்கிருந்து போய்விடுவோம்!''

"தம்பி! கவலைப்படாதே! இவ்வளவு பெரிய ஜனத்திரளின் முன் இந்த ராஜாங்க சபையில் பகிரங்கமாக அந்தச் சிறு பையனைச் சித்திரவதை செய்யமாட்டார்கள். அவனைத் தோள்மீது தூக்கி வைத்து வளர்த்த பல பாண்டி நாட்டுக் கோட்டைத் தலைவர்கள் இந்த ராஜாங்க சபையில் இருக்கிறார்களாகையால், இப்போது அந்தச் சிறுவனின் உடலில் ஒரு சிறு அங்கத்தை எவன் வெட்டினாலும், அவனை எல்லோரும் வெறுப்பார்கள். ஜனங்களும் அதைச் சகிக்காமல் கலகம் செய்வார்கள். ஆகவே, அவனைச் சிறைக்குக் கொண்டுபோய் இரகசியமாகவே சித்திரவதை செய்து எப்படியும் அந்தப் பையனின் வாயிலிருந்து விஷயத்தைக் கக்கவைத்து விடுவான் விக்கிரமபாண்டியன்!''

அப்போது விக்கிரம பாண்டியன் தன் ராஜாங்க சபையை நோக்கி, ''அந்தச் சிறு பையனான பராக்கிரமனின் பிதுர் பக்தியையும் தைரியத்தையும் நேர்மையையும் மிகவும் பாராட்டுகிறேன். ஆனால், இந்தத் தேச நலனுக்காக, வீரபாண்டியன் நம்மிடம் வந்து சரணாகதி அடையும்வரை அவனது மூத்த குமாரனைச் சிறையிலடைத்து வைக்க வேண்டிய அவசியம் ஏற்படுகிறது. கொண்டு போங்கள் அவனைச் சிறைக்கு!'' என்றான்.

ஜனநாதன் சட்டென்று விக்கிரம பாண்டியனின் முன்வந்து நின்று, ''உங்கள் பாண்டிய ராஜாங்க சபை அனுமதித்தால் இந்தச் சிறுவனைச் சில கேள்விகள் கேட்டுச் சில விஷயங்களை அறிந்து கொள்ள விரும்புகிறேன்!'' என்றான்.

விக்கிரம பாண்டியன் அதற்கு அனுமதியளித்ததும் ஜனநாதன் அச்சிறுவன் முன் வெகு அருகில் வந்து நின்று அவனை விசாரிக்கத் தொடங்கினான். ஜனநாதன் என்ன கேள்வி கேட்கப் போகிறான் என்று சபையில் இருந்த அனைவரும் ஆவலோடும் பீதியோடும் கவனித்தார்கள்.

ஜனநாதன் சட்டென்று, "குழந்தாய்! நான் யார் தெரியுமா?" என்று விஷமச் சிரிப்புடன் கேட்டான்.

"தெரியும்! நீ எங்கள் ஜன்ம சத்ரு! எங்கள் பாண்டி நாட்டை விழுங்க வந்த சோழநாட்டு அதிகாரிகளில் ஒருவன்!"

"தம்பி! எங்கள் சோழியப்படை எதற்காக வீரபாண்டியன்மீது படையெடுத்து வந்து இம்மதுரையைக் கைப்பற்றியது என்ற உண்மையான விஷயம் உனக்குத் தெரியுமா?"

"தெரியும்!"

"அப்படியானால் உன் அம்மா எங்கிருக்கிறாள் என்று சொல்! உன் தந்தை மறைந்திருக்கிற இடத்தை நீ சொல்லாவிட்டாலும், உன் அம்மா இருக்கிற இடத்தையாவது நீ சொல்லித்தானாக வேண்டும்!"

"என் அம்மா வீரசுவர்க்கத்தில் இருக்கிறாள்!"

"உன் சொந்த அம்மாவான இலங்கை ராணியைச் சொல்லவில்லை! அகில உலகத்திலும் இதுவரை பூத்திராத அழகியென்று சேரராஜன் மகளை உன் தந்தை புதிதாகக் கலியாணம் செய்து கொண்டிருக்கிறாரே, அந்தச் சின்ன அம்மாவைச் சொன்னேன்!" என்று சொல்லிவிட்டு ஜனநாதன் கலகலவென்ற பரிகாசமான விஷமச் சிரிப்புடன், "தம்பி! நிஜமாகவே உன் சிற்றன்னை மிக அழகாயிருப்பாளா?" என்று கேட்டான்.

அந்தச் சிறுவன் அளவிலா அருவருப்படைந்து ஜனநாதனின் முகத்தில் காறி உமிழ்ந்தான். நெற்றியில் விழுந்த எச்சிலைத் துடைத்துக் கொள்ளாமலே ஜனநாதன் மரம்போல் நின்றான். அதைக் கண்ட சோழநாட்டு அதிகாரிகளில் பலருக்கு உள்ளூர ஆனந்தம் பொங்கி வழிந்தது.

"தம்பி! புது மனைவியின் அழகில் மயங்கி அந்த மோகக் கிறக்கத்தினால்தான் உன் தந்தை தன் தலைநகரைப் பறிகொடுத்து விட்டுப் போரில் தோற்றோடினார்; மனைவியைப் பிரிந்துவர மனமில்லாமல்தான், இம்மதுரையை எங்களிடமிருந்து மீட்கப் படையெடுத்து வராமல் கோழைபோல் தலைமறைந்து அஞ்ஞாதவாசம் புரிகிறார் என்றெல்லாம் நான் நினைக்கிறேன்! இது உண்மையா?" என்று ஜனநாதன் மறுபடியும் கேட்டான்.

அந்தச் சிறுவன் மறுபடியும் ஜனநாதனின் முகத்தில் காறித் துப்பினான். மறுபடியும் ஜனநாதனின் அரசியல் தோழர்கள் அகமகிழ்ந்தார்கள். மறுபடியும் ஜனநாதன் தன் முகத்தில் விழுந்த எச்சிலைத் துடைத்துக் கொள்ளாமலே அடுத்த கேள்வியைக் கேட்டான்:

''தம்பி! உனக்கு இருக்கும் தைரியம்கூட உன் தந்தைக்கு இல்லையே! ஒரு யௌவனப் பெண்ணின் அமாநுஷ்யமான அழகு ஒருவனைக் கோழையாகவும் ஆக்கும்; இராவணனாகவும் ஆக்கும்!''

சிறுவன் மறுபடியும் ஜனநாதனின் முகத்தில் காறி உமிழ்ந்தான். அந்த எச்சிலையும் ஜனநாதன் துடைத்தெறிய வில்லை!

''தம்பி! இதோ என் தலைப்பாகையில் எங்கள் சோழ நாட்டுப் புலி இலச்சினை பொறித்திருக்கிறது. கங்கையும் கடாரமும் தாண்டித் திக்கெட்டும் திக்விஜயம் செய்யப் போகும் எங்கள் சோழ சாம்ராஜ்யத்தின் புலிக்கொடிக்கு வாழ்த்துக் கூறி வணங்கு! என் காலிலும், அதோ இந்நாட்டின் புராதன முடி சூடப்போகும் விக்கிரம பாண்டியத் தேவரின் காலிலும் விழுந்து கும்பிட்டு, மன்னிப்புக் கேள்! என் முகத்தில் நீ மூன்று முறை எச்சிலைத் துப்பியிருந்தாலும், உன் அசட்டுத்தனத்தை யெல்லாம் மன்னித்து விடுகிறேன்!'' என்றான் ஜனநாதன்.

சிறுவன் பராக்கிரமனோ நான்காவது முறையாகப் பலமாகக் காறிக் காறி ஜனநாதனின் முகத்தில் பலதடவை எச்சிலைத் துப்பினான். அவ்வளவு எச்சிலையும் ஜனநாதன் துடைத்துக் கொள்ளாமலே ஆக்ரோஷத்துடன் நின்றான். அவனோடிருந்த அவனது அரசியல் சகாக்களான சோழநாட்டு அதிகாரிகளுக்கோ உள்ளூர ஆனந்தம் பொங்கி வழிந்தது!

ஜனநாதனுக்கு மெய் சிலிர்த்தது! முகம் முழுதும் வடியும் எச்சிலைத் துடைத்துக் கொள்ளாமலே, ஜனநாதன் மிதியுண்ட புலிபோல ஆக்ரோஷத்துடன் திரும்பி ராஜாங்க சபையை நோக்கிக் கத்தினான்:

''பாண்டி நாட்டுக் கோட்டைத் தலைவர்களே! சோழ நாட்டின் அதிமுக்கியமான அதிகாரிகளில் ஒருவனான என்னை, அவனியாளப் பிறந்தான் வாள்நிலை கண்டான் ஜனநாதக் கச்சிராயனான என்னை, விருந்து என்று வரவழைத்து என் முகம் எச்சில் பணிக்கம் ஆவதை அநுமதித்துவிட்டீர்கள்! இந்த அற்பச் சிறுவன் உங்கள் முன்னிலையில் என் முகத்தில் ஒருமுறை இருமுறையல்ல; ஏழுமுறை எச்சிலைக் காறித் துப்பினான்! இது என் முகத்தில் துப்பப்பட்ட எச்சிலல்ல! ஜனநாதனின் முகத்தில் துப்பப்பட்ட எச்சிலல்ல! எங்கள் சோழ சாம்ராஜ்யத்தின் புலிக்கொடிமீது துப்பப்பட்ட எச்சில்! எங்கள் குலோத்துங்கச் சோழச் சக்கரவர்த்தியின் முகத்திலே துப்பப்பட்ட எச்சில்! இங்கு

விருந்துக்கு வந்த சோழ அதிகாரிகள் ஒவ்வொருவரின் முகத்திலும் துப்பப்பட்ட எச்சில்! சோழ சாம்ராஜ்யத்தின் சார்பாக நான் ஒவ்வொரு காரியத்தையும் செய்வது போலவே இந்த எச்சிலையும் சோழ சாம்ராஜ்யத்தின் சார்பாக ஏற்றுக் கொண்டேன்!'' என்று ஜனநாதன் சொன்னதும் அங்கிருந்த சோழிய அதிகாரிகளின் ஆனந்தம் வடிந்த முகங்களிலே இப்போது அவமானத்தின் எச்சில் வடிந்தது!

ஜனநாதன் மேலும் தொடர்ந்து சிம்ம கர்ஜனை செய்தான்: ''பாண்டி நாட்டுக் கோட்டைத் தலைவர்களே! இந்த அவமான எச்சிலை இந்தப் பையனின் ரத்தத்தால் கழுவித் துடைத்தெறிய உங்களில் ஒருவராவது முன்வரமாட்டீர்களா? உங்களில் ஒருவருக்காவது நன்றி விசுவாசம் இல்லையா?''

அங்கிருந்த பாண்டிய நாட்டுக் கோட்டைத் தலைவர்களில் ஒருவருக்காவது தைரியமில்லை. பையனைத் தீண்டினால் ஜனங்கள் கலகம் செய்வார்கள்; அனைவரின் வெறுப்புக்கும் ஆளாகி நசித்துப் போக நேரிடும் என்று எல்லோரும் நினைத்து, இருந்த இடத்தை விட்டு அசையாமல் இருந்துவிட்டார்கள்!

ஜனநாதனோ விடாமல் கத்தினான்: ''அதோ எங்களால் இந்நாட்டின் மன்னராகப் போகும் விக்கிரமபாண்டியத் தேவர்கூட எங்களுக்கு இழைக்கப்பட்ட அவமானத்துக்குப் பரிகாரம் தேடாமல் மௌனமாய் இருக்கிறார்! பங்காளி மகன் என்ற ரத்த பாசத்தால் அரசியல் பாங்கரிடம் நன்றி விசுவாசத்தை மறந்து விட்டதில் ஆச்சரியமில்லை! ஆனால் இந்நாட்டின் எதிர்கால உத்திரமந்திரியாகப் போகும் புத்திசாலிகூடவா இதற்கும் பரிகாரம் தேடாமலிருப்பார்? இந்த அவமானத்தை இந்தச் சிறுவனுடைய இரத்தத்தால் கழுவித் துடைத்தெறியாவிட்டால் என்ன நேரிடும் என்பதை அவர்கூடவா ஆலோசிக்காமலிருப்பார்?'' என்று ஜனநாதன், அங்கு ஒருபுறம் இருந்த அஞ்சுகோட்டை நாடாள்வானைக் குறிப்பாகப் பார்த்தான்.

அதைக் கண்டதும் அஞ்சுகோட்டை நாடாள்வான் மிதியுண்ட அஞ்சுதலை நாகம்போல் சீறியெழுந்து வந்து சிறுவன்முன் நின்று, கத்தியை உருவிக் கையால் பிடித்துக்கொண்டே கத்தினான்.

''மூடச் சிறுவனே! சோழ அதிகாரிக்கு மாபெரும் அவமானம் இழைத்துவிட்டாயே! அது ராஜாங்கத் துரோகம் என்றும் கருதாமல் இந்த ராஜாங்க சபையை அவமதித்துவிட்டாயே? தேசத் துரோகி!'' என்று உறுமினான் அஞ்சுகோட்டை நாடாள்வான்.

''அதைச் சொல்ல உனக்கென்ன யோக்கியதை இருக்கிறது? எனக்குத் துணையாக நின்று போரிடுவதாக என் தந்தையிடம் சத்தியம் செய்துவிட்டு, வடக்குக் கோட்டை வாசலை

எதிரிகளுக்குத் திறந்துவிட்ட நம்பிக்கைத் துரோகியல்லவா நீ!'' என்று சிறுவன் பராக்கிரமன் காறி உமிழ்ந்தான். அடுத்த கணம் ஆக்ரோஷத்தில் குமுறிய அஞ்சுகோட்டை நாடாள்வான் தன் கத்தியை ஓங்கி அச்சிறுவனின் கழுத்தை நோக்கி வீசினான்.

மறுகணம் அந்தச் சிறுவனின் தலை கழுத்திலிருந்து துண்டிக்கப்பட்டு விக்கிரமபாண்டியனின் காலடியில் வந்து விழுந்தது! சிறுவனின் கழுத்திலிருந்து பீறிட்ட ரத்தத்திலிருந்து சில துளிகள் ஜனநாதன் முகத்திலும் தெறித்தன. ஜனநாதன் தன் முகத்தில் ரத்தத் துளிகளோடு கலந்து வழியும் எச்சிலையெல்லாம் தன் விரல் நுனியால் நன்றாக வழித்தெடுத்து வீசினான். அந்த ரத்த நிறம் கொண்ட எச்சில் அஞ்சுகோட்டை நாடாள்வானின் முகத்தில் போய் விழுந்து வழிந்தது! தலையற்று விழுந்த சிறுவனின் முண்டத்தைக் கண்டதும் அங்கிருந்த ஜனத்திரள் ஒருகணம் திக்பிரமையடைந்து மௌனமாக நின்றது. மேலே என்ன செய்வது என்று ஜனங்களுக்கு ஒன்றும் புரியவில்லை.

அப்போது ஜனக் கும்பலிலிருந்து ஒருவன், ''அஞ்சுகோட்டை நாடாள்வான் ஒழிக! துரோகி ஒழிக!'' என்று முதன்முதலில் கத்தினான். அவ்வளவுதான்! அதைத் தொடர்ந்து ஆட்டு மந்தைகள் போல் மற்ற ஜனங்களும் உணர்ச்சி வசமாகி ஆத்திரமும் அருவருப்பும் கொண்டு கத்தினார்கள்: ''அஞ்சுகோட்டை நாடாள்வான் ஒழிக! துரோகி ஒழிக!''

''சோழநாட்டுக் குள்ள நரிகளே! ராட்சஸர்களே! எங்கள் நாட்டை விட்டுத் தொலைந்து போங்கள்!'' என்றெல்லாம் ஜனங்கள் கோஷமிட்டுக் கலகம் செய்யத் தொடங்கினார்கள்.

''அக்கிரமக் கொலை புரிந்த அஞ்சுகோட்டை நாடாள்வான் ஒழிக! கொலைக்குக் கொலை! பழிக்குப் பழி! ரத்தத்திற்கு ரத்தம்!'' என்று ஜனக் கும்பலில் ஒரு பகுதி ஆக்ரோஷமாகக் கத்திக்கொண்டே அஞ்சுகோட்டை நாடாள்வானை நோக்கி முன்னேறி வந்தது.

அஞ்சுகோட்டையான் அஞ்சிப் பதறி அரண்மனைக்குள் ஓடி ஒளிந்துகொண்டான்.

விக்கிரமபாண்டியனும் சகலவிதமான அதிகாரிகளும் கூடச் சபை மண்டபத்தை விட்டு எழுந்து உள் மண்டபங்களுக்குள் ஓடிக் கதவுகளைப் 'பட்பட்'டென்று மூடிக் கொண்டனர்!

இவ்வளவுக்கும் ஆதிமூல புருஷனான ஜனநாதனோ எங்கோ மாயமாய் மறைந்துவிட்டான்!

பாதுகாவலுக்கிருந்த போர் வீரர்களோ எவ்வளவுதான் வெட்டுக் குத்து உதை கொடுத்தும் பொங்கி எழும் ஜனசக்தியின் பேரலைகளை அடக்க முடியவில்லை. சிறிது நேரத்திற்குள் அந்த மந்திராலோசனை மண்டபம் பெரிய கலக மேடையாகவும் பெரும் போர்க்களமாகவும் மாறிவிட்டது!

பெண்களின் கும்பலோ, கீழே ரத்த வெள்ளத்தில் கிடக்கும் சிறுவனின் பிணத்தைப் பார்த்துப் பார்த்து விம்மி விம்மி அழுது, ஆண்களின் கும்பலுக்கு வீர ஆவேசக் கனல் மூட்டியது. அங்கு அழாமலிருந்த பெண்கள் தரையில் மூர்ச்சித்து விழுந்து கிடந்தனர்!

இவ்வளவு நேரமும் ஏதோ எதிர்பாராத அதிர்ச்சியால் தாக்குண்டு ஊர்மிளா முக்காடிட்ட வண்ணம் உயிரற்ற சிலைபோல் தூரத்தில் நின்றாள். அவளுக்குச் சுயநினைவு திரும்பி, கீழே கிடக்கும் சிறுவனின் ரத்தமயமான பிரேதத்தைப் பார்த்ததும், ''ஐயோ... பராக்கிரமா...!'' என்று நெஞ்சுக்குழி கிழிய வீறிட்டு அலறினாள்.

அந்த அலறலைக் கேட்டதும் ஒருபுறம் நின்ற வீரசேகரன் சட்டென்று ஊர்மிளாவின் குரலை நினைத்துக்கொண்டு ஆவலோடு திரும்பிப் பெண்களின் கும்பலையும் புலம்பலையும் ஊடுருவிப் பார்த்தான். முக்காடிட்டு நின்ற பெண் உருவத்தின் முகம் ஊர்மிளாவின் முகம் போல் ஒரு பிரமை தட்டியது. மறுகணம், ''ஆ... பராக்கிரமா!'' என்று அவள் அலறிய வண்ணம் கீழே மூர்ச்சித்து விழுந்துவிட்டாளாகையால், அவள் ஊர்மிளாதானா என்று நிச்சயிக்க முடியாமல் வீரசேகரன் திணறினான்.

பொங்குமாங் கடல்போல் பொங்கி விழும் ஜனத்திரளை அவன் விலக்கிக்கொண்டு போய்ச் சேர்வதற்குள் முக்காடிட்ட பெண் நின்ற இடம் சூன்யமாகக் காட்சியளித்தது! அந்த அரண்மனைக்குள் பிணமாகவும் மூர்ச்சித்த பாவைகளாகவும் கிடந்த பெண்களை யெல்லாம் சோதித்துப் பார்த்தான். அதற்குள் மாலை மங்கி இருட்டத் தொடங்கியது. உள் மண்டபத்தில் ஜனக் கும்பல் கலைந்து பிரிந்து ஓடிக் குறைந்துவிட்ட தென்றாலும் கலகமும், சேவகர்களுக்கும் பிரஜைகளுக்கும் கைகலப்பும் இன்னும் நின்றபாடில்லை!

போர் வீரர்களின் கத்தி வீச்சுகளுக்குத் தப்பி வெளியே ஓடும் ஜனத்திரளோடு வீரசேகரனும் அரண்மனை வாசலுக்கு ஓடிவந்து அங்கு நின்ற சோழிய வீரனொருவனை நோக்கி, ''இந்தப் பக்கம் முக்காடிட்ட பெண் ஒருத்தி ஓடிவந்தாளா?'' என்று கேட்டான்.

"அவளை யாரோ ஒரு கிழவி இந்தப் பக்கம் தூக்கிக் கொண்டு ஓடி வந்தாள். ஆனால் எந்தப் பக்கம் ஓடினாள் என்று தெரியவில்லை!" என்று சோழிய வீரன் பதிலளித்தான்.

இனி இருட்டிய பிறகு ஊர்மிளாவைத் தேடுவதில் பயனில்லை என்று நினைத்து வீரசேகரன் மெல்லத் தன் பாசறைக்கு வந்து சேர்ந்தான்.

அங்கே ஜனநாதன் வழக்கம்போல் சிரித்துக் கொண்டே அவனுக்காகக் காத்திருந்தான்!

"யார்! ஜனநாதனா? எனக்கு முன்னால் வந்துவிட்டாயே?" என்று கேட்டான் வீரசேகரன்.

"ஆமாம், தம்பி! ஜனங்களிடையே புரட்சி கிளம்புகிறதென்று தெரிந்ததும் அதற்கு வித்திட்ட நான் அனுமார்போல் ஜனக்கடலையும் தாண்டி முன்னால் தாவி ஓடிவந்து விட்டேன்."

"ஆருயிர் நண்பனான என்னைக் கூட்டத்தில் விட்டுவிட்டாயே?"

"தம்பி, உன் கையில் கத்தி இருப்பதால் எப்படியும் உன்னைத் தற்காத்துக் கொள்வாய்! கத்தியுள்ளவன் சண்டையிடும் ஆட்டு மந்தைகளின் நடுவில் தைரியமாய் நிற்கலாம்! ஆனால் புத்தியுள்ளவன் அந்த இடத்தைவிட்டு ஓடிவந்துவிட வேண்டும்!" என்று கலகலவெனச் சிரித்தான் ஜனநாதன்.

வீரசேகரனுக்கோ சிரிப்பு வரவில்லை. அளவற்ற துயரந்தான் பொங்கி வந்தது.

"தம்பி! இன்று நடந்த அட்சகுமாரன் வதைப்படலம் எப்படி?" என்று சிரித்துக்கொண்டே ஜனநாதன் கேட்டான்.

"உண்மையில் அவனைக் கொன்றது யார்?" என்று வீரசேகரன் வருத்தத்தோடு கேட்டான்.

"கம்பராமாயணப்படி அட்சகுமாரனைக் கொன்றவன் அனுமார்தான்! குரங்கின் வால்போல் தன் கட்சி பலம் நீளும் என்று கனவு கண்ட அந்த அஞ்சுகோட்டை நாடாள்வானை அனுமார் என்று சொல்வதிலும் தவறில்லை!"

"மிகவும் பரிதாபகரமான காட்சி! கொஞ்சமும் ஈவிரக்கமற்ற கொடூரச் செயல்! பாவம் அந்தப் பேதைச் சிறுவனை அஞ்சுகோட்டை நாடாள்வான் படுகொலை செய்துவிட்டான்! பாபி!" என்றான் வீரசேகரன்.

"தம்பி! எய்தவன் இருக்க அம்பை நோவதில் பயனென்ன?" என்றான் ஜனநாதன் மெல்ல.

"ஆமாம்! அஞ்சுகோட்டை நாடாள்வான் உன் கையில் வெறும் அம்புதான்! நீதான் அவனை எய்தவன்! நீ அவ்வாறு ஆவேசம் வரும்படி பேசித் தூண்டியதால்தான் அவன் அந்தச் சிறுவனைப் படுகொலை செய்துவிட்டான்! பாவம், பால் வடியும் அந்தப் பாலகனின் முகத்தைப் பார்த்துக் கூடவா உனக்கு மனமிரங்கவில்லை?... அவன் தலையை வெட்டும்படி ஏன் தூண்டிவிட்டாய்?"

"அந்தச் சிறுவனின் நன்மைக்குத்தான்! நான் அவ்வாறு அவனைத் திடீரென்று இறக்கச் செய்திராவிட்டால் அஞ்சுகோட்டை நாடாள்வான் அந்தச் சிறுவனைச் சிறையிலடைத்து வைத்து வீரபாண்டியனின் ரகசிய இடங்களைச் சொல்லும்படி சித்திரவதை செய்து, அந்த அப்பாவிப் பையனை அங்கம் அங்கமாய் வெட்டி அணு அணுவாக உயிரைப் போக்கியிருப்பான்! அந்தத் துன்ப வாழ்க்கையிலிருந்து விடுதலை செய்யவே அந்தப் பாலகனுக்கு நான் விரைவில் ஜீவன்முக்தி கொடுத்தேன்!"

"எனக்கு ஒருபுறம் துக்கமும் கண்ணீரும் வந்தாலும் இன்னொரு புறம் நிம்மதி உண்டாகிறது! ஏன் தெரியுமா? வீரபாண்டியன் பலம் பெற்று நம்மோடு மோதி நம் சோழ ராஜ்யத்தை அழிக்க வேண்டுமென்பதற்காக நீ மறைமுகமாக வீரபாண்டியனுக்கு நன்மையான காரியங்களைக்கூடச் செய்வாய் என்று இனி நம் கிழவர் சம்புவராயர் அர்த்த வியாக்யானம் செய்ய மாட்டாரல்லவா? ஏனென்றால், வீரபாண்டியனின் மூத்த மகனைக் கொன்றுவிட்டாய்!"

"இல்லை, தம்பி! வீரபாண்டியனின் நன்மைக்குத்தான் வீரபாண்டியனின் மூத்த மகனைக் கொன்றேன்! ஏனென்றால் ஒரு அரசனுக்கு ஒரு குமாரன்தான் இருக்கலாம்! அநாவசியமாக இரண்டு குமாரர்கள் இருந்தால் அநாவசியமாக அரசியல் போட்டிகள் ஏற்பட்டு மூலபலமே சிதைந்துவிடும்! தவிர, வீரபாண்டியனுக்கு இலங்கை ராணிமூலம் பிறந்த மூத்த குமாரனை வெறுக்கும் பல பாண்டி நாட்டுக் கோட்டைத் தலைவர்கள் இனி அவன் கட்சியிலிருந்து வெளியேற மாட்டார்கள்! மூத்தகுமாரன் கொலையுண்டதற்காக வீரபாண்டியன் எனக்கு விலைமதிப்பற்ற பரிசளித்தாலும் நான் ஆச்சரியப்பட மாட்டேன்! இனி வீரபாண்டியனின் கட்சியில், சேரராஜன் முதலாகப் பலரும் சேர்வார்கள்!" என்று விஷமமாய்ச் சிரித்தான் ஜனநாதன்.

''வீரபாண்டியனின் கட்சி நன்மையடைய வேண்டு மென்பதற்காகத்தான் அவனது மூத்த குமாரனைக் கொலை செய்யும்படி நீ தூண்டினாயோ?''

''தம்பி, உன் நன்மைக்குத்தான் அவ்வாறு செய்தேன்!''

''என் நன்மைக்கா...?''

''ஆமாம், தம்பி! நம்மிடமிருந்து தலைநகரை மீட்பதற்கு நம்மீது நியாயமாகப் படையெடுத்து வரவேண்டிய வீரபாண்டியன் இத்தனை காலமும் கோழைபோல் தலைமறைந்திருந்தான்! இப்போது அவனது மூத்த குமாரன் கொலையுண்ட செய்தியறிந்து ஆவேசம் கொண்டு பழிதீர்க்க இந்த மதுரைக் கோட்டைமீது அவசியம் படையெடுத்து வருவான்! உன்னோடு போரிட்டு உன் கையில் வீரமரணமடைவான்! நீ குன்றாப் புகழடைவாய்! நீ வெற்றி வீரனாகத் திகழவேண்டு மென்பதற்காகவே இந்தக் கொடூரமான அட்சகுமாரன் வதைப்படலத்தைப் பாண்டிய மந்திராலோசனை சபை மண்டபத்தில் அரங்கேற்றினேன்! அறிவாளி இரும்பு ஆயுதத்தை உபயோகப்படுத்த மாட்டானாகையால் இன்று அஞ்சுகோட்டை நாடாள்வானையே என் ஆயுதமாக உபயோகப்படுத்தி வீரபாண்டியனின் மூத்த குமாரனைக் கொன்றுவிட்டேன்!''

''அதோடு அஞ்சுகோட்டை நாடாள்வானையும் கர்வ பங்கம் செய்து அவனது சக்தியையும் வதைத்துவிட்டாய்! அவனுக்கு இப்பாண்டி நாட்டு ஜனங்களிடையே எவ்வளவு மதிப்பு இருந்தது! அரசியல் தலைவர்களிடையே எவ்வளவு செல்வாக்கு இருந்தது! இனி ஜனங்களும் நண்பர்களும் அரசியல் புருஷர்களும் சொந்த மனைவி மக்களுங்கூட அவனைக் கண்டு அருவருப்புக் கொள்வார்கள்! அட்சகுமாரன் கொலையின்மூலம் அனைவரின் வெறுப்புக்கும் அஞ்சுகோட்டை நாடாள்வானை ஆளாக்கி விட்டாய்! அவன் உன்னோடு சில வார்த்தைகளைத் தலைகர்வத்தோடு பேசினான் என்பதற்காக அவன் இனி என்றென்றும் தலையெடுக்க முடியாதபடி அவனைச் சர்வநாசம் செய்துவிட்டாய்!''

''தம்பி! அவனுக்கு எவ்வளவு கர்வம்! அவன் வாயசைத்தால் எத்தனையோ பாண்டியத் தலைவர்கள் அவன் பக்கம் சேர்ந்து அனுமார் வால்போல் நீள்வார்களென்றும், நம் சோழப் படையுதவியில்லாமலே வீரபாண்டியனைப் பிடித்துவிட முடியும் என்றும் எவ்வளவு ஜம்பமாய்ப் பேசினான்! இனி நம் சோழியர்களின் உதவியில்லாமல் இந்தப் பாண்டி நாட்டில் ஒரு காரியமும் நடைபெற முடியாது! இனி அஞ்சுகோட்டை நாடாள்வான் அரசியல் விதவைக்குச் சமம்!''

''அவன் அந்தச் சிறுவனின் தலையை வெட்டியதும் ஜனங்கள் திக்பிரமை அடைந்து மௌனமாய்த்தான் இருந்தார்கள். ஆனால் கும்பலில் எவனோ ஒருவன் முதன்முதலில் ''அஞ்சுகோட்டை நாடாள்வான் ஒழிக!'' என்று கூவியதுந்தான் மற்ற ஜனங்களும் ஆட்டு மந்தைகள்போல் ஆக்ரோஷத்தைப் பின்பற்றிக் கலகம் செய்யத் தொடங்கினார்கள்!''

''தம்பி! அந்தக் கும்பலில் ''அஞ்சுகோட்டை நாடாள்வான் ஒழிக'' என்று முதலில் கூவியவன் யார் தெரியுமா?''

''யார்? நீயா?''

''இல்லை! அவன் என் கையாள்!''

''ஆனால், ஆத்திரத்தில் நீ ஒன்றை மறந்துவிட்டாய், ஜனநாதா! நாம் ஆதரிக்கும் விக்கிரம பாண்டியன் கட்சிக்கே அந்த அஞ்சுகோட்டை நாடாள்வான் மூலபலம் போன்றவன்! அவன் தலைவர்களுக்கெல்லாம் தலைவனாய் விளங்கி அக்கட்சியில் ஒற்றுமையும் பலமும் பெருகச் செய்தவன்! இனி அக்கட்சியில் ஒற்றுமை சீர்குலைந்து மிகவும் பலவீனமடைந்துவிடுமே என்றுகூட யோசிக்காமல் செய்து விட்டாயே!''

''அதுவும் நம் சோழியர்களின் நன்மைக்குத்தான், தம்பி! இந்தப் பாண்டிய நாட்டில் நாம் ஒரு பொம்மை அரசாங்கத்தை ஸ்தாபிக்க விரும்பினால், அந்த ராஜாங்க சபைக்கு அடிப்படையான கட்சி மிகவும் பலஹீனமாகத்தான் இருக்கவேண்டும்! அப்போது தான் எந்தக் காலத்திலும் நம்மிடமிருந்து திமிறச் சக்தியற்று எதற்கும் நம் வாயையும் கையையும் எதிர்நோக்கும் ஒரு பொம்மை அரசாங்கம் இந்நாட்டில் நீடித்திருக்கும்! தம்பி, நீ அரசியலுக்குப் புதிது. அதனால் உனக்கு அரசியல் சூழ்ச்சி எதுவும் தெரியாது!'' என்று ஜனநாதன் சிரித்தான்.

வீரசேகரன் அவனை வியப்புடன் ஏறிட்டு நோக்கி, ''ஒரே கல்லில் இரண்டு குருவிகளை அடித்து வீழ்த்தும் சாமர்த்தியம் சிலருக்குத்தான் வரும்!'' என்றான்.

''இல்லை, தம்பி! இந்த ஜனநாதன் ஒரே கல்லில் பல குருவிகளையும் குள்ளநரிகளையும் அடித்து வீழ்த்துபவன்!'', என்று சிரித்த வண்ணம் ஜனநாதன் சொல்லிக்கொண்டே வீரசேகரனிடம் விடைபெற்றுத் தன் மாளிகைக்குப் போய்விட்டான். அவன் போனதும் வீரசேகரனுக்கு ஊர்மிளாவின் நினைவு வந்து விட்டது.

ஜனங்கள் கலகம் செய்தபோது பெண்களின் கும்பலிலிருந்து முக்காடிட்ட ஓர் இளம் பெண்ணை ஒரு

தலைநரைக் கிழவி தூக்கிக் கொண்டு போனாளே, அந்த இளம்பெண் நிச்சயமாக ஊர்மிளாவாக இருப்பாளா? அப்படியானால் அந்தத் தலைநரைத்த கிழவி அவளை ஏன் தூக்கிக் கொண்டு போனாள்?... அந்தக் கிழவி யார்?... ஜனநாதனிடம் கேட்டிருக்கலாமே என்று நினைத்தான்.

ஆனால், "அந்தக் கிழவி ஒருவேளை கபாலிகையாய் இருப்பாள்" என்று ஜனநாதன் பரிகாசம் செய்வானே என்று வெட்கப்பட்டுக் கொண்டு பேசாமல் இருந்துவிட்டான். இப்போது அந்த எண்ணம் அவன் நெஞ்சைத் துளைத்தது.

வீரசேகரன் அன்றிரவு அந்தப் பாசறையிலேயே உணவருந்திவிட்டுப் படுத்துத் தூங்க முயன்றான். ஊர்மிளாவின் அழகிய குறும்பு முகம் சதா அவன்முன் வந்து நின்றது.

"ஊர்மிளாவின் நினைப்பு எனக்கு ஏன் சதா உண்டாகிறது? அவளுக்கும் எனக்கும் என்ன சம்பந்தம்? ஏதோ யுக யுகாந்தரமாகத் தொடர்ந்து வருவதுபோல் ஒரு மானசீகப் பிணைப்பு தோன்றுகிறதே! அவள் வாய் திறந்து கேட்டால் சிரித்துக் கொண்டே என் உயிரையும் கொடுக்கத் தயாராக இருக்கிறேனே! அப்படியே அவளும் எனக்காக உயிரைக் கொடுப்பாள் என்றும் தோன்றுகிறதே! ஏன்? இது எத்தகைய பாசம்? ஓர் இளம் பெண்ணுக்கும் வாலிபனுக்கும் நடுவே எத்தகைய அன்பு இருக்கமுடியும்? ஒருவேளை காதலோ? அவளை என்னையறியாமல் காதலிக்கிறேனோ?... பின்னே சாதலுக்கும் தயாராகிவிட்டேனே!... இன்று மந்திராலோசனை மண்டபத்தில் பாண்டிய குமாரன் பிணமாகி விழுந்ததைக் கண்டதும் ஊர்மிளா மூர்ச்சித்து விழுந்தாளே?... ஒருவேளை எங்கள் சோழ சாம்ராஜ்யத்தோடு என்னையும் சேர்த்துச் சபித்துக் கொண்டிருப்பாளோ!" இவ்வாறெல்லாம் வீரசேகரன் பலவாறு எண்ணமிட்டுக் கொண்டே படுக்கையில் புரண்டான் அன்றிரவு முழுதும் அவனுக்குத் தூக்கம் வரவேயில்லை!

ஊர்மிளாவின் பாசப் புன்சிரிப்பு தவழும் முகமும், அன்று கொலையுண்ட பாலகுமாரனின் பால்வடியும் முகமும் சதா அவன் கண்முன் வந்து நின்று அவனை வதைத்துக் கொண்டேயிருந்தன!

❖ ❖ ❖

அத்தியாயம் 13

வேள்விப் படலம்

'கோமான்
புரியும் வேள்வியும் காண்டும் நாம்
எழுக!' என்று போனான்.

– கம்ப ராமாயணம்

றுநாள் பொழுது விடிந்தபோது வீரசேகரனுக்கு, முதலில் ஊர்மிளாவின் ஞாபகந்தான் வந்தது. நேற்று விக்கிரம பாண்டியனின் சபா மண்டபத்தில் அட்சகுமாரன் வதைப்படலமும் ஜனங்களின் கலகமும் நடந்தபோது கீழே மூர்ச்சித்து விழுந்த ஊர்மிளாவை எவளோ ஒரு கிழவி தூக்கிக் கொண்டு போனாளே, அந்தக் கிழவி யாராயிருக்கும் என்று வீரசேகரன் மதி குழம்பினான். ஒருவேளை அவள் கபாலிகையாக இருந்தால், அந்தச் சூன்யக்காரக் கிழவியிடமிருந்து மாயா மோகினியான ஊர்மிளாவைக் காப்பாற்ற வேண்டுமென்று துடிதுடித்தான். மதுரை மாநகரிலுள்ள ஒவ்வொரு சிறு குடிசையையும்கூடச் சோதித்துப் பார்க்க அரசாங்கத்திடம் அனுமதி பெற வேண்டுமென எண்ணமிட்டவனாய் விளக்கு வைக்கும் அந்தி நேரத்தில் தன் வீட்டுக்குத் திரும்பினான்.

அவனுடைய வருகைக்காகத் தெரு வாசற்படியில் ஆவலோடு காத்திருந்த சிவகாமி, வீரசேகரனைக் கண்டதும் துள்ளிக் குதித்து எழுந்தாள். முப்பது வயதான அவள் சிறு பெண்ணைப் போல் அலங்கரித்துக் கொண்டிருப்பது அவளுடைய முதுமையைத்தான் அதிகம் எடுத்துக் காட்டியது. அவள் உற்சாகத்தோடு வீரசேகரனின் கையைப் பிடித்துப் பரபரவென வீட்டினுள் இழுத்துக்கொண்டு போனாள்.

"வீரசேகரா, நீ நேற்று இரவு முழுவதும் பாசறையிலேயே உறங்கிவிட்டாயா? நான் இந்த வீட்டில் தனியாக எவ்வளவு கஷ்டப்பட்டேன், தெரியுமா?" என்றாள் சிவகாமி.

"எனக்கு உடம்பெல்லாம் ஒரே அசதியாயிருந்தது. பாசறையிலேயே நிம்மதியாக உறங்கிவிட்டேன்!"

"இந்த ஊரில் ஒரு பெரிய அதிசயம் நடந்திருக்கிறது. அந்தச் செய்தி உனக்குத் தெரியுமா?"

"நீ சோழ சாம்ராஜ்யத்தின் சாமர்த்தியமான ஒற்றுப் பெண். உனக்குத் தெரியாதது எனக்கு என்ன தெரியும்?"

"நேற்று அரண்மனையிலே பாண்டிய மந்திராலோசனை சபை மண்டபத்திலே வீரபாண்டியனின் மூத்தகுமாரனின் தலையை அஞ்சுகோட்டை நாடாள்வான் வெட்டிப் போட்டான் அல்லவா? அப்போது ஜனங்கள் செய்த கலகத்தாலும் குழப்பத்தாலும் பையனின் பிரேதத்தை மண்டபக் கூடத்திலிருந்து அப்புறப் படுத்தாமல் அதிகாரிகள் போய்விட்டார்கள். இராத்திரி இரண்டு காவற்காரர்கள் மட்டும் கூடத்தின் வாசலில் காவல் இருந்தார் களாம். நடுச்சாமத்தில் யாரோ இரண்டு பெண்கள் இரகசியமாக உள்ளே நுழைந்து பையனின் பிரேதத்தையும் தலையையும் தூக்கிக் கொண்டு மாயமாய் மறைந்துவிட்டார்களாம்! தூக்கக் கலக்கத்தில் இருந்த இரண்டு காவற்காரர்களும் ஏதோ பேய் பிசாசுகளின் நடமாட்டம் என்று பேசாமல் இருந்துவிட்டார்கள். விடிந்த பிறகுதான் விஷயம் தெரிந்ததாம்!"

"யார் அந்த இரண்டு பெண்கள்?"

"ஒருத்தி தலைநரைத்த கிழவியாம்; இன்னொருத்தி குமரிப்பெண்ணாம்!"

"அவள் ஊர்மிளாதான்! அந்தத் தலைநரைத்த கிழவி அவளுடைய தாயாராகத்தான் இருக்கவேண்டும்!" என்று வீரசேகரன் உற்சாகத்தோடு கூவினான்.

"ஊர்மிளாவா?..." என்று கேட்ட சிவகாமியின் முகம் அளவற்ற பீதி அடைந்தது. "யார் அவள் ஊர்மிளா? அவளை உனக்கெப்படித் தெரியும்?" என்று கலவரமடைந்த குரலில் கோபமாய்க் கேட்டாள்.

"ஒன்றும் இல்லை! அரசியல் சம்பந்தமாகத்தான் ஊர்மிளாவை எனக்குத் தெரியும். அவள் வீரபாண்டியனின் ஒற்றுப்பெண். அவளை அரசாங்க விசாரணைக்காக நான் சிறை பிடித்துப் போகும் போது அவள் என்னை ஏமாற்றித் தப்பியோடிவிட்டாள். நல்லவேளை, அரசாங்கம் அவளை மறந்துவிட்டது!"

அப்போது ஜனநாதன் கலகலவென்று சிரித்துக் கொண்டே அங்கே வந்தவன், "தம்பி! அரசாங்கம் அவளை மறந்துவிடலாம். ஆனால் இந்த ஜனநாதன் மறக்கவில்லை! நீ ஊர்மிளாவைக் கைநழுவி ஓடவிட்ட காட்சி என் நெஞ்சில் பசுமரத்தாணிபோல் பதிந்திருக்கிறது" என்றான்.

"அந்த ஊர்மிளாவுக்கு என்ன வயது இருக்கும்?" என்று சிவகாமி சட்டென்று ஜனநாதனைக் கேட்டாள்.

"ஊர்மிளா இளவயசுப் பெண்தான். உன்னைவிடப் பத்து வயசாவது குறைந்தவளாயிருப்பாள். ஆனால் உன்னைவிடப் பத்து மடங்கு அழகானவள்!" என்றான் ஜனநாதன். அதைக் கேட்ட சிவகாமியின் முகம் அதிகமாய்ப் பீதியடைந்தது.

வீரசேகரனோ துள்ளிக் குதித்தவனாய், "ஊர்மிளாவை நான் எப்படியும் சிறை பிடித்துவிடுவேன்! வீரபாண்டியனின் மூத்தகுமாரனுக்கு நல்லமுறையில் ஈமக்கிரியை நடத்தவேண்டுமே என்பதற்காகவேதான் ஊர்மிளாவும் அவளுடைய தாயாரும் பையனின் பிரேதத்தை ஆலோசனை மண்டபத்திலிருந்து இரகசியமாகத் தூக்கிக் கொண்டு போயிருக்கிறார்கள். சுடுகாட்டிற்குப் போனால் அவர்களைச் சுலபமாகப் பிடித்துவிடுவேன்!" என்றான்.

"தம்பி, சதா சுடுகாட்டைப் பற்றியே நினைக்கிறாய்! அவசரப்படாதே! இன்னும் அதற்குக் காலம் வரவில்லை" என்று ஜனநாதன் பரிகாசம் செய்துவிட்டு, "தம்பி, வீரபாண்டியனின் மூத்தகுமாரனை அவ்வளவு பகிரங்கமாகச் சுடுகாட்டில் சுட்டெரிக்க ஊர்மிளா உன்னைப்போல் அவ்வளவு அசடல்ல!" என்றான்.

ஏதோ ஒரு பிரமையில் ஆழ்ந்திருந்த சிவகாமி சட்டென்று, "அந்தக் கிழவியும் குமரியும் பையனின் பிரேதத்தைத் தந்திரமாக மதுரைக் கோட்டையைவிட்டுக் கடத்திக்கொண்டு போய்விட்டார்கள். நேற்றிரவு தன் பையனுக்கு அம்மை நோய் கண்டிருப்பதாகவும், வேண்டுதலுக்காகக் கோட்டைக்கு வெளியே உள்ள காளியம்மன் கோயிலுக்குக் கொண்டுபோக வேண்டுமென்றும் கிழவி கூச்சலிட்டாளாம். காவற்காரர்கள் அவர்களை வெளியே போக விட்டுவிட்டார்களாம்! இந்தத் தெருவில் குடியிருக்கும் காவற்காரக் கிழவன் மனைவி என்னிடம் சொன்னாள்!" என்றாள்.

அதற்கு விளக்கம் தருவதுபோல் ஜனநாதன் விவரிக்கலானான்: "தம்பி, பையனின் பிரேதம் இந்நேரம் வீரபாண்டியனிடம் சேர்ந்திருக்கும். தன் மூத்த குமாரன் அநாதைப் பிணம்போல் ஆலோசனை மண்டபத்தில் அழுகுவதையோ, அந்நியர்களான நாம் ஈமக்கிரியை நடத்திப் பையனின் பிரேதத்தைச் சுடலைத் தீயில் வைத்து வேள்வி செய்வதையோ வீரபாண்டியன் விரும்ப மாட்டான். இந்த வேள்விப் படலத்தை ரகசியமாக அவனே நடத்த விரும்புவான்."

"அப்படியானால் வீரபாண்டியன் இரகசியமாகப் பதுங்கியிருக்கும் கோட்டைக்கு ஊர்மிளா போய்விட்டாள். இனி அவளைச் சிறைபிடிப்பது சிரமம். ஆனால் நான் மரணத்திற்கும் துணிந்து வீரபாண்டியன்மீது படையெடுத்துச் சென்று ஊர்மிளாவை எப்படியும் சிறைபிடித்து விடுவேன்!" என்றான் வீரசேகரன்.

சிவகாமி மிகவும் மனம் பதறியவளாய், "வேண்டாம் வேண்டாம், வீரசேகரா!" என்று கூவி, "நாம் இந்தப் பாண்டிய தேசத்தையே விட்டு நம்முடைய சொந்தத் தேசமான சோழ நாட்டுக் கிராமத்துக்கே போய்விடுவோம், வா! உன்னைப் பத்திரமாகப் பாதுகாக்க வேண்டியவள் நான். கூலி வேலை செய்தாவது சமைத்துப் போடுகிறேன்! நீ வீட்டைவிட்டு வெளியே போக வேண்டாம். உனக்கு இந்த அரசியலே வேண்டாம்!" என்று சொல்லிவிட்டு ஜனநாதனை நோக்கி, "அரசியலை விட்டு இவன் விலகிவிடுவது நல்லது இல்லையா?" என்று கேட்டாள்.

"ஆமாம். அதனால் அரசியலுக்குக் கூட நல்லதுதான்! ஏனென்றால் இவனைப் போன்ற அப்பாவிகளால்தான் மக்களின் அரசியல் எதேச்சாதிகாரிகளின் அரசியலாக மாறிட நேரிடுகிறது" என்று சிரித்துவிட்டு ஜனநாதன் தனக்கு முக்கியமான காரியம் ஒன்று இருப்பதாகச் சொல்லிப் போய்விட்டான்.

அவன் போனதும் எங்கிருந்தோ ஒரு சேவகன் ஓடிவந்து வீரசேகரனின் காதுக்குள் ஏதோ ரகசியமாகச் சொல்லவே, அளவிலாத ஆனந்தமடைந்தவனாய் வீரசேகரன் அவசரமாகச் சிறைச்சாலையை நோக்கி ஓடினான்.

பாண்டியர்களின் மதுரை மாநகரில் சோழிய அதிகாரிகள் இரகசியமாக அமைத்திருக்கும் சிறைச் சாலைக்குள் நுழைந்து வீரசேகரன் வெகு நாழிகை கழித்து மறுபடி வெளியே வந்தான். சிறைக்காவலரை நோக்கி, "அவர்கள் தப்பி விடாதபடி பத்திரமாய்ப் பாதுகாத்திடுங்கள். அவர்களை வைத்திருக்கும் சிறைக்கதவுக்கு மூன்று பூட்டுப் போடுங்கள்!" என்று எச்சரித்துவிட்டு ஜனநாதனின் மாளிகையை நோக்கி வீரசேகரன் வேகமாகத் தன் வெள்ளைக் குதிரைமீது சென்றான்.

வழக்கமான பரிகாசச் சிரிப்புடன் ஜனநாதன் அவனை வரவேற்றதும், "ஜனநாதா! வீரபாண்டியன் பதுங்கியிருக்கும் கோட்டைக்குப் படையெடுத்துச் சென்று அவனைச் சிறைபிடிப்பது முக்கியமா இல்லையா?" என்றான் வீரசேகரன்.

''ஆமாம், அப்போதுதானே வீரபாண்டியனோடு ஊர்மிளா உனக்குக் கிடைப்பாள்!'' என்று சிரித்தான் ஜனநாதன்.

''ஊர்மிளாவைப் பிடிக்கவேண்டும் என்பதற்காக மட்டும் சொல்லவில்லை. தீவிரமாகச் சிந்தித்துப் பார்! நாம் தலைநகரான மதுரையைக் கைப்பற்றி விட்டாலுங்கூடச் சுற்றுப்புறங்களிலுள்ள பாண்டிய நாட்டுக் கிராமங்கள் இன்னும் நமக்குச் சரியாக அடங்கவில்லை! வீரபாண்டியனை மறுபடியும் ஆட்சிக்குக் கொண்டு வரவேண்டுமென அவன் கட்சியினர் பல ஊர்களிலும் இடையிடையே ஜனங்களைத் தூண்டிவருகின்றனர். நாம் வீரபாண்டியனின் சக்தியை அடியோடு நிர்மூலமாக்கி, அவனைச் சிறைப்பிடித்து அடக்கினால்தான் பாண்டிய நாட்டின் எதிர்ப்புச் சக்தி அடியோடு அடங்கும். அப்போதுதான் நாம் விக்கிரம பாண்டியனுக்கு முடிசூட்டி நமக்குத் தோதான ஒரு அரசியலை இங்கு அமைத்துவிட்டு விரைவில் நம் சோழ தேசத்துக்குத் திரும்பிப் போக முடியும். வீரபாண்டியன் ரகசியமாகப் படை தயாரிக்கும் கோட்டைமீது நாமே படையெடுத்துச் சென்று வீரபாண்டியனைச் சிறைபிடிப்பது மிக முக்கியம்'' என்றான்.

''தம்பி, அது முக்கியந்தான்! ஆனால் வீரபாண்டியன் இந்த விஸ்தாரமான நாட்டில் எந்த ஊரில் எந்தக் கோட்டைக்குள் பதுங்கியிருக்கிறான் என்பதையல்லவா நீ முதலில் கண்டுபிடிக்க வேண்டும்?'' என்றான் ஜனநாதன் அலட்சியமாக.

''நான் கண்டுபிடித்து விட்டேன்'' என்று உற்சாகமாய்க் கூவிய வீரசேகரன் புலிக்குட்டி போல் பாய்ந்து ஜனநாதனின் கையைப் பிடித்து இழுத்து, ''நம் சோழ சாம்ராஜ்யத்தின் புலிக்கொடி வானளாவிப் பறக்கும் காலம் வந்துவிட்டது. என் இலட்சியக் கனவு பலிக்கும் நாள் நெருங்கிவிட்டது'' என்று சொல்லிக் கொண்டே சிறைச்சாலைக்குக் கூட்டிக் கொண்டு போனான்.

''தம்பி, வீரபாண்டியனைப் பிடித்துச் சிறைக்குள் அடைத்து வைத்திருக்கிறாயா?'' என்று ஜனநாதன் பரிகாசமாய்க் கேட்டுக் கொண்டே சிறைச்சாலையை அடைந்ததும் வீரசேகரன் அங்குள்ள பாதாளச் சிறைக்குள் இறங்கி ஓர் இருண்ட அறையைச் சுட்டிக் காணபித்தான். மூன்று பெரிய பூட்டுக்கள் இட்டுப் பூட்டப்பட்டிருந்த அந்தச் சிறு அறைக்குள் சுமார் இருபதுக்கு மேற்பட்ட பரதேசிகள் அடைபட்டிருந்தார்கள். எல்லோரும் திருநீறணிந்து சிவனடியார்களாகக் காட்சியளித்தார்கள்.

''தம்பி, இந்தச் சிவனடியார்கள் எல்லாம் யார்? இந்த அன்னப் பண்டாரங்களை எங்கே பிடித்தாய்? ஒருவேளை வீர வைஷ்ணவனான நீ இந்தச் சிவ பக்தர்களுக்கு விரைவில் உன்

கத்தி முனையில் கைலாச பதவி கிடைக்க இந்தச் சிறைச்சாலையில் அடைத்து வைத்திருக்கிறாயோ? அல்லது வீரபாண்டியன் அப்பர் சுவாமிகள் கோலத்தில் இந்தச் சிவனடியார் கூட்டத்தில் இருக்கிறானோ?'' என்று ஜனநாதன் பரிகாசச் சிரிப்புடன் கேட்டான்.

வைஷ்ணவனான வீரசேகரனைக் கண்டு வெறுப்புற்ற சிவனடியார்கள், நெற்றியில் சிவ சின்னம் தரித்துள்ள ஜனநாதனைக் கண்டதும், அவன் தங்களை விடுதலை செய்வான் என்ற ஆவலோடு, "ஹரஹர சம்போ மகாதேவா! அடியார்கள் குறைதீர்க்க அவதரித்து வரும் ஆண்டவா!'' என்று கூச்சலிடத் தொடங்கினார்கள்.

"வீரசேகரா! இந்த மெய்யடியார்களை எந்தச் சோம்பேறி மடத்திலிருந்து பிடித்து வந்தாய்? நமது சிறைச்சாலைக்கு அவர்களை எதற்காக அதிதிகளாக அழைத்து வந்திருக்கிறாய்? இப்போதே இந்தச் சிறையிலுள்ள குற்றவாளிகளுக்குச் சாப்பிடத் தீனி கிடைக்காமல் சைவர்கள் கூட மாமிச பக்ஷிணிகளாக மாறிச் சிறைச் சுவர்களில் ஊரும் பல்லிகளையும் கட்டெறும்புகளையுங்கூடப் பிடித்துச் சாப்பிடுகிறார்கள். ஒருவேளை சுத்த சைவர்களைச் சுத்த அசைவர்களாக மாற்ற வேண்டுமென்பது உன் வைஷ்ணவ எண்ணமோ என்னமோ?'' என்று ஜனநாதன் பரிகாசமாய்க் கேட்டான்.

"இவர்களை நான் பிடிக்கவில்லை. இலங்கையிலிருந்து இவர்கள் ஒரு சிறு படகில் வந்து இரகசியமாய்ப் பாண்டிய நாட்டுக் கரையில் இறங்கினார்கள். நம் சோழ வீரர்கள் சந்தேகப்பட்டு இவர்கள் போகும் ஊர்களுக் கெல்லாம் பின்பற்றிச் சென்று கடைசியில் இவர்கள் இளையான்குடிக்குப் போகும்போது சிறைபிடித்து விட்டார்கள். இவர்கள் இலங்கை மன்னன் பராக்கிரம பாகுவிடமிருந்து வீரபாண்டியனுக்கு இரகசியமாகச் செய்தி கொண்டு வருபவர்கள் என்பதில் சந்தேகமில்லை. ஏனெனில் நமக்குப் புரியாத வகையில் எழுதப்பட்ட சில ஓலைகள் இந்தச் சிவனடியார்களிடம் இருந்தன'' என்று ஜனநாதன் காதுக்குள் இரகசியமாக வீரசேகரன் சொன்னான்.

மிகவும் குறுகலான இருண்ட சிறைக்குள் மூச்சு விடக்கூட முடியாமல் நெறுக்குண்டு நின்ற சிவனடியார் களெல்லாம், "ஹரஹர சம்போ மகாதேவா, இது என்ன சோதனை, முக்கண்ணா!'' என்றுகூச்சலிட்டார்கள்.

அந்த அடியார்களை நோக்கி ஜனநாதன் சிரித்துக்கொண்டே, "சிவனடியார்களே! அநாவசியமாகக் கூச்சல் போடாதீர்கள்! நீங்கள் இந்தச் சிறைச்சாலைக்குள் உபவாச விரதம் அநுஷ்டிக்க

வேண்டுமென்பது மட்டுமல்ல, மௌன விரதமும் அநுஷ்டிக்க வேண்டுமென்று எங்கள் சோழ அரசாங்கம் வற்புறுத்துகிறது. மெய்யடியார்களே! அநாவசியமாகக் கூச்சல் போட்டு மெய்யெனப்படும் உங்கள் உடம்புகளுக்கு அடிகள் விழும்படி செய்து கொள்ளாதீர்கள்!'' என்றான் ஜனநாதன்.

அதைக் கேட்டதும் சிவனடியார்கள் வாய் ஒடுங்கி விட்டார்கள். அவர்களின் தலைவர்போல் விளங்கிய ஒரு குங்குமச் சாமியாரின் கண்களில் அதிகக் கலவரம் உண்டாயிற்று. நெடிய ஆகிருதியும் பரந்த தோள்களும் உள்ள அவர், கண், காது, மூக்கு என்று உடம்பில் ஓர் இடமும் விடாமல் சிவந்த குங்குமத்தை அள்ளி அப்பிக்கொண்டு சுய உருவம் தெரியாதபடி குங்கும மலை போலவும் இரத்தக் கொப்பரை போலவும் இருந்தார். அவருடைய ஒரு கையில் குங்கிலியக் கலயம் ஒன்றும் இன்னொரு கையில் குங்கிலியத் தூம தீபக்காலும் இருந்தன.

அவரைச் சுட்டிக்காட்டி ஜனநாதன், ''இவரைப் பார்த்தால் அப்பர் சுவாமிகளாய்த் தெரியவில்லையே! இவர் கையில் உழவாரப் படை இல்லை. அதற்குப் பதில் குங்கிலியக் கலயம் இருக்கிறது. இவர் குங்கிலியக் கலய நாயனாரேதான்!'' என்றான்.

அதைக் கேட்டதும் அந்நாயனார் அதி வியப்படைந்தவராய், ''அடியேன் குங்கிலியக் கலய நாயனார்தான். நீவிர் எவ்வாறு அறிவீர்? சிவபெருமான் கனவில் தோன்றிச் சொன்னாரோ?'' என்றார்.

''நாயனாரே, நான் அஜீரணம் ஏற்படும்படி அன்னம் புசிப்பதில்லையாதலால் எனக்குக் கனவுகள் தோன்றுவதில்லை! பெரியீர்! சேக்கிழார் பெரியபுராணம் படித்த காலம் முதலாக நான் விரைவில் சிவலோகம் சேர்ந்து குங்கிலியக் கலய நாயனாரைத்

தரிசிக்க வேண்டுமென்று ஆவல் பட்டதுண்டு. நீரே என் கண்முன் இப்பூலோகத்தில் பிரத்தியட்சமாகி விட்டீர்!'' என்றான் ஜனநாதன்.

குங்கிலியக் கலய நாயனார் திருதிருவென்று விழித்தார்.

ஜனநாதனோ அதிபக்திப் பரவசமானவன்போல், ''நாயனாரே, திருக்கோயிலில் குங்கிலியத் தூபமிடுவது உம் திருத்தொண்டல்லவா? நீர் உம் மனைவியின் தாலியை விற்றுக் குங்கிலியப் பொதி வாங்கிய பேரடியார் அல்லவா? உம் மனைவியாருக்கு மறுபடி புதுத் தாலி வாங்கிக் கொடுத்து விட்டீரா?'' என்று கேட்டான்.

''எனக்கு மனைவியே இல்லை!'' என்றார் நாயனார்.

''அப்படியானால் நான் பெரிய புராணத்தில் படித்த குங்கிலியக் கலய நாயனார் கதை பொய்யா? திருப்பனந்தாள் கோயிலிலே சிவலிங்கத் திருவுரு சாய்ந்திருந்ததே, அரசன் யானைகளை யெல்லாம் கட்டி இழுத்தும் லிங்கம் நிமிர வில்லையாமே? உம் கழுத்தில் கயிற்றைக் கட்டி இழுத்தே லிங்கத்தை நிமிர்த்தி விட்டீராமே! நான் படித்த அதெல்லாங்கூடப் பொய்யா?'' என்று ஜனநாதன் கேட்டான்.

''திருப்பனந்தாள் கோயில் சிவலிங்கத்தை நான் நிமிர்த்தவில்லை. அக்கோயிலிலுள்ள நாயனார் பூஜைக்கு நிலங்களைத் தானந்தான் செய்தேன்!'' என்றார் நாயனார்.

''குங்கிலியக் கலய நாயனாரே, நீவிர் இலங்கையிலிருந்து வந்த காரணம் என்ன? அப்பர் சுவாமிகளையும், திருஞான சம்பந்தரையும் தரிசித்து அவர்களுக்கு எப்போது விருந்து அளிக்கப் போகிறீர்? நாங்களும் அவர்களைத் தரிசிக்க வழிகாட்டுவீரா?'' என்று ஜனநாதன் கேட்டுவிட்டு வீரசேகரனை நோக்கிக் கடைக்கண்ணால் சிரித்தான்.

குங்கும நாயனார் திருதிருவென விழித்தார்.

''குங்கிலியக் கலயரே, சேக்கிழாரின் பெரிய புராணம் முடிந்து இத்தனை காலமும் நீர் எப்படி உயிரோடிருக்கிறீர்? ஏன் உமக்கு இன்னமும் சிவபதவி கிடைக்கவில்லை?'' என்றான் ஜனநாதன்.

''மூடனே, நான் பெரிய புராணத்தில் வரும் பெருந்தகைக் குங்கிலியக் கலய நாயனார் அல்லேன். அவர்மீதுள்ள பக்தியால் நானும் அவர் பெயரைச் சூட்டிக் கொண்டு குங்கிலியக் கலயத்தைத் தூக்கிக்கொண்டு திருத்தொண்டு செய்கிறேனே தவிர, வேறல்ல; நீ சைவனாயிருந்தும் அந்த வைஷ்ணவனோடு சேர்ந்து சிவனடியார்களான எங்களைப் பரிகசிப்பது அடாத செயல்!'' என்றார்.

வீரசேகரன் உற்சாகத்துடன் ஜனநாதனை நோக்கி, ''இந்த வேஷதாரிகள் இலங்கையிலிருந்து வந்து எதற்காக இளையான்குடிக்கு அவசரமாகப் போனார்கள் தெரியுமா? இப்போதாவது வீரபாண்டியன் எங்கே இரகசியமாகப் பதுங்கியிருக்கிறான் என்பதை யூகிக்க முடியவில்லையா?'' என்று கேட்டான்.

அவனைக் கூர்ந்து பார்த்த ஜனநாதன், ''இப்போது எனக்குத் தெரிகிறது! இளையான்குடிக்கு அருகில் நெட்டூர்க் கோட்டை இருக்கிறது. அது மிகவும் பாழடைந்த பெரிய கோட்டையாக இருந்ததால் அதை நாம் கைப்பற்றவும் இல்லை; கவனிக்கவும் இல்லை. வீரபாண்டியனும் அவனது குடும்பமும், அவனுடைய படைகளும், உன்னுடைய ஊர்மிளாவுங்கூட அந்த நெட்டூர்க் கோட்டைக்குள் மறைந்திருக்கிறார்கள். இதுதானே உன்னுடைய யூகம்?'' என்று சிரித்தான் ஜனநாதன்.

''ஆம்; வீரபாண்டியன் இரக்சியமாகப் படை திரட்டும் நெட்டூர்க் கோட்டையின்மீது நாம் உடனே எதிர்பாராதவிதமாகப் படையெடுத்துச் சென்று கைப்பற்ற வேண்டும். ஜனநாதா! நம் சோழ அரசாங்கத்தின் அரசியல் சட்டசபையை அவசரமாகக் கூட்டிப் படையெடுப்பின் அவசியத்தைப்பற்றி வற்புறுத்திப் பேசவேண்டும்!'' என்றான்.

ஜனநாதனோ அலட்சியமாய்ச் சிரித்துக் கொண்டே குங்கும நாயனாரின் பக்கம் திரும்பி, ''ஓய் நாயனாரே, நீர் ஏன் இளையான்குடிக்கு அவசரமாகச் சென்றீர்? அப்பர் சுவாமிகளைத் தரிசிக்கவா? பிராட்டியாரைச் சந்திக்கவா?'' என்று கேட்டான்.

குங்கிலியக் கலயர், ''இளையான்குடிமாற நாயனாரைச் சந்திக்க இளையான்குடிக்குச் சென்றேனே தவிர, வேறல்ல!'' என்றார்.

''மாறன் என்பது பாண்டியர்களின் மரபுச் சொல். இளையான்குடி மாற நாயனார் என்று நீர் குறிப்பிடுவது வீரபாண்டியன்தானே? அவனுடைய ஆளுடைய பிள்ளையாரான திருஞானசம்பந்தர் நேற்று அரண்மனையிலே அஞ்சுகோட்டை நாடாள்வான் வாள்முனையிலே சிவகதி அடைந்த புராணத்தை அப்பர் சுவாமிகளிடம் சொல்லத்தான் கிளம்பினீரோ?''

குங்கிலியக் கலயர், ''சிவ சிவ'' என்று காதைப் பொத்திக் கொண்டு, ''அதெல்லாம் அல்ல. நானும் இளையான்குடியாரும் சேர்ந்துகொண்டு ஒரு மாபெரும் வேள்வி நடத்தப் போகிறோம்!'' என்றார்.

"எதற்கு வேள்வி? வீரபாண்டியனை மறுபடி ஆட்சிக்குக் கொண்டுவர, இப்பாண்டிய நாடு முழுவதும் தீ வைத்துக் கொளுத்தும் வேள்வியா?" என்று கேட்டான் ஜனநாதன்.

"அல்ல! உங்கள் சோழ அரசாங்கம் எங்கள் சைவ சமயத்துக்குப் பெருங்கேடு விளைவித்து வருகிறது. இப் பாண்டிய நாட்டின் ஆதி சைவ சமயம் பௌத்த மதத்தைப்போல் சமதர்மத்தை அடிப்படையாகக் கொண்டது. ஆனால் உங்கள் சோழ அரசருக்கு ஞான குருக்களாயும் சைவாசாரிகளாயும் வந்து அமருபவர்கள் லாட தேசத்திலிருந்தும், வடதேசத்திலிருந்தும் வந்தவர்கள். சைவ சமயத்தில் கடவுளின் பெயரால் ஜாதியாசாரத்தை உண்டுபண்ணி அசுத்தப்படுத்துகிறார்கள். அதைப் புனிதப்படுத்துவதற்காகவே நாங்கள் ஒரு மாபெரும் வேள்வி நடத்தப் போகிறோம்!" என்றார் நாயனார்.

அப்போது சிறைக் காவலதிகாரிகளில் ஒருவன் வீரசேகரனிடம் வந்து, "இந்தப் பரதேசிச் சாமியார்களை மேற்கொண்டு என்ன செய்வது? சதா தாளம் போட்டுச் சத்தம் போடுகிறார்கள். நிறையவும் சாப்பிடுவார்கள் போல் இருக்கிறது. நம்முடைய சிறைச்சாலைப் பண்டாரத்தில் நவதானியங்கள் குறைவாகத்தான் இருக்கின்றன. எங்கள் காவற்படை அதிகாரியிடம் சொல்லி இந்த அன்னக்காவடிகளை வெளியே அனுப்பி விடலாமா?" என்று கேட்டான்.

"வேண்டாம்; இவர்களை இரகசியமாய் இங்கே சிறை வைத்திருப்பது ஒரு ஈ காக்கைக்குக் கூட வெளியே தெரிய வேண்டாம். வீரபாண்டியனின் நெட்டூர்க் கோட்டையின் மீது படையெடுத்துச் செல்லும்போது இந்தப் பரதேசிகளால் நமக்குப் பல சௌகரியங்கள் ஏற்படும். முக்கியமாகச் சுயரூபம் தெரியாமல் குங்குமத்தால் தம் உடலை மறைத்துக்கொண்டிருக்கும் குங்கிலியக் கலய நாயனார் நமக்கு அதிகம் உபயோகப்படுவார். அவரைப் பத்திரமாகப் பாதுகாத்திடுங்கள்!" என்றான் வீரசேகரன்.

"அதோடு அவருக்குச் சிறையில் நிம்மதியாகத் தூபம் போட ஒரு பொதி குங்கிலிய மூட்டையும் கொடு. ஆனால் அந்த மெய்யடியார்கள் சதா உபவாசம் இருப்பவர்களாகையால் ஒரு வேளைக்கு மேல் அமுது படைக்காதே!" என்றான் ஜனநாதன் சிரித்துக் கொண்டே.

சிறைச்சாலையை விட்டு வீரசேகரன் வெளியே வந்ததும், முகத்தில் லட்சிய ஆவல் பீறிட ஜனநாதனை நோக்கி, "நாம் நெட்டூர்க் கோட்டையை எதிர்பாராத விதமாக முற்றுகையிட்டால் வீரபாண்டியனைச் சுலபமாகச் சிறைபிடித்து விடுவோம். பாண்டிய

நாட்டுப் பிரச்சினை தீர்ந்துவிடும். பிறகு நம் லட்சிய யாத்திரை தொடங்கும். அகில உலகத்திலும் தமிழர் நாகரிகத்தைப் பரப்பச் சோழ சாம்ராஜ்யத்தின் வீரப் படையினர் திக்விஜயம் செய்வார்கள். திக்கெட்டும் தீ ஜ்வாலைவிட்டு எரியும். நம்முடைய லட்சிய வேள்வி தொடங்கும் காலம் பிறந்துவிட்டது!'' என்றான்.

''வேள்விப் படலம் ஒன்று இருந்தால் அதற்கு ஒரு ஆற்றுப் படலம் இருக்குமென்பதையும் மறந்துவிடாதே!'' என்று கலகலவெனச் சிரித்தான் ஜனநாதன்.

அத்தியாயம் 14

அரசியல் படலம்

நோய் ஒக்கும் என்னின் மருந்து ஒக்கும், நுணங்கு கேள்வி
ஆயப் புகுங்கால் அறிவு ஒக்கும் எவர்க்கும் அன்னான்.

– கம்ப ராமாயணம்

மனத்தில் இலட்சிய எண்ணங்களுடன் வீட்டிற்கு வந்த வீரசேகரனுக்கு சேனை மீகாமனிடமிருந்து ஓர் அரசியல் ஓலை காத்திருந்தது. அரசாங்க முத்திரை பதித்த ஓலை என்றதும் வீரசேகரன் பதறினான். அரசியல் குற்றவாளியான ஊர்மிளாவைக் கைநழுவவிட்ட தவறுக்குத்தான் தன்மீது நடவடிக்கை எடுக்கச் சேனைமீகாமன் ஓலை அனுப்பியிருக்கிறாரோ என்று பீதியடைந்தான். ஆனால் ஓலையைப் பிரித்துப் பார்த்ததும் அதில் அவன் சிறிதும் எதிர்பாராத செய்தி இருந்தது:

''மதுரைப் படை ஏழாவது பிரிவைச் சேர்ந்த வீரசேகரனுக்கு, சேனை மீகாமன் கிளியூர் மலையமான் பெரியுடையானான இராஜராஜச் சேதிராயன் மூலம் பிறந்த கட்டளை:,,

''மதுரை இராச காரியமாய் ஆலோசிக்க நம் சோழ மண்டலத்துக்குச் சாமந்தர்களும் உடன் கூட்டத்துப் பெருமக்களான

முதலிகளும், வரும் வெள்ளிக்கிழமை உதயாதி நாழிகை பத்தே முக்காலுக்கு மேல் ஆயிரத்தளி மந்திரா லோசனை மண்டபத்தில் கூடுகிறமையால் அதுசமயம் மதுரை வெற்றிக்கு உதவிபுரிந்த உன் தைரியத்தைக் கௌரவிக்கும் பொருட்டு வீரப்பதக்கம் பரிசளிக்கவிருப்பதாகச் சொன்னோம். பாண்டி மண்டல இராச காரியமாய் உன் அபிப்பிராயங்களை எடுத்துச் சொல்லப் பண்ணவும் நம் சோழ மண்டல மந்திராலோசனை சபையில் உன்னை ஒரு உறுப்பினனாகச் சேரப் பண்ணவும் வேணுமென்று வாள்நிலை கண்டான் ஜனநாதக் கச்சிராயர் சொன்னமையால் இராச தேவர் திருவாய் மலர்ந்தருளினபடி இன்றுமுதல் நீ அந்த உரிமைபெறக் கடவதாகச் சொன்னோம். மந்திராலோசனை சபையில் உன் ஆசன எண் எழுநூற்று முப்பத்தேழு என்றும், சபைக்குள் உன்னை அனுமதிப்பதற்கும் அங்கீகரிப்பதற்கும் இந்தக் கட்டளை ஓலையே போதுமானதென்றும் சொன்னோம். எழுதினான் திருமந்திர வோலை...''

மேற்கூறிய ஓலையைப் படித்து முடித்ததும் வீரசேகரன் தனக்கு இவ்வளவு தூரம் மதிப்பு உயர்ந்துவிட்டதா என்று ஒரு கணம் மலைத்து நின்றான். தனக்காக இவ்வளவு தூரம் பிரயாசைப்பட்ட ஜனநாதனை உள்ளூர வாழ்த்தினான்; மதுரையைக் கைப்பற்றியதுமே, மதுரையிலே சோழ ராஜதந்திரிகளின் மந்திராலோசனை சபை கூடும் என்று எதிர்பார்த்தான். ஆனால், என்ன காரணத்தாலோ, அரசாங்க அசமந்த வழக்கப்படி, சபை இத்தனை நாட்களாகக் கூடாமல் தள்ளிப் போடப்பட்டுக்கொண்டே வந்து, இப்போது அவசரமாகச் சோழியர் தலைநகரான ஆயிரத்தளியில் கூடப் போகிறது... மூன்றாங் குலோத்துங்கச் சோழன் காலத்தில் சோழவேந்தரின் தலைநகராய் விளங்கியது கும்பகோணத்தை அடுத்துள்ள ஆயிரத்தளி ஆகும். நந்திபுரம், பழையாறை, முடிகொண்ட சோழபுரம் என்றும் அதற்குப் பல பெயர்கள் வழங்கப்பட்டன. பாண்டிய மண்டலத்தின் தலைவிதியை நிர்ணயிக்கும் பொறுப்பு சோழ மண்டலத்தின் தலைநகரான ஆயிரத்தளியில் காத்திருந்தது! அது சமயம் வீரபாண்டியன் கட்சியை நிர்மூலமாக்க உடனே அவன் பதுங்கியிருக்கும் நெட்டூர்க் கோட்டைமீது படையெடுத்து முற்றுகையிட வேண்டிய அவசியத்தைப் பற்றி மந்திராலோசனை சபையில் வற்புறுத்திப் பேச வேண்டுமென வீரசேகரன் நினைத்தான். 'ஆனால் அவ்வளவு பெரிய மந்திர சபையில், முதிர்ந்த ராஜதந்திரிகள் முன் எவ்வாறு சங்கோஜமில்லாமல் எழுந்து நின்று பேசுவது? சபையில் பேசிப் பழக்கமில்லையே; சோழ ராஜதந்திரிகளின் மாபெரும் சபையை ஒரு முறைகூடக் கண்ணால் பார்த்ததுமில்லையே; வீரபதக்கம் சன்மானம் பெறுவதற்கு வெறும் இரண்டொரு உபசார வார்த்தைகள்

பேசுவதற்குக் கூட வாய் வராதே?' என்றெல்லாம் சபைக் கூச்சத்தைப்பற்றிக் கற்பனை செய்து வீரசேகரன் மதி குழம்பினான். அன்றிரவெல்லாம் அவனுக்குத் தூக்கமில்லை. மதுரையை விட்டுக் கிளம்பி ஆயிரத்தளி நகரை வந்தடைந்து இரண்டு நாட்களான பிறகும் அவனுக்குத் தூக்கம் வரவில்லை.

மந்திராலோசனை சபை கூடுவதற்கு முதல் நாளான வியாழக்கிழமை அவனையறியாமல் வெகு வேகமாக நெருங்கிவிட்டது! சபைக் கூச்சத்தை நீக்குவதற்கு ஏதாவது வழியுண்டா, மருந்துண்டா என்றெல்லாம் வீரசேகரன் யோசித்துக் கொண்டே இரவு முழுவதையும் தூங்காமல் கழித்தான். சபைப் பரிச்சயமுள்ள ஜனநாதனின் யோசனையைப் பெறலாமென்றாலோ அநாவசியமான சமயத்திலெல்லாம் வலிய வந்து பேசும் அவன், அவசியமான சமயத்தில் தேடிச் சென்றாலும் தரிசனம் தரவில்லை!

ஒருவழியாக இரவு கழிந்து பொழுது விடியத் தொடங்கியது! வீரசேகரன் படுக்கையைவிட்டுத் துள்ளியெழுந்தான். இந்த அதிகாலை நேரத்தில், யாரும் இல்லாத வேளையில், மந்திராலோசனை மண்டபத்தை ஒருமுறை பார்த்துவிட்டு வந்தால் ஒருவேளை தன் சபைக் கூச்சம் நீங்கித் தைரியம் வரலாம் என்று நினைத்தான்.

போர் முகத்து மந்திராலோசனை மண்டபம் அரண்மனையையொட்டி ஒரு நந்தவனத்தின் நடுவே இருந்தது. அதைச் சுற்றி ஒரு காத தூரம் வரை ஆள் அரவமே இல்லை. இரகசிய மண்டபத்துக்குள் ஈ காக்கைகூட எட்டிப் பார்க்க முடியாதபடி சுற்றிலும் பலத்த காவல் இருந்தது. ஒரு மாபெருங் காவற்படையே இவ்வளவு அதிகாலை நேரத்தில் காவலுக்கு வந்துவிட்டது. அங்குமிங்கும் ஓடியாடி வேலைகள் பார்த்துக் கொண்டிருந்த சிற்றாட்களெல்லாம், இன்ன இன்ன சிற்றரசர்கள் இன்னின்ன நேரத்தில் புறப்பட்டு வருகிறார்கள். எந்தெந்த நாட்டதிகாரி எந்தெந்த நேரத்தில் தலைநகருக்குப் புறப்பட்டு வந்து எவரெவர் மாளிகையில் தங்கியிருக்கிறார்கள் என்பது பற்றிய செய்திகளைப் பரிமாறிக் கொண்டிருந்தனர். வீரசேகரன் போர் வீரனுக்குரிய சின்னம் தரித்திருந்ததால் அவன் நந்தவனத்திற்குள் நுழைவதையோ, மண்டபக் கட்டுவாசல் வரை செல்வதையோ யாரும் பொருட்படுத்தவில்லை.

பெரிய பெரிய தூண்களுடன் வானத்தை முட்டுவதுபோல் நிற்கும் மண்டபம் ஒருபுறம் கம்பீரத்தையும் இன்னொருபுறம் பீதியையும் வீரசேகரனுக்கு அளித்தது. மண்டபத்தைச் சுற்றித் தொங்கும் ஆலவட்டங்களையும், தோரணங்களையும், புலிக் கொடிகளையும் சபை கூடுவதற்கு முன்னுள்ள பிரமாதமான

ஏற்பாடுகளையும் பார்க்கும்போது வீரசேகரனுக்கு அடிநாக்கு வறண்டது. ஆலோசனை மண்டபத்துப் பிரகாரங்களின் உள்ளும் புறமும் செவிடர்களான பணியாட்களும் ஊமைகளான காவலாட்களும் தயாராய் நிறுத்தி வைக்கப் பட்டிருந்தார்கள். அவர்கள் அங்குள்ள சிலைகளோடு சிலைகளாக மௌனமாக நின்றனர். கடிகை மாராயத்தினரும் வாச்சிய மாராயத்தினரும் தங்கள் கருவிகளுடன் காத்திருந்தனர்.

மண்டபத்தினுள்ளோ மாபெரும் சூன்யம் நிலவியிருந்தது. தூபக் கால்களில் சாம்பிராணிப் புகை போடப்பட்டு, கமகமவென்று நறுமணம் வீசியது. கருங்கல் தரைகளெல்லாம் சலவைக்கல் பளிங்கு போல் பளபளவென மின்னுமாறு சுத்தமாகக் கூட்டி மெழுகப்பட்டிருந்தன. ஏழு சுற்று வட்டங்களாக மொத்தம் எழுநூறு ஆசனங்களுக்கு மேல் போடப்பட்டிருந்தன. அவற்றினடியில் உயர்தர இரத்தினக் கம்பளங்கள் விரிக்கப்பட்டிருந்தன. ஆசனம் என்பது தங்க முலாம் பூசப்பட்ட ஒரு மரப்பலகையும், அதன்மீது ஒரு பட்டுத் திண்டும், முதுகு சாய்ந்து கொள்வதற்கு இன்னொரு திண்டுந்தான்! ஒவ்வொரு ஆசனத்தின் முன்னும் ஒரு சிறு முக்காலியும், அதன்மீது ஏடு நறுக்குகளும் வெள்ளி எழுத்தாணியும் பலவித வியவகாரக் குறிப்புகளடங்கிய ஓர் ஏட்டுப் பிரதியும், விஷய அட்டவணையும் வைக்கப்பட்டிருந்தன. அவற்றோடு ஒவ்வொரு ஆசனத்தின் பக்கமும் பொன்னால் புனைந்து புலி இலச்சினை பொறித்த கைப்பிடியுடன் ஒவ்வொரு சிறு கை மணி வைக்கப்பட்டிருந்தது – தான் பேசப் போவதாக அறிவிக்கவோ, அடுத்த கோடியிலுள்ளவரின் பேச்சை இடைமறித்து நிறுத்துவதற்கோ!

அங்கிருந்த ஒவ்வொரு ஆசனத்தருகிலும் ஒவ்வொரு எண் உள்ள சீட்டை வரிசையாகக் கட்டித் தொங்கவிட்டுக் கொண்டு வந்தார் ஒரு சோழிய அதிகாரி. அவர் வயதான கிழவராய், பூதாகாரமான தோற்றமும், பெரிய மீசைகளும், பெரிய தொந்தியும் உள்ளவராய், மார்பில் ஏராளமான அதிகாரச் சின்னங்கள் அணிந்தவராகவுமிருந்தார். அவருடைய முகத்திலுள்ள முறைப்பையும் கடுமையையும் பார்க்கும்போது எந்தத் திடசித்தனுக்கும் ஒரு கணம் நெஞ்சு கலங்கவே செய்யும். ஆனால் வீரசேகரனோ, தன்னுடைய எண்ணுள்ள சீட்டு எந்த ஆசனத்தின்மீது கட்டித் தொங்க விடப்பட்டிருக்கிறது, எந்த மகானுபாவனருகில் வீற்றிருக்க நேரிடும் என்று அறியவேண்டுமென்னும் ஆவலுடன் மண்டபத்திற்குள் ஒரு காலை எடுத்து வைத்து எட்டிப் பார்த்துவிட்டான். அவ்வளவுதான்; அங்கிருந்த கிழட்டு அதிகாரி புற்றுப் பாம்புபோல் சீறினார்.

"யாரடா அவன்?... உன் காலை எடு; உன் கால் தூசு தரையில் பட்டுவிடப் போகிறது!... போ, போ! அப்பாலே போ! என்ன நிற்கிறாய்? இந்த எல்லைக்குள் எவன் வந்தாலும் நான் கண்ணை மூடிக்கொண்டு கண்டதுண்டமாய் வெட்டிப் போடுவேன்! அந்த அதிகாரம் இந்த நாட்டில் என் ஒருவனுக்குத்தான் உண்டு!" என்று அந்த அதிகாரி அதட்டி விரட்டினார். அவர் முகத்தை ஏறிட்டுப் பார்க்கக்கூடத் தைரியமில்லாதவனாய், அவருடைய மார்பிலுள்ள அதிகாரச் சின்னங்களையே வெறித்துப் பார்த்துக் கொண்டு, வீரசேகரன் வெளியே வந்துவிட்டான்.

அப்போது ஆபத்பாந்தவனைப் போல ஜனநாதன் எங்கிருந்தோ தன் வெள்ளைக் குதிரைமீது அங்கு வந்து சேர்ந்தான்.

"ஜனநாதனா?..." என்று வீரசேகரன் ஆவலோடு கூவி அவனை வரவேற்றான்.

"என்ன வீரசேகரா, இவ்வளவு அதிகாலையிலே சபா மண்டபத்திற்கு வந்துவிட்டாய்? உதயாதி நாழிகை பத்தரைக்குமேல் தானே சபை கூடப் போகிறது?" என்று கேட்டுக் கொண்டே வந்த ஜனநாதன் வேகமாக வீரசேகரன் தோள்களைப் பிடித்து உலுக்கி, "வீரப்பதக்கம் சன்மானம் பெறுவதற்கு இன்னும் கொஞ்ச நாழிகை காத்திருக்கக்கூடாதா?... அதற்குள் தங்க விலையொன்றும் குறைந்துவிடாது, தம்பி! உன் ஊர்மிளாவும் தங்க ஆசாரியும் வெளியே காத்திருக்கவும் மாட்டார்கள்!" என்று விஷமமாய்ச் சிரித்தான்.

"இல்லை! எனக்கு வீரப்பதக்கம் முக்கியமில்லை. நம் அரசியல் விஷயந்தான் முக்கியம்!"

"வீரபாண்டியன் பதுங்கியிருக்கும் நெட்டூர்க் கோட்டைமீது படையெடுக்க நீ இன்னும் கொஞ்ச நாழிகை பொறுக்கக்கூடாதா? நம் அரசியல் கிழவர்கள் நீராகாரம் சாப்பிட்டு வெற்றிலை மென்று அசைபோடக்கூட விட மாட்டாய்போல் இருக்கிறதே!" என்றான் ஜனநாதன்.

"நீ ஏன் இவ்வளவு அதிகாலையில் சபா மண்டபத்திற்கு வந்தாய்? சபையில் பேசுவதற்கு முன் ஏதாவது விவரங்கள் குறித்துப் போகவா?" என்று வீரசேகரன் கேட்டான்.

"இல்லை, தம்பி! சபையில் பேசுவதற்குமுன் நான் ஆரம்பப் பிரசங்கிகள் போல் குறிப்புகள் எழுதி வைத்துக் கொள்வதில்லை! அதிகப் பிரசங்கிகள் போலக் குறிப்பில்லாமல் பேசுவதுமில்லை!

நம் அரசியல் கிழவர்களைப்போல இரண்டொரு வார்த்தை முனகி விட்டு உட்காருவதுமில்லை! உன்னைப் போலப் பலதடவை ஒத்திகை பார்த்துக் கொண்டு வருவதுமில்லை!'' என்று சிரித்தான் ஜனநாதன்.

''பின் எதற்காக இவ்வளவு அதிகாலையில் வந்தாய்?''

''சில சில்லறை விஷயங்களுக்காக வந்தேன்!'' என்று ஜனநாதன் சொல்லிவிட்டு, ''சபா மண்டபத்திற்குள் இப்போது எவன் அடை காக்கிறான்?'' என்று கேட்டான்.

''ஒரு வயதான சோழிய அதிகாரி இருக்கிறார்?'' என்று வீரசேகரன் உள்ளே ஆசனங்களுக்கு எண் சீட்டு கட்டித் தொங்கவிட்டுக் கொண்டிருந்த பயங்கரமான சோழிய அதிகாரியைச் சுட்டிக் காட்டினான்.

ஜனநாதன் உட்பக்கம் திரும்பிக் கைகளைத் தட்டினான். அந்தச் சோழிய அதிகாரி திகைப்புடன் திரும்பிப் பார்த்தார். ஜனநாதன் தன் கைவிரலைச் சுண்டி அவரைக் கூப்பிடவே, அவர் நாய்போல் ஓடிவந்து அவன்முன் பவ்யமாய் நின்றார்!

''என்ன ஆடையூர்க் கிழவா! நீ புதிதாய் ஒரு வீடு கட்டினாயே, அந்த வீட்டிற்கு மர உத்திரம் எங்கிருந்து வந்தது? உன் அருமைக் கூட்டாளியான யுத்த தளவாடக் கணக்கப்பிள்ளை புதிதாய் ஒரு வீடு கட்டினாரே, அந்த வீட்டிற்கும் உத்திரம் எங்கிருந்து வந்தது? தேர்ப்படையில் ஒரு பெரிய தேர் தீயில் எரிந்துவிட்டதென்று பொய்க் கணக்கு எழுதி, தேரின் மரக்கால்களைப் பிரித்து உங்கள் வீடுகளுக்கு உத்திரமாக உபயோகப்படுத்திக் கொண்டீர்கள், இல்லையா?'' என்று கேட்டான் ஜனநாதன்.

அந்தச் சோழிய அதிகாரிக்கு முகம் சுருங்கியது; கழுகுக் கண்களில் பீதி நிறைந்தது.

''அதனால் பரவாயில்லை, கிழவா! தேரானது வீடுகளை இடிப்பதற்கு உபயோகப்படாமல் வீடுகளைக் கட்டுவதற்கு உபயோகப்பட்டதே பெரிய கைங்கரியம்!'' என்று ஜனநாதன் சிரித்துவிட்டு, ''இன்று சபையில் எந்தெந்தப் பெரிய மனுஷன் வாய் உளறப் போகிறான் என்று உனக்குத் தெரியுமா?'' என்று கேட்டான்.

''தெரியாது!'' என்று அந்த கிழட்டு அதிகாரி குழைவான குரலில் சொன்னார்.

''கிளியூர்க் கிழவர் தம் ஆசனத்தை எங்கே போடச் சொல்லி யிருக்கிறார்?''

"யார், கிளியூர் மலையமான் ஆகார சூரனான கம்பீர சேதிராயரா?"

"ஆமாம்! அந்தச் சொன்னதைச் சொல்லும் கிழட்டுக் கிளிப் பிள்ளைதான்!"

"அந்தக் கிழவர் வழக்கம்போல் தம் ஆசனத்தைக் கடைசி வரிசையிலே போடச் சொல்லியிருக்கிறார்!"

"அதாவது, வழக்கம்போல இன்றும் அவர் பேசப் போவதில்லை! வழக்கம்போல் இன்றும் கடைசி வரிசையில் நிம்மதியாகச் சிந்தனை நித்திரை செய்யப் போகிறார்!... அந்தக் கிழவர் கிடக்கட்டும்! பல்லில்லாக் கிழவர் தம் ஆசனத்தை எங்கே போடச் சொல்லியிருக்கிறார்?"

"பெருமான் நம்பிப் பல்லவராயரா?"

"ஆமாம், அந்த வெறும் அவலை மெல்லும் பல்லவர்தான்!"

"அந்தக் கிழவர் கடைசி வரிசையிலுள்ள தம் ஆசனத்தைத் தூக்கி முன் வரிசையில் போடச் சொல்லியிருக்கிறார்."

"அதாவது, இன்று அவர் என்னை எதிர்த்துப் பேசப் போகிறார்."

"அப்படித்தான் தோன்றுகிறது! அந்தக் கிழவர் தம் ஆசனத்தின் கீழ்ச் சிட்டுக்குருவி லேகியமும் மறைத்து வைக்கச் சொல்லியிருக்கிறார்!"

"அதாவது, அரைநாழிகை நேரம் பேசப் போகிறார்! சிட்டுக்குருவி லேகியம் அந்தக் கிழவருக்கு அரை நாழிகை நேரம் எழுந்து நின்று பேசும் யௌவன சக்தியை அளிக்கும்!"

கிழட்டு அதிகாரி அசட்டுச் சிரிப்புச் சிரித்தார்.

ஜனநாதன் அக்கிழவரை நோக்கி, "நல்லது! அந்தக் கிழவரின் ஆசனத்தைத் தூக்கி வழக்கம்போல் கடைசி வரிசையிலே போட்டு விடு. கடைசி வரிசையிலிருந்து இரைந்து பேசமுடியாமல் அந்தக் கிழவர் சும்மா இருப்பதே சுகம் என்று இருந்துவிடுவார்! கேட்டால் முன் வரிசையில் இடம் காலி இல்லையென்று சொல்லிவிடு!" என்றான்.

"உங்கள் ஆசனத்தை எங்கே போடுவது?"

"இப்போது எவன் பேச்சைக் கேட்டுக் கொண்டு எந்த மூலையில் போட்டிருக்கிறாய்?"

"வழக்கம்போல் முன் வரிசையில் ஏகவாசகன் வாணகோவரசருக்குப் பக்கத்தில் போட்டிருக்கிறேன்!"

"அந்த மெய்ப்பொருள் நாயனாருக்குப் பக்கத்தில் இந்தக் கழற்சிங்க நாயனாருக்கு ஆசனம் போடவேண்டாம்! அவருக்கு எதிர்வரிசையில் என் ஆசனத்தைப் போடு! இன்று அவரை நான் எதிர்த்துப் பேசப் போகிறேன்! அதோடு நான் பேச்சின் நடுவே எதையாவது ஆத்திரமாகக் குத்திப் பேசும்போது ஏதாவது கடகடவென்று ஆடிச் சப்தம் கேட்க வேண்டும்! அதனால் என் ஆசனத்தின் முன்னுள்ள முக்காலியில் ஒரு காலைக் கொஞ்சம் வெட்டிக் குறைத்து விடு!"

"போன தடவை வெட்டிய முக்காலி இருக்கிறது! அதையே போட்டுவிடுகிறேன்! வேறெதாவது செய்ய வேண்டுமா?"

"என் ஆசனத்தினடியில் கொஞ்சம் மூக்குப் பொடி மட்டையை மறைத்துவை! இன்று சபையில் யாராவது பேசும்போது நான் அபசகுனமாய் இரண்டு முறை தும்ம வேண்டும்!"

"இன்று இவ்வளவு அவசரமாக எதற்காகச் சபை கூட்டப்பட்டிருக்கிறது? நீங்களா சபையைக் கூட்டச் சொன்னீர்கள்?"

"கூட்டுவது என் வேலையல்ல! ஏகவாசகரின் வேலை அது! இன்று மதுரை இராசகாரிய விஷயமாய் ஒரு முக்கியமான முடிவு செய்யப் போகிறார்கள்! சக்கரவர்த்தி உடனே சபை கூட்டச் சொல்லிவிட்டார்!"

"சபைக்கு இராசதேவர் வருவாரா?"

"சக்கரவர்த்தி வரமாட்டார்! அரசியல் சக்கரத்தை உருட்டுவதற்கு வழக்கம்போல் திருமந்திர ஓலைகள் நாயகத்தை அனுப்பி வைப்பார்!"

"நான் வேறு ஏதாவது செய்ய வேண்டுமா?"

"மகதை நாடாள்வாரின் ஆசனத்தில் நிறைய மூட்டைப் பூச்சிகள் உள்ள திண்டாகப் பார்த்துப் போடு! சபையைச் சீக்கிரமாக முடித்தால் போதுமென்று அவர் அதிகமாகப் பேசும் எவன்மீதும் எரிந்து விழுந்து கொண்டேயிருக்கட்டும்!"

"வேறு ஏதாவது...?"

"செங்கேணி அத்திமல்லரான நம் கிழவர் சம்புவராயரின் ஆசனத்தை எந்த மூலையில் போட்டிருக்கிறாய்?... அந்தக்

கிழவரை என் பக்கத்தில் வைத்துக் கொண்டிருந்தால்தான் அவர் தம் திருவாயை மூடிக்கொண்டு நான் திருவாய் மலர்ந்தருளுவதை மெய்மறந்து கேட்டுக்கொண்டிருப்பார்! அவருடைய ஆசனத்தைத் தூக்கி என் இடது கைப்பக்கம் போடு! இந்தப் புது வாலிபனின் ஆசனத்தைத் தூக்கி என் வலதுகைப் பக்கம் போடு! இவன் எனக்கு வலது கை போன்றவன்!''

''இந்தப் பையன் யார்?''

''இவன்தான் வீரசேகரன்!''

''எழுநூற்று முப்பத்தேழாவது எண்ணா?''

''ஆமாம்!'' என்று ஜனநாதன் சொல்லிவிட்டு வீரசேகரனைக் கூட்டிக்கொண்டு நந்தவனத்தைக் கடந்து வெளியே வந்தான்.

''மந்திராலோசனை சபை நேரம் நெருங்க நெருங்க எனக்குப் பயமாயிருக்கிறது!'' என்றான் வீரசேகரன்.

''என்ன பயம்? நீ ஊர்மிளாவைத் தப்பி ஓடவிட்ட குற்றம் உன்னையும் என்னையும் தவிர வேறு ஒரு பிராணிக்குக்கூடத் தெரியாது!'' என்றான் ஜனநாதன்.

''அதற்கில்லை! வயது முதிர்ந்த ராஜதந்திரிகள் அமர்ந்திருக்கும் மந்திராலோசனை சபையில் முற்றிலும் புது இளைஞனான நான் எப்படி வாய்விட்டுப் பேசுவது என்ற பயந்தான்!''

''பல்லில்லாத கிழவர்களைக் கண்டு பல்லுள்ள வாலிபன் எதற்காகப் பயப்படவேண்டும்?''

''நான் சபையில் பேசுவதற்கு எவ்வளவோ விஷயங்களை மனப்பாடம் செய்து வந்திருக்கிறேன்! ஆனால் சபை நடுவே சங்கோஜத்தால் என் வாயிலிருந்து ஒரு வார்த்தைகூட வெளிவராது போல் இருக்கிறது! சபைக் கூச்சத்தை நீக்குவதற்கு ஏதாவது வழி சொல்லமாட்டாயா?''

''அதென்ன பிரமாதம்? உன்னைத் தவிர, சபையிலுள்ள அத்தனை பேரும் முட்டாள்கள் என்று நினைத்துக் கொள்! உனக்குச் சுலபமாகப் பேச வந்துவிடும்!''

''நம் ராஜதந்திரிகள் ஒரு வார்த்தைக்கு ஒன்பது அர்த்தங்கள் வைத்துப் பேசக் கூடியவர்களாயிற்றே! நான் எதைப் பேசுவது?''

''நீ எதை வேண்டுமானாலும் பேசு! நீ என்ன பேசுகிறாய் என்று ஒருவன்கூடக் கவனிக்க மாட்டான்! ஒவ்வொருவனும் தன் பேச்சில்தான் குறியாயிருப்பான்!''

"நான் பேசும்போது பெரியவர்கள் என் முகத்தைக் கூர்ந்து பார்த்தால் எனக்குத் தொடை நடுக்கம் வந்துவிடும்!"

"கவலைப்படாதே! எல்லோரும் கண்ணை மூடிக் கொண்டு நிம்மதியாக அனந்தசயனம் செய்வதற்குத்தான் அரசியல் சபைக்கு வருகிறார்கள்."

"நம் சோழிய ராஜதந்திரிகள் வைதீக சம்பிரதாயங்களைக் கவனிக்கக் கூடியவர்களாயிற்றே, நான் சபைக்குள் முதன் முதலில் நுழையும்போது இடதுகாலை எடுத்து வைப்பதா? வலதுகாலை எடுத்து வைப்பதா?"

"எந்தக் காலை வேண்டுமானாலும் எடுத்து வை. எவனும் கீழே குனிந்து பார்க்கமாட்டான். எவனும் மமதையுடன் தலைநிமிர்ந்துதான் வீற்றிருப்பான்."

"சரி சரி, வா ஜனநாதா! போய்க் குளித்துவிட்டுக் குறித்த நாழிகைக்குள் சபைக்கு வந்து சேரவேண்டும்."

"இல்லை, இல்லை. நாம் பலரைக் காக்க வைத்து நேரங்கழித்துச் சபைக்கு வந்தால்தான் நம்மை எல்லோரும் கவனிப்பார்கள்; நம்முடைய மதிப்பும் உயரும்" என்று ஜனநாதன் சிரித்தான்.

உதயாதி நாழிகை பத்தரைக்குமேல் சோழ ராஜதந்திரிகளின் மாபெரும் மந்திராலோசனை சபை கூடியது. சிற்றரசர்களும் "உடன் கூட்டத்துப் பெருமக்களான" முதலிகளும் நாட்டதிகாரிகளும் தங்கள் பரிவாரங்களுடன் வந்திருந்தனர். மதுரை அரசியல் சம்பந்தமாக முக்கியமானதொரு முடிவு செய்யும் சபையாகையால், மதுரையிலுள்ள இராசப் பிரதிநிதிகளும் இராசாங்கத் தூதர்களும் வந்திருந்தார்கள். அரசியல் தலைவர்களெல்லாம் கோஷ்டி கோஷ்டியாகப் பிரிந்து நின்று மெல்ல உரையாடிக் கொண்டிருந்தார்கள். சிவப்பழம்போல் விளங்கிய எதிரிலி சோழ சம்புவராயர் இன்னொரு கிழவரிடம் தம் உத்திராக்ஷ மாலையை உருட்டிக் கொண்டே ஜனநாதனைப் பற்றிக் குறை கூறிக் கொண்டிருக்கும்போது ஜனநாதன் அச்சபைக்குள் வந்தான். அக்கிழவரை ஜனநாதன் கடைக்கண்ணால் விஷமமாய்ப் பார்த்துக்கொண்டே, "பேச்சுப் பேச்சு என்னுமாம் கிளி; பெரும் பூனை வந்தக் கால் கீச்சு கீச்சு என்னுமாம்" என்று பாடிக்கொண்டே நடந்தான்.

கிழவர் கோபமுற்று அவனை நோக்கி, ஜனநாதா! சுதேசம், ஆசாரம், மதம், வைதீகம் எல்லாவற்றையும் அலட்சியமாகக் கருதுகிறாய். பௌத்தனாய்ப் பிறக்க வேண்டியவன் தப்பிச் சுத்தச்

சைவனாய் பிறந்துவிட்டாய்! பெரியவர்களை நையாண்டி செய்வதே உன் பிழைப்பு! கடவுள் உன்னைத் தண்டிக்காமல் விடமாட்டார்!'' என்றார்.

''கடவுளா! அவரை உம் நாக்கில்தான் பார்க்க முடிகிறதே தவிர, உம்முடைய உத்திராக்ஷக் கொட்டையில்கூட நான் பார்த்ததில்லையே! ஐயா, பெரியவரே! கடவுள் உமக்கு மட்டும் சொந்தமான சொத்தல்ல; எல்லோருக்கும் சொந்தமானவர்தான்!'' என்று சொல்லிவிட்டு ஜனநாதன் தன் ஆசனத்தில் கம்பீரமாக அமர்ந்தான்.

அங்கிருந்த பெரிய பெரிய தலைவர்களையெல்லாம் ஜனநாதன் தனக்கு அறிமுகம் செய்து வைப்பான் என்று வீரசேகரன் எதிர்பார்த்தான். ஆனால் அவர்களின் குணக்கோளாறு களையும் பலவீனங்களையும் ஜனநாதன் வாணித்தானே தவிர, அருகில் ஒருவனைக் கூட அண்ட விடவில்லை. கழுகுக் கண்களிடமிருந்து புறாவைக் காப்பாற்றுவது போல் வீரசேகரனைக் காப்பாற்ற முயன்றான்.

சபை ஆரம்பமாகும் நேரம் வந்ததும் மும்முறை மணியடித்து அறிவிக்கப்பட்டது.

சபையைப் பிரதம மந்திரி ஆரம்பித்து வைத்தார். சபையில் எள்ளுப் போட்டால் எள் ஒலி கேட்கும்படியான நிச்சப்தம் நிலவியது. ராஜதந்திரிகள் அனைவரும் அடைகாக்கும் பெட்டைக் கோழிகளைப் போல உன்னிப்பாகவும் கரும சிரத்தையாகவும் தங்கள் ஆசனங்களில் உட்கார்ந்திருந்தார்கள். ஜனநாதன் மட்டும் அலட்சியமான தோரணையுடனும் வேண்டுமென்றே அடிக்கடி வீரசேகரன் பக்கம் திரும்பிச் சிரித்துக் கொண்டும் அட்டஹாசமாய் உட்கார்ந்திருந்தான். சபையிலுள்ள கிழவர்கள் சிரிப்பு வரும் திசையில் அடிக்கடி திரும்பி முறைத்துப் பார்த்தார்கள். ஜனநாதன் பக்கத்தில் ஏன் உட்கார்ந்தோம் என்றுகூட வீரசேகரனுக்குத் தோன்றியது. மந்திராலோசனை சபை விஷய அட்டவணையில் முதலாவதாக வீரசேகரனுக்குத் தங்கப்பதக்கம் சன்மானமளிக்கும் சடங்கு நடைபெற்றது. அதைப் பலர் ஈமச்சடங்குக் கிரியையைக் கவனிப்பது போல் கவனித்தனர்.

வீரப்பதக்கம் பெற்ற வீரசேகரன் சபையை நோக்கி, ''பெரியவர்களே! இன்று இந்தச் சிறுவனின் வாழ்வில் ஒரு பெருநாள். உங்களுக்குக் கடமைப்பட்டிருக்கும் என் உணர்ச்சிகளை எப்படி வார்த்தைகளால் சொல்லுவதென்று தெரியவில்லை. என் சொல்லாலும் செயலாலும் இந்த மகாசபைக்கு, இராச காரியத்துக்கு, இராச தேவருக்கு, இச்சோழ மண்டலத் தாய்க்கு நான்

என்றென்றும் கட்டுப்பட்டிருப்பேன். நம் சோழர்களின் புலிக்கொடி தமிழ் நாகரிகத்தின் சின்னமாய் எங்கெங்கும் தலைதூக்கிப் பறக்க என் உயிரையும் தியாகம் செய்வேன். என் இராச கடமையிலி ருந்து எள்ளத்தனையும் தப்பினேனாகில் ஏழா நரகில் கீழா நரகம் புகுவேனாக!'' என்று கூறிவிட்டு அமர்ந்தான். அங்குள்ள பல தலைவர்களையும் தனித்தனியாகப் புகழ்ந்து கூறவேண்டுமென்று எவ்வளவோ முகமன் வார்த்தைகளை மனப்பாடம் செய்து வந்திருந்தான்; ஆனால் முகஸ்துதி செய்வது அவனுக்குப் பழக்கமில்லையாகையால் அவ்வளவையும் மறந்து விட்டான். அவனது கடமையுணர்ச்சியைப் பற்றிய உள்ளப் பூர்வமான பேச்சுக்கு அங்கிருந்த ஒருவரிடமிருந்தாவது கைதட்டல் கிடைக்கவில்லையென்றாலும், ஏகவாசகர் வாணகோவரசரின் கூர்மையான கண்களிலும், ஆடையூர் நாடாள்வாரின் கூர்மையான நாக்கு முனையிலும் இலேசான புன்னகைகள் கிடைத்தன. அந்த மதிப்புக்குரிய புன்னகைகளுக்காகவே வீரசேகரன் தன் உயிரையும் தியாகம் செய்யக் கூடிய மனப்பான்மையுடையவனாக இருந்தான்.

அரசியலின் கூறுகளான வீரப்பதக்கப் படலமும் முகஸ்துதிப் படலமும் முடிந்த பிறகு அன்று சபை அட்டவணையிலுள்ள மதுரை அரசியலைப் பற்றி முக்கியமான விவாதம் ஆரம்பமாயிற்று.

பாண்டிய இராச காரியமாய் மதுரை அரசியலுக்கு விரைவில் ஒரு முடிவு காண வேண்டுமென்று குலோத்துங்கச் சோழச் சக்கரவர்த்தி விரும்புவதாக, அவர் திருவாய் மலர்ந்தருளியதைத் ''திருவாய்க் கேள்வி'' நாயகரான வேளாளர் எழுந்து நின்று சபையில் வெளிப்படுத்தினார்.

''கருவூரில் உள்நாட்டுக் குழப்பத்தை அடக்குவதற்கும், கங்கைப் படையெடுப்பு இலங்கைப் படையெடுப்பு முதலான திக்விஜயங்களுக்குப் படை தயாரிப்பதற்கும் உடனடியாக அரசாங்கப் படை தேவைப்படுகிறதென்றும், கைக்கோளப் படையையும் மூன்று மகாசேனைகளையும் அநாவசியமாக மதுரையில் நிறுத்தி வைக்க அவசியமில்லையென்றும், மதுரை அரசியலுக்கு ஒரு நிர்ணயத் திட்டம் தயாரித்துச் சோழநாட்டின் ராஜப் பிரதிநிதியாய் விக்கிரமபாண்டியனை மதுரைச் சிம்மாசனத்தில் அமர்த்திவிட்டுச் சோழ அதிகாரிகளையும் படைகளையும் விரைவில் தலைநகருக்குத் திருப்பி அழைக்க வேண்டுமென்றும் ஆடையூர் நாடாள்வார், கம்பீர சேதிராயர் முதலான அரசர் கட்சியினர் வற்புறுத்திப் பேசினார்கள்.

அதற்கு ஆட்சேபணையாக, விக்கிரம பாண்டியனுக்கு முடிசூட்டுவதற்குப் புராதனமான பொன்முடி வீரபாண்டியனிடம்

சிக்கிக் கொண்டிருக்கிறதென்று ஜனநாதன் தெரிவித்தான். மதுரையின் குழப்ப நிலையை ஒரு முடிவுக்குக் கொண்டு வருவதில் ஜனநாதனுக்கு இஷ்டமில்லை என்பதை அங்குள்ள ராஜதந்திரிகள் யூகித்திருந்தாலும் முன்பொரு நாள் அவன் பாண்டிய சபையில், ''எங்கள் சோழ மன்னர் உண்மையான சோழ இரத்தத்தில் பிறந்தவராய் இருந்தால் விக்கிரம பாண்டியனுக்கு உண்மையான பாண்டிய முடியைத்தான் சூட்டுவார்'' என்று கூறிய சூளுரையை அவர்களால் புறக்கணிக்கவும் முடியவில்லை.

''வாள்நிலை கண்டான் ஜனநாதக் கச்சிராயன் சொல்வது உண்மைதான். அதற்குப் பரிகாரமாக நாம் உடனே வீரபாண்டியன் பதுங்கியிருக்கும் நெட்டூர்க் கோட்டையின்மீது படையெடுத்துச் சென்று புராதனமான பாண்டிய முடியைக் கைப்பற்றி வரவேண்டும். பகைவனைக் கடைசிவரை நிர்மூலமாக்குவதுதான் சரியான ராஜதந்திரமாகும். இதுதான் நான் சொல்லும் ஒரே வாசகம்!'' என்று ஏகவாசகன் வாணகோவரசர் உறுதியான குரலில் சொன்னார்.

ஜனநாதனோ அதற்கு மறுப்புரையாக, ''நெட்டூர்க் கோட்டையை வெறும் வாசகங்களால் முற்றுகையிட முடியாது. அதற்கு வீரவாலிபர்கள் தேவை'' என்றான்.

உடனே ஆடையூர் நாடாள்வார் ஏளனச் சிரிப்புடன் எழுந்து நின்று, ''ஜனநாதக் கச்சிராயன் அதைரியப் படுவதற்குக் காரணம் அவன் கையில் மொத்தம் முப்பதினாயிரம் வீரர்கள்தான் இருக்கிறார்கள். என் கையிலோ அதைப்போல இரண்டு மடங்கு போர் வீரர்கள் இருக்கிறார்கள். நெட்டூர்க் கோட்டையை முற்றுகையிடலாமா கூடாதா என்று ஒவ்வொருவரும் யோசனை சொல்லுவது ஒவ்வொருவரின் சொந்தப் பலத்தைப் பொறுத்துத்தான் வெளி வருகிறது!'' என்றார் கேலியாக.

உடனே ஜனநாதன் விஷமச் சிரிப்புடன், ''ஆடையூர் நாடாள்வாரின் கையிலுள்ள வீரர்களின் தொகை என் கையிலுள்ளதைவிட எண்ணிக்கையில் இரண்டு பங்கு அதிகம் என்பது மிகப்பெரிய உண்மைதான்! ஆனால் என் போர் வீரர்களுக்குத் தேக பலம் இல்லையே தவிர, புத்தி பலத்தில் இரண்டு மடங்கு அதிகமானவர்கள்!'' என்றான்.

சோழ நாட்டில் அரசாங்கப் படையைத் தவிர ஒவ்வொரு நாட்டதிகாரியும் குறுநில மன்னராய்ச் சொந்தத்தில் படைகள் பரிவாரம் வைத்துக் கொள்வதும், தேவை ஏற்பட்டபோது தங்களுக்குள் சண்டைபிடித்துக் கொள்வதும், ஆபத்துக் காலங்களில் அரசாங்கத்துப் படை உதவி புரிவதும் உண்டு.

ஒவ்வொரு மண்டலத் தலைவரின் கையிலுள்ள படைப்பலத்தைக் கொண்டு பொது அரசாங்கத்தில் அந்தஸ்து அதிகரிப்பதுமுண்டு. இதையொட்டி ஜனநாதனுக்கும் ஆடையூர் நாடாள்வாருக்கும் அடிக்கடி மனஸ்தாபம் ஏற்படுவது வழக்கம். இப்போது அவர்களிருவரின் வாக்குவாதத்தின் நடுவே பிரதம அமைச்சர் குறுக்கிட்டு, ''ஒவ்வொருவரின் சொந்த பலத்தைப் பற்றிப் பேசுவதற்கு நாம் இங்கே சபை கூடவில்லை. ஜனநாதன் இராசகாரியமான தன் அரசியல் அபிப்பிராயத்தை மட்டும் சொல்லட்டும்!'' என்றார்.

ஜனநாதன் சபையை நோக்கி, ''பாண்டி நாட்டுக்குள்ளே தற்காப்பு மிக்க அரண் நெட்டூர்க் கோட்டை ஒன்றுதான். அதற்கு நான்கு சுற்று மதிற் சுவர்களும் நான்கு பெரிய அகழிகளும் உண்டு. அவற்றின் கோட்டை வாசல் கதவுகள் மரத்தாலானவை யல்ல; அவ்வளவும் கெட்டி இரும்பால் ஆக்கப்பட்டவை! போன தலைமுறையில் நடந்த யுத்தத்தில் இலங்கைப் படையினர் நெட்டூர்க் கோட்டையை யுத்த வியூகமாய் அமைத்துத் தலைசிறந்த தற்காப்பு அரணாக ஆக்கிவிட்டுப் போயிருக்கிறார்கள்! சரியாக நாற்பதினாயிரம் போர் வீரர்களைப் பலி கொடுத்து ஏழு மதிற் சுவர்களை இடித்துக் கோட்டைக்குள் புகுந்து கடைசியாகச் செத்த பாம்பை அடிப்பது போலத்தான் ஆகும் வீரபாண்டியன் மீது முற்றுகையிடுவது என்பதும்! அதற்கு அவ்வளவு தூரம் அவசரமும் இல்லை; அவசியமும் இல்லை. புற்றைவிட்டுப் பாம்பு தலைநீட்டினால் நாம் கல்லால் அடிப்போம். புற்றுக்குள் கிடக்கும் பாம்பைப் புற்றுக்குள்ளே செத்தழிய விட்டுவிடுவோம்!'' என்றான்.

''செத்த பாம்புக்கு இலங்கையர் பால் வார்த்து மறுபடி உயிர் மூட்டி விடலாம்! முன் தலைமுறையில் இலங்கைப் படையினர் சோழ நாடுவரை முன்னேறி எவ்வளவு அட்டூழியங்கள் புரிந்தார்கள் என்பதையும், நம் சுவாமிதேவர் இருபத்தெட்டு நாள் அகோர பூஜை செய்து அப்பாப கர்மாக்களை அழியச் செய்தார் என்பதையும் ஆர்ப்பாக்கத்துச் சிவன் கோயில் சாசனம் தெளிவாக எடுத்துக் கூறுகிறது. மதுரையில் இலங்கையர் குறைவாய் இருந்த சமயம் பார்த்து நாம் படையெடுத்துச் சென்று வீரபாண்டிய னிடமிருந்து மதுரையைச் சுலபமாகக் கைப்பற்றிக் கொண்டோம் என்றால் அது நம் ராஜதந்திரிகளின் விவேகத்தினாலல்ல; கடவுளின் விருப்பம் அவ்வாறிருந்தது! பௌத்த மதத்தின் சமதர்மக் கொள்கைகளைப் பின்பற்றவும் அநாசாரங்களை உண்டாக்கவும் முயலும் வீரபாண்டியனை நிர்மூலமாக்க வேண்டுமென்பதுதான் நம் சிவபெருமானின் உள்ளக்கிடக்கை என்பதை நாம் முதலில் உணரவேண்டும். இப்போது நெட்டூர்க் கோட்டைக்குள் வீரபாண்டியன் கட்சியை வளரவிட்டு அதற்கு உதவியாக

இலங்கைப் படை இங்கு வந்து மறுபடி அட்டூழியங்கள் புரிய ஆரம்பித்தால் அப்போது வாள்நிலை கண்டான் ஜனநாதக் கச்சிராயன் என்ன வழி சொல்வான்?'' என்று எதிரிலி சோழ சம்புவராயர் கேட்டார்.

''அதற்குத்தான் நம்மிடம் ஒரு சுலபமான வழி இருக்கிறதே! யுத்தத்தில் ஜயிப்பதற்கு அநாவசியமாகப் போர் வீரர்களைச் சேமிக்காமல், நம் பழைய சுவாமி தேவரையே கூப்பிட்டு இருபத்தெட்டு நாள் அகோர பூஜை செய்யச் சொன்னால் போதும்! இலங்கைப் படை ஒழிந்துவிடும்! நான் ஆர்ப்பாக்கத்துச் சிவன் கோயில் சாசனத்தையும் கடவுள் சக்தியையும் பரிபூர்ணமாக நம்புபவன்!'' என்று ஜனநாதன் சொல்லிவிட்டுத் தன் ஆசனத்தில் வெகு சுலபமாய் அமர்ந்தான்.

வீரசேகரன் அவன் காதருகில் குனிந்து, ''கடவுள் பெயரை இங்கேன் அநாவசியமாக இழுக்கிறாய்?'' என்று மெல்லக் கேட்டான்.

''மதவாதகர்கள் தங்கள் சுயநலத்தையும் சுயபீடத்தையும் காப்பாற்றிக் கொள்ளக் கடவுள் பெயரை உபயோகப்படுத்தும் போது நான் பொதுநலத்துக்குக் கடவுளின் பெயரை அரசியலில் உபயோகப்படுத்தக் கூடாதா?'' என்று ஜனநாதன் அவன் காதுக்குள் சொல்லி மெல்லச் சிரித்தான்.

வீரசேகரன் மறுபடி மெல்ல ஜனநாதனின் காதுக்குள், ''வீரபாண்டியன்மீது படையெடுப்பதன் அவசியந்தான் உனக்குத் தெரியுமே! அதை ஏன் எதிர்த்துப் பேசுகிறாய்?'' என்று ரகசியமாய்க் கேட்டான்.

''என் விரோதியான ஆடையூர் நாடாள்வான் அதை ஆதரித்துப் பேசுகிறான்! அதனால் அதை நான் எதிர்த்துப் பேசவேண்டும்! அவனிடம் என்னைவிட இரண்டு பங்கு படைப்பலம் உண்டு என்னும் திமிர்! ஆனால் எனக்கு எவ்வளவு வாக்குபலம் உண்டு என்பதை இன்று காட்டிவிடுகிறேன்!'' என்று ஜனநாதனும் அவன் காதுக்குள் பரமரகசியமாய்ச் சிரித்துக் கொண்டே சொன்னான். ஏகவாசகர் சபையில் எழுந்து நின்று, ''இந்தச் சபைக்கு ஒரு வாசகம் சொல்ல விரும்புகிறேன்: இலங்கையிலிருந்து இனித் தேவையான அளவு உதவி வீரபாண்டியனுக்குக் கிடைக்காது! இலங்கை மன்னர் பராக்கிரமபாகு தம் சொந்த நாட்டுள் சீர்திருத்தங்களில் முனைந்துவிட்டார்! அயல்நாட்டு விவகாரங்களைக் கவனிக்க இனி அவருக்கு ஆயுசு இல்லை! இப்போது வீரபாண்டியன் தந்திரமாக

இலங்கை உதவியை நிராகரித்துவிட்டு இலங்கையின் பரமவிரோதியான சேரராஜனின் உதவியை நாடுவானாகில், மகளை மணம் புரிந்து கொடுத்த சேரராஜன் மாபெரும் படையுடன் தன் மருமகனுக்கு உதவிபுரிய முன்வருவான் என்பதில் எள்ளத்தனையும் சந்தேகமில்லை! அதற்குள் வீரபாண்டியனை நிர்மூலமாக்கி விடவேண்டும்!'' என்று சொல்லி வந்தவர், தமக்கு ஆதரவாக ஏதோ சொல்ல விரும்பித் தவிக்கும் வீரசேகரன்மீது கண்பார்வை படவே, ''அரசியலில் பழமையோடு புதுக்கருத்துக்களும் தேவைதான்! புது வாலிபனான வீரசேகரன் தன் கருத்துக்களை இந்தச் சபையில் சொல்லட்டும்'' என்றார்.

உற்சாகத் தூண்டுதல் கிடைத்த வீரசேகரன் கம்பீரமாக எழுந்து நின்று தன்னையும் சபையையும் மறந்து மடைதிறந்த வெள்ளம்போல் உணர்ச்சிகளைக் கொட்டலானான்:

''வீரபாண்டியன் நெட்டூர்க் கோட்டைக்குள் பதுங்கியிருக்கிறானென்றால், புலி பதுங்குவது பாய்ச்சலுக்கே தவிர வேறல்ல. படைத் தயாரிப்பு முடிந்து பூர்ண பலம் பெற்றதும் வீரபாண்டியன் தன் தலைநகரை மீட்க மதுரைமீது படையெடுத்து வருவான் என்பதில் சிறிதும் சந்தேகமில்லை. இலங்கை ஆள் உதவி செய்யாவிட்டாலும் அவனுக்கு ஏராளமான யுத்தக் கருவிகளையும் போர்த் தந்திரிகளையும், வரும் பௌர்ணமிக்குப் பிறகு அனுப்பி வைப்பதாக ஒரு சாமியார் மூலம் இரகசியமாக ஓலை அனுப்பியிருக்கிறது. சேர ராஜன் படை உதவியை வீரபாண்டியன் பெறுவதில் தனக்கு ஆட்சேபணையில்லையென்றும் அந்த ஓலையில் தெரிவித்திருக்கிறது! ஆதலின், பௌர்ணமி கழிந்ததும் வீரபாண்டியன் நம் வசமிருக்கும் மதுரைமீது மாபெரும் பலத்துடன் படையெடுத்து வருவான்! அதற்குள் பௌர்ணமியன்றோ அதற்கு முன்போ நாம் அவனது நெட்டூர்க் கோட்டையை முற்றுகையிட்டு, எலியை எலி வலைக்குள்ளேயே நசுக்கிவிட வேண்டும்! வீரபாண்டியன் வீரமரணம் அடையவேண்டும்; அல்லது நம் கையில் சிறைப்படவேண்டும்! அதுவரை மதுரை அரசியல் விவகாரம் முடிவும் பெறாது! நம் புலிக்கொடி பாண்டி நாட்டின்மீது நிரந்தரமாகப் பறக்கவும் முடியாது. நம்முடைய சோழ சாம்ராஜ்யத்தின் இலட்சியம் பாண்டிநாட்டு எல்லையோடு முடிந்து விடவில்லை என்பதையும் நாம் மறத்தலாகாது. அது கங்கையும் கடாரமும் தாண்டி அடிவானத்துக்கப்பாலும் பரந்து கிடக்கிறது! பல ராஜ்யங்களாய் இல்லாமல் ஒரே ராஜ்யமாய்த் தமிழ் நாகரிகம் தலைநிமிர்ந்து நிற்க வேண்டுமென்றால் ஒவ்வொரு தமிழ் மகனும் ஆண் மகனாய்ச் சோழ சாம்ராஜ்யத்துக்குத் தன் இரத்தத்தைச் சிந்தத் தயாராய் இருக்கவேண்டும்!'' என்று வீரசேகரன் தன் உணர்ச்சிகளைப் பொழிந்தான்.

ஜனநாதன் விஷமச் சிரிப்புடன் எழுந்து நின்று, ''நாம் அழகான வார்த்தைகளையும் உணர்ச்சிகளையும் கவிஞர்களுக்கு விட்டு விடுவோம்! இந்தச் சபையில் நாம் எதையும் அநுபவ அறிவைக் கொண்டுதான் ஆராயவேண்டும்!'' என்றான்.

வீரசேகரன் சட்டென்று, ''புகழ்பெற்ற ராஜராஜ சோழர் காலத்தைப்போல நம் குலோத்துங்கச் சோழச் சக்கரவர்த்தியின் காலத்திலும் தமிழ்ச் சாம்ராஜ்யம் மகோன்னதமாக உருவாக வேண்டுமென்றால், அது வெறும் அறிவினால் நடக்கக் கூடியதல்ல; எண்ணற்ற வீரர்களின் உணர்ச்சிகளால்தான் அது உருவாக வேண்டும். உணர்ச்சிகளுக்குத்தான் எதையும் உருவாக்கும் ஆக்க சக்தி உண்டு! ஆகவே நமக்குக் கவிஞர்களின் அழகான வார்த்தைகளும் கற்பனைகளுங்கூடத் தேவைப்படலாம்!'' என்றான்.

அவனுடைய அறிவுத் திறனைச் சபையிலிருந்த அனைவரும் உள்ளூர வியந்தார்கள்; ஜனநாதனை அடியுண்ட பாம்பைப் பார்ப்பது போல் பரிகாசக் கண்களால் பார்த்தார்கள். உடனே ஜனநாதன் வெகுண்டெழுந்து, ''தேச பக்தியைப்பற்றிப் பிரமாதமாகவும் உணர்ச்சிகரமாகவும் வீரசேகரன் இந்தச் சபையில் பேசுகிறான். ஆனால் அவன் அறிந்தோ அறியாமலோ வீரபாண்டியனுக்குச் சாதகமாய்ச் செய்த ஒரு மாபெரும் ராஜத் துரோகத்தை இந்தச் சபை அறியட்டும்! வீரபாண்டியன் நம்மிடம் படுதோல்வியடைந்து மதுரை நம் கையில் வீழ்ந்தபோது ஓர் இளம் பெண் நம் காவற்காரர்களின் கையில் சிக்கினாள். அவளை அரசாங்கச் சிறைக்குக் காவற்காரர்கள் அழைத்தேகும் போது அவளை வழியில் சந்தித்த வீரசேகரன், காவற்காரர்களை மிரட்டி அவளை விடுவித்து நல்ல சமயத்தில் அவளைத் தப்பியோட விட்டுவிட்டான். அவள் வேறு யாருமல்ல; வீரபாண்டியன் மனைவியேதான்! அவளை வீரசேகரன் தப்பியோடச் செய்யாதிருந்தால் பாண்டிய அரசியல் விவகாரம் எப்போதோ தீர்ந்து போயிருக்கும்!'' என்றான்.

அவ்வளவுதான்; அச்சபையில் இருந்த அனைவரும் திகைப்புச் சிலைகளாகி விட்டார்கள். வீரசேகரனுக்கோ வானமே தலைமீது இடிந்து விழுவதுபோல் இருந்தது!

சர்வாங்கமும் வெடவெடவென்று நடுங்கியவாறு தலைகுனிந்து நின்ற வீரசேகரன் மெல்லத் தலைநிமிர்ந்து சபையைச் சுற்றிலும் பார்த்தான். ரோஷத்தால் உதடுகள் துடிதுடிக்க ஆத்திர உணர்ச்சியுடன் கூவினான்:

''நான் அவளை ஊர்மிளா என்னும் ஒரு சாதாரணப் பெண் என்றுதான் நினைத்தேன்! அவள் வீரபாண்டியன் மனைவியாய் இருப்பாள் என்று சிறிதும் எதிர்பார்க்கவில்லை! அறியாமல் செய்த

அப்பிழைக்குப் பரிகாரமாக இச்சபையில் ஒரு பிரதிக்ஞை செய்கிறேன்; வீரபாண்டியன் மனைவியான திரைலோக்ய முழுதுடையாளை நானே சிறைசெய்து இச்சபை முன் கொண்டு வந்து நிறுத்துகிறேன். இந்தச் சபதத்தை நான் நிறைவேற்றாவிட்டால், கங்கையிடைக் குமரியிடைச் செய்தார் செய்த பாவத்தில் படுவேன் ஆவேன். ஏழாம் நரகத்தில் கீழாம் நரகத்தில் புகுவேன். இப்படித் தப்பினேனாகில் என்னாட்டை யானே எடுத்துத் தம்பலமும் கலச்சோறும் தின்றேன் ஆவேன்!'' என்று வீரப்பிரதிக்ஞை செய்துவிட்டான் வீரசேகரன்.

அவனை மேலும் விடாமல் ஜனநாதன் வெறித்து நோக்கி, ''வீரசேகரா! பிரதிக்ஞை செய்துவிட்டாய்! ஆனால் அந்த முயற்சியில் வீரபாண்டியன் மனைவி உயிருக்கு எந்தவிதமான ஆபத்தோ உடம்புக்கு ஒரு சிறு ஊறோ ஏற்பட்டாலும் அரசர் பெருமான் உனக்கு மரணதண்டனை விதிப்பார். பாண்டிய தேசத்தைப் போல் வீரபாண்டியன் மனைவியின் உயிரும் காப்பாற்றப்பட வேண்டிய ஒரு பொருள் என்று சக்கரவர்த்திகள் கருதுகிறார்கள். வீரபாண்டியன் மனைவி வேள்வித் தீயில் குதித்துத் தற்கொலை செய்து கொள்ள முயன்றாலும் உன் தலைக்கு மரணம் தப்பாது என்பதை ஒருபோதும் மறக்காதே! வீரபாண்டியன் மனைவியை நீ உயிருடன்தான் சிறைபிடித்து வரவேண்டும்'' என்றான். அதற்கு ஆதாரமாக அங்கிருந்த திருமந்திர ஓலை நாயகமான மீனவன் மூவேந்த வேளாருக்குச் சமிக்ஞை செய்து அரசரின் திருமந்திர ஓலையைச் சபையில் வாசித்துக் காட்டச் செய்தான்.

''...வீரபாண்டியன் தேவியான திரைலோக்கிய முழுதுடையாள் நம் பிராட்டியார் பெண்ணரசியான பெரிய நாச்சியாருக்கு உடைமையாவாள். போரில் அவளை உயிரோடு சிறைபிடிக்க வேண்டுமேயல்லாது அவள் உயிருக்குப் பங்கமேற்பட எவன் காரணமாயிருந்தாலும் பெரிய ராஜத்துரோகக் குற்றமாகக் கருதப்பட்டுக் கொலைத்தண்டனை விதிக்கப்படுவானாக!...''

சபா மண்டபம் முழுதும் ரீங்காரமிட்டுக் கொண்டிருக்கும் அரசர் ஆக்ஞையை வீரசேகரன் கம்பீரமாகக் காது கொடுத்துக் கேட்டு, ''வீரபாண்டியன் மனைவியை உயிரோடு சிறைபிடித்து வருகிறேன்! தப்பினேனாகில் அக்கணமே உயிர் மாய்ப்பேனாக!'' என்று சபதம் கூறி அமர்ந்தான்.

''அவ்வாறானால் நெட்டூர்க் கோட்டையை முற்றுகையிடும் படைத் தலைமையை வீரசேகரனே வகிக்கட்டும். வீரபாண்டியன் தேவி சம்பந்தமாக அவ்வாறு பிரதிக்ஞை செய்பவருக்கே

அம்மாபெரும் படைத் தலைமைப் பதவியையும் கௌரவத்தையும் அளிக்க வேண்டுமென்பது அரசர் பெருமானான பெரிய தேவரின் விருப்பம்!'' என்று திருமந்திர ஓலை நாயகம் எழுந்து நின்று ராஜகட்டளையைப் பிரதம மந்திரிமூலம் சபைக்குத் தெரிவிக்கச் செய்தான்.

அத்துடன் சபை முடிந்துவிடும் என்று எல்லோரும் எதிர்பார்த்த சமயத்தில் ஜனநாதன் மெல்ல விஷமச் சிரிப்புடன் எழுந்து நின்று, ''நாம் நிறையப் பேசிவிட்டோம்! நெட்டூர்க் கோட்டையை முற்றுகையிட வீரசேகரனுக்குப் படைத் தலைமைப் பதவியைக் கொடுப்பதாகவும் முடிவு செய்துவிட்டோம்! ஆனால், முக்கியமானதொரு தேவையை முடிவு செய்ய மறந்துவிட்டோம்!...நெட்டூர்க் கோட்டையை முற்றுகையில் கைப்பற்ற நம் தரப்பில் குறைந்தபட்சம் ஆயிரம் யானைகளையும் நாற்பதினாயிரம் போர் வீரர்களையும் பலிகொடுக்க நேரிடும் என்று சொன்னேன். ஆயிரம் யானைகளை இனி அத்திமல்லர் காட்டில் போய்ப் பிடிக்கமுடியாது! அரசாங்கத்தின் நிலப்படையிலிருந்து ஆயிரம் யானைகளை எடுத்துப் பலி கொடுப்போம்! அடுத்தபடியாக நாற்பதினாயிரம் போர் வீரர்களைப் பலி கொடுக்கவேண்டும். அதற்கு, நம் சோழ மண்டலப் பாதுகாப்புக்கும் மதுரை மண்டலப் பாதுகாப்புக்கும் நிலப்படைக்கும் தேவையானது போகப் பத்தாயிரம் போர் வீரர்கள்தான் அரசாங்கப் படையில் உபரியாக இருக்கிறார்கள். பலி கொடுப்பதற்குத் தேவையான இன்னும் முப்பதினாயிரம் போர் வீரர்களுக்கு எங்கே போவது? அதுவும் முற்றுகையில் பயிற்சிபெற்ற போர் வீரர்களாக இருக்கவேண்டும்! இந்தச் சபையிலுள்ள மண்டலத் தலைவர்களில் யாராவதுதான் தம் சொந்தப் படையிலிருந்து முப்பதினாயிரம் படை வீரர்களை அரசாங்கத்திற்கு கொடுத்துதவ வேண்டும்! இராச காரியத்துக்காக அம் மாபெரும் இரத்ததானம் செய்யக் கூடிய உதார குணம் இந்தச் சபையில் யாருக்குண்டு? அந்தப் பெருமையை யாருக்களிப்பது?'' என்று சபையைச் சுற்றிலும் தன் கண்ணோட்டத்தைச் செலுத்தினான்.

அங்கிருந்த மண்டலத் தலைவர்கள் ஒவ்வொருவரும் எங்கே தன் பெயரைச் சபையில் ஜனநாதன் பிரேரேபித்து விடப் போகிறானோவென்று அவன் கண் பார்வையில் படாதவாறு தங்கள் தலைகளை மறைத்துக் கொள்ள முயன்றார்கள்.

ஜனநாதன் அருகிலிருந்த கிழவர் சம்புவராயர் முன்னெச்சரிக்கையாய் எழுந்து நின்று ஜனநாதன் காதுக்குள் பரமரகசியமாய், ''ஜனநாதா! உன் கூட்டாளி என்பதற்காகத் தயை புரிந்து அந்தப் பெருமையை எனக்குத் தர முயலாதே! என் கையிலுள்ள முப்பதினாயிரம் போர் வீரர்களைப் பிரிவதென்றால்

இந்தக் கிழவனின் உயிரே பிரிந்துவிடும்!'' என்று பரிதாபகரமாகக் கெஞ்சினார்.

''நீர் பேசாமலிரும். நான் வேறொருவனைக் குறி வைத்திருக்கிறேன்!'' என்றான் ஜனநாதன் இரகசியமாக.

அந்தச் சமயம் ஆடையூர் நாடாள்வார் எழுந்து நின்று, ''ஜனநாதன் இரத்ததானம் செய்யும்படி பிறருக்கு ஆலோசனை சொல்லுவதைவிடத் தானே தன் முப்பதினாயிரம் போர் வீரர்களை இரத்ததானம் செய்து பெருமையடையலாமே!'' என்றார்.

ஜனநாதன் சட்டென்று, ''உண்மைதான்! துரதிர்ஷ்ட வசமாக அந்தப் பாக்கியம் எனக்கில்லை! அரசாங்கப் படையைப் போல என் போர் வீரர்களும் கூலி பெறுவதில் காண்பிக்கும் சுறுசுறுப்பை யுத்தம் செய்வதில் காண்பிப்பதில்லை! யாராவது சண்டை செய்து பிடித்த கோட்டைக்குள் என் வீரர்கள் சூறையாடுவதில் சூரர்களே தவிர, கோட்டையைப் பிடிப்பதில் சூரர்கள் அல்ல! அந்தச் சூரத்தனம் நாடாள்வாரின் படைகளுக்குத்தான் உண்டு. என்னைவிட இருமடங்கு படை வீரர்களையும் உடையவர். அவர் தம்மிடம் உபரியாகவுள்ள முப்பதினாயிரம் போர் வீரர்களை அரசாங்கத்துக்குத் தானம் கொடுக்கச் சிறிதும் தயங்கமாட்டார். ஏனெனில், சக்கரவர்த்திகள் மீது அவருக்குள்ள விசேஷ அபிமானத்தைச் செயலில் காட்ட இப்போது விசேஷமான சந்தர்ப்பம் கிடைத்திருக்கிற தல்லவா?'' என்றான்.

ஆடையூர் நாடாள்வாருக்கு அதை ஒப்புக்கொண்டு தம் படைவீரர்கள் இரத்ததானம் செய்வதைத் தவிர வேறு வழியில்லாமல் போய்விட்டது! ஜனநாதன் தன் சூழ்ச்சி பலித்துவிட்டது என்ற ஆனந்தத்துடன், ''ஆடையூர் நாடாள்வார் வாழ்க!'' என்று வாழ்த்திக் கொண்டே உட்கார்ந்தான்.

அதற்குப் பிறகு சபையின் தீர்மானங்களெல்லாம் ஓலை நறுக்குகளில் எழுதப்பட்டு, எல்லோராலும் கையொப்பமிடப்பட்டு, சபை முடிந்துவிட்டதாக முதலமைச்சரால் அறிவிக்கப்பட்டது.

சபை கலைந்து வெளியே வரும்போது ஜனநாதனோடு ஒரு வார்த்தையும் வீரசேகரன் பேசவில்லை. அவனுடைய தொடர்பையே அறுத்துக் கொள்ள விரும்புபவனைப் போல மௌனமாக வேறு வழியில் பிரிந்து சென்றான். ஆனால் ஜனநாதன் விடவில்லை. வலியச் சென்று வீரசேகரனிடம் நட்புரிமை கொண்டாடினான்.

''என்ன வீரசேகரா, அதற்குள் என் நட்பை மறந்து விட்டாயா?'' என்று ஜனநாதன் வழக்கம்போல் விஷமச் சிரிப்புடன் கேட்டான்.

"உன் நட்பு இல்லாமலிருப்பதே நல்லது என்று நினைக்கிறேன்!" என்றான் வீரசேகரன் வருந்திய குரலில்.

"தம்பி, அவ்வளவு சுலபமாக என் நட்பை யாரும் உதறித் தள்ளிவிட முடியாது!"

"மந்திராலோசனை சபையில் நீ நடந்துகொண்ட முறைதான் உன் நட்புக்கு அடையாளமோ? எனக்கு உறவாடிக் கெடுக்கும் மனப்பான்மை இல்லை. அதனால் உன் நட்புக்கு நான் தகுதியானவனல்ல!"

"தம்பி! நட்பு வேறு; அரசியல் வேறு!"

"இரண்டையும் பிரித்துப் பார்க்கும் வியாபார புத்தியோ ஆராய்ச்சித் திறனோ எனக்கு இல்லை!"

"தம்பி, ஆத்திரப்படுகிறாய்!"

"பின்னே என்ன செய்வது? நான் வீரபாண்டியன் மனைவியைத் தப்பி ஓடவிட்டேன் என்று சபையில் சொன்னாயே! இப்போதாவது நிஜத்தைச் சொல். அவள் ஊர்மிளாவா, அல்லது வீரபாண்டியன் மனைவியா?"

"இதில் சந்தேகமென்ன? அவள் ஊர்மிளாதான்! அவள் வீரபாண்டியன் மனைவியாயிருந்தால் உன்னைக் காதலிக்க முடியுமா?"

"பின்னே சபையில் பெரிய பொய்தானே சொன்னாய்?"

"ஆமாம். பொய்தான் சொன்னேன்! ஆனால் அதற்கு அரசியலில் ராஜதந்திரம் என்று பெயர்!"

"ஜனநாதா! உன் ராஜதந்திரத்துக்கு நான்தான் பலி கிடைத்தேனா? மனமறிந்து அவ்வளவு பெரிய பொய்யை ஏன் சொன்னாய்? நம்பிக்கைத் துரோகம்! நட்புத் துரோகம்!" என்று சீறினான் வீரசேகரன்.

"தம்பி, சீறாதே! ஊர்மிளா என்ற ஒரு பெண்ணைக்கூட உன் ஜன்மத்தில் பார்த்ததில்லையென்று நீயும் பொய் சொல்லி மறுத்திருக்கலாம்! உன்னைத் தவிர அந்தச் சபையில் எந்த அரசியல்வாதியும் அப்படித்தான் மறுத்து புளுகியிருப்பான்!" என்றான் ஜனநாதன்.

"நடந்ததை மனச்சாட்சிக்கு விரோதமில்லாமல் தைரியமாய் ஒப்புக்கொள்வதுதான் மனிதத் தன்மை. நான் வீரத்தமிழன்!

"தம்பி, அந்த மனிதத்தன்மையால்தான் உனக்கு ஆபத்து வந்தது. நீ நிஜத்தை ஒப்புக்கொள்வாய் என்று நன்றாகத் தெரிந்த பிறகே உன்மீது சுலபமாகக் குற்றம் சுமத்த முன்வந்தேன்!

உன்னைத் தவிர வேறு எவன்மீதும் அப்படிப் பழி சுமத்த எனக்குத் துணிவு வந்திராது!''

''எனக்கு அந்தப் புத்தி கிடையாது!... ஜனநாதா! நான் இருதயம் உள்ளவன். இலட்சிய உணர்ச்சி படைத்த நேர்மையான வாலிபன்!''

''தம்பி, தமிழர்களுக்கு வெறும் உணர்ச்சிமட்டும் போதாது! காரிய வெற்றிக்காகச் சூழ்ச்சித் திறனும் வேண்டும்!''

''எனக்கு வெற்றி முக்கியமல்ல! அதைக் கடைபிடிக்கும் வழிதான் முக்கியம்! ஜனநாதா! உன் வழி வேறு; என் வழி வேறு!''

''அவ்வாறே இருக்கட்டும்! ஆனால் நாம் இருவரும் நண்பர்களாகவே இருப்போம்!''

''இன்னுமா என் நட்பை எதிர்பார்க்கிறாய்? என்மீது பழி சுமத்த அவ்வளவு பெரிய பொய்யை ஏன் சொன்னாய்?''

''உன் நன்மைக்குத்தான்!'' என்று ஜனநாதன் சிரித்தான்.

வீரசேகரனுக்குத் தூக்கி வாரிப் போட்டது! ஜனநாதனின் முகத்தை அவநம்பிக்கையுடன் கூர்ந்து பார்த்தான்.

''தம்பி, சந்தேகப்படாதே! உனக்காகத்தான் அந்தப் பொய்யைச் சொன்னேன்! நான் அப்படிச் சொல்லியிராவிட்டால் வீரபாண்டியனின் மனைவியை உயிரோடு சிறைபிடிப்பதாக அவ்வளவு பெரிய சபதம் நீ செய்திருப்பாயா?

நெட்டூர்க் கோட்டையை முற்றுகையிடும் படைத் தலைமையும், இவ்வளவு சீக்கிரமாகப் பதவி உயர்வும், மாபெரும் சபையில் இவ்வளவு சுலபமாக மதிப்பும் உனக்குக் கிடைத்திருக்குமா?''

ஜனநாதனை ஒருகணம் வீரசேகரன் கூர்ந்து பார்த்தான். அடுத்த கணம் கலகலவென்று வாய்விட்டுச் சிரித்தான்.

ஜனநாதனின் கையைக் கோத்துக்கொண்டு, ''உன்னைப் போன்ற நண்பன் எனக்கு இந்த உலகில் யாரும் கிடையாது!'' என்றான்.

ஜனநாதன் அவனோடு சேர்ந்து சிரித்தான்.

வீரசேகரன் பெருமையும் நன்றியறிதலும் பொங்கும் குரலில், ''நிஜமாக என் நன்மைக்குத்தான் இவ்வளவு பெரிய ராஜதந்திரத்தைக் கையாண்டிருக்கிறாயா?'' என்றான்.

''இல்லை என் நன்மைக்குத்தான் கையாண்டேன். வீரபாண்டியன் மனைவி சிறை பிடிக்கப்பட்டால் நம் குலோத்துங்கச் சோழச் சக்கரவர்த்தி எனக்குச் சன்மானம் அளிப்பார்.''

''அதனால் சக்கரவர்த்திக்கு என்ன நன்மை?''

''பட்டமகிஷியின் புன்னகை சக்கரவர்த்திக்குக் கிடைக்கும். எப்போதோ பெண்கள் சண்டையில், வீரபாண்டியன் மனைவியைத் தனக்குக் குற்றேவல் புரியும் அடிமைத் தாதியாக்குவதாகச் சக்கரவர்த்திகளின் பெரிய நாச்சியார் சொன்னாராம்!

நீ வீரபாண்டியன் மனைவியை உயிரோடு சிறைபிடித்து அடிமைப் பெண்ணாக அந்தப்புரத்துக்குள் அனுப்பினால் உன்னுடைய அந்தஸ்து எவ்வளவு தூரம் உயரும் என்று சொல்லமுடியாது! உனக்குச் சக்கரவர்த்தியோடு சரியாசனம் கிடைத்தாலும் ஆச்சரியப்படுவதற்கில்லை.''

''நிஜமாகவா?''

''ஆமாம்! பார்த்தாயா, நான் சொன்ன ஒரு பொய்யினால் எத்தனை பேருக்கு எத்தனைவிதமான நன்மைகள் உண்டாகின்றன? தம்பி! இதுதான் அரசியல் படலம்!'' என்று ஜனநாதன் கலகலவென்று சிரித்தான். வீரசேகரனும் அவனோடு சேர்ந்து கலகலவென்று சிரித்தான்.

நண்பர்கள் இருவரும் எப்படிக் கைகோத்துக் கொண்டு சபா மண்டபத்துக்குள் நுழைந்தார்களோ, அதுபோலவே கை கோத்துக் கொண்டு நந்தவனத்தை விட்டு வெளியே சென்றார்கள்.

அத்தியாயம் 15

கையடைப் படலம்

'இடையூற்றுக்கு இடையூறா, யான் காப்பேன்!
பெருவேள்விக்கு எழுக!' என்றான்.

— கம்ப ராமாயணம்

மயானக்கரைபோல் நெட்டூர்க் கோட்டையைச் சுற்றியுள்ள மணபூமி நடுநிசியில் அதி பயங்கரமாகக் காட்சியளித்தது.

கோட்டைக்குள் பதுங்கியிருக்கும் வீர பாண்டியனையும் அவன் மனைவியையும் சிறைபிடிக்க வேண்டும் என்ற ஆத்திரத்தில் வீரசேகரன் மாபெரும் சோழியப் படையைத் திரட்டி வந்து ஒன்பது நாளாக முற்றுகையிட்டான். பலம் மிகுந்த நான்கு கோட்டைச் சுவர்களில் வெளிமதிற் சுவரை மட்டுமே அவனால் தகர்க்க முடிந்தது. முதலாவது கோட்டை வாசல்மட்டுமே உடைபட்டுத் தீமயமாகக் காட்சியளித்தது. இன்னும் மூன்று கோட்டைச் சுவர்களையும், கோட்டை வாசல்களையும் தகர்த்தாக வேண்டும்.

அதற்குள் உள்ளும் புறமும் எண்ணற்ற போர்வீரர்களின் உடல்கள் பிணமலைகளாகக் குவிந்துவிட்டன. எங்கும் இரத்த வாடை! பகலெல்லாம் சிந்திய இரத்தத்தால் செம்மண் பூமி உறைந்து போய்க் குங்குமத் திடலாகவும், இரவுக் கன்னிகைக்கு வீரதேவதை அளிக்கும் சிவப்பு முத்தமாகவும் விளங்கியது.

நள்ளிரவாகையால் யுத்த நிறுத்தம் ஏற்பட்டுக் கோட்டைக்கு எதிரேயுள்ள மயானக் கரையில் சோழியப் படைகள் கூடாரங்கள் அடித்து உறங்கிக் கொண்டிருந்தன. மறுநாள் போரில் மீளா நித்திரை அடைவதற்குப் போர் வீரர்கள் முன்னிரவிலே உறங்கி ஒத்திகை பார்த்துக் கொண்டிருந்தனர்.

தலைமைப் பாசறையில் வீரசேகரன் உற்சாகப் பெரு வெள்ளத்தில் மூழ்கியவனாய் உறங்காமல் விழித்துக்

கொண்டிருந்தான். அவனது விழிகள் தூரத்தில் தெரியும் நெட்டூர்க் கோட்டையின் பலமான சுவர்களின் மீதே வட்டமிட்டுக் கொண்டிருந்தன. அவனுக்குப் பின்னால் அவனுடைய அருமைத் தோழனான ஜனநாதன் வழக்கம் போல் விஷமச் சிரிப்புடன் நின்று கொண்டிருந்தான்.

"ஒன்பது நாள் யுத்தம்! ஆனாலும் முதலாவது கோட்டை வாசலை உடைத்துவிட்டோம். இன்னும் மூன்று கோட்டை வாசல்களை உடைத்து உள்ளே புகுந்தால் வீரபாண்டியனையும், அவன் மனைவியையும் சுலபமாகச் சிறைபிடித்து விடலாம்!" என்று வீரசேகரன் உற்சாகமாகக் கூவினான்.

"அது அவ்வளவு சுலபமல்ல, தம்பி!" என்று சிரித்த ஜனநாதன், பெண்ணின் முகத்தை வாஞ்சையுடன் தன் பக்கம் திருப்புவதுபோல் வீரசேகரனின் அழகிய முகத்தை வாஞ்சையுடன் தன் பக்கம் திருப்பி, "தம்பி! முதலாவது கோட்டை வாசலைப் பிடிக்க நான் மந்திராலோசனை சபையில் கணித்தபடி நம்முடைய அரசாங்கப் படையில் பத்தாயிரம் வீரர்களை உயிர்ப்பலி கொடுத்து விட்டாய்! இன்னும் மூன்று கோட்டை வாசல்களையும் பிடிக்க நான் சொன்ன கணக்குப்படியே இன்னும் முப்பதினாயிரம் போர் வீரர்களைப் பலிகொடுக்க வேண்டும்!" என்றான்.

"பலி கொடுப்போம்!"

"ஆனால் அரசாங்கப் படையில் உபரியாக இருந்த பத்தாயிரம் போர் வீரர்களின் கணக்குத் தீர்ந்துவிட்டது. இனி அரசாங்கப் படையில் ஒரு போர் வீரனின் உயிரைக்கூடப் பலி கொடுக்கக் கூடாது!"

"உயிர்ப்பலி கொடுப்பதற்கு என்றே ஆடையூர் நாடாள்வாரிடமிருந்து முப்பதினாயிரம் போர் வீரர்களை அரசாங்கத்திற்கு இரத்ததானம் வழங்கும்படி செய்திருக்கிறாயே! நம் மந்திராலோசனை சபையில் ஆடையூர் நாடாள்வார் சொன்ன வாக்குப்படி அவர் தம்முடைய முப்பதினாயிரம் போர் வீரர்களையும் மார்க்கண்டேய முதலியின் மேற்பார்வையின்கீழ்த் தயாராக அனுப்பிவிட்டார்! படை வீரர்களெல்லாம் நேற்றிரவே வந்து சேர்ந்து தாங்கள் சாக வந்தவர்கள் என்பது தெரியாமல் உண்டு களித்து உல்லாசமாக உறங்கிக் கொண்டிருக்கிறார்கள்!"

"சாவதற்காகவே முப்பதினாயிரம் போர் வீரர்களை அனுப்பிய ஆடையூர் நாடாள்வார், அந்தப் படையோடு தம் அந்தரங்கப் படையதிகாரியாக மார்க்கண்ட முதலியையும் ஏன் கூடவே அனுப்பியிருக்கிறார் தெரியுமா?"

"வீரப்புகழில் தன் அருமை நேசரும் பங்கு பெறட்டும் என அனுப்பியிருக்கலாம்! அதைப்பற்றி நமக்கென்ன கவலை?"

‘‘இல்லை, தம்பி! அவ்வளவு சுலபமாக நினைத்து விடாதே! இன்று ராஜதந்திரத்தில் நீ அதி சாதுரியமாய்ச் சமாளித்தாக வேண்டும்! உன் சார்பாக நான் கையடைப் படலத்தை வெற்றிகரமாக முடிக்கப் போகிறேன்!’’

‘‘கையடைப் படலமா? என்ன விளையாடுகிறாய்?’’

‘‘ஆமாம், தம்பி! கையடைப் படலம் என்றால், கையில் அடைக்கலமாக அனுப்பப்பட்ட படலம் என்று அர்த்தம். அடைக்கலம் என்றால் பத்திரமாகப் பாதுகாத்து வைத்திருந்து பின்பு தன் பக்கம் தருமாறு ஒருவன் பிறிதொருவனிடம் கொடுத்து வைக்கும் பொருள்! மார்க்கண்டேய முதலியின் கையிலுள்ள ஆடையூர் நாடாள்வாரின் படை வீரர்கள்தான் அடைக்கலப் பொருள்கள் என்று விளக்கத் தேவையில்லை!’’

‘‘என்னது! மார்க்கண்டேய முதலியை எதற்காக அனுப்பியிருக்கிறார் என்கிறாய்..?’’

‘‘தம்முடைய படைகளுக்கு உயிர்ச்சேதமேற்படாமல் தந்திரமாகப் பாதுகாப்பதற்குத்தான்! முடியுமானால் முப்பதினாயிரம் போர் வீரர்களையும், முடியாவிட்டால், குறைந்த பட்சம் ஒரு போர் வீரன் உயிரையாவது பத்திரமாகத் தம்மிடம் திருப்பிக் கொண்டு வந்து சேர்க்க வேண்டுமென்பதற்காகவே மார்க்கண்டேய முதலியைக் கூடவே அனுப்பியிருக்கிறார். அதில் முதலி மகாசூரன்! நழுவிக் கொடுப்பதில் பெண்ணையும் மீனையும்விட மகா தந்திரக்காரன்!’’

‘‘ஆடையூர் நாடாள்வாரின் போர் வீரர்களை நிர்வகிக்கும் அதிகாரத்தை மார்க்கண்ட முதலியின் கையிலிருந்து என் கைக்கு மாற்றிக்கொண்டு விடுகிறேன். அதுதான் முதல் வேலை!’’

‘‘ஆமாம், வீரசேகரா! முதலில் மாரீச முதலியை இங்கே வரவழை!’’

‘‘அது யாரவன், மாரீச முதலி?’’

‘‘அந்த மார்க்கண்ட முதலியைத்தான் சொல்கிறேன். அவன் தான் நம்முடைய ராமாயணத்தில் மாரீசன்! ஏனென்றால், வேஷம் போடுவதில் அவன் அசல் மாரீசனேதான்! எப்படி அரசியலில் எல்லோருக்கும் நல்ல பிள்ளையாக நடந்து போலித்தனமாக விளங்குகிறானோ, அதுபோலவே, பல புலவர்களின் பாடல்களையெல்லாம் திருடி, தன்னுடைய பாடல்கள் என்று கூறி, போலி இலக்கியங்கள் படைப்பான். உதாரணமாக, நம் கம்பர் அழகாக ராமாயணம் பாடினால் அவருடைய பாடல்களையெடுத்து

அங்குமிங்குமாக மாற்றிப்போட்டு இவன் ஒரு மார்க்கண்டேய புராணம் எழுதிவிடுவான்! அதனால் புலவர்கள் குழாம் மார்க்கண்டேய முதலிக்கு மாரீச முதலியென்று புனர்நாமம் இட்டிருக்கிறது.''

''நிஜமாகவா?''

''ஆமாம்! அவன் பாடல், செயல், வாக்கு, கொள்கை அனைத்துமே போலியானவை. ஒற்று வேலைகளுக்கு உருமாறுவதிலும் அவன் மாரீசனைப்போல் மாயாவி! மாரீச முதலி என்று சொன்னால்தான் இலக்கிய வட்டாரத்தில் மட்டுமல்ல, எந்த வட்டாரத்திலும் யாருக்கும் அவனைத் தெரியும்.''

''அவன் எப்படிப்பட்டவன்?''

''உருவத்தில் அசல் பெண்மானைப்போல் இருந்தாலும் உள்ளத்தில் குள்ள நரி! அதோடு கோழை! எல்லாம் தனக்குத் தெரிந்து விட்டதாகப் பாவிக்கும் பெரிய முட்டாள்!''

''அவ்வளவு மோசமானவனா?''

''இல்லாவிட்டால் ஆடையூர் நாடாள்வாரைப்போல அவனும் என் மறைமுக எதிரியாக இருப்பானா? அரசப்பிரானிடம் என்னைப் பற்றி இல்லாத கோளெல்லாம் சொல்லி என் செல்வாக்கைக் கவிழ்க்கச் சமயம் பார்த்துக் கொண்டிருப்பானா?''

''ஜனநாதன் தன் எதிரி யாரென வெளிப்படையாகத் தன் நண்பனிடங்கூடச் சொல்வது இதுதான் முதல் தடவை!''

''ஏனென்றால் மாரீசன் மாயமானாகி மாயப் போகிறான்!'' என்று ஜனநாதன் சிரித்தான்.

வீரசேகரன் வியப்புடன் சிரித்துவிட்டு, மாரீச முதலியை உடனே அங்கு வரவழைத்தான்.

மான்போல் மருளும் விழிகளுடனும், பெண்மை செறிந்த முகத்துடனும் லாவகமான உடலுடனும் மாரீச முதலி வெகு வேகமாக அங்கே துள்ளி வந்து சேர்ந்தான்.

அவனை நோக்கி ஜனநாதன், ''மாரீச முதலி! இன்றைக்கு என்ன உருமாற்றம் எடுக்கப் போகிறாய்?'' என்று கேட்டான்.

மாரீச முதலி வெறுப்போடு பார்த்தானே தவிர, பதில் சொல்லவில்லை.

உடனே ஜனநாதன் தன் முகத்தில் கடுமையை வரவழைத்துக் கொண்டு, "மாரீச முதலி! நாளைமுதல் ஆடையூர் நாடாள்வாரின் முப்பதினாயிரம் போர் வீரர்களும் வீரசேகரன் சாகச் சொன்னாலும் உடனே கீழ்ப்படிந்தாக வேண்டும். எவன் கீழ்ப்படிய மறுத்தாலும் அந்த இடத்திலேயே ஏழு துண்டமாக வெட்டப்படுவான்! அவ்வாறு நீ கொண்டுவந்திருக்கும் படை வீரர்களுக்கு உத்தரவிடு" என்றான்.

"நான் அதற்கு ஆட்சேபணை சொல்லவில்லை! ஆனால் என் படை வீரர்கள் எவ்வாறு நடத்தப் படுகிறார்கள் என்று தெரிவதற்கு அதிகாரபூர்வமாக இல்லாவிட்டாலும் மறைமுக மாகவாவது என் மேற்பார்வை இருக்கவேண்டும்! ஏனென்றால், எங்கள் ஆடையூர் நாடாள்வாரிடம் இரண்டு மடங்கு படைபலம் இருப்பதால் ஜனநாதர் அவருடைய முப்பதினாயிரம் போர் வீரர்களைப் பலியாகச் செய்து சமபலமாக்கிவிட முனைவார் என்று எங்கள் தலைவர் என்னை எச்சரிக்கையுடன் அனுப்பியிருக்கிறார்!"

"அதுதான் உள்ளங்கை நெல்லிக்கனி போல் தெரிகிறதே!" என்று சிரித்தான் ஜனநாதன்.

"ஆனால், அவ்வாறு அரசருக்குப் பக்கபலமான ஆடையூர் நாடாள்வாரின் படை பலத்தைக் குறைப்பதன் மூலம் அரசரை விட ஜனநாதர் அதிகச் செல்வாக்குடன் விளங்க விரும்புகிறார் என்ற விஷயம் இன்னம் உள்ளங் கை நெல்லிக்கனிபோல் விளங்கவில்லை!" என்றான்.

ஜனநாதன் அலட்சியமாகச் சிரித்துக்கொண்டே, "மாரீச முதலி! நான் பல அறிஞர்கள் கூடிய ராஜ சபையிலே ராஜ விசுவாசப் பிரமாணம் எடுத்துக் கொண்டிருக்கிறேன்! அநாவசியமாக ஒரு ராஜ பக்தனை ராஜத் துரோகியாக்க முயலுவது உனக்குந்தான் ஆபத்து!" என்றான்.

"சான்றுகள் கிடைக்கும்போதுதான் ஆபத்து!" என்று மாரீச முதலி திருத்தினான்.

ஜனநாதன் அலட்சியமாகச் சிரித்து, "மாரீச முதலி! உன்னை ஒரு எதிரியாகப் பாவிக்குமளவுகூட உனக்கு அந்தஸ்து கொடுக்க நான் விரும்பவில்லை" என்று சொல்லி விட்டு, முகத்தைக் கடுமையாக்கிக் கொண்டு, "முதலி! முதலில் உறங்கும் உன் போர் வீரர்களை யெல்லாம் தட்டியெழுப்பு, இன்னும் பொழுது புலராவிட்டாலும் திருப்பள்ளியெழுச்சி பாடிவிடு!" என்றான்.

"ஏன்?" என்றான் மாரீச முதலி.

''நாளை அதிகாலையில் வீரசேகரன் இரண்டாவது கோட்டை வாசலைப் பலமாக முற்றுகையிடப் போகிறான். அதற்கு முதலில் பத்தாயிரம் பேரை உயிர்ப்பலி கொடுத்தாக வேண்டும். அதற்கு உன் போர் வீரர்களில் திடகாத்திரமானவர்களாகப் பத்தாயிரம் பேரைப் பொறுக்கியெடுத்து முன்னணிப் படையில் தயாராக அணிவகுத்து நிறுத்தி வை!''

''எதற்காக முன்னணிப் படையில்..?''

''சாவதற்குத்தான்! முன்னால் நிற்கும் முன்னணிப் படைதான் சாகும்! இனி அரசாங்கப் படையிலிருந்து ஒரு போர்வீரன் உயிரைக்கூடப் பலிகொடுக்க முடியாதாகையால் எங்கள் அரசாங்கப் படை பின்னணிப் படையாகத்தான் நிற்கும்!'' என்று ஜனநாதன் சொல்லிவிட்டுத் தூரத்தில் தெரியும் நெட்டூர்க் கோட்டையைச் சுட்டிக் காட்டினான்.

மூன்று கோட்டை வாசல்களின் உட்புறமும், வாசலுக்கு நேராக ஒன்றரைப் பனைமர உயரத்திற்கு நான்கு ஸ்தம்பங்கள் நடப்பெற்று, பத்து ஆள் சுற்று வட்டமுள்ள பிரம்மாண்டமான ஒவ்வொரு நெருப்புக் கொப்பரை வைக்கப்பட்டிருந்தது. ஒவ்வொரு நெருப்புக் கொப்பரையினுள்ளும் இரும்பைக் காய்ச்சி ஊற்றிய நெருப்புக் குழம்பின் ஜுவாலையும் கரித்தூள்களினால் கொழுந்து விட்டெரியும் தீப்பொறிகளும் சுழன்று சுழன்று வீசி, வானத்தைச் சுட்டெரிக்கும் மூன்று தீச்சட்டிகள்போல் காட்சியளித்தன. கொப்பரையின் ஒரு காது வளையம் ஓர் இரும்புச் சங்கிலியால் கீழ்நோக்கி இழுத்துக் கட்டப்பட்டும், இன்னொரு காது வளையம் இன்னொரு தேர்வடக்கயிற்றால் மேல் நோக்கி இழுத்துக் கட்டப்பட்டும் இருந்தன.

மூன்று கோட்டை வாசல்களிலுள்ள மூன்று கொப்பரைகளிலும் மேல் நோக்கி இழுத்துக் கட்டப்பட்ட கயிறுகள் பல உருளைகளின் வழியாகக் கோட்டையின் உச்சித் தள வரிசையிலுள்ள மேடைக்குக் கொண்டு போகப்பட்டு வரிசையாக மூன்று முளைகள் அடித்து, ஒவ்வொரு கயிறாகக் கட்டப்பட்டிருந்தன. முற்றுகையைச் சமாளிக்க முடியாமல் போனால், எதிரிகள் வாசற்கதவை உடைத்துக்கொண்டு உள்ளே புகுவார்களானால் குறிப்பிட்ட வாசலின் உள்ளேயுள்ள நெருப்புக் கொப்பரையின் கயிற்றை வெட்டிக் கொப்பரை கவிழ்த்து விடப்படும். அதிலிருந்து கொட்டும் நெருப்புக் குழம்பில் வெற்றி வீரர்களாய் உள்ளே புகும் அத்தனை எதிரிகளும் எரிந்து போவார்கள்!

இவ்வாறு முதலாவது கோட்டை வாசல் உடைபட்டபொழுது கயிற்றை வெட்டி வீரபாண்டியன் கவிழ்த்த நெருப்புக் கொப்பரையின்

தீ இன்னும் எரிந்துகொண்டிருந்தது. கடைசிச் சாமத்தின் போதுதான் அது பூராவாக எரிந்து அணைந்து முடியும்! அது நெருப்புக் கொப்பரைகளை மாரீசமுதலிக்குச் சுட்டிக் காட்டிய ஜனநாதன் அலட்சியமாகச் சிரித்துக் கொண்டே, "கோட்டை வாசலைத் தாக்கும் போது வீரமரணமடைபவர்கள் போக எஞ்சியுள்ள உன் போர் வீரர்கள் அனைவரும் அந்த நெருப்புக் கொப்பரைகளுக்கு அர்ப்பணம் ஆவார்கள். உன் போர் வீரர்கள் அக்கினி குலத்தவராயிருந்தாலும் நெருப்புக்கு ஹவிஸாகாமல் தப்ப முடியாது! பிறகு கோட்டை வாசல்களை உடைத்து, அத்தனை போர் வீரர்களும் எரிந்து சாம்பலானபின், எங்கள் அரசாங்கப் படையினர் அவ்விடங்களில் மெல்லப் பிரவேசித்துக் கோட்டையைச் சுலபமாகக் கைப்பற்றிக் கொள்வார்கள். சுருக்கமாகச் சொன்னால் உன் போர் வீரர்களின் மரணப் பாதையில் எங்கள் அரசாங்கப் படை வெற்றி கீதம் பாடிச் செல்லும்!" என்றான்.

"ஏன், கோட்டை வாசல் வழியாக நுழையாமல் மதிற் சுவர்களின் மீதேறி உள்ளே குதித்தால்..."

"உள்ளே உள்ள நீரகழிகளுக்குள் விழுந்து சாகவேண்டியது தான்! சாதாரணமாக நீரகழிகளுக்குள் பசியுள்ள முதலைகளை மட்டுந் தான் போட்டு வைப்பது வழக்கம். ஆனால் வீர பாண்டியனோ, தப்பித் தவறியும் எவனும் நீந்திக் கரையேறிவிடக் கூடாதேயென்று காலைப் பிடித்து உள்ளே இழுக்கும் படியாக நூதனமான வலை களையும், பொறி களையும், கருவிகளையும் வைத்திருக்கிறான்! எப்படியும் உன்னுடைய முப்பதி னாயிரம் போர் வீரர்களில் ஒரு கோழையின் உயிர்கூட மிஞ்ச முடியாது."

"அநியாயம்! அநியாயம்!" என்றான் மாரீச முதலி.

"இதிலென்ன அநியாயம்? உன்னுடைய ஆடையூர் நாடாள்வாரின் வாக்குப் பரிபாலனம்! உயிர்ப்பலி கொடுப்பது என்றே நான் மந்திராலோசனை சபையில் ஸ்பஷ்டமாகச் சொல்லி விட்டேன்! அக்கிழவரும் இரத்ததானம் செய்வதாக ஸ்பஷ்டமாகவே வாக்களித்தார்!" என்றான் ஜனநாதன்.

"ஒரு பெரியாரின் வாக்குப் பரிபாலனத்திற்கு நீர் கற்பிக்கும் அர்த்தம் வெகு அழகாயிருக்கிறது! யுத்த முனையில்

அநாவசியமாக உயிர்ச்சேதம் ஏற்பட்டு நம் பலத்தைக் குறைத்துக்கொள்வது சரியான விவேகமல்ல!"

"உபயோகப்படாத சதை அநாவசியமாக உடம்பில் இருப்பதும் விவேகமல்ல! மாரீச முதலி, அந்த நெருப்புக் கொப்பரைகளுக்கு என்ன வழி சொல்லுகிறாய்? அந்தப் பெரும் வேள்வித்தீக்கு உன் போர் வீரர்களின் உயிர்தான் நீராக உபயோகப்பட வேண்டும்!"

"இன்னும் கொஞ்ச நாள் காத்திருப்போம்!"

"காத்திருந்தால் நெருப்புத் தானாகவே அணைந்து விடாது! மேலும் மேலும் நெருப்புக் குழம்பை உற்பத்தி செய்து கொண்டிருப்பார்கள்!"

"மழை வரலாம்! அடை மழையில் நெருப்புக் கொப்பரைகள் அணைந்து நீர்ச் சட்டிகளாக நீர்த்துப் போகலாம்!"

"இது மழை பெய்யும் காலமல்ல! திடீர் மழை வருமென்று ஜோஸிய பலனும் சொல்லவில்லை!"

"கடவுள் கிருபையால் பெருமழை பெய்யலாம்! கடவுள் நமக்கு உதவி செய்வார்!"

"அநியாயக்காரர்களுக்குத்தான் கடவுள் உதவி செய்வதாக ஜனங்கள் சொல்லுகிறார்கள்! நாமோ நியாயத்திற்காகப் போராடுவதாகச் சொல்லிக் கொண்டிருக்கிறோம்! கடவுள் நமக்கு உதவி செய்வார் என்று எதிர்பார்ப்பது அறிவீனம் மட்டுமல்ல, இயற்கை தர்மத்துக்குங்கூட விரோதம்!"

"மழை பெய்யாவிட்டாலென்ன? கோட்டைக்குள்ளே வீரபாண்டியன் கட்சியில் துரோகிகள் ஏற்பட்டு நமக்குச் சாதகமாகக் கோட்டைக் கதவுகளைத் திறந்துவிடுவார்கள்! அத்தகையதொரு சூழ்நிலை கிடைக்கும்வரை காத்திருப்போம்!"

"வீரபாண்டியனுக்கு இலங்கை ராணிமூலம் பிறந்த மூத்த குமாரன் இளவரசுப் பட்டத்திற்குரியவனாய் உயிரோடிருந்தவரை அத்தகையதொரு சூழ்நிலை இருந்தது வாஸ்தவந்தான்! ஆனால் அக்குமாரனை நாம் மதுரை மண்ணிலே அட்சகுமாரன் வதைப்படலம் நடத்தி முடித்து விட்ட பிறகு, சூழ்நிலை மாறிவிட்டது! இப்போது வீரபாண்டியன் கட்சியில் புதிதாகத் தோழர்கள் சேர்வார்களே தவிர, துரோகிகள் ஏற்பட மார்க்கமில்லை!"

"கோட்டைக்குள் உணவுச் சேமிப்புகள் குறைந்து வீரபாண்டியன் சரணாகதியடையலாம்!"

''அதற்கும் மார்க்கமில்லை! கோட்டைக்குள் இன்னும் இரண்டு வருஷங்களுக்குத் தேவையான உணவுச் சேமிப்பு இருக்கிறதாம்! அதோடு கோட்டைக்குள்ளே வயல் வரப்புகளும் உழவர்களும் இருப்பதாகக் கேள்விப் படுகிறேன்!''

''வேறு ஏதாவது நாம் யூகிக்க முடியாதபடி எதிர்பாராத மார்க்கம் கிடைக்கலாம்!''

''அது முட்டாள்களும், கோழைகளும் எதிர்பார்க்கும் மார்க்கம்! கண்ணுள்ள நாங்கள் அதுவரை காத்திருக்க முடியாது! நாளை அதிகாலையிலேயே வீரசேகரன் சர்வ நிச்சயமாக இரண்டாவது கோட்டை வாசலை முற்றுகையிடப் போகிறான்!''

''முப்பதினாயிரம் போர் வீரர்களின் உயிர்கள் சாமானியமான தொகையல்ல. அவை ஆடையூர் நாடாள்வார் என் கையில் அடைக்கலமாக அனுப்பிய உன்னதப் பொருள்கள். அவற்றிற்கு அடைக்கலம் கொடுப்பது என் சோற்றுக்கடன்!''

''மாரீச முதலி! இந்தக் கையடைப் படலத்திற்கு விரைவில் ஒரு முடிவேற்பட வேண்டும். கையடை கைமாற வேண்டும்!'' என்றான் ஜனநாதன்.

மாரீச முதலி மேலும் தயங்கினான்.

''மாரீச முதலி! இப்போது நீ உன் படைகளைக் கொடுத்துதவப் போகிறாயா? இல்லை, மறுக்கப் போகிறாயா? முடியாதென நீ மறுத்து விட்டால், உடனே நம் தலைநகருக்குத் தகவல் அனுப்பிவிடுகிறேன்! நெட்டூர்க் கோட்டையை வீரசேகரனால் கைப்பற்ற முடியவில்லையென்றால் அது அவன் குற்றமாகாது! நெருக்கடியான சமயத்தில் ஏற்பாட்டை மீறி நீ படையுதவி செய்ய மறுத்ததுதான் முக்கிய காரணமாக விளங்கும்! வீரபாண்டியன் மனைவியை விரைவில் சிறைபிடிக்க வேண்டுமென அரசர்பிரான் ஆத்திரப்படும் இந்தச் சமயத்தில் ஆடையூர் நாடாள்வார் தம் வாக்குத் தவறினால், அவரது அரசியல் செல்வாக்கும் அரசரது அபிமானமும் என்ன ஆகும்? அதை உனக்குச் சொல்லத் தேவையில்லை!'' என்று ஜனநாதன் கண்டிப்பான குரலில் உச்சஸ்தாயியில் சொன்னான்.

''உயிர்களைக் காப்பாற்ற முயன்றேனே தவிர உங்களுக்குப் படைகளைத் தர மறுக்கவில்லையே!'' என்று மாரீச முதலியின் ஸ்தாயி இறங்கியது.

மிஞ்சினால் காரியம் பலிக்காது என்றதைக் கண்ட மாரீச முதலி ஜனநாதனைக் கெஞ்சத் தொடங்கினான். ''உயிர் என்றால் இலேசான காரியமா? முப்பதினாயிரம் போர் வீரர்களையும் நெய்ச்சோறும் பாலன்னமும் கொடுத்து எத்தனை ஆண்டுகளாக

ஊட்டி வளர்த்தோம்? அவ்வளவையும் ஒரு நொடியில் தெரிந்தே மரணத்தின் தலை வாசலில் தள்ளுவதா? போர் வீரர்களின் உயிர்களைச் சிற்றெறும்புகளைப்போல இலேசாகப் பாவித்து விடலாமா?'' என்று மாரீச முதலி பலவாறாகப் பெண் மானைப்போல மருண்டு புலம்பத் தொடங்கினான்.

"மாரீச முதலி, உயிர் என்பது உனக்கு மட்டுமல்ல, எனக்கும் பெரிய விஷயந்தான்! ஆனால் வேண்டுமென்று நான் செய்யவில்லையே? வேறு வழியிருந்தால் நீயே சொல். கூடியவரையில் உயிர்களைக் காப்பாற்ற முயற்சி செய்யலாம்!" என்று ஜனநாதனும் தன் குரலின் ஸ்தாயியை இறக்கிக்கொண்டான்.

உடனே மாரீச முதலி, "கொஞ்சம் இருங்கள், இதோ வந்துவிட்டேன்" என்று சொல்லிவிட்டு வேகமாக வெளியே சென்றான்.

"இவ்வளவு அவசரமாக எங்கே போகிறான்?" என்று வீரசேகரன் கேட்டான்.

"ஒரு மலையாளத்துப் புலவரை நம் கண்முன் கொண்டு வந்து நிறுத்தப் போகிறான். அவன் மாயாவியல்லவா?" என்று சிரித்தான் ஜனநாதன்.

"நமக்கு இங்கே புலவர் எதற்கு?"

"கலிங்கத்துப் பரணி பாட அல்ல; மாரீச முதலியின் கைவித்தையைக் காட்ட! வீரசேகரா, ஒரு போலிப் புலவன் இன்னொரு போலிப் புலவனை இங்கே கொண்டுவந்து நிறுத்தி எவ்வளவு அழகாக நாடகம் நடத்தப் போகிறான், பார்!"

"மாரீச முதலியின் முப்பதினாயிரம் போர் வீரர்களையும் பலி கொடுக்காமல் விடமாட்டாய், இல்லையா, ஜனநாதா?"

"அதிலென்ன சந்தேகம்?"

வீரசேகரன் சிரித்துக்கொண்டே, "ஜனநாதா! எந்தப் பொது லட்சியத்திலும் உன் சுயநலந்தான் பிரதானம் வகிக்கிறது!" என்றான்.

"தம்பி! சுயநலக் கலப்படமில்லாத எந்த இலட்சியமும் உருப்படாது!" என்று ஜனநாதனும் சிரித்துக்கொண்டே, "தம்பி! சுயநலமில்லாமல் காரியமுமில்லை, வீரியமுமில்லை! இலட்சியத்தோடு கொஞ்சம் சுயநலமும் கலந்திருந்தால்தான்,

சுயநலம் வெற்றிபெறும்போது அதோடு சேர்ந்து இலட்சியமும் வெற்றிபெறும்! உதாரணமாக உன்னையே எடுத்துக்கொள்! நீ இலட்சியவாதி! நெட்டூர்க் கோட்டைக்குள் சீக்கிரம் புகவேண்டுமென ஆத்திரப்படுகிறாய். அவசரப்படுகிறாய்! கோட்டைக்குள் உன் ஊர்மிளாவைச் சந்திக்கலாம், கோட்டையைக் கைப்பற்றுவதோடு காதலியையும் சேர்த்துச் சிறைபிடித்துக் கொள்ளலாம் என்று ஆசைப்படுகிறாய்!

தம்பி, எந்தப் பொது லட்சியத்திலும் தனி மனிதனின் சுயநலம் எள்ளத்தனையாவது கலந்தே இருக்கும்!'' என்றான்.

ஊர்மிளாவைப்பற்றிய ஏதோ இன்ப நினைவில் லயித்தவண்ணம் வீரசேகரன் ஒரு கணநேரம் கண்ணை மூடியிருந்தான். பிறகு மெல்லக் கண்ணைத் திறந்து ஜனநாதனை நோக்கி வெட்கத்துடன் புன்னகை செய்தான்.

''ஜனநாதா! நான் முதன்முதலில் ஊர்மிளாவைச் சந்தித்தபோது அவளை நான் காதலித்தேனா, இல்லையா என்பது எனக்குத் தெரியாது; அதைப்பற்றி நான் சிந்திக்கவுமில்லை! ஆனால் நீதான் என் உள்ளத்திற்குக் காதல் பயிற்சியளிக்கிறாயோ என்றுகூடத் தோன்றுகிறது!''

''வீரசேகரா! எதிரிடையான குணத்தை நாடுவதுதான் விறுவிறுப்பான காதல்! நட்புக்குங்கூட அந்த இலக்கணந்தான் பிரயோஜனப்படும்!''

''எதிரிடையான குணம் வேறு! எதிரி வேறு! இல்லையா?'' என்று வீரசேகரன் சொல்லி வாய் மூடுவதற்குள், மாரீச முதலி எங்கிருந்தோ ஒரு புலவரைப் பரபரவென்று இழுத்துக்கொண்டு வந்து நிறுத்தினான்.

அந்த அப்பாவிப் புலவர் அவனைப்போல் மெலிந்த உருவத்தோற்றமுள்ளவராயும் ஆனால் அவனைவிடக் கோழை யானவராயும் துடைநடுங்கி நின்று கொண்டிருந்தார். அடி உதை விழுந்ததன் சின்னங்களாய்த் தோல் உரிந்தும் ரத்தத் துளிகள் நிறைந்தும் அவரது உடல் மிகவும் கன்றிப் போயிருந்தது. அவருடைய கழுத்தில் தங்கத்தால் மான் வடிவம் பொறித்த உத்திராட்ச மாலையொன்று தொங்கியது. உத்திராட்சக் கொட்டைகளின் நடுநடுவே தங்கச் சங்கிலியில் சிறுசிறு பொன்மான்கள் தொங்கின.

''இவன் மலையாளத்துப் புலவனாம். பெயர் மானாபரணராம்! உண்மையில் இவன் யார் தெரியுமா?'' என்றான் மாரீச முதலி.

''தெரியும்! கலைமானைப்பற்றியும் பெண் மானைப்பற்றியும் பாடும் ஆண்பாற் புலவர்! இவர் கழுத்தில் தொங்கும் உத்திராட்ச மாலையிலுள்ள மான் இலச்சினையைப் பார்த்தாலும் இவரை மான் ஆபரணர் என்று சொல்லுவதில் தவறில்லை!'' என்று சிரித்தான் ஜனநாதன்.

''இவன் சேர நாட்டிலிருந்து வருகிறான்! நெட்டூர்க் கோட்டைக்குப் பின்புறம் இவன் அலைந்து கொண்டிருந்தான். பின்புறம் ஒரு சுரங்க வழி இருக்கிறது என்பது கபாலிகர்களிடையே பிரசித்தம்! அதனால் உடனே இவனைப் போலிப் புலவன் என்று கண்டுபிடித்து விட்டேன்!''

''இனம் இனத்தை வெகு சுலபமாகக் கண்டு கொள்கிறது!''

அது சுருக்கென்று மாரீச முதலிக்குத் தைத்தாலும், தன் பெருமையைவிட்டுக் கொடுக்காமல், ''இந்தப் புலவன், சேரராஜன் மனைவியிடமிருந்து வீரபாண்டியன் மனைவிக்கு இரகசியமாக ஓலை கொண்டு போகிறான். இவனை வேஷதாரியென்று எவ்வளவு கஷ்டப்பட்டுக் கண்டுபிடித்தேன், தெரியுமா?''

''அது மிக மிகச் சுலபம்! இந்த ஏழைப் புலவர் இன்னும் தம் தங்க மானாபரணத்தை விற்றுச் சாப்பிடவில்லை; மானாபரணங்கள் அப்படியே இவர் கழுத்தில் இருக்கின்றன! இவர் ஒரு வேஷதாரியாய்த்தான் இருக்கவேண்டும் என்பதை எந்த முட்டாளும் சுலபமாகக் கண்டுபிடித்து விடலாம்!'' என்று சிரித்தான் ஜனநாதன்.

''இந்தப் புலவர் கொண்டுபோகும் ஓலையில் இரகசியமாக என்ன எழுதப்பட்டிருக்கிறது? உடனே பிரித்துப் பார்த்தாயா?'' என்று அவசரப்பட்டான் வீரசேகரன்.

''பிரித்தது தெரியாதபடி பிரித்துப் பார்த்தேன். குழாயின் மூடியிலுள்ள முத்திரை அரக்கை ஓர் அணுகூட உதிராதபடி பிரித்து உள்ளேயுள்ள ஓலையை எடுத்துப் படித்துப் பார்த்தேன். ஆனால் ஒன்றும் விளங்கவில்லை. அது வட்டெழுத்தாகவும் இல்லை; கிரந்தமாகவும் இல்லை, தேவநாகரியாகவும் இல்லை; ஏதோ பரிபாஷையில் எழுதப்பட்டிருக்கிறது!'' என்று மாரீச முதலி ஓலையையும் அது இருந்த பித்தளைக் குழாயையும், முத்திரையிட்ட அரக்கையும் ஜனநாதன் கையில் வெகு பத்திரமாகக் கொடுத்தான்.

''இது சேர அரண்மனையில் கையாளப்படும் தனிப் பரிபாஷையே! என் கைவசமுள்ள அன்னராஜன் இதைப் படித்துப் பார்த்து அர்த்தம் சொல்லுவதில் கைதேர்ந்தவன்! அவனைப் பற்றித்தான், மாரீச முதலி, நீ நிறையக் கேள்விப்பட்டிருப்பாயே?

ஆனால் அவன் ஊமையன்; அதோடு செவிடன். கைஜாடை மூலந்தான் அவனிடம் விஷயத்தைக் கிரகிக்கவேண்டும்! அந்தக் கைஜாடை செய்யும் தனிவிதம் என் ஒருவனுக்குத்தான் தெரியும்!" என்று சொல்லிவிட்டு, அன்னராஜனை வரவழைத்துக் கைஜாடைகளின்மூலம் பேசி, ஓலையின் சாராம்சத்தைக் கிரகித்துக் கொண்டு பிறகு விளக்கினான்.

"சேர ராஜன் மனைவி, அதாவது வீரபாண்டியன் மனைவியின் தாயார் தன் மகளுக்கு ஓலை எழுதி யிருக்கிறாள்!" என்று சொல்லிவிட்டு அந்த ஓலையின் வாசகத்தை அப்படியே தமிழ் மொழிபெயர்ப்பில் ஜனநாதன் சொன்னான்:

"குழந்தாய்!

"உன் கணவர் இலங்கையோடு தோழமை கொண்டதனால் தான் உன் தந்தை மனஸ்தாபமுற்றாரே தவிர வேறல்ல. இலங்கைக்கும் சேர நாட்டுக்குமுள்ள பழைய விரோதத்தை இன்னும் உன் தந்தை மறக்கவில்லை. உன் சக்களத்தி இலங்கை ராணி மூலம் பிறந்த மூத்த குமாரன் பராக்கிரமன் இளவரசுப் பட்டத்துக்கு உரிமையாகாமல் மரித்துவிட்டானாகையால், மருமகனுக்கும் மாமனாருக்கும் இடையே மறுபடி சுமுகமான நிலை ஏற்பட வழியிருக்கிறது".

"உன் கணவருக்கு ஆபத்தான இந்தச் சமயத்தில் அவர் தாமாகவே வந்து படையுதவி செய்யலாமென்றாலோ, அவரது ராஜ கௌரவம் இடம் கொடுக்கவில்லை. ஆனால் 'நம் பெண்ணின் எதிர்கால வாழ்வைச் சிந்தித்துப் பாருங்கள்' என்று நான் மிகவும் கெஞ்சிக் கதறியதனால் அவர் ஓரளவு மனமிரங்கி பெரும் படையுடன் வந்து கொற்கை நகரில் தங்கியிருக்கிறார். உன் கணவர் இது சமயம் உடனே கொற்கைக்குப் புறப்பட்டு வந்து நேரில் உன் தந்தையிடம் படையுதவி கேட்டுக்கொள்ள வேண்டும். உன் தந்தை கேட்கும் சந்தேகங்களுக்கெல்லாம் உன் கணவர் தகுந்த சமாதானங்கள் சொல்லி நெருங்கிய நட்பு உண்டாக்கிக் கொள்ள வேண்டும். அவ்வாறு செய்தால் உன் தந்தை முழுபலத்துடன் உதவிசெய்யச் சித்தமாக இருக்கிறார். நெட்டூர்க் கோட்டையை முற்றுகையிடும் சோழிய வீரர்களைப் புறமுதுகிடவும் செய்வார். இந்தச் சமாதான உடன்படிக்கைக்கும் சந்திப்பிற்குமாகவே உன் தந்தை கொற்கை நகரில், வரும் பௌர்ணமி தினம் வரை காத்திருப்பார். அதற்குள் உன் கணவர் வந்து சந்திக்காவிடில் சேர நாட்டிற்கும் பாண்டிய நாட்டிற்கும் உள்ள ராஜீய உறவு மட்டுமல்ல, உன் தந்தைக்கும் உன் கணவருக்கும் உள்ள குடும்ப உறவுகூட என்றென்றைக்கும் விட்டுப்போகும் என்பதை நீ பரிபூரணமாக நம்பலாம்".

"கண்ணே, தாய்க்கும் மகளுக்கும் உள்ள உறவு விட்டுப் போகக்கூடாது என்பதற்காகவாவது உடனே உன் கணவரைக் கொற்கைக்குப் புறப்பட்டு வரச் சொல். மிகவும் அவசரம்.

இப்படிக்கு,

கைப்பட எழுதினது உன் தாயார்."

இதைப் படித்து முடித்த ஜனநாதன் விநயமாய்ச் சிரித்துக் கொண்டே, மாரீச முதலியை நோக்கி, "இது அதிமுக்கியமான ஓலைதான்! ஆனால் இந்த ஓலைக்கும், உன் முப்பதினாயிரம் போர் வீரர்களின் சம்ரக்ஷணத்திற்கும் என்ன சம்பந்தம்?" என்று கேட்டான்.

"இருக்கிறது!" என்று மாரீச முதலி திடமான குரலில் சிரித்தான்.

"எப்படி? இந்தப் புலவரைக்கொண்டு சுரங்க வாசல் வழியாக உன்னுடைய முப்பதினாயிரம் போர் வீரர்களையும் உயிரோடு கோட்டைக்குள் புகுத்தி விடுவதா?" என்று ஜனநாதன் கேட்டான்.

"இல்லை! அது அசட்டுத்தனம் என்பது எனக்குந் தெரியும். மிகவும் நீளமானதும் இருண்டதுமான சுரங்க வாசலில் ஒரே சமயத்தில் ஒரே ஆள் நுழையும் அளவுக்குத்தான் இடம் உண்டாம். எதிர்பார்த்ததற்கு மாறாக யாராவது அந்நியர் உள்ளே நுழைந்தால், உள்ளே சுரங்க வழியின் இருட்டில் தயாராகக் காத்திருக்கும் வீர பாண்டியனின் காவற்காரர்கள் உள்ளே தனியாக நுழைபவனின் தலையை வெகு சுலபமாக வெட்டி விடுவார்கள். என்னுடைய முப்பதினாயிரம் போர் வீரர்கள் ஒவ்வொருவராக உள்ளே நுழைந்தால் ஒவ்வொரு தலையாக வெட்டிக் கொண்டே இருப்பார்கள்!" என்றான்.

"எப்படிப் பார்த்தாலும் உன் போர் வீரர்களின் தலைகளுக்குத் தான் ஆபத்து வந்து சேருகிறது!" என்று சிரித்தான் ஜனநாதன்.

"இல்லை. இன்னொரு வழியிருக்கிறது: யாராவது நம்முடைய ஆள், அந்தக் கோட்டைக்குள் போய் மூன்று நெருப்புக் கொப்பரைகளின் கயிறுகளையும் வெட்டி விட்டால், என் முப்பதினாயிரம் வீரர்களின் தலையில் விழவேண்டிய நெருப்புக் குழம்பு வீரபாண்டியனின் ஆட்கள் மீதே விழுந்து கொன்றுவிடுமல்லவா? அதிகமாக உயிர்ப்பலி கொடுக்காமலேயே நாம் சுலபமாகக் கோட்டையைக் கைப்பற்றி விடலாம்!" என்றான்.

"உன் திருவாயிலிருந்து இத்தகையதொரு திருவாசகம் நான் எதிர்பார்த்ததுதான்!" என்று சிரித்த ஜனநாதன் அவனையும்

அவனருகில் இருக்கும் புலவரையும் கடைக்கண்ணால் மாறிமாறி நோக்கி, ''துரதிர்ஷ்டவசமாக இந்தப் புலவரும் உன்னைப்போல் ஒரு புலவரா யிருக்கிறார்! மேலும் உன்னைப்போலவே இந்தப் புலவரையும் வீரபாண்டியன் ஆட்கள் முன்பின் பார்த்ததேயில்லை என்று நானும் விசாரித்துத் தெரிந்துகொண்டேன்! ஆகா, மாரீசன் உருமாறுவதற்கேற்ற சரியான பாத்திரந்தான் இந்தப் புலவர்!'' என்று முடித்தான்.

உடனே மாரீச முதலி, ''ஆமாம்; புலவரின் ஆடைகளைப் பறித்து நான் அணிந்துகொண்டு இந்தப் புலவருக்குப் பதில் நானே சுரங்க வழியில் கோட்டைக்குள் புகுவேன். நானே புலவராக நடித்து வீரபாண்டியனின் நம்பிக்கைக்குப் பாத்திரமாகி, எல்லோரும் உறங்கும் நேரத்தில் மூன்று நெருப்புக் கொப்பரைகளின் கயிறுகளையும் வெட்டி விடுகிறேன்! வேறு யாரையும் அனுப்ப எனக்கு நம்பிக்கைப் படவும் இல்லை. ஏனென்றால் என் முப்பதினாயிரம் போர் வீரர்களின் உயிர் அந்த மூன்று கயிறுகளில்தான் இருக்கிறது!'' என்றான்.

''நீயே போ! ஆனால் போகும்போது இந்த ஓலையையும் எடுத்துக் கொண்டுபோய் வீர பாண்டியனிடம் காட்ட மறந்து விடாதே? ஏனென்றால் வீரபாண்டியன் உன்னை நம்ப வேண்டுமல்லவா? அப்போதுதான் மாரீசா, பொய் மானைப் பெண் மானும் நம்புவாள்!'' என்றான் ஜனநாதன்.

''வீரபாண்டியன் இந்த ஓலையைப் படித்தால் உடனே சேர ராஜனின் உதவியைப் பெறப் புறப்பட்டு விடுவானே...?'' என்று வீரசேகரன் தயங்கிய குரலில் கேட்டான்.

''அதனால் என்ன? சுரங்க வழியாகத்தானே வீரபாண்டியன் கோட்டையைவிட்டு வெளியே வரவேண்டும்? அப்போது வெளியே நம்முடைய ஆட்களைத் தயாராக நிறுத்தி வைத்து வீரபாண்டியன் வெளியே வந்ததும், அவனது தலையை வெட்டி விடலாம்; அல்லது அவனைச் சுலபமாகப் பிடித்துக்கொள்ளலாம்!'' என்றான் மாரீச முதலி.

''வீரபாண்டியனுக்குப் பதில் வேறு யாராவது வெளியே வர நேர்ந்து, அவனை நம் வீரர்கள் பிடித்துக் கொண்டுவிட்டால், வீரபாண்டியன் எச்சரிக்கை அடைந்துவிடுவானே?''

''கூடியவரையில் அப்படி ஆகாமல் நான் பார்த்துக்கொள்கிறேன். அப்படியே வீரபாண்டியனுக்குப் பதில் வேறு யாராவது வெளியே வர நேர்ந்தால் அடையாளம் தெரிவதற்காக என் கழுத்திலுள்ள பொன்மான் ஆபரணத்தைக் கழற்றி அவன் கழுத்தில் போட்டனுப்புகிறேன். மானாபரணம் அணிந்து வெளி

வருபவனை நீங்கள் ஒன்றும் செய்யாமல் அவன் வழியே போக விட்டு விடுங்கள்!" என்றான் மாரீச முதலி.

"இவ்வாறு வெளியே வருவதற்கும் நீ ஏற்பாடு செய்கிறாயென்றால், உன் வார்த்தைகளை அவர்கள் பரிபூரணமாய் நம்புவதற்கு இந்த ஓலையில் ஒரு வாசகமும் இருக்கவேண்டுமே!" என்றான் ஜனநாதன்.

"நானும் அதைப்பற்றித்தான் யோசித்தேன்! இந்த ஓலையில் என்னைப் பரிபூரணமாக நம்பும்படி பின் வாசகத்தை எழுதிச் சேர்த்துவிடலாம்! ஆனால், அசல் கையெழுத்தைப்போல் எழுதக் கூடியவன்தான் யாரென்று தெரியவில்லை!" என்றான் மாரீச முதலி.

"அதுதானா பிரமாதம்?" என்று ஜனநாதன் சிரித்து விட்டு, "என்னுடைய ஆள் அன்னராஜன் அசல் கையெழுத்தைப் போலவே அதே பரிபாஷையில் பொய் வாசகங்கள் எழுதுவதிலும் மகா சூரன்! அதற்காகவே அவனுக்கு அதிகத் தீனிபோட்டு வளர்க்கிறேன்!" என்று கூறிவிட்டு, அன்னராஜனுக்குக் கை ஜாடைகள் செய்தான். அவன் ஓலையின் அடியில் பின் குறிப்பாகச் சில வாசகங்களை எழுதினான். அதற்கு இதுதான் அர்த்தமென ஜனநாதன் கீழ்க்கண்டவாறு எடுத்தோதினான்:

பின் குறிப்பு: "இந்த ஓலை கொண்டுவரும் புலவர் நம் நம்பிக்கைக்குப் பாத்திரமானவர். கோட்டையைவிட்டு உன் கணவர் வெளியே வருவதற்கும் இவரே ஏற்பாடு செய்திருப்பார்! உங்கள் கோட்டையின் உச்சித் தளவரிசையில் ஏறி நின்று இரண்டு நெருப்புப் பந்தங்களை ஆட்டி ஜாடை காண்பிப்பதன் மூலம், வெகு தூரத்திலிருக்கும் என் ஆட்களுக்கு உன் கணவர் கோட்டையைவிட்டு வெளியே வரும் செய்தியை உடனுக்குடன் தெரிவித்துக்கொண்டிருப்பார். அதற்கு வசதி செய்து கொடு!

இப்படிக்கு

எழுதினவள், உன் தாயார்."

இதை ஜனநாதனின் வாய்மூலம் கேட்ட மாரீச முதலி ஆனந்தத்தால் துள்ளிக் குதித்து, "அபாரம்! அபாரம்! நெருப்புக் கொப்பரைகளின் கயிறுகளை இழுத்துக் கட்டியிருக்கும் உச்சி தளவரிசையின்மீது நான் சந்தேகத்திற்கிடமின்றி ஏறி நிற்பதற்கும் சரியான முகாந்தரம்! கயிறுகளைக் கத்தியால் அறுக்கும் பிரயாசைகூட இல்லாமல் என் கையிலுள்ள தீப்பந்தங்களாலேயே கயிறுகளைக் கொளுத்திவிடுவதற்கும் சரியான சூழ்ச்சி முறை...!" என்றான்.

''இவ்வளவு காரியங்களையும் எந்த நேரத்திற்குள் முடிப்பாய், எப்போது கொப்பரைகளைக் கவிழ்ப்பாய் என்பதற்கு ஒரு நாழிகையை குறித்துவிட்டுப் போ.

அந்த நாழிகைக்குள் காரியம் நடக்க வில்லையென்றால் உனக்குக் கோட்டைக்குள் ஏதோ ஆபத்து நேர்ந்துவிட்டது என்று மேற்கொண்டு ஆகவேண்டிய காரியங்களை நாங்கள் கவனிக்கிறோம்'' என்றான் ஜனநாதன்.

''நாளை மதியம் சரியாகப் பத்தரை நாழிகைக்குள் எல்லாம் நடந்துவிடும்!'' என்று மாரீச முதலி நாழிகை குறித்தான்.

ஜனநாதன் மிகச் சாவதானமாக, ''ஆனால் மாரீச முதலி, நீ புறப்படுவதற்குமுன் உன் முப்பதினாயிரம் போர் வீரர்களின் படைத் தலைமையையும் வீரசேகரனிடம் மாற்றிக் கொடுத்துவிட்டுப் போ. ஏனென்றால், பகைவரின் கோட்டைக்குள் நுழையும் உன் விதி என்ன ஆகிறதென்பது எங்களுக்குத் தெரியாது. நீயும் என்றும் பதினாறு வயசு வரம் பெற்ற மார்க்கண்டேய அடியாரல்ல!

மேலும் நீ நெருப்புக் கொப்பரைகளை கவிழ்த்துவிட்ட பிறகு கோட்டை வாயில்களை உடைத்துக்கொண்டு உள்ளே புக, உன் போர் வீரர்கள் தேவைப்படுவார்கள்!'' என்றான்.

அதற்கிணங்கி மாரீச முதலி அவ்வாறே ஏற்பாடு செய்துவிட்டுப் புலவரின் உடைகளையும் பொன் மானாபரணத்தையும் தான் வாங்கி அணிந்துகொண்டு, கையில் சேரராஜன் மனைவியின் ஓலையை எடுத்துக் கொண்டு, புலவரை அடித்துத் துன்புறுத்திப் பெற்ற ஜாடை வழிகளின் பிரகாரம் தன்னந்தனியாகப் புறப்பட்டு, நெட்டூர்க் கோட்டையின் பின்புற மதிற்சுவரில், ஓர் கற்றாழைப் புதரின் மறைவிலுள்ள சுரங்க வழிக்குள் புகுந்தான்.

''நம் மாரீச முதலி பகைவர் கோட்டைக்குள் நுழைகிறானே! தனியொருவனாகக் குறித்த நாழிகைக்குள் எல்லா இடையூறுகளையும் செய்து முடிப்பானா? அல்லது அவனுக்கே இடையூறுகள் ஏற்பட்டு விடுமா?'' என்று வீரசேகரன் கலவரமடைந்த குரலில் ஜனநாதனைக் கேட்டான்.

''தம்பி! இடையூறுகளுக்கு இடையூறுகள் செய்தும் நான் காரியத்தைக் காப்பாற்றுவேன்!

எதற்கும் போர் வீரர்களை அணி வகுத்துத் தயாராகப் பெருவேள்விக்கு நிறுத்தி வை! அதாவது பெரும் நெருப்புக் கொப்பரைக்கு!'' என்று சிரித்தான் ஜனநாதன்.

அத்தியாயம் 16

மாரீச வதைப் படலம்

'மாள்வதே பொருளாக வந்தான் அவன்
சூழ்வதோர் பொருள் உண்டு இவன் சொல்லினால்!'

— கம்ப ராமாயணம்

மறுநாள் மதியம் பத்தரை நாழிகை ஆயிற்று!

அந்த நேரத்திற்காக ஆவலோடு காத்திருந்த வீரசேகரன் தூரத்தில் நெட்டூர்க் கோட்டைக்குள் தெரியும் மூன்று நெருப்புக் கொப்பரைகளையும் வைத்த கண் வாங்காமல் பார்த்துக்கொண்டிருந்தான். படை வீரர்களெல்லாம் பல வியூகங்களாக அணி வகுக்கப்பட்டுத் தயாராக நிறுத்தப் பட்டிருந்தனர். ஆடையூர் நாடாள்வாரின் போர் வீரர்களின் பத்தாயிரம் நபர்கள் பொறுக்கி எடுக்கப்பட்டு முன்னணிப் படையாக முதலில் நிறுத்தப்பட்டிருந்தனர். அணி வகுப்புகள் அனைத்தும் மேலே என்ன செய்வதென்று வீரசேகரனின் கட்டளைக்காகக் காத்துக்கொண்டிருந்தன. மாரீச முதலி குறித்த வேளை தவறி பதினோராவது நாழிகையும் ஆகிவிட்டது...

நெருப்புக் கொப்பரைகளில் எதுவும் கவிழ்க்கப்பட வில்லை! அவற்றை மேல்நோக்கி இழுத்துக் கட்டப் பட்டிருந்த தோர்வடக் கயிறுகள் அறுபடாமல் அப்படியே இருந்தன. அவ்வாறு செய்வதாக நாழிகை குறித்துவிட்டுப் போன மாரீச முதலியோ கோட்டையின் உச்சித் தளவரிசைக்கு வரவுமில்லை! கைகளில் தீப்பந்தங்களுடன் நிற்கவுமில்லை! அவன் என்ன கதியானான், கோட்டைக்குள் உயிரோடிருக்கிறானா இல்லையா என்பதன் அறிகுறியே இதுவரை தென்படவுமில்லை!

வீரசேகரன் பொறுமையிழந்துவிட்டான். கலவரமுமடைந்தான். தன் கூடாரத்தினுள் ஏமாறிய பூனைபோல் குறுக்கும் நெடுக்குமாக நடந்தான். ஆனால் அவனருகில் நின்ற ஜனநாதனோ வழக்கம்போல் அலட்சியமான சிரிப்புடன் சிறிதும் கலங்காமல் இருந்தான்.

"மாரீச முதலி குறித்துப்போன நாழிகைக்குமேல் அரை நாழிகையும் ஆகிவிட்டது! இன்னும் நெருப்புக் கொப்பரைகள்

கவிழ்க்கப்படாமல் இருக்கின்றனவே?'' என்று குழம்பிய வீரசேகரன் தன்னருகில் நின்ற ஒற்றனை நோக்கி, "நீ நிச்சயமாகப் பார்த்தாயா? இன்று அதிகாலை கருக்கல் நேரத்தில் யாரோ ஒரு புலவர் கோட்டையின் சுரங்க வாசல் வழியாக வெளியே வந்தார் என்றாயே?"

"ஆமாம்; என் கண்களால் பார்த்தேன்! விடிவதற்குள் அவர் வெகு வேகமாக வெளியே வந்து, கண்மூடிக் கண் திறக்கும் நேரத்திற்குள் எங்கோ சென்று மாயமாய் மறைந்துவிட்டார்! அவர் தம் கழுத்தில் மான் ஆபரணம் அணிந்திருந்ததால் அவர் வழியே போகட்டுமென விட்டுவிட்டேன்.''

"நம்முடைய மாரீச முதலிதானே மான் ஆபரணம் அணிந்து கொண்டு புலவர் வேஷத்தில் கோட்டைக்குள் நுழைந்தான்? விடிவதற்குள் ஏன் சுரங்க வாசல் வழியாக வெளியே வரவேண்டும்? வெளியே வந்தவன் இந்நேரம்வரை ஏன் வந்து நம்மைச் சந்திக்கவில்லை?" என்றான் வீரசேகரன்.

"மாரீச முதலி கோட்டைக்குள்தான் இருக்கிறான்! புலவர் வேஷத்தில் அவன் உள்ளே நுழைந்தது வாஸ்தவந்தான்! ஆனால் அதே புலவர் வேஷத்தில் வெளிவந்தவன் அவனல்ல!" என்று சிரித்தான் ஜனநாதன்.

அதற்கேற்றாற்போல் ஒற்றனும், "அவ்வாறுதான் இருக்க வேண்டும்! ஏனென்றால், வெளியே வந்த புலவருக்குச் சுருள் மீசை இருந்தது. நம் மாரீச முதலிக்குச் சுருள் மீசை இல்லை!" என்றான்.

"சரி, நீ போ! யாரும் உள்ளே வராமலிருக்க வெளிக் கதவை மூடிவிட்டுப் போ! மேலே ஆகவேண்டிய காரியத்தை நானும் ஜனநாதனும் தனிமையில் கலந்தாலோசிக்கவேண்டும்!" என்று வீரசேகரன் அந்த ஒற்றனை அனுப்பிவிட்டுப் பாசறையில் அவனோடு தனியாய் நிற்கும் ஜனநாதனை நோக்கி, "அவ்வாறானால் நம் மாரீச முதலி இன்னும் உள்ளே என்ன செய்கிறான்? அவன் ஏன் தன் புலவர் வேஷத்தைக் கலைத்து இன்னொருவனுக்கு மான் ஆபரணத்தைக் கழற்றிக் கொடுத்தான்? வெளியே சுரங்க வாசல் வழியாகப் புலவர் வேஷத்தில் வந்த அந்த ஆள் யார்? அவன் வேகமாக எங்கே சென்றான்? எங்கே மறைந்தான்?" என்று வியப்புடன் வீரசேகரன் கேட்டான்.

"இதிலென்ன இன்னும் சந்தேகம்? வெளியேறி மறைந்த அந்த ஆசாமி வேறு யாருமல்ல! வீரபாண்டியனேதான்!" என்று சிரித்தான் ஜனநாதன்.

அதைக் கேட்டுத் திடுக்கிட்ட வீரசேகரன், "அப்படியென்றால் என்ன அர்த்தம்? மாரீச முதலி நம்பிக்கைத் துரோகியென்று அர்த்தமா?" என்றான்.

"இல்லை! நம்முடைய சம்பூர்ண ராமாயணப்படி கோட்டைக்குள் கனகச்சிதமாக மாரீச வதைப் படலம் நடக்கிறது என்று அர்த்தம்!"

"அவ்வாறானால் நம்முடைய மாரீச முதலியைக் கொன்று விட்டு அவனுடைய புலவர் வேஷத்தில் வீரபாண்டியன் இரகசியமாகக் கோட்டையை விட்டு வெளியேறி விட்டானா?"

"வீரபாண்டியன் வெளியேறிவிட்டான் என்பதில் சந்தேகமில்லை! ஆனால் மாரீச வதைப் படலம் இன்னும் கோட்டைக்குள் முடிந்த பாடில்லை!"

"அதை எவ்வாறு அவ்வளவு உறுதியாய்ச் சொல்கிறாய், ஜனநாதா!"

"வீரசேகரா, இன்னும் கொஞ்சம் பொறுத்திருந்து பார்! அந்த நெருப்புக் கொப்பரைகளிலிருந்து உன் கண்களை எடுக்காமல் இன்னும் கொஞ்ச நாழிகை வைத்திரு! எல்லாம் தானாகவே விளங்கும்!"

அவ்வாறு சொல்லி ஜனநாதன் வாய் மூடுவதற்குள் தூரத்தில் தெரியும் இரண்டாவது கோட்டை வாசலினுட் புறமுள்ள நெருப்புக் கொப்பரைத் தூணொன்றில் நாலைந்து ஆட்கள் தடதடவென்று மேலே ஏறிச் செல்லும் நிழல் உருவங்கள் தென்பட்டன. அவர்கள் யாரோ ஒருவனைக் கட்டித் தூக்கிக்கொண்டு போவது போலவும் தென்பட்டது.

"அவர்கள் ஏன் நெருப்புக் கொப்பரைத் தூண்மீது ஏறுகிறார்கள்? யாரை அப்படிப் பரபரவென இழுத்துத் தூக்கிக்கொண்டு போகிறார்கள்?" என்று கேட்டான் வீரசேகரன்.

"நம்முடைய மாரீச முதலியைத்தான்!" என்றான் ஜனநாதன்.

"எதற்காக?"

"நெருப்புக் கொப்பரைக்குள் தூக்கிப் போடுவதற்குத்தான்! வீரசேகரா, துரதிர்ஷ்டவசமாக நம்முடைய ராமாயணப்படி மாரீச வதைப் படலம் நெருப்புக் கொப்பரைக்குள்தான் நடைபெற வேண்டியிருக்கிறது! போலி இலக்கியங்களின் முடிவும் அந்த நெருப்புக் கொப்பரைக்குள்தான் இருக்கிறது!"

‘‘நம்முடைய மாரீச முதலி கொண்டுபோன ஓலையை நம்பி வீரபாண்டியன் வெளியேறியிருக்கும்போது ஓலையைக் கொண்டு போன புலவர்மீது மட்டும் அவநம்பிக்கையுற்று யாராவது நெருப்புக் கொப்பரைக்குள் தூக்கிப் போடுவார்களா?’’

‘‘ஏன் போடமாட்டார்கள்? ஓலையின் பின் குறிப்பாக உள்ள வாசகப்படிதான் அவர்கள் செய்கிறார்கள்!’’

‘‘அந்தப் பின் குறிப்பு வாசகத்தை நீதானே உன் அன்னராஜனைக்கொண்டு எழுதிச் சேர்த்தாய்!’’

‘‘ஆமாம்! நான்தான் எழுதச் செய்தேன். ஆனால் உங்களிடம் அதை நான் படித்துக் காண்பித்த விதம் வேறு. அதை எழுதச் செய்த விதம் வேறு.’’

‘‘அப்படியென்ன மாறுபாடாக எழுதிச் சேர்த்தாய்?’’ என்று வீரசேகரன் ஆத்திரத்துடன் கேட்டான்.

‘‘இந்த ஓலை கொண்டுவரும் புலவன் வெறும் வேஷதாரி. நம்பிக்கைத் துரோகியாகக் கூடியவன். ஸ்திரீஹத்தி, சிசுஹத்தி செய்த மகா பாவி! இவன் தனக்குரிய மரண தண்டனையை அநுபவிக்கும் போது இவனுடைய மரணமும் ஒரு நல்ல காரியத்துக்காக உபயோகப்பட வேண்டுமென்று விரும்பி இவனை அனுப்பியிருக்கிறோம். இந்த ஓலையைப் படித்து முடித்ததும் இதைக் கொண்டு வருபவனைத் தூக்கி நெருப்புக் கொப்பரைக்குள் போட்டு விடவும்!’’

அதைக் கேட்ட வீரசேகரன் அளவிறந்த ஆக்ரோஷமுற்று, ‘‘அக்கிரமம்! அக்கிரமம்! அநியாயம்! மகா பாபகரமான படுகொலை!’’ என்று கத்தினான்.

ஜனநாதனோ சிரித்துக்கொண்டே, ‘‘தம்பி, உணர்ச்சி வசமாகாதே! மாரீச முதலி தனக்குரிய தண்டனையைத்தான் அநுபவிக்கிறான். அவன் தன்னிடம் வந்த ஒரு பெண்பாற் புலவரிடம் துராக்கிருதமாய் நடந்து அதன்மூலம் பிறந்த சிசுவைச் சிசுஹத்தி செய்தான் என்பதும், அதைத் தொடர்ந்து அதன் தாயையும் ஸ்திரீ ஹத்தி செய்தான் என்பதும் அழிக்கமுடியாத உண்மைகள். அரசியல் செல்வாக்கால் அவற்றை அழித்து விடலாமென மனப்பாலும் குடித்தான். அதோடு அவன் என் பரம வைரி! அந்தக் கோட்சொல்லி உயிரோடிருக்கும்வரை எனக்கும் ஆபத்து!’’

அப்போது நெருப்புக் கொப்பரைக்குள் தூக்கிப் போடப்படும் மாரீச முதலியின் பயங்கரமான அலறல் கேட்பதுபோல் இருந்தது.

அதைப் பார்க்கச் சகியாமல் வீரசேகரன் ஒரு கணநேரம் கண்ணை மூடிக்கொண்டான்.

"இவ்வாறு மாரீச முதலியைப் பழி தீர்க்காதிருந்தால் இந்நேரம் அவன் நெருப்புக் கொப்பரைகளைக் கவிழ்த்து வீரபாண்டியனின் ஆட்களைப் பொசுக்கியிருப்பான்! கோட்டையை நான் வெகு சுலபமாகக் கைப்பற்றி யிருக்கலாம். அக்கிரமம்! நம்பிக்கைத் துரோகம்! தேசத்துரோகம்! ராஜத்துரோகம்! எல்லாவற்றிற்கும் மேலாக நட்புத் துரோகம்!" என்று வீரசேகரன் சீறினான்.

"தம்பி, சீறாதே! குயுக்தியான முறையில் குறுக்கு வழியில் கோட்டையைக் கைப்பற்ற விரும்புவது உன் வீரத்திற்கு அழகல்ல; அது தர்மமுமல்ல. நேரான வழியிலே முற்றுகையிட்டு முறைப்படி ஆடையூர் நாடாள்வாரின் முப்பதினாயிரம் போர் வீரர்களையும் உயிர்ப் பலி கொடுத்து மூன்று கோட்டை வாசல்களையும் உடைத்தெறிந்து உள்ளே நுழைவதுதான் தர்ம யுத்தம்! அதுதான் உன் நேர்மைக்கும் வீரத்திற்கும் ஏற்றது!" என்றான் ஜனநாதன்.

"ஆடையூர் நாடாள்வாரின் முப்பதினாயிரம் போர் வீரர்களையும் உயிர்ப் பலியிட்டு அவருடைய படை பலத்தைக் குறைத்து உனக்குச் சமபலமாக்குவதுதான் உன்னுடைய ஒரே நோக்கம்."

"அந்த நோக்கத்தை நான் எப்போதும் மறைக்க முயன்றதில்லையே! மந்திராலோசனை சபையில்கூட மறைக்கவில்லையே! புத்தியுள்ளவனாயிருந்தால் அப்போதே புரிந்துகொண்டிருக்க வேண்டும்."

"உனக்கு உன் சுயநலந்தான் முக்கியம். நான் கோட்டையைக் கைப்பற்றுவதைப்பற்றி உனக்கு அக்கறையில்லை."

"உன்னைவிட எனக்குத்தான் அதில் அக்கறை அதிகம்! கோட்டையை நிச்சயம் நீ கைப்பற்றத்தான் போகிறாய்! ஆனால் முப்பதினாயிரம் போர் வீரர்களைப் பலி கொடுத்த பிறகு!"

"பலி கொடுக்கத்தான் போகிறேன். இப்போது அதை விட்டால் எனக்கு வேறு வழியில்லை? ஆனால்.. ஆனால் என் சபதத்தை எப்படி நிறைவேற்றப் போகிறேனோ தெரியவில்லை!... ஜனநாதா! நான் வீரபாண்டியன் மனைவியைச் சிறை பிடிக்காவிட்டால் என் தலைக்கு மரணம் காத்திருக்கும் என்று உனக்கு நன்றாகத் தெரியும்."

"உன்னைவிட அது எனக்கு வெகு நன்றாகத் தெரியும்! வீரசேகரா! நீ உன் சபதத்தைக் காப்பாற்றத்தான் போகிறாய்! அது என் உதவியால்தான் நடைபெறப் போகிறது!"

"வீரபாண்டியனைத் தப்பியோட விட்டுவிட்டாய்!"

"வீரபாண்டியனின் மனைவியைத்தான் சிறை பிடிப்பதாக உன் சபதம்!"

"வீரபாண்டியன் நம் சோழ சாம்ராஜ்யத்தின் எதிரி!"

"அவன் ஒரு புலவர் வேஷத்தில் வெளியே போவான் என்று எதிர்பார்ப்பது எனக்கு அவசியப்படவில்லை!"

"அதை நீ முன்பே ஆலோசித்திருக்க வேண்டும். அரசருக்குத் தெரிந்தால் உன்னைப்பற்றி என்ன நடவடிக்கை எடுப்பார்?"

"நீயே வேண்டுமானாலும் அரசருக்குத் தெரிவித்துவிடு! இது போன்ற விஷயங்களைத் தன் காதுவரை எட்டவிட்டு, தம்ம சங்கடத்தில் ஆழ்த்துகிறானே யென்று அரசர் உன்மீதுதான் கோபப்படுவார்!"

"நான் மூன்று கோட்டை வாசல்களையும் உடைத்துக்கொண்டு உள்ளே புகுந்தால் எத்தகைய காட்சியைக் காண்பேன் தெரியுமா? தனிமையில் கோட்டைக்குள் அகப்பட்டுக்கொண்ட வீரபாண்டியன் மனைவி எதிரிகளின் கையில் சிக்க விரும்பாமல் வேள்வித் தீ வளர்த்து அதற்குள் அக்கினிப் பிரவேசமாகி விடுவாள்! அப்போது, நான் சபதம் நிறைவேறாமல் தற்கொலை செய்துகொள்வதைவிட இப்போதே உன் கையால் என்னைக் கொன்றுவிடுவது நல்லது. சுற்றிவளைத்து நீ எதிர்பார்ப்பதும் என் மரணத்தைத்தானே? என் ஒருவனிடமாவது உன் கோரிக்கையை நேரிடையாக முடித்துக்கொள்!"

"இல்லை அநாவசியமாக உன் மரணத்தை விரும்பவில்லை... வீரசேகரா, சித்தம் கலங்காதே! நீ நிச்சயம் வீரபாண்டியன் மனைவியை உயிரோடு சிறைபிடிக்கத்தான் போகிறாய்! அதற்குத்தான் என் குயுக்திமுறை தேவைப்படும். அந்தச் சந்தர்ப்பத்தில் குயுக்தியை உபயோகிப்பது உன் வீரத்திற்குக் களங்கமும் இல்லை!"

"என்ன சொல்லுகிறாய்?"

"தம்பி, உன் கையில் வாள் உண்டு. உன் கைவசம் முப்பதினாயிரம் வீரத் தோள்களும் உண்டு! எல்லாவற்றிற்கும் மேலாக நானும் இருக்கிறேன்! உன் வெற்றியைப்பற்றி என்ன கவலை?"

"உன்னை என்னால் நம்ப முடியவில்லை, ஜனநாதா! நீ மாரீச முதலி விஷயத்தில் நடந்துகொண்ட பயங்கரமான

முறையைப் பார்த்த பிறகு உன் சம்பந்தம் எதுவுமே எனக்குப் பயமாக இருக்கிறது!''

''பகைவர்களிடம் நான் அநுசரிக்கும் முறையைக் கொண்டு நண்பர்களிடமும் அவ்வாறுதான் நடந்துகொள்வேன் என்று எடைபோடாதே! நண்பனின் சபதத்தை நிறைவேற்றுவது என் பொறுப்பு!''

''நான் உன் நண்பனா, பகைவனா என்பதே விளங்கவில்லையே!''

''விளங்க வைக்கக்கூடியது நட்பல்ல.''

''எனக்கு அவ்வளவு அறிவு இல்லை. உன்னை நண்பனாகப் பாவிப்பதா, பகைவனாகப் பாவிப்பதா என்று நான் இன்னும் முடிவுகட்டவில்லை!''

''அது உன் உணர்ச்சியைப் பொறுத்தது மட்டுமல்ல; என் அறிவையும் பொறுத்தது! ஆனால் ஒன்று கூற விரும்புகிறேன்: உனக்காக இல்லாவிட்டாலும் எனக்காகவாவது உன் சபதத்தை நிறைவேற்றப் போகிறேன்!'' என்று சொல்லிவிட்டு ஜனநாதன் வெடுக்கென வெளியேறினான்.

சற்று நேரத்திற்குப் பிறகு வீரசேகரன் பாசறையைவிட்டு வெளியே வந்து தன் உடைவாளை உருவி, வீசிப் பிடித்து, ''போர் வீரர்களே! நெட்டூர்க் கோட்டையைக் கைப்பற்றாமல் இந்த வீரசேகரன் உயிரோடு வீடு திரும்புவதில்லையென வீரப் பிரதிஞ்ஞை செய்கிறேன். புறப்படுங்கள். மூன்றே நாளில் மூன்று கோட்டை வாசல்களையும் உடைத்தெறிய முயலுவோம்!... இளம் வீரர்களே, மரணக் குமரி மனமுவந்தளிக்கும் சிவந்த முத்தத்தை ஏற்கத் தயாராகுங்கள்! எல்லோருமே சர்வ தியாகத்துக்கும் சித்தமாயிருங்கள்! இன்று சூரியாஸ்தமனத்தின் ரத்தச் சிவப்புக்குள் இரத்த வெள்ளத்தில் நீந்தி இரண்டாவது கோட்டை வாசலை உடைத்தெறிவோம்! புறப்படுங்கள்...!'' என்று வீர முழக்கமிட்டான்.

மடை திறந்த வெள்ளம்போல் சேனை வெள்ளம் இரண்டாவது கோட்டை வாசலை நோக்கிப் பாய்ந்தது!

அத்தியாயம் 17

சித்திரக்கூடப் படலம்

'வீறுபஞ்சு இன்றி அமுதநெய் மாட்டிய விளக்கே!'
'பெண்மை என்று உரைகின்ற உடலினுக்கு உயிரே!'

— கம்ப ராமாயணம்

மண்ணும் விண்ணும் அதிர வீர கோஷங்கள் நெட்டூர்க் கோட்டைக்குள் கிளம்பின. அதைத் தொடர்ந்து பிண மலைகளும் பெருகின.

இரத்த மலைகளின் நடுவே சோழியர்களின் புலி இலச்சினை பொறித்த பட்டுத் துவஜங்கள் மலைப் பாம்புகள்போல் நெளிந்தன.

''வெற்றி அல்லது வீரமரணம்!'' என்று கூவிக்கொண்டே சோழியர் படைத் தலைவனான வீரசேகரன் முழுபலத்துடன் முற்றுகையிட்டுத் தாக்கியதில் நான்கு கோட்டைச் சுவர்களும் தகர்ந்து நான்கு வாசல்களும் தூள் தூளாய்ச் சிதறிவிட்டன. உடைபட்ட நான்கு கோட்டை வாசல்களிலும் நான்கு நெருப்புக் கொப்பரைகளும் கவிழ்க்கப்பட்டு உறைந்துபோன நெருப்புக் குழம்பில் எண்ணற்ற போர் வீரர்களின் சாம்பல்கள் மிதந்தன. உள்கோட்டை வாசலில் இன்னும் இலேசாக எரியும் நெருப்புக் குழம்பில் ஆடையூர் நாடாள்வாரது போர் வீரர்களின் உடல்கள் பொசுங்கிக் கருகிக்கொண்டிருந்தன. விண்ணில் புகைப் படலமும் மண்ணில் சாம்பல் புற்றுமாக எங்கும் காட்சியளித்தன. வீரதேவதையின் போதை அணைப்பில் மனிதர்கள் சாம்பலாகவும் ஆவியாகவும் மாறிக்கொண்டிருந்தார்கள்.

நான்கு கோட்டை வாசல்களும் உடைபட்டு விட்டதால் வீர பாண்டியரின் மனைவி, மகன், மந்திரத் தலைவர்கள் முதலானோர் உள்ளேயுள்ள ராஜ மாளிகைக்குள் அடைபட்டுப் பிரம்மாண்டமான கதவுகளை மூடிக்கொண்டு விட்டனர். அம்மாளிகைச் சுவர்களைத்தான் வீரசேகரனின் போர் வீரர்கள் உடைத்தெறிவதில் இப்போது மும்முரமாக ஈடுபட்டிருந்தனர். வெளியே தற்காப்பிற்காக நிறுத்தப்பட்டிருந்த பாண்டியர் படைக்கும் வீரசேகரன் படைக்கும் கடும் யுத்தம் நடந்துகொண்டிருந்தது.

ராஜமாளிகைக்குள் மரணஅமைதிபோல் துயரப் படலம் நிலவியது. ராஜமாளிகையின் இருதய ஸ்தானமாக விளங்கிய சித்திரகூட மண்டபத்தில் இருள் படலம் கவிந்திருந்தது. அதன் மண்டபத்திலுள்ள பெரிய பெரிய பெண் சிலைகளெல்லாம் மௌனப் புன்னகை பூத்திருந்தன. அந்தப் புன்னகையிலும் ஒருவிதத் துயரம் தோய்ந்திருப்பதுபோல் சோகபாவம் தென்பட்டது. வாசனை விளக்குகளிலிருந்து வரும் தூமப் புகையில்கூட ஒருவிதத் துயர மணம் கமழ்ந்தது.

சித்திரகூட மண்டபத்தில் கூண்டுக் கிளிபோல் வீரபாண்டியன் மனைவி தவிதவித்தாள். நினைத்தாலே உயிர் தளிர்க்கச் செய்யும் இளந்தளிர்க் கொழுந்துபோன்ற அவள், ஜீவன் இழந்தவளாகக் காணப்பட்டாள். அவளுடைய அணைப்பில் ஆறு வயதுப் பாலகனான வீரகேரளன் மருண்ட மானைப்போல மிரள மிரள விழித்துக்கொண்டிருந்தான்.

இரத்தக் கறை படிந்த வாள் படைகளைப் போலத் தேவியின் விழிகளில் செவ்வரிகள் படர்ந்திருந்தன.

''என் பிராணபதி வந்துவிட்டாரா?'' என்று அடிக்கொருதரம் கேட்டுக் கொண்டேயிருந்தாள் வீரபாண்டியன் தேவி. அவளுடைய நினைவெல்லாம் எங்கோ தொலை தூரத்தில் இருந்தது. பட்ட மகிஷியின் மணியாடைகள் புனைந்திருந்த அவளால் வாய்விட்டு அழவும் முடியவில்லை! அவள்முன் முக்கியமான மந்திரத் தலைவர் களெல்லாம் மௌனப் பதுமைகளாக அமர்ந்திருந்தனர். உறுதியான உள்ளம் படைத்த உத்திரமந்திரி கோனார்கூட நிலைகலங்கி விட்டார். வீரபாண்டியன் இல்லாத சமயம் அவனது மனைவி மக்களுக்கும் கோட்டை மாளிகைக்கும் இவ்வளவு பெரிய ஆபத்து சூழ்ந்து விட்டதேயென்று அவர் உருகி உருகிக் கரைந்து கொண்டு இருந்தார். அவரது நரைத்த புருவங்கள் அடிக்கடி நெறிந்தன.

மாளிகையின் வெளியே இன்னும் யுத்தம் நடந்துகொண்டுதான் இருந்தது. ஆனால் கோட்டையின் தற்காப்புப் படையினரிடையே மனத் தளர்ச்சி ஏற்பட்டுவிட்டது. ''இனி மாளிகையைக் காப்பாற்ற முடியாது'' என்று பாண்டிய வீரர்கள் பேசத் தலைப்பட்டுவிட்டனர். தேசபக்தியையும் ராஜபக்தியையும் தூண்டிப் பாண்டியப் படைத் தலைவன் வீரவுரைகள் ஆற்றிக் கொண்டிருந்தான். ஆனால் அவையெல்லாம் ஒரு துயர மௌனத் துடன்தான் வரவேற்கப்பட்டன. உற்சாகம் குன்றி உயிர் விட வேண்டியது கடமையென்னும் உணர்வு பாண்டிய வீரர்களிடையே அதிகரித்துவிட்டது.

வைத்தியரால் கைவிடப்பட்ட நோயாளியின் முன் உறவினர்கள் ஒன்றாகக் கூடியிருப்பதுபோல் சித்திர கூடத்தில்

முக்கியஸ்தர் களெல்லாம் கூடியிருந்தனர். அதுதான் பாண்டியத் தலைவர்களின் கடைசி ஆலோசனைக் கூட்டம்!

சபைக்கு நடுநாயகமாக வீற்றிருந்த வீரபாண்டியன் மனைவி திரைலோக்கிய முழுதுடையாள் மனம் பதைத்தவளாய், ''அமைச்சரே! நீராவது உண்மையைச் சொல்லும்! இன்னும் நம் மாளிகை எவ்வளவு நேரத்திற்குத் தாக்குப் பிடிக்கும்?'' என்று கேட்டாள்.

''தேவி, இன்னும் மூன்று அல்லது நான்கு நாழிகை நேரத்திற்குத்தான். ஏற்கனவே மாளிகைச் சுவரில் நான்கு சிறு உடைப்புகள் ஏற்பட்டுவிட்டன. அவை நான்கும் நான்கு மரண காயங்கள்...'' என்று சொன்ன உத்திர மந்திரி கோனார் அதற்குமேல் பேச முடியாதவராய், ''ஓ'' வெனப் பச்சைக் குழந்தைபோல் அழுதுவிட்டார்.

''அமைச்சரே, நீரேன் அழுகிறீர்? அழவேண்டியவள் பெண்!'' என்று சொன்ன தேவி தன் அழுகையை வாய்க்குள்ளேயே அடக்கிக்கொண்டாள்.

''இல்லையம்மா! அமைச்சனின் மதியையும் மீறிய நிலை வந்துவிட்டது. யாரும் எதிர்பாராத சூறாவளி யுத்தமாக இருக்கிறது. யுத்தப் பயிற்சி இல்லாத வீரசேகரன் வெறி மிருகம்போல் மூர்க்கத் தனமாகத் தாக்குகிறான். ஒவ்வொரு நாள் போருக்கென்றும் ஓய்வுக்கென்றும் போர் வீரர்களை ஒதுக்காமல் அவ்வளவு பேரையும் ஒன்று திரட்டிக் குருட்டுப் போக்கில் ராட்சஸ பலத்துடன் மோதுகிறான்...'' என்றார் உத்திர மந்திரி கோனார்.

திருமந்திர ஓலைநாயகமான முரப்பு நாட்டு மறவனூரம்பலவன் குதித்தெழுந்து. ''அவனுக்கு அவ்வளவு பலமும் போர் வீரர் எண்ணிக்கையும் இருக்கிறதென ஏற்கனவே நாம் எதிர்பார்த்ததுதான். ஆனால், முதலாவது கோட்டை வாசலை உடைக்க ஒன்பது நாளாயிற்று! மற்ற மூன்று கோட்டை வாசல்களையும் உடைக்கக் குறைந்த பக்ஷம் இருபத்தொரு நாளாவது ஆகுமெனக் கணக்குப் போட்டோம்! வீரசேகரன் நான்கே நாளில் மூன்று கோட்டை வாசல்களையும் உடைத்தெறிந்து விட்டான்!'' என்றான்.

மழவராயன் அழமாட்டாத குறையாய், ''நம்முடைய முதலாவது கோட்டை வாசல் உடைபட்டபோது நாம் நெருப்புக் கொப்பரையைக் கவிழ்த்தோம்! அதைக்கண்டு வீரசேகரன் பிரமித்துப் பத்தாயிரம் வீரர்கள் உயிர் பலியானதில் மனம் தளர்வான் என்று எதிர்பார்த்தோம். ஆனால் மூன்று கோட்டை வாசலுக்கும் முப்பதினாயிரம் போர் வீரர்களைப் பலி கொடுக்க முன் வருவானென்றோ நம் நெருப்புக் கொப்பரைகளைப் பன்னீர்க்

குடமாகக் கருதுவானென்றோ நாம் சிறிதும் எதிர்பார்க்கவில்லை! வேறு ஏதாவது குறுக்கு வழியில் இறங்குவானென்று எதிர்பார்த்து ஏமாந்தோம்!'' என்றான்.

மௌனப் பதுமையாக இருந்த வீரபாண்டியன் மனைவியோ, ''கொற்கைக்குச் சென்ற என் பிராணநாதர் இன்னும் திரும்பி வரவில்லையா? என் தந்தை அவரை இன்னும் ஏன் கொற்கையிலே வைத்துக் கொண்டிருக்கிறார்?'' என்று கூண்டுக் கிளிபோல் மழலைக்குரலில் கோனாரை நோக்கிக் கேட்டாள்.

''வீரபாண்டியச் சக்ரவர்த்திகள் இன்னும் வரவில்லை! உத்தேசப்படி நாளைக் காலைதான் கொற்கையிலிருந்து திரும்புவார்! இந்த நெட்டூர்க் கோட்டை முற்றுகையிலிருந்து சோழியர்களை விரட்டுவதுமுதல் நம் தலைநகரான மதுரையை மறுபடி மீட்பது வரை சகலவிதமான யுத்த நடவடிக்கைகளையும் சேர ராஜரோடு கலந்தாலோசித்துவிட்டு வருவதாகச் சொன்னார்! ஆனால் வீரபாண்டியர் படை பலத்துடன் திரும்பி வரும்போது இங்கே கோட்டையின் ஒரு சுவடுகூட இராது! தம் கனவுகளெல்லாம் இங்கே சாம்பலாகிக் கிடப்பதைக் காணப்போகிறார்!'' என்று புலம்பினார் கோனார்.

''இங்கிருந்து சுரங்கவாசல் வழியாக யாராவது தூதனையனுப்பிச் சக்கரவர்த்திகளுக்கு ஏற்கனவே தகவல் கொடுத்திருக்கலாம்!'' என்றாள் தேவி.

''சுரங்க வாசல்களின் வெளிப்புறம் எண்ணற்ற சோழிய வீரர்கள் பாயும் புலிகளாய்க் காத்திருக்கிறார்கள்! சுரங்க வழிகள் அனைத்தும் அடைபட்டுப் போயின!'' என்று கோனார் பொறுமினார்.

''இந்த நெருக்கடியான நிலையில் சக்கரவர்த்திகள் நம் அருகில் இல்லாததுதான் ஒரு பெரிய குறை! இல்லையெனில் நம்மை எதிர் நோக்கியிருக்கும் வீரச்சாவை ஆனந்தப் புன்னகையுடன் ஏற்றிருப்போம்!'' என்றான் இடையாற்றுமங்கலத்து நம்பி.

''முற்றுகை சமயத்தில் கோட்டையைவிட்டு என் பிராண நாதரை அனுப்பியது என் தவறென்று நினைக்கிறீர்களா?'' என்று தேவி தன் நெஞ்சில் பொங்கிவரும் அழுகையை அடக்கத் தன் செவ்வாம்பல் போன்ற உதடுகளைக் கடித்துக்கொண்டு கேட்டாள்.

''இல்லை, தேவி! உங்கள் கணவரோடு நீங்களும் குமாரரும் போகாததுதான் தவறு என்று நினைக்கிறோம்!''

''இந்தக் கோட்டையைவிட்டு நாம் எல்லோருமே போயிருந்தால் இன்னும் அழகாய் இருந்திருக்கும்!'' என்றாள் தேவி கம்பீரமாக.

அவளைக் கூர்ந்து நோக்கிய உத்திர மந்திரி கோனார், ''தேவி! நிர்க்கதியான நிலைமையை இன்னும் நீங்கள் உணரவில்லை!'' என்றார்.

''அமைச்சரே! இந்த நிலையில் ஓர் இராஜ வம்சப் பெண்ணிடம் எத்தகைய உணர்வை நீங்கள் எதிர்பார்க்கிறீர்கள்?'' என்றாள் தேவி.

உத்திர மந்திரி தலைகுனிந்து ஓவெனக் கதறிவிட்டார். ''அம்மா, என்னை மன்னித்துக்கொள்ளுங்கள்! என் மதி குழம்பிவிட்டது! எனக்குக் கூர்மையான அறிவு இருந்ததே தவிர, உன்னதமான உணர்ச்சிகளின் உருவங்களைக் காணும் இருதயம் இல்லை!'' என்று கண் கலங்கினார்.

தேவி அதற்குமேல் பேசவில்லை. மௌனமாகி விட்டாள்.

சபையில் முன் வரிசையிலிருந்த காளிங்கராயன், ''நாழிகை ஆகிறது! இனி நாம் மேலே என்ன செய்வ தென்று விரைவில் ஒரு முடிவுக்கு வந்தாகவேண்டும்! தேவியார் முடிவு சொல்லட்டும்!'' என்றான்.

மழவராயன் மெல்ல எழுந்து, ''முடிவென்ன? வெளியே நம் தரப்பில் வீரகோஷங்கள் குறைகின்றன. வீரசேகரன் தரப்பில் வெற்றிக் கோஷங்கள் பெருகுகின்றன! நம்முடைய மாளிகைச் சுவர்களில் ஒவ்வொரு கல்லாகவும் நம்முடைய படை வரிசைகளில் ஒவ்வொரு உடலாகவும் நம்மைச் சுற்றித் தரையில் விழுந்துகொண்டிருக்கின்றன. சரணாகதியா, வீர மரணமா என்ற முடிவான கட்டத்திற்கு வந்துவிட்டோம்!'' என்றான்.

''தேவியாரும் குமாரரும் பத்திரமாக வீரபாண்டியத் தேவரிடம் போய்ச் சேர அநுமதிப்பது என்ற நிபந்தனையின் பேரில் நாம் இந்த நெட்டூர்க் கோட்டையை எதிரிகளிடம் ஒப்படைத்துவிடலாம்! சக்கரவர்த்திகள் செய்துவிட்ட பெருந்தவற்றைத் திருத்துவதுதான் இப்போதைய நம் கடமை!'' என்றார் பிரம்மராயர்.

தேவியின் மெல்லிய உடல் குலுங்கியது. என்னவோ சொல்ல உதடுகள் துடித்தன. ஆனால் ஒன்றும் வாய்திறந்து சொல்லவில்லை. வில்லிலிருந்து புறப்பட்ட அம்புபோல், அரசவைப் பெட்டகத்தருகில் பாய்ந்து சென்று, அதிலிருந்து இரண்டு உடைவாட்களை எடுத்து வந்தாள். அவற்றில் கட்டிய சலங்கைகள் ஜல்ஜல்வென்று குலுங்க ஒரு வாளை உருவித் தன் கையில் பிடித்துக்கொண்டாள். இன்னொரு வாளை ஆறு வயதுப் பாலகனான வீரகேரளன் கையில் கொடுத்தாள்.

பிறகு தேவி அவனை நோக்கி, "குழந்தாய்! இதோ என் கையிலுள்ள கத்தி எனக்கு மணப்பரிசாக என் தந்தை எனக்களித்த எங்கள் சேர நாட்டு வீரவாள்! உன் கையிலிருப்பது வழிவழி பாண்டிய வம்சத்தின் வீரவாள்! உன் தந்தையின் கையை அலங்கரிக்கும் ராஜவாள்! வா, நாமிருவரும் போரிடப் போவோம்! இக்கோட்டையில் நாம் இருவராவது கடைசிவரை நின்று போராடுவோம்! என் கணவரின் கௌரவத்தைக் காப்பதற்காக நான் போராடுகிறேன்! உன் கோட்டையின் கௌரவத்தைக் காப்பதற்காக நீ போராடு!" என்றாள்.

அவ்வளவுதான்; சபை நெடுகிலும் ஒரு புல்லரிப்பு பரவியது.

பெரிய இராஜவாளின் பாரத்தைச் சுமக்க முடியாமல் பச்சிளம் சிறுவன் மருகினான்.

அவனை நோக்கித் தேவி மேலும் சில வார்த்தைகள் சொன்னாள்:

"குழந்தாய்! சக்கரவர்த்திகள் இங்கு இல்லாத குறையை அவருடைய மனைவியால் பூர்த்தி செய்ய இயலவில்லை யென்றால், என்னை அவர் மணம் புரிந்தது பெருந் தவறு! தந்தை இல்லாத குறையைத் தனயனால் பூர்த்தி செய்ய முடியவில்லையென்றால் உன்னை அவர் மகனாகப் பெற்றெடுத்தது பெருந்தவறு! நம் இருவரையும் இங்கு நிறுத்திப் போனது இக் கோட்டையின் மானத்தை நினைவுபடுத்துவதற்குத்தான் என்று அவர் கருதாமலி ருந்தால் அவர் பாண்டிய மண்ணில் பிறந்தது பெருந்தவறு! சக்கரவர்த் திகளின் இத்தனை தவறுகளுக்கு நாம் காரணமா யிருக்க வேண்டாம்! வா, போரிடப் போகலாம்!"

சபையில் பரபரப்பு அதிகமாகியது; உணர்ச்சிகளும் கண்ணீரும் அதிகரித்தன.

தேவி தன் பேச்சை விடவில்லை. ஒன்றும் விளங்காமல் விழித்துக் கொண்டு நிற்கும் பச்சிளம் பாலகனை வாரியணைத்து முத்தமிட்டு விட்டுச் சொன்னாள்:

"குழந்தாய்! என்னைப் பெற்றெடுத்த சேரநாடு பெருந்தவறு செய்திருக்க முடியாது! உன்னைப் பெற்றெடுத்த பாண்டிய நாடும் பெருந்தவறு செய்திருக்க முடியாது. உன்னைப் பெற்றவள் என் உடன் பிறந்த சகோதரி. என் உயிரோடு கலந்து பழகி என் உணர்வோடு மறைந்தவள். என்னுள் ஓடும் இரத்தந்தான் அவளுள்ளும் ஓடியிருக்கவேண்டும்! எங்களைப் பெற்றெடுத்த சேர நாட்டுப் பெண்குலம் பெருந்தவறு செய்து விட்டதென்னும் பழிச்சொல் ஏற்படவிடமாட்டேன்! வா, போரிடப் போகலாம்!"

அதற்குமேல் உத்திர மந்திரி கோனாரால் உணர்ச்சிகளைத் தாங்க முடியவில்லை. மிதியுண்ட சிம்மம்போல் கர்ஜித்தார்.

"கேட்டீர்களா, தேவி சொல்வதை! கையில் வாளேந்திப் பச்சிளம் பாலகனோடு இம் மாளிகையை விட்டுத் தேவியார் வெளியே போவதென்றால், நம்முடைய வாட்களை மட்டுமல்ல, நம்முடைய இருதயங்களையும் ஒடித்துவிட்டுப் போகட்டும்!" என்றார்.

காளிங்கராயன் துள்ளியெழுந்து, "சக்கரவர்த்திகள் இங்கு இல்லாததை நாம் ஒரு குறையாகக் கருதவில்லை! தேவியின் அருள் வாக்கும் வழிவகையும் கிடைத்துவிட்டன! நம்முன் எதிர்நோக்கும் சாவை இன்பப் புன்னகையுடன் ஏற்போம்! புறப்படுங்கள்!" என்று வாளை உருவி அதன் வாயில் இரத்தக் குங்குமம் விழ முத்தமிட்டான்.

கனகராயனும் தன் உடைவாளை உருவி உயரப் பிடித்து, "இங்கு நாம் கைகட்டி வாய்புதைத்து மரணத்திற்குக் காத்திருக்கமாட்டோம்! நாமே சென்று மரணமகளை மணமகளாக வாரியணைத்துக் கட்டியணைப்போம்! மாளிகைச் சுவர்களில் நான்கு உடைப்புகள் ஏற்பட்டு விட்டதென்றால் அவற்றை நம் உடல்களாலேயே அடைத்து மூடுவோம். தோல்வியின் சின்னமாக உடைந்து விழும் ஒவ்வொரு கல்லையும் நம்முடைய ரத்தத்தால் கழுவிச் சுத்தமாக்குவோம். நம்மால் வெற்றிபெற முடியாதென்றாலும் நம்முடைய தோல்வியை உன்னதப் புகழாக்குவோம். நம்முடைய குழந்தைகளின் குழந்தைகளும் நம்மை நினைக்கும்போது மமதை கொள்வார்கள்! எதிரிகள் நம்முடைய மாளிகைச் சுவர்களை அழித்துவிடலாம். ஆனால் நம்முடைய வீரமரணத்தைப்பற்றிய நினைவை அழித்துவிட முடியாது. அவ்வாறானால் என்னுடன் எல்லோரும் சேர்ந்து "தாயகமே, வாழ்க!" என்று கூவுங்கள். "தமிழகமே, தலை நிமிர்க!" என்று கூவுங்கள். "வீரபாண்டியச் சக்கரவர்த்திகள் வாழ்க!" என்ற வாழ்த்தொலிகளுடன் புறப்படுவோம்!"

"வாழ்க! வாழ்க!" என்ற வீரகோஷங்கள் சபை முழுவதும் கிளம்பின.

அந்த உணர்ச்சி வெள்ளத்திற்கு அணைபோடுவது போல் முனையரையன் எழுந்து நின்று, "இந்த வீழ்ச்சி முனையில் நாம் வெறும் உணர்ச்சிகளின் வழியாக நடந்துவிடக்கூடாது! வீரபாண்டியன் சக்கரவர்த்திகளின் கனவும் இலட்சியமும் இந்த நெட்டூர்க் கோட்டைக்குள்ளேயே முடிந்து விடவில்லை. தலைநகரான மதுரை வரை அது பரந்து இருக்கிறது. நம்முடைய வீரதீரங்கள்

மதுரை வரையிலும் தேவைப்படலாம் என்பதை இங்கு நாம் மறந்துவிடக் கூடாது!'' என்றான்.

காளிங்கராயன் அதைக் கேட்டு ஆக்ரோஷ முற்றவனாய், ''போதும் உன் அறிவியல் போதனை! வீரபாண்டியத் தேவரின் மகத்தான இலட்சியக் கனவு இங்கே சரணாகதியில் துவங்க வேண்டாம். அதைவிட, வீரமரணத்தில் துவங்கி வெற்றிப் பாதையில் நிறைவேறட்டும்!'' என்றான்.

''இங்கே எல்லோரும் உணர்ச்சி வசப்பட்டு எனக்கு எதிராக நினைக்கிறீர்கள். ஆனால் நெட்டூர்க் கோட்டைக்காக உயிர்த்தியாகம் என்பது மிகவும் உபயோகமற்றதென்றே நினைக்கிறேன்!'' என்றான் முனையரையன்.

''இங்கு முணுமுணுப்பவன் ஒவ்வொருவரும் கோழை! வீரமரணத்திற்கு எதிராகப் பேசும் ஒவ்வொருவரும் தேசத் துரோகி!'' என்றான் காளிங்கராயன்.

முனையரையனும் மேலும் விடாமல், ''இந்தச் சந்தர்ப்பத்தில் பிரதம அமைச்சர் ஆலோசித்துக் கூறட்டும். எந்தச் சந்தர்ப்பத்திலும் உணர்ச்சிக்கு இடங்கொடாமல் காரிய சித்தி ஒன்றே குறியாக அறிவை உபயோகப்படுத்தும் அமைச்சர்தான் இந்த உயிர்ப்பலியைத் தடுத்து நிறுத்தவேண்டும்!'' என்றான்.

அமைச்சர் கோனாரோ, ''சாவின் முனையில் உபயோகப்படுவது அறிவல்ல! அப்போது உணர்ச்சிகள்தான் உன்னதமான உருவங்கொடுக்கும் ஆற்றல் உள்ளவை. உணர்ச்சிகள்தான் சாவிற்குப் பிறகும் தொடர்ச்சி உண்டாக்குபவை!'' என்றார்.

மந்திரத் தலைவர் அனைவரும் வீரவாட்களை உயரத் தூக்கி உற்சாகமாக, ''வீரமரணம்!'' என்று கூவிக்கொண்டு, சித்திரகூட வாசலை நோக்கிக் கிளம்பினர். அப்போது தேவி இடையில் புகுந்து கை வளையல்கள் குலுங்கத் தன் கையிலுள்ள வீரவாளை உயரத் தூக்கிப் பிடித்து,''நானும் வருகிறேன்!'' என்று காற்சிலம்புகள் கணீரென்று ஒலிக்கக் கூறினாள்.

அதற்கு மறுதளிப்பதுபோல் உத்திர மந்திரி கோனார் தலையசைத்தார். ''நான் உயிரோடிருக்கும்வரை அதற்கு அநுமதியளிக்கமாட்டேன். தேவி விரும்பினால் அவருடைய ஆறு வயது குமாரனும் போரிட வரலாம். ஆனால் தேவி இந்தச் சித்திர மண்டபத்தைவிட்டு ஓர் அடிகூட வெளியே எடுத்துவைக்க அநுமதியேன்!'' என்றார்.

தேவி ஆத்திரமுற்று, ''போராட்டத்தில் எனக்குரிய பங்கை மட்டும் ஏன் வஞ்சிக்கிறீர்கள்? உங்களைப்போல் வாள் பயிற்சி போதாவிட்டாலும் தேவையான அளவு எனக்கும் மனப் பயிற்சி இருக்கிறது. கணவரின் கௌரவத்திற்காக மனைவி போரிடுவது சேர நாட்டுப் பெண் குலத்திற்குப் புதிதல்ல! வீர மறவர்கள் மலிந்த உங்கள் பாண்டிய நாட்டுப் பெண் குலத்திற்கும் அது புதிதல்லவே!'' என்று கேட்டாள்.

''தேவி! சக்கரவர்த்திகளின் இலட்சியக் கனவுகள் அனைத்திற்கும் உங்கள் நினைவுதான் மூலாதாரம்! இந்தச் சந்தர்ப்பத்தில் உங்களுக்கு மிக அருவருப்பானதொரு செய்தியையும் சொல்ல விரும்புகிறேன். உங்களை உயிரோடு சிறைபிடித்துக்கொண்டு வருவதாக நம் பகைவன் வீரசேகரன் சோழிய மந்திராலோசனை சபையில் சபதமிட்ட பிறகே போருக்கு வந்திருக்கிறான். உங்களைச் சிறை பிடிக்கவில்லையென்றால் வெற்றி மகனாய்த் திரும்பும் அவனுக்குச் சோழ நாட்டில் மரண தண்டனை காத்திருக்கும். ஆதலின் நீங்கள் சித்திர மண்டபத்தைத் தாண்டி மாளிகைக்கு வெளியில் நிராயுதபாணியாவதைவிட, மூடப்பட்ட இந்தச் சித்திர மண்டபத்துக்குள்ளே ஆயுத பாணியாக இருப்பதே நல்லது!''

அதைக் கேட்ட தேவி தீயை மிதித்தவள் போல் பதறினாள். மெய் சிலிர்த்தாள். அவளுடைய நெஞ்சு விம்மித் தாழ்ந்தது. அதைத் தொடர்ந்து திடமான குரலில் தெளிவாகச் சொன்னாள்.

''அவ்வாறானால், இச் சித்திர மண்டபத்திற்குள் சிதை தயாரித்து அக்கினி வளர்த்துவிட்டுப் போங்கள்! நான் எந்தக் கணமும் இங்கே தீக்குளிக்கத் தயாராக இருப்பேன். வெற்றிக் கோஷத்துடன் என்னைச் சிறைபிடிக்க வரும் வீரசேகரன் இங்கே ஓர் அற்புதமான காட்சியைக் காணட்டும்! நெருப்பிலும் பெண்மை பத்தரைமாற்றுப் பசும் பொன்தான் என்பதை அந்தப் பேதை தெரிந்து கொள்ளட்டும். வீரசேகரன் இங்கிருந்து என் சாம்பலைக்கூடக் கொண்டு போக விடமாட்டேன்!'' என்றாள்.

அங்கிருந்த எல்லோரும் எதிர்பார்த்ததுதான் இது; அதனால் திகைக்கவில்லை, குழம்பவும் இல்லை! அனைவரும் துயர மௌனத்துடன் சிதை தயாரிக்கலானார்கள். சித்திரகூடத்திற்குள் விறகுகள் இல்லாததால் அங்கிருந்த மரச் சிலைகளைப் பெயர்த்து வந்து அவற்றையே விறகுகளாக்கிச் சிதை தயாரித்து முடித்தார்கள்.

சிதையின் முன் கம்பீரமாக நின்ற வீரபாண்டியனின் மனைவி தன் குமாரனிடம் ஒரு தீப்பந்தத்தைக் கொளுத்திக் கொடுத்தாள்.

அவனை வாரியணைத்து முத்தமிட்டுவிட்டுப் புன்னகையுடன் சொன்னாள்:

''குழந்தாய்! நான் சிதையில் ஏறி நின்றதும் உன் கையால் தீ மூட்டவேண்டும். உன் அம்மா தீயில் எரிவதைப் பார்த்து அழக்கூடாது. ஆனந்தமாகச் சிரிக்கவேண்டும். அதுதான் உன்னை வளர்த்ததற்கு நான் எதிர்பார்க்கும் ஒரே கைம்மாறு! அதுதான் மாய்ந்து போன உன் தாய்க்கும் மாளாத ஆனந்தம் தரும்!''

அத்தியாயம் 18

கிளை கண்டு நீங்கு படலம்

'......முனிவர் தூசு
உடுத்து நண்ணுதற்கு உற்று உளது யாது?' என்றான்.

– கம்ப ராமாயணம்

மனிதப் பிரயத்தனங்களின் எல்லையை மீறிய நிலை வந்து விட்டது!

வீரபாண்டியன் கட்சியைச் சேர்ந்த படை வீரர்களின் ஜீவன் ஒடுங்கி விட்டது. நெட்டூர்க் கோட்டைக்குள் இருந்த ராஜமாளிகையின் வெளிப்புறச் சுவர்கள் இடிந்து வீரசேகரனின் படை வீரர்கள் வெற்றி கோஷங்களுடன் மாளிகைக்குள் புகுந்துவிட்டனர்.

வீரபாண்டியன் மனைவியும் அவனது முக்கியமான மந்திரத் தலைவர்களும் கூடியிருந்த சித்திரகூடம் ஒன்றுதான் பகைவர்களின் நாச வேலைக்கு இரையாகாமலிருந்தது. உள்ளே தாழிடப்பட்டு மூடப்பட்டிருந்த அதன் பிரம்மாண்டமான கதவை வீரசேகரனின் ஆட்கள் மோதித் தள்ளித் திறக்க முயன்று கொண்டிருந்தனர். கதவு ஒரே கெட்டி இரும்பால் வார்க்கப்பட்டுக் கலாதேவியின் உலோகச் சிலையொன்றும் பிரம்மாண்டமாகக் கதவின்மீது உருவாக்கப்பட்டிருந்தது. கதவில் தொங்கும் சிறுசிறு துவஜ மணிகளிலும் ஒவ்வொரு பெண் தெய்வத்தின் சிலை

குடிகொண்டிருந்தது. சித்திரகூடத்தைச் சுற்றியுள்ள மரச் சுவர்களின் வெளிப்புறத்தில்கூட அதியற்புதமான சௌந்தரியச் சிலைகள் காட்சியளித்தன. அவற்றை உருவாக்க எண்ணற்ற கலைஞர்களின் வாழ்நாள் அர்ப்பண மாயிற்றென்பதும் அத்தகையதோர் அற்புதமான சித்திரகூடத்தை ஆயிரம் ஆண்டுகளுக்கொருமுறையே உருவாக்க முடியும் என்பதும் உலகப் பிரசித்தமாயிருந்தது.

வாசலிலுள்ள இரும்புக் கதவுகளை மதயானைகளால் மோதச்செய்தாலும் உடைப்பது எளிதல்லவாகையால், சுற்றியுள்ள மரச் சுவர்களைத் தீ வைத்துக் கொளுத்திச் சின்னாபின்னமாக உடைத்துக் கொண்டுதான் சித்திர கூடத்திற்குள் நுழைய வேண்டும். எமகிங்கரர்கள்போல் எண்ணற்ற சோழிய வீரர்கள், படைத் தலைவரின் கட்டளையை எதிர்நோக்கிக் கைகளில் தீப்பந்தங்களுடனும் நெய்ச் சட்டிகளுடனும் தயாராய் மரச் சுவர்களைச் சுற்றிலும் காத்து நின்றார்கள்.

சித்திரகூடத்தை அழிக்க விரும்பாதவன்போல் வீரசேகரனின் படைத் தலைவர்களில் ஒருவன், ''கதவைத் திறந்துவிடுங்கள்! இல்லையெனில் இந்த அற்புதமான சித்திரகூடத்தை நாங்கள் அழிக்க நேரிடும்! அழகிய மரச் சுவர்களையெல்லாம் தீ வைத்து நாசம் செய்ய வேண்டியிருக்கும். கலாதேவியைக் காப்பதற்காகவாவது உள்ளே இருப்போர் சரணடைந்து கதவைத் திறந்து விடுங்கள்!'' என்று கத்தினான்.

ஆனால் அந்த உரத்த எச்சரிக்கை, சுவரைத் தாண்டி உள்ளே மண்டபத்தில் வெகுதூரம் தள்ளி நின்றவர்களின் காதுக்கு எட்டவே இல்லை!

உள்ளே வீரபாண்டியன் மனைவி ஒரு கம்பீரமான புன்னகையுடன் சிலைகளின் விறகுச் சிதையின் முன் நின்றாள். அவளருகில் பச்சிளங் குமரனான வீரகேரளன் கையில் தீப்பந்தத்துடன் சிதைக்குத் தீ வைக்கத் தயாராகிவிட்டான்.

தேவி, கண்ணீர் அருவி சொரிய, ஒரு சோகப் புன்னகையுடன் உத்திர மந்திரி கோனாரை நோக்கி, ''நான் அக்கினிப் பிரவேசமாகும் நேரம் வந்துவிட்டது! என் பிராணநாதரின் முகத்தைக் கடைசி முறையாக ஒரு தடவையாவது பார்த்துவிட ஆசைப்பட்டேன். தீயில் எரியும் கடைசிக் கணத்திலாவது என்னைக் காண வருவாரெனக் காத்திருந்தேன்! நான் கொடுத்து வைக்காதவள்! வருகிறேன்!'' என்று நெஞ்சு விம்மித் தாழக் கூறிவிட்டுப் பிறகு உறுதியான குரலில், ''வீரசேகரன் என் சாம்பலைக்கூடத் தொட அநுமதிக்காதீர்கள்!''

என்று சொல்லிவிட்டுச் சிதையை மும்முறை வலம் வரத் தொடங்கினாள்.

''அம்மா, உன் உயிரைக் காப்பாற்ற முடியாத நாங்கள் உன் சாம்பலையாவது காப்பாற்ற இரத்தம் சிந்துகிறோம். மனிதப் பிரயத்தனமெல்லாம் முடிந்துவிட்டது. இனி தெய்வாதீனமாக ஏதாவது நடக்குமென்று எதிர்பார்க்க என் பாழும் அறிவிற்குப் பண்பில்லையம்மா!'' என்று உத்திர மந்திரி கோனார் குழந்தைபோல் தேம்பினார்.

தேவி மும்முறை வலம் வந்து மனத்தில் பிராணகாந்த ஸ்மரணை செய்தவண்ணம் சிதைமீது ஏறினாள்.

அப்போது, ''தாயே! பொறு!'' என்று கணீரென ஒரு குரல் ஆண்டவன் தொனிபோல் கேட்டது.

அதைத் தொடர்ந்து, ''அம்மா, அவசரப்படாதே! அதற்குள் சிதையில் ஏறாதே!'' என்று ஒரு பெண் குரலும் தெளிவாகக் கேட்டது.

தெய்வீகக் குரல்கள் போன்ற அவை வீரபாண்டியன் மனைவியின் பின்புறமிருந்து வந்தன.

எல்லோரும் மெய்சிலிர்த்துப் பின்புறம் திரும்பிப் பார்த்தார்கள். தேவியோ மிக மெதுவாகத் தன் செந்தாமரை முகத்தை மட்டும் திருப்பிப் பார்த்தாள்.

சுவரோரமாக, இருள் சரிவில், ஆணும், பெண்ணுமான இரண்டு உருவங்கள் தென்பட்டன. அவற்றின் நிழல்கள் மணித்திருவிளக்குகளின் வரிசையான வெளிச்சத்தில் பெரிது பெரிதாக விதவிதமாகத் தெரிந்தன.

''தாயே! பொறு! சிவாய நமவென்று சிந்தித்திருப்போருக்கு அபாயம் ஒருநாளுமில்லை!'' என்று கணீரென ஆண் குரல் மறுபடியும் ஒலித்தது.

சுவரோரமுள்ள நாககன்னிகை ஓவியப் பலகை கதவுபோல் திறந்து கிடந்தது. சுரங்க வாசலின் சிறு சுவரடைப்பு விலகி இருண்ட பிலத்துவாரம் தெரிந்தது. அந்தச் சுரங்க வழியின் முன்னால் ஒரு சாமியாரும் ஒரு பெண்ணும் நின்றுகொண்டி ருந்தார்கள். சாமியாரின் கையில் கிளி வடிவக்கூண்டு விளக் கொன்று நெய் மணம் கமழும் இலேசான புகையுடன் காணப் பட்டது. அதன் திரி வெளிச்சம், பொன் தூள்கள்போல் மினுக்மினுக் கென்று சுரங்கத்தின் இருளை நோக்கி ஆடியது.

சாமியார், உடல் முகமெல்லாம் குங்குமம் பூசி, ருத்ராக்ஷ மாலைகளைக் கழுத்திலும் கைகளிலும் அணிந்து, உடம்பில் ஒரு

பட்டுப் பீதாம்பரத்தைப் போர்த்திக்கொண்டு சிவனடியாராகக் காட்சியளித்தார். அவரது பிரகாசமான கண்களில் நீர்த்துளிகள் தென்பட்டன. அவரருகில் நின்ற பெண்மணியோ காஷாய ஆடை அணிந்து உடலெல்லாம் திருமஞ்சனம் அரைத்துப் பூசி நெற்றியில் விபூதிச் சின்னத்துடன் சிவநேசச் செல்வியாக விளங்கினாள். அவளது உதடுகளில் வறட்சி படிந்திருந்தது. இரவின் குளிருக்கு ஒரு முரட்டுக் கம்பளியைப் போர்த்திக்கொண்டு நின்றாள். கறுப்புக் கம்பளியிலும் திருமஞ்சனப் பூச்சிலும் அவளது வதங்கிய உருவம் சரியாகத் தெரியாததுபோலவே, சிரசுமுதல் பாதம்வரை குங்குமத்தை அள்ளி அப்பிக்கொண்டு நின்ற சாமியாரின் உருவமும் சரியாகத் தெரியவில்லை.

அவர்களை நோக்கித் தேவி துயரும் பரிவும் கலந்த குரலில், ''நீங்கள் யார்? என்னை ஏன் தடுக்கிறீர்கள்?'' என்று கேட்டாள்.

''தடுத்தாட்கொள்வது இறைவனின் லீலையம்மா! அதை நினைத்து நாங்கள் இங்கு வரவில்லையென்றாலும், எங்களையறியாமல் எங்கள் மூலமாக எம்பெருமான் தம் திருவுள்ளக் கிடக்கையை நிறைவேற்றிக்கொள்வான் என்று நாங்கள் சிறிதும் எதிர்பார்க்கவில்லை, தாயே!'' என்றார் சிவனடியார் கருணை ததும்பும் குரலில்.

''நீங்கள் எதற்காக இங்கே வந்தீர்கள்?'' என்று தேவி பாசம் கலந்த குரலில் சிறிது கோபத்துடன் கேட்டாள்.

''நாங்கள் சுரங்க வாசல் வழியாக இங்கு வந்த காரியம் வேறு! இப்போது நாங்கள் உபயோகப்படும் காரியம் வேறு! காரண காரியங்களைத் தாண்டியது எனையாளும் ஈசனின் செயலம்மா!'' என்று சிவனடியார் உள்ளங் கரைந்து பக்திப் பெருக்குடன் சொன்னார்.

''என் நிலை உங்களுக்குத் தெரியுமா?'' என்று கேட்டாள் தேவி.

''தெரியும். தாயே! தெரியும்! எல்லாம் இறைவனின் திருவிளையாடல் என்று உணர்ந்துவிட்டால் இந்த உலகில் எந்நாளும் துன்பமே இல்லை, தாயே! தற்கொலை செய்து கொள்வதற்கும் காரணா காரியமில்லை, தாயே!''

அவரருகில் நின்ற பெண்மணி, ''அம்மா, சுரங்க வழியில் இருந்தவாறு இங்கு நடந்த எல்லாவற்றையும் கேட்டோம்! என் பெண் உள்ளம் சகிக்கவில்லை! நாங்களிருவரும் கலந்து பேசி ஒரு முடிவுக்கு வந்திருக்கிறாம்!...'' என்றாள் துயரமும் கருணையும் நிறைந்த குரலில்.

தேவி பதில் சொல்லவில்லை; மௌனமாகச் சிதையை உற்றுப் பார்த்தாள்.

அங்கு நின்ற மதியமைச்சர்களெல்லோரும் மந்திரத்தால் கட்டுண்டவர்போல் மெய்சிலிர்த்து நின்றனர். அவர்களில் சிறந்த சிவநேசச் செல்வரான பொன்னம்பலகாரர். ''தெய்வாதீனமான நிகழ்ச்சி!'' என்று பக்திப் பரவசமாகிக் கூறினார்.

அவரை நோக்கிச் சிவனடியார், ''மனிதர்களுக்குத் தேவையான காரியங்களை மனிதர்களைக்கொண்டே செய்து முடிப்பதுதான் தெய்வ சங்கற்பம். இன்று எங்கள் மூலம் தெய்வச் சித்தம் நடைபெற வேண்டியிருக்கும் என்று நான் சிறிதும் எதிர்பார்க்கவில்லை!'' என்று கூறிவிட்டுத் தேவியை நோக்கி உள்ளமுருகியவராய், ''உன்னைக் கும்பிடுகிறேன், தாயே! உன் பொருட்டு ஏழையினும் ஏழையான என்னையும் ஒரு பொருட்டாக இறைவன் மதித்திருக்கிறான்!'' என்று தாரை தாரையாகக் கண்ணீர் வடித்தார்.

அந்தச் சிவனடியாரை உற்று நோக்கிய தலைமை அமைச்சரான கோனார், ''சிவனடியாரே, உம்மிடம் சில கேள்விகள் கேட்பது என் கடமையாகிறது!'' என்றார்.

''என் அறிவுக்கெட்டியவரை பதில் சொல்கிறேன்! கேட்பவனும் கேட்கப்படுபவனும், ஒருவனேயென்று உணர்ந்துவிட்டால் மனஸ்தாபப்படுவதற்கு ஒரு காரியமுமில்லை!'' என்றார் சாந்தமாகச் சிவனடியார்.

''சுரங்க வாசலின் இந்த உபவழி இந்தச் சித்திர மண்டபத்திற்குத்தான் வருகிறதென்பது உங்களுக்குத் தெரியுமா?''

''முன்பு தெரியாது! இன்று அந்தி நேரத்தில்தான் அரும் பிரயாசைப்பட்டுத் தெரிந்துகொண்டோம்! திலகவதியார்தான் சாமர்த்தியமாக அதை விசாரித்தாள்!'' என்றார் சிவனடியார்.

''திலகவதியார் யார்?''

''இதோ என்கூட வந்த இவள்தான் திலகவதியார். இவள் என் தமக்கையார். சகலவற்றையும் துறந்தவளுக்கு என் உறவை மட்டும் துறக்க முடியவில்லை!'' என்று தன்னருகில் துறவினிபோல் நின்றவளைச் சுட்டிக் காட்டி, ''இவளுடைய புத்திசாலித் தனமில்லாவிட்டால் எனக்கு இந்த லோக விவகாரமே தெரிந்திராது!'' என்றார்.

திலகவதியார் தன் தம்பியைக் கோபமாய்ப் பார்த்தாள்.

"சுரங்கவாசலுக்குள் எப்படி நுழைந்தீர்கள்?" என்று அமைச்சர் கோனார் கேட்டார்.

"கோட்டைக்கு வெளியிலிருந்துதான்! பலாமரத்தின் மறைவில் இதற்கு இரகசிய வழி இருக்கிறது! எவ்வளவு மோசமான பாதை!" என்றாள் திலகவதி.

"அங்கே சுரங்கவாசலின் வெளிப்புறம் எதிரிகளான சோழியர்கள் வேட்டை நாய்கள் போல் காவல் புரியவில்லையா?" என்று கேட்டார் அமைச்சர்.

"பலத்த காவல் இருக்கிறது. மனித தர்மம் நசித்துப் போகும்போது காவல் பெருகுவது இயற்கைதானே?" என்றார் சிவனடியார்.

"காவற்காரர்களுக்குக் கையூட்டுக் கொடுத்து உள்ளே வந்தீர்களா?"

"இல்லை! கையூட்டுக் கொடுத்து யாரும் வரமுடியாது! அங்கே காவற்காரர்களுக்குத் தலைமையதிகாரியாக வீற்றிருக்கும் கலிக்காமத்தேவர் பெரிய பதவியிலிருப்பவர். கையூட்டு வாங்க வேண்டிய அவசியமில்லாதவர்! உத்தமர்! சிறந்த சிவநேசச் செல்வர்!"

"காவற்காரர்களுக்குத் தெரியாமல் தந்திரமாக உள்ளே வந்தீர்களா?"

திலகவதி குறுக்கிட்டு, "ஆந்தைபோல் கொட்டக்கொட்ட விழித்துக்கொண்டிருக்கும் காவற்காரர்கள் பார்வையில் படாமல் வரமுடியுமா? அந்தச் சோழிய அதிகாரியிடம் சொல்லிவிட்டே உள்ளே வந்தோம்!" என்றாள்.

"தகுந்த முகாந்தரம் இல்லாமல் உயிரோடு யாரையும் உள்ளே விடமாட்டார்களே?" என்று கேட்டார் அமைச்சர் கோனார்.

சிவனடியார் அவரை நோக்கி, "தகுந்த முகாந்தரம் சொன்னோம்! இங்கே சித்திர மண்டபத்தில் ஒரு அரசவைப் பெட்டகம் இருக்கிறது. அதில் உங்கள் வீரபாண்டியத் தேவர் அரும் பெரும் பழைய ஓலைச் சுவடிகளைச் சேகரித்து வைத்திருக்கிறார். அவற்றில் இதுவரை தேவாரத் திருமுறைகளில் சேர்க்கப் பெறாத சில புதுப் பாடல்களும் இருப்பதாகக் கேள்விப்பட்டேன். நான் நெட்டூருக்கு வந்ததே வீரபாண்டியத் தேவரைச் சந்தித்துக் கிடைத்தற்கரிய அத் தேவாரச் சுவடிகளை வாங்கிச் செல்லவேண்டும் என்பதற்குத்தான்! இங்கு வந்ததும்,

வீரபாண்டியத் தேவரின் படை படுதோல்வியுற்று ராஜமாளிகைக்குள் அவரும் அவரது மனைவி மக்களும் சித்திர மண்டபத்தை மூடிக் கொண்டு விஷமருந்தி மடிந்து போனார்கள் என்று சொன்னார்கள். என் நெஞ்சு புலம்பியது. வாய் விட்டு அழுதேன். சோழியப் படை சித்திர மண்டபத்தைச் சுழ்ந்து கொண்டு இடித்துத் தகர்த்துச் சகலவற்றையும் தீ வைத்துக் கொளுத்தப் போகிறது என்று கேள்விப்பட்டபோது புழுப்போல் துடித்தேன். தீக்கிரையாகும் முன் அந்தச் சுவடிகளையாவது காப்பாற்றி விட வேண்டுமென்று பதறினேன். அதற்காகச் சித்திர மண்டபத்திற்குள் போகவேண்டிய அவசியத்தையும் அவசரத்தையும் அந்தச் சோழிய அதிகாரியிடம் கல்லும் கரையும்படி எடுத்துச் சொன்னேன்! அவரும் என்னைப்போல் சிவபெருமானிடம் அந்தரங்க சுத்தியான பக்தியுள்ளவர். சிறந்த சிவநேசச் செல்வர்! விட்டுப் போன தேவாரப் பதிகங்களையெல்லாம் வருங்காலத்திற்குத் தேடி வைத்துவிட்டுப் போவது ஒவ்வொரு திருத்தொண்டரின் கடமை என்பதை உணர்ந்தவர்!''

''இந்த நெருக்கடியான நிலையிலா?''

''முதலில் அவர் தயங்கினார். ஆனால் நான் இறைவன் பணியைக் கூறிக் கெஞ்சிக் கதறினேன்! இராஜராஜசோழச் சக்கரவர்த்திகள் காலத்தில் தேவாரப் பாடல்கள் எவ்வளவு பிரயாசையுடன் திருமுறைகளாகத் தொகுக்கப்பட்டனவென்பதையும், அதற்காக நம்பியாண்டார் நம்பி எங்கெங்கெல்லாம் சுவடிகளுக்காக அலைந்தாரென்பதையும், சிதம்பரக் கூத்தப் பெருமானின் ஆலயத்தில் கிலமாகிக் கொண்டிருந்த சில தேவாரச் சுவடிகளை இராஜராஜ சோழ மன்னர் எவ்வளவு சிரமத்துடன் தேடிக் கொடுத்தார் என்பதையும் அந்தச் சோழிய அதிகாரியிடம் எடுத்துச் சொன்னேன்! நான் உண்மையைச் சொன்னதால் உண்மைக்கு மதிப்புக் கொடுத்து அவர் எங்களை இரகசியச் சுரங்கப்பாதை வழியாக இந்தச் சித்திர மண்டபத்திற்கு வர அநுமதித்தார். ஆனால் நாங்கள் உள்ளே நுழையும்போது, ''பகைவரின் சுரங்க வழிக்குள் போகிறீர்கள்; பத்திரம்'' என்று எச்சரித்தனுப்பினார்! எல்லாம் ஆண்டவன் சித்தப்படியே நடக்கட்டுமென்று சொல்லிவிட்டுச் சுரங்கத்தில் புகுந்தோம்...''

''வெளியிலிருந்து உள்ளே நுழைந்துவிட்டீர்கள்! ஆனால் உள்ளே சுரங்க வழியில் உங்களால் சுலபமாக வரமுடிந்ததா?''

''இறைவன் கருணை இல்லாவிடில், எங்களால் வந்திருக்கவே முடியாது! சுரங்கப்பாதை மிகவும் இருண்டதாக, மிகவும் குறுகலானதாயிருந்தது. பலவாறாக வளைந்து சுற்றிப்

பல மடிப்புகளை உடையதாயிருந்தது. ஒரே சமயத்தில் ஒருவர்தான் நடந்துவரக் கூடிய பொந்துபோல் இருந்ததால் நான் விளக்கைத் தூக்கிக்கொண்டு முன்னே வர, என் பின்னால் திலகவதியார் வந்தாள். சுமார் இருபதடிதான் எடுத்து வைத்திருப்போம். அதற்குள் ஒரு தடுப்புச் சுவர் குறுக்கிட்டது! அங்கே இருட்டில் உங்கள் பாண்டிய வீரர்கள் உருவிய கத்தியுடன் காவல் புரிந்தார்கள். அவர்கள் நின்ற இடம் மட்டும் சிறிது விசாலமாய் ஒரு ஆழமான படுகுழியுடன் காணப்பட்டது. அந்தக் குழியில் சில சோழிய வீரர்களின் இரத்தம் தோய்ந்த தலைகள் கிடந்தன. ஒரு மயிரிழை தவறியிருந்தால் அந்தக் கத்திகளுக்கு நாங்களும் பலியாகியிருப்போம்! ஆண்டவன் கிருபையினால் தப்பினோம்!''

''அவர்கள் உங்களைத் தடுத்து நிறுத்தவில்லையா?''

''நிறுத்தினார்கள்! ஆனால் நாங்கள் உள்ளே போகும் நோக்கத்தைச் சொன்னோம். அவர்கள் என்ன நினைத்தார்களோ, எங்களை உற்றுப் பார்த்துவிட்டு எங்கள் வழியே போக விட்டுவிட்டார்கள். ஆனால் எங்களிடம் கத்தி ஏதாவதிருக்கிறதாவென்று நன்றாகப் பரிசோதித்துக் கொண்டார்கள். திரும்பி வரும்போது உங்களிடமிருந்து விடுசீட்டு வாங்கிக் கொண்டு வந்தால்தான் மறுபடி வெளியே விட முடியுமென்றும் எச்சரித்தனுப்பினார்கள்! எவ்வளவு பெரிய தடைகளெல்லாம் எவ்வளவு சுலபமாக விலகி வழி விட்டனவென்று நினைக்கையில் இப்போதும் எனக்கு மெய் சிலிர்க்கிறது! உன்னதமான நோக்கமும் இறைவன் கருணையும் பக்க பலமாய் இருந்து விட்டால் எந்தக் காரியந்தான் சித்திபெறாது?''

இதுவரைக் குங்குமச் சாமியார் கூறியவற்றை மௌனமாகக் கவனித்து வந்த தேவி, அவரை நோக்கி, ''அரசவைப் பெட்டகத்தில் சில ஓலைச் சுவடிகள் இருப்பது உண்மைதான்! சக்கரவர்த்திகளின் ராஜமுடி, உடைவாள் முதலான ராஜ சின்னங்களோடு பல சந்தாப்பங்களில் பல புலவாகள் பாடிய தமிழ் நூல்களும் இருக்கின்றன. அவற்றில் ஒரேயொரு தேவார ஏட்டுப் பிரதிமட்டும் பழசாகி நைந்து போன நிலையில் இருக்கிறது. சிவனடியாரே! உம்முடைய விருப்பப்படி அதை எடுத்துக்கொண்டு போகலாம். ஆனால், சக்கரவர்த்திகள் அந்த ஏட்டுச் சுவடிகளைக் குங்கிலியக் கலயனார் என்ற ஒரு பெரியவருக்காகத் தேடியெடுத்துப் பத்திரமாக வைத்திருப்பதாக ஒருமுறை என்னிடம் சொன்னார்!'' என்றாள்.

''தாயே! நான்தான் அந்தப் பாவி! குங்கிலியக் கலயன் என்ற மகா பாபி நான்தான்!'' என்று கதறிய சிவனடியார், ''நான் இலங்கைக்குப் புறப்படும்போது பழம் பெருந் தேவாரச் சுவடிகளைத்

தேடியெடுத்துத் தமது அரச சின்னங்களைப் போலவே அவற்றைத் தம் அரசவைப் பெட்டகத்தில் வைத்துப் பாதுகாப்பதாக உன் நாதர் வாக்குறுதி கொடுத்தார். நான் இலங்கையில் கதிர்காமத்தைத் தரிசித்துவிட்டுத் திரும்புகையில் தற்செயலாக இலங்கை மன்னர் பராக்கிரம பாகுவைச் சந்தித்தேன். அவர் உன் பிராண நாதருக்கு ஒரு ஓலை கொடுத்தனுப்பினார். அந்த அரசியல் ஓலையைக் கொடுத்துவிட்டு உன் நாதரிடமுள்ள தேவாரச் சுவடியை வாங்கிச் செல்லலாமென்று ஆவலோடு வந்தேன்...'' என்றார். அதற்குமேல் பேச முடியாமல் ஆறாத்துயரால் அவரது குரல் கம்மியது. அதைக் கேட்ட உத்திர மந்திரி, ''ஓலையா? இலங்கை மன்னரிடமிருந்து ஓலையா?'' என்று திகைப்புற்றவராய், ''இலங்கை மன்னருக்கு எங்கள் சக்கரவர்த்திகள் ஒரு திருமுகம் அனுப்பியிருந்தார். அதற்கு உரிய காலத்தில் பதில் வராது போகவே இலங்கை தன் இயலாமையால் தான் பராமுகமாயிருக்கிறதென்று எங்கள் சக்கரவர்த்திகள் சந்தேகப்பட்டார்...!'' என்றார்.

''அவ்வளவு முக்கியத்துவம் வாய்ந்த ஓலையைத்தான் இந்த நன்றி கெட்டவனை நம்பி இலங்கை மன்னர் கொடுத்தனுப்பினார்! ஓலையைப் பெற்றுக்கொண்டு என் சிவனடியார் கூட்டத்துடன் படகில் தொண்டிக் கரைக்கு வந்தேன். அங்கிருந்து நேரே இந்த நெட்டூர்க் கோட்டைக்கு வரவேண்டுமென்பதற்காக இளையான் குடியை நோக்கி வேகமாய் வந்தேன். ஆனால் வரும் வழியில் ஆண்டவன் சோதனை போல் என்ன காரணத்தாலோ சில சோழியர்கள் எங்களைச் சந்தேகித்துப் பிடித்துக்கொண்டு போய் மதுரைச் சிறையில் அடைத்து விட்டார்கள்!'' என்றார் சிவன்டியார்.

''அந்த ஓலை..?''

''ஜனநாதன், வீரசேகரன் என்ற இரு சோழிய அரக்கர்கள் என் கையிலிருந்த ஓலையைப் பிடுங்கிக் கொண்டார்கள். எங்கள் சிவனடியார் கூட்டத்தை ஒற்றர்களென்றும், சோழிய விரோதிகள் என்றும், இலங்கையின் காவடிகள் என்றும் தூற்றினார்கள். எங்கள் திருத்தொண்டர் கூட்டத்தைச் சிறையிலடைத்து வைத்து அந்த இரு பாவிகளும் எங்களைப் படுத்தி வைத்த பாடு கொஞ்ச நஞ்சமல்ல. வீரசேகரன் என்ற பாவி வைஷ்ணவ மதத்தவன். நம் சைவ சமயத்தையே கருவறுக்க வேண்டுமெனப் பேயாய்த் திரிபவன். ஜனநாதன் என்ற மகா பாவியோ சுத்த சைவனாய்ப் பிறந்தும் சைவமதப் பெரியார்களை நையாண்டி செய்து திரிபவன்! எந்த ஜன்மத்திலோ செய்த பாவ வினைதான் அவ்வாறு அக்கிராதகர்களின் கையில் நாங்கள் அகப்பட்டுக்கொண்டு பாழுஞ் சிறையில் சொல்லொணாத் துயரங்களை அநுபவித்தோம்! அவ்வாறு மனத்தைத் தேற்றிக் கொள்வதைத் தவிர வேறு வழியில்லை!''

சிவநேசச் செல்வரான பொன்னம்பலகாரர் இடையில் குறுக்கிட்டு, ''சிவனடியார் சொல்வது உண்மைதான்! சோழியன் ஜனநாதன் பிற மதத்தைவிடத் தன் சொந்த மதத்தைத்தான் அதிகம் பரிகசிப்பவன்! சிவத்துரோகி!'' என்று ஆத்திரத்தோடு தம் அபிப்பிராயத்தைத் தெரிவித்தார்.

கருணையே உருவான சிவனடியாருக்கும் ஆத்திரம் பொங்கி எழுந்தது.

''வைஷ்ணவனைக் கண்டால் சிவனடியார்களின் பெருமையை நிலைநிறுத்துவதுதான் ஒரு சுத்த சைவனின் மனோதர்மம்! ஆனால் ஜனநாதன் எங்களைச் சுட்டிக்காட்டி வீரசேகரனிடம் என்ன சொன்னான் தெரியுமா! ''தம்பி, முதலில் இந்தச் சோம்பேறிக் கூட்டத்துக்கு நாமம் போட்டுப் பழகினால்தான் மற்றவர்களுக்கு நீ சுலபமாக நாமம் போடமுடியும்'' என்றான் பாபி! அதோடு விட்டானா? ''உடலைப் பொய்யென்று கூறும் மெய்யடியார்கள் அநாவசியமாக உடல் வாகுடன் இருக்கிறார்கள். இவர்களுக்கு உடலின் அருமை தெரிய வேண்டுமென்றால், சிறைக் கதவைத் திறக்காமல், ஒரு அன்னப் பருக்கைக்கூடக் கொடுக்காமல் முழுப் பட்டினி போடு'' என்றான்'' என்று சிவனடியார் ஆறாத்துயருடன் சொன்னார்.

அதைக் கேட்ட சிவநேசச் செல்வரான பொன்னம்பலகாரர் அளவற்ற ஆத்திரமுற்று, ''வந்த விருந்தினருக்கெல்லாம் பாலன்னம் கொடுத்து உபசரிக்கும் பாண்டிய நாட்டில் திருத்தொண்டர்களைப் பட்டினி போட்டானா?'' என்று குமுறினார்.

''ஆமாம்; இரண்டு நாள் பட்டினி போட்டான்! பிறகு நாங்களாகவே பட்டினி கிடக்க ஆரம்பித்துவிட்டோம். குற்றமற்ற எங்களைச் சிறையை விட்டு விடுதலை செய்தாலொழிய உண்ணாவிரதமிருந்து உயிர் விடப் போவதாகச் சொன்னோம்.''

''அதற்கு மனமிரங்கி ஜனநாதன் உங்களை விட்டுவிட்டானா?''

''அந்தப் பாவியா விடுவான்? நெஞ்சில் இரக்கம் என்பதே இல்லாத அரக்கனாயிற்றே? நாங்கள் எங்கள் முடிவைத் தெரிவித்ததும், அந்தக் கிராதகன் என்ன பதில் சொன்னான் தெரியுமா? இந்த மாயா உலகைவிட்டு நாங்கள் விரைவில் சிவபதவி அடைய உத்தேசித்திருப்பதைக் குறித்து எங்களை மிகவும் பாராட்டுவதாகவும், ஆனால் நாங்கள் இறந்த பிறகு எங்களுக்கு யாரைக் கொள்ளி வைக்கச் சொல்ல வேண்டுமென்றும் கேட்டான். முற்றும் துறந்த சிவனடியார்களுக்கு இந்த உலகில் எவரும் உறவினர் இருக்கமாட்டார்களாகையால்,

சிவபெருமானே வந்து எங்களுக்குக் கொள்ளி வைப்பார் என்று குறித்துக் கொள்ளலாமா என்றும் கேட்டான்!''

''அவ்வாறானால் நீங்கள் எப்படிச் சிறையை விட்டு வெளியே வந்தீர்கள்? இரகசியமாகத் தப்பியோடி வந்தீர்களா?'' என்று கேட்டார் அமைச்சர்.

''அது முடியக்கூடிய காரியமா? மேலும் நாங்கள் குற்றவாளிகளாய் இருந்தாலல்லவா சிறையைவிட்டுத் தப்பி வந்து தலைமறைவாய் திரிய நினைப்போம்? மதுரையிலுள்ள சோழியர்களின் சிறைகளுக்குத் தலைமையதிகாரியும் காவற்படைத் தலைவரும், சிறந்த சிவநேசச் செல்வருமான ஏகவாசக வாண கோவரசர்தான் எங்கள் பரிதாப நிலையைக் கேள்விப்பட்டு எங்களை விடுதலை செய்யும்படி உத்தரவிட்டார்!''

''ஜனநாதன் விஷயத்தில் குறுக்கிடச் சோழச் சக்கரவர்த்தியும் தயங்குவார் என்று கேள்விப் பட்டிருக்கிறேன். அவ்வாறிருக்கும் போது, ஜனநாதனின் விரோதத்தையும் பொருட்படுத்தாமல் உத்தரவிடக்கூடிய ஒரு சோழிய அதிகாரியும் சோழ நாட்டில் இருக்கிறாரா?''

''அத்தகையவர் ஏகவாசகர் வாண கோவரையர் ஒருவர்தான் உண்டு என்று சிறைக் காவலாளிகள் சொன்னார்கள். அதனால்தான் எங்களை எப்படியாவது சிறைவிடுவிக்க வேண்டுமென்று பாடுபட்ட இந்தத் திலகவதியார் நேரே வாணகோவரையரிடம் சென்று முறையிட்டாள். திலகவதியாரின் திருவிசைப் பாடல்களில் அவருக்கு நிறைய மதிப்பும், சிவபெருமானிடம் அந்தரங்க சுத்தியான பக்தியும், சிவனடியார்களிடம் அடியாருக்கும் அடியாராகும் அன்பும் அவருக்கு உண்டு. வைஷணவன் வீரசேகரனோடு சேர்ந்துகொண்டு ஜனநாதன் வேண்டுமென்றே சிவனடியார்களைச் சிறையிலடைத்துத் துன்புறுத்துகிறான் என்று திலகவதியார்மூலம் கேள்விப்பட்டதும் அந்தச் சிவநேசச் செல்வரின் உள்ளம் பொறுக்கவில்லை!''

''ஜனநாதன் ஆக்ஷேபித்திருப்பானே?''

''ஆக்ஷேபித்தான்! ஆனால் அதற்கெல்லாம் வாணகோவரசர் தகுந்த காரணம் சொன்னார். புலவர்களும் இறைவன் திருத்தொண்டர்களும் இரண்டு அரசர்களுக்கு நடுவே தூது போவதும் திருமுக ஓலைகள் எடுத்துச் செல்வதும் தமிழ்நாட்டு மரபுதான் என்றும், அவர்களுக்கு உள்ளூற எந்தவித அரசியல் நோக்கமும் இராதென்றும், ஆகையால் ஒரு சிறு எச்சரிக்கையுடன் எங்களைச் சிறை விட்டுவிடலாமென்றும் சொல்லி, அவ்வாறே ஓலை நறுக்கு எழுதி எங்களைப்பற்றிய குற்றச்சாட்டைத் தள்ளுபடி செய்துவிட்டார்!''

''ஜனநாதன் எந்த நியாயமான முகாந்தரத்தையும் எந்தவிதமும் ஒப்புக்கொள்ளமாட்டானே? முணுமுணுத் திருப்பானே?''

''முணுமுணுத்தான்! தான் சிறைபிடித்த இந்த ஒட்டாண்டிகள் விஷயத்தில் அநாவசியமாகச் சலுகை காட்டுவதற்குப் பிரதியாக வாணகோவரசரிடம் அவனும் எப்போதாவது தனக்கு வேண்டியவர்களுக்காகச் சலுகை பெற நேரிடும் என்று எச்சரித்துவிட்டுப் போனான். வாணகோவரசரிடம் அவ்வாறு சலுகை பெறுவதற்காகவே தந்திரமாக எங்களைச் சிறை வைத்து எங்களை உபயோகித்துக் கொண்டானோ என்றுகூடச் சிறை அதிகாரிகள் பேசிக் கொண்டார்கள்.''

''சிறை விட்டதும் உங்கள் சிவனடியார் கூட்டம் நேரே இந்த நெட்டூர்க் கோட்டைக்கு வரவேண்டிய முகாந்தரம்?''

''என்னிடமிருந்து இலங்கை ஓலை பறிபோன விஷயத்தை வீரபாண்டிய சக்கரவர்த்திகளிடம் விரைவில் சொல்வது என் கடமையென என் மனச்சாட்சி உறுத்தியது! மேலும் தேவாரப் பதிகங்களுக்கு வேறு பாடமுள்ள பழஞ் சுவடிகளை வீரபாண்டியத் தேவரிடமிருந்து பெறவேண்டிய அவசியமிருந்தது. என்னுடன் வந்த சிவனடியார்கள் இளையான்குடி மாற நாயனாரைச் சந்திக்க விரும்பினார்கள். அதனால் இளையான்குடி அருகிலுள்ள இந்நெட்டூர்க் கோட்டையை நோக்கி விரைந்து வந்தோம்!''

''இந்த ஆபத்தான போர்க் காலத்தில் திலகவதியார் உங்களோடு வரவேண்டிய காரணம்?''

''எனக்கு மதுரைச் சிறையில் நேர்ந்த ஆபத்தைக் கண்டபிறகு திலகவதியாருக்கு என்னைத் தனியாகப் போகவிடப் பயம்! அதனால் கூடவே வருவதாகப் பிடிவாதம் செய்தாள்.''

சிவனடியாரின் கருணை ததும்பும் முகத்தை உத்திர மந்திரி கோனார் ஒருகணம் கூர்ந்து நோக்கினார். பிறகு ஓர் ஆழ்ந்த பெரு மூச்சுடன் வினவினார்: ''பகைவர்கள் சித்திர மண்டபத்தைச் சூழ்ந்திருக்கும் இந்த நேரத்தில் தேவியாரைச் சுரங்க வழியாக அழைத்துச் சென்று சக்கரவர்த்திகளிடம் சேர்ப்பிக்க விரும்புகிறீரா?''

''நான் செய்த கடமைத் துரோகத்திற்கு எம்பெருமான் எனக்குக் காட்டியிருக்கும் பரிகாரம் அது ஒன்றுதான் என உணர்கிறேன்! திலகவதியாருக்குப் பதிலாக அவளது காஷாய ஆடைகளை வாங்கி அணிந்துகொண்டு சுரங்க வழியாகத் தேவியார் சுலபமாக வெளியேறிவிடலாம்! சாமானியமான

துறவியைப் போலத் தேவி சாதுர்யமாக நடந்துகொண்டால் பகைவர் கையில் சிக்காமல் சுலபமாகத் தன் பிராணநாதரிடம் சேர்ந்துவிடலாம்!" என்றார் சிவனடியார்.

அதைக் கேட்டுத் தேவி மனந்தாளாதவளாய்க் கண்ணீர் சொரிந்தாள். தன் உயிரைக் காக்க இன்னொரு பெண்ணின் உயிர் பலியாவதா எனக் குழம்பினாள். அனலில் விழுந்த மெழுகுபோல் மனமுருகியவளாய்,

திலகவதியாரை நோக்கி, "எனக்காக நீ பிராணத்தியாகம் செய்ய முன் வரலாம்! ஆனால் நான் ஏற்றுக்கொள்ள மாட்டேன்! என்னை வெளியே அனுப்பிவிட்டு எனக்குப் பதில் நீ இந்தச் சித்திர மண்டபத்தில் இருந்தால், பகைவர்கள் கதவை உடைத்துக்கொண்டு உள்ளே புகும்போது உன் கதி என்ன ஆகும்?" என்றாள்.

திலகவதியோ சாந்தமான புன்முறுவலுடன், "எனக்கொன்றும் ஆகிவிடாதம்மா! சகலத்தையும் துறந்துவிட்ட ஒரு துறவினியை யார்தான் என்ன செய்துவிட முடியும்?

வைஷ்ணவனான வீரசேகரனின் படையினால் ஒரு சிவநேசச் செல்விக்குத் தீங்கு நேர்ந்ததென்றால் அது சோழ சாம்ராஜ்யத்தையே பாதிக்கும்! குலோத்துங்க சோழ மன்னர் சிவமதத்தவர்தான்; இன்னும் அதன் பகைவராகிவிடவில்லை!" என்றாள்.

"வேள்வித் தீயில் பிராணத் தியாகம் செய்வதுதான் இந்த நேரத்தில் ஒரு வீரபத்தினிக்குரிய கடமை!" என்றாள் தேவி கம்பீரமாக.

"உன் பிராணன் உனக்கு உடைமையில்லையம்மா! அது உன் பிராணநாதருக்குச் சொந்தம்! உன் கடமை எதுவென யோசித்துப் பார்!" என்றார் திலகவதியார்.

தேவி மௌனமானாள். அவளது கண்ணும் மனமும் காற்றாடிபோல் சுழன்றன. பிராணநாதரின் முகத்தை நினைக்கும்போது, காற்றடிக்கும் திசையெல்லாம் பறக்கும் காற்றாடியாகவே ஆகிவிட்டாள்.

"நாதனை அடைய ஒரு வழி திறந்த பிறகு தயங்குவது தர்மமல்ல, தாயே! புறப்படு!... திலகவதி! தேவிக்கு உன் காஷாய ஆடைகளைத் தருவதோடு, முகத்தில் திருமஞ்சனம் பூசிவிடவும் மறந்து விடாதே!" என்று சிவனடியார் துரிதப்படுத்தினார்.

அங்கிருந்த மந்திரத் தலைவர்களில் சந்தேகமே உருவான மச்சவராயன் குறுக்கிட்டு, "தேவியாரைக் குங்கிலியக்கலய

நாயனார்வசம் அனுப்ப எங்களுக்கு ஆக்ஷேபணை இல்லை! ஆனால் நீர்தான் குங்கிலியக் கலயர் என்பதற்கு அடையாளம் என்ன?'' என்று கேட்டான்.

சிவனடியார் சிறிது கோபமுற்றவராய், ''நம்பினவர்களுக்குத் தான் சிவலிங்கம்! நம்பாதவர்களுக்கு வெறுங் கல்!'' என்றார். அவரது கருணை ததும்பும் விழிகளில் தீக்ஷண்யம் ஒளிர்ந்தது.

உத்திர மந்திரி கோனார் பலவிதமான சிந்தனைகளிலும் குழம்பியவராய், ''குங்கிலியக்கலயனாரை இதற்கு முன் சந்தித்தவர்கள் இங்கு யாருமில்லையா?'' என்று கேட்டார்.

சிவனடியார் எதையோ நினைவுப்படுத்திக்கொள்ள முயன்றவராய் மெல்லிய குரலில், ''ஏன், உங்கள் மந்திரத் தலைவர்களில் ஒருவரான அம்பலவாணர் இரண்டு வருஷங்களுக்கு முன்பு குன்றைக்குடி திருவிழாவில் என்னைச் சந்தித்திருக்கிறாரே?'' என்றார்.

அனைவரும் சுற்றுமுற்றும் பார்த்தார்கள். அம்பலவாணன் அங்கு இல்லை. சித்திர மண்டபத்தின் உட்புறக் கதவைப் பாதுகாப்பதில் ஈடுபட்டிருந்தான்.

அவன் அங்கு தருவிக்கப்பட்டதும், சிவமதத்திலிருந்து சமண மதத்துக்கு மாறியவனாகையால் அவன் சிறிது பரிகாசம் கலந்த குரலில் சிவனடியாரை நோக்கி,

''குங்கிலியக் கலயரைக் குன்றைக்குடித் திருவிழாவில் சந்தித்திருக்கிறேன்!

ஆனால் முக அடையாளம் தெரியாது! இன்று போலவே அன்றும் திருமேனி திருமுகம் எங்கணும் குங்குமம் பூசிக்கொண்டிருந்தார்.

ஆனால் இன்று கொஞ்சம் இளைத்திருக்கிறார்!'' என்று சொல்லிவிட்டு, அவரை ஏற இறங்க இருமுறை உன்னிப்பாகப் பார்த்து விட்டு, ''உம்முடைய உயரம் என்ன?'' என்று கேட்டான்.

''தெரியாது!'' என்றார் சிவனடியார்.

''திருவிழாவின்போது நீர் என் பின்புறம் நின்று, ''சந்நிதி மறைக்கிறது. நந்திபோல் வழி மறைந்திருக்கும் பிள்ளாய், சற்றே ஒதுங்கியிரும்!'' என்று சொன்னீர். அப்போது உம்முடைய உயரம் என் தோள் அளவு இருந்தது!

உம் வலது கையில் கத்தி வெட்டைப்போல ஒரு வடு இருந்ததும் எனக்கு ஞாபகம் இருக்கிறது!'' என்று சொல்லி விட்டு, சிவனடியாரின் அருகில் வந்து நின்றான்.

அவரது உயரம் சரியாக அம்பலவாணன் தோள் அளவு இருந்தது. அவரது வலது கையில் கத்தி வெட்டைப்போல் ஒரு வடுவும் இருந்தது!

''இவர் குங்கிலியக் கலய நாயனார்தான்! சந்தேகமே இல்லை!'' என்றான் அம்பலவாணன்.

அதற்குப் பிறகு சிவனடியாரோடு தேவி புறப்படுவதற்கான ஏற்பாடுகள் நடந்தன. திலகவதியாரின் காஷாய ஆடைகளை தரித்து, முகத்தின் பொன்னிறம் தெரியாமல் திருமஞ்சனம் பூசித் தேவி அசல் துறவினியைபோல் காட்சியளித்தாள்.

தேவாரச் சுவடிகளுள்ள அரசவைப் பெட்டகத்தையும் தவறாமல் தூக்கிச் செல்ல வேண்டுமென்று சிவனடியார் சொல்லவே, சுரங்க வாசலின் அருகே பெட்டகத்தை இருவர் தூக்கிக்கொண்டு வந்து வைத்தார்கள்.

அந்தப் பெட்டகத்தில் தேவாரச் சுவடிகளோடு வீரபாண்டியனின் இராஜ முடியும் வீரவாளும் தேவியின் கொலு முடியும் இருந்தன.

இதுவரை ஒரு நாடகக் காட்சியைப் பார்ப்பதுபோல் மௌனமாய் ஒரு மூலையில் அமர்ந்திருந்த ஆறு வயதுப் பாலகனான வீரகேரளன் மெல்லத் தேவியிடம் எழுந்து வந்து, ''அம்மா!'' என்றான்.

மறுகணம் தேவி உணர்ச்சி வசப்பட்டவளாய், ''என்னிடம் ஒப்படைக்கப்பட்ட குமாரனைப் பகைவர் கையில் சிக்கவிட்டுவிட்டு நான்மட்டும் தப்பி வெறுங்கையுடன் என்நாதரிடம் போகமாட்டேன். மூத்தவளின் குமாரனை இளையவள் பலி கொடுத்தாள் என்ற பழிச் சொல்லுடன் எப்படி என் பிராணநாதரின் முகத்தில் விழிப்பேன்?'' என்றாள்.

அங்கிருந்த அனைவரும் திடுக்கிட்டார்கள்.

தேவியைக் காப்பாற்றும் முயற்சியில் இடையூறுக்கு மேல் இடையூறாக விளைந்ததைக் கண்டு சிவனடியார் சிறிது நேரம் மனந்தளர்ந்தவராய்க் காணப்பட்டாலும் ஏதோ ஞான ஒளி உதயமானதுபோல் முகம் பிரகாசமடைய, ''இவ்வாறு இன்று நான் காப்பாற்ற நேரும் என்று முன்பே தெரிந்திருந்தால் கூடவே ஒரு சிறுவனையும் அழைத்து வந்திருப்பேன்.

ஆனால் இதற்கும் இறைவன் ஒரு வழி காட்டுகிறான். தேவாரச் சுவடிகளுள்ள பெட்டகத்தில் குமாரனைப் படுத்துறங்கச் செய்து பெட்டகத்தை மூடி நானும் தேவியும் அதைத் தூக்கிச் செல்கிறோம்'' என்றார்.

''சுரங்க வாசலின் வெளிப்புறமுள்ள பகைவர்கள் பெட்டகத்தைத் திறந்து பார்க்காமல் விடமாட்டார்கள்!'' என்றான் மச்சவராயன்.

''நடுநிசி நேரம்; இருட்டில் தூக்கக் கலக்கத்தில் இருப்பார்கள். என்னைப் பரிபூரணமாக நம்பி உள்ளே அனுமதித் தவர்களானபடியாலே, என்னைச் சந்தேகித்துப் பெட்டகத்தைத் திறந்து பார்க்க மாட்டார்களென்றே நினைக்கிறேன். அப்படியே திறந்து பார்த்தாலும் குமாரன் படுத்திருப்பது தெரியாமல் மேலே ஏட்டுச் சுவடிகள் நிறைந்திருக்கும்!''

''ஏட்டுச் சுவடிகளுக்குள் ஈட்டியால் குத்திப் பார்க்கலாம்? அதனால் குமாரனின் உயிருக்கே அபாயம் நேரிடலாம்!'' என்றான் மச்சவராயன்.

''என்னால் முடிந்தவரை அந்தரங்க சுத்தியாய்க் காப்பாற்ற முயல்கிறேன். நாம் எதிர்பார்ப்பதற்கு மாறாக ஏதாவது அபாயம் நேரிட்டுவிட்டால் இறைவன் திருவுள்ளச் சித்தம் அது என்று நினைப்பதைத் தவிர வேறு வழியில்லை!'' என்றார் சிவனடியார். அவரது கணீரென்ற குரலில் பரிபூரண நம்பிக்கை தொனித்தது.

அவர் மேலும் தேவியை நோக்கி உருக்கமான குரலில், ''தாயே! இந்த ஏழையேன் ஊத்தைச் சடலத்தில் உயிருள்ளவரை உன்னைப் பத்திரமாக நாதனிடம் கொண்டுபோய்ச் சேர்க்கப் பாடுபடுவேன்.

திருநீல கண்டத்தின் மீது ஆணை!'' என்று சொல்லி விட்டுக் கையிலுள்ள கிளிக்கூண்டு விளக்கைச் சுரங்கவாசலை நோக்கிப் பிடித்து,

''புறப்படு, தாயே! இருட்டு நீங்குவதற்குள் பகைவரின் நடமாட்டத்தைவிட்டு நீங்கி இளையான்குடி மாறநாயனார் மாளிகைக்குச் சென்றுவிட வேண்டும்.

அவரிடம் குதிரை வண்டியொன்று பெற்றுக் கொண்டு விரைவில் நாதன் மாளிகைக்குப் பறக்கவேண்டும்!'' அவசரப்படுத்தினார்.

அதற்குப் பிறகு பெட்டகத்தினுள் குமாரனை முடங்கிப் படுக்க வைத்து அவன்மீது தேவாரச் சுவடிகளை நிரப்பி மறைத்துப் பெட்டகத்தை மூடினார்கள்.

புறப்படும்போது தேவி அங்கிருந்த மந்திரத் தலைவர்களை நோக்கி, ''உங்கள் நிலை என்ன?'' என்று கேட்டாள்.

சிவனடியார் அவர்களை நோக்கி, ''வீரபாண்டிய சக்கரவர்த்திகளின் மூலபலத்தைச் சோழியர்கள் இந்த நெட்டூர்க் கோட்டைக்குள்ளேயே புதைத்துவிட விரும்புகிறார்கள் என்று தெரிந்துகொண்டேன்.

ஆகவே, உங்கள் அனைவரின் வீர மரணத்தையும் அவர்கள் ஆவலோடு எதிர்பார்க்கலாம்!

அதற்கு மாறாக நீங்கள் கலா மண்டபத்தைக் காக்கும் முகாந்தரத்தைக் காட்டிச் சித்திர மண்டபக் கதவைத் திறந்துவிட்டுச் சரணடைவதே உசிதம் என எனக்குத் தோன்றுகிறது!

ஏனெனில் உங்கள் சக்கரவர்த்திகள் மறு போருக்கு விரைவில் போர் வீரர்களை உற்பத்தி செய்துவிடலாம்; ஆனால் அவருக்கு உங்களைப் போன்ற அநுபவம் மிகுந்த ஆலோசகர்கள் கிடைப்பது துர்லபம்!

நாங்கள் சுரங்கவாசலைக் கடந்து பகைவர்கள் தேடிப்பிடிக்க முடியாத தூரத்திற்குப் போய்ச் சேர அதிகப் பக்ஷம் ஆறு நாழிகைகள்தான் ஆகும். நாங்கள் புறப்பட்டு ஆறு நாழிகை கழித்ததும் சித்திர மண்டபக் கதவைத் திறந்துவிடுங்கள்!'' என்றார்.

ஆழ்ந்த சிந்தனையில் மூழ்கியிருந்த உத்திர மந்திரி கோனார் மெல்லத் தலைநிமிர்ந்து தேவியை நோக்கி,

''அம்மா! மதியமைச்சனுக்கு வேறு வழி தோன்றாததனால் தான் விதியின் கையில் உங்களை ஒப்படைக்கிறேன்!'' என்று தழதழக்கும் குரலில் கூறிவிட்டு, ஏதோ நினைவு வந்தவராய்த் தேவியின் கருவிழிகளைக் குறிப்பாக நோக்கி,

''தேவி! கையில் ராஜவாள் இல்லாவிடினும் பாதகமில்லை. ஆனால் புறப்படும் முன் உங்கள் கைவிரலில் கணையாழி இருக்கிறதா என்று கவனித்துவிட்டுப் புறப்படுங்கள்!'' என்றார்.

அந்தக் குறிப்பைப் புரிந்துகொண்டவளாய்த் தேவியும் தன் மோதிர விரலிலுள்ள கணையாழியைப் பரிசோதித்து விட்டு, ''என்னை உயிரோடு சிறைபிடிப்பதாக வீரசேகரன் கூறிய சபதத்தை ஒரு நொடிப் பொழுதுகூட மறக்கமாட்டேன்!'' என்றாள்.

அதைக் கேட்டதும் உத்திர மந்திரி கோனார் பெண் பேதைபோல் கோவென அழுதுவிட்டார்.

சிவனடியாரோ ஒரு கையில் கிளி விளக்கைத் தூக்கிப் பிடித்து, கனமான பெட்டகத்தின் ஒரு பாகத்தைத் தம் முதுகின்மீது சுமந்தவராய் நின்றார். பெட்டகத்தின் இன்னொரு பாகத்தைத் தேவி தூக்கினாள். இருவரும் பெட்டகத்தைத் தூக்கிக்கொண்டு இருண்ட சுரங்க வாசலுக்குள் நுழைந்தார்கள்.

சிவனடியார் புறப்படும்போது, ''தாயே! வழியில் எவ்வளவோ அபாயங்கள் நேரிடலாம்! எதுவும் இறைவன் திருவுளச் சித்தப்படி நடக்கட்டும் என்ற தைரியத்துடன் போவோம்!'' என்று கம்பீரமும் கண்ணீரின் உருக்கமும் கலந்த குரலில் சொல்லிவிட்டு, உள்ளூரப் பெருகும் பயத்தைத் துடைக்க விரும்பியவராய்ச் சிவபெருமானின் திருநாமத்தை மூன்று முறை மனத்திற்குள் உச்சரித்துக் கொண்டார்!

அத்தியாயம் 19

சடாயு காண் படலம்

'கடந்தனர்...கண்டனர்
கழுகின் வேந்தையே!'

— கம்ப ராமாயணம்

ண்ணின் அழுகல் வாசனை தேவியின் மென்மையான நெஞ்சைத் துளைத்தது. சுரங்க வழியானது கோட்டையின் கருங்கல் தள வரிசைக்கடியில் மண் பூமியைத் துளைத்துக்

கொண்டு பாம்புப் புற்றுகள் போல் வளர்ந்து கொண்டே போயிற்று. காற்றே இல்லாத அந்தப் பொந்து வழியில் பலவிதத் துர்க்கந்தங்கள் இருளோடு அப்பிக் கிடந்தன. மண் அரக்கியின் மேனியில் கசியும் வியர்வைத் துளிகள்போல், நீரகழிகளினால் மண் குகை ஈரம் சுவர்ந்து ஒருவித விகார நெடியைச் சிந்தியது. அவற்றின் நாற்றத்தைத் தாங்க முடியாமல் தேவிக்கு மூச்சடைத்தது;

ஆனால் பிராணநாதரிடம் போய்ச் சேரப் போகிறோம் என்ற உணர்ச்சியும், நம்பிக்கையுந்தான் தேவியை மூர்ச்சையடையச் செய்யாமல் அவளுக்கு ஒரு புதிய பலத்தையும் அவளுடைய மலரடிகளுக்கு ஒரு புதிய வேகத்தையும் தந்தன.

குங்கிலியக் கலய நாயனாருக்கோ அது வந்த பாதைதான் என்றாலும் குகைக்குள் குகையாகச் செல்லும் அந்தக் கரடுமுரடான பாதையில் கால்கள் தடுமாறின. அவரது கையிலிருந்த கிளி விளக்கின் சிறு வெளிச்சம் பாதாள இருளை விழுங்க முடியாமல் திணறியது. திரி வெளிச்சத்தின் ஆட்டத்தில் அவரது நெஞ்சின் நடுக்கமும் தெரிந்தது. அவரையறியாமலே அவரது விழிகளில் ஒருவிதப் பீதியும் துயரமும் குடிகொண்டிருந்தன. ''நாதன் தாள் வாழ்க! நமச் சிவாயம் வாழ்க!'' என்று அடிக்கொருதரம் தம் உதட்டுக்குள் முணுமுணுத்த வண்ணம் நடந்தார்.

அவர் பெட்டகத்தின் பெரும் பகுதியைத் தம் முதுகில் சுமந்து வந்தாரென்றாலும் அதன் மற்றொரு பகுதியைத் தூக்கிவந்த தேவியின் மெல்லிய கைகள் செந்தாமரைகளாய்ச் சிவந்துவிட்டன. ஆனால் அப் பெட்டகத்திற்குள், தேவாரச் சுவடிகளுக்கு அடியில், வீரபாண்டியரின் பாலகுமாரன் மறைந்திருக்கிறான் என்ற தாய்மைப் பாசந்தான் தேவியின் பலஹீனமான கைகளுக்குப் பலம் தந்தது.

உருவம் தெரியாத அந்தப் பாதாள இருளை விட்டு எப்போது உலகின் வெளிச்சத்துக்கு வருவோம் என்ற உணர்ச்சி அவர்கள் இருவருக்கும் மேலோங்கியது. சுரங்கப் பாதையோ முடிவற்றதாய் நெளிந்து நெளிந்து சென்று கொண்டேயிருந்தது.

பூமி பிளந்து ஸ்ரீராமபிரானின் கைகளுக்கு எட்டாத தொலைவில் பூமியின் வயிற்றுக்குள் மறைந்துபோன சீதாதேவியைப் போன்றதொரு பிரமை வீரபாண்டியன் தேவிக்கு உண்டாயிற்று.

''தாயே! உன் தேகம் நடுங்குகிறது! பெட்டகத்தின் அசைவில் அதை உணர்கிறேன்!'' என்று தழதழத்த குரலில் கூறிய நாயனார் இலேசாக விம்மினார்.

தேவியின் விம்மலில் மருட்சி தொனித்தது. ''நாயனாரே! என் வாழ்நாளில் இப்போதுதான் பீதி என்ற உணர்ச்சியை முதன்முதலாக அநுபவிக்கிறேன்! சித்திர மண்டபத்திலேயே ஆனந்தமாகப் பிராணத் தியாகம் செய்துகொண்டிருக்கலாம் என்று கூடத் தோன்றுகிறது!'' என்றாள் தேவி.

''ராஜகுல மாதர்களுக்குரிய பேச்சைத்தான் சொல்லுகிறாய்! ஆனால் பிராணத் தியாகம் என்பது உனக்கு உயிரளித்த இறைவனுக்கும் அழகல்ல; உயிரோடிருக்கும் உன் பிராணநாதனுக்கும் அழகல்ல, தாயே!'' என்று கூறிய நாயனார் சிறிது தூரம் நடந்ததும் ஏதோ நினைப்பு வந்தவராய், ''தாயே, சிறிது நேரத்தில் சுரங்க வாசலின் கடைசிப் பகுதியை நெருங்கிவிடுவோம்! வாசலை அடைத்துக்கொண்டு உட்புறம் கனமான ஒரு பாறைக்கல் இருக்கும். பகைவரை உள்ளே நுழையவிடாமல் அங்கு உன் பாண்டிய வீரர்கள் காவல் புரிவார்கள். ஆனால் அவர்களுக்குக்கூட நீ தேவி என்ற இரகசியம் தெரியக்கூடாது! நாதனிடம் போய்ச் சேரும்வரை நீ என் தமக்கைத் திலகவதியாரைப் போலவே நடித்துவிட வேண்டும்! இருவருக்குள் இருப்பதுதான் இரகசியம். மூன்று பேருக்குத் தெரிந்தால் அது இரகசியமில்லை! இல்லையா, தாயே?'' என்றார்.

''நாயனாரே! உம்மை நம்பி வந்துவிட்டேன்! என் நாதரிடம் போய்ச் சேரும்வரை உம் திட்டப்படியே அணு அளவும் பிசகாமல் நடப்பேன்'' என்றாள் தேவி.

''தாயே! திருமஞ்சனப் பூச்சு உன் முகத்தின் நிறத்தை மறைத்துவிடலாம்; ஆனால் ராஜகுலமங்கை என்ற உன் விழிகளின் கம்பீரத்தை மறைத்துவிட முடியாது! தாயே, காவற்காரர்களின் தீப்பந்த வெளிச்சமோ என் கைவிளக்கின் வெளிச்சமோ உன் முகத்தில் படாதவாறு கூடிய வரையில் இருட்டிலே ஒதுங்கி நில்! அதற்காகப் பயந்து மறைபவள் போலவும் காட்டிக் கொள்ளக்கூடாது! சந்தேகமேற்படாதவாறு நீ சாதுரியமாய் நடிப்பதில்தான் என் முயற்சி வெற்றி பெறும், தாயே!'' என்றார் நாயனார்.

''எனக்கு அவ்வாறெல்லாம் நடித்துப் பழக்கமில்லை! ஆனால் என் நாதர் மீதுள்ள அன்பு எனக்கு அந்தச் சாதுரியத்தைத் தரும் என்று நம்புகிறேன்!'' என்றாள் தேவி, தன்னம்பிக்கையும் மருட்சியும் ஒருங்கே நிறைந்த குரலில்.

சிறிது தூரம் மௌனமாய் நடந்த நாயனார் ஏதோ திகைப்படைந்த குரலில், ''தாயே! சித்திரகூடத்திலிருந்து புறப்படும் அவசரத்தில் ஒரு முக்கியமான காரியத்தை மறந்துவிட்டோம்! உன் உத்திர மந்திரியிடமிருந்து விடுஓலை வாங்கி வந்து

காட்டினால்தான் மறுபடி வெளியே விடுவதாக உன் சுரங்கக் காவலர்கள் சொன்னார்கள்!'' என்று குழம்பினார்.

''மறுபடி இவ்வளவு தூரம் நடந்து சித்திர மண்டபத்திற்குப் போய் விடுஓலை வாங்கி வர நேரமில்லையே!'' என்று தேவியும் குழம்பினாள்.

நாயனார் சட்டென்று யோசனை வந்தவராய், ''தாயே! உன் கைவிரலில் உள்ள கணையாழியைக் கழற்றிக் கொடு. உத்திர மந்திரியின் விடுஓலை இல்லாதபோது ராணியின் முத்திரை மோதிரத்துக்குதான் உங்கள் காவலாளிகள் மதிப்புக் கொடுப்பார்கள்!'' என்றார்.

சிறிது தயங்கிய பிறகு தேவி தன் கைவிரலிலுள்ள பெரிய நீலக்கல் மோதிரத்தைக் கழற்றி நாயனாரிடம் கொடுத்துவிட்டு, ''கணையாழி பத்திரம். காவலர்களிடம் காட்டியவுடனேயே என்னிடம் திருப்பிக் கொடுத்துவிட வேண்டும். ஒருவேளை பகைவர் கையில் சிக்க நேர்ந்தால், என் மானத்தைக் காப்பாற்றக்கூடிய கொடிய விஷம் அந்தக் கணையாழிக்குள் இருக்கிறது. கண்மூடிக் கண்திறக்கும் நேரத்திற்குள் அதன் ரத்தினக் கல்லைத் திறந்து என் உயிரையும் துறந்து விடலாம்!'' என்றாள்.

''தாயே! கவலைப்படாதே! மானத்தைக் காக்க ராஜகுல மைந்தர்களுக்கு வீரவாளைப் போல, ராஜகுல மங்கையருக்குக் கைவிரல் மோதிரம் என்பது எனக்கு ஓரளவு தெரியும். ஆனால் இறைவனின் அருளும் நானும் இருக்கும்வரை மோதிரத்தின் விஷத்தை உபயோகிக்கும் அவசியம் ஏற்படாது என்றே நினைக்கிறேன்.''

பிறகு அவர்கள் நெஞ்சில் எண்ணற்ற சுமைகளுடன் சுரங்க வழியில் மௌனமாகவே நடந்தார்கள்.

சுரங்க வழியின் கடைசிப் பகுதியை நெருங்கியதும், பாண்டிய வீரர்கள் உருவிய வாட்களுடனும் தீப்பந்தங்களுடனும் எதிர்ப்பட்டார்கள். பல கருங்கல் மலைகளின் நடுவே கழுகுபோல் பார்வையுடன் காவலாளியின் தலைவன் நின்றான். ஜடாமுனியன் என்ற அவனது பெயருக்கேற்ப, தலைக்கேசம் சடை சடையாய் நரைத்துத் தொங்கும் கிழவனாயிருந்தாலும் அவனது கண்களின் பார்வை வாலிபப் பார்வைபோல் கூர்மையானதாக இருந்தது. அவன் கிழட்டுச் சடாயுவைப்போலவே இருந்தான்.

அவன், ''நாயனாரே! உம் தமக்கையாருடன் திரும்பி வந்து விட்டீரா? சித்திர மண்டபத்திலிருந்து தேவாரச் சுவடிகளை எடுத்து

வருவதாகச் சென்றவர் அரசவைப் பெட்டகத்தையே தூக்கி வந்திருக்கிறீரே! எங்கே உத்திர மந்திரியின் விடுஓலை?'' என்று சிறிது கோபமாகவே கேட்டான்.

''உத்திர மந்திரி விடுஓலை எழுத நேரம் ஏது? இதோ உங்கள் பட்டத்தரசியாரின் முத்திரை மோதிரம்!'' என்றார் நாயனார்.

தேவியின் கணையாழியைக் கண்டதும் அங்கிருந்த காவலர் அனைவரின் கண்களிலும் தாரை தாரையாக நீர் வடிந்தது.

''நாயனாரே! நீங்கள் பாக்கியசாலிகள்! ஆசைப்பட்டபடி தேவியை உயிரோடு தரிசித்துவிட்ட உம் தமக்கையார் உம்மைவிடப் பாக்கியசாலி! தேவியின் உயிரற்ற சடலத்தைப் பார்த்துவிட்டுச் சாகப்போகிற நாங்கள்தான் மகா பாவிகள்!'' என்றான் ஒரு காவலாளி.

''நாயனாரே! சித்திர மண்டபத்தில் பிராட்டியாரைப் பார்த்தீரா? மந்திரத் தலைவர்கள் என்ன செய்கிறார்கள்?'' என்று ஒருவன் கேட்டான்.

''தேவியின் சாம்பலைக்கூட வீரசேகரன் தொட அநுமதியாதீர்கள் என்று தேவி தீப் புகுவாள். சிதையிலுள்ள சாம்பலை மந்திரத் தலைவர்கள் பாதுகாப்பார்கள்! எல்லாம் இன்னும் மூன்றேமுக்கால் நாழிகைக்குள் மாயமாய் முடிந்துவிடும்!'' என்று நாயனார் தழதழத்த குரலில் கூறினார்.

அதைக் கேட்டதும் கிழவனான ஜடாமுனியன் பயங்கரமாய் ஓலமிட்டான்:

''எல்லாமே மாயமாய் முடிந்துவிட்டாலும் நான்மட்டும் சாகமாட்டேன்! தேவியின் துர்ப்பாக்கியத்திற்குக் காரணமான வீரசேகரன் என்ற அந்த மகா பாபியை என் கைகளாலேயே கொன்ற பிறகுதான் இந்தக் கிழவன் சாவேன்! என் குலதெய்வம் சுடலையாடிமீது ஆணை!'' என்று மனங்குமுறி வீரப் பிரதிஞ்ஞை செய்தான்.

நாயனாரோ, ''எல்லாம் எனையாளும் ஈசன் செயலாவதன்றி உன் செயலால் ஆவதொன்றுமில்லை! நாளையிருப்பது நமக்கும் தெரியாதபோது எம்பெருமான்மீது ஆணையிடாதே, அப்பனே!'' என்றார்.

ஜடா முனியனோ கழுகுப் பார்வையுடன் புல்லரித்து நின்றவனாய், ''நாளை சாகப்போகும் கிழவன்தான் நான்! ஆனால் வீரசேகரனைக் கொன்றாலொழிய என் உயிர் போகாது! அவன்

உயிர் என் கழுகுப் பார்வையிலிருந்து தப்பவும் முடியாது. அரக்கர்களைக் கொன்று எமனுக்கு விருந்தளிப்பேன் என்று குமுறிய கிழட்டுச் சடாயு நான்!'' என்று வாலிபனைப்போல் சபதம் கூறினான்.

''உனக்கு எம்பெருமான் துணைபுரிவானாக!'' என்று நாயனார் கூறிவிட்டு, ஓர் ஆழ்ந்த பெருமூச்சுடன், ''உங்கள் வீரபாண்டியச் சக்கரவர்த்திகளுக்குத் தேவியிடமிருந்து கடைசிச் செய்தி கொண்டு போகிறேன்! சீக்கிரம் சுரங்க வாசலின் பாறைக்கல்லை அகற்றி எங்களுக்கு வழி விடுங்கள்!'' என்றார்.

பாறைக்கல் அகற்றப்பட்டு, நாயனாரும் தேவியும் சுரங்க வாசலுக்குள் நுழைந்து மற்றொரு சுரங்கத்துக்குள் வந்து சிறிது தூரம் நடந்ததும், தேவியை நோக்கி நாயனார் ''திலகவதி! உன் பாண்டியக் காவலர்களின் எல்லையைக் கடந்துவிட்டோம்! இனி உன் பகைவர்களான சோழியக் காவலர்களின் எல்லைக்கு வரப்போகிறோம். இன்னும் சிறிது தூரம் நடந்தால் கோட்டை மதில்களுக்கு அப்பால பலாமரப் புதர் மறைவிலுள்ள சுரங்கத் துவாரத்துக்கு ஏறும் படிகள் வரும். குறுகலான சுரங்கப் படிகளில் பெட்டகத்தைத் தூக்கிக்கொண்டு மிகவும் ஜாக்கிரதையாக ஏறவேண்டும். வெளியேறும் துவாரம் குறுகலானதால் பெட்டகம் அதற்குள் நுழையுமாவென ஐயுறுகிறேன்! துவாரத்தைப் பெரிதுபடுத்த வேண்டிய சிரமமும் நேர விரயமும் ஏற்படலாம்! அதற்குள் பொழுது விடிந்துவிடாமலிருக்கவேண்டும். இருட்டிலேயே இளையான்குடி மாற நாயனார் மாளிகைக்குப் போய் அவரிடமிருந்து மூடுவண்டி பெற்று விரைந்து போகவேண்டும்... தாயே! உனக்குத் தாலி பாக்கியமும் சிவபெருமான் அருளும் இருந்தால்...!'' என்று சொன்னவர் குரலடைக்கவே மௌனமாகி விட்டார்.

''நாயனாரே! என் கையில் விஷ மோதிரம் இருக்கும்வரை பொழுது விடிவதைப்பற்றி எனக்குப் பயமில்லை!'' என்று சொல்லித் தேவி அவரிடமிருந்து தன் மோதிரத்தை வாங்கிக் கொண்டாள்.

''தாயே, சுரங்கத் துவாரத்தின் வெளிப்புறம் வேட்டை நாய்கள் போல் சோழியர்கள் காவல் புரிவார்கள்! சிவபெருமான்

கிருபையினால் என்னை உள்ளே அநுமதித்த சிவநேசச் செல்வரான கலிக்காமரே இன்னும் அங்கே காவலதிகாரியாய் உட்கார்ந்திருக்கவேண்டும்! ஆனால் என்னதான் அவர் என்னிடம் மதிப்புள்ளவர் என்றாலும் நாம் கொண்டுபோகும் பெட்டகத்தைச் சோதித்துப் பார்க்காமல் விடமாட்டார்கள்! உள்ளே தேவாரச் சுவடிகளுக்குள் குத்திப் பார்க்க ஈட்டியைக்கூட ஓங்கக்கூடும். அதைக் கண்டு நீ "ஆ" வென்று அலறி உன்னை யாரென்று காட்டிக்கொண்டு விடாதே! எந்தவிதப் பயங்கரம் நேர்ந்தாலும் இறைவன் சித்தப்படியே நடக்கட்டுமென்று கண்ணை மூடிக்கொண்டு சாதாரணமாகவே நில். தாயே! பெட்டகத்தைத் திறந்து பார்த்ததோடு திருப்தியடையாமல் உள்ளே தேவாரச் சுவடிகளுக்குள் குத்திப் பார்க்க ஈட்டியை ஓங்கினால், அது என் மார்பை ஊடுருவி விழுமே தவிர, உள்ளேயுள்ள உன் மகனின் மார்பில் அதன் முனைகூட விழாது! அவ்வாறு நேர்ந்தால் அந்தக் குழப்பத்தில் என் பிரேதத்தைக்கூடத் திரும்பிப் பாராமல் நீ இளையான்குடிக்குப் பறந்துவிடு, தாயே! புனிதமான தேவாரச் சுவடிகள்மீது பாழும் ஈட்டி முனைபடாமல் பாதுகாக்க நான் பலியானதைக் கண்டு, அந்தப் பாவத்துக்குப் பரிகாரமாக, தேவாரச் சுவடிகளைப் புரட்டிக்கூடப் பாராமல் பெட்டகத்தை என் சிவனடியார்களிடம் சேர்த்து விடுவார்கள்!" என்றார் நாயனார்.

அதன் பின்னர் அவர்கள் மிகச் சிரமத்துடன் பெட்டகத்தைத் தூக்கிக் கொண்டு சுரங்கப் படிகளின் மீது வேகமாக ஏறினார்கள். நாயனார் எதிர்பார்த்தபடி சுரங்கத் துவாரத்தின் வழியாகப் பெட்டகத்தை வெளியேற்றுவதில் சிரமம் ஏற்படவில்லை. பகைவர்கள் தாராளமாக உள்ளே இறங்குவதற்காகக் குறுகலான சுரங்கத் துவாரத்தைப் பெரிது படுத்தியிருந்தார்கள்.

சுரங்கத்தின் வழியாக வெளியேறத் தயங்கிநின்ற நாயனார் மெல்ல தம் பின்புறமுள்ள தேவியைத் திரும்பிப் பார்த்தார். அவள் முகத்தில் பயம் நிழலாடியது.

சுரங்கத் துவாரத்துக்குள் நாயனாரின் கிளிவிளக்கு வெளிச்சத்தைக் கண்டதும் எமகிங்கரர்களைப்போல் எண்ணற்ற சோழிய வீரர்கள் தீப்பந்தங்களை ஏந்தியவண்ணம் சூழ்ந்து கொண்டார்கள்.

அவர்களில் ஒருவன் தன் உடைவாளை உருவிச் சுரங்கத்துவாரத்தை நோக்கி நீட்டிக்கொண்டே, "யாரது?" என்று அதிபயங்கரமாய்க் கேட்டான்.

❈ ❈ ❈

அத்தியாயம் 20

பிராட்டி களங்காண் படலம்

'உய்யும் உணர்வு நீத்தாளை
நெடும்போர்க் களத்தினிடை உய்த்தார்'

— கம்ப ராமாயணம்

மகாதேவனின் பவித்திரமான திருநாமத்தை உச்சரித்துக் கொண்டிருந்த குங்கிலியக்கலய நாயனார், ''நாமார்க்கும் குடியல்லோம், நமனை அஞ்சோம்...'' என்று கம்பீரமான குரலில் திருத் தாண்டகம் பாடியவண்ணம் சுரங்கத் துவாரத்தைவிட்டு வெளிப்போந்தார்.

தேவியோ ஒரு கணம் செயலற்று நின்றுவிட்டாள். துறவினிபோல திலகவதியார் வேஷத்தில் மறைந்திருக்கிறோம் என்ற தைரியமிருந்தாலும் பகைவர்களின் தீப்பந்த வெளிச்சத்தைக் கண்டதும் அவளது மெல்லிய தேகம் நடுங்கியது. விடியா இருளில் தன்னை வீசிவிட்டது போன்ற பிரமையும் உண்டாயிற்று.

நாயனார் அவளை நோக்கி, ''திலகவதி! வா, தாயே! நமச்சிவாயம் படைத்த உயிர்களை மண்ணாசை படைத்தவர்கள் நமனுக்காக நாசப்படுத்தியிருக்கும் போர்க்களத்தைப் பார்! மறுபடியும் இந்த இரத்த பூமியை மிதிக்க மருள்கிறாயா, தாயே? வந்த வழியே தான் போகிறோம்! எல்லோருக்கும் அதுதான் வழி, வா தாயே!'' என்றார்.

தேவிக்கோ, தன் படை வீரர்கள் பிணமலைகளாகக் குவிந்து கிடப்பதையும், பகைவர்கள் வெற்றிக் களியாட்டத்தில் ஆழ்ந்து கிடப்பதையும், யானைகளின் அறுந்த தும்பிக்கைகளின் நடுவே குதிரைகள் குற்றுயிராய்க் கிடப்பதையும், தன் கண்களால் பார்க்கவே மனங்கூசியது.

தேவி கண்ணை மூடிக்கொண்டு, தீப்பந்த வெளிச்சம் தன் முகத்தில் விழாதபடி, பெட்டகத்தின் நிழலில் ஒதுங்கியவளாய், ஒரு சோழிய வீரனின் ஈட்டி முனையருகில் தன் மார்பு இருக்கும்படி நின்று கொண்டாள்.

பகைவர்களான காவலர்கள் தன்னை இனங் கண்டுகொண்டு விட்டால் அந்த ஈட்டி முனையில் விழுந்து

எந்தக் கணமும் பிராணத்தியாகம் செய்து கொள்ளத் தயாராகவே நின்றாள்.

நாயனார் எதிர்பார்த்தபடியே, சிவபெருமானின் கிருபையினால், அவரை உள்ளே அனுமதித்த சிவநேசச் செல்வரான கலிக்காமரே இன்னும் காவலுக்குத் தலைமையாய் அங்கு அமர்ந்திருந்தார்.

அவர் ஆனந்தத்தால் முகம் மலர்ந்தவராய், ''சிவனடியாரே! உம் தமக்கையார் திலகவதியாருடன் திரும்பி வந்துவிட்டீரா? உங்கள் வருகைக்காகவே இன்னும் நான் உறங்கப்போகாமல் இங்கே காத்திருக்கிறேன்! பகைவர்களின் சுரங்க வழிக்குள் போனீர்களே, உள்ளே உங்களுக்கு என்ன ஆபத்தோ என்று பயந்தேன்! ஏனெனில் உள்ளேயிருக்கும் வீரபாண்டியன் ஆட்களில் பெரும்பாலானவர் பகிரங்கமாகவோ மறைமுகமாகவோ புத்த மதத்தை அநுஷ்டிப்பவர்கள்!'' என்றார்.

''புத்த மதத்தவர்களும் நம் சைவசமயிகளைப் போலக் கொல்லா விரதிகள்தாம்; அன்பை ஆராதிப்பவர்கள்தாம்! என்னைச் சிறையிலடைத்து வாட்டிய உங்கள் கிராதகன் வீரசேகரனின் வைஷ்ணவ மதத்தைக் கண்டு மருள்வது போல் புத்தமதத்தைக் கண்டு நான் மருள்வதில்லை!'' என்றார் நாயனார்.

அதைக் கேட்ட அங்கிருந்தவர்களில் வைஷ்ணவனான ஒரு சோழிய அதிகாரி, ''குங்குமச் சாமியாரே! சோழியர்களின் இந்த மாபெரும் வெற்றிக்குக் காரணமானவன் வீரசேகரன்! இன்னொரு முறை அவனைப் பழித்தீரானால் உம் சிவபெருமானே கைலாசத்திலிருந்து இறங்கி வந்து தடுத்தாலும் உம் நாவைத் துண்டிக்காமல் விடேன்!'' என்றான்.

''செய் அப்பனே செய்! உங்கள் காவற்படை அதிகாரி ஏகவாசகவாண கோவரசர் இன்னும் இறந்துவிடவுமில்லை; சிவமதத்திலிருந்து மதம் மாறிவிடவுமில்லை; என் மீதுள்ள மதிப்பை மறந்து விடவுமில்லை! சிவனடியாரின் மேனிமீது ஒரு வைஷ்ணவனின் சுண்டு விரல் நுனி பட்டாலும் வைஷ்ணவர்களின் ரத்தத்தால் அந்தப் பாபத்தைக் கழுவி விடுவார்!'' என்றார் நாயனார்.

கலிக்காமர் அவரை நோக்கி ஆவல் ததும்பும் குரலில், ''நாயனாரே! உள்ளே சித்திரமண்டபத்தில் வீரபாண்டியன் மனைவியைப் பார்த்தீரா? மந்திரத் தலைவர்கள் என்ன செய்கிறார்கள்? பிராட்டியார் திரைலோக்கிய முழுதுடையாள் ஏன் வாளேந்திப் போர்க்களத்திற்கு வரவில்லையாம்?'' என்று கேட்டார்.

''உங்கள் வீரசேகரன் உயிரோடு சிறைபிடிப்பதாகச் சபதம் ஒன்று செய்திராவிட்டால் பிராட்டியார் போர்க் களத்தில் உங்கள் கைவரிசைகளைக் காண வந்திருப்பாள்!'' என்றார் நாயனார்.

''இப்போது சித்திர மண்டபத்தில் பதுங்கிய வீரபாண்டியன் மனைவி என்ன நிலையில் இருக்கிறாள்?'' என்று ஒரு சோழியன் கேட்டான்.

''வீரபாண்டியன் மனைவி தீப்பாய்ந்து சிவபதவி அடைந்து விட்டாள்! அந்தப் புனிதவதியின் சாம்பலைக்கூட உங்கள் பாபி வீரசேகரன் தொட விடக்கூடாதென்று மந்திரத் தலைவர்களெல்லாம் சிதையைக் காவல் புரிகிறார்கள்!'' என்றார் நாயனார்.

அதைக் கேட்ட அங்கிருந்த சோழியக் காவலர் அனைவரும் திடுக்கிட்டார்கள். அவர்களின் வெற்றிப் பிரதாப முகங்கள் வாடிக் கூம்பின.

சிவநேசரான கலிக்காமரோ, ஆழ்ந்த துயருற்றவராய், ''நாயனாரே! வீரபாண்டியன் மனைவி சாம்பலான செய்தியை உம் வாயாலேயே எங்கள் குலோத்துங்கச் சோழ சக்கரவர்த்திகளிடம் சொல்வீரானால், வெற்றி பெற்று வரும் வீரசேகரனுக்குத் தம் கையால் வீரமாலை சூடுவதற்குப் பதிலாக உம் கையாலேயே அவனுக்குக் கொலைத் தண்டனை நிறைவேற்றும் பொறுப்பைத் தருவார்! வீரசேகரனின் வெற்றிகீதத்தில் தேவியின் சாவே அவனுக்கு மரண வாக்குமூலம் எழுதிவிட்டது!'' என்றார்.

வைஷ்ணவ அதிகாரியோ துயரின் நடுவே வெகுண்டெழுந்தவனாய், ''சிவனடியாரே! தேவாரச் சுவடிகளை எடுத்து வருவதாகச் சென்றீர்! உள்ளேயிருந்து ஒரு பெட்டகத்தைக் கொண்டு வந்திருக்கிறீரே! அந்தப் பெட்டகத்தைச் சோதித்துப் பார்க்கவேண்டும்!'' என்று கத்தினான்.

சிவநேசரான கலிக்காமரும், ''தேவாரச் சுவடிகள் எங்கே? பெட்டகத்திற்குள் என்ன இருக்கிறது? உள்ளே சென்ற உம் நோக்கம் நிறைவேறிவிட்டதா?'' என்று கேட்டார்.

அதற்கு நாயனார், ''இறைவன் திருவுள்ளசித்தம் இருந்தால் எதுதான் நிறைவேறாது? பெட்டகம் நிறைய எண்ணற்ற பழம் பெருஞ் சுவடிகள் கிடைத்தன...'' என்று பெட்டகத்தைத் திறந்து காட்டியவர், ''...ஆனால் அவ்வளவு சுவடிகளும் பழுதாகி நைந்து கிலமாகிக் கலைந்து கிடக்கின்றன. தொட்டால் பொடிப் பொடியாய் உதிர்ந்து விடுமோ என்று ஏடுகளைப் புரட்டிப் பார்க்கக்கூடப் பயந்தவனாய்ப் பெட்டகத்தோடு தூக்கிக்கொண்டு வந்துவிட்டேன்!'' என்றார். அதைக் கேட்டதும், சுவடிகளுக்குள் குத்திப் பார்க்க

ஈட்டியை ஓங்கிய சோழிய வீரன் 'தொப்'பென்று ஈட்டியைத் தரையில் போட்டு விட்டான்.

அப்போது குதிரையொன்று கனைக்கும் சப்தம் கேட்கவே நாயனார் அத்திசையில் திரும்பிப் பார்த்தார். யுத்தகளத்தில் கலிக் காமருக்கு உணவும் உடுப்பும் ஏற்றி வரவும் அவர் பத்திரமாகப் படுத்துறங்கவும் உபயோகப் படுத்தப்படும் இரண்டு குதிரைகள் பூட்டிய ஒரு மூடு வண்டி அவருக்குப் பின்னால் தயாராய் நின்றது.

நாயனார் மெல்லக் கலிக்காமரை நோக்கி, ''இந்தச் தேவாரச் சுவடுகளைத் தரிசிப்பதற்காகக் குன்றைக்குடியில் என் சிவனடியார்கள் கூட்டம் காத்திருக்கும். இனி இந்தப் பெட்டகத்தை எங்களால் சுமந்து செல்ல முடியாது! திலகவதியாரால் இனி ஓர் அடிகூட நடக்க முடியாது...'' என்று சொல்லி வந்தவர், கலிக்காமரின் முகத்தை நிமிர்த்தி அவரது தாடையைப் பிடித்துக் கெஞ்சியவராய், ''சிவகாரியமாக உம்மிடம் ஓர் உதவி கேட்கலாமா?'' என்று கேட்டார்.

''பெட்டகத்தையும் உம் தமக்கையாரையும் ஏற்றிச் செல்ல என்னுடைய மூடு வண்டியைக் கேட்கிறீரா?'' என்று வெடுக்கெனக் கேட்டார் கலிக்காமர்.

''ஆமாம்! தேவாரச் சுவடிகளைத் திருமுறைகளாகத் தொகுத்து நம்பியாண்டார் நம்பி பெற்ற சிவபுண்ணியம் உமக்கும் கிடைக்கும்!... நான் சிவகாரியமாக உம்மிடம் அதிகமாக ஒன்றும் கேட்டுவிடவில்லை! உங்கள் சோழியப் படைகள் வெற்றி கோஷங்களுடன் கோட்டைக்குள் பிரவேசித்து விட்டதால், இனிக் காலாட்கள் தேவைப்படலாமே தவிர, இனிக் குதிரைகளுக்கும் மூடுவண்டிக்கும் யுத்தத் தேவை இராது!'' என்றார்.

''வண்டியோட்டி நேற்றைய யுத்தத்தில் மரித்து விட்டானே...''

''நீர் உம்முடைய மூடு வண்டியை மட்டும் ஒரு நாளைக்குக் கைமாற்றுத் தந்தால் போதும்! நானே சாரத்தியம் செய்து கொள்கிறேன்!''

''இரண்டு குதிரைகளும் பழக்கப்பட்டவன் கைக்கே அடங்காத முரட்டுக் குதிரைகள் ஆயிற்றே!''

''திருவருளை நம்பி இறங்கிய தொண்டர்களுக்கு ஆகாத காரியம் என்றும் ஒன்றுண்டா? ஓட்டுபவனும் ஓட்டப் படுபவனும் ஒருவனே என்று உணர்ந்தவருக்கு எதுதான் ஒரு பொருட்டாய்த் தோன்றும்?'' என்று சிவனடியார் தன்னம்பிக்கையுடன் வண்டியருகில் சென்றார்.

இருண்டு கிடந்த வானத்தில் மழைக்கு அறிகுறியாகச் சடசடவென்று இடிகள் புரண்டு தூரத்தில் பறியும் மின்னல்கள் அருகி வரத்தொடங்கின!

''ஆண்டவன் கிருபையால் மழை வராமல் இருக்க வேண்டும்! வழிப் பாதையில் காட்டாறுகள் குறுக்கிடாமல் இருக்க வேண்டும்!'' என்று சொன்ன குங்கும நாயனார், இருளில் பதுங்கி நிற்கும் தேவிய்யை நோக்கி, ''திலகவதி! மின்னலையும் மழையையும் உண்டாக்கி இறைவன் உன்னையும் என்னையும் சோதிக்கத் திருவுளம் கொண்டுள்ளான் போலும்! தூரத்திலுள்ள மின்னலும் மழையும் நெருங்கி வருவதற்குள் நாம் விரைந்து போகவேண்டும். வண்டியில் ஏறிக்கொள்!'' என்றார். மூடு வண்டிக்குள் பெட்டகம் ஏற்றப்பட்டுத் தேவி உள்ளே ஏறி மூடுவண்டியின் கதவை உட்புறம் தாழிட்டுக் கொண்டாள்.

''ஆண்டவனே! மழை பெய்யாமல் இருக்கவேண்டும்! என் முயற்சிகளெல்லாம் வீணாகிவிடும்!'' என்ற குங்கும நாயனாரின் வேண்டுதலுக்கு இரங்கி, வானம் மழை பெய்யவில்லையே தவிர, இடியும் மின்னலும் அதிகரித்தன. வெகு தொலைவில் அடிவானத்தின் விளிம்பில் பயங்கரமான அடைமழை பெய்யும் மின்னலொளிகளும் தெரிந்தன.

கலிக்காமரை நோக்கி ஒரு பெரிய கும்பிடு போட்டு நாயனார் மூடு வண்டியின் முன்னாலுள்ள சாரதித் தட்டில் ஏறி அமர்ந்தார்.

நாயனார், ''நமச்சிவாயம் வாழ்க!'' என்று குதிரைகளின் கடிவாளத்தை ஒரு கையால் பிடித்துக் கொண்டு, இன்னொரு கையில் சவுக்கை எடுத்ததும் குதிரைகளிரண்டும் நாலுகால் பாய்ச்சலில் கிளம்பின. இடியும் மின்னலும் எதிர்கொண்டழைக்க, இருள் படுதாவையும் புழுதிப்படலத்தையும் கிழித்துக் கொண்டு, மூடுவண்டி காட்டுப் பாதையை நோக்கிப் பறந்தது.

✿ ✿ ✿

அத்தியாயம் 21

ஆறுசெல் படலம்

'கருமம் என்ற ஒரு பொருள் தந்து நாட்டுதல்
அருமை என்பது பெரிது அறிதி ஐய நீ!'

— கம்ப ராமாயணம்

மன்னவன் இல்லாத மாநிலம் போலவும், கதிரவன் இல்லாத பகல் போலவும், சந்திரிகை இல்லாத இரவு போலவும் உள்ளுறை உயிர் இல்லாத உடல் போலவும், வீரபாண்டியன் மனைவி சாம்பிய முகத்துடன் மூடுவண்டிக்குள் அமர்ந்திருந்தாள்.

வானம் குமுறுவதும், பூமி அதிர்வதும் இருள் சுவர்வதும் பயங்கரமான அடை மழைக்குமட்டும் அறிகுறியல்ல, ஏதோ ஒரு பயங்கர விளைவுக்கும் அறிகுறி என்று அவளது நெஞ்சில் ஒரு பிரமை ஓயாமல் வந்து வந்து விழுந்துகொண்டிருந்தது.

குங்கிலிய நாயனாரின் கைக் கடிவாளத்திற்கு அடங்காமல் முரட்டுக் குதிரைகளிரண்டும் வெறி பிடித்ததைப்போல இருளைக் கிழித்துக் கொண்டு ஓட, காற்றைப்போலக் கடுகிச் சென்ற மூடுவண்டி ஓரிடத்தில் சருக்கென்று குலுங்கி அதிர்ந்து நின்றது.

வண்டிப் பாதையைக் கிழித்துக்கொண்டு ஒரு பெரிய காட்டாறு ஓடியது. எங்கோ தொலைவில் விடாமல் பெய்யும் மழையால் இரண்டு நாளாகவே வெள்ளம் திரண்டு வந்து அந்தக் காட்டாற்றில் சடசடவென்று பேரிரைச்சலுடன் ஓடிக்கொண்டிருந்தது. காட்டாற்றில் இறங்கிய வண்டி நீர்ச் சுழிப்புகளின் மத்தியில் திடீரென்று நின்றுவிட்டது.

வண்டிக்குள் பதுமைபோல் அமர்ந்திருந்த வீரபாண்டியன் மனைவி, ''ஏன் வண்டி நின்றுவிட்டது?'' என்று அலறினாள்.

''தாயே! வண்டி வந்து காட்டாற்றில் இறங்கிய வேகத்தில் இரண்டு குதிரைகளில் ஒரு குதிரையின் கால் சகதிக்குள் சிக்கிப் படீரென ஒடிந்துவிட்டது, தாயே!'' என்று வண்டியின் முன்புறம் சாரதித் தட்டில் அமர்ந்திருந்த குங்கிலிய நாயனார் கத்தினார்.

''காட்டாற்றில் வெள்ளம் வடிந்த பிறகு வண்டியை இறக்கியிருக்கலாமே?'' என்று தேவி அழுகையும் ஆதங்கமும் கலந்த குரலில் கேட்டாள்.

''அதற்கு நேரமில்லை. தாயே! இவ்வளவு பெரிய காட்டாற்று வெள்ளம் பொழுது விடியும்வரை அடங்காது, தாயே! இந்நேரம் நெட்டூர்க் கோட்டையின் சித்திர மண்டபக் கதவை உன் மந்திரத் தலைவர்கள் திறந்து பகைவர்களிடம் சரண் அடைந்திருப்பார்கள்! அல்லது சித்திர மண்டபத்தைச் சோழியர்கள் தீ வைத்துக் கொளுத்திவிட்டு வெற்றிக் கோஷங்களுடனோ அல்லது உன்னைத் தேடிப் பிடிக்கவோ இந்தப் பாதையில்தான் வருவார்கள். இந்த இடத்தில் தாமதிக்கும் ஒவ்வொரு நொடிப் பொழுதும் உனக்கு அபாயம், தாயே!'' என்று நாயனார் புலம்பும் குரலில் ஓவென அலறினார்.

அதைக் கேட்டதும் தேவி, வெள்ளத்தினிடையே உடைந்து விட்ட மரக்கலம் போலத் தத்தளித்தாள்.

உருவம் தெரியாத காரிருளில் குங்கிலியக் கலய நாயனார் மூடுவண்டியின் சாரதித்தட்டிலேயே கற்சிலையாகச் சமைந்துவிட்டார். குப்பை கூளங்களை அடித்துக்கொண்டு கனவேகமாய் வரும் காட்டாற்று வெள்ளமும் கணத்திற்குக் கணம் பெருகிக் கொண்டிருந்தது.

மூடுவண்டிக்குள்ளிருந்த தேவி சிறிது சுய நினைவு வரப்பெற்றவளாய், ''இனி என்ன செய்வது? பகைவர்கள் படை என்னை விரட்டி வருவதற்குள் என் கைவிரல் கணையாழியைக் கழற்றிப் பிராணத்தியாகத்திற்குத் தயாராகட்டுமா?'' என்று கம்பீரமாகக் கேட்டாள்.

''வேண்டாம், தாயே! எம்பெருமான் உன்னைச் சோதிக்கவில்லை! என் ஊழியத்தைத்தான் சோதிக்கிறான்!'' என்று கலங்கிய குரலில் சொன்ன நாயனார், இருளை ஊடுருவி எதிர்க்கரையைப் பார்த்ததும், ''தாயே! சிவாய நமவென்று சிந்தித்திருப்போருக்கு அபாயம் ஒரு நாளுமில்லை! தாயே... என் இறைவன் எனக்கொரு உபாயம் காட்டி விட்டான்!'' என்று ஆனந்த மலர்ச்சியுடன் கூவினார்.

''என்ன உபாயம்?'' என்று கேட்டாள் தேவி.

''தாயே எதிர்க்கரையின் இருளில் ஒரு கூண்டு வண்டியின் உருவம் தென்படுகிறது! சற்றுமுன் பளிச்சென்று மின்னி மறைந்த வெளிச்சத்தில் அங்கே யாரோ ஒரு சாமானியமான வண்டிக்காரன் வைக்கோலைப் பரப்பிப் படுத்திருப்பதும், கூண்டு வண்டியில் ஒரு

சாதாரணமான குதிரை பூட்டப் பட்டிருப்பதுங்கூடத் தெரிந்தது! யாரோ வைக்கோல் வண்டிக்காரன் வெள்ளம் வடியட்டுமென்று காத்திருக்கிறான்போல் இருக்கிறது!''

''காலொடிந்த நம் குதிரைக்குப் பதிலாக அந்தக் குதிரையை வாங்கி நம் மூடுவண்டியில் பூட்டலாம் என்ற உத்தேசமா?''

''ஆமாம், தாயே! வெள்ளம் பெருகிவிடுவதற்குள் வெள்ளத்தின் மத்தியில் சிக்கிக் கொண்டிருக்கும் நம் மூடுவண்டியை முதலில் எதிர்கரைக்குக் கொண்டுபோக வேண்டும்... ஆனால் காலொடிந்த வலது புறக் குதிரையின் பக்கம் வண்டியின் இரண்டு சக்கரங்களும் சகதியில் அழுந்தியிருக்கின்றன!'' என்று சொல்லிவிட்டுச் சுவாசபந்தனம் செய்துகொண்டு பெரிய குரலில், ''வண்டிக்காரா... குதிரைக்காரா!... எங்கள் மூடுவண்டி வெள்ளத்தில் சிக்கிக் கொண்டுவிட்டது.... வண்டியை இழுக்கக் குதிரையைக் கொண்டு வா... சீக்கிரம்... சீக்கிரம்...'' என்று பலவாறு இரைந்து கத்தினார். ஆனால் அவர் எவ்வளவு இரைந்து கத்தியும், காட்டாற்று வெள்ளத்தின் பேரிரைச்சலைத் தாண்டி அது வைக்கோல் வண்டிக்காரன் காதுக்கு எட்டவில்லை!

''தாயே! வண்டிக்காரன் படுத்துறங்குகிறானோ, அல்லது அவ்வாறு நடிக்கிறானோ, தெரியவில்லை!'' என்றார் நாயனார்.

''அவ்வாறானால் இனி என்ன செய்வது? பிராணத் தியாகத்துக்குத் தயாராக நிற்கும் என்னை, இயற்கை அன்னை வெள்ளத்தை அனுப்பி மூழ்கடித்து விடலாம்! ஆனால்... என்னைக் காப்பாற்ற வந்த உமக்கும் அந்த துரதிர்ஷடமா?'' என்று ஆறாத் துயருடன் கேட்டாள் தேவி.

''இல்லை, தாயே! இறைவனை நம்பியவர்களுக்குத் துரதிர்ஷ்டம் ஏது?''

''இன்னுமா நாயனாரே, வாழ்வில் நம்பிக்கை இருக்கிறது? நம் மூடுவண்டியை வெள்ளத்திலிருந்து இழுத்துக் கரை சேர்க்க இன்னொரு குதிரை வேண்டுமே?''

நாயனார் கலகலவென்று சிரித்தார்.

''இடையூறுகளின் மத்தியில் சிரிக்கப் பழகு என்ற திருவள்ளுவ நாயனாரின் உட்கருத்தை இப்போதுதான் புரிந்துகொண்டேன், தாயே!'' என்று சொன்ன நாயனார் பக்திப் பரவசராகி உருக்கம் நிறைந்த குரலில் கூறினார்:

''மின்னார் சடையன் மின்னல் ஒளி தந்து காட்டாற்றில் என் கழுத்தளவு வெள்ளந்தான் ஓடுகிறது என்று காட்டிவிட்டான்.

தாயே!.. தில்லைக் கூத்தனின் திருவுள்ளக் கருத்தை இந்த மூடன் இப்போதுதான் புரிந்துகொண்டேன், தாயே!'' என்று கூறிய நாயனார், சாரதித் தட்டிலிருந்து கீழே வெள்ளத்தில் குதித்து, ''தாயே, நீ வெள்ளத்தில் இறங்காமல், மூடுவண்டியின் விதானத்தின்மீது ஏறிச் சாரதித் தட்டில் வந்து உட்கார்ந்து கொள், தாயே!'' என்றார். அவ்வாறே தேவி மௌனமாகச் சாரத்தியத் தட்டில் வந்து அமர்ந்ததும், ''நாயனாரே, நீர் வெள்ளத்தில் இறங்கி நிற்பது ஏன்?'' என்று கேட்டாள்.

"தாயே! என்னுடைய இந்த ஊத்தைச் சடலம் ஒன்றுக்கும் உபயோகப்படாத பாண்டம் என்று இறுமாந்திருந்தேன்! இறைவன் படைப்பில் உபயோகப் படாதது எதுவுமில்லை என்று என்னப்பன் உணர்த்தி விட்டான்!.... தாயே, கரைசேரவொட்டா என் ஊத்தைச் சடலத்தையும் உன்பொருட்டு ஒரு பொருட்டாகக் கரைசேர உபயோகப்படுத்தச் சொல்லுகிறான், என் இறைவன்!'' என்றார். பிறகு தேவியின் கையில் குதிரைகளின் கடிவாளங்களையும் சாட்டையையும் கொடுத்துவிட்டு நாயனார் புன்னகை ததும்பும் விழிகளுடன், காலொடிந்ததாகச் சொல்லப்பட்ட வலதுபுறக் குதிரையை வண்டியிலிருந்து அவிழ்த்து வெள்ளத்திற்குள் போக விட்டார்.

"என்ன காரியம் செய்யப்போகிறீர், நாயனாரே...?'' என்று தேவி மிகவும் கலங்கிய குரலில் கேட்டாள்.

"குதிரை செய்கிற காரியத்தை மனிதன் செய்ய முடியாதா? சிவபெருமான் திருவுள்ளத்தினால் நரி பரியாகும்போது நான் பரியாவதுதான் பிரமாதமா, தாயே?'' என்று நாயனார் சொல்லிக் கொண்டே, குதிரையின் கழுத்துப் பட்டையைத் தம் கழுத்தில் மாட்டிகொண்டு குதிரையைப்போல் வண்டியின் ஒரு பக்கத்தை இழுக்கத் தயாராகி நின்றார். தண்ணீருக்குள் புதைந்திருந்த அவர் திருமேனியிலிருந்து குங்குமமெல்லாம் கரைந்து சுழிசுழியாக இரத்தப் பிரவாகம் ஓடுவது போலவும், தண்ணீருக்கு மேலேயே நீட்டிக்கொண்டிருக்கும் அவரது குங்குமம் பூசிய முகமும் தலையும் அக்கினிக் கொப்பரை போலவும் காட்சியளித்தன.

அந்தக் காட்சியைக் கண்டு ஒரு கணம் சிலையாகச் சமைந்துவிட்ட தேவி துடிதுடித்து, ''இந்த அவலக் காட்சியை ஒருபோதும் காணமாட்டேன்! அதைவிட இந்த வெள்ளத்தில் குதித்து மாய்ந்து விடுவேன்!'' என்று 'ஓ'வெனக் கத்தினாள்.

"தாயே! நீ சாரத்தியத் தட்டிலிருந்து சிறிது அசைந்தாலும், என் கழுத்தின் கடிவாளக் கயிற்றை நீ கைக்கொள்ள மறுத்தாலும்

நான் இந்த வெள்ளத்தில் மூழ்கிப் பிராணத் தியாகம் செய்துகொள்வேன்! திருநீலகண்டத்தின் மீது ஆணை!'' என்றார்.

"என்ன பயங்கரமான ஆணை! எனக்கு என்ன பயங்கரமான தண்டனை! ஆனந்தமாக நான் பிராணத்தியாகம் செய்து கொள்வதற்குப் பதிலாக இந்த அவலக் காட்சியை நினைத்து நினைத்து அணுஅணுவாகச் சித்திரவதைப்பட்டுச் சாகவேண்டுமென்று விரும்புகிறீரா? அவ்வளவு தூரத்திற்கு நான் யாருக்கு என்ன தீங்கு செய்தேன்? என் நெஞ்சிலுள்ள சுமை போதாதா? ஒரு சிவனடியாரைக் குதிரையாக்கிக் கொஞ்சநாள் உயிர் வாழ்ந்தாள் ஒரு பழிகாரி என்ற சுமை வேறா?'' என்று தேவி பலவாறாகப் புலம்பினாள்.

நாயனாரோ ஆனந்தப் புன்முறுவலுடன், "தாயே! குதிரை என்றும் மனிதன் என்றும் ஏன் ஏற்றத்தாழ்வு நினைக்கிறாய்? இறைவன் படைத்த ஜீவராசிகளில் எந்தவிதப் பேதமுமில்லை!" என்று சொன்னவர், ஆத்மப் பரிபக்குவம் நிறைந்த குரலில், "தாயே! இழுக்கச் செய்பவனும் இழுக்கப்படுபவனும் ஒருவனே என்று உணர்ந்துவிட்டால் ஆத்மாவுக்கு அவமானம் ஏது? பசுவையும் பதியையும் வேறாக்கிப் பார்ப்பது பாசமே தவிர வேறல்ல!... தாயே! நம் வண்டி கரை சேருவதற்கு நான் குதிரையாவதைத் தவிர வேறு உபாயமில்லை!" என்றார்.

அவ்வாறானால் மற்றொரு குதிரையையும் அவிழ்த்து விட்டு விடும்! நான் இழுக்கிறேன்!" என்றாள் தேவி.

"தாயே! உனக்காகப் பிறர் படும் அற்ப சிரமத்தையும் பொறாமல் உணர்ச்சி வசமாகிப் பேசுகிறாய்? உன் மெல்லிய பாதங்கள் வெள்ளத்தின் வேகத்தைத் தாளா! பாசிக்கற்களில் நீ வழுக்கி விழுந்துவிட்டால் நான் பட்ட முயற்சிகளனைத்தும் பாழாகிவிடும்! தாயே! என் மார்பளவு இருந்த வெள்ளம் ஒவ்வொரு கணமாகப் பெருகி என் கழுத்தளவிற்குப் பெருகிவிட்டது! நீ கடிவாளத்தைப் பிடித்து வண்டியைக் கரை சேர்க்கா விட்டால், வெள்ளம் என் தலைக்குமேல் செல்லினும் நான் அசையேன்! திருநீலகண்டத்தின் மீது ஆணை!"

தேவி ஓவெனப் புலம்பினாள்: "நாயனாரே! வெள்ளம் கணத்திற்குக் கணம் பெருகுகிறது! வண்டி கரை சேருவதற்குள் உம் கழுத்தளவுள்ள வெள்ளம் தலைக்குமேல் பெருகி, நீர் மூழ்கிவிட்டால் என்ன செய்வது?"

"என்னைப் படைத்த சிவபெருமானின் திருவுளச் சித்தம் அதுவானால் என் விதி அவ்வாறே ஆகட்டும்! உன்னைக்

காப்பாற்றியதோடு இந்த உலகிற்கு வந்த என் திருப்பணி முடிந்துவிடட்டும்!''

தேவியின் கண்களில் தாரை தாரையாக நீர் வடிந்தது.

''சிவனடியாரே, உம் அன்புள்ளத்திற்கு என்ன கைம்மாறு செய்வேன்? இந்த நன்றிக் கடனை எப்படிக் கழிப்பேன்?''

''தாயே! உன்னிடம் நான் கேட்கும் வரம் ஒன்றுண்டு.''

''கேளும்! எது வேண்டுமானாலும் தருகிறேன்!''

''தாயே! உன் கற்பிற்குப் பங்கம் நேரிட்டாலொழிய, உன் பிராணநாதன் உயிரோடிருக்கும்வரை, என் அநுமதியின்றி நீ வேறு எதற்காகவும் எந்தச் சந்தர்ப்பத்தில் எங்கிருந்தாலும் பிராணத்தியாகம் செய்துகொள்ளக்கூடாது! மீளவே முடியாத இடையூறுகளுக்கு மத்தியில் சிக்கிக்கொண்டு விட்டாலும் இறைவன் எந்த விதத்திலாவது எப்போதாவது உன்னை விடுவிப்பான் என்று நீ பரிபூரணமாக நம்பவேண்டும். இறைவன் திருப்பணியில் அலையும் நான் இந்த மரணாபத்தான காரியத்தில் உன்னிடம் கேட்கும் வரம் இது ஒன்றுதான், தாயே! ஒருவேளை வெள்ளத்தில் நான் மூழ்கிப் போனால் நீ கொடுக்கும் இந்த வரம் ஒன்றுதான் என் பிறவிப்பயன், தாயே! உன் பிராணநாதன் மீது ஆணையிட்டு இந்தப் பிரதிக்ஞை செய்துகொடு!'' என்றார்.

முனிவர் செப்பியதைக் கேட்டதும், நஞ்சினை நுகர் என நடுங்குவாரினும் அஞ்சி அயர்ந்தன தேவியின் அருவிக் கண்கள்! எனினும் நாயனாரின் நிலை கண்டு மிகவும் மனமுருகியவளாய், ''நீர் கேட்கும் பிரதிஞ்ஞை எனக்குக் கடுமையான சோதனை! அக் காரியத்தைக் கடைப்பிடிப்பது மிகவும் அருமையானது என்பது உமக்கே நன்றாகத் தெரியும்! எனினும் உம்முடைய அன்புள்ளத்திற்காக இப்பிரதிஞ்ஞை செய்கிறேன்!'' என்று தேவி தன் பிராணநாதன் மீது ஆணையிட்டு அவ்வாறே வாக்குறுதி கொடுத்தாள்.

அதன் பிறகு தேவி, தாரை தாரையாகக் கண்ணீர் சொரிந்த வண்ணம், கடிவாளங்களைக் கையில் எடுத்து மூடு வண்டியை எதிர்க்கரையை நோக்கிச் செலுத்தினாள்.

அவளுடைய மனசின் ஏக்கப்படியே, நாயனாரின் கழுத்தளவுக்கு மேல் வெள்ளம் பெருகாமல் இருந்தது. ஆனால் மூடுவண்டி கரை ஏறிப் பளிச்சென்று மின்னல் பறிந்து மறைந்தபோது, ''தாயே!... மற்றொரு குதிரையின் காற்குளம்பும் பிய்ந்துவிட்டது!'' என்று நாயனார் கூவினார்.

ஆனால் தேவி பதறவில்லை. இனி எந்தச் செயலும் தன் கையில் இல்லை என்ற அசக்தியான நிலைக்கு வந்துவிட்டாள்.

நாயனாரோ, தாம் கைக்கொண்ட காரியத்தில் மனம் தளராதவராய், படுத்திருக்கும் வைக்கோல் வண்டிக்காரன் அருகில் சென்று, அவனை எழுப்பினார். காட்டாற்று வெள்ளத்தில் தம்முடைய மூடுவண்டியின் இரண்டு குதிரைகளுக்கும் ஏற்பட்ட கதியை விவரித்தார். மூடுவண்டியின் முன் தட்டில் பொற்பதுமை போலவும் துறவினிபோலவும் அமர்ந்திருக்கும் தேவியைச் சுட்டிக் காண்பித்தார்.

வண்டிக்காரன், ''ஐயோ, பாவம்!'' என்று பரிதாபப் பட்டான். பிறகு அவன், தான் ஒரு குதிரை வண்டிக்காரன் என்றும், நெட்டூர்க் கோட்டைச் சண்டையில் தீ எரிக்க வைக்கோலுக்கு அறுபத்தேழு மடங்கு விலை கிடைப்பதாகக் கேள்விப்பட்டு வெகு தொலைவிலிருந்து வருவதாகவும், வைக்கோல் வாங்கிக் கூண்டுவண்டி நிறைய திணித்து, அவசரத்திற்குத்தன் அருமையான குதிரையைப் பூட்டிவந்தான் என்றும், வழியில் கண்ணாற்று உடைப்பில் வண்டியைத் துணிந்து இறக்கியதால் தன் குதிரை மிகவும் சோர்ந்து போய்விட்டதென்றும், இந்தப் பாழும் காட்டாற்று வெள்ளம் வடியட்டும் என்று இரண்டு நாளாகக் காத்துக் கிடப்பதாகவும் விவரித்தான்.

அவனிடம் நாயனார், ''எங்களை வெறும் ஓட்டாண்டி என்றும், சாமியார் பெண் என்றும் நினையாதே! மூடுவண்டியின் ஜோலி ப்பைப் பார்! அதற்குள் ஒரு சிறு பெட்டகமும், பெட்டகத்திற்குள் ஒரு மாபெரும் பிரபுவின் ஸ்திரீதனமும் இருக்கின்றன! நீ எவ்வளவு தொகை கேட்டாலும் தருகிறோம்!'' என்றார்.

''நான் என்ன செய்யவேண்டும்?'' என்று ஆவலோடு கேட்டான் கூண்டு வண்டிக்காரன்.

''உன் கூண்டு வண்டிக்குள் இருக்கும் வைக்கோல் களையெல்லாம் வாரியெடுத்து இந்தக் காட்டாற்று வெள்ளத்தில் போடு! உன் வண்டியை வந்த வழியிலேயே திருப்பி உன் குதிரையைக் கண்ணாற்றில் இறக்கி இன்றிரவுக்குள் அக்கரை தாண்டி எங்களை நான் சொல்லுமிடத்திற்குக் கொண்டுபோய்ச் சேர்த்துவிடு! இந்தக் காரியத்தில் உன் உயிரைக்கூடப் பொருட்படுத்தக்கூடாது!''

அதைக் காதுகொடுத்துக் கேட்டதிலேயே வண்டிக்காரனுக்கு உயிர் போய்விடும்போல் இருந்தது.

''விளையாடுகிறீர்களா, சாமி! என்னாலே அது முடியாது!'' என்றான் வண்டிக்காரன்.

''உன்னாலே முடியாவிட்டால் என்னிடமாவது உன் கூண்டு வண்டியையும் குதிரையையும் ஒப்படை!''

''என் வண்டியைவிட என் உயிரைக் கேட்டிருக்கலாம், சாமி...''

நாயனார், தேவியின் பக்கம் திரும்பி, ''திலகவதி! பெட்டகத்திலிருக்கும் வைர வாளை எடு!'' என்றார்.

வாள் என்றதும் வண்டிக்காரக் கிழவன் நடுங்கினான்.

தேவி சிறிது தயங்கிய பிறகு வாளை எடுத்து நாயனாரிடம் கொடுத்தாள்.

வாளின் பிடியிலுள்ள வைரங்களின் ஜாலிப்பையும் பளபளவென மின்னும் அதன் கூர்மையான முனையையும் கண்டு வண்டிக்காரக் கிழவன் கிடுகிடுவென்று நடுங்கினான்; சாமியாரின் காலில் விழவும் தயாரானான்.

''திலகவதி, இந்த நெருக்கடியான சந்தர்ப்பத்தில் இந்த வண்டிக்காரன் நமக்குச் செய்யப்போகும் உதவிக்கு என்ன கொடுத்தாலும் தகும்!'' என்றார் நாயனார்.

''இது யாருடைய வாள் என்பதை நன்றாக யோசித் தீர்களா...?'' என்று தேவி மெல்லிய குரலில் கேட்டாள்.

''நன்றாக யோசித்தேன்; உபயோகப்படுத்துபவன் இல்லாத போது இந்த வாளினால் நமக்கு என்ன உபயோகம்? கிரீடம் இன்றில்லாவிட்டாலும் நாளை உன் குமாரனுக்குத் தேவைப்படலாம். இவ்விரண்டில் ஒன்றைத் தவிர இவனுக்குக் கொடுக்கும்படியாக நம்மிடம் வேறெதுவுமில்லை!''

தேவி மௌனமானாள்.

நாயனார் அந்த இராஜவாளை எடுத்து வந்து வண்டிக்காரனிடம் கொடுத்தார்.

''இந்த வைரவாளின் கைப்பிடியிலுள்ள ஒரு வைரமே ஒரு இலக்கம் பொன் பெறும்! இந்த வாளை உன்னுடைய உழைப்பிற்குக் கூலியாகப் பெற்றுக் கொள்!

'வண்டிக்காரன் வாயைப் பிளந்தவாறு வாளை வாங்கிக்கொண்டான் என்றாலும் சிறிது தயங்கினான்.

''இன்னுமென்ன தயக்கம்!''

''என் உயிரைப்பற்றிக்கூடக் கவலையில்லை, சாமி! ஆனால் என் குதிரை கண்ணாற்று உடைப்பில் கதிகலங்குமே!''

''வைரவாளைவிட உன் சவலைக் குதிரை விலை மதிப்புள்ளதா?''

''சாமி! நான் குழந்தைகுட்டி இல்லாத கிழவன்! ஒண்ணே ஒண்ணு, கண்ணே கண்ணுன்னு என் பெண்சாதி குழந்தைபோல வளர்த்த குதிரை சாமி அது!''

''சிவனடியார்களுக்கு உதவி செய்தால் உன் பெண்சாதிக்கு முருகபிரானையும் வள்ளி நாச்சியாரையும் போல இரண்டு குழந்தைகள் பிறக்கும்!''

பட்ட மரம் தழைக்கும் என்று கிழவன் அகமகிழ்ந்தான்.

வழிப் பிரயாணத்தைப்பற்றிய திட்டத்தையெல்லாம் கிழவனிடம் நாயனார் பேசிவிட்டு, தேவியிடம் வந்து, ''திலகவதி! இனிக்கவலையில்லை; வண்டிக்குள் ஏறிக்கொள்'' என்றார்.

மலர்கள் சிந்திய பூங்கொம்புபோல் தேவி சூன்யப் பார்வையுடன் நடந்து, கூண்டு வண்டிக்குள் ஏறி அமர்ந்ததும் பெட்டகத்தையும் தூக்கிவந்து ஏற்றிக்கொண்டு அவளருகிலே சற்றுத் தள்ளி நாயனாரும் உட்கார்ந்துகொண்டு, கிழவனைக் கூப்பிட்டு, ''சிவத்துரோகிகளான சில வைஷ்ணவர்கள் எங்களை விரட்டி வருகிறார்கள். என் தமக்கையார் புகுந்த வீடோ ஒரு பௌத்தன் வீடு! பாபாத்மாக்களின் கண்ணில் படாமல் எங்களைப் பத்திரமாகக் கொண்டுபோய்ச் சேர்க்க வேண்டும். ஆனதாலே, கூட்டுவண்டியின் இருபுறத் திறவையிலும் வைக்கோலை நன்றாக அடைத்து, விடிந்தாலும் உள்ளே ஒரு ஒளி கூடப் புகுந்து எங்கள் மீது படாதவாறு செய்துவிடு! யாரும் கேட்டால் வண்டிக்குள் இரண்டு கட்டு வைக்கோலைத் தவிர வேறெதுவுமில்லையென்று சொல்! பிறகு பொழுது விடிந்தாலும் பயமில்லை!'' என்றார்.

அதன் பிரகாரம் வண்டிக்காரன் செய்துவிட்டு, தாக்குச்சியை எடுத்துத் தன் அருமைக் குதிரையைக் கிளப்பினான். அந்த வெள்ளைக் குதிரை, இடிமயமான இருட்டில் மின்னலைப்போல் பாய்ந்து சென்றது.

அத்தியாயம் 22

உருக்காட்டுப் படலம்

'நஞ்சனையான் அகம் புகுந்த நங்கையான்
உய்ஞ்சனென் இருத்தலும் உலகம் கொள்ளுமோ?'

– கம்ப ராமாயணம்

மலர்ந்த தாமரையைப்போல் கீழ்த்திசைச் செக்கர் வானத்தில் உதய சூரியன் குலுங்கினாலும், இராஜ பாட்டையில் பாய்ந்தோடும் கூண்டுவண்டிக்குள் உருவம் தெரியாத இருள் கவிந்திருந்தது. ஒரு சிறு ஒளிக்கீற்றுக்கூட உள்ளே நுழையாதபடி கூண்டு வண்டியில் இருபுறத் திறவைகளிலும் வைக்கோற் கட்டுகளை அடைத்திருந்ததால், உள்ளே குமையும் இருட்டுக்குள் குங்கிலியக் கலய நாயனாரின் உருவம் அவருக்கே தெரியவில்லை. குங்குமம் அப்பிய அவரது முகத்திலுள்ள பிரகாசமான இரு சுடர் விழிகள் மட்டுமே வைடூரியக் கற்கள் போல் ஜ்வலித்தன. அவரருகில் மௌனமாக வீற்றிருந்த வீரபாண்டியன் தேவியின் பொன்னிற உடல் இருளில் புலப்படவில்லை யென்றாலும், அவளது உள்ளம் பளிச்சென்று தெரிந்தது.

''பொழுது விடிந்துவிட்டதா?'' என்று ஆவலோடு கேட்டாள் தேவி.

''முன்புற வைக்கோலின் மினுமினுப்பிலிருந்து அவ்வாறுதான் நினைக்கிறேன்!'' என்றார் நாயனார்.

''என் பிராணநாதரிடம் போய்ச் சேரப்போகிறேன் என்ற ஆனந்தக் கனவில் இந்த இரண்டு நாள் இரவும் நான் உறங்கவில்லை! நீரும் உறங்கவில்லையே?''

''உனக்காகவாவது உன் பிராணநாதரிடம் போய்ச் சேரப்போகிறோம் என்ற நம்பிக்கை இருக்கிறது. தாயே! ஆனால் என் நாதன் என்ன தன்மையன் என்று என் மனத்தால் உருவகப்படுத்திப் பார்க்கக்கூட என் புத்திக்கு எட்டவில்லையே! பொய்யனா மெய்யனா, ஒருவனா, இருவனா என்றெல்லாம் சில சமயங்களில் மதி குழம்புகிறேன்! தாயே! உன் பிரயாணம்

முடிந்துவிடலாம். ஆனால் என்நாதனை நம்பி நான் புறப்பட்ட பிரயாணம் இந்தப் பிறவிவரை முடியாது. தாயே!'' என்று நாயனார் தம் சிவநாதரின் திருநாமத்தைப் பஜித்தார்.

''என் பிராணநாதரே துணை என்றுதான் பிராணத் தியாகம் செய்து கொள்ளாமல் அபாயத்தின் மத்தியில் புறப்பட்டு வந்தேன்.''

''தாயே, உனக்குத் துணையாவது ஒரு நாதன். எனக்குத் துணையாவதும் ஒரு நாதன். ஆனால் எவ்வளவு வித்தியாசம்!... தாயே, இலட்சியம் விரிய விரியச் சூன்யந்தான் தட்டுப்படுகிறது!''

''இறைவன் தொண்டில் இறங்கி மெய்ப்பொருளை நாடும் துறவியான நீர், உம் உடலெங்கும் குங்குமம் பூசி உம்மை மறைத்துக் கொள்வதன் தத்துவம் எனக்குப் புரியவில்லை!''

''தாயே! பரமாத்மாவோடு என் ஜீவாத்மா இரண்டறக் கலப்பதற்கு ஒரு பெருந்தடையாயிருப்பது இந்த உடல் தத்துவம். மாயாதேவியால் விளைந்த இந்த உடலை மறக்கவேண்டும் என்பதற்காகவே சக்தியின் பிரசாதமான குங்குமத்தால் என் உடலை மறைத்துக்கொள்கிறேன். தாயே! என்னை மறக்கப் பழகும்போதுதான் என் உயிரிலுள்ள நாதனைக் காணலாம் என்பது என் நம்பிக்கை...''

''நாதரின் மாளிகைக்குத்தானே நேரே போகிறோம்?'' என்று தேவி ஆனந்தப் பரவசத்தோடு கேட்டாள்.

''ஆமாம். இன்னும் சிறிது நேரத்தில் நம் வண்டி, நாதன் மாளிகையை அடைந்துவிடும்!'' என்று நாயனார் தாரைதாரையாகக் கண்ணீர் வடித்தார்.

''நான் ஆனந்தப்படும்போது நீர் ஏன் அழுகிறீர்?''

''தாயே! நீ உன் நாதன்மீது அன்பு வைத்திருக்கும் அளவு அன்பே சிவம் என்று பஜிக்கும் என்னால் இந்த உலகிலுள்ள எதன் மீதும் அன்பு வைக்க முடியவில்லை, தாயே! நான் மகா பாபி...''

ஜல்ஜல் என்று வேகமாகப் போய்க்கொண்டிருந்த கூண்டுவண்டி சட்டென்று ஓரிடத்தில் நின்றது. மறுபடி இந்தக் குதிரைக்கும் காலொடிந்துவிட்டதோ என்று தேவி கலவரமடைந்தாள்.

''நாயனாரே! வண்டி ஏன் நின்றுவிட்டது? இறைவன் மறுபடியும் சோதிக்கிறானா?'' என்று தேவி துயரந் தோய்ந்த மெல்லிய குரலில் கேட்டாள்.

''இல்லை, தாயே! சோதனைகளெல்லாம் முடிந்து விட்டன! நாதன் மாளிகை வாசலை அடையும்வரை வண்டியை வழியில் எங்கும் நிறுத்தக்கூடாதென்று வண்டிக்காரனுக்குக் கட்டளை!... தாயே! நாதன் மாளிகை வாசலை அடைந்துவிட்டோம்.''

அவ்வளவுதான்; தேவிக்குச் சர்வாங்கமும் ஆனந்தத்தால் புல்லரித்தது. பிராணநாதரின் முக தரிசனம் காணப்போகிறோம் என்ற ஆசையில், ஒரே கணத்தில் பூவாகி, பிஞ்சாகி, காயாகி, கனியாகும் புத்துயிர் வேகம் அவள் மேனியெங்கும் துள்ளியது.

வேகமாய் வண்டிக்குள் அரச்சைவப் பெட்டகத்தின்மீது படுத்திருந்த பாலகுமாரனான வீரகேரளனைத் தட்டியெழுப்பி அவனது கையைப் பிடித்துக்கொண்டாள். கூண்டுவண்டியின் திறவையை அடைத்திருந்த வைக்கோற் கட்டை அகற்றினாள். முகமெங்கும் ஆனந்தப் புன்முறுவல் பொங்கி வழிய, மான்போல் துள்ளிக் குதித்துக் கூண்டுவண்டியிலிருந்து கீழே இறங்கினாள்.

வண்டி ஒரு பிரம்மாண்டமான மாளிகை வாசல்முன் நின்றிருந்தது. அங்கே தேவியை வரவேற்க வீரபாண்டியன் ஆவலோடு காத்திருக்கவில்லை. அதற்குப் பதில் சர்வாங்கமும் குங்குமம் பூசி இன்னொரு குங்கிலியக் கலய நாயனார் நின்றுகொண்டிருந்தார்.

தேவி திகைத்தாள்.

அவளை அழைத்து வந்த குங்கிலியக் கலய நாயனாரோ கூண்டு வண்டிக்குள் தலைகுனிந்தவாறு இருந்தார். அவருடைய திருமேனியை மறைத்திருந்த குங்குமந்தான் ஆற்றுத் தண்ணீரில் கரைந்து போயிருந்ததே தவிர, அவருடைய திருமுகத்தை மறைத்திருந்த குங்குமப் பூச்சு இன்னும் அழியாமல் இருந்தது.

வண்டிக்கு வெளியிலோ, தேவியை வரவேற்க இன்னொரு குங்கிலியக் கலய நாயனார்! இருவருக்கும் ஏறக்குறைய ஒரே உயரம், ஒரே உருவத் தோற்றம்! இருவரும் சர்வாங்கக் குங்குமப் பூச்சால் தங்கள் உடல் தத்துவத்தை மறைத்துக்கொள்ளக் கூடியவர்களாய் விளங்கினார்கள்.

அவ்விரு நாயனார்களையும் அதிசயத்துடன் மாறிமாறிப் பார்த்த வண்ணம் தேவி அசைவற்று நின்றாள்.

வெளியில் நின்றுகொண்டிருந்த நாயனார் தேவியை வியப்புடன் பார்த்துவிட்டு, ''திலகவதி! திலகவதி...'' என்று ஆவலுடன் கூவிக்கொண்டே, வண்டிக்குள் எட்டிப் பார்த்தார்.

உள்ளே அவரைப்போல ஒரு நாயனாரின் உருவத்தைத்தவிர, வேறு எந்தத் திலகவதியும் வரவில்லை என்பதைக் கண்டதும் அவரது விழிகளில் பீதி நிறைந்தது. பரபரப்புடன் தேவியை உற்றுநோக்கி, "தாயே! நீ யார்?" என்று கேட்டவர், ஏதோ பளிச்சென்று ஒரு நினைவு வந்தவராய், "தாயே! நீ வீரபாண்டியன் தேவியா?" என்று அலறினார்.

"ஆமாம்!" என்று பதிலளித்த தேவி அவரை வாஞ்சை ததும்பும் விழிகளால் பார்த்து, "சிவனடியாரே! நீர் கூப்பிட்ட திலகவதி எங்களுடன் வரவில்லை! இந்த நாயனாருடன் அந்தப் புண்ணியவதி நெட்டூர்க் கோட்டைக்கு வந்தாள். என்னைக் காப்பாற்ற வேண்டும் என்பதற்காக எனக்குப் பதில் அவளே சித்திரகூடத்தில் தங்கிவிட்டாள்! சோழியப் பகைவரிடம் சிக்கி அவளுக்கு எந்தவித அபாயமும் நேரிடாமல் இருக்கவேண்டும்!" என்று கண்ணீர் கலங்க கூறினாள்.

"இல்லை, தாயே! அவள் உண்மையில் திலகவதி யாயிருக்கமாட்டாள்! என் தமக்கையார் எந்தப் பாபகரமான செயலி லும் பங்கு பெற மாட்டாள்!" என்று கூறிய நாயனார் ஆத்திரத்துடன் வண்டிக்குள்ளிருந்த நாயனாரைச் சுட்டிக் காட்டி, "அந்த மகா பாவி என்னைப்போல் நடித்து உன்னை வஞ்சித்துவிட்டான், தாயே!" என்று அண்டபகிரண்டமும் கிடுகிடுவென்று நடுங்குவதுபோல் பயங்கரமாய் அலறினார்.

"நீ யார்?" என்று தேவி அவரை வினவினாள்.

"நான்தான் உண்மையான குங்கிலியக்கலய நாயனார்! உன்னை அழைத்துவந்தவன் வெறும் வேஷதாரி! நாடகத்தால் இறைவனடியார்போல் நடித்து உன்னை ஏமாற்றிய வஞ்சகன்!" என்று கதறினார்.

ஒன்றும் விளங்காமல் தேவி கலவரம் அடைந்தாள். தன்னை அழைத்து வந்த நாயனாரை நோக்கி, "என்னைப் பகைவரிடமிருந்து காப்பாற்றி நேரே என் நாதரின் மாளிகைக்கு அழைத்து வந்திருப்பதாகச் சொன்னீரே?" என்று கேட்டாள்.

வேஷதாரி நாயனார் மெல்ல வண்டியிலிருந்து இறங்கிவந்து பதில் சொல்வதற்குள், "அதில் சந்தேகமில்லை! அவர் உன்னை நாதன் மாளிகைக்குத்தான் அழைத்து வந்திருக்கிறார்" என்று கம்பீரமான ஒரு புதுக்குரல் கேட்டது:

அக்குரல் வந்த மாளிகை வாசல் பக்கம் தேவி திரும்பினாள்.

அங்கே –

"வீரபாண்டியச் சக்கரவர்த்திகளின் தேவியாரே! உன்னை எங்கள் நாயனார் அழைத்து வந்திருப்பது சந்தேகமில்லாமல் இந்த நாதன் மாளிகைக்குத்தான்! ஆனால் உன் நாதன் அல்ல! ஜனங்களின் நாதன்!... ஜனநாதன் என்ற பெயரைக் கேள்விப்பட்டிருப்பாயே?" என்று ஜனநாதன் வழக்கம்போல் விஷமச் சிரிப்புடன் வந்து மாளிகை வாசலில் நின்றான்! அவன் கையில் நாமம் இடப்பெற்ற ஒரு செம்பு இருந்தது!

தேவி மதி குழம்பினாள்.

"என் நாதரின் ராஜப் பிரதானிகளையெல்லாம் எனக்கு நன்றாகத் தெரியும்! ஆனால் ஜனநாதன் என்ற பெயருள்ள ஒருவர் முன்பு இருந்ததாகக்கூடக் கேள்விப்பட்டதில்லையே...?" என்றாள் தேவி.

"என்னுடைய நீளமான பட்டங்களையெல்லாம் வரிசைக் கிரமமாய்ச் சொல்லி, நான் யார் என்பதை விளக்கினால், என்னைவிட என்னைப்பற்றி நீ அதிகம் கேள்விப்பட்டிருப்பாய்!" என்று சிரித்தான் ஜனநாதன்.

"இது எந்த ஊர்?" என்று தேவி கலவரத்துடன் கேட்டாள்.

"உன் நாதனும் தந்தையும் தங்கியிருப்பதாக நீ எதிர்பார்த்து வந்த கொற்கையல்ல; உன்னுடைய நாதன் தோற்றோடிய உங்கள் தலைநகரான மதுரை!" என்று ஜனநாதன் சிரித்தான்.

"மதுரையா...?" என்று கேட்ட தேவியின் நெஞ்சில் எண்ணற்ற பீதியெண்ணங்கள் பறிந்தன. தன்னை அழைத்துவந்த நாயனாரின் பக்கம் திரும்பி, "இதெல்லாம் என்ன? நீர் யார்?" என்று ஓவெனக் கதறியவளாய்க் கேட்டாள்.

அதற்கவர் பதில் சொல்ல மனங் கூசியவர்போல் தலைகுனிந்து நின்றார்.

ஜனநாதனோ கலகலவென்று சிரித்துக்கொண்டே, "தேவி, உன்னை அழைத்துவந்த அந்த நாயனார் வேறு யாருமல்ல; நெற்றியில் நாமம் போடும் எங்கள் அநுமார்தான்!" என்று சொல்லி விட்டு அவர் பக்கம் திரும்பி, "அநுமாரே, பிராட்டியார் முன் உன் உருக்காட்டுப் படலத்தை விரைவில் முடித்துவிடு!" என்று சொல்லிக் கொண்டே, தன் கையில் கொண்டு வந்த ஒரு செம்பு தண்ணீரையும் அவரது சிரசின்மீது கொட்டி, "இது காவிரி தீர்த்தம்! வைஷ்ணவ அநுமார் சிவமத நாயனாராக உருமாறிய பாவத்தை இந்த ஒரு செம்பு தீர்த்தம் கழித்துவிடும்!" என்று சிரித்தான்.

செம்பு தண்ணீரால் நாயனாரின் முகத்திலிருந்த குங்குமம் கரைந்து போகவே, அது ஓர் அழகிய வாலிபனின் முகமாக மாறியது.

தெருக்கூத்தாடிகள் மொட்டைத் தலைச் சாமியாராக வேஷமிடத் தலையில் அணியும் சிரசணியை நாயனாரின் சிரசிலிருந்து கழற்றிவிடவே, போலி நாயனார் சுருண்ட கேசங்களுடன் கூடிய ஒரு சுந்தர வடிவமுள்ள வாலிபனாக மாறினார்.

அந்த வாலிபனை நோக்கி தேவி, "குங்கிலியக்கலய நாயனாராக வேஷம் தரித்து வந்து என்னை இங்கே தந்திரமாக அழைத்துவந்த நோக்கமென்ன? உண்மையில் நீ யார்? நீ யார்?" என்று ஆத்திரத்துடன் கேட்டாள்.

"நான்தான் வீரசேகரன்!" என்று பதில் வந்தது.

வீரசேகரன் என்று கேட்டதும் தேவியின் சர்வாங்கமும் நடுநடுங்கியது. தாமரை முகம் பிரேதம்போல் வெளிறியது. மூர்ச்சையுற்றவள்போல் அப்படியே கற்சிலையாகச் சமைந்து நின்றுவிட்டாள்.

வீரசேகரனோ குரல் குழற, "தாயே! என்னை மன்னித்துக் கொள்! உன்னை உயிரோடு சிறைபிடித்து வருவதாக எங்கள் சோழிய மந்திராலோசனை சபையில் சபதம் செய்தேன்! என் சபதம் நிறைவேறுவதற்கு இந்த வஞ்சகமான மார்க்கத்தைப் பின்பற்றுவதைத் தவிர எனக்கு வேறு வழியில்லை!" என்றான்.

அதற்குத் தேவி பதில் சொல்லவில்லை; அழவில்லை; கதறவில்லை; கண்கலங்கவுமில்லை. சோக நாடகத்தில் எல்லாவிதக் கோர ஆட்டங்களும் முடிந்துவிட்டதுபோல் விரக்தியுணர்ச்சியுடன் அசைவற்று நின்றாள்.

நிஜக் குங்கிலியக்கலய நாயனாரோ, அவர்களிருவருக்கும் நடுவில் ஆத்திரமாக வந்து நின்று, தேவியை நோக்கி, "வீரசேகரன் என்ற இந்த வைஷ்ணவப் பாவியும் ஜனநாதன் என்ற அந்த மகா பாவியும் என்னைச் சிறையில் அடைத்து வைத்தார்கள். என் தமக்கையாரான திலகவதியையும் எங்கள் ஊரிலிருந்து சிறைபிடித்து வந்து அவளைத் தனியாக அடைத்துவைத்துச் சித்திரவதை செய்து மானபங்கமும் செய்யப் போவதாகச் சொன்னார்கள். என்னையும் அவளையும் விட்டு விடும்படி இந்தப் பாவிகளிடம் நான் கெஞ்சிக் கதறினேன்! என்னுடைய பூர்வாசிரம சரித்திரத்தையும், முக்கியமாக வீரபாண்டியச் சக்கரவர்த்திகளோடு நான் சம்பந்தப்பட்ட ஒவ்வொரு சிறு நிகழ்ச்சியையும் விடாமல் சொன்னால் எங்களை

விட்டுவிடுவதாகச் சொன்னார்கள். நான் குன்றைக்குடித் திருவிழாவில் உங்கள் மந்திரத் தலைவர்களின் ஒருவரான பொன்னம்பலகாரரைச் சந்தித்தது உட்பட ஓர் அற்ப நிகழ்ச்சியைக்கூட விடாமல் அவ்வளவையும் சொல்லிவிட்டேன்! அவ்வளவும் இந்த வைஷ்ணவப் பாபி என்னைப்போல் நடித்து உன்னை ஏமாற்றிச் சிறைபிடித்து வர உபயோகப்படும் என்று அறியாமல் மதிமோசம் போனேன்! உன்னை வஞ்சிப்பதற்கு என் உருவம் உபயோகப்பட்டது என் முன் ஜன்ம வினைதான்!'' என்று பலவாறாகப் புலம்பினார்.

ஜனநாதன் அவரை நோக்கிச் சிரித்துக்கொண்டே, ''மெய்யடியாரே! ஒன்றுக்கும் உபயோகப்படாத ஊத்தைச் சடலம் என்று பாடுவீரே! குங்குமம் பூசிய உம் திருவுருவம் உம்மையறியாமலே எங்களுக்கு எவ்வளவு பெரிய காரியத்துக்கு உபயோகப்பட்டது பார்த்தீரா?'' என்றான்.

அவனை எரித்து விடுவதுபோல் நாயனார் பார்த்துவிட்டு, தேவியை நோக்கிப் பரிபவம் ததும்பும் குரலில் கூறினார்: ''தாயே! என் தமக்கையார் மீதுள்ள பாசத்தினாலும் அவளுடைய மானத்தைக் காப்பாற்ற வேண்டுமென்ற உணர்ச்சியினாலும் நான் மதிமோசம் போனேன்! நீ இந்தப் பாவிகளிடம் சிறைப்பட என்னை அறியாமலே காரணமாகிவிட்டேன்!... தாயே!... என்னையும் திலகவதியையும் விடுதலை செய்யப் போவதாகவும், இளையான்குடிச் சிறையிலிருந்து திலகவதி நேரே கூண்டுவண்டியில் இங்கு வரப் போவதாகவும் சொல்லி அந்த ஜனநாதன் என்ற பாவி என்னை இங்கே நிற்க வைத்தான்! படுபாவி, நம்பிக்கை மோசம் செய்து விட்டான்!'' என்றார்.

அதற்கு ஜனநாதன் அலட்சியச் சிரிப்புடன் அவரை நோக்கி, ''நாயனாரே! உம்மைப் போன்ற வெற்றாள்களிடம் ஜனநாதன் அனாவசியமாக நம்பிக்கை மோசம் செய்வதில்லை! கூடிய வரையில் என் வாக்குறுதியைக் காப்பாற்றுவேன்! இதோ, பாரும், உம் திலகவதியை!'' என்று சொல்லிவிட்டுக் கைகளைத் தட்டினான்.மாளிகையின் உள்ளிலிருந்து இரண்டு சேவகர்கள் துறவினிபோல் காஷாய ஆடை தரித்த ஒரு பெண்ணை அழைத்து வந்து நிறுத்தினார்கள். அவளைக் கண்டதும் நாயனார் ஆனந்தத்துடன், ''திலகவதி...'' என்று கூவி, ''திலகவதி! அந்தப் பாவியால் நீ எவ்வளவு துன்பப்பட்டாயோ?'' என்றார்.

அதற்குத் திலகவதி தன் தம்பியை நோக்கி, ''சிறையில் நான் ஒரு துன்பமும் அனுபவிக்கவில்லை! ஆனால் வீரசேகரன் என்ற அந்தப் பாவியோடு என் சிறைக்கு வந்த சிவகாமி என்ற ஒரு பெண்தான் என்னுடைய திருமஞ்சனப் பெட்டியைத் திருடிக்கொண்டு போய் விட்டாள்!'' என்று குறைப்பட்டாள்.

ஜனநாதன் அவளை நோக்கி, ''தில்கவதி! உன்னுடைய தம்பியைப்போல எங்கள் வீரசேகரன் குங்கிலியக் கலய நாயனாராக உருமாற நேர்ந்தபோது, அவனது சிவகாமியும் உன்னைப்போல திலகவதியாக உருமாறவேண்டிய அவசியமேற்பட்டது! திருமஞ்சனம் பூசி முகத்தை மறைத்துக்கொள்ள உன் திருமஞ்சனப் பெட்டியை ஒரு நல்ல காரியத்துக்குத்தான் சிவகாமி திருடினாள்! அவள் நெட்டூர்க் தோட்டைச் சித்திரகூடத்திலிருந்து திரும்பி வந்ததும் உன்னுடைய திருமஞ்சனப் பெட்டியை அவளிடமிருந்து வாங்கி உன்னிடம் திருப்பிக் கொடுத்து விடுகிறேன்! குலோத்துங்க சோழ சக்கரவர்த்திகளின் ராஜப் பிரதானிகள் பெண்களிடமிருந்து அற்பமான பொருள்களைப் பறிப்பதில்லை!'' என்று சிரித்தான்.

இவ்வளவு நாடகத்தையும் மௌனமாகக் கவனித்து வந்த தேவி, சிறிது சுயநினைவு பெற்றவளாய், தன் கண்ணிமைகளை மூடி, தன் இருதயத்திற்குள் தன் கணவரை ஸ்மரித்துக்கொண்டு சட்டென்று தன் கைவிரல் மோதிரத்தைக் கழற்றினாள்; அதன் நீலக்கல் ரத்தின மூடியை அவசரமாகத் திறந்தாள்.

அதைப் பார்த்த வீரசேகரன் சட்டென்று, ''தாயே! மரணத்திற்கு அவசரப்படாதே! உன் கை மோதிரத்திற்குள் விஷப் பொட்டலம் இல்லை! சுரங்கப் பாதையின் இருளில் வரும்போதே அதை நீக்கிவிட்டேன்! உன் பிராணநாதரின் இராஜவாளோ வண்டிக்காரனிடம் ஒப்படைக்கப்பட்டு விட்டது! தாயே! வாழ்வதைப் போல இனி சாவது அவ்வளவு சுலபமல்ல!'' என்றான்.

அதைக் கேட்டதும் தேவி நிலைகுலைந்து போனாள்; அவளுடைய நீலோற்பல விழிகளில் தூய்மையான பனித்திவலைகளைப் போலத் துயரமான கண்ணீர்த் துளிகள் நிறைந்தன.

வீரசேகரன் பக்கம் திரும்பிப் பார்க்கவே அவள் அருவருப்புற்றவளாய், மெல்ல ஜனநாதனை ஏறிட்டுப் பார்த்து, ''இனி என்னை என்ன செய்யப் போகிறீர்கள்?'' என்று சோர்ந்த குரலில் கேட்டாள்.

அதற்கு ஜனநாதன் கலகலவென்று சிரித்துக் கொண்டே, ''எனக்கென்ன தெரியும்? இளைய பிராட்டியாரை என்ன செய்வதென்று சீதையைச் சிறைபிடித்து வந்த ராவணச் சந்நியாசிக்குத்தான் தெரியும்! ஆனால் வீரசேகரன் ராவணனுக்காக உருமாறிய சந்நியாசியே தவிர ராவணன் அல்ல!'' என்றான்.

தேவி நடுங்கினாள்.

இளமை பொங்கித் ததும்பும் தேவியின் முகத்தைக் கூர்ந்து நோக்கியவாறு ஜனநாதன், ''பிறன் மனைவிக்கு ராவணனாக விளங்கக் கூடியவன் யாரென்பதைத் தேவி நன்றாகச் சிந்தித்துப் பார்த்தால் தானாகவே விளங்கும்!'' என்றான்.

''ராவணன்!'' என்ற சொல்லை ஜனநாதன் அழுத்திச் சொன்னதும் தேவிக்கு ஏதோ அருவருப்பான பழைய தூக் கனவைக் காண்பதுபோல் சர்வாங்கமும் புல்லரித்தது. ஆத்திரமும் மிகுந்தது. அவளுடைய ஆத்திரத்தையெல்லாம் வீரசேகரன் மீது திருப்பிவிட வேண்டும் என்பது போல் ஜனநாதன் வீரசேகரனைச் சுட்டிக்காட்டித் தேவியிடம் சொன்னான்: ''எங்கள் வீரசேகரன் சந்நியாசி நடிப்பில் என்னையும் மிஞ்சியவன்! ஆனால் அவன் ராவணனை உண்டாக்குபவனே தவிர, அவனே ராவணனல்ல!'' என்று சிரித்தான்.

வீரசேகரனை நோக்கி மனங் குமுறியவளாய் தேவி வெகுண்டு, ''பாபி! பெரும்பிழை செய்துவிட்டாய்! பெண்ணை வஞ்சித்த பாவம் பெண்ணாலன்றித் தீராது!'' என்று சபித்தாள்.

வீரசேகரனின் கண்கள் கலங்கின. ''தாயே! வஞ்சனையை வாயளவிலும் விரும்பாத நான், என் வாழ்நாளில் என் மனச்சாட்சியறிந்து செய்த முதல் வஞ்சகச் செயல் இதுதான்! உன்னை உயிரோடு சிறைப்பிடிப்பதாக நான் செய்த சபதம் நிறைவேறுவதற்கு, ஜனநாதன் சொன்ன இந்த சூழ்ச்சி முறையைத் தவிர, எனக்கு வேறு வழியில்லை! தாயே, என்னை மன்னித்துக் கொள்!'' என்று குரல் தழதழக்கக் கூறினான்.

தேவி அவனை நோக்கிச் சீறினாள்.

''தாயே தாயே என்று என்னைக் கூப்பிட்டு வஞ்சித்துவிட்டாய்! தாய் என்ற புனிதமான வார்த்தையை உன் வாயால் சொல்லாதே! உன்னுடைய காரிய வெற்றிக்காகப் பெற்றத் தாயையும் பிறனுக்கு தாரமாக்க மனங்கூசாத மகாப்பாவி நீ!'' என்று சீறினாள்.

தேவியின் அந்த வாக்குகளைக் கேட்டதும் வீரசேகரனுக்கு மெய் சிலிர்த்தது. உதடுகளும் நெஞ்சும் துடிதுடித்தன.

தேவி மேலும் விடாமல், ''பிறன் மனைவியைச் சிறை செய்வதைப் பெரும் இலட்சியமாகக் கொண்ட மகா வீரனே! நீ பெண்மையின் சக்தியை உணரவில்லை! சீதையின் கற்பு இலங்கையைச் சுட்டெரித்ததை நீ மறந்திருக்கலாம். முன்னம் கண்ணகியென்ற உங்கள் சோழ நாட்டுக் கற்பரசி எங்கள்

மதுரையைச் சுட்டெரித்த கதையையும் நீ மறந்திருக்கலாம்! இனிப் பாண்டி நாட்டுப் பெண்ணொருத்தி உங்கள் சோழ நாட்டைச் சுட்டெரிக்கும் சரித்திரத்தை நீ காண்பாய்!'' என்று சீறினாள்.

ஜனநாதன் கலகலவென்று சிரித்தான்.

தேவி அவனை நோக்கி ஆத்திரத்துடன், ''நீ நம்பவில்லையா?'' என்று கேட்டாள்.

''இல்லை, இல்லை! உன்னைவிட நான்தான் அதை அதிகம் நம்புகிறேன்! கதை, கதையாய் இருந்து விடாமல் சரித்திரமாக மாற வேண்டும் என்பதுதான் என் மனோரதமும்!'' என்றான் ஜனநாதன்.

வீரசேகரன் பக்கம் தேவி விருட்டெனத் திரும்பி, ''பிறன் மனைவியைச் சிறையெடுப்பதாகச் சபதம் செய்த பேதையே!... பெண்மையைக் களங்கப்படுத்தி எந்த நாடும் பொன்னாடாகத் திகழ்ந்ததுமில்லை. எவனும் பெருமையுடன் வாழ்ந்ததுமில்லை!'' என்றாள்.

தேவியின் சுடுசொற்கள் முன் வீரசேகரன் உணர்ச்சி வசப்பட்டான். துள்ளித் தாவி ஜனநாதனின் இடையில் தொங்கும் தன் வீரவாளை வெடுக்கென்று உருவிப் பலமாக ஓங்கிப் பிடித்தான்.

''தாயே! என்ன வார்த்தைகள் சொல்லிவிட்டாய்! என் கையில் வீரவாள் இருக்கும் வரை உன் பெண்மைக்கு எந்தக் களங்கமும் ஏற்படவிடேன்! உன்னை உயிரோடு சிறை செய்வதாகச்

சபதம் செய்து வெற்றிபெற்ற நான், உயிரோடிருக்கும் வரை உன் கற்பைப் பாதுகாப்பதாகவும் சபதம் செய்கிறேன்! சேர சோழ பாண்டியர் எனச் சிதறிக் கிடக்காமல் ஒன்றுபட்ட தமிழகமாய் ஒரே சோழ சாம்ராஜ்யத்தின் சூரியோதயம் கிளம்ப வேண்டுமென எந்த இலட்சியக் கனவு காண்கிறேனோ, அந்த இலட்சியத்தின் மீது ஆணை! எந்தத் தமிழன்னை அகிலம் முழுவதும் பிரகாசிக்கவேண்டுமென அல்லும் பகலும் அனவரதமும் பூஜிக்கிறேனோ, அந்தத் தமிழ் அன்னையின் மீது ஆணை! எந்த வெற்றிவாளை நம்பி என் இலட்சிய யாத்திரையில் குதித்தேனோ, அந்த என் விஜயவாளின்மீது ஆணை! எந்தத் தேசக் கடமைக்காக உன்னைச் சிறை செய்தேனோ, அந்த கடமையின்மீது ஆணை! என் உடலில் உயிரின் ஓர் அணு இருக்கும்வரை என் கடவுளே வந்தாலும் உன்னைத் தொடவிடமாட்டேன்! உன் கற்பிற்கு எவனாலும் ஹானி ஏற்படுமாயின் என் கையிலுள்ள இந்தக் கத்தியைப் பொடிப் பொடியாக உடைத்தெறிவது மட்டுமல்ல, அவற்றை என் நெஞ்சுக்குள் புதைத்தும் விடுவேன்!'' என்று வீரசேகரன் ஆணையிட்டான்.

அவனது வீர உள்ளத்திலிருந்து வெளிப்படும் உணர்ச்சிப் பிரவாகங்களைக் கண்டு தேவியும் சிறிது மனங் குழைந்தாள்.

''தாயே! உன் பெண்மையைப் பாதுகாப்பேன் என்ற என் சபதத்தை நீ பரிபூரணமாக நம்பவேண்டும்!'' என்று கூறிக்கொண்டே வீரசேகரன் தன் கையில் ஓங்கிய கத்தியின் முனையினால் தன் நெற்றியில் கிழித்து, அதிலிருந்து கொட்டும் ரத்தத் துளிகளைத் தேவியின் மலர்ப் பாதங்களில் விழச் செய்தான். ''தாயே! என் இரத்தம் இனி உன் புனிதத்தைப் பாதுகாப்பதற்காக உன் பாதங்களில் அடைக்கலம்! இன்று என் நெற்றியில் விழும் கத்தி வடு பெண்ணின் கற்பை நினைவூட்டும் சின்னமாய் என்றென்றும் விளங்கட்டும்!'' என்றான்.

தேவியின் கண்களில் நீர் நிறைந்தது.

''தாயே! என் வாக்குறுதிக்குப் பிரதியாக உன் வாக்குறுதியை நினைவூட்டுகிறேன்! நான் உன்னைச் சிறை வைத்துப் பலத்த காவல் புரிந்தாலுங்கூட, உன் பிராணநாதர் உயிரோடிருக்கும் வரை, உன் கற்பிற்கு ஹானி நேர்ந்தாலொழிய, என் அனுமதியின்றி பிராணத்தியாகம் செய்து கொள்ளக்கூடாது. பெண் குற்றவாளிகள் தற்கொலை செய்துகொள்ளாமல் தடுப்பதற்காக அவர்களது தாழிருங் கூந்தலை நீக்கிவிடவேண்டும் என்று ஒரு சிறை விதியிருப்பதாலும், அதிலிருந்து உனக்குச் சலுகை தர விரும்புவதாலுமே உன்னிடம் அந்த வாக்குறுதியை வற்புறுத்திக் கேட்கிறேன்!''

"அவ்வாறே ஆகட்டும்! என் பிராணநாதரின் மீது ஆணையிட்டுச் சொன்ன என் வாக்குறுதியை என்றும் மறவேன்!" என்று தேவி கண்ணீருடன் உறுதி கூறினாள்.

"தாயே, இந்த வாக்குறுதிக்குப் பிரதியாக, உன் விடுதலையைத் தவிர வேறு எந்த உதவி கேட்டாலும் தருகிறேன்!" என்றான் வீரசேகரன்.

"சிறைக்குள் எப்போதாவது ஒரு துளி விஷம் மட்டும் கேட்பேன்! அதைத் தவிர வேறு எந்த உதவியையும் உன்னிடம் எதிர்பார்க்கவில்லை!" என்றாள் தேவி.

"தாயே! தேவைப்பட்டால் ஒரு துளி விஷமல்ல, என் நெஞ்சின் இரத்தத்தோடு பல துளி விஷத்தைக் கலந்து தருவேன்! உன் கற்பைப் பாதுகாக்க என் மரணத்தாலும் முடியாவிட்டால் நானே உன்னிடம் விஷம் கொண்டுவந்து தருவேன்!" என்று வாக்குறுதி கொடுத்தான் வீரசேகரன். இவ்வளவு உணர்ச்சிகரமான சம்பவங்களையெல்லாம் அலட்சியமாகச் சிரித்துக் கொண்டே கவனித்து வந்த ஜனநாதன் மெல்ல வீரசேகரன் காதுக்குள், "வீரசேகரா! நீ வீரபாண்டியன் தேவியை உயிரோடு சிறைப்பிடிப்பதாகச் சபதம் செய்தது மட்டும் போதாது. அவளுடைய கற்பைப் பாதுகாப்பதாகவும் சபதம் செய்யவேண்டும் என்பது என் திட்டம்! அதற்காகவே தேவிக்கு ஆத்திரமுண்டாக்கி நீ இவ்வாறு சபதம் செய்யும்படியான ஓர் உணர்ச்சிகரமான சூழ்நிலையை உண்டாக்கினேன்!" என்றான்.

வியப்புற்ற வீரசேகரன் இரகசியமான குரலில் அவனிடம், "இதன் உள்ளர்த்தம்...?" என்று கேட்டான்.

"இப்போது உனக்குத் தெரியாது! அசல் ராவண சந்நியாசியின் உருக்காட்டுப் படலம் ஆரம்பமாகும்போது அது தானாகவே உனக்கு விளங்கும்!" என்றான் ஜனநாதன் பரமரகசியமாக.

"ராவணன் யார்?"

"யோசித்துப் பார்! அதுதான் இனி நான் ஒவ்வொருவரிடமும் எழுப்பப்போகும் கேள்வி!" என்று ஜனநாதன் விஷமப் புன்னகை செய்தான்.

ஏதோ சிந்தனையில் ஆழ்ந்திருந்த தேவி நெஞ்சு விம்ம நெடுமூச்செறிந்தவளாய், அவ்விரு வாலிபர்களையும் நோக்கி, "என்னை நீங்கள் இங்கே மதுரையிலே சிறை வைப்பதைப்பற்றி எனக்குக் கவலையில்லை! என் பிராணநாதர் இங்கு

படையெடுத்து வந்து என்னையும் எங்கள் தலைநகரையும் ஒருங்கே மீட்பார்.''

''தாயே! உன் பிராணநாதர் உன்னைச் சிறைமீட்டுச் சென்றால் நான் அதிக ஆனந்தமடைவேன்! ஆனால் என் உடலில் உயிர் உள்ளவரை, உன்னையோ இம் மதுரையையோ என் கையிலிருந்து வீரபாண்டியன் மீட்க விடமாட்டேன். தலைநகரை மீட்க வராத வீரபாண்டியன் தன் பட்டத்தரசியைச் சிறை மீட்கவாவது இங்கு பெரும்படை எடுத்து வருவான் என்பது நாங்கள் எதிர்பார்க்கக் கூடியதுதான்! இங்கு பெரும் யுத்தம் ஒன்றுக்கு நாங்கள் தயாராகவே இருப்போம்!'' என்றான் வீரசேகரன்.

ஜனநாதன் அவனை நோக்கி கலகலவென்று சிரித்து, ''இல்லை தம்பி! நீங்களிருவரும் எதிர்பார்ப்பது வீண்! இங்கு யுத்தமே நடக்காது!'' என்றான்.

அவனை வியப்புடன் நோக்கிய வீரசேகரன், ''எதனால் அவ்வாறு எதிர்பார்க்கிறாய்?'' என்று கேட்டான்.

''இரண்டு மல்யுத்தர்களில் ஒருவன் கோழையாகி விடுவான்! இன்னொருவன் அரூபியாகி விடுவான்! யுத்தம் எப்படி நடக்கும்? தம்பி, நீ வீரபாண்டியன் மனைவியைச் சிறைபிடித்ததோடு இங்கே யுத்தகாண்டம் முடிந்துவிட்டது! இனி அடுத்த காண்டந்தான் ஆரம்பமாக வேண்டும்!'' என்று ஜனநாதன் சிரித்தான்.

''அடுத்த காண்டம் என்ன?'' என்று கேட்டான் வீரசேகரன்.

''அசோகவனம் எனும் சுந்தரகாண்டந்தான்!'' என்று சிரித்தான் ஜனநாதன்.

□ □ □

முதலாவது பாகமான யுத்த காண்டம் முற்றிற்று.

இரண்டாம் பாகம்

சுந்தர காண்டம்

கடவுள் வணக்கம்

"அலங்கலில் தோன்றும்,
பொய்ம்மை அரவு எனப் பூதம் ஐந்தும்!"

– கம்ப ராமாயணம்

அத்தியாயம் 23

மதுரை மீனாக்ஷி அம்மன் கோயிலில் உச்சிக்கால மணி அடித்தது. பாண்டிய நாட்டின் தலை நகரான மதுரையில் சோழ நாட்டின் நிலப் படைகள் அனைத்தும் வெற்றித் திருவிழா கொண்டாடின. வீரபாண்டியன் பதுங்கியிருந்த நெட்டூர்க் கோட்டையைத் தவிடு பொடியாக்கி, வீரபாண்டியன் மனைவியைச் சிறைபிடித்து வந்த வீரசேகரனை சோழிய வீரர்கள் வானளாவ வாழ்த்திக்கொண்டே நகரின் பல வீதிகளிலும் சதா அணிவகுத்துச் சென்று கொண்டிருந்தனர். கிழவர்களான சோழ ராஜ தந்திரிகளுங்கூட இந்த நிகழ்ச்சியை மாபெரும் வெற்றியாகக் கருதினார்கள். வீரபாண்டியனிடமிருந்து அவனது தேவியோடு, வாழையடி வாழையாகப் பாண்டிய

வம்சத்திற்குரிய புராதன பொன்முடியையும் அபகரித்து வந்து, விக்கிரம பாண்டியனை மழவராயன் அரியணையில் அமரவைத்து விரைவில் முடி சூட்டுவிழா நடத்துவதற்கும் திட்டமிட்டனர். மதுரையில் தாங்கள் ஆதரிக்கும் விக்கிரம பாண்டியன் கட்சிக்கு எதிராக வளர்ந்து கொண்டிருந்த வீரபாண்டியன் கட்சியை நிர்மூலமாக்கி விட்டதாகவும்; பாண்டிய அரசியலின் தலைவிதியில் சோழ சாம்ராஜ்யம் நிரந்தரமான அடிமை முத்திரையிட்டு விட்டதாகவும் அவர்களுடைய எண்ணம்! ஆனால் பாண்டிய மக்களோ, பிறன் மனைவியைச் சிறைபிடித்த இந்நிகழ்ச்சியை மாபெரும் அவமானச் சின்னமாகவே கருதினார்கள்!

தேவியை வீரசேகரன் சிறைபிடித்து வந்த செய்தி காட்டுத் தீ போல் நகரம் முழுதும் பரவிய உடனே, ஜனத்திரள் பெருங்கடலின் பேரலைகள்போல், நகரிலுள்ள சகல சிறைகளுக்கும் திரண்டு சென்றார்கள். தேவி பிராணத் தியாகமோ, மரண தண்டனையோ அடையும் முன் கடைசியாக ஒருமுறை அவளைப் பார்த்துவிட வேண்டும் என்ற ஆசை பெருவாரியான ஜனங்களுக்கு இருந்தது. உலகத்திலே பேரதிசயமான அழகு வாய்ந்தவள் என்று கேள்விப்பட்டிருந்த பெண்கள் கடைசிக் காலத்திலாவது அந்தத் துர்ப்பாக்கியவதியின் அழகைப் பார்த்து விடவேண்டுமென்று ஓடிவந்தார்கள். மதுரைக்குள் இரகசியமாக இருந்த வீரபாண்டியன் கட்சியைச் சேர்ந்த புரட்சிக்காரர்களோ எப்படியாவது எந்தச் சிறையையும் உடைத்து வீரபாண்டியன் மனைவியை விடுவித்துவிட வேண்டும் என்று குமுறிக் கொண்டிருந்தார்கள்.

ஆனால் மதுரையிலுள்ள எந்தச் சிறையிலும் தேவி இல்லை என்பதைக் கண்ட அனைவரும் ஏமாற்றத்துடன் திரும்பினார்கள்.

வீரசேகரனோ, "நான் வீரபாண்டியன் தேவியான திரைலோக்கிய முழுதுடையாளை உயிரோடு சிறைபிடித்துவிட்டேன். நம் சோழமண்டலத்து மாபெரும் மந்திராலோசனை சபைகூடும் போது அங்கு தேவியைக் கொண்டு வந்து நிறுத்தி என் சபதத்திலிருந்து விடுபடுவேனாக!" என்று சோழ அரசாங்கத்தின் தலைமைப் பீடத்திற்குத் தகவல் அனுப்பியிருந்தானே தவிர, தேவி எந்த இடத்தில் சிறை வைக்கப்பட்டிருக்கிறாள் என்ற தகவலை மட்டும் தன் நெருங்கிய தோழர்களிடங்கூடச் சொல்லவில்லை!.

உண்மையில் ஜனநாதன் மாளிகையில்தான் தேவி சிறை வைக்கப்பட்டிருந்தாள். மாளிகையின் மூன்றாவது மாடியின் ஒரு மூலையிலுள்ள ஒரு சிறு உக்கிராண அறைக்குள் தேவியையும், அவளது குமாரனான வீரகேரளனையும், அவர்களுக்குப் பாதுகாவலாகச் சிவகாமியையும் வைத்து வெளியே கதவைச் சாத்தி ஒரு பெரிய பூட்டுப் போட்டுப் பூட்டி வைத்திருந்தான்

ஜனநாதன். ஆனால் மாளிகையைச் சுற்றி ஒரு காவலும் இல்லை; மாளிகைக்குள்ளோ ஓர் ஈ காக்கைகூட இல்லை. யாருக்கும் சந்தேகம் ஏற்படக்கூடாது என்பதற்காகத் தெருவாசல் கதவை வழக்கத்திற்கு அதிகமாகவே திறந்து வைத்திருந்தான் ஜனநாதன்.

அவனுடைய மாளிகைக்குள்தான் தேவி இருப்பாளா என்று சோழிய யானைப் படைத் தலைவரான கிழவர் சம்புவராயருக்கு ஒரு சந்தேகம்! அதை ஊர்ஜிதம் செய்து கொள்ளும் ஆவலுடன் கிழவர் உடனே ஜனநாதன் மாளிகைக்கு வந்தார்.

ஜன நாதனோ, மாளிகையின் மூன்றாவது மாடியில், பூட்டப்பட்ட அறைக்கு முன், வீரசேகரனோடு மிகச் சாவகாசமாய்ச் சொக்கட்டான் விளையாடிக் கொண்டிருந்தான். வீரசேகரன் பகடைகள் உருட்டினானே தவிர, ஆட்டத்தின் ஒவ்வொரு காயையும் ஜனநாதன்தான் நகர்த்திக் கொண்டிருந்தான்!

கிழவர் சம்புவராயரைக் கண்ட ஜனநாதன் வழக்கமான விஷமச் சிரிப்புடன், ‘‘என்ன பெரியவரே! ஏதாவது பெரிய காரியமில்லாமல் நீராக இந்தச் சின்ன மனிதன் மாளிகைக்கு வர மாட்டீரே! என்று கேட்டான். கிழவர் சம்புவராயர் ‘‘திருதிரு’’ வென விழித்தார். பூட்டப்பட்டிருந்த உக்கிராண அறை அவரது கண்ணை உறுத்தவே, ‘‘ஜனநாதா! உக்கிராண அறையைப் பூட்டி வைத்திருக்கிறாயே! அப்படியென்ன அதனுள்ளே இருக்கிறது?’’ என்று மெல்லக் கேட்டார்.

‘‘அந்த அறையினுள்ளே வீரபாண்டியன் மனைவி இருக்கிறாள்!’’ என்று ஜனநாதன் ‘வெடுக்’கென்று சொன்னான்.

‘‘இல்லை! பொய் சொல்லுகிறாய்! என்னைப் போன்றவர்களை ஏமாற்றவேண்டும் என்பதற்காகவே அந்த அறைக்கு அவ்வளவு பெரிய பூட்டுப் போட்டு வைத்திருக்கிறாய்! உக்கிராண அறையைத் திறந்து பார்த்தால் உள்ளே ஓர் உளுத்தம்பருப்புகூட இருக்காது!’’ என்று சம்புவராயர் சிரித்தார்.

ஜனநாதனும் சிரித்தான்! ஆனால் அந்த சிரிப்புக்கு என்ன அர்த்தம் என்று வழக்கம் போலவே அந்தக் கிழவரால் ஒன்றும் புரிந்து கொள்ள முடியவில்லை.

‘‘ஜனநாதா! வீரபாண்டியன் மனைவி இருக்குமிடத்தை என்னைப்போன்ற சோழ அதிகாரிகளுக்குக்கூட தெரியாதபடி நீயும் வீரசேகரனும் மறைத்து வைத்திருக்கிறீர்களே? அதிலே உள்ள ராஜதந்திரம் என்ன?’’ என்று மனதைவிட்டுக் கேட்டு விட்டார் கிழவர்.

''வீரபாண்டியன் தேவியை நம் வீரசேகரன் சிறை பிடித்து விட்டதால், இவன் நம் குலோத்துங்க சோழச் சக்கரவர்த்திகளின் அந்தரங்கத் தோழனாகக்கூட ஆகிவிடுவான்! தேவியை நம்முடைய மாபெரும் அரசியல்சபையில் கொண்டுபோய் நிறுத்தித் தன் சபதத்தை நிறைவேற்றிவிட்டாலோ, அரசியலில் இவனுடைய செல்வாக்கு என்னையும் உம்மையும் விடப் பல மடங்கு பெரிதாகிவிடும்; இதைப் பழம் பெருச்சாளிகளான நம் சோழ அதிகாரிகளால் சகிக்க முடியுமா? இப்போது நம்மில் யாராவது தேவியை இரகசியமாய்த் தப்பியோடச் செய்துவிட்டால், நம் வீரசேகரனுக்கு அரசியல் சபையில் மரண தண்டனைதான் காத்திருக்கும்! நம்மைவிட இன்னொருவன் முந்த விடாமல் பார்த்துக்கொள்வது அரசியல் துறைக்குத் தேவையான முதல் அம்சம் இல்லையா பெரியவரே!'' என்று சிரித்தான் ஜனநாதன்.

''ஜனநாதா! உன்னுடைய குரூரமான உபதேசத்தையெல்லாம் உன் அருமைச் சிஷ்யனோடு மட்டும் வைத்துக்கொள்!'' என்று கிழவர் சம்புவராயர் கோபமாய் எழுந்தார்.

''எங்கே, கோயிலுக்கா!'' என்று கேட்டான் ஜனநாதன்.

''ஆமாம்! நீயும் வரவில்லையா?''

''எனக்கு ஏதாவது தேவைப்பட்டால்தான் நான் கடவுளைக் கும்பிடப் போவேன்! அடிக்கடி போய் அநாவசியமாக யாருக்கும் நான் தொந்தரவு கொடுப்பதில்லை!'' என்று சிரித்தான் ஜனநாதன்.

''இன்றிரவு நம் வெற்றி விழாவை முன்னிட்டு ஆலயத்தில் மாபெரும் பூஜை நடக்கப் போகிறது!''

''பெரியவரே! நம்முடைய சோழ நாட்டிலே நம் சக்கரவர்த்திகளின் அரண்மனையிலே, கம்பர் ராமாயணம் பாடும்போது நாம் இங்கே பாண்டிய நாட்டில் பிறன் மனைவியைச் சிறை பிடிக்கிறோம்! ஆனால் கடவுளுக்கு ஏதாவது பூஜை நடத்திவிட்டால் எந்தப் பாபச்செயலும் மாபெரும் புனித இலட்சியமாக மாறிவிடும் இல்லையா?... நம் நாட்டிலிருந்து ஆயிரத்தெட்டு வைதீகர்களை வரவழைத்துப் புரியாத பாஷையில் பூஜை நடத்தும்படி நான்தான் நம் சோழ அரசாங்கத்திற்கு யோசனை சொன்னேன்!''

''அதற்குக்கூட நீ வரமாட்டாயா, ஜனநாதா?''

''நான் முட்டாள்களை ஏமாற்ற முட்டாள்களுக்கு வழிகாட்டுவேனே தவிர, நானே முட்டாள்களோடு ஒரு முட்டாளாகக் கலந்து கொள்வதில்லை!''

கிழவர் சம்புவராயர் கோபமாய் எழுந்தார்.

''சம்புவராயரே! சற்று இரும்! அதோ ஆலயமணி அடித்து முடிந்து கடவுள் வணக்கம் தொடங்கப் போகிறது. இனிமேல் தான் நம் நாட்டில் ஒரு இராமாயணம் நடக்கப்போகிறது என்று நான் அடிக்கடி சொல்லி வருகிறேன். இல்லையா? நாம் முன்பு சந்தித்தபோது இந்த மதுரை மண்ணில் கடவுள் வாழ்த்தோடு யுத்த காண்டம் துவங்கி முடிந்துவிட்டது. ஸ்ரீராமன் இல்லாதபோது சீதையை நாம் தூக்கிக் கொண்டு வந்துவிட்டோம். எவ்வளவு சுந்தரமான செயல்! இப்போது சீதையைச் சிறைவைக்கும் சுந்தர காண்டம் துவங்கப் போகிறது. ஆனால் இராவணன் யார் என்பதை இன்னும் நாம் அறிமுகப்படுத்தவில்லை;'' என்று ஜனநாதன் சிரித்தான்.

''இராவணன் யார்''? என்று வீரசேகரன் ஆத்திரத்தோடு கேட்டான்'.

''தம்பி இராவணன் நானாகவும் இருக்கலாம்; நீயாகவும் இருக்கலாம்! பிறன் பொருளுக்கு இச்சைப்படுவது பரம்பரையாக மனித இரத்தத்தில் ஊறிக் கிடக்கும் தத்துவமாகும்!'' என்றான் ஜனநாதன்.

''எனக்குத் தத்துவ விளக்கம் தேவையில்லை! இராவணன் நீயா என்பதைத் தெளிவாகத் தெரிந்து கொள்ள விரும்புகிறேன்'' என்று வீரசேகரன் சந்தேகக் கண்ணோடு ஜனநாதனை நோக்கிக் கேட்டான்.

''வீரபாண்டியன் மனைவியின் பேரழகை நினைத்துப் பார்த்தால் எந்தப் பெரிய மனிதனுமே இராவணனாக விளங்க ஆசைப்படுவான்! ஆனால் அந்தத் தகுதி தன்னொருவனுக்கே இருப்பதாக நம் குலோத்துங்கச் சோழச் சக்கரவர்த்திகள் கருதுகிறார்!''

''வேடிக்கையாகவேனும் இராஜ நிந்தனை செய்வதை நான் பொறுக்கமாட்டேன்!'' என்று வீரசேகரன் கத்தினான்.

''தம்பி, இது வேடிக்கை அல்ல! நம் குலோத்துங்கச் சோழரின் இருதயத்திலே புதைந்து கிடக்கும் பழைய சரித்திரம்! வேண்டுமானால் நம் கிழவர் சம்புவராயரைக் கேட்டுப்பார்!'' என்றான் ஜனநாதன்.

கிழவர் சுற்றுமுற்றும் பார்த்துவிட்டு, வீரபாண்டியனுக்குத் தேவி மனைவியாகுமுன் அவளுக்கும் நம் குலோத்துங்கச் சோழ

சக்கரவர்த்திகளுக்கும் திருமணப் பேச்சு நடந்தது ஓரளவு உண்மைதான்! ஆனால்....'' என்று மிகவும்மெல்லிய குரலில் கூறினார்.

''ஆனால் சேரராஜன் தன் பெண்ணைச் சோழ ராஜனுக்குக் கொடுக்க மறுத்துவிட்டு வீரபாண்டியனுக்கு மணம் புரிந்து கொடுத்து விட்டான்! ஏகாதிபத்தியக் கொள்கை படைத்த சோழ நாட்டோடு இராஜீய உறவு கொள்ளுவதைவிட, இலங்கையின் பக்க பலத்தோடு சமதர்ம அரசியல் நடத்தப்போகும் வீரபாண்டியனோடு இராஜீய உறவு கொள்ளுவதே தனக்கு நன்மை என்று நினைத்தான். அதற்குப் பழி தீர்த்துக் கொள்ளுவதற்காக மட்டும் நாம் இங்குப் படையெடுத்து வரவில்லை...'' என்றான் ஜனநாதன்.

''பின்னே வேறு எதற்காக?'' என்று வீரசேகரன் ஆத்திரத்தோடு கேட்டான்.

''தம்பி! முன்பொரு சமயம் சேரராஜன் அரண்மனைக்கு நம் சக்கரவர்த்திகள் போயிருந்த போது அங்கே தேவியைக் கண்டார். வாலிப வயதாகையாலே, கண்டதும் காதல் கொண்டார்! பிற்பாடு எத்தனையோ விதமான பெண்களின் அழகை ரசித்த பிறகுகூட, அவரால் தன்னுடைய முதற்காதலை மறக்க முடியவில்லை. நம்முடைய சக்கரவர்த்திகள் இப்போதும் வாலிப தசை உள்ளவர் என்பதை நீ சிந்தித்துப் பார்க்கவேண்டும். வீரபாண்டியனை விட்டு விட்டு தேவி அவரிடம் சென்றால் தன்னுடைய சாம்ராஜ்யத்தையே அவளுடைய கணவனுக்குக் கொடுத்து விட்டு அவளோடு எந்தக் குடிசையிலும் வாழத் தயாராயிருப்பார் நம் சக்கரவர்த்திகள்! நாம் வீரபாண்டியன் மீது படையெடுத்தது, காத்திருந்தவன் பெண்சாதியை நேற்று வந்தவன் கொண்டு போனானே என்ற ஆத்திரத்தினால் மட்டுமல்ல... அன்று நழுவிப்போன காதலை இன்று இரகசியமாகக் கைகூடச் செய்வதற்குதான்!'' என்று சிரித்தான் ஜனநாதன்.

''அக்கிரமம்! அநியாயம்! ஜனநாதா, நான் வீரபாண்டியன் மனைவியை சிறை பிடிக்கலாம். நாட்டின் மேன்மைக்காக அவளை என் கையாலே கொன்றுங் கூடவிடலாம்! ஆனால் அந்தப் புனிதவதியின் மீது களங்கம் சுமத்துவதை என் காதால் கேடக மாட்டேன். அதைவிட என் காதை அறுத்தெறிவேன்! அவ்வாறு சொல்லும் நாக்கையும் அறுத்தெறிவேன்!'' என்று கூவினான் வீரசேகரன்.

''தம்பி, உணர்ச்சி வசப்படாதே! வீரபாண்டியன் தேவியை நம் சக்கரவர்த்திகள் காதலிப்பது போல், அவரை அவள் காதலிப்பாளா என்பது எனக்குத் தெரியாது! இது போன்ற விஷயங்களில் பெண்ணுள்ளத்தை என்னைப் போன்ற புத்திசாலிகளால் கூடத் தெரிந்துகொள்ள முடியாது! ஆனால் வீரபாண்டியன் மனைவியை

"நீ உயிரோடுதான் சிறைபிடிக்க வேண்டுமென்று நம் சக்கரவர்த்திகள் ஏன் நிபந்தனை விதித்தார் என்பதையும் நீ யோசித்துப் பார்க்க வேண்டும்!"

"நம் சக்கரவர்த்திகளின் பட்டமகிஷி எப்போதோ நடந்த பெண்கள் சண்டையில் வீரபாண்டியன் தேவியை தன் வேளமேற்றி தன் அடிமைத் தாதியாக்குவதாக சபதம் செய்தது உண்டென்று மந்திராலோசனை சபையில் நீயே சொன்னாயே....?"

"ஆமாம்! நம் சக்கரவர்த்திகள் உபயோகப்படுத்தும் இராஜ தந்திரங்களில் அந்தச் சபதமும் ஒன்று! எப்போதோ விளையாட்டுச் சண்டையில் பட்டமகிஷி வேடிக்கையாய்ச் சொன்ன ஒரு சபதத்தை சக்கரவர்த்திகள் பெரும் மரணப் படையெடுப்பு நடத்தி நிறைவேற்ற வேண்டிய அவசியமில்லை!"

"ஜனநாதா, அடுத்தபடியாக நம் சோழ சாம்ராஜ்யத்தின் பட்டமகிஷி பிராட்டியாரின் பெண்மைக்கே கற்பிக்கும் பெருங்களங்கம் இது! பிறன் மனைவியொருத்தியை தன் பிராணநாதருக்கு ஆசைநாயகியாக்க பட்டமகிஷி சம்மதிப்பாரா?"

"எந்தப் பெண்ணுமே சம்மதிக்கமாட்டாள், தம்பி! ஆனால் வழி வழி சதிதர்மத்தில் ஊறி வந்தவளாகையாலே நம் பட்டமகிஷிக்குத் தன் பிராணநாதரின் சொல்லை மறுத்தளிக்க முடியாத நிலை; கணவனின் நப்பாசையை வெளியே காட்டிக் கொடுக்கவும் முடியவில்லை; பிறன் மனைவியைத் தன் கணவனுக்கு ஆசை நாயகியாக்க மனமும் சம்மதிக்கவில்லை. இதற்கு மத்தியில் தவிக்கும் பட்டமகிஷி ஏதாவது தந்திரமான ஓர் உபாயந்தான் தேடுவாள்! மறைமுகமாக எண்ணத்தைச் சாதிக்கும் எந்தக் காரியத்திற்கும் இந்த ஜனநாதனைத்தான் நாடுவாள்!"

வீரசேகரன் சிந்தனையில் ஆழ்ந்தான்.

அவனை நோக்கி ஜனநாதன் சிரித்துக் கொண்டே, "தம்பி! பிரிந்து கிடக்கும் மூவேந்தர் நாடும் ஒரே தமிழ் நாடாகும் என்று இலட்சியக் கனவோடு உன் உயிரைப் பணயம் வைத்துப் போராட்டத்தில் குதித்தாய்; ஆனால் அரசியல் தலைவர்கள் உன்னைப் போன்ற வாலிபர்களுக்கு உருட்டிக் கொடுக்கும் மாபெரும் இலட்சியங்கள் எவ்வளவு சுயநலக் கலப்புடையது என்று கண்டாயா?" என்றான்.

"ஜனநாதா! என் உயிர் போனாலும் அந்தக் கொள்கையில் உள்ள உறுதியை இழந்து விடமாட்டேன். முத்தமிழ் நாடும் ஒரே நாடாகி, கடல் கடந்து கங்கை கடாரத்துக்கு அப்பாலும் தமிழரின் புலிக்கொடி பறக்கும் என்ற என் நம்பிக்கையைக் கைவிடமாட்டேன்!

அந்த இலட்சியத்திற்காக, நான் ஒருவனாவது கடைசி வரை சோழ சாம்ராஜ்யத்துக்குச் சேவை செய்தே சாவேன்!'' என்றான் வீரசேகரன்.

''கேவலம் ஓர் அரசியல் இலட்சியத்திற்காகப் பிறன் மனைவியைச் சிறைபிடித்து அரசபிரானின் அந்தப்புரத்துக்கும் அனுப்பத் தயாராகி விடுவாய்! தம்பி, சாதாரண மனித இதயத்தைவிட எந்த லட்சியமும் அவ்வளவு பெரிதல்ல!'' என்றான் ஜனநாதன்.

''ஜனநாதா! எதையும் அறிவாலேயே ஆராயும் உனக்கு மனித இருதயத்தை பற்றி என்ன தெரியும்? வீரபாண்டியன் தேவி சீதையைவிடப் பன்மடங்கு உயர்ந்தவள். மாற்றானுக்கு மனைவியான பிறகு எந்தப் பெண்ணும் மற்றொருவனுக்குத் தன் மனதில் இடங்கொடுப்பாள் என்று நினைப்பதே மகா பாபம்!'' என்றான் வீரசேகரன்.

''எந்தப் பெண்ணும் என்று சொல்லாதே! ஒருவேளை தேவியின் உள்ளம் எந்தப் புயலிலும் கலக்கமடையா திருக்கலாம். ஆனால், நீ உயிருக்குயிராய்க் காதலிப்பவள் வேறொருவன் மனைவியாக இருந்தால், அவள் என்ன செய்வாள் என்பதையும் யோசித்துப் பார்க்கவேண்டும்!''

''என்ன செய்வாள்? அவள் உத்தமமானவளா யிருந்தால் என்னைக் கொன்று விடுவாள்!''

''ஆனால் நம் சக்கரவர்த்திகளைத் தேவி கொல்லமுடியாது. பழிச்சொல்தான் அவருடைய சோழ சாம்ராஜ்யத்தையே கொன்றொழிக்க வேண்டும்!'' என்றான் ஜனநாதன்.

இதுவரை கலவரமடைந்திருந்த கிழவர் சம்புவராயார் மெல்ல ஜனநாதனை நோக்கி, ''ஜனநாதா! இப்படிப்பட்ட அரசரின் அந்தரங்க விஷயங்களைப் பேசும்போது தயவுசெய்து என்னையும் வைத்துக்கொண்டு பேசாதே! தள்ளாத வயசில் எனக்கு எதற்கு வீண் பொல்லாப்பு?'' என்று சொல்லிவிட்டு வேகமாய் எழுந்தார்.

''பெரியவரே, இன்னும் கொஞ்சம் இரும்! இந்த நிலையில் நம் வீரசேகரன் என்ன செய்வான் என்பதையும் கேட்டுக்கொண்டு போகலாம்!'' என்று சிரித்தான் ஜனநாதன்.

''தேவியைச் சிறைபிடித்த வீரசேகரனே இப்பொழுது அவளைத் தப்பியோடச் செய்து விடுவானா?'' என்று ஆவலோடு சம்புவராயார் கேட்டார்.

''அதனால் வீரசேகரனுக்குத்தான் மரணதண்டனை கிடைக்குமே தவிர ஒரு பெண்ணின் மானத்தைக் காப்பாற்றி விடமுடியாது. தப்பியோடியவளை மறுபடி பிடித்து வந்து அரசரின் அந்தப்புரத்துக்கு அனுப்ப என்னைப்போல எத்தனையோ ராஜ அபிமானிகள் தயாராயிருப்பார்கள்!'' என்றான் ஜனநாதன்.

''அப்படியானால் நம் வீரசேகரன் ஆத்திரம் கொண்டு அரசியலுக்கு விலகு சீட்டுக் கொடுத்து விட்டு வெளியேறி விடுவானோ?'' என்று சம்புவராயர் மறுபடியும் ஆவலோடு கேட்டார்.

''அவ்வாறு வீரசேகரன் செய்தால், தமிழர்கள் வழி வழி செய்துவரும் முட்டாள்தனங்களில் அதுவும் ஒன்றாகி விடும்! உணர்ச்சிவசமாகிப் பதவியை உதறிவிடுவதால் என்ன பலன் கிடைக்கும்?'' என்று ஜனநாதன் சிரித்துக்கொண்டே வீரசேகரனை நோக்கி, ''தம்பி, பதவி உயர்வு கிடைக்கிறதென்றாலொழிய எந்த முகாந்திரத்தைக் கொண்டும் நீ இருக்கும் பதவியை விட்டு விடக்கூடாது. எவ்வளவுதான் உணர்ச்சி ஏற்பட்டாலும் அவ்வளவையும் அடக்கிக்கொண்டு நீ இருக்கும் பதவியிலேயே ஒட்டிக்கொண்டு எதற்கும் வளைந்து கொடுத்து குரங்குப்பிடியாய் இருக்க வேண்டும்!'' என்றான். வீரசேகரன் பலவித உணர்ச்சிகளின் குழப்பத்தில் கூவினான்:

''வீரபாண்டியன் மனைவியை என்னிடமிருந்து தப்பியோடவும் விடமாட்டேன். சோழ சாம்ராஜ்யத்திற்குரிய சேவையையும் கைவிடமாட்டேன். தேவியின் பெண்மைக்கு என் உயிர் உள்ளளவும் களங்கம் ஏற்படவும் விடமாட்டேன். இதற்கெல்லாம் ஒரு சரியான வழி நீ தான் காட்டவேண்டும். ஜனநாதா'' என்று பரிதாபமாகக் கேட்டான் வீரசேகரன்.

''நானா? தம்பி, இப்பொழுதுதான் என் அறிவு உனக்குத் தேவைப்படுகிறதா? ஆனால் இந்த ஜனநாதன் பிரதி பிரயோசனம் இல்லாமல் எவருக்கும் அனாவசியமாக யோசனைகூடச் சொல்லமாட்டான்.''

''இவ்வளவு தெரிந்தும் நீ முன்னமே என்னிடம் ஏன் சொல்லவில்லை?''

''உன் நன்மைக்காகத்தான்! இந்த அருவருப்பான இரகசியத்தை முன்னமேயே சொல்லியிருந்தால் நீ வீரபாண்டியன் தேவியைச் சிறை பிடித்திருக்கமாட்டாய். நீ அவளைச் சிறை பிடிப்பதாய்ச் சபதம் செய்திராவிட்டால் அரசியலில் இவ்வளவு சுலபமாக உன் அந்தஸ்தும் உயரமுடியாது!''

''அதனால் உனக்கென்ன பிரயோசனம்? தேவியை அடிமைத் தாதியைப் போலாக்க பட்ட மகிஷியின் சபதம் உண்டென ஏன்

மனமறிந்து ஒரு பெரும் பொய்யை நம் மந்திராலோசனை சபையில் சொன்னாய்?''

''அதனால் அரசரின் அந்தரங்கம் என் கையில் சிக்கிக் கொள்ளும், அரசரிடம் வரம்பு மீறிய புதுச் சலுகைகளை நான் வற்புறுத்திக் கேட்கவும் முடியும்! பிறன் மனைவி சம்பந்தமாக சொந்தப் புருஷன் மனைவி சண்டைக்குள் புகுந்து, காரிய சித்திக்காக அவர்கள் மாறிமாறி என்னை நாடும்படி செய்து, நம் அரசர் அதிகாரிகளுக்கும் நம் அரசியின் அதிகாரிகளுக்கு மிடையில் நான் அதிகச் செல்வாக்குப் பெற முடியும்! பார்த்தாயா, ஒரே இராஜ்யத்திற்குள், ஒரே அந்தப்புரத்திற்குள் புருஷன் மனைவிக்குள் அரசர், அரசியாரகட்சி என்று இரு கட்சிகளை உண்டாக்கி விட்டேன்! என் விஷயம் இருக்கட்டும், சீதாப்பிராட்டியாரை நீ சிறைபிடித்து வந்த இந்தப் புதுச் சுந்தர காண்டத்தில் உன் விஷயம் என்ன? அதாவது பிறன் மனைவியை நம் அரசரின் ஆசை நாயகியாக அந்தப்புரத்திற்கு அனுப்பி நம் அரசியாரின் அபிமானத்தை இழக்கப் போகிறாயா? அல்லது அவளை அனுப்ப மறுத்து நம் அரசரின் அபிமானத்தை இழக்கப்போகிறாயா?... இன்னும் சுருக்கமாகச் சொன்னால், நீ மாரீசனாகப் போகிறாயா? விபீஷணனாகப் போகிறாயா?'' என்று கேட்டுவிட்டு ஜனநாதன் சிரித்தான்.

வீரசேகரன் ஒரு முடிவுக்கும் வரமுடியாதவனாய் ஐந்தாறு தினங்கள் குழம்பிக் கொண்டிருந்தான். வீரபாண்டியனுக்குப் பதில் விக்கிரம பாண்டியனுக்கு விரைவில் முடிசூட்ட வேண்டுமென்ற காரணத்தைக் கூறி மாபெரும் சோழ மந்திராலோசனை சபையை விரைவில் கூட்டும்படி குலோத்துங்க சோழச் சக்கரவர்த்திகள் உத்திரவிட்டிருந்ததால், அச்சபையில் தேவியைக் கொண்டுபோய் நிறுத்த வேண்டிய நாளும் நெருங்கிக் கொண்டிருந்தது. ஒருநாள் உணர்ச்சி குன்றியவனாய் வீரசேகரன் ஜனநாதனின் மாளிகையில் அவனோடு உரையாடிக் கொண்டிருந்தபோது, ஜனநாதனின் ஒற்றன் ஒருவன் அவசரச் செய்திகளுடன் ஓடி வந்தான்.

அந்தச் செய்திகளிலிருந்து வீரசேகரன் தெரிந்து கொண்டவை: வீரபாண்டியன் மாபெரும் படையுடன் மதுரையை முற்றுகையிட்டுத் தன் தேவியைச் சிறைமீட்டுச் செல்வதாக குமுறியெழுந்தான், சேரராஜனும் தன் மகளைச் சிறைமீட்க மருமகனுக்குத் தன் படையுதவியனைத்தையும் தர முன்வந்தான். இலங்கை மன்னர் பராக்கிரமபாகுவிடமிருந்து வீரபாண்டியனுக்கு உதவியாக புதுவிதமான யுத்தக்கருவிகளையெல்லாம் ஈழவராயன் என்ற ஒருவன் பல படகுகளில் இரகசியமாகக் கொண்டு வந்து

இறக்கினான். அவனோடு ஊர்மிளாவைப் போல முகஜாடையுள்ள ஒருத்தியும் வந்து எப்படியோ தந்திரமாக மதுரைக் கோட்டைக்குள் புகுந்துவிட்டாள். இன்னும் சில தினங்களுக்குள் வீரபாண்டியன் போர் முரசு கொட்டி மதுரையைப் பயங்கரமான முறையிலே முற்றுகையிடுவது நிச்சயம்....

இவ்வளவையும் ஒற்றனிடமிருந்து கேட்ட பிறகும் ஜனநாதன் அமைதியாகச் சிரித்துக்கொண்டே வீரசேகரனை நோக்கி, ''தம்பி! வீரபாண்டியன் இவ்வளவு மாபெரும் படையுடன் முற்றுகையிட்டால், இங்கு மதுரையிலுள்ள நம் சோழியப்படைகள் என்ன ஆகும் தெரியுமா? என்னையும் கிழவர் சம்புவராயரையும் தவிர இந்த மதுரை மண்ணில் சோழியனின் ஓர் எலும்புத்துண்டு கூட மிஞ்சாது! அதோடு வீரபாண்டியன் நின்றுவிடுவானா? பழிக்குப்பழியாக நம் சோழ நாட்டின்மீதே படையெடுத்து நம் தலைநகரைச் சூறையாடி நம் அரசியாரையும் சிறையெடுத்துச் செல்வான்!'' என்றான்.

''இது எதிர்பார்க்கக்கூடியதே என்றாலும் இவ்வளவு அவசரமாக முற்றுகையிட வீரபாண்டியனுக்கு எங்கிருந்து இவ்வளவு ஆத்திரம் வந்தது?'' என்று கேட்டான் வீரசேகரன்.

''ஆண்மையுள்ளவனாயிருந்தால் உன் தலைநகரை மீட்காவிட்டாலும் உன் மனைவியையாவது அதிவிரைவில் சிறைமீட்டுச் செல்; இல்லையெனில் சோழ அரசருக்கு ஆசைநாயகியாக தேவி அனுப்பப்படுவாள் என்று நான்தான் அவனுக்குத் தகவல் எட்டச் செய்தேன்,'' என்றான் ஜனநாதன்.

வீரசேகரன் திடுக்கிட்டான்.

''தேவியைச் சிறைபிடித்ததோடு மதுரையில் யுத்த காண்டம் முடிந்துவிட்டது என்று நீதானே சொன்னாய். ஜனநாதா? இப்போது நீயே வீரபாண்டியனை முற்றுகையிடும்படி தூண்டிவிட்டாயே! இப்போது நாம் எப்படிச் சமாளிப்பது?''

''தம்பி! அது வெகு சுலபம்! வீரபாண்டியன் நம் கோட்டைக் கதவை உடைத்துக்கொண்டு உள்ளே காலடி வைத்தால், அவனது மனைவி அதற்கு முன்னதாக அங்கு நிறுத்தப்பட்டு, பலரின் முன்னிலையில் மானபங்கம் செய்யப்பட்டு அருவருப்பான முறையிலே கொல்லப்படுவாள் என்று அறிவிப்போம்! மனைவியின் மானத்தை மதிப்பவனாகையால் வீரபாண்டியன் மாபெரும் கோழையாகி விடுவான்! இரகசியமாகக் கோட்டைக்குள் புகுந்து தன் தேவியைத் தந்திரமாகச் சிறை மீட்டுச் செல்ல முயல்வானே

தவிர, பகிரங்கமாக முற்றுகையிடமாட்டான்! மேலும், நாம் முடிசூட்டப்போகும் விக்கிரம பாண்டியன் ஆட்சி இங்கே நிலைக்க வேண்டுமானால், மதுரையிலுள்ள வீரபாண்டியன் கட்சியின் தீவிரவாதிகளை நிர்மூலமாக்கிவிட வேண்டும்! அவர்கள், தேவியைச் சிறைமீட்க முயல்வார்களாகையால், வெகு சுலபமாக அவர்கள் யார் என்பது வெளிப்பட்டு விடும். அவர்களைப் பிடித்துக் கொன்றுவிடலாம்!'' என்றான் ஜனநாதன்.

''அக்கிரமம்! அக்கிரமம்! பத்தினி ஒருத்தியின் கற்பைச் சூதாட்டக் காயாக்கி அரசியல் சூழ்ச்சிக்கு உபயோகப்படுத்துவது மகா அக்கிரமம்!'' என்று கத்தினான் வீரசேகரன்.

''தம்பி! பிறன் மனைவியை நம் அரசர் பிரானின் அந்தப்புரத்திற்கு அனுப்பாமல் இங்கே மதுரையிலே சிறைவைத்து அவளுடைய கற்பைக் காப்பாற்ற வேண்டுமானால், அதற்கு நம் மந்திராலோசனை சபையில் தகுந்த முகாந்திரம் சொல்ல, இதைத் தவிர வேறு உபாயமில்லை!''

வீரசேகரன் யோசனையில் ஆழ்ந்தான்.

ஜனநாதன் சிரித்துக்கொண்டே, ''நம் அரசர்பிரான் இங்கே மதுரையிலுள்ள தேவியின் சிறையையே தன் அந்தப்புரமாக்கிவிட்டால் என்ன செய்வதென்று யோசிக்கிறாயா? அதற்கும் ஒரு தந்திரமுண்டு, பாண்டியன் தேவியை அடிமைத் தாதியாக்குவது என்ற நம் சோழ அரசியாரின் சபதத்தை இங்கே நம் சூழ்ச்சிக்கு உபயோக படுத்த வேண்டும்! இங்கே மதுரையில் நம் அரசியாரின் வேளம் என்ற பெயரில் ஒரு கோட்டையை உண்டாக்கி, அதிலே தேவியைச் சிறை வைத்து அரசியாரின் சொந்த வேலைக்காரப் படையையே காவல் வைக்க வேண்டும்! அரசியாரின் உத்திரவு இல்லாமல் அரசரைக்கூட அந்தப் படையினர் உள்ளே நுழையவிட மாட்டார்கள். அந்தப் படைக்கு நீயே தலைமை தாங்க அரசியாரின் கட்டளையையும் தயாராக வாங்கி வைத்திருக்கிறேன்!'' என்று சிரித்தான் ஜனநாதன்.

வீரசேகரன் அப்படியே ஜனநாதனைத் தழுவிக்கொண்டு, ''ஜனநாதா! இதுதான் சரியான யோசனை! தேவியின் கற்பைப் பாதுகாப்பதாக நான் அவளுக்குக் கொடுத்த வாக்குறுதியைக் காப்பாற்ற, இதுவே சரியான தந்திரம்!'' என்று அவனது அபூர்வமான யோசனையை வெகுவாகப் புகழ்ந்தான்.

''ஆனால் தம்பி, அரசரின் அந்தரங்கத் தோழனாக வேண்டியவன், அரசரின் பரம விரோதியாகிவிட்டாய் என்பதை மறந்து விடாதே! தேவி தனக்குக் கிடைக்க வில்லையே என்ற ஆத்திரம் அரசருக்கு அதிகமிருக்கும்! மதுரைச் சிறையிலிருந்து தேவி தப்பிச் சென்றால், அரசரின் கையாலேயே உன் தலைக்கு ஆபத்து தப்பாது என்பதையும் மறந்துவிடாதே!'' என்று ஜனநாதன் சிரித்தான்.

அத்தியாயம் 24

அசோகவனம்

"நின் உயிர் விடின், கூற்றம் கூடும்
என் ஆருயிர் நீங்கும்!"

– கம்ப ராமாயணம்

மதுரை அரண்மனையை அடுத்துள்ள அசோக மரங்கள் நிறைந்த காட்டில் ஒரு மாபெரும் கற்கோட்டை இருந்தது. அதைச் சுற்றிலும் முதலைகள் நிறைந்த மூன்று விதமான நீர் அகழிகளும் பலத்த காவலும் இருந்தன. யுத்தக் கருவிகளின் சேமிப்பிற்கும், பொற்காசுகள் தயாரிப்பதற்கும், பாண்டிய அரசர்கள் உபயோகித்து வந்த மாபெரும் கற்கோட்டையாகையாலே, ஈ காக்கை மட்டுமல்ல, சூரியகிரணங்கூட எளிதில் உள்ளே நுழைய முடியாதபடி அது கட்டப்பட்டிருந்தது.

இப்போது அக்கோட்டையிலுள்ள பொன் நாணயங்களை அரண்மனைக்கு மாற்றிவிட்டு அதில் வீரபாண்டியனின் மனைவியை அவளுடைய குமாரனோடு சிறை வைத்திருந்தார்கள் சோழிய அதிகாரிகள். அது சோழ அரசி நம் பிராட்டியார் வேளம் எனக் கருதப்பட்டாலும் அந்தக் கற்கோட்டைக்கு 'அசோக வனம்', என்று பெயரிட்டான் ஜனநாதன். தேசப் பாதுகாப்பிற்கு ஜீவநாடி போன்ற தேவியின் சிறைக்கு இரட்டைக் காவல் தேவையென சோழியர் மந்திராலோசனை சபையில் ஜனநாதன் சொன்னதாலே கோட்டையின் வெளிப்புறம் ஏகவாசகவாணகோவரசரின் பிரும்மாண்டமான காவற்படையும், உட்புறம் தேவியின் பாதுகாப்பு

சம்பந்தமாக சகலவிதமான பொறுப்புகளுடன் வீரசேகரன் தலைமையில் சோழ அரசியின் மாபெரும் வேலைக்காரப் படையும் நிறுத்தப்பட்டிருந்தன.

இவ்வளவு பலமான காவலுக்கு மத்தியிலும், மதுரையிலுள்ள வீரபாண்டியன் கட்சியினர் எப்படியாவது தேவியைத் தந்திரமாகச் சிறை மீட்டுச் செல்ல, ஓயாமல் முயன்று கொண்டிருந்தனர். தேவியைச் சிறை மீட்கும் முயற்சிகளில் ஈடுபட்டவர்களை, வீரபாண்டியன் கட்சியைச் சேர்ந்த தீவிரவாதிகள் எனக்கருதி அவ்வப்போது சோழியர் அதிகாரிகள் அவர்களைப் பிடித்துப் பயங்கரமான மரண தண்டனைகள் விதித்து வந்தனர். சிலர் முச்சந்திகளில் வரிசையாக நிறுத்தப்பட்டு மூக்கறுக்கப்பட்டார்கள். சிலர் யானைக்காலின் கீழ் வைத்து தலை நசுக்கப்பட்டனர். அவ்வாறிருந்தும், தேவியின் விடுதலையையொட்டிதான், சோழரின் ஆதிக்கத்திலிருந்து பாண்டிய நாட்டிற்குரிய விடுதலையும் அமைந்திருக்கிறது என்பதினால் அவர்களின் முயற்சிகள் நாளுக்கு நாள் பெருகிக் கொண்டிருந்தன. அவர்களின் முயற்சிகள் பெருகப் பெருக அசோக வனத்தின் காவலையும் சோழியர் பெருக்கிக் கொண்டிருந்தனர்.

இவ்வாறிருக்கும்போது ஒருநாள், அன்று நடுநிசியில் தேவியைச் சிறைமீட்கப் பெரும் முயற்சியொன்று நடைபெறப் போவதாக ஒற்றர்கள் மூலம் வீரசேகரனுக்கு ஒரு செய்தி எட்டியது. இவ்வாறு அடிக்கடி செய்திகள் எட்டுவது வழக்கமாயிருந்தாலும், அன்று பூராவும் மழை முகமாய் வானம் இருண்டு கிடந்ததையும், இரவில் பெருமழை பெய்து ஓய்ந்து மறுபடியும் நடுநிசியில் அடை மழைக்கு அறிகுறியாக இடியும் மின்னலும் வானத்தில் புரண்டு கொண்டிருந்ததையும் நினைக்கும்போது வீரசேகரனுக்கு சந்தேகம் தட்டியது. அன்று நடுநிசியில் அசோகவனக் கோட்டையின் பாதுகாவலைப் பரிசோதித்து வருவதற்காக வீரசேகரன் தன் வீட்டிலிருந்து புறப்பட்டான்.

வீரசேகரன் இருளைக்கிழித்துக் கொண்டு கிளம்பி, மேற்கு வீதியில் திரும்பி, அங்கு முச்சந்தியிலுள்ள செம்பியன் மாதேவி மண்டபத்தருகே வந்தபோது, அதன் மற்றொரு சுவர்ப்புறம் என்னவோ சந்தடி கேட்டது. இருளை ஊடுருவிக் கவனித்தான். சுவரின் நிழல் சரிவில், வளையல் ஒலிகளுடன் யாரோ ஒரு பெண் பதுங்கிப் பதுங்கி வருவது போல் மழைநீர் சேறாக்கியிருந்த சகதியில் ‘‘சதக்’’ ‘‘சதக்’’ கென்று காலடி ஓசைகள் கேட்டன. வீரசேகரன் தன்னையறியாமல் என்னவோ நினைவில், ‘‘ஊர்மிளா!’’ என்று கூவி விட்டான். அவனுடைய குரலைக்

கேட்டதும் அந்தப் பெண் திடுக்கிட்டவளாய், மண்டபத்தின் சிற்பச் சுவரருகில் ஒரு சிலைபோல அசைவற்று நின்று விட்டாள். வீரசேகரன் ஒரே தாவில் அந்தப் பெண் உருவத்தின் அருகே ஓடி, அவளது கையைப் பிடித்துக் கொண்டான்.

இடிகள் புரண்டு கொண்டிருந்த வானத்திலே பளிச்சென்று ஒரு மின்னல் பறிந்தது. அந்த மின்னல் வெளிச்சத்திலே அன்றலர்ந்த ரோஜா போன்ற ஊர்மிளாவின் முகம் தென்பட்டது.

அவனும் அவளும் ஏககாலத்தில் ''நீயா...?'' என்று கூவினார்கள். மருட்சி நிறைந்த ஊர்மிளாவின் கண்களிலே வீரசேகரனைக் கண்டதும் ஒரு மலர்ச்சி ஏற்பட்டது—பல நாளாகப் பிரிந்திருந்தபின் தாயின் முகத்தைக் கண்டதும் குழந்தையின் முகத்தில் ஏற்படுமே அதுபோல ஒரு குதூகலம்! இருவரும் இதயத்தில் பொங்கியெழும் அதிர்ச்சிகளைத் தாங்க முடியாதவர்களாய், முகத்தை சுவர்ப்புறம் திருப்பிக் கொண்டார்கள். அப்போது வானத்தின் புன்சிரிப்புபோல உதிர்ந்த மின்னல் ஒளியிலே, மண்டபச்சுவர் மீது இரு காதலரின் சிற்பங்கள் தென்பட்டன. காதல் வசமாகி ஒருத்தியின் முகத்தை ஏந்தி ஒருவன் கொஞ்சி மகிழும் பாவனையில் அவ்விரு சிற்பங்களும், கருங்கல்லில் சிற்பி தன் உயிரையே பெய்து விட்டதுபோல, அற்புதமாக ஆக்கப்பட்டிருந்தன. அவற்றை ஊர்மிளாவும் வீரசேகரனும் ஏககாலத்தில் கண்டதுமே வெட்கத்துடன் முகங்களைத் திருப்பிக் கொண்டார்கள்.

ஊர்மிளா மெல்ல ஓரக்கண்ணால் வீரசேகரனை உற்றுப் பார்த்தாள். அவளையறியாமல் உதட்டில் புன்சிரிப்பு பொங்கி வழிந்தாலும், நெஞ்சில் ஒரு பெருமூச்சும் மங்கி அழிந்தது. ஒருவிதப் பயப்பிராந்தியும் ஊடாடியது. உடலெங்கும் ''கிடுகிடு''வென்று என்னவோ ஒரு நடுக்கம் உண்டாயிற்று.

ஊர்மிளா சிரித்தாள்—நெஞ்சை மயக்கும் சிரிப்பு; விஷயத்தை மழுப்பிவிட முயலும் சிரிப்பு! ஆனால் வீரசேகரன் விடவில்லை.

''ஊர்மிளா ஏன் சிரிக்கிறாய்? வெள்ளையுள்ளம் படைத்த என்னை வெகு சுலபமாய் ஏமாற்றிவிடலாம் என்றா?''

ஊர்மிளா மறுபடியும் சிரித்தாள். ''உன் ஆருயிர் நண்பர் ஜனநாதர் என்னைப்பற்றி ஏதாவது தவறுதலாகச் சொன்னாரா? நான் வீரபாண்டிய சக்கரவர்த்திகளின் கட்சியைச் சேர்ந்தவள். தேவியைச் சிறைமீட்க முயலுபவள் என்றெல்லாம் அந்த அரசியல் குரு என்மீது குற்றம் சுமத்தியிருப்பாரே! ஆனால்..... என்மீது உனக்கு வெறுப்புண்டாக்க வேண்டுமென எதற்காக அவர்

விரும்புகிறார் என்பது எனக்குத் தெரியும்!'' என்று ஊர்மிளா துயரங் கலந்த குரலில் கூறினாள்.

"ஆமாம் ஊர்மிளா! ஜனநாதன் உன்னைப்பற்றி எவ்வளவோ சொன்னான்! ஆனால்.. உண்மையில் நீ எதிர்க்கட்சியைச் சேர்ந்தவளாயிருந்தாலும், என் கடமையை உனக்கு உணர்த்தி என் கட்சிக்காரியாக மாற்றிவிட முடியுமென்று சொன்னேன்! எதன் மூலம் மாற்றுவாய் என்று கேட்ட ஜனநாதன் ஏளனமாய் என்ன சொன்னான் தெரியுமா...?'' என்றான் வீரசேகரன்.

"என்ன சொன்னார்?'' என்று அவள் முகம் சிணுங்கினாள்.

"முட்டாளே, உன் காதல் மூலம் பெண்ணைக் கட்சி மாற்றிவிட முயல்கிறாயா என்று பரிகாசம் செய்தான்!'' என்றான் வீரசேகரன்.

அதைக் கேட்டதும் ஊர்மிளா ஒரு கணம் செயலற்றவளாய் நின்றுவிட்டாள்; நெஞ்சிலிருந்து ஏக்கமும் வேதனையும் கலந்த ஒரு பெருமூச்சு வெளிப்பட்டது.

வீரசேகரன் தன் இதயத்தில் பலநாள் மடைவெள்ளமாய் அடைப்பட்டுக் கிடக்கும் காதல் உணர்ச்சிகளையெல்லாம் அவளிடம் கொட்டிவிட விரும்பியவனாய் அவளது கைகளை இறுகப்பிடித்துக் கொண்டு, "ஊர்மிளா.. நான்.. உன்னை...'' என்றான்.

அவள் 'வெடுக்' கென்று அவன் வாயைப் பொத்தி, "அந்த வார்த்தையைச் சொல்லாதே!... நான் நன்றிகெட்டவள்! உன் அன்பிற்குத் தகுதியானவளல்ல!'' என்றாள். அவள் கருவிழிகளில் நீர் துளிர்த்தது.

வீரசேகரன் சிந்தனையில் ஆழ்ந்தான்.

"என்ன யோசிக்கிறாய்? நீ போகலாம்! எனக்கு நேரமாகிறது!'' என்று ஊர்மிளா அவசரப்படுத்தினாள்.

"மறுபடி நாம் எப்போது சந்திப்பது...''

"முடியுமானால் அடுத்த ஜன்மத்தில்'' என்றாள் ஊர்மிளா.

"அதுமட்டும் என்னால் முடியாது! இந்த ஜன்மத்திலே மறுபடி உன்னை ஒரு முறை ஒரு நாழிகை ஒரு நொடிப் பொழுதாவது சந்திக்க வேண்டும்! உன்மீதுள்ள அன்பை வெளிப்படுத்த எனக்கொரு சந்தர்ப்பம் கிடைக்க வேண்டும் அதுவரை உன்னை விடமாட்டேன்!''

"நீ நல்லவன் என்றால் நானும் நல்லவளாயிருக்க வேண்டும் என்றால், என்னை என் வழியிலே விட்டுவிடு! முடியுமானால் ஊர்மிளா என்ற ஒருத்தியே இந்த உலகத்தில் இல்லையென மறந்துவிடு!"

"என் உயிரோவியத்தை என்னால் மறக்க முடியுமா? என் வாழ்வின் ஜீவனை மறுபடி சந்திக்காமல் இருப்பேனா? என் அன்பை நீ அவ்வாறு புறக்கணிக்க விரும்பினால் உன் நிழல் போல் உன் உருவத்தை எங்கும் பின் தொடர்வேன்! சாவுக்கு அப்பால் கூடப் பின் தொடர்வேன்!"

"என்மீது உனக்கு அவ்வளவு அன்பா?" என்று கேட்ட ஊர்மிளா ஒரு கணம் என்னவோ யோசித்தாள்; மறுகணம் வீரசேகரனை நோக்கி, "அவ்வாறானால் நான் சொல்கிறபடி செய்வாயா?" என்றாள்.

"ஊர்மிளா; மறுபடி உன்னைச் சந்திக்க முடியுமென்று ஓயாமல் என் இதயம் சொல்லிக் கொண்டிருந்தது!" என்ற வீரசேகரன் அவளது முகத்தின் அழகையே அள்ளி விழுங்குபவன் போல் பார்த்துக் கொண்டிருந்தான்.

ஊர்மிளா நாணத்தோடு முகத்தைக் கவிழ்த்துக் கொண்டு "கையை விடு!" என்றாள்.

"ஊர்மிளா! முன்பொரு சமயம் இதே மாதிரி நடுநிசியில் நீ என்னிடமிருந்து தப்பி ஓடி விட்டாய்! மறுபடியும் இப்போது கைநழுவ விடமாட்டேன்!" என்றான் வீரசேகரன்.

பிறகு அவன், "இல்லை, ஊர்மிளா! நான்தான் உன் நம்பிக்கைக்குத் தகுதியானவனல்ல என்று நினைக்கிறாய்! நாம் ஒரே இரவுதான் சந்தித்தோம் என்றாலும், உன்னைப் பார்த்த முதல் பார்வையிலேயே, எத்தனையோ ஜன்மங்களாகப் பழகி வந்தது போல் ஓர் உணர்ச்சி எனக்கு உண்டாயிற்று! ஊர்மிளா!... ஊர்மிளா! உன்னைப் பற்றிய மர்மமென்ன? என்னிடம்கூடச் சொல்லக்கூடாதா? உனக்காக நான் உயிரையும் விடுவேனே!" என்று உருக்கத்துடன் அவள் முகத்தை நோக்கினான்.

‘‘என்னைப் பற்றி உனக்கு என்ன தெரியவேண்டும்?’’ என்றாள் ஊர்மிளா.

‘‘நீ யார் எங்கிருந்து வருகிறாய்? எங்கே போகிறாய்? ஏன் நடுநிசிகளில் மட்டும் தெருக்களில் அலைகிறாய்?’’

‘‘நான் சொல்ல மாட்டேன்! என் உயிர் போனாலும் சொல்லமாட்டேன் வீரசேகரா! அந்த மர்மங்களை யெல்லாம் சொன்னால், கிடைத்தற்கரிய உன் அன்பை இழந்துவிட நேரிடும்! அதைவிட என் உயிரையே இழந்து விடுவேன்’’ என்று சொன்ன ஊர்மிளா உள்ளே பொங்கியெழும் உணர்ச்சிகளைத் தாங்க முடியாதவளாய், தன்னிரு கைகளாலும் முகத்தைப் பொத்திக்கொண்டு விம்மினாள். ஊர்மிளாவின் சிரிப்பைவிட அவளது அழுகைதான் வீரசேகரன் நெஞ்சில் நெருக்கத்தை உண்டாக்கியது. ஆனால்... அழகான ஒரு பெண் ஓயாமல் நடுநிசிகளில் சஞ்சரிக்கக் காரணம்?– ‘ஒருவேளை, இவள் தன் காதலனை இரகசியமாகச் சந்தித்துவிட்டு வீடு திரும்புகிறாளோ...?’ என்று வீரசேகரன் எண்ணமிட்டான். அப்போது இனம் புரியாத ஒரு வேதனை அவன் நெஞ்சை அழுத்தியது. ‘‘ஊர்மிளா! இப்படி நீ நடுநிசியில் அலைவதை வேறு காவலர் பார்த்தால் உன்னைச் சித்திரவதை செய்தாவது காரணம் கேட்பார்கள்...’’ என்றான் குரல் தழதழக்க.

‘‘சந்தேகப்பட்டால், உன் கடமையுணர்ச்சிக்குத் தேவையென்றால் என்னைக் கொன்றுவிடு! சாவைத்தேடி அலைபவளுக்கு நீ தரும் சாவுதான் அதி ஆனந்தமாயிருக்கும்!’’ என்று ஊர்மிளா பொருமினாள்.

‘‘இல்லை ஊர்மிளா! சாவைத்தேடி அலைந்து கொண்டிருந்தவனுக்கு நீ ஒருத்திதான் வாழ்வாய்த் தென்பட்டாய்! நீ சாக வேண்டுமென்றால், உன்னோடு கைகோர்த்துக்கொண்டு சாவதில்தான் ஓர் அலாதியான சுவை இருக்குமென்றே எப்போதும் நினைப்பேன்!... ஊர்மிளா, என் நெஞ்சை இப்போதாவது புரிந்துகொள்ள வில்லையா?’’

‘‘உன் நெஞ்சை எப்போதோ புரிந்துகொண்டு விட்டேன்! ஆனால் என் நெஞ்சைத்தான் திறந்து காட்ட முடியாத அபாக்கியவதியாக இருக்கிறேன்! ஐயோ, நான் என்ன செய்வேன்...? என் நிலை அப்படி!’’

‘‘ஊர்மிளா! என் அரசாங்கக் கடமைக்காக உனக்கு எத்தகைய துன்பம் தர நேர்ந்தாலும், அப்போதுகூட என்மீது உனக்குள்ள அன்பு மாறாது என்று உறுதி தருவாயா?’’

‘‘வீரசேகரா! நம்மிருவருக்கிடையே என்னவோ ஒருவித அன்பு உண்டாகியிருக்கிறது என்பதை என்னால் மறைக்க

முடியவில்லை! உன்னைப்போல நானும் வெகுளிதான்! மேலும் அபலை! நம்முடைய அன்பு மாசுமருவற்றதாய் இருக்க வேண்டுமென்றால், என்னைப் பற்றிய மர்மங்கள் எதையும் கேட்காதே!'' என்று கூறிவிட்டு, ஊர்மிளா தன் கண்ணீரைத் துடைத்துக் கொண்டாள்.

''ஊர்மிளா!''

''ஊம்...!''

''கொஞ்சம் சிரி! நீ சிரித்தால் என் மனம் அமைதியடையும்!''

ஊர்மிளா புன்னகை செய்தாள்; அதில் வாஞ்சையும் தோய்ந்திருந்தது.

''ஊர்மிளா! பயங்கரமான வேட்டைநாய்கள் போலக் காவலா உலாவும் தெருக்களில் நீ ஏன் பயந்து பயந்து பதுங்கிச் செல்லவேண்டும்? உனக்கு வேறெந்த வகையிலும் ஒத்தாசை செய்ய முடியாதென்றால் உன் வீடு வரையாவது துணை வருகிறேன்!''

ஊர்மிளா மெல்லச் சிரித்தாள், ''எனக்கு இப்போது உன் துணை தேவைதான்! ஆனால் என் வீட்டைக்கண்டு பிடித்துவிடலாம் என்று நினைக்காதே! நான் சொல்கிற இடத்தில் என்னை விட்டுவிட்டு நீ என்னைத் திரும்பிக்கூடப் பார்க்காமல் போய்விட வேண்டும்!''

''சரி''

இருவரும் இருளில் ஜோடிப் புறாக்களைப்போலப் புறப்பட்டு பலவீதிகளிலும், சந்துகளிலும் புகுந்து திரும்பி, ஊரின் ஜன நெருக்கமான பகுதிக்கு வந்தார்கள். அங்கு கம்மியர் சேரியில் சிலந்தி வலைகள் போலப் பல குறுக்கு சந்துகளுள்ள ஒரு வீதியை அடைந்தார்கள். கொல்லன் பட்டறைகளும், தச்சர்களின் மரக்கிடங்குகளும், தொழிற்சாலைகளும் சுண்ணாம்புக் காளவாய்களும், புகை மண்டலமும் நிறைந்த அந்தப் பகுதியை அடைந்ததும், ஊர்மிளா, ''நான் வசிக்கும் சேரி வந்து விட்டது! இனி நீ போகலாம்!'' என்றாள் ஆசையின் அதிகாரத்தோடு.

''இந்தச் சேரியிலா? இங்கா நீ வசிப்பாய்? நான் நம்பவில்லை!'' என்றான் வீரசேகரன்.

''உன்னை நம்பச் சொல்லவில்லை! இனி உன் துணை தேவையில்லை; உங்கள் காவலரைப்பற்றிய பயமும் இல்லை; அவ்வளவுதான்!'' என்று சிரித்தாள் ஊர்மிளா.

''அபாயம் ஒன்றுமில்லையே?'' என்று கேட்டான் வீரசேகரன்.

"இல்லை! இனி அபாயம் ஏற்பட்டாலும் எனக்கு உபாயம் தெரியும்!" என்று ஊர்மிளா, தன்னம்பிக்கையுடன் புன்னகை செய்தாள்.

ஊர்மிளா உன் வாழ்க்கை நிலைதான் எனக்குப் புரியவில்லை!"

"என் நிலையா...?" என்ற ஊர்மிளா, அவர்கள் நின்ற பாதையருகிலுள்ள மழை நீர் சகதிக்குட்டை ஒன்றைச் சுட்டிக் காட்டினாள். இடுப்பளவு சகதி நிறைந்த சகதிக் குட்டையையும் ஊர்மிளாவையும் மாறிமாறிப் பார்த்தவனாய் வீரசேகரன், "என்ன செய்ய வேண்டும்? என் அன்பை நிரூபிக்க என்ன செய்ய வேண்டும்? சீக்கிரம் சொல்!" என்றான்.

"நீ கண்ணை மூடிக்கொண்டு திரும்பி நிற்க வேண்டும்!"

"திரும்பி நின்று...?"

"நூறு எண்வரை வாய்விட்டு எண்ணுவதாக வாக்குறுதி கொடுக்கவேண்டும்!"

"அவ்வாறு வாக்குறுதி கொடுத்தால் என் பின்புறம் என்ன நடக்கும்?"

"என்ன நடந்தாலும் நீ திரும்பியே பார்க்கக் கூடாது! உன் முதுகில் குத்துவாள் முனைப்பட்டால்கூட நீ திரும்பிப் பார்க்கக் கூடாது!"

வீரசேகரன் சிரித்தான். "வீரனின் முதுகில் கத்தியால் குத்துவதைவிட நீ தாராளமாக முன்புறம் வந்தே என் நெஞ்சில் குத்திக் கொல்லலாமே! ஊர்மிளா, என் நெஞ்சை நீ உன் குத்து வாளால் கிழித்தாலும் அதில் உன் உருவம் அழியாமலிருப்பதைக் காணலாம்!"

"வீரசேகரா! விளையாட்டல்ல! நிஜமாகவே சொல்கிறேன்! நான் இருக்கும் சூழ்நிலையில் எதையும் செய்யக் கூடியவள்!"

வீரசேகரனோ அலட்சியமாகச் சிரித்துக்கொண்டே, "என்னைக் கொல்லக்கூடிய இருதயம் பஞ்சினும் மிருதுவாகிய பாவையொருத்தியிடம் இருக்குமா? எங்கே உன் கைகளுக்கு அந்தச் சக்தி இருக்கிறதா, பரிசோதித்துப் பார்!" என்று தன் உடைவாளை உருவி, "என்னை உன் குத்துவாளால் கொல்ல வேண்டாம்! என் வீரவாளாலேயே கொன்றுவிடு!" என்று சொல்லிக் கொடுத்தான்.

வீரசேகரனின் உடைவாளை வாங்கிக்கொண்ட ஊர்மிளா, ‘‘மறுபடி சொல்கிறேன். என்னை நம்ப வேண்டாம்! என்னால் வீணாக நீ வீழ வேண்டாம்!’’ என்றாள்.

‘‘என்ன நடந்தாலும் சரி! நூறு எண்ணுகிற வரையில் கண்ணைத் திறப்பதில்லை என்று வாக்குறுதி கொடுக்கிறேன். என் வீரவாளின் மீது ஆணை!’’

வேகமாக, ஊர்மிளா தன் இஷ்டப்படி வீரசேகரனைத் திரும்பி நிற்கச் சொன்னாள்;, கண்ணை மூடச் சொன்னாள்; நூறு வரை எண்ணச் சொன்னாள்.

‘‘நூறு எண்ணி முடியும் போது.....?’’ என்று சிரிப்புடன் வீரசேகரன் கேட்டான்.

‘‘உன் உயிரே மாயமாய் மறைந்துவிடும், அல்லது நான் மாயமாய் மறைந்து விடுவேன்!’’

‘‘அதற்கு முன் உன் அழகை இன்னும் ஒரு முறை ஆசைதீரப் பார்த்து விடுகிறேன்!’’ என்றான் வீரசேகரன். ஊர்மிளா புன்னகை செய்தாள்.

பளிச்சென்று மின்னியதொரு ஒளி வீச்சில் அவளது ரோஜா முகத்தில் மொட்டு விட்டிருக்கும் குறும்புச் சிரிப்பையும், சதைப் பிடிப்பான சிகப்பு உதடுகளில் பொங்கி வழியும் புதுமையையும், கருவிழிகளில் புரளும் பருவத்துடிப்பையும் அள்ளிப் பருகிவிட்டு,

அந்த மயக்கக் கிறுகிறுப்போடு வீரசேகரன் கண்ணை மூடிக்கொண்டு, நூறுவரை வாய்விட்டு எண்ணத் தொடங்கினான்.

நூறு எண்ணி முடிந்தபோது—அவனது முதுகுப்புறம் என்னவோ பாய்வது போன்ற அதிர்ச்சி ஏற்பட்டது. அடுத்த கணம் அவனைச் சகதிக் குட்டைக்குள் வேகமாகத் தள்ளிவிட்டு ஊர்மிளா அவனது உடைவாளுடன் இருளில் ஓடி மறைந்து விட்டாள் என்பதை உணர்ந்தான்.

சகதிக் குட்டைக்குள் விழுந்த அதிர்ச்சியில் அவன் உடம்பெல்லாம் சேறானதோடு, முழங்கால் அளவு சகதிக்குள் அழுந்தி நடக்க முடியாதபடி ஆகிவிட்டது.

‘‘ஊர்மிளா! ஊர்மிளா!’’ என்று வீரசேகரன் உரக்கக் கூப்பிட்டான்.

ஆனால் ஊர்மிளாவின் சிரிப்பொலிகள்கூட அந்த இருளில் எதிரொலிக்கவில்லை!

அத்தியாயம் 25

கும்பகர்ணா! எழுந்திரு!

உறங்குகின்ற கும்ப கன்ன!
உங்கள் சேனை வாழ்வெலாம்
இறங்குகின்றது இன்று காண்!
எழுந்திராய்! எழுந்திராய்!

— கம்ப ராமாயணம்

மர்மப் பெண்ணைப்போல் ஊர்மிளா மின்னலென இருளில் மறைந்து போனதும், வீரசேகரன் வெகு சிரமப்பட்டுச் சகதிக் குட்டையிலிருந்து வெளியே எழுந்து வந்தான்.

மயக்கும் விழிகளால் மையல் மூட்டி மாயச் சிரிப்புடன் தன்னைப் பிடித்துச் சகதியில் தள்ளிவிட்டு ஓடினாளே என்ற ஆத்திரம் அவனுக்கு ஒருபுறம் எழுந்தாலும், அத்தகைய சாகசக்காரியின் காதலை எப்படியாவது அடைய வேண்டும் என்ற ஆசையும் இன்னொருபுறம் அவன் வீர உள்ளத்தில் பொங்கி நின்றது. தன்னிடங்கூட சொல்ல முடியாதபடி என்ன அபாயகரமான இரகசியத்தில் சிக்கிக்கொண்டிருக்கிறாளோ என்று நினைக்கையில் ஊர்மிளாவின்மீது அவனுக்கு அலாதியான ஒரு பரிவும் பாசப் பிணைப்பும் உண்டாயிற்று. அவள் ஒருத்தி தான் அவனது வாழ்வின் இலட்சியம் என்று நினைத்தாலும் அடிவானத்துக்கு அப்பால் நழுவிச் செல்லும் ஒரு மாயமானைப் போலவே அவள் தோன்றினாள்.

ஊர்மிளாவைப் பற்றிய எண்ணற்ற கற்பனைகளில் தன்னை மறந்தவனாய் கம்மியர் சேரியைவிட்டு அவன், நகரின் மத்தியான நடுவூரை நோக்கி நடந்தான். மீனாட்சியம்மன் கோயிலின் வானளாவிய கோபுரங்களும் தேவி சிறை வைக்கப்பட்டிருக்கும் அசோகவனக் கோட்டையின் உச்சித் தளமும், மணியடிக்கூண்டும் அவன் கண்ணை உறுத்தின.

மழைத் தூற்றலும், இடி மின்னல்களும் நின்று வானம் நிர்மலமாயிருந்தது. அதுபோலவே நிசப்தமாயிருந்த பயங்கர இருளில், நகரின் மூலைமுடுக்குகளிலிருந்து இடையிடையே ''பிடி! பிடி!'' என்ற கூச்சல்கள் மெல்லத் தோன்றி மறைந்தன.

நகரின் பல வீதிகளிலும் அளவுக்கதிகமான காவற்படைகள் அணிவகுத்துச் செல்வதையும், குதிரைச் சேவகரும் வில்லிகளும் நாலாபுறமும் விரைந்து செல்வதையும் கண்ட வீரசேகரன் அதிக வியப்படைந்தான்.

ஒரு குதிரை வீரனை நிறுத்தி, "ஏன் இவ்வளவு பரபரப்பு? என்ன நடந்து விட்டது?" என்று கேட்டான்.

"இன்றிரவு வீரபாண்டியன் மனைவியைச் சிறைமீட்க ஒரு பெரும் முயற்சி நடந்தது! நல்லவேளை அது தோல்வியடைந்து விட்டது!" என்றான் குதிரை வீரன்.

"இன்னும் ஏன் இந்தச் சாமத்தில் அணிவகுப்புகள் நடத்தி ஊரைக் கலக்குகிறீர்கள்?"

"எவனோ எதிரி ஒருவன் திருட்டுத்தனமாக நம் நகர்க்கோட்டைக்குள் நுழைந்து விட்டான்! எவளோ சதிகாரி ஒருத்தி நம் காவற்காரர்களை ஏமாற்றி அவனை உள்ளே அழைத்து வந்து விட்டாள்; நல்லவேளை, கோட்டை வாசலின் உட்புறக் காவலர் அவர்களைச் சந்தேகப்பட்டுப் பின்பற்றினார்கள்..."

"அவனும் அவளும் பிடிபட்டுவிட்டார்களா?"

"இன்னும் இல்லை! தப்பிவிட்டார்கள்! அந்தச் சதிகாரன் ஒருபுறம் பிய்த்துக்கொண்டு ஓடினான்! அந்தச் சதிகாரி இன்னொருபுறம் ஓடினாள்!"

"அவர்கள் சதிகாரர்கள்தான் என்பது என்ன நிச்சயம்? ஒருவேளை கள்ளர்களாகவோ, காதலர்களாகவோ இருக்கலாம்!" என்றான் வீரசேகரன்.

உடம்பெல்லாம் சகதி படிந்த அவனது ஆடைகளை உற்றுப் பார்த்த குதிரை வீரன், "ஹா...ஹா...ஹா!" என்று சிரித்தான். மாபெரும் வெற்றிப் புகழுடைய வீரசேகரன் எவளோ தெருக் காதலி அள்ளி அப்பிய சகதியோடு வந்திருக்கிறான் என்று நினைத்துத்தான் அவன் அப்படி மனங்கொள்ளாமல் சிரித்தான் அதை யூகித்துக்கொண்ட வீரசேகரன், அதற்கு மேல் அவனிடம் எதையும் விசாரிக்க விரும்பாதவனாய், 'விர்'ரெனக் கிளம்பி, கூடலழகர் கோயிலின் முன்னுள்ள பொய்கையில் குளித்து விட்டுத் தன் வீட்டை நோக்கி நடந்தான்.

இந்த நேரத்தில் கதவைத் தட்டிச் சிவகாமியை எழுப்பினால், அவனைச் சந்தேகப்பட்டு நூறாயிரம் கேள்விகள் கேட்பாள்; இரவெல்லாம் தூங்க விடமாட்டாள் என்று நினைத்தான். முகத்தைச் சுளித்துக்கொண்டு நேரே ஜனநாதன் மாளிகைக்குச் சென்றான். அங்கே ஜனநாதன் இல்லை! எங்கோ அவசரமாகக்

குதிரையில் புறப்பட்டுப் போயிருப்பதாக அவனுடைய ஆளான ஜம்புலிங்கம் சொன்னான்.

''ஜனநாதன் எங்கு போயிருப்பான்? ஊர்மிளா மாயப்பறவைபோல் எங்கு மறைந்திருப்பாள்?'' என்று சிந்தித்தவனாய் ஜனநாதனின் படுக்கையறைக்குள் சென்று 'கமகம', வென்று மல்லிகை மணம் வீசும் பஞ்சணையின் மீது சாய்ந்தான்.

அதற்குமேல் சிந்திப்பதற்கு நிறைய எண்ணங்கள் இருந்தாலும் அது நேரங்கடந்த நேரமாகையால், அசதியுடன் படுத்ததும் வீரசேகரன் உறங்கிவிட்டான். மறுபடி பொழுது விடிந்து சூரிய கிரணங்கள் அவன் முகத்தில் கொஞ்சி விளையாடிய போதுகூட அவன் கண் விழிக்கவில்லை. சுவர்க்கத்திலிருந்து நடுநிசியில் அப்சரஸ் ஒருத்தி பூலோகத்திற்கு இறங்கி வருவதாகவும் நரனான அவன்மீது மையல் கொண்டு அவனை அள்ளியணைப்பதாகவும், பொழுது விடிவதற்குள் அவள் தன் சிவந்த உதடுகளின் வழியாக அவனது நெஞ்சைப் பிழிந்து அந்தச் சாற்றை ஒரு புஷ்பப் பெட்டிக்குள் வைத்து கொண்டு மறுபடி சுவர்க்கத்திற்கு ஓடிவிடுவதாகவும் இன்பக்கனவு கண்டு கொண்டேயிருந்தான். ஜனநாதன் வந்து அவனைத் தட்டியெழுப் பியதுந்தான் வீரசேகரனுக்கு இந்தப் பூலோகத்தின் ஸ்மரணை வந்து கண் விழித்தான்.

''கும்பகர்ணா! எழுந்திரு! ஊரெல்லாம் ஒரே அமளிப்படுகிறது! நீ உறங்குகிறாயே?'' என்று ஜனநாதன் வழக்கம்போல் விஷமச் சிரிப்புடன் எதிரே காட்சியளித்தான்.

''நான் உறங்கவில்லை, ஜனநாதா! கனவு கண்டேன்! உ ந்நதமான கனவு...!'' என்றான் வீரசேகரன் உற்சாகத்தோடும் சிறிது நாணத்தோடும்.

''ஊர்மிளாவைப் பற்றித்தானே? முட்டாளே! ஊரில் நேற்றிரவு நடந்த செய்தி உனக்குத் தெரியுமா?''

''என்ன செய்தி?'' என்று பதைபதைப்புடன் வீரசேகரன் கேட்டான்.

''வேறொன்றுமில்லை! வீரபாண்டியன் நம் மதுரைக்குள் நுழைந்துவிட்டான்!'' என்று சிரித்தான் ஜனநாதன்.

''படைகளுடனா?''

''இல்லை! சீதாப்பிராட்டியாரை சிறைமீட்க ஸ்ரீராமச்சந்திர மூர்த்தி தம் வானரப் படைகளுடன் வரவில்லை! தனியாக, தந்திரமாக, மாரீசனைப் போல வேறொரு மாயா ரூபமெடுத்து வந்திருக்கிறான்!''

''நிஜமாகவா? எப்படிக் கட்டுக் காவலைக் கடந்து மதுரைக்குள் நுழைய முடிந்தது? நகர்க்கோட்டை வாசலிலுள்ள நம் காவற் படையினர் என்ன செய்தார்கள்?''

''உன்னைப்போல உறங்கவில்லை! ஆந்தைகள் போல் கண்விழித்துக் கொண்டுதான் இருந்தார்கள்; ஆனால் நம் சோழிய அதிகாரி ஆடையூர் நாடாள்வாரின் ஆடைகளிலே வீரபாண்டியன் வருவான் என்று கண்டார்களா?''

''வேடிக்கையாயிருக்கிறது, ஜனநாதா! விளக்கமாகச் சொல்!''

''நம் ஆடையூர் நாடாள்வாரின் ஆடைகளை வெளுத்துவர அழகான ஒரு வண்ணாத்தி இருந்தாள் என்றும், அழகர் கோயில் பெருமாளின் ஆடைகளை வெளுக்கவும் அவளுக்கேதான் பரம்பரை பாத்தியதை இருந்தது என்றும், அதற்காக மதுரைக் கோட்டையில் இருந்து வெளியே போய்வர அவளுக்கு அனுமதிப் பட்டயம் தேவைப்பட்டதென்றும், அதற்கு நம் ஆடையூரார் அழகர்கோயில் மாடு மாதிரி தலையாட்டினார் என்றும் உனக்குத் தெரியும்!''

''ஆடையூராருக்கு நீதான் அவளைச் சிபாரிசு செய்தாய் என்பதும் எனக்குத் தெரியும், ஜனநாதா!''

தம்பி! இதில் என்னைச் சம்பந்தப்படுத்தும் ஆராய்ச்சி உனக்கு வேண்டாம்! கதையைக் கேள்! அழகான வண்ணாத்தி கருப்ப வேதனை தாங்காமல் ஒரு வாரமாகப் படுத்துவிட்டாள். அவளுடைய தங்கையென்று சொல்லிக் கொண்டு, இன்னொருத்தி நேற்று மாலை நேரத்திலே ஆடையூராரின் மாளிகைக்குத் துணியெடுத்துப்போக வந்தாள். அவருடைய அருமைக் கணக்கரான சத்திமுத்தரை உனக்குத் தெரியுமே! அவர் மாலைக் குருடு ஆனபடியாலே, வந்தவள் யாரென்பதையும் கவனியாமல் ஆடையூராரின் அழுக்கு உருப்படிகளையெல்லாம் அள்ளிப்போட்டு விட்டார். அவற்றையெல்லாம் மூட்டை கட்டிக் கொண்டு புது வண்ணாத்தி அந்த இருட்டில் கோட்டை வாசலைக் கடந்து வெளியே போனாள். பிறகு கொஞ்ச நேரத்தில் ஆடையூராரின் முதுகைப் பிடித்துக்கொண்டு ஒரு குதிரையில் திரும்பி வந்தாள்—அதாவது அவரது ஆடைகளைத் தரித்து ஆடையூராரைப் போல வந்த வீரபாண்டியனோடு வந்தாள்! ஆடையூரார் வழக்கம்போலத் தம் இரவுக் காதலியோடு அலைகிறாரோ என்று நினைத்துக் கோட்டை வாசல் காவலர் தலையைச் சொறிந்துகொண்டு நின்றனர். இதுபோன்ற பெரிய மனுஷ்யர்களின் விஷயங்களில் எதையும் பார்க்காதது போல ஒதுங்கி விடுவதுதான் புத்திசாலித்தனம் என்று நினைத்து, அவர்களைச் சரியாகக் கவனியாமலே உள்ளே விட்டுவிட்டார்கள்...''

''பிறகு?''

''கோட்டை வாசலின் உட்புறமிருந்த காவற்காரர்களில் கொஞ்சம் புத்திசாலியான ஒருவன் இருந்தான். ''இந்தப் புது வண்ணாத்தி இரண்டு தினங்களுக்கு முன் அழுக்கு மூட்டையோடு வெளியே போய், நம் சோழிய அதிகாரியான செங்கேணி எதிரிலி சோழராயரோடு உள்ளே வந்தாளே! இப்போது அழுக்கு மூட்டையோடு வெளியே போய், ஆடையூராரோடு உள்ளே வருகிறாளே'' என்று குழம்பினான். நம் ஆடையூராருக்கும் நம் எதிரிலிராயருக்கும் உள்ளூரப் பகைமை உண்டே. இந்தப் புது வண்ணாத்தி விஷயத்தில் மட்டும் எப்படி ஒற்றுமையாக இருக்க முடியுமென்று சந்தேகப்பட்டான். பிறகு சில வீரர்களை அழைத்துக் கொண்டு அவளையும் வீரபாண்டியனையும் இரகசியமாகப் பின் தொடர்ந்தான். தங்களைக் குதிரைவீரர்கள் பின் தொடர்கிறார்கள் என்பதை யறிந்ததும் அவளும் அவனும் நெருக்கமான வீதிகளுக்குள் விரைந்து சென்று குதிரையை விட்டிறங்கி, அவள் ஒரு திசையிலும் அவன் ஒரு திசையிலுமாகப் பிய்த்துக் கொண்டு ஓடினார்கள். காவற்காரர்கள், பெண்ணைவிட்டு விட்டு வீரபாண்டியனை மட்டும் பின்பற்றி ஓடினார்கள்.

''வீரபாண்டியன் விர்ரெனச் சைவப் பிள்ளையார் விடுதிக்குள் பாய்ந்தோடினான். சிவபெருமானின் மாயா மகேந்திரஜாலம் போல அந்த விடுதிக் கதவு வெடுக்கெனத் திறந்து வீரபாண்டியனை மட்டும் உள்ளே விட்டு மூடிக்கொண்டுவிட்டது. கதவுகளை உடைத்துக் கொண்டு நம்முடைய காவற்காரர்கள் விடுதிக்குள் நுழைந்தபோது, வீரபாண்டியனும் அவனை வரவேற்ற ஆட்களும் எங்கோ மாயமாய் மறைந்து விட்டார்கள். விடுதியைத் தீ வைத்துக் கொளுத்துவதோடு நம் வீரர்கள் வெறுங்கையராய்த் திரும்ப வேண்டியதாயிற்று!''

''ஆடையூரார் வேஷத்தில் வந்தவன் வீரபாண்டியன்தான் என்பது உனக்கு எப்படித் தெரியும், ஜனநாதா?''

''விடுதிக்குள், அன்றிரவு வீரபாண்டியன் அங்கே வரப்போவதாக அவனது கட்சியினருக்கு ஈழவராயன் அனுப்பிய இரகசியச் சுற்றறிக்கை ஓலையொன்று கிடந்தது!''

''இலங்கையிலிருந்து இரகசியமாகப் படைக் கருவிகள் பெற்று வந்த ஈழவராயன் எப்படி நம் மதுரைக் கோட்டைக்குள் நுழைந்தான்? எப்போது நுழைந்தான்?''

''இரண்டு தினங்களுக்குமுன் இதே புது வண்ணாத்தி நம் எதிரிலி சோழராயரோடு இருட்டில் திரும்பி வந்தாளே, அந்த எதிரிலிராயரின் ஆடைகளிலே வந்தவன் ஈழவராயனாகத்தான் இருக்கவேண்டுமென்பதில் எள்ளத்தனையும் சந்தேகமில்லை!''

''அந்தப் போலியான புது வண்ணாத்தி என்ன ஆனாள்? தப்பி ஓடியவள் வழியில் எங்காவது காவற்காரர் கையில் பிடிபட்டிருப்பாளே?''

''தம்பி! அப்படியே எவனாவது ஓர் ஆடவன் கையில் அவள் சிக்கிக் கொண்டாலும், இருட்டில் எந்த ஆடவனையும் அந்தச் சாகசக்காரி வெகு சுலபமாக ஏமாற்றி ஓடிவிட முடியும்!'' என்று ஜனநாதன் ஏளனமாக வீரசேகரனை நோக்கிச் சிரித்தான். அந்தச் சிரிப்பின் உட்பொருளை வீரசேகரன் புரிந்து கொள்ளவுமில்லை. அந்தச் சாகசக்காரியான புது வண்ணாத்தி ஊர்மிளாதான் என்பதை யூகிக்கவுமில்லை.

''அந்தச் சதிகாரியை இனங்கண்டு பிடித்து விசாரித்தால் எல்லா இரகசியங்களும் அம்பலமாகிவிடும்!'' என்றான் வீரசேகரன்.

''தம்பி! அவளை அடையாளம் கண்டுபிடிப்பது அவ்வளவு சுலபமல்ல! அவளிடம் ஆடையூராரின் ஆடைகளை வெளுக்கப் போட்ட அந்தரங்கக் கணக்கரான சத்திமுத்தரோ மாலைக்குருடு! எதிரிலிராயரின் ஆடைகளை அள்ளிப்போட்ட அவரது ஆசை நாயகியோ முழுக் குருடு! கோட்டை வாசலிலிருந்த காவலரோ, பெரிய அழுக்கு மூட்டைக்குள் அமுங்கியிருக்கும் அவளது முகத்தைச் சரியாகப் பார்த்திருக்க முடியாது!''

''ஆடையூர் நாடாள்வாரின் கணக்கப் பிள்ளை சத்திமுத்தர் மாலைக் குருடர் என்றாலும் பாம்புச் செவி படைத்தவர். அரசாங்கம் சந்தேகப்படும் சதிகாரிகளை அவர் முன் கொண்டு போய் நிறுத்தினால் அந்த மாய வண்ணாத்தி யாரென அவர் கண்டு பிடித்து விடுவார்!'' என்றான் வீரசேகரன்.

ஆமாம், ஆடையூராருக்கு ஜீவநாடி போன்ற அந்தரங்கக் கணக்கர் மகாக் கெட்டிக்காரர்தான்! கிழவரின் கணக்கு வழக்குகளுக்கு மட்டுமல்ல, அவருடைய காரியசித்திகள் அனைத்திற்கும் அத்தியாவசியமானவர்! நாம் நெட்டூர்க் கோட்டையில் ஆடையூராரின் முப்பதினாயிரம் போர் வீரர்களைத் தந்திரமாகப் பலி கொடுத்ததிலிருந்து என்மீது அவர் க்ஷாத்திரம் கொண்டிருக்கிறார். அவருடைய அருமைக் கணக்கரையும் தந்திரமாக ஒழித்துக் கட்டி விட்டால், கிழவரின் வலது கையை வெட்டிவிட்ட மாதிரி! என்று சிரித்தான் ஜனநாதன்.

''நம்முடைய அரசாங்கம் என்ன செய்கிறது?'' என்று கேட்டான் வீரசேகரன்.

''வீரபாண்டியனைப் போன்ற சதிகாரர்கள் பதுங்குவதற்கு இடங்கொடுத்து ஆதரிப்பவர்களின் வீடுகள் மட்டுமல்ல, அவர்களின் தலைகளும் பறிமுதல் செய்யப்படும் என ஊரெங்கும்

பறையடித்திருக்கிறது. உள்ளே வீரபாண்டியன் பிடிபடும் வரை, மதுரையின் நான்கு கோட்டை வாசல்களையும் எந்தவித முகாந்திரத்தைக் கொண்டும் திறக்கக்கூடாது எனக் கதவுகளை இறுக மூடி முத்திரை வைத்து விட்டது....!'' தம்பி, இனி நீயும் நானும் கூடச் சுலபமாக வெளியே போய் வர முடியாது! என்று ஜனநாதன் சிரித்தான்.

''மதுரைக்குள் நுழைந்துவிட்ட வீரபாண்டியன்! எப்படியாவது அசோக வனக் கோட்டையிலிருந்து தன் தேவியைச் சிறைமீட்க முயல்வான்!'' என்று வீரசேகரன் பெருமூச்செறிந்தான்.

''தம்பி! பிளவுபட்டிருக்கும் பாண்டிய ஜனங்களின் ஆத்திரத்தையெல்லாம் நம்மீது திருப்பி, அசோகவனத்தைத் தூள் தூளாக்குவான் என்று நம் காவற் படையதிகாரியான ஏகவாசகவாணகோவரசர் யூகிக்கிறார். அதனால் அசோகவனக் கோட்டையின் வெளிப்புறமுள்ள தம் காவற்படையை நான்கு மடங்காக்கியிருக்கிறார். ஆனால் நம் ஆடையூரார் என்ன வாதாடுகிறார் தெரியுமா? வீரபாண்டியன் கட்சியினர் வழக்கம்போல் இரகசியமாகவே அசோக வனத்திற்குள் புகுந்து தேவியைத் தந்திரமாகவே கடத்திச் செல்ல முயல்வார்கள் என்கிறார்! ஏன் அப்படி வாதாடுகிறார் தெரியுமா? உட்புறம் தேவியைப் பாதுகாக்க உன் தலைமையின் கீழ் நம் இராணியாரின் வேலைக்காரப் படையினர் மட்டும் இருந்தால் போதாது. அதோடு உன்னையும் கணகாணிக்கத் தம் தலைமையின் கீழ் ஒரு படையும் இருக்க வேண்டுமென்பதற்குத்தான் நம் நம்முடைய கிழவர் சம்புவராயர் என்ன நடவடிக்கையெடுத்திருக்கிறார் தெரியுமா? இனி பிடிபடும் சதிகாரர்களின் தலைகளை நசுக்கத் தம்முடைய யானைப்படை மட்டும் போதாது; இன்னும் நூறு யானைகள் தேவையென நம் தலைமைப் பீடத்திற்கு ஓலை அனுப்பியிருக்கிறார்!.. எல்லோரும் என்னென்னவோ செய்கிறார்கள்! நான் ஒருவன்தான் உருப்படியாக என்ன செய்யலாமென்று இன்னும் ஆலோசித்துக் கொண்டிருக்கிறேன்!'' என்று ஜனநாதன் அலட்சியமாய்ச் சிரித்தான்.

அவனைச் சந்தேகக் கண்ணோடு கூர்ந்து நோக்கிய வீரசேகரன், ''ஜனநாதா! உன்னிடம் வெளிப்படையாகவே ஒன்றைக் கேட்டுத் தெரிந்து கொள்ளலாமா? கோபித்துக் கொள்ள மாட்டாயே?'' என்று தயங்கினான்.

''தம்பி! வீரபாண்டியன் உள்ளே வர நான்தான் மறைமுகமாக ஏற்பாடு செய்தேனோ என்று சந்தேகிக்கிறாயா? அப்படியே நான் செய்திருந்தாலும், உன் நன்மைக்காகத்தான் செய்திருப்பேன்!... தம்பி, இங்கே பார். மதுரைக் கோட்டைக்கு வெளியே மாபெரும் படையுடன் வீரபாண்டியன் சிங்கம்போல் வந்து நின்றவன், உள்ளே

தனியனாகப் புகுந்து, பொறியிலகப்பட்ட எலி போலாகி விட்டான். இனி அவனை நீ கவ்விப் பிடிக்கப் பூனையாக வேண்டியதுதான் பாக்கி...!''

''ஆமாம்! நான் வீரபாண்டியனையும் சிறைப்பிடித்து விட்டால் என்னுடைய புகழ் வீரகாவியமாக மாறுவது மட்டுமல்ல. இங்கே பாண்டிய நாட்டுப் பிரச்னை தீர்ந்து நம்முடைய சோழ சாம்ராஜ்யத்தின் புலிக்கொடி கங்கை கடாரத்திற்கு அப்பாலும் வெற்றிக் காவியமாகப் படரும் காலம் ஆரம்பித்துவிடும்!'' என்று வீரசேகரன் இலட்சிய தாகத்தோடு பெருமூச்சு விட்டான்.

''தம்பி! எவ்வளவு மாபெரும் இலட்சியம், பார்! வீரபாண்டியன் மனைவியை நம் குலோத்துங்கச் சோழ சக்கரவர்த்திகள் தம்முடைய அந்தப்புரத்திற்குள் சுவீகரித்துக் கொள்ள ஒரு மாபெரும் தடையாயிருப்பது வீரபாண்டியன் பிடிபடும் விஷயம்! அவனை நீ பிடித்து விட்டால், மன்னன் உன் தலைக்கு மணி முடி சூடவும் முன் வருவார். அதற்கு மாறாக, சிறையிலிருந்து தேவி தப்பி விட்டாலோ, உன் தலையை யானைக்காலிற்குப் பலி கொடுத்துவிடுவார்! தம்பி, இப்போது நீ என்ன செய்யப்போகிறாய்? அரக்கன் கும்பகர்ணனாய் உறங்கப்போகிறாயா? விபீஷண ஆழ்வாராக மாறப் போகிறாயா?''

''ஜனநாதா! வீரபாண்டியனை நான் சிறை பிடித்தவுடனே, தேவி நம் அரசரின் அந்தப்புரத்திற்கு அழைத்துச் செல்லப்படும் முன்பே, ஒரு துளி விஷம் கொடுத்து தேவியைக் கொன்று விடுவேன். தேவியை அருகிலிருந்து பாதுகாக்கவும், சிறையின் உட்புறமுள்ள நம் இராணியாரின் வேலைக்காரப் படைக்குத் தலைமை வகிக்கவும், இராணியார் எனக்குத்தான் பொறுப்பளித் திருக்கிறார் என்பதை மறந்து விடாதே!''

''அது ஏன் தெரியுமா, தம்பி? சீதை சிறையிருக்கும் அசோக வனத்திற்குள் நம் இராவணேஸ்வரா் இரகசியமாக நுழைந்து தகாத முறையில் நடந்து கொள்ளாமல் மண்டோதரி செய்யும் தந்திரம் அது! ஆனால்... தம்பி, நம் அரசாபிரான் மாறுவேடமெடுத்தோ, சிறைக்குச் சுரங்கம் வெட்டியோ, உனக்குக்கூடத் தெரியாமல், தேவியை சந்திக்கப் பல முயறசிகள் செய்யலாம். அவற்றிற்லெல்லாம் நம் அரசருக்குச் சௌகரியங்கள் செய்து கொடுத்து அதிகச் சலுகைகள் பெற ஒரு புத்திசாலியான கையாள் இந்த அவனியில் உண்டென்றால், அது நம் ஆடையூர் நாடாள்வாராயிருக்க வேண்டும், அல்லது நானாக இருக்க வேண்டும்!''

''ஜனநாதா! ஆடையூர் நாடாள்வார் விஷயத்தில் நான் கவனமாயிருக்க வேண்டுமென்று நீ எச்சரிப்பதற்கு நன்றி!

உன்னைப் பொறுத்த வரையில், நீ எப்போதும் இராணியாரின் கட்சியில் இருப்பவன்; நம் அரசர்மீது உள்ளூரக் குரோதமுள்ளவன்!''

''தம்பி! அவ்வளவு தூரத்திற்கு என்னை உடும்புப் பிடியன் என்று நம்பிவிடாதே! என்னைப் போன்ற புத்திசாலிகள், பெரும்பாலும் தேவைக்குத் தகுந்தாற்போல் நிறம் மாறும் பச்சோந்திகளாகவே இருப்பார்கள்!'' என்று ஜனநாதன் சிரித்தான். வீரசேகரனும் அவனோடு கலந்துகொண்டு ''கலகல''வென சிரித்தான்.

''ஜனநாதா! உனக்கு எதுவுமே விளையாட்டுதான்!'' என்று தன் அருமை நண்பனை அணைத்துக்கொண்டு சிரித்த வீரசேகரன், ஊர்மிளா கொஞ்சிப் பேசியதையும் கடைசியாய் நழுவி ஓடியதையும் அவனிடம் சொல்லவேண்டும் என்ற ஆவலோடு வாயைத் திறந்தான். ஆனால் அந்த ஊர்மிளாதான் புது வண்ணாத்தியாக வந்த சதிகாரி என்று ஜனநாதன் சாதித்து அவள் தலைக்கோ, தன் தலைக்கோ குறிவைப்பான் என்று நினைத்து வாயை மூடிக் கொண்டுவிட்டான். அவள் ஓடி மறைந்த இடத்திற்குத் தனியாகவே போய் அவளை இரகசியமாகவே தேடிக் கண்டு பிடிக்க வேண்டுமென்று எண்ணமிட்டான்.

அப்போது இன்பக்கனவு காண்பது போல் அவள் முகத்தில் பொங்கி வழியும் ஆனந்தத்தைக் கண்ட ஜனநாதன் குறும்புச் சிரிப்புடன், அவனை நோக்கி ''கும்பகர்ணா! மறுபடியும் உறங்கும்போது உன் ஊர்மிளாவைப் பற்றிக் கனவு காணலாம். உனக்காக நம் மாபெரும் ராஜதந்திரிகளெல்லாம் அசோகவனக் கோட்டையின் வெளிப்புறம் ஆத்திரத்தோடு காத்திருப்பார்கள், வா போகலாம்!'' என்றான்.

இருவரும் சிறிது நேரத்தில் புத்தாடைகளும் அதிகாரச் சின்னங்களும் அணிந்துகொண்டு வெளிப்போந்தார்கள்.

''வீரசேகரா! உன் வீரவாள் எங்கே?'' என்று ஜனநாதன் விஷமமாய்ச் சிரித்துக்கொண்டே கேட்டான்.

வாளைத் தந்திரமாக ஊர்மிளா பறித்துக்கொண்டு ஓடியதை ஜனநாதனிடம் சொல்ல வெட்கப்பட்ட வீரசேகரன் மெல்ல, ''அதன் கூர்மை சிறிது மழுங்கியிருந்ததால் சாணையில் தீட்ட அனுப்பியிருக்கிறேன்!'' என்றான்.

''தம்பி! அதோடு உன் புத்திக்கும் சாணை வைத்துக் கொள்'' என்று ''இடிஇடி'' என்று சிரித்த ஜனநாதன் தன்னிடம் உபரியாயிருந்த வாள்களில் ஒன்றை எடுத்துக் கொடுத்தான். பிறகு இருவரும் இருகுதிரைகள்மீது ஏறிக்கொண்டு அசோகவனக் கோட்டையை நோக்கி வேகமாய்ப் புறப்பட்டார்கள்.

அத்தியாயம் 26

அநுமாரே! வரமாட்டேன்!

புண்ணியமூர்த்தி தன்னைக்
காணலாம் இன்னும் என்னும்
காதலால் இருந்தேன் கண்டாய்!

— கம்ப ராமாயணம்

மதுரையின் வட பகுதிப் பொன்னகரத்திலுள்ள அசோகவனக் கோட்டையை நோக்கி, ஜனநாதனும் வீரசேகரனும் பலவற்றையும் பற்றி உரையாடிக் கொண்டே, குதிரைகளில் விரைந்து சென்றார்கள்.

வழியில் அவர்களைக் கண்ட சோழிய வீரர்கள் வாயார வாழ்த்தினார்கள்; பாண்டிய மக்களோ உள்ளூரச் சபித்தார்கள். விக்கிரம பாண்டியனுக்கு முடிசூட்டிய பிறகும் சோழியப்படை மதுரையைவிட்டுப் போகவில்லையே என்ற ஆத்திரம், பாண்டிய ஜனங்களின் உதடுகளிலே முணுமுணுப்பாகவும், வீதிச் சுவர்களில் வசைமொழிகளாகவும், கும்பல்களில் சிறு சிறு புரட்சிகளாகவும் எழும்பிக் கொண்டிருந்தது, வழிநெடுகே மாளிகைச் சுவர்களிலும் மண்டப முகப்புகளிலும், ''சோழியனே வெளியேறு! அந்நியர் ஆதிக்கம் ஒழிக! அரக்கர்கள் அழிந்து போக!'' என்ற எழுச்சிக் குரல்கள் கரிக்கட்டிகளால் எழுதப்பட்டிருந்தன. அவற்றை அழிக்கும்படி, சோழிய அதிகாரிகள் எத்தனையோ தடவை உத்திரவிட்டும், சுவர் இலக்கியங்கள் திரும்பத் திரும்ப வளர்ந்து கொண்டேயிருந்தன.

அசோக வனக் கோட்டையின் உச்சி மணியடிக் கூண்டின் மீது பட்டொளி வீசிப் பறக்கும் புலிக்கொடியை வீரசேகரன் உற்றுப் பார்த்தான். அதன் கம்பத்தின்மீது, ஒரு பெரிய கழுகு இரைக்காகக் காத்துக் கொண்டிருப்பதைக் கண்டதும் அவன் நெஞ்சு என்னவோ திக்கென்று அடித்துக் கொண்டது.

''வீரபாண்டியனை, உயிரோடோ பிணமாகவோ நாம் பிடித்ததும் இந்த நாட்டை விட்டுப் போய்விட வேண்டியதுதான்!'' என்றான் வீரசேகரன்.

''தம்பி ஊர்மிளாவையும் சேர்த்துப் பிடிக்காமல் நீ இந்த மதுரையை விட்டுக் கிளம்புவாயா?'' என்று ஜனநாதன் சிரித்தான்.

உடனே ஊர்மிளாவைப் பற்றிய நினைவில் வீரசேகரன் லயித்துவிட்டான்.

அசோகவனக் கோட்டையைச் சுற்றி வேட்டை நாய்கள் போல் இரண்டாயிரம் வீரர்கள் சதா அணிவகுப்பு நடத்திக் கொண்டிருக்கும் ஓசைகளும், பலவிதமான ஆயுதங்களின் வெண்கல நாதமும், குதிரைகளின் குளம்படி ஒலிகளும், கோட்டை வாசல்முன் முன்னூறு யானைகளின் கர்ஜனைகளும் கேட்டன. ஜனங்களிடையே வீரபாண்டியன் புரட்சியை எழுப்பி அசோக வனத்தைத் தாக்க முற்பட்டால், எந்த நேரத்திலும் அதைச் சமாளிப்பதற்குத் தயாராகக் கோட்டையைச் சுற்றி நெருப்பெறி யந்திரங்கள் அமைக்கப்பட்டு பெரிய பெரிய கொப்பரைகளில் தீப்பந்தங்களும் வைக்கப்பட்டிருந்தன. இரண்டடிக்கு ஒரு போர் வீரன் விதம், கையிலே வேலோ, வில்லோ, வாளோ ஏந்திய வண்ணம், கோட்டையைச் சுற்றிலும் எண்ணற்ற வீரர்கள் நிறுத்தி வைக்கப் பட்டிருந்தனர்.

அசோகவனக் கோட்டைக்குப் பின்னால், சலசலவென்று ஓடும் வையை ஆற்றிலிருந்தும், மயானக் கரையிலிருந்தும் புலம்பல் ஒலிகள் வந்தன. தேவியை விடுவிக்கப் பல தடவை முயன்று பிடிபட்ட சில புரட்சிக்காரர்களின் தலைகள் யானைக் காலால் நசுக்கப்பட்டு மற்றவருக்கு ஓர் எச்சரிக்கையாக மதிற் சுவர்களில் பதிக்கப்பட்டிருந்தன.

இவையெல்லாம் சேர்ந்து பகல் நேரத்திலும் அசோகவனக் கோட்டைக்கு ஒரு பயங்கரமான சூழ்நிலையைத் தந்தன. ஆனால் வீரசேகரனோ, இவற்றையெல்லாம் கவனியாமல், ஊர்மிளாவை எங்கே கண்டு பிடிக்கலாம் என்ற சிந்தனையில் தன்னை மறந்தவனாய் ஜனநாதன் பின்னால் போய்க் கொண்டிருந்தான்.

இருவரும் அகழிகளின் மீதுள்ள குறுகலான மரப் பாலங்களின் வழியாக நடந்து சென்று, கோட்டை வாசலை அடுத்துள்ள காவற் படையதிகாரியின் அலுவல் மண்டபத்தின் முன்வந்து நின்றார்கள்.

அங்கு அதிகாரிகளிடையே பெரும் பரபரப்பு காணப்பட்டது. எதையோ பறிகொடுக்கப் போகிறவர்கள் போல், அவர்களின் முகங்கள் இருளடைந்திருந்தன. வீரபாண்டியன் தந்திரமாக மதுரைக்குள் நுழைந்து விட்டான் என்ற செய்தி எட்டியவுடனே,

தேவியின் சிறையைப் பாதுகாப்பதில் தீவிர நடவடிக்கைகள் எடுக்கப்பட்டன. மதுரையிலிருந்த சோழியார் நிலப்படையில் பெரும் பகுதி, கொங்கு நாட்டின் புரட்சியைச் சமாளிப்பதற்குப் போய்விட்டதால், விக்கிரமபாண்டியன் அரசாங்கம் தேர்ந்தெடுத் தனுப்பிய பாண்டிய வீரர்களையே, அசோகவனக் கோட்டையின் காவலுக்கு நிறுத்த வேண்டிய அவசியம் சோழிய அதிகாரிகளுக்கு ஏற்பட்டி ருந்தது. சிறைக் கோட்டத்தின் உட்புறமுள்ள இராணியார் வேலைக் காரப் படையினரின் இரண்டாவது பிரிவிற்கு உணவுப் பொருள்கள் கொண்டு செல்வது, துணிகளை வெளுத்து வருவது முதலாகப் பலவிதமான சில்லறை வேலைகளையும் பாண்டிய ஊழியர்களே செய்து வந்தனர். ஈ காக்கை கூட நுழைய முடியாத அசோகவனக் கோட்டையிலிருந்து தேவியைச் சிறை மீட்பதில் வீரபாண்டியனுக்கு யாராவது அற்ப அளவு உதவி புரிந்தாலும், அதற்குத் தன் சேமநிதியனைத்தையும் அவன் தரத் தயங்க மாட்டான் என்பது யூகிக்கக்கூடிய விஷயமே அதனால் எவன் எந்தச் சமயத்தில் துரோகியாவான் என்று எண்ண முடியாது. யாரையும் யாரும் நம்ப முடியாத நிலை ஒருவரையொருவர் சந்தேகக் கண்ணோடு, ஆந்தைகள் போல் கண்விழித்துக் கண்காணிக்க வேண்டிய நேரம்!

இந்த நெருக்கடியான நேரத்தில், ஜனநாதன் சகஜமாகச் சிரித்துக் கொண்டு வருவதும், அவன் பின்னால் வீரசேகரன் மிகச் சாவகாசமாய் வருவதும், காவற் படையதிகாரியான ஏகவாசக வாணகோவரசருக்குச் சிறிதும் பிடிக்கவில்லை. அவர் சைவப்பழம் என்றாலும், மிகவும் கண்டிப்பான அதிகாரி. அதிகாரத் தோரணையிலோ, கடமையிலோ கடுகத்தனையும் விட்டுக் கொடாமல் சிறிதும் தயவுதாட்சண்யமின்றி நடந்து கொள்ளும் இரும்பு மனிதர் அவர். நெற்றியிலே திருநீறும், நெஞ்சிலே உரமும், கண்களிலே கழுகுப் பார்வையும், உதடுகளிலே ஒரே வாசகமும் உள்ளவர் ஏகவாசகர்.

அவர் வீரசேகரனைக் கடுமையான முகபாவத்துடன் வரவேற்றார். அவரருகிலிருந்த கிழவர் சம்புவராயர்கூட அவனை முகம் கொடுத்து வரவேற்கவில்லை.

ஏகவாசகர் கடுமையான கணீரென்ற குரலில், ‘‘தம்பி! நீ சிறுபையன் என்பதைக் காட்டி விட்டாய்? வீரபாண்டியன் மதுரைக்குள் நுழைந்து விட்டானே யென்று நாங்கள் விழித்துக் கொண்டிருக்கிறோம்! சிறையின் உட்புறம் தேவியை அருகிலி ருந்து பாதுகாக்கும் பொறுப்புள்ளவன், விடிந்து இவ்வளவு நாழிகையான பிறகும் வேலைக்கு வரவில்லை!’’ என்றார்.

‘‘மன்னிக்கவும்! தேவி சிறையிலிருந்து தப்பிவிட்டால் என் தலைக்கு ஆபத்து என்பதை நான் ஒருபோதும் மறக்கமாட்டேன்!’’ என்றான் வீரசேகரன்.

ஏகவாசகரின் அருகில் கிழட்டுப் பூனைபோல் அமர்ந்திருந்த ஆடையூர் நாடாள்வார் நமட்டுச் சிரிப்பு சிரித்தார். நெட்டூர் போரில் தன்னுடைய முப்பதினாயிரம் போர் வீரர்களை வீரசேகரன் பலி கொடுத்து விட்டானே என்ற ஆத்திரம் அவருக்கு!

அவரது பின்னால், இடுக்கிய கண்களுடனும் அலித் தோற்றத்துடனும் மலைப்பூதம் போல் நின்ற அஞ்சு கோட்டை நாடாள்வான், "ஹா!....ஹா!....ஹா!" என்று வீரசேகரனை நோக்கிப் பேய்ச்சிரிப்பொன்றைக் கொட்டினான். முன்பு விக்கிரம பாண்டியன் மந்திராலோசனை சபையில் விசாரணைக்காகக் கொண்டுவரப்பட்ட வீரபாண்டியனின் மூத்த குமாரனைத் தன் கொலைவாளுக்கு இரையாக்கினானே, அதே அஞ்சு கோட்டை நாடாள்வான்தான்! அன்று முதல் பாண்டிய ஜனங்களிடையே அவனுக்கிருந்த செல்வாக்கும், அவனது விக்கிரம பாண்டியன் கட்சியிலே அவனுக்கிருந்த மதிப்பும் குறைந்து விட்டதை நினைக்க நினைக்க அவ்வாறு பச்சிளம் பாலகனை பலர் முன்னிலையில் கொல்லும்படியான சூழ்நிலையை உண்டாக்கிய ஜனநாதன் மீதும் அவனது அருமை நண்பனான வீரசேகரன் மீதும் அஞ்சு கோட்டை நாடாள்வானுக்கு உள்ளூர ஆத்திரமிருந்தது. சிறையிலுள்ள வீரபாண்டியனின் இரண்டாவது குமாரனையும், தேவியையும் சித்திரவதை செய்து கொன்று, வீரபாண்டியனின் வம்சத்தையே நிர்மூலமாக்கிவிட வேண்டுமென்ற ஒருவித வெறியும் அவனுக்கிருந்தது.

காவற்படையதிகாரி ஏகவாசகர் கடுமையான பார்வையுடன் வீரசேகரனை நோக்கி, "தம்பி! ஜனநாதன் எதிலும் அலட்சியமாக இருக்கலாம்! ஆனால் நீ அவ்வாறிருக்க விடமாட்டேன்! நான் சொல்வதெல்லாம் என்னவென்றால்..." என்று ஆரம்பித்தார். அதற்குள் ஜனநாதன் குறுக்கிட்டு, "ஏகவாசகர் சொல்வதெல்லாம் ஒரே வாசகந்தான்! அதாவது என் சிநேகத்தை விட்டு விட்டு அவருடைய அபிமானத்தைச் சம்பாதித்துக் கொள் என்பதுதான்!" என்று சிரித்தான்.

அவனைப் பொருட்படுத்தாதவர் போல் ஏகவாசகர் கம்பீரமாக வீரசேகரனை நோக்கி, "வீரசேகரா! கோட்டையின் வெளிப்புறம் நாங்கள் காவலை நான்கு மடங்காக்கினோம்! சிறையின் உட்புறம் உன் தலைமையில் இராணியாரின் வேலைக்காரப் படை ஒன்று மட்டும் இருப்பது போதாது! இன்று முதல் நம் ஆடையூர் நாடாள்வாரின் தலைமையில் இன்னொரு படையும் உள்ளே இருக்க வேண்டும்! உள்ளே வந்து போகும் பாண்டிய சிப்பந்திகளில் எவன் துரோகியெனக் கண்டுபிடிக்கப் பாண்டி நாட்டவனான நம் அஞ்சு கோட்டை நாடாள்வானும் உள்ளே இருப்பது மிக அவசியம்!" என்றார்.

''யார் வேண்டுமானாலும் கோட்டையின் உட்புறம் காவல் இருக்கட்டும்! ஆனால் தேவி சிறைவைக்கப் பட்டிருக்கும் நான்காவது அடுக்கிற்கு, நான் இல்லாமல் என் அனுமதியில்லாமல், யாரையும் விடமாட்டேன்! தேவியின் அருகில் என் அனுமதியில்லாமல் எந்த ஆடவனும் நெருங்கக்கூடாது என்பது நம் அரசியார் நம் பிராட்டியாரின் கட்டளை!'' என்றான் வீரசேகரன்.

''தம்பி! கோட்டையின் வெளிப்புறம் என் அநுமதியில்லாமல் யாரும் கோட்டைக்குள் பிரவேசிக்க முடியாது என்பதையும் நீ மறந்து விடாதே!'' என்றார் ஏகவாசகர்.

ஜனநாதன் விஷமச் சிரிப்புடன் குறுக்கிட்டு ''ஒற்றுப் படைத்தலைவன் என்ற முறையிலே நான் மட்டும் எந்த நேரத்திலும் எவர் அனுமதியுமில்லாமல் எங்கே வேண்டுமானாலும் நுழையலாம் என்பதையும் எவரும் மறந்துவிட வேண்டாம்!'' என்றான்.

ஏகவாசகர் ''வெடுக்''கென நாக சர்ப்பம் போல் சீறியவராய், ''ஆனால் எவனாயிருந்தாலும் தவறிழைப்பவனை விசாரித்துத் தண்டனை கொடுக்கும் அதிகாரம் இங்கே மதுரையில் எனக்குத் தான் பரிபூரணமாக உண்டு! தேவியைச் சிறை மீட்பதில் வீரபாண்டியனுக்கு, நேர்முகமாகவோ, மறைமுகமாகவோ உதவி செய்பவர் எவரையும் நான் விசாரித்து, யானைக் காலால் இடறும்படியான மரண தண்டனை விதிப்பேன்! அந்தத் தண்டனைகளைச் சிறிதும் தயவு தாட்சண்யமின்றி நிறைவேற்றும் பொறுப்பு நம் யானைப்படைத் தலைவரான செங்கேணி அத்திமல்லர் குலோத்துங்க சோழ சம்புவராயருக்குக் கொடுக்கப்பட்டிருக்கிறது. தண்டனைகளை நிறைவேற்றுவதில் சிறிது தவறினாலும் தாமே அந்தத் தண்டனைக்கு ஆளாவதாக அந்தப் பெரியவர் சத்தியப் பிரமாணமெடுத்துக் கொண்டிருக்கிறார்!'' என்றார்.

ஜனநாதன் அலட்சியமாகச் சிரித்துக்கொண்டே, ''அதாவது நம்முள் ஒருவரையொருவர் ஒழித்துக்கட்ட ஓர் அரிய சந்தர்ப்பம்! சாமர்த்தியமிருந்தால் யாரையும் யாரும் துரோகியெனக் காட்டி, சதுரங்கப்பலகையில் காய்களை வெட்டித் தள்ளுவது போல, வெகு சுலபமாக வெட்டித் தள்ளி விடலாம்!.... ஆனால் அத்தகைய சதுரங்க விளையாட்டு என்றால் எனக்கு எப்போதுமே மிகவும் பிடிக்கும்; ஏனெனில், நான் அதிலே மகா நிபுணன்!'' என்றான்.

அதிகாரிகள் அனைவரும் முகத்தைச் சுளித்தனர்.

''ஏன் வீண் விவாதம்? என் தலைபோனாலும் தேவியைச் சிறையிலிருந்து தப்ப விடமாட்டேன்!'' என்றான் வீரசேகரன்.

''இப்பொழுது தேவி சிறைக்குள் இருக்கிறாளா என்பதே எனக்குச் சந்தேகமாக இருக்கிறது!'' என்றார் ஆடையூர் நாடாள்வார்.

"வாருங்கள் காட்டுகிறேன்" என்று வீரசேகரன் ஆத்திரத்துடன் கூவிக்கொண்டே, ஆடையூர் நாடாள்வார், அஞ்சுகோட்டை நாடாள்வான், ஜனநாதன், கிழவர் சம்புவராயர் முதலானவர்களை அழைத்துக் கொண்டு, கோட்டை வாசற்புறம் தொங்கும் ஒரு மணியை அடித்தான். பெரிய வாசலின் அருகில் மதிற் சுவருக்குள் ஓர் ஆள் மட்டும் நுழையக்கூடிய அளவுள்ள ஒரு துவாரத்தின் கதவு திறந்ததும், அதன் வழியாக எல்லோரும் உள்ளே சென்றார்கள்.

உள்ளே நான்கடுக்கு மாடிகளை உடைய மிக உயரமான ஒரு கற்கட்டிடம் தென்பட்டது. அதைச் சுற்றிலும் இராணியின் வேலைக்காரப் படையினர் ஈட்டிகளை ஏந்திய வண்ணம் வேட்டை நாய்கள் போல அங்குமிங்கும் அலைந்து காவல் புரிந்து கொண்டிருந்தனர். தேவி சிறைவைக்கப் பட்டிருக்கும் நான்காவது அடுக்கிற்கு வீரசேகரன் எல்லோரையும் அழைத்துக் கொண்டு விரைந்து சென்றான்.

பலவிதமான அறைகளை உடைய நான்காவது அடுக்கின் நடுவே, காற்றுக்கூட சுலபமாகப் புகமுடியாத இடத்தில் ஒரு விசாலமான கூடத்திற்குள்தான் தேவி சிறை வைக்கப்பட்டிருந்தாள். பலவிதமான உள் அறைகளை உடைய அந்தக் கூடம் முன்பு பொன் நாணயங்கள் தயாரிப்பதற்குரிய பொற்பாளங்களைப் பத்திரப்படுத்து வதற்கு உபயோகப்படுத்தப்பட்டதாகையால், அது மிகவும் பாதுகாப்புடையதாய் அமைக்கப்பட்டிருந்தது. வைரக் கல்லின் பட்டடைகள் போல அறுகோணப் பக்கமுள்ள கருங்கற் சுவர்கள், சுவர்களைச் சுற்றிலும் இரும்புப் பாளங்கள், இப்போது அதில் தேவி சிறை வைக்கப்பட்டிருப்பதால் சிறிது காற்றோட்டம் வருவதற்காக ஒரு பக்கச் சுவர் எடுக்கப்பட்டு அந்த அளவுக்கு ஒரு பெரிய ஜன்னலைப் போல இரும்புக் கம்பிகளை உடைய ஒரு கெட்டியான கதவு அமைக்கப்பட்டிருந்தது. பகலிலும் இருள் படிந்திருக்குமாகையால், கூடத்தின் ஒரு மூலையில் குத்துவிளக்கு ஒன்று நடுங்கும் வெளிச்சத்தை விரித்துக் கொண்டிருந்தது.

அந்தக் கதவின் கம்பிகளின் வழியாக, அஞ்சுகோட்டை நாடாள்வான் ஆவலோடு அந்த கூடத்தில் உற்றுப் பார்த்தான்.

உள்ளே தேவி தென்படவில்லை!

"தேவியைக் காணோம்! காணோம்!" என்று அஞ்சுகோட்டையான் அண்டபகிரண்டமும் கிடுகிடுங்க வீரசேகரனை நோக்கி ஆத்திரத்தோடு கூச்சலிட்டான்.

வீரசேகரன் பரபரப்புடன் கதவின் வெளிப்பக்கப் பூட்டைத் திறக்கும்படி அங்கிருந்த காவலாளிக்கு உத்தரவிட்டான். உள்ளே கூடத்து மடிப்புச் சுவரின் ஒரு புறமுள்ள பூஜை அறையிலிருந்து

தேவியும் அவள் பின்னால் காவற்காரக் கிழவியான ராக்காயியும் அஞ்சுகோட்டையானின் கூச்சலைக்கேட்டு முன்புறம் வந்தார்கள்.

கிழவி ராக்காயி கதவின் உட்பக்கப் பூட்டைத் திறந்து வீரசேகரன் முதலானவர்களை வரவேற்றாள்.

உயிரற்ற பதுமை போலவும் புகையுண்ட ஓவியம் போலவும் தேவி அவர்கள் முன்வந்து நின்றாள். அவளுடைய முகந்தான் வாடிய தாமரைபோல் காணப்பட்டதே தவிர, அழுது அழுது கண்ணீர் வற்றிவிட்டதால் மிகவும் நிதானமாகவே விளங்கினாள்.

அவள் வீரசேகரனை நோக்கி, ''இங்கே ஏன் வந்தீர்கள்? எனக்கு எதுவும் தேவை இல்லை!'' என்றாள். அப்போது அவளது கருவிழிகளில் துளிர்த்த கண்ணீர்த் துளிகள் குத்து விளக்கின் வெளிச்சத்தில் நவரத்ன மணிகள்போல் பிரகாசித்தன. அங்கொரு மூலையில் வைக்கோற்கட்டின்மீது உறங்கும் பச்சிளம் பாலகனான வீரகேரளனைப் பரிதாபமாகப் பார்த்தாள்.

அவளை நோக்கி வீரசேகரன், ''தேவி என்னை மன்னிக்கவும். முக்கியமான தேவை இருந்தாலொழிய உங்கள் தனிமையைக் குலைக்கமாட்டேன். உங்களை இங்கிருந்து சிறை மீட்பதற்காக வெளியே ஒரு பெருமுயற்சி நடப்பதாகக் கேள்விப்பட்டதால்தான் உங்களை விசாரிக்க வந்தேன்!'' என்றான்.

''ஒவ்வொரு நாளும்தான் பெரு முயற்சிகள் நடப்பதாகச் சொல்லுகிறீர்கள்! இந்தத் துர்ப்பாக்கியவதிக்காக எத்தனையோ பேர் வீணாக முயற்சிசெய்து உங்கள் கையில் பிடிபட்டு மரணமடைந்த தாகவும் கணக்கிடுகிறீர்கள். ஆனால், நான் பரிச்சயமான முகங்களைப் பார்த்துப் பல யுகங்களாகி விட்டன!'' என்றாள் தேவி ஆறாத்துயருடன்.

''தேவி! இந்தக் கோட்டையைப் பகிரங்கமாக முற்றுகையிட்டு உங்களை விடுவிப்பது என்பது யாராலும் முடியாத காரியம்! அதனால் வெளியில் இருக்கும் உங்கள் கட்சியினரும் உள்ளே சிறையில் இருக்கும் நீங்களும் இரகசியமாகத் திட்டமிட்டுத் தந்திரமாகத்தான் நீங்கள் தப்பிச் செல்லமுடியும்! வெளியிலிருந்து உங்களுக்கு யாராவது சதித்திட்டம் பற்றிய இரகசிய ஓலைகள் அனுப்பினார்களா?'' என்று கேட்டான் வீரசேகரன்.

''வெளியிலுள்ளவர்கள் முயற்சி செய்யலாம். ஆனால் நான் முயற்சி செய்ததும் இல்லை. யாருக்கும் இரகசியமாக ஓலைகள் அனுப்பினதுமில்லை!'' என்று தேவி சொல்லிவிட்டு அங்கு ஒரு மூலையில் விளக்கினருகில் கிடந்த கம்பராமாயணச் சுவடிகளை எடுத்துத் தொடர்ந்து படிக்க முயன்றாள்.

வீ.ம 24

அஞ்சுகோட்டை நாடாள்வான் அஞ்சுதலை நாகம்போல அங்கு பாய்ந்தோடி தேவியின் கைகளிலுள்ள சுவடிகளை முரட்டுத்தனமாகப் பிடுங்கினான். அதைப் பரிசோதித்துக் கொண்டே, ''இந்தக் கம்பராமாயணச் சுவடிகளுக்குள் ஏதாவது இரகசியம் இருக்கும்'' என்று கத்தினான்.

தேவி ஏளனமாக ''ஆம், ஒரு பெரிய இரகசியம் இருக்கிறது. பிறன் மனைவியின்மீது மையல் கொண்டு சீதையைச் சிறையில் வைத்து அழிந்துபோன இராவணனின் இரகசியம் இதில் அடங்கியிருக்கிறது!'' என்று சொல்லிவிட்டு அங்கிருந்த ஜனநாதன் முகத்தை கூர்ந்து பார்த்தாள். அந்தப் பார்வையில் தன்னம்பிக்கையும் ஆறாத்துயரமும் வேதனையுடன் கூடிய மெல்லிய ஏளனமும் கலந்திருந்தது.

''அஞ்சு கோட்டை நாடாள்வா! தேவியிடம் கம்பராமாயணச் சுவடிகளைத் திருப்பிக் கொடுத்து விடு!'' என்று வீரசேகரன் கடுமையான குரலில் உத்திரவிட்டான்.

''இந்தச் சுவடிகளின் ஏடுகளின் நடுவே இரகசியமாக ஏதாவது சதித்திட்டம் எழுதப்பட்டிருக்கும். எல்லாவற்றையும் படித்துப் பார்த்துப் பரிசோதனை செய்து விட்டுதான் கொடுக்க வேண்டும்'' என்று உறுமினான் அஞ்சுக்கோட்டை நாடாள்வான்.

ஜனநாதன் அவனை நோக்கிச் சிரித்துக்கொண்டே, ''மகரக் கண்ணா, உன் இடுங்கிய கண்களுக்கு என்ன தெரியும்? சிறையில் தேவிக்கு நல்ல முறையிலே பொழுது போவதற்காக இந்தக் கம்பராமாயணச் சுவடிகளைக் காண்டம் காண்டமாக அவ்வப்போது புதுப்பாடங்களுடன் எங்கள் குலோத்துங்கச் சோழச் சக்கரவர்த்திகள் இந்த ஆடையூர் நாடாள்வார் மூலம் அனுப்பிவருகிறார். இந்த ஓலைகளைப் பரிசோதிக்கிறேன் என்பது இதை எழுதிய எங்கள் கம்பரை மட்டுமல்ல, எங்கள் சக்கரவர்த்திகளையே நீ பரிசோதிப்பதாகும்!'' என்றான்.

அஞ்சுக்கோட்டையான் ''வெடுக்'' கென்று சுவடிகளைத் தேவியின்மீது வீசியெறிந்தான்.

தேவி முகம் சுருங்கியவளாய் அவனை நோக்கி, ''அஞ்சுக்கோட்டை நாடாள்வா, உன்னுடைய பழைய மகாராணிக்கு நீ மரியாதை காட்ட விரும்பாவிட்டாலும் ஒரு பெண்ணிடம் கண்ணியமாக நடந்துகொள், உன் கையால் என்னைத் தூக்கிலிட்டுக் கொல்ல நேர்ந்தாலும் வகையற்றுப்போன ஒருத்தியிடம் கொஞ்சம் கழிவிரக்கத்துடன் நடந்து கொள்!'' என்று கண்ணீர் வடித்தாள்.

''எதிரிகளிடம் எதற்காக இரக்கம் காட்டுவது? நீலிக் கண்ணீர்!'' என்று உறுமினான் அஞ்சுகோட்டை நாடாள்வான்.

தேவி அவனை நோக்கி, ''நாங்கள் நன்றாக இருந்த காலத்தில் நீ நல்ல பதவிகள் பெற்று உயர்ந்து, எங்களுடைய கெட்டக் காலத்தில் எங்களை நீ கை விடுவதற்காகக் கண்ணீர் விடவில்லை! உனக்கு நாங்கள் உத்திர மந்திரிப் பதவி கொடுக்கவில்லை! என்ற ஆத்திரத்தினால் விக்கிரம பாண்டியனை வாரிசுப் போட்டியிடும்படி தூண்டிவிட்டு, சோழ நாட்டிலிருந்து படையெடுப்பைக் கொண்டு வந்ததற்காகவும் நான் கண்ணீர் விடவில்லை! அஞ்சுக் கோட்டைகளுக்குத் தலைவனாய் சுதந்திரமாக வாழ்ந்த நீ உன் பாண்டிய நாட்டைச் சோழர்களுக்கு அடிமைப்படுத்தி நீயும் அவர்களுக்கு அடிமையாகிவிட்டாயே என்பதற்குத்தான் கண்ணீர்விடுகிறேன்!'' என்றாள்.

''தலைநகர் போய்விட்டது! மணிமுடி போய்விட்டது! மணந்தவன் கோழையாகி விட்டான். சிறையில் அடைப்பட்டும் இன்னும் மமதை அடங்கவில்லையே?'' என்று அஞ்சு கோட்டையான் உறுமினான்.

வீரசேகரன் தேவியை நோக்கி, ''தேவி இந்தச் சிறையில் உங்கள் மீதும் அன்பு செலுத்தவும் ஒரு ஜீவன் உண்டென்றால் அந்த ஜீவனின் அன்புக்கு நீங்கள் மதிப்பு அளிக்கிறீர்கள் என்றால், என் கேள்விக்குச் சரியான பதில் சொல்லுங்கள்!'' என்றான்.

ஜனநாதன் இடையில் குறுக்கிட்டு, ''அதாவது தேவியாருக்கு வெளியிலிருந்து யாராவது இரகசிய ஓலை அனுப்பியது உண்டா?'' என்று கேட்டான்.

தேவி பூஜை அறையிலிருந்து ஓர் ஓலையைக் கொண்டு வந்து ஜனநாதனிடம் கொடுத்தாள். அதை ஜனநாதன் உரக்கப் படித்தான்.

''பாண்டிமாதேவி''

சீதையினும் பெருந்தவத்தாளான தங்களைச் சிறைமீட்க கடவுள் கூட முன்வராவிட்டாலும், தன்னுடைய எதையும் தியாகம் செய்து உங்களைச் சிறைமீட்க சகலவிதமான முயற்சிகளும் செய்ய ஒருவன் இந்த அவனியில் இருக்கிறான் என்பதை மறந்து விடாதீர்கள். உங்களுக்காக என் மானாபிமானங்களையெல்லாம் துறந்து சேவை புரிவதையே வாழ்வின் இலட்சியமாகக் கொண்டிருக்கிறேன்.

இப்படிக்கு,

ஈழவராயன்.

இந்த ஓலையை ஜனநாதன் படித்து முடித்ததும் தேவியை நோக்கி வீரசேகரன், ''இந்த ஓலைக்கு நீங்கள் பதில் அனுப்பியது உண்டா?'' என்று கேட்டான்.

''பதில் எழுதினேன்! ஆனால் அனுப்புவதற்குத்தான் ஆள் அகப்படவில்லை!'' என்று தேவி சொல்லிவிட்டு இன்னொரு ஓலையை ஜனநாதனிடம் கொடுத்தாள்.

அந்த ஓலையையும் ஜனநாதன் உரக்கப் படித்தான்;

''ஈழவராயா!

நாங்கள் நன்றாக வாழ்ந்த காலத்திலும் தாழ்ந்துபோன காலத்திலும் எங்களுக்காகவே உன் வாழ்நாளை அர்ப்பணிக்கும் உன் அன்புள்ளத்தை நினைக்கும்போது எனக்கு மனித ஜாதியின் மீதே நம்பிக்கை பிறக்கிறது. இதற்கு கைம்மாறாக உனக்கு இந்தத் துர்ப்பாக்கியவதி தன் கண்ணீர்த் துளிகளில்தான் பங்கு தரமுடியும்.

ஆனால், என்னைச் சிறைமீட்க என் பிராண நாதரே முயற்சி செய்யாதபோது, கடவுளே முயற்சி செய்தாலும், இந்தச் சிறையிலே கிடந்து சாவேனே தவிர, வேறு யாரோடும் வெளியேற மாட்டேன்;

பாண்டிமாதேவி

திரைலோக்கிய முழுதுடையாள்.''

இந்த ஓலையை ஜனநாதன் படித்து முடித்ததும் வீரசேகரனை நோக்கி, ''தம்பி! இதைப்படித்தால் ''அனுமாரே உன்னோடு வரமாட்டேன்!'' என்று சீதாப் பிராட்டி சொல்லுவதுபோல் இல்லை?'' என்று சிரித்தான்.

அஞ்சு கோட்டை நாடாள்வானோ, நெருப்பை மிதித்தவன் போல் துள்ளிக் குதித்து, ''அந்தச் சதிகாரன் ஈழவராயன் ஓலையை இந்தத் தேவியிடம் கொண்டு வந்து கொடுத்த துரோகி யார்?

அவன் யார் என்று தெரிந்தால் இந்த இடத்திலேயே அவன் தலையை நசுக்கி விடுவேன்!'' என்று கத்திவிட்டு, தேவியின் முன் பாய்ந்து, ''இந்த ஓலையை உன்னிடம் கொடுத்தவன் யார்?'' என்று கேட்டான்.

''எனக்குத் தெரியாது. நான் இந்த ராக்காயிக் கிழவியோடு போர்வீரர்கள் புடைசூழ நேற்று மாலை பூந்தோட்டத்தில் உலாவிவிட்டு மறுபடி திரும்பிவந்தபோது இந்த ஓலை இங்கே கிடந்தது; யார் இங்கே ஓலையைப் போட்டதென எனக்குத் தெரியாது!'' என்றாள்.

''உன்னைக் கேட்டால் சொல்லமாட்டாய். உன் குமாரனை எழுப்பிக் கேட்டால் அறியாச்சிறுவன் எல்லாவற்றையும் உளறி விடுவான், என்று அஞ்சுக்கோட்டையான் கத்திக் கொண்டே படுத்துறங்கும் பையனருகே சென்றான்.

தேவி அவனை நோக்கிப் பரிதாபமாக, ''அவனை எழுப்பாதே! பாவம், இரண்டு நாளாக அவனுக்கு ஜுரம்! ''அப்பா அப்பா'' என்று நேற்றெல்லாம் பிதற்றிவிட்டு இப்பொழுதுதான் கொஞ்சம் தூங்குகிறான்'' என்றாள்.

வீரசேகரன், ''அஞ்சுகோட்டையா, தேவியின் குமாரனை எழுப்பாதே, அந்தப் பையனைத் தொட்டால் உன் அஞ்சு விரல்களையும் வெட்டி விடுவேன்!'' என்று உணர்ச்சிவசமாகிக் கத்தினான்.

அப்போது ஆடையூர் நாடாள்வார் மெல்ல அஞ்சு கோட்டை நாடாள்வான் பின்னால் வந்து அவன் கையில் ஜாடையாய்க் கிள்ளித் தூண்டி விடவே அஞ்சுகோட்டையான் 'ஓ, வென்ற உறுமலுடன், ''தாய் பாம்போடு குட்டிப்பாம்பையும் இங்கே வைத்திருக்கக் கூடாது. இந்தப் பையனை இங்கிருந்து எடுத்துப்போய் வேறு சிறையில் வைத்து நான் பாதுகாக்கிறேன்'' என்றான். ஆடையூர் நாடாள்வாரும் அதை ஆமோதிப்பவர்போல், ''தாயையும், மகனையும் ஒரே சிறையில் வைத்துப் பாதுகாப்பதைவிட இருவரையும் தனியாகப் பிரித்து வெவ்வேறு சிறைகளில் வைத்துப் பாதுகாப்பது தான் முறை!'' என்றார்.

ஜனநாதன் விஷமமாய்ச் சிரித்துக்கொண்டே, ''ஆமாம்! கூடவே புருஷனும் இருந்தால்கூட இரவு நேரங்களில் விவரம் தெரிந்த மகனை வேறு அறையில் படுக்க வைப்பதுதான் நல்லது!'' என்றான்.

தேவியோ, 'ஓ' வெனக் கதறியவளாய், ''அட பாவிகளா! தாயையும், மகனையும் பிரிக்கப் பார்க்கிறீர்களே! பச்சிளம் வயதில் பாவம், இந்தக் குழந்தைபடும் வேதனை போதாதென்று, என்னையும் பிரிந்துவிட்டால் அவன் உயிரும் பிரிந்துவிடும்!'' என்றாள்.

''அது மட்டுமல்ல, இந்த நிராதரவான சிறையில் வேதனைப்படும் தேவியார். குழந்தையின் முகத்தைப் பார்த்துக்கூட ஆறுதல் பெறமுடியாவிட்டால் விரைவில் உயிர் நீத்துவிடுவார்!'' என்றான் வீரசேகரன்.

அஞ்சுகோட்டை நாடாள்வானோ, ''உயிர் போகட்டும்! எல்லாம் போய்விட்டது; இன்னும் ஏன் இவள் உயிர்வைத்துக் கொண்டிருக்கிறாள்?'' என்று சீறினான்.

தேவியோ துயரச் சிரிப்புடன் அவனை நோக்கி, ''இந்த உலகில் வாழவேண்டுமென்ற ஆசையால் நான் உயிர்

வைத்திருக்கவில்லை. என்றாவது என் கணவர் வருவார் இனியொருமுறை அவர் முகத்தைக் காணலாம் என்ற ஆசையால்தான் இன்னும் உயிரைப் பிடித்து வைத்துக் கொண்டிருக்கிறேன்!'' என்றாள்.

''உன் மகன் உன்னோடு இங்கே இருக்க வேண்டுமென்றால் ஈழவராயன் ஓலையை இங்கு கொண்டு வந்து போட்டவன் யாரென்று சொல்லிவிடு!'' என்றான் அஞ்சுகோட்டையான்.

''எனக்குத் தெரியாது! என் மகனுக்காக எவர்மீதும் நான் பழிசுமத்த விரும்பவில்லை?'' என்னை நம்புங்கள் என்றாள்.

''உன்னையா நம்புவது? நரியையா நம்புவது?'' என்று கத்தினான் அஞ்சுகோட்டையான்.

அவன் வாயை அடக்க வீரசேகரன் ஆத்திரத்தோடு ஏதோ சொல்ல வாயெடுத்தான். ஆனால் யாருக்கும் சரியான பதில் சூடுகொடுக்கும் ஜனநாதனே அவன் கையைக் கிள்ளி ஜாடை செய்து தடுக்கவே, வீரசேகரன் மௌனமாகி விட்டான். சோழ அரசியலில் அரசருக்கு மிகவும் வேண்டியவரான ஆடையூர் நாடாள்வாரின் கையாள் என்பதனாலேயே அஞ்சுகோட்டை நாடாள்வான் இவ்வாறு தலைகிறுக்கு பிடித்து ஆடுகிறான் என்பதை வீரசேகரன் தெரிந்து கொண்டான். ஏதோ ஒரு நோக்குடனேயே இவ்வாறு ஆடையூர் நாடாள்வார் இங்கு அவனை அழைத்து வந்து இவ்வாறு ஆடவிடுகிறார் என்பதையும் புரிந்துகொண்டான்.

அஞ்சுகோட்டையானின் மூர்க்கத்தனமான போக்கை அடக்கமாட்டார்களா என்ற ஏக்கத்துடன் தேவி அங்கிருந்த ஜனநாதனையும் வீரசேகரனையும் பரிதாபமாகப் பார்த்தாள். ஆனால் அவர்களும் மௌனமாய் இருக்கவே, புயல் நடுவே தனியாக அகப்பட்ட பூச்சருகு போல் தடுமாறிச் சுழன்று தவித்தாள்.

''இங்கே ஒரு பெரிய சதிச் செயல் நடக்கிறது. இந்த ஓலையைக் கொண்டு வந்து போட்ட துரோகி யார் எனக் காட்டிக் கொடுக்காவிட்டால், நான் உன்னை என்ன செய்வேன் தெரியுமா?'' என்று தரையில் காறி உமிழ்ந்தான் அஞ்சுகோட்டையான்.

''கொஞ்சம் கண்ணியமாக நடந்து கொள்!'' என்றாள் தேவி.

''உனக்கென்னடி கண்ணியம்? சொல்லடி, யாரவன்?'' என்றான் அஞ்சுகோட்டையான்.

அவ்வளவுதான்; ''அடியே'' என்ற வார்த்தையைக் கேட்டதும், தேவியின் உடம்பெல்லாம் பதறியது கையில் வாள் இருந்தால் அவன் தலையை வெட்டியிருப்பாள். ஆனால் அவ்வளவு

ஆத்திரத்தையும் வெளியே காட்ட முடியாதவளாய்த் தன் தலையில் ‘‘படீ’’ரென அடித்துக்கொண்டு, ‘‘ஐயோ, பிராணபதி! நான் செவிடாகப் பிறக்காதது கூட ஒரு துர்ப்பாக்கியமா?’’ என்று ‘‘ஓ’’வெனப் புலம்பினாள்.

ஜனநாதன் மெல்ல சிரித்துக்கொண்டே, ‘‘அஞ்சு கோட்டை நாடாள்வா! ஓலையைப் போட்டவன் யாரென்று தெரிந்தால் நீ என்ன செய்வாய்?’’ என்றான்.

‘‘அந்தத் துரோகியை இந்த இடத்திலேயே காதைப் பிடித்துத் திருகுவேன்! மூக்கிலே குத்துவேன்! கன்னத்திலே அறைவேன்! எட்டி உதைப்பேன்! காலால் அவன் தலையை நசுக்குவேன்!’’ என்று உரத்த ஸ்தாயியில் கத்தினான்.

‘‘அந்த ஓலையைப் போட்டவன் யார் தெரியுமா? நான் தான்!’’ என்றான் ஜனநாதன் மெல்ல! அங்கிருந்த அனைவரும் திடுக்கிட்டார்கள்.

‘‘தேவியின் மனோநிலையைப் பரிசோதிக்க ஈழவராயன் எழுதியது போல் ஓர் ஓலையை என் கையாலேயே எழுதி இங்கு போடச் செய்தேன்’’ என்று ஜனநாதன் சொல்லிவிட்டு அஞ்சுகோட்டையானை அருகில் கூப்பிட்டு, ‘‘இந்த ஓலையைப் போட்டவனைத் துரோகி என்று சொன்னாயல்லவா; ஒரு மாபெரும் ராஜபக்தனை சாதாரணத்துரோகி என்றால் ஜனநாதன் யாரையும் சும்மா விடமாட்டான்!’’ எனச் சிரித்த வண்ணம் சொல்லிவிட்டு, ‘‘வீரசேகரா உன் கைவரிசையைக் காட்டு!’’ என்றான். அவ்வளவுதான்; வீரசேகரன் ஆத்திரமடைந்த புலிபோல் பாய்ந்து அஞ்சுகோட்டையானின் முகத்தை நிமிர்த்தினான்: அவன் காதுகளைப் பிடித்துத் திருகினான்: மூக்கில் ஒரு குத்து விட்டான்: கன்னத்தில் ‘‘பளீ’’ரென்று அறைந்தான்! காலால் எட்டி உதைத்தான்.

கன்னத்தைத் தடவிக்கொண்டே அஞ்சுகோட்டையான், ‘‘இந்த அவமானத்தைச் சும்மா விடமாட்டேன் எங்கள் விக்கிரமபாண்டிய மன்னரிடம் சொல்லி இந்த விஷயத்தைச் சபைக்குக் கொண்டு வந்து சோழ நாட்டிற்கும் பாண்டிய நாட்டிற்கும் உள்ள தொடர்பிலே ஒரு பெரிய பிரச்னையாக்கி விடுவேன்!’’ என்று உறுமினான்.

அவனது இன்னொரு கன்னத்தையும் திருப்பி, ஜனநாதன் இன்னொரு அறைவிட்டான்.

ஜனநாதன் யாரையாவது கை நீட்டி அடிக்கிறான் என்றால் செத்த பாம்பைத்தான் அடிக்கிறான் என்று அர்த்தம்! என்று ஜனநாதன் சிரித்துவிட்டு, அஞ்சுகோட்டை நாடாள்வான் சார்பாக

ஆடையூர் நாடாள்வார் பேச முயல்வதைக் கண்டு ‘‘ஓய் நாடாள்வாரே! இந்தச் சின்னச் சண்டையில் நீரேன் அநாவசியமாகத் தலையிடுகிறீர்?’’ என்றான்.

ஆடையூர் நாடாள்வார் வாயை மூடிக்கொண்டு திக்பிரமை பிடித்தவர்போல் நின்றார். ஜனநாதனின் வாய் பலத்தைக் கண்டிருக்கிறாரே தவிர, அவன் கை பலத்தை முன்னம் அவர் கண்டதில்லை.

அவரை நோக்கி ஜனநாதன் சிரித்துக்கொண்டே, ‘‘மூளையற்ற வெறும் மாமிச மூட்டைகளோடுதான் வேறு வழியில்லாததால் இப்படிக் கைபலத்தைக் காட்டுவேனே தவிர மூளை உள்ளவர்களிடம் என் மூளை பலத்தைத்தான் காட்டுவேன்!’’ என்று சொல்லிவிட்டு, அவரை விஷமமாக உற்றுப் பார்த்துக்கொண்டே, என்னைத் துரோகியெனக் கூற எவனுக்கும் இனித் துணிவு இராது! ஆனால் இந்த ஓலையை நான் எவனிடம் கொடுத்தேனோ, அவன் மாபெரும் துரோகி! ஆடையூர் நாடாள்வாரே, நம் அரசர்பிரானின் கம்பராமாயணச் சுவடிகளை நீர் உம் அந்தரங்கக் கணக்கன் சத்திமுத்தன் வசம் இங்கே சிறைக்கு அடிக்கடி கொடுத்து அனுப்புவீர் அல்லவா? அவனைத் தனியாக நான் கூப்பிட்டு அவனுக்கு இரண்டாயிரம் பொன் கையூட்டு கொடுப்பதாகவும், அவன் கொண்டு போகும் ஓலைச் சுவடிகளோடு, இந்த ஓலை நறுக்கையும் சேர்த்துவிட வேண்டு மென்றும் சொன்னேன். உம்முடைய ஆள் என்னுடைய பொன் நாணயங்களுக்காக மாபெரும் துரோகியாகி விட்டான்!’’ என்றான்.

அதைக் கேட்டதும் ஆடையூர் நாடாள்வார் திடுக்கிட்டார். அவருடைய பணச் செழிப்பிற்கு ஜீவநாடி போன்ற அருமையான கணக்கர், சபை நடுவே துரோகி என விசாரிக்கப்பட்டு, ஜனநாதன் சாட்சியத்தால் மரணதண்டனை விதிக்கப்பட்டு யானைக் காலால் தலை நசுக்கப்படும் கோரக் காட்சிகளெல்லாம் அவர் கண்முன் வந்து நின்று கூத்தாடின.

வீரசேகரனோ, கூடத்தின் சுவர்களில் ஏதாவது சுரங்கம் இருக்கிறதா என்று தட்டிப் பார்ப்பது! ஏதாவது ஆயுதங்கள் மறைத்து ஒளித்து வைக்கப்பட்டிருக்கின்றனவா என ஆராய்வது முதலிய பரிசோதனைகளில் ஈடுபட்டிருந்தான். பிறகு தேவியை நோக்கி, ‘‘தேவி, இனிமேல் நான் உங்களுக்கு அதிகச் சலுகைகள் தரமுடியாது!’’ என்றான்.

‘‘என் பூஜை அறையில், என் கணவரை மானசீகப் பூஜை செய்யத் தினசரி புதிய பூக்கள் கேட்பேனே தவிர, வேறெதுவும் தேவையெனக் கேட்டதில்லை’’ என்றாள்.

''இனிமேல் கேட்டாலும் மிகவும் யோசித்துத்தான் கொடுக்க வேண்டியவனாய் இருக்கிறேன். உங்களுக்குக் கொண்டு வரப்படும் உணவுகள், சாமான்கள், உங்களோடு சம்பந்தப்படும் சிப்பந்திகள், முதலானவை அடிக்கடி இன்னும் அதிகமாகப் பரிசோதிக்கப்படும். அடிக்கடி உங்கள் அறைக்கு நான் வந்து பரிசோதிக்கவும் நேரிடும். பூதம் காக்கும் தனம் போல் உங்களைப் பாதுகாக்க வேண்டியவனாய் விட்டேன் என்றான்!'' வீரசேகரன்.

''ஏன் இவ்வளவு பரிசோதனைகள்?'' என்று கேட்டாள் தேவி.

''ஏனெனில் உங்கள் நாதரான வீரபாண்டியர் நேற்றிரவு தந்திரமாக மதுரைக்குள் புகுந்து விட்டார். உங்களைச் சிறை மீட்க முயற்சிப்பதற்காகதான் அவ்வாறு வந்திருக்கிறார் என்பது பச்சைக் குழந்தைகூட யூகிக்கக் கூடியதுதான்!'' என்றான் வீரசேகரன்.

அதைக் கேட்டதும் வாடிக்கிடந்த தேவியின் முகம் அன்றலர்ந்த தாமரைபோல் புது மலர்ச்சியுற்று, அவள் உடம்பெல்லாம் புத்துயிர்பெற்றது, போல் ஆனந்தத்தால் பூரித்தது.

''என் நாதர் 'வந்து விட்டார்! வந்துவிட்டார்!'' என்று ஆனந்தக் கண்ணீர் விட்ட அவள் வீரசேகரனை நோக்கி, ''எனக்கொரு புது எழுத்தாணி வேண்டும். இனி என் கணவர் என்னை விடுவிக்காவிட்டாலும் கவலையில்லை. பொங்கி வரும் என் ஆசைகளையெல்லாம் என் ஆயுள் முழுவதும் கவிதைகளாக எழுதி வைத்துவிட்டு இந்தச் சிறையிலே இறந்து போவேன்!'' என்றாள்.

பிறகு மாலை நேரத்தில் வீரசேகரன் அசோகவனக் கோட்டையை விட்டு வெளியே வந்தபோது காவற்படை அதிகாரியான ஏகவாசகவாணகோவரசர் படைவீராகளை நாலாபுறமும் அவசரக் கட்டளைகளுடன் அனுப்பிக் கொண்டிருப்பதைக் கண்டான்.

வீரபாண்டியன் தந்திரமாக மதுரைக்குள் நுழைந்து பதுங்கியிருக்கிறான் என்ற செய்தி எட்டியவுடனே, விக்கிரம பாண்டியனுடைய அரசாங்கம் ஸ்தம்பித்துப்போய் விட்டதால், அதன் சார்பாக, சோழிய அதிகாரிகளே தீவிர நடவடிக்கைகள் எடுக்க வேண்டிய அவசியம் ஏற்பட்டது. நகரெங்கும் சந்தேகோபஸ்த மானவர்களின் மாளிகைகளெல்லாம் பரிசோதிக்கப்பட்டன. சில வீடுகள் தீக்கிரையாக்கப்பட்டன. வழியில் செல்பவர்கள் எல்லாம் நடுவில் நிறுத்தி விசாரிக்கப்பட்டனர், முன்பு வீரபாண்டியன் அரசாங்கத்தில் தொடர்பு வைத்திருந்தவர்களில் சிலர் குற்றம் சாட்டப்பட்டு, யானைக் காலில் தலை நசுக்கப்பட அழைத்து வரப்பட்டிருந்தனர்.

நகரிலுள்ள வீடுகளையெல்லாம் காவலர்கள் பரிசோதிக்கும் இந்தச் சந்தர்ப்பத்தில் ஊர்மிளாவின் வீட்டை வெகு சுலபமாகக் கண்டுபிடித்து விடலாம் என்று வீரசேகரன் நினைத்தவனாய், முன்னிரவு தன்னை ஏமாற்றி தன்னை சகதிக் குட்டையில் பிடித்துத் தள்ளிவிட்டு அவள் ஓடி மறைந்த பகுதியை நோக்கி விரைந்து சென்றான். அந்தப் பகுதியுள்ள கம்மியர் சேரியை நோக்கிச் செல்லும் போது இலேசான அந்தி இருட்டு வந்துவிட்டது.

அத்தியாயம் 27

ஊர் தேடுதல்

துன்றுமாளிகை ஒளிகள்
தூரிசறத் துருவிச்
சென்று தேடினன்.

– கம்ப ராமாயணம்

மதுரையின் ஒதுப்புறமுள்ள கம்மியர் சேரியை நோக்கி வீரசேகரன் விரைந்து சென்ற வேகத்தைவிடப் பொழுது விரைந்து நன்றாக இருட்டிவிட்டது.

குடகடலிலே குளித்த அந்திச் சூரியன் அதிலேயே மூழ்கிவிட்டான். அறிஞர் சொல் கேளாதவரின் தீவினை என இருள் செறிந்தது எங்கும்!

தெருக்களில் வரிசையாகவுள்ள கற்றூண் விளக்குகளில் எரியும் தீப்பிழம்புகள் கூட இருளை விழுங்க முடியாமல் நடுங்கிக் கொண்டிருந்தன. வீரபாண்டியன் எங்கே பதுங்கியிருக்கிறான் என்று சோழிய வீரர்கள் ஒவ்வொரு வீடாய்ப் புகுந்து சோதனையிட்டுக் கலக்கியதில், எந்நேரமும் கலகலப்பாயிருக்கும் மதுரை நகர் அந்தி நேரத்திற்குள்ளாகவே ஊரடங்கி விட்டது.

ஆலம் விழுது வேர்கள் போல் பலவித நெளிசலான சந்துகளை உடைய கம்மியர் சேரியை வீரசேகரன் அடைந்தபோது, இருள் விருக்ஷத்தின் கிளைகள் எங்கும் கொப்புகள் விட்டுப் படர்ந்திருப்பதைக் கண்டான். நகரின் மத்தியில் உள்ள தெரு

விளக்குகளைப்போல அவ்வளவு அதிகமாக அந்தப் பகுதியில் இல்லை. விளக்குகளின் எண்ணெயைக்கூடத் திருடி வயிறு பிழைக்கும் ஏழைகள் நிறைந்த பகுதியாதலால், தெரு முனைகளிலுள்ள இரண்டொரு விளக்குகள்கூட ஏற்றப்படவில்லை. குறுகலான எண்ணிறந்த நீண்ட சந்துகளிலோ, பொந்துகள் போன்ற வீடுகளிலிருந்து வெளிச்சம் வந்தால்தான் உண்டு. தச்சர், தட்டார், கொல்லர், குயவர் போன்றவர் வதியும் அப்பகுதியில், விளக்குகளுக்கு எண்ணெய் வாங்கி வேலை செய்யும்படியான அளவுக்கு அவர்களின் தொழிற்சாலைகளுக்கு வருமானம் வராதாகையால், இருட்டுவதற்குள் உண்டுவிட்டு இருளில் இருமிக் கொண்டு கிடப்பார்கள். அந்நியர் ஆதிக்கத்தின் கீழ் எத்தனை வீடுகள் இடிபடும் என்று எண்ணப்படும் நேரத்தில் புது வீடுகள் கட்டத் தேவையில்லாததால், செங்கற் சூளைகளில் கூட நெருப்பு இல்லை.

உணவில்லா உழைப்பாளிகளும், ஊதியமில்லாத் தொழிலாளிகளும், வழிப்பறிக் கள்ளர்களும் நிறைந்த அப்பகுதியில், அரசவம்சத்தைச் சேர்ந்த வீரபாண்டியன் பதுங்கியிருக்க மாட்டான் என்ற யூகத்தினால் சோழியர்கள் அப்பகுதியை அவ்வளவாகச் சோதிக்கவில்லை. அதோடு, இருளில் அப்பக்கம் வரவே அவர்களுக்கு உள்ளூரப் பயம்! உடை வாள்களில் உள்ள வெள்ளிக்கைப் பிடிகளுக்காகவோ, தலைப்பாகைகளிலுள்ள தங்க ஜரிகைகளுக்காகவோ, எவனும் எவனையும் கொன்று விடலாம்.

வீரசேகரனின் இடுப்பில் ஜனநாதன் தந்த உடைவாள் ஒன்று இருந்தது; அதில் தங்கக் கைப்பிடியும் இருந்தது; ஆனால் அவன் புகுந்து புறப்படும் குறுகலான சந்துகளில் யாராவது அவனை மடக்கிக் கொண்டால், வாளை உருவும் அளவிற்குக்கூட அந்தச் சந்துகள் விசாலமானதாக இல்லை! வாய் விட்டுக் கத்தினாலும் யாரும் உதவிக்கு வர முடியாத நிர்மானுஷ்யமான நேரம்! அந்தப் பகுதியில் மாயமாய் மறைந்து போன ஊர்மிளாவைத் தேடும் முயற்சியில், மரணப் பாதையைத் தேடிச் செல்வது போன்ற உணர்ச்சிதான் வீரசேகரனுக்கு உண்டாயிற்று. வீடு சோதனையின் போது ஊர்மிளா வேறு எவன் கையிலாவது அகப்பட்டு, வெறும் சந்தேகத்தின் மூலமே அவளுடைய தலைக்கு ஆபத்து வந்துவிடக் கூடாது என்ற எண்ணமும், அவள்மீது அவ்வளவு தூரம் காதலும், அவளுடைய மர்மத்தைக் கண்டுபிடித்துவிட வேண்டும் என்ற வேட்கையும் இருந்திராவிட்டால் வீரசேகரன் இதுபோன்ற சூன்ய இருளில் அந்தப் பக்கமே வந்திருக்க மாட்டான். அதனால் வீரசேகரன் கோழை என்பதல்ல, போர்க்களத்தில் எதிரியுடன் எதிரே நின்று மரணயுத்தம் புரிவது வேறு விஷயம்; வழிப்பறிக் கள்ளர்களின் கொலையஞ்சா வாள்களுக்குத் தப்புவது வேறு விஷயம்!

ஊர்மிளாவின் சிரிப்பொலியைக்கூடக் கண்டுபிடிக்க முடியாதா என்ற ஆசையுடன் வீரசேகரன் ஒவ்வொரு சந்திலும் நத்தைபோல் தன் உடலைச் சுருக்கிக் கொண்டு, ஆந்தை போல் கண் விழிப்புடன் ஆமைபோல் நகர்ந்து சென்றான். முச்சந்திகளைக் கூர்ந்து பார்த்தும், குட்டிச் சுவர்கள், குறுக்குச் சுவர்கள் மீது ஏறிப் பார்த்தும், வீட்டு வாசல் கதவுகளின் சாவித் துவாரங்களின் வழியாக உள்ளே ஊடுருவிப் பார்த்தும் சூன்யமான கிடங்குகளையும் கடைகளையும் தட்டிப் பார்த்தும் இரண்டு நாழிகைக்கு மேலாக வீணே முயற்சி செய்தான்.

சில வீடுகளைத் தட்டியபோது அரைகுறையான ஆடையணிகளுடன் சில ஸ்திரீகள் எழுந்து வந்து கதவைத் திறந்து காறித்துப்பிவிட்டுப் போனார்கள். அவன் அந்தப் பக்கம் போனதும், அவன் யாரடி? என்று முரடர்கள் தங்கள் இல்லக் கிழத்திகளோடு சண்டை பிடிக்கும் சப்தம் வீடுகளுக்குள் கேட்டது. வேறு சில வீடுகளில் ஜீவன் செத்த பெண்கள் உடல் வாளிப்புடன் கைவலை வீசி எவ்வளவு காசு தருவாய்? என்று கேட்டார்கள். அவர்களின் கைப்பிடியிலிருந்து தப்பி அவன் அப்பாற் சென்றதும், அந்த வீடுகளில் சில கயவர்கள், "அவனை ஏனடிவிட்டாய்? உள்ளே இழுத்திருந்தால் அவனை மடக்கி மேல் உடுப்புகளையாவது பறித்திருக்கலாம் என்று இரைந்தார்கள். வேறு சில வீடுகளிலோ, இங்கே சோதிப்பதற்கு என்ன இருக்கும்? வீடு நிறைய வயிற்றுப் பசியும் வியாதிகளுந்தான் இருக்கின்றன!" என்று எறிந்து விழுந்தார்கள். அதற்கு மேல் வீட்டுக்கதவுகளைத் தட்டுவது உசிதமல்ல என்று வீரசேகரன் நிறுத்திக் கொண்டு விட்டான். அதற்குள் சுந்தரேஸ்வரர் ஆலயத்தில் அர்த்தசாம மணியடிக்கும் ஓசையும் தூரத்தில் கேட்டது. அந்தச் சூன்யமான பிராந்தியத்தில் வாழ்வின் சகலவிதமான அரவங்களும் புற்றுப் பாம்புகள் போல் அடங்கிவிட்டன.

உயர்ந்த பண்புகளுள்ள உயர்குல மங்கை போன்ற ஊர்மிளா இந்த வட்டாரத்தில் வசிப்பாளா என்ற அவநம்பிக்கையுடன் வீரசேகரன் வீடு திரும்ப நினைத்தான். அப்போது அவன் பின்புறம் எவனோ சீழ்க்கையடிக்கும் சப்தமும், அதைத் தொடர்ந்து அவனது எதிர்ப்புறமுள்ள வீதியில் எங்கோ ஒரு வீட்டிலிருந்து மறு சமிக்ஞையாக இன்னொரு சீழ்க்கையடிக்கும் சப்தமும் கேட்டது.

திடுக்கிட்ட வீரசேகரன் வலது கைப்புறம் திரும்பி முச்சந்திக் கருப்பர் கோயிலை நோக்கி ஓடினான்.

கருப்பர் சந்நிதியின் முன் எரியும் விளக்கின் கல்தூணுக்கும், பலிபீடத்திற்குமிடையிலுள்ள நிழல் சரிவில் வீரசேகரன் மறைந்து கொண்டு, எதிரே தெருவில் யாராவது தன்னைப் பின்பற்றி வர முயல்கிறார்களாவெனக் கவனிக்கத் தொடங்கினான்.

சிறிது நேரங் கழிந்ததும் திடீரென அவன் பின்புறம் கருப்பரின் சூலாயுதமொன்று பாய்ந்து வந்து அவனது தலைப்பாகையில் குத்திட்டு நின்றவாறு கீழே விழுந்தது. வீரசேகரன் ''குபீ'' ரெனத் திரும்பி, பலிபீடத்தின்மீது கிடந்த இரத்தம் தோய்ந்த ஒரு பலித்தட்டை எடுத்துத் தனக்குக் கவசமாகவும் கேடயமாகவும் அதை ஆக்கிக்கொண்டு, உடைவாளை உருவிப் பிடித்தவாறு, ''யாரது? திருடனாயிருந்தால் தேவையானதைத் தூக்கியெறிகிறேன்!'' என்று கத்தினான்.

ஒரு பதிலும் இல்லை! இருள் குமைவில் ஒரே சூன்யம்!

வீரசேகரன் மெல்ல தன் தலைப்பாகையின் ஓரத்தைப் பிய்த்துக் கொண்டு கிடந்த சூலாயுதத்தை எடுத்துப் பார்த்தான். அதன்மீது கட்டப்பட்டுள்ள ஓர் ஓலை நறுக்கு அவன் கண்ணை உறுத்தவே, ஊர்மிளாதான் இவ்வாறு குறும்பாய் மிரட்டுகிறாளோ என்ற ஆசையுடன் அதையெடுத்து வாசித்தான்.

''வீரசேகரா!

தேவியைத் தந்திரமாகச் சிறை பிடித்துப் புகழ் கொண்டவனே! உன்னை இகழுக்கு ஆளாக்க ஒரு கிழவன் கழுகுக் கண்ணுடன் கவனித்து வருகிறான் என்பதை மறந்துவிடாதே! சிறகொடிந்து போனாலும் இந்தக் கிழட்டு ஜடாயு உன் உயிரை உறிஞ்சிக் குடித்தாலொழிய தன் உயிரை விடாது!''

இதைப் படித்ததும் வீரசேகரனுக்கு உடம்பெல்லாம் புல்லரித்தது. அவன் இராவண சந்நியாசிபோல் தேவியை நெட்டூர்க் கோட்டையிலிருந்து கடத்தி வந்தபோது சுரங்க வழியில் எதிர்ப்பட்ட கிழவன் ஜடா முனியனின் நினைவு சட்டென்று அவனுக்கு வந்தது. தேவியை வீரசேகரன் சிறைப் பிடிப்பானாகில் அவனது உயிரைப் பழிவாங்குவதாக அந்தக் கிழவன்தான் சபதம் பூண்டான்; அவன்தான் தன்னைக் கிழஜடாயு என்றும் சொல்லிக் கொண்டான்! சிறைக்கூடத்தை விட்டு வீரசேகரன் இங்கு புறப்பட்டு வந்தபோது யாரோ முக்காடிட்ட ஒருவன் அவனை வழியில் பின்பற்றுவது போன்ற பிரமையும் இப்போது அவனுக்குத் தட்டியது.

அவ்வளவுதான்; ஒரே தாவில் அவன் முச்சந்திக் கருப்பர் சந்தியை விட்டு இடது கைப்புறமுள்ள கிடங்குத் தெருவில் பாய்ந்தோடினான். ஜடாயுவின் காலடி ஓசைகளும் அவனைப் பின்பற்றி வந்தன. ஏதாவதொரு வீட்டிற்குள் அடைக்கலம் புகலாமென்றாலோ, அது கிடங்குத் தெருவாகையால் எல்லாக் கட்டிடங்களின் வாசல்களும் பூட்டப்பட்டிருந்தன. பகல் நேரத்தில் கூட அந்தக் கட்டிடங்களில் வெளிச்சம் தென்படாது!

தெருவில் கிளை பிரியும் பல சந்துகளையும் கவனித்துக் கொண்டே ஓடினான். குறுகலான சந்துகளில் ஒரு வீட்டிலாவது விளக்கு வெளிச்சம் தென்படாதா என்று ஏங்கினான். எல்லா வீடுகளும் ஒரே மாதிரியாக இருண்டு கிடந்தன. ஆனால் தெருவின் முனைக்கு வந்தபோது இரண்டு பாரவண்டிகள் ஏக காலத்தில் செல்லும்படியான அளவு விசாலமானதாகவும், கல்தள வரிசை பரவியதாகவும் ஒரு பாதை பிரிந்தது. அந்தப் பாதையின் முடிவில், பழைய இரும்புச் சாமான்கள் சிதறிக் கிடக்கும் ஒரு புல்வெளியில், தன்னந்தனியான இரண்டு அடுக்கு மாளிகையொன்று தென்பட்டது. அந்த இரும்புத் தொழிற்சாலைக் கட்டிடம் பேய் வீடுபோல் பூட்டப்பட்டு இருண்டு கிடந்தாலும் அதன் சுவரையொட்டியுள்ள ஒரு மச்சு வீட்டிற்குள் எரியும் விளக்கு வெளிச்சத்தில் ஓர் ஒளிக்கற்றை ஜன்னல் வழியாகத் தெருவில் வந்து விழுந்தது.

அதனருகில் வந்ததும் வீரசேகரன் உயிர் வந்தவன் போல் ஆவலுடன் அந்த வீட்டு வாசலின் முன் தொங்கும் வெண்பலகையைக் கூர்ந்து பார்த்தான். ''மலையாள ஜோஸியர் சுந்தரமூர்த்தி சுவாமிகள் இங்கு வெள்ளிதோறும் ஜோஸியம் பார்ப்பார்!'' என்று கரிக்கட்டியினால் அவசரமாக எழுதப்பட்டிருந்தது.

அந்த விளக்கு வெளிச்சம் வரும் வீட்டிற்குள் வீரசேகரன் அடைக்கலம் புகப் போகிறான் என்று யூகித்ததும் அவனைப் பின்பற்றி வந்த ஜடாயுவின் காலடி ஓசைகள் தெரு முனையிலே நின்று விட்டன.

அதிர்ஷ்டவசமாக ஊர்மிளா அந்த வீட்டினுள்ளாவது இருக்கமாட்டாளா என்ற ஆவலோடு வீரசேகரன் தெரு வாசல் கதவைத் தட்டத் தொடங்கினான். ஆனால் மறுகணமே வீட்டுக்குள் எரிந்து கொண்டிருந்த விளக்கு வெளிச்சம் ''குப்'' பென்று அணைந்து விட்டது. வீட்டின் இருளுள் பலவிதமான அரவங்களும் கேட்டன.

கலவரமடைந்த வீரசேகரன் மறுபடி கதவைத் தட்டலாமா வேண்டாமா என்று யோசித்தபோது தெருவில் மறுபடியும் ஜடாயுவின் காலடி ஓசைகள் கிளம்பின.

அவன் பதறி வீட்டின் கதவின்மீது கை வைத்ததுமே, அது மாயக் கதவைபோலத் தானாகவே திறந்து கொண்டது. அவன் தன் உடைவாளை உருவிக் கையில் பிடித்தவண்ணம், ''வீட்டில் யார்?'' என்று கேட்டுக்கொண்டே உள்ளே எட்டிப் பார்த்தான்.

ஒரு பதிலும் வரவில்லை! ஒரே சூன்யமான இருள்தான் கருக்கொண்டிருந்தது!

இருளைப் பிளந்துகொண்டு வீரசேகரன் மெல்ல இரண்டு அடி உள்ளே எடுத்து வைத்தான். மறுகணம், அவனுக்குப் பின்னால் கதவுப்புறமிருந்து ஓர் பூதாகாரமான உருவம் பாய்ந்து வந்து தன் முரட்டுக் கையில் உள்ள ஒரு கழியால் அவன் மண்டையில் அடித்தது. அந்த அதிர்ச்சி தாங்காமல் வீரசேகரன் மயங்கிச் சாய்ந்தபோது வீட்டினுள் நாலாபுறமிருந்தும் நாலைந்து ஆட்கள் ''தடதட''வென்று ஓடி வந்து அவனை வளைத்துப் பிடித்துக் கொண்டு எங்கோ வீட்டினுள் தூக்கிச் செல்வதைப் போன்ற உணர்ச்சி மட்டுந்தான் அவனுக்கு இருந்தது!

அத்தியாயம் 28

ஊர்மிளாவா!

"நக்காய்! நீ யார்? யார் சொல வந்தாய்?
உக்கால் ஏது ஆம் உனது ஆவி?"

— கம்ப ராமாயணம்

மண்டையில் விழுந்த அடியின் மயக்கம் தெளிந்த போது, வீரசேகரன் தானொரு மிருது வான பஞ்சணையில் படுக்க வைக்கப் பட்டிருப்பதை உணர்ந்தான். ஊர்மிளா தனக்குச் சிசுருஷை செய்து கொண்டிருக்க மாட்டாளா என்று என்னவோ ஓர் ஆசையுடன் அவன் தன் கண்களைப் பரக்க விழித்துப் பார்த்தான்.

ஆனால் அவன் எதிரே எமகிங்கரர்கள் போல் ஆறு ஆட்கள் உருவிய வாள்களுடன் நிற்பதையும், அகோர ரூபியான ஒருவன் கையில் வில்லேந்தி வீரசேகரனின் நெஞ்சுக்குக் குறி பார்த்துக் கொண்டு உறுமுவதையும், ஓர் அழகிய சாமியார் கையில் ஓலைச் சுவடிகளுடன் சிந்தனையில் ஆழ்ந்திருப்பதையும், படுக்கையறையின் ஜன்னல் கதவுகளெல்லாம் இழுத்துச் சாத்தப் பட்டிருப்பதையும் கண்டான். அந்தச் சாமியார்தான் மலையாளத்து ஜோஸியரான சுந்தரமூர்த்தி சுவாமிகளாயிருக்க வேண்டுமென வீரசேகரன் யூகித்துக் கொண்டான். ஆனால் அந்த அகோர ரூபியும் மற்ற ஆட்களும் யாவர் என்று சிந்திக்க முடியாமல் குழம்பினான்.

அவனை நோக்கி அகோர ரூபி, "அசையாதே! அசைந்தால் உன்னைக் கொன்று விடுவோம்!" என்று கத்தினான்.

"எதற்காக" என்று வீரசேகரன் கேட்டான்.

"எதற்காக நீ இங்கே வந்தாய்? அதைச் சொல்!" என்று அகோர ரூபி அவனைப் பிடித்துக் கசக்குவதுபோல் உலுப்பினான்.

சுவடிகளுடன் நின்ற ஜோஸ்யர் இடையிட்டு, "ராயா பொறு! எதையும் நிதானமாகக் கேள்!" என்றார்.

"இந்தச் சமயத்திலுமா நிதானம்! எதிரியைக் கொல்வதில் என்ன தவறு?" என்றான் அகோர ரூபி முகத்தைச் சுளித்துக் கொண்டு எரிச்சலுடன்.

ராயன் என ஜோஸ்யரால் அழைக்கப்பட்ட அவன் நாற்பது வயதுக்கு மேலாகியும் உடல் தளராத முரட்டுக் காண்டாமிருகம் போலவும், முகமெல்லாம் நெருப்புச் சுட்டவடுக்களுடன் மகா அருவருப்பாயும், இரத்தப் பசி கொண்ட புலிப்பார்வையுடனும் காணப் பட்டான். ஜோஸ்யர் சுந்தரமூர்த்தி சுவாமிகளோ, வயதாலோ சிந்தனையாலோ நெற்றியில் கோடுகள் விழுந்தவராயும் தாடி மீசைகள் உடையவராயும் இருந்தாலும், நல்ல சதைப்பிடிப்பான மேனியும் இளமைத் துடிப்புள்ள முக தேஜஸும், உணர்ச்சி செறிந்த கண்களும் வாய்க்கப்பெற்று கவர்ச்சிகரமாயும் கம்பீரமாயும் இருந்தார். ராயனும் ஜோஸியரும் இருதுருவங்கள் போல் காட்சியளி த்தார்கள்.

"என்னடா முறைத்துப் பார்க்கிறாய்? சீக்கிரம் பதில் சொல்!" என்று மறுபடியும் கத்திய ராயன், "உன்னை யார்? இங்கே அனுப்பியது?" என்று விசாரித்தான்.

"ஒருவரும் என்னை அனுப்பவில்லை?" என்றான் வீரசேகரன்.

"நீயாகவா வந்தாய்?"

"ஆமாம்?"

"புளுகுகிறாய்!"

"எனக்குப் புளுகத் தெரியாது! தேவையுமில்லை!"

"நீ உண்மையைச் சொல்லாவிட்டால் என்ன செய்வோம் தெரியுமா?"

"நிராயுதபாணியான தனியொருவனிடம் ஆயுதபாணிகளான இத்தனை பேர் ஜம்பம் பேசுகிறீர்களே! நீங்களெல்லாம் கோழைகள்!

கயவர்கள்! மிருகங்கள்! என் கையிலிருந்து பறித்த வாளைத் திருப்பி கொடுத்துப் பாருங்கள்! இத்தனை பேரையும் என்ன செய்வேன் என்று தெரியும்!'' என்று கத்தினான் வீரசேகரன்.

"நீ ஒற்றன்! எங்கள் எதிரிகளின் கூலியாள்! உன்னை இப்போதே கொன்று கீழே இரும்புக்கிடங்கிலே புதைத்து விடுவோம்!" என்று உறுமினான் ராயன்.

"நான் ஒற்றனல்ல! யாராலும் ஏவப்பட்டு வந்த ஆளும் அல்ல! உங்களுடைய எதிரிகள் யார் என்பதும் எனக்குத் தெரியாது!"

"மறுபடியும் புளுகுகிறாய்! நீ யார்?"

"நான் யாராயிருந்தால் உங்களுக்கு என்ன?"

ஜோஸ்யர் குறுக்கிட்டு, "தம்பி! அவன் கேட்பதற்குப் பதில் சொல்! நீ குற்றமற்றவனாயிருந்தால் உன் பெயரை ஏன் மறைக்கிறாய்" என்று மென்மையும் கம்பீரமும் கலந்த குரலில் கேட்டார்.

"என் பெயர் வீரசேகரன்!"

"என்ன! நெட்டூர்க் கோட்டையை வென்ற சோழிய வீரனா? அந்த வீரசேகரன்தானா நீ?" என்று ராயன் திடுக்கிட்ட குரலில் கேட்டான். அப்போது அங்கிருந்தவர்களின் முகங்களில் பரவி நிற்கும் உணர்ச்சியை பார்த்தபோது, ஆமாம் அல்லது இல்லை என்று சொல்லும் ஒரு பதிலில்தான் அவனது உயிரின் கடைசி நம்பிக்கை தொங்குகிறது என்பதை வீரசேகரன் உணர்ந்தான். வருவது வரட்டும் என்று "ஆமாம்! அந்த வீரசேகரன் நான்தான் என் கௌரவத்தைக் காப்பாற்ற எந்தக் கணமும் மரணத்துக்குச் சித்தமாயிருப்பேன்!" என்று உறுதியும் பெருமையும் நிறைந்த குரலில் சொன்னான்.

அவ்வளவுதான்! அங்கிருந்த அனைவர்களின் முகங்களும் நெருப்புச் சுட்டதுபோல ஆகிவிட்டன. சாந்தம் நிறைந்த ஜோசியரின் முகங்கூட ஒருகணம் வேதனை மயமாகக் காணப்பட்டது. ஆனால் மறுகணமே அவர் விழித்தீயை உள்ளடக்குபவர் போல பல்லைக்கடித்துத் தம் உணர்ச்சிகளை யெல்லாம் அடக்கிக்கொண்டு மறுபடியும் தம் முகத்தைச் சாந்தமாக்கிக் கொண்டார்.

ராயன் தன் பெரிய விழிகளை உருட்டி வீரசேகரனை ஊடுருவிப் பார்த்துக் கொண்டிருந்தவன், "ஹா! ஹா! ஹா!" என்று பயங்கரமாய்ச் சிரித்தான்.

"இவனை உயிரோடு இங்கிருந்து போக விடக்கூடாது! என் ஆத்திரம் தீர இவன் நெஞ்சை என் அம்பால் துளைப்பேன்! மற்றவர்களெல்லாம் இவனைத் துண்டம் துண்டமாக வெட்டுங்கள். அந்தத் துண்டங்களையெல்லாம் மூட்டை கட்டி யார் இவனை அனுப்பினார்களோ அவர்களிடமே அனுப்பி விடுவோம்!" என்று கத்தினான் ராயன்.

வீரசேகரன் மான்போல் துள்ளி, "ஆனால் உங்களில் ஒருவனையாவது என் வாளால் கொல்லாமல் நான் சாகமாட்டேன்! உயிர் விடுவதாயிருந்தால் என் வாள் முனையிலே வீர மரணத்தை முத்தமிடுவேன்!" என்று கூவிக் கொண்டே, அங்கு ஒரு மூலையில் கிடந்த, அவனிடமிருந்து பறிக்கப்பட்ட வாளை நோக்கி ஓடினான். ஆனால் அதற்குள் எதிரிகள் அவனை வளைத்துப் பிடித்துக் கொண்டார்கள்.

அப்போதும் வீரசேகரன் நெஞ்சு நிமிர்ந்து நின்றான். அவனது நெஞ்சை நோக்கி ராயன் அம்பைக் குறி பார்த்துத் தன் வில்நாணை இழுத்தான்.

"சாகப்போகிறவனே! உனக்குப் பிரியமானவர்களை நினைத்து உன் கடவுளிடம் கடைசிப் பிரார்த்தனை செலுத்திக் கொள்!" என்று உறுமினான் ராயன்.

வீரசேகரன் தன் மனதிற்குள் ஊர்மிளாவை நினைத்துக் கொண்டு அம்பை எதிர் நோக்கிக் கண்மூடி நின்றான்.

ராயனின் வில்லிலிருந்து அம்பு வெளிப்படும் முன் அவனது வாயிலிருந்து பேய்ச்சிரிப்பொன்று வெளிப்படுவது அவனுக்குக் கேட்டது. அப்போது "தடதட" வென்று படிகளில் எவளோ ஒருத்தி ஏறி வருவதையும், அவள் ஓடி வந்து அவனுக்கும் ராயனுக்கும் நடுவே வீரசேகரனின் மார்பிற்குக் கவசம் போல நிற்பதையும் உணர்ந்தான்.

வீரசேகரன் ஆவலோடு கண்ணைத் திறந்து பார்த்தான். அவன் ஏங்கியபடியே ஊர்மிளாதான் அவன் எதிரே நின்றாள். ஆனால் வீரசேகரனின் உதடுகளில் ஆச்சரிய ஒலி ஏற்படுவதற்கு முன்பாகவே, ஊர்மிளா தன் உதடுகளில் விரலை வைத்து மௌனமாயிருக்கும்படி சமிக்ஞை செய்தாள். அவளுடைய கையில் அவனுடைய மண்டையில் விழுந்த ஊமைக் காயங்களுக்கு மருந்து கட்டுவதற்காக சில மூலிகைகள் இருந்தன.

ராயனோ, "ஊர்மிளா! தள்ளி நில். இல்லையெனில், என் அம்பு அவன் நெஞ்சைத் துளைப்பதற்குள் உன் முதுகையும் துளைத்து விடும்!" என்று கத்தினான்.

''இவனைக் கொல்ல வேண்டாம்!'' என்று ஊர்மிளா பரிதாபமாகக் கெஞ்சினாள்.

வீரசேகரனோ தன் மரணப் பிரச்னையை மறந்து விட்டு அன்பே உருவான ஊர்மிளாவிற்கும் அக்கிரமமே உருவான இந்த ராயனின் கும்பலுக்கும் என்ன சம்பந்தமிருக்குமென்ற பிரச்னையை ஆராயத் தொடங்கினான். என்ன காரணத்தினாலோ ஊர்மிளாவும் ஜோசியரும் இந்தக் கயவர் கூட்டத்தில் அகப்பட்டிருப்பார்கள் என்றே வீரசேகரன் யூகித்தான். ஆனால் அவன் ஜனநாதனைப் போல புத்திசாலியாயிருந்தால், அந்த ஜோசியர்தான் வீரபாண்டியன் என்பதையும் அந்த ராயன்தான ஈழவராயன் என்பதையும் மற்றவர்கள் அவனுடைய கட்சியினர் என்பதையும் வெகு சுலபமாக யூகித்திருப்பான்.

ஊர்மிளா தன் கருவிழிகளில் நீர் சொரிய, ''அநாவசியமாக ஓர் ஜீவனை ஏன் கொல்ல வேண்டும்?'' என்று ஆறாத்துயரத்துடன் கேட்டாள்.

''ஊர்மிளா! கருணைக்கு இது நேரமல்ல! நீ ஜீவகாருண்யப் பிரசாரம் செய்ய இது புத்த மடமும் அல்ல! எந்தவிதமான இரத்த பாசத்தையும் உறவையுங்கூட உதறிவிடக்கூடிய ஆபத்தான நேரம் இது! சீக்கிரம் தள்ளி நில்!'' என்று கத்தினான் ராயன்.

வீரசேகரன் திடுக்கிட்டான். அழகே உருவான ஊர்மிளாவிற்கும் அவலட்சணமே உருவான ராயனுக்கும் என்ன உறவு இருக்க முடியும்? நண்பகலுக்கும் நடுநிசிக்கும் என்ன உறவு இருக்க முடியும்? ஒருவேளை தந்தை மகள் உறவு இருக்கலாம்! சேற்றில் செந்தாமரை பிறப்பதில்லையா? இவ்வாறு வீரசேகரன் எண்ணமிடும் போது அவனது மார்புக்கும் ராயனின் அம்புக்கும் மத்தியில் நின்ற ஊர்மிளா சிறிதும் விலகாதபடி ராயனை நோக்கித் திரும்பி நின்றாள்.

''இவனால் உங்களுக்கு என்ன ஆபத்து வந்து விடுமெனப் பயப்படுகிறீர்கள்?'' என்று ஊர்மிளா கேட்டாள்.

''இவன் நம்முடைய ரகசியங்களைக் கண்டுபிடிக்க அரசாங்கத்தால் அனுப்பப்பட்ட ஒற்றன் என்பதில் சிறிதும் சந்தேகமில்லை! இவனை உயிரோடு போக விட்டால் நம்முடைய இரகசியங்களெல்லாம் அம்பலமாகி விடும்!'' என்றான் ராயன்.

''இவனா ஒற்றன்? வழி தவறி வந்தவனாயிருக்கலாம்!'' என்று ஊர்மிளா குரல் குழையக் கூறினாள்.

''இவன் யார் தெரியுமா? இவன்தான் சோழிய வீரன் வீரசேகரன். இவனை உயிரோடு விடலாமா, தள்ளி நில்!'' என்று உறுமினான் ராயன்.

''ஹா! இவனா அந்த வீரசேகரன்!'' என்று ஊர்மிளா ஒரு கணம் திடுக்கிட்டவள் போல் நடித்து, ''அப்படியே இவன் வீரசேகரனாயிருந்தாலும் தனியொரு ஜீவனை ஏன் அநாவசியமாகக் கொல்லவேண்டும்?'' என்று கழிவிரக்கத்துடன் குரல் தழதழக்கக் கூறினாள். பிறகு மெல்ல ஜோஸியர் பக்கம் திரும்பி ''நீங்களுமா இந்தப் படுகொலையை அனுமதிப்பீர்கள்!'' என்று கேட்டாள்.

அவளுடைய வாஞ்சை ததும்பும் முகத்தை ஒருகணம் கூர்ந்து நோக்கிய ஜோஸியர், நீண்டதொரு பெருமூச்செறிந்தவராய், ''காத்தவராயா! அவனைக் கொல்ல வேண்டாம்!'' என்றார் கம்பீரமும் கனிவும் நிறைந்த குரலில்.

''இவன் யார் என்பதை யோசித்தீர்களா?'' என்று ஆத்திரத்துடன் கேட்டான் ஈழவராயன்.

அவனை நோக்கி ஜோஸ்யர் மிகவும் அமைதியாக, ''அது நன்றாகத் தெரிந்துதான் சொல்லுகிறேன்! ஆத்திரத்தில் நாம் அவசரப்பட்டு நம்முடைய மனித தர்மத்தை மறந்துவிடக்கூடாது. காத்தவராயா! மேலும் இவனுக்கு என்ன தெரிந்து விட்டது என்கிறாய்?'' என்று கேட்டார்.

''நம்முடைய வீட்டைக் கண்டுபிடிக்கத் தெரிந்துவிட்டது என்கிறேன்! இப்போது இவனை உயிரோடு விட்டால் ஏராளமான வீரர்களை அழைத்துக்கொண்டு இங்கே திரும்பி வருவான்!'' என்று கதறினான் ராயன்.

''இவனா நமக்குத் தீங்கு செய்வான்?'' என்று திடமான குரலில் கூறிய ஊர்மிளா மெல்ல ஜோஸியரின் காதுக்குள் என்னவோ ''குசு குசு'' வென்று சொன்னாள். ஜோஸியரின் முகம் மலர்ந்தது. ஊர்மிளாவின் கண்ணீர் துளிகளிலும் புன்னகையொளி தவழ்ந்தது.

அவர்களின் முக மாறுதலைக் கண்டு குழம்பி நின்ற ராயனின் காதுக்குள்ளும் ஊர்மிளா என்னவோ ''குசுகுசு''வென்று சொன்னாள், ''நிஜமாகவா?'' என்று ராயன் முகமலர்ச்சியுடன் கேட்டான். ''ஆமாம்'' என்பது போல் ஊர்மிளா தன்னம்பிக்கை நிறைந்த புன்னகையுடன் தலையாட்டினாள்.

மறுகணமே ஈழவராயன் தன் கையிலிருந்த வில்லம்பைக் கீழே விட்டெறிந்தான். தன்னுடைய ஆட்களை வெளியேறச் சொன்னான். கதவைத் தாளிட்டு வந்து, வீரசேகரனிடமிருந்து பறித்த வாளை அவனிடமே திருப்பிக் கொடுத்தான். ''உபகாரம் செய்தவனுக்கு அபகாரம் நினைத்தவனைக் கொன்று விடு!'' என்றான்.

வீரசேகரனுக்குத் தலை சுற்றியது; ஒன்றுமே புரியவில்லை; தன்னைக் காப்பாற்ற ஊர்மிளா என்னவோ சாகசம் செய்கிறாள் என்பதை மட்டும் புரிந்து கொண்டான்.

ஜோஸியரோ ஈழவராயனை நோக்கி, ''காத்தவராயா! நம் ஊர்மிளாவின் மானத்தை அன்று தெருக் காவலரிடமிருந்து காப்பாற்றிய சோழிய வீரன் இந்த வீரசேகரன்தானாம்! தன்னைக் காப்பாற்றியவன் தன் கண் முன்னாலே தன் படுக்கையறையிலே கொலை செய்யப்படுவதை ஊர்மிளா காண வேண்டுமென்று நினைத்தாயே! சதுரங்க ஆட்டமாயிருந்தாலுங் கூட ஆத்திரத்துடன் காயை வெட்டியெறிய அவசரப்படக்கூடாது! எந்தக் காயையும் உபயோகப்படுத்திக் கொள்ளும்படியான அளவு நிதானம் எதிலும் வேண்டும்!'' என்று ஏளனம் செய்வது போல் புன்னகை செய்தார்.

வீரசேகரனை நோக்கி ராயன், ''என்னை மன்னித்துக்கொள்! உன்னைப்பற்றி ஊர்மிளா முன்னமே சரியாகச் சொல்லியிருந்தால் ஒரு உபகாரியைக் கொல்ல நினைத்திருக்கமாட்டேன்!'' என்றான் விநயமாக.

''என்னைக் கொல்ல நினைத்ததுகூடப் பரவாயில்லை. ஒரு பெரும் போர் வீரனை ஒற்று வேலை பார்க்கும் கூலியாள் என்று நினைத்தீர்களே அதுதான் பெரும் அபகாரம்!'' என்றான் வீரசேகரன்.

''எங்கள் நிலை அப்படி! எங்கள் இரகசியம் வெளிப்பட்டால் அதிலே சம்பந்தப்பட்ட ஊர்மிளா உட்பட அனைவரின் உயிருக்கும் அபாயம் ஆகும்! நீ அதை வெளிப்படுத்தமாட்டாய் என்ற பரிபூரண நம்பிக்கையின் பேரில் உன் அரிய நட்பைப் பெறுவதற்காக இப்போது எங்கள் இரகசியத்தைச் சொல்லுகிறேன்! நான் ஓர் உலோக வியாபாரி. ஒழுங்காய் வாழ்ந்து, உழைத்து உழைத்து ஏமாந்து போனவன். திருட்டுத்தனம் செய்தாலொழியப் பிழைக்கவோ பணம் சேகரிக்கவோ முடியாதென்ற முடிவுக்கு வந்தவன்; யுத்தத்தால் சீர்குலைந்திருக்கும் இந்நாட்டில் பணமுடை நடமாடுவதால், நான் கள்ளநாணயங்கள் உற்பத்திசெய்யும் தொழிலில் ஈடுபட்டிருக்கிறேன். உங்கள் சோழியர் படையெடுப்பால் எங்கள் பாண்டிய நாட்டில் வீரபாண்டிய ஆட்சி கவிழ்ந்து விக்கிரம பாண்டியருக்கு முடி சூட்டப்பட்டதே தவிர, நாட்டில் வழங்கிவரும் வீரபாண்டியன் பொற்காசுகளுக்குத் தடைவிதிக்கப்படவில்லை. யுத்த நெருக்கடியில் வீரபாண்டியர் அரண்மனையிலிருந்த பொற்காசுகள் தயாரிக்கும் யந்திரமொன்று அதிர்ஷ்டவசமாக என் கையில் சிக்கியது. பக்கத்திலிருக்கும் பழைய இரும்புச் சாமான் கிடங்கை நான் விலைக்கு வாங்கி, வெளிக்கு இரும்பு வியாபாரி என்ற பெயரை வைத்துக் கொண்டு உட்புறம் இரகசியமாகக் கள்ள நாணயங்கள் தயாரிக்கிறேன். பக்கத்துக் கட்டிடம் வெளிப்

பார்வைக்குச் சதா பூட்டப்பட்டு இருளடைந்து கிடந்தாலும், அங்கே இந்த வீட்டிலிருந்து பக்கத்து வீட்டிற்குப் போய்வரச் சுவரில் ஓர் இரகசிய வழியமைத்து மறைமுகமாக பொற்காசுகள் செய்கிறோம்!'' என்றான் ராயன்.

''அப்படியானால் இந்த சுந்தரமூர்த்தி சுவாமிகள் மலையாளத்து ஜோஸியர் என்பது பொய்! இல்லையா?''

''ஆமாம் ஓரளவு பொய்தான்! ஆனால் இவருக்கு ஜோஸியத்தைவிட ரஸவாத வித்தை அதிகமாய்த் தெரியும்! பித்தளை முதலான உலோகப் பொருள்களோடு சில கந்தப் பொருள்களைக் கலந்து சில மூலிகைகளின் சாற்றில் கொதிக்கவைத்து உருக்கி அசல் தங்கம் போலக் காட்டக்கூடிய வித்தையை இவர் கண்டு பிடித்திருக்கிறார். இவரைச் சமீபத்தில்தான் என் கூட்டாளி ஆக்கிக்கொண்டேன்! இவர் தன்னிடம் ஜோஸியம் பார்க்க வருகிறவர்களிடம் பொன்னாசை இருக்கிறதா என பரீட்சித்து, இங்கு தயாராகும் கள்ளநாணயங்களை நாடெங்கும் செலவாணியாகச் செய்வதற்கு உபயோகப்படுத்திக் கொள்வார்! அரசாங்கத்திற்குத் தகவல் எட்டி எங்கள் வீடு எந்த நேரமும் சோதனைக்கு ஆளாக நேரிடும் என்ற பயம் எங்களுக்கிருந்ததால் இரும்புக் கிடங்குக் கீழே பூமிக்குள் அவசரமாக ஓர் சுரங்க அறை அமைத்து வருகிறோம். வீரபாண்டியரைத் தேடிப்பிடிக்க நகரெங்கும் வீடுகள் சோதனையிடப்படுகின்றன என்று இன்று நாங்கள் கேள்விப்பட்டதால் எங்கள் வீட்டிற்கும் அரசாங்க ஆட்கள் வருவதற்குள், பொழுது விடியும் முன்பாகவே சுரங்கம் வெட்டுவதை முடித்துவிட முயல்கிறோம்!'' என்றான் ராயன் பயம் நிறைந்த குரலில்.

''அவ்வாறானால் நீங்கள் என்னை ஒற்றனெனச் சந்தேகப்பட்டதும் கொல்ல நினைத்ததும் உசிதந்தான்! ஆனால் சோழிய வீரனான எனக்கு எங்கள் புலிக் கொடியின் மீது கண் இருக்குமே தவிர, உங்கள் பாண்டிய நாட்டின் பொருளாதாரத்தைப் பற்றிக் கவலையில்லை. நீங்கள் கள்ள நாணயங்கள் தயாரிக்கும் இரகசியத்தை விக்கிரமபாண்டியன் அரசாங்கத்திற்கு தெரிவிக்க மாட்டேன் என்று நீங்கள் பரிபூரணமாக நம்பலாம்!'' என்றான் வீரசேகரன்.

''ஆனால் உங்கள் ஒற்றுப்படைத்தலைவனான ஜனநாதனுக்கு நீ நெருங்கிய நண்பன் என்று கேள்விப் பட்டிருப்பதால், இன்னுமொரு சந்தேகத்தை நாங்கள் நிவர்த்தி செய்துகொள்ள வேண்டும்! இந்த அகால நேரத்தில் நீ எங்கள் வீட்டைத்தேடி வந்து கதவைத் தட்டியதின் காரணத்தை நாங்கள் தெரிந்து கொள்ளலாமா?'' என்று ஈழவராயன் விநயமாய்க் கேட்டான்.

"உங்கள் வீட்டை மட்டுமல்ல, ஒவ்வொரு வீட்டையுந்தான் தட்டிப் பார்த்துக் கொண்டு வந்தேன்!" என்று கூறிய வீரசேகரன் சிறிது தயங்கி, வெட்கத்துடன், "நான் ஒரு பெண்ணைத் தேடியலைந்தேன்!" என்று சிரித்தான்.

அதைக் கேட்டதும் அருகில் நின்ற ஊர்மிளாவின் மிருதுவான தேகம் நடுங்கியது. அவளுடைய முகத்தில் தெரிந்த புன்னகை மறைந்து பீதி நிறைந்தது. தன்னைக் காட்டிக் கொடுக்க வேண்டாம் என்பது போல் வீரசேகரனைப் பரிதாபமாய்ப் பார்த்தாள்.

"இந்த இருட்டு நேரத்திலா ஒரு பெண்ணைத் தேடியலைகிறாய்? அவள் பெயரென்ன?" என்று ராயன் வியப்புடன் கேட்டான்.

வீரசேகரன் இலேசாகச் சிரித்துக்கொண்டே, "அவள் பெயர் எனக்குத் தெரியாது! நேற்றிரவு அழகிய மானைப்போல ஒருத்தி மாயப் புன்னகையுடன் வந்து என்னை மயக்கிவிட்டு ஓடினாள். இந்த வட்டாரத்தில்தான் வசிப்பதாகச் சொன்னாள். அவள் பெயர் தெரியாது, அவள் வீடுவாசல் குலம் கோத்திரம் எதுவும் தெரியாது! ஆனால் முதற் சந்திப்பிலே என் நெஞ்சைக் கொள்ளை கொண்டுவிட்டாள். அவள் மீதுள்ள காதலால் எந்த உயிர்த் தியாகத்திற்கும் தயாராகும் நிலைக்கு வந்து விட்டேன்! அவள் அவ்வளவு அழகான பாவையாக இருந்தாள்! ஆசைப் பொம்மையாக இருந்தாள்! சிகப்பு ரோஜாவாய் இருந்தாள்! கவிதை பேசும் கருவிழிகளும் கருத்தையள்ளும் முகலாவண்யமும், எல்லாவற்றிற்கும் மேலாக வாஞ்சை மயமான இருதயமும் படைத்தவளாயிருந்தாள்!" என்று ஊர்மிளாவைக் கடைக் கண்ணால் பார்த்தான். ஊர்மிளா அழகாய் இருந்தாள்; ஆசைப்பதுமையாய் இருந்தாள்; சிகப்பு ரோஜாவாய் இருந்தாள்; கவிதை பேசும் கருவிழிகளும் கருத்தையள்ளும் முக லாவண்யமும் படைத்தவளாயிருந்தாள். அதோடு உள்ளத்து

உணர்ச்சிகளை நெஞ்சுக்குள்ளே அடக்கிக் கொள்ளும் சாகசக் காரியாயிருந்தாலும், இப்போது பொங்கி வரும் புன்னகையும் நாணச் சிவப்பையும் மறைக்க முடியாதவளாய் முகத்தைத் திருப்பிக் கொண்டு வேறுபுறம் செல்ல முயன்றாள்.

''அந்தப் பெண்ணின் பெயர் தெரிந்தால் உனக்காக நானே அவளைத் தேடித்தருவேன்!'' என்று உற்சாகத்துடன் கூவினான் ராயன்.

''தானே சம்பாதிக்கும் சொத்திலும் தானே தேடிக்கொள்ளும் காதலியிடமுந்தான் மனிதனுக்குச் சுவை இருக்கும்! அதனால் நீங்கள் அந்த உதவி செய்ய வேண்டாம்! இன்றிரவு உங்கள் வீட்டில் படுத்துறங்கி விடிந்ததும் எழுந்து போகும்படியான அடைக்கலம் தந்தால் போதும்! ஏனெனில் இப்போது நான் தெருவில் சென்றால் நிஜமாகவே என்னைக் கொல்ல ஒரு கிழ ஜடாயு தெருவில் காத்திருக்கும்!'' என்றான் வீரசேகரன்.

''அவ்வாறானால் இந்த அறையிலே நீ படுத்திருந்து, நாளைக் காலை எங்களோடு விருந்து அருந்திச் செல்லலாம். விடிவதற்குள் நாங்கள் அவசரமாக சுரங்கத்தை முடித்துவிட வேண்டுமானதால் எங்களுக்காக வேலையாட்கள் பக்கத்துக் கட்டிடத்தில் காத்திருப்பார்கள்!'' என்று சொல்லிவிட்டு ஊர்மிளாவை நோக்கி, ''வா! போகலாம்!'' என்று கூப்பிட்டான் ராயன்.

''இவருடைய மண்டையில் காயம் விழுந்திருந்தால் மருந்து மூலிகைகள் அரைத்துக் கொடுத்துவிட்டு வருகிறேன்!'' என்று ஊர்மிளா அந்த அறையிலே தங்கிவிட்டாள்.

இவ்வளவு நேரம் மௌனமாய் ஜோஸியர் வேஷத்திலிருந்த வீரபாண்டியன், ''விதி எந்த ரூபமாக விளையாடப் போகிறதோ?'' என்று பெருமூச்சு விட்டவாறு ஈழவராயனை அழைத்துக் கொண்டு கீழிறங்கிச் சென்றான்.

அந்த வீட்டின் கீழ்ப்புறம் ஏதோ ஒரு சுவரிலுள்ள இரகசியக் கதவு மெல்லத் திறக்கப்பட்டு அதன் வழியாக அவர்கள் அடுத்த இரும்புச் சாமான் கட்டிடத்திற்குள் நுழைந்ததும் கதவு சாத்தப்படும் சப்தமும் கேட்டது.

ஊர்மிளாவோடு தனியாக அறையில் விடப்பட்ட வீரசேகரன் புன்சிரிப்புடன், ''ஊர்மிளா! என் தலையில் விழுந்தது வெறும் ஊமை காயந்தான்! ஆனால் என் நெஞ்சில் நீ செய்த காயத்தைத்தான் கிளறிக் கட்டாமல் வெறும் சூன்யமாய் ஊமையாக்கிவிட விரும்புகிறாய்!'' என்றான்.

''உன்னுடைய வாயையும் ஊமையாக்கிவிட என்னால் முடிந்தால் எவ்வளவோ தேவலாம்!'' என்று ஊர்மிளா செல்லமாய் அவனைக் கடிந்து கொண்டாள்.

"இந்த ஆபத்தையெல்லாம் பொருட்படுத்தாமல் உன்னைத் தேடித்தான் புறப்பட்டு வந்தேன், ஊர்மிளா" என்று வீரசேகரன் வாஞ்சையின் கிறக்கத்தோடு கூறினான்.

"அது எனக்குத் தெரியும்!" என்று பெருமூச்செறிந்த ஊர்மிளா முகத்தை கடுமையாக்கிக் கொண்டு, "இதற்குத்தான் என் மர்மத்தையும் வீட்டையும் தேடிக் கண்டுபிடிக்க முயலாதேயென்று கூறினேன்! சிறிது தவறியிருந்தால் என்னால் உன் தலைக்கு எவ்வளவு பெரிய ஆபத்து வந்திருக்கும்!" என்றாள்!

"ஆனால் உன்னைக் கண்டு பிடித்தேனே! அது அந்த ஆபத்தைவிட ஆனந்தமானது!" என்று வீரசேகரன் ஆவலோடு ஊர்மிளாவின் அருகில் நெருங்கினான்.

ஊர்மிளா சட்டென்று அவன் கைப்பிடிக்கு எட்டாமல் விலகி நின்று, "உன்னுடைய ஆனந்தம் என்றுமே கனவாய் இருந்து விடுவதுதான் நல்லது!" என்றாள்.

"ஊர்மிளா! உனக்கு இஷ்டமில்லையென்றால் இப்போதே இந்த வீட்டை விட்டுப் போய் விடுகிறேன்! உன்னுடைய இருதயத்தில் எனக்கு இடமில்லையென்றால் இந்த உலகத்திலும் எனக்கு இடம் வேண்டாம்!" என்றான் வீரசேகரன்.

ஊர்மிளா கோபம் மாறியவளாய் முகத்தைத் தன்னிரு கைகளாலும் பொத்திக் கொண்டு இலேசாக விம்மினாள்.

அவளைக் கூர்ந்து நோக்கிய வீரசேகரன், "ஊர்மிளா! நீ கோபித்துக் கொள்ள மாட்டாய் என்றால் உன்னிடம் ஒரு சந்தேகத்தை நிவர்த்தி செய்து கொள்ளலாமா?" என்று கேட்டான்.

ஊர்மிளா உதடுகள் நடுங்க, தன் தலையைத் தூக்கித் தன் அகன்ற விழிகளால் அவனை ஏறிட்டுப் பார்த்தாள்.

அப்போது அவர்களிருந்த வீட்டின் தெருக்கதவை யாரோ "பட பட"வென்று ஆத்திரத்துடன் தட்டும் சப்தம் கேட்டது.

❖ ❖ ❖

அத்தியாயம் 29

சமய சஞ்சீவி

பழியும் காத்து அரும்பகையும்
காத்து, ஏமை
வழியும் காத்தனை! மரபும் காத்தனை!

— கம்ப ராமாயணம்

மனதிலுள்ளதையெல்லாம் ஊர்மிளாவிடம் கொட்டிவிட வேண்டுமென்று வீரசேகரன் முயன்றபோது, தெருக்கதவு மூர்க்கத் தனமாகத் தட்டப்படுவதானது அவனுக்கு ஆத்திரத்தை மூட்டியது.

அவள் அகல் விளக்கையெடுத்துக் கொண்டு, அதன் மெல்லிய ஒளியைப்போல் நடுங்கியவாறு தயங்கித் தயங்கிப் பின் தொடர்ந்து வர, வீரசேகரன் வேகமாகக் கீழேயிறங்கிச் சென்று, தெருக்கதவைத் திறந்து பார்த்தான்.

தெருவின் வாடைக் காற்றில் புலிக்கொடியின் புலம்பலோடு இருப்பது சோழிய வீரர்கள் பசிப் புலிகள் போல் உறுமிக்கொண்டு நின்றனர். அவர்கள் நகர் சோதனைக்காகக் காவற் படையதிகாரியான ஏகவாசகரால் அனுப்பப்பட்ட ஆட்களில் ஒரு பகுதியினர்.

அவர்களை நோக்கி வீரசேகரன், ''ஈவிரக்கமற்ற அரக்கர்களே! இந்த இருட்டு நேரத்தில் வீட்டுக் கதவுகளைப் போட்டு உடைக்கிறீர்களே! பாண்டிய ஜனங்களுக்கு நம்மீது துவேஷம் ஏற்படாதா? வீரபாண்டியன் இந்தக் கம்மியர் சேரியிலா மறைந்திருப்பான்? மூடர்கள்!'' என்று ஏளனங் கலந்த குரலில் சீறினான்.

''இந்தப் பகுதியையும் சோதிக்காமல் அலட்சியமாய் விட்டுவிடக் கூடாதென்று அஞ்சுகோட்டை நாடாள்வான் எங்கள் அதிகாரியிடம் கூறவே காவற்படை ஆறு பிரிவுகளாக அவசரமாக அனுப்பப்பட்டிருக்கின்றன. இந்தப் பகுதியிலுள்ள ஒவ்வொரு வீட்டையும் சோதித்து யார் யார் இருக்கிறார்கள். என்ன தொழில் என்ற தகவல்களையெல்லாம் ஓலைகளில் குறித்து நாளைக் காலைக்குள் எங்கள் அதிகாரியிடம் ஒப்படைக்க வேண்டும்!'' என்றான் அந்தக் காவலுக்குத் தலைமையானவன்!

அப்போது தனக்கு பின்னால் ஊர்மிளாவின் மெல்லிய உடலும் உள்ளமும் நடுங்குவதை உணர்ந்த வீரசேகரன் ''நான் இந்த வீட்டைச் சோதித்து விட்டேன்! இங்கே வீரபாண்டியன் ஒளிந்திருக்கவில்லை! இந்த வீட்டில் ஊர்மிளா என்ற ஓர் இளம்பெண், சுந்தரமூர்த்தி சுவாமிகள், காத்தவராயன் என்ற இரு ஆண்கள் மட்டிலும் இருக்கிறார்கள். ஒருவருக்குத் தொழில் ஜோஸ்யம்; மற்றவருக்கு இரும்பு வியாபாரம். பக்கத்தில் பூட்டப்பட்டிருக்கும் கட்டிடம் இவர்களைச் சேர்ந்த இரும்புச் சாமான் கிடங்கு!'' என்றான்.

''ஒருவேளை வீரபாண்டியன் இந்த வீட்டிலோ அடுத்த இரும்புக் கிடங்கிற்குள்ளோ ஒளிந்திருந்தால், எங்கள் தலைக்கு ஆபத்து!''

''வீரபாண்டியன் தலையைக் கொண்டு வருவதிலே நம் சோழ சாம்ராஜ்ஜியத்தில் இந்த வீரசேகரனுக்குத்தான் வேறு யாரையும் விடச் சிரத்தை அதிகம்! அதற்காக என் தலையையும் பணயம் வைத்திருக்கிறேன்!'' என்றான் வீரசேகரன் எரிச்சலுடன்.

அவனுக்குப் பின்னால் புத்திளம் பாவை ஒருத்தி நிற்பதைக் கண்ட காவற் தலைவன் ஏளனப் புன்னகையுடன் தலையைச் சொறிந்துக்கொண்டே ''நாங்களே நேரில் இந்த இரு வீடுகளையும் சோதிக்கவில்லை! ஆனதாலே, நீங்கள் கூறிய தகவல்களை உங்கள் கைமுத்திரையுடன் இந்த ஓலையில் எழுதிக்கொடுத்தால் நாங்கள் போய்விடுகிறோம்!'' என்று கூறி, வீரசேகரன் கைப்பட ஓலையில் எழுதி வாங்கிக் கொண்டு, சேவகர்களை அழைத்துக் கொண்டு கிளம்பினான்.

அவர்கள் அப்பாற் சென்று இருளில் மறைந்ததும், ஊர்மிளா தெருக்கதவை உட்புறம் தாழிட்டுக்கொண்டு ஒரு பெருமூச்சு விட்டாள். கையிலிருந்த அகல் விளக்கின் மெல்லிய வெளிச்சத்தில், கனிவு ததும்பும் வீரசேகரனின் யௌவன முகத்தை நன்றியறிதலோடு பரிதாபகரமாக ஏறிட்டுப் பார்த்தாள். கருத்தடர்ந்த அவளது விழிகளின் பார்வையிலே ஒருவித லயிப்பும் ஏக்கமும் புதைந்திருந்தன.

''ஊர்மிளா! இப்போது என்னைப் பற்றி என்ன நினைக்கிறாய்?'' என்று வீரசேகரன் கேட்டான்.

''சமய சஞ்சீவிதான்!'' என்று கூறிய ஊர்மிளா அவன் வழிமறித்து நிற்பதைக் கண்டு, ''பழியும் காத்துப் பகையும் காத்து இப்போது என் வழியையும் காத்து நிற்கிறாய்! தயவு செய்து என் மரபையும் காத்துவிடு!'' என்று சிரித்தாள்.

"ஊர்மிளா! இப்போதுகூட உனக்கு என்னிடம் நம்பிக்கையும் நன்றியும் இராதா?" என்றான் வீரசேகரன்.

கருவிழிகளில் துளிர்க்க முயலும் கண்ணீர் துளிகளை ஊர்மிளா துடைத்துக்கொண்டு, "வீரசேகரா! நான் உன்னை நம்புகிறேன்! ஆனால் நீ என்னை நம்ப வேண்டுமே? என்மீது ஏதோ சந்தேகம் என்கிறாயே...?" என்று பயம் படிந்த குரலில் கேட்டாள்.

"நேற்றிரவு தெருவில் காவலர் தடுக்காதபடி உனக்குத் துணை வந்தேன். சிரித்துச் சிரித்துப் பேசி என்னுடன் வந்தவள் திடீரென்று என்னைச் சகதிக் குட்டைக்குள் தள்ளிவிட்டு ஓடினாயே!" என்றான் கோபமாக வீரசேகரன்.

"ப்பூ! இவ்வளவுதானா?" என்று பெருமூச்சு விட்டுச் சிரித்தாள் ஊர்மிளா. "கள்ள நாணயங்கள் தயாரிக்கும் எங்கள் வீடுவரை ஓர் அதிகாரி என்னைப் பின்பற்றி வரவிடுவது புத்திசாலித்தனமாகுமா?" என்றாள் சாகசப் புன்னகையுடன்.

"நேற்றிரவு வீரபாண்டியன் திருட்டுத்தனமாக நகருக்குள் நுழைந்த சமயத்தில் நீ ஏன் தெருக்களில் அலைந்து கொண்டிருந்தாய்?"

ஊர்மிளாவின் நெஞ்சு ஒருகணம் நடுங்கியது. ஆனால் உதட்டில் புன்முறுவலை வரவழைத்துக் கொண்டு, "எங்கள் வீட்டில் தயாரிக்கும் கள்ள நாணயங்களை உடனுக்குடன் வெளியேற்றிக் கைமாற்றி விடவேண்டும். அதற்காகவும் ஜோசியருக்கு மூலிகைகள் சேகரித்து வரவும் சில சமயங்களில் நானே போக நேரிடும். நான் அபாயங்களின் மத்தியில் சஞ்சரிக்கிறேனே தவிர, நானே அபாயகரமான பெண்ணல்ல. என் இருதயத்தை யாராவது ஊடுருவிப் பார்க்க முடியுமானால் பெண்ணின் மிருதுவான நெஞ்சில் எவ்வளவு பெரிய துயரச் சுமைகள் வேதனைப்படுகின்றன என்பது தெரியவரும்!" என்று ஊர்மிளா கண்களில் நீர் ததும்பக் கூறினாள்.

கள்ள நாணயம் தயாரிப்பவன் வீட்டில் பிறந்த தோஷத்தால்தான் ஊர்மிளா மர்மப் பெண்ணைப் போல இரவில் அலைந்தாள் என்றும் அதற்காக உள்ளூர வேதனைப்படுகிறாள் என்றும் நினைத்துக்கொண்டு வீரசேகரன் மௌனமாயிருந்தான். அரக்கர் உலகத்தில் வழி தெரியாமல் வந்து வகையாக மாட்டிக்கொண்ட அப்சரஸ் போல ஊர்மிளா தோன்றினாள். அவனை நோக்கி ஊர்மிளா, "என் வீட்டைத் தேடிக் கண்டுபிடிக்க முயலாதே; அதனால் அபாயம்தான் ஏற்படுமே தவிர ஒரு பலனும் கிடைக்காது என்று எத்தனையோ தடவை உன்னிடம்

சொன்னேனே! இருட்டு நேரத்தில் ஒவ்வொரு வீடாகத் தட்டிப் பார்த்து தேடுவதனால் ஒரு குடும்பப் பெண்ணுக்கு எவ்வளவு அவமானம் விளையும் என்பதைச் சற்றாவது யோசித்துப் பார்த்தாயா? அரக்கனே! உன்னை யார் என்னைத் தேடிவரச் சொன்னது?'' என்று கோபத்துடன் கேட்டாள்.

''என்னைத்தான் சகதிக் குட்டையில் பிடித்துத் தள்ளிவிட்டு ஓடி மறைந்தாயே! நீ என் வீரவாளையும் ஏன் எடுத்துக் கொண்டு ஓடினாய்? ஒரு வீரன் தன் உடைவாளைப் பறிகொடுப்பது தன் உயிரையே பறிகொடுக்கிற மாதிரி!'' என்றான் வீரசேகரன்.

''உன் வீரவாளின் கைப்பிடியிலுள்ள நவரத்தினங்களை நகைகளாகப் பண்ணிப் போட்டுக் கொள்ளலாம் என்று நான் அதைத் திருடிக் கொள்ளவில்லை!'' என்று ஏளனக் கோபத்துடன் கூறிய ஊர்மிளா, வீரசேகரனின் முகத்தைக் கூர்ந்து நோக்கி, ''உன்னை ஏமாற்றி ஓட வேண்டிய அவசியம் ஏற்பட்டிருந்தாலும் உன்னை நான் மறந்து விடவில்லை என்று காட்டுவதற்குத்தான் அந்த வீரவாளுடன் ஓடினேன்! அதை உனக்குத் தெரியாமல் உன்னிடம் திருப்பிக் கொடுப்பதற்காக இன்று விடியற் சாமத்திலேயே நீ தங்கியிருந்த ஜனநாதன் மாளிகைக்கு வந்தேன் அங்கேயிருந்த வேலைக்காரக் கிழவனை இரகசியமாகக் கூப்பிட்டு முக்காடிட்ட பெண்ணொருத்தி ஒரு கடிதத்தையும், அடையாளமாக ஒரு வாளையும் கொடுத்து விட்டுப் போனாள் என உன்னிடம் சொல்லச் சொன்னேன்!'' என்றாள்.

''என்னது?'' என்று திடுக்கிட்ட வீரசேகரன், ''எனக்குக் கடிதம் எழுதினாயா? வாளும் கடிதமும் என் கைக்குக் கிடைக்கவில்லையே? ஜனநாதனின் வேலைக்காரன் விடிந்ததும் என்னிடம் அவற்றைக் கொடுக்கவில்லையே? ஏன்? ஏன்?'' என்று துடிதுடித்தான்.

''அவற்றை உன்னிடம் கொடுக்க வேண்டாமென்று உன் அருமை நண்பர் ஜனநாதன்தான் வழக்கம்போல் ஏதாவது விஷமம் செய்திருப்பார்!'' என்று துயரம் கலந்த ஏளனத்துடன் ஊர்மிளா கூறினாள்.

''ஏன் அவன் விஷமம் செய்ய வேண்டும்?''

''என்னைச் சந்தர்ப்பக்காரி, சாகசக்காரி, சதிகாரி சண்டாளியென்றெல்லாம் உன்னிடம் சித்தரித்துக் காட்டுவதற்குத்தான்! என்னைப் பற்றி தப்பபிப்பிராயம் கொள்ள வேண்டும் என்பதற்காகத்தான்!''

''அதனால் அவனுக்கு என்ன பிரயோஜனம்?''

"நீயே யோசித்துப் பார்! அவர் நெஞ்சில் எவ்வளவோ விபரீத எண்ணங்கள் புதைந்திருக்கலாம்!"

"அவன் விபரீதமாகப் பேசுகிறானே தவிர விபரீதமானவனல்ல!"

ஊர்மிளா வீரசேகரன் முகத்தைப் பரிதாபகரமாகப் பார்த்து, "ஜனநாதனை நம்பாதே!" என்றாள்.

"ஜனநாதனும் தன்னை யாரும் நம்பவேண்டாம் என்று தான் சொல்லுகிறான்!" என்றான் வீரசேகரன்.

"நம்பாதே நம்பாதே என்று சொல்லியே உன்னை நம்பவைத்து உன் கழுத்தை அறுக்கக்கூடியவர் ஜனநாதன்! உங்கள் சோழ சாம்ராஜ்யத்திலேயே மாபெரும் சூழ்ச்சிக்காரர், மாபெரும் சுயநலக்காரர், நெஞ்சில் இரக்கம் என்பதே இல்லாத அரக்கன் அந்த ஜனநாதன்தான் என்று நான் நிறையக் கேள்விப்பட்டிருக்கிறேன்! அத்தகைய துஷ்டரோடு உன்னைப் போன்ற உலகம் தெரியாத வெகுளிகள் நெருங்கிய சகவாசம் வைத்துக் கொள்வதே தவறு!" என்றாள் ஊர்மிளா.

"என்னை நீ எவ்வளவு வேண்டுமானாலும் திட்டு! ஆனால் என் உயிருக்குயிராக மதிக்கும் ஜனநாதனை என் முன்னாலேயே திட்டுவதை நான் சிறிதும் விரும்பவில்லை, ஊர்மிளா!"

"உன் நன்மையை உத்தேசித்துதான் சொன்னேன், வீரசேகரா! பிறகு உன் இஷ்டம். ஆனால் ஒன்று, நீ என்னை மதிக்கிறாயா? அல்லது ஜனநாதனை அதிகம் மதிப்பாயா?"

ஊர்மிளாவின் குரல் தொனியானது நட்பை இழப்பாயா அல்லது காதலை இழப்பாயா என்று அவனுக்குக் கேள்வி போடுவது போலத் தோன்றியது.

வீரசேகரன் பதில் சொல்லவில்லை. ஊர்மிளாவின் முகத்தைக் "குறு குறு"வென்று பார்த்தான்.

அவள் புன்சிரிப்புடன் அவனை நோக்கி, "வீரசேகரா! உன் அருமை நண்பர் ஜனநாதன் தன்னை நம்பவேண்டாம் என்று சொல்லுகிறார். நானோ என்னை மறந்து விடும்படி சொல்லுகிறேன். நாங்கள் இருவரும் சொல்லுகிறபடி செய்வதுதான் உனக்கு நல்லது!" என்றாள்.

"உன்னை மறப்பதா? அதைவிட என்னை இறந்துவிடச் சொல்லலாம்."

"பின்னே நீ என்னை மறக்காமல் என்னதான் செய்ய உத்தேசித்திருக்கிறாய்?" என்று கேட்ட ஊர்மிளா ஒருவித விசித்திரப் பதைபதைப்புடன் அவனது முகத்தை "குறுகுறு"வென்று பார்த்தவளாய், "நீ என்னதான் நினைத்துக் கொண்டிருக்கிறாய்?" என்று கேட்டாள். "உன்னைப் பற்றியே தான் சதா நினைத்துக் கொண்டிருக்கிறேன். வேறெதையும் என்னால் நினைக்கவே முடியவில்லை ஊர்மிளா!"

ஊர்மிளா துயரத்துடன் சிரித்தாள். அவன் ஆவலோடு அவளை எட்டிப்பிடிக்க முயன்றபோது இருட்டுக்குள் பளிச்சென்று தாவி அறையில் அங்குமிங்கும் ஓடினாள். அது இளமையின் குறும்புத்தனமான விளையாட்டாய்த் தோன்றவில்லை. அவனிடமிருந்து தப்பித்து ஓடவே சதா அவள் முயலுவது போல் இருந்தது—ஏன், அவள் தன் மனதை விட்டே தப்பித்துக் கொள்ள தறிகெட்டு ஓடுவதுபோல் இருந்தது. அவளுடைய கவனத்தைக் கவர அவன் எதையாவது வேடிக்கையாகப் பேசும்போது சிரித்து மழுப்ப முயன்றாள். அந்தப் போலிச் சிரிப்பிலே ஜீவன் இல்லை; ஆழ்ந்த துயரமே குடிகொண்டிருந்தது.

கடைசியாக, "ஊர்மிளா! ஊர்மிளா! என் மனது உனக்குத் தெரியாததுபோல் ஏன் நடிக்கிறாய்?" என்று வீரசேகரன் அவளுடைய கூந்தலை எட்டிப் பிடித்தபோது அவள் சட்டென்று அவன் கைகளை உதறினாள். "என்னைத் தொடாதே!" என்று சீறினாள்.

வீரசேகரன் திகைத்துச் சிலைபோல் நின்று விட்டான் சற்றுமுன் சிரித்துப் பேசியவள் இப்பொழுது சீறி விழுவானேன்? கணத்திற்குக் கணம் உணர்ச்சி மாறும் கலப்பட உள்ளம் படைத்தவளா ஊர்மிளா? உண்மையில் ஊர்மிளாவுக்கு அவன் பேரில் அன்பு இல்லையா? நெஞ்சில் இரக்கம் என்பதே இல்லாத அரக்கியா, இந்த வீட்டில் கள்ள நாணயங்கள் தயாரிக்கும் அரக்கர்களோடு பழகி அவளும் அரக்கியாகி விட்டாளா? உள்ளூர ஏதோ கொஞ்சம் வாஞ்சை இருந்தாலும் ஏன் வஞ்சிக்க விரும்புகிறாள்? இவ்வாறு பலவிதமாக எண்ணிய வீரசேகரன் குழம்பி நின்றான்.

அவனை நோக்கி ஊர்மிளா, "மேலே என் படுக்கை அறைக்குப் போய் நிம்மதியாகத் தூங்கு. விடிந்ததும் முதல் வேலையாக எங்கள் வீட்டில் விருந்து சாப்பிட்டுவிட்டு எங்கள் வீட்டை விட்டே சீக்கிரமாகப் போய்விடு!" என்றாள்.

வீரசேகரன் மாடிப்படிகளில் ஏறினான். ஊர்மிளா அவனுக்கு அகல் வெளிச்சம் காட்டிக்கொண்டு பின்னால் வந்தாள்.

"நீ எங்கே தூங்குவாய்?" என்று குறும்புச் சிரிப்புடன் கேட்டான் வீரசேகரன்.

ஊர்மிளாவின் முகம் சிவந்தது. நாணத்தினால் அல்ல! கோபத்தினால்!

அவளது சிவந்த உதடுகள் முணு முணுப்பதைக் கண்டு, "மனதிற்குள்ளேயே என்ன முணு முணுக்கிறாய்?" என்று கேட்டான் வீரசேகரன்.

"நீ ஒழிந்தால்தான் எனக்குத் தூக்கம் வரும் என்று முணு முணுக்கிறேன்!" என்று "வெடுக்"கெனக் கூறிய ஊர்மிளா குரலில் குழைவின் துயரம் கவ்வவே "உன்னை நான் சந்திக்காதிருந்தால்—இந்த உலகில் நீ இல்லாதிருந்தால்—நான் எவ்வளவு நிம்மதியாய் இருந்திருப்பேன்!" என்று பெருமூச்செறிந்தாள்.

"நிஜமாகவா சொல்கிறாய்?"

"ஆமாம்! நீ இந்த உலகில் உயிரோடு இருக்கும்வரை என்னைத் தூங்கவே விடமாட்டாய்!"

"அதற்காகச் சொல்லவில்லை ஊர்மிளா! உன் படுக்கையறையில் நான் தூங்கினால் பாவம், நீ வெளியே வெறுந்தரையில் தூங்க நேரிடுமே என்று கேட்டேன்!"

"எனக்குத் தூக்கம் என்பது ஏது? எனக்காக அடுத்த கட்டிடத்தில் சுரங்கம் வெட்டுபவர்கள் காத்திருப்பார்கள். நீ படுத்துத் தூங்கும் அறையின் வெளிப்புறம் பூட்டிக்கொண்டு நான் போகிறேன்!"

"ஏன் என்னை உள்ளே வைத்து வெளியே பூட்டிக் கொள்கிறாய்? நான் என்ன அவ்வளவு கீழ்த்தரமாக நடந்து கொள்ளக்கூடியவனா? என்றான் வீரசேகரன் வருந்திய குரலில்.

"அதற்காக இல்லை. இந்த வீட்டில் கள்ளநாணயம் தயாரிக்கும் ரகசியம் உனக்குத் தெரிந்து விட்டதல்லவா அதனால் கீழே வேலை பார்க்கும் ஆட்களில் யாராவது எனக்குத் தெரியாமலே நீ உறங்கும் அறைக்குள் வந்து உன்னைக் கொலை செய்து விடக்கூடும்!" என்றாள் ஊர்மிளா.

"அந்தக் கொலையாளி நீயாக இருந்தால் எவ்வளவோ அலாதியான ஆனந்தம் அடைவேன்!" என்று சிரித்தான் வீரசேகரன்.

"அப்படிப்பட்ட சக்தியை மட்டும் கடவுள் எனக்கு அளிப்பாரேயானால் நான் எவ்வளவு நிம்மதியடைவேன்!" என்று ஊர்மிளா துயரத்துடன் சிரித்தாள்.

“என்னைக் கொலை செய்யவும் உன் கைகள் கூசாதா, ஊர்மிளா?” என்று வீரசேகரன் விளையாட்டாய்க் கேட்டான்.

ஊர்மிளாவோ இலேசான விம்மலுடன், “வீரசேகரா! என் நிலை தெரியாததால் என்னென்னவோ நினைக்கிறாய்! இங்கே பார்! என்னால் நீயோ, உன்னால் நானோ அழியப் போகிறோம்! அது நிச்சயம்!” என்றாள்.

“அதைவிட இருவரும் ஒன்றாக அழிவதோ, ஒன்றாக வாழ்வதோ ஒரே மாதிரியான ஆனந்தமாக இருக்கும்!” என்று வீரசேகரன் சிரித்துக்கொண்டே மாடியில் உள்ள ஊர்மிளாவின் படுக்கையறைக்குள் நுழைந்தான். கதவின் உட்புறம் அவன் தாளிட்டுக்கொள்ள மறந்துவிட்டான். ஆனால் அதன் வெளிப்புறம் பூட்டிக்கொள்ள ஊர்மிளா மறந்து விடவில்லை!

அன்று இரவு முழுவதும் ஊர்மிளாவின் பஞ்சணையில் வீரசேகரன் தூக்கம் வராமல் புரண்டான். தனக்கு எந்தக் கணம் சாவு வரும் என்று எதிர்பார்த்தல்ல! தனக்கு எந்தக் கணம் ஊர்மிளாவின் காதல் கிடைக்கும் என்ற ஏக்கத்தினால்!

அத்தியாயம் 30

அநுமார் தூது

‘ஏன் இவன் எழுந்த தன்மை?’
என்று உலகீன்றாள் கேட்ப
‘மன்வன்ராமன் தூதன்!’
என்றாள்.

– கம்ப ராமாயணம்

மண் வெட்டியுடன் ஒரு கரிய உருவம் விடியற்சாம இருட்டில் வீரசேகரன் கழுத்தருகே தென்பட்டது. ஊர்மிளாவின் பஞ்சணையை விட்டு வீரசேகரன் பதறியெழுந்து தன் உடைவாளின் கைப்பிடிமீது கைவைத்தான்.

“பயப்படாதே! நாங்கள்தான்” என்று விநயமான சிரிப்புடன் காத்தவராயன் தன் தோள்மீது கிடந்த மண்வெட்டியைக் கீழே போட்டான். அவனது பின்புறம் ஜோஸியச்

சுவடிகளுடன் சுந்தரமூர்த்தி சுவாமிகளும் பொற்பதுமைபோல் நின்று கொண்டிருந்தது தெரிந்தது. அவரது இளமை தோய்ந்த கருவிழிகளில் துயரங்கலந்த புன்னகையும் காத்தவராயனின் கூரிய விழிகளில் ரத்தச் சிவப்புடன் வாளைவிடக் கூர்மையான சிரிப்பும் குடி கொண்டிருந்தன.

அவர்களுடன் வீரசேகரன் மெல்ல மாடிப்படிகளில் இறங்கிக் கீழே வந்தபோது அவனுக்காக ஊர்மிளாவின் வீட்டில் பெரிய விருந்து தயாராவதைக் கண்டான். ஊர்மிளா குளித்து முழுகிக் குங்குமப் பொட்டிட்டு, உதடுகளில் குமிழ் சிரிப்புடன் அப்சரஸ் போல் சமையற்கட்டிலிருந்து வெளியே ''துறுதுறு''வென்று ஓடிவந்தாள். அவள் என்றையும்விட அன்று தன்னை வெகு நன்றாக அலங்கரித்துக் கொண்டிருந்தாள்.

பொழுது ''பொல பொல'' வென்று விடிந்து பறவைகளின் இனிய ஒலிகளுடன் சூரியனின் செங்கிரணங்கள் எங்கும் படர்ந்தன.

காத்தவராயனும் அவனுடைய ஐம்பது ஆட்களும் இரவெல்லாம் உறங்காமல், வியர்வை சொட்டச் சொட்டச் சுரங்கம் வெட்டிக் களைத்துப் போய் ஜலக்கிரீடை அசுரர்கள் போல் தோன்றினார்கள். காத்தவராயனின் குரூர விழிகள் கோவைப் பழங்கள் போல் சிவந்திருந்தன. அவனைச் சுற்றி வியர்வை தூறலின் அருவருப்பான ஒரு நெடி வீசியது அவனுடைய மூர்க்க விழிகளின் விநயமான சிரிப்பில் ஒருவித ரத்தப்பசி தோய்ந்திருப்பது வீரசேகரனுக்குப் பிடிக்கவில்லையென்றாலும் அவனுடைய அளவுமீறிய உபசாரங்களையும் பணிவையும் குழைவையும் உதற முடியவில்லை. நேற்றிரவு புலிபோல் பாய்ந்து தன்னைக் கொல்ல முயன்றவன் இன்று பூனையாக மாறியிருப்பதைக் கண்டு மலைத்தான். பேய் நாயாக மாறிய அதிசயத்துடன் நட்பின் சக்தியை எண்ணி வியந்தான்.

அவனை நோக்கிக் காத்தவராயன், ''தம்பி! நேற்றிரவு உங்கள் சோழிய வீரர்கள் எங்கள் வீட்டைச் சோதிக்காதபடிக் காப்பாற்றினாய் என்று ஊர்மிளா சொன்னாள்! நேற்றிரவு மட்டும் அவர்கள் சோதித்திருந்தார்களானால் எங்கள் கள்ள நாணயத் தொழில் அம்பலமாயிருக்கும். தம்பி! நீ சமய சஞ்சீவிபோல் எங்களுக்குப் பாதுகாப்பாய் உதவியதை ஊர்மிளா எவ்வளவோ புகழ்ந்தாள். அதற்காக நானும் இங்குள்ளவர்களும் உனக்குக் கடமைப்பட்டிருக்கும் நன்றிக் கடன் கொஞ்சநஞ்சமல்ல! நல்ல வேளையாக பொழுது விடிவதற்குள் ஓரளவு சுரங்கம் வெட்டி அதனுள் கள்ள நாணய யந்திரத்தை மூடி மறைத்து விட்டோம்!'' என்றான் நமட்டுச் சிரிப்புடன்.

ஊர்மிளாவின் உதடுகளிலும் கருவிழிகளிலும் சிரிப்பு தவழ்ந்தது. தன் அன்புதவியை எண்ணித்தான் ஊர்மிளா சிரிக்கிறாள் என்று வீரசேகரன் நினைத்தான். ஆனால் அவளோ? அடுத்த இரும்புக் கட்டிடத்தில் சுரங்கம் வெட்டுவதின் உள்நோக்கத்தை எண்ணித்தான் உள்ளூரச் சிரித்தாள்.

தேவியைச் சிறை வைத்திருக்கும் அசோகவனக் கோட்டைக்கு இங்கிருந்து இரகசியமாகச் சுரங்கம் வெட்டும் விஷயம் வீரசேகரனுக்குத் தெரியாது என்று நினைத்துத்தான் அவள் சிரித்தாள். ஆனால் அந்தச் சிரிப்பில் உள்ளூர ஒருவிதப் பயமும் பரிவின் பரிபவமும் சஞ்சரித்தன.

காத்தவராயனை நோக்கி வீரசேகரன், ''அடுத்த இரும்புக் கட்டிடத்திற்கு இந்த வீட்டிலிருந்து போகச் சுவரில் ஓர் இரகசியக் கதவு இருக்கிறதல்லவா? உங்களுடைய கள்ள நாணயத் தயாரிப்பு முறைகளை நான் பார்வையிட வேண்டும்! பாண்டியக் காசுகளை நீங்கள் உற்பத்தி செய்வதைப் பற்றி எனக்குக் கவலையில்லை. ஆனால், எங்கள் சோழநாட்டில் சோழியக் காசுக்களைப் போலக் கள்ள நாணயங்கள் எப்படித் தயாரிப்பார்கள் என்பதை நான் கண்டுபிடிக்க வேண்டும்! அதற்கு உங்கள் உற்பத்தி இரகசியங்கள் எனக்குப் பெரிதும் வழிகாட்டும்!'' என்றான்.

அதைக் கேட்டதும் ஊர்மிளா கலவரமடைந்தாள். ஆனால் காத்தவராயன் சிறிதும் கலங்கவில்லை. ''இடி இடி''யென்று சிரித்தான்.

''தம்பி! நேற்றிரவு எங்கள் வீட்டைச் சோதித்துப் பார்த்து விட்டதாகப் பொய் சொல்லிச் சேவகர்களை அனுப்பிவிட்டாலும் இன்று விடிந்ததும் நீ சோதித்துப் பார்க்காமலிருக்க மாட்டாய் என்பது எனக்குத் தெரியும்! என்னதான் எங்கள்மீது நட்பும் நம்பிக்கையும் இருந்தாலும் உன் கடமையைச் செலுத்துவதைக் கண்டு நான் பெரிதும் பாராட்டுகிறேன்! இப்படிப்பட்ட கடமையுள்ளம் படைத்தவன் எங்கள் இரகசியத்தை வெளியிடாமல் காப்பாற்றுவாய் என்று எங்களுக்கும் பரிபூரண நம்பிக்கையுண்டு!'' என்று காத்தவராயன் சொல்லிக் கொண்டே வீரசேகரனை அழைத்துப்போய் வீடு முழுவதையும் சுற்றிக் காட்டினான்.

அடுத்த இரும்புக் கட்டிடத்திற்குள், பூமிக்கடியில் குறுகலான சுரங்கமொன்று அவசரமாகத் தோண்டப்பட்டு, கள்ள நாணயம் தயாரிக்கும் சிறுசிறு யந்திரங்களும், பலவிதமான உலோகங்களும், மூலிகைகளும் உள்ளே போடப்பட்டு, சுரங்கவாசலின்மீது மரப்பலகைப்போல வெள்ளைக் கல்லால் மூடப்பட்டிருந்தது. அடியில் சுரங்கம் இருப்பது தெரியாதபடி அதன்மீது வைக்கோற் கட்டுகள்

பரப்பப்பட்டு ஆங்காங்கே துருப்பிடித்த பழைய இரும்புச் சாமான்கள் குவியல் குவியலாகச் சிதறிக் கிடந்தன. அங்கே கவிந்திருக்கும் இருட்டில் யாரும் அதிக நேரம் மூச்சைப் பிடித்துக் கொண்டு நிற்க முடியாதபடி ஒருவிதப் புளுக்கத்தின் துர்க்கந்தம் வீசியது.

இவற்றையெல்லாம் மிக நுட்பமாக ஆராய்ந்த வீரசேகரன் மெல்ல காத்தவராயனின் முகத்தை கூர்ந்து நோக்கினான்.

காத்தவராயன் விநயமான சிரிப்புடன், ''தம்பி! இன்னும் பல இரவுகள் தொடர்ந்து வேலை செய்தால் சுரங்கத்தை இன்னும் ஆழமாகத் தோண்டி, ஒரு பெரிய கள்ள நாணயத் தொழிற்சாலையையே அதற்குள் அமைத்துவிடுவோம்!'' என்றான்.

வீரசேகரன் ஒன்றும் பதில் சொல்லாமல் ஊர்மிளாவிடம் வந்தான். அவளை ஆவலும் பரிவுப் புன்னகையும் தோய்ந்த விழிகளால் வரவேற்ற ஊர்மிளா அவனது முகத்தில் சிந்தனைகளின் ரேகைகள் தேங்கியிருப்பதைக் கண்டதும் குழம்பினாள். அவளது செந்தாமரை முகம் வாடி மங்கியது, பிறகு என்னவோ ஒரு கணம் யோசித்துவிட்டுத் தலை நிமிர்ந்தாள்.

''நேற்றிரவு தம் வீட்டை யாராவது சோதித்திருந்தால் என்ன ஆகியிருக்கும் தெரியுமா?'' என்று ஊர்மிளா கடைக்கண்ணால் வீரசேகரனைப் பார்த்துக்கொண்டே பெருமிதம் பொங்கக் காத்தவராயனைக் கேட்டாள்.

''என்ன ஆகியிருக்கும்! நாமெல்லாம் பிடிபட்டிருப்போம்! அந்தச் சோழிய வீரர்கள் நம்முடைய கள்ள நாணயத்தொழிலைக் கண்டு பிடித்திருப்பார்கள்! பரிசு கிடைக்கும் என்ற ஆவலில் நேரே நம் விக்கிரமபாண்டியர் அரசாங்கத்திடம் சென்று உளவு கூறுவார்கள்! நாமும் நம்மோடு சம்பந்தப்பட்டவர்களும் தூக்கிலிடப்படுவோம்! பெண்ணென்றும் பாராமல் உன்னை நாற்சந்தியில் நிறுத்தி மானபங்கம் செய்து கழுத்தையும் வெட்டியெறிவார்கள். நம்முடைய நாதியற்ற பிணங்களை நாய் நரிகள் இழுத்துக்கொண்டு போய் புதைத்தால்தான் உண்டு! தகனக் கிரியைச் செய்யக்கூட யாரையும் அனுமதிக்கமாட்டாது நம் பாண்டிய அரசாங்கம்!'' என்றான் காத்தவராயன்.

அவனது பயங்கரமான வர்ணனைகளைக் கேட்டபோது ஊர்மிளாவின் மெல்லிய தேகம் நடுங்கியதைவிட வீரசேகரனின் மென்மையான உள்ளம் அதிகம் குழைந்தது.

''அந்தப் பயம் உங்களுக்கு வேண்டாம்! என் உடலில் உயிர் இருக்கும்வரை உங்களைப் பற்றிய இரகசியம்

பாண்டிய அரசாங்கத்திற்கு என் உதட்டில் இருந்து போகாது!'' என்றான் வீரசேகரன்.

அங்கிருந்த காத்தவராயன் கோஷ்டியினர் அனைவரும் நிம்மதியுடன் பெருமூச்சு விட்டார்கள். ஊர்மிளாவோ நன்றியறிதலுடன் புன்முறுவல் பூத்தாள்.

வீரசேகரன் கிணற்றடிக்குப் போய்க் குளித்துவிட்டு புது மணமகனைப்போல் ஆனந்தத்துடன் வந்ததும், ''விருந்துக்கு இலைபோட்டாகிவிட்டது! பாவம் எவ்வளவு பசியோ? சாப்பிட வாருங்கள்!'' என்று ஊர்மிளா பரிவுடன் கூப்பிட்டாள்.

போஜனக் கூடத்தில் ஐம்பத்து மூன்று வாழை இலைகள் போடப்பட்டிருந்தன. வீரசேகரனுக்கென்று பெரிய தாட்டிலை விரித்திருந்தாள் ஊர்மிளா. சுரங்கம் வெட்டிய ஐம்பது கூலி யாட்களுடன் காத்தவராயன் ஒன்றாகச் சம்பந்தி போஜனம் சாப்பிட உட்கார்ந்தது வீரசேகரனுக்குப் பெரும் வியப்பையளித்தது. ஆனால் அந்தக் குடும்பத்தினர் பௌத்த மதத்தின் சமதர்மத்தைப் பின்பற்றுபவர்களென்று மனதைச் சமாதானப்படுத்திக் கொண்டான்.

வீரசேகரனின் வலதுபுறமுள்ள இலைமுன் காத்தவராயனும் இடதுபுறம் ஜோஸியர் சுந்தரமூர்த்திகளும் அமர்ந்தனர். அவர்தான் வீரபாண்டியரென்று இனம் கண்டுபிடிக்க முடியாதபடி, சுவர்சரிவின் நிழலானது தம் முகத்தில் படும் இடமாகப் பார்த்து உட்கார்ந்து கொண்டார்.

வெண் பொங்கல், அக்கார வடிசில், பருப்பஞ்சோறு, வடை பாயசங்களுடன் விருந்து பிரமாதமாகத் தயாரிக்கப்பட்டிருந்தது. ஒரே இரவுக்குள் இத்தனை பேருக்கு ஊர்மிளாவால் எப்படிச் சமைக்க முடிந்தது என்று வீரசேகரன் வியந்தான். உள்ளுக்குள் ஆசையிருந்தால் பெண்ணால் சாதிக்க முடியாதது என்னதான் உண்டு என்று அவன் உள்ளூரச் சிரித்துக்கொண்டான்.

ஊர்மிளாவை வீரசேகரன் இரு தடவைகள் இரவில்தான் சந்தித்திருந்தானே தவிர இப்போதுதான் அவள் முகத்தைப் பகல் வெளிச்சத்தில் பார்த்தான். வைகறையின் அருணோதயச் சிவப்புபோன்ற அவளது முகத்தை விட்டுத் தன் விழிகளை அவனால் அகற்றவே முடியவில்லை. தன்னிடமிருந்து நழுவிச் செல்ல முயலும் மாயமானைப்போல அவள் நடித்தாலும் அவளுடைய குறும்பு விழிகளிடையே மிதக்கும் பரிவும் பாசப் புன்னகையும் அவனது நெஞ்சில் நிலைத்துவிட்டன. அவள் கைக்கு எட்டாமல் போனாலும் அவளது உருவப் பொலிவின் அருகில் நெருங்கியிருப்பதிலே அவனுக்கு ஓர் இன்பக் குளுகுளுப்பு உண்டாயிற்று.

ஊர்மிளாவோ தான் சமைத்தது அத்தனையும் வீரசேகரன் சாப்பிட்டு விட வேண்டும் என்பதைப் போல் ஆசையுடன் அவன் இலைமுன் பரிந்து பரிந்து வந்து பதார்த்தங்களைப் பரிமாறிக் கொண்டேயிருந்தாள்.

''இன்னும் கொஞ்சம் பாயசம் விடுகிறேனேன்!'' என்று ஏழாவது தடவையாக கேட்டாள் ஊர்மிளா.

''போதும், வேண்டாம்!'' என்றான் வீரசேகரன்.

''இன்னும் கொஞ்சம் போட்டுக் கொள்ளலாமே!'' என்றான் காத்தவராயன்.

ஐயோ, வேண்டாமே! என்று திணறினான் வீரசேகரன்.

''ஏன், நான் செய்தது தித்திப்பாய் இல்லையா? அல்லது திகட்டுகிறதா?'' என்று சிணுங்கினாள் ஊர்மிளா.

''எப்படித் தித்திக்கும் கள்ள நாணயம் தயாரிக்கும் அயோக்கியன் வீட்டில் இவனைப் போன்ற உத்தம வாலிபன் உப்புக்கல் போட்டுக்கூடச் சாப்பிட விரும்ப மாட்டானே?'' என்றான் காத்தவராயன்.

''அப்படியானால் பாயசத்தில் இரண்டு உப்புக்கல் போடட்டுமா?'' என்று சிரித்தாள் ஊர்மிளா.

வீரசேகரன் அவள் முகத்தைக் கூர்ந்து பார்த்தான். நேற்றிரவு அழுதாள்; விம்மினாள்; முணுமுணுத்தாள். இன்று எங்கிருந்து இவ்வளவு சிரிப்பு வந்தது? நேற்றிரவு தனிமையான நேரத்தில் தன்னை விரும்பாதவள்போல் விலகியோட முயன்று பிணங்கியவளுக்கு இன்று எங்கிருந்து இவ்வளவு ஆசை வந்தது? நிமிஷத்திற்கோர் உணர்ச்சி கொள்ளும் சஞ்சல சுபாவம் படைத்தவர்கள் பெண்கள் என்கிறார்களே, அது உண்மைத்தானா? கணத்திற்குக் கணம் நிறம் மாறும் பச்சோந்திதானா ஊர்மிளா? ஒருவேளை காவலரின் சோதனையிலிருந்து அவர்களது இரகசியத்தைக் காப்பாற்றியதால் ஏற்பட்ட நன்றியுணர்ச்சிதானா அவளது அன்பு?'' அவளது கருவிழிகளில் தோய்ந்திருப்பது வெறும் அன்பு மட்டும்தானா அல்லது காதலும் தட்டுப்படுகிறதா என்று வீரசேகரன் அவள் முகத்தை ஊடுருவிப் பார்த்தான். ஆனால் அவளுடைய மனதைப் பற்றி ஒன்றுமே அவனால் புரிந்துகொள்ள முடியவில்லை! இரவில் அவளுடைய செய்கை ஒரு புதிராகவே தென்பட்டது போலவே, பகல் வெளிச்சத்தில் அவளுடைய மனம் ஒரு புதிராகவே தென்பட்டது! காத்தவராயன் கவனிக்கும் போது அவள் நடந்துகொண்ட முறையானது,

தன்னுடைய உணர்ச்சிகளை வெளியே தெரியாதபடி ஜாக்கிரதையாக அடக்கிக் கொள்வது போலவே பட்டது.

அவள் ஆசையுடன் பரிமாறும் கவனமானது தன்னைப் போலவே ஜோசியர் சுந்தரமூர்த்தி சுவாமிகள் மீதும் கவிவதைக் கண்டு அவரைப் பொறாமையுடன் வீரசேகரன் ஊடுருவிப் பார்த்தான்.

கருநிறத் தாடி மீசைகளும் அடர்த்தியான புருவங்களும் விபூதிப் பூச்சும், தலைப்பாகையும் அவரது முகத்தின் பெரும் பகுதியை மறைத்திருந்தாலும், அவருடைய கருவிழிகளில் இளமையுணர்ச்சியின் ஒளி வீசியது. ஆழ்ந்த படிப்பாலும் அறிவுத் தீக்ஷண்யத்தாலும் அவருடைய நெற்றியில் சிந்தனைச் சுருக்கங்கள் விழுந்திருப்பதைக் கொண்டு அவரை அதிக வயதானவராக மதித்துவிட முடியாது. அவர் குறைவாகச் சாப்பிட்டு, குறைவாகப் பேசி, குறைவாகவே சிரித்தாலும் அவரது குரல் கணீரென்று கம்பீரமாக ஒலித்தது. அவர் பேசும் தோரணை மிருதுவாகவும், கண்ணியமாகவும், ஆனால் உறுதிப் பாங்குடையதாகவும் விளங்கியது. அவருக்கு என்ன வயதிருக்கும் என்ற பிரச்னை வீரசேகரனுக்கு ஒரு புதிராகத் தோன்றியது. அவருக்கு நாற்பது வயதுக்கு மேலும் மதிக்கலாம்; இருப்பத்தைந்து வயதுக்குக் குறைவாகவும் மதிக்கலாம். பொதுவாக எந்தப் பெண்ணும் கண்டு மயங்கும்படியான கவர்ச்சி நிறைந்த தோற்றம்! பாலஜோசியரைப் போல விளங்கும் அவருடைய பரந்த தோள்களையும், மிருதுவான புன்னகையும் கண்டு வீரசேகரனே மயங்கிவிட்டான் என்றால் இளம் பெண்களைப் பற்றிக் கேட்பானேன்?

வீரசேகரனுக்குத் தன்னை ஊர்மிளா அன்பு விழிகளால் பார்ப்பது போலவே ஜோஸியரையும் அவள் பார்ப்பதானது என்னவோ போலிருந்தது. அவர்மீது அவனுக்கு என்னதான் மதிப்பும் கவர்ச்சியும் ஒருபுறம் ஏற்பட்டாலும், இன்னொருபுறம் என்னவோ ஒரு பொறாமையுணர்ச்சியும் தலை நீட்டியது. அவரைப் பாசக்கனிவுடன் ஊர்மிளா ஏன் பார்க்கிறாள்? அவருக்கும் அவளுக்குமிடையே உள்ள மானசீகத் தொடர்பு என்ன? ஒருவேளை அவர்மீது வைத்த அன்பைத் தன்மீது மாற்றிவைக்க முடியாமல் தன்னை புறக்கணிக்கிறாளோ? பெண்மனம் அருகிலுள்ள கொழுகொம்பைதானே தழுவிக் கொள்ள இயலும்? ஒருசமயம் தன்னை ஊர்மிளா உள்ளூர விரும்புவதுபோல் தோன்றினாலும் இன்னொரு சமயம் தன்னைவிட்டு விலகியோட முயல்வதேன்? அவள் தன் உள் மனதோடு சதா போராடுவது போல் அவளது பலவிதமான முகபாவங்களில் தோன்றுகிறதே? தனக்கும் அவருக்கும் மத்தியில் ஊர்மிளாவின் மனம் அலை பாய்வது போலவே வீரசேகரனுக்கு தவிர்க்க முடியாத ஒரு பிரமை உண்டாயிற்று. அதையொட்டி அவன் மனதில் ஓர் சோகமும் ஊடாடியது.

இவ்வாறெல்லாம் வீரசேகரன் சிந்தனையில் மூழ்கி மௌனமாயிருப்பதைக் கண்ட காத்தவராயன் தன் குரூரமான விழிகளில் விநயச் சிரிப்பை வரவழைத்துக்கொண்டு, ''தம்பி! நீ எங்களுக்குச் செய்திருக்கும் ஒத்தாசைக்குத் தினசரி உனக்கு விருந்து வைத்தாலும் தகும்! என் உடம்புத் தோலை உனக்குச் செருப்பாய்த் தைத்துக் கொடுத்தாலும் என் நன்றிக்கடன் தீராது! நேற்றிரவு எவ்வளவு பெரிய உபகாரியை வீணாகக் கொல்ல முயன்றேன்! என்னைப்போல முட்டாள் இந்த உலகத்தில் உண்டா? நான் கீழ்த்தரமான வர்க்கத்தைச் சேர்ந்த பாபி! உன்னைப் போன்ற உயர்தரமான வாலிபனின் நட்பு கிடைத்திருப்பது என் போன ஜன்மத்தில் யார் செய்த புண்ணியமோ?'' என்றான்.

''என்னைப் பற்றிய புகழ்ச்சி போதும்! வேறெதையாவது பொது விஷயத்தைப் பற்றிப் பேசலாமே?'' என்றான் வீரசேகரன்.

''வேறென்ன பேசுவதற்குப் பொது விஷயமிருக்கிறது? இந்தக் காலத்தில் அரசியலைப்பற்றித்தான் பேச்சுத் திரும்பும்!'' என்றார் சுந்தர ஜோஸியர் மெல்ல வீரசேகரன் முகத்தைக் கூர்ந்து பார்த்துக் கொண்டே.

காத்தவராயன் சட்டென்று, ''நம்மைப் போன்ற வியாபாரிகளுக்கும் அர்சியலுக்கும் என்ன சம்பந்தம்? நம்முடைய தொழிலுக்குத் தடை விதிக்காதவரை நம்முடைய ஆதாயக்கணக்கில் அரசாங்கம் தலையிடாதவரை, நாமும் அரசாங்க விஷயங்களில் தலையிடமாட்டோம்!'' என்றான் ஜோசியரைக் கண்டிக்கும் பார்வையுடன்.

''வீரசேகரன் அரசியல் வட்டாரத்தில் உள்ளவராகையால் அரசியலைப்பற்றிப் பேசினால் அவருக்குப் பிடிக்கும். நீங்களும் புது விஷயங்களைத் தெரிந்து கொள்ளலாம்!'' என்று சிரிப்பு இழையும் மெல்லிய குரலில் சொன்னாள் ஊர்மிளா!

''ஆமாம்! உங்களைப் போன்ற வியாபாரிகள் பொருளாதாரச் சந்தைகளை மட்டும் கவனித்தால் போதாது! அவ்வப்போது அரசியல் மாறுதல்களையும் கட்சிகளின் தராதரங்களையும் தெரிந்து கொள்வது உங்கள் வியாபாரத்திற்கும் நல்லது!'' என்றான் வீரசேகரன்.

''என்னைப் பொறுத்தவரையில் எங்களுக்கு எந்தக் கட்சியும் இல்லை! பொதுவாக எந்தக் கட்சி அரசாளுகிறதோ அதுதான் வியாபாரிகளின் கட்சி! ராமன் ஆண்டால் என்ன, ராவணன் ஆண்டால் என்ன என்பதுபோல், இந்தப் பாண்டி நாட்டை பழைய வீரபாண்டியர் கட்சி ஆண்டாலென்ன. இப்போதைய விக்கிரம

பாண்டியார் கட்சி ஆண்டாலென்ன என்று நான் நினைப்பவன்! தம்பி! உங்கள் சோழ நாட்டு நிலப்படை இங்கு விக்கிரம பாண்டியார் ஆட்சிக்கு ஆதாரமாக நிறுத்தப்பட்டிருப்பதைக் கண்டு வீரபாண்டியன் கட்சியினர் தலைமறைவாகப் புரட்சியைக் கிளறுகிறார்களல்லவா? அது சுத்த முட்டாள்தனம்! உங்கள் நிலப்படையினர் வாங்கும் கூலிப் பணமெல்லாம் எங்கள் பாண்டிய நாட்டின் கடை வீதிகளில்தான் புரளுகிறது. அதனால் கடை வீதிகளில் வியாபாரம் அதிகரிக்கிறதென்றால் நான் உங்கள் சோழிய நிலப்படை இங்கு அதிக காலம் நீடித்திருக்க வேண்டும் என்றும் பிரார்த்திப்பேன்! எனக்குப் பாண்டிய நாட்டுப் பற்று இல்லையென்று யாரும் திட்டலாம், ஆனால் சுயநலத்தை மிஞ்சிய தேசபக்தி இல்லை என்பது என் கருத்து!'' என்றான் காத்தவராயன்.

அங்கிருந்த அனைவரும் அன்றைய காலதேச வர்த்தமானங்களை விவாதிக்கத் தொடங்கி, அசோகவனக் கோட்டையில் தேவி சிறைவைக்கப்பட்ட விஷயத்தைப் பற்றியும் பேசலானார்கள். வீரசேகரன் தன் சாமர்த்தியத்தை ஊர்மிளா உள்ளூர வியக்க வேண்டும் என்பதற்காகத் தேவியைத் தந்திரமாக நெட்டூர்க் கோட்டையிலிருந்து கடத்திவந்து சிறை வைத்த விஷயங்களைப் பெருமிதத்துடன் வர்ணித்தான். சுந்தர ஜோஸியர் கனிவுடன் வீரசேகரனை நோக்கி, ''தம்பி! உன் முகத்தைப் பார்த்தால் உத்தம வாலிபன் என்று தோன்றுகிறது! நீ என்னதான் மகா வீரனாயிருந்தாலும் வீரபாண்டியர் தேவியைத் தந்திரமாகச் சிறைபிடித்த செய்கை வீரச் செயலாகுமா? பிறன் மனைவியைப் பிடித்துச் சிறைக் கோட்டத்திற்குள் அடைத்து வைத்திருக்கிறாயே? ஊரும் உலகமும் உன்னை நிந்திக்காதா?'' என்று குரல் தழதழக்கக் கேட்டார்.

''வீரபாண்டியனைப் பிடிக்கும்வரை தேவியைச் சிறைக்குள் வைத்திருப்பது அவசியமெனக் கருதுகிறேன்! இது ராஜதந்திர வியவகாரம்! உலக நிந்தனையைப் பொருட்படுத்த முடியாது!'' என்றான் வீரசேகரன் தலைகுனிந்துகொண்டே.

''தேவி என்னதான் எதிர்க்கட்சிக்காரியென்றாலும் சிறையில் வாடும் அவளது மனத் துன்பங்களை என்னால் கற்பனை செய்யக்கூட முடியவில்லை! எனக்குக் கண்ணீர் வருகிறது!'' என்றாள் ஊர்மிளா.

வீரசேகரன் அவளை நோக்கி, ''எனக்குந்தான் தேவியின் நிலையைக் காணும்போது கண் கலங்குகிறது. வீரபாண்டியனின்

எதிர்காலத்தை எண்ணும்போது தேகம் நடுங்குகிறது! ஆனால் என் கடமை என் மனதின் உணர்ச்சிகளை அடக்கிவிடுகிறது!'' என்றான்.

காத்தவராயன் ''இடி இடி''யென்று சிரித்தான்.

''தம்பி! தேவியைச் சிறை மீட்பதற்காக வீரபாண்டியர் தந்திரமாக நகர் கோட்டைக்குள் நுழைந்து விட்டார் என்று இம்மதுரை மாநகரம் முழுதும் பேசுகிறது! உங்கள் சோழிய வீரர்களோ அநாவசியமாக ஊரைக் கலக்குகிறார்கள்!'' என்றான் காத்தவராயன்.

''அப்படியானால் தேவியைச் சிறை மீட்க வீரபாண்டிய சக்கிரவர்த்திகள் இங்கே வந்திருக்க மாட்டார் என்கிறீர்களா?'' என்று ஊர்மிளா கேட்டாள்.

''ஆமாம்! வீரபாண்டியர் மகாக்கோழை என்று நான் நிறையக் கேள்விப்பட்டிருக்கிறேன்! தலைநகரைப் பறிகொடுத்தோடிய ஒரு கோழை; எத்தனையோ மனைவிமார்களில் ஒருத்தியான தேவியைச் சிறைமீட்க மரணாபாயத்தையும் மறந்து மதுரைக்கு வருவாரா?'' என்று ஏளனமாகச் சிரித்தான் காத்தவராயன்.

''இல்லை! வீரபாண்டியன் முந்தாம் நாள் இரவு இங்கே மதுரைக் கோட்டைக்குள் தந்திரமாக நுழைந்த செய்தி நிஜந்தான்!'' என்றான் வீரசேகரன்.

''அதெப்படி பலத்த காவலைத்தாண்டி மதுரைக்கோட்டை வாசலுக்குள் நுழைய முடியும்?'' என்று அவநம்பிக்கையுடன் கேட்ட காத்தவராயன் ஏளனமாய் சிரித்துக்கொண்டே, ''தம்பி! அவர் தந்திரமாக நுழைந்த விதத்தைப் பற்றி ஊரில் ஒவ்வொருவரும் ஒவ்வொரு விதமான கதை சொல்கிறார்கள். நீயோ சோழிய படையில் முக்கியமான அதிகாரி! நீ எந்தவிதமான கதை சொல்லப்போகிறாய்?'' என்று கேட்டான்.

''இது கதையல்ல! நிஜமாக நடந்தது! யாரோ ஒரு வண்ணாத்தி எங்கள் ஆடையூர் நாடாள்வாரின் ஆடைகளைத் திருடிக்கொண்டு போய்க் கோட்டை வாசலுக்கு வெளிப்புறமிருந்த வீரபாண்டியனை ஆடையூராரின் வேஷத்தில் உள்ளே அழைத்து வந்து விட்டாளாம்! கோட்டை வாசலில் உள்ள காவலரில் ஒருவன் என்னவோ சந்தேகப்பட்டு, மற்ற குதிரை வீரர்களை அழைத்துக் கொண்டு பின்தொடர்ந்து பிடிப்பதற்குள் வீரபாண்டியன் எங்கோ மாயமாய் மறைந்து விட்டானாம்!''

''வண்ணாத்தி என்ன ஆனாள்? அவளைப் பிடித்து அடித்து, உதைத்து உண்மையைத் தெரிந்து கொண்டீர்களா?''

‘‘இல்லை! அவள் போன சுவடே தெரியவில்லை! அவள் யார் என்பதையும் இன்னும் யூகிக்க முடியவில்லை?’’ என்றான் வீரசேகரன்.

காத்தவராயனும் ஜோஸியரும் நிம்மதியுடன் பெருமூச்சு விட்டார்கள். ஊர்மிளாவோ மனதிற்குள் சிரித்துக் கொண்டாள். தன்மீது வீரசேகரனுக்குக் கடுகளவு சந்தேகமும் இல்லை என்பது அவளுக்கு முந்திய இரவிலே மனதில் படிந்திருந்தது.

‘‘அவ்வாறு திருட்டுத்தனமாக நுழைந்த ஆசாமி வீரபாண்டியன்தான் என்பது என்ன நிச்சயம்?’’ என்று வீரசேகரனைக் கேட்டான் காத்தவராயன்.

‘‘எங்கள் ஒற்றுப்படைத் தலைவன் ஜனநாதன் சொன்னான்!’’

‘‘உங்கள் ஜனநாதன் சொல்வதை உங்கள் சோழ சாம்ராஜ்யத்திலேயே யாரும் நம்புவதில்லையாமே!’’

‘‘நான் நம்புகிறேன்! தேவியைச் சிறை மீட்கத் தன் உயிரையும் பொருட்படுத்தாமல் வீரபாண்டியன் வருவான் என்பது எனக்கு நிச்சயமாகத் தெரியும்!’’

‘‘அப்படியானால், கோட்டை வாசலில் சந்தேகப்பட்ட போதே வீரபாண்டியரைத் தப்பியோட விடாமல் பிடித்திருக்கலாமே! இப்போது ஊரிலுள்ள ஒவ்வொரு வீட்டிலும் புகுந்து சோதிக்கும் தொல்லை ஏற்பட்டிராதே!’’ என்று காத்தவராயன் ஆத்திரத்துடன் கேட்டான்.

‘‘அந்தக் கோட்டை வாசல் காவலன் நானாக இருந்தால் நிச்சயமாக வீரபாண்டியனைத் தப்பியோட விட்டிருக்க மாட்டேன்! உடனே சிறை செய்திருப்பேன்!’’

‘‘வீரபாண்டியரைச் சிறை செய்ததும் என்ன செய்வீர்கள்?’’ என்று ஊர்மிளா கேட்டாள்.

‘‘மரண தண்டனையா, மன்னிப்பா என்பது எங்கள் குலோத்துங்க சோழ சக்கரவர்த்திகளின் மனதையும் எங்கள் சோழ மந்திராலோசனை சபையின் ராஜ தந்திரத்தையும் பொறுத்தது! ஆனால் எனக்கு என்ன தோன்றுகிற தென்றால் வீரபாண்டியர் பிடிபட்டதும், எங்கள் சோழகுலப் புலிக்கொடியைத் தலைமீது சுமந்து, எங்கள் ஆயிரத்தாளித் தலைநகரில் வீதிவலம் வந்து, கடைசியில் புலிக் கூண்டிற்குள் தள்ளப்பட்டு, புலியால் கடித்துக் குதறப்படுவார் என்றே எனக்குத் தோன்றுகிறது!’’ என்றான் வீரசேகரன்.

அந்தப் பயங்கர வர்ணனையைக் கேட்டதும் ஊர்மிளா மனம் பதறியவளாய் கலவரத்துடன் ஜோஸியரை ஏறிட்டுப் பார்த்தாள். ஆனால் அவரோ சிறிதும் கலங்கியவராகவோ, அதைக் கவனித்தவராகவோ தெரியவில்லை!

''மதுரைக்குள் நுழைந்த வீரபாண்டியரின் கதி என்ன ஆயிற்றாம்? இன்னும் உங்கள் ஒற்றுப் படைத்தலைவனால் யூகிக்க முடியவில்லையா?'' என்று காத்தவராயன் கேட்டான்.

''வீரபாண்டியர் உடனே வந்த சுவடு தெரியாமல் ஓடி போயிருப்பார்!'' என்றாள் ஊர்மிளா சட்டென்று.

''இல்லவே இல்லை! வீரபாண்டியன் இந்த மதுரைமாநகருக்குள்தான் எங்கோ ஒளிந்து கொண்டிருக்கிறான்!'' என்றான் வீரசேகரன் உறுதியான குரலில்.

''அப்படி இம்மதுரைக்குள்ளேயே வீரபாண்டியர் நடமாடினால் அது சுத்த முட்டாள்தனம்!'' என்றான் காத்தவராயன்.

''அது முட்டாள்தனமல்ல! தன்னை மறந்த காதல்! தேவியைச் சிறைமீட்காத வரை வீரபாண்டியன் இம்மதுரையை விட்டுத் திரும்பிப் போகவே மாட்டான்! அந்த முயற்சியில் உயிர் போனாலும் சரி! அவ்வளவு தூரம் தேவியின்மீது அவனுக்குக் காதல்!''

''அதெப்படி தம்பி உனக்கு நிச்சயமாகத் தெரியும்?'' என்று காத்தவராயன் கேட்டான்.

''தேவியின் கண்களில் பொங்கி வழியும் கண்ணீரில் அந்த உன்னதமான காதலைக் கண்டேன்! தேவியின் கருவிழிகளில் மிளிரும் நம்பிக்கையின் பிரகாசத்தில் வீரபாண்டியனின் இருதயத்தை யூகித்துக் கொண்டேன்!'' என்றான் வீரசேகரன் குரல் தழதழக்க.

அப்போது வீரசேகரன் ஊர்மிளாவைக் கவனித்துக் கொண்டிராமல், சுந்தர ஜோஸியரைக் கவனித்திருப்பானே யாகில், அவரது முகத்தில் படரும் பரபரப்பையும் கண்ணீரையும் கண்டு, நிச்சயம் அவரது உண்மை சொரூபத்தைப் பற்றிச் சந்தேகம் கொண்டிருப்பான்.

காத்தவராயனின் கண்ஜாடை கண்டிக்கவே சுந்தர ஜோஸியர் தம் உணர்ச்சிகளை மறைத்துக் கொண்டு. சிரித்த வண்ணம், ''தம்பி! தேவியின்மீது வீரபாண்டியனுக்குள்ள காதலைப்பற்றி நீ கூறுவதைப் பார்த்தால், வீரபாண்டியன்மீது உனக்கு அளவுமீறிய மதிப்பு இருக்கிறது போலிருக்கிறதே!'' என்றார்.

''ஆமாம்! உயிருக்குயிரான காதலையும், துணிச்சலான வீர உள்ளத்தையும், இலட்சிய உணர்ச்சிகளையும் எப்போதுமே நான் பெரிதும் மதிப்பவன்! எதிரிகளிடங்கூட அத்தகைய பண்புகள் இருந்தால் மிகவும் பாராட்டுவேன்! ஆனால் அதற்காக, எங்கள் சோழ சாம்ராஜ்யத்திற்குப் பரமவைரியான வீரபாண்டியனைத் தண்டிக்கும் விஷயத்தில் நான் கொஞ்சமும் விட்டுக் கொடுக்க மாட்டேன்! என்றாவது ஒருநாள் நானும் வீரபாண்டியனும் நேரில் சந்திக்கத்தான் போகிறோம். அவ்வாறு சந்திப்பு நேரும்போது, வீரபாண்டியன் என் கையில் உயிரோடு பிடிபடும் வரையில் அல்லது என் உடலைவிட்டு உயிர் பிரியும் வரையில் மரணப்போர் நடந்தே தீரும்!'' என்றான் வீரசேகரன்.

அவனது உறுதியான குரலைக் கவனித்த ஊர்மிளா ஜீவனற்ற பதுமைபோல் அசைவற்றுப் போனாள். முகம் வெளுத்து மௌனமாகி விட்டாள். அவளுடைய உள் மனமோ இருதலைக் கொள்ளிபோல் தவிதவித்தது.

காத்தவராயன் வழக்கமான தன் பேய்ச் சிரிப்புடன்! ''தம்பி! அப்படியொரு சந்திப்பு நிகழக் கூடாதென்று நான் பிரார்த்திக்கிறேன்! ஏனென்றால் அருமையான வாலிபனின் அரிய நட்பை நாங்கள் இழக்க நேரிடலாம்!'' என்றான்.

''அவ்வளவு சுலபமாக என் உயிரோடு வீரபாண்டியன் தப்பிவிட முடியாது! நரிகளின் வலைக்குள் புகுந்து தவிதவிக்கும் முயல் என்றாவது என்னுடைய சிங்கப் பசிக்கு இரையாகியே தீரும்!'' என்றான் வீரசேகரன்.

கிணற்றுக்குள் இருப்பவள்போல் ஊர்மிளா மெல்லியக் குரலில் பேசத் தொடங்கினாள்;

''உயிரின் முன் தலைநகரைத் துச்சமாக மதித்தவர். இப்போது தேவிக்காகத் தன் உயிரையும் துச்சமாக மதிக்கிறார் என்றால் உண்மையிலே தேவி புண்ணியவதிதான்! ஒரு பெண்ணின்மீது அரச குலத்தினருக்கு அவ்வளவு தூரம் காதல் ஏற்படுவது அபூர்வம்!'' என்று கூறிய ஊர்மிளாவுக்கு மெய்சிலிர்த்தது, கருவிழிகளில் நீர் நிறைந்தது.

சுந்தர ஜோசியர் கண்கலங்க, ''இல்லை தேவி துர்பாக்கியவதிதான் பிராணநாயகன் தன்னைக் காப்பாற்ற வருவான் என்ற நம்பிக்கையையும் இந்நேரம் இழந்திருப்பாளே! அவளைச் சிறை மீட்பதற்காகதான் வீரபாண்டியர் தந்திரமாக வந்திருக்கிறார் என்ற விஷயம் அவளுக்கு எப்படித் தெரிய முடியும்?'' என்றார்.

''அதை நான் தேவிக்குத் தெரிவித்ததும் உடனே தேவி மனம் பூரித்துப் போனாள்! என்னிடம் ஏடும் எழுத்தாணியும்

கேட்டாள். இனி ஆயுள் பூராவும் இன்பக் காவியம் எழுதிச் சிறைக்குள்ளே உயிர் விடவும் தயார் என்று சொன்னாள்!" என்று வீரசேகரன் அசோகவனக் கோட்டையில் தேவியின் சிறைக்குள் நடந்த விஷயங்களையெல்லாம் விவரித்தான்.

அவற்றையெல்லாம் சுந்தர ஜோசியர் மெய்மறந்து சிலைபோல் அசையாமல் மௌனமாய்க் கேட்டுக்கொண்டே வந்தார். அவரது சலனமற்ற முகம் உணர்ச்சிமயமாக மாறியது.

விருந்து முடிந்து கையலம்பிக்கொண்டு வந்ததும் வீரசேகரன் பரபரப்புடன், "நேரமாகிவிட்டது! உடனே நான் ஜனநாதனைப் பார்த்து விட்டு வீட்டிற்குப் போய் வேறு ஆடைகள் அணிந்து கொண்டு அவசர அவசரமாக அசோக வனக்கோட்டைச் சிறைக்கு ஓடவேண்டும். தினசரி நேரங் கழித்து வருகிறேன் என்று எங்கள் காவற் படையதிகாரி ஏகவாசகர் எரிந்து விழுவார்! அதோடு தேவியின் சிறைக்கு உடனடியாகச் சில புதுவிதமான பாதுகாப்புகளும் செய்ய வேண்டும்!" என்றான் வீரசேகரன்.

சுந்தர ஜோசியர் கருணை ததும்பும் குரலில் அவனை நோக்கி, "தம்பி! தேவியைச் சிறையில் மறுபடி சந்திப்பாயல்லவா? அந்தத் துர்பாக்கியவதிக்கு இந்த அற்ப ஜோசியரின் ஆசீர்வாதத்தைச் சொல்லுவாயா?" என்று கேட்டார்.

"தேவியின் இருதயத்திற்கு இடம் தருமென்றால் அவசியம் உம்முடைய ஆசீர்வாதத்தைச் சொல்லுவேன்!" என்றான் வீரசேகரன்.

"அப்படியானால் இந்த ஆசீர்வாதத்தைச் சொல்! ஆண்டவனை நம்பியவர் கைவிடப் படுவதில்லை! கடல்தாண்டி காத்த ஸ்ரீராமச்சந்திரமூர்த்தியும், பூமியைத் தோண்டி சிஷ்டபரிபாலனம் செய்த திருமாலும் பொய்யல்ல என்று சொல்! ஆண்டவனே காப்பாற்றாமல் கைவிட்டாலும், ஆத்மாவின் பிரயாணம் இந்தத் தேகத்தோடு முடிந்து விடுவதுமில்லை என்று சொல்!"

வீரசேகரன் "கல கல"வென்று தன்னம்பிக்கையோடு சிரித்தான்.

"ஜோசியரே! தேவியின் கைரேகை பாராமலே அவளுக்கு எதிர்கால ஜோசியம் தவறாகக் கூறிவிட்டீர்! இந்த வீரசேகரன் உயிரோடிருக்கும் வரை சங்கு சக்கரத்துடன் திருமாலே ஸ்ரீராமச்சந்திரமூர்த்தியாக வந்தாலும் தேவியைச் சிறைமீட்க முடியாது ஆனாலும் உம்முடைய அசட்டுத்தனமான ஜோசிய பலனைத் தேவியிடம் அவசியம் கூறுகிறேன்! அதோடு, சிறையில் தேவி நிம்மதியாகப் பொழுதுபோக்க ஏதாவது உபாயமிருந்தாலும் சொல்லியனுப்பும்!"

ஜோசியர் ஒரு கணம் ஆழ்ந்து சிந்தித்துவிட்டு, ''அப்படியானால் சுந்தரகாண்டத்தைத் திருப்பிப் பாராயணம் பண்ணச் சொல். நிம்மதி பிறக்கும்!'' என்றார்.

பிறகு வீரசேகரன் எல்லோரிடமும் விடைபெற்றுக் கொண்டு கிளம்பியபோது அவனை நோக்கிக் காத்தவராயன் கூறினான்:

''தம்பி! உயரிய அரசியல் அந்தஸ்துள்ள உன் அரிய நட்பு இவ்வளவு சுலபமாகக் கிடைப்பது என் வாழ்க்கையிலே இது தான் முதல் தடவை! நீ மறுபடி எங்கள் வீட்டிற்கு வருவாயல்லவா?''

''இந்த வீட்டில் எல்லோரும் ஒருமுகமாய் என்னை எதிர்பார்த்தால் நான் அவசியம் அடிக்கடி வருவேன்!'' என்று வீரசேகரன் குறிப்பாக ஊர்மிளாவின் முகத்தைப் பார்த்தான்.

ஊர்மிளா இரகசியமாகக் காத்தவராயன் பின்புறம் மறைந்து நின்றுகொண்டு குறும்புடன் மெல்லச் சிரித்தாள்.

வீரசேகரன் ஓட்டமும் நடையுமாகத் தெருவில் நடந்து சென்றான். அவன் நேற்றைய இரவு ஊர்மிளாவைத் தேடி அந்தத் தெருவில் வந்தபோது அவனது நெஞ்சில் இருந்த துன்பச் சுமையை விட இப்போது அவனது முகத்தில் ஆனந்தத்தின் போதை அதிகமிருந்தது!

அவன் போனதும், ''எதிர்பாராத சந்திப்பு!'' என்று பெருமூச்சு விட்டுப் ''பொலபொல''வென்று ஊர்மிளா அழுது விட்டாள்.

காத்தவராயனோ ''இடிஇடி''யென்று பயங்கரச் சிரிப்பொன்றை உதிர்த்தான்.

''ஊர்மிளா, ஏன் கலங்குகிறாய்? அந்த முழுமூடனால் நமக்கு ஒருநாளும் அபாயம் இல்லை!'' என்று காத்தவராயன் ஏளனப் புன்னகையொன்றை உதிர்த்துவிட்டு, ''அந்த வீரசேகரன் இப்போது சோழ அரசியலில் முக்கிய அந்தஸ்து வகிப்பவன். சர்வாதிகாரிபோல் விளங்கும் ஜனநாதனின் நெருங்கிய நண்பன்! தேவியைச் சிறைப் பிடித்தவன்.

தேவியின் அருகிலிருந்து பாதுகாக்கும் பொறுப்புள்ளவன்! அரசாங்கத்தின் பரிபூரண நம்பிக்கைக்குப் பாத்திரமானவன்! அத்தகைய ஒரு நண்பன் நம் வீட்டிற்கு அடிக்கடி வந்து போய்க் கொண்டிருந்தானானால் நம் வீட்டுக்கு அநுமார் கவசம் கிடைத்த மாதிரி! சோதனையென்று நம் வீட்டுக்குள் ஒரு சேவகப் பயலும் எட்டிப் பார்க்கமாட்டான்!'' என்றான் காத்தவராயன்.

"என் மனசுக்கு என்னவோ அவன் அடிக்கடி இங்கே வருவது நல்லதல்லவென்று படுகிறது! ஆனால் தெய்வமே சோதிக்க விரும்பும்போது நான் என்ன செய்யமுடியும்?" என்று ஊர்மிளா எதையோ நினைத்துக் கொண்டு மனம் பதைபதைத்தாள். காத்தவராயனோ அதிகமாய்ச் சிரித்தான்.

"ஆனால்... இவன் இங்கே வந்த தன்மையை நினைத்துக் கொண்டால் என் நெஞ்சு நடுங்குகிறது!" என்று மெல்லிய குரலில் கூறிய ஊர்மிளா, "எதற்காக அந்தக் குரங்கு இங்கே வந்ததோ தெரியவில்லை!" என்றாள்.

"அவன் ராமதூதன்?" என்று சிரித்தான் காத்தவராயன்.

"நம்முடைய வீரபாண்டிய சக்கரவர்த்திகள் வேறெந்த இடத்தையும்விட இந்த வீட்டில்தான் வீரசேகரனின் வாள் முனைக்குத் தப்பி வீரசேகரன் கண் முன்னாலேயே பத்திரமாக இருக்கமுடியும்!" என்று காத்தவராயன் மெல்ல சுந்தர ஜோசியரைப் பார்த்துப் புன்னகை செய்தான்.

"அதுமட்டுந்தானா?" என்று ஊர்மிளா முகமலர்ச்சியுடன் கேட்டாள்.

"அதுமட்டுமல்ல! அந்த முட்டாளால் நமக்கு இன்னும் எத்தனையோவிதமான உபயோகங்கள் உண்டு! உதாரணமாக... தேவியின் சிறைக்கு நம்மிடமிருந்தும் தேவியிடமிருந்து நம் வீட்டிற்கும் தன்னையறியாமலே தூதுச் செய்திகள் கொண்டு போக அந்த வீரசேகரன்தான் சரியான அநுமார் தூது" என்று காத்தவராயன் சிரித்தான்.

வீரசேகரனை என்றென்றும் பிரிய நேரிடுமோ என்று வாடியிருந்த ஊர்மிளாவின் முகம், அடிக்கடி அவன் வருவான் என்ற ஆனந்தமானது அவளது மனவடக்கத்தையும் மீறிக் கொண்டு பொங்கவே, பூத்த புதுத் தாமரையாக மலர்ந்தது!

அத்தியாயம் 31

அரக்கி யார்?

"இவள் மாறுகொண்டனள்! கூறின்,
தான் இயக்கியோ, தானவர் தையலோ
ஐயுறும் தகையானாள்!"

– கம்ப ராமாயணம்

மனதில் ஊர்மிளாவைப் பற்றிய இன்ப நினைவுகளுடன் வீரசேகரன் குதூகலமாய் ஜனநாதனின் மாளிகையை அடைந்தபோது, அவனை வரவேற்க வாசற்படியிலே தயாராய் ஜனநாதன் வழக்கம்போல் விஷமச் சிரிப்புடன் நின்று கொண்டிருந்தான்.

''என்ன அநுமாரே; எங்கிருந்து வருகிறீர்? நேற்றிரவு எனக்குத் தெரியாமல் என்ன படலம் நடத்தினீர்?'' என்று ஜனநாதன் பரிகாசமாய் வீரசேகரனின் முகத்தைக் கூர்ந்து கவனித்தான்.

''ஜனநாதா! நீ ஒருவன்தான் என்னை அநுமார் என்கிறாய்! இந்த ஊரிலுள்ள எந்தப் பெண்ணை வேண்டுமானாலும் கேட்டுப் பார், என்னைப்போல சுந்தர முகம் வேறு யாருக்கும் இல்லை என்பாள்!'' என்றான் வீரசேகரன். மனதில் பொங்கி வழியும் உற்சாகத்தைத் தாங்க முடியாமல் வெட்கத்துடன்.

''சுந்தரகாண்டத்திற்குச் சரியான அஸ்திவாரந்தான்!'' என்று சிரித்த ஜனநாதன் ஆழமாக வீரசேகரனின் கருவிழிகளை ஊடுருவிப் பார்த்தவண்ணம். ''என்ன அநுமாரே! ஒரே இரவுக்குள் எந்தக் கொம்பிலிருந்து எந்தக் கொம்பிற்குத் தாவிவிட்டீர்! ஆனால் எதிலும் குரங்குப் பிடியாய் இராமல் ஜாக்கிரதையாயிருந்தால் நல்லது!'' என்றான் விஷமமாய்.

''ஜனநாதா! அழகானவனைப் பார்த்து அநுமார் என்று நீ சொன்னால் அதற்கு ஏதாவது உள்ளர்த்தம் இருக்குமே?'' என்று கோபமாய்க் கேட்டான் வீரசேகரன்.

''ஏனென்றால் அநுமாரைத் தேடிக்கொண்டு இலங்கா தேவி போல ஓர் அரக்கி இங்கே வந்தாள்!''

"ஊர்மிளாவை அரக்கியென்று சொல்லாதே!" என்றான் வீரசேகரன் வெடுக்கென்று.

"ஊர்மிளாவைச் சொல்லவில்லை. வேறோர் அரக்கி உன்னைத் தேடிக்கொண்டு வந்தாள். நீ மட்டும் அப்போது இங்கிருந்தால் உன்னைப் பிய்த்துத் தின்றிருப்பாள்!"

"யார், சிவகாமியா?" என்று கேட்ட வீரசேகரனின் குரலில் ஒரு நடுக்கம் ஏற்பட்டது. பிறகு மனஸ்தாபத்துடன் முணுமுணுத்தான். "என்னை எதற்காக அவள் இங்கே தேடிவரவேண்டும்? நான் என்ன பச்சைக் குழந்தையா?" சதா வீட்டிலேயே அடைந்து கிடக்க முடியுமா?" என்றான் வீரசேகரன் எரிச்சலுடன்.

"வீட்டில் சிவகாமி தனியாக இருப்பாளே என்ற கவலைகூட இல்லாமல், இரண்டு நாளாக நீ உன் வீட்டிற்குப் படுக்கக்கூடப் போகவில்லையாமே? முன்னாளிரவு எங்கெல்லாமோ சுற்றிவிட்டு விடியற்சாம நேரத்தில் என் வீட்டிற்கு வந்து படுத்து என் படுக்கையை அழுக்காக்கி விட்டாய்! நேற்றிரவு எங்கோ உன் சுந்தர முகத்தை ரசிக்கக்கூடிய ஒருத்தியின் வீட்டில் படுத்துறங்கி விட்டு வந்திருக்கிறாய். சிவகாமிக்கு மட்டுமல்ல. புத்தியுள்ள எந்தப் பெண்ணிற்குத்தான் சந்தேகம் தட்டாது? நேற்றிரவெல்லாம் நீ வருவாய் என்று சிவகாமி சாப்பிடாமலே அநாவசியமாகக் காத்திருந்தாளாம்!" என்றான் ஜனநாதன்.

"வீட்டில்தான் தொல்லையென்றால் வெளியே வேறு தேடிக்கொண்டு வந்து விடுகிறாள்! அவள் கையால் சாப்பிடுவதே எனக்கு விஷமாயிருக்கிறது!" என்றான் வீரசேகரன்.

"தம்பி! விருந்து பரிமாறும் கை ஒன்றுதான். ஆனால் அதை விஷமாகப் பாவிப்பதோ, அமிர்தமாகப் பாவிப்பதோ, உன் மனப்பான்மையில்தான் இருக்கிறது! தம்பி! ஊர்மிளா நஞ்சையூட்டியிருந்தாலும் அதை அமிர்த விருந்தாக நினைப்பாய் நீ!" என்று ஜனநாதன் சிரித்தான்.

"ஜனநாதா! எனக்கு ஊர்மிளா தன் வீட்டில் எவ்வளவு அற்புதமான விருந்து வைத்தாள் என்பது உனக்குத் தெரியுமா?" என்று வீரசேகரன் தன்னை மறந்து உற்சாகத்தோடு கேட்டு விட்டான்.

"தம்பி! நேற்றிரவெல்லாம் ஊர்மிளாவைக் கண்டு பிடிக்க ஊர் தேடு படலம் நடத்தியவன் கடைசியில் வார்த்தெடுக்க முடியாத அந்தப் பொற்சிலையை இரும்புப் பட்டறையில் கண்டு பிடித்தாயா?" என்று சிரித்தான் ஜனநாதன்.

"ஜனநாதா! உனக்கெப்படி அது தெரியும்? உன் ஒற்றர்கள் கண்டுபிடித்துச் சொன்னார்களா?"

"தம்பி! என் ஒற்றர்களுக்கு அவ்வளவு தூரம் மூளை இல்லை! அதைக் கண்டுபிடிக்க அவ்வளவு தூரம் மூளையும் தேவை இல்லை! நடுநிசியில் காவற்படை சோதனைக்கு வந்தபோது, இரும்பு வியாபாரியின் கட்டிடங்களைப் பரிசோதித்து விட்டதாகக் கைப்பட உறுதிமொழி எழுதிக்கொடுத்து அனுப்பினாயாமே, அப்போது உன்கூட ஓர் இளம் பெண்ணும் இருந்தாளாமே, அதிலிருந்து ஊர்மிளாதான் உனக்கு விருந்துப்படலம் நடத்துவாள் என்பதை நான் யூகித்துக்கொண்டு விட்டேன்! ஆனால் அவ்வளவு தூரம் யூகிக்க அஞ்சுகோட்டை நாடாள்வானுக்கும் மூளை இருந்தால், உன்மீது வஞ்சப்படலம் நடத்த ஏதாவது வழிபார்ப்பான்!" என்றான் ஜனநாதன்.

அதற்குமேல் வீரசேகரனுக்கு அப்போதிருந்த உற்சாகக் கிறுகிறுப்பில் முன்னிரவு ஊர்மிளாவின் வீட்டில் நிகழ்ந்த விஷயங்களையெல்லாம் தன் அருமை நண்பனிடம் சொல்லாமலிருக்க முடியவில்லை. ஊடல் நாடகம் நடத்தி வந்த ஊர்மிளா தனக்கு ஆசையோடு விருந்து பரிமாறியதையும், தான் பார்க்காதபோது தன்னைப் பார்த்துப் புன்சிரிப்போடு தன் முகவனப்பில் லயித்து நின்றதையும், அணுஅணுவாக வர்ணித்து ஆனந்தத்தால் பூரித்துக் கொண்டிருந்தான். ஆனால் ஜனநாதனோ அவற்றையெல்லாம் வெகு அலட்சியமாகக் கேட்டுக் கொண்டு வந்தான்.

"என்ன ஜனநாதா! கொஞ்சங்கூடச் சுவாரஸ்யமில்லாமல் கேட்கிறாய்?"

"தம்பி! நீ அனுபவித்ததனால் உன் காதல் அனுபவங்கள் உனக்குச் சுவாரஸ்யமாயிருக்கலாம்! அவற்றை வெறுமனே காதில் கேட்பதினாலேயே மற்றவர்களும் சுவாரஸ்யப்பட்டுவிட வேண்டுமென்று நீ எதிர்பார்த்தால், அது சுத்த முட்டாள்தனமாகும்!"

"ஜனநாதா! நான் ஊர்மிளாவைக் காதலிப்பது உனக்குப் பிடிக்கவில்லையென்று நினைக்கிறேன்!"

"உன் நன்மையை உத்தேசித்துப் பார்க்கும் உத்தம நண்பனாயிருந்தால், ஊர்மிளாவின் தொடர்பை உதறிவிடு என்றுதான் உபதேசிப்பான்!"

"ஜனநாதா! அதுமட்டும் என்னால் முடியாது! ஊர்மிளாவின் நினைப்புக்கூட இல்லாமல் என்னால் ஒரு கணங்கூட இருக்க முடியவில்லை!"

''தம்பி! உன் மூளையையும் தலையையும் இழக்க நீ தயாராய் இருப்பாயே தவிர, ஊர்மிளாவை இழக்கத் தயாராய் இருக்கமாட்டாய் என்பது எனக்குத் தெரியும். ஆனால் ஆருயிர் நண்பனை இழப்பதா அல்லது காதலியை இழப்பதா என்ற ஒரு நெருக்கடியான கட்டம் உனக்கு வரும்! அப்போது எதை இழக்கச் சித்தமாயிருப்பாய் என்பதை இப்போதே தீர்மானித்து வைத்துவிடு!''

வீரசேகரன் தலைகுனிந்து மௌனமாகச் சிந்தனையில் ஆழ்ந்தான்.

''வீரசேகரா! நீ சுத்த முட்டாள்! உன்னைப் போன்ற வெகுளிகள் ஊர்மிளாவைப் போன்ற புத்திசாலிப் பெண்களை நம்பக்கூடாது! அத்தகைய புத்திசாலிப் பெண் உன்னை உபயோகப்படுத்திக் கொள்வாளே தவிர, தன் காரியம் முடிந்ததும் உன்னை உதறிவிடுவாள். அவளால் உனக்கு ஒரு பிரயோஜனம் கூடக் கிடைக்காது; கேவலம் காதல் சுகம் தருவதில் கூடத்தான்!''

''ஜனநாதா! ஊர்மிளாவைப்பற்றி நீ தவறாக நினைத்திருக்கிறாய்! அவள் அப்படிப்பட்ட பெண்ணே அல்ல. அவள் எனக்கு அறுசுவை விருந்து வைத்தபோது அவள் தயாரித்த ஒவ்வொரு தின்பண்டத்திலுமே அவளது அபரிமிதமான ஆசை பரிமளித்தது. அவளது ஒவ்வொரு புன்சிரிப்பும் என் முகத்தில் பொங்கி வழியும் உணர்ச்சிகளிலே பரந்து லயித்தன.''

''முட்டாளே! அவள் அவ்வளவு பிரமாதமாக விருந்து வைத்தது உனக்காக அல்ல. உன் அரசாங்கப் பதவியின் கௌரவத்திற்காக: வேட்டை நாய்களின் சகவாசமும், அரசாங்க சேவகர்களின் சகவாசமும் நல்லதல்ல என்ற பழமொழிக்கிணங்க உனக்குப் பிரமாதமாக விருந்து வைத்துச் சீக்கிரம் உன்னை வீட்டைவிட்டு வெளியேற்றிவிட நினைத்திருக்கிறாள். அத்தகைய புத்திசாலிப் பெண் சிரித்து சிரித்து மழுப்பியே உன்னை ஏமாற்றி விடுவாள்!''

''ஜனநாதா! என் ஊர்மிளாவை அப்படியெல்லாம் சொல்லாதே! அவள் வாஞ்சைமயமான வண்ணப்புறா! என் நெஞ்சிலே நிலைத்துவிட்ட ஆசை நிலா! ஜனநாதா! நம் சோழ சாம்ராஜ்யத்தின் கம்பீரத்தை அவளுடைய அழகின் மிடுக்கிலே காண்கிறேன். நம்முடைய பட்டுப் புலிக்கொடியின் சலசலப்பை அவளுடைய சிரிப்பிலே காண்கிறேன். நம்முடைய காவிரி நதியின் வளத்தை அவளுடைய கண்ணீரின் அன்பிலே காண்கிறேன். கங்கையைத்தாண்டி கடல் கடந்து திக்கெட்டும் நம் சோழ சாம்ராஜ்யம் தமிழர் நாகரிகத்தைப் பரப்பும் என்ற என் கனவின் ஆனந்தத்தையெல்லாம் அவளுடைய கருவிழி ஒன்றிலேயே கண்டு விடுகிறேன்–''

''தம்பி, போதும், நிறுத்து! தற்குறி காதலிக்கத் தொடங்கினால், தன்னையறியாமலே கவிதா சக்தி வந்து விடுமென்பது சரியாகத் தானிருக்கிறது! ஆனால் உன் வர்ணனைக்குரிய பாத்திரம் அவ்வளவு நல்லதல்ல. உன் ஊர்மிளா ஆசை காட்டி மோசம் செய்யும் அழகு சுந்தரி. உன் சுந்தர முகத்தைக் கண்டு சொக்குவதாகக் காட்டியே உன் கழுத்துக்குச் சுருக்கிடும் சுயநலக்காரி. உன்னை ஏமாற்றப் போகும் எமகாதகி – அல்லது உலகம் உன்னை எள்ளி நகையாடும்படி உருக்காட்டுப் படலம் நடத்தப் போகும் உத்தமி!''

''ஜனநாதா! நீ எனக்கு எவ்வளவுதான் ஆருயிர் நண்பன் என்றாலும், என் ஊர்மிளாவைத் திட்டுவதைப் பொறுக்கமாட்டேன்!''

''தம்பி! எண்ணியதைச் சொல்ல எனக்குள்ள சுதந்திரத்தைப் பறிக்க எந்த நண்பனுக்கும் உரிமை கிடையாது!''

''ஜனநாதா! மனப்பூர்வமாகச் சொல்! நான் ஊர்மிளாவைக் காதலிப்பதுபோல் அவளும் என்னை உள்ளூரக் காதலிக்க மாட்டாளா?''

''தம்பி! உள்ளூரவோ வெளிப்படையாகவோ அவள் உன்னைக் காதலிக்கமுடியாது! உன் சுந்தர முகத்தை ஏறிட்டுப் பார்க்கக்கூட அவள் விரும்பமாட்டாள்!''

''ஜனநாதா! என்ன அத்தாட்சி வைத்துக்கொண்டு அவ்வளவு தீர்மானமாகச் சொல்கிறாய்?''

''தம்பி! ஜனநாதன் எதையாவது தீர்மானமாகச் சொல்லுகிறான் என்றால், அதற்கு முன்னதாகவே சரியான அத்தாட்சி தேடி வைத்துக் கொள்ளாமலிருக்க மாட்டான்!'' என்று சொல்லிவிட்டு, ஜனநாதன் உள்ளே போய் ஓர் உடைவாளையும் ஒரு பித்தளைக் குழாயையும் கொண்டுவந்து வீரசேகரனிடம் கொடுத்தான்.

''முந்திய தின விடியற் சாமத்தில் ஊர்மிளா இங்கே வந்து இந்த வாளை என்னிடம் திருப்பிக் கொடுக்கச் சொல்லி அதோடு ஓர் ஓலையையும் உன் வேலைக்காரனிடம் கொடுத்துவிட்டுப் போனாளாமே? அவைதானே இவை? இவற்றை ஏன் அப்போதே என்னிடம் கொடுக்கவில்லை?'' என்று வீரசேகரன் ஆத்திரத்தோடு கேட்டான்.

''தம்பி, ஆத்திரப்படாதே! ஓலையில் என்ன எழுதி இருக்கிறாள் என்பதை முதலில் படித்துப்பார்! இப்போதுகூட உன்னிடம் இந்த ஓலையை ஏன் கொடுத்தேன் என்று நினைப்பாய்!'' என்று சிரித்தான் ஜனநாதன்.

வீரசேகரன் பதைபதைப்புடன் பித்தளைக் குழாயைத் திறந்து அதிலுள்ள ஓர் ஓலை நறுக்கையும் ஒரு நீலக்கல் மோதிரத்தையும் வெளியே எடுத்தான். அவசரமாக முகமெல்லாம் வியர்க்க ஓலையை வாசித்துப் பார்த்தான். அந்த ஓலையில் பின்வருமாறு எழுதியிருந்தது:

''வீரசேகரா!

சிரித்துப் பேசி என்னைச் சகதிக் குட்டையில் பிடித்துத் தள்ளி விட்டு ஏமாற்றி ஓடிவிட்டேன் என்று நினைப்பாய்! பாவம். பாவம் இனிமேலாவது ஏமாறவேண்டாம் என்பதற்காகவே இந்த ஓலையை எழுதினேன். என்னைப் போன்ற அழகான பெண்களை அடிக்கடி சந்திக்க வேண்டுமென்று உன்னைப் போன்ற வாலி பர்களுக்கு ஆசை ஏற்படுவது இயற்கையே! ஆனால் என்னைப் பொறுத்த வரையில் என்னை என்றென்றும் மறந்து விடும்படி கேட்டுக் கொள்கிறேன். என்னை அடியோடு மறந்து விடுவதுதான் உனக்கும் நல்லது. எனக்கும் நல்லது. நீ காட்டிய அன்பிற்காக நான் செய்யக் கூடியதெல்லாம் இந்த முன்னெச்சரிக்கை ஒன்று தான்!

அடுத்தப்படியாக அறிந்தோ அறியாமலோ நீ எனக்கு ஏதாவது உதவி செய்திருக்கலாம். அதற்குச் சன்மானமாக என்னிடம் உள்ள விலைமதிப்பற்ற மோதிரத்தை இத்துடன் வைத்திருக்கிறேன். ஒரு ஜோசியர் மந்திரித்து இந்த மாயா மோதிரத்தை எனக்குக் கொடுத்தார். இந்த மோதிரத்தை அணிந்து கொள்கிற பெண்களுக்கு எந்தவிதக் கவலையும் சுலபமாக நீங்கிவிடும் என்று சொன்னார். இந்த மோதிரத்தைக் கண்டாலே ஆனந்தம் பிறக்குமாம். என்னை நீ மறந்த பிறகு என்னைவிட மேலான பெண்ணை உன் வாழ்க்கையில் எப்போதாவது சந்திக்க நேர்ந்தால் அவளுக்கு இந்த மோதிரத்தை உன் காணிக்கையாகக் கொடுத்துவிடு.

இந்த பரஸ்பர உதவியோடு எனக்கும் உனக்குமுள்ள சந்திப்பு—ஏன்—நினைப்புக்கூட என்றென்றுமே அறுந்து விட்டதாகப் பாவித்துக்கொள்.

ஊர்மிளா.''

இதைப் படித்ததும் வீரசேகரனுக்கு உலகமே தலைகீழாகச் சுற்றுவது போலிருந்தது. ஊர்மிளா தன்னை விட்டுவிட்டு ஜோஸியரைக் காதலிக்க விரும்புகிறாளோ என்ற எண்ணம் அவன் நெஞ்சை உறுத்தியது.

ஜனநாதனோ, விஷமமாய் வீரசேகரனை உற்று நோக்கி, ''தம்பி! இப்போது சொல்! அரக்கி யார்? ஊர்மிளாவா? சிவகாமியா?'' என்று கேட்டுவிட்டுச் சிரித்தான்.

அத்தியாயம் 32

இதோ சூளாமணி

சூடையின் மணி கண்மணி ஒப்பது தொல்நாள்
ஆடையினகண் இருந்தது பேரடையாளம்!

– கம்ப ராமாயணம்

மலர்த் தோப்பு முழுதும் சூனியமாகிப் பாலைவனமாகிவிட்டது போன்ற உணர்ச்சியுடன் வீரசேகரன் மௌனமாக நின்று கொண்டிருந்தான்.

அவனை நோக்கி ஜனநாதன் விஷமமாய்ச் சிரித்துக் கொண்டே, ''தம்பி, கவலைப்படாதே! காதலிப்பதற்கு இந்த உலகில் பெண்களுக்குத்தானா பஞ்சம்? ஊர்மிளாவின் காதலை நீ இழந்துவிட்டால் கூடப் பரவாயில்லை! அதற்குப் பதில் அவளைவிட விலைமதிப்பற்ற இந்த மோதிரத்தை உனக்குப் பரிசு கொடுத்திருக்கிறாள்! ''என்னைச் சும்மா விட்டுவிடு! உனக்கு மோதிரம் தருகிறேன்!'' என்று ஒவ்வொருத்தியுமே சொல்லுவாளேயானால், நான் எத்தனையோ ஊர்மிளாக்களைக் காதலித்துக் கைநழுவவிடத் தயாராயிருப்பேன்!'' என்றான்.

''ஜனநாதா, நீ இருதயமற்றவன்! உணர்ச்சி என்பதையே அறுத்தெறிந்துவிட்ட அறிவாளி! அதனால் ஜடவஸ்துக்களின் மீதுதான் உனக்கு அதிக மதிப்பு இருக்கும்!'' என்றான் வீரசேகரன் எரிச்சலோடு.

''தம்பி! என் விஷயம் இருக்கட்டும்! உன் விஷயம் என்ன? உன்னை வேண்டாம் என்கிற பெண்ணை விரட்டிக் கொண்டு போகிறது உன்னுடைய ஆண்மைக்கு அழகா! உன்னைப் போன்ற முகக் கவர்ச்சியுள்ள முட்டாள் வாலிபன் கண்ணசைத்தால்,

எத்தனையோ அழகான அசட்டுப் பெண்கள் உன் காலடியில் வந்து விழுவார்கள்!''

''ஊர்மிளாவின் அழகை ரசித்த என் கண்கள் வேறு எந்தப் பெண்ணின் கண்களையும் ஏறெடுத்துப்பாரா!''

''தம்பி! அவ்வளவு நிச்சயமாகச் சொல்லிவிடாதே! நீ பருவத் துடிப்புள்ள வாலிபன். உன் வாழ்க்கையில் ஊர்மிளாவைவிட எத்தனையோ அழகான பெண்களைச் சந்திப்பாய். அப்போது ஊர்மிளா என்ற ஒருத்தி உலகில் இருந்தாள் என்பதையே மறந்துவிடும் நிலைக்குக்கூட வந்து விடுவாய். ஆனால், தம்பி! எப்போதாவது நீ ஒரு புதுக்காதலியைத் தேடிக் கொள்ள முயன்றால் இந்த மோதிரம் சேரக்கூடிய பெரிய விரல் உள்ளவளாகப் பார்!''

''ஊர்மிளா எனக்குக் கிடைக்காத போது எனக்கு வேறெந்தக் காதலியுமே வேண்டாம்! இந்த மோதிரத்தை வையை ஆற்றில் விட்டெறிந்துவிடப் போகிறேன்!''

''தம்பி, அநாவசியமாக ஒரு விலைமதிப்பற்ற மோதிரத்தை ஏன் தண்ணீருக்குள் விட்டெறிகிறேன் என்கிறாய்? ஆற்றுத் தண்ணீருக்குள் மோதிரம் முழுகி மறைந்துவிட்டால் உடனே காதலித்தவளையும் மறந்துவிட நீ துஷ்யந்த மகாராஜன் அல்ல!''

''ஆமாம்! இந்த மோதிரத்தை தூர எறிந்து விட்டாலும் ஊர்மிளாவின் நினைவை என் நெஞ்சைவிட்டு எடுத்தெறியவே முடியாது!''

''அது மட்டுமல்ல, தம்பி! இந்த மோதிரத்தின் மகிமைதான் உனக்குத் தெரியுமே? ஜோஸியர் மந்திரித்துக் கொடுத்திருக்கும் மாயா மோதிரம். இதை விரலில் அணிந்திருக்கும் பெண்ணுக்கு மனக்கவலையெல்லாம் மாறி ஆனந்தக் கண்ணீர் பொழியுமாமே?''

''அழுகிற பெண்ணை நான் எங்கே தேடிப் பார்த்து இந்த மோதிரத்தைக் கொடுப்பது, ஜனநாதா?'' ''தம்பி! யோசித்துப் பார்! சுந்தர காண்டத்திற்கு ஜீவநாடி ஒரு கணையாழிதான்! அசோகவனத்தில் சீதாப் பிராட்டியாரும் அநுமாரும் சந்தித்தபோது, கணையாழி கொடுத்த படலம் மட்டும் நடந்திராவிட்டால், சுந்தர காண்டமே சம்பூர்ணமாக முடிந்திராது!''

''ஜனநாதா! நீ வழக்கம்போல் பரிகாசம் செய்கிறாய்!'' என்று சொன்ன வீரசேகரன் ஏதோ சட்டென்று நினைப்பு வந்தவனாய் ''ஆம்! எனக்கு நினைப்பு வந்துவிட்டது. ஊர்மிளாவைவிட இன்னொருத்தியை நான் பெரிதாக மதிக்க முடியுமென்றால் இந்த உலகில் ஒரே ஒரு புண்ணியவதிதான் உண்டு! ஓயாமல் அழுது

அழுது கண்ணீர் சிந்தும் எந்தப் புண்ணியவதியின் முகத்தில் ஆனந்தக் கண்ணீரை நான் ஒரு கணமேனும் காண விரும்புகிறேனோ, அந்தப் புனிதவதிக்கே இந்த மோதிரத்தைப் பரிசு கொடுப்பேன்!'' என்று கூறினான்.

''தம்பி! அப்படியானால் நீ சீக்கிரம் வா! நாம் அசோக வனக் கோட்டைக்குப் போவோம்! உன் வீட்டிற்குப் போனால் அங்கே சிவகாமி உன்னைச் சும்மா விடமாட்டாள்! உன் வாலை ஒட்ட நறுக்கிவிடக் காத்திருப்பாள்!'' என்று சிரித்தான் ஜனநாதன்.

வீரசேகரன் உத்தியோகச் சின்னங்களுள்ள ஆடைகளை அணிந்து கொண்டு வந்ததும் ஜனநாதனும் அவனும் அசோகவனக் கோட்டைக்குச் சென்றார்கள். கோட்டையைச் சுற்றி மதிலின் வெளிப்புறம் ஏகவாசகரது காவற்படை முன்னைவிடக் கண்ணுங் கருத்துமாய் காவல் புரிந்து கொண்டிருந்தது போலவே உட்புறம் புதிதாய் உலாவிக் கொண்டிருக்கும் அஞ்சுகோட்டை நாடாள்வானின் படையும் எமகிங்கரர்களின் படைபோல் பயப்பிராந்தி ஊட்டுவனவாய் இருந்தன. கோட்டையின் உட்புறம் புதிதாக இரட்டைக்காவல்முறை ஏற்பட்டதை யொட்டி விசேஷ அதிகாரம் பெற்ற அஞ்சுகோட்டை நாடாள்வான், அற்பனுக்கு வாழ்வு வந்தால் அர்த்த ராத்திரியிலும் குடைபிடிப்பான் என்ற கதைபோல, அதிகாரத்திமிரோடு கொக்கரித்துக் கொண்டிருந்தான். அவன் தன் படையோடு வீரசேகரனின் ஆணைக்குட்பட்ட இராணியாரின் வேலைக்காரப் படையினரைக்கூட ஆட்டி வைத்துக் கொண்டிருந்தான். தன்னுடைய ஜன்ம விரோதிகளாகக் கருதிய வீரசேகரனையும் ஜனநாதனையும் பழிதீர்த்துக்கொள்ள ஒரு சந்தர்ப்பம் கிடைக்காதா என்றும் கறுவிக்கொண்டிருந்தான்.

கோட்டையின் நடுவே உள்ள மாளிகையில் தேவி சிறை வைக்கப்பட்டிருக்கும் அடுக்கை நோக்கிச் செல்லும் மாடிப்படிகளிலெல்லாம் அஞ்சுகோட்டை நாடாள்வானின் ஆட்களே அதிகம் தென்பட்டார்கள்.

தேவி சிறை வைக்கப்பட்டிருக்கும் கூடத்தின் வெளிப்புறங்கூட உருவிய வாள்களுடன் இராட்சகர்களைப் போல இரு இரு காவலர்களாக மாறி மாறி உலாவிக் கொண்டிருந்தனர். அந்த எமகிங்கரர்கள் கதவின் இரும்புக் கம்பிகளின் வழியே தேவியின் ஒவ்வொரு அசைவையும் கூர்ந்து கவனித்துக் கொண்டே இருந்தனர்.

அஞ்சு கோட்டை நாடாள்வானை நோக்கி வீரசேகரன், ''நாடாள்வா! இன்று ஏன் வழக்கத்தைவிட அதிகமான காவல்? ஏகவாசகர் ஏதோ உனக்குக் கொஞ்சம் அதிகாரம் கொடுத்திருக்கிறார் என்பதற்காக இப்படி ஏன் அநாவசியமாகக் கெடுபிடி செய்கிறாய்?'' என்று கேட்டான்.

''இன்று அதிகாலையில் என்ன நடந்தது என்று உனக்குத் தெரிந்திருந்தால் இப்படி அலட்சியமாகக் கேள்வி கேட்கமாட்டாய்!'' என்றான் அஞ்சு கோட்டையான் ஏளனமாக.

''அப்படி என்ன தலைபோகிற காரியம் நடந்துவிட்டது!''

''இன்று அதிகாலையில் தேவிக்குப் பாலும் பழமும் கொண்டுவரப் புதிதாக ஒரு வேலைக்காரி வந்தாள். தட்டு நிறைய எதற்காகப் பழங்கள் என்று நான் சோதித்துப் பார்த்தேன். அதில் ஓர் ஓலைத் துணுக்கு இருந்தது. வீரபாண்டியன்தான் ரகசியமாக அந்த வேலைக்காரி மூலம் தேவியின் சிறைக்கு ஓலை அனுப்பியிருக்கிறான்" என்று நான் ஊகித்துக் கொண்டுவிட்டேன்!''

''ஓலையில் என்ன எழுதியிருந்தது?''

''சீதையைச் சிறை மீட்கும் படலம்—பிலத்துவாரம் என்று எழுதியிருந்தது. ஆனால் அதன் உள்ளர்த்தத்தை எந்த முட்டாளுங்கூடப் புரிந்து கொள்வானே?'' என்றான் அஞ்சு கோட்டையான் மமதையாக.

''ஆனால் நீ அதைப் புரிந்து கொண்ட விதந்தான் ஆச்சரியம்!'' என்று சிரித்தான் ஜனநாதன்.

''ஒருவேளை உண்மையிலேயே அந்த ஓலை நறுக்கு யாராவது கம்பராமாயணப் பிரசங்கியின் வீட்டிலிருந்து தவறி வந்த பிரசங்கக் குறிப்போலை நறுக்காய் இருக்கலாம்!'' என்றான் வீரசேகரன்.

''உன்னைப்போலத்தான் அவளும் சொன்னாள். ஆனால் அதை எந்த முட்டாள் நம்புவான்? அவளைப் பிடித்து விசாரித்ததில் தன்னுடைய தந்தை ஒரு கம்ப ராமாயணப் பிரசங்கி என்று சாதித்தாளேயொழிய வேறு ஒரு விவரமும் சொல்ல மறுத்துவிட்டாள். ஆனால் நாங்களா விடுவோம்? அவளைப் பிடித்துக் கொன்று அவளுடைய பிரேதத்தை ஊரின் நடு வீதியில் தொங்க விட்டிருக்கிறோம்!''

''கொன்று விட்டீர்களா? மருண்டவன் கண்ணுக்கு இருண்டதெல்லாம் பேயாகத் தென்பட்டுவிடக் கூடாது!'' என்றான் வீரசேகரன்.

''ஊர் பேர் தெரியாத அந்தப் பெண்ணுக்காகப் பரிதாபப்படுவதைப் பார்த்தால் உன்பேரில் எனக்குச் சந்தேகம் தட்டுகிறதே!'' என்றான் அஞ்சுகோட்டையான்.

''இன்னொரு முறை என்னைச் சந்தேகப்படுவதாகச் சொன்னால் உன் நாக்கை அறுத்துவிடுவேன்!'' என்று சொன்ன

வீரசேகரன் தன் பின்னால் வரும் அஞ்சுகோட்டையானைப் பிடித்து நிறுத்தி, ''எங்கள் பின்னால் நீயும் எங்கே வருகிறாய்? நாங்கள் தேவியைச் சந்திக்கச் சிறைக் கூடத்திற்குள் நுழையப் போகிறோம். சோழ நாட்டிலிருந்து எங்கள் இராணியாரின் உத்திரவு பெற்று வந்தாலொழிய நீ என் அனுமதியின்றி தேவியின் கூடத்திற்குள் நுழையக் கூடாது?''

''அறைக்குள் காலடியெடுத்து வைப்பதற்குத்தானே உன் அநுமதி வேண்டும்? அறைக்கு வெளியே நான் காவல் புரிந்தால் என்னை எவன் கேட்க முடியும்?'' என்றான் அந்த அஞ்சு கோட்டையான்.

ஜனநாதனும், வீரசேகரனும் சிறைக்குள் நுழைந்தபோது தேவி கண்ணீர் சொரியும் விழிகளுடன் வீரசேகரனை ஏறிட்டுப் பார்த்து விட்டு மறுபடி தன் மடியில் படுத்திருக்கும் ஐந்து வயதுக் குமாரனை தழுவிக்கொண்டு விம்மினாள்.

''பாலகன் அருகிலிருப்பதே தேவிக்கு பெருந்துயரமாக இருக்கலாம். பாலகனை அப்புறப்படுத்திவிட்டால் தேவியின் கண்ணீர் நின்றுவிடும்!'' என்று ஜனநாதன் சிரித்தான்.

''அதோடு என் உயிரின் ஊசலாட்டமும் நின்றுவிடும்!'' என்று கூறிய தேவி, வீரசேகரனை நோக்கி, இப்போது நாங்கள் இருவரும் ஒன்றாக ஒரே சமயத்தில் உயிர் விட வேண்டுமென்பதுதான் எங்கள் பிரார்த்தனை! என் கணவர் எங்களைச் சிறை மீட்பார் என்ற நம்பிக்கையெல்லாம் எனக்கு மாய்ந்து போய்விட்டது!'' என்றாள்.

அவளை நோக்கி வீரசேகரன் கணகலங்க, ''தேவி, மாபெரும் துன்பத்தையும் தாங்கிக்கொள்ளும்படியான இருதயம் பெறவேண்டும் ''துன்பத்தைக் கண்டு சிரி'' என்று நம் வள்ளுவர் கூறும் மனப்பான்மைப் பெற்றுவிட்டால் நமக்கு வாழ்வின் எந்த நிலையிலும் கவலையென்பதே இல்லை! தேவி உங்களுக்காவது உங்களைச் சிறை மீட்க முயலக்கூடிய கணவரின் காதல் கிடைத்திருக்கிறது. எனக்கோ.... என் வாழ்வின் ஜீவனாகக் கருதிய ஒரு பெண் என் காதலைப் புறக்கணித்து விட்டாள். உங்களை விட இன்று நானே அதிகத் துர்ப்பாக்கியவனாயிருந்தும் கண்ணீர் விடாமல் கடமையைச் செலுத்திக்கொண்டுதான் வருகிறேன்!'' என்றான் வீரசேகரன்.

''வீரசேகரா! உனக்காவது அநுதாபம் கேட்கக்கூடிய நண்பர்கள் எத்தனையோ பேர் இந்த உலகில் இருப்பார்கள். ஆனால் நான் அநாதை!'' என்று கூறிய தேவி 'ஓ'வென்று விம்மி அழுதாள்.

''இல்லை, தேவி! உங்களை முன்பின் பார்த்தறியாதவர்கள் கூட உங்கள்மீது அநுதாபங் கொள்ளக்கூடிய புண்ணியவதி நீங்கள் உதாரணமாக, உங்களை முன்பின் தெரியாத ஒரு ஜோஸியர் உங்கள் பரிதாப வரலாற்றைக் கேட்டதும் தம்மையறியாமலேயே அநுதாபங்கொண்டார். என் மூலம் உங்களுக்கு ஓர் ஆசீர்வாதமும் சொல்லியனுப்பியிருக்கிறார். அதை உங்களிடம் சொல்லிப் போகவே நான் வந்தேன்!''

''ஆசீர்வாதமா? எனக்கா?'' என்று கேட்ட தேவி அலட்சியமாக வேறுபுறம் முகத்தைத் திருப்பிக் கொண்டாள்.

''ஆமாம் தேவி! உங்களுக்குத்தான்! சாதாரண ஆசீர்வாதமல்ல! கேளுங்கள். ஆண்டவனை நம்பியவர் கைவிடப்படுவதில்லை! கடல்தாண்டிச் சீதையை சிறை மீட்ட ஸ்ரீ ராமச்சந்திர மூர்த்தியும் பூமியைத் தோண்டி சிஷ்ட பரிபாலனம் செய்த திருமாலும் பொய்யல்ல! என்ற ஆசீர்வாதத்தை உங்களிடம் சொல்லச் சொன்னார்! அந்த ஆசீர்வாதம் நிறைவேறும் என்று நான் நம்பவில்லை; அதை நிறைவேறவும் விடமாட்டேன். ஆனாலும் முன் பின் தெரியாத யாரோ ஒரு ஜோஸ்யரின் அன்புள்ளத்தை அறிவது உங்களுக்கு இதமாயிருக்கும் என்பதற்காகவே இந்த ஆசீர்வாதத்தை உங்களிடத்தில் சொல்ல வந்தேன்!'' என்றான் வீரசேகரன்.

''என் மீது அன்பு காட்டக்கூடிய ஒரு ஜீவனும் இந்த அவனியில் உண்டா?'' என்று கேட்ட தேவி, கண்களில் நீர் மல்க, ''அரண்மனையிலே வாழ்கிற மகாராணியாக நான் இருந்தால் அந்த ஜோஸியர் ஏதாவது பரிசு எதிர்பார்த்திருக்கலாம்! ஆனால் சிறையிலே வாடுகிறவள் சம்பிரதாயப்படி அவருக்கு என்ன பரிசு கொடுக்க முடியும்?'' என்று சொல்லிவிட்டு அந்த ஜோஸியர் வீரபாண்டியன்தான் என்பதை யூகிக்க முடியாதவளாய் வேறுபுறம் முகத்தை அலட்சியமாய்த் திருப்பிக் கொண்டாள்.

தேவியின் போக்கை கூர்மையாக கவனித்த ஜனநாதன் சட்டென்று சிரித்துக் கொண்டே, ''தேவி! வீரசேகரன் தனக்கு உபயோகப்படாத ஒரு மோதிரத்தை உங்களிடம் பரிசாகத் தள்ளிவிட வந்திருக்கிறான். அது அந்த ஜோஸியரால் மங்கையருக்கென்றே மந்திரிக்கப்பட்ட மகா மாய மோதிரமாம் அதைக் கண்ணாற் கண்டதுமே மனக்கவலைகளையெல்லாம் மாற்றிவிடக்கூடிய மகிமைப் பெற்ற கணையாழியாம்!'' என்றான்.

வீரசேகரனிடமிருந்து அந்த நீலக்கல் மோதிரத்தைப் பரிசாகத் தேவி வாங்கிக் கொண்டதுமே, அவளுடைய முகம் ஆனந்தத்தால்

மலர்ந்தது. அது, அவளுடைய திருமண இரவன்று கணையாழி மாற்றிக் கொண்டபோது வீரபாண்டியனிடம் தேவி கொடுத்த மோதிரம். அதனால் அம்மோதிரத்தின் உள்ளர்த்தத்தைப் புரிந்து கொண்ட தேவிக்கு ஆனந்த அதிர்ச்சியால் தேகமெல்லாம் புல்லரித்தது. ஆனால் வீரசேகரனோ, தன்னுடைய அன்புப் பரிசைக் கண்டு தேவி சந்தோஷப்படுவதாகக் காட்டிக் கொள்ள வேண்டுமென்ற கண்ணிய உணர்ச்சியினாலேயே அவ்வாறு முகமலர்ச்சியுடன் காணப்படுகிறாள் என்று நினைத்தான்.

தேவி ஆவலோடு பரபரப்புடன், இவ்வளவு ''விலைமதிப்பற்ற மோதிரத்தை நீ எங்கே வாங்கினாய்?'' என்று கேட்டாள்.

''நான் வாங்கவில்லை! ஊர்மிளா என்னிடம் கொடுத்தாள்! அவளுடைய அன்பை இழந்து விடுவதற்கு ஈடாக இந்த மோதிரத்தை வைத்துக் கொள்ளும்படி கூறினாள். ஆனால் அவளுடைய அன்புக்கு ஈடாக எதையும் கருதவோ வைத்துக் கொள்ளவோ நான் விரும்பவில்லை.

அதனால் உங்களுக்கு இதைப் பரிசு கொடுத்து விட்டேன். அம்மன் சந்நிதானத்திலே உன்னதமான பொருள்களைக் காணிக்கை செலுத்தி விடுவது போல?'' என்றான் துயரம் கம்மிய குரலில் வீரசேகரன்.

அப்போது ஜனநாதன் சிரித்துக் கொண்டே, ''பாண்டிமா தேவி! எங்கள் சோழிய வீரனான வீரசேகரனின் தாராளப் புத்தியைப் பிரமாதமாக நினைத்து விடாதீர்கள். இது ஜோஸியரால் மந்திரிக்கப்பட்ட மாயமோதிரம். மனக்கவலையுள்ள பெண்கள்தான் விரலில் அணிய முடியுமாம். மனக்கவலையுள்ள வேறு பெண்களை வீரசேகரனுக்குத் தெரியாததால்தான் உங்களுக்குத் தானம் கொடுத்துவிட்டான்'' என்று கூறினான்.

தேவி தன் தலையில் அணிந்திருந்த சூளாமணியைக் கழட்டி வீரசேகரனிடம் கொடுத்து, ''நிர்க்கதியான நிலையில் என்னை ஆசீர்வதித்த ஜோஸியருக்கு எங்கள் ராஜகுரு தர்மப்படி ஏதாவது நான் பரிசு கொடுக்க வேண்டும்! அந்த ஜோஸியரை நீ மறுபடி சந்தித்தால் இந்தச் சிறையில் நான் பரிசு கொடுப்பதற்கு என் உயிரையும் இந்தச் சூளாமணியையும் தவிர வேறெதுவுமில்லை என்று சொல்லி அவரிடம் இந்தச் சூளாமணியைக்கொடு!'' என்றாள்.

''தேவி நாங்கள் நெட்டூர் கோட்டையிலிருந்து துறவினிபோல் புறப்படும்போது அந்தச் சூளாமணி உங்களிடமில்லையே? இது எப்படி இங்கே வந்தது?'' என்று வீரசேகரன் சந்தேகத்தோடு கேட்டான்.

"இது என் பிராணநாதர் மணநாள் இரவன்று தந்தது. என் பிராணனைப்போல இதைப் பாதுகாப்பதாகக் கூறினேன்! புறப்படும்போது இதை என் புடவைத்தலைப்பில் பத்திரமாக முடிந்து வைத்திருந்தேன்!" என்றாள் தேவி. அந்த விலைமதிப்பற்ற சூளாமணியை வீரசேகரன் வாங்கிக் கொண்டான்.

தேவி அவனை நோக்கிக் கண்ணீருடன், "இன்னும் ஒரு திங்களுக்குள் என் கணவரின் திருமுகத்தை காணாவிடின் என் உயிர் பிரிந்துவிடும்!

என்னைப் போன்ற துர்பாக்கியவதியின் எதிர்காலம் எப்படியிருக்கும் என்று அந்த ஜோஸியரிடம் கேள். என் நம்பிக்கைப்படி என் நாதர் வந்து என்னைச் சிறை மீட்பாரா, எப்போது மீட்பார் என்னை அவரிடம் ஜோஸியபலன் கணிக்கும்படி நான் கேட்டதாகவும் சொல்!" என்றாள்.

"தேவி அவர் உண்மையான ஜோஸ்யராயிருந்தால் உங்களோடு உங்கள் நாதர் வீரபாண்டியச் சக்கரவர்த்திகளும் சிறைப்படுவார் என்றுதான் எதிர்கால ஜோஸியம் கூறுவார்!

ஆனால் அவர் என்ன கூறினாலும் உங்களிடம் வந்து சொல்கிறேன். அவ்வாறு சொல்வதில் என் கடமைக்கு குந்தகமொன்றும் நேர்ந்து விடாது!"

அசோகவனக் கோட்டையை விட்டுச் சூளாமணியுடன் வீரசேகரன் வெளியே வந்த போது ஜனநாதன் அவனை நோக்கிக் "கலகல"வென்று விஷமமாய்ச் சிரித்தான்.

"ஜனநாதா! நீ ஏன் அநாவசியமாய்ச் சிரிக்கிறாய்?"

"தம்பி! ஜனநாதனின் அசைவில் ஓர் அணுகூட அநாவசியமாய் இராது"

"பின்னே நீ சிரிப்பதன் உள் அர்த்தம்?"

"தம்பி!, அநுமாரே! சூளாமணி பத்திரம்! அது உரியவரிடம் போய்ச் சேரவேண்டும். ஜோஸியரைச் சந்திக்கும் சாக்கில் ஊர்மிளாவை மறுபடி நீ சந்திக்கலாம். அருமை நண்பன் தன் ஆருயிர்க் காதலியைச் சந்திக்க வேண்டுமே என்பதற்காகத்தான் தேவியின் தலையிலிருந்து சூளாமணியைக் கழற்றிவிட இந்த வேலை செய்தேன்!" என்று சிரித்தான் ஜனநாதன்.

அத்தியாயம் 33

பொய் மான்

'மிதித்தது, மெல்ல மெல்ல
வெறித்தது, வெருவிமீதில்
குதித்தது...'

— கம்ப ராமாயணம்

மலையாளத்து ஜோஸியரிடம் தேவியின் சூளாமணியை வீரசேகரன் கொடுத்த போது அருகில் நின்ற ஊர்மிளாவின் மெல்லிய தேகம் ''வெடவெட''வென்று நடுங்கியது. ஜோஸியர் வேஷத்தில் மறைந்திருக்கும் வீரபாண்டியர் அந்தச் சூளாமணியைக் கண்டதும் வீரசேகரனுக்குச் சந்தேகம் எழும்படியாகத் தம் உணர்ச்சிகளைக் காட்டிக் கொண்டு விடுவாரோ என்று நினைத்துத்தான் ஊர்மிளா நடுங்கி மான்போல் மிரண்டு நின்றாள்.

ஜோஸியர் தம் கண்களில் நீர் கசிந்துருக, ''தேவியைச் சந்தித்தாயா? அவள் எப்படியிருக்கிறாள்? கண்டாயா அவளை?'' என்றார் ஆவலுடன்.

''நற்பெருந் தவத்தளாய நங்கையைக் கண்டேன் அல்லேன்! இப்பிறப்பு என்பது ஒன்றும், இரும்பொறை என்பது ஒன்றும், கற்பு எனும் பெயரது ஒன்றும் களிநடம் புரியக் கண்டேன்!'' என்று வீரசேகரன் புன்முறுவலுடன் ஜோஸியரின் கையிலிருந்த கம்பராமாயண ஏட்டுச் சுவடியை உற்றுப் பார்த்துக்கொண்டே வேடிக்கையாகச் சொன்னான். அதைக் கேட்டதும் ஊர்மிளாவிற்கு என்னவோ நெஞ்சு ''திக்திக்''கென்று அடித்துக் கொண்டது. ''இந்த அற்ப ஜோஸியனின் ஆசீர்வாதத்தையெல்லாம் தேவியிடம் சொன்னாயா? அந்தப் புண்ணியவதி என்ன சொன்னாள்?'' என்று ஆவலோடு கேட்டார். சுந்தரஜோஸியார்.

சிறையில் நடந்தனவற்றையெல்லாம் வீரசேகரன் வர்ணிக்கலானான். எதையாவது பேசிக்கொண்டே வெகுநேரம் ஊர்மிளாவின் அருகில் நிற்பதிலே அவனுக்கு இனம் புரியாத ஓர் ஆனந்தம்!

‘‘ஜோஸியரே! உமக்கு இந்த சூளாமணியைத் தேவி பரிசு கொடுப்பதற்காக என் உயிர் போன்ற ஒரு கணையாழியைத் தேவிக்குக் காணிக்கை செலுத்த நேர்ந்தது!’’ என்று வீரசேகரன் வருத்தத்தோடு கடைக்கண்ணால் ஊர்மிளாவைப் பார்த்தான்; அவளுக்கோ உதட்டோரங்களில் சிரிப்புத்தான் பொங்கி நின்றது. தேவியின் பிராணநாதரே சிறைமீட்க முயல்கிறார் என்பதை தேவிக்கு சூசகமாக உணர்த்த வீரபாண்டியனின் கணையாழியை எப்படியும் தந்திரமாகத் தேவியிடம் சேர்ப்பிப்பதாக ஊர்மிளா அக்கணையாழியை வாங்கி வைத்திருந்தாள். தேவியை வீரசேகரன் சிறை வைத்திருந்தாலும் அவள்மீது அவனுக்கு உள்ளூர மதிப்புண்டு என்பது ஊர்மிளாவிற்குத் தெரியும். அவனது நெஞ்சை முறிப்பது போல் தந்திரமான வாசகங்களுடன் ஓர் ஓலை எழுதி, தன்னுடைய பரிசாக அந்த மாயமந்திரக் கணையாழியை வேறொரு பெண்ணிற்குக் கொடுக்கும்படி அவனுக்குக் குறிப்பிட்டால் அதைத் தேவியிடந்தான் கொடுப்பான். அல்லது தன்னிடமே திருப்பித்தர முயல்வான் என்று ஊர்மிளாவிற்குத் தெரியும்!

ஜோசியரின் இருதயத்திலோ, வெளியே இருட்டிக் கொண்டு வரும் இரவைப்போல் துயரக் கருமை படர்ந்தது; கம்பீரமான கண்டத் தொனியும் ஒலி குன்றி கட்டுக் கலகலத்தது.

‘‘என்ன! தேவி ஒரு திங்களுக்குள் தன் பிராணநாதரின் முகதரிசனம் காணாவிடில் தன் உயிர் பிரிந்து விடுமென்று சொன்னாளா?’’ என்று கேட்ட ஜோசியர், நிற்க முடியாமல் அருகில் கிடந்த ஊர்மிளாவின் பஞ்சணையில் அப்படியே அயர்ந்து உட்கார்ந்து விட்டார். வீரசேகரன் முகத்தைச் சுளித்தான்.

‘‘அது மட்டுமல்ல, ஜோசியரே! தேவியின் பிராணநாதர் எப்போது எப்படித் தன்னைச் சிறை மீட்பார் என்றும் உம்மிடம் ஜோசியம் கேட்டுவரச் சொன்னாள். நீர் உத்தமமான ஜோசியராயிருந்தால் அதை நானும் தெரிந்துகொள்ள ஆசைப்படுகிறேன். ஏனெனில் வீரபாண்டியன் தன் தேவியைச் சிறை மீட்க தந்திரமாக அசோகவனக் கோட்டைக்கு வரும் நேரம் தெரிந்தால் அவனை அந்தச் சிறைக்குள்ளேயே சுலபமாக அடைத்து விடலாம்!’’ என்று சிரித்தான் வீரசேகரன்.

ஊர்மிளாவிற்கு மெய்சிலிர்த்தது. அதைப் பொருட்படுத் தாதவராய் ஜோசியர் ஒரு பெருமூச்சுடன் வீரசேகரனை நோக்கி, ‘‘தேவியின் கைரேகையை நேரில் பாராமல் எப்படி ஜோசிய பலன் கூற முடியும்?’’ என்றார்.

அவரைக் கூர்ந்து நோக்கிய ஊர்மிளா தன் உதடுகளில் சாகசச் சிரிப்பை வரவழைத்துக் கொண்டு வீரசேகரனைப் பார்த்து, ''ரேகை பார்ப்பதற்காக ஜோஸியரைத் தேவியிடம் அழைத்துச் சென்றால் நானும் வருகிறேன்! தேவியைப் போல அழகுள்ளவர்கள் உலகத்தில் எவளும் இல்லை என்கிறார்களே, அப்படியென்ன அழகென்று ஒருமுறை பார்த்து வருகிறேன்!'' என்றாள் ஆவல் ததும்பும் குரலில்.

''அது அவ்வளவு சுலபமானதல்ல! தேவியின் சிறைக்கூடத்திநுள்ளும் அசோகவனக் கோட்டையின் உட்புறமுந்தான் என் அதிகாரம் செல்லுமே தவிர, வெளிப்புறமுள்ள எங்கள் ஏகவாசகரின் அநுமதி ஓலை இல்லாமல் யாரும் உள்ளே நுழைய முடியாது. வேடிக்கை பார்ப்பதற்காக விசேஷ அநுமதி வேண்டுமென்று கேட்டால் என்னை எல்லோரும் பரிகசிப்பார்கள்!'' என்றான் வீரசேகரன்.

ஊர்மிளாவின் ஆவல் நிறைந்த முகம் ''சரி''ரென்று வாடியது. அந்த முகத்திலே மலர்ச்சியைக் காண விரும்பிய வீரசேகரன் ஊர்மிளாவிற்குத் தேவி தரிசனம் கிடைக்க ஜனநாதனிடம் ஒரு உபாயம் கேட்கலாமா என்று சிந்திக்கலானான்.

''இதென்ன அக்கிரமம்? அரசியல் காரணமாக ஒரு மாதரசியை எத்தனை காலந்தான் சிறையிலடைத்து வைத்துத் துன்புறுத்துவீர்கள்? அதுவும் அரசியலையே தன் கற்பால் சுட்டெரித்த கண்ணகியின் சரித்திரம் நடந்த பாண்டிய நாட்டிலே?'' என்று ஊர்மிளா சீறினாள்.

''இது எல்லோருக்கும் நியாயமாக ஏற்படக்கூடிய ஆத்திரந்தான். நான் உத்தமனாயிருந்தால் தேவியைச் சிறையிலிருந்து விட்டு விடலாமே என்று கூடத்தோன்றும்? அதனால் என் தேசிய இலட்சியம் சிதைந்து விடும் என்பது மட்டுமல்ல, நான் அறிந்தோ அறியாமலோ தேவி எப்பொழுது சிறையிலிருந்து தப்புகிறாளோ அதே கணம் எனக்குச் சிரச்சேதம் செய்யும்படி தண்டனை விதித்து விடுவார் எங்கள் குலோத்துங்கச் சோழச் சக்கரவர்த்திகள்!'' என்றான் வீரசேகரன், துயரம் கவிந்த குரலில்.

''பாண்டிய நாட்டுப் பெண்குலம் பதைக்கிறது. உலகமும் பரிகசிக்கும் என்று உங்கள் சக்கரவர்த்திகளுக்கு நீங்கள் ஓலை அனுப்பக்கூடாதா!'' என்று கேட்டாள் ஊர்மிளா.

''நானே நேரில் சென்று வாதாடியிருப்பேன். எங்கள் சக்கரவர்த்திகளை ஒரு இராவணன் என்று எங்கள் ஜனநாதன் சித்தரித்திருக்காவிட்டால்!''

''என்ன?'' என்று ஊர்மிளாவும் சுந்தர ஜோஸியரும் ஏககாலத்தில் திடுக்கிட்டு கேட்டார்கள்.

வீரசேகரன் ''கலகல''வென்று சிரித்தான். ஆனால் அந்தச் சிரிப்பிலே விஷமம் இல்லை; வெகுளித்தனமும் துயரமுந்தான் தொனித்தது.

''எங்கள் சக்கரவர்த்திகளை இராவணனாகவும், சிறையிலுள்ள தேவியைச் சீதையாகவும், வீரபாண்டியனை ஸ்ரீராமச்சந்திரனாகவும் உருவகப்படுத்திப் பல அந்தரங்கமான விஷயங்களை விளக்கினான் ஜனநாதன். தேவியை எங்கள் சக்கரவர்த்திகள் அடைவதற்காகவே நாங்கள் படையெடுத்து வந்து இந்த மதுரையைக் கைப்பற்றி தேவியைச் சிறைப் பிடித்தோமாம். ஆனால் உடனே சக்கரவர்த்திகளின் அந்தப்புரத்துக்குத் தேவியை அனுப்பி விடாமலிருக்க நானும் ஜனநாதனும் சேர்ந்து ஒரு தந்திரம் செய்து தேவியை இந்த மதுரைக் கோட்டைக்குள்ளேயே அடைத்து வைத்திருக்கிறோம்!'' என்று வீரசேகரன் அது சம்பந்தமான பல விவரங்களையும் விவரிக்கலானான்.

சுந்தர ஜோஸியரும் ஊர்மிளாவும் பிரமை பிடித்தவர்கள் போலிருந்தார்கள்.

ஆனால் வீரசேகரன் கதை சொல்லுகிற சுவாரசியத்தில் மூழ்கியவனாய், ''தேவியை நான் சிறை பிடித்து அசோகவனக் கோட்டையில் பத்திரமாகப் பாதுகாத்து வருகிறேனே தவிர, என் உடலில் உயிரின் கடைசித்துளி இருக்கும் வரை தேவியின் கற்பைப் பாதுகாப்பதாக வாக்குறுதி கொடுத்திருக்கிறேன். தேவைப்பட்டால் ஒரு துளி விஷம் கேட்பதைத் தவிர வேறெந்தவித உதவியும் என்னிடம் எதிர்பார்ப்பதில்லையென தேவி சொன்னாள். கம்ப ராமாயணத்தில் அசோகவனச் சீதையின் கற்பை இராவணனிடமிருந்து ஒரு சாபம் காப்பாற்றியது. இப்போது அசோகவனக் கோட்டையிலுள்ள தேவியின் கற்பை என்னுடைய சபதம் காப்பாற்றும்!'' என்று தேவியின் கற்பின் சிறப்பைப் பற்றி பெருமையுடன் பல விஷயங்களைக் கூறினான். அதைக் கேட்கக் கேட்க ஊர்மிளாவின் நெஞ்சு துணுக்குற்றது. அவளுடைய கருவிழிகளிலே அருவருப்பான ஒரு பீதியும், உடலெங்கும் ஒரு நடுக்கமும் உண்டாயிற்று. இன்னொரு புறமோ அவளுடைய சிவந்த உதடுகள் ஆத்திரத்தால் துடித்தன.

''உங்கள் சக்கரவர்த்திகள் தலை நகரை விட்டு தேவியைச் சந்திப்பதற்காக இங்கே அசோகவனக் கோட்டைக்கு வந்தால் என்ன செய்வீர்கள்? அரசாக்கரசரின் அதிகாரத்தின்முன் ஒரு சாதாரணப்போர் வீரனால் என்ன செய்ய முடியும்? அந்த அபலை என்னாவாள்?''

''அவ்வளவு பகிரங்கமாக உலகம் பரிகசிக்கும்படி எங்கள் சக்கரவர்த்திகள் வருவார் என்று எனக்குத் தோன்றவில்லை. ஒருவேளை எங்கள் அதிகாரிகளில் ஒருவரின் உதவியின் மூலம் தந்திரமாகவும், இரகசியமாகவும் எங்கள் சக்கரவர்த்திகள் சிறைக்குள் நுழைய முயலலாம். வீரபாண்டியன் செய்யும் சிறைமீட்சி முயற்சியிலிருந்து தேவியைப் பாதுகாப்பதைவிட அவளுடைய கற்பை எங்கள் சக்கரவர்த்திகளிடமிருந்து பாதுகாப்பதுதான் எனக்கு ஒரு பெரிய பிரச்னை ஆகிவிட்டது. ஏனெனில் அந்த விஷயத்தில் என் ஆருயிர் நண்பன் ஜனநாதனைக்கூட என்னால் நம்பமுடியவில்லை!''

''அவ்வாறு உங்கள் சக்கரவர்த்திகள் சிறைக்குள் நுழைந்தால் என்ன செய்வீர்கள்? தேவியின் கற்பைப் பாதுகாப்பதாகக் கூறிய சத்தியம் என்னவாகும்?'' என்று ஊர்மிளா பரபரப்புடன் கேட்டாள்.

''அரசர் சிறைக்குள் நுழைகிறார் என்று தெரிந்தவுடனேயே தேவியை நான் முன்னதாகச் சந்தித்து ஒரு துளி விஷம் கொடுத்து அவளைக் கொன்று விடுவேன்! மரணத்தின் மூலமாவது மாதரின் கற்பைக் காப்பாற்றியே தீர வேண்டும்!'' என்றான் வீரசேகரன்.

அவ்வளவுதான் அதைக்கேட்டதும் ஊர்மிளாவின் உடல் ஒரு குலுங்கு குலுங்கியது. உச்சி முதல் உள்ளங்கால் வரை என்னவோ தீப்பிடித்து எரிவது போல் இருந்தது. அடுத்த கணம் அவள் அங்கே நிற்கவில்லை. ''தடதட''வென்று அவள் மேல் வீட்டுப்படிகளில் தாவியோடி மருண்ட மானைப் போல் தன் படுக்கையறைக்குள் பாய்ந்து விட்டாள்.

சுந்தர ஜோசியரோ கற்சிலையாய்ச் சமைந்து விட்டார். ஆலவாய் பெருமானின் கோயிலிலே அர்த்த சாம மணியடிக்கும் ஒலி கூட அவர் காதில் விழவில்லை;

உலகம் முழுவதுமே சூன்யமாகி இரவின் இருள் சகதிக்குள் அழுந்தி நசிந்து விட்டது போன்ற உணர்ச்சிதான் அவருக்கு ஏற்பட்டிருந்தது.

வீரசேகரனோ இவ்வாறு ஒரு தர்ம சங்கடமான சூழ்நிலையை உண்டாக்கி விட்டோமே, இனி என்ன செய்வது என்று ஒன்றும் புரியாமல் ''திருதிரு''வென விழித்துக்கொண்டு நின்றான்.

அதே சமயம் தெரு வாசற் கதவு ''படீ''ரெனத் தள்ளித் திறக்கப்படும் சப்தம் கேட்டது. எங்கோ அதிகாலையிலேயே வெளியே போயிருந்த காத்தவராயன் என்ற ஈழவராயன் அடியுண்ட

புலி போல் உள்ளே ஓடிவந்தான். அவனுடைய அவலட்சணமும் குரூரமும் நிறைந்த முகத்திலே ஒருவித மரணபீதியும் பரிதாபமும் தோய்ந்திருந்தன.

காத்தவராயன் அவசரமாக சுந்தர ஜோஸ்யரின் அருகில் ஓடி வந்து அவருடைய காதுக்குள் ''குசுகுசு'' வென்று என்னவோ ரகசியமாகச் சொல்லிவிட்டு, ''உடனே நாம் இருவருமே போய் பார்க்க வேண்டும். ஊர்மிளாவுக்குத் தெரியவேண்டாம்!'' என்று மெல்லச் சொன்னான். அவன் சுந்தர ஜோசியரை ஏதோவோர் அவசர காரியமாக வெளியே கூட்டிச் செல்லும்போது வீரசேகரன் பக்கம் திரும்பி, ''தம்பி! எங்கள் தொழிலிலே எதிர்பாராத ஒரு நெருக்கடி, எங்கள் கள்ள நாணயங்களுக்கெல்லாம் மோசடி வருவது போல எங்கள் கூட்டாளிகளில் ஒருவருக்குத் திடீரென ஒரு மரணாபத்து வந்து விட்டது. நாங்கள் இப்போது போனால் எப்போது திரும்பி வருவோமோ தெரியாது. ஒருவேளை விடியற் காலம் வரைகூட ஆகலாம். ஊர்மிளா வீட்டில் தனியாக இருக்கிறாள். நகர் சோதனை என்று எமகிங்கரர்கள் போல் பலவிதமான போலியாட்களும் திருடர்களும் தெருவில் உலாவுகிறார்கள். இந்த வீட்டில் இருக்கும் எங்கள் நாணயச் சுரங்கமும் போய்விட்டால் எங்களுடைய மறுபாதி உயிரும் போன மாதிரி! தயவு செய்து நாங்கள் வரும்வரை ஊர்மிளாவுக்குப் பாதுகாப்பாய் இந்த வீட்டில் இரு. உன் ஒருவனால்தான் இனி எங்களுக்கு விமோசனம் கிடைக்க முடியும்!'' என்று ''படபட''வென்று காத்தவராயன் சொல்லிவிட்டு சுந்தர ஜோசியருடன் தெருவில் இறங்கி இருளில் மறைந்தான்.

அவர்கள் போனதும் வீரசேகரன் கதவை உட்புறம் தாழிட்டுக் கொண்டு உள்ளே வந்தான். வீட்டில் ஊர்மிளா தன்னந்தனியாய் இருக்கிறாள் என்று நினைத்ததும் வீரசேகரனுக்கு மெய்சிலிர்த்தது.

வீரசேகரனின் சிந்தனையில் ஊர்மிளா தன்னைக் காதலிக்கிறாளா, இல்லையா என்ற எண்ணமே சதா குழப்பி வந்தது. அவள் தன்னிடம் பழகும் முறையைக் கொண்டு அவளுடைய அன்பின் தன்மையைப் பற்றி ஒரு முடிவுக்கும் வரமுடிவதேயில்லை. பண்பும் துணிவும் மிகுந்த புத்திசாதுரியமான பெண்கள் எவ்வளவுதான் நெருங்கிப் பழக இடங்கொடுத்தாலும் நட்பின் வாஞ்சைக்கு அதிகமாக வேறொன்றுக்கும் இடங்கொடுத்து விடுவதில்லை. ஆனால் அவனோ ஊர்மிளாவைத் தன் உயிரின் பிரதி பிம்பமாகவே காதலித்தான். பகலில் அவனுடைய சிந்தனையின் ஓவியமாகவும் இரவில் அவனுடைய கனவின்

காவியமாகவும் அவள் ஆகியிருந்தாள். முன்பெல்லாம் அவளைக் கண்ணால் பார்த்தாலே போதும் என்று அவன் ஆசைப்பட்டான்; இப்போதோ, அவள் தன்னைப் போலவே தன்னை உயிருக்குயிராய்க் காதலிக்க வேண்டுமெனவும் ஆசைப்பட்டான். சில சமயங்களில் அவள் உள்ளூர ஏதோ ஒருவித மனப்போராட்டத்தில் சிக்கித் தவிப்பதுபோல அவளுடைய உணர்ச்சிகளில் பிரதிபலிக்கும். அப்போதெல்லாம் அவள் சுந்தர ஜோஸியரைக் காதலிக்கிறாளோ என்ற சந்தேகமும் அவனது நெஞ்சில் நிழலாடும். ஒருவேளை தன் காதலை வற்புறுத்த முற்பட்டால், அவள் எப்படியாவது தன்னைத் தந்திரமாக ஏமாற்றிப் புறக்கணித்து விடுவாளோ என்ற பயமும் ஊடாடியது. ஆனால் இந்தத் திரிசங்கு சுவர்க்க நிலையைவிட சுவர்க்கமா நரகமா என்ற இரண்டிலொன்றை அவளுடைய வாய் வழியாகவே தெரிந்து கொண்டு விடுவது என்ற முடிவுக்கு வந்திருந்தான்.

மேல் வீட்டிலோ அடிப்பட்ட மானைப்போல் பஞ்சணையில் துடித்து விழுந்து கிடந்த ஊர்மிளாவிற்கும் வீரசேகரனைப் பற்றிப் பலவிதமான சிந்தனைகள். தேவியைச் சிறைமீட்க முயலும் வீரபாண்டியனின் மாபெரும் இலட்சியம், வீரசேகரனின் நட்பு இந்த இரண்டுக்கும் மத்தியில் அவள் உள்ளம் மருகித் தவித்தது. வீரபாண்டியனின் இலட்சியத்தை நிறைவேற்ற வெகுளியான வீரசேகரனைத் தந்திரமாக உபயோகப்படுத்தினால், அவனை அறியாமலேயே அவனைத் துரோகப் பாதையில் நடத்தி அவனுக்கு சிரச்சேத தண்டனை உண்டாக்க நேரிடுமே என்று புலம்பினாள். தன்னோடு அவன் நெருங்கிப் பழகுவதில் இரு தரப்பினருக்குமே அபாயம் அதிகம் என்பதையும் உணர்ந்தாள். வீரபாண்டியனது லட்சியத்தின் தோல்வி, அல்லது வீரசேகரனுக்குச் சிரச்சேதம், இந்த இரண்டிலொன்று நேரிடப் போவது நிச்சயம், இரண்டில் எது நேரிட்டாலும் அவளுடைய நெஞ்சுக்கு மாபெரும் துயரமே! ஆனால் எதுவும் விதிப்படி நடக்கட்டும் என்று விட்டு விடுவதைத் தவிர அவளுக்கு வேறு வழியெதுவும் இல்லை என்ற முடிவுக்கு வந்தாள். ஒருவேளை வீரசேகரனைச் சந்திக்காமலேயே இருந்திருந்தால், அவனுடைய அன்புக்கு பாத்திரமாகாமலே இருந்திருந்தால், இப்பொழுது இப்படிப்பட்ட கவலைகள் எல்லாம் வந்திருக்காதே, தன்பாடு தன் இலட்சியத்தில் உற்சாகமாகவே ஈடுபட்டிருக்கலாமே என்றெல்லாம் நினைத்தாள். வீரசேகரனை ஏன் சந்தித்தோம். அவனைத் தன் வீட்டுக்கு வர ஏன் இடம் கொடுத்தோம் என்றெல்லாம் அவளுக்கு வீரசேகரன்மீது கோபம் கோபமாய் வந்தது. அவனும் தானும் அறவே பிரிந்திருப்பதுதான் அவனுக்கும் நல்லது, தனக்கும் நல்லது என்று அவளுக்குப் பட்டது. ஆனால் என்ன காரணத்தைத் தந்திரமாகச் சொல்லி அவனைத் தன் வீட்டின் பக்கமே தலைக்காட்டாதபடி விரட்டுவது? அவன் தன்னை அறவே மறக்கும்படி செய்ய வழி என்ன? அவ்வாறு நெஞ்சை முறிக்கும்படியாகச் சொல்லக்கூடிய காரணம் இந்த உலகிலே என்ன உண்டு?.....

அவளுக்கு யோசித்து யோசித்து தலை வெடித்துவிடும் போல இருந்தது. அப்படியே தலையணையில் முகத்தைப் புதைத்துக் கொண்டு வெகுநேரம் விம்மி விம்மி அழுதுக்கொண்டே இருந்தாள்.

வீரசேகரன் புன்னகை தோய்ந்த முகத்துடன் மேல் வீட்டுப் படிகளில் தயங்கித் தயங்கி ஏறி வந்தான். "அவள் தன்னைக் காதலிக்கிறாளா, இல்லையா? அவளுடைய காதல் என்பது கடைசியில் வெறும் கானல் நீராகிவிடுமா? அவள் தன் நெஞ்சிலே உலாவும் நிஜ மானா, அல்லது பொய் மானா?" என்பதை அவள் வாயாலேயே தெரிந்து கொண்டு விடவேண்டும் என்ற ஆவலும்

தவிப்பும் அவனுடைய காலடிகளின் தயக்கத்தில் தெளிவாகத் தெரிந்தன.

பஞ்சணையில் குப்புற விழுந்து தலையணையின் முகம் புதைத்திருந்த ஊர்மிளா, வீரசேகரனின் காலடி ஓசை கேட்டு மெல்லத் திரும்பிப் பார்த்தாள்.

அவளுடைய கருவிழிகள் அழுது அழுது பனித்துளிகளின் மத்தியிலுள்ள வாடா மல்லிகைகள் போல் சிவந்திருந்தன.

''நீயா? இங்கே ஏன் வந்தாய்'' என்று அவள் ''வெடுக்''கெனக் கேட்டாள். மாயமானைப் போலப் பஞ்சணையிலிருந்து துள்ளிக் குதித்தாள்.

''உனக்குப் பாதுகாப்பாய் என்னை இங்கே வைத்து விட்டு சுந்தர ஜோஸியரும் காத்தவராயரும் வெளியே அவசரமாகப் போயிருக்கிறார்கள்!'' என்று வீரசேகரன் மெல்லச் சிரிக்க முயன்றான்.

''பாலுக்குப் பூனையைக் காவல் வைத்த கதைதான்!..... வீரசேகரா... வழக்கம்போல் நீ ஏதாவது அபத்தமாகப் பேச ஆரம்பித்தால் இப்போது எனக்குக் கெட்ட கோபம் வரும்!'' என்று ஊர்மிளா சீறினாள். மெல்லிய பாதத்தால் நிலத்தை உதைத்து மிதித்தாள்.

வீரசேகரனும் பொறுமையிழந்தான்.

''ஊர்மிளா! என் அரசியல் கடமை காரணமாகத் தேவியைச் சிறை வைக்க நேர்ந்தால் அதற்காக நீ ஏன் ஆத்திரப் பட்டு அழுகிறாய்? அதற்கும் உனக்கும் என்ன சம்பந்தம்?''

''ஒரு பெண்ணின் கற்பைக் காப்பதற்காக விஷங்கொடுத்து அவளைக் கொல்லக் கூடியவனே! தேவிக்குக் கொடுக்கப்போகும் விஷத்தில் எனக்கு ஓர் துளிகொடுத்து என்னையும் கொன்றுவிடு? உன்மீது அன்புகொண்ட பாபத்திற்கு உன்னிடம் கெஞ்சிக்கேட்கும் பரிகாரமெல்லாம் அது ஒன்றுதான்!''

''உன்னுடைய அன்பிற்குத் தகுதியற்ற பாபியா நான்? புத்த மதத்தைப் பின்பற்றுபவள் ஒரு வைஷ்ணவன் மீது அன்பு கொள்வதைப் பாபம் என்று கருதுகிறாயா? உனக்காக என் மதத்தை மட்டுமல்ல,

என் உயிரையும் கூடத் தியாகம் செய்வேன் என்பது உனக்குத் தெரியாதா, ஊர்மிளா?'' என்ற வீரசேகரனின் கனிவு நிறைந்த பார்வையும், உணர்ச்சிகள் நிறைந்த வார்த்தையும் கூர்மையான அம்புகள் போல் பாய்ந்து ஊர்மிளாவின் நெஞ்சைத் துளைத்தன.

"உன்னுடைய வார்த்தைகளால் என் நெஞ்சைக் கொல்லாமல் இப்போதே என் உயிரைக் கொன்றுவிடு!" என்று ஊர்மிளா "ஓ"வென அழுதாள்.

"உன்னை ஏன் கொல்லவேண்டும்?"

"உன்னுடைய ஆனந்தத்திற்காகத்தான்! நான் இந்த உலகில் இல்லாவிட்டால் நீ ஆனந்தமாய் இருப்பாய்! நீ என்னதான் என் நெஞ்சை சித்திரவதை செய்தாலும் நீ ஆனந்தமாக இருக்க வேண்டுமென்றுதான் ஆசைப்படுவேன்!"

"ஊர்மிளா! இன்று ஏன் இப்படி விசித்திரமாகப் பேசுகிறாய்? அப்படியென்ன தவறு நடந்துவிட்டது?"

"நான் வஞ்சிப்பவள், ஏமாற்றுபவள், சிரித்து சித்திரவதை செய்பவள், அதனால் என்னை மறந்துவிடு என்று எத்தனையோ தடவை சொன்னேன். நீ கேட்கவில்லை. அதுதான் பெருந்தவறு!"

"ஊர்மிளா! நீ வஞ்சித்தாலும் ஏமாற்றினாலும், சிரிக்காமலே சித்திரவதை செய்தாலும், உன் இதயம் எனக்குத்தான் சொந்தமென்று தெரிந்தால் ஆயுள் முழுவதும் உன் காலடியில் அடிமையாகக் கிடப்பதில்கூட ஆனந்தம் காண்பேன், ஊர்மிளா!"

"இனி ஒரு வார்த்தையும் பேசாதே, உன் குரலே என்னைக் கொல்கிறது!"

"என் குரல்கூட என் சம்பந்தப்பட்ட எதுவுமே உனக்குப் பிடிக்கவில்லையா?... ஊர்மிளா, உனக்குப் பிடிக்கும்படியாக எப்படி நடந்து கொள்ள வேண்டுமென்று சொல்! அல்லது உன்னை மறந்து விடத்தான் வேண்டுமென்றால் அதற்குரிய காரணத்தையாவதுசொல்! என்னை ஏன் புறக்கணிக்கிறாய்?"

"என்னிடம் ஆனந்தம் இருப்பதாக நினைத்து என்னை நரகத்தில் தள்ளி விடாமல் இருப்பதற்குத்தான்!"

வீரசேகரன் "கலகல"வென்று சிரித்தான். அந்தச் சிரிப்பிலே வேதனை நெருப்பு பொறிந்தது.

"ஊர்மிளா! என்னைத் தவறாக நினைத்து விட்டாய்! யுத்த காலத்திலே சோழநாட்டான் ஒருவன் பாண்டிய நாட்டுக்கு வந்தான். பாவையொருத்தியைக் கண்டான். அவளுடைய பருவ எழிலில் மயங்கினான். அவளைத் தன் ஆசை பம்பரமாக்கினான். கற்பைக் கவர்ந்ததும், காரிகையைக் கைவிட்டுக் காரிருளில் தன்

தாய்நாட்டுக்குத் திரும்பிப்போனான் இப்படியாகப்பட்ட மகாவீரர்களின் பட்டியலிலே என்னையும் ஒருவனாக எண்ணிவிட்டாய் ஊர்மிளா! என் தேசக் கடமைமீது ஆணையாகச் சொல்கிறேன்... நான் உன்னை உன் உள்ளத்திற்காகக் காதலி த்தவனே தவிர, உன் உடலுக்காகக் காதலித்தவனல்ல.''

''நம் நட்பின்மீது ஆணை! இனி அம்மாதிரியான வார்த்தைகளைப் பேசாதே. உனக்காக இல்லாவிட்டாலும் எனக்காகவாவது அம்மாதிரியான வார்த்தைகளை இனிமேல் சொல்லாதே. நம்முடைய நட்பிற்கு வேறு எந்த விதமான அர்த்தமும் கற்பிக்காதே!''

''ஊர்மிளா! உன்னிடம் நட்பு ஒன்றை மட்டும் எதிர்பார்க்கவில்லை. அதற்கு மேலாக உன்னிடம் எவ்வளவோ எதிர்பார்க்கிறேன். நீ என் ஒருவனுக்கே உரியவள் ஆகவேண்டும் என்ற ஆசை என் உயிர்த் துடிப்பாய் இருப்பதை நீ உணரவில்லையா?''

''வீரசேகரா! வீரசேகரா! அந்த ஆசை வேண்டாம்! ஓர் ஆணுக்கும் பெண்ணுக்குமிடையே அன்பு ஏற்பட்டால் அது காதலாகத்தான் இருக்க வேண்டுமா? நீ ஜனநாதன் மீது வைத்திருக்கும் நட்புபோல் என்மீது நீ வெறும் நட்பு வைக்க முடியாதா?''

''உன்னால் முடிகிறதா, ஊர்மிளா?'' என்று வீரசேகரன் கேட்டதும், ஊர்மிளா பஞ்சணையில் குப்புற விழுந்து 'ஓ'வென அழுதாள்.

''ஊர்மிளா...''

உயிரைத்தொடும் அவனது உணர்ச்சியின் குரலை மீற முடியாமல் ஊர்மிளா திரும்பிப் பார்த்தாள்.

''வீரசேகரா! உன்னால் என்னை மறக்க முடியாதா?...''என்று பரிதாபமாகக் கேட்டாள்.

''ஊர்மிளா! ஏன் இப்படிச் சுற்றி வளைக்கிறாய்? சுந்தர ஜோஸியரைப் போல எனக்குச் சாதுரியமாகப் பேசத் தெரியாமல் இருக்கலாம். அவர் போல எதிர்காலப் பலனைக் கணிக்கும் ஜோசியத் திறமை எனக்கு இல்லாமல் இருக்கலாம். ஆனால் என் உயிரின் எதிர்காலம் உன் கையில்தான் இருக்கிறது என்பது ஜோஸியருக்குத் தெரியாவிட்டாலும் உனக்காவது நிச்சயம் தெரிந்திருக்கும்! ஊர்மிளா நீ என்னைக் குருடனாக இருக்கச் சொன்னாலும், என் கண்களைக் குத்திக்கொண்டு விடுகிறேன். இன்று நீ எந்தவிதமாக என் நெஞ்சை அறுக்க விரும்பினாலும்,

என் உயிரின் உயிராய் உள்ளடங்கியிருக்கும் உணர்ச்சிகளையெல்லாம் இன்று ஒரு முறையாவது உன்னிடம் சொல்லிவிடச் சந்தர்ப்பம் கொடு.''

''வேண்டாம். வீரசேகரா! நீ சொல்லாமலே அவை எனக்குத் தெரியும்!'' என்று அதிகமாக ஊர்மிளா விம்மினாள்.

''என் உள்ளம் தெரிந்துமா என்னை மறந்துவிடச் சொல்லுகிறாய்?''

ஆமாம் வீரசேகரா, ஆமாம்! என்று ஊர்மிளா தன் தாமரை முகத்தைப் பரிதாபமாக ஆட்டினாள். அவளது செவ்வரி படர்ந்த விழிகளில் நெஞ்சின் நீராவியாக ''புல புல''வென்று கண்ணீர்த் துளிகள் உதிர்ந்தன.

அவளை வீரசேகரன் கூர்ந்து நோக்கினான். சுந்தர ஜோசியருக்காகதான் தன்னை மறக்கச் சொல்லுகிறாளோ என்ற சந்தேகம் பெரிதாயிற்று.

''ஊர்மிளா! வேறு யாருக்காக உன்னை மறக்கவேண்டுமென்கிறாய், ஊர்மிளா! இன்று நான் உன் வீட்டிற்கு வந்தது, ஜோசியரிடம் தேவியின் எதிர்காலத்தைத் தெரிந்து கொள்வதற்காக அல்ல. என் உயிரின் எதிர்காலத்தைப்பற்றி உன்னிடம் தெரிந்து போவதற்காகவே வந்தேன். இன்று நீ என்னை விரும்புகிறாயா இல்லையா என்று வாய் திறந்து கேட்பது, நீ விரும்புகிறாய் என்றால் உன்னை மணந்து கொள்ள காத்தவராயனிடம் அநுமதி கேட்பது என்ற முடிவுடன்தான் வந்தேன்!''

அதைக் கேட்டதும் ஊர்மிளாவின் தேகம் பதறியது. உலகமே தலைகீழாகச் சுற்றுவது போலிருந்தது. விழுந்து விடுபவள் போல் தடுமாறியவள் கட்டிலைப் பிடித்துக்கொண்டு நின்றாள்.

முகமெல்லாம் வியர்க்க, நாக்குழற அவள் பதறிக் கூறினாள்.

''நல்லவேளை! வீரசேகரா, இதுவரை அவரிடம் கேட்காமல் இருந்தாய்! நீ என்னை விரும்புவதாக ஒரு துளியாவது அவர் சந்தேகப்பட்டிருந்தால் எனக்குத் தீராத பழியை உண்டாக்கியவனாவாய்.''

இதிலென்ன உனக்குப் பழி வந்துவிடும்? நான் உன்மீது கொண்ட காதல் காத்தவராயருக்குத் தெரிந்தால் என்ன? என்றாவது ஒருநாள் தெரியத்தானே வேண்டும்? தகுதியுள்ளவன் கேட்கிறேன். நீர் பெற்ற தங்கத்தை எனக்கு மணம் புரிந்து கொடும் என்று உன் தந்தை காத்தவராயரிடம் கேட்பதில் என்ன தவறு?

ஊர்மிளா மானைப் போல் மெல்ல மெல்ல வீரசேகரனை வெறித்துப் பார்த்தாள்.

''வீரசேகரா! அவர் எனக்குத் தந்தையென்று யார் உனக்குச் சொன்னது?''

''என்ன! என்ன! காத்தவராயர் உன் தந்தை இல்லையா? நான் அப்போதே சந்தேகப்பட்டேன். சேற்றிலே ஏன் செந்தாமரை பிறந்தது என்று; மூர்க்கன், முரடன், கள்ளத் தொழில் புரியும் நீசன் அவலட்சணத்தின் பேருரு இப்படிபட்டவன் எப்படி உன் தந்தையாக இருக்கமுடியும் என்று அப்பவே சந்தேகப்பட்டேன்.''

ஊர்மிளா சிரித்தாள். அந்தச் சிரிப்பிலே நெஞ்சின் வெடிப்பு இருந்தது. கண்ணீரின் கசிவும் இரத்தப் பசியும் இருந்தது.

''ஊர்மிளா, ஏன் சிரிக்கிறாய்? காத்தவராயன் உன் தந்தையல்லவென்றால் அவன் வேறு யார்? யார்? யார்?''

ஊர்மிளா நிமிர்ந்து பார்த்தாள். அடைமழையின் கடைசித்துளியும் வடிந்து வானம் நிர்மலமாயிருப்பது போல, அவளுடைய விழிகள் நிர்மலமாயிருந்தன.

''அவர் என் தந்தை அல்ல; என் கணவர்!'' என்றாள் ஊர்மிளா திடமாக.

அம்பு ஊடுருவி மாரீசமானின் கடைசி உயிர்த்துளி பிரியும் போது அப்பொய்மான் எழுப்பிய அபயக்குரல் போல் ஊர்மிளாவின் குரல் வீரசேகரனின் நெஞ்சில் ஒலித்தது.

வீரசேகரன் திடுக்கிடவில்லை; ''கலகல''வென்று சிரித்தான்! ''ஊர்மிளா, நீ படித்தவள், பண்புள்ளவள். பருவ வயதினள், பஞ்சினும் மிருதுவானவள். பாற்கடல் திருவைவிட அழகானவள். காத்தவராயன் பண்பற்றவன்; படுவயதானவன், பாதக முரடன், பார்க்கச் சகியாத அவலட்சணமானவன். உங்கள் இருவரையும் தம்பதிகள் என நம்பி ஏற்ற ஜோடிகளாக எண்ணிப் பார்க்க என் மனம் துணியாது என்பது மட்டுமல்ல, உலகத்தையே வஞ்சனையென்று நீ நம்பச் சொன்னாலும் என்னால் நம்ப முடியவில்லை!''

''இல்லை, நம்பத்தான் வேண்டும் வீரசேகரா! என் தாயின் வார்த்தையைத் தட்ட முடியாமலும், என் தமையனின் நலனுக்காகவும் நெருக்கடியான ஒரு சூழ்நிலையில் நான் செய்து கொண்டுவிட்ட திருமணம் அது!''

''ஊர்மிளா, நீ என்னவோ சொல்லி என்னை ஏமாற்றப் பார்க்கிறாய். வேறு எதற்காகவோ எவருக்காகவோ என் காதலை

உதறிவிட விரும்புகிறாய். உன்னை நான் அறவே மறந்து விடவேண்டும், உயிரோடு நடைப்பிணமாகி விடவேண்டும் என்பதற்காகவே நீ கல்யாணம் ஆனவள் என்று பொய் சொல்லுகிறாய்!''

''இல்லை, நான் சொல்வது உண்மைதான்!''

''உன் கழுத்தில் தாலி இல்லை!''

''என் சபதம் ஒன்றை அவர் நிறைவேற்றும் வரை என் கழுத்தில் அவர் தாலியை அணிவதில்லை என்று கங்கணம் பூண்டேன். அதுவரை கன்னிப் பெண்ணாகவே என்னை நடத்த வேண்டும் என்றும் அவரிடம் வாக்குறுதி வாங்கிக் கொண்டேன். அதனால்தான் நானும் அவரும் ஒரே வீட்டில் வசித்தும் நாங்கள் கணவன் மனைவியாக வாழாமல் கலியாணமாகியும் கன்னிப் பெண்ணாகவே இந்த வீட்டில் இருந்து வருகிறேன். ஆனால் என் சபதத்தை எப்பொழுது நிறைவேற்றுகிறாரோ அப்போதே என் உடலையும் அவருக்குத் தத்தம் செய்து விடுவேன்!''

''என்ன சபதம் அது?''

ஊர்மிளாவின் முகம் கலவரமடைந்தது. ஆனால் அடுத்த கணமே தன்னைச் சமாளித்துக்கொண்டு ''என் குடும்ப விஷயங்களையெல்லாம் பற்றிக் கேட்க நீ யார்?'' என்று சீறினாள்.

''ஆமாம், நான் யாரோ நீ யாரோ என்ற நிலைக்குத்தான் கடைசியில் என்னை நீ கொண்டு வந்துவிட்டாய்! நான் யாரென்று நீ என்னைக் கேட்டாலும் அதுபோல் நீ யார் என்று என் நெஞ்சைதான் கேட்க முடியாது!''

வீரசேகரன் மிகவும் புண்பட்டுவிட்டான் என்பதை உணர்ந்ததும் ஊர்மிளாவின் பார்வையில் கனிவு மிதந்தது. குரலில் குழைவும் மிகுந்தது.

''வீரசேகரா, என் பழைய விஷயங்களையெல்லாம் கேட்டுக் கிளறிவிடுவது என் நெஞ்சைப் புண்படுத்துவது ஆகாதா? அதை நீ தெரிந்துகொண்டு ஆகப் போவது என்ன? என் நெஞ்சைப் புண்படுத்துவதுதான் உனக்கு ஆனந்தம் என்றால் நீ எது வேண்டுமானாலும் கேள், சொல்கிறேன், ஆனால் ஒரு நிபந்தனை: அவ்வளவையும் கேட்ட பிறகு என்னை உன் கையாலேயே கொன்றுவிட்டு அதற்குப் பிராயசித்தமாக நீயும் இந்த இடத்திலேயே தற்கொலை செய்து கொள்ளவேண்டும்!''

''ஊர்மிளா! எனக்கு நீ தான் வேண்டுமே தவிர உன் சம்பந்தப்பட்ட விஷயங்கள் எதுவுமே எனக்குத் தேவையில்லை! இறந்தகாலம் எப்படிப்பட்டதாய் இருந்தாலும் எனக்குக் கவலை

இல்லை. உன்னுடைய எதிர்காலம் என்னுடையதாக வேண்டுமென்பதுதான் என் ஒரே நோக்கம். ஆனால் ஒன்று என் உயிர் உன்னை மறப்பது என்பது மரணத்துக்கு அப்பாலும் என்னால் முடியாத காரியம்!''

''வீரசேகரா! உன் காலில் விழுந்து கெஞ்சுகிறேன். என்னிடம் எந்தப் பெண்மையைக் கண்டு அன்பு கொண்டாயோ அந்தப் பெண்மைக்குக் களங்கம் ஏற்படாமல் காப்பாற்று... வீரசேகரா... வீரசேகரா... என் நிலையை யோசித்துப் பார்! கடைசியாக என்னை ஒரு முறை பார்! பிறகு அறவே என்னை மறந்துவிடு!.... எனக்காகவாவது என்னை மறந்துவிடு. வஞ்சித்தவள் வஞ்சித்தவள் என்று ஓயாமல் நினை. உன்னால் என்னை மறந்துவிட முடியும். உன்னால் என்னை மறக்கவே முடியாவிட்டால் இனி இந்த வீட்டின் பக்கமே வராதே!''

வீரசேகரன் அவளை ஒரு கணம் கூர்ந்து பார்த்தான். பிறகு ''விறுவிறு''வென்று நடந்து அவளைத் திரும்பிக் கூடப் பாராமல் கீழே இறங்கிச் சென்றான்.

அவன் வேகமாகத் தெருவாசற் கதவை திறந்து ''படீ''ரென்று சாத்திக்கொண்டு போகும் சப்தம் ஊர்மிளாவின் காதில் அதிர்ந்தது. அவள் பஞ்சணைமீது குப்புறவிழுந்து ''ஓ''வென விம்மி விம்மி அழுதாள்.

அத்தியாயம் 34

களியாட்டத்தில் வானர சேனை!

பேதையபால் வஞ்சன் செய்த
கற்பனை யென்ன ஓடிக் கலந்தது
கள்ளின் வேகம்

– கம்ப ராமாயணம்

மதுபோதையுடன் களியாட்டத்தில் மூழ்கிக் கிடப்பவர்களுக்கு ஒரே உணர்ச்சி வெறி தான் தலைக்கேறியிருக்கும். இலட்சிய உணர்ச்சி என்பதும் ஏறக்குறைய அதேபோன்று கள்ளின் வேகமும் வெறியுமுடையதுதான். மங்கையர்

திலகமான தேவியை எப்படியாவது சிறைமீட்க வேண்டுமென்ற இலட்சியவெறி காத்தவராயனுக்குத் தலைப்பு முதலே தலைக்கேறியிருந்தது. சுந்தர ஜோஸியர் வேஷத்தில்தான் வீரபாண்டியர் மறைந்திருக்கிறார் என்ற விஷயம் வெளிக்குத் தெரிந்தால் பேரபாயம் விளையுமாகையால், காத்தவராயனே வெளியே அலைந்து திரிந்து சகலவிதமான காரியங்களையும் செய்து வந்தான். சுந்தர ஜோஸியரோ, தேவியின் முகதரிசனம் ஒரு முறைக்கூடக் கிடைக்காதா என்ற ஏக்கத்துடன் வீட்டிற்குள்ளே அடைபட்டுக் கிடந்தார்.

தேவி சிறை வைக்கப்பட்டிருக்கும் அசோகவனக் கோட்டை முன்பு வீரபாண்டியன் ஆட்சியின்போது பொன் நாணயங்கள் தயாரிக்கும் கோட்டையாகக் கட்டப்பட்டதாகையால், அதில் உள்ள ஒவ்வொரு கட்டிடத்தின் அமைப்பும் முறையும் காத்தவராயனுக்கு நன்றாகத் தெரியும். கோட்டையின் உள்ளே வலது மதிற்சுவர் பக்கம் சிறியதொரு பிள்ளையார் கோயில் உண்டு. வெளியே செல்ல இயலாதபடி கோட்டைக்குள் அடைபட்டிருக்கும் ஊழியர்கள் தொழுவதற்காக அது கட்டப்பட்டதாகும். மதிற் சுவரின் வெளிப்புறம் பிள்ளையார் கோயிலை நோக்கியவாறு இரண்டடுக்கு மாளிகை ஒன்று இருந்தது. மதுரைக்குச் சித்திரைத் திருவிழா பார்க்க வரும் ஸ்தல யாத்திரீகர்கள் தங்குவதற்கும், படுத்துறங்குவதற்கும், சாப்பிடுவதற்கும் நகரத்தாரால் கட்டப்பட்ட நகர விடுதியாகும் அது. அசோகவனக் கோட்டை எழுப்பப்பட்ட பிறகோ அந்த விடுதியானது, கோட்டையில் வேலைப்பார்க்கும் அரசாங்க ஊழியர்களின் உல்லாச விடுதியாக மாறிவிட்டது. கோட்டையைப் பாதுகாக்கும் சேவகர்கள் காவல் மாறி ஓய்வு பெறும்போது, அவர்கள் கூடிக் கும்மாளமிடுவதற்கும், படுத்துப் புரள்வதற்கும், சூதாடுவதற்கும், வம்பளப்பதற்கும், பலரகப் போதைகளில் மூழ்கிப் பொழுது போக்குவதற்கும் அது களியாட்ட விடுதியாக உபயோகப்பட்டு வந்தது. அதைக் குத்தகைக்கு எடுத்த கருப்பண்ண அம்பலம் என்பவன் கோட்டை ஊழியர்களுக்குத் தேவையான பலரகச் சரக்குகளையும் அவ்விடுதியில் வியாபாரம் செய்து வந்தான். முறுக்கு, வடை, தேன்குழல், அதிரசம், மாவுருண்டை, நிலக்கடலை, அவல்பொரி, புண்ணாக்கு முதலான தின்பண்டங்களும், வாழைப்பழம், மாம்பழம், பலாச்சுளை, ஈச்சை, கொடுக்காய்புளி முதலான கன்றிபோன பலவகைக் கனி வர்க்கங்களும், வெற்றிலைப் பாக்கு, புகையிலை, புனுகு, சந்தனம் முதலான உல்லாசப் பொருட்களும், மோர், பதநீர், கள், கஞ்சா முதலான குடி வகைகளும் போதை வஸ்துக்களும் அங்கு ஏராளமாக விற்பனையாகும். மதுரைக் கோயில்கள் அனைத்திலும் திருப்பாவாடைகளில் மிஞ்சிப்போன நெய்சோறு, பருப்பமுது, தயிரமுது, பொரிக்கறியமுது, அடைக் காயமுது, அட்டபுளிங்

கறியமுது, அப்பக்காய் கறியமுது, அக்காரவடிசில், பாலன்னம், பஞ்சாமிர்தம் முதலான பிரசாதங்களும் பழவரிசியால் சமைத்த போனகமும் குறைந்த விலைக்குக் குத்தகைக்காரனால் வாங்கி வரப்பட்டு அதிக விலைக்கு அரசாங்க ஊழியர்களுக்குக் களியாட்ட விடுதியில் விற்கப்படும்.

கோட்டையைவிட்டு வெளியே எங்கும் போக அநுமதிக்கப்படாமல் எந்நேரமும் கொட்டடி மாடுகள்போல் அடைபட்டுக் கிடக்கும் சேவகர்களுக்கு அந்த விடுதியானது இடைக்காலச் சுவர்க்கமாக விளங்கியது.

அங்கு, கும்மி, கூத்து, ஆடல் பாடலெல்லாம் இலக்கண வரம்புகளை மீறிக் கள்ளின் வேகத்தில் கரை புரளும். சேவகர்களின் கேளிக்கைக்கு நாட்டியக்காரிகளும் நக்கன் சுந்தரிகளும் காந்தர்விகளும் வருவதோடு கோட்டையிலுள்ள காவற் காரிகளும் வருவார்கள். வெற்றிலைக் காவி படிந்த செவ்வாம்பல் உதடுகளில் புன்னகை முத்துக்கள் அரும்ப ஆவலோடு ஓடி வருவார்கள். ஆளை மயக்கும் அப்சரஸுகளும், நெஞ்சைக் கனவில் ஆழ்த்தும் கந்தர்விகளும், வளைந்து நெளிந்து நினைவைத் தீண்டி ஆசை நெடியேற்றும் நாக கன்னிகைகளும், ஆசையின் முன் எதையும் இறைச்சியாகக் கருதும் அரக்கிகளும் இயக்கிகளும், கரும்பினுமினிய சொல்லுடைய சித்தர் கன்னிகளுமாகப் பலரகப் பெண்கள், மயில் கூட்டமும் மருளுவதுபோல் களியாட்ட விடுதியில் திரள்வார்கள். கள்ளுண்ட சேவகர்களின் போதைக் கண்களுக்கு எந்தப் பெண்ணும் அப்சரஸாகவோ, அரக்கியாகவோ தோன்றுமே தவிர, எவளும் இந்தப் பூலோகப் பெண்ணாய்த் தோன்றாது! அவர்களில் ஆண்களுக்குச் சமமாகக் கள்குடிக்கும் அரக்கிகளும் இருப்பார்கள். சேவகர்களின் ஆசைப் பிடிகளுக்குச் சிக்காமல் மிரளும் பிஞ்சுப் பெண்கள் நயவஞ்சகமாகவோ பலவந்தமாகவோ கள்குடிக்க வைக்கப்படுவதுமுண்டு. காரிகைகளிடமும் கள்ளின் வேகம் கற்பனையென ஓடிக் கலக்கும். மழலைச்சொல் மங்கையர் விரைவில் மயங்கிக் கண் சொருகிக் குளறுவார்கள்; நெஞ்சங்களில் புதைந்து கிடக்கும் இரகசியங்களும் அபிலாஷைகளும் மடை திறந்த வெள்ளம் போல் உளறல்களாக வெளிப்படும்.

ஒருத்தி குடித்துவிட்டால் அவளது செவ்வாம்பல் மொட்டுகள் போன்ற வாய்களில் ''இடிஇடி''யென்ற சிரிப்பு பலரகத் தொனிகளில் வெடிக்கும்; அவளது மெல்லிய உடலெங்கும் பனித்துளிகள் போல் வியர்த்துக் கொட்டும்; இலவ மலர் உதடுகள் முறுக்குண்டு துடிக்கும் முல்லைப் பற்கள் வெண்ணிலவை ஈன்றெடுக்கும். ஆடவரின் பரந்த நெஞ்சங்களைக் குத்துவதைப்

போல் கூர்ந்து பார்க்கும் ஆசைவிழிகள் கெண்டைமீன்கள் போல் புரளும்; கிறுகிறுத்த விழியோரங்கள் சிவந்து குவளை மலர் போன்ற கருமணிகளில் செவ்வரி படர்ந்து ரோஜா மொக்குகளாக மாறிவிடும்! செவ்வாம்பல் உதடுகளோ வெளுக்கும்; விற்புருவங்களோ பிறை நெற்றியை நோக்கி வளைந்து நெறியும்; மேகலையும் கனக நாணையும் ஆடையையும் அள்ளிப் புயலெனப் பறக்கும் கூந்தல் பாரக் கற்றைகளில் புனைந்து கொள்வாள்; அவிழ்ந்து தொங்கும் கூந்தலையோ மேலாடைகள்போல் அணிந்து கொள்வாள்.

அங்கு ஆண்மை அறிவு குலைந்து கிடப்பதுபோல் பெண்மையும் கட்டுத்தறியைக் கடந்து போய்விடும்.

மதுபான மயக்கத்தால் ஒருத்தி அழுவாள்: ஒருத்தி சிரிப்பாள்: ஒருத்தி பாடியாடுவாள்: ஒருத்தி பக்கத்தில் நிற்பவரைத் தொழுது கும்பிடுவாள்; ஒருத்தி சோர்ந்து துயில்வாள்: ஒருத்தி துள்ளித் தூங்குவாள்; ஒருத்தி இரத்தம்போல் சிவந்த வாள் விழிகளை மூடிக்கொண்டு சோம்பல் முறிப்பாள்; காவலரின் கண் ஜாடைக்கு ''ஹுக்கும்'' என்று முணுகி ஊடல் நாடகம் நடத்துவாள் ஒருத்தி, துவர்க்கும் வாயில் தேன் துளிகள் போல் எச்சில் ஒழுக நிற்பாள் ஒருத்தி, சில மெல்லியலார் ஒல்கி ஒல்கி ஒருவர் மேல் ஒருவர் புகுந்து மூழ்குவார்கள். இசையின் சுருதிபேதம், நடன ஓலங்கள், கொச்சை வார்த்தைகள் முணுகல்கள், முதலான நானாவிதமான இரைச்சல்களோடு களியாட்டத்தின் உச்சத்தை எவ்விப் பிடிக்கும்! சுருக்கமாகச் சொன்னால், அந்த நகரவிடுதி சேவகர்களின் சோம்பேறி மடமாகவும், சூதாட்டக் கிடங்காகவும், கள்ளுக் கடையாகவும், இரகசிய உல்லாச விடுதியாகவும், ஈ, கொசு, பாச்சை முதலானவை மொய்க்கக்கூடிய ஜீவகாருண்ய ஸ்தலமாகவும் மாறி ஒரு நரகம் போலவே காட்சியளித்தது. ஆனால் சேவகர்கள் மனங் கோணாமல் செக்குமாடுகள் போல் உழைப்பதற்கு அத்தகைய ''புறம்போக்குகள்'' அவசியமெனக் கருதிய சோழிய அதிகாரிகள், அசோகவனக் கோட்டை அருகே அந்த நரகம் நாளொரு மேனியும் பொழுதொரு வண்ணமுமாக வளர்ந்து வருவதை அநுமதித்து வந்ததோடு, அந்த நரகவிடுதிக்குள் வெளியார் யாரும் நுழைந்து விடாமலிருப்பதற்காக அதைச் சுற்றிலும் ஒரு முள் வேலியும் அமைத்திருந்தார்கள். கோட்டையின் பிரதான வாசல் பிரும்மாண்டமான கதவுகளிடப்பட்டு எந்நேரமும் மூடப்பட்டிருக்குமாதலாலும் அவ்வாசலருகே உள்ள சிறுவாசல் மேலதிகாரிகள் போய்வருவதற்கு உபயோகப்பட்டு வந்ததாலும், கோட்டைக்குள் இருக்கும் கீழ்தர ஊழியர்கள் மேலதிகாரிகளின் கண்ணில் அடிக்கடி படாமல் ''நரக விடுதிக்கு''

அவசரமாகப் போய்ச் வருவதற்குச் சௌகரியமாக, வலதுபுற மதிற்சுவரில் சிறுவாசல் போல ஒரு துவாரம் செய்யப்பட்டிருந்தது. அந்தத் துவாரவாசலைத் துவாரக பாலகர் போல் இருபது ஆயுதபாணிகள் உட்புறம் சதா காவல் புரிந்து வந்தனர். மதிலருகேயுள்ள ஒரு பலாமரத்தின் பக்கம் சுவரில் அத்துவார வாசல் செய்யப்பட்டிருந்ததாலும், ஒருவன் குடித்துவிட்டு வருகிறான் என்பதைச் சுட்டிக்காட்ட ''அடியே, அவன் பிலாத் துவாரத்திலிருந்து வருகிறான்'' என்று வேலைக்காரிகள் மறைமுகமாகப் பரிகாசம் செய்து வந்ததாலும், அந்தத் துவார வாசலுக்கு ''பிலாத்துவாரம்'' என்ற பெயரே இடுகுறிப் பெயராக நிலைத்துவிட்டது. அதன் வாசலைப் பாதுகாக்கும் பூரணப் பொறுப்பும் அதிகாரமும் அஞ்சுகோட்டை நாடாள்வானுக்குக் கொடுக்கப்பட்டிருந்தது. அவனுடைய ஆட்களே அந்த வாசலையும் நரக விடுதியையும் கண்காணித்து வந்தார்கள். விடுதியில் எந்நேரமும் வீரர்களின் திருக்கூட்டம் உல்லாச உற்சவத்தில் ஆழ்ந்திருக்குமாதலால் அந்த மதிற்சுவர் பக்கம் அதிகமான ஆயுதபாணிகள் காவலுக்கு நிறுத்தி வைக்கப்படவில்லை. ஆனால் அவசரத் தேவைக்கு அதிகமான ஆட்களை அறைகூவி அழைப்பதற்காக, துவார வாசலுக்கு நேர் மேலே மதிற்சுவரின் மீது அபாய அறிவிப்பு மணி ஒன்று தொங்க விடப்பட்டிருந்தது. அந்த மணியை இழுத்து அடிப்பதற்கு ஒரு போர்வீரனும் நிறுத்தி வைக்கப்பட்டிருந்தான்.

அந்த உல்லாச விடுதியிலிருந்து கோட்டைக்குள் நுழையக் கூடிய பிலாத்துவாரம் காத்தவராயனின் கழுகுக் கண்ணில் பட்டது. பெரும் முற்றுகைக்கு ஆயத்தமான முறையில் பாதுகாப்பு மிகுந்திருக்கும் பிரதான கோட்டை வாசல் வழியாக யாரும் மறைமுகமாகவோ நேர்முகமாகவோ உள்ளே நுழைய முடியாது. காவற்படையதிகாரி ஏகவாசகரின் அநுமதி ஓலையுடன் கோட்டைக்குள் நுழைபவர்கள்கூட மறுபடி வெளியே வரவேண்டு மானால் அந்த அநுமதி ஓலை மட்டும் போதாது; உள்ளிருந்து அஞ்சு கோட்டை நாடாள்வானின் கையொப்பமுள்ள ஆடையூர் நாடாள்வாரது அநுமதி ஓலையும் வாங்கி வரவேண்டும். அப்பிரதான வாசல் வழியாகத் தேவியைக் கடத்தி வருவது என்பது கனவுகூடக் காணமுடியாத விஷயம்! ஆதலின், களியாட்ட விடுதிப்புறமுள்ள ''பிலாத்துவாரத்தின்'' வழியாகத்தான் தேவியின் சிறைமீட்சிப் படலம் நடைபெற முடியுமெனக் காத்தவராயன் முடிவு கட்டினான்.

அவன் சரக்கு வியாபாரி போலவும், சோனக வர்த்தகன் போலவும், பல மாறு வேடங்களில் சேவகர்களின் உல்லாச விடுதியில் அலைந்து பார்த்தான். ஆனால் கள் குடித்துவிட்டு

உளறும் சேவகர்களின் பிதற்றல்களிலிருந்து தேவியைப் பற்றி ஒரு விஷயமும் அவனால் கிரகிக்க முடியவில்லை. சேவகர்களில் எவன் எந்த அதிகாரியின் ஒற்றனாக இருப்பான் என ஒவ்வொரு சேவகனும் பயந்து கொண்டு இருந்ததாலும் தேவியின் சிறை விஷயம் பற்றி வாய் தவறி உளறும் சேவகர்கள்கூட மரணதண்டனைக்கு ஆளாக நேரிடுமாதலாலும், தேவியைத் தவிர மற்ற பெண்களைப் பற்றிதான் சேவகர்கள் வம்பளந்தார்கள். ஆனால் காத்தவராயன் மனம் கருகிவிடவில்லை. அவனுக்கு அபூர்வமான ஓர் யோசனை உதயமாயிற்று. இலாபகரமான ஒரு சரக்கு வியாபாரி போல் அவன் விடுதிக்குச் சென்று, விடுதியைக் குத்தகை எடுத்த கருப்பண்ண அம்பலத்திற்கு பெரும் பணம் மூலதனம் கொடுத்து, விடுதி வியாபாரத்திற்குக் கூட்டாளி யானான். உக்கிரான ஆளுக்குப் பெரும் பொற்காசுகள் கையூட்டுக் கொடுத்து அவனைத் தன் கையாளாக்கிக் கொண்டான். வியாபாரத் துறையில் பெரும் இலாபத்தைக் காட்டி, மூல பண்டக அறையின் பூட்டுத் திறப்பைத் தன் பொறுப்பாகிக் கொண்டான். பாதாள அறைபோல் இருளடைந்து கிடக்கும் அந்தச் சாமான் கிடங்கிற்கும் கம்மியர் சேரியில் தன் வீட்டுப்புறமுள்ள இரும்புக் கிடங்கிற்கும் ஒரு சுரங்கம் வெட்டத் தொடங்கினான். இரண்டுக்கும் மத்தியிலுள்ள கருப்பண்ண சுவாமிகோயிலுக்கும் சித்திர மண்டபத்திற்கும் ஏற்கனவே பூமிக்கடியில் ஒரு சுரங்கம் இருந்ததால், தன்னுடைய இரும்புக் கிடங்கில் பூமியைச் சிறிது தூரம் தோண்டியதுமே மேற்கூறிய கற்சுரங்கத்தோடு தொடர்பு படுத்தி வெகு விரைவில் களியாட்ட விடுதியின் சாமான் கிடங்கிற்கு ஒரு சுரங்கம் அமைக்க அவனால் முடிந்தது. சாமான் கிடங்கின் தரையிலுள்ள சுரங்கத் துவாரத்தின் மீது ஒரு பிள்ளையார் விக்கிரகத்தைப் பீடத்தோடு பொறுத்தி வைத்தான். பிள்ளையாரின் வாகனமான பெருச்சாளியின் சந்ததிகள் பல பண்டக அறைக்குள் திரிந்தாலும் பிள்ளையாரின் பீடத்தை இருப்பிடத்தைவிட்டு யாரும் அகற்றிவிட விரும்ப மாட்டார்கள் என்றும், பிள்ளையாரை நகர்த்தினால் தன் அதிர்ஷ்டம் மாறி வியாபாரம் நஷ்டமாகி விடுமெனக் கருப்பண்ண அம்பலம் கருதுவான் என்றும் காத்தவராயன் எண்ணினான்! சுரங்கம் வெட்டி முடிந்ததும் காத்தவராயன் பின்வருமாறு திட்டமிட்டான்.

அசோகவனக் கோட்டையின் உள்ளே பிலாத்துவாரத்திற்குச் சிறிதே தூரத்திலுள்ள பிள்ளையார் கோவிலுக்குத் தேவியை வரும்படி செய்ய வேண்டும், உதய காலத்திலும் அந்தி வேளையிலும் பிள்ளையாரை தரிசித்து மனசாந்தி பெறுவதற்குத் தேவி, சோழிய அதிகாரிகளிடம் அநுமதி பெறும்படி அவளுக்கு எப்படியாவது இரகசியமாகத் தகவல் கொடுக்க வேண்டும். அவ்வாறு தேவி பிள்ளையார் கோவிலுக்கு வருவது சகஜமாகி விட்டால், அவளுக்குப்

பாதுகாவலாக வரும் போர் வீரர்கள் குறைவாகவும் அலட்சியமாகவும் இருப்பார்கள். பிறகு தேவி குறிப்பிடும் ஒருநாள், அந்தி இருட்டில் சிறை மீட்சிப் படலத்தைப் பக்குவமாய் நடத்த வேண்டும்!

அன்று காத்தவராயனின் ஆட்களில் இருநூறுபேர்கள் ஆடைகளுக்குள் இரகசியமாக ஆயுதங்களை மறைத்துக் கொண்டு புல் வெட்டிகள் போலவும், உழவர்கள் போலவும், தொம்பைக் கூத்தாடிகள் போலவும், குறி சொல்பவர் போலவும் வழக்கம்போல் களியாட்ட விடுதியைச் சுற்றி உலாவி வருவார்கள். விடுதிக்கு புது மதுகொண்டு வருவது போல் பல தண்ணீர் வண்டிகளில் அண்டாக்கள் நிறைய கள் கொண்டு வந்து இறக்கப்படும். அந்தக் கள்ளில் பதினெட்டாம்படிக் கருப்பண்ண சாமியின் பிரசாதங்களுடன் கடும் விஷமும் வைக்கப்படும். ஆவலோடு வந்து கள்வண்டிகளைச் சூழ்ந்து கொள்ளும் சோழிய வீரர்கள் எல்லாம் ஒருபுறம் மாண்டு விழுவார்கள். அந்தக் கெட்ட பழக்கம் இல்லாதவர் களெல்லாம் தின்பண்டங்களில் கலக்கப்படும் விஷத்தால் இறந்து விழுவார்கள். பிலாத்துவாரத்தின்மேல் மதிற் சுவர் மீது அபாய அறிவிப்பு மணி அடிப்பதற்காக நிறுத்தி வைக்கப்பட்டிருக்கும் சோழிய வீரனை காத்தவராயனின் ஆட்களில் ஒருவன் ஈட்டி எறிந்து கொன்று விடுவான்! இன்னொருபுறம் விடுதிக்குள் பண்டக வியாபாரிகள் போலவும் எடுபிடி ஆட்கள் போலவும் அலையும் ஆட்கள், பிலாத்துவாரக் காவற்காரர்கள் இருபதுபேர்கள் மீது பாய்ந்து வதைப்பார்கள்.

சுரங்கத்தின் வழியாகச் சாமான் கிடங்கிற்குள் வந்து தயாராக மறைந்திருக்கும் காத்தவராயனின் வேறு பல ஆட்கள் புற்றீசல்கள் போல்க் கிளம்பிப் பிலாத் துவாரத்தின் வழியாகக் கோட்டைக்குள் பாய்வார்கள். உள்ளே பிள்ளையார் கோயில்முன் தேவிக்குப் பாதுகாவலர்களாக வந்தவர்களையெல்லாம் தாக்கு வார்கள். அந்தக் குழப்பத்தில் தேவி, குமாரன் வீரகேரளனைத் தூக்கிக்கொண்டு பிலாத் துவாரத்தின் வழியாக வெளியே விரைந்து வரவேண்டும். காத்தவராயன் அவளை நரக விடுதிக்குள் அழைத்துச் சென்று சாமான்கிடங்கின் சுரங்கத்திற்குள் அவளை இறக்கிவிட்டுச் சுரங்கத் துவாரத்தின்மேலே பிள்ளையார் பீடத்தை நகர்த்தி மறைத்துவிட்டுச் சாமான் கிடங்கை வெளிப்புறம் பூட்டிக்கொண்டு விடுதியைவிட்டு வெளியே ஓடி மாயமாய் மறைந்து விடுவான்; அல்லது புதிதாக வந்து விழும் சோழிய வீரர்களின் ஈட்டி முனைகளில் சிக்கி மாய்ந்து போவான்! அவனைப் பற்றித் தேவி கவலைப்படாமல் சுரங்கத்திற்குள் குமார னோடு விரைந்து நடக்க வேண்டும் சுரங்கத்திற்குள் கையில் கிளி விளக்குடன் தயாராக நிற்கும் சுந்தர ஜோசியர் அவளைச் சுரங்கத்தின் வழியாகக் காத்தவராயனின் வீட்டிற்கு வழி நடத்திச் செல்வார்.

அங்கு ஊர்மிளா ஒரு மூடு வண்டியுடன் தயாராய்க் காத்திருப்பாள். அங்கிருந்து சுந்தர ஜோசியரையும் தேவியையும் குமாரச் சக்கரவர்த்தியையும் இடம் மாற்றிச் சென்று வீரபாண்டியன் கட்சியினர் தயாராய் குழுமியிருக்கும் இரகசியமாளிகைக்கு அழைத்துச் செல்வாள், அங்கு சுந்தர ஜோசியர் வீரபாண்டியராகச் சுயரூபம் பெற்றுப் போர்க்கோலம் பூணுவார். ஊர்மிளாவோ, மதுரைத் தலைநகரின் எல்லை மதிற்சுவர்களுக்கு வெளிப்புறம் தயாராய் மறைந்திருக்கும் சேர மகாராஜனின் ஆட்களுக்குத் தீப்பந்தங்களின் சங்கேதக் குறிகளின் மூலம் செய்தி அறிவிப்பாள். மகள் சிறை மீட்கப்பட்டப் புது உற்சாகத்துடன் சேரகுல மன்னன் உடனே இலங்கை அனுப்பிய புதுவித யுத்தக் கருவிகளுடன் மதுரைக் கோட்டையை முழு மூச்சாக முற்றுகையிடுவான். மதுரைக் கோட்டைக்குள்ளேயோ வீரபாண்டியன் கட்சியினர் புரட்சிக் கோஷம் எழுப்புவார்கள்; தேவியைச் சிறை வைத்ததால் ஆத்திரப்படும் ஜனசக்தி பிரும்மாண்டமாய்ப் பொங்கி எழும். அவ்வளவு தூரம் சோழியர்களின் அக்கிரமத்தை விக்கிரம பாண்டியன் ஆட்சி அனுமதித்து வந்ததால் அருவருப்பு அடைந்துள்ள விக்கிரமபாண்டியன் கட்சியினரும் போர் வீரர்களும் வீரபாண்டியனோடு சேர்ந்துகொண்டு பழிவாங்கத் துடித்தெழு வார்கள். கண்ணில் தட்டுப்படும் சோழிய அதிகாரிகளையும் சோழியர் நிலப்படை வீரர்களையும் வெட்டித் தள்ளுவார்கள். தேவியையும் தலைநகரையும் ஒருங்கே வீரபாண்டியன் மீட்ட அவசரச் செய்தியைக் குலோத்துங்க சோழச் சக்கரவர்த்திகளிடம் ஓடிப்போய்ச் சொல்வதற்குக்கூட ஒரு சோழிய வீரனும் எஞ்சாதபடி, சோழியர் நிலப்படை முழுதும் சின்னாபின்னமுற்று மதுரைக் கோட்டைக்குள்ளேயே புதையுண்டுபோகும். அதன் பிறகும் தேவியின் கற்புத் தீ அணையாமல் சோழ நாட்டின் தலைநகரான ஆயிரத்தாளிவரை பாய்ந்து அங்குள்ள குலோத்துங்கன் அரண்மனையையும் அனலாக்கி அகிலம் முழுதும் சோழரின் புலிக் கொடிகளையெல்லாம் சுட்டெரிக்கும். அப்போது, களியாட்ட விடுதியிலிருந்து காத்தவராயன் உயிரோடு தப்பி வந்து சேர்வானேயாகில், சோழியர்களின் தலைநகரை நோக்கி வீரபாண்டியன் தொடுக்கும் மாபெரும் படையெடுப்பிற்குக் காத்தவராயனே தலைமை வகித்துச் செல்வான். இரு பேரரசுகளுக்கும் வீரபாண்டியன் திருமுடி சூடும் கண்கொள்ளாக் காட்சியைக் காணும் ஆனந்தத்தாலே உயிர் துறப்பான்.....!

காத்தவராயனின் மேற்கூறிய திட்டம் வெற்றிக்குரிய வழிதான் என்பதில் சந்தேகமில்லை. தேவியின் சிறைமீட்சிப் படலத்தில் அசோகவனக் கோட்டையின் காவலரை நேர்முகமாகத் தாக்காமல் விஷமிடுவது போன்ற மறைமுகமான படுகொலைகள் வீர பாண்டி யனுக்குப் பிடிக்கவில்லையென்றாலும், "குயுக்தியான சோழியர்களைக் குயுக்தியான முறையில்தான் கொல்லவேண்டும்,

என்றும் மாபெரும் ஓர் இலட்சியத்தின் வெற்றியை வெறும் பெருந்தன்மையால் கைநழுவவிடக்கூடாது என்றும் காத்தவராயன் பிடிவாதம் செய்யவே, சுந்தர ஜோசியரும் அவனுடைய திட்டங்களுக்கு ஓரளவு சம்மதித்துவிட்டார். ஆனால் காத்தவராயனின் திட்டங்களெல்லாம் ஆகாயத்தை நோக்கிப் பறக்கும் பட்டங்களைப்போல ஒரு நூலிழையிலே இருந்தன. சிறையிலுள்ள தேவி சோழிய அதிகாரிகளின் அநுமதி பெற்றுப் பிள்ளையார் கோயிலின் முன் குறித்த நாளில், குறித்த நேரத்தில் வரவில்லையென்றால் காத்தவராயனின் திட்டமெல்லாம் வெறுங்கனவாகக் காற்றோடு பறந்துவிடும். சிறையிலுள்ள தேவிக்கு இந்தத் திட்டத்தைப் பற்றிய தகவலை எப்படி இரகசியமாக எட்டச் செய்வது?'' ....

அதிகாலையில் தேவியின் சிறைக்குப் பாலும் பழமும் அசோகவனக் கோட்டைக்கு எடுத்துச் செல்ல சோழிய வேலைக்காரி ஒருத்தி அமர்த்தப்பட்டிருந்தாள். அவளுடைய தாய் வழித் தாத்தா ஒரு கம்பராமாயணப் பிரசங்கி, ஒருநாள் அந்த வேலைக்காரி பொன்னியைக் காத்தவராயன் வழிமறித்துக் கடத்திச் சென்றான். அசோகவனக் கோட்டைக்குள் நுழையவும், வெளியே வரவும் அவளிடமிருந்த இரண்டு அநுமதி ஓலைகளையும் பறித்து ஊர்மிளாவின் தாயான கிழவி கோசலையிடம் அவற்றைக் கொடுத்து வேலைக்காரியின் தாயாரைப்போல தேவியிடம் பழத்தட்டை எடுத்துப் போகச் சொன்னான். அந்த வேலைக்காரி பொன்னி வாழையடி வாழையாகச் சோழியர்களுக்கு நம்பகமான குடும்பத்தைச் சேர்ந்தவளென்றும் அவளுக்கு ஒரு கிழத் தாயாரும் கம்பராமாயணப் பிரசங்கியான ஒரு தாத்தாவும் இருக்கிறார்க ளென்றும் சிறைக்காவல் புத்தகத்தில் பதிந்திருப்பதால் ''மகள் காய்ச்சலில் படுத்திருப்பதால் தேவிக்குப் பழத்தட்டு எடுத்து வருகிறேன்'' என்று கோசலையம்மாள் சொல்வதை எளிதில் சிறைக் காவலர் நம்பி உள்ளே ஊர்மிளாவின் தாயாரை அழைத்துச் செல்வார்கள் என்றும் சொன்னான். பிறகு அவள் தேவிக்குக் கொண்டு போகும் பழத்தட்டில் பழக்குவியலுக்கு அடியில் பின்வருமாறு குறிப்புகளுள்ள ஓர் ஓலை நறுக்கை வைத்தான்.

''கம்பராமாயணம் – கருத்துரை – சீதையைச் சிறைமீட்கும் படலம் – பிலாத்துவாரம் – சூரிய தேவரிடம் விண்ணப்பமும் விநாயகர் துதியும் – தேவை, சுபதினமான நல்ல நாள் நட்சத்திரம் நாழிகை – உடனே மலர்மகள் மணாளன் துணை – ராம லக்ஷ்மணர்கள் வானர சேனையுடன் அசுரவதை – மருண்டோடும் மாயமான் – துவாரபாலகர் முக்தியடைந்த கதை சேர்ந்தாள் தலைவன் தாளே நாதன் தாள் வாழ்க, நமச்சிவாயம் வாழ்க – மாயா ஜனகன் வருகை – எரியூட்டுப் படலம் – திருமுடி சூட்டுப்படலம்.''

மேற்கூறியவை அடங்கிய ஓலை நறுக்கை வேறு யாராவது பார்க்க நேர்ந்தால், வேலைக்காரியின் தாத்தாவான கம்பராமாயணப் பிரசங்கியிடமிருந்து கை தவறிப் பழத்தட்டோடு வந்த பிரசங்கக் குறிப்புகளின் ஓலைகளில் ஒன்று போலவே தோன்றும். ஆனால் ஊர்மிளாவின் தாயாரைக் கண்ணுறும் தேவி, அந்த ஓலைக் குறிப்புகளின் உள்ளர்த்தத்தைப் பின்வருமாறு புரிந்து கொள்ள முயற்சிப்பாள்:

''அசோக வனக் கோட்டையின் வலது மதிற்சுவர் புறமுள்ள பிலாத்துவாரம் மூலம் தேவியைச் சிறை மீட்கும் படலம் நடைபெற வேண்டும். அதற்குத் தேவி சூரியகுலத்தவரான சோழிய அதிகாரிகளிடம் அநுமதி பெற்றுப் பிலாத்துவாரத்தின் அருகிலுள்ள பிள்ளையார் கோயிலைக் கும்பிட வரவேண்டும் – அவள் குறிப்புக்காட்டும் நல்லதொரு நாளில், நட்சத்திரம் தோன்றும் அந்தி நேரத்தில், குறித்த நேரத்தில், குறித்த நாழிகையில் அவளுடைய கணவர் அவளைக் காப்பாற்ற வருவார். ராமலக்ஷ்மணர்களைப்போல வீரபாண்டியனும் காத்தவராயனும் மறைமுகமான படையுடன் வந்து கோட்டையின் உள்ளும் புறமும் யுத்தம் புரிவார்கள். துவார பாலகர்கள்போல பிலாத்துவாரத்தைப் பாதுகாக்கும் சோழிய வீரர்கள் கொல்லப்படுவார்கள். அந்தக் குழப்பத்தில் தேவி மருண்டோடும் மானைப்போல தன் குமாரனோடு பிலாத்துவாரத்தின் வழியாக வெளியேற வேண்டும். பிறகு கணவர் அவளை வழி நடத்திச் செல்வார் – பிறகு புரட்சிக் கொடி – மாயா ஜனகனைப்போல சேர மன்னன் மதுரையை முற்றுகையிடுதல் மதுரைக்குள் புரட்சித் தீ–முடிவில் வீரபாண்டியருக்குத் திருமுடி சூட்டும் படலம்.

இவ்வளவு தெளிவாக ஓலைக்குறிப்புகளின் உள் அர்த்தங்களைத் தேவி புரிந்துகொள்ளாவிட்டாலும், கம்பராமாயணப் பரிச்சயமுள்ள கிழவி கோசலையிடமிருந்து பல சமயங்களில் பேசும் மறைமுகமான கம்பராமாயண பரிபாஷை சம்பாஷணைகளின் மூலம் சிறைமீட்சித் திட்டம் முழுவதையும் தேவி கிரகித்துக்கொண்டு விடுவாள். பிள்ளையார் கோவில் முன் செல்வதை வழக்கப்படுத்திக் கொண்ட பிறகு, எந்த நாள் அந்தி வேளையில் எத்தனையாவது நாழிகையில், சிறைமீட்கும் முயற்சியை நடத்தலாம் என்று கிழவி மூலமாகவே பதிலனுப்புவாள். சாமர்த்தியக்காரியான கிழவி கோசலையும் சந்தர்ப்பத்திற்கு ஏற்றவாறு நிலைமைகளைச் சமாளித்து, குறிப்பு ஓலையையோ, ஓலையிலுள்ள குறிப்புகளைப் பற்றிய தகவலையோ தேவிக்கு எட்டச்செய்து விடுவாள்; என்றாவது ஒருநாள் தேவியிடமிருந்து சாதகமான பதிலையும் கொண்டு வருவாள்....

ஆனால் காத்தவராயன் எதிர்பார்த்தபடி எதுவும் நடைபெறவில்லை. கள்ளின் வேகம் போலவே அவனுடைய திட்டம்

வெறும் கற்பனையாகக் கரைந்துவிட்டது. யாரும் சந்தேகப்படாதபடி கிழவி கோசலை கோட்டைக்குள் அநுமதிக்கப்பட்டாலும் அவள் தேவியின் சிறைக்கூடத்தை நெருங்குவதற்குள் அஞ்சுகோட்டை நாடாள்வான் அவள்மீது பாய்ந்து, வழிமறைத்துக் கொண்டான். அவள் கையிலுள்ள பழத்தட்டைப் பரிசோதித்து, அதிலுள்ள ஓலைக் குறிப்பைக் கைப்பற்றினான். அவன் முன்பு வீரபாண்டியனுக்குத் துரோகம் புரிந்து பலராலும் பழிக்கப்பட்டவனாகையால், நிரபராதியையும் கூடத் துரோகியெனக் குற்றம்சாட்டிச் சித்திரவதை செய்வதில் அலாதியான திருப்தி அடையக்கூடியவன். விசாரணை அதிகாரிகள் கிழவியின் ஓலைக் குறிப்புகள் முழுவதையும் படித்தால், கம்பராமாயணப் பிரசங்கக் குறிப்போலைதான் என்று தீர்மானித்து, கிழவியை நிரபராதி என விட்டு விடுவார்களோ என்று அவன் எண்ணினான்; அதனால், சீதையை சிறை மீட்கும் படலம் – பிலாத்துவாரம் என்ற இரு வரிகளைத் தவிர, மீதியுள்ள குறிப்புகளையெல்லாம் ஓலை நறுக்கிலிருந்து வெட்டி எறிந்துவிட்டான். வீரசேகரன் விசாரித்தபோதும் அவளைக் கிழவி என்று சொல்லாமல், பெண் என்றே அவசரத்தில் குறிப்பிட்டான். விசாரணை அதிகாரிகள் கோசலை அம்மாளை, சாகப் போகிற கிழவிதானேயென்று அஞ்சு கோட்டையானின் பிடிவாதமான ரத்தப் பசிக்குப் பலிகொடுத்துவிட்டார்கள்.

அஞ்சு கோட்டையானின் இச்சைப்படியே, கிழவி கோசலை யானைக் காலால் தலை நசுக்கப்பட்டு ஊரின் நடுவீதியில், அங்கம் அங்கமாக வெட்டப்பட்டு பிணத்துண்டுகளாகத் தொங்க விடப்பட்டாள்!

கோட்டையிலிருந்து கிழவியின் வெற்றிகரமான வருகையை ஆவலுடன் எதிர்நோக்கி வெளியே காத்திருந்த காத்தவராயன், ஊரின் நடுவீதியில் அவளுடைய பிரேதத்துண்டுகளைத்தான் கண்டான். நடுவீதியில் நாய், கழுகுகள் தின்னும் வரை அழுகிக் கிடக்க வேண்டிய குற்றவாளியின் பிரேதத்தை அப்புறப்படுத் துவதோ, சம்பிரதாயமாகப் பிரேதச் சடங்கு நடத்துவதோ, அரசாங்கத்திற்குச் சந்தேகத்தை மூட்டி மரண தண்டனை அளிக்கச் செய்யுமாதலால், காத்தவராயன் இருட்டும் வரை காத்திருந்து கிழவியின் பிரேதத் துண்டுகளை இரகசியமாகச் சேகரித்து வரச் செய்து சுடுகாட்டில் கொண்டுபோய்ப் போட்டான். எந்த வீரபாண்டியச் சக்கரவர்த்திகளுக்காக அக்கிழவி தன் தள்ளாத வயதிலும் தன் உயிரைத் தியாகம் செய்தாளோ, அந்தச் சக்கரவர்த்திகளின் கையாலேயே, அவளுக்குக் கொள்ளி வைக்கும் சவமரியாதை செலுத்த வேண்டுமென நினைத்தான். அந்தத் தியாகியின் நசுங்கிய முகத்தை வீரபாண்டியன் கடைசி முறையாகத் தரிசிக்கவேண்டு மென்பதற்காகவே உடனே சுந்தர

ஜோசியரை அழைத்துச் செல்ல, நேரே சுடுகாட்டிலிருந்து தன் வீட்டிற்கு வந்தான். ஊர்மிளா தன் தாயின் அலங்கோலமான பிரேதத் துண்டுகளைக் கண்டால் பித்துப்பிடித்தவள்போல் பலவாறாக அழுது புலம்பிப் பலரும் சந்தேகப்படும்படியாக எல்லோரும் அகப்பட்டுக் கொள்ளும் பேரபாயத்தை உண்டாக்கி விடுவாள் என்று கருதியே ஊர்மிளாவிற்குத் தெரியவேண்டா மென்று சுந்தர ஜோசியரின் காதிற்குள் இரகசியமாகச் சொல்லி ஊர்மிளாவிற்கு வீரசேகரனை வீட்டில் காவல் வைத்துவிட்டு, ஜோஸியரை மட்டும் சுடுகாட்டிற்குக் கூட்டிப்போனான், அங்கு இருவரும் சிதை தயாரித்து, கிழவியின் பிரேதத் துண்டுகளை ஒழுங்காக அடுக்கி அதன்மீது விறகுகளையும் விராட்டிகளையும் அடுக்கி மூடினார்கள். பிறகு கொள்ளி வைப்பதற்குமுன் ஊர்மிளாவைச் சுடுகாட்டிற்கு அழைத்துப் போகக் காத்தவராயன் சாம இருட்டில் வீட்டிற்கு வந்தான். அப்போது வீரசேகரன் மனதைப் புண்படுத்தி வீட்டைவிட்டு ஊர்மிளா விரட்டிவிட்டு, அவனை நினைத்துக் கண்ணீர் பாவையாக பஞ்சணையில் சோர்ந்து கிடந்த நேரமது. காத்தவராயன் அவளிடம் வந்து தாய் இறந்துபோன தகவலைப் படிப்படியாகக் கூறி, தாய்க்காக அவளை வீட்டிலேயே அழுது தீர்த்து உணர்ச்சி அடங்கும்வரை அவளுக்கு அவகாசம் கொடுத்து, விடியற்சாம நேரத்தில் அவளைச் சுடுகாட்டிற்கு அழைத்துச் சென்றான்.

அத்தியாயம் 35

வேள்வித் தீ

காதலால் கண்டவர் பிறவி காண்குறார்
வேள்வி முற்றுவேற்கு
ஈது அலாது இல்லை வேறு இருக்கற்
பாலதே

– கம்ப ராமாயணம்

மனித உள்ளம் அனைத்திற்கும் பொதுவான நிம்மதிப் படுக்கையாய், மதுரை நகரின் எல்லைப் புறத்திலுள்ள சுடுகாடு சூன்யமாகக் காட்சியளித்தது.

நாய் நரிகளின் ஊளைகளுக்கு மத்தியில் சில பிணங்கள் எரிந்தும் எரியாமலும் தென்படும் சுடலையின் சாம்பல் படலத்தில் விடியற்சாம இருளின் பனிப்படுதாவில், கிழவி கோசலையின் சிதைமுன், மூன்று மனித உருவங்களின் நிழல்கள் தென்பட்டன.

கிழவியின் சிதையை நோக்கியவாறு சுந்தர ஜோசியர் (வீரபாண்டியர்) தாரை தாரையாய்க் கண்ணீர் வடித்தவண்ணம் நின்று கொண்டிருந்தார். காத்தவராயன் கண்டித்திராவிட்டால் உலகில் மறுகோடிவரை அதிரும் வண்ணம் கதறி அழுதிருப்பார். ஊர்மிளாவோ அழுது அழுது கண்ணீர் வற்றி இனி அழுவதற்குக்கூட சக்தியற்றவளாய் உயிரற்ற காவியம் போலவும், புகையுண்ட ஓவியம் போலவும் நின்று கொண்டிருந்தாள். காத்தவராயன் ஒருவன்தான் உணர்ச்சிகளை அடக்கி நிதானத்துடன் அங்கு காணப்பட்டான்.

''அதோ எந்த வீரபாண்டியச் சக்கரவர்த்திகளின் வாழ்விற்காகக் கோசலை தன் வாழ்வு முழுதும் பாடுபட்டாளோ, எவருடைய தேவியைச் சிறைமீட்கும் முயற்சியில் தன் கடைசி மூச்சையும் விட்டாளோ, அதற்கெல்லாம் பிரதி உபகாரத்தை அதே சக்கரவர்த்திகளின் கையிலிருந்து இப்போது பெறப்போகிறாள். புனிதமான பாண்டிய வம்சப் பார்த்திபனே அந்த அநாதையின் சொந்தக் குமாரனைப் போல அவளுக்குக் கொள்ளி வைக்கப் போகிறார். இதைவிடச் சக்கரவர்த்திகளிடம் அவள் எதிர்பார்க்கக் கூடியது எதுவும் இல்லை!'' என்று காத்தவராயன் கணீரென்ற குரலில் கூறியவாறு ஒரு தீப்பந்தத்தைக் கொளுத்தி சுந்தர ஜோசியரின் கையில் கொடுத்தான்.

அவர் சிதைக்குக் கொள்ளி வைத்ததும், ''ஐயோ!'' என்று அலறி சிதை மீதே விழுந்துவிட்டார். ''ஐயோ எவள் எனக்காக வாழ்ந்தாளோ, எவள் என் சொந்தத் தாய் போல் என்னைப் பாராட்டி வளர்த்தாளோ, அவள் சடலம் எரியும் இந்த சிதையிலே என் ஜீவனும் எரிந்துவிடட்டும்! என்னுடைய கனவெல்லாம் இவளோடு பொடி சாம்பலாகி விடட்டும்!'' என்று புலம்பினார்.

காத்தவராயன் அவரைக் கண்டித்துத் தூக்கி நிறுத்தியிராவிட்டால் அவரும் சிதையின் தீயோடு எரிந்து போயிருப்பார்.

''சக்கரவர்த்திகளே! இதென்ன? சிறையில் நெஞ்சு எரியும் தேவியை மறந்து விட்டீர்களா?'' என்றான் காத்தவராயன்.

''தேவி! அவளுக்காக நான் எத்தனை உன்னதமான உயிர்களைப் பலிகொடுப்பது? எனக்குத் தேவி வேண்டாம்!''

"உங்களுக்குப் பிரியநாயகி தேவைப்படாமல் இருக்கலாம். ஆனால் தேவியின் மானத்தை நாம் காப்பாற்றியே தீரவேண்டும்!"

"அவள், என் உயிருக்குயிரானவர்களின் இரத்தத்தை யெல்லாம் உறிஞ்சிக் குடிக்கும் தாகமடங்காத இரத்தப் பேய்! என்று குமுறினார் சுந்தர ஜோசியர்".

"வீரபாண்டியச் சக்கரவர்த்திகளே தம் மனைவியை கைவிட்டாலும், பெண்மையின் பெரு விளக்கை நான் அணையவிடமாட்டேன்! மலரினும் மிருதுவான அந்தத் தெய்வீகச் செல்வியை என்னால் சிறை மீட்க முடியாவிட்டால், இந்தப் பாண்டியநாடு முழுதும் சுடுகாடாகி சூன்யமாகியும், இரத்தத்தாகம் அடங்காத ஓர் இரத்தக் காளியாகவே அவளை ஆக்கிவிடுவேன். தேவியைத் தூஷிக்கும் ஒவ்வொரு சொல்லும் பாண்டிய வம்சத்திற்குத் தீராத சாபகேடாக வந்து விடியும் என்பதை உணருங்கள்!" என்று காத்தவராயன் உறுமினான்.

சுந்தர ஜோசியர் தலைக்குனிந்து கண்ணீர் வடித்தார்.

சிதையின் தீ "சடசட" வென்று பனிக்காற்றில் பொறிந்தது.

காத்தவராயன் அந்தச் சிதையைச் சுட்டிக்காட்டி "அவள் எந்த இலட்சியத்திற்காக உயிர் நீத்தாளோ, அந்த இலட்சியத்தை நாம் தொடர்ந்து நடத்துவோம்! தேவியைச் சிறை மீட்கும் முயற்சியில் நம்முடைய உயிர்களையும் சகலவிதமான உடைமை களையும் மட்டுமல்ல, நம் உயிர்களையும்விட உன்னதமாக மதிக்கக் கூடியவற்றையும் நாம் தியாகம் செய்து விடுவோம். இவ்வாறு நாம் மூவரும் இவளுடைய சிதைத்தீயையே வேள்விச் சாட்சியாக வைத்து, இவளுடைய சிதையைத் தொட்டு இப்போது பிரதிக்ஞை செய்து கொள்வோம்! இந்தப் பிரதிக்ஞைதான் இவளுடைய தியாகத்திற்கு நாம் அளிக்கும் ஆத்ம காணிக்கை!" என்று காத்தவராயன் சொல்லிவிட்டு சிதையைத் தொட்டுப் பிரதிக்ஞை செய்து, ஊர்மிளாவையும் அவ்வாறே பிரதிக்ஞை செய்ய வைத்தான்.

சுந்தர ஜோசியரும் அவ்வாறு பிரதிக்ஞை செய்ய முயலும்போது ஊர்மிளா பாய்ந்து சென்று, அவருடைய வாயைப் பொத்தினாள்.

"வேண்டாம்! வேண்டாம் நீங்கள் அவ்வாறு பிரதிக்ஞை செய்யாதீர்கள்! உங்களுடைய இலட்சியம் தேவி மட்டுமல்ல! தேவிக்குப் பிறகும் நீங்கள் குமாரச் சக்கரவர்த்திக்காகவும் பாண்டிய நாட்டின் எதிர்காலக் கனவுகளுக்காகவும் உயிர் வாழ வேண்டும்!" என்று வீறிட்டாள் ஊர்மிளா.

காத்தவராயன் அவளை நோக்கி அதட்டும்குரலில், ஊர்மிளா! சக்கரவர்த்திகள் பிரதிக்ஞை செய்வதை ஏன் தடுக்கிறாய்? தேவி போய்விட்டால், குமாரச் சக்கரவர்த்திக ளென்ன, பாண்டிய நாடே சூன்யமாகி விடட்டும்!'' என்று கண்டித்தான்.

ஊர்மிளா, ''ஓ'' வென்று அலறி சுந்தர ஜோசியரின் பாதங்களில் முகம் புதைத்து அவரது கால்களை இறுகப் பிடித்துக் கொண்டு விம்மலானாள்: ''இன்று, என் இருதயத்திற்கு இதமானவர்களையெல்லாம் இழந்து விட்டேன்! உங்களையும் இழந்துவிட்டால், இந்த உலகமே எனக்குச் சூன்யமாகிவிடும். அதற்குமேல் என் உயிரைப் பிடித்து வைத்துக் கொண்டிருக்கும் சக்தியும் என்னிடம் இராது!'' என்று கதறினாள்.

''ஊர்மிளா! நம் இருவரையும் அநாதைக் குழந்தைகளாக விட்டுவிட்டு உன் தாய் இறந்து போய்விட்டாள். உன் தாய்க்கு நான் பட்டிருக்கும் கடனுக்குப் பிரதியாக உன் அபிலாஷைப்படியே என் இலட்சியப்பாதையை அமைத்துக் கொள்வேன்!'' என்று சுந்தர ஜோசியர் தழதழக்கும் குரலில் கூறினார்.

''இதென்ன குழந்தைகள் மாதிரி! வீரபாண்டியச் சக்கரவர்த்திகளே! உங்களுடைய உணர்ச்சிக் குழைவினாலேயே வீர மறவர்கள் செறிந்த பாண்டிய நாட்டின் இலட்சிய யாத்திரை முறிந்து போயிற்று! இப்போது ஊர்மிளா தன் அன்பினால் இன்னும் உங்களைக் கோழையாக்கிவிட்டால், உங்களை நம்பி சிறையில் வாடி கிடக்கும் தேவி என்ன கதி ஆவாள்? துக்கத்தால் தேவி உயிர் விட்டால் எனில் ஏழு உலகங்களையும் சுட்டாலும் என் நெஞ்சின் வேள்வி தீராது!'' என்று காத்தவராயன் சீறினான்.

அப்போது சுடுகாட்டின் விடியற்சாம இருளை ஊடுருவிய வண்ணம், ஒரு ஞானப்பாடல் பனிக்காற்றில் கிழிந்து வந்தது.

"விடிவதுமே வெண்நீற்றை மெய்யில்பூசி
வெளுத்தமைந்த கீளோடு கோவணமும் தற்றுச்
செடியுடைய வய்வினைநோய் தீர்ப்பாய் என்றும்
'செல்கதிக்கு வழிகாட்டும் சிவனே!' என்றும்
'துடியனைய இடைமடவாள் பங்கா! 'என்றும்
'சுடலைதனில் நடமாடும் சோதீ!' என்றும்
கடிமலர் தூவித் தொழும் அடியார் நெஞ்சின் உள்ளே
கன்றாப்பூர் நடு தறியைக் காணலாமே."

மேற்கூறிய தேவாரப்பாடலை கணீரென்ற குரலில் பாடிய வண்ணம், பாம்பாட்டிச் சித்தரொருவர், சுடலையிலுள்ள ஒவ்வொரு பிணத்தின் சாம்பலையும் அள்ளித் தம் உடலெங்கும் பூசியவண்ணம்

அலைந்து திரிந்து வந்தார். இடையில் ஒரு கோவணத்தைத் தவிர அந்த ஆண்டியின் உடம்பில் ஒருவிதத் துணியும் இல்லை. உடலெங்கும் பிணத்தின் விபூதியால் வெள்ளை வெளேரென்று இருந்தது. முதுமையால் அவர் உடல் தளர்ந்து மெலிந்திருந்தாலும், பாம்புச் சாட்டைகள் போல் சடைசடையாய் அழுக்கப்பிய அவருடைய தலைமயிர் அவருடைய இடுப்புவரை தொங்கிக் கொண்டிருந்தாலும், முகத்தில் பாம்புப் புற்றுகள் போல் திரிதிரியாய் தாடி மீசை வளர்ந்திருந்தாலும், அவரது சூன்யமான விழிகளில் அகிலத்தையும் ஊடுருவக் கூடிய ஓர் வைடூரிய ஒளி வீசியது! அவர் உலக உணர்வே இல்லாத பித்தரைப்போல் தென்பட்டார். அவர் எரியும் ஒவ்வொரு பிணத்தையும் தம் கைப்பிரம்பால் தட்டிப் பார்த்து பிணத்தின் சாம்பலை அள்ளித் தம் உடலில் பூசிக் கொண்டு வந்தவர், கிழவியின் சிதை முன் வந்து அவளுடைய சடலத்தையும் தட்டிப் பார்த்துவிட்டு, விபூதிக்காகப் பிணம் எரிந்து சாம்பலாகும் வரை காத்திருக்க விரும்பியவர்போல், கிழவியின் தலைமாட்டில் உட்கார்ந்தார்! அவருடைய பார்வை அங்கிருந்த உயிருள்ள மனிதர்களின்மீது விழவில்லை, அவருடைய ஒளி விழிகள், கழுகுக் கண்களைப் போல் பிணங்களைச் சுற்றியே வட்டமிட்டுக் கொண்டிருந்தன!

''சுடலையப்பா! இன்று சுத்தமான திருநீறு எனக்கு எவ்வளவு தந்தாய்? இன்னும் இந்தச் சுடலையில் எத்தனையோ வேள்வித் தீயில் புடமிட்ட திருநீறு தரப்போகிறாய்! என்று என் உடலையே உனக்கு வேள்வி யாக்குவேன்? என்று நான் நீயாவேன், நீ நானாவாய்?'' என்று அந்தப் பாம்பாட்டிச் சித்தர் ஞானப் பிதற்றல்களைத் தம் உதடுகளுக்குள் முணுமுணுத்தபடியே குந்தியிருந்தார். அவரைக் கண்டு காத்தவராயன் முதலான மூவரும் திக்பிரமை அடைந்து நின்றார்கள்.

அப்போது பதினாறு வயதுள்ள ஒரு பெண் ''குறுகுறு''வென்று விழிகளுடன் அவர் பின்னால் ஓடிவந்து அவரைப் பிடித்து இழுத்தாள். அவளுக்குக் கள்ளங் கபடு தெரியாத அழகான முகம் இருந்தது. உலகம் தெரியாத சிறுமிபோல் வெகுளிப் பெண் அவள்.

அவள் பாம்பாட்டிச் சித்தரை நோக்கி, ''மெத்தையில் படுத்திருந்தவர் கொஞ்சம் நான் கண்ணயர்ந்ததும் சுடுகாட்டிற்கு எழுந்து வந்துவிட்டீர்களே! உங்களைக் கட்டிக் காப்பதே எனக்குக் கஷ்டமாக இருக்கிறது!'' என்றாள்.

''அடி மகளே! நீயும் சுடலைநாதன் சன்னிதிக்கு வந்துவிட்டாயா?'' என்று பாம்பாட்டிச் சித்தர் அவளுடைய முகத்தைத் திரும்பிப் பார்க்காமல், அவளுடைய் குரலைக் கேட்டுச் சிரித்தார்.

காத்தவராயன் அந்தப் பெண்ணை நோக்கி ஓடி, "அகல்யா! நீ ஏன் இங்கே வந்தாய்? சோழிய ஒற்றர்களின் கண்ணில் பட்டால் நம் கட்சியின் கதி என்னாகும்?" என்று அதட்டினான்.

"அகல்யாவா?" என்று ஊர்மிளா ஆச்சரியத்துடன் கூவி ஓடிச்சென்று அவளைக் கட்டிக்கொண்டு, "அகல்யா! என் அம்மா இறந்துவிட்டாள்!" என்று அழுதாள்:

"எனக்கெல்லாம் தெரியும்! நான்தான் உன் அம்மாவின் பிணத்தை நடு வீதியிலிருந்து ரகசியமாக நகர்த்திக்கொண்டு வந்து காத்தவராயரிடம் கொடுத்தேன்!" என்றாள் அகல்யா.

"ஐயோ, அம்மா!... அகல்யா என் கதியைப் பார்த்தாயா?" என்று ஊர்மிளா அலறினாள்.

"அழாதே ஊர்மிளா! இதோ பார், இந்தப் பாம்பாட்டிச் சித்தர் என் புருஷர்! இவரைச் சுடுகாட்டிற்கு ஓடி வராமல் பாதுகாப்பதே எனக்கும் பெரிய வேலையாக இருக்கிறது! என்னை விடவா உனக்குக் கவலை? சந்தோஷமாக உன் கடமையைச் செய்து கொண்டு போ!" என்று அகல்யா தன் புடவைத் தலைப்பால் ஊர்மிளாவின் கண்ணீரைத் துடைத்தாள்.

"சீ! சீ என்ன மனித வாழ்க்கை! கடைசியில் நாமெல்லோரும் இங்குதான் வந்துசேர வேண்டும்!" என்று சுந்தர ஜோசியர் கூறிவிட்டு சிதையருகில் பிடி சாம்பலுக்காகக் குந்தியிருக்கும் பாம்பாட்டிச் சித்தரைப் பார்த்தார். அந்தச் சித்தர் மீது பச்சாதாபம் ஏற்படுவதற்குப் பதில் பொறாமைதான் சுந்தர ஜோசியருக்கு ஏற்பட்டது. பந்தபாச உணர்ச்சிகளை நெஞ்சிற்குள் எரித்துவிட்ட மனிதர், எப்படிக் கவலையற்று ஆனந்த புருஷராக விளங்குகிறார் என்றுதான் நினைத்தார்.

தூரத்தில் அடிவானம் மெல்ல வெளிறி உலகத்தின் அரவம் கிளம்பும் அறிகுறிகள் தோன்றின.

அத்தியாயம் 36

திரிசடை

“இருந்தனள் திரிசடை என்னும் இன்சொலில்
திருந்தினாள்”

— கம்ப ராமாயணம்

மனமொடிந்து வீரசேகரன் ஊர்மிளாவின் வீட்டிலிருந்து வந்ததும் விடியற்சாமக் குளிரையும் பொருட்படுத்தாமல் பொற்றாமரைக் குளத்தில் குளித்து விட்டுத் தன் வீட்டிற்கு வந்தான்.

அவனை எதிர்நோக்கி மை தீட்டிய கருவிழிகளுடன் விழித்திருந்த சிவகாமி, ‘‘எந்தப் பரத்தை வீட்டிலிருந்து குளித்துவிட்டு வருகிறாய்? நாளை இரவும் இதே போல் செய்தால் உன்னை வெளியே விடாமல் வீட்டிற்குள் வைத்தே பூட்டிவிடுவேன்!’’ என்று கண்டித்தாள்.

‘‘நீயும் என் நெஞ்சில் ஏன் நெருப்பை வைக்கிறாய்?’’ என்று சலசலப்புடன் கூறிய வீரசேகரன் அதிகாலையில் ஜனநாதன் மாளிகைக்கு வந்து, அவனுடன் நேரே அசோகவனக் கோட்டைக்குச் சென்று அங்கு தன்னுடைய பகல் நேர வேலையை இரவு நேர வேலையாக மாற்றிக்கொண்டான்.

ஊர்மிளா அவனைப் புறக்கணித்துவிட்ட பிறகு அவனுக்கு உலகமே சூனியமாகவும் மந்தமாகவும் தோன்றியது. அவன் வரை ஆனந்தமான இறந்தகாலம் உற்சாகமற்ற நிகழ்காலமாக மாறித் துயரமான எதிர்காலமாக உருவாகிவிட்டது. அவன் உணர்ச்சியற்ற யந்திரம்போலவே தன் காரியங்களைச் செய்து வந்தான். இரவு முழுவதும் அசோகவனக் கோட்டையினுள் அரசியல் அலுவல்களைக் கவனிப்பது, வேலைக்காரப் படையினருக்கு நிர்வாக உத்தரவுகள் கொடுப்பது முதலான வியவகாரங்களில் தன் பெரும் பொழுதைக் கழிப்பான். பிறகு பகல் நேரமெல்லாம் உறங்குவான். அல்லது படுக்கையில் புரண்ட வண்ணமிருப்பான் சில சமயங்களில் ஊர்மிளாவின் நினைப்பு வரும்போது குழந்தைபோல் அழுதுவிடுவான். ஊர்மிளா தன்னை உதறி விட்டுச் சுந்தர ஜோசியரை உள்ளூர விரும்புகிறாளோ என்ற எண்ணம்

ஏற்படும்பொழுது அவனையறியாமலேயே ஒருவித தாழ்வு மனப்பான்மை அவன் நெஞ்சில் புகுந்து கொள்ளும். ஜோஸியரின் பார்வையாலோ வாழ்க்கையாலோ நடத்தையாலோ அவ்வாறு சந்தேகம் ஏற்படும்படியாக எந்த விதத்திலும் தோன்றியிரா விட்டாலும், வீரசேகரனுக்கு அத்தகையதொரு விசித்திரமான மனோபாவனை ஏற்பட்டிருந்தது. அதற்குக் காரணம் ஜோஸியரின் கருநிறத் தாடி மீசைகளுக்கு நடுவே ஒளிரும் கவர்ச்சிகரமான விழிகளே!

இளமையின் குறுகுறுப்பான பருவத்தில் உப்புச்சப்பற்ற வாழ்க்கையைக் கண்டு வீரசேகரனுக்குப் பித்துப் பிடித்துவிடும் போலிருந்தது. ஜனநாதனின் பரிகாச சிரிப்பும் சகவாசமும் இல்லா திருந்தால், ஜனநாதன் அடிக்கடி வந்து அவனை வேடிக்கைக் காட்சிகளுக்கு அழைத்துப் போயிராவிட்டால் வீரசேகரனுக்கு நிச்சயம் பைத்தியமே பிடித்திருக்கும்!

''என்ன வீரசேகரா! உன் முகம் ஒரு மாதிரியிருக்கிறது? கடைசியில் உன் காதலி உன்னை ஏமாற்றிவிட்டாளா? விட்டுத் தள்ளு அவளை! உனக்காக ஒருத்தி எதையும் தியாகம் செய்ய வேண்டுமென்றால் அழகான புத்திசாலிப் பெண்ணை விட்டுவிட்டு அழகற்ற அசட்டுப் பெண்ணாகத் தேடிப் பிடித்துக் கொள்!'' என்று ஜனநாதன் அடிக்கடி அவனுக்கு உபதேசம் செய்வான்.

ஒருநாள் அந்தி இருட்டில் வீரசேகரன் நன்றாக வெந்நீரில் குளித்துவிட்டு தன் புது ஆடைகளில் அதிகாரச் சின்னங்களை அணிந்து கொண்டு, உடைவாளை உருவித் தென்றல் காற்றில் சுழற்றிய வண்ணம் அசோக வனக் கோட்டைக்கு வந்தான். அவனோடு ஜனநாதனும் வழக்கம்போல் விஷமச் சிரிப்புடன் கோட்டைக்குள் நுழைந்தான்.

வீரசேகரன் கோட்டையின் உட்புறக் கட்டிடங்களை யெல்லாம் பரிசோதித்து விட்டு, வேலைக்காரப் படையினரின் அலுவல்களைக் கவனிக்கும்முன், தேவியின் சிறைக்கூடத்தைப் பரிசோதிக்க வந்தான். அவன் பின்னால் தீப்பந்த வெளிச்சம் காட்டியவாறு ஒரு முரட்டு வீரனும், விஷமப் புன்முறுவலுடன் ஜனநாதனும் வந்தார்கள்.

தேவியின் சிறைக்கூடக் கதவுக் கம்பிகளும் சாளரக் கம்பிகளும் அறுபடாமல் சரியாக இருக்கின்றனவா என்றும், சுவரின் கற்கள் எதுவும் இடம் பெயராமல் ஒழுங்காயிருக்கிறதா என்றும், கூடத்திலுள்ள மாடத் திரிவிளக்குகளெல்லாம் பொழுது விடியும் வரை அணைந்துவிடாமலிருக்கும்படித் தேவையான எண்ணெய்

விளக்குகளில் ஊற்றப்பட்டிருக்கிறதா என்றும் வீரசேகரனே நேரில் பரிசோதிக்கலானான்.

தேவி ஒரு பெருமூச்சுவிட்டாள்! ஒருபுறம் உறங்கும் குமாரன் வீரகேரளனருகில் சென்று, அவன் குடித்துவிட்டுக் குவளையில் மிச்சம் வைத்திருக்கும் பாலை எடுத்துக் குடித்தாள். அவளது மெல்லிய உதடுகள் என்னவோ ஒரு துடிப்பால் நடுங்கின.

''தேவி, உங்களுக்கு ஏதாவது தேவையா?'' என்று வீரசேகரன் கேட்டான்.

தேவி மறுபடியும் பெருமூச்சு விட்டாள்!

''வீரசேகரா! உன் சுந்தர ஜோசியர் வேறெதுவும் சொல்லவில்லையா? என் கைரேகையை நேரில் பார்க்காமல் என் எதிர்காலப் பலன் எதுவும் கணிக்க முடியாது என்று தீர்மானமாகக் கூறிவிட்டாரா?'' என்று தேவி கேட்டாள்!

''ஆமாம்!''

''மறுபடி நீ சுந்தர ஜோசியரை எப்போதாவது சந்திப்பாயா?''

''அநேகமாகச் சந்திக்க மாட்டேன். இனி ஊர்மிளாவின் வீடு இருக்கும் தெருப்பக்கமே போவதில்லையென முடிவு செய்திருக்கிறேன்!'' என்று வீரசேகரன் கூறிவிட்டு; தேவியின் நிழல்போல் நிற்கும் காவற்காரியான கிழவி கண்ணம்மாவைக் கூர்ந்து கவனித்தான். பெண் என்றால் எளிதில் நம்பிவிடக் கூடிய வீரசேகரன் தன்னை ஊர்மிளா சிரித்து ஏமாற்றிய திலிருந்து எந்தப் பெண்ணையும் சந்தேகக் கண்ணோடே பார்க்க ஆரம்பித்துவிட்டான். காவற்காரக் கிழவி வெளியே செல்லப் பரபரப்புடன் காணப்பட்டாள். தேவியின் அருகிலிருந்து கண்ணிமைபோல் பாதுகாக்கவும், தேவியின் தேவைகளைக் கவனிக்கவும் பகல் நேரத்திற்கு ஒரு காவற்காரியும், இரவு நேரத்திற்கு ஒரு காவற்காரியுமாகத் தேவியோடு சிறைக்கூடத்தில் வைத்துப் பூட்டப்படுவது வழக்கம்.

பகல் நேரக் காவலுக்குரிய கிழவி வெளியே போய், இரவு காவலுக்கு ஓர் இளம் பெண் புத்திளம் உதடுகளில் புதுப் புன்முறுவலுடன் வந்தாள். அவள் உதட்டில் வெற்றிலைக் காவியுடன் புகையிலையை வாய்க்குள் குதப்பிக்கொண்டு இரவுக் குளிருக்குப் பெரியதொரு சாக்குக் கோணிப்பையை தலையில் மாட்டி உடம்பில் போர்த்திக்கொண்டு வந்தாள்.

''வாம்மா, திரிசடை!'' என்று ஜனநாதன் அவளைப் பரிகாசமாய் வரவேற்றான்.

"என் பெயர் திரிசடை இல்லை! கருப்பாயி!" என்றாள் வெடுக்கென்று அவள்.

"மூன்று சடை போட்டுக் கூந்தலை அழகாக அள்ளிச் சொருகிக் கொண்டிருக்கிறாயே, அதனால் சொன்னேன்! ஆனால் கம்ப ராமாயணத் திரிசடை வெறுங்கனவு காண்பவள்! நீயோ காரியக்காரி!" என்று சிரித்தான் ஜனநாதன்.

கருப்பாயி புன்முறுவலுடன் தேவியின் சிறைக்கூடத்திற்குள் நுழைந்ததும் சாக்குப் போர்வையை ஒருபுறம் படுக்கை போல் விரித்தாள்.

ஜனநாதன் அவளை நோக்கி, "கருப்பாயி! என்ன வருகிறபோதே கனவு மயக்கத்துடன் வருகிறாய்? உன்னுடைய ஐந்து தங்கைமாருக்கும் கல்யாணம் செய்துவிட்டாயா? இனிமேல் உனக்கு நன்றாகத் தூக்கம் வரும்! இல்லையா?" என்று விஷமமாய் சிரித்தான்.

வீரசேகரன் அவளை நோக்கி, "கருப்பாயி! ஜாக்கிரதை, தேவியின் செய்கையையோ, தேவையையோ நீ சிறிதும் கண்ணிமைக்காமல் இங்கே கவனித்துக் கொண்டிருக்கவேண்டும்! நீ சிறிது கண்ணயர்ந்தால் போதும், உன் வியாதிக்காரக் கணவனுக்கு அரசாங்கம் கொடுத்து வரும் உபகாரச் சம்பளத்தை நிறுத்தி விடுவார்கள்! அப்புறம் கிழவன் வியாதிப் படுக்கையிலேயே சாக வேண்டியதுதான். உன் ஐந்து தங்கைமாருக்கும் ஆயுள் முழுக்கக் கலியாணம் ஆகாது!" என்று எச்சரித்தான்.

கருப்பாயியின் முகம் "குப்"பென்று வியர்த்தது. காற்றிற்காகத் தன் கையிலுள்ள ஓலை விசிறியை வேகமாக விசிறிக் கொண்டாள்.

வீரசேகரன் சந்தேகத்தோடு அந்த ஓலை விசிறியை வாங்கிப் பரிசோதித்துப் பார்த்தான். அதில் எதிரிகளின் வாசகம் எதுவும் எழுதப்பட்டிருக்கவில்லை!

ஓலை விசிறியைத் திருப்பி வாங்கிக்கொண்ட கருப்பாயி அதை ஆத்திரத்துடன் சுக்கு நூறாகக் கிழித்தெறிந்தாள்.

"இந்தச் சனியன் பிடிச்ச வேலை எனக்கு சனிக்கிழமை ராத்திரியோடு தீர்ந்துபோகும்! இன்னும் இரண்டு நாள் ராத்திரிவரைதான் இந்தப் பிசாசுக் கட்டிடத்தில் படுத்திருப்பேன்! ஞாயிற்றுக்கிழமை பொழுது விடிந்தால் என்பாடு என் ஊரைப் பார்க்கப் போய் விடுவேன்!" என்று சீறினாள் கருப்பாயி.

''அப்படியானால் சனிக்கிழமை ராத்திரியோடு உன் கிழப்புருஷனுக்கு மேகரோகமும் இழுப்பு வியாதியும் ஒன்றாகத் தீர்ந்து விடுகிறதா?'' என்று ஜனநாதன் பரிகாசமாய்க் கேட்டான்.

''அது எங்கே குணமாகப் போகிறது? அந்த இரண்டு வியாதிகளும் எனக்கு ஒட்டிக் கொள்ளாமலிருந்தால் போதாதா?'' என்று கருப்பாயி சலிப்புடன் கூறினாள்.

''கருப்பாயி! உனக்கு இங்கே காவல் பார்ப்பது பிடிக்கவில்லையா? தேவியின் அருகில் இருப்பதைப் பெரும் பாக்கியமாகக் கருதுவார்களே!'' என்று வீரசேகரன் வருந்திய குரலில் கேட்டான்.

''ஐயே போதுமே! அம்மா சீதேவி ராத்திரிப் பூரா வைக்கிற ஒப்பாரியைப் பார்த்தால், என் அடி வயிற்றைக் கலக்கி எரிச்சல் வருகிறது! நீங்கள் என்னைப் படுத்திவைத்த பாட்டிற்கெல்லாம் அந்தப் புண்ணியவதி நன்றாக அநுபவிப்பாள்!'' என்று எரிச்சலுடன் கூறினாள் கருப்பாயி.

ஜனநாதன் அவளை நோக்கி, ''திரிசடையே! யாரைத் திட்டுவதாயிருந்தாலும் இனிமையான குரலிலே திட்டு! திரிசடை என்பவள் இன்சொல்லுடையவள். தாயினும் இனியவள்; சீதைக்கு நல்ல துணைவியானவள்; தூயவள் என்றெல்லாம் கம்பர் வர்ணிக்கிறார். ஆனால் நீயோ நேர் எதிரிடையாக இருக்கிறாயே!'' என்று சிரித்தான்.

''அடி மகமாயி! நான் படுகிற பாட்டிற்கு நீதான் சரியான கூலி கொடுக்க வேண்டும்! இன்னும் இரண்டு நாள் இராத்திரி நல்ல பொழுதாகப் போய்விட வேண்டுமடி, தாயி! என்னென்னவோ பிசாசுகளெல்லாம் இந்தக் கட்டிடத்தில் உலாவுகிறதே!'' என்றாள் கருப்பாயி.

''திரிசடையே! அசோகவனச் சிறையிலுள்ள சீதைக்கு உறக்கம் வராதாகையால் அவளுக்குப் பதில் நீயாவது உறங்கி வழக்கம்போல் துர்க்கனவுகள் கண்டு பலன் கூறிக்கொண்டிரு!'' என்றான் ஜனநாதன்.

கருப்பாயியோ இரண்டு வெற்றிலைச் சருகையும் கிள்ளி வாயில் போட்டுக்கொண்டு ஒரு பெருமூச்சுடன் சொல்லலானாள். ''இனி எனக்கென்ன? என்பாடு சம்பள பாக்கியையும் சம்மானக் காசுகளையும் வாங்கிக் கொண்டு என் ஊரைப் பார்க்க போய்விடுவேன். என் ஐந்து தங்கச்சிகளுக்கும் அருமையான

புருஷனாகப் பார்த்துக் கலியாணம் செய்து வைத்து என் ஆயுள் முழுக்க நிம்மதியாக இருப்பேன்! இன்று மத்தியானந்தான் பெரிய ஐயாக்களைப் பார்த்து, என் வேலை விலக்குக்குத் தவணை விடு சீட்டு ஓலை வாங்கிக் கொண்டேன்!''

''கருப்பாயி! உன் ஐந்து தங்கைமாரையும் ஒரே தாம்பப் புத்திரனுக்குக் கலியாணம் செய்து கொடுத்தால் பணச் செலவு அதிகம் ஆகாது! மேலும்... பஞ்சபாண்டவர்களுக்கு ஒரே பாஞ்சாலி இருந்ததால்தான் மகாபாரத யுத்தம் ஏற்பட்டதே தவிர, பஞ்சபாண்டவிகளுக்கு ஒரு பாஞ்சாலன் இருந்திருந்தால் மகாபாரதக் கதையே ஏற்பட்டிராது!'' என்று ஜனநாதன் நையாண்டி செய்தான்.

இதுவரை என்னவோ யோசனையில் ஆழ்ந்திருந்த தேவியோ, குமாரன் வீரகேரளனைச் சுட்டிக்காட்டி, ''வீரசேகரா! இந்த ஒரு பாவமும் அறியாத பச்சிளம் பாலகனைப் பார்! என்னுடைய எதிர்காலத்தைத் தெரிந்துகொள்ள வேண்டுமென்னும் ஆசை எனக்கு இல்லை! ஆனால் வாடிக்கிடக்கும் இவனுடைய எதிர்காலத்தைப் பற்றித்தான் கவலைப்படுகிறேன்! உன் சுந்தர ஜோசியர் இவனுடைய கைரேகையை நேரில் பார்க்கும்படி உன்னால் ஏற்பாடு செய்ய முடியாதா?'' என்று கேட்டாள்;

ஜனநாதன் குறுக்கிட்டு விஷமச் சிரிப்புடன், ''தேவி! பாலகனுக்கு ஜோசியம் பார்ப்பதைவிட வித்தியாப்பியாசம் செய்து வைத்தால் உபயோககரமாக இருக்கும்!'' என்றான்.

தேவிக்குச் சட்டென்று ஒரு யோசனை உதித்தது.

''ஆமாம்! தந்தை அருகில் இல்லாதபோது மகனுக்குச் செய்து வைக்க வேண்டிய தாயின் கடமைகளில் அதுதான் முக்கியமானது! வீரசேகரா, இந்தச் சிறையில் என் குமாரனுக்கு நல்லதொரு குருவின் மூலம் வித்தியாப்பியாசம் செய்து வைக்க விரும்புகிறேன். என் கோரிக்கையை உங்கள் சோழ குல மகாராணியான திரிபுவன முழுதுடையாள் பெரிய நம்பிராட்டியாருக்கு எழுதியனுப்பு! வித்தியாப்பியாசம் செய்து வைக்க வரும் குருவையும் வேண்டுமானால் நீங்கள் இந்தச் சிறைக்குள்ளேயே எங்களைப்போல் அடைத்து வைக்கலாம். ஆனால் அப்படிப்பட்ட குரு மிகவும் நல்லவராக இருக்கவேண்டும்! என்னை முன்பின் அறியாமலே எனக்கு நல்ல ஆசீர்வாதம் அனுப்பிய சுந்தர ஜோசியரைக் கேட்டால், அவர் நல்ல ஆசிரியரைத் தேர்ந்தெடுப்பார்!'' என்றாள் தேவி. அதைச் சொல்லும்போது தேவியின் நெஞ்சு என்னவோ போல் நடுங்கியது.

''எங்கள் சோழகுல நம்பிராட்டியார் எந்த நியாயமான கோரிக்கையையும் மனமுவந்து அனுமதிப்பார்!'' என்று வீரசேகரன் கூறிவிட்டு, மறுநாள் பொழுது விடிந்ததும் தேவியின் விருப்பத்தை ஓர் ஓலையில் எழுதி, உடனே அந்த ஓலையை ஒரு குதிரைவீரன் மூலம் அவசரமாகச் சோழியர் தலைநகரான ஆயிரத்தாளியுள்ள பட்டமகிஷியின் அந்தப்புரத்திற்கு அனுப்பவேண்டுமென மேலதிகாரிகளிடம் சொல்லி ஏற்பாடு செய்துவிட்டு வீட்டிற்கு வந்தான்!

அதேசமயம் ஊர்மிளாவின் வீட்டிற்கு காத்தவராயன் ஒரு குரூர புன்னகையோடு ஓடிவந்தான்!

''நாளை மறுநாள் தேவி விடியற்சாம இருளில் தானாகவே சிறைக் கோட்டத்திலிருந்து தப்பி வந்து விடுவாள்!'' என்று காத்தவராயன் ஆனந்தக் கூத்தாடிவிட்டுத் தான் செய்யும் கடைசி முயற்சியைச் சுந்தர ஜோஸியரிடம் விவரிக்கலானான்.

''தேவியோடு சிறைக் கூடத்திற்குள் இரவுக் காவலாக வைத்துப் பூட்டப்படும் கருப்பாயிக்கு நாளை இராத்திரியோடு வேலை தீர்கிறது. விடியற்சாமக் கருக்கலில் பகற் காவலுக்குரிய கிழவி வந்ததும் கருப்பாயி ''வேலை விடு சீட்டு ஓலையுடன்'' சிறைக் கூடத்தை விட்டு வெளியே வருவாள். வழக்கப்படி விடியற்சாமக் காவலுக்காக அவள் உடம்பெல்லாம் ஓர் கோணிச்சாக்குப் பையைப் போர்த்திக்கொண்டு வருவாளாகையால், வழியிலுள்ள பலவிதக் காவலதிகாரிகளும் அவளுடைய முகத்தைச் சரியாகக்கூடப் பார்த்துச் சோதிக்காமல் மேலே செல்ல அனுமதித்து விடுவார்கள். இரவுக் காவற்காரி வெகு சுலபமாக சிறைக் கோட்டையை விட்டு வெளியேறி இருண்ட வயற்புறம் வந்துவிடுவாள். ஆனால் அப்படி நாளை விடியற்சாம இருளில் காவற்காரி கருப்பாயியின் அழுக்கு ஆடைகளில் அவளைப்போல் சாக்குக் கோணியைப் போர்த்திக் கொண்டு வரப்போகிறவள் தேவிதான்! தேவியின் ஆடைகளில் கருப்பாயியோ உடம்பெல்லாம் ஓர் பட்டுப் பீதாம்பரத்தைப் போர்த்திக்கொண்டு வழக்கம் போல் சிறைக்கூடத்திலுள்ள பூஜை அறையில் படுத்திருப்பாள். அவளுடைய அணைப்பில் வழக்கம்போல் குமாரன் வீரகேரளன் படுத்திருப்பான். பகல் காவலுக்கு வரும் கிழவிக்கு எந்த விதச் சந்தேகமும் தட்டாது. அவர்களை எட்டி நின்றவாறே பார்த்துவிட்டு ஒரு மூலையில் உட்கார்ந்து உற்சாகமாகக் கும்மிகொட்டும் பாட்டைப் பாட ஆரம்பித்துவிடுவாள். சிறைக்கூடத்தின் கதவுப் பூட்டை இரண்டு முரட்டுக் காவற்காரர்கள் திறந்து பகல் காவலுக்கு அந்தக் கிழவி உள்ளே நுழையும்போது அவளெதிரில் வெளியே லைகுனிந்து போகும் இரவுக் காவற்காரி அவளது கண்ணில்பட

நேரிடுமாதலால் சிறைக்கூடத்தின் உள்ளே எரியும் மாடத்திரி விளக்குகளில் வாசற்புறமுள்ள திரிவிளக்கு, எண்ணெய் தீர்ந்து முன்னதாகவே அணைந்து போயிருக்கும்! வெளியே போகிறவளின் முகத்தின்மீது அதிகமாக வெளிச்சம் விழாமல் அசல் இரவுக்காவற்காரிபோல் சாக்கைப் போர்த்திக்கொண்டு, வாய்க்குள் குழப்பும் வெற்றிலையைக் காறித் துப்பிக்கொண்டு வெளியே வரும் தேவியை ''இங்கே துப்பாதே! வெளியே போய்த் துப்பு'' என்று கிழவியும் காவலரும் வழக்கம்போல் எச்சரிப்பார்களே தவிர, அவளுடைய முகத்தை நிமிர்ந்துப் பார்க்கும்படியான சந்தேகம் எழாது. கருப்பாயியின் முகத்தை நிமிர்த்திப் பார்க்கவே சிறைக்கோட்டையிலுள்ள எந்தப் பலசாலிக்கும் துணிச்சல் இல்லை! ஒரு சமயம் எவனோ ஒரு அப்பாவிக் காவற்காரன், ''முகத்தைக் காட்டி விட்டுப் போடி'' என்று சொன்னதற்குக் கருப்பாயி ஆத்திரம் கொண்டு, ''அவன் என் முகத்தைப் பரிசோதிக்கிற சாக்கில் முத்தமிட்டு விட்டான்'' என்று பழிசாற்றிப் பெரிதாக வம்பு வளர்த்து, அவனுடைய பெண்சாதியிடம் போய், ''உன் புருஷன் என்னுடைய வியாதியஸ்தனான புருஷனைக் கொன்று விட்டு என்னை உன் வீட்டில் வைத்துக் கொள்கிறேன் என்று சொன்னான். நான் ஒழுங்காக என் வீட்டிற்குத் திரும்பிப் போக வேண்டுமென்றால் என்னுடைய ஐந்து தங்கச்சிகளுக்கும் கலியாணம் செய்து கொடுக்கப் பொற்காசு கொடு!'' என்று பணம் பறிக்கத் திட்டம்போட்டு கடைசியில் அந்த வியவகாரமானது அரசாங்க விசாரணை வரை போய், அந்த அப்பாவி வேலைக்காரனுக்கு ஒரு சிறு தொகை அபராதம் விதிக்கப்பட்டு அவனுடைய வேலையும் போய்விட்டது! அதுமுதல் கருப்பாயியைச் சோதிப்பதென்றால் சிறைக் கோட்டையின் பெரிய பெரிய அதிகாரிகளுக்குக்கூட ஒரு சோதனை!

''மேற்கூறியவற்றைக் காத்தவராயன் விவரித்ததும், தேவி சிறை தப்பி வந்துவிடலாம். ஆனால் அவளுக்குப் பதிலாகச் சிறைக்கூடத்தில் அகப்பட்டுக்கொள்ளும் கருப்பாயியின் கதி என்ன ஆகும்?'' என்று சுந்தர ஜோஸியர் கேட்டார்.

''அவளுடைய கதியா? சோழிய அதிகாரிகள் அவளுக்கு உடனே மரணதண்டனை விதித்து விடுவார்கள்!.... ஆனால் தீராத கர்ம வியாதி பிடித்த கிழக் கணவனோடு ஓர் இளம் பெண் வாழ்வதில் வேறென்ன கதிமோட்சம் கிடைத்துவிடப் போகிறது?.... அவளுக்கு உயிரைச் சுமப்பதே ஒரு பாரமாயிருக்கிறது என்கிறாள்! தேவியின் சிறை மீட்சிக்கு அவள் செய்யும் உயிர்த் தியாகத்திற்குப் பிரதியுபகாரமாக அவளுடைய ஐந்து ஏழைத் தங்கைகளுக்கும் ஐந்து பணக்காரப் பிரபுக்களை நாம் கலியாணம் செய்து கொடுப்போம். அவ்வாறு வீரபாண்டியச் சக்கரவர்த்திகளின் சார்பில்

நான் பொறுப்பேற்றுக் கொள்வதாகப் பதினெட்டாம்படிக் கருப்பர் சந்நிதியில் நான் வாக்குறுதி கொடுத்ததும் அவள் உச்சி குளிர்ந்து போனாள்! நாளை மறுநாள் அவள் செய்யப்போகும் பிராணத் தியாகத்தைத் தன் பூர்வஜன்மப் பாக்கியமாகவே கருதுகிறாள்'' என்றான் காத்தவராயன்.

‘‘நாளை மறுநாள் விடியற்சாம இருளில் தேவி சிறையிலிருந்து தப்பிவந்ததும், வீரசேகரனுக்கு மரண தண்டனை கிடைக்குமே?'' என்ற நினைப்பு ஊர்மிளாவிற்கு வந்தது. உடனே அவளுக்கு அழவேண்டும் போலிருந்தது. ஆனால் முகத்தை வேறுபுறம் திரும்பிக் கொண்டு, ‘‘பொலபொல''வென்று உதிரும் கண்ணீர் முத்துக்களை அடக்கிக் கொண்டாள்.

அத்தியாயம் 37

பூர்வாசிரமம்

"ஏது பதி, எது பெயர்
யாவர் உறவு?"

– கம்ப ராமாயணம்

மதயானைகளின் படை அணிவகுப்பைப் பார்வையிட்டுக் கொண்டிருந்த அத்திமல்லர் சம்புவராயரை ஜனநாதன் வலியத்தேடிச் சென்று சந்தித்தான். பிள்ளையார் கோயிலுக்கு அந்தக் கிழவர் புறப்பட்டச் சமயம் அவரைத் தனியாக ஒருபுறம் அழைத்துச் சென்றான்.

‘‘சம்புவராயரே! இப்போதெல்லாம் உம் யானைகளைக் கவனிக்குமளவுகூட என்னைக் கவனிப்பதில்லையே? இப்போது நம் அரசர் பெருமானின் அபிமானத்தில் என்னைவிட என் எதிரி ஆடையூர் நாடாள்வாரின் செல்வாக்குத்தான் உயர்ந்திருக்கிறதென நினைக்கிறீரா? என்னைவிட எவரின் கையும் மேலோங்கி விடாமல் இருப்பதற்காக நான் ஏதையும் செய்யக்கூடியவன்!'' என்று ஜனநாதன் விஷமமாய்ச் சிரித்தான்.

“அப்படியொன்றுமில்லை ஜனநாதா! நம் அரசியல் அலுவலை முன்னிட்டுத்தான் ஆடையூர் நாடாள்வாரோடு நான் அதிகமாக நெருங்கிப் பழகுகிறேனே தவிர, என்னையும் ஓர் எதிரியாகப் பாவித்து விடாதே!'' என்று கூறிய கிழவர் சம்புவராயர், மெல்ல விஷயத்தை வேறுபக்கம் திருப்ப விரும்பியவராய், ''ஜனநாதா! நான் என்னென்னவோ கேள்விப்படுகிறேனே?'' என்று தயங்கினார்.

''புதிதாக நடக்கப் போகிற ராமாயண விஷயந்தானே? நம்முடைய குலோத்துங்கச் சோழச் சக்கரவர்த்திகளை ஓர் இராவணன் என்றால், தேவி சிறை வைக்கப் பட்டிருக்கும் அசோக வனக் கோட்டைக்குள் அவர் எப்போது எப்படி இரகசியமாக வருவார் எனக் கேட்கிறீரா?''

''மெதுவாகப் பேசு! யார் காதிலாவது விழப்போகிறது?'' என்றார் சம்புவராயர் கலவரமடைந்த குரலில்.

''அவ்வாறு நம் சக்கரவர்த்திகள் தம் கௌரவம் குலையாமல் இரகசியமாகத் தேவியின் சிறைக் கூடத்திற்குள் நுழைய வேண்டுமென்றால், நம் அதிகாரிகளில் யாராவது ஒருவரின் இரகசிய உதவி அவருக்குக் தேவைப்படும்! அவ்வளவு தூரம்

சாமர்த்தியமாக உதவி செய்யக்கூடிய மகா புத்திசாலிகளான அதிகாரிகள் இந்தப் பூவுலகிலே இரண்டே பேர்வழிகள்தான் உண்டு. அதாவது ஆடையூர் நாடாள்வார் அல்லது....''

''அல்லது நீயா?''

''சம்புவராயரே! இத்தகைய அதர்ம உதவி அரசியல் துறைக்குப் புதிதல்ல! அவ்வளவு தூரம் அரும்பெரும் உதவி செய்கிற அதிகாரியை நம் அரசர் பெருமான் எந்த ஜன்மத்திலும் மறக்க முடியாது. அரசியல் துறையில் அந்த அதிகாரி கேட்கிற சலுகைகளையெல்லாம் அள்ளி அள்ளி நம் அரசர் பெருமான் கொடுத்தே தீர வேண்டும்! மகாபாரதத்தையே எடுத்துக்கொள்ளுமே, சகுனி மாமாவைத் துரியோதன மகாராஜனால் கடைசி வரை புறக்கணிக்க முடிந்ததா?''

''ஜனநாதா இது தர்மமா? மனித இலட்சியத்தைப் பலியிட்டா நம் சக்கரவர்த்திகளிடம் சலுகைப் பெறுவது?''

''அத்திமல்லராய் உயர்ந்திருக்கும் உத்தமரே! அரசியல் அதிகாரப் பதவியில் முன்னேறுகிற எவனுடையசரித்திரத்தை வேண்டுமானாலும் புரட்டிப் பாரும், அதிலே அவனுடைய அடிப்படை தர்மம் நிலைத்திராது! அதிகார வேட்டையிலே அவனுடைய மனித இருதயம் அழுகிப் போயிருக்கும்!''

''அப்படியானால்...?''

''முதலில் தேவியின் சிறைக் கூடத்தில் தேவியோடு வேறு யாரும் இரவு நேரத்தில் இல்லாதபடி செய்யவேண்டும்! அதாவது தேவியோடு சிறைக் கூடத்தில் பூட்டப்பட்டிருக்கும் இரவு காவற்காரியானவள்; நம்முடைய இராவணேஸ்வரர் வரும்போது தேவியின் அருகில் இல்லாமல் நாசூக்காய் ஒதுங்கிப் போகக் கூடியவளாய் இருக்கவேண்டும்!''

''அதாவது இப்போது இரவுக் காவற்காரியாக ஆடையூர் நாடாள்வார் அமர்த்தி வைத்திருக்கும் கருப்பாயிக்குப் பதில் உனக்குச் சௌகரியமான ஒரு காவற்காரியை மாற்றி வைக்கப்போகிறாய்!''

''ஆமாம்! ஆனால் என் சௌகரியத்திற்காக அல்ல; வீரசேகரனுக்காக!'' என்று சிரித்தான் ஜனநாதன்.

''இதில் வீரசேகரனை ஏன் கொண்டு வந்து நுழைக்கிறாய்?''

''சம்புவராயரே! இப்போது நம் வீரசேகரனின் முகத்தைப் பாரும். அதில் முன்போல் உற்சாகமும் வெகுளித்தனமும் இல்லை!. அவனது நெஞ்சில் ஏதோ பெரியதொரு கவலை குடிகொண்டிருக்கிறது. என்னோடுகூடச் சரியாக முகங்கொடுத்துப் பேசுவதில்லை. சதா தனிமையை விரும்பியவனாய் ஒரு சூன்ய உலகில் மனம் அவஸ்தைப் பட்டுக் கொண்டிருக்கிறான்!''

''அவனுடைய இந்தத் திடீர் மாற்றத்திற்குக் காரணம்?''

''அவன் பாதுகாக்கும் சிறைக் கூடத்தில் தேவியின் கற்பிற்கு நம் மன்னர் பெருமானால் எந்தக் கணமும் அபாயம் நேரிடலாம் எனச் சந்தேகிக்கிறான்! வீரசேகரன் நம்மைப் போலச் சந்தர்ப்பவாதியல்ல; இலட்சியவாதி! அவனுடைய வைஷ்ணவ சமயக் கடவுளைப்போல, துஷ்ட நிக்ரஹ சிஷ்டபரிபாலனம் செய்ய நினைப்பவன்? நம் குலோத்துங்கச் சோழச் சக்கரவர்த்திகளை அவனால் துஷ்டநிக்ரஹம் செய்ய முடியாதாகையாலே, சிஷ்டபரிபாலனம் செய்ய விரும்பலாம்!''

''என்னது? தேவியைச் சிறை மீட்கும் சதித் திட்டத்தில் உன் அருமை நண்பனும் ஈடுபடுவான் என்றா சந்தேகிக்கிறாய்? அதனால் அவன் தலைக்கு மரண தண்டனை காத்திருக்குமே?''

''தலையைவிட இருதயத்தைத்தான் வீரசேகரன் பெரிதாக மதிக்கக்கூடியவன்! தலைமறைந்து இலங்கைக்கு ஓடிவிடலாம் என்று நம்பி, தேவியைச் சிறையிலிருந்து தப்பியோட அவனே உதவி செய்தால்கூட அதில் ஆச்சிரியமில்லை!'' என்று நஞ்சென நகைத்தான் ஜனநாதன்.

''அதென்ன அவ்வளவு சுலபமான காரியமா? அசோகவனக் கோட்டைக்குள் எத்தனைவிதமான கட்டுக் காவல்கள்...!''

''இரவு நேரத்தில் அது வெகு சுலபமான காரியம், சம்புவராயரே! வீரசேகரனோ அசோகவனக் கோட்டைக்குள் இரவுக் காவலாகத் திடீரெனத் தன் வேலை நேரத்தை மாற்றிக் கொண்டிருக்கிறான்! தேவியின் சிறைகூடத்தில் அவனையன்றி வேறு ஆண்வாடையே புக முடியாது! அவன் ஒருவன்தான் தேவியின் அருகில் செல்லலாமென நம் சோழகுல மகாராணியிடமிருந்து பூரண அதிகாரம் பெற்றிருக்கிறான்! தேவியோடு சிறைக் கூடத்தினுள் வைத்துப் பூட்டப்படும் கருப்பாயியோ இளம்பெண்; நம்ப முடியாதவள்! அவள் சனிக்கிழமை இரவோடு காவல் முடிந்து ஞாயிற்றுக் கிழமை விடியற் சாமக் கருக்கலில் வேலையை விட்டு விலகிச் செல்ல அவசரமாக விடுசீட்டு வாங்கியிருக்கிறாள். அவள் விலகுவதற்குள் தேவியின்

சிறைமீட்கும் படலம் வெகு ரகசியமாக நடந்தேறிவிடலாம்!'' என்று சிரித்தான் ஜனநாதன்!

"அப்படியானால் அதைத் தடுப்பதற்கு வழி என்ன?''

"இப்போது இரவு காவற்காரியாக இருந்து வருகிறாளே கருப்பாயி, உடனே அந்த திரிசடையை மாற்றிவிட்டு அவளுக்குப் பதிலாக ஒரு சூர்ப்பனகையைப் போடவேண்டும். அதாவது வீரசேகரனால் நெருங்கவோ கொல்லவோ அவனது ஆதிக்கமும், அதிகாரமும் செல்லவோ முடியாத ஒரு காவற்காரியைப் போடவேண்டும்! அதுவும் நாளை இரவுக்குள்ளே காவற்காரியை மாற்றியாக வேண்டும்!''

"அப்படிப்பட்ட ஒரு காவற்காரி இந்த பூலோகத்திலே எங்கே கிடைப்பாள்?''

"வீரசேகரன் நெருங்கவே பயப்படும்படியான சூர்ப்பனகை இந்த உலகத்திலே ஒரே ஒருத்திதான் இருக்கிறாள்! அவள் மூக்கை நம் வீரசேகரனால் அறுக்க முடியாது! அவளுடைய புத்தி கூர்மையை எத்தனை ஜனநாதன்கள் சேர்ந்தாலும் வெல்லமுடியாது!

அவள் மகா வினைக்காரி...வாரும்; நேரே அந்தச் சூர்ப்பனகையின் வீட்டிற்குத்தான் போகிறோம்!'' என்று ஜனநாதன் கிழவரை அழைத்துக் கொண்டு கிளம்பியபோது மாலையொளி மங்கி பொழுது நன்றாக இருட்டிவிட்டது!

நகரின் பிரதான வீதிகளிலுள்ள மகரதுவஜங்களும், மாடமாளிகைகளின் விமானங்களும், கோபுர ஸ்தூபிகளும் அந்தி இருளின் பனிப் படலத்தில் புகையுண்ட ஓவியங்களாக மங்கின. தெருவின் இருமருங்கும் ஆங்காங்கே உள்ள தூண் விளக்குகளில் தீக்கொழுந்துகள் ஏற்றப்பட்டுவிட்டன. அவற்றின் எண்ணெய்ச் சட்டிகளில் வானமங்கையின் வியர்வைத் துளிகள் சிந்தி ஈரப்பசையால் தீ நாக்குகள் இடையிடையே திரிந்து சடசடத்தன.

கிழவர் சம்புவராயருடன் ஜனநாதன் பல தெருக்களையும் கடந்து ராஜவீதியில் நுழைந்தான். அங்கே வீரசேகரன் வீட்டின் முன் வந்ததும், எதிரேயுள்ள மாளிகையின் நிழல் சரிவில் மறைந்து கொண்டு வீட்டைக் கவனித்தான்.

வீரசேகரனின் வீட்டினுள் பாத்திர பண்டங்கள் உருண்டு சிதறிவிழும் சப்தங்களும், பெண்ணொருத்தியின் விசித்திரமான சிரிப்பொலிகளும் கேட்டன. அவற்றைத் தொடர்ந்து வீரசேகரனின் பலஹீனமான குரலும் கேட்டது.

"சிவகாமி! என்னைப் போகவிடு! இப்படியெல்லாம் என்னைச் சித்திரவதை செய்வதை விட என்னை நீ கொன்று விடலாம்" என்று வீரசேகரன் கூவிக்கொண்டே, தெருக்கதவைப் "படீ"ரெனத் திறந்து கொண்டு வெளியே ஓடி வந்தான்.

அவனது இளமை முகத்தில் உஷ்ணமான பெருமூச்சும் கோபமும் அலைமோதின. நெற்றியைப் பிசைந்துகொண்டு, எதிரே முடிவற்றதாகக் கவிந்து கிடக்கும் மந்த இருளையும் பனிக் காற்றையும் ஊடுருவிப் பார்த்தான்.

அவன் பின்னால் மெட்டி குலுங்க சிவகாமி ஓடி வந்தாள். முப்பது வயது மதிக்கத்தக்க அவளது முகம் நிராசையால் அதிக வாட்டமுற்றிருந்தது. நெற்றியில் அரும்பிய வியர்வையால் புருவத்திற்கு இட்டிருந்த கண்மை கரைந்து அவளது முகத்தை அவலட்சணமாகக் காட்டியது.

"உள்ளே வா, என் ராஜா!" என்று பரிவுடன் வீரசேகரனின் கையைப் பிடித்துச் சிவகாமி உள்ளே நோக்கிப் "பரபர"வென இழுத்தாள்.

"சிவகாமி! இப்போது என்னைத் தொந்தரவு செய்யாதே! தேவியின் சிறைக் கோட்டைக்கு அவசரமாக நான் இரவுக் காவலுக்குப் போகவேண்டும்! நாழிகையாகி விட்டதென்று ஏகவாசகர் கோபித்துக் கொள்வார்!" என்றான் வீரசேகரன் பரிதாபமான குரலில் அழாத குறையாய்.

"கொஞ்சம் உள்ளே வந்துவிட்டுப் போ! இப்போது நீ குளித்துப் புது ஆடைகள் உடுத்தி ராஜகுமாரன் மாதிரி இருக்கிறாய்! உனக்குத் திருஷ்டி கழித்தாவது அனுப்புகிறேன், வா!" என்று சிவகாமி பரிவுடன் கூறினாள்.

"நீ பேசாமலிருந்தாலே போதும்! என்னை வீட்டிற்குள்ளே அடைத்து வைத்து உயிரோடு புதைத்துவிட வேண்டுமென உனக்கு ஆசையா? உன்னிடம் அகப்பட்டுக்கொண்டு இப்படி அவதிப் படுவதைவிட எங்காவது நான் செத்தொழிந்தால்தான் இனி எனக்கு நிம்மதி!" என்று வீரசேகரன் ஆத்திரத்தோடு கூவிவிட்டு அசோகவனக் கோட்டையின் திசை நோக்கி விரைந்தோடினான்.

அவனுடைய மோகன உருவம் வீதியின் இருளில் தேய்ந்து மறைவதை வெறித்துப் பார்த்துக்கொண்டிருந்த சிவகாமி மிதியுண்ட நாகமெனச் சீறினாள்; ஆத்திரத்துடன் தன் கூந்தலிலிருந்த மல்லி கைப் பூக்களைப் பிய்த்தெறிந்தாள்; பற்களை "நெறநெற"வெனக் கடித்து அழுகையை அடக்க முடியாதவளாய் வீட்டினுள் ஓடினாள்.

இந்தச் சோகக் காட்சியைப் பார்த்த வண்ணம் ஒருபுறம் இருளில் மறைந்து நின்ற சம்புவராயர் நீண்டதொரு பெருமூச்சுவிட்டு ஜனநாதனின் முகத்தை ஏறிட்டு நோக்கினார்.

''ஜனநாதா! அவளுக்கும் வீரசேகரனுக்கும் என்ன உறவு?'' என்று சம்புவராயர் கேட்டார்.

''என்ன உறவா? அவர்கள் இருவரும்.... தாயும் மகனுமல்ல. தமக்கையும் தம்பியுமல்ல! புருஷனும் மனைவியும்!'' என்று சிரித்தான் ஜனநாதன்.

''என்னது இவள்தான் சிவகாமியா? இவளுக்குக் குறைந்தது முப்பது வயதாவது இருக்கும் போல தோன்றுகிறது. நம்முடைய வீரசேகரனோ இளமையின் புதுக் குருத்து!''

''பெரியவரே திடுக்கிடாதீர்! காதலுக்கு வயசு ஏற்றத்தாழ்வு இல்லை. காதலின் கண் கிழவனின் கண்ணைவிடக் குருடானது!''

''இதென்ன அக்கிரமம்?''

''கிழவர்கள் குமரிகள்மீது ஆசை வைக்கும்போது கிழவிகள் குமரர்கள்மீது ஆசைவைப்பதில் அர்த்தம் என்ன? பூதம் காக்கும் தனம்போல் தன் காதலனை இவள் பாதுகாக்கிறாள்! மாயம் வல்ல வஞ்சனை அரக்கி நெஞ்சம் தெரிவிலள்!''

''இவள்தான் நீ சொன்ன சூர்ப்பனகையா?''

''ஆமாம்! வயசான ஒருத்தி வாலிபன் ஒருவன்மீது மோகம் வைத்தால், அதன் பலம் பலமடங்கு பெரிதாகி வெட்கமில்லாமல் வெளிப்படும். அதன் உருவக் கற்பனைதான் கம்பராமாயணச் சூர்ப்பனகை! அதன் நிஜ சொரூபந்தான் நம்முடைய சூர்ப்பனகையான சிவகாமி ஆனால்! இவளுடைய மூக்குத்திக்காக மூக்கை அறுக்கவோ, இவளுடைய மோகத்திற்கு இரையாகவோ, மகா மூர்க்கனான எந்தத் திருடனும் குலை நடுங்குவான்!''

''இவளுடைய மோகாவேசமான நடையுடை பாவனைகளைப் பார்த்தால் சூர்ப்பனகை என்றுதான் தோன்றுகிறது!'' என்று புன்னகை செய்தார் சம்புவராயர்.

''சிவகாமியை நன்றாகக் கவனித்தீரா சம்புவராயரே? ஆவணி பிறந்தால் அவளுக்குச் சரியாக முப்பது வயசாகிறது. ஆனால் நேற்றுதான் பருவமடைந்த சின்ன பெண்ணைப் போல் எப்படி அலங்கரித்துக் கொண்டு மினுக்குகிறாள். பாரும்!''

''சின்ன வயதில் இவள் அழகாயிருந்திருப்பாள் போலத் தோன்றுகிறது!''

''இல்லை இந்த வயசில்தான் இவள் இன்னும் அதிக அழகாயிருக்கிறாள், இப்போது அவள் அழகில் ஒரு புது மெருகு ஏறியிருக்கிறது. வாலிபனின் காதலால் ஏற்பட்ட மெருகு அது!''

''வயசில் மூத்தவளிடம் என்ன ஆசை வேகத்தை வாலி பனொருவன் காண முடியும்? அப்படி என்ன சின்னப் பெண்களிடம் இல்லாத ஓர் அலாதியான கவர்ச்சி இந்த வயதானவளிடம் இருக்கும் என்கிறாய்?''

''வாடி வதங்கும் சில பூக்களுக்குள்ள போதை நெடி புதிதாக பூத்த பூக்களுக்கூட இருப்பதில்லை. பெரியவரே!''

''பூக்களைப் பற்றி எனக்கொன்றும் தெரியாது!''

''சம்புவராயரே, நீர் ஆண்டவனுக்குப் பூங்காவனம் அமைப்பீரே, தவிர, உமக்குப் பூக்களைப்பற்றி ஒன்றும் தெரியாது. உம்முடைய அந்தப்புரத்தில் பல புதுப்பெண்கள் இருப்பார்களே தவிர, உமக்குப் பூவையரைப் பற்றியும் ஒன்றும் தெரியாது! பெரியவரே முப்பது வயதானவளுக்கு என்ன அழகு இருக்கும். என்ன கவர்ச்சி இருக்கும் என்றுதானே கேட்கிறீர்? அத்தகைய மடந்தை ஒருத்தியின் முகத்தைச் சற்றே உற்றுப் பாரும் – சோர்வு நிறைந்த முகம், சோகபாவம் குடிகொண்ட கண்கள். கண்களின் கீழே கருவளையங்கள் நெற்றியிலே இரண்டொரு சுருக்கங்கள், கன்னங்களிலே ஒரு வாட்டம், உதடுகளிலே ஒரு தேய்வு, பருவத்திலே ஒரு தளர்ச்சி பார்வையிலே ஒரு மந்தம். இவை வயசின் அடையாளங்கள்! ஆனால் இவற்றின் பின்னே அநுபவங்களின் அலாதியான ஒரு வசீகரம் மறைந்து கிடக்கிறது! அநுபவப்பட்ட விவசாயி மந்தமான சீதோஷ்ண நிலையில் சீக்கிரமாகப் புயல் வருவதற்குரிய அறிகுறிகள் மறைந்து கிடப்பதை யூகிக்கமுடிவது போல், வயசானவளின் மந்தமான அழகில் நெஞ்சை போதையில் ஆழ்த்தக்கூடிய ஆசையின் ஒரு புயல்வேகம் மறைந்து கிடக்கிறதென்பதை ஒருவன் யூகிக்க முடியும். எந்த மகாவீரனின் காதற் கதைகளையும் எடுத்துப் பாரும். தன்னைவிட வயதில் மூத்தவளான ஒருத்தியின் மையலில் சிக்குண்டு அவள் காலடியில் மிதியுண்டு போகிறான் அல்லது, அவன் ஆசைப்படும் இளம் காதலி குறைந்த பட்சம் இன்னொருவன் மனைவியாகவாவது இருப்பாள்!''

''ஜனநாதா! வீரசேகரன் அப்படியொன்றும் ரதி மன்மத சாஸ்திரத்தில் கரைகண்டவனாகவோ ஸ்திரீ லோலனாகவோ தெரியவில்லை. மிகவும் வெகுளிப் பையன்!''

''சம்புவராயரே, வெகுளிகள்தான் எளிதில் உணர்ச்சிகளுக்கு இரையாகிறார்கள்; மற்றவர்கள் விரிக்கும் மாயவலைகளிலும் வெகு

விரைவில் சிக்கிக் கொள்கிறார்கள். படைத் தலைவரே, நம்முடைய படைவீரர்களில் ''இலட்சியம் இலட்சியம்'' என்று பல வாலிபர்கள் உயிரை விடுகிறார்களே! அவர்களெல்லாம் வெகுளிகள்தாம்! அவர்களது காதல் விஷயத்திலும் இதே கதைதான்!''

''இவளுடைய வலையில் நம்முடைய வீரசேகரன் எப்படிச் சிக்கிக்கொண்டான்?'' என்று சம்புவராயர் கேட்டார்.

''முதலில் சிவகாமியின் பூர்வாசிரமக் கதையைச் சொல்லுகிறேன் கேளும்; துரதிர்ஷ்ட வசமாக நம்முடைய சூர்ப்பனகையும் நம்முடைய இராவணேசுவரனுக்குத் தங்கைதான்!'' என்று ஜனநாதன் விஷமச் சிரிப்புடன் சொல்லிவிட்டு ''உலகம் தாங்கும் காவலோன் முன்னை, காமவல்லியம் கன்னி!'' என்று பாடத் தொடங்கினான்.

''என்னது — நம்முடைய குலோத்துங்கச் சக்கரவர்த்திகளுக்குச் சிவகாமி என்ற பெயரில் ஒரு தங்கை பிரியநாயகிகளின் மூலமாகவே தாசி வழியாகவோ பிறந்தாள் என்று நான் கேள்விப்பட்டது கூட இல்லையே!''

''நம்முடைய இராவணேசுவரரே அதை நம்பாதபோது நீர் எங்கே நம்ப போகிறீர்? நம்முடைய பெரிய மகாராஜாவுக்குப் பல நாட்டியக்காரிகளில் ஒருத்தியின் மூலம் சிவகாமி பிறந்தாள் என்பது ஞாபகம் இருக்குமானால், மாண்டுபோன அவர் மயானக் கரையில் இருந்து மீண்டும் உயிர் பெற்று வந்து அதை நிரூபிப்பாரானால், அப்போதுகூட சிவகாமி சொல்வதை நம் சக்கரவர்த்திகள் ஒப்புக் கொள்வது கடினம்!''

''உண்மையில் சிவகாமி யார்? அவளுடைய ஊர் எது? உறவினர் எவர்?''

''சிவகாமி பூர்வாசிரமத்தில் ஒரு தாசி மகள்! முன் தலைமுறையில் நக்கன் சுந்தரி என்ற விலைப் பெண்ணொருத்தி நம் தலைநகரின் சந்து ஒன்றில் குடியிருந்தாள். அவளுடைய மூத்த மகள்தான் இந்த சிவகாமி!''

''அப்படியானால் வீரசேகரனின் பிறப்பு என்ன?''

''முன் தலைமுறைகளில் இந்தப் பாண்டிய நாட்டின் மீது நம்முடைய சோழ நாடு முற்றுகையிட்டபோது நம் சோழிய அதிகாரி ஒருவர் இங்கே வந்தார். போர்க்களத்திலே பாண்டியப் பாவையொருத்தியைக் கண்டார். அவளுடைய பருவ எழிலில் மயங்கினார். ஒரே இரவுக்குள் அவளுடைய நெஞ்சையும்

காதலையும் கவர்ந்து அவளுடைய நவநிதியான கற்பையும் கொள்ளை கொண்டார். மறுநாள் பொழுது விடிந்ததும் தொடர்ந்து இலங்கை படையெடுப்புக்குப் புறப்பட்டுப் போனவர் நீண்ட காலம் கழித்து யுத்த முனையிலிருந்து திரும்பி வந்து காதலியைத் தேடி அடைவதற்குள், அவளுக்குப் பல துயர கதிகள் ஏற்பட்டுவிட்டன. கருப்பவதியெனப் பழி தூற்றப்பட்டு, மானத்தை மதிக்கும் மறவர்குலப் பெற்றோர்களால் வீட்டை விட்டு விரட்டப்பட்டு, காதலைத் தேடி சோழ நாட்டுக்கு ஓடினாள். பசியாலும் பட்டினியாலும் பிரக்ஞையற்றவளாய், பூரணக் கருப்பவதியாய்ச் சோழநாட்டுத் தலைநகரையடைந்தாள். நடு நிசியில் காதலனின் மாளிகையைத் தேடி அடைவதற்குள் நடுத்தெருவிலே பிரசவ வேதனை ஏற்பட்டு விட்டதால் இருண்டதொரு சந்தில் நுழைந்தாள். அங்கே எதிர்ப்பட்ட வீட்டின் கதவைத் தட்டி உதவி தேடினாள். அது தாசி நக்கன் சுந்தரியின் வீடு! அங்கே விலைமாதின் பஞ்சணையிலே குல மாது தங்க விக்ரகம் போன்ற ஓர் ஆண் குழந்தையைப் பெற்றாள். குழந்தையின் ''குவா குவா'' சத்தம் காதில் விழுவதற்கு முன்னே அவள் இந்த உலகத்தின் ஸ்மரணையை இழந்து தன் கடைசி மூச்சையும் விட்டுவிட்டாள். அந்தக் குழந்தைதான் வீரசேகரன்!''

''அந்தக் குழந்தையைப் பெற்ற சோழிய அதிகாரி யார்?''

''அது நீராகவும் இருக்கலாம், என் தந்தையாகவும் இருக்கலாம்! பழிப்பிற்கிடமான முறையில் காதலியின் சுவடே மறைந்துவிட்ட பிறகு, கிழட்டு அதிகாரி அந்த ரகசியத்தை யாரிடமும் பகிரங்கப்படுத்தவே விரும்பவில்லை!''

''தாசி வீட்டிலே வீரசேகரன் வளர்க்கப்பட்டு வந்தானா?''

''ஆமாம்! அப்பொழுது தாசிமகள் சிவகாமி ஒன்பது வயது சிறுமி. அபூர்வமான ஆண் குழந்தையை எந்நேரமும் தூக்கி வைத்துக்கொண்டு கொஞ்சி விளையாடுவாள். அவளுடைய கொஞ்சல்களையும் முத்தங்களையும் தாங்க முடியாமல் குழந்தை வீறிட்டலறினாலும் அதைக் கீழே விடமாட்டாள். அப்போதே வீரசேகரன் மீது சிவகாமிக்கு அவ்வளவு ஆசை! இப்போதும் அதே மாதிரிதான் வீரசேகரன் அவளிடம் அவஸ்தைப்பட்டு வருகிறான்!''

''கதை முடிந்து விட்டதா?''

''இல்லை. இனிமேல்தான் சிவகாமி சூர்ப்பனகையாய் மாறிய கதை ஆரம்பமாகிறது. சிவகாமி பருவமடைந்து அவளுக்கு விவரம் தெரிந்தபோது தாயின் குலத்தொழிலான தாசி வாழ்க்கை அவளுக்குப் பிடிக்கவில்லை. மகாவீரன் ஒருவனை மணந்து

குடும்பம் நடத்தவேண்டுமென்பது தான் அந்தப் பேதையின் இலட்சியம், தாயோ தன்னுடைய புராதன கலாசாரத்தை விட்டுக்கொடுக்க விரும்பவில்லை. மறுநாள் இரவு நகை துணிமணிகளுடன் குழந்தையையும் தூக்கிக்கொண்டு பாண்டிய நாட்டிற்கு ஓடினாள் சிவகாமி. அங்கே நஞ்சுடைய பெருமானான சுந்தரேஸ்வரர் சந்நிதியிலே நடனமாடும்போது சுற்றிலும் தன் கண்வலையை வீசினாள். அங்கே மகாவீரனைப் போன்ற கம்பீரத் தோற்றத்துடன் விளங்கிய வீரபாண்டியனைக் கண்டதும் சிவகாமி, சூர்ப்பனகையைவிடப் பன்மடங்கு மோகாவேசம் கொண்டாள். ஆனால் அந்த ஸ்ரீராமச்சந்திர மூர்த்தி சூர்ப்பனகையைப் புறக்கணித்து விடவே, பழிவாங்க வேண்டுமென்ற ஆத்திரத்துடன் சோழநாட்டிற்கு ஓடிவந்தாள். அங்கே நம்முடைய இராவணேசுவரரின் தங்கை என்று சொல்லிக்கொண்டு அரண்மனை அந்தப்புரத்திலே செல்வாக்கு பெற்றாள். தான் வளர்க்கும் குழந்தையையே மகாவீரனாக உருவாக்கி வீரபாண்டியனைச் சிதைப்பதாகச் சபதம் பூண்டாள்.''

''பிறகு என்ன?''

''ஒரு குக்கிராமத்தில் வீரசேகரனின் பாலகாண்டம் வாள் பயிற்சியுடன் தொடங்கியது. அவன் யுத்த காண்டத்திற்குத் தயாரானபோது ''வாள் நிலைக்கண்டான்'' ஜனநாதனைப் போல், அரசியல் துறையில் முன்னேற வேண்டுமென இலட்சிய வெறி கொண்டான். அதற்கு அரண்மனை செல்வாக்குள்ள சிவகாமியின் உதவி அவசியம் என்பதையும் உணர்ந்தான். சிவகாமியோ, வீரபாண்டியனால் புறக்கணிக்கப்பட்டு இத்தனை காலமாகத் தன் பருவத்தைப் பாலைவன நிலவாக ஆக்கி வந்தவள், வீரசேகரனின் வாலிப தசையைக் கண்டதும், அந்த ஆசை பன்மடங்காகப் பொங்கி எழுந்தது. தான் அருமை பெருமையாக ஆசையோடு வளர்த்து வந்த வீரசேகரனை இன்னொருத்தி அபகரித்துச் செல்லுவது சிவகாமிக்குச் சிறிதும் சம்மதமில்லை. அதனால் அவனையே அவள் கலியாணம் செய்து கொண்டுவிட்டாள்! ஆனால் வீரபாண்டியனைப் பழி வாங்க வேண்டுமென்ற ஆத்திரமானது சூர்ப்பனகையின் உள்ளத்திலே எள்ளளவும் அடங்கவில்லை. சீதா தேவியைப் போன்ற பேரழகு வாய்ந்தவளான சேர ராஜன் மகள் தேவியை வீரபாண்டியன் மணம் புரிந்து கொண்டான் என்ற செய்தியறிந்ததும், சூர்ப்பனகையின் ஆத்திரம் தேவியின்மீது பொறாமையாகத் திரும்பியது. 'என்னைப்போல் இடையே வந்தாள். இகழ்விப்பேன் இவளை' என்று சூர்ப்பனகையைப் போலவே சிவகாமியும் நினைத்தாள். நேரே நம் ராவணேசுவரரிடம் சென்று தேவியின் அழகைப் பன்மடங்காக வருணித்து ஆசையைத் தூண்டிவிட்டாள். நம்முடைய

இராவணேசுவரரோ ஏற்கனவே தேவியின் சுயம்வரத்திற்குச் சென்று வெறும் கையராகத் திரும்பியவர். அவருடைய அரசியல் முக்கியத்துவம் வாய்ந்த மணப் பேச்சானது வீரபாண்டியனின் தலையீட்டால் முறிந்து போயிற்று. பராக்கிரமபாகுவின் பக்க பலமுள்ள வீரபாண்டியனோ சேர ராஜனின் ராஜ தந்திர வில்லை வெகு சுலபமாக முறித்து விட்டு ஜனககுமாரியை வெகு பிரபலமாக மணம் புரிந்து கொண்டு விட்டான். அந்த ஏக்கத்தால் வாடிவந்த நம் இராவணேசுவரரின் உள்ளத்தில், பிறன் மனைவியை விரும்பும் சபலத்தை மூட்டிவிட்டாள் சூர்ப்பனகை. மதுரை படையெடுப்பு நடந்தது. பிறகு எல்லாம் அசல் ராமாயணக் கதைதான்! தேவியை நம் வீரசேகரன் தந்திரமாக சந்நியாசி வேஷத்தில் கடத்தி வந்து அசோகவனக் கோட்டைக்குள் சிறை வைத்திருக்கிறான். ஆனால் அசோக வனத்திற்குள் இராவணன் விஜயத்தை வீரசேகரன் விரும்பவில்லை!''

''ஆனால் தேவியைச் சிறையிலிருந்து விட்டுவிட்டால் அவனுக்கு நிச்சயம் மரண தண்டனை கிடைக்குமே?''

''வீரசேகரன் மரணத்துக்குத் துணிந்தவன். சிவகாமியோடு வாழ்வதைவிட மரணந்தான் நிம்மதியானது என நினைப்பவன்!''

''அவ்வளவு தூரம் சிவகாமியின்மீது அவனுக்குக் கசப்பா?''

''பூசாரியின் பசிக்கு பலியாவதற்குத்தான் ஆட்டுக்குட்டி வளர்க்கப்படுகிறதென்றாலும் ஆட்டிற்குத் தினசரி அவஸ்தைப் படுவது கசக்காமல் இனிக்கவா செய்யும்? மகா வினைக்காரியான சிவகாமியின் முகத்தை ஏறிட்டுப் பார்க்கவே அவன் அருவருப்புக் கொள்கிறான். அந்த வினைக்காரி வீரசேகரனை ஆட்டி வைப்பதைப் பார்த்தால், அவன் தாலி கட்டியவளை விட்டுவிட்டு ஊர்மிளாவின் காதலுக்காக ஊரெங்கும் தேடியலைவதைக் கண்டு உமக்கு ஆத்திரம் ஏற்படுவதற்குப் பதிலாக அநுதாபமே உண்டாகும்.''

''ஆனால் சிவகாமியின் மையல்?''

''அந்தச் சூர்ப்பனகை நம் வீரனைச் சாகவும் விடமாட்டாள்: ஊர்மிளாவோடு வாழவும் விடமாட்டாள், தோன்றல் தன் சுடாமணித் தோளில் நாட்டங்கள் ஊறினாள்; பறிக்க ஓர் ஊற்றம் பெற்றிலள்''

''சிவகாமியின் தாய் என்ன ஆனாள்?''

''அவளுக்கு இன்னொரு மகள் பிறந்தாள்! அந்த மகளும் சிவ சிவா என ஒரே நபரையே காமிக்கக் கூடாதென நினைத்து, இரண்டாவது மகளுக்கு அகல்யா எனப் பெயரிட்டாள்! ஆனால்

அகல்யா பருவமடைந்த போது, தாய்க்குத் தீராத குஷ்டம் பிடிக்கவே அதைத் தீர்த்த பாம்பாட்டிச் சித்தருக்குப் பாதகாணிக்கையாக பருவ மகளை பாழ் மணம் புரிந்து கொடுத்து விட்டாள்! அகல்யாவுக்கு இப்போது கௌதமரைத் தவிர இந்திரனைத் தேடியலையும் பருவம்!''

''இப்போது என்ன செய்யப் போகிறாய் ஜனநாதா?''

''சிவகாமி இந்நேரம் சாப்பிட்டுவிட்டு பாயில் படுத்துத் தூக்கம் வராமல் புரண்டு கொண்டிருப்பாள். வாரும் மகாவினைக்காரியான அந்தச் சூர்ப்பனகையின் மூக்கை உடைக்கலாம்'' என்று ஜனநாதன் விஷமச் சிரிப்புடன் சொல்லி விட்டு, சிவகாமியின் வீட்டுக் கதவை ஏதோ அவசரம்போல் ''படபட''வெனத் தட்டினான்.

அத்தியாயம் 38

சூர்ப்பனகையின் தாபம்!

**"இவன் ஆகம் புல்லேன்
எனின், உயிர் இழப்பேன்"**

– கம்ப ராமாயணம்

மை மேகத்தில் வரைந்த மாதர் ஓவியம் போல், உடல் புலர்ந்து, நெஞ்சுபுழுங்கி அழுகையுடன் குமுறிக் கொண்டிருந்த சிவகாமி, மெல்ல வீட்டின் கதவைத் திறந்து கொண்டு வெளியே வந்தாள்.

சிவகாமியின் மந்த நடையை நோக்கிச் சிறியதோர் முறுவல் பூத்தான் ஜனநாதன்.

அவளுக்கு வீரசேகரன் மீதிருந்த ஆத்திரத்தை வேறு யார் மீதாவது காட்டவேண்டும் போலிருந்தது.

''ஆ, ஜனநாதரா? உங்கள் அருமை நண்பன் வர வர மோசமாகி விட்டான்! வெகுளியாயிருந்த வீரசேகரன் உங்களோடு பல்கிய பிறகு மகா வினைகாரனாக மாறிவிட்டான்! கொஞ்சங்கூட விசுவாசமில்லாதவன்!'' என்று சிவகாமி சீறினாள்.

''எனக்குக்கூட அவனுடைய பழக்கத்தை வெட்டிவிட்டால் தேவலாம் போலிருக்கிறது! அதிர்ஷ்ட வசமாக அரசியல் துறையில் எனக்குப் போட்டியாக முளைத்த அவனை ஒழித்துவிட அருமையான ஒரு சந்தர்ப்பம் வாய்த்திருக்கிறது!'' என்று குரோதக் குரலில் சிரித்தான் ஜனநாதன்.

சிவகாமி கிரீச்சிட்டுப் பதறினாள்: ''ஐயையோ, வேண்டாம்! வேண்டாம்! வேண்டாம்! என் வீரசேகரனுக்கு ஒரு தீங்கும் செய்து விடாதீர்கள்! அவன் போய்விட்டால் நானும் அவனோடு தீக்குளித்து விடுவேன்!... அவனுக்கு நீங்களாவது நல்ல புத்தி சொல்லக்கூடாதா என்றுதான் கேட்டேன்!''

''உன்னுடைய எதிர்காலத்தை நினைத்தால் எனக்கு மிகவும் கவலையாக இருக்கிறது!'' என்றான் ஜனநாதன்.

''நீங்கள் ஊர்மிளாவைப் பற்றிச் சொன்ன விஷயங்கள் உண்மையாகத்தான் இருக்க வேண்டும்! இன்று மத்தியானம் வீரசேகரன் உறங்கும்போது ஜன்னி கண்டவன்போல், ''ஊர்மிளா, ஊர்மிளா!'' என்று பிதற்றினான். அந்தச் சிறுக்கி எந்தத் தெருவில் குடியிருக்கிறாள் என்பதை மட்டும் ஏன் என்னிடம் சொல்லவில்லை?''

''உன் நன்மைக்காகத்தான் சொல்லவில்லை! சொல்லி யிருந்தால் அவளைச் சுக்குநூறாகப் பிய்த்தெறிந்திருப்பாய்!. வீரசேகரனின் நெஞ்சு கிழிந்துபோய் உன்னை அடியோடு அவன் வெறுத்திருப்பான். தலைக்குமேலே போகிற வெள்ளம் சாண் போனாலென்ன, முழம் போனாலென்ன என்ற நிலைக்கு வந்துவிடுவான். உன் நிலை உணருவாயானால், ஊர்மிளாவிற்கு ஒரு தொல்லையும் செய்ய நினையாதே. அவனுடைய உள்ளத்தைப் பாதுகாக்க வேண்டுமென்றால், ஊர்மிளாவைப்பற்றி உனக்கு ஒன்றுமே தெரிந்ததாகக் காட்டிக்கொள்ளக் கூடாது!''

''அவன் செய்கிற காரியம் மட்டும் சரியா? கண்ணிருந்தும் எப்படி நான் குருடியாக இருக்க முடியும்?'' என்று சிவகாமி பொருமினாள்.

''உனக்கு வீரசேகரன் மீது உண்மையாகவே ஆசைதானே?''

''அவனுடைய ஆசைக்காக எதை வேண்டுமானாலும் செய்வேனே?''

''ஆனால் இன்னொருத்தி அவனை அபகரித்துக் கொள்ள அநுமதிக்க மாட்டாய், இல்லையா?''

''நிஜமாகவே ஊர்மிளா என்பவள் அழகாய் இருப்பாளா?''

''அவள் பருவப் பெண் என்று சொன்னாலே போதும், பாவையின் அழகை வர்ணிக்கத் தேவையில்லை!''

சின்னப் பெண்களின் அசட்டுத்தனத்தில் மகாவீரனான வீரசேகரன் என்ன ஆனந்தத்தைக் காணமுடியும்?

''அவள் அசட்டுப் பெண் அல்ல, உன்னையும் என்னையும் விட மகாபுத்திசாலி, அவளது சிரிப்பில் கூட நெஞ்சைக் கவரக்கூடிய சாமர்த்தியம் இருக்கும் கண்ணீரில்கூட ஒரு கவர்ச்சி இருக்கும். அவளோடு ஒருகணம் பேசிக் கொண்டிருப்பதற்காக ஒரு யுகம்வரை எவனும் மெய்மறந்து இருக்கத் தயாராய் இருப்பான்! வீரசேகரனோ அவளுடைய காதலுக்காகத் தன் உயிரையும் விடக்கூடிய நிலைக்கு வந்து விட்டான்!''

''என்னது? அந்தச் சிறுக்கிக்காக என் வீரசேகரன் ஏன் உயிரை விடவேண்டும்?''

''கெட்டிக்காரி ஒருவனைக் காதலிக்கிறாள் என்றால் பிரதிப்பிரயோசனத்தை எதிர்பாராமல் இருக்க மாட்டாள். ஊர்மிளாவோ எதிர்க் கட்சிக்காரி எனத் தெரிகிறது. தேவியைச் சிறை மீட்கும் சதித் திட்டத்தில் அவள் முனைந்தும் நிற்கலாம். தர்மத்திற்காக இல்லாவிடினும் அவளுக்காகவாவது சிறையிலி ருந்து தேவி தப்பித்து ஓட வீரசேகரன் அனுமதிக்கக்கூடும்!''

''ஒரு நாளும் அப்படி இராது!'' என்று சிவகாமி கிரீச்சிட்டாள்.

''பின்னே வீரசேகரன் திடீரென்று தன் வேலையை ஏன் இரவுக்காவலாக மாற்றிக் கொண்டான்?''

சிவகாமியின் முகத்தில் சவக்களை தட்டியது.

''தேவி சிறையிலிருந்து தப்பி விட்டால், என்ன நடக்கும் தெரியுமா, சிவகாமி? நம்முடைய இராவணேசுவரர், சிறிதும் தயவு தாட்சண்யமின்றி உன் இந்திரஜித்துக்கு மரணதண்டனை விதித்து விடுவார்! யாருடைய செல்வாக்கும் அதைத் தடுக்க முடியாது. சூர்ப்பனகை எவ்வளவுதான் கெஞ்சினாலும் ராமனை உயிரோடு விட்டுவிட இராவணேசுவரர் சம்மதிப்பாரா? யாரும் இராஜ துரோகிகளாகி விபீஷண ஆழ்வார்களாக மாறுவதை ஒருபோதும் நம்முடைய குலோத்துங்க சோழச் சக்கரவர்த்திகள் அனுமதிக்க மாட்டார்!'' என்று எமக்கிங்கரனைப் போலச் சிரித்தான் ஜனநாதன்.

கலவரமடைந்த சிவகாமி அப்பொழுதான் கிழவர் சம்புவராயரைக் கவனிக்கவே, ஆத்திரத்துடன் அவரைக் ''குறுகுறு''வெனப் பார்த்தாள்.

''சிவகாமி, கவலைப்படாதே! இந்தப் பெரியவர் உன் சக்களத்தியைப் பெற்ற மகாபாவியல்ல, பிள்ளையார் செங்கேணி அத்திமல்லர் வீரபெருமாள் குலோத்துங்கசோழ சம்புவராயர் என்ற நீண்ட பட்டப் பெயரைக் கேள்விப்பட்டிருப்பாயே! அந்தப் பட்டதாரி இவர்தான். தேவி சிறையிலிருந்து தப்பிவிட்டால், வீரசேகரனின் தலையை யானைக் காலில் வைத்து நசுக்குவதற்கு இந்த யானைப்படைத் தலைவர்தான் கடமைப்பட்டவர்! நான் சொன்னால் நம்பமாட்டாய் என்பதற்குத்தான் இந்தப் பெரியவரை இங்கே அழைத்து வநதேன். இவர் பிள்ளையார் மீது ஆணையிட்டு ஒரு வார்த்தை சொன்னால், பிள்ளையாரையே நம்புகிற மாதிரி என்று கேள்விப்பட்டிருப்பாய்!'' என்று ஜனநாதன் சிவகாமியை நோக்கிச் சொல்லி விட்டு, கிழவரின் பக்கம் திரும்பி, ''சம்புவராயரே! உமக்குச் சக்கரவர்த்திகளிடமிருந்து வந்திருக்கும் உத்திரவைச் சொல்லும்!'' என்றான்.

''ஆமாம், அம்மா! ஏகவாசகர் விசாரணை செய்து ராஜ துரோகிகள் எனத் தீர்ப்பளிக்கும் குற்றவாளிகளின் தலைகளை நான்தான் யானைக்காலால் இடறச்செய்து தண்டனையை நிறைவேற்ற வேண்டும். தேவி சிறையில் இருந்து தப்பிவிட்டாலோ ஒரு விசாரணைகூட இல்லாமல் வீரசேகரனைப் பிடித்து வந்து கழுத்தளவுக் குழி தோண்டிப் புதைத்து மதயானையை ஏவி அவன் தலையை நசுக்கவேண்டும்!'' என்று சம்புவராயர் குரல் தழதழக்க கூறினார்.

உடம்பெல்லாம் ''வெடவெட''வென்று நடுங்கிய சிவகாமி, ''அதெப்படி முடியும்? தேவி சிறையிலிருந்து தப்பவே முடியாது?'' என்றாள்.

''இரவுக் காவலுக்குச் செல்லும் வீரசேகரன் நினைத்தால் ஏன் அது முடியாது? மரணத்துக்குத் துணிந்தவனுக்கு முடியாத காரியம் ஏதாவது உண்டா?''

''சிறைக் கூடத்திற்குள் காவற்காரி ஒருத்தி இருப்பாளே?''

''ஆமாம்? கருப்பாயி என்று ஒருத்தி இருக்கிறாள். அவளோ இளம்பெண்! வீரசேகரனோ வாலிபன். தன் புன்னகையாலோ, கத்தியாலோ, இளம் காவற்காரியிடம் வீரசேகரன் எந்தக் காரியத்தையும் சாதித்துக் கொண்டு விடுவான்! இல்லையெனில் அந்தக் காவற்காரி ஊர்மிளாவின் கையாளாக இருக்கலாம்!

வீரசேகரன் நினைத்தால் வெகு சுலபமாக சிறை மீட்சிப்படலம் நடந்துவிடும்! நாளை இரவு முடிந்து பொழுது விடிவதற்குள் தேவி சிறையிலிருந்து தந்திரமாகத் தப்பி விடலாம் என்று கேள்விப்பட்டதால்தான் அவசரமாக உன் வீட்டிற்கு வந்தோம். உனக்கு விதவைக் கோலமா, சுமங்கலிக் கோலமா என்பது உன் கையில்தான் இருக்கிறது!'' என்று ஜனநாதன் பரிதாபமாய் பலவற்றையும் சொல்லிச் சிரித்தான்.

''தேவி சிறையிலிருந்து ஒருநாளும் தப்பியோட விடமாட்டேன்!''

''விடமாட்டேன் விடமாட்டேன் என்று நீ வீட்டிற்குள் இருந்து கத்துவதால் என்ன பிரயோஜனம்?''

''ஆமாம், உடனே நான் அதைத் தடுக்கவேண்டும். நேரே காவலதிகாரிகளிடம் சென்று காவலைப் பலப்படுத்தச் சொல்லுவேன்!''

''அதனால் உன் வீரசேகரனைத் துரோகியென நீயே காட்டிக் கொடுப்பதாக முடியுமே தவிர, உருப்படியாக ஒரு பலனும் இல்லை! தேவியின் சிறைக் கூடத்திற்குள்ளே காவற்காரியின் உதவியுடன் வீரசேகரன் ஒரு சுரங்கம் வெட்டி அதன் வழியாக தேவியைக் கடத்தத் தந்திரம் செய்வானானால் யாரால் அதைத் தடுக்க முடியும்? அவனைத் தவிர வேறு ஆண்வாடையே தேவியின் அருகில் நெருங்கக் கூடாதென்பது நம் சோழகுல மகாராணியாரின் கடும் கட்டளை!''

''இரவுக் காவற்காரியான கருப்பாயியை நாளை இரவுக்குள் மாற்றி விட்டால்?''

''அது அவ்வளவு சுலபமல்ல. அவள் ஆடையூர் நாடாள்வாரால் அமர்த்தப்பட்ட காவற்காரி, அவருக்கு எதிராக வேறு எந்தக் காவற்காரியைக் கொண்டு போனாலும் கருப்பாயியைப் போன்ற நம்பிக்கையான காவற்காரி இந்த உலகில் இல்லையென்றுதான் சாதிப்பார். கருப்பாயியின் ஸ்தானத்தில் நாம் அமர்த்தக்கூடிய துணிச்சல்காரி இந்தப் பூலோகத்தில் ஒருத்தியுமில்லை!''

''அப்படியானால் ஒரே வழிதான் உண்டு. நானே இரவுக் காவற்காரியாக மாறிவிட்டால்?''

''அதை மறுப்பதற்கோ உன்னை நம்பமுடியாது என்று சொல்லுவதற்கோ ஆடையூர் நாடாள்வார் தொடை நடுங்குவார். தேவியைப் பழி தீர்ப்பதில் உனக்குள்ள ஆத்திரம் அவருக்கு நன்றாகத் தெரியும்!'' என்று சொன்ன ஜனநாதன் விஷமமாய்

சம்புவராயர் பக்கம் திரும்பி, ''பார்த்தீரா பெரியவரே? என் அருமை நண்பனின் தலையைக் காப்பாற்ற, நாம் என்னென்னவோ யோசித்து மூளை குழம்பினோம். நம் சிவகாமி வெகு சுலபமாக ஒரு வழி கண்டு பிடித்துவிட்டாள்! வீரசேகரன் வீட்டிலிருக்கப் பிடிக்காமல் தன் வேலையை இரவு காவலாக மாற்றிக் கொண்டால், சிவகாமி இரவுக் காவற்காரியாக மாறுவதுதான் புத்திசாலித்தனம்!'' என்றான்.

''நாளை பொழுது விடிந்ததுமே நான் அசோகவனக் கோட்டைக்கு போய் காவல் அதிகாரியைச் சந்தித்து கருப்பாயியை வேலையிலிருந்து நீக்குவேன். நாளை இரவு முதல் நானே இரவு காவற்காரியாக மாறுவேன். இனி கடவுளே முயன்றாலும் தேவி சிறையில் இருந்து தப்பமுடியாது!'' என்று கூறினாள் சிவகாமி.

''இனி என் அருமை நண்பனின் தலையைக் காப்பாற்ற வேண்டிய பொறுப்பு தீர்ந்து விட்டது! வாரும் சம்புவராயரே!'' என்று ஜனநாதன் கிளம்பினான்.

இருவரும் தனியாக உரையாடியவண்ணம் இருண்ட சந்து ஒன்றில் திரும்பியபோது, ''சம்புவராயரே, பார்த்தீரா? ஒரு முள்ளை இன்னொரு முள்ளைக் கொண்டுதான் எடுக்க வேண்டும்!'' என்று சிரித்தான் ஜனநாதன்.

''ஜனநாதா! நீ மகா சாமர்த்தியசாலி! ஆடையூர் நாடாள்வாரால் அமர்த்தப்பட்ட காவற்காரியைத் தகுந்த ஆதாரம் காட்டாமல் உன்னால் எப்படி நீக்க முடியுமென மலைத்தேன். நீ அவருக்கு எதிராகச் சிவகாமியைக் கிளப்பி விட்டு, வெகு சுலபமாகக் காரியத்தைச் சாதித்துவிட்டாய்!'' என்று சம்புவராயர் பாராட்டினார்.

''ஒரு எதிரியின் காயை இன்னொரு எதிரிடையான காயைக் கொண்டுதான் வெட்ட வேண்டும்!'' என்றான் ஜனநாதன் அலட்சியமாக.

''சிவகாமியைக் கொண்டுபோய் தேவியின் சிறைக்கூடத்தில் காவல் வைப்பது உன் அருமை நண்பனின் தலையைக் காப்பாற்ற வேண்டும் என்பதற்கு மட்டுந்தானா?'' என்று சம்புவராயர் சந்தேகத்தோடு கேட்டார்.

''அத்திமல்லரே, மதயானையின் போக்கையும், சூர்ப்பனகையின் போக்கையும், அரசியல்வாதியின் போக்கையும் யாராலும் நிர்ணயிக்க முடியாது! அசோகவனச் சீதைக்குக் காவலாக திரிசடையை வைப்பதைவிட, சூர்ப்பனகையை வைத்தி ருந்தால் இராவணனின் மனோரதம் என்ன ஆகியிருக்கும் என்று மட்டும் யோசித்துப் பாரும்!''

''ஜனநாதா இதெல்லாம் பெரிய இடத்து விவகாரங்கள்! என்னை ஏன் அனாவசியமாக சிவகாமியின் வீட்டுக்கு அழைத்து வந்தாய்?''

''ஜனநாதனின் செய்கையில் அனாவசியமென்பது ஓர் அணுகூட இராது, சம்புவராயரே! உம்முடைய நேர்முக வாக்குமூலம் இல்லாவிட்டால் சிவகாமி என் வாக்குமூலத்தை நம்பியிருக்க மாட்டாள்! மகாபுத்திசாலியான சூர்ப்பனகையையும் என்னால் இவ்வளவு சுலபமாகக் கிளப்பியிருக்கவும் முடியாது!'' என்று சிரித்த ஜனநாதன், ''பெரியவரே, இனி நீர் உம் மதயானைகளைக் கவனிக்கப் போகலாம்!'' என்று விடை கொடுத்தனுப்பிவிட்டு எங்கோ நிதானமாக இருளில் மறைந்தான்.

அத்தியாயம் 39

வெறுங்கை வந்தேன்!

"இன்று கண்டும
அக் கிளிமொழி மாதராளை
மீட்டிலேன்! தலைகள் பத்தும்
கொணர்ந்திலேன்!
வெறுங்கை வந்தேன்!"

– கம்ப ராமாயணம்

மதி மங்கும் ஞாயிற்றுக் கிழமையின் விடியற்சாம இருள், மதுரை மாநகரின் மீனத்துவஜங்களை நோக்கிப் பையப் பைய எழும்பி, காலைப் பனியாகக் கரைந்து கொண்டிருந்தது.

தெருக்களிலுள்ள வீடுகளுக்குள் ஜனங்கள் விழித்துக் கொள்வதின் அரவங்கள்தாம் கேட்டனவே தவிர, வீதிகளில் தொழிலாளிகளின் நடமாட்டங்கூட இன்னும் புறப்படவில்லை. தெருவின் இருமருங்கும் எரியும் கல்தூண் விளக்குகளின் தீப்பிழம்புகள் தளர்ந்து அணையத் தொடங்கின. இரவை உல்லாசமாக்கும் நாடக அரங்குகளும் நர்த்தன மண்டபங்களும் நன்றாக உறக்கத்தில் அழுந்தியிருந்தன. தெருக்களில் இரவுக் காவல் முடிந்து பகல் காவலுக்கு மாறுபவர்கூட அரைகுறையான

தூக்கக் கலக்கத்துடன் காணப்படும் நேரம் அது. மடாலயங்களிலும், பாடசாலைகளிலும் மட்டிலும் உதய வழிபாட்டிற்குரிய பாடல்கள் துவங்கிவிட்டன. ஊரெங்கும் உதயத்திற்கு முன்னுள்ள ஒருவிதப் பிரசவச் சந்தடி.

விடியற்சாம இருளில் சூன்யப் பூதம்போல் காத்தவராயன் வேகமாகப் பல தெருக்களையும் கடந்து வந்தான். தேவியைச் சிறை மீட்கும் முயற்சியில் எதிர்பாராத ஏமாற்றமடைந்த அவன், வெறுங்கையைப் பிசைந்து கொண்டே வந்து, தன் வீட்டின் கதவைத் தட்டி ''ஊர்மிளா!'' என்று குரல் கரகரக்கக் கூப்பிட்டான்.

ஊர்மிளாவின் வீட்டிற்குள் வைகறையின் பொற் கிரணங்களைக் கொண்டு வந்து புகுத்துவதற்குப் பதிலாக, காத்தவராயன் அதிகப்படியான இருளைத்தான் கொண்டு வந்தான்.

அங்கே அவனை எதிர் நோக்கி ஆவலுடன் காத்திருந்த சுந்தர ஜோசியர் தம்முடைய எதிர்கால உற்சாகக் கனவுகளையெல்லாம் ஊர்மிளாவிடம் பரிமாறிக் கொண்டிருந்தார்.

''இன்று சூரியோதயம் ஆவதற்குள் சிறையிலிருந்து என் தேவி சாதுரியமாகத் த்ப்பி வந்து விடுவாள். தேவியின் முகதரிசனம் கிடைத்து விடும். உறங்கிக்கிடக்கும் என் வீரவாள் பகைவரின் உதிரத்தைக் குடிக்க உரம் பெறும். நான் வீரபாண்டியனாக போர் முகத்தில் பொங்கி எழுந்து ஜயலட்சுமியை வாரியணைப்பேன். என் தேவியோடு என் தலைநகரையும் ஒருங்கே மீட்பேன். விடுதலை பெற்ற தேவியின் புன்னகை எண்ணற்ற பாண்டிய மறவர்களின் வாள்களிலே குங்கும முத்தங்களாக விழுந்து சோழர்களின் தலை நகரிலே ரத்தமாகச் சிந்தும்!'' என்ற சுந்தர ஜோசியரின் வீரவுரைகள் காத்தவராயனின் காதுகளிலே உயிரை உறிஞ்சும் கத்தி வெட்டுகளாக விழுந்தன.

ஜோசியரின் முகத்தில் விழிக்கவும் மனம் கூசியவனாய் காத்தவராயன் கரும் பாறை போல் மெல்ல ஊர்மிளாவை நோக்கி நகர்ந்து, ''தேவி மிகவும் துர்ப்பாக்கியவதிதான்!'' என்று கூறிவிட்டு ''புலபுல''வென அழுது விட்டான்.

''ஏன்? நம்முடைய திட்டத்திற்குச் சம்மதித்த கருப்பாயி கடைசி நேரத்தில் மாறிவிட்டாளா?'' என்று ஊர்மிளா கலவரத்துடன் கேட்டாள்.

''இல்லை, கருப்பாயி மாறவில்லை; அவளுடைய இரவுக்காவல் வேலையைத்தான் அவளிடமிருந்து பாவிகள் மாற்றிவிட்டார்கள்! இன்றிரவு சிறைக் கூடத்துக்குள் தேவியோடு இரவுக் காவற்காரியாக பூட்டப்பட வேண்டிய கருப்பாயி, விடியற்சாம

இருட்டில் வேலை நீங்கி வெளியே வரும்போது அவளுடைய ஆடைகளில் நம் தேவி வந்து விடுவதென ஏற்பாடு செய்திருந்தோம். ஆனால்... ஆனால்... இன்று மாலை நேரத்தில் திடீரென்று நம் கருப்பாயியை வேலையைவிட்டு விலக்கி, சிறையதிகாரிகள் வேறு ஒருத்தியை இரவுக்காவலுக்கு அமர்த்திவிட்டார்கள்!''

"அப்படியானால் தேவி வரமாட்டாளா..?'' என்று கேட்ட சுந்தர ஜோஸியரின் குரலில் ஜீவன் முழுதும் ஒடுங்கி விட்டது, கைக்கெட்டிய தூரத்தில் தோன்றிய கனவுகள் எல்லாம் அடிவானத்திற்கு அப்பால் பொடிப் பொடியாய்ச் சிதறுவனபோலத் தோன்றின.

"இல்லை! தேவியை நான் சிறைமீட்டு வரவில்லை. கற்பின் செல்வியைச் சிறை வைத்திருக்கும் கற்கோட்டையை நான் பொடிசாம்பலாக்கி விட்டும் வரவில்லை. பெண்மையின் பெரு விளக்கைச் சிறைப்பிடிக்கும்படி ஏவிய குலோத்துங்க சோழனின் தலைநகரைச் சுட்டெரித்து விட்டும் வரவில்லை!'' கபடமறியாத தேவியைத் தந்திரமாகச் சிறைப்பிடித்த வீரசேகரனின் கைகளைத் துண்டித்து விட்டும் வரவில்லை.

"இரக்கமென்பதே இல்லாத அரக்கர்களான சோழியர்களை அழித்துவிட்டும் வரவில்லை. சோழச் சக்கரவர்த்திகளின் எட்டு திசை முகங்களும் அதிரப் பத்து மணி முடிகளையும் பறித்து தலைகள் பத்தையும் கொண்டு வரவும் இல்லை. தேவியின் மானத்திற்கும் உயிருக்கும் அஞ்சி இவ்வளவும் செய்யாமல் வெறுங்கையோடு வந்தேன்!'' என்று காத்தவராயன் விலங்கிடப்பட்ட சிங்கம் போல் கர்ஜித்தான்.

வீரபாண்டியன் கட்சியினரால் அசோகவனக் கோட்டை தாக்கப்பட்டால் உள்ளே அடைபட்டிருக்கும் தேவி மானபங்கம் செய்யப்படுவாள் என்னும் சோழிய அதிகாரிகளின் எச்சரிக்கை ஒன்றுதான் காத்தவராயனின் பழிவாங்கும் உணர்ச்சியைச் சதா தடுத்து நின்றது.

"தேவி வரவில்லை! இனி விடுதலை பெற முடியும் என்னும் நம்பிக்கையையும் இன்றோடு இழந்திருப்பாள்! மெல்ல மெல்ல உயிரும் நீத்து விடுவாள்!'' என்று பொருமிய சுந்தர ஜோஸியரின் முகம் பிரேதம்போல் வெளுத்தது.

காத்தவராயனோ வேகமாகப் பூஜை அறைக்குள் ஓடிச்சென்று, நவரத்தினங்கள் பதித்த அழகிய வாள் ஒன்றை எடுத்து வந்தான். அந்த வாளால் தற்கொலை செய்து கொண்டு விடுவானோ எனப் பயந்த ஊர்மிளா அவனை நோக்கிப் பாய்ந்து வந்தாள்.

''ஊர்மிளா, என்னைத் தொடாதே! சிறைச் செல்வியாகத் தேவி உயிரோடு வாடிக்கொண்டிருக்கும் வரை நீ கன்னி விதவையாக நேரிடாது!... தூண்டாமணிச்சுடர் விளக்காய் தேவி எனக்குத் தந்த இந்த வாளை எதற்காக நான் பத்திரமாக வைத்திருக்கிறேன் தெரியுமா? தலைநகரை மீட்டுப் பாண்டிய சாம்ராஜ்யத்தின் அரியணையில் வீரபாண்டிய சக்கரவர்த்திகளை அமர்த்தும்வரை நீ மனைவியின் ஸ்தானம் வகிக்க முடியாது எனச் சபதம் செய்தாயே அந்தச் சபதத்தை நிறைவேற்றுவதற்காக நான் இந்த வாளை வைத்திருக்கவில்லை! தேவி கொடுத்த எந்த வாளால் எப்போது தேவியின் உயிரைக் காப்பாற்ற முடியாமல் போகிறதோ அப்போதே அதே வாளால் என் உயிரை மாய்த்துக் கொள்வதற்காகவே வைத்திருக்கிறேன்!'' என்று காத்தவராயன் நெஞ்சு வெடிக்கக் கத்தினான்.

''காத்தவராயா! தேவியைச் சிறைமீட்க முடியுமென நீ ஒருவன்தான் பரிபூரணமான நம்பிக்கை வைத்திருந்தாய்! கடைசியில் நீயும் அந்த நம்பிக்கையில் தளர்ந்து விட்டாயா?'' என்று சுந்தர ஜோஸியர் கண் கலங்கினார்.

''இல்லை, என் உடலில் உயிரின் கடைசி ரத்தத் துளிகள் இருக்கும்வரை, தேவியைச் சிறைமீட்கும் முயற்சியில் தளர்ந்து விடமாட்டேன். மண்டையுடைந்து என் தலையில் மூளையின் கடைசிப் பிசிறுகள் இருக்கும்வரை ஓர் உபாயம் யோசிக்காமலிருக்க மாட்டேன்!'' என்று சீறினான் காத்தவராயன்.

காத்தவராயனின் முகத்தை ஊர்மிளா கூர்ந்து பார்த்துக் கொண்டே, ''புதிதாக இரவுக் காவலுக்கு வந்திருக்கும் வேலைக்காரியையும், நம்முடைய ரகசியத் திட்டத்திற்கு இணங்கும்படி செய்ய முடியாதா? அவள் நமக்காகத் தியாகம் செய்யமாட்டாளா?'' என்று கேட்டாள்.

''அது ஒருபோதும் நம்மால் முடியாது! தியாகத்திற்கு எவ்வளவு பெருங்கூலி தருவதாகச் சொன்னாலும் அவள் சம்மதிக்க மாட்டாள். வீரபாண்டிய சக்கரவர்த்திகள் அடையப் போகும் சாம்ராஜ்யம் முழுவதையுமே கூலியாக அவளுடைய உறவினருக்குக் கொடுப்பதாகப் பிரதிக்ஞை கூறினாலும், தேவியின் சிறைமீட்சிக்கு அவள் ஒரு சிறிதும் உதவமாட்டாள். அதற்கு மாறாகத் தேவியின் மானத்தைத் தன் காலின் கீழ் வைத்து மிதிப்பதில்கூடக் கொடூரமான திருப்தியடையக் கூடியவள். நெஞ்சில் இரக்கமென்பதே யில்லாத அரக்கி அவள்!'' என்று காத்தவராயன் பற்களை ''நறநற''வெனக் கடித்தான்.

''யார் அவள்?'' என்று ஊர்மிளா கலவரத்துடன் கேட்டாள்.

''அவள் சாதாரணக் கூலிக்காரி அல்ல! சக்தியும் செல்வாக்கும் வாய்ந்த வீரசேகரனின் மனைவி சிவகாமி சுந்தரிதான்!''

ஊர்மிளாவிற்கு என்னவோ மனதுக்குள் அடைத்துக் கொள்வது போல் இருந்தது. இனம்புரியாத ஒரு பரிதாபமும், எதையோ இழந்துவிட்டது போல் ஓர் ஏக்கமும் அவளுக்கு உண்டாயிற்று.

காத்தவராயனோ தன்னுடைய முரட்டுக் கைகளால், தன்னுடைய நெற்றியைப் பிசைந்து கொண்டே தொடர்ந்து சொன்னான்.

''சிவகாமி திடீரென்று நேற்று மாலை சிறைக்கோட்டைக்கு வந்து சிறையதிகாரிகளிடம் பிடிவாதம் செய்து இரவுக் காவலுக்குரிய பொறுப்பைத் தானே வலிய ஏற்றுக்கொண்டாளாம். நம்முடைய திட்டத்திற்குச் சம்மதித்த கருப்பாயிக்கோ நேற்றிரவு வேலைக்குப் போனபோதுதான் திடீரெனத் தன் வேலை பறிக்கப்பட்ட விஷயம் தெரிந்ததாம். சிவகாமி சாமானியப்பட்டவள் அல்ல. எந்தக் கணம் தேவி சிறையிலிருந்து தப்புகிறாளோ அந்தக் கணமே வீரசேகரனின் தலைக்கு மரண தண்டனை காத்திருக்கும் என்பது சிவகாமிக்குத் தெரியும். அவள் செத்தாலும், சுமங்கலி யாக விளங்க ஆசைப்படுவாளே தவிர ஒருபோதும் விதவையாகும் நினைப்பையே சகிக்கமாட்டாள். சிவகாமி தன்னுடைய உயிரையும், தேவியின் மானத்தையும் விட வீரசேகரனின் உயிரைத்தான் பெரிதாக மதிப்பவள்!''

ஊர்மிளா மெல்ல வேறுபுறம் முகத்தைத் திருப்பிக் கொண்டு, பொங்கி வரும் கண்ணீரை வெகு சிரமப்பட்டு உள்ளூர அடக்கினாள்.

சுந்தர ஜோஸியரின் கண்களில் தாரை தாரையாகக் கண்ணீர் வடிந்தது.

''அப்படியானால் தேவிக்கு விமோசனமே இல்லையா? இன்று உதயத்தில் தேவி புன்முறுவலுடன் நம்மிடையே வருவாள். நம்முடைய லட்சிய யாத்திரை சோழ நாட்டில் சந்திரோதயம் வரை துவங்கிவிடும் என்றெல்லாம் கனவு கண்டோம். அவ்வளவும் கானல் நீராகிவிட்டது. எல்லாம் கைகூடும் நேரத்தில் விதிதான் நேற்றுச் சிவகாமியின் ரூபத்தில் வந்திருக்கிறது!'' என்று சுந்தர ஜோசியர் பெருமூச்செறிந்தார்.

''சிவகாமியின் இந்தத் திடீர் செய்கையை யோசிக்கும் போது நேற்றிரவு காவற்காரியின் ரூபத்தில் தேவியைக் கடத்திவர நாம்

திட்டமிட்டிருக்கிறோம் என்ற ரகசியம் எப்படியோ சிவகாமிக்குத் தெரிந்திருக்கிறது என்றே தோன்றுகிறது யாரோ அவளிடம் சொல்லியிருக்கிறார்கள்!'' என்று கனல் கக்கப் புருவத்தை நெறித்தான் காத்தவராயன்.

''அவளிடம் யார் சொல்லியிருக்க முடியும்?'' என்று ஊர்மிளா திடுக்கிட்டவளாய்க் காத்தவராயனின் கூரிய பார்வையைத் தாங்க முடியாமல் கேட்டாள்.

''வீரசேகரன் நல்லவனா, நயவஞ்சகனா என்பதை நாம் முதலில் தெரிந்துகொள்ள வேண்டும். நம்முடைய ரகசியத் திட்டங்களைக் கண்டுபிடிப்பதற்காகவும், நம்மைச் சரியான சமயத்தில் காட்டிக் கொடுப்பதற்காகவுமே, அவன் நம்முடன் நெருங்கிப் பழகினான் என்றால், அந்த நச்சுப் பாம்பை ஆரம்பத்திலேயே நாம் கொன்றிருக்கவேண்டும். முன்பொரு நாள் அகால வேளையில் நம் வீட்டைத்தேடி வந்து நம்மிடம் சிக்கிக் கொண்டபோதே என்னுடைய அம்பிற்கு அவனைப் பலியிடத் தயாராய் இருந்தேன். ஊர்மிளாதான் குறுக்கே பாய்ந்து தடுத்து விட்டாள். நீங்களும் பெண் புத்திக்கு அனுசரணையாகப் பேசினீர்கள்!'' என்று காத்தவராயன் சுந்தர ஜோசியரை நோக்கி ஆத்திரத்தோடு கூறினான்.

அந்த நெருக்கடியான நேரத்திலும் சுந்தர ஜோசியரின் முகத்தில் கம்பீரம் தளரவில்லை. ''காத்தவராயா! கொடுமையையும் கொள்ளையையும் எதிர்த்துப் போராடும் மாபெரும் லட்சியத்தில் நாம் ஈடுபட்டிருக்கிறோம். அன்பு மயமான தேவியை நாம் சிறை மீட்க முயலுகிறோம் என்றால் அந்தப் பணியை நாம் கொலைத் தொழிலாக்கக் கூடாது. மேலும் வீரசேகரன் நம்முடைய பகைவனே என்றாலும், நிராயுதபாணியான ஒருவனை, என் நம்பிக்கைக்குப் பாத்திரமான ஒருவன் கொலை புரிவது வீரபாண்டியனது வீரத்திற்கு அழகல்ல என்றும் நினைத்தேன்!'' என்றார் சுந்தர ஜோசியர்.

''வீரசேகரனுக்கு நம்முடைய ரகசியத் திட்டங்களில் என்ன தெரிந்துவிட்டதென நினைக்கிறீர்கள்? வீரசேகரனைச் சந்தேகிக்க வேண்டிய காரணம்...?'' என்று ஊர்மிளா தன் நிலா முகத்தைச் சுளித்தாள்.

''தினசரி நம்முடைய வீட்டிற்கு அடிக்கடி வந்து கொண்டிருந்த வீரசேகரன் திடீரெனத் தன் வருகையை நிறுத்திக் கொண்டான். இன்று கருப்பாயியின் உதவியால் தேவியைச் சிறை மீட்கும் முயற்சி நிறைவேறும் சமயத்தில் திடீரென வீரசேகரனின் மனைவி இரவுக் காவற்காரியாய் மாறியிருக்கிறாள். இனி

வீரசேகரன் நம்மைப் பிடித்துக் கொடுக்கவும் இங்கு வரலாம். நாம் இவ்வீட்டிலிருக்கும் ஒவ்வொரு கணமும் அபாயமாகும்!'' என்று நஞ்செனை நகைத்தான் காத்தவராயன்.

அதைச் சொல்லி அவன் வாய் மூடுவதற்குள் தெருக்கதவை யாரோ படபடவெனத் தட்டும் சப்தம் கேட்கவே, அங்கிருந்த மூவருக்கும் மூச்சே நின்று விடும்போலிருந்தது.

காத்தவராயன் வேகமாகச் சுந்தர ஜோசியரைப் பிடித்து சுவரிலுள்ள சுரங்கக் கதவிற்குப் பின்னால் மறைந்து நிற்கச் செய்துவிட்டு, கையில் இரும்புச் சுத்தியலுடன் மெல்லத் தெருக்கதவைத் திறந்தான்.

வீரசேகரனின் குதிரையாள் ஒருவன் எங்கோ போகிற அவசரத்தில், உறையிலிட்ட முத்திரையிடப்பட்ட ஓலையொன்றைக் காத்தவராயனிடம் கொடுத்துவிட்டுப் போனான்.

காத்தவராயன் அந்த ஓலையைத் தானும் படித்துவிட்டு, சுந்தர ஜோசியரையும் படிக்கச் செய்த பின்னர், "இந்த ஓலை வீரசேகரனிடமிருந்து வந்திருக்கிறது! ஊர்மிளா, உனக்காவது இதன் அர்த்தம் புரிகிறதா பார்!" என்று ஓலையைக் கொடுத்தான்.

வீரசேகரனிடமிருந்து ஓலையென்றதுமே ஊர்மிளாவிற்கு மெய் சிலிர்த்தது. கருவிழிகள் பரபரத்தன. என்னதான் அவள் தன்னை அடக்கிக்கொள்ள முயன்றும் ஓலையை வாங்கியபோது அவளுடைய மிருதுவான கை நடுநடுங்கியது. காத்தவராயன் அவளது முகபாவத்தை ஊன்றிக் கவனித்தான்.

அந்த ஓலையில் பின்வரும் வாசகம் எழுதப்பட்டிருந்தது;

"காத்தவராயருக்கு வீரசேகரன் வணக்கத்துடன் எழுதுவதாவது,

"உங்களுடைய நட்பை நான் இழந்து விட வேண்டிய நிலையில் இருக்கிறேன். நான் உங்கள் வீட்டிற்கு வருவதைத் திடீரென்று நிறுத்திக் கொண்டதற்காக உங்கள் வீட்டில் யாரும் வருந்தவேண்டாம் என்பதை விளக்கவே இக் கடைசி ஓலையை எழுதுகிறேன். உங்கள் வீட்டைப் பற்றி விரும்பத்தகாத பலவிதமான வதந்திகள் உலாவுகின்றன. உங்கள் வீட்டின் பக்கமே நான் வராமல் இருப்பது தான், உங்களுக்கும் நல்லது. எனக்கும் நல்லது! அதுதான் என் கடமையுங் கூட! உங்களுடைய ரகசியத்தைப் பொறுத்த

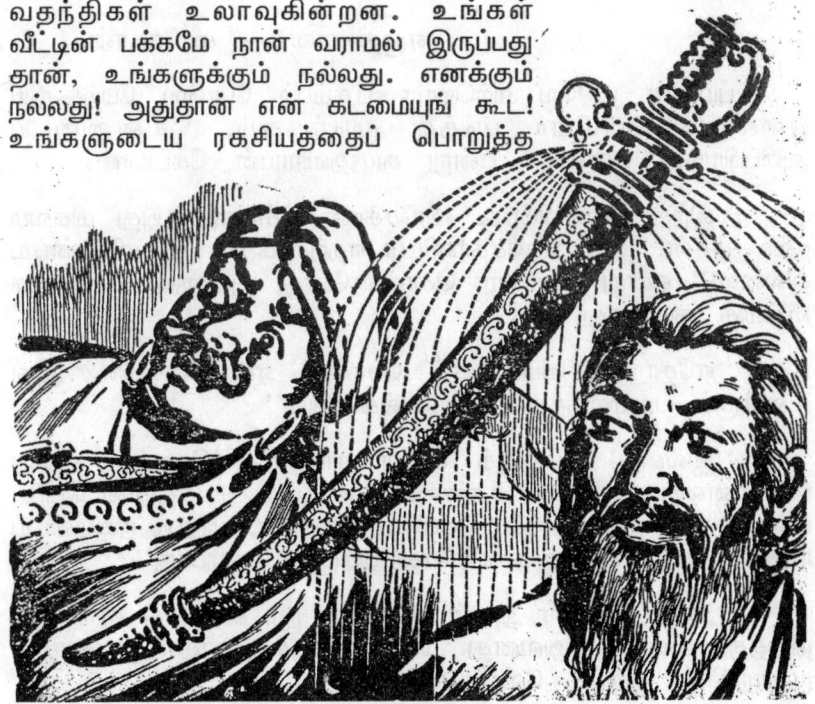

வரையில் அது என் இருதயத்துள்ளேயே புதைந்து கிடக்கும். ஆனால் அதற்காக நான் உங்களுக்குப் பாதுகாப்பு அளிக்க முடியாது. நம்முடைய பழைய நட்பிற்கு அறிகுறியாக முக்கியமான ஒன்றை மட்டும் எச்சரிக்க விரும்புகிறேன். உங்களுடைய ரகசியத்தைக் கண்டுபிடிக்க அரசாங்கம் தீவிர நடவடிக்கை எடுத்திருப்பதாக ஆதாரப்பூர்வமான தகவல் கிடைத்திருக்கிறது. மதுரை நகரின் ஒவ்வொரு வீட்டின் மீதும் ஒற்றர்கள் கண் வைத்திருக்கிறார்கள். என் மேலதிகாரிகள் உத்தரவிட்டால் நெருங்கிய நண்பர்களையும் தயாதாட்சண்யமின்றித் தண்டிக்க வேண்டிய கடமைப்பட்டவன் நான். இனி என் அதிகாரிகள் பிடிவாதமாக என்னை அனுப்பினால்தான் வருவேனே தவிர நானாக உங்கள் வீட்டிற்கு வரமாட்டேன்.

அதனால் என் கண்ணுக்கு எட்டாத தூரத்திற்கு நீங்கள் ஜாகையை வேறிடத்திற்கு மாற்றிவிடுவதுதான் நல்லது. உங்களுடைய மனப்பூர்வமான உபசாரங்களை என்னால் மறக்க முடியாது என்றாலும், தற்சமயம் கடமையை உத்தேசித்து நான் மறந்து விடத்தான் வேண்டும். என்னுடைய மனமாற்றத்தைப் பொருட்படுத்தாமல் உங்கள் வீட்டில் எல்லோருமே என்னை மறந்து விடுங்கள்.

எழுதினான் – வீரசேகரன்.''

புயலின் நடுவே மற்றொரு பூகம்பம் போன்ற மேற்கூறிய ஓலையை ஊர்மிளா படித்து முடித்ததும், ''உன்னுடைய அபிப்பிராயம் என்ன?'' என்று காத்தவராயன் கேட்டான்.

''இந்த ஓலையின்படி வீரசேகரன் செய்தால் அது மிகவும் நல்லதுதான்! இனி வீரசேகரனிடம் எதற்காகவும் அஞ்சவேண்டிய தில்லை!'' என்று ஊர்மிளா சொன்னபோது அவளுடைய நெஞ்சு விம்மித் தாழ்ந்தது.

''ஏதோ ரகசியம் எனச் சொல்லி எச்சரிக்கிறான். அது உனக்குப் பயமுறுத்தலாய் படவில்லையா?''

''இல்லை! நமக்குக் கள்ள நாணயத் தொழில் என்று சொன்னதை வீரசேகரன் உண்மையென நம்பி அதைத்தான் பெரிய ரகசியம் என நினைத்துக் கொண்டிருக்கிறான். மற்றபடி நம்முடைய ரகசிய திட்ட மெதுவும் வீரசேகரனுக்குத் தெரியாது''

''அப்படியானால் அவன் திடீரென நம் வீட்டிற்கு வருவதை நிறுத்துவானேன்? அவனது மனமாறுதலுக்கு ஏதாவது தகுந்த முகாந்திரம் இருக்க வேண்டும்!''

"அதையேன் என்னிடம் கேட்கிறீர்கள்?" என்று ஊர்மிளா தழதழக்கும் குரலோடு பொருமினாள்.

"ஊர்மிளா, இங்கே என் முகத்தைப் பார்! வீரசேகரன் மனஸ்தாபப்படும்படியோ சந்தேகப்படும் படியாகவோ நாங்கள் எந்தவிதத்திலும் நடந்து கொள்ளவில்லை. அவன் கடைசியாக உன்னைத்தான் பார்த்திருக்கிறான். உன் தாயின் ஈமக்கிரியை நடந்த அன்று இரவு வீட்டில் உனக்குத் துணையாக வீரசேகரனை வைத்துவிட்டுப் போனேன். நான் திரும்பி வருவதற்குள், என்னிடம் சொல்லிக் கொள்ளக்கூடக் காத்திராமல், உன்னைத் தனியே விட்டுப் போய்விட்டான். அன்று போனவன் மறுபடி நம் வீட்டின் பக்கமே தலை காட்டவில்லை. இனி வரவே முடியாது என்றும் இப்போது ஓலை வேறு எழுதியிருக்கிறான். அதனால் அன்று இரவு உனக்கும் அவனுக்குமிடையே ஏதோ மனஸ்தாபம் ஏற்பட்டிருக்க வேண்டும்!"

ஊர்மிளாவிற்குப் பேசவே வாய்வரவில்லை. குரல் அடைத்துக் கொண்டது.

"ஊர்மிளா, அவன் கடைசியாக உன்னைவிட்டுப் போனபோது அவனது முகத்தோற்றம் எப்படியிருந்தது? கடுமையாய் இருந்ததா? கலக்கமாக இருந்ததா?"

"எப்போதும் போல அன்றும் சாதாரணமாகவே போனான் என்றே நினைக்கிறேன்".

"ஊர்மிளா, என்ன பதில் சொல்லுகிறாய் என்பதைச் சிந்தித்துப் பார். உன்னுடைய பதில் என்னும் ஓர் நூலிழையில்தான் நம்முடைய எதிர்கால லட்சியங்கள், திட்டங்கள் அனைத்தும் தொங்கிக் கொண்டிருக்கின்றன. அதனால் நன்றாய் ஞாபகப்படுத்திக் கொண்டு சரியான பதிலைச் சொல், ஊர்மிளா!"

"ஆமாம், இப்போதுதான் ஞாபகம் வருகிறது. அன்று அவனது பேச்சின் தோரணை எனக்கு என்னவோ பிடிக்கவில்லை. நான் ஆத்திரத்தில் என்ன சொல்லுகிறோமெனத் தெரியாமல் சுருக்கென்று இரண்டுவார்த்தைகள் சொல்லிவிட்டேன் அவன் முகம் மாறி விர்ரென எழுந்து போய் விட்டான்."

"வெறும் பேச்சால் ஏற்பட்ட சாதாரண மனஸ்தாபம் தானா?"

"அப்படித்தான் இருக்குமென அனுமானிக்கிறேன்."

"ஊர்மிளா!... நம்முடைய அபாயகரமான நிலைமையையும், நெருக்கடியான நேரத்தையும் புரிந்து கொள்ளாமல் பேசுகிறாய்;

வெறும் அனுமானங்கள் மட்டும் போதாது. நிச்சயமான பதில்தான் தேவை!''

"ஆமாம்... அது நிச்சயந்தான். என் மீதுள்ள மனஸ்தாபத்தினால்தான் வீரசேகரன் இப்போது இவ்வோலையை எழுதியிருக்கவேண்டும்!''

"அப்படியானால் இனிமேல் வீரசேகரன் நம் வீட்டின் பக்கமே வரமாட்டானா?''

"ஆ! இதற்கு நான் எப்படிப் பதில் சொல்வதென நினைக்கிறீர்கள்?... என்னிடமா இந்தக் கேள்வியைக் கேட்பது?'' என்று பொருமிய ஊர்மிளா தன் முகத்தை இரு கைகளாலும் மூடிக்கொண்டு விம்மினாள்.

"ஊர்மிளா! நம்முடைய நிலையை யோசித்துப்பார். இந்த நெருக்கடியான நேரத்தில் உன்னைத் தவிர வேறு யாரிடமிருந்து அதை நான் தெரிந்து கொள்ளமுடியும்? சொல், ஊர்மிளா! இனி வீரசேகரன் இங்கே வரவேமாட்டானா?''

"ஆமாம்; வரமாட்டான்!''

காத்தவராயன் ஒரு கணம் நெஞ்சின் இரைச்சலைச் சமாளிக்க வெகு சிரமப்பட்டுக்கொண்டு மலைத்து நின்றான்.

பிறகு அவன் கனிவு ததும்பும் குரலில் ஊர்மிளாவை நோக்கி, "ஊர்மிளா எனக்காக ஒரு காரியம் செய்வாயா?'' என்று தயங்கிய குரலில் வினாவினான்.

"என்ன செய்ய வேண்டும்?'' என்று ஊர்மிளா கலவரமிக்க குரலில் நெஞ்சு "திக்திக்''கென்று அடித்துக் கொள்ளக் கேட்டாள்.

"ஊர்மிளா! நம்மைச் சுற்றி அபாயங்களும் இடையூறும் சூழ்ந்திருக்கும் இந்நேரத்தில் நாம் ஒவ்வொரு சந்தேகத்தையும் தீர்க்கமாகத் தெளிவித்துக்கொள்ள வேண்டும். வீரசேகரனை நாம் சாதாரணமாக நினைத்துவிடக் கூடாது! நம்மைப்பற்றிய ரகசியங்கள் பல அவனுக்குத் தெரிந்திருக்கலாம். நம்மைச் சதிகாரர்கள் எனச் சந்தேகித்தும் நம்மைப் புறக்கணித்திருக்கலாம். அவன் இவ்வாறு மனதை முறித்துக் கொண்டு ஓலை எழுதுவதற்கு ஏதோ முக்கியமான காரணம் இருந்திருக்க வேண்டும். அதனால்...''

"உம்; அதனால்?''

"அவனிடம் விளக்கம் கோரி ஓர் ஓலை எழுது!''

"நானா? என்று ஊர்மிளா மலைப்புடன் கேட்டாள்."

"ஆமாம்; நீதான் ஓலை எழுதவேண்டும்! நான் இல்லாதபோது எனக்கு வந்த ஓலையை நீ எடுத்து வாசித்ததாகவும், அவனுடைய முடிவிற்கு நேரில் விளக்கம் தெரிந்துகொள்ள விரும்புவதாகவும் எழுது அவன் உடனே வருவான். அவனைப் பல கேள்விகள் கேட்டு என்ன காரணம் என்பதையும், அவனுடைய உண்மையான மனோ நிலையையும் தெரிந்து கொள்!"

"ஓ, அதுமட்டும் என்னால் முடியாது! ஒருநாளும் நான் அவனுக்கு ஓலை எழுதமாட்டேன். அவனை இந்த வீட்டுக்கு வா என்றும் என் வாயால் கூப்பிடமாட்டேன்!" என்று ஊர்மிளா கிரீச்சிட்டாள்.

"ஊர்மிளா, நீ ஏன் குழந்தைபோல் பிடிவாதம் செய்கிறாய்? ஓர் அற்ப மனஸ்தாபத்தை மனத்தில் வைத்துக் கொண்டு இப்படி மனம் கறுவலாமா? உன்னுடைய சுபாவமே இப்படித்தான்; சிறு சிறு விஷயங்களையும் பெரிதாக நினைத்துக் கொண்டு கடைசிவரை விடாமல் சண்டைபிடித்துக் கொண்டேயிருப்பாய்!"

"என்னால் அது முடியாது! வீரசேகரனைப்பற்றிய என் அபிப்பிராயத்தைக் கேட்டீர்கள். அவனால் நமக்கு அபாயம் இல்லை என்ற அபிப்பிராயத்தை நான் சொல்லிவிட்டேன். வீரசேகரனை என் வீட்டிற்கு வரவழைப்பதில் எனக்கு விருப்பமே இல்லை. பிறகு உங்கள் இஷ்டம் இதற்குமேல் நான் வேறெதுவும் செய்வதற்கில்லை!" என்று ஊர்மிளா ஓவென அழுது கொண்டே மாடியறைக்கு விர்ரென ஓடிப் பஞ்சணையில் விழுந்து புழுவெனத் துடித்தாள்.

இனி இப்போதைக்கு ஊர்மிளாவை வற்புறுத்த முடியாது என்பதையுணர்ந்த காத்தவராயன் மௌனமாகத் தன் கைகளைப் பிசைந்து கொண்டு நின்றான்.

சுந்தர ஜோசியர் அவனது கைகளை ஆறுதலோடு பிடித்துக் கொண்டு, "காத்தவராயா, ஊர்மிளாவின் விஷயத்தை அதோடு விட்டு விடு! வீரசேகரனால்தான் அபாயம் இல்லை என்கிறாளே?" என்றார்.

"வீரசேகரனால் இப்போதைக்கு அபாயம் இல்லா விட்டாலும், தேவியின் சிறைமீட்சிக்கு அவனால்தான் நமக்கு ஓர் உபாயம் பிறக்கவேண்டும்! அவனை நம்முடைய நண்பனாக்கிக் கொள்ள முடியவில்லையென்றால், சந்தேகோபஸ்தமான பகைவனைத்

தீர்த்துக் கட்டிவிடுவதுதான் நம்முடைய முதல்வேலை! அவனை நம் வீட்டிற்கு வழக்கம்போல் வரவழைத்தேயாக வேண்டும்!'' அவன் நம் வீட்டுக் கவசம் மாதிரி!

"ஊர்மிளாவின் மிருதுவான மனதைப் புண்படுத்தி ஒரு காரியத்தைச் செய்யச் சொல்லுவதைவிட, தேவியைச் சிறை மீட்க வேண்டும் என்ற என் இலட்சியத்தையே நான் புறக்கணித்து விடுகிறேன்!" என்றார் சுந்தர ஜோசியர்.

"உங்களுக்கென்ன பைத்தியமா பிடித்துவிட்டது? பெண்ணை விட விரைவில் உணர்ச்சிகளுக்கு இரையாகி மனந்தளர்ந்து விடுகிறீர்களே! நீங்களோ, நானோ; ஊர்மிளாவோ தனிப்பட்ட இருதயம் உள்ளவர்கள் அல்ல. நாமே நமக்குச் சொந்தமல்ல என்னும் வேதாந்தத் தத்துவந்தான் நம்முடைய இலட்சியத்தின் தத்துவமாகும். தேவியை சிறைமீட்பது என்ற மாபெரும் இலட்சியத்திற்குத்தான் நம்முடைய உயிர்கள் எல்லாம் சொந்தம். தேவிக்குத் தேவைப்பட்டால் நம்முடைய உயிர் மூச்சுகள் மட்டுமல்ல, நம்முடைய அந்தராத்மாவே நசித்து விடட்டும்!" என்று காத்தவராயன் இலட்சியப் பெருமூச்சுடன் கூறினான்.

"காத்தவராயா, நம்முடைய சதியாலோசனைத் திட்டங்கள் அனைத்திலும் ஊர்மிளாவையும் கொண்டுவந்து சம்பந்தப்படுத்த முயல்கிறாய். அதுதான் எனக்குப் பெரிதும் மனவருத்தத்தைத் தருகிறது. அதனால் பழுதேற்படும் என்று நான் சொல்லவில்லை. தேவிமீது நான் எவ்வளவு மதிப்பு வைத்திருக்கிறேனோ அவ்வளவு மதிப்பு நான் ஊர்மிளாவின்மீதும் வைத்திருக்கிறேன். நாமோ மரணாபத்தான காரியத்தில் ஈடுபட்டிருக்கிறோம். இதில் பெண்ணொருத்தியின் தலையைப் பணயம் வைப்பதை நினைக்கும் போதுதான் என் மனம் மிகவும் கூசுகிறது!"

"நம்முடைய இலட்சியத்தில் பெண்ணின் தலைக்கும் ஆணின் தலைக்கும் எந்தவித வித்தியாசமும் இல்லை! ஒரு முரடன் தன்னுடைய மிருகப் பலத்தாலும், வீரத்தாலும் குயுக்தியாலும் எவ்வளவு பெரிய காரியத்தையும் சாதித்துவிட முடியுமோ, அதேபோல் பெண்ணொருத்தியாலும் அதே காரியத்தைத் தன்னுடைய அழகாலும், அன்பாலும், புத்தி சாதுர்யத்தாலும், சாதித்துவிட முடியும். நம்முடைய அரசியல் இலட்சியங்களிலும் தேவியின் சிறைமீட்சித் திட்டத்திலும் நம்மைப் போலவே ஊர்மிளாவும் சரிசமமான பங்குடன் ஈடுபட்டிருக்கிறாள். அதனால் நமக்கேற்படக்கூடிய தலைவிதியையும் அவள் சரி சமமாகப் பகிர்ந்து கொள்ளட்டும்!" என்று காத்தவராயன் சொல்லிவிட்டு, வெறுங்கையை வீசிக்கொண்டு வெளிக் கிளம்பினான்.

''பாவம்! தேவிக்காகக் காத்தவராயன் தன்னுயிரையும் விட மேலானதைப் பணயம் வைக்கிறான்!'' என்று சுந்தர ஜோசியர் கண்ணீருடன் பெருமூச்சுவிட்டு, வாசற்கதவை உட்புறம் தாழிட்டுக் கொண்டு, ஊர்மிளாவின் மாடியறையை நோக்கி மெல்ல நடந்தார்.

அத்தியாயம் 40

அகலிகையின் கதை!

'மேல்நாள்
அகலிகை என்பாள், காதல்
இந்திரன் உரத்தை புல்கி
எய்தினாள், இழுக்கு உற்றாளோ?'

— கம்ப ராமாயணம்

மத்திய காலத் தமிழகத்தின் சரித்திரத்தை மதங்களின் மறுமலர்ச்சியுகம் என்றோ, மதத் துவேஷங்களின் குருஷேத்திரம் என்றோ சொல்லலாம். நிர்க்கதியான நிலையில் கடவுள் உணர்ச்சியும் அதீத வேகமும் ஏற்படுவது இயல்பு. பன்னிரண்டாவது நூற்றாண்டில் அன்னியர் கலாசாரப் படையெடுப்பினால் தவித்த பாரத தேசத்தின் கதையும் அத்தகையதொரு நிர்க்கதியான நிலையில்தான் இருந்தது. எந்த அரசாட்சி நீடிக்கும், எந்தக் கொள்கை நிர்ணயமானது எந்த மதம் நியாயமானது என்று ஜனங்களுக்கு ஒரு நிலைத்த புத்தியும் இருக்கவில்லை.

தமிழகத்திலோ சமணர்களைக் கழுவேற்றிய படலம் நடந்து வெகு நாளாகி விடவில்லை. புத்தர் கோயில்களைப் பிள்ளையார் கோயில்களாக மாற்றிப் பௌத்த மதத்தைச் செயலற்றதாக்கிய செயலும் நடந்துவிட்டது. சைவவைஷ்ணவமதம் சண்டையோ கல்வி மான்களின் வாயில் மட்டுமல்ல, ஜனங்களின் ரத்தத்திலும் ஊறி நின்றது. மதானுஷ்டானங்களிலோ பிரதேசக் கலாசார மொழிப் பிரச்னைகள் பற்றிய காரசாரமான விவாதங்களினால் ஒவ்வொரு மதத்திலும் பலவித உட்பிரிவுகள் ஏற்பட்டுவிட்டன. சமீப காலத்தில் உடையார் இராமானுஜசாரியாரால் தீவிரமாக்கப்பட்ட வைஷ்ணவ மதத்திலோ வடகலை, தென்கலை என இரண்டு பிரிவுகள் ஏற்படுவதற்கான அறிகுறிகள் தோன்றிவிட்டன. சைவ மதத்திலோ

நரபலி கொடுக்கும் கபாலிக மதம் முதல், அன்பே சிவமெனும் தமிழ்ச் சைவம் வரை பலவித உட்பிரிவுகள் கிளைவிட்டு தனித்தனி விருக்ஷங்களாக வானோங்கி வளர்ந்து கொண்டிருந்தன.

‘‘கடவுள் என்பது உள்ளத்தைக் கடந்த பொருள்; அதைத் தவிர மற்ற யாவும் பொய்!’’ என்ற போக்கில் செல்லும் ஆதிசங்கரரின் அத்வைத தத்துவமும், மாயாவாதமும் தமிழ்நாட்டின் சைவ சமய சஞ்சாரிகளை வெகுவாகக் கவர்ந்திருந்தது. பெரும்பாலும் மத புருஷர்களின் சேவையானது கடவுளுக்குக் காணிக்கை வசூலித்துக் கோயில் கட்டுவதிலும், மடாலயங்களுக்கு மண்ணிலங்களை வளைத்துச் சேர்ப்பதிலுமாகவே பொருளாதார அடிப்படையில் வளர்ந்து கொண்டிருந்ததால், ஜனங்களின் பாபகரமான பணத்தின் ஒரு பகுதியை அவர்களால், பெற முடிந்ததே தவிர, அவர்களின் உபதேசங்கள் ஜனங்களின் இருதயத்தைத் தொட முடியவில்லை. அந்த வகையில் பாமர ஜனங்களிடையே மிகவும் செல்வாக்குப் பெற்று விளங்கியவர்கள் தமிழ் நாட்டின் சித்தர்களேயாவர். ஒருவிதப் பொருளாசையுமின்றி, எவ்வித பாசபந்தமுமின்றி, மதாசார அனுஷ்டானங்களை நையாண்டி செய்து கொண்டும், ‘‘நாதன் உள்ளிருக்கையிலே, நட்ட கல்லைக் கும்பிடுவானேன்’’ என்று பாடிக்கொண்டும், நாடெங்கும் கோவணாண்டிகளாகச் சித்தர்கள் சுற்றியலைந்தார்கள். பெரிய பெரிய வேதாந்தக் கிரந்தகங்களின் தத்துவார்த்தச் சொற்கள் படித்தவர்களுக்கே புரிந்து கொள்ள முடியாமல் இருந்தபோது, சித்தர்களின் நாடோடிப் பாடல்களிலுள்ள கடவுள் நெறிக் கருத்துக்கள் பாமர ஜனங்களின் அறிவையும் நெஞ்சையுங்கூட ஒருங்கே தொட்டன. அதனால் எந்த மதாச்சாரியாரையும் விட சித்தர்களுக்குத் தமிழ்நாட்டில் அதிக மதிப்பிருந்ததில் வியப்பில்லை. கொங்கணர், கோரக்கர், திருமூலர், தேரையர், சட்டைமுனி, உரோமமுனி, அகப்பேய்ச் சித்தர், பாம்பாட்டிச் சித்தர் எனப்பதினெட்டுச் சித்தர்கள் பிரசித்திப் பெற்று விளங்கியது போலவே, அவர்களுக்குப் பின் அப்பெயர்களை வைத்துக் கொண்டு பல்வேறு அறிவர்களும் கிளம்பினார்கள்.

ஒருநாள் அருணோதயத்தில் மதுரைமாநகரின் ஜனத்திரள் முழுதும் சுடுகாட்டை நோக்கிக் காலத்திற்கு முந்தியே விரைந்து சென்றது. அங்கே இரவு முழுதும் சுடலைத்தீயின் முன் நிஷ்டையில் இருந்து சித்தி பெற்ற பாம்பாட்டிச் சித்தர், முதன் முதலாக உலக மக்களுக்கு ஞான தரிசனம் கொடுக்கச் சம்மதித்திருக்கிறார் என்ற வதந்தியானது மதுரைநகர் முழுதும் பரவியிருந்தது. தெய்வீகமான சித்த வித்தைகள் பலவற்றைக் காணலாம் என்ற நம்பிக்கையில் புறப்பட்ட ஜனங்கள் பலராவர்.

பாம்பாட்டிச் சித்தரைப் பொறுத்தவரையில் அவருக்கு இந்த உலகச் சிந்தனையே கிடையாது. அவரது அந்தராத்மாவானது சதா மோன நிலையிலேயே லயித்திருக்கும். அவர் தம்மை மறந்து பித்தரைப்போல் ஏதாவது பாடித் திரிவாரே தவிர, யாருக்கும் உபதேசிப்பதில்லை. கோயில் குளங்களுக்கு வந்து மரியாதைகளையோ, பாத காணிக்கைகளையோ ஏற்றுக் கொள் வதில்லை. மதச்சின்னங்கள் தரிக்கவோ மடாலயங்களுக்கும் வியாக்கியான மண்டபங்களுக்கும் வந்து தாம் கண்ட மெய்ஞான நெறிகளை விவாதிக்கவோ அவர் சம்மதிப்பதில்லை. யாருக்கும் குருவாய் விளங்கவோ, சிஷ்ய கோடிகளைச் சேர்த்துக் கொண்டு பஜனைக் கோஷ்டிகளுடன் சஞ்சரிக்கவோ அவர் விரும்புவதும் இல்லை. அவருக்கு மதாச்சாரங்களிலும் விக்கிரக ஆராதனை களிலும் நம்பிக்கை கிடையாது. தெருவில் சுவாமியம்மன் ஊர்வலம் வந்தால் அதை ஏறிட்டுக்கூடப் பாராமல் ஏளனச் சிரிப்புடன் வேறொருபுறம் போய்விடுவார். விபூதிப்பட்டைகளை உடம்பில் இன்ன இன்ன இடத்தில்தான் இன்ன இன்ன அளவில் பூசிக்கொள்ள வேண்டுமென்ற அனுஷ்டான நியதி எதையும் அவரிடம் காணமுடியாது. யாராவது விபூதிப் பிரசாதம் வேண்டுமென்று வற்புறுத்திக் கேட்டால் சிதையில் எரியும் பிணத்தின் சுட்ட சாம்பலை அள்ளி அள்ளி ‘‘இதுதான் திருநீறு’’ என்று கொடுப்பார்.

இத்தகைய பட்ட மரத்தின் அருகில் பசுங்கொடிபோல் விளங்கிய அகல்யா புன்முறுவலுடன் சித்தருக்குப் பணிவிடைகள் செய்து கொண்டிருந்தாள். மனைவி என்ற முறையில் அது அவளுடைய கடமையாகும். ஆனால் சித்தரோ அவளை மனைவி என்ற நினைப்பில் ஒரு முறைகூட ஏறெடுத்துப் பார்த்தவரன்று; அவரைப் பொறுத்த வரையில் பேதைச் சிறுமிபோன்ற அகல்யாவை ‘‘அடி மகளே!’’ என்றுதான் கூப்பிடுவார். மனைவியைத் தாயாகவோ மகளாகவோ மாறுகோணத்தில் நினைப்பது மகான்களின் இயல்புதான்!

சித்தரின் முன் கூடியுள்ள அவ்வளவு பெரிய ஜனத்திரளின் முன் வீரபாண்டியன் கோஷ்டியினர் மறைமுகமாகச் சுதந்திர கோஷத்தை எழுப்பி யிருப்பார்களேயானால், தேவி சிறை வைக்கப்பட்டிருக்கும், அசோகவனக் கோட்டை மட்டுமல்ல, மதுரையிலுள்ள சோழியர்களின் மூலப்படையே சின்னா பின்னமாகியிருக்கும். அதற்கு வசதியில்லாமல் தேவியானவள் சிறையில் சிக்கிக் கொண்டிருக்கிறாளே, சிறைக் கோட்டை தாக்கப்பட்டால் உள்ளேயுள்ள தேவியின் மானத்தையும் உயிரையும் சோழியர்கள் வஞ்சம் தீர்த்துக் கொள்வார்களே என்ற எண்ணம் காத்தவராயனுக்கு உண்டாயிற்று. அதனால் எவ்வளவு விரைவில் சிறையிலிருந்து தேவி தந்திரமாக மீட்கப்படுகிறாளோ

அந்த விரைவில்தான் தங்களுடைய சுதந்திர இலட்சியத்தின் தலை விதி அடங்கி இருக்கிறது என்றும் காத்தவராயன் எண்ணமிட்டான்.

இவ்வளவு பெரிய ஜனத்திரள் எந்தக் கணத்தில் எங்கே புரட்சித் திசையில் திரும்பிவிடுமோ என்று கதிகலக்கத்துடன் சோழிய மூலப்படையினரும் கூடியவரை பாதுகாப்புடன் சுடுகாட்டைச் சுற்றி வட்டமிட்டுக் கொண்டிருந்தனர்.

அசோகவனக் கோட்டையிலிருந்து வீரசேகரனும் சிவகாமியும் இரவுக் காவல் முடிந்து, சிவந்த விழிகளுடன் வெளியே வந்தபோது, ஜனநாதன் விஷமச் சிரிப்புடன் அவர்களை வரவேற்றான். கோட்டைக்குள்ளேயே அலுப்புத் தீர இருவரும் குளித்துவிட்டு வீரசேகரன் வைஷ்ணவச் சின்னங்களுடன் யெளவன விஷ்ணுபோல் விளங்குவதையும், சிவகாமியோ நெற்றியில் விபூதியும் குங்குமத் திலகமுமிட்டு முதிர்ந்த சிவநேசச் செல்வியாகத் திகழ்வதையும் ஜனநாதன் கூர்ந்து கவனித்தான்.

''வைஷ்ணவமும், சைவமும் இவ்வளவு ஒற்றுமையாய் கைகோர்த்துக் கொண்டிருப்பதை உங்கள் ரூபத்தில்தான் காண்கிறேன்'' என்று ஜனநாதன் பரிகாசமாய்ச் சிரித்தான்.

வீரசேகரன் திடுக்கிட்டுத் தன் கையை விடுவித்துக் கொள்ள முயன்றும், சிவகாமி தன் பிடியை விடவில்லை.

ஜனநாதன் மெல்ல சிவகாமியின் காதுக்குள் என்னவோ ''குசு, குசு''வெனச் சொல்லி அவளை வீட்டிற்கு அனுப்பிவிட்டு, வீரசேகரனை மட்டும் பிரித்துப் பாம்பாட்டிச் சித்தரின் தரிசனத்திற்கு அழைத்துக் கொண்டு போனான்.

''தம்பி! நீ காதலால் மிகவும் மனம் குழம்பியிருக்கிறாய்... சித்தரின் உபதேசம் உன்னுடைய மனக் கண்ணைத் திறந்து விடும் வா!''

''ஜனநாதா, உன்னுடைய சைவ சமய சித்தரின் தரிசனத்திற்கு நான் வரவேண்டுமானால் என்னுடைய வைஷ்ணவ மதத்தை மதிப்பதற்கு அறிகுறியாக இந்தத் துளசியை உன் காதில் சொருகிக் கொள்ள வேண்டும்!'' என்று வீரசேகரன் சிரித்தான். அவனுக்குக் கோட்டையில் யாரோ ஆழ்வார் ஒருவர் கொடுத்த துளசிப் பிரசாதத்தை ஜனநாதனிடம் நீட்டினான்.

''தம்பி! இந்தத் துளசியின் பூர்வ கதை உனக்குத் தெரியுமா? இவள் துளசிச் செடியாய் மாறுவதற்கு முன் ஓர் பூங்கொடியாய்ப் பிறந்தாள். அசுரன் ஒருவனுக்கு வாழ்க்கைப்பட நேர்ந்த துளசி தன்னுடைய பக்தியையெல்லாம் கணவனிடம் செலுத்துவதற்குப்

பதில் உன்னுடைய மகாவிஷ்ணுவின் மீது செலுத்தினாள். துஷ்ட நிக்கிரக சிஷ்ட பரிபாலனம் செய்யும் உன் மகாவிஷ்ணு என்ன செய்தார் தெரியுமா? துஷ்டனான துளசியின் கணவனைக் கொன்று விட்டு சிஷ்டையான துளசியை ஏற்றுக்கொண்டார். அன்புக்குரியவளை உலக நிந்தைக்கு இடமில்லாமல் எந்நேரமும் தன் அருகில் வைத்துக் கொள்ள உன்னுடைய மகாவிஷ்ணு என்ன செய்தார் தெரியுமா? துளசியை ஒரு செடியாய் மாற்றி உலகத்தார் அதை நித்தியம் பூஜிக்கும்படியும் செய்துவிட்டார்! தம்பீ! உன்னுடைய விஷ்ணுவின் அம்சம் உன்னிடமும் இருப்பதாகவே தோன்றுகிறது. ஆனால் ஊர்மிளாவையும் ஒரு செடியாக உன்னால் மாற்ற முடியுமா என்பதுதான் சந்தேகம்!'' என்று பரிகாசம் செய்தான் ஜனநாதன்.

''அப்படியானால்.... அப்படியானால்'' என்று வீரசேகரன் தயங்கினான்.

''ஆமாம், அப்படித்தான்! ஊர்மிளா காத்தவராயனது மனைவி தான் என்பதில் எள்ளளவும் சந்தேகமில்லை! நீ மகாவிஷ்ணுவைப் போல எவ்வளவு அழகாய் இருக்கிறாயோ அவ்வளவு தூரம், காத்தவராயன் ஓர் அசுரன் என்பதிலும் சந்தேகமில்லை! ஊர்மிளா என்னும் பாற்கடல் அமிர்தத்திற்காக உங்கள் இருவரிடையே என்றாவது ஒருநாள் தேவாசுரயுத்தம் மூளும் என்பதிலும் சந்தேகமில்லை!''

''காத்தவராயனின் மனைவிதான் ஊர்மிளா என்பது உனக்கெப்படி நிச்சயமாய் தெரியும்?'' என்று வீரசேகரன் ஆத்திரத்துடன் கேட்டான்.

''என் காதலி ஒருத்தி சொன்னாள்!'' என்று சாவதானமாகப் பதிலளித்தான் ஜனநாதன்.

''என்னது?... உனக்கொரு காதலியா?'' என்று வியப்புடன் கேட்ட வீரசேகரனின் முகத்தில் அளவற்ற பிரமிப்பு நிறைந்திருந்தது.

''ஏன், என்னை ஒருத்தியும் காதலிக்க முடியாதா? காத்தல் கடவுளான விஷ்ணுவைத்தான் காரிகையர் காதலிப்பர் என்பது உன் எண்ணமா? அழித்தல் கடவுளான ருத்திர மூர்த்தியை அடையவும் ஆரணங்கு ஒருத்தி ஆசையுடன் தவம் செய்தாளாம்!''

''அவள் உன்னை உள்ளூரக் காதலிக்கிறாளா, ஜனநாதா?'' என்று வீரசேகரன் ஏக்கத்துடன் கேட்டான்.

''தம்பி! அவள் என்னை உள்ளூரக் காதலிப்பதைப் பற்றி எனக்குக் கவலையில்லை. ஆனால் வெளிப்படையாக அவள் காதலிக்க

முயல்வதைத்தான் நான் சிறிதும் விரும்பவில்லை!'' என்று ஜனநாதன் விஷமமாய்ச் சிரித்தான்.

"ஜனநாதா! உன் காதலி எப்படி இருப்பாள்? உன்னைப்போல அவளும் அறிவாளியா?''

"இல்லை! அறிவாளியைக் காதலிப்பவள் மிகவும் அசடாகத்தான் இருப்பாள்! நான் எவ்வளவுக் கெவ்வளவு புத்திசாலியோ அவ்வளவுக்கவ்வளவு அவள் புத்தியற்றவள்!''

"அவள் யார், ஜனநாதா, யார்?''

"தம்பி, அது அவ்வளவு சுலபமாக வெளிப்படுத்தக் கூடிய விஷயமன்று!''

"அப்படியானால்...?''

"தம்பி, நம்மிருவருடைய காதலும் ஏறத்தாழ ஒரே மாதிரியானதுதான்! ஆனால் இரண்டே வித்தியாசம்; நீ பெண்ணைக் காதலிக்கிறாய்; பெண் என்னைக் காதலிக்கிறாள்! புத்திசாலியான பெண்ணொருத்தி முட்டாள் ஒருவனை உபயோகப்படுத்திக் கொள்ள முயல்வது உன்னுடைய கதை! மகாப் புத்திசாலியொருவன் மகா மூடப் பெண்ணொருத்தியை உபயோகப்படுத்திக் கொள்ள முயல்வது என்னுடைய கதை!''

"ஜனநாதா! உண்மையில் சிவகாமியையும் என்னையும் சேர்த்து வைப்பதற்காகவே ஊர்மிளாவின் சகவாசத்தை நீ முறித்துவிட முயல்கிறாய் என நினைத்தேன்! ஆனால் நீயோ ஊர்மிளாவை நான் வெகு சிரமப்பட்டு மறக்க முயன்றாலும் என்னை மறக்கவிடவில்லை!''

"தம்பி, அவ்வளவு சுலபமாகக் காதலை மறந்துவிடும் அப்பியாசம் உனக்கு ஏற்பட்டுவிட்டால், இருதயமற்ற அறிவாளியாக நடந்துகொள்ளும் அப்பியாசம் உனக்கு வெகு சுலபமாக வந்துவிடும்! நீ அவ்வளவு தூரம் இருதயமற்ற அறிவாளியாக மாறிவிட்டால், எனக்குப் போட்டியாக முளைத்து விடுவாயல்லவா?''

"ஆமாம், சிவகாமியின் காதுக்குள் என்னவோ "குசு குசு''வெனச் சொல்லி வேகமாக அனுப்பினாயே, அது என்ன?''

"உன்னுடைய வீட்டிற்குப் பெண்ணொருத்தி தேடி வந்ததாகச் சொன்னேன்!''

"யார் ஊர்மிளாவா?''

''அப்படித்தான் சிவகாமியும் நினைத்துக்கொண்டு அவசரமாகப் போனாள்! ஆனால் உன் வீட்டிற்குச் சிவகாமியைத் தேடி வந்தவள் என் காதலிதான் என்பதோ இப்போது என் காதலி பாம்பாட்டிச் சித்தரின் கூட்டத்தில் இருக்கிறாள் என்பதோ, சிவகாமிக்குத் தெரியவராது!''

''அதற்காகத்தான் சித்தரின் தரிசனத்திற்குப் புறப்பட்டாயோ!''

''சித்தரின் உபதேசம் வேறு யாருக்கு உபயோகப்படாவிட்டாலும் முக்கியமாக நம்மிரு காதலருக்கும் பெரிதும் உபயோகப்படும். வா, போகலாம்!''

இருவரும் சுடுகாட்டை அடைந்தபோது பாம்பாட்டிச் சித்தரின் பின்வரும் பாடல் ஜனக்கும்பலை மெய்மறக்கச் செய்தது.

"சாதிப்பிரிவிலே தீ மூட்டுவோம்
சந்தைவெளியினிற் கோல்நாட்டுவோம்.
வீதிப்பிரிவினில் விளையாட்டுவோம்
வேண்டாமதனியி லுறவு செய்வோம்
சோதித்துலாவியே தூங்கிவிடுவோம்
சுகமான பெண்ணையே சுகித்திருப்போம்
ஆதிப்பிரமாக்க ளைந்துபேரும்
அறியார்களிதை யென்றாடாய் பாம்பே"

''தம்பி, காதலுக்கும் அத்வைத தத்துவத்திற்கும் அதிக வித்தியாசமில்லை!'' என்று சிரித்தான் ஜனநாதன்.

கும்பலைப் பிளந்துகொண்டு வீரசேகரனால் போக முடியவில்லை. தூரத்திலே ஜனநாதனோடு நின்று சித்தரின் மங்கலான உருவத்தைக் கவனித்தான். சித்தரின் முதுகுப்புறம் நின்று வாஞ்சையுடன் சிக்ஷுருக்ஷை செய்து கொண்டிருக்கும் அகல்யாவின் யௌவன அசைவு தெரிந்ததே தவிர, மரத்தின் நிழலில் அவளுடைய முகம் வீரசேகரனுக்குச் சரியாகத் தெரிய வில்லை. அவள் அடிக்கடி தன் தலையைத் திருப்பி, யாரையோ கூட்டத்தில் எதிர்பார்ப்பதுபோல் சுற்றும்முற்றும் பார்த்துக் கொண்டு, சித்தருக்கு ஏதோ யந்திரம் போல் சிக்ஷுருக்ஷைகள் செய்து கொண்டிருப்பதானது வீரசேகரனுக்கு வியப்பாகத் தோன்றியது.

''சித்தருக்குத் தொண்டு செய்யும் அந்தப் பெண் யார்?'' என்று வீரசேகரன் கேட்டான்.

‘‘அவ்வாறு தொண்டு செய்யக் கடமைப்பட்ட அகல்யா! ஆனால் என்ன செய்தும் மனதைக் கல்லாக்கிக் கொள்ளாத அகல்யா!’’

‘‘அப்படியானால் அந்தச் சித்தர் யார்?’’

‘‘அவள் அகல்யா என்றால், அவளுடைய பிராணபதி கௌதம மகிரிஷியாகத் தானிருக்க வேண்டும்!’’

‘‘அப்படியானால் தேவேந்திரன் யார்?’’

‘‘தம்பி! அந்த அகல்யா இப்பூலோகத்தில் ஒரே ஒரு தேவேந்திரனைத்தான் மனப்பூர்வமாக நாடுகிறாள். அவனை அறிவில் மாபெரும் புலி எனவும் மதிக்கிறாள். ஆனால் அவளுடைய காதலைத் தேவேந்திரன் ஏற்றுக்கொள்ளவேண்டுமானால் தினசரி அவன் பூனையாக மாறிக்கொண்டிருக்க வேண்டியதுதான்!’’

‘‘அந்த அகல்யா யார்?’’

‘‘தம்பி, நம் அகல்யாவின் பூர்வ கதையை ரத்தினச் சுருக்கமாகக் கூறுகிறேன், கேள்! பிரும்மம் எதுவெனத் தத்துவசாஸ்திரிகளுக்கும் தெரியாது. அது போலவே இவளைப் பெற்ற பிரும்மதேவனும் யார் என இவளுடைய தாய்க்குக்கூடத் தெரியாது! நம்முடைய அகல்யா பூர்வாசிரமத்தில் ஒரு தாசி மகள்! தாயின் குஷ்ட ரோகத்தைத் தம் சித்தவைத்தியத்தால் தீர்த்த பாம்பாட்டிச் சித்தருக்குப் பாதகாணிக்கையாக அளிக்கப்பட்டவள். இப்போது தேவேந்திரனின் பாத தூளியை அக்கற்சிலை எதிர்பார்க்கிறது!’’ என்று ஜனநாதன் சிரித்தான்.

வீரசேகரனுக்கு என்னவோ நெஞ்சில் சுருக்கெனத் தைத்தது.

அப்போது பாம்பாட்டிச் சித்தரின் பின்வரும் பாடல் காலைக்காற்றில் கிழிந்து வந்தது;

“ஊத்தைக் குழியிலே மண்ணை யெடுத்தே
உதிரப் புனலிலே உண்டை சேர்த்தே
வாய்த்த குயவனார் பண்ணும் பாண்டம்
வரைக் கோட்டுக்கும்
ஆகாதென்று ஆடாய் பாம்பே!”

‘‘தம்பி இது சித்தர் தம் உடல் நிலை பற்றி இளம் மனைவிக்கு அறிவிக்கும் தத்துவார்த்த விளக்கம்!’’ என்று பரிகாசம் செய்தான் ஜனநாதன்.

அடுத்ததாகச் சித்தரிடமிருந்து பின்வரும் பாடல் பிறந்தது.

“எண்ணெய்க்கும் தண்ணீருக்கும்
தொந்தமிலா வாறுபோல்,
எப்போதும் இப்புவியில்
எய்த வேண்டும்
கண்ணுக்குக் கண்ணான ஒளி
கண்டு கொள்ளவே
கட்டறுத்து வாழ்ந்திட
நின்றாடாய் பாம்பே!”

‘‘தம்பி, இது சுவர்க்க ஒளியைத் தேடித் தவிக்கும் அகல்யாவிற்கு உலகச் சம்பிரதாயக் கட்டுகளை அறுத்துக் கொள்ளும்படியாகச் சித்தர் உபதேசிக்கும் ஆத்மீக விடுதலை!’’ என்று ஜனநாதன் தன் இஷ்டத்திற்குப் பொருளைத் திரித்தான்.

அடுத்ததாகச் சித்தரிடமிருந்து பின்வரும் பாடலொன்று வந்தது.

“நட்ட கல்லைத் தெய்வமென்று
நாலுபுட்பம் சாத்தியே
சுற்றி வந்து மொன மொனவென்று
சொல்லும் மந்திரம் ஏதடா?
நட்டக்கல்லும் பேசுமோ
நாதன் உள்ளிருக்கையில்?”

‘‘தம்பி, இது சித்தர் நமக்குப் போடும் கேள்வி! ஒரு பெண்ணுக்கு உண்மையான நாதன் யார்? அவளுடைய உள்ளத்தில் உள்ள காதலனா? வெளிப்புற உருவ வழிபாட்டிற்குக் கணவனென நடப்பட்டகல்லா?’’ என்று ஜனநாதன் கூர்ந்து வீரசேகரனின் முகத்தைப் பார்த்தான்.

அன்று மத்தியானம் பாசறையில் வந்து படுத்த வீரசேகரனுக்கு ‘‘நாதன் யார்?’’ என்ற கேள்வியே சதா நெஞ்சில் வட்டமிட்டுக் கொண்டிருந்தது. அவன் கண்ணை மூடி உறங்கிய போதும், இன்பமும் துன்பமும் கலந்த பலவிதக் கனவுகளும் தோன்றின. ஊர்மிளா துளசியாகவும் அகல்யையாகவும் மாறி மாறி வந்து அவனுடைய கனவுகளில் ஊசலாடினாள்.

முதலில் காத்தவராயன் ஓர் அசுரனாய் ரூபமெடுப்பது போலவும் அவனுடைய முள்வேலியின் சகதியில் ஊர்மிளா பாரிஜாத புஷ்பமாய் மலர்ந்திருப்பது போலவும் வீரசேகரன் தன் சக்ராயுதத்தால் அசுரனைக் கொன்று விட்டு ஊர்மிளாவைத் தூக்கிக் கொண்டு

புஷ்பக விமானத்தில் பறந்து செல்லும் போது ஊர்மிளா ஓர் அழகிய துளசிச் செடியாக மாறி அவனுடைய மார்பில் துவள்வது போலவும் கனவு கண்டான். அப்போது அவனுடைய முகத்தில் சிரிப்பு பூத்தது!

அதைத் தொடர்ந்து திடீரென வேறொரு விதமான கனவும் அவனுடைய நெஞ்சைப் பிடித்தது!

வறண்ட பாறைகளுக்கு மத்தியில் ஊர்மிளா பருவ எழிலுடன் ஏங்கிக் கிடப்பது போலவும், அவள் முனி பத்தினிக்குரிய தன்னடக்கத்துடன் உணர்ச்சிகளை ஊமையாக்கிக் கொண்டு விளங்குவது போலவும் வேள்வித் தீயைத் தயாரிக்கும் காத்தவராய மஹரிஷி, அவளை நயவஞ்சகமாகத் தன்னுடைய குடிசைக்குள் அடைத்து வைத்திருப்பது போலவும் ஒரு பிரமை தட்டியது. அதையொட்டி விடுவித்துக் கொள்ள முடியாதவாறு ஊர்மிளாவின் கைகளைப் பிணைத்திருக்கும் மிக நீளமான இரும்புச் சங்கிலி யானது, ஆற்று வெள்ளத்தில் மூழ்கும் காத்தவராய மஹரிஷியின் கழுத்தோடு கட்டப்பட்டிருக்கும் காட்சி தோன்றியது.

அதைத் தொடர்ந்து, வீரசேகரன் அழகான மங்கை ஒருத்திக்காகக் கத்தி முனையில் நெடுங்காலம் தபஸ் செய்கிறான். ஜனநாதன் பிரசன்னமாகி கொடுத்த வரத்தினால் வீரசேகரன் மெல்லத் தேவேந்திரனாக உருமாறி, அகல்யாவின் குடிசைக்குள் திருட்டுத்தனமாக இருளோடு நுழைகிறான். அசைய முடியாதபடி கட்டப்பட்டு அவள் உறங்கும் போது, அவளுடைய அழகையெல்லாம் பாற்கடலாக மாற்றி, அவன் பூனையாகி அப்பாற் கடலைப் பருகி விட்டு வெளியே வரும் சமயத்தில் காத்தவராய மஹரிஷி எதிர்ப்பட்டு அவனைச் சபிக்கிறார்; அவனுடைய உடம்பில் ஆயிரம் பொத்தல்கள் போடுகிறார். பூமா தேவி அவனையும் அகல்யாவையும் பழி தூற்றுகிறாள். அகல்யாவின் மனம் கல்லாகி விடுகிறது. அவனுடைய மனதிலும் சம்மட்டியடி விழுகிறது. வீரசேகரன் திடுக்கிட்டு ஒரு கூச்சலுடன் கண்விழித்துப் பார்த்தபோது, அவனுடைய சேவகன் ஒருவன் அவனுடைய மார்பைத் தட்டி எழுப்பிக் கொண்டிருப்பதைக் கண்டான்.

''வீரசேகரரே, எழுந்திரும், யாரோ மகா முரடன் ஒருவன் உம்மைச் சந்திக்க வேண்டுமென வெகு நேரமாய் வெளியே காத்திருக்கிறான். உம்மைப் பார்க்காமல் திரும்பிப் போவதில்லையெனப் பிடிவாதம் செய்கிறான். மிக அவசரமாம்! நன்றாகச் சாணை வைத்துப் பளபளவென்று மின்னும் அரிவாள் ஒன்றையும் கையில் வைத்திருக்கிறான். அவனைப் பார்க்கவே பதினெட்டாம்படி கருப்பண்ண சுவாமி மாதிரி பயமாய் இருக்கிறது!'' என்றான் சேவகன்.

அத்தியாயம் 41

அமிர்தமும் கசக்கும்!

"கருத்து வேறுற்றபின்
அமிழ்தும் கைக்கும்"

– கம்ப ராமாயணம்

மகா முரடன் யாராக இருக்கும் என சிந்தித்த வீரசேகரன் தன் உடைவாளை உருவிக் கையில் பிடித்த வண்ணம் பாசறையை விட்டு வெளியே வந்தான்.

வெளியே காத்தவராயன் தன் கையில் அரிவாளுடன் கருப்பண்ணசாமி போல் சிலையாகச் சமைந்து நின்றான்.

''ஓ, காத்தவராயரா! கையில் அரிவாளுடன் வந்திருக்கிறீரே! ஆமாம், என்னைத் தீர்த்துவிடுவதுதான் உமக்கும் நல்லது. எனக்கும் நல்லது!'' என்று வீரசேகரன் மணமுடைந்த குரலில் பரிகாசமாய்ச் சொன்னான்.

''தம்பி! எங்களுடைய நட்பை நீ முறித்துக் கொள்ள விரும்புகிறாய் என்று ஓலை எழுதினாயே! அவ்வாறு நீ ஓலை எழுதியதற்குப் பதில் இந்த அரிவாளால் என் நெஞ்சை அறுத்துவிடலாம் என்று சொல்லவே ஓடோடியும் வந்தேன்!'' என்றான் காத்தவராயன்.

''ஓ! ஓலை விஷயமா? இப்போதிருக்கும் அபாயகரமான நிலையில் என்னுடைய ஓலை உம்மைத் திடுக்கிட வைத்திருக்கும் என்பது எனக்குத் தெரிந்ததுதான். தேவைப்பட்டால் என் உயிரைத் தீர்த்துவிட முயல்வீர் என்பதும் நான் யூகிக்கக் கூடியதுதான். ஆனால் என்னுடைய நிலையில் அவ்வாறு ஓலை எழுதுவதைத் தவிர வேறு வழியில்லை!'' என்றான் வீரசேகரன் தீர்மானமான குரலில்.

அவனுடைய முகத்தை ஒருகணம் ஊடுருவிப் பார்த்த காத்தவராயன், தன்னுடைய ஒரு கையால் நெற்றியைப் பிசைந்து ஏதோ ஒரு முடிவிற்கு வந்தவனாய், ''வீரசேகரா! உன்னிடம் சிறிது

நேரம் தனியாகப் பேசவேண்டும். இரண்டில் ஒரு முடிவிற்கு வந்தே தீரவேண்டும். பின் வீதியிலுள்ள பாம்புத் தோப்பிற்குள் போகலாம் வா. பாழுங்கிணறும், புதர்களும் நிறைந்த அந்தத் தோப்பின் பக்கம், யாரும் வரமாட்டார்கள்!'' என்று தாழ்ந்த குரலில் காத்தவராயன் கூறித் தன் கையிலிருந்த அரிவாளால் அந்தத் திசையைச் சுட்டிக் காட்டினான்.

''நல்லது! வருகிறேன். உம் வீட்டைத் தவிர வேறு எங்கு கூப்பிட்டாலும் வருகிறேன். பாம்புத் தோப்பிற்கு என் கழுத்தை வெட்டியெறியக் கூப்பிட்டாலும் வருகிறேன்!'' என்று வீரசேகரன் தன் கையிலுள்ள வீரவாளைத் தூக்கிப் பாசறைக்குள் வீசிவிட்டுக் காத்தவராயனோடு கிளம்பினான்.

பாம்புத் தோப்பை அடைந்த இருவரும், முட்புதர் சூழ்ந்த பாழுங்கிணற்றின் மறைவில் நின்று தாழ்ந்த குரலில் பேசலானார்கள்.

''தம்பி! நீ ஏன் திடீரென்று இப்படி ஓலை எழுதினாய்? எங்கள் வீட்டின் பக்கம் வருவதை ஏன் திடீரென நிறுத்திக்கொள்ள விரும்புகிறாய்? அப்படி எங்கள் நட்பை முறித்துக் கொள்ளும்படியான அவசியம் உனக்கு என்ன ஏற்பட்டது? அதற்குத் தகுந்த காரணம் இருக்கவேண்டுமே?'' என்று காத்தவராயன் கலவரம் நிறைந்த குரலில் கேட்டான்.

வீரசேகரன் ஒன்றும் பதில் சொல்லாமல் பாழுங்கிணற்றைப் பிடித்தபடி அலட்சியமாக நின்றான்.

''ஏன்? உன் நட்பிற்கு நான் தகுதியற்றவன் என நினைக்கிறாயா?''

''நட்பு செய்த பிறகு தகுதியைப் பற்றிச் சிந்திப்பவன் நான் அல்ல; நட்பிற்காக என் சம்பந்தப்பட்ட எதையும் நான் இழந்துவிடச் சித்தமாகக் கூடியவன்!''

''இல்லை, உத்தமனான நீ விரும்பக்கூடிய அம்சம் எதுவுமே என்னிடம் இல்லை! நீ கம்பீரமான வீரவுள்ளம் படைத்தவன். நான் குரூரமானவன்; நீ சோழ அரசாங்கத்தில் மதிப்புக்குரியவனாக நேர்மையான வாழ்க்கை நடத்துபவன்! நான் பாண்டிய அரசாங்கத்தைக் கண்டு பயந்து நடுங்கும் ஹீனத்தொழில் நடத்துபவன்; நம்மிருவருக்குள் எவ்வளவோ முரண்பாடுகள்!''

''உண்மைதான்! ஆனால் உம்மை எதனால் விரும்புகிறேன் என எனக்கே புரியவில்லை! என்னையறியாமலே உம்மீது ஒருவித மதிப்பும் உறவும் ஏற்படுகிறது. உம்முடைய நட்பைக் கிடைத்தற்கரிய

வாய்ப்பாக நான் கருதிய சந்தர்ப்பங்களும் உண்டு!'' என்று வீரசேகரன் சொல்லும் போது நெஞ்சு பொருமியது.

''பின் என்ன? என் வீட்டிற்கு நீ வருவதில் நாங்கள் அறிந்தோ அறியாமலோ உன் மனம் புண்பட்டிருக்கலாம்!''

''யார் என் மனதைப் புண்படுத்த முடியும்?''

''உதாரணமாக ஊர்மிளாவே உன் மனதைப் புண்படுத்தியிருக்கலாம்!''

அதைக் காத்தவராயன் சொன்னதும் வீரசேகரனின் முகம் குபீரெனச் சிவந்துவிட்டது. தேகம் முழுதும் புல்லரித்தது.

''ஊர்மிளா ஏதாவது உம்மிடம் சொன்னாளா?'' என்று வீரசேகரன் பரபரப்பும் வியப்பும் கவ்விப் பிடிக்கும் குரலில் கேட்டான்.

''ஊர்மிளா எதுவும் என்னிடம் சொல்லவில்லை! நானாகத்தான் சொல்கிறேன்!... ஊர்மிளா பதட்டக்காரி. தேவியை உங்கள் சோழ அரசாங்கம் சிறை வைத்திருப்பதைக் கண்டு அதன் அரசியல் முக்கியத்துவத்தை உணராமல் ஏதாவது பேசியிருப்பாள். பிறன் மனைவியைச் சிறை வைக்கிறீர்களே என்று ஏதாவது ''படபட''வெனப் பேசி உன் மனதைப் புண்படுத்தி யிருக்கலாம்!''

வீரசேகரன் ''கலகல''வென்று சிரித்தான்.

''காத்தவராயரே! அதற்காக என் மனம் புண்படும் என்றால் என்னைவிட முட்டாள் இந்த உலகில் வேறுயாருமில்லை. நானும் ஒரு பெண்ணாக இருந்தால் தேவியின் சிறை விஷயத்தில் ஊர்மிளாவைப் போலவே நியாயம் பேசுவேன்!''

''வேறு எங்கள் சம்பந்தமாக எதனாலாவது உன் மனம் புண்பட்டிருந்தால் இந்த அரிவாளால் என் உடம்பு முழுதும் புண்ணாக்கிவிடு. அதுதான் நியாயமே தவிர, எங்களையே புறக்கணிப்பது நட்பிற்குச் சிறிதும் அடையாளமல்ல!''

''அதெல்லாம் ஒன்றுமில்லை காத்தவராயரே! நீர் செய்த உபசாரத்திற்கும் அன்பிற்கும் நான் கடமைப் பட்டிருக்கிறேனே தவிர, உம்மீது குறைப்பட எனக்கு எதுவும் நேர்ந்துவிடவில்லை!

நண்பர்களின் குணத்தைச் சிலாகிப்பேனே தவிர, குறைபாடுகளைப் பொருட்படுத்தும் சுபாவமே எனக்கு இல்லை!''

"அப்படியானால் நான் அபாக்கியவானாக வேண்டிய காரணம்?"

"இல்லை! காத்தவராயரே! நீர்தான் பாக்கியவான்!" என்று கூறிய வீரசேகரனின் குரலில் ஏக்கம் தொனித்தது.

"வீரசேகரா, நேரிடையாகவே கேட்கிறேன் திடீரென எங்களை ஏன் கைவிட நினைக்கிறாய்?"

"காத்தவராயரே! காரணமில்லாமல் நான் இந்த முடிவிற்கு வந்திருக்கமாட்டேன். இந்த உலகிலேயே உங்களது நட்பையும் உங்களது வீட்டையும் நான் பெரிதாக மதிக்கக் கூடியவன். இனிமேல் என் வாழ்நாள் முழுவதும் உங்களைச் சந்திக்காமல் நான் ஒதுங்கி விட்டாலும் கூட, உங்களுடைய விருந்தையும், அன்பான உபசாரத்தையும் என் மனம் ஒருபோதும் மறவாது. சூன்யமான என் வாழ்க்கையில் ஒரே உற்சாகமான பகுதி உங்களுடைய வீட்டிற்கு நான் வந்து கொண்டிருந்த நாட்கள்தாம்!" என்றான் வீரசேகரன். அப்போது அவனுடைய குரலில் எதையோ மனமறிந்து இழந்துவிட்டது போன்ற துக்கம் தள்ளாடியது.

"வீரசேகரா! நீ அவசரமாக ஓலை எழுதியதின் உண்மையான நோக்கந்தான் என்ன? இனிமேல் நீ எங்கள் வீட்டின் பக்கமே வர விரும்பவில்லையா?"

"ஆமாம்; அதுதான் என் தீர்மானமான முடிவு!"

காத்தவராயனின் முகத்தில் கலவரம் படர்ந்தது. கையிலுள்ள அரிவாளின் கூர்மையை ஒரு தரம் தன் விரலால் தடவிப் பதம் பார்த்துக் கொண்டான்.

"வீரசேகரா! எங்களைப்பற்றிய ரகசியம் உன் இருதயத்திற்குள் புதைந்து கிடக்கிறது என எழுதினாயே, அது என்ன! எங்கள் ரகசியத்தைக் கண்டுபிடிக்க அரசாங்கத்தினர் தீவிர நடவடிக்கை எடுத்துக் கொண்டிருப்பதாகவும், அதனால் உன் கண்ணுக்கெட்டாத தூரத்திற்கு எங்களுடைய ஜாகையை வேறிடத்திற்கு மாற்றி விடுவதுதான் நல்லதெனவும் அந்த ஓலையில் எச்சரித்திருக்கிறாயே அது என்ன?" என்று காத்தவராயன் புருவத்தை நெறித்தான்.

"உங்கள் வீட்டில் கள்ள நாணயம் தயாரிக்கிறீர்கள் என்னும் ரகசியந்தான்! அதுவும் நீராக என்னிடம் சொன்னீரே தவிர, அதைப் பற்றி விசாரிக்க நான் விரும்பியதுமில்லை!" என்ற அலட்சியமான பதில் வீரசேகரனிடமிருந்து வந்தது.

"நீ நேர்மையுள்ளம் படைத்த சோழிய வீரனாகையாலே, இப்போது எங்களை அரசாங்கத்திடம் காட்டிக்கொடுக்கப் போகிறாயா?" என்று காத்தவராயன் தன்னுடைய வன்நெஞ்சத்தை மறைத்துக் கொண்டு பரிதாபமாய்க் கேட்டான்.

"அந்த உத்தேசம் எப்போதும் எனக்கு இல்லை. காத்தவராயரே! நீங்கள் பாண்டியப் பொற்காசுகள் தயாரிப்பது உங்களுடைய பாண்டிய அரசாங்கத்தைத்தான் பாதிக்கிற விஷயம்! அதைப் பற்றிய கவலையும் பொறுப்பும் சோழ வீரனான எனக்கு இல்லை என முன்பே உம்மிடம் தெரிவித்திருக்கிறேன். ஆனால் பாண்டிய அரசாங்கத்தின் சார்பாக என்னுடைய சோழ அரசாங்கம் கட்டளையிட்டால், பெற்ற தாயையும் நான் தண்டிக்கக் கடமைப்பட்டவன்! கள்ள நாணயத் தொழிலைக் கண்டுபிடிக்கும்படி என் மேலதிகாரிகள் எனக்கு உத்தரவிடுவார்களேயானால் நேரே உங்கள் வீட்டிற்கு வந்து முற்றுகையிடுவதைத் தவிர எனக்கு வேறு வழியில்லை!"

அத்தகைய துரதிர்ஷ்டம் நமக்கு நேரிடக்கூடாது என்பதற்கு தான் முன்னதாக உங்களுக்கு எச்சரிக்கை எழுதினேன்.

"வீரசேகரா! இந்தச் சந்தர்ப்பத்தில் என்னுடைய நிலையை யோசித்துப் பார்! நீ நண்பனா பகைவனா என இரண்டில் ஒன்றை இந்த இடத்திலேயே நான் முடிவு கட்டி விட்டுத்தான் போகவேண்டும்."

"காத்தவராயரே, உம்முடைய வாழ்க்கைக்கே என்னை ஓர் எதிரியாக எண்ணுவீரானால், இந்த இடத்திலேயே என்னைக்கொன்று புதைத்துவிட்டுப் போவதுதான் நல்லது! தயங்க வேண்டாம்! நான் பிறந்தது முதல் சாவையே தேடியலைபவன். இப்போதோ மரண தேவதையொருத்திதான் என் மனதிற்கு நிம்மதி தருபவள் என்னும் முடிவுக்கு வந்து விட்டேன்! நான் தற்கொலை செய்து கொள்ள மாட்டேனே தவிர, என் நண்பரின் அரிவாளுக்குப் பலியாகி, அதன் மூலம் என் நன்றிக் கடனைத் தீர்த்துக் கொள்வதில் பெரிதும் ஆனந்தமடைவேன்!" என்றான் வீரசேகரன் நீண்டதொரு பெருமூச்சோடு.

காத்தவராயனின் பீழை நிறைந்த விழிகளில் கண்ணீர் தளும்பியது.

"இத்தகைய தன்னலமற்ற வீர வாலிபனின் நட்பை இழந்துவிட எப்படி நான் சம்மதிப்பேன்?" என்றான் காத்தவராயன் தழதழக்கும் குரலில்.

"காத்தவராயரே! உம்முடைய வீட்டையும் நட்பையும் மட்டுமல்ல, உமக்கு நான் பட்டிருக்கும் நன்றிக் கடனையும் மறக்க விரும்புகிறேன் என்றால் அதற்குத் தகுந்த காரணம் இருக்குமென யோசித்துப் பாரும்!"

"தம்பி! அந்தக் காரணத்தை அறிந்துகொள்ளத்தான் உடனடியாக இங்கே வந்தேன்!"

"இது விதி என்பதைத் தவிர வேறெந்தக் காரணத்தையும் சொல்ல எனக்குத் தோன்றவில்லை!"

"தம்பி! மனம்விட்டுப் பேசு! காரணம் என்ன?"

"அதை நான் வெளிப்படையாகச் சொல்ல விரும்பவில்லை! ஆனால் உம்மிடம் சொன்னால் நான் கொண்டிருக்கும் முடிவு உமக்குச் சரியானதென்றே நிச்சயமாகப்படும்! இவ்வளவுதான் நான் சொல்ல விரும்புகிறேன்!"

"தம்பி! அது எதுவாயிருந்தாலும் வெளிப்படையாகச் சொல்லிவிடு. நீ சொல்லாவிட்டால் என் மனதில் அலைபாயும் ஆயிரக்கணக்கான சந்தேகங்கள் எத்தகைய விபரீதங்களை விளைவிக்குமோ, தெரியாது!"

"அதைச் சொல்லத்தான் வேண்டுமென வற்புறுத்துகிறீரா, காத்தவராயரே!"

"ஆமாம்!"

"அதை வெளிப்படையாகச் சொல்வதினால் உமக்கு மனக்கசப்பு ஏற்படுமே தவிர, வேறு எந்தவிதப் பயனும் இராது!"

"இல்லை! நீ எதைச் சொன்னாலும் எனக்கு மனக்கசப்பு ஏற்படாது என நான் வழிபடும் லக்ஷ்மி தேவியின்மீது ஆணையிடுகிறேன்!"

"உம்! காரணம் புரியாமல் நண்பர்கள் பிரிவதை விடக் காரணத்தைத் தெரிந்துகொண்டு என்றென்றைக்கும் நிரந்தரமாகப் பிரிந்து விடுவது நல்லதுதான்!" என்று வீரசேகரன் நிமிர்ந்து நின்றான். அவன் என்ன சொல்லப் போகிறானோ, புற்றுக் குள்ளிருந்து எத்தகைய பாம்பு வரப்போகிறதோ என்று காத்தவராயன் பரபரப்படைந்தான்.

வீரசேகரன் மெல்ல காத்தவராயனின் முகத்தை ஒரு முறை கூர்ந்து பார்த்துவிட்டு, குரலில் திடத்தை வரவழைத்துக் கொண்டு பின்வருமாறு கூறினான்.

"காத்தவராயரே! நீர் வயதானவர், நானோ வாலிபன். உமக்கு அழகான யௌவன மனைவி ஒருத்தி இருக்கிறாள். நான் உம் வீட்டிற்கு அடிக்கடி வருவதையும், ஊர்மிளாவோடு சகஜமாகப் பழகுவதையும் யாராவது கவனித்தால் தவறான அர்த்தம் கற்பித்துக் கொள்ளக்கூடும். மாசுமறுவற்ற ஊர்மிளாவை உலகம் பழிதூற்றக் கூடாதே என்னும் எண்ணத்தால் தான் நான் விலகிச் செல்கிறேன்!"

அதைக் கேட்டதும் காத்தவராயனின் முகம் திடீரெனச் சவம் போல் வெளுத்தது. நெஞ்சு வெடித்து விழுந்துவிடாதபடி தன் மார்பில் கையை வைத்துக் கெட்டியாக அழுத்திக் கொண்டான். தேகம் முழுதும் பற்றி எரிவதுபோல உச்சி முதல் உள்ளங்கால் வரை ஏறிப் பரவிய தீ மெல்ல மெல்ல நெஞ்சின் குறுத்துக்குள்ளே அடங்கியதும் தன்னைச் சமாளித்துக் கொண்டு காத்தவராயன் நிதானம் அடைந்தான். இருவரும் சிறிது நேரம்வரை ஒருவரையொருவர் பார்த்துக் கொண்டு மௌனமாக நின்றார்கள்.

"உண்மையாகவா அப்படி நினைக்கிறாய் வீரசேகரா?" என்று சில கணங்கள் கழித்துக் காத்தவராயன் கனைத்துக் கொண்டே திடமான தொனியில் கேட்டான்.

"ஆமாம்!"

"தம்பி! ஒரு கணவனின் உள்ளத்தையும் ஒரு நண்பனின் உள்ளத்தையும் எவ்வளவு தூரம் புண்படுத்துகிறாய் என யோசித்துப் பார். என் வீட்டிற்கு நீ அடிக்கடி வருவதற்கு நானும் தவறான அர்த்தம் கற்பித்துக்கொண்டு சமாதானம் அடைய வேண்டுமென விரும்புகிறாயா? மாசுமறுவற்ற மனைவியையும், மாண்பு மிக்க நண்பனையும் சந்தேகித்து நான் அவஸ்தைப்பட வேண்டுமென விரும்புகிறாயா?"

"காத்தவராயரே, நான் உம்முடைய வீட்டிற்கு அடிக்கடி வருவதினால் உமக்கோ, உம் மனைவிக்கோ கேடு உண்டாக்கிவிடுவேனோ என நான் எண்ணவில்லை. ஆனால் அது பார்க்கிறவர்களுக்கு வீண் சந்தேகங்களை உண்டாக்கிவிடும் என்றுதான் எண்ணுகிறேன். மேலும் உம்மைவிட நான் இளமையாய் இருக்கிறேன். வாலிபத்தை நெருப்பிற்கும், பெண்மையை மிருதுவான பஞ்சிற்கும் உவமிக்கும் இவ்வுலகம் இரண்டும் அருகில் இருந்தால் விரைவில் தீப்பற்றிக்கொள்ளும் என்று எளிதில் நம்பிவிடும். இதுபோன்ற வதந்திகளில்தான் ஊர் ஜனங்களுக்கு எப்போதும் உற்சாகம் அதிகம்!"

"நம்முடைய நட்பின் தன்மையை மறந்துவிட்டாயே, தம்பி?"

"இது மாதிரியான நிலையில் நாமிருவரும் விலகியிருந்தால் நம்முடைய நட்பிற்கு எந்தவிதமான ஹானியும் நேரிடாது. அதற்கு மாறாக மறுபடியும் நாம் நெருங்கிப் பழகினால்..."

"உம், நெருங்கிப் பழகினால் என்ன நேர்ந்துவிடும்? ஊர்மிளாவின் திடசித்தத்தின் மீதும், நண்பனின் பெருந்தன்மையின் மீதும் நான் அவநம்பிக்கைப்படுவேன் என நினைக்கிறாயா?"

"ஆ தவறாக நினைக்காதீர்! உலகில் ஏற்படும் அபவாதத்தைத்தான் குறிப்பிட்டேன்!" என்று வீரசேகரன் தன் நெஞ்சைக் கெட்டியாகப் பிடித்துகொண்டு பரபரப்புடன் கூறினான்.

"எங்கள் வீட்டைப்பற்றிச் சில வதந்திகள் உலாவுவதாக எழுதியிருந்தாயே! இதுதானா!"

"ஆமாம்!"

"எங்கள் வீட்டிற்கு இனிமேல் நீ வர முடியாது என மறுப்பதற்கு இது ஒன்றுதான் காரணமா?"

"ஆமாம்!"

"இதைத் தவிர அரசியலோ அல்லது தனிப்பட்ட மனஸ்தாபமோ அல்லது வேறெந்தவிதக் காரணமோ இல்லையே?"

"இல்லை!"

இருளடைந்திருந்த காத்தவராயனின் முகம் பளிச்சென்று பிரகாசமடைந்தது. வீரசேகரனை அப்படியே பச்சைக் குழந்தைபோல் வாரியணைத்துக் கொண்டு தம்பி! நீ குழந்தைபோல் கற்பனை செய்து கொண்டு பிரமாதப்படுத்துகிறாய்! என்றான்.

"இல்லை, காத்தவராயரே! கணவன் கவனிக்கத் தவறும் விஷயத்தை நண்பனாவது கவனிக்கத்தான் வேண்டும்!"

"இதை நேரிடையாக என்னிடம் சொல்லாமல் ஏன் மறைமுகமாக ஓலை அனுப்பினாய்?"

"இத்தகைய தர்ம சங்கடமான சந்திப்பு நேரிடாமல் இருப்பதற்குத்தான்!"

"உன்னுடைய ஓலையைக் கண்டதும் நான் பதறி ஓடி வருவேன் என்று கூட நீ எதிர்ப்பார்க்கவில்லையா? நீ புறக்கணித்த

பிறகும் நானாகத் தேடிவந்த இந்தச் சந்திப்பைக்கூட நீ விரும்பவில்லையா?''

''இது நமது கடைசிச் சந்திப்பாக இருக்க வேண்டுமெனத்தான் நான் விரும்புகிறேன்! இந்த இடத்திலிருந்து நாம் அந்நியர்களைப் போல் பிரிந்து விடுவோம்!''

''அது சாத்தியமல்ல, தம்பி! உன் ஓலையைக் கண்டதும் உடனே உன்னை வீட்டிற்குக் கூட்டிவரும்படி சுந்தர ஜோஸியர் சொன்னார்!''

''சுந்தர ஜோஸியரா? அவர் என் வருகையை விரும்புவது அதிசயந்தான்!'' என்றான் வீரசேகரன் வியப்புடன் மனந்தாங்கலான குரலில்.

''தம்பி! நீ அவரைத் தவறாக நினைக்கிறாய்! அவர் உன்னை வெறுக்கக்கூடியவர் அல்ல. சுந்தர ஜோஸியர் உயர்ந்த உள்ளம் படைத்தவர் உன்னுடைய நட்பின் தேவையை உணர்ந்தவர்!''

''இருக்கலாம்! என்னைவிட எந்தவிதத்திலும் அவரைப் பாக்கியசாலியாகவே நினைக்கிறேன்!'' என்றான் துயரப் புன்னகையுடன் வீரசேகரன்.

''அவருடன் நெருங்கிப் பழகினால் அவருடைய கம்பீரமான பேச்சும் பரிவான பார்வையும், கனிவான குணமும் யாரையும் வசீகரித்துவிடும்!''

''அந்த வசீகரசக்தி தெரிந்ததுதான்....!'' என்று உதட்டைக் கடித்துக் கொண்ட வீரசேகரன், ''காத்தவராயரே, உங்கள் வீட்டிற்கு நான் வருவதை வேறு யார் விரும்பினாலும் விரும்பாவிட்டாலும் நிச்சயம் ஊர்மிளா விரும்பமாட்டாள்!'' என்றான்.

''ஏன் விரும்பமாட்டாள்?''

ஊர்மிளாவின் மிருதுவான பெண்ணுள்ளம் உலகின் பழிச் சொல்லைத் தாங்காது!

''ஊரில் உலாவும் வீண் வதந்திகளையும் சோம்பேறிகளின் கட்டுக் கதைகளையும் நாம் ஏன் பொருட்படுத்த வேண்டும்? நம்முடைய மனசாட்சி சுத்தமாய் இருந்தால் போதாதா? ஊர்மிளாவின் பெண்மை எந்தவிதப் பழிபாவத்திற்கும் அப்பாற்பட்டது என்பது உனக்குத் தெரியாதா? இத்தகைய வதந்திகள் கணவனின் கௌரவத்தைத்தான் பாதிக்கும்.

கணவனே கவலைப்படாத போது நீ ஏன் வீணாக விலகிச் செல்லுகிறாய்?''

"காத்தவராயரே, இத்தகைய வதந்திகளை ஊர்ஜிதம் செய்வது போல் நான் மறுபடியும் உங்கள் வீட்டிற்கு வந்து கொண்டிருந்தால் ஊர்மிளாவினால் தெருவில் தலைகாட்ட முடியுமா? என்னால் உம் மனைவிக்கு அத்தகைய துர்ப்பாக்கிய நிலை ஏற்படுவதை நான் விரும்பவில்லை! இவ்வளவு கூறிய பிறகும் என்னை வீட்டிற்கு வரும்படி நீர் வற்புறுத்தும் நோக்கமும் எனக்குப் புரியவில்லை!'' என்று வீரசேகரன் வியப்புடன் காத்தவராயனின் முகத்தை நோக்கினான்.

"தம்பி, என்னுடைய நெருக்கடியான நிலையை யோசித்துப்பார்! கள்ள நாணயத் தொழிலைக் கண்டுபிடிக்க பாண்டிய அரசாங்கம் மதுரையிலுள்ள ஒவ்வொரு வீட்டையும் பரிசோதிக்க விரும்புகிறது. இந்தப் பயங்கரமான நேரத்தில் மாபெரும் வீரனான நீ எங்களுடைய நெருங்கிய நண்பனாகி எங்கள் வீட்டிற்கு அடிக்கடி வந்து போய்க் கொண்டிருந்தால் பரிசோதகர் எவரும் எங்களைச் சந்தேகிக்க மாட்டார்கள். உன்னுடைய சகவாசமே எங்கள் வீட்டிற்கு ஒரு பெரிய கவசம் மாதிரி!''

"காத்தவராயரே, நீர் தயாரிக்கும் பொன்னைவிட ஊர்மிளாவின் பெண்மை மாற்று உயர்ந்தது இதற்குமேல் நான் ஒன்றும் சொல்ல விரும்பவில்லை!''

"தம்பி, அர்த்தமில்லாமல் பிடிவாதம் செய்யாதே, இவ்வளவு தூரம் காரணத்தைத் தெரிந்து கொண்ட பிறகும் நான் மனப்பூர்வமாகவே கூப்பிடுகிறேன்! எங்கள் வீட்டிற்கு வா!''.

"இல்லை, காத்தவராயரே, இதற்கு மேலும் என்னை வரும்படி வற்புறுத்துவது அழகல்ல. நம்முடைய நட்பிற்கு நல்லதல்ல. கருத்து வேறுபட்டபின் அமிர்தமும் கசக்கும் என்பதை நன்றாக ஆழ்ந்து சிந்தித்துப் பாரும். இதற்குமேல் நான் எதுவுமே சொல்லத் தயாராக இல்லை. என்னுடைய தீர்மானத்தை மாற்றிக் கொள்ளவும் முடியாது!''

காத்தவராயன் வெடுக்கென்று தன் கையிலுள்ள அரிவாளைத் தூக்கிப் பாழுங் கிணற்றுக்குள் போட்டுவிட்டு, வெறுங்கையோடு கிளம்பினான். தேவியைச் சிறை மீட்கும் திட்டம் ஒன்றுதான் அவனுடைய நெஞ்சில் உயிரோட்டமாக நிறைந்திருந்தது. அதற்கு மறைமுகமான கருவியாய் பயன்படுத்தக்கூடிய வீரசேகரனின் நட்பைப் பெறமுடியவில்லையே என்ற வீழ்ச்சி மனப்பான்மையுடன் அவன் மெல்ல நடந்தான்.

அவனுடைய விகாரமான உருவம் தெருக் கோடியில் போய் மறைந்ததும் வீரசேகரனோ பலதரப்பட்ட உணர்ச்சிகளின் மோதலில் சிக்கித் தத்தளித்தான். ஊர்மிளாவின் முகத்தை மறுபடி பார்க்க வேண்டுமென்ற ஆசை அவனுக்கு உள்ளூர இருந்தது. எதையோ இழந்துவிட்டதைப்போன்ற சூன்ய உணர்ச்சியுடனும் விரக்தியுடனும் அவனால் இந்த உலகில் ஒரு நாழிகைகூட வாழமுடியாது போலவும் தோன்றியது. ஊர்மிளாவின் ஓர் ஓசைகூட காதில் விழாதா என அவன் ஏக்கமடையாத நேரமே இல்லை. இந்த நிலையில் காத்தவராயன் வலிய வந்து தன்னுடைய வீட்டிற்குக் கூப்பிடுகிறான். ஊர்மிளாவும் சென்றதையெல்லாம் மறந்து மனம் மாறி, தன்னை மன்னித்து மறுபடி ஏற்றுக்கொள்ளலாம். அவளை அறியாமலே அவளுடைய இருதயத்தின் ஒரு மூலையிலாவது தனக்கு சிறு இடம் இராது என்பது என்ன நிச்சயம்?...இப்படி வீரசேகரன் நினைக்கும்போது வலிய வரும் சந்தர்ப்பத்தை வீணாக உதைத்துத் தள்ளிவிட்டோமோ என்று தோன்றியது. ஆனால் இன்னும் என்னவோ பாரமான ஒன்று நெஞ்சை அழுத்தி அவனைத் தடுத்து நிறுத்துகிறதே, அது என்ன?... நேர்மை உணர்ச்சி மட்டுமா? இல்லை பொறாமை உணர்ச்சியுந்தான்! தனக்கு முன்னதாகச் சுந்தர ஜோஸியரிடம் மயங்கிய ஊர்மிளாவின் உள்ளம், அந்தப் பழைய பிணைப்பை அவிழ்த்துக்கொண்டு தன்மீது மாறி லயிக்க முடியாமல் தயங்குகிறது என்ற சந்தேகம் வீரசேகரனுக்கு இன்னும் ஆழமாகப் பதிந்துதான் கிடந்தது. இந்தப் பொறாமையுணர்ச்சி தலையெடுக்கும் போதெல்லாம் ஜோஸியரை வலியச் சண்டைக்கிழுத்து அவரை ஒழித்துக்கட்டினால்தான் நிம்மதி என்ற வேகமும் வீரசேகரனுக்கு உண்டாகும். ஆனால் அவருடைய கம்பீரமான சுபாவத்தை நினைக்கும்போது, அவ்வாறு வம்புக்கிழுப்பதே கீழ்த்தரமானது என்று தோன்றும். அவரை மனதளவிலாவது தனக்கு ஓர் எதிரியாகப் பாவித்துக்கொண்டு தன் துயரங்களுக்கு ஒரு போலி ஆறுதல் தேடிக்கொள்ள விரும்பினான். அவ்வாறு சுந்தர ஜோஸியர் மீது பொறாமைப் பட்டால்தான் ஊர்மிளாவை ஓரளவாவது மறக்கமுடியும் என்றோ ஒருநாள் அவருக்கும் தனக்குமிடையில் ஏதாவதொரு பயங்கரப் போராட்டம் நிகழப் போகிறது என்று என்னவோ ஒரு கௌளி அவனது மனதின் ஓர் மூலையில் கூறியது. இதற்கிடையில் சுந்தர ஜோஸியர் எங்கே ஊர்மிளாவைப் போல் தன்னையும் எளிதில் வசீகரித்து விடுவாரோ என்று தயங்கி அவரைவிட்டு விலகி நிற்கவும் விரும்பினான். ஊர்மிளாவிடம் அன்றிரவு தான் நடந்து கொண்ட முறையும், அவள் அவனை வெறுத்து ''இனி வீட்டிற்கு வராதே'' என்று கூறிய விதமும் அவனுக்கு வெட்கத்தை உண்டாக்கின. இத்தகைய முரண்பட்ட எண்ணங்களினால் ஊர்மிளாவின் வீட்டிற்குப் போவது நல்லதல்ல என்னும் தீர்மானம் அவனுக்கு வலுப்பெற்றது.

ஆனாலும், அவனது மனதிலிருந்த ஆசை மாய்ந்துவிடவில்லை. "ஊர்மிளாவை விரும்புவது நியாயமல்ல; அவளை மறந்துவிடவேண்டும்; மறந்துவிடவேண்டும்!" என்று நூறாயிரம் தடவை தன்னையே சபித்துக்கொண்டும் அவனது மனமானது சதா ஊர்மிளாவையே நாடியது... ஊர்மிளாவிடம் விரும்பத்தகாத உறவு எதையும் அவன் எதிர்பார்க்க வில்லையே! அவளுடைய மாசுமறுவற்ற அன்பையும் வேடிக்கையாகச் சிரித்துப்பழகும் நட்பையுந்தானே எதிர்பார்க்கிறான்? இதுபோன்ற நட்பை ஆண்களிடம் எதிர்பார்ப்பது போல் பெண்ணிடமும் எதிர்பார்ப்பதில் என்ன தவறு இது போன்ற போலிச் சமாதானங்களை யெல்லாம் தன்னுடைய ஆசைக்குக் கற்பித்துக் கொண்டான். அப்போதெல்லாம் அவனுடைய யௌவன உள்ளம் ஊர்மிளாவின் முகத்தையும், சிரிப்பையும் வேடிக்கை விளையாட்டுப் பேச்சுகளையும் எதிர் நோக்கி ஏங்கும். அந்தத்தாகம் அனல் வேகத்தில் பெருகும் போதெல்லாம் மறுபடியும் காத்தவராயனிடமிருந்து அழைப்புவராதா, என்றாவது ஒருநாள் ஊர்மிளா தன்னை மன்னித்துக் கூப்பிடமாட்டாளா என்று ஒவ்வொரு நாளும் எதிர்பார்த்தான். அசோகவனக் கோட்டையிலிருந்து இரவுக் காவல் முடிந்து தன் பாசறைக்கு வரும் ஒவ்வொரு நாள் விடியற் பொழுதிலும் ஊர்மிளாவின் வீட்டிலிருந்து அழைப்பு என்னும் விடிவெள்ளியை எதிர் நோக்கி உற்சாகமாக வருவான்; அழைப்பு ஓலை எதையும் காணாதபோது விவரிக்க இயலாத வியாகூலம் பற்றிக்கொள்ளும். நாளாக, நாளாக ஊர்மிளாவின் வீட்டிற்கு அழைப்பு வரும் என்ற நம்பிக்கையையும் அவன் இழந்துவிட்டான். அவனுக்குத் தன் மீதே அவநம்பிக்கை ஏற்பட்டது; தன் மீதே கோபம் கோபமாய் வந்தது. யார் யார் மீதெல்லாமோ காரணமில்லாமல் எரிந்து விழுந்தான்.

தனியாக இருக்கும்போது பலவற்றையும் எண்ணி அவஸ்தைப்படுவான்; அழுவான், குதிப்பான்; அறையின் குறுக்கும் நெடுக்கும் பசித்த புலிபோல் குமுறி நடப்பான்: யாராவது சந்தோஷமாய் இருக்கிறார்கள் என்று தெரிந்தால் ஆத்திரப் படுவான். உலகத்தையே சூனியமாக்கி விட்டுத் தன்னை நூறாயிரம் துண்டுகளாக வெட்டிக் கொள்ள வேண்டும் என்பது போல் குமுறுவான். இவ்வளவு தூரம் தன்னைத் துன்பத்திற்கு ஆளாக்கிய ஊர்மிளாவை அழவைக்க வேண்டுமென முணு முணுப்பான். தீயில் எரிவது போல் அவன் நிலை ஆகிவிட்டது.

"தம்பி! இந்தத் தீயில்தான் உன்னுடைய காதல் உள்ளம் சரியான உருவத்திற்குப் புடம் போடப்படுகிறது!" என்ற ஜனநாதனின் பரிகாசச் சிரிப்புங்கூட வீரசேகரனுக்குக் கோபத்தைத்தான் தந்தது. தனித்திருக்கும் நேரங்களில்தானே ஊர்மிளாவைப் பற்றிய நினைப்பும்

அவஸ்தையும் என்று கருதி, தூங்கும் நேரத்தைத் தவிர தன் கவனம் முழுவதையும் அசோகவனக் கோட்டையின் பாதுகாப்பில் ஈடுபடுத்தினான். அமிர்தம்போல் தோன்றிய ஊர்மிளாவின் நினைப்புக்கூடக் கசப்பாகத்தான் தோன்றியது. அன்புள்ளவள் போல நெருங்கிப் பழகிய ஊர்மிளாவினால் இவ்வளவு சுலபமாக எப்படித் தன்னை உதாசீனப்படுத்த முடிந்தது என்று எண்ணிக் குமுறும் அவனுக்கு உலகத்தின் மீதே நம்பிக்கை போய்விட்டது. கண்ணில் படுபவர் எவர் மீதும் அவநம்பிக்கைப் பட்டு,தேவியின் சிறைக்குள் நுழைகிற எவரையும் தடுத்து நிறுத்திப் பரிசோதித்துத் துன்புறுத்தினான். நல்லவர்களையெல்லாம் துன்புறுத்தினால்தான் அவனுக்கு இதமாக இருக்கும் போலிருந்தது. சிறைக்குள் வாடிவதங்கும் தேவியிடங்கூட அவன் முன்போல் கனிவுடன் நடக்காமல் கடுமையாகவே நடந்து கொண்டான். தேவி எப்போதாவது சிறையின் இருளுக்குள் விம்மும் ஒலி கேட்டால், ''நன்றாக அழட்டும், பெண்கள் நன்றாக அழத்தான் வேண்டும்!'' என்று பெண் இனத்தின் மீதே வஞ்சினம் பாராட்டினான். தேவி துன்புற்று அழுவதைக் காணும்போது ஊர்மிளாவையே அழவைப்பதுபோல் ஒருவிதப் பிரமை ஏற்பட்டு மனதிற்குக் கொஞ்சம் குரூர திருப்தி உண்டாகும். சிறைக்குள் தேவியின் கற்பைப் பாதுகாக்கும் பொறுப்பு தனக்கு இல்லாவிட்டால், இவ்வாறு காதல் நோயால் அவஸ்தைப்படுவதற்கு இடமின்றி எங்காவது போர் முனைக்குப் போய் உயிரை விட்டுவிடலாமே என்று கூடத்தோன்றும். அப்போதெல்லாம் தேவியைச் சிறைக்குள்ளேயே கொன்றுவிட்டுத் தானும் தற்கொலை செய்து கொள்ளலாமோ எனத்துடிப்பான்.

இந்தச் சமயங்களில் வீரசேகரன் கொஞ்சமும் ஈவு இரக்கமற்றவனாக இரவுக்காவல் வேலையில் மிகவும் கடுமையாக இருக்கிறான் என்ற பேச்சும், தேவியைப் பாதுகாக்கும் நடவடிக்கைகளையும் சிறை விதிகளையும் மிகவும் கண்டிப்புடன் கவனிக்கிறான் என்ற எண்ணமும் அசோகவனக் கோட்டையைச் சுற்றி உலாவியது. வீரசேகரனுக்குத் தெரியாமல் ஒரு சிறு துரும்பும் தேவியின் சிறைக் கூடத்திற்குள் அசைய முடியாது என்ற நிலையும் ஏற்பட்டுவிட்டது. இரவுக்காவல் முடிந்து தேவியின் சிறைக்கூடத்திற்குள் சிவகாமிக்குப் பதில் பகற்காவற்காரியை வைத்துப் பூட்டிவிட்டு, அவன், சாவியை எடுத்துக்கொண்டு வீட்டிற்கு வந்தால், மறுபடி அவன் இரவுக் காவலுக்குப் போய்ச் சிறைப்பூட்டைத் திறந்தால்தான் உண்டு. அதுவரை தேவிக்குப் பகல் உணவு அனுப்புவது மற்றும் தேவிக்கு வேண்டியவற்றைக் கொடுப்பது முதலானவையெல்லாம் சிறைக் கம்பிக் கதவில் செய்யப்பட்டுள்ள ஒரு சிறு துவாரத்தின் வழியாகத்தான் கொடுக்கப்பட வேண்டும். இந்தக் கட்டுப்பாட்டில் தேவியின் பெருமூச்சுக்கூட பகல் நேரத்தில் சிறையை விட்டுத் தப்பி வர முடியாது!

அத்தியாயம் 42

காலனின் சீற்றம்

'கும்பகருணனைப் போல்
குவலயத்துள்,
எல்லீரும் உறங்குதிரோ?
யான் அழைத்தல் கேளீரோ?'

— கம்ப ராமாயணம்

மங்கையர் குல திலகமான தேவியைச் சிறை மீட்டாலொழிய பாண்டிய நாட்டில் சுதந்திர யுத்தம் மூளாது என்பதை உணர்ந்ததும் வீரபாண்டியன் கட்சியினர் மிகவும் மனம் தளர்ந்து போனார்கள்.

''வீரபாண்டியனுக்கு இலங்கை புதுவிதமான யுத்தக் கருவிகளை அனுப்ப முன் வந்துள்ளது; சேர மகாராஜனோ தன் மருமகனுக்கு மலைநாட்டின் படைபலம் முழுவதையும் தரச் சித்தமாகவிருக்கிறான்; கொற்கை, தொண்டி முதலான கடற்றுறைப் பட்டினங்களில் எண்ணற்ற போர்க் குதிரைகளைச் சோனக வியாபாரிகள் ரகசியமாகக் கொண்டு வந்து இறக்கி வீரபாண்டிய னுக்குத் தவணையற்ற கடனுக்கு கொடுத்துதவவும் தயாராக இருக்கிறார்கள். பிறன் மனைவியைச் சிறை வைத்திருக்கிறார்களே எனச் சோழியர்கள் மீது பாண்டிமா ஜனங்களும் அருவருப்படைந் திருக்கிறார்கள். இந்தச் சூழ்நிலைகளை வைத்துக் கொண்டு வீரபாண்டியன் புரட்சியைக் கிளப்பினால் மதுரையிலுள்ள சோழிய மூலப்படை மட்டுமல்ல. சோழநாட்டுத் தலைநகரையும் பஸ்மமாக்கி விடலாம். ஆனால் வீரபாண்டியன் யுத்த சன்னததனாய் புரட்சிகோஷம் எழுப்பினால், தேவி அவமானப்படுத்தப்பட்டு உயிர் நீப்பாள் எனச் சோழியர்கள் விடுத்த எச்சரிக்கை ஒன்றுதான் வீரபாண்டியனின் கைகளைக்கட்டித் தலைமறைந்து வாழச் செய்கிறது.''— இவையெல்லாம் வீரபாண்டியன் கட்சியினர் அனைவருக்கும் புரிந்துவிட்டது.

இதையொட்டி வீரபாண்டியன் கட்சியினரில் சுதந்திரப் பிரியர்கள் எனவும், தேவி பக்தர்கள் எனவும் இரண்டுவித மனப்பான்மையுள்ளவர்கள் ஏற்பட்டார்கள். அதாவது, தேவியின் சிறையைப் பொருட்படுத்தாமல், சுதந்திரத்திற்காக எதையும் தியாகம்

செய்துவிட வேண்டும் என்ற தீவிர வேட்கையுடன் சுதந்திரம் ஒன்றை மட்டும் குறிக்கோளாக உடையவர்கள் ஒரு சாரார். தேவியின் சிறை மீட்சிக்குப் பிறகுதான் சுதந்திரக் கிளர்ச்சி என்று எண்ணுபவர்கள் இன்னொரு சாரார். இவ்விரு சாராரும் தங்களுடைய அடிப்படை அபிப்பிராயங்களில் முற்றிலும் வேறு பட்டவர்களாகி, சுதந்திரப் பிரியர்களை ''இலட்சிய வெறியர்கள்'' எனவும் தேவி பக்தர்களை ''மிதமானவர்களான ஆமைகள்'' எனவும் ஒருவரையொருவர் தாக்கிக் கொண்டார்கள்.

பாண்டிய நாட்டில் பெயரளவிற்கு விக்கிரம பாண்டியனின் பொம்மை அரசாங்கம் நடைபெற்று வந்தாலும், அதை ஆட்டிப்படைக்கும் சூத்திரக் கயிறு மதுரையில் கூடாரமடித்துள்ள சோழ ராஜதந்திரிகளிடமே இருந்தது. தலைநகரில் பிரும்மாண் டமான சோழிய நிலப்படையை நிறுவிய அவர்கள், பாண்டிய நாட்டின் மற்ற முக்கிய நகரங்களுக்கும் பாதுகாப்புப் படைகளை அனுப்பி தங்களுடைய சக்தியை நிலை நிறுத்த முயன்றனர். தேவியைச் சிறைவைத்த விஷயமும் ஆறின கஞ்சி பழைய கஞ்சியாகி ஜனங்களின் ஆக்ரோஷமும் நாளடைவில் அடங்கிவிடும் போல் தோன்றியது. வீரபாண்டியன் கட்சியினரிடமிருந்து கிளர்ச்சியோ, எதிர்ப்புச் சக்தியோ தென்படாததால் சோழியர்கள் படிப்படியாகப் பாண்டிய நாட்டின் பொருளாதாரத்திலும் ஆட்சி முறையிலும் மறைமுகமாக உட்புகுந்து, சிறு சிறு கிராமங்களின் நிர்வாகத்திலுங்கூட தங்களுடைய சோழ ஏகாதிபத்திய முத்திரையைப் பதித்து, பாண்டிய நாட்டை நிரந்தர அடிமைத் தளையில் பிணைத்து விடுவார்களோ என்ற பயம் சுதந்திரப் பிரியர்களுக்கு உண்டாயிற்று. அதற்கேற்றாற்போல் பாண்டிய ஆட்சியின் அமைச்சர்கள், படைத் தலைவர்கள், நாட்டதிகாரி களான அரையர்கள், நாடுவகை செய்வோர், ஊர்தோறும் ஒவ்வொரு வரியாலும் அரசாங்கத்திற்கு வரும் வருமானத்திற்குக் கணக்கு வைத்திருப்பவர்களான வரியிலார், புரவுவரித் திணைக் களத்தார், திருமுகம் எழுதுபவர் முதலான வர்களின் நியமன விஷயங்களிலும் சோழ ராஜதந்திரிகள் தலையிடும் அறிகுறிகள் தோன்றின. வீரபாண்டியச் சக்கரவர்த்திகளின் பழைய ஆட்சியில் அபிமானமுள்ளவர்களாய்த் தெரிந்த செல்வாக்கான பிரமுகர்களுக்குப் பட்டம் பதவிகள் கொடுத்து வலைவீசிப் பிடிக்கவும் விக்கிரம பாண்டியனின் அரசாங்கம் பெரிதும் முயன்றது.

சோழ சாம்ராஜ்யத்திற்கு அடிதாங்கிகளாக விளங்கக்கூடிய அதிகாரிகளுக்கு, காவிதி ஏனாதி முதலான பட்டங்கள் சூட்டி, பொற்பூவும், மோதிரமும் இறையிலி நிலமும் கொடுக்கும்படி

விக்கிரம பாண்டியனின் அரசாங்கத்தைச் சோழ ராஜதந்திரிகள் வற்புறுத்தியும் வந்தார்கள். ஊர்களைப் பாதுகாப்பதற்காக அரசாங்கம் வசூலிக்கும் ''பாடிகாவல்'' என்னும் வரியைச் சோழ நிலப்படையினரே நேர்முகமாக வசூலித்துக்கொள்ள விரும்புவார்கள் எனவும் அரசியல் வட்டாரங்களில் பேசப்பட்டது. சோழ சாம்ராஜ்யம் தன் விஸ்தரிப்புத் திட்டத்தினாலும், கடல் கடந்து செய்யும் வாணிபத் தொடர்பினாலும் ஏற்படும் உபரி வியாபாரச் சரக்குகளுக்குப் பாண்டியநாட்டை அடிமைச் சந்தையாக்கிக் கொள்ள விரும்புகிறதென்வும், பாண்டிய நாட்டில் தொழில் வரிகளை அதிகப்படுத்தி, இறக்குமதிப் பண்டங்களுக்கு விதிக்கப்படும் சுங்க வரியைக் குறைத்து, அவற்றின் மூலம் பாண்டிய நாட்டின் உற்பத்திச் சக்தியையே குறைத்துப் பொருளாதாரத் துறையிலும் அடிமைப்படுத்த முயலும் எனவும், பாண்டியப் பொற்காசுகளின் தரத்தையும், மதிப்பையும் குறைத்து, சோழப் பொற்காசுகளையே செலாவணி முறைக்குக் கொண்டுவர முயலும் எனவும், பாண்டியநாட்டு வீரமறவர்களை நாளடைவில் சோழநாட்டின் கூலி ஆட்களாக்கிவிடும் எனவும் பலதரப்பட்ட வதந்திகள் சுதந்திரப் பிரியர்களின் காதுகளுக்குள் கொண்டுவந்து திணிக்கப்பட்டன. சோழியர் அவ்வாறு பிரும்மாண்டமான வளர்ச்சியடைந்து வேரூன்றுவதற்குள் சுதந்திரப் புரட்சியைக் கிளப்பிச் சோழிய நிலப்படையை மதுரையைவிட்டே விரட்டிவிடவேண்டும் என்ற ஆத்திரமும், சுதந்திரப் பிரியர்களுக்கு உண்டாயிற்று.

செந்தமிழ் நாடு எனப் பிரசித்திபெற்ற பாண்டிய நாட்டில் வடமொழி கலந்தமணிப் பிரவாளத்தமிழைச் சோழ சாம்ராஜ்யம் புகுத்த முயல்கிறது என மதுரையிலுள்ள தமிழ்ச் சங்கமும், கொதிப்பை அதிகரிக்கச் செய்து, மொழிப் போராட்டத்திற்குத் தயாராக வேண்டும் என்ற கோஷத்தையும் சுதந்திரப் பிரியர்கள் முன் கொண்டு வந்து வைத்தது. இந்த நிலையில் தேவியின் பிராணாபாயத்தைப் பொருட்படுத்தாமல் பாண்டிய நாடு முழுதும் சிதறிக்கிடக்கும் வீரபாண்டியனின் ஏழகப் படையையும், மறவப் படையையும், 'தென்னவன் ஆபத்து உதவிகளையும்', 'முனையெதிர் மோகர்களையும்' ஒன்றுதிரட்டி உடனடியாகச் சுதந்திர யுத்தம் புரிய வேண்டுமென்ற முடிவிற்குச் சுதந்திரப் பிரியர்கள் வந்தார்கள்.

தேவியின் மீதுள்ள காதலால் வீரபாண்டியன் கோழையாகி விட்டாரோ என்றுகூட அப்புரட்சியாளர்கள் நினைத்தார்கள். அசோகவனக் கோட்டையைப் பகிரங்கமாகத் தாக்கினாலொழியத் தேவியை உயிரோடு தந்திரமாகச் சிறை மீட்பது இயலாத காரியமென்பது அவர்களின் எண்ணம். தேவி சிறைக்குள் எவ்வளவு சீக்கிரமாக உயிர் மாய்க்கிறாளோ அவ்வளவிற்கு

நல்லதெனவும், தேவியின் உயிருக்குப் பழி வாங்குவதற்காக வீரபாண்டியர் பன்மடங்கு ஆத்திரத்துடன் பொங்கி எழுவர் எனவும், சுதந்திரப் பிரியர்கள் விபரீத எண்ணங்களை வளர்க்கலாயினர்.

இந்தப் புரட்சிக் கோஷ்டிக்கு மானவீர மதுரையைச் சேர்ந்த கலிகாலன் என்பவன் தலைமையாக விளங்கினான். முன்பு நடந்த யுத்தத்தின் போது சோழியப் படைகளின் அட்டூழியங்களுக்கு அவனுடைய வீடும் குடும்பமும் இரையாகிப் பிரியநாயகி ஒருத்தியின் கற்பும் சூறையாடப்பட்டு செல்வமும் செல்வாக்கும் பிடுங்கியெறியப்பட்டன. அது முதல், சோழியர்களைப் பழிவாங்கும் வெறி ஒன்றைத் தவிர மிருதுவான உணர்ச்சிகள் அனைத்தையும் அவன் இழந்துவிட்டான். அவனுக்கு இந்த உலகில் எந்தவிதப் பந்தபாசமும் கிடையாது.

தேவியைச் சுதந்திர தேவதைக்குப் பலி கொடுப்பதிதான் பாண்டிய நாட்டின் எதிர்கால இலட்சியம் அடங்கியிருக்கிறது என அவன் எண்ணமிட்டு, வீரபாண்டியனுக்கும் தெரியாமல் கட்சியினரில் பலரை ஒன்றுகூட்டி, வீர உணர்ச்சியை ஒரு முகமாய்த் தட்டியெழுப் பலானான்.

''பாண்டிய மறவர்களே! விண்முட்ட எட்டுத் திக்கும் வெற்றி நாட்டிய வீரர் பெருந் திருக்கூட்டம், சூதிடும் சோழியர்களைக் கும்பிட்டு வாழ்வதா? கன்னி பகவதி காக்கும் நம் கயற்கொடி, கண்ணற்ற சோழர்களின் புலிக்கொடி முன் தாழ்வதா? ஊழிக்கூத்தனான சிவனையும் கால்மாறி நடனமாட வைத்த பாண்டிய ராஜவம்சம், அரக்கர்கள் முன் மண்டியிடுவதா? சோழ நாட்டின் சூரியோதயத்தில் பாண்டிய நாட்டின் சந்திரோதயம் அஸ்தமிப்பதா? இவற்றை நீங்கள் அனுமதிக்க மாட்டீர்கள் என்றால்

வீரத்தோள்கள் இருந்தும் வீணர்களாய் ஒளிந்து திரிவது ஏன்? தலையைக் கொடுத்தேனும் தலைநகரை மீட்காத களங்கத்தை இன்னும் நாம் துடைத்தெறியாதது, ஏன்? நெட்டூரில் நாம் அடைந்த படுதோல்வியின் அவமானத்தை இன்னும் நாம் அழித்தெழுதாதது, ஏன்? மணிமுடி தரிக்க வேண்டிய வீரபாண்டியர் மாறுவேடம் தரித்துத் தலைமறைந்து வாழ்வது, ஏன்? தேவியின் மீதுள்ள காதலால் வீரபாண்டியர் கோழையாகி எங்கோ குச்சு வீட்டில் உறங்கிக் கிடக்கிறார். குஞ்சரத் தோள்கள் படைத்த நீங்களும் கும்பகருணனைப் போல் குவலயத்தில் உறங்குவீர்களா! விழித்தெழுங்கள்! சோழர்கள் மீது நாம் பாய்ந்து தாக்கினால், சிறையிலுள்ள தேவி அவமானப்படுத்தப் படுவாளே என மருகவேண்டாம்! தேவிக்கு ஏற்படும் அந்தக் களங்கத்தையும் நாம் சகிக்கமாட்டோம்! அதற்கு முன்னதாகத் தேவியின் உயிரையே பலிகொடுத்து விடுவோம்!... தேவியை எப்படியாவது சிறைமீட்பதாக உறுமிச் சென்ற காத்தவராயன் எந்த ஜன்மத்தில் சிறை மீட்பான் என உறுதி மொழி கூறவில்லை! இப்போது நாம் ஏதாவது உருப்படியாகச் செய்யாவிட்டால் நம்முடைய ஏழு தலைமுறையும் தாழ்ந்து போகும். ஆம் கபடற்ற தேவியைக் கடும் வஞ்சனையுடன் கொல்லத்தான் வேண்டும்! அதற்குரிய சதித்திட்டத்தையும் பெண்பாவத்தையும் நானே ஏற்றுக் கொள்கிறேன்! தேவி பிணமாகும் நாள் நம் போர்முரசுக்குரிய திருநாள்!'' என்று கலி காலன் விஷப் பாம்பு போல் சீறினான்.

சிறையிலுள்ள தேவியை ரகசியமாக விஷமிட்டுக் கொல்ல முயலும் சதித்திட்டத்தில் கலிகாலன் தீவிரமாக ஈடுபட்டிருக்கிறான் என்னும் பயங்கரச் செய்தியானது காத்தவராயனின் பாம்புச் செவிக்கு எட்டியது.

சுதந்திரத்திற்காகத் தேவியைத் தியாகம் செய்ய வேண்டும் என்ற கலிகாலனின் இலட்சிய வெறிக்கு நேர்மாறாக, ''தேவிக்காகப் பாண்டிய நாட்டின் சுதந்திரத்தை மட்டுமல்ல, இன்னும் உன்னதமான எதையுமே தியாகம் செய்ய வேண்டும்'' என்ற மனப்பான்மையுள்ளவன் காத்தவராயன். தேவியைச் சிறை மீட்கும் முயற்சியில் பாண்டிய நாட்டையே சுடுகாடாக்கி விடுவதையும் பொருட்படுத்தக்கூடாது என்ற வெறியுடன் அவன் குமுறுபவன், தேவி சீக்கிரமாகச் சிறையிலிருந்து தப்பிவர ஏதாவது வழிசெய்யாவிட்டால் பலவகையாலும் தேவிக்குப் பிராணாபாயம் நேரிடும் என்பதை உணர்ந்த அவன் மிகவும் பரபரப்படைந்தான். தன்னுடைய முயற்சி வெற்றி பெறுவதற்காக எதையுமே உடனடியாகத் தியாகம் செய்யவும் சித்தமாக இருந்தான்.

அத்தியாயம் 43

சூர்ப்பனகையின் வெறி!

"ஆக்கினேன் மனத்து
ஆசை, அவ் ஆசை என்
மூக்கினோடு
முடிய முடிந்திலேன்!"

— கம்ப ராமாயணம்

மதுரை வடக்கு மாசித் தெருவிலுள்ள பூட்டு வியாபாரியின் வார்ப்பட்டறையை நோக்கிக் காத்தவராயன் உச்சி வெய்யிலில் நெற்றியைப் பிறாண்டிக் கொண்டு வேகமாக நடந்து கொண்டிருந்தான்.

''காத்தவராயரே!'' என்ற பெண்குரலைக் கேட்டுத் திடுக்கிட்டுத் திரும்பினான்.

அகல்யா சிற்றாடை சலசலக்க, பச்சைக் குழந்தைபோல் ஓடி வந்தாள்.

காத்தவராயன் சுற்றுமுற்றும் கலவரத்துடன் ஒருமுறை பார்த்துவிட்டு, அகல்யாவிற்குக் கண்ஜாடை காட்டி, ஞானசம்பந்தர் மடத்திற்குப் பின்புறமுள்ள வைக்கோற்போர் மறைவின் பக்கம் வரச் சொன்னான்.

''அகல்யா! உனக்கு எத்தனை தடவை பகலில் பக்கம் பார்த்து ஜாக்கிரதையாக நடக்க வேண்டுமெனச் சொல்வது?'' என்று அதட்டிய காத்தவராயன், ''சரிசரி... நீ போன காரியம் காயா? பழமா?'' என்று பரபரப்புடன் கேட்டான்.

அகல்யா உதட்டைப் பிதுக்கிக் கையை விரித்தாள்.

காத்தவராயனின் உற்சாகம் முழுதும் ஒரே நொடியில் ஆத்திரமாக மாறியது.

''நான் சொன்ன அன்றே நீ சிவகாமியின் வீட்டிற்குப் போனாயா இல்லையா?'' என்று கண்களில் கனல் தெறிக்க உறுமினான் அவன்.

''போனேன்! வீட்டில் சிவகாமி இல்லை. ஆனால் எதிர்பாராத விதமாகச் சோழிய அதிகாரி ஒருவர் அந்தப்பக்கம் வந்துவிட்டார்.''

''தேவியின் சிறைப் பூட்டுக்குரிய சாவி பகல் நேரத்தில் வீரசேகரனிடம்தானே இருக்கும். அந்தச் சாவியைக் கூடவா உன்னால் பார்த்து வரமுடியவில்லை? நான் சொன்னபடி அதன் நீளம் அளவு முதலான அமைப்பு முறைகளை நீ கவனித்து வந்திருந்தால் இந்நேரம் ஒரு போலிச்சாவி தயாரித்திருக்கலாமே! நான் கள்ளப்பூட்டு வியாபாரியை ஏற்பாடு செய்ததெல்லாம் வீணாகிவிட்டது! மூடம்!'' என்று ஆக்ரோஷத்துடன் கைகளைப் பிசைந்து கொண்டான் காத்தவராயன்.

''நான் என்ன செய்வது? வீரசேகரன் அந்தச் சாவியைப் பத்திரமாக மறைத்து வைத்திருக்கும் இடம் சிவகாமிக்கு மட்டுமல்ல அவனுடைய அருமை நண்பர் ஜனநாதருக்குக் கூடத் தெரியாதாம்!'' என்று சிணுங்கினாள் அகல்யா.

''சிவகாமியைச் சந்திப்பதற்கு ஏன் கால தாமதம் செய்தாய்?''

''அவள் என்னதான் என் அக்காவாக இருந்தாலும் வீரசேகரன் இல்லாத போதுதானே அவளைச் சந்திக்க முடியும்? அவள் மகா சந்தேகக்காரி அவளுடைய யௌவனப் புருஷனை நான் எங்கே திருடிக்கொள்வேனோ என்று தன் சொந்தத் தங்கையைக்கூட அருகில் நெருங்க விடமாட்டாள்!''

''அப்படியானால்... தேவியின் சிறைக் கூடத்திற்குள் சிவகாமி தனக்குப் பேச்சுத் துணையாக உன்னை வைத்துக் கொள்ளச் சம்மதிக்க மாட்டாளா?''

''சம்மதிக்க மாட்டாள்!''

''கோட்டைக்குள் தேவியைச் சிறை வைத்திருக்கும் விதத்தையும், நடவடிக்கைகளையும் நம்மில் யாராவது ஒரு முறை நன்றாக கவனித்து வந்தால்தான் தேவியின் சிறைமீட்சி சாத்தியப்படும். சௌந்தரியவதியான தேவியை நீ ஒரு முறை பார்க்க ஆசைப்படுவதாய்ச் சொன்னால்கூட அவள் உன்னைக் கூட்டிப் போக மாட்டாளா?''

''அவள் சம்மதித்தாலும் வீரசேகரன் சம்மதிக்கமாட்டான். அனாவசியமான ஆட்களைமட்டுமல்ல, அவசியமான ஆட்களைக்கூட தேவியின் அருகில் வீரசேகரன் நெருங்க விடுவதில்லையாம். வேலையாட்கள் ஆகாரம் கொண்டு போனாலும் தானே வாங்கி நூறாயிரம் தடவை பரிசோதித்துவிட்டுத் தானே சிறைக்குள் கொண்டுபோய்க் கொடுப்பானாம். சர்வ ஜாக்கிரதையுடன் சதா பருந்து போல் தேவியின் சிறைக்கூடத்தைச்

சுற்றி வட்டமிட்டுக் கொண்டிருப்பானாம். சிறைக்குள் சிவகாமியைத் தவிர வெளியார் மூச்சே அணுகாதபடி பாதுகாக்கிறானாம்!''

''அப்படியானால் எந்தக் கணத்திலும் தேவி தப்பிவிடுவாள் என்றோ, விஷமிடப்படுவாள் என்றோ வீரசேகரன் எதிர்பார்க்கிறான். அதனால்தான் கடுமையான இந்த நடவடிக்கை!'' என்று காத்தவராயன் தன் நெற்றியைப் பிசைந்தவாறு சொன்னான்.

''அவை மட்டுமல்ல! எந்தக் கணமும் தேவியின் கற்பிற்கு அபாயம் நேரிடுமென வீரசேகரன் எதிர்பார்க்கிறான்!'' என்றாள் அகல்யா மெல்ல.

''என்ன?'' என்று காத்தவராயன் திடுக்கிட்டு விழித்துத் தேகம் முழுதும் சில்லிட்டுப் போய் நின்றான்.

''குலோத்துங்கச் சோழ சக்கரவர்த்திக்கு நம் தேவிமீது வெகு நாளாக ஆசையாம். தேவியின் கற்பைப் பாதுகாப்பதாக வீரசேகரன் சத்தியம் செய்து கொடுத்திருப்பதாலும், பகிரங்கமாகத் தேவியை நெருங்கினால் உலகம் பழி தூற்றுமே என்று பயந்தும் சோழச் சக்கரவர்த்திகள் மிகவும் ரகசியமாகவே தேவியின் சிறைக் கூடத்திற்குள் வர முயல்கிறாராம். யாருக்கும் தெரியாமல் சுரங்க வழி ஒன்று அமைக்கும்படி முக்கியமான ஒரு சோழிய அதிகாரியை ஏவி இருக்கிறாராம், அந்த அதிகாரி யார் என்பதைத்தான் யாராலும் யூகிக்க முடியவில்லை!''

''அகல்யா! இவையெல்லாம் உண்மையா?''

''உண்மைதான்!''

''இத் தகவல்களையெல்லாம் எப்படி உன்னால் சேகரிக்க முடிந்தது?''

''நம்பகமான ஒருவரிடமிருந்து தெரிந்து கொண்டேன்!''

''யாரவர்?''

அகல்யா பதில் சொல்லாமல் சிரித்தாள். அவளுக்கு இஷ்டமில்லாவிட்டால் அடித்து உதைத்தாலும் எதையும் சொல்ல மாட்டாள் என்பது காத்தவராயனுக்குத் தெரியும்!

அதனால் அவன் குழைந்து பேசினான். ''அகல்யா! நீ சொல்லும் தகவல்களை நம்பமுடியுமா?''

''நம்பலாம்! வீரசேகரனும் ஜனநாதரும் வாக்குவாதம் செய்வதை நான் மறைந்து நின்று கவனித்தபோதுகூட மேற்படி

தகவல்கள் உண்மையென்றே ஊர்ஜிதம் செய்து கொண்டேன்! சோழியர் இரகசியங்கள் எதையும் என்னிடம் மனம் திறந்து சொல்லக்கூடிய ஒருவரை எனக்குத் தெரியும்!''

''சுரங்கம் வெட்ட எத்தனை நாள் பிடிக்குமாம்?'' என்று காத்தவராயன் பரபரப்புடன் கேட்டான்.

''வெகு சீக்கிரமாகச் சுரங்கம் வெட்டி முடிந்து விடுமெனப் பேசிக்கொள்கிறார்கள்!''

''இது வீரசேகரனுக்குத் தெரியுமா?''

''தெரியும்! அதனால்தான் தேவியின் அருகில் யாரும் நெருங்காதபடி விழித்துக் கொண்டே இருக்கிறானாம். சிறைக் கூடத்தின் அடித்தளத்தையும் சுவர்களையும் தினசரி தட்டித் தட்டிப் பார்த்துப் பரிசோதிக்கிறானாம். அப்படியும் அவனை மீறி தேவியின் சிறைக் கூடத்திற்குள் சோழச் சக்கரவர்த்திகள் நுழைய முயல்வாரானால் அதற்கு முன்னதாகவே தேவியைப் பிரேதமாக்கிவிட வீரசேகரன் எந்த நேரமும் தயாராக தன் கையில் விஷமும் வைத்திருக்கிறானாம். இது விஷயத்தில் தன் அருமை நண்பர் ஜனநாதரை மட்டுமல்ல; சொந்த மனைவி சிவகாமியைக் கூட அவன் நம்புவதில்லையாம்!''

நடுநடுங்கி நின்ற காத்தவராயன் எதையோ ஒருகணம் தீவிரமாக ஆழ்ந்து யோசித்துவிட்டு, அகல்யாவை நோக்கிக் கெஞ்சும் குரலில் பரிதாபமாகக் கேட்டான்.

''அகல்யா, எப்படியாவது சிவகாமியை, நம் சதித் திட்டத்திற்குச் சம்மதிக்க வைக்க முடியாதா? தேவியைச் சிறைமீட்டுத் தருவதற்குப் பிரதியாக அவளுக்கு நாம் பாண்டிய சாம்ராஜ்யத்தை மட்டுமல்ல. நாம் சுட்டெரிக்கப்போகும் சோழசாம்ராஜ்யத்தின் சூறைப் பொருள்கள் அனைத்தையும் பரிசளிப்போம். அதற்கும் அவள் சம்மதிக்காவிட்டால் அக்காளின் கண்முன்னே, அவளுக்கு இந்த உலகிலுள்ள ஒரே உறவான நீ பிராணனை விட்டு விடுவதாகவும் பிடிவாதம் செய்!''

''அவள் எதற்கும் சம்மதிக்கமாட்டாள்! இரக்கமென்பதே இல்லாத வினைகாரி அவள். தேவியைப் பழிதீர்த்துக்கொள்ள விரும்புகிறாளாம். அவளின் கண்முன்னால் தேவியின் மானம் சூறையாடப்பட்டால் கூடப் பெரிதும் ஆனந்தம் அடைவாளாம். அவ்வளவு தூரம் நம்முடைய வீரபாண்டியச் சக்கரவர்த்திகள்மீது அவளுக்கு க்ஷாத்திரம் இருக்கிறது! அவள் மூக்கறுபட்ட சூர்ப்பனகையாம்!'' என்று சிந்தித்தாள் அகல்யா.

அதைக் கேட்டதும் காத்தவராயனுக்குப் பழைய நினைவுகள் வந்து ஒரு கணம் சர்வ நாடியும் ஒடுங்கிவிட்டன. கைகளைப் பிசைந்து கொண்டே முணுமுணுக்கலானான்!

"ஆம்; பல வருஷங்களுக்கு முன்... சோழ நாட்டை விட்டு இளம் பெண்ணாக ஓடிவந்த சிவகாமி மீனாக்ஷியம்மன் கோயிலில் நம் வீரபாண்டியச் சக்கரவர்த்திகளைக் கண்டு மயங்கினாள். தன்னுடைய காதலை ஏற்றுக்கொள்ளும்படி சிறிதும் கூச்சமின்றி மோக வெறியோடு அவள் பிடிவாதம் செய்தாள். அப்போது வீரபாண்டியச் சக்கரவர்த்திகள் அவளை நிந்தித்துப் புறக்கணித்து விட்டார். பலர் முன்னிலையில் "சூர்ப்பனகை!" என்ற பரிகாசச் சிரிப்பிற்கும் ஆளானாள் அவள் "தாசி மகள்!" என்றும் அவமானப்படுத்தி அனுப்பப்பட்டாள். அவற்றிற்கெல்லாம் இப்போது சிவகாம சுந்தரி பழிவாங்கத் துடிக்கிறாள். தேவியின் துர்ப்பாக்கியத்திற்கு அந்தச் சூர்ப்பனகையின் வெறியும் ஒரு காரணமாகிவிட்டது!" காத்தவராயனிடமிருந்து பெருமூச்சோடு கிளம்பிய முணுமுணுப்பு அடங்கியதும், "இனிமேல் நான் என்ன செய்யவேண்டும்?" என்று அகல்யா மெல்லக் கேட்டாள்.

"என்னோடு வா! வைரத்தை வைரத்தால்தான் அறுக்க வேண்டும்!" என்று காத்தவராயன் கூறித் தீவிரமாகச் சிந்தித்தவாறு, அகல்யாவை அழைத்துக் கொண்டு, தன் வீட்டை நோக்கி வேகமாக நடந்தான்.

அத்தியாயம் 44

காவல் கடத்தல்

காவல் பெருங்கடல் கடப்பது அரிது!
எண்ணம் இறைபேரின் அருங்கடன் முடிப்பது அரிது!

— கம்ப ராமாயணம்

மணிமேகலை காவியத்தின் சுவடிகளை எடுத்து வந்து சாளரத்தின் அருகில் வந்து அமர்ந்த ஊர்மிளா, கீழே தெருவையே வெறித்துப் பார்த்துக் கொண்டிருந்தாள். அவளுடைய அழைப்பு இல்லாமல் இனி வீரசேகரன் அந்தத் தெருவின் பக்கமே

வரமாட்டான் என்பது அவளுக்குத் தெரியும். ஆனாலும் ஏனோ அவளுடைய விழிகளைத் தெருவை விட்டு அகற்றவே முடியவில்லை.

மாலை நேரத்துப் பொன்னிற வெயில் மாடமாளிகைகளின் மீது வழிந்து தெருவெங்கும் உருகி ஓடிக்கொண்டிருந்தது. தங்கநதியில் மிதக்கும் தங்கவாத்துக்களைப் போல இளம் பெண்கள் புத்தாடைகள் புனைந்து புதுமலர்க் கொத்துகளை அள்ளிக் கூந்தலில் செருகிக் கொண்டு, பூஜைத் தட்டுகளுடன் உற்சாகமாக வம்பளந்தவாறு கோயில் குளங்களுக்கு அணி அணியாகச் சென்றனர். வானவீதியில் வெண்நாரைக் கூட்டங்கள் பறந்து போய்க் கொண்டிருந்தன. இளந்தம்பதிகள், குழந்தைகள், கூவி விற்கும் பூக்காரிகள், கொச்சை மொழிகள் பேசும் பரத்தையர், ஜம் ஜம் எனச்செல்லும் குதிரை வீரர்கள் முதலானவர்களின் நானாவித ஒலிகளோடு தெரு முழுதும் ஒரே கலகலப்பாக இருந்தது. இவ்வளவு ஜீவத்துடிப்பிற்கு மத்தியிலும் ஊர்மிளாவுக்கு மட்டும் இந்த உலகமே மந்தமாக அஸ்தமித்து விட்டது போன்ற உணர்ச்சிதான் மேலோங்கி நின்றது. பாலைவனத்திற்கு மத்தியிலே வீரசேகரனைப் பற்றிய நினைவு ஒன்றுதான் ஏதோ கானல் நீர்போல் மனத்துக்குக் கொஞ்சம் இதமாய் இருந்தது.

தோட்டத்திலிருந்து பறித்து வந்த முல்லைப் பூக்கள் அவளுடைய கூந்தலில் அழகுபெறாமல் சாளரத்தின் விளிம்பில் இரண்டு நாளாக வாடிக்கிடந்தன. செடிகளில் மொட்டுக்கள் பூப்பதை அருகில் நின்று வேடிக்கை பார்க்கும் ஊர்மிளாவிற்கு இப்போதெல்லாம் தோட்டத்தின் பக்கம் சென்று செடி கொடிகளுக்குத் தண்ணீர் வார்ப்பதே பிடிக்கவில்லை. உலகத்தின்மீது எந்தவிதப் பற்றுதலும் இல்லாத உணர்ச்சியற்ற பொம்மை போலவே அவள் இயங்கி வந்தாள். அவளுடைய உள்ளும் புறமுங்கூட எவ்வளவோ மாறுதல்! தாமரைத் தடாகத்தில் அவள் தன்னுடைய பிரதிபிம்பத்தைப் போய்ப்பார்த்தால், தன்னுடைய அழகைத் தாமரைகள் விழுங்கி விட்டனவோ, இவ்வளவு சீக்கிரமாகத் தன்னுடைய அழகு எங்கே போய்ப் புதைந்து கொண்டதோ என்றெல்லாம் மலைப்பாள். அன்றலர்ந்த ரோஜாவைப்போல் விளங்கிய அவளுடைய முகம் வாடி வதங்கி அதன் மினுமினுப்பும், குறுகுறுப்பும் இருந்த சுவடே தெரியாமல் மறைந்து விட்டன. ஒவ்வொரு கணமும் புதிதாகப் புன்னகை மொட்டுக்கள் பூக்கக்கூடிய அவளுடைய கருவிழிகள் கண்ணீர்க் குளங்களாகவும், ஆழந் தெரியாத கடல்களாகவுங்கூட மாறிவிட்டன. வைகறைச் சூரியனின் குங்குமச் சிரிப்புப்போல் விளங்கிய அவள் இப்போது மூன்றாவது ஜாமத்து மந்தநிலாவைப் போல் ஆகிவிட்டாள்!

இதற்கு முன் எத்தனையோ விதமான துன்பங்களை யெல்லாம் ஊர்மிளா சிரித்துக்கொண்டே அனுபவித்திருந்தாள். ஆனால் இது போன்ற விரக்தி உணர்ச்சியையும், வேதனையையும் அவளுடைய வாழ்வில் எப்போதும் அனுபவித்ததேயில்லை.

இவ்வளவிற்கும் காரணம் வீரசேகரனின் சுந்தர முகத்தை மறுபடியும் காணவேண்டும் என்ற ஏக்கமல்ல! தன்மீதுள்ள ஆசையால் வீரசேகரன் எவ்வளவு தூரம் ஏங்கிப்போவான் என்ற நினைப்புத்தான் அவளுடைய நெஞ்சை விம்மச்செய்தது.

எங்கோ சிதைந்து செல்லும் சிந்தையைத் தடுத்து நிறுத்தி மணிமேகலைக் காவியத்தின் சுவடிகளின் மீது தன்னுடைய விழிகளைப் பலவந்தமாகச் செலுத்தினாள். அவற்றில் தட்டுப்பட்ட பின்வரும் வரிகள் சுருக்கென்று அவளுடைய நெஞ்சில் தைத்தன.

"கன்னிக் காவலுங் கடியிற் காவலுந்
தன்னுறு கணவன் சாவுறிற் காவலும்
நிறையிற் காத்துப் பிறர்பிறர்க் காணாது
கொண்டோ னல்லது தெய்வமும் பேணா
பெண்டிற்தங் குடியிற் பிறந்தாளல்ல..."

இந்த அடிகளுக்கு மேல் சுவடியைத் தொடவும் அவளால் முடியவில்லை; அதைக் கைநழுவிக் கீழே விழும்படி விட்டுவிட்டாள். உதய குமாரனின் காதலைப் புறக்கணித்த மணிமேகலையின் போராட்டத்தைவிடப் பன்மடங்கு தீவிரமாகப் போராட்டமொன்று அவளுடைய உள்ளத்தில் தோன்றியது உண்டு. தன்னுடைய இருதயத் துடிப்பு நிற்கும்போதுதான் அந்த மனப்போராட்டமும் நிற்கும் என்று எண்ணிய அவளுக்கு இப்போது உணர்ச்சிகளெல்லாம் மங்கி, மனம் என்பதே மரமரத்துப் போய்விட்டது. அவள் வரையில் மணிமேகலையின் துறவுள்ளத்தைப் போலவே தன்னுடைய மனத்தையும் கல்லாக்கிக் கொண்டுவிட்டாள். ஆனால் ஏமாறிப்போன உதயகுமாரனைவிடப் பன்மடங்கு பரிதாபகரமாக வீரசேகரனின் முகம் அவள் கண்முன் வந்து நின்றது.

அவளுக்கு நிறைய அழவேண்டும்போல் இருந்தது.

அடித்துத் தள்ளிய குழந்தையை அள்ளி எடுத்து அணைத்துக் கொள்ள முடியாதபடி கைகள் கட்டப் பட்டிருக்கும் தாயின் உள்ளத்தைப்போல, அவளது கண்கள் கசிந்து உருகின.

அவளுக்கு அழுகையும் வந்துவிட்டது! அதே சமயத்தில், ''ஊர்மிளா!'' என்று காத்தவராயன் கூப்பிட்டுக் கொண்டே

அகல்யா சகிதம் அவசரமாக வரவே ஊர்மிளா வெடுக்கெனக் கண்ணீரைத் தன் முந்தானையால் துடைத்துக் கொண்டு, ஒருபுறமாக ஒதுங்கி நின்றாள்.

காத்தவராயன் தீவிரமான சிந்தனையில் ஆழ்ந்திருந்தானாகையால், ஊர்மிளாவின் கண்கள் இரண்டும் கோவைப் பழமாகச் சிவந்திருப்பதின் காரணத்தைத் தெரிந்து கொள்ளவோ, பொருட்படுத்தவோ அவன் விரும்பவில்லை. அகல்யா மட்டும். "என்ன அக்கா?" என்று வியப்புடன் கேட்டு, "எல்லாம் எனக்குத் தெரியும் அக்கா!" என்று மெல்லக் கூறியபடி ஊர்மிளாவை வாஞ்சையோடு அணைத்துக் கொண்டாள்.

காத்தவராயன் அசுரவேகத்தில் வார்த்தைகளை உலுப்பி உதிர்த்தான். "ஊர்மிளா! வீணாக எண்ணி எண்ணி உருகுவதினால் ஒரு பலனும் இல்லை! நம்முடைய இலட்சியமெல்லாம் முடிவடையும் கட்டம் சமீபித்துவிட்டது. நமது மகோன்னத முயற்சி வெல்லுமா அல்லது நாமெல்லாம் ஒன்றாகச் சாவோமா என்பது வெகு சீக்கிரத்தில் தீர்மானமாகிவிடும்!" என்று கூறிய காத்தவராயன் நெருப்புக் கொப்பரையெனச் சிரித்தான்.

"வீரபாண்டியச் சக்கரவர்த்திகளிடம் தேவி திரும்பி வந்து விடுவாளா? அவளுடைய முகத்தில் சீக்கிரமாக ஆனந்தத்தைக் காண முடியுமா?" என்று ஊர்மிளா ஆவலுடன் கேட்டாள்.

"சுந்தர ஜோஸியருக்குத் திறமையும் தேவியின் ஜாதகத்திற்கு ஆயுள் பலமும் அதிகம் இருந்தால் நம்முடைய கனவு பலிக்கும். இல்லையெனில் வானம்பார்த்த பூமியில் மானங்காத்த மங்கையெனத் தேவி சிறைக்குள்ளேயே மாண்டு போவாள்!" என்று கைகளைப் பிசைந்த காத்தவராயன், அகல்யா கொண்டுவந்த தகவல்களை அவளுடைய வாயாலேயே சொல்லவைத்து, அவளை வெளியே அனுப்பிவிட்டு, கதவை உட்புறம் தாளிட்டுக் கொண்டு மறுபடி படுக்கையறைக்குள் வந்தான்.

"சுந்தர ஜோஸியருக்கு இன்று காய்ச்சல் தேவலையா? தேவியின் முகதரிசனம் ஒரு முறையாவது கிடைக்காதா என்ற ஏக்கத்தினால் ஏற்பட்ட ஜுரம்தான்!" என்று கூறியவாறு காத்தவராயன் ஊர்மிளாவின் முகத்தை ஊடுருவிப் பார்த்தான்.

பைத்தியம் பிடித்தவள்போல் நின்றுகொண்டிருந்த ஊர்மிளா தாரை தாரையாகக் கண்ணீர் சொரிந்தாள்.

"தேவி எத்தனை நாள்தான் தன் பிராணநாயகரின் வீரத்தோள்களை நம்பி உயிர் வைத்துக் கொண்டிருப்பாள்?

குலோத்துங்கச் சோழ மன்னன் திருட்டுப் பூனையாகிச் சிறைக்குள் நுழைந்தால் கூண்டுக்கிளி என்ன செய்ய முடியும்? தேவி காவல் கடப்பதோ அரிது! நாம் அருங்கடன் முடிப்பதும் அரிது! பாண்டிய நாட்டின் பத்தினித் தெய்வம் கேவலம் சோழிய வீரனான வீரசேகரனிடம் ஒரு துளி விஷம் தானம் வாங்கிக் கொள்வதைத் தவிர வேறு வழியில்லை. அந்த ஒரு துளி விஷத்திலே பாண்டிய பூமி இரண்டாகப் பிளந்து நம்மையெல்லாம் விழுங்கிவிடும். எல்லாம் சீக்கிரத்தில் முடிந்துவிடும்!'' என்று காத்தவராயன் தன் கையை ஓங்கி முஷ்டி பிடித்து பஞ்சணைமீது ஓங்கி ஒரு குத்து விட்டான்.

''தேவி பிராணத் தியாகம் செய்து கொண்டால், அந்த வேதனையின் தீயிலே வீரபாண்டியச் சக்கரவர்த்திகளும் வெந்தொழிந்து போவார்! தேவியை நீங்கள் எப்படியாவது காப்பாற்றியே தீரவேண்டும். தேவியின் முகதரிசனத்தை ஒருமுறை காண்பதற்குக்கூட உங்களால் ஒரு யுக்தியும் கண்டு பிடிக்க முடியவில்லை!'' என்று ஊர்மிளா கிரீச்சிட்டாள்.

''தேவியின் சிறைக்கூடத்திற்குள் வீரசேகரனின் அனுமதியில்லாமல் காற்றோ, கடவுளோ, தரும தேவதையோ கூட உட்புகமுடியாது. காவல் கடப்பது என்பது வெறுங்கையால் பெருங்கடலைக் கடப்பதற்குச் சமம்! மானத்தைக் காக்க ஒரு துளி விஷத்திற்குக் கூட வீரசேகரனின் கையைத்தான் தேவி எதிர்பார்க்க வேண்டும் அவனை உபயோகப்படுத்தாமல் என்னுடைய எந்தத் தந்திரமும் பலிக்காது. ஒருவேளை சுந்தர ஜோஸியருக்கோ, எனக்கோ சிறைக்குள் பொறுப்பான வேலை கிடைத்தால் ஏதாவது உபாயம் செய்யலாம். அதற்கு வீரசேகரனின் உதவியில்லாமல் நான் ஒன்றும் செய்ய முடியாது!'' என்று காத்தவராயன் அழுத்தந் திருத்தமாகச் சொன்னான்.

ஊர்மிளாவின் நெஞ்சு திக்கென்று அடித்துக் கொண்டது.

''வீரசேகரனிடம் கேட்டால் நட்பிற்காக எந்த உதவியையும் அவன் உற்சாகமாகச் செய்வானே!'' என்றாள் ஊர்மிளா கரகரக்கும் குரலில்.

''இந்த மனஸ்தாபமான நிலையில் நான் கேட்பதற்கு நேர் எதிரிடையாகச் செய்வானே தவிர, மனப்பூர்வமாக எந்த உதவியும் செய்ய முன் வரமாட்டான்! அவ்வளவிற்கு எங்களுடைய சிநேகம் முறிந்துவிட்டது!''

''அவன் நம்முடைய வீட்டிற்கு வர மறுப்பதற்கு வேறு காரணம் இருக்கலாம் ஆனால், உதவி செய்யவும் மறுப்பான் என நீங்கள் எப்படி நிச்சயமாகக் கருத முடியும்?''

"நாம் கேட்கப் போவது சாதாரண உதவியல்ல! நான் ஒரு உதவி கேட்டால் அதை எதற்கும் துணிந்து செய்ய ஆசைப்படும் அளவிற்கு அவனுடைய சிநேகம் நமக்குக் கிடைக்க வேண்டும்!"

"அதற்காக..."

"அவன் நம்முடைய வீட்டிற்கு அடிக்கடி வரவேண்டும். நம்முடைய குடும்பத்தின்மீது அவனுக்குப் பாசம் அதிகரிக்க வேண்டும்!"

"உங்களுடைய திட்டங்களுக்கு வீரசேகரன் அவ்வளவு தூரம் அவசியம் என்று நினைத்தால்...." என்று கூறிய ஊர்மிளா மேலே பேசமுடியாமல் வாயடைத்துப் போய் நிறுத்தினாள்.

"வீரசேகரன் இல்லாமல் என்னுடைய ஓர் அசைவு கூடப் பலிக்க முடியாது!" என்றான் காத்தவராயன் தீர்மானமான குரலில்.

"அப்படியானால் வீரசேகரனை நம்முடைய வீட்டிற்கு வரவழைப்பதற்கு மறுபடி முயற்சி செய்து பாருங்களேன்".

"இனிமேல் நான் போய் வீரசேகரனை வற்புறுத்திக் கூப்பிட்டால் அது இயற்கைக்குப் புறம்பாகவும் இருக்கும்; அவனுக்கு அனாவசியமான சந்தேகங்களையும் உண்டாக்கும். மேலும் வீரசேகரன் நம் வீட்டிற்கு வர மறுப்பது உன்னை உத்தேசித்துத்தான்!"

ஊர்மிளாவிற்கு ஒரு கணம் உயிர்த்துடிப்பே நின்று விடுவது போல நெஞ்சு வேகமாக அடித்துக் கொண்டது. உணர்ச்சி வசமாகி ஒன்றும் பதில் சொல்ல முடியாத ஊமையாகி விட்டாள்.

"ஊர்மிளா! நீ அழைப்பு அனுப்பினால்தான் வீரசேகரன் மறுபடி நம் வீட்டின் வாசலை மிதிப்பான்! இப்போதே அவனுக்கு ஓலை எழுது!" என்று காத்தவராயன் அழுத்திக் கூறிவிட்டு ஊர்மிளாவின் முகத்தைக் கூர்ந்து நோக்கினான்.

திடீரென்று ஒரு சூறைக்காற்று கிளம்பி ஊர்மிளாவைக் கவ்விப் பிடிப்பது போலிருந்தது.

"நானா? வேண்டாம்! வேண்டாம்! உங்கள் காலில் விழுந்து கெஞ்சிக் கேட்டுக்கொள்கிறேன்! அவ்வாறு எனக்குக் கட்டளை இடாதீர்கள்! நான் பெண் பேதை!" என்று பதறித் துடித்தாள் ஊர்மிளா.

"இது கட்டளையல்ல! மனைவியிடம் கணவன் யாசிக்கும் கோரிக்கைதான்! அதுவும் என் சுயநலத்திற்காக அல்ல; உன்னதமான ஓர் இலட்சியத்திற்காகத்தான்!"

"என்னவோ ஒரு கோபத்தில் வீரசேகரனை என் வீட்டின் பக்கமே வராதே என்று விரட்டி அனுப்பினேன். இப்போது நானே அவனை வீட்டிற்குக் கூப்பிட வேண்டுமா?" உங்களுடைய அத்தியாவசிய நண்பரைப் புண்படுத்தியதற்காக நான் இவ்வளவு பெரிய தண்டனையை அனுபவிக்க வேண்டுமா?"

"ஊர்மிளா! குழந்தைத்தனமான சண்டையையும் பிடிவாதத்தையும் மறந்துவிடு; நம்முடைய நெருக்கடியான நேரத்தில் அற்பமான விஷயத்தையெல்லாம் பொருட்படுத்தாதே. இதனால் உனக்கு ஒரு தலைகுனிவும் இல்லை. தேவைப்பட்டால் தாழ்ந்து கொடுக்கவும் தயங்காதே. வீரபாண்டியச் சக்கரவர்த்திகளுக்காக இந்தச் சிறு தியாகங்கூட உன்னால் செய்ய முடியாதா?"

"அவருக்காக என் உயிரையும் வாழ்வையும் எப்போதோ தத்தம் செய்துவிட்டேனே. ஆனால்..."

"ஆனால் என்ன?"

"ஒரு பெண் அழைப்பு அனுப்புவது முறையா? நன்றாக யோசித்துப் பாருங்கள்! வேறு வழி ஏதாவது இருந்தால்..."

"இதிலென்ன தவறு? ஒரு சகோதரி தன் சகோதரனை வீட்டிற்கு வரும்படி அழைப்பு அனுப்புவதில் இயற்கைக்கு முரணானது எதுவும் இல்லையே! உலகத்தின் கட்டுக் கதைகளைப் பற்றி எனக்குக் கவலையில்லை!"

ஊர்மிளாவின் உள்ளம் கிளுகிளுத்தது. சகோதர பாசத்தின் சக்தியை நினைத்துப் புலம்பினாள்.

"ஐயோ! நான் ஏன் மறுக்கிறேன் என்பதை நீங்களாகவே யூகித்துக் கொள்ள முடியவில்லையா? அதன் காரணத்தை என் வாயாலே சொல்ல வேண்டுமென்று விரும்புகிறீர்களா?" என்று ஊர்மிளா ஓவெனப் புலம்பிக்கொண்டே ஓடிப் பஞ்சணையில் முகத்தைப் புதைத்துக் கொண்டு விம்மி விம்மி அழுதாள்.

காத்தவராயன் அவளருகே மெல்ல நடந்துசென்று பச்சைக் குழந்தையைப்போல அவளது முகத்தைத் தூக்கிப்பிடித்து, அவளுடைய நீர்தோய்ந்த சஞ்சல விழிகளை வெகுநேரம் ஊடுருவிப்பார்த்தான். அவளுடைய இருதயத்தின் ஆழம் எல்லாம்

புலப்பட்டுவிட்டது போலத் தன்னுடைய முகத்தில் வலியச் சிரிப்பை வரவழைத்துக் கொண்டான்.

"ஊர்மிளா! இப்போது எல்லாம் எனக்குத் தெரிந்துவிட்டது. நான் கண்ணிருந்தும் குருடனாகி விடவில்லை. நீ நூல் பல படித்தவள். பண்பறிந்தவள், எவ்வளவோ புத்திசாலியான பெண் என்றல்லவா நினைத்திருந்தேன்? வீரசேகரன் எங்கே உன்மீது காதல் கொண்டு விடுவானோ என்று பயப்படுகிறாயே, உன்னைவிட அசட்டுப் பெண் இந்த உலகில் வேறு யாருமில்லை! அடி அசடே!" என்றான் காத்தவராயன்.

ஊர்மிளாவிற்கு உடம்பு முழுவதும் ஜில்லிட்டது போல் ஒரு அதிர்ச்சி பரவியது. கணவன் ஏளனமாகக் கூறிய விஷயம் எப்படிப்பட்டது என்பதும், வீரசேகரனது அன்பிற்கு எவ்வளவு ஆழமும் பலமும் உண்டு என்பதும் அவளுக்குத்தான் தெரியும்! தன்மீது வீரசேகரன் காதல் கொள்ள முடியாது என்பதுபோல் கணவன் கூறியதைக் கேட்டதும், அவளுக்கு அழுவதா சிரிப்பதா என்று தெரியவில்லை. அவ்வளவு நம்பிக்கையோடு கூறும் கணவனின் முகத்தை ஏறிட்டுப் பார்க்கவும் அவளால் முடியவில்லை.

"நான் ஊகித்தது சரிதானே, ஊர்மிளா! உன்னுடைய சந்தேகம் தவறானது. வீரசேகரன் உணர்ச்சிகரமான வாலிபன்தான் என்றாலும், போதை உணர்ச்சி வாய்ந்த சிவகாமியோடு வாழ்ந்து சலித்துப் போனவன். சோழர்களின் புலிக்கொடி உலகம் முழுதும் வானோங்கிப் பறக்கவேண்டும் என்பது ஒன்றுதான் அவனுடைய உணர்ச்சி எல்லாம் தேசபக்தியைத் தவிர அவனுடைய இருதயத்தில் வேறு எந்தவிதக் காதலுக்கும் இடமிராது!" என்று அலட்சியமாகச் சிரித்தான் காத்தவராயன்.

"இதை நீங்கள் உறுதியாகக் கூறமுடியுமா?" என்று சுருக்கென்று கேட்டாள் ஊர்மிளா.

"நான் அதை உறுதியாகக் கூறுவேன்! அவனுடைய உள்ளப்பாங்கு எனக்குத் தெரியும். அவன் உன்னை விரும்புகிறவனாக இருந்தால் நம்முடைய வீட்டிற்கு வரமறுத்து என்னுடைய சிநேகிதத்தை முறித்துக்கொள்ள விரும்பமாட்டான். எப்படியாவது நம்முடைய குடும்ப சிநேகிதனாகி நம்முடைய வீட்டிற்கு அடிக்கடி வந்து போய்க்கொண்டிருக்கவே திட்டமிடுவான்!" என்று நையாண்டியாகச் சிரித்தான் காத்தவராயன்.

"எவ்வளவு பெரிய விபரீதமான விஷயம்! அதை வேடிக்கையாக நினைத்துப் பேசுகிறீர்களே?" என்று ஆத்திரமடைந்தாள் ஊர்மிளா.

''இல்லை; அவன் உன்னைக் காதலிக்கவில்லை என்று உறுதியாக நான் நம்புவதினால்தான் அவ்வளவு அலட்சியமாகச் சொன்னேன்!'' என்றான் காத்தவராயன்.

''உங்களுடைய அனுமானம் தவறாக இருக்கலாம்!'' என்றாள் ஊர்மிளா மெல்லத் தலை குனிந்து கொண்டே.

''அப்படியானால் நண்பனுக்குத் துரோகம் செய்ய விரும்பாமல் நம்முடைய வீட்டைவிட்டு விலகி நிற்க வீரசேகரன் விரும்புகிறான் என்று ஆகிறது. அத்தகைய உயர்ந்த உத்தமர்களின் நட்புக்கிடைப்பது இந்த உலகில் அபூர்வம்! அத்தகைய ஒருவனை நாம் இழந்துவிடக் கூடாது! அவன் விஷயத்தில் நீ சிறிதும் தயங்காமல் ஓலை எழுதி வரவழைக்கலாம்!'' என்றான் காத்தவராயன்.

''ஐயோ! இந்த நிலையில் நான் என்ன செய்வது?'' என்று ஊர்மிளா தன்னுடைய முகத்தை இரு கைகளாலும் பொத்திக்கொண்டு தேம்பித் தேம்பி அழலானாள்.

தாங்கமுடியாத துயரங்களுக்கு மத்தியில் அவளுக்குப் புகலிடம் தரவேண்டிய கணவனே அவளை அபாயமான பாதையில் பிடித்துத் தள்ளினால் அபலை என்னதான் செய்வாள்? என்னவோ பயப்பிராந்தியமான ஸ்மரணையினால் அவளுடைய மிருதுவான உடல் முழுதும் வெடவெடவென நடுங்கியது. குட்டிச்சாத்தான் ஒருவனின் மந்திர பலத்துக்குத்தான் கட்டுப்பட்டு வழிதவறி நடத்திச் செல்லப்படுவது போன்ற பிரமையும் அவளுக்கு உண்டாயிற்று. ''ஊர்மிளா! நான் நன்றாக யோசித்துப் பார்த்துவிட்டேன்! நீ இப்போதே வீரசேகரனுக்கு ஓலை எழுதத்தான் வேண்டும்!'' என்ற காத்தவராயனின் குரல் அவளை உலுக்கி விழித்தெழச் செய்தது.

அவள் நன்றாக நிமிர்ந்து கணவனை ஏறிட்டுப் பார்த்தாள்.

''எனக்கு இஷ்டமில்லாவிட்டாலும் உங்களுக்காக ஓலை எழுதி வீரசேகரனை வரவழைக்கிறேன். ஆனால் பின்னால் ஏற்படக்கூடிய எதற்கும் நான் பொறுப்பாளியல்ல என்பதை நீங்கள் என்றுமே மறக்கக்கூடாது!'' என்றாள் ஊர்மிளா தெளிவான குரலில் அழுத்தந்திருத்தமாக.

''உன்னை எவ்வளவு பெரிய சோதனைக்கு ஆளாக்குகிறேன் என்பது எனக்குத் தெரியும் ஊர்மிளா!''

''வீரசேகரன் என்னுடன் பழகும்போது விபரீதமாக ஏதாவது வார்த்தையாட விரும்பினால் அதையுங்கூடவா நான் பொறுத்துக் கொள்ள வேண்டும்?''

"அவ்வாறு நேராது! அவ்வாறு நேர்ந்தாலும் சிரித்து மழுப்பிவிடு! நீ வஞ்சனையே அறியாதவள் என்றாலும் நீ வீரசேகரனை வஞ்சித்து ஏமாற்றக் கடமைப்பட்டவள் என்பதை மறவாதே அவ்வாறு வீரசேகரனோடு சிரித்துப் பேசுவதினாலோ, வீரசேகரனின் வசனங்களைக் காது கொடுத்துக் கேட்பதினாலோ உன்னுடைய பெண்மைக்கு இழுக்கு ஒன்றும் வந்துவிடாது. ஊர்மிளா! எந்தச் சந்தர்ப்பத்திலும், எந்த நிலையிலும் உன்னை நான் நம்புவேன்.

பெண்மை நலம் செறிந்தவள். கண்ணியமான உள்ளம் படைத்தவள் உன்னை நான் பரிபூரணமாக நம்புகிறேன்!''

"ஒருவர் தன்னையே நம்ப முடியாதபோது பிறரை எப்படி நம்ப முடியும்?" என்றாள். 'வெடுக்' கென ஊர்மிளா காத்தவராயனின் முகம் சவம்போல் வெளுத்தது. சாளரத்தின் விளிம்பில் கிடந்த முல்லைப்பூவின் சருகுகளைக் கைகளில் வைத்துத் தேய்த்துக் கொண்டிருந்த அவன் அவற்றைப் பொடி சூரணமாக்கிக் காற்றின் திசையில் பறக்கும் படி செய்துவிட்டு முகத்தில் தன்னம்பிக்கையின் பிரகாசத்தை

வரவழைத்துக் கொண்டான். ''ஊர்மிளா! பூவினும் மிருதுவான உள்ளம் படைத்த உன்னை எவ்வளவு பெரிய நிர்ப்பந்தத்திற்கு ஆளாக்கி விட்டேன் என்பது எனக்குத் தெரியும்! என்னை மனித இருதயமே இல்லாத மிருகமென வெளி உலகம் நினைக்கலாம் ஆனால் உன் முன்னிலையில் தெய்வ சந்நிதானத்தில் நடமாடுவது போலவே இதுவரை நடந்து வந்திருக்கிறேன்! என் முகத்தில் உலகம் காறி உமிழும்படியான நிலை வந்தாலும் உன்னைத் துன்புறுத்தக் கூடியவனல்ல!'' .... ''ஊர்மிளா! தேவிக்காக நான் எதையும் செய்வேன் என்பது உனக்குத் தெரியும். தேவிக்காக மற்றவர்கள் கண்ணீர்த் துளிகளோ, ரத்தத் துளிகளோ வடிக்கலாம். நானோ அவற்றிற்கெல்லாம் மேலானதைப் பணயம் வைக்கப் போகிறேன். தேவியின் மானத்தைக் காப்பதற்காக என்னுடைய சொந்த மானத்தையும் பலி கொடுக்கத் தயங்கமாட்டேன். என்னுடைய குடும்பத்தின் மானம் முழுவதையும் இழந்துவிட்டாலும், அதை தேவியின் பக்திக்கே அர்ப்பணித்து தேவி வடிக்கும் கண்ணீர் வெள்ளத்தின் முன் அதை ஓர் அற்பத் துளியாகவே கருதிக் கொள்வேன்! ஆனால் காவலும் கற்பும் சிறந்த பெண்மையின் பெருவிளக்கே எனக்கு மனைவியாகக் கிடைத்திருக்கும் போது என் குடும்பத்தின் மானத்தை எந்தச் சந்தர்ப்பத்திலும் நான் இழக்க நேரிடாது! ஊர்மிளா! நீ உறுதி கூறாவிட்டாலுங்கூட, உன்னைப் பரிபூர்ணமாக நம்புவேன்!''

குயுக்திக்காரனும் சந்தேகப் பிராணியுமான காத்தவராயன் இவ்வாறு மனம் திறந்து ஊர்மிளாவிடம் பேசுவது இதுதான் முதல் தடவையாகும்!

அப்போது ஊர்மிளாவிற்கு மெய்சிலிர்த்தது. இதுவரை அனுபவித்தேயிராத ஒரு பெருமை உணர்ச்சியை அடைந்தாள்.

கணவரின் முகத்தை அளவற்ற மதிப்போடு ஏறிட்டுப் பார்த்தாள். அவளுடைய கவர்ச்சிகரமான விழிகளில் மறுமலர்ச்சியும், புதுவிதமான ஓர் ஒளியும் மின்னின.

''காத்தவராயனின் விழிகளை ஊர்மிளா மெல்ல ஏறிட்டு நோக்கியபடி, வீரசேகரனுக்கு நான் ஓலை எழுதி இங்கே வரவழைப்பது அவசியமென விரும்புகிறீர்களா?'' என்று கேட்டாள்.

''ஆமாம்!'' என்று காத்தவராயன் உறுதியாகத் தலையசைத்தான்.

''அப்படியானால் என்ன எழுத வேண்டுமென வாசகம் சொல்லுங்கள்!'' நான் ஓலை எழுதுகிறேன் என்று ஊர்மிளா சொல்லிவிட்டு, ஓலை நறுக்கு ஒன்றையும் எழுத்தாணியையும் எடுத்து வந்தாள்.

''இல்லை; என்னுடைய வாசகம் வேண்டாம்! வீரசேகரனின் உள்ளத்தைத் தொடும்படியாக உன் உள்ளத்திலிருந்தே வாசகம் வரவேண்டும்! நீ ஓலையை எழுதி முடித்ததும் வேறு யாரும் பிரித்துப் பார்க்க முடியாதபடி உன்னுடைய மோதிரத்தின் முத்திரை வைத்துவிடு! ஓலையை வீரசேகரனிடம் கொண்டு போய்க் கொடுப்பதற்கு நம்பகமான ஓர் ஆளை உன்னிடம் அனுப்புகிறேன்'' என்று காத்தவராயன் சொல்லிவிட்டு, ''விடுவிடு''வெனக் கீழே இறங்கிப் போய்விட்டான்.

ஊர்மிளா நடுங்கும் கரங்களால் எழுத்தாணியை எடுத்து ''மடமட'' வெனப் பின்வரும் வாசகத்தை ஓலையில் எழுதினாள்.

''வீரசேகரா!

''நாளை எனக்குப் பிறந்த தினவிழா, என்னுடைய உயிரைக் காப்பாற்றிய நீ விருந்துக்கு வந்து கலந்து கொள்ளாவிட்டால், எனக்கு உற்சாகமே இராது! சென்றதையெல்லாம் மன்னித்து மறந்துவிடு. நாளை மத்தியானம் உனக்காக நாங்களெல்லாம் ஆவலோடு காத்திருப்போம், எழுதினாள் ஊர்மிளா.'' அதன் பிறகு ஊர்மிளா விளக்கு மாடத்திலுள்ளபுத்தரின் ஸ்படிகச் சிலைமுன் சென்று, ''புத்தமகானே! அன்பின் சக்தியை நான் அறிவேன்! அன்பிற்கு அன்பு செய்யாமல் என்னால் இருக்க முடியாது! ஆனால் அதைச் சுற்றியுள்ள ஆசைக் காட்டிலிருந்து என்னைக் காப்பாற்றிக் கொள்ளும் சக்தியை நீர் தான் எனக்கு அருள வேண்டும்!'' என்று மனதுக்குள் ஸ்மரித்துக் கொண்டாள்.

அத்தியாயம் 45

குரு பதவி!

"மகற்கு அளவில் விஞ்சை வந்து
எய்து காலம் இன்று எதிர்ந்தது"

— கம்ப ராமாயணம்

மதில் சுவர்களின் பலத்தை வெளிப்புறமிருந்து தட்டிப் பார்த்துக் கொண்டிருந்த வீரசேகரன், இந்த அசோகவனக் கோட்டையை எதிரிகள் தாக்க வேண்டுமென்றால் ஆயிரக்கணக்கான யானைகள் தேவைப்படும்!'' என்று ஒருவித உற்சாகமும் இல்லாத குரலில் ஜனநாதனிடம் சொன்னான்.

‘‘தம்பி! உன்னுடைய மதில் பலமுள்ளதுதான்; ஆனால் நம் சோழ தேவரிடமிருந்து தேவியின் மானத்தைக் காப்பாற்ற வேண்டுமென்றால் உனக்கு மூளை பலம்தான் தேவைப்படும்!’’ என்று ஜனநாதன் வழக்கம் போல் விஷமமாய்ச் சிரித்தான்.

‘‘தேவி இறந்தால்தான் நல்லது! உலகமே அழியப் போகிறதென ஜோஸியர்கள் நாட்கணிக்கிறார்களே, அது சமீபத்தில் நடக்குமா?’’ என்றான் வீரசேகரன். உலகத்தோடு தானும் அழிந்து விட்டால்தான் நிம்மதி என்ற விரக்தி உணர்ச்சி அவனுக்குச் சமீப காலமாக ஏற்பட்டிருந்தது.

அந்தச் சமயம் ஊர்மிளாவின் அழைப்பு ஓலையை ஊமையன் ஒருவன் கொண்டு வந்து வீரசேகரனிடம் கொடுத்து விட்டுப் போனான்.

கண்ணும், உடலும் பதற அந்த ஓலையைப் பிரித்த வீரசேகரன் ஆவலோடு அதைப் பன்முறை திருப்பித் திருப்பிப் படித்தான். இத்தனை நாளும் எங்கோ அடைபட்டுக் கிடந்த வெள்ளம் மடைதிறந்து பொங்கி வருவது போல, ஆனந்தம் அவன் உடல் முழுவதும் கலீரெனப் பொங்கி எழுந்தது. மெய்சிலிர்த்து, கண்கள் ஆனந்தக் கண்ணீர் சொரிந்தன. அந்த விழிகளில் தோய்ந்திருந்த துயர உணர்ச்சியும் முகவாட்டமும் இருந்த சுவடே தெரியாமல் எங்கோ போய் மறைந்து விட்டன.

‘‘தம்பி! அந்த ஓலையில் ஏதோ மந்திர சக்தி இருக்க வேண்டும். ஒரே கணத்தில் உன்னை உருமாற்றி விட்டது. காதலுக்குத்தான் அந்த மந்திர சக்தி உண்டு! மந்திரக் கோலால்தான் ஓலையின் வாசகங்கள் எழுதப்பட்டிருக்க வேண்டும்!’’ என்று ஜனநாதன் பரிகாசம் செய்தான்.

அந்தப் பரிகாசங்கூட வீரசேகரனுக்கு ஆனந்த கிளுகிளுப்பையே மூட்டியது. தன்னோடு சேர்ந்து கொண்டு உலக முழுதுமே ஆனந்தத்தோடு சிரிக்க வேண்டும் என்ற மனோ நிலையை அவன் அடைந்து விட்டான்.

‘‘ஜனநாதா! நான் ஊர்மிளாவை மறுபடி காணப்போகிறேன்! நான் சிறிதும் எதிர்பாராத ஓலையிது! இதுபோன்ற ஆனந்தத்தை நான் என் வாழ்நாளில் அனுபவித்ததேயில்லை. ஊர்மிளா மறுபடி என்னை வீட்டிற்குக் கூப்பிடுகிறாள்!’’ என்று வீரசேகரன் உற்சாகமாகத் துள்ளிக் குதித்தான்.

‘‘காரணமில்லாமலா?’’ என்று ஜனநாதன் சாவகாசமாய்க் கேட்டான்.

‘‘ஊர்மிளாவிற்கு இன்று பிறந்ததின விழாவாம்! நான் அவசியம் வந்து விருந்தில் கலந்து கொள்ளாவிட்டால் அவளுக்கு உற்சாகமே இராதாம்.’’

‘‘பிறந்த தின விழாவையும், சதய விழாவையும் மகா ராஜாக்கள் கொண்டாடுவதுதான் சம்பிரதாயம்! சாதாரணக் கொல்லன் மனைவி, தான் பிறந்த தினத்தை ஞாபகம்கூட வைத்துக் கொள்வது மகா அதிசயந்தான்!’’

‘‘என்னை மறுபடி வீட்டிற்குக் கூப்பிடுவதற்காகவே அவள் இந்த விழாவை வைத்திருப்பாள்! என்னுடைய அன்பை அவளால் புறக்கணிக்க முடியவில்லை. அவளுக்கும் என்மீது அன்பிருக்கிறது. அன்பிருக்கிறது!’’ என்று ஆனந்தம் தாங்காமல் கண்ணீர் சொரிந்த வீரசேகரன், ‘‘இதற்காக நான் ஏங்கியது உண்டே தவிர இப்படியொரு ஓலை வருமென நான் சிறிதும் எதிர்பார்க்கவில்லை!’’ என்றான்.

‘‘ஆனால் நான் இதை எதிர்பார்த்ததுதான் தம்பி! பெண்ணின் போக்கைப் புரிந்து கொள்வதற்கு உனக்குக் கொஞ்சம் மூளைவேண்டும். இனிமேல் உன்னை அந்தப் புத்திசாலிப் பெண் எப்படியெல்லாம் ஆட்டி வைக்கப் போகிறாள் என நான் என் காதலியிடமிருந்து தெரிந்து கொள்வேன்! குரு பதவி சாமானியப்பட்டதா என்ன?’’ என்று சிரித்தான் ஜனநாதன்.

‘‘இதில் குருவும் பதவியும் எங்கே வந்தன? ஒருவேளை என் காதலுக்கு நீதான் குரு எனக் குறிப்பிடுகிறாயா? குரு யார்?’’ என்றான் ஜனநாதன்.

‘‘சந்திரனுக்கு நிஜமான குரு பிருகஸ்பதியா, தாரையா என்று சொல்ல முடியாது! தாரை யார் தெரியுமா? பிருஹஸ்பதியின் மனைவி! இப்போது சொல், குரு பதவி சாமானியப்பட்டதா என்ன?’’

‘‘குருபதவி என்றதும் இப்போதுதான் எனக்கு நினைப்பு வருகிறது. தேவியின் குமாரனுக்குச் சிறைக்குள்ளே ஒரு குருவைக் கொண்டு வித்தை பயிற்றுவிக்க நம் சோழ மகாராணி பெரிய பிராட்டியார் அனுமதித்து விட்டாராம்! நம் தலை நகரிலிருந்து உத்தியோக பூர்வமாக எனக்கு இரண்டொரு நாளில் கட்டளை வந்து விடும்!’’ என்றான் வீரசேகரன்.

‘‘தம்பி! இதை நீ சொல்லித்தான் நான் தெரிந்து கொள்ள வேண்டுமென்கிற அவசியமில்லை! நம்முடைய சோழ மகாராணியின் இந்தக் கருணாரஸம் இந்நேரம் நம்

எதிரிகளுக்குக்கூடத் தெரிந்திருக்கும்!" என்று ஜனநாதன் சிரித்துக்கொண்டே போய்விட்டான்!

உடனே வீரசேகரன் தாமரைக் குளத்தில் போய்க் குளித்துவிட்டு, அதில் பிரதிபலிக்கும் தன்னுடைய அழகைப் பார்த்துப் பெண்ணைவிட வெகுநேரம் ரஸித்துப் பெருமைப்பட்டுக் கொண்டான். பிறகு ராஜகுமாரனைப் போல் தன்னை அலங்கரித்துக் கொண்டு ஊர்மிளாவின் வீட்டிற்குக் குதிரைமீது கிளம்பினான்.

தெருவில் ஜேஜே என்று ஜனக்கும்பல் போவதையோ, பாண்டிய மக்களும் இரண்டு சோழிய வீரர்களும் கைகலப்பதையோ, வீரர்கள் அவனைப் பார்த்துப் பெருமையாகப் பேசுவதையோ, வீட்டு ஜன்னல் கதவிற்குப்பின் நாணி நிற்கும் இளம் பெண்கள் அவனை உற்றுப் பார்த்துப் பெருமூச்சு விடுவதையோ, அவன் கவனிக்காமல் வேகமாய்ப் போய்க் கொண்டிருந்தான். ஊர்மிளா தன்னை எப்படி வரவேற்பாள் என வழியெல்லாம் சிந்தித்தான். ஊர்மிளா அழகிற்கு அழகு செய்வது போல, தன்னுடைய நிறத்திற்கும், உடல் வாகிற்கும் பொருத்தமான பச்சைப் பாவாடையும், மஞ்சள் சிற்றாடையும், நீல ரவிக்கையும் அணிந்திருப்பாள்; வீட்டு வாசற்படியில் அவனை எதிர்நோக்கி வெகு நேரமாகக் காத்திருப்பாள்; அவனைக் கண்டதும் அவளுடைய கண்களிலும், கண்ணிமைகளிலும், கன்னங்களிலும் கலீரெனப் புன்னகை பூக்கும்—என்றெல்லாம் எண்ணற்ற கற்பனைகள் செய்து கொண்டான்.

ஆனால் ஊர்மிளாவின் வீட்டை அடைந்ததும் அவனுக்குப் பெருத்த ஏமாற்றமே காத்திருந்தது. வீட்டு வாசற்படியில் ஊர்மிளா நின்ற சுவட்டையே காணோம்! வீட்டிற்குள் போய்ப் பார்த்தும் ஊர்மிளாவின் வாடையே தட்டுப்படவில்லை. காத்தவராயன் உற்சாகமாகக் கூவியழைத்த பிறகுதான் மேல் வீட்டிலிருந்து ஊர்மிளா கீழே இறங்கி வந்தாள். ஒப்பிற்காக அவள் இரண்டொரு வார்த்தைகள் சொல்லி வீரசேகரனை வரவேற்றாளே தவிர, அவனுடைய நெஞ்சைத் தொடும்படியாக ஒரு புன்னகை கூடப் பூக்கவில்லை. அவள் அலங்காரம் செய்து கொள்ளவில்லை. வேண்டுமென்றே தன் அழகைக் குறைத்துக் கொண்டிருப்பவள் போலவே தோன்றியது. உடல் மெலிந்து அவள் மிகவும் மாறிப் போயிருப்பதை வீரசேகரன் கண்டான். அதுபோலவே அவனுடைய தேகவனப்பில் வாட்டம் கண்டிருப்பதையும், அவனுடைய கருவிழியில் ஜ்வர வேகத்தோடு கூடிய ஓர் ஒளி மின்னுவதையும் ஊர்மிளா கவனித்தாள். ஆனால் அதன் காரணத்தை அவள் வாய் திறந்து கேட்க வேண்டும் என்ற அவசியம் இல்லை!

"வேலைக்காரியை அடியோடு நீக்கிவிட வேண்டுமென்ப தில்லை. வீரசேகரன் வரும்போது எஜமானியம்மாளின் அருகில் வேலைக்காரி இல்லாதிருந்தாலே அவனுக்குப் போதுமானது!"

"அவள் எதற்காக உன்னோடு இருக்கிறாள்? முன்பு வீரசேகரன் வரும் போதெல்லாம் வேலைக்காரி உன்னோடு இருந்தாளா? வேலைக்காரியோடு பேசுவதற்காக வீரசேகரன் நம்முடைய வீட்டிற்கு வரவில்லை!" என்றான் காத்தவராயன் கடுமையான குரலில்.

"இவ்வளவு தூரம் ஆனபிறகு வீரசேகரன் வரும் சமயம் வேலைக்காரி என்னருகில் இருப்பது நல்லதென்று நினைத்தேன்!" என்றாள் ஊர்மிளாவும் கடுமையான குரலில்.

"தன்னையே காத்துக்கொள்ளும் சாகஸம் தெரிந்த பெண்ணுக்குப் பிறத்தியாரின் பாதுகாப்பு தேவையில்லை. சூழ்நிலைக்கு வசப்பட்டுப் போகும் அசட்டுப் பெண்களுக்குத்தான் பாதுகாப்பு தேவை!"

ஊர்மிளா தலை குனிந்தாள்!

"எதற்காக வேலைக்காரியை என்னருகில் வைத்திருக்கிறேன் என்று நினைக்கிறீர்கள்!" என்றாள் ஊர்மிளா மெல்லத் தன்னைச் சமாளித்துக்கொண்டு.

"நேர்மையான ஒரு வாலிபனும், கண்ணியமான ஒரு பெண்ணும் நெருங்கிப் பழகும்போது எப்படி நடந்து கொள்வார்கள் என்று எனக்குக் காட்டுவதற்கு நீ உன் பக்கத்தில் ஒரு சாட்சி வைத்துக் கொண்டிருக்க வேண்டியதில்லை! ஊர்மிளா, நான் உன் உள்ளத்தை நம்புகிறவன் உனக்கிஷ்டமில்லாததை நிர்ப்பந்தித்தேன் என்பதற்காக இப்படியெல்லாம் என்னைப் புண்படுத்த விரும்பாதே!", என்று காத்தவராயன் கண் கலங்கினான். ஊர்மிளாவிற்கும் கண் கலங்கிவிட்டது.

"என்னை மன்னித்துக் கொள்ளுங்கள்! வீரசேகரனை நம் வீட்டிற்கு வரவழைக்காமல் வேறு ஏதாவது ஒரு வழி யோசித்தால் தேவலை என்று முன்னமே நான் உங்களுக்குச் சொன்னேன்..."

"வீரசேகரனை நீ வஞ்சிக்காமல் நம்முடைய எந்த முயற்சியும் பலிக்காதென முன்னமே உன்னிடம் தெளிவாகச் சொல்லிவிட்டேன் ஊர்மிளா, என் நிலையை யோசித்துப் பார்! தேவியை மானத்தோடு சிறை மீட்கும் மாபெரும் பொறுப்பைத் தனியொருவனாக என் தோள் மீது சுமந்து கொண்டிருக்கிறேன். என்னோடு எதிலும் சரிசமமாகப் பங்கு கொள்ள வேண்டிய நீ எனக்கு அனாவசியமான சிக்கல்களையும் சிரமங்களையும் உண்டாக்கலாமா?"

''வீரசேகரன் வரும்போது நான் எப்படி நடந்து கொள்ள வேண்டுமெனச் சொல்லுங்கள்!''

''பெண்மையின் கண்ணியமும், மகத்தான லட்சியத்தில் மனப் பூர்வமான பக்தியும், சந்தர்ப்பத்திற்கு ஏற்றவாறு நடந்து கொள்ளும் சாகஸமும் உள்ள ஒரு குடும்பஸ்திரீ எப்படி நடந்து கொள்ள வேண்டுமோ அப்படி நடந்துகொள்!''

''வேலைக்காரியை நீக்கி விடுகிறேன்!''

''ஊர்மிளா! இதெல்லாம் நான் சொல்லித்தானா தெரியவேண்டும்?.... நீ உன் சம்பிரதாய உணர்ச்சிகளைத்தான் பெரிதாக மதிக்கிறாய். தேவியின் உயிரை நீ ஒரு பொருட்டாக மதிக்கவில்லை! தேவியின் சேவைக்காகவே நம்முடைய ஆனந்தம், உயிர், குடும்பம், தேசம், மானம் அனைத்தையும் நாம் பணயம் வைத்திருக்கிறோம்!''

''இனிமேல் நான் இயற்கையாக எப்படி நடந்துகொள்ள வேண்டுமோ அப்படி நடந்துக் கொள்கிறேன்!''

''ஊர்மிளா! நீ வீரசேகரனை அலட்சியம் செய்தால், அது வீரபாண்டியச் சக்கரவர்த்திகளின் ஜீவனை எங்கே கொண்டு போய் நிறுத்தும் தெரியுமா?''

''ஐயோ! அதைச் சொல்லாதீர்கள்!'' என்று முகம் வெளிறி அழுத ஊர்மிளா, தன்னுடைய கண்ணீரால் காத்தவராயனின் பாதங்களை நனைத்து, ''சக்கரவர்த்திகளுக்காக நான் எதையும் செய்வேன்! இப்போது என் பொறுப்பை நான் நன்றாக உணர்ந்து விட்டேன்!'' என்றாள்.

வானத்தில் அடைகாத்துக் கொண்டிருந்த கருமேகங்கள் விலகி இளம் சூரியனை வெளிப்படுத்தியது. இரண்டொரு மழைத் துளிகளை உதிர்த்துவிட்டு ஆகாயம் நிர்மலமாகவும் காட்சியளித்தது.

சாளரத்தின் வழியாகக் காத்தவராயன் வானத்தை வெறித்துப் பார்த்துவிட்டு, சலனமற்ற ஊர்மிளாவின் முகத்தை ஏறிட்டு நோக்கினான்.

''ஊர்மிளா! ஒரு முக்கியமான விஷயம்! தேவியின் குமாரனுக்குச் சிறைக்குள்ளே வித்தியாப்பியாசம் செய்விக்கச் சோழ மகாராணி அனுமதி கொடுத்துவிட்டாளாம்! அதற்குத் தகுதியான குருவைத் தேர்ந்தெடுக்கும் பொறுப்பையும் வீரசேகரனுக்கே அளித்திருக்கலாம். புதன்கிழமையன்று வித்தியாப்பியாசம் ஆரம்பிக்க நல்ல நாள் குறித்திருக்கிறார்கள். நாளைச்

செவ்வாய்க்கிழமை மதியத்திற்குள் வீரசேகரன் ஒரு குருவைப் பிடித்துச் சிறைக்குள் கொண்டு போய் ஒப்படைக்காவிட்டால், ஜனநாதன் குறிப்பிடும் போர்வழியைத்தான் அவன் ஒப்புக்கொள்ள நேரிடுமாம்! குமாரனுக்கு வித்தை பயிற்றுவிக்கும் அந்தக் குரு பதவி மட்டும் நம் சுந்தர ஜோசியருக்குக் கிடைக்குமானால்...''

''அதைவிட ஆனந்தம் வேறில்லையென அவர் நினைப்பார்!'' என்று ஆனந்தத்தோடு கண்ணீர் ததும்பக் கூறினாள் ஊர்மிளா.

''ஊர்மிளா! அது உன்னால்தான் நிறைவேற முடியும்! இங்கே கவனி! இன்று மாலை நம் சுந்தர ஜோசியா சோமவார பூஜை செய்வார்! கோயிலிலிருந்து பிரசாதங்கள் வரும்! நீயும் நூதனமான தின்பண்டங்கள் தயாரிக்கிறாய்! வீரசேகரன் இன்றிரவு நம் வீட்டில் அவசியம் சாப்பிட்டு விட்டுத்தான் அசோகவனக் கோட்டையின் காவலுக்குப் போகவேண்டுமெனச் சொல்கிறேன்! இன்றிரவு அவன் உற்சாகமாகச் சாப்பிடும்போது, நீ தந்திரமாகப் பேசி எப்படியும் குரு பதவியை நம் சுந்தர ஜோசியருக்கு வாங்கிக் கொடுத்து விடு! ஸ்திரீ சாகஸம் முழுவதையும் உபயோகப்படுத்து! அப்போது நான் வெளியே வேறு வேலையாகப் போய் விடுகிறேன்!'' என்று காத்தவராயன் தலைகுனிந்தவாறே மெல்லிய குரலில்–ஆனால் கண்டிப்பான குரலில்–சொல்லிவிட்டுப் போனான்.

ஊர்மிளா ஒன்றும் பதில் சொல்லவில்லை. மௌனமாக கீழே நடுத்தெருவை உற்றுப் பார்த்துக் கொண்டிருந்தாள்.

அத்தியாயம் 46

ஆசையின் கனி

"ஆசையின் கனியைக் கண்ணில்
தண்டிலை போலும் அஞ்சி!"

– கம்ப ராமாயணம்

ல்லிகை மொட்டுக்களைத் தோட்டத்திருந்து ஊர்மிளா பறித்து வந்துதன் அஜந்தா கொண்டையில் சொருகியவாறு, கிணற்று ஜலத்தில் பிரதிபலிக்கும் தன் அழகை ஒரு முறை பார்த்துக்கொண்டு பெருமூச்சு விட்டாள்.

பிறகு, உயிர் பெற்ற பளிங்குச் சிலைபோல் அவள், தெருவாசலுக்கு ஆவலோடு ஓடிவந்து வெளியே எட்டிப்பார்த்தாள்.

அந்தி இருளின் பாவாடைதான் தெருவில் விரிந்து கொண்டே வந்ததே தவிர, வயிரத் தோள்கள் குலுங்க வீரசேகரன் குதிரை மீது ஜம்ஜம்மென வரும் சப்தமே தென்படவில்லை!

இரவு விருந்திற்கு வீரசேகரன் அவசியம் வருவானென்று அவனுக்குப் பிடித்தமான பதார்த்தங்களை யெல்லாம் மிகவும் சுவையுடன் ஊர்மிளா சமைத்து வைத்திருந்தாள். மாலைக் கதிரவனின் பொற் கிரணங்களோடு வீரசேகரன் ஆவலுடன் ஓடிவருவான் என்று அவள் எதிர்பார்த்ததிற்கு மாறாக, இருட்டிய பிறகும் வீரசேகரன் இன்னம் வந்து சேரவில்லை!

நேரம் ஆக ஆக அவளுடைய கவலையும், ஆவலும், அலங்காரமும் அதிகரித்துக்கொண்டேயிருந்தது. வீரசேகரன் இப்போது அவளைப் பார்த்தால், இதுபோல் தனது வாழ்நாளில் அவள் எப்போதாவது இவ்வளவு கவனமாகத் தன்னை அலங்கரித்துக் கொண்டிருப்பாளோ என்றே நிச்சயம் மலைத்துப் போவான்! அப்படியிருந்தும் அவளுக்குத் திருப்தியே ஏற்படவில்லை. பலவிதமான ஆடைகளை மாற்றி மாற்றிக் கட்டிப்பார்த்துங்கூட, அவளுடைய நிறத்திற்கும், உடல் வாகிற்கும் ஏற்றதோர் சேலையை இனிமேல்தான் அவள் நெய்ய வேண்டும் போலிருந்தது!

இளஞ் சூரியன் போன்ற வீரசேகரனை அந்தத் தாமரை முகத்தாள் எப்படி எதிர்பார்த்தாள் என்று வர்ணிப்பது அசாத்தியமாகும்! அவளையறியாமல் அவளுடைய உடலும், உள்ளமும் ஒருவிதப் பரபரப்பால் ஜொலித்துக் கொண்டிருந்தன.

வீரசேகரனைப் புன்முறுவலுடன் வரவேற்க வேண்டுமென்பது அவளுக்கு இடப்பட்ட கடமை என்பதையும் தவிர, உண்மையிலேயே அவனுடைய வரவை எதிர்நோக்கி ஊர்மிளாவின் கண்ணிமைகளும் புருவங்களும்கூடக் கலீரெனச் சிரித்துக் கொண்டிருந்தன.

வீரசேகரன் இன்னும் வந்து சேரவில்லை!

ஒருவேளை தன்மீதுள்ள கோபத்தால் விருந்திற்கே வீரசேகரன் வராமல் இருந்து விடுவானோ என்ற பயம் அவள் நெஞ்சைக் கவ்வியது.

''புத்த பகவானே! எனக்காக இல்லாவிட்டாலும், வீரபாண்டியச் சக்கரவர்த்திகளுக்காகவாவது வீரசேகரனை இங்கு

வரும்படி செய்தருளும்! அன்பை அதிகம் சோதிக்காதீர்!'' என்று அவள் பச்சைக் குழந்தைபோல் உள்ளூர வேண்டிக் கொண்டாள்.

ஆனால் அவளுடைய வேண்டுதல் புத்தபகவானுக்கு எட்டுவதற்கு முன்பாகவே, வீரசேகரனின் வெண்ணிறக் குதிரை ''ஜம்ஜம்'' மென வரும் குளம்பொலி அவள் முன் வந்தடைந்து விட்டது.

அந்தக் குதிரையிலிருந்து இராஜகுமாரனைப் போல வீரசேகரன் கீழே தாவிக்குதித்தான். அவனைக் கண்டதும் ஊர்மிளாவின் நெஞ்சு வேகமாக அடித்துக்கொண்டது. கண்ணிமைகளும், படபடத்தன. அந்திமந்தாரையென ஜொலிக்கும் முகத்தால் அவனை வரவேற்றாள். ஆனால் ஊர்மிளாவை அவன் நிமிர்ந்து பார்க்கவோ பேசவோ பிரியப்படவில்லை. சண்டை போட்ட குழந்தை எப்படி முகத்தை உம்மென்று வைத்துக் கொள்ளுமோ அதுபோலவே, அவன் முகத்தைக் கோபமாக்கிக் கொண்டான்.

அவன் குதிரையைக் கொண்டுபோய்த் தோட்டத்தில் கட்டாமல், அதன் கடிவாளத்தைப் பிடித்துக்கொண்டே வாசற்படியில் நிற்பதைக் கவனித்ததும் ஊர்மிளாவிற்கு நெஞ்சு துணுக்குற்றது.

''உன் முரட்டுக் குதிரையைக் கட்டிப் போடாவிட்டால் அது தெருவில் ஒழுங்காக நிற்காது!'' என்றாள் ஊர்மிளா குறும்புச் சிரிப்புடன்.

''எனக்கு எதையும் கட்டிப்போட்டு வதைக்கத் தெரியாது! அவ்வளவிற்கு எனக்குப் புத்திசாதுர்யம் கிடையாது!'' என்றான் வீரசேகரன் கோபமாக.

ஊர்மிளாவிற்குச் சிரிப்பு வந்தது!

''நீ விருந்து சாப்பிட வரவில்லையா?'' என்று கேட்டாள் அவள்.

''வேறு எதற்காக இந்த வீட்டிற்கு நான் வர முடியும்? சோழர்களின் புலிக்கொடியை உலகெங்கும் பறக்கவிடப் போகும் வீரசேகரனுக்கு இந்த உலகில் வேறு எங்குமே விருந்து கிடைக்காது!''என்றான் வீரசேகரன் ஏளனமாக மனமுடைந்தகுரலில்.

''சண்டையடித்துக் கொள்வதற்குத்தான் நீ வந்தாயோ வென நான் நினைத்தேன்!'' என்று ஒரு புன்முறுவலைச் சிந்தினாள் ஊர்மிளா.

"நானாகச் சண்டையடித்துக் கொண்டு எப்படியாவது உன்னை விட்டுப் பிரிந்து போய்விட வேண்டுமென விரும்புகிறாய்! எனக்கு இங்கே விருந்திற்கு வரவே இஷ்டமில்லை. காத்தவராயர் வற்புறுத்திக் கூறிவிட்டு என் பதிலுக்குக்கூடக் காத்திராமல் போய்விட்டார். எனக்காக எல்லோரும் விருந்து சாப்பிடாமல் காத்திருப்பீர்களேயென நினைத்துத்தான், சமாதானம் சொல்லி விட்டுப் போக இங்கே வந்தேன். இனி ஒரு கணமும் என்னால் காத்திருக்க முடியாது. எனக்கு அவசரமாக ஒரு வேலையிருக்கிறது. உடனே ஜனநாதனைப் பார்த்துவிட்டு நேரே அசோகவனக் கோட்டைக்கு இரவுக் காவலுக்குப் போகவேண்டும். நாளை மதியத்திற்குள் முக்கியமான ஒரு பொறுப்பை நான் முடித்தாக வேண்டும்!" என்றான் வீரசேகரன் படபடவென.

"என் வீட்டுக்காரர் அவசர வேலையாக வெளியே போயிருக்கிறார்; உனக்கு விருந்து பரிமாறி அவர் வரும்வரை உன்னை இங்கே தங்கியிருக்கச் செய்யவேண்டுமென்றார். நீ சாப்பிடாமல் உடனே போய் விட்டால் அவர் மிகவும் கோபித்துக் கொள்வார்!" என்றாள் ஊர்மிளா.

"ஓகோ! காத்தவராயர் கோபித்துக்கொள்வார் என்பதற்குத் தான் இவ்வளவு அன்பாக என்னைச் சாப்பிடும்படி வற்புறுத்துகிறாயா இது இந்நேரம் என் புத்தியில் படவில்லையே? நான் ஒரு சுத்த முட்டாள்!"

"முட்டாளைச் சந்தோஷப்படுத்துவது வெகுசுலபம் என்பார்களே உன்னை எப்படிச் சந்தோஷப்படுத்துவது என்றே எனக்குத் தெரியவில்லை. நானும் ஒரு விதத்தில் முட்டாள்தான்!" என்றாள் ஊர்மிளா.

"இல்லை! இல்லவே இல்லை! நீ மகாக்கெட்டிக்காரி மகாக்கெட்டிக்காரி! அதிலும் முட்டாளை அணுஅணுவாகச் சித்திரவதை செய்வதில் மகா மகாக் கெட்டிக்காரி!"

ஊர்மிளா கலீரெனச் சிரித்தாள்.

"ஏன் சிரிக்கிறாய்? நான் அவஸ்தைப்படுகிறேன் என்று என் வாயால் சொல்வதுகூட உனக்கு ஆனந்தம் தருமா?" என்றான் வீரசேகரன் எரிச்சலுடன்.

"ஒன்றுமில்லை! வேலைக்காரியைத் திடீரென நீக்கிவிட்டேன். அதை நினைத்துத்தான் சிரித்தேன்" என்று ஊர்மிளா குறும்புடன் வீரசேகரனின் முகத்தை உற்றுப் பார்த்தாள். அப்போது அவள் உள்ளம் கிளுகிளுத்தாள்.

''அப்படியானால் நான் போகிறேன்! வீட்டில் காத்தவராயர் இல்லாதபோது துணைக்கு யாரையும் வைத்துக் கொள்ளாமல் என்னோடு பேசக்கூட பயப்படுவாயே?''

''ஏன், உன்னிடம் எனக்கென்ன பயம்?'' என்று ஊர்மிளா கேட்டாளே தவிர, உள்ளூர அவளுக்குப் பயந்தான்.

''இப்போது வீட்டில் சுந்தர ஜோஸியர் இருக்கிறார் அல்லவா?'' என்று வீரசேகரன் நிமிர்ந்து பார்த்தான்.

''ஆமாம்; இருக்கிறார்! சோமவார பூஜையை முடித்துக் கொண்டு இப்போது சக்தி தேவியின் தியானத்தில் ஆழ்ந்திருக்கிறார்! இன்று நீ என் கையால் விருந்து சாப்பிடாமல் போனால் நானும் பட்டினி விரதம் கிடந்துவிடுவதெனத் தீர்மானித்திருக்கிறேன்!'' என்றாள் ஊர்மிளா பரிவும் பரிகாசமும் கலந்த குரலில். வீரசேகரனின் முகம் சிறிது பிரகாசமடைந்தது. ஆனாலும் நிலாவைச் சுற்றியுள்ள கருமேகங்கள் இன்னும் விலகவில்லை.

''ஊர்மிளா! தயவுசெய்து முன்போல பழகு அல்லது முற்றிலும் என்னைப் புறக்கணித்துவிடு. திரிசங்கு சுவர்க்கத்தில் என்னைத் தவிக்கவிடாதே அதைத் தாங்கும் சக்தி என் இருதயத்திற்கு இல்லை!... நான் உனக்கு என்ன தீங்கு செய்தேன்? இப்படி ஏன் துன்புறுத்துகிறாய்?'' என்ற வீரசேகரன், அழாத குரலில் விம்மினான்.

ஊர்மிளா அவனை நெருங்கி, ''வீரசேகரா! உன்னுடைய முகத்தில் சந்தோஷத்தைக் காணவேண்டு மென்பதற்காகத்தான் என் கண்ணீரை உன்னிடம் காட்டவில்லை!'' என்றாள்.

''நிஜமாகவா? நிஜமாகவா?''

ஊர்மிளா அவனைப் பரிதாபமாகப் பார்த்துக் கொண்டே ''வீரசேகரா! நீ என்னதான் வேண்டுமென்கிறாய்?'' என்று கேட்டாள்.

''நீதான் எனக்கு வேண்டும்?''

''உனக்குத் தகுதியானது எதையுமே நான் தந்து விடுவேன்! ஆனால்...''

''ஊர்மிளா! உன்மீது அன்பு செலுத்தாமல் என்னால் இருக்க முடியவில்லை. அதனால் ஏற்படும் அவஸ்தையையும் என்னால் தாங்க முடியவில்லை. உன்னை நான் மறந்துவிட வேண்டும் அல்லது இறந்துவிட வேண்டும். அப்போதுதான் அது முடியும்!''

''என்னை உன்னால் மறக்க முடியுமா என்று ஊர்மிளா குரல் விம்மித் தாழக் கேட்டாள்''.

''முடியாது! மறப்பது என்பது என்னால் முடியவே முடியாது! அதைவிட இறந்து விடுவதுதான் எனக்கு வெகு சுலபம்! சோழ நாட்டின் சூரியோதயக் கனவிற்காக இன்னும் எத்தனையோ யுத்தங்கள் ஏற்படும். அவற்றில் ஏதாவது ஒன்றில் நான் வெகு சுலபமாக வீரமரணம் அடைந்து விடலாம். வீரபாண்டியனை என்றாவதொரு நாள் சந்திக்கும் போது தனி வாட்போரிட்டு அவனோடு சேர்ந்து வீரமரணம் அடைய வேண்டும் என்பதற்காகவே இன்னும் நான் உயிரை வைத்துக் கொண்டிருக்கிறேன்''.

அதைக் கேட்டதும் ஊர்மிளாவிற்குச் சர்வாங்கமும் வெடவெடத்தன. ''வீரபாண்டியர் மீது உனக்கு அவ்வளவு விரோதமும் வெறுப்புமா?''

''ஆமாம்! எங்கள் பொன்னி நாட்டின் பொற்காலத்திற்கு வீரபாண்டியன் தடையாய் இருக்கிறான் என்பதால் ஓரளவு எனக்கு அவன்மீது ஜன்மவிரோதம் உண்டு! ஆனால் அதைவிட இப்போது மதிப்பும் அதிகம் உண்டு! ஏனென்றால் யாருக்கும் தலைவணங்காத அகம்பாவி, காதலுக்காகக் கோழையாகவும் தயாராகி விட்டான்! அவ்வளவிற்குப் பிரதியன்பு செலுத்தக் கூடிய தேவியும் அவனுக்குக் கிடைத்திருக்கிறாள்! உண்மையில் வீரபாண்டியனைப் போல் பாக்கியவான் இவ்வுலகில் வேறு யாருமில்லை!''

''அதையும்விட நீ பாக்கியவானாக ஆசைப்படுகிறாய்! ஏற்கனவே வேறு ஒரு தெய்வத்திற்கு அர்ப்பணிக்கப்பட்ட மலரைச் சர்வ உரிமையுடன் சூடிக்கொள்ள விரும்புகிறாய். அது தவறென்று உனக்குப்படவில்லையா?''

''இப்படி என்னிடம் மட்டும் சொல்லத்தானே உனக்கு மனம் வருகிறது?'' என்றான் வீரசேகரன் ஆதங்கமான குரலில்.

அவனை ஊர்மிளா விசித்திரமாகப் பார்த்தாளே தவிர, ஒன்றும் பதில் சொல்லவில்லை.

''ஊர்மிளா! எனக்கெதுவும் தெரியாதென நினைக்காதே! உண்மையைச் சொல்! சுந்தர ஜோசியர் யார்?''

அதைக் கேட்டதும் ஊர்மிளாவிற்கு உடலெங்கும் தூக்கி வாரிப்போட்டது போல் இருந்தது.

''அவரைப்பற்றி உனக்கென்ன சந்தேகம்...'' என்று அவள் நடுங்கும் குரலில் கேட்டாள்.

''ஊர்மிளா! மறைக்காதே! அன்பை மறைக்க முடியாது! சுந்தர ஜோசியரை அன்பாய் உபசரித்து நீ ஏன் அவரிடம் நெருங்கிப் பழகுகிறாய்? காத்தவராயர் இல்லாத சமயங்களிலும் வீட்டிற்குள் அவர் சதா வட்டமிட்டுக் கொண்டிருப்பதன் மர்மமென்ன? உண்மையில் உனக்கு அவர் யார்?'' என்று வீரசேகரன் ஆத்திரத்துடன் கேட்டான். ''ப்பூ! இவ்வளவுதானா? நீ ஒரு சுத்த முட்டாள் என்பது இப்போதுதான் தெரிகிறது! அன்பிற்குப் பல ரூபங்கள் உண்டு என்பது தெரியாதவன் நீ!'' என்று சிரித்த ஊர்மிளாவிற்கு நிம்மதிப் பெருமூச்சு வந்தது. ஆனால் வீரசேகரன் விடவில்லை.

''என்னுடைய அன்பிற்கு எந்தவிதமான உருவம் வைத்திருக்கிறாய்?'' என்று வீரசேகரன் தயங்கித் தயங்கிக் கேட்டான்;

''அது உனக்கே தெரியாதா?'' என்று சொன்ன ஊர்மிளா அப்படியே முகத்தைப் பொத்திக் கொண்டு தலை குனிந்தாள்.

அவளை ஆசையுடன் அப்படியே விழுங்கிவிட வேண்டும் என்பது போல் வீரசேகரன் பார்த்துக் கொண்டே நின்றான்.

''ஊர்மிளா! என்மீதும் உனக்கு என்னவோ கொஞ்சம் ஆசை இருக்கிறது! அதை உன்னால் மறைக்க முடியவில்லை!... நான் நினைப்பது சரிதானா? நிமிர்ந்து பார் ஊர்மிளா!''

அவள் நிமிர்ந்து பார்க்கவில்லை, உடல் ''வெட வெட'' வென்று நடுங்கியது.

''ஆமாம்! என்னை நிமிர்ந்து பார்க்கக்கூடப் பயப்படுகிறாய்! உன் உள்ளத்திற்குள்ளேயே ஆசை வேர்விட்டுச் செடியாகிக் காயாகி, கனியுமாகி கடைசியில் உள்ளத்திற்குள்ளேயே அது பட்டுப்போய் விடவும் வேண்டுமென்கிறாய்!

அதனால்தான் உன்னைத் தேடி வரும் ஆசையின் கனியைக் கண்ணால் காணக்கூட இத்தனை நாளும் அஞ்சி வந்தாய்!

உன்னையறியாமல் உன் மனம் ஏதோ ஒரு கணத்தில் பேதலித்துவிடுமோ எனப் பயப்படுகிறாய், இல்லையா?''

ஊர்மிளா வெள்ளத்தில் அகப்பட்ட பிஞ்சுபோல் தத்தளித்தாள்!

அவளுடைய முகத்தை வீரசேகரன் ஏக்கத்தோடு நோக்கி விட்டு, ''நீ கோபிக்க மாட்டாய் என்றால் உன்னிடம் ஒன்று கேட்கிறேன் மறுக்கமாட்டாயே?'' என்றான் கரகரக்கும் குரலில்.

''என்ன?'' என்றாள் விம்மும் குரலில் ஊர்மிளா. தன்னிடம் அவன் என்ன எதிர்பார்ப்பான் என்று நினைத்துப் பார்க்கவே அவளுக்குப் பயமாய் இருந்தது.

''ஊர்மிளா! உன் இருதயத்தில் எனக்கு இடமில்லை என்றால் அதில் வேறு யாருக்குமே இடம் கொடுக்கக்கூடாது. என்னுடைய காதலை நீ ஏற்றுக் கொள்ள முடியாவிட்டால் நீ வேறு எவரையும் ஏற்றுக் கொள்ளக்கூடாது! இந்த வாக்குறுதியை நீ எனக்குக் கொடுப்பாயா?''

''ஆ! மனப்பூர்வமாகக் கொடுப்பேனே! ஆனால் இந்த வாக்குறுதியை என் வாயால் கேட்டுத்தான் தெரிந்து கொள்ள வேண்டுமா? என் இருதயமே உனக்குச் சொல்லவில்லையா?'' என்றாள் ஊர்மிளா.

''இது ஒன்றே எனக்குப் போதும்!'' என்று வீரசேகரன் அளவிறந்த உற்சாகத்துடன் துள்ளிக் குதித்தான்.

''வேறெதையும் என்னிடம் எதிர்பார்க்க மாட்டாயே?'' என்று கேட்டாள் ஊர்மிளா.

''மாட்டேன்! மாட்டேன்! நீ முன்போல் என்னோடு சிரித்துப் பேசிப் பழகினால் போதும்! என் வாழ்க்கை நிறைந்து விடும்! அன்பிற்கு உடலுருவத்தை எதிர்பார்ப்பவனல்ல நான்!'' என்றான் வீரசேகரன் கணீரென்ற கண்ணியம் தொனிக்கும் குரலில்.

அந்த வார்த்தைகள் ஊர்மிளாவிற்கு மிகவும் இதமாக இருந்தன. அவளுடைய மனச்சாட்சியின் உறுத்தல்களுக் கெல்லாம் நிம்மதியான ஒரு வடிகால் கிடைத்தது போலவும் இருந்தது. இன்னும் சுருக்கமாகச் சொன்னால், தன்னையே தானே ஏமாற்றிக் கொள்ள போலிச் சமாதானம் என்ற போலித்துரும்பை வெள்ளத்தின் நடுவே கைப்பற்றிக் கொள்ள முயன்றாள்.

''ஆனால் சுந்தர ஜோஸியர்–?'' என்று மறுபடியும் வீரசேகரன் ஆரம்பித்தான்.

''இன்னும் அவரைப்பற்றி உனக்கென்ன சந்தேகம்?'' என்று கேட்டாள் ஊர்மிளா.

''அவருடைய கண்ணியமான பேச்சுக்களைக் கவனிக்கும் போது காத்தவராயரோடு கள்ளநாணயத் தொழிலில் உண்மையாக ஈடுபடுபவராகத் தெரியவில்லை. அவர் இந்த வீட்டில் இருப்பதற்கு மிகவும் வலுவானதொரு நோக்கம் இருக்க வேண்டும்''.

ஊர்மிளாவிற்குத் திடீரென ஒருயோசனை உதித்தது. ''ஆமாம், நீ நினைப்பது சரிதான். இந்த வீட்டை விட்டுச் சுந்தர ஜோஸியரை அப்புறப்படுத்தி விட்டால் தேவலை! உனக்கும் அது திருப்தியாய் இருக்கும்! ஊரிலும் அனாவசியமான பேச்சுக்களுக்கு இடமிராது. அவருடைய விரத அனுஷ்டானங்களால் என்னுடைய சமையற்கலைக்கும் அபாயம் நேரிடாது!'' என்று பழையபடி சுய நினைவுடன் சிரித்தாள் ஊர்மிளா.

''ஏன் காத்தவராயரிடம் சொல்லி வேறு வீட்டில் சுந்தர ஜோஸியரை வசிக்கும்படி செய்யலாமே?'' என்று கேட்டான் வீரசேகரன்.

''அவரிடம் சொல்வதா? பெண் புத்தியைக் கேட்டால் அவருடைய தொழிலே நாசமாகி விடுமெனச் சீறி விழுவார்! யாரையாவது நம்பி அவர் காரியத்தில் இறங்கிவிட்டால் உலகச் சம்பிரதாயங்களைக் கூடப்பொருட்படுத்த மாட்டார்!'' என்று சொல்லும்போது ஊர்மிளாவின் குரல் கரகரத்தது.

''ஓகோ! காத்தவராயரின் கள்ள நாணயத் தொழிலின் ஜீவநாடி சுந்தரஜோஸியர்தானோ!'' என்று கேட்டான் வீரசேகரன்.

''ஆமாம்! ஜோஸியர் மூலிகை ரசம் தயாரித்துக் கொடுக்காவிட்டால் ஒரு போலி நாணயங்கூட நாங்கள் தயாரிக்க முடியாது! அப்படித் தயாராகும் ஒவ்வொரு போலி நாணயமும் என்னுடைய வாழ்க்கைக்கு அபாயம்!'' என்றாள் ஊர்மிளா அழாத குரலில்.

''அவராக இந்த வீட்டைவிட்டு வேறு வேலைக்குப் போகும்படிச் செய்தாக வேண்டும்!'' என்று கூறிய வீரசேகரன் யோசனையில் ஆழ்ந்தான்.

''உம்! உனக்காகச் சமைத்ததெல்லாம் ஆறிவிடப் போகிறது நீயும் சீக்கிரம் சாப்பிட்டுவிட்டு அசோகவனக் கோட்டைக்குப் போக வேண்டாமா? என்னால் நீ வீணாக மேலதிகாரியிடம் திட்டு வாங்க வேண்டாம்!'' என்றாள் ஊர்மிளா.

''காத்தவராயர் இன்னும் வரவில்லையா?'' என்றான் வீரசேகரன்.''அவர் இப்போது வரமாட்டார்! சுந்தர ஜோஸியரும் கோயில் பிரசாதங்களைத் தவிர இன்று வேறெதையும் தொடமாட்டார். உனக்காகச் சமைத்ததை நீயும் சாப்பிடாவிட்டால் வேறு யாருமே அதைச் சாப்பிடப் போவதில்லை! எல்லாம் வீண்!'' என்று கூறியவாறே அவனை உள்ளே அழைத்துச் சென்றாள் ஊர்மிளா.

அத்தியாயம் 47

கனவின் பயன்

மெள்ளவே கனவின் பயன் வேண்டியோ,
கள்ளம் என்கொல் அறிந்திலம், கண்முகிழ்த்து
உள்ளம் இன்றி உறங்குகின்றார் சிலர்.

— கம்ப ராமாயணம்

மதுக் கிண்ணத்தைப் பாலாடையில் கவிழ்த்தது போல, மேன் மாடத்தில் நிலா வெளிச்சம் படர்ந்தது. மந்தகாசமான அந்தப் போதை ஒளியில் மோகினிபோல் ஊர்மிளா விருந்து பரிமாறுவாள் என வீரசேகரன் எதிர்பார்க்கவே இல்லை. அறுசுவைப் பதார்த்தங்கள் அத்தனையும் ஒரே ஆசைச் சுவையுடன் வீரசேகரன் விழுங்கிவிட வேண்டு மென்பது போல் அவள் துடிதுடித்தாள். வீரசேகரனுக்கு எங்கோ வானத்தில் பறப்பதுபோல் இருந்தது. அவளுடைய இலைக்கு அருகில் சுந்தர ஜோசியர் அமர்ந்திருக்காவிட்டால் அவன் உற்சாகம் தாங்காமல், ''ஊர்மிளா'' என்று கூவியிருப்பான்.

அவன் சாப்பிட வருமுன் கிணற்றடிக்குக் கை கழுவச் சென்றிருந்த சமயம் ஜோசியரும், ஊர்மிளாவும் இரகசியமாகக் கலந்து பேசி ஒரு திட்டம் செய்திருந்தார்கள். அதன் பிரகாரம் நடக்கும்படி ஜோசியருக்கு குனிந்து பரிமாறும் போது ஊர்மிளா கண் ஜாடை காட்டினாள்.

இலைமுன் முகத்தை சுளித்துக் கொண்டு உட்கார்ந்திருந்த சுந்தர ஜோசியர் குரலைக் கனைத்துக் கொண்டார். ''எனக்குக் கோயில் பிரசாதங்கள் மட்டும் போதும்!... இன்று எனக்கு விரதம் என்றேனே! பிரமாதமாக விருந்து தயாரித்திருக்கிறாய்! பௌத்தர்களின் வீட்டில் சைவாசாரியன் தங்கினால் அவனுடைய ஆசாரங்களையும், விரதத்தையும் கெடுப்பதுதான் உன் உத்தேசமா?'' என்று கேட்டார் சிவபக்தர்.

''சைவர்களுக்கு அஜீரணத்தை உண்டாக்க வேண்டுமென அப்படி ஒன்றும் எங்கள் புத்த மதம் உபதேசிக்கவில்லை!'' என்றாள் வெடுக்கென ஊர்மிளா.

''ஒரு வைஷ்ணவனுக்காக என்னுடைய விரதத்தைப் பங்கமடையச் செய்ய வேண்டியதில்லை!''

''நீங்கள் வீட்டில் இருக்கிறீர்களே என்பதற்காக என்னுடைய அதிதி உபசரணை என்ற தருமத்தைக் கைவிடமுடியாது; உங்களுக்கு அது அதர்மமாகப் பட்டால் வேறு தர்மமான இடத்தில் நீங்கள் போய் இருந்துவிடலாமே!'' என்றாள் ஊர்மிளா சிறிதும் விட்டுக் கொடுக்காமல்.

''இந்த வீட்டில் நான் இருப்பதே உங்களுக்காகத்தான்! உன் கணவர் செய்கிற தொழில் அதர்மம் என்று தெரிந்தும் உங்களுடைய அன்பிற்காகவே, அந்த அநீதியான தொழிலுக்கு அனுசரணையாக இருந்து வந்திருக்கிறேன். அந்தப் பாவத்தை எப்படித் தொலைக்கப் போகிறேனோ தெரியவில்லை!''

''உங்களுக்கு ரஸவாத வித்தையைத் தவிர வேறு ஏதாவது தெரிந்திருந்தால் என் கணவர் இந்த அபாயகரமான தொழிலில் இறங்கியிருக்கவே மாட்டார். எல்லாம் உங்களால்தான் வந்தது!''

''ஆமாம், எல்லாம் என்னால்தான் வந்தது. நான் போய்விடுகிறேன். உனக்குத் திருப்தியாய் இருக்கும்! உன் கணவருக்கும் இனி நான் தேவைப்படாது! ஏனென்றால் இனிமேல் மூலிகை ரஸம் கிடைக்காது! இந்த மதுரை நகரின் காவலைக் கடந்து ஆனைமலைக்குப் போய் யாராலும் மூலிகை வேர்கள் பறித்துவர முடியாது!'' என்றார் ஜோசியர் எரிச்சலுடன்.

''தாராளமாகப் போங்கள், ஆனால் என்னால்தான் போகிறேன் என்று சொல்லிக் குடும்பத்தில் வீண் கலகத்தை உண்டாக்காதீர்கள்!'' என்று ஊர்மிளாவும் சண்டை வளர்த்தாள்.

''ஆமாம்! எனக்கும் வேறு எங்காவது போய் இருந்தால் மனது நிம்மதியாய் இருக்கும். நான் இதுவரை செய்த பாபமான தொழிலுக்குப் பரிகாரமாக ஏதாவது தருமமான காரியங்கள் செய்ய வேண்டும்!'' என்றார் சுந்தர ஜோசியார் தீர்மானமான குரலில்.

அவ்விருவரின் சச்சரவைக் கவனித்த வீரசேகரனுக்கு உள்ளூர ஆனந்தம்! தனக்காகத்தான் சுந்தர ஜோசியரை ஊர்மிளா வெளிக்கிளப்ப முயலுகிறாளென நினைத்த அவனுக்கு, தானே அதற்கு ஒத்தாசை செய்ய வேண்டுமெனத் தோன்றியது.

அவன் சமாதானம் செய்ய வருவது போல் சிரித்துக் கொண்டே, ''ஜோசியரே! வெவ்வேறான இரு மதாச்சாரங்களைப் பின்பற்றுபவர்கள் ஒரே வீட்டில் வசித்தால் இப்படி மனஸ்தாபங்கள்

ஏற்படுவது சகஜந்தான்! இருவருடைய நட்பும் நீடிக்க வேண்டுமென்றால் சிறிது காலம் பிரிந்திருப்பதுதான் நல்லது!'' என்றான்.

''அது உண்மைதான், ஆனால் நான் வேறே எங்கே போவது? இந்தக் காலத்தில் தருமமான ஜீவனோபாயம் என்னதான் கிடைக்கும்?'' என்று கேட்டார் சுந்தர ஜோசியர்.

வீரசேகரன் சிரித்துக் கொண்டே ''உமக்கு ரஸவாத வித்தையைத் தவிர வேறு என்ன வித்தையெல்லாம் தெரியும்?'' என்று கேட்டான்.

''அவருக்கு வேறென்ன தெரியும்? ஜோசியம் சொல்லத் தெரியும்! அல்லது உபதேசம் பண்ணத் தெரியும். இரண்டும் குழந்தைகளுக்குக் கூடப் பிடிக்காது! சமைக்கிறது எப்படியென்று எனக்கே பாடம் சொல்லிக் கொடுக்க வருகிறாரே, இவர் அந்தப் பாடத்தைக் குழந்தைகளிடம் காட்டுகிறதுதானே?'' என்றாள் ஊர்மிளா வெடுக்கென்று.

''என் குருகுலத்தை மூடிவிட்டுக் காத்தவராயனை நம்பி வந்தேன் பார். அதற்கு என் புத்தியைத்தான் நன்றாக நொந்து கொள்ள வேண்டும்!'' என்றார் ஜோசியர்.

''குழந்தைகள் பாடம் – குருகுலம் – என்றதும் வீரசேகரனுக்கும் சட்டென்று ஒரு யோசனை உதித்தது!'' கங்குலி லிருந்து விடுபட்ட பூரணச் சந்திரனைப்போல் அவன் முகம் பிரகாசித்தது.

''ஜோசியரே! உமக்குக் குழந்தைகளுக்கு உபதேசிக்கத் தெரியுமா?'' என்று வீரசேகரன் ஆவலுடன் கேட்டான்.

''அதாவது வாத்தியார் வேலை தெரியுமா என்று கேட்கிறாயா? ஆகா! சமையல் முதற்கொண்டு அரிச்சுவடி மிந்திரி இலக்கம் வரை எதற்கும் வாத்தியாராக அவர் தயார்தான்!'' என்று ஊர்மிளா சிரித்தாள்.

''வாத்திமைத் தொழிலைப்பற்றி உனக்கு அவ்வளவு ஏளனமா? ஒரு குழந்தைக்குக் கல்வி தானம் செய்விப்பதைப் போல தர்மமான காரியம் இந்த உலகத்தில் எதுவுமில்லை. என்னுடைய பாபத்திற்கு அதுதான் சரியான பிராயச்சித்தம்!'' என்று வாதத்தின் உற்சாகத்தில் திடமாகக் கூறினார் சுந்தர ஜோசியர்.

வீரசேகரனுக்கு ஒரு பெரிய சுமை அகன்றுவிட்ட மாதிரி பெருமூச்சு உண்டாயிற்று.

''சுந்தர ஜோசியரே! மகா துர்ப்பாக்கியசாலியான தேவியின் கைரேகையைப் பார்க்க வேண்டுமென முன்பு ஒரு தடவை நீர் ஆசைப்பட்டீர்! இப்போது அந்த துர்ப்பாக்கியவதியின் குமாரனுக்கு வித்தியாப்பியாசம் செய்விக்கும் வேலை உமக்குக் கிடைத்தால் ஏற்றுக் கொள்வீரா?'' என்று வீரசேகரன் கேட்டான்.

''அதெப்படி முடியும்? அவ்வளவு பெரிய பொறுப்பை இவரை நம்பி யார் கொடுப்பார்கள்?'' என்று வெடுக்கெனக் கேட்டாள் ஊர்மிளா.

''என்னால் அது முடியும்! நான் இஷ்டப்பட்டால் யாரை வேண்டுமானாலும் உபாத்தியாயராகக் கொண்டுபோய் நாளை மதியத்திற்குள் சேர்த்துவிடலாம், ஆனால் ஒன்று; சிறைக்கோட்டைக்குள்ளேயே வித்தியாப்பியாசம் செய்விக்க வேண்டியிருப்பதால் உபாத்தியாயரை எந்தச் சமயத்திலும் கோட்டையை விட்டு வெளியே விடமாட்டார்கள். வேறு எவரையும் அவர் சந்திக்க முடியாது. வெளியுலகத் தொடர்பு அனைத்தையும் அவர் அறுத்துக் கொள்ளவேண்டியிருக்கும்!'' என்று வீரசேகரன் ''அனைத்தையும்'' என்ற வார்த்தையை அழுத்திக் கூறினான்.

சுந்தர ஜோசியரோ கோபமாக வீரசேகரனைப் பார்த்தார்.

''ஓகோ! ஒரு சைவனைக் கொண்டு போய்ச் சிறைக்குள் அடைத்து வைக்க வைஷ்ணவன் செய்கிற சூழ்ச்சியா இது?'' என்று கேட்டார் அவர்.

''ஆனால் பிற்காலத்தில் கிடைக்கக்கூடிய பிரயோஜனங்களை யோசித்துப் பாரும்! புலவர் முற்றூட்டாகவும், பிரும்மதேயமாகவும் பல வேலி இறையிலி நிலங்கள் உமக்கு அளிக்கப்படும்! சோழ அரசாங்கத்திலும் பாண்டிய அரசாங்கத்திலும் உமக்கு அந்தஸ்து கிடைக்கும்! இராஜ சமூகத்தினரால் நீர் கௌரவிக்கப்படுவீர். எல்லாவற்றிற்கும் மேலாக ஒரு துர்ப்பாக்கியவதியின் நிர்க்கதியான குமாரனுக்கு வித்தைப் பயிற்றுவிக்கும் புண்ணியமும் உமக்குக் கிடைக்கும்!'' என்றான் வீரசேகரன்.

சுந்தர ஜோசியர் சிறிது யோசனையில் ஆழ்பவர் போல நடித்தார்.

''ஜோசியரே! கோட்டைக்குள் நிறைய முரட்டுக் காவலர்கள் இருப்பார்கள். முரடர்களெல்லாம் முட்டாள்கள் என்பது உமக்குத்

தெரியும் நாளை உயிரோடிருப்போமா என்ற நிச்சயமற்ற முட்டாள்கள்தான் ஜோசியத்தை எதிர்நோக்குவார்கள். உம்முடைய ஜோசியக் கலையும் உபாத்திமைத் தொழிலும் விருத்தியடைவதற்கு இதுதான் அரிய சந்தர்ப்பம்!'' என்றான் வீரசேகரன் மேலும் விடாமல்.

''அரிய சந்தர்ப்பம்தான்! ஆனால்.... என்னைச் சுற்றி முரட்டுக் காவலர்கள் இருப்பார்களே, பேச்சுத் துணைக்கு நான் என்ன செய்வது?'' என்றார் சுந்தர ஜோசியர்.

''கோட்டைக்குள் ஒரு பிள்ளையார் கோயில் இருக்கிறது. அங்கேதான் உமக்கு இருக்கை, படுக்கை, உணவு எல்லாம். தினசரி வித்தை பயில அங்குதான் தேவியின் குமாரன் உம்மிடம் கொண்டுவரப்படுவான். நீர் அவனுக்குப் பாடம் சொல்லிக் கொடுக்கும்போது காவலர்களைத் தவிர, நானோ வேறு முக்கிய அதிகாரியோ கூடவே இருப்போம். இரவு நேரங்களில் உமக்குப் பேச்சுத் துணை தேவைப்பட்டால், நான்தான் தினசரி அசோகவனக் கோட்டையின் இரவுக் காவலுக்கு வருவேனே! ஆனால் இரவு நேரங்களில் வேறு யாருடனும் பேச்சுக் குரல்கள் அனாவசியமாகக் கேட்கக் கூடாதென்பது சிறை விதி!'' என்றான் வீரசேகரன்.

''ஒரு பையனுக்குப் பாடம் சொல்லிக் கொடுக்க இவ்வளவு கண்டிப்பான விதிகளா?'' என்று ஊர்மிளா பிரமிப்புடனும், பயத்துடனும் கேட்டாள்.

''ஆமாம், தேவியைச் சிறைக் கடத்திவிட ஏதாவது சதித்திட்டம் உருவாகலாம். அதனால் சிறையதிகாரிகள் ஒவ்வொரு சிறுசிறு விஷயத்தையும் அதிகமாகக் கவனித்துப் பரிசோதிப் பார்கள். தேவியின் கூந்தலுக்காகத் தினசரி கொண்டு போகப்படும் பூச்சரங்கள் கூடப் பரிசோதிக்கப்படுகின்றனவென்றால் பார்த்துக்கொள்ளேன். ஆனால் நான் கொண்டுபோய் வைத்த உபாத்தியாயர் என்பதற்காக இவரை அனாவசியமான பரிசோதனை களுக்கு ஆளாக்கித் தொந்தரவு செய்யமாட்டார்கள்!'' என்றான் வீரசேகரன்.

''இவ்வளவு கட்டுப்பாடுகளில் நான் எப்படி ஒழுங்காக என் பொறுப்பை நிறைவேற்ற முடியும்? சுதந்திரமான கல்விதான் பயனுள்ளதாய் இருக்கும்!'' என்று சொன்ன சுந்தரஜோசியர். ''ஆமாம், குமாரனுக்கு என்னென்ன வித்தைகள் கற்பிக்க வேண்டும்?'' என்று கேட்டார்.

''நீர் வில்வித்தை, வாள் பயிற்சி, குதிரையேற்றம், ஏணியேற்றம் எதுவும் பயிற்றுவிக்க வேண்டியதில்லை! தேவியின்

குமாரனுக்கு எழுதப் படிக்கக் கற்றுக் கொடுத்தாலே போதும்,அட்சர அப்பியாசந்தான் நீர் முதலில் செய்ய வேண்டும். ஜோசியரே! உம்மையேன் குருவாகத் தேர்ந்தெடுத்து அனுப்புகிறேன் தெரியுமா?'' என்று கேட்டான் வீரசேகரன்.

''அது எனக்குத் தெரியும்!'' என்பது போல் அவனை நோக்கிக் கண் சிமிட்டினாள் ஊர்மிளா. அதைப் பார்த்ததும் வீரசேகரனுக்கு வெட்கத்தாலும், ஆனந்தத்தாலும் சர்வாங்கமும் கோணியது.

''ஜோசியரே! எங்கள் புலிக்கொடியைத் தலைவணங்கி எங்கள் சோழ சாம்ராஜ்யத்தினிடம் பக்தி செலுத்தும் மனப்பான்மையைத் தேவியின் குமாரனுக்கு நீர் வளர்க்க வேண்டும். இப்படி உம்மிடம் கேட்டுக் கொள்ளலாம் என்பதுதான் உம்மைக் குருவாக்குவதின் உத்தேசம்!'' என்றான் வீரசேகரன்.

''அதாவது அவனுடைய தாயை யார் சிறையில் இட்டார்களோ அவர்களை வாழ்த்தும்படியும், தன் தந்தை செய்தது தவறு என்று திட்டும்படியும் மகனுக்கு நான் உபதேசம் செய்ய வேண்டுமென்கிறாய்! இன்னும் சுருக்கமாகச் சொன்னால் பச்சைக் குழந்தையின் உள்ளத்தில் அடிமைப் புத்தியை வளர்க்கவேண்டும் என்கிறாய். அதற்கு நான்தான் சரியான முட்டாள் என்பதுதானே உன் உத்தேசம்?'' என்றார் சுந்தர ஜோசியர் எரிச்சலோடு.

''ஊர்மிளா கலவரத்துடன் இடையில் குறுக்கிட்டு ஜோசியரைக் கண்டிக்கும் பாவனையில் சொன்னாள். இப்படியெல்லாம் கோட்டைக்குள் போய் விதண்டாவாதம் செய்யாதீர்கள்! அப்புறம் உங்கள் எலும்புகூட வெளியே வராதபடி செய்து விடுவார்கள்! வீரசேகரன் சொன்னதில் என்ன தவறு இருக்கிறது? நன்மை செய்கிறவரைத் தூஷிக்காமல் பக்தி செலுத்து என்று சொன்னால் அதற்கு அடிமைப் புத்தியென்றா அர்த்தம்? யாராவது தன்னைத் திட்டு என்று பச்சைக் குழந்தைக்குக் கற்றுக் கொடுப்பதற்காக வாத்தியார் வைப்பார்களா?'' என்றாள் ஊர்மிளா.

வீரசேகரனின் கண்கள் கலங்கின, ''ஜோசியரே! என்னுடைய உத்தேசத்தை நீர் தவறாகப் புரிந்து கொண்டு விட்டீர்! சோழ சாம்ராஜ்யத்திற்கு உறுதுணையாக விளங்கும்படியான மனப்பான்மையை நீர் தேவியின் குமாரனிடம் வளர்த்து விட்டால், அவன் பெரியவனானதும், அவனையே எங்கள் சோழ மன்னரின் இராஜப்பிரதிநிதியாக்கிப் பாண்டிய நாட்டை ஆண்டுவரச் செய்யலாமென்பதுதான் என் ஆசை! அவனை உம் சொந்தக் குமாரனைப் போல் பாவித்து நன்றாக வித்தியாப்பியாசம் செய்விக்க வேண்டுமெனவும் உம்மிடம் கேட்டுக் கொள்கிறேன்!''

உடனே சுந்தர ஜோசியரின் கண்கள் கலங்கிவிட்டன. வீரசேகரனை அப்படியே வாரித் தழுவிக்கொண்டு, ''எதிரியின் மகனிடம் உனக்கு அளவுகடந்த அன்பு இருக்கிறது! அதனால் உனக்கு அபாயம் நேரிடாமல் பார்த்துக்கொள் வீரசேகரா! உனக்குத் தேவியின்மீது ஒருபுறம் பக்தி: இன்னொருபுறம் தேவியின் பிராணநாதன் படுவீழ்ச்சியடைய வேண்டுமென்ற கடமை! உன்னுடைய இரண்டுங்கெட்டான் நிலையை நினைக்கும்போது என் மனது என்னவோ செய்கிறது!'' என்றார்.

''இதில் மட்டுமல்ல; எதிலுமே எனக்கு இரண்டுங் கெட்டான் நிலைமைதான்!'' என்று ஊர்மிளாவைக் கடைக் கண்ணால் நோக்கிப் பெருமூச்சு விட்டான் வீரசேகரன்.

''நம்முடைய சுந்தர ஜோசியர் எப்போது வித்தியாப்பியாசத்திற்குப் புறப்படவேண்டும்?'' என்று கேட்டாள் காரியக்காரியான ஊர்மிளா.

''நான் புறப்படப் போவதில்லை! எனக்குக் கட்டுப்பாடுகளே பிடிக்காது! எனது ஆத்மா சுதந்திரமானது! அது தளைகளை விரும்பாது!'' என்றார் சுந்தர ஜோசியர்.

''ஜோசியரே! எனக்காக நீர் அவசியம் ஒப்புக்கொள்ளத்தான் வேண்டும். நாளை மதியத்திற்குள் நான் ஓர் உபாத்தியாயரைக் கொண்டுபோய்ச் சேர்க்காவிட்டால், ஜனநாதன் குறிப்பிடும் நபரைத்தான் குருவாக நான் ஒப்புக்கொள்ள நேரிடும்! ஜனநாதன் சம்பந்தப்படும் எதிலுமே ஒரு சூழ்ச்சி இல்லாமல் இருக்காது.

அவனால் குருவாகக் குறிப்பிடப்படும் அந்த நபர் என்றாவது ஒருநாள் எங்கள் மன்னர் இரகசியமாகத் தேவியின் சிறைக் கூடத்திற்குள் வருவதற்கு ஏதாவது ஒரு மாரீச வேலை செய்பவராக இருக்கும்....!'' என்றான் வீரசேகரன்.

''என்ன; ஜனநாதர் அப்படிப்பட்டவரா? அவர் உனக்கு உயிருக்குயிரான நண்பராயிற்றே?'' என்று ஊர்மிளா திடுக்கிட்டுக் கேட்டாள்.

''ஜனநாதன் நண்பன்தான்! ஆனால் இதுபோன்ற விஷயங்களில் ஜனநாதனின் போக்கைக் கடவுளால்கூட நம்ப முடியாது. அரசியல் பதவியின் உயர்விற்காக எவனும் எதையுமே செய்யக் கூடியவன். மேலும் மனித உள்ளத்தின் மாண்புள்ள இலட்சியங்களையெல்லாம் வெறும் களிமண் உருண்டைகளாக மதித்து நையாண்டி செய்பவன் ஜனநாதன்!''

"அப்படியானால் நீங்கள் அவசியம் இந்த வேலையை ஏற்றுக் கொள்ளுங்கள்! தேவியைக் காப்பாற்றும் புண்ணியமும் உங்களுக்குக் கிடைக்கும்!" என்றாள் ஊர்மிளா சுந்தர ஜோசியரை நோக்கி. "தேவியை நீங்கள் சந்தித்தால் அவளுடைய கைராசி எப்படியிருக்கும் என்றும் பார்க்கலாம்! உங்களுக்குப் புது அனுமானங்களும் கிடைக்கும்!" என்றாள் ஊர்மிளா.

"தேவியை நம் ஜோசியர் சந்திக்கவே முடியாது! தேவியின் சிறைக்கூடத்திற்குள் ஆண்வாடையே நுழையக் கூடாதென நான் கடுமையாகக் கட்டளையிட்டிருக்கிறேன். தேவி பூட்டி வைக்கப்படும் கூடத்தின் சாவி எப்போதும் என் வசமே இருந்தாலும் என் உத்தரவை நான் மீறமாட்டேன்! ஏனென்றால் அது அரசாங்கத் தோரணையில் இடப்பட்ட உத்தரவு!" என்றான் வீரசேகரன்.

"அப்படியானால் தேவியை யாருமே தரிசிக்க முடியாதா?" என்று ஊர்மிளா முகத்தைச் சுளித்துக் கொண்டு கேட்டாள்.

"ஆமாம், பார்க்க முடியாது! தேவியை மரணம் சமீபித்திருக்கிறது!" என்ற வீரசேகரன் சட்டென்று ஊர்மிளாவின் முகத்தைப் பார்த்தான். "ஊர்மிளா! தேவியைப் பார்க்க வேண்டுமென முன்பொரு தடவை நீ ஆசைப்பட்டாயல்லவா?" என்று கேட்டான்.

"ஆமாம்! ஒரு பெரிய தேசத்தின் சக்கரவர்த்தி, பெண் ஒருத்திக்காகத் தன் தலைநகரையும் பறிகொடுத்துவிட்டு ஓடிப் பதுங்கிக் கிடக்கிறாரே, இன்னொரு மாபெரும் சக்கரவர்த்தி அந்தப் பெண்ணிற்காக எந்த அவமானத்தையும் பாவத்தையும் சுமக்கத் தயாராய் இருக்கிறாரே. அந்தப் பெண் அப்படியென்ன மகா ரூபவதியாய் இருக்கிறாளெனப் பார்க்கலாம் என்ற ஆசைதான்!.... ஆனால் சிறைக் கோட்டைக்குள் காக்கை குருவிகூட நுழைய முடியாதாமே?" என்றாள் ஊர்மிளா.

"நான் நினைத்தால் அது முடியும்! இந்த விஷயத்தில் மாயா ஜாலமும் மகேந்திர ஜாலமும் செய்ய முடியாததை நான் செய்ய முடியும்!... ஊர்மிளா! உண்மையாகவே நீ ஆசைப்பட்டால், நாளை மறுநாள் மாலையே தேவியை நீ அருகில் நின்று பார்க்கும்படி ஏற்பாடு செய்கிறேன்!"

"அதெப்படி முடியும்? வேடிக்கை பார்க்க அனுமதிப்பார்களா?"

"அனுமதிக்கமாட்டார்கள் ஆனால் ஏதாவதொரு வேலையின் நிமித்தம் உன்னைத் தேவியின் சிறைக் கூடத்திற்குள் நான் அழைத்துப் போகலாம்!"

சட்டென்று சுந்தர ஜோசியர் குறுக்கிட்டு ஊர்மிளாவை கண்டிக்கும் குரலில் பேசலானார்;

''ஊர்மிளா! இதென்ன குழந்தைத்தனமான ஆசை...? தேவியை வெறுமனே போய் வேடிக்கை பார்ப்பதில் உனக்கு என்ன பலன் வந்துவிடப் போகிறது? இராஜ சமூகத்தினரை வெறுங்கையோடு போய் பார்க்கக்கூடாது என்பது சாஸ்திரம்! நீயோ வெற்றிலைப் பாக்குக் கூட கையில் எடுத்துச் செல்ல முடியாது. மேலும் கூண்டிலுள்ள மிருகத்தை வேடிக்கை பார்ப்பது போல நீ தேவியைப் பார்த்தால் அந்தப் புண்ணியவதியின் மனம் எவ்வளவு புண்படும்? மேலும் சிறைக்கோட்டைக்குள் பலவிதமான பரிசோதனைகள் இருக்கும். ஆணாக இருந்தாலும் பெண்ணாக இருந்தாலும் தனியறையில் பரிசோதகர்கள் நன்றாகப் பரீட்சிக்காமல் யாரையும் உள்ளே எங்கேயும் போகவிடமாட்டார்களாம்!''

''ஆண்களைச் சோதிக்க ஆண் பரிசோதகர்களும், பெண்களைச் சோதிக்கப் பெண் பரிசோதகர்களும் தனித்தனியாக இருப்பார்கள் இல்லையா?'' என்றாள் ஊர்மிளா வெடுக்கென.

''இருந்தாலும் அது உன் சுபாவத்திற்கு ஒத்துவராது! உனக்குச் சுருக்கென்று முன் கோபம் வந்துவிடும். என்ன பேசுகிறோம் என்பது தெரியாமலே எதையாவது வாய்க்கு வந்தபடி உளறிவிடுவாய்! அதனால் உன்னோடு வருகிற நம் வீரசேகரனுக்குத்தான் வீண் சிரமம்!'' என்றார் சுந்தர ஜோசியர்.

''எனக்கொன்றும் சிரமமேயில்லை! இந்த அற்ப ஆசையைக் கூட நிறைவேற்றாவிட்டால் உங்கள் குடும்ப நண்பர் என்று சொல்லிக் கொள்ளவே நான் வெட்கப்படுவேன்!'' என்றான் வீரசேகரன்.

''எதற்கென்று சொல்லி என்னை உள்ளே அழைத்துப் போவீர்கள்? அதைச் சொல்லுங்களேன்!'' என்றாள் ஊர்மிளா காரியார்த்தமாக.

வீரசேகரன் ஒருகணம் ஆலோசித்துவிட்டுத் தன் திட்டத்தைச் சொல்லலானான்.

''ஊர்மிளா! இங்கே கவனி! நம் சுந்தர ஜோசியரை முதலில் சிறைக் கோட்டைக்கு அழைத்துப் போய் நாளை மதியத்திற்குள் அவரை குரு ஸ்தானத்தில் அமர்த்தி விடுவேன்! அதோடு ஒரு பெரிய பொறுப்பையும் நிறைவேற்றியவனாவேன்! அதன் பிறகு, நாளை மறுநாள் புதன்கிழமையன்று வித்தியாப்பியாசம் ஆரம்பிக்க நல்ல நாழிகை குறித்திருக்கிறார்கள்! சிறைக் கோட்டையினுள் இருக்கும்

பிள்ளையார் கோயில்தான் நம்முடைய உபாத்தியாயரின் பள்ளிக்கூடம்! தேவியின் சிறைக்கூடத்தில் இருந்து குமாரன் சகலவிதமான சடங்கு சம்பிரதாயங்களுடன், ஆனால் காவலர்கள் புடைசூழ குருவிடம் கொண்டு வரப்படுவான். தகப்பனார் இல்லாததால் தேவிதான் தகப்பனாரின் ஸ்தானத்திலுமிருந்து தன் குமாரனைக் குரு தக்ஷிணையுடன் குருவிடம் சமர்ப்பிக்கவேண்டும். ஆனால் சிறைக்கூடத்தைவிட்டு தேவி வெளியே வர முடியாதென்பது சிறை விதி; அதனால் சிறைக் கூடத்திற்குள்ளே நமஸ்கரித்து விழும் தன் குமாரனைத் தேவி ஆசீர்வதித்து அவன் ஏந்தி நிற்கும் தட்டில் ஏதாவது குரு தக்ஷிணை வைத்து அனுப்புவாள். ஆனால் அவள் வைக்கும் குரு தக்ஷிணைதான் அவளுக்கு இஷ்டமானதாய் இருக்குமே தவிர, அந்தத் தட்டில் உள்ள தேங்காய், பழம், வெற்றிலைப் பாக்கு முதலானவற்றையெல்லாம் நான்தான் வாங்கிக் கொண்டு போய்த் தயாராய் வைத்திருக்க வேண்டும்! அப்போது அவற்றை எடுத்து வரும் கூடைக்காரியாக ஊர்மிளா என்னோடு வரலாம். தட்டில் தேங்காய் பழம் முதலானவற்றை எடுத்து வைத்து ஊர்மிளாவே தன் கையால் தேவியிடம் கொடுக்கலாம். அப்போது தேவியின் கையைக் கூட ஊர்மிளா தொட்டுப் பார்க்கலாம். ஆனால் தேவியின் துர்ப்பாக்கியத்தையும் தன்னோடு ஒட்டிக் கொண்டு வந்துவிடக் கூடாது!'' என்று சிரித்தான் வீரசேகரன்.

அதை சுந்தர ஜோசியர் ஆமோதிப்பவர்போல ஊர்மிளாவை நோக்கி, ''பார்த்தாயா? இது வெகு சுலபந்தான்! இதனால் ஒரு தோஷமும் ஏற்பட்டுவிடாது. உன் மனோரதமும் நிறைவேறும். புண்ணியவதியைத் தொட்டுப் பார்க்கும் புண்ணியமும் உனக்குக் கிடைக்கும். இன்னும் இதில் ஒரு விசேஷம் உண்டு! வீட்டில்தான் தினசரி அழுகின தேங்காய்களை என்னிடம் தள்ளி விடுகிறாய் என்றால், சிறைக்குள் குரு பதவி அடைந்த பிறகும் எனக்குக் கிடைக்கும் தேங்காய்கள் உன் கை விசேஷம் பட்டதாகவே இருக்கும்!'' என்று ஏளனமாகச் சொல்லிவிட்டு, வீரசேகரன் பக்கம் திரும்பி, ''ஆனால் அங்கே தேங்காய்களை சமையலுக்குக் கூட உபயோகப்படுத்த முடியாதாகையால், அழுகலாகவும் சிறுகலாகவுமாகப் பார்த்து நீ தேங்காய்கள் வாங்கினால் போதும்! உனக்குச் சிலவு மிச்சப்படும்!'' என்றார்.

''இல்லை! விக்கிரம பாண்டியனின் அரசாங்கச் சிலவில் அதைப் பற்று எழுதிக் கொள்ளலாம்! அதனால் நல்ல பெரிய தேங்காய்களாகப் பார்த்து ஊர்மிளாவே எனக்கு வாங்கிக் கொடுக்கட்டும். அப்போதாவது ஊர்மிளாவின் கைவிசேஷத்தைச் சுந்தர ஜோசியர் சிலாகிப்பாரா பார்ப்போம்!'' என்று சிரித்த வீரசேகரன், தன் தோள்பட்டையில் ஊர்ந்த விட்டிற் பூச்சியை அப்பால் எடுத்துவிடக் குனிந்தான்.

அவன் மறுபடி தலை நிமிர்வதற்குள் ஜோசியரும், ஊர்மிளாவும் கண்ஜாடைகளின் மூலம் எவ்வளவோ கருத்துக்களைப் பரிமாறிக் கொண்டுவிட்டார்கள்.

தலை நிமிர்ந்த வீரசேகரன், ''என்ன சுந்தர ஜோஸியரே! சிறைக் கோட்டைக்குப் புறப்பட நாளை நீர் தயாராக இரும்! நாளை மௌன விரதத்திலோ சக்தி பூஜையிலோ மூழ்கிவிடாதிரும்... ஊர்மிளா! நாளை மறுநாள் புறப்பட நீ தயாராக இரு! என்னுடைய மனோரதங்கள் வெகு சுலபமாக முடிந்துவிடும்!'' என்று உற்சாகப் பெருக்கோடு கூறினான்.

''இல்லை! இல்லை! இல்லை! நான் வரமாட்டேன்; நான் வரமாட்டேன்!'' என்றாள் ஊர்மிளா திடீரென.

''ஏன், மாட்டாய்? உன்னைக் கூடைக்காரி வேஷம் போடச் சொல்லுகிறேனே என்றா?'' என்று கேட்டான் வீரசேகரன்.

''இல்லை! அப்படி வேஷம் போட்டு நடிப்பதென்றால் எனக்குக் கொள்ளைப் பிரியந்தான்! ஆனால்... என்னுடைய அல்ப ஆசைக்காக உங்களுக்கு ஏதாவது வீண் கஷ்டம் வரக் கூடாது!'' என்றாள் ஊர்மிளா.

அதை ஆமோதிப்பவர் போல சுந்தர ஜோசியர், ''ஆமாம் ஆமாம்! எவ்வளவு பெரிய தேச பக்தனையும் சந்தேகப் படக்கூடிய சந்தர்ப்பம் இது. யாரும் யாரையும் சந்தேகிக்க வேண்டிய விஷயமல்லவா இது!'' என்றார்.

''ஜோசியர் சொல்வது ஓரளவு வாஸ்தவந்தான், ஊர்மிளா! உன்னை நான் தேவியிடம் அழைத்துப் போகும் போது கோட்டைக்குள் எங்காவது ஒரு மூலையில் ஏதாவது ஒரு சிறு விபரீதம் நேரிட்டு விட்டாலும் உடனே அதைப் பிரமாதப்படுத்தி விடுவார்கள். சம்பந்தமில்லாமலே அப்போது நம்மைப் பழியில் மாட்டிவிட முயலக்கூடிய குயுக்திக்காரர்களும் எதிரிகளும் எனக்கு அநேகர் கோட்டைக்குள் உண்டு! அவர்களில் முக்கியமானவன் அஞ்சு கோட்டை நாடாள்வான் என்னும் அஞ்சு தலைப்பாம்பு!'' என்றான் வீரசேகரன்.

''அப்படியானால் நான் வரவே மாட்டேன்! என்னால் உங்களுக்கு ஒரு சிறு கஷ்டம் ஏற்பட்டாலும் அதை என்னால் தாங்கவே முடியாது!'' என்றாள் ஊர்மிளா திடமான குரலில்.

''இல்லை, ஊர்மிளா! நீ வரத்தான் வேண்டும். என்னுடைய திருப்திக்காவது நீ வரத்தான் வேண்டும். முரட்டுக் காவலர்களுக்கு மத்தியில் கண்ணீருகுக்கும் தேவி, கருணை வடிவான உன் முகத்தை ஒரு முறை பார்த்தாலாவது ஒரு கணம்

ஆத்ம சாந்தி அடைவாள்! என்னைப்பற்றிக் கவலைப்படாதே. என் நெஞ்சில் துரோகமில்லாதபோது, எனக்கு ஜனநாதன் என்ற ஒரு நண்பன் இருக்கும் வரையில் அரசர்கூட என்னைத் துரோகி என்று குற்றம் சாட்டி தீர்த்துவிட முடியாது என்று வீரசேகரன் பலவாறாகக் கூறி மிகவும் கெஞ்சிக் கேட்டுக் கொண்ட பிறகு, அவன் சொன்ன திட்டத்துக்கு ஊர்மிளா சம்மதித்தாள்!"

விருந்து முடிந்து சுந்தர ஜோசியரிடம் வீரசேகரன் விடை பெற்றுக்கொண்டு அசோகவனக் கோட்டையின் காவலுக்குப் புறப்பட்டான். அவனுக்குத் தெருவாசற்படிவரை விளக்கு வெளிச்சம் காட்டிவந்த ஊர்மிளா, சட்டென்று அவனின் கையைப் பற்றிக் கனிவுடன் அவன் முகத்தை ஒரு கணம் பார்த்தாள். பிறகு தழதழக்கும் குரலில், "வீரசேகரா! உன்னுடைய அன்பிற்கு நான் எப்படி நன்றி செலுத்தப் போகிறேனோ தெரியவில்லை?" என்றாள் அவள்.

"உன்னிடம் நான் எதிர்பார்ப்பது வெறும் நன்றி அல்ல! என்று வீரசேகரன் சொல்லிவிட்டு விடுவிடுவெனப் போய்விட்டான். ஆனாலும் அவன் மனதில் இருந்த உற்சாகமும், நம்பிக்கையும் அழியவில்லை!"

அன்றிரவு வீரசேகரன் அசோகவனக் கோட்டையில் தூக்கக் கலக்கத்துடன் கண்மூடும்போதெல்லாம் அவனுக்குப் பலவிதமான கனவுகள் உண்டாயின.

சூன்ய வெளியிலிருந்து ஒரு புலிக் கொடியைப் பின் தொடர்ந்து வீரசேகரன் உற்சாகமாய் ஒரு குதிரைமீது வருகிறான். திடீரென ஒரு மின்னல்! பிறகு இருட்டு! புலிக்கொடி அனாதியான ஒரு கோயிலின் அழகான ஒரு துவஜஸ்தம்பமாக மாறுகிறது அதைக் குறி வைத்துப் போகும் அவன் நிர்மானுஷியத்தை ஊடுருவி அதள பாதாளத்திற்குள் இறங்குகிறான். அங்கே சூடிக்கொடுத்த சுடர்க்கொடியான ஆண்டாளின் கோயில்.

> "கற்பூரம் நாறுமோ,
> கமலப்பூ நாறுமோ,
> திருப்பவளச் செவ்வாய்தான்
> தித்தித்திருக்குமோ,
> மருப் பொசித்த மாதவன்றன்
> வாய்ச்சுவையும் நாற்றமும்;
> விருப்புற்றுக் கேட்கின்றேன்
> சொல்லாழி வெண்சங்கே..."

என்று நாச்சியார் திருமொழிப் பாடிக்கொண்டு வீரசேகரன் அளவிறந்த பக்தியுடன் ஆண்டாளின் விக்கிரகத்தை நெருங்குகிறான். அது ஊர்மிளாவின் உருவமாக மாறுகிறது. அதைத் தாவிப் பிடித்துக் கொள்ள வீரசேகரன் பாய்கிறான். திடீரென ஒரு முரட்டு நந்தி குறுக்கிடுகிறது. அதன் முகத்தைப் பார்த்தால் காத்தவராயன் முகம் மாதிரி....

சை, என்ன கனவு!... ஆண்டாளின் கோயிலில் எப்படி நந்தி படுத்திருக்கும்?... சுத்தப் பைத்தியக்காரத்தனம்... மறுபடியும் வீரசேகரனுக்கு இன்னொரு கனவு. திடீரென ஒரு பொற்கோட்டை வானவீதியில் மிதக்கிறது. அதைச் சூறையாடக் கொள்ளைக்காரர்கள் பலமாகத் தாக்குகிறார்கள். எங்கும் என்னவோ ஒரு குழப்பம். எங்கிருந்தோ சங்கிலியை அறுத்துக்கொண்டு ஊர்மிளா தப்பி ஓடி வருகிறாள். எங்கிருந்தோ குதிரை வீரர்கள் பாய்ந்து வருகிறார்கள்.

மின்னல்போலக் கத்தியை வீசிக் கொண்டு வரும் ஒரு குதிரை வீரன் பளிச்சிடுகிறான். அது வீரசேகரனின் உருவமாக மாறுகிறது. ஊர்மிளா பொற்கோட்டையின் முரட்டுக் கதவுகளைச் சுட்டிக்காட்டி என்னவோ கண்ஜாடை காட்டிக் கூப்பிடுகிறாள். அப்புறம் அவனுடைய குதிரையையும், கத்தியையும் காணோம். அவன் மட்டும் ஜம்மெனக் கையைக் கட்டிக் கொண்டு நிற்கிறான். அவனுடைய முதுகுப்புறம் ஊர்மிளா இராஜகுமாரிபோல் நின்று, அவனை

வளைத்துப் பிடித்தவாறு புன்முறுவல் செய்கிறாள். அதன் பிறகு அவர்களுக்கு எங்கே போவது என்றே தெரியவில்லை. பொற்கோட்டை தலைமீது சரிந்து விழுவதுமட்டும் தெரிகிறது... பிறகு எல்லாம் சூன்யம்! சூன்யம்....

இவ்விரு கனவுகளாலும் வீரசேகரனுக்கு ஒருபுறம் குழப்பமும், இன்னொருபுறம் இன்னதென்று விவரிக்க இயலாத ஆனந்தமும் உண்டாயிற்று. இதுபோன்ற கனவுகள் அன்றிரவு ஊர்மிளாவிற்கும் உண்டாயிருக்கும் என்று வீரசேகரன் நினைத்தான்.

உண்மையில் அன்றிரவு ஊர்மிளாவோ, சுந்தர ஜோசியரோ, காத்தவராயரோ உறங்கியிருந்தால் அவர்களும் பலவிதமான கனவுகளைக் கண்டிருப்பார்கள். அவ்வாறு மெல்ல மெல்லக் கனவு காணபதிலே கண்ணிமைகள் மூடாமல், உள்ளமின்றி உறங்குவார்கள். அக்கனவுகளில் என்னென்ன கள்ளம் மறைந்திருக்குமென அறிந்து கொள்ள முடியாது. அக்கனவுகளின் பயன் என்னவாக முடியும் என்பதும் அவர்களுக்கே தெரியாது!

அத்தியாயம் 48

விதி வழியே

**"அடியனேன் ஏகுகின்றனன்
வெஞ்சின விதியினை
வெல்ல வல்லமோ?"**

— கம்ப ராமாயணம்

டை திறந்த வெள்ளம்போல் வீரசேகரன் போன சிறிது நாழிகை கழித்து எங்கோ இருளிலிருந்து வீட்டிற்குத் திரும்பி வந்த காத்தவராயன், அங்கே சுந்தர ஜோசியரும் ஊர்மிளாவும் உருவாக்கும் சதித் திட்டத்தில் கலந்து கொண்டான்.

"அற்புதமான யோசனைதான்! கோட்டைக்குள் நம் சுந்தர ஜோசியர் குருவாக இருந்தால், அங்குள்ள சூழ்நிலைகளையும் சந்தர்ப்பத்தையும் பார்த்துக்கொண்டு, தேவியைத் தக்க சமயத்தில் தந்திரமாகச் சிறைமீட்க அவர் ஒரு சதித்திட்டம் தயாரிப்பார்!" என்றான் காத்தவராயன்.

''ஆனால் அந்தச் சதித் திட்டத்தைத் தேவி தெரிந்து கொண்டு அதன் பிரகாரம் நடக்க வேண்டுமே? அதற்காகத்தான் நான் இந்த உபாயம் செய்தேன்!'' என்றாள் ஊர்மிளா பெருமை பொங்கும் குரலில்.

''ஆமாம்! தேவியின் குமாரனுக்கு வித்தியாப்பியாசம் தொடங்கியவுடனே, அட்சராப்பியாசத்தையும் எண் கணிதத்தையும் நம் சுந்தர ஜோசியர் ஆரம்பித்து விடுவார், 'அ' னா, 'ஆ' வன்னா என்று உயிர் மெய் எழுத்துக்களையும் ஒன்று இரண்டு என்று எண்களையும் அவர் எழுதிக் காட்டும் ஏட்டுச் சுவடிகளைக் குமாரன் தன் தாயாரிடம் எடுத்துப் போவான். வெளிப் பார்வைக்கு அவை வெறும் எழுத்துக்களாகவும் எண்களாகவும் தோன்றினாலும் எண்ணையும் எழுத்தையும் சம்பந்தப்படுத்திப் பார்க்கும்போது, அவற்றில் மறைபொருளான வாசகம் எழுதப்பட்டிருப்பதை தேவி புரிந்துகொள்ள வேண்டும்!...'' என்றான் காத்தவராயன்.

உடனே ஊர்மிளா ஏடுகளையும் எழுத்தாணியையும் எடுத்து வைத்துக்கொண்டு பேசலானாள்.

''இங்கே பாருங்கள்! எண்ணும் எழுத்தும் இரு கண்ணெனத் தகும்! அவ்விரண்டையும் வைத்துக்கொண்டு நாம் எவ்வளவோ மந்திர வித்தைகளெல்லாம் செய்யலாம். இங்கே கவனியுங்கள். நம் சுந்தர ஜோசியர் தேவிக்கு மறை பொருளாக ஒரு வாசகம் எழுத வேண்டுமென்றால், க்,ச்,ட்,த் என்று வரக்கூடிய மெய்யெழுத்துக்கள் பதினெட்டையும் அப்படியே வாசகத்தில் வைத்துக்கொள்ளலாம். அ, ஆ என்று வரக்கூடிய உயிரெழுத்துக்கள் பன்னிரெண்டுக்கும் பதிலாகப் பன்னிரண்டு எண்களை உபயோகப்படுத்தலாம். அதாவது 'அ' என்பதற்குப் பதில் ஒன்றாவது எண்ணையும் 'ஆ' என்பதற்குப் பதில் இரண்டாவது எண்ணையும் இப்படியே வரிசைக் கிரமமாக பன்னிரண்டு எண்கள் வரை உபயோகப்படுத்தலாம்!'' என்று ஊர்மிளா சொல்லிவிட்டுப் பின்வரும் அட்டவணையை ஓர் ஓலை நறுக்கில் தயாரித்துக் கொண்டாள்.

மேற்கூறிய அட்டவணை தயாரானதும், ''இங்கே பாருங்கள்! உதாரணமாக, நாளை இரவு வா என்பதற்கு சுந்தரஜோசியர் எப்படி எழுதவேண்டும் தெரியுமா?'' என்று கேட்டவாறே, ஊர்மிளா அந்த உதாரணத்தையும் ஓலை நறுக்கில் பின்வருமாறு எழுதிக் காட்டினாள்.

அ	க
ஆ	உ
இ	ங
ஈ	ச
உ	ரு
ஊ	சூ
எ	எ
ஏ	அ
ஐ	கூ
ஒ	௰
ஓ	௰க
ஔ	௰உ

இவ்வாறு எழுதிக் காண்பித்த பிறகு ஊர்மிளா, ''இங்கே பாருங்கள்! பன்னிரண்டு உயிரெழுத்துக்களுக்கு மட்டும் பதிலாகப் பன்னிரண்டு எஎ்களை வரிசைக் கிரமமாக ஞாபகம் வைத்துக் கொள்ளுவது சுந்தர ஜோசியருக்கும் சுலபம் தேவிக்கும் சுலபம்!'' என்றாள்.

''ஆனால் இந்த மறை முகமான பாஷையைக் குமாரனுக்கு எழுத்துக்களாகவும் எண்களாகவும் காவலர் முன்னிலையில்தான் ஏட்டில் எழுதித்தான் பிரயோகிக்க முடியும் என்பதை ஞாபகத்தில் வைத்துக் கொள்ள வேண்டும். இந்த மறைமுகமான பாஷையில் உயிரெழுத்துக்களையே நீக்கிவிட நேருவதால், குமாரனுக்கு அரிச்சுவடி துவங்கி, உயிரெழுத்துக்களை நன்றாக கற்றுக் கொடுத்து முடிந்த பிறகு மெய்யெழுத்துக்களையும் எண்களையும் எழுதக் கற்றுக் கொடுக்கும்போதுதான் இந்த மறைமுகமான பாஷையைக் கையாள வேண்டும். அதற்கு முன்போ பின்போ அவசரப்பட்டு உபயோகபடுத்தினால் சந்தேகமும் அபாயமும் உண்டாகிவிடும். குமாரன் உயிரெழுத்துக்களைக் கற்றுக் கொண்டுவிட்டான் என்பதைப் பலரின் வாய்மொழியாக நாங்கள்

ந் உ ள் கூ ங ர் க வ் ரு வ் உ

ந் உ	நா
ள் கூ	ளை
ங	இ
ர் க	ர
வ் ரு	வு
வ் உ	வா

தெரிந்து கொண்டவுடனே அதற்குப் பிறகு தேவியின் சிறைமீட்சி எந்தச் சமயத்திலும் நடைபெறலாம் என்பதை ஊகித்துக் கொண்டு வெளியே தக்க உபகரணங்களுடன் தயாராக இருப்போம்! ஆனால் இவ்வளவும் வெற்றிகரமாக நடப்பதோ அபாயகரமாக முடிவதோ குருவின் மறைமுகமான பாஷையைத் தேவி புரிந்து கொள்வது ஒன்றில்தான் தொங்கிக் கொண்டிருக்கிறது!'' என்றான் காத்தவராயன்.

''அது என் பொறுப்பு! உயிர் எழுத்துக்கள் பன்னிரண்டுக்கும் இன்ன இன்ன எண்கள் என்று வரிசைக் கிரமமாக எழுதியுள்ள ஓலை நறுக்கை எப்படியும் நான் தேவியிடம் சேர்த்து விடுகிறேன். அந்த ஓலை நறுக்கு இருக்கும் மறைவிடத்தையும் தேவி புரிந்து கொள்ளும்படி செய்து விடுகிறேன்!'' என்றாள் ஊர்மிளா.

''நீ வீரசேகரனோடு போகும்போது தேவியின் முன் நீ வாயாலோ கையாலோ எதுவும் செய்ய முடியாது!''

''ஆனால் எனக்குக் கண்ணிருக்கிறது... தேங்காய்க்கு கண்ணிருப்பதுபோல!'' என்றாள் ஊர்மிளா தன்னம்பிக்கையுடன்.

''ஊர்மிளா, ஜாக்கிரதை! நீ வீரசேகரனோடு போகும் போது சிறிது தவறினாலும் பெரும் அபாயம் உண்டாகிவிடும். முக்கியமாகச் சிறைக் கோட்டைக்குள் குரு பதவியோடு அடைபடும் சுந்தர ஜோசியர் மீளவே முடியாத அபாயத்தில் மாட்டிக்கொண்டு விடுவார்!''

''சுந்தர ஜோசியருக்கும் எனக்கும் சம்பந்தமுண்டு என்பது கோட்டைக்குள் வீரசேகரன் ஒருவனுக்குத்தான் தெரியும்! வீரசேகரனைப் பொறுத்தவரையில் எனக்குப் பூரண நம்பிக்கை உண்டு!'' என்று ஊர்மிளா காத்தவராயன் முகத்தைக் கூர்ந்து பார்த்தாள். காத்தவராயன் தலை குனிந்தான். அவனுடைய முகம் என்னவோ ஓர் எண்ணத்தால் வெளுத்தது.

''இந்த அபாயகரமான பாதையில் சரியான ஏமாளியான வீரசேகரனின் உயிர் மாட்டிக் கொண்டாலும் யாரும் கவலைப்பட வேண்டியது இல்லை!'' என்றாள் ஊர்மிளா பொருமும் குரலில்.

''நான் அப்படி நினைக்கவில்லை. கடைசிவரை உபயோகப்படக் கூடிய ஒரு சூதாட்டக்காயை, முதலிலேயே பலி கொடுத்து விடக் கூடாது!'' என்றான் காத்தவராயன்.

சுந்தர ஜோசியர் தீவிரமான சிந்தனையில் லயித்திருந்தார். தேவியின் முகதரிசனம் கிடைக்கா விட்டாலும் குமாரனின் முகத்தையாவது இரண்டு தினங்களில் காணப்போகிறோம்.

அவனுக்குத் தினசரி வித்தை கற்பிக்கும் பாக்கியம் கிட்டப் போகிறது என்றெல்லாம் எண்ணக் கடலில் அவர் மனம் லயித்துக் கொண்டிருந்தது. அவரைத் தன் பாம்புக் கண்களால் கூர்ந்து நோக்கினான் காத்தவராயன்.

''வித்தியாப்பியாசத்தின் போது தந்தையின் குரலைக் குமாரன் இனங் கண்டுகொள்ள முடியாதபடி நீங்கள் சாதுரியமாய் நடந்து கொள்ள வேண்டும். ஏனெனில் சூழ்ச்சித் திறன்களை அறிந்து கொள்ள முடியாத பிராயம் அவனுக்கு!'' என்று காத்தவராயன் எச்சரித்தான் கண்டிப்பான குரலில்.

சுந்தர ஜோசியரைத் திரும்பிப் பார்த்த ஊர்மிளாவிற்கு என்னவோ பயத்தால் உடம்பு ''வெடவெட'' வென ஆடியது. அதைக் கவனித்த காத்தவராயனின் பூதாகரமான உடம்பும் நடுங்கியது. சுந்தர ஜோசியரின் உடம்புகூட ஒரு கணம் நடுங்கியது.

''ஆமாம்! நீங்கள் நினைப்பது சரிதான்! தேவியின் குமாரனுக்கு வித்தை கற்பிக்கும் குருதான் வீரபாண்டியன் என்பது கோட்டைக்குள் யாருக்காவது தெரிந்துவிட்டால் அங்கேயே என் ஜீவன் முடிந்துவிடும். ஆனால் எனக்கு அதைப்பற்றிய கவலையில்லை! பிராணத் தியாகத்துக்கும் தயாராக இருக்கும் தன் பத்தினியைச் சிறை மீட்கப் பிராண நாயகன் செய்யும் கடைசி உபாயம் இது! எந்த வீரபாண்டியனைப் பிடித்துச் சிறைக்குள் அடைக்க வேண்டுமென வீரசேகரன் ஆத்திரப்படுகிறானோ, அதே வீரபாண்டியனை இனந்தெரியாமல் குருவாகக் குமாரனுக்கு அமர்த்தப் போகிறான் வீரசேகரன்! இதுவரை நமக்குத் துணை செய்த விதி, கடைசிவரையில் நம்மைக் கைவிடாது என்றே நம்புகிறேன்!'' என்றார் சுந்தர ஜோசியர்.

''நாம் எதையும் பூரணமாக நம்பிவிட முடியாது! எளிதில் பிடிபடாத வீரபாண்டியர் வலியச் சிறைக்கோட்டைக்குள் போய் அடைப்படும்படி இதை ஒரு சூழ்ச்சியாகவும் எதிரிகள் கையாளலாம். வீரசேகரனின் ஆருயிர் நண்பனான ஜனநாதன் எமகாதகன்!'' என்றான் காத்தவராயன்.

''ஜனநாதன் இதில் தலையிட்டு எந்த ரகசியத்தையும் கிளப்பாதபடி செய்ய என் வசம் ஒரு வழி இருக்கிறது!'' என்று கூறிய ஊர்மிளா காத்தவராயன் காதுக்குள் என்னவோ சொன்னாள்.

''அது ஓரளவு சரிதான்! ஆனால் ஜனநாதனைப் பொறுத்தவரை அதைப் பூரணமாகவும் நம்பிவிட முடியாது! மேலும்

ஜனநாதனைத் தவிர வேறு யாராவது கோட்டைக்குள் குருவைச் சந்தேகித்து வீரபாண்டியத் தேவரின் மாறு வேஷத்தைக் கலைத்து விட்டால் என்ன செய்வது?'' என்றான் காத்தவராயன்.

''எதுவும் விதிப்படியே நடக்கட்டும்! அறிவு காட்டுகிற இந்தத் திட்டத்தில் நாம் துணிந்து இறங்குவோம். கன்னிபகவதி நம்மைக் காப்பாளாக!'' என்று சுந்தர ஜோசியர் தீர்மானமான குரலில் கூறினார்.

அதன் பிறகு அந்தத் திட்டத்தின் காரியாம்சங்களை மூவரும் உடனே கவனிக்கலானார்கள்.

''நீங்கள் போய் உடனே அகல்யாவைப் பாருங்கள்!'' என்று ஊர்மிளா, காத்தவராயனிடம் சொன்னாள்.

''நீ தயாராக ஓலை நறுக்குகளை எழுதிவை. உன் இடது கையாலேயே எழுது! சிறு சிறு விஷயங்களில்கூட ஜாக்கிரதையாக இருக்கவேண்டும்!'' என்று காத்தவராயன் ஊர்மிளாவிடம் சொல்லி விட்டுத் தெருக் கதவைத் திறந்துகொண்டு சுற்றுமுற்றும் பார்த்துக் கொண்டே இருளில் பாய்ந்து சென்றான்.

அத்தியாயம் 49

காலன் வந்தான்!

"வஞ்சம் கொண்டான்! வானர மல்லன் வருகாலன்!
துஞ்சும கண்டால் என்னை!"

— கம்ப ராமாயணம்

மறுநாள் செவ்வாய்க்கிழமை மதியத்திற்குள் சுந்தர ஜோசியரை அசோகவனக் கோட்டைக்கு வீரசேகரன் அழைத்துச் சென்று, தேவியின் குமாரனுக்கு அவரையே குருவாகத் தேர்ந்தெடுப்பதாகக் கூறி, காவற்படை அதிகாரியான ஏகவாசக வாணகோவரசரிடம் ஜோசியரை ஒப்படைத்தான். சிறிது நாழிகைக்குள் சிறைக் கோட்டையின் உட்புறச் சிறையதிகாரிகள் அனைவருக்கும் ஏகவாசகரிடமிருந்து உத்தரவுகள் பிறப்பிக்கப்பட்டு, புதிதாக ஒருவர் கோட்டைக்குள் நுழைகிறார் என்பதற்கு

எச்சரிப்பாக ஆங்காங்கே சின்னங்கள் ஊதப்பட்டு, பதில் ஒலிகளும் வந்தன. இரத்தக் காவி படிந்த பிரும்மாண்டமான கோட்டை வாசலை சுந்தர ஜோசியர் நெருங்கிய சமயம், வெளிப்புறத்தில் கொலையஞ்சா அரக்கர் போன்ற காவலாட்களும், குதிரைச் சேவகரும், யானை மறவர்களும், பெரியதொரு புலிக்கொடியின்கீழ் அணிவகுப்புகள் நடத்திக் கொண்டிருந்தார்கள். வெளிப்புறத்திலுள்ள உயரமான மதில் அரண்களின் மீது கழுகுப்பார்வையுடன் காவலாட்கள் உலாவிக் கொண்டிருந்தனர். அம்பு பூட்டப்பட்ட விற்களுடன் எதையாவது குறி பார்த்தவண்ணம் அவர்கள் பயங்கரமாக விழித்தனர். அந்த மதிலின் உயரமான சுவர் மடிப்புகளின் மீது கூண்டுகள் போலுள்ள அட்டாலைகள் என்னும் காவற் கோபுரங்களில் அபாய அறிவிப்பு மணிகளுடன் அட்டாலைச்சேவகர் நின்று கொண்டிருந்தனர்.

பிரதான வாசல் எப்போதும் பூட்டப் பட்டிருக்குமாதலால், அதன் அருகேயுள்ள சிறு பொறி வாசலின் உள்ளே சுந்தர ஜோசியர் நுழைந்தவுடனே, அதன் விசைக் கதவுகள் டபக்கென்று இறுக்கி மூடிக்கொண்டன. அந்தக் காட்சியை தூரத்தில் ஒரு மரத்தின் மறைவிலிருந்து கவனித்த காத்தவராயனுக்கு என்னவோ ஒரு கணம் நெஞ்சு "திக்" கென்று அடித்துக் கொண்டது. எதிரிகளின் வாசலுக்குள் குரு பதவியுடன் நுழையும் வீரபாண்டியச் சக்கரவர்த்திகள் மறுபடி வெளியே திரும்பி வரமாட்டாரோ, உள்ளே யாராவது அவருடைய மாறுவேஷத்தை இனங்கண்டு கொள்வார்களோ என்றெல்லாம் காத்தவராயன் பயப்பிராந்தி அடைந்தான்.

நல்ல வேளையாகச் சிறைக் கோட்டைக்குள் நுழையும் சுந்தர ஜோசியரைச் சோதனையிட்ட அதிகாரிகள் அவருடைய போலித் தாடிமீசைகளைப் பரீட்சித்துப் பார்க்கவில்லை. வெறும் சம்பிரதாயத்தையொட்டிச் சோதனையிட்டார்களே தவிர, வீரசேகரன் அழைத்து வந்த குருவானபடியாலே, அவர் மீது யாருக்கும் சந்தேகம் தட்டவே நியாயமில்லை. உயரமான மதிலரண்கள் மத்தியில் அடைபடும் சுந்தர ஜோசியருக்கோ, தம்மைப் பற்றிய பயத்தைவிட, அங்குள்ள எந்த மூலையில் எந்தக் கோட்டைப் பகுதியில் தேவியும் குமாரனும் சிறைவைக்கப்பட்டிருக்கிறார்களோ என்ற ஏக்கந்தான் அதிகரித்திருந்தது. அந்த ஏக்கம் வெளியே தெரியாதபடி அவர் மிகவும் சிரமப்பட்டு மனதை அடக்கிக் கொண்டார். அவர் பிள்ளையார்கோயிலில் தங்கியிருப்பதற்கு வேண்டிய சௌகரியங்களையெல்லாம் மாளிகை நாயகம் என்கிற அதிகாரி வந்து செய்து கொடுத்து விட்டுப் போனார். பிள்ளையார் கோயிலைச் சுற்றிக் காவலர்களும் நிறுத்தப்பட்டனர்.

ஒரு வழியாகச் சோதனைகளெல்லாம் முடிந்து ''அப்பாடா'' என்று பெருமூச்சு விட்டுக்கொண்டே பிள்ளையார் கோயிலில் சுந்தர ஜோசியர் அமர்ந்த சமயம் எங்கிருந்தோ வானரம் போல் அஞ்சுகோட்டை நாடாள்வான் தாவி ஓடிவந்தான்.

''அதோ எமன் வருகிறான்! அவன் உள்ளூர என்மீது வஞ்சம் கொண்டிருக்கிறான்! என் சம்பந்தப்பட்ட எவரையுமே எதிரியாகப் பாவிப்பான்! அவன் விஷமக் குரங்கு என்பது மட்டுமல்ல! எமனே வருகிற மாதிரிதான்! ஆனால் என்னை எதிரில் கண்டால் மட்டும் கொஞ்சம் பயப்படுவான்!'' என்று வீரசேகரன் விளக்கிக் கொண்டிருக்கும்போதே அஞ்சு கோட்டையான் ஹி ஹி ஹி என்கிற ராட்சஸச் சிரிப்புடன் அருகில் வந்து, சுந்தர ஜோசியரை எமகிங்கரனைப் போலவே உக்கிரமாகப் பார்த்தான். எங்கே அவன் தம் முகத் திகைப்பினால் அடையாளங் கண்டுகொள்வானோ என்று சுந்தர ஜோசியர் சடக்கென அரிச்சுவடியின் ஏடுகளை நோக்கித் தம் முகத்தைக் கவிழ்த்துக் கொண்டார்.

''இவர்தான் புதிதாக நியமிக்கப்பட்ட குருவோ? அந்த அசட்டுச் சின்னக் குரங்கிற்குப் பாடஞ் சொல்லிக்கொடுக்க இவருக்குத் திறமையுண்டா?'' என்று கேட்டான் அஞ்சு கோட்டை நாடாள்வான்.

''உனக்குக்கூட அறிவூட்டும் திறமை இவருக்கு உண்டு!'' என்றான் எரிச்சலுடன் வீரசேகரன்.

''இவரை நான் சில கேள்விகள் கேட்கவேண்டும்!''

''இவர் இன்று மௌன விரதம் அனுஷ்டிக்கிறார். இனி இவர் விஷயங்களில் தலையிட என்னைத் தவிர வேறு யாருக்கும் அதிகாரமில்லை. இவரிடம் வந்து நீ ஏதாவது உன் குரங்குப் புத்தியைக் காட்டினால் உன்னுடைய வாலையெல்லாம் ஒட்ட அறுத்தெறிந்து விடுவேன்! பத்திரம்!''

''ஆ! அஞ்சுகோட்டைகளைக் கட்டியாண்ட என்னை ஓர் சோழியப் போர்வீரன் கிள்ளுக்கீரையாக நினைக்கும்படி ஆயிற்றே? ஜனநாதன் சிநேகம் இருக்கிறதென்ற தைரியத்தில்தான் இத்தனை நாளும் அட்டகாசம் செய்துவந்தாய்! இப்போது ஜனநாதன் இஷ்டத்தைக் கேட்காமல் இந்தச் சுந்தர முனிவரைக் கொண்டுவந்து நீ குருவாகச் சேர்த்திருப்பதால் ஜனநாதனே உனக்கு எதிரியாகி ஏதாவது சூழ்ச்சி செய்வான் வீரசேகரா! எனக்கும் சந்தர்ப்பம் வரும் மிதியுண்ட சர்ப்பம் சும்மாயிராது!'' என்று சீறினான் அஞ்சுகோட்டையான்.

''நீ என்னை என்ன செய்ய முடியும்?''

''ஹி! ஹி! ஹி! வாசலில் பார்த்தாயா? தொண்ணூற்றொன்பது துரோகிகளின் தலைகள் ஈட்டிகளில் செருகப் பட்டிருக்கின்றன நூறாவது ஈட்டியை வீரபாண்டியன் தலைக்காகச் சுத்தமாகத் துடைத்து வைத்திருந்தேன். இப்போது...''

''அஞ்சுகோட்டையா! அவ்வளவு மழுங்கலான ஈட்டிக்கு உன்னுடைய அஞ்சு தலைகளையும் செருகி வைத்தால்தான் அந்தமாக இருக்கும்! என்னுடைய தலையை அதில் செருகமுடியுமெனக் கனவுக்கூடக் காணாதே! நான் எமனுக்கும் எமன்! முதலில் அப்பால் போ!'' என்று வீரசேகரன் சீறியதும் அஞ்சு கோட்டையான் கொக்கரித்துக்கொண்டே காவலரின் மத்தியில் போய் மறைந்தான். சுந்தர ஜோசியரிடம் விடைபெற்றுக் கொண்ட வீரசேகரன் அசோகவனக் கோட்டையைவிட்டு வெளியே வந்தபோது அவனது மனதில் பெரிய பாரம் நீங்கியது போலிருந்தது. ஊர்மிளாவிடமிருந்து சுந்தர ஜோசியரைப் பிரித்து விட்டோம் என்பதினால் ஏற்பட்ட நிம்மதியா அது என்பது அவனுக்கே புரியவில்லை!

அத்தியாயம் 50

ஆகாத செயல்

"ஆகாசெய்தாய்! அஞ்சலை போலும்!
அறிவிலாய்!"

— கம்ப ராமாயணம்

மகா விஷ்ணுவின் திருநாமத்தை உச்சரித்து ''ஹரி ஓம்'' எனத் தேவியின் குமாரனுக்கு வித்தியாப்பியாசம் தொடங்கும் சுதினமான புதன்கிழமைப் பொழுது வீரசேகரனுக்காகவே சீக்கிரம் விடிந்து விட்டது போலிருந்தது. சரியாக இருள் கலைவதற்கு முன்பே வீரசேகரன் தன்னை ஒரு கந்தர்வனைப் போல அலங்கரித்துக் கொண்டு ஊர்மிளாவின் வீட்டிற்கு அளவிறந்த உற்சாகத்துடன் ஓடி வந்தான்.

அங்கே ஊர்மிளா, ஒரு கூடைக்காரி போல் ''மாறுவேடம்'' தரித்து அவனை எதிர்நோக்கிப் புன்முறுவலுடன் காத்திருந்தாள்.

அச்சமயம் காத்தவராயன் எங்கேயோ வெளியில் நழுவிப் போய்விட்டான். கூலிக்காரி போல் புழுதியும் கரிக்கோடுகளும் படிந்த முரட்டுக் கிழிசல் சீலையொன்றை ஊர்மிளா உடுத்தியிருந்தாள். அவளுடைய சொருகுக் கொண்டையில் இருந்து வேப்பெண்ணெய் வாசனை ''குப்'' பெனக் கிளம்பி வீரசேகரனின் மூக்கைத் துளைத்தது.

''பாவம்! பன்னீரில் குளித்துவிட்டு வருகிறவனுக்கு இந்த வேப்பெண்ணெய் நாற்றத்தைச் சகிக்க முடியாது; இல்லையா? நான் என்ன செய்வது? இளம் கூடைக்காரிகள் மருக்கொழுந்தோ தாழம்பூவோதான் கொண்டையில் சூடிக் கொள்வது வழக்கம். அவை இரண்டு பூக்களும் என் தோட்டத்தில் கிடையா!'' என்றாள் ஊர்மிளா.

''அதனாலென்ன? நாம் அங்காடித் தெருவிற்குப் போய்த் தேங்காய், பழம், புஷ்பம், நெல் எல்லாம் வாங்கிக் கொண்டுதானே அசோகவனக் கோட்டைக்குப் புறப்படுவோம். அப்போது நானே உனக்கு மருக்கொழுந்து வாங்கிக் கொடுக்கிறேன். அது ''கமகம'' என்று எப்படி மணக்கும் பார்!'' என்றான் வீரசேகரன் ஆசையோடு.

''என் மாறுவேடம் எப்படி? என்னைத் தூக்குக்காரியென யாரும் நம்பி விடுவார்கள், இல்லையா?''

''நீ என்ன வேஷம் தரித்தாலும் உன் அழகு குறையவில்லை. ஊர்மிளா! உன் கருவிழிகளில் குறுகுறுக்கும் இயற்கையான பண்பொளியை மட்டும் உன்னால் மறைக்கவே முடியாது!''

''ஏன் முடியாது? தேங்காய்க் கூடைக்குக் கீழே உள்ள சும்மாட்டின் துணி என் கண்வரைக்கும் நழுவித் தொங்கும்படி மறைத்துக் கொள்ளலாமே? என் நடிப்புத் திறமையைப்பற்றி நீ சிறிதும் சந்தேகப்பட வேண்டாம்!''

''சரி, புறப்படு! தேங்காய் பழம் பொறுக்கி வாங்குவதற்கு நேரமாகாதா? வித்தியாப்பியாசத்திற்கு உரிய முகூர்த்த நாழிகை நெருங்கிச் சிறைக் கூடத்திற்குத் தேவியின் குமாரனை மேளதாளத்தோடு அழைக்க வருவதற்குள், நீ அங்கே தேங்காய்ப் பழக்கூடையை இறக்கி வைத்துவிட்டு வந்துவிட வேண்டும்!''

''இல்லை, நான் வரமாட்டேன்!'' என்று திடீரென ஊர்மிளா கூறியதும் வீரசேகரனின் உற்சாகம் மிகவும் வாடியது. ''அசோகவனக் கோட்டைக்குள் முரட்டு அதிகாரிகள் இருப்பார்கள். அவர்களைக் கண்டாலே எனக்குப் பயத்தால் வாயடைத்துப் போகும். அவர்கள் ஏதாவது என்னைக் கேள்விகள் கேட்டால் என்ன செய்வது?'' என்று ஊர்மிளா தயங்கினாள்.

"அதையெல்லாம் நான் பார்த்துக் கொள்கிறேன். என் பின்னாலே வரும்போது உனக்கென்ன பயம்? புறப்படு ஊர்மிளா அங்கே எனக்கு எவ்வளவு மதிப்பு இருக்கிறதெனப் பார்த்தால் நீ மிகவும் பெருமைப்படுவாய்."

"நிஜமாகவா?"

"ஆமாம்... ஊர்மிளா... இன்று எனக்கென்னவோ ஒரே ஆனந்தமாக இருக்கிறது. உன்னுடைய அற்ப ஆசையொன்றை நிறைவேற்றுகிறோம் என்று நினைக்கும்போதே எனக்கு நிலைகொள்ளவில்லை. அந்தச் சந்தோஷத்தைத் தாங்க முடியாமல் என்னையே கிள்ளி விட்டுக் கொள்ள வேண்டும் போலிருக்கிறது!"

"பாவம்! என்னால் உனக்கு எவ்வளவு கஷ்டம்...உம்... தேவியை நான் வெகு அருகில் நின்று பார்க்க முடியுமோ என்னவோ...?"

"அதுதான் சொன்னேனே! தேவியின் சிறைக்கூடத்தில் உன் தலையிலிருந்து தேங்காய்க் கூடையை இறக்கும்போது, எனக்குப் பதில் தேவியே வேண்டுமானாலும் கை கொடுத்து இறக்கி வைக்கட்டும். அப்போது உன் கைகள் மீது தேவியின் கைவிரல்கள் படலாம். உன் ஆசைக்காக அந்த ஆனந்தத்தைக் கூட நான் இழந்து விடுகிறேன், ஊர்மிளா..."

"ஆசையைப் பார்!"

"அப்புறம் தேங்காய்ப் பழங்களை வரிசையாகத் தட்டுகளில் வைத்துக் காட்டும்போது எத்தனை தடவைகள் வேண்டுமானாலும் தேவியின் கைகளைத் தொட்டுப் பார்! அப்புறம் சிறைக்கூடத்தைப் பூட்டிக்கொண்டு வெளியே வரும்போது இன்னொரு முறை வேண்டுமானாலும் தேவியின் முகத்தைத் திரும்பிப் பார்!"

"அப்போது என்னையும் தேவியையும் தவிர வேறு யாரும் இருக்க மாட்டார்களா? தேவியோடு இருக்கும் பகல் காவற்காரிக்குக் கைகள் இல்லையா? அவள் ஏதும் சொல்லமாட்டாளா? அந்தக் காவற்காரி எப்படிப்பட்ட ராக்ஷஸியாய் இருப்பாளோ என்னமோ!"

"அந்தக் கிழவி தெய்வானுகூலமாக இன்று ஒரு பகல் மட்டும் வேலைக்கு வர மாட்டாளாம். திடீரென முடியாமல் படுக்கையில் கிடக்கிறாள்!"

"திடீரென்றா... எனக்காக நீ ஏதாவது!... என்று கேட்ட ஊர்மிளா கீழே கூடையை எடுப்பவள் போலக் குனிந்து, தன் முகத்தின் கலவரத்தை மறைத்துக் கொண்டாள்."

"ஆமாம்! நேற்றிரவு அவள் வீட்டிற்கு ஒரு விபூதி சாமியார் வந்தாராம். கிழவியின் வயிற்று வலிக்கு விபூதி மந்திரித்துக் கொடுத்துச் சாப்பிடச் சொன்னாராம். அது திடீரென்று வயிற்றுப் போக்கைக் கிளப்பிவிட்டது. அதை நிறுத்துவதற்காக இப்போது சிறை வைத்தியரிடமிருந்து மருந்து அனுப்பப்பட்டிருக்கிறது. இன்று ஒரு பகலுக்கு மட்டும் எவளை நம்பி புதிதாகக் காவலுக்குப் போடமுடியும்?" இன்று ஒரு பகல் மட்டும் தேவியைத் தனியாகத் தான் சிறைகூடத்தில் பூட்டிவைக்க வேண்டும்.

"அப்படியானால்... மறுபடி வித்தியாப்பியாச நாழிகை வரும்போதுதானே சிறைக்கூடத்தின் கதவைத் திறப்பீர்கள்? அந்த இடை நேரத்தில் நாம் வைத்துவிட்டு வரும் தேங்காய்களில் ஒன்றைத் தேவி எடுத்து தன் தலையை உடைத்துக் கொண்டு பிராணத்தியாகம் செய்துகொள்ள முயன்றால் என்ன செய்வது?"

அவ்வாறு செய்வதில்லையென எனக்குத் தேவி வாக்குறுதி கொடுத்திருக்கிறாள். மேலும் சிறை மீட்கத் தன் பிராணநாயகர் வருவார் என்று இன்னும் அந்தப் பேதை நம்பிக் கொண்டிருக்கிறாள்.

"பின்னே வீரபாண்டியர் வெறுமனே இருப்பாரா? ஏதாவது தந்திரமாக முயற்சி செய்யலாம். எதற்கும் ஜாக்கிரதையாக இருக்க வேண்டும்!" என்றாள் ஊர்மிளா.

"சிறையைவிட்டுத் தேவி தப்பினால் என் தலை போய்விடும் என்பதற்காகத்தானே இப்படி எச்சரிக்கிறாய்... ஊர்மிளா உண்மையில் என்மேல் உனக்கு உள்ளூர அன்பு இருக்கிறது!" என்று வீரசேகரன் கண்களில் ஆனந்தக் கண்ணீர் வடிய விம்மினான்.

ஊர்மிளாவிற்குக் கண்கள் கலங்கிவிட்டன. குழந்தையைத் துர்க்கைக்குப் பலி கொடுக்கும்போது ஏற்படும் தாயின் வேதனையும் பரிதாபமும் அவளுடைய தாமரை முகத்தின் வியர்வையில் ததும்பின.

அதன் பின்னர், கூடையை எடுத்துக்கொண்டு ஊர்மிளா பின் தொடர வீரசேகரன் அங்காடித் தெருவை நோக்கிப் புறப்பட்டான். காலை நேரத்து இளங்காற்றும், மெல்லிய பொன்னொளியும் இருவர் மனதிலும் இன்பக் குது குதுப்பை ஏற்றின. வீரசேகரன் தன் பின்னால் திரும்பிப் பார்க்கும்போது ஊர்மிளா காரணமில்லாமல் புன்முறுவல் செய்துகொண்டு வந்தாள்.

அவர்களிருவரும் முச்சந்தியில் திரும்புவதற்குள் எதிரே "மருக்கொழுந்து" என்று கூவிக் கொண்டே, இளம் கூடைக்காரி ஒருத்தி வந்தாள்.

அவள் வீரசேகரனைப் பார்த்ததும், ''சாமி! சாமி! சம்சாரத்திற்குப் பூ வாங்கிக் கொண்டுபோய்க் கொடு சாமி!'' என்று சொல்லிவிட்டு ஊர்மிளாவின் அருகில் மூக்கைப் பிடித்துக்கொண்டு நின்றாள்.

அவள் தலையிலிருந்த பெரிய கூடையை வீரசேகரன் கீழே இறக்கிவைத்து அதன்மேல் தட்டிலிருந்து 'கம்'மென்று மணக்கும் மருக்கொழுந்து கொத்துக்களில் நல்லதாக ஒன்றைப் பொறுக்கி எடுத்தான்.

வீரசேகரன் கவனிக்காதபோது ஊர்மிளாவின் கையை அந்த மருக்கொழுந்துக்காரி நறுக்கெனக் கிள்ளிவிட்டு கடைக்கண்ணால் சிரித்தாள்.

காசு கொடுப்பதற்காக வீரசேகரன் நிமிர்ந்தான். ''என்ன சாமி! அரைவீசம் காசு கொடுக்கிற? நீ ஆசைப் பட்ட பொண்ணு தலையிலே வச்சு மோந்துபார்த்தால் ஆயிரம் வராகன் கொடுக்கலாமே, சாமி!'' என்றாள் அந்த மருக்கொழுந்துக்காரி. அவளைப் பார்க்கும்போது பருவக் குறும்புள்ள ஒரு அங்காடிக் கூடைக்காரியாய்த் தோன்றியதே தவிர அவள்தான் அகல்யா என்பதோ, ஊர்மிளாவினால் ரகசியமாக ஏற்பாடு செய்யப்பட்டு எதிர்ப்படுபவள் என்பதோ வீரசேகரனுக்குத் தெரியாது.

அவன் விட்டெறிந்த காசைக் கூடைக்கடியில் வைப்பதற்காக மேலேயுள்ள மருக்கொழுந்துத் தட்டை எடுத்து அவள் வெளியே வைத்தாள். அப்போது கூடை நிறைய பெரிய பெரிய தேங்காய்கள் இருப்பது தெரிந்தது. ஆனால் அத்தேங்காய்களுக்குள் சதியோலைகள் மறைத்து வைக்கப்பட்டிருக்கின்றன என்கிற ரகசியம் வீரசேகரனுக்குத் தெரியாது. தேவியின் சிறை மீட்சிப் படலத்திற்குத் தேவையான பரிபாஷையைத் தேவிக்கு உணர்த்த, பன்னிரெண்டு உயிரெழுத்துக்களுக்கும் வரிசைக் கிரமமாகப் பன்னிரண்டு எண்கள் குறிப்பிடப் பட்டிருக்கும் ஓலை நறுக்குகளை ஊர்மிளா ஏற்கெனவே தயாரித்திருந்தாள். ஒவ்வொரு தேங்காயின் குடுமிப்புறமும் உள்ள மூன்று கண்களில் ஒன்றை ஓட்டை செய்து அதன் வழியாக ஓர் ஓலை நறுக்கை உள்ளே திணித்து மறுபடி ஓட்டை அடைக்கப்பட்டிருப்பது கண்ணில் படாதபடி தேங்காய்களின் மீது சந்தனக் குழம்பை வாரித் தெளித்திருந்தாள் அகல்யா— மருக்கொழுந்துக்காரி.

கண்ணை அள்ளும்படியான அத்தேங்காய்களின் மீது ஊர்மிளாவின் கண்கள் ''குறு குறு''வெனப் பதிவதைக் கண்ட வீரசேகரன், அவைதான் உயர்தரமான தேங்காய்கள் என்று நிச்சயித்துக் கொண்டான்.

''தேங்காய்களும் விற்பதற்குத்தானா?'' என்று ஆவலோடு கேட்டான்.

''இது மாதிரிக் காய்கள் அங்காடிக் கடைத் தெருவுக்குப் போனாலும் கிடைக்காது. சாமி, காய் ஒண்ணு வீசம் காசு எடு சாமி! இதை விற்றுத்தான் நான் என் மச்சானைக் கண்ணாலம் பண்ணிக்கணும் சாமி உனக்குப் புண்ணியமாய்ப் போவும் இன்னக்கி இராஜாவாட்டம் உன் முகத்திலே விழிச்சேன்!'' என்று அந்தத் தேங்காய்க்காரி மிகவும் கெஞ்சிக் குழைந்தாள்.

''இவ்வளவு நல்ல க்காய்களை வைத்துக்கொண்டு இவள் கெஞ்சுவதைப் பார்த்தால் எனக்குச் சந்தேகமாக இருக்கிறது. எங்காவது அரண்மனைத் தோட்டத்தில் இருந்தோ கலியாண வீட்டிலிருந்தோ இவள் திருடிக்கொண்டு வந்திருப்பாள். இவளிடம் ஒன்றும் வாங்காதீர்கள், ஐயா!'' என்றாள் ஊர்மிளா வெடுக்கென்று.

''ஏண்டி! ஐயாவுக்கு சம்சாரம் கணக்கா யோசனை சொல்ற மாதிரி ஐயா மனசை மயக்கப் பார்க்கிறீயோ?'' என்று கண்ணைச்சிமிட்டிய அந்தத் தேங்காய்க்காரி வெடுக்கென்று வீரசேகரனை நோக்கினாள். ''ஐய்யே! அந்த வேப்பெண்ணெய்க்காரி சொல்றதைக் கேட்காதே சாமி என் குடிசையிலே உள்ள இரட்டைத் தென்னமரத்திலே நான் கண்ணுக்குக் கண்ணாக வளர்த்த காய்க! அங்காடித் தெருவுக்கு விற்கப்போனா தண்டல்காரன்க வரிவரியினு காசு கடமை கேப்பானுக! ஆறுநாள் மகமை கொடுக்கணும்! அதுதான் சாமி உன்னைக் கெஞ்சறேன். அந்தக் குட்டி என் வயித்திலே அடிச்சு விலையைக் குறைக்கப் பார்க்கிறா'' என்று ராகம்பாட ஆரம்பித்து விட்டாள் தேங்காய்க்காரி.

''கொள்ளை விலை கேட்கிறாளே! குறைத்துக் கேளுங்கள் இல்லாவிட்டால் வேண்டாம்!'' என்று ஊர்மிளா மெல்ல அவன் காதுக்குள் சொன்னாள்.

''உனக்குத் தேங்காய்கள் பிடித்திருக்கும்போது அவற்றைத்தான் என்ன விலை கொடுத்தும் நான் வாங்குவேன். மேலும் உன்னையும், என்னையும் சம்பந்தப்படுத்திக் கண் சிமிட்டினாளே அதற்கு என் உயிரையுங்கூடக் கொடுக்கலாம்'' என்று வீரசேகரன் ரகசியமாகக் காதுக்குள் சொல்லும்போது ஊர்மிளாவின் முகம் நாணத்தால் சிவந்துவிட்டது.

''எத்தனை காய் சாமி வேணும்?'' என்று கேட்டாள் தேங்காய்க்காரி.

''நல்லதாக அழுகல் இல்லாததாக ஐந்து காய்கள் எண்ணிப் போடு!'' என்றான் வீரசேகரன்.

"அவளைப் பொறுக்க விடாதீங்க ஐயா, நீங்களே பொறுக்கி என் கூடையில் போடுங்க" என்றாள் ஊர்மிளா உரத்த குரலில் "வெடுக்" கென்று.

"நீயே எந்தக் காயை வேணுமென்றாலும் பொறுக்கி எடுத்துக்க சாமி!" என்றாள் தேங்காய்க்காரி.

"நான் கண்ணைமூடிக்கொண்டு பொறுக்கினாலும் என் கை ராசி எப்படிக் காய்கள் வரும் பார்!" என்று வீரசேகரன் ஜம்பமாக உற்சாகக் கிறு கிறுப்போடு ஐந்து தேங்காய்களை எண்ணி ஊர்மிளாவின் கூடைக்குள் போட்டான்.

அதன் பிறகு இருவரும் அங்காடித் தெருவிற்குப் போய் எலுமிச்சம்பழம், புஷ்பமாலைகள், குங்குமம், மஞ்சள், கனிவர்க்கங்கள் நெல் முதலானவற்றையெல்லாம் வாங்கிக் கூடையில் போட்டுக் கொண்டு அசோகவனக் கோட்டைக்குக் கிளம்பினார்கள். கூடையைத் தூக்கித் தலையில் வைத்துக்கொண்டு மௌனமாக ஊர்மிளா வீரசேகரனின் பின்புறம் நடந்து வந்தாள். இருவரும் அசோகவனக் கோட்டைக்குள் நுழைந்து பலவிதமான பரிசோதகர்களையும் கட்டுக் காவல்களையும் கடந்து செல்லும்போது ஊர்மிளா தன்னை யாரும் சந்தேகிக்காதபடி இயற்கையாகவும் சாதுரியமாகவும் நடித்தாள்.

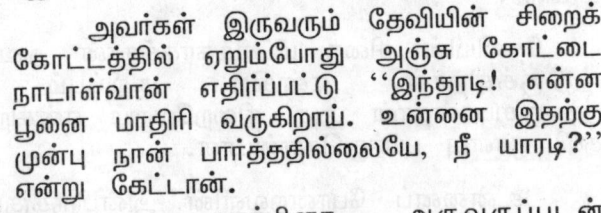

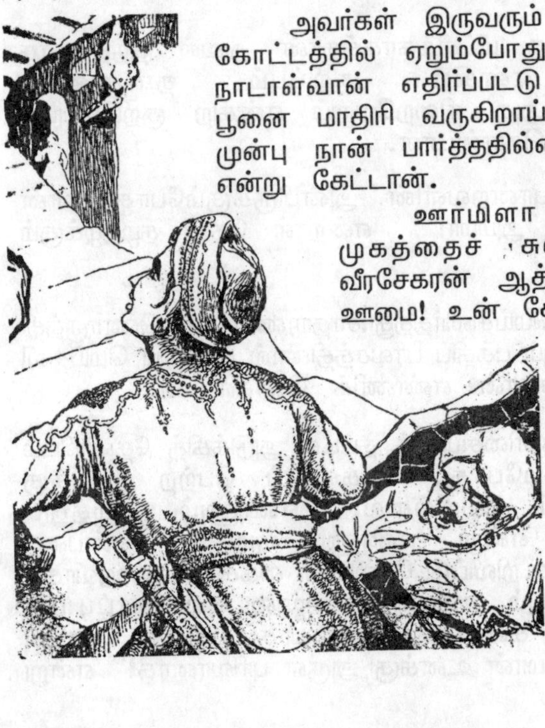

அவர்கள் இருவரும் தேவியின் சிறைக் கோட்டத்தில் ஏறும்போது அஞ்சு கோட்டை நாடாள்வான் எதிர்ப்பட்டு "இந்தாடி! என்ன பூனை மாதிரி வருகிறாய். உன்னை இதற்கு முன்பு நான் பார்த்ததில்லையே, நீ யாரடி?" என்று கேட்டான்.

ஊர்மிளா அருவருப்புடன் முகத்தைச் சுளிப்பதைக் கண்ட வீரசேகரன் ஆத்திரத்துடன், "அவள் ஊமை! உன் கேள்விகளுக்கு அவள் பதில் சொல்ல மாட்டாள். அதோடு அவள் செவிடு! நீ நாயாகக் குலைத் தாலும் அவள் காதில் விழாது!" என்று பதில் சூடு கொடுத்து விட்டு அவளை அழைத்துக் கொண்டு 'விர்'ரெனத்தேவியின்

சிறைக் கூடத்தை அடைந்தான். அவர்களைப் பின் தொடர்ந்த அஞ்சு கோட்டையானோ சிறைக்கூடத்துக்கு வெளியே மறைவாக நின்று உள்ளே நடப்பதைத்தன் பாம்புச் செவிகளால் கூர்ந்து கவனிக்கலானான். உள்ளே குமாரன் வீரகேரளனுக்குப் புத்தாடை புனைந்து கொண்டிருந்த தேவி, பின்னால் காலடி ஓசைகளைக் கேட்டுத் திரும்பிப் பார்த்தாள். கூடைக்காரி வேஷத்தில் ஊர்மிளா வருவதைப் பார்த்ததும் தேவி திகைப்புடன் ஒரு கணம் மெய்சிலிர்த் தாளானாலும் ஊர்மிளாவின் கண்களில் தெரிந்த குறிப்புகளிலிருந்து அவள் தந்திரமாக வந்திருப்பதின் உட்கருத்தை ஒருவாறு புரிந்து கொண்டு தன்னைச் சமாளித்துக் கொண்டாள்; தன் குமாரனின் வாயையும் பொத்தி அவனைக் கொண்டுபோய் பூஜை அறைக்குள் இருக்கச் செய்துவிட்டு வந்தாள். அது சமயம் வீரசேகரன் சிறைக்கதவின் உட்புறத்தைத் தாளிட்டுக் கொண்டிருந்தான். ஆகையால் அங்கு நடந்த ஒன்றையும் சந்தேகிக்கும்படியான அளவிற்கு அவன் கவனிக்கவில்லை.

ஊர்மிளாவின் தலையிலிருந்து தேங்காய்க் கூடையைத் தேவி இறக்கி வைக்கும்போது, ''தாயே! நீ தீர்க்க சுமங்கலியாய் இருப்பாய்! உன்னைப் போன்ற புண்ணியவதிகளால்தான் ஏழைகளான எங்களுடைய பாரமெல்லாம் குறையும்!'' என்றாள் ஊர்மிளா.

தேவியின் சிறை மீட்சிக்காகத்தான் அவள் தந்திரமாக வந்திருக்கிறாள் என்கிற குறிப்பும் தன்னுடைய ஒத்தாசையுடன்தான் அது நிறைவேறும் என்கிற குறிப்பையும் தேவி ஓரளவு புரிந்துகொண்டாள்.

''உன்னைப் போன்றவளின் அன்பிருக்கும்போது நான் துர்பாக்கியவதி அல்ல அம்மா!'' என்றாள் தேவி தழதழக்கும் குரலில்.

ஊர்மிளாவிற்கு மெய்சிலிர்த்தது.சாதாரணப்பெண்ணொருத்தி தேவியை நேரில் காணும் பக்திப் பரவசத்தினால் ஏற்படும் மெய்சிலி ர்ப்பென அதை வீரசேகரன் எண்ணிக் கொண்டான்.

தேங்காய்களை வரிசையாகத் தட்டில் அடுக்கித் தேவியிடம் ஊர்மிளா கொடுக்கும்போது, ''மகனைப் பெற்ற தாய்க்கு இதைவிடச் சுபதினம் வேறில்லை! ''எண்ணும், எழுத்தும் கண்ணெனத் தகும்!'' என்று ''எண்ணும் எழுத்தும்'' என்பதை அழுத்தந்திருத்தமாகக் கூறிவிட்டு தேவியின் கைகளை மறைவாகக் கிள்ளியும் கண்ணாலும் கையாலும் ஜாடைகள் காட்டியும், தேங்காயிலுள்ள மூன்று கண்களைக் குறிப்பாகப் பார்த்து, ''தாயே! முக்கண்ணுடைய பெருமான் உனக்கு அருள் புரிவானாக!'' என்று

தந்திரமாகச் சொல்லித் தன்னுடைய உட்கருத்தைத் தேவி ஓரளவு புரிந்து கொள்ளும்படி செய்துவிட்டாள்.

அதன் பிறகு தேவியின் சிறைக் கோட்டத்தை விட்டு ஊர்மிளா வெறுங்கையுடன் கீழே இறங்கியபோது அஞ்சுகோட்டை நாடாள்வான் எதிர்ப்பட்டு ''ஹி! ஹி! ஹி!'' என்று பயங்கரமாக வீரசேகரனை நோக்கிச் சிரித்தான்.

''அனுமதிச் சீட்டில்லாமல் அதிகப்பிரசங்கி ஒருத்தியை உள்ளே அழைத்து வந்தாயா?

ஹா! ஹா! உன்னுடைய அதிகாரத்தையும், செல்வாக்கையும் பிரயோகித்துத்தான் இவளை ரகசியமாக உள்ளே கூட்டி வந்திருக்கிறாய். இன்று பிரதான காவலில் இருந்தவர்கள் ஜனநாதனின் ஆட்கள், உம் மருக்கொழுந்து மணம் கமகமக்க அழகான பெண்ணொருத்தியைக் கூடைக்காரி போல் கூட்டி வந்திருக்கிறாய் என்பதைக் கவனித்தவுடனே நான் சந்தேகப்பட்டேன்!''

''என்ன சந்தேகப்பட்டாய்?''

''உம்! அனுமதிச் சீட்டு இல்லாமல் ஒரு வஞ்சகியை உள்ளே கூட்டி வந்தாயா?....

வீரசேகரா! கொஞ்சங்கூடப் பயப்படாமல் ஆகாத செயல் புரிந்துவிட்டாய்! அறிவற்றவனே! இப்போது என்னிடம் வகையாக அகப்பட்டுக் கொண்டு விட்டாய்!''

''அஞ்சு கோட்டையா! துள்ளாதே! இந்தச் சாதாரணக் குற்றத்திற்காக யாரும் என் தலையைச் சீவி ஈட்டியில் சொருகி விடமுடியாது! என்னைக் கேள்வி கேட்கவும் உனக்கு அதிகாரம் கிடையாது!'' என்றான் வீரசேகரன் எரிச்சலோடு.

''கொஞ்சம் இரு, உன்னையும் இவளையும் என்ன செய்கிறேன் பார்! அனுமதியில்லாமல் உள்ளே நுழைந்ததற்காக இவள் தூக்கிலே தொங்கவிடப்பட்டு, அதற்கு நீ அனுசரணையாய் இருந்ததற்காக உனக்கு ஆறு நூறு கசையடி கிடைப்பதைக் கண்டாலும் என் ஆத்திரம் அடங்காது!'' என்று அஞ்சுகோட்டையான் சொல்லிவிட்டு விர்ரென குற்றவிசாரணை விடுதியை நோக்கிப் பாய்ந்து சென்றான்.

ஊர்மிளா உடல் முழுதும் ஜில்லிட்டுப்போய் மனம் நடுங்கிக் கொண்டிருந்தாள். அவளை வீரசேகரன் அவசரமவசரமாகக்

கோட்டையை விட்டு வெளியே கொண்டு வந்து பத்திரமான ஓர் இடத்தில் விட்டு உடனே வீட்டுக்குப் போகும்படி சொன்னான்.

"ஐயோ வீரசேகரா!... உன்னோடு தனியாகக் கிளம்பும் போதே ஏதோ தவறான காரியம் செய்கிறோம் என்று என் மனசு என்னவோ உறுத்தியதே..." என்றாள் ஊர்மிளா "வெடவெட" வென உடம்பெல்லாம் நடுங்க!

"அப்படியானால்?... அப்படியானால்?... என்னோடு வரவேண்டுமென்கிற ஆசை உன் மனதில் போராடியிருக்கிறது!" என்று வீரசேகரன் உற்சாகத்தோடு துள்ளினான்.

"கடைசி வினாடியில்கூட உன் கூட வரமாட்டேன் என்று தயங்கினேனே!... இப்போது என்னால் எவ்வளவு பெரிய கஷ்டம் பார்!" என்றாள் ஊர்மிளா கண்கலங்க. "உனக்காக ஒரு கஷ்டம் அனுபவிக்கிறேன் என்றால் அதில் கூட எனக்கு ஓர் அலாதியான ஆனந்தம் இருக்கும், ஊர்மிளா!" என்றான் வீரசேகரன்.

"உன்னை இப்படி அபாயத்தில் மாட்டிவிட்டுத் தலைமறைந்து ஓடுவதென்றால் என் மனசு வேதனைப்படாதா?... உன்மீது ஒரு குற்றமுமில்லை! எல்லாவற்றிற்கும் இந்தப் பாபிதான் காரணம்! அதை உன் மேலதிகாரிகளிடம் வந்து சொல்லிவிடவேண்டுமென என் மனசு கிடந்து துடிக்கிறது!... ஆனால்... ஆனால் என் குடும்ப நிலையை யோசித்தால்தான்–நான் உன்னோடு வந்தேன் என்று தெரிந்தாலே என் கணவர் என்னைக் கொன்றுவிடுவார்!"

"ஆமாம்! நீ விசாரணை அதிகாரிகளிடம் அகப்பட்டுக் கொண்டு உன் வீடு ஒற்றர்களுக்கு இலக்கானால் உங்கள் கள்ள நாணயத்தொழில் வெளிப்பட்டுவிடும் எனக் காத்தவராயர் பரிதவிப்பார்! அப்போது விக்கிரம பாண்டியனின் அரசாங்கம் உங்கள் குடும்பத்தையே தீக்கிரையாக்கிவிடும்!"

"ஐயோ...வீரசேகரா...! இருதலைக் கொள்ளி எறும்பு போல் தவிக்கிறேனே!" என்று ஊர்மிளா புலம்பினாள்.

"ஊர்மிளா, பயப்படாதே! எனக்கொரு அபாயமும் வராது நம்மிருவருக்குள்ளும் நெருங்கிய பாசப்பிணைப்பு ஏற்பட வேண்டும் என்பதற்காகத்தான் இந்த நெருக்கடியை இறைவன் உண்டாக்கியிருக்கிறான்!" என்று வீரசேகரன் சொல்லிவிட்டு ஊர்மிளா தூரத்தில் போய்ப் பத்திரமாக மறையும்வரை அவளைக் கவனித்துக் கொண்டிருந்த பிறகு அசோகவனக் கோட்டைக்குத் திரும்பினான்.

அத்தியாயம் 51

பொய் நிலை

"பொய்ந் நிலை காண்டி!
யான்புகன்ற யாவும் உன்
கைந்நிலை நெல்லியங்
கனியிற் காட்டுவேனே!"

— கம்ப ராமாயணம்

மறுபடி அசோகவனக் கோட்டைக்குள் வீரசேகரன் பிரவேசிக்கும் போது முக்கியமான பரிசோதகர்களையெல்லாம் அஞ்சுகோட்டை நாடாள்வான் அழைத்து வந்து, விஷயத்தைப் பிரமாதப்படுத்தி அட்டகாசம் செய்து கொண்டிருந்தான்.

அது சமயம் வித்தியாப்பியாசத்திற்குரிய முகூர்த்த நாழிகை நெருங்கி விட்டதால், அங்கு வந்த காவற் படைத்தலைவர் ஏகவாசகவாணகோவரசர் முதலான சோழ அதிகாரிகள் அனைவரும் வீரசேகரன்மீது அஞ்சு கோட்டையான் சரமாரியாகக் குற்றச்சாட்டுக்கள் தொடுப்பதைக் காது கொடுத்துக் கேட்டார்கள்.

அங்கு அலட்சியமாக வந்து சேர்ந்த ஜனநாதன் வழக்கம்போல் விஷமச் சிரிப்புடன் குறுக்கிட்டு, ''அஞ்சு கோட்டையா! சிறிது மூச்சு வாங்க நிறுத்தி எதிரிக்கும் சிறிது பேச இடங்கொடு!'' என்றான்.

வீரசேகரனுக்கோ அவ்வளவு குற்றச் சாட்டுகளுக்கும் உண்மையான பதில் சொல்லவேண்டிய துர்ப்பாக்கிய நிலை ஏற்பட்டது.

''சிறைக் கோட்டைக்குள் அனுமதி ஓலை இல்லாமல் ஒருத்தியை நான் கூட்டி வந்தது குற்றந்தான்! அவள் நிஜமாகக் கூடைக்காரி அல்ல என்பதும் அவள் அழகான இளம் பெண் என்பதும் அவளிடம் ''கமகம''வென மருக்கொழுந்து மணந்தது என்பதும் உண்மைதான்! அவள் ஊமையென நான் புளுகியதும் உண்மைதான்! தேவியிடம் அவள் இரண்டு வார்த்தைகள் பேச அனுமதித்ததும் தவறுதான்! கடைசியாக அவளை விசாரணை அதிகாரிகளிடம் ஒப்படைக்காமல் என் செல்வாக்கைப்

பிரயோகித்து அவசரமவசரமாக அவளை வெளியேற்றியதும் தவறுதான்! ஆனால் தவறான உள் நோக்கம் எதுவும் அவளுக்குக் கிடையாது! அவள் எனக்கு மிகவும் வேண்டியவள். ஒரு சூதுவாதும் தெரியாதவள்! உலகத்திலே தேவிதான் மாபெரும் அழகியெனக் கேள்விப்பட்டதும் தேவியை ஒருமுறை நேரில் பார்க்க அந்தப் பெண் ஆசைப்பட்டாள். தேவியை வேடிக்கை பார்ப்பதற்காக ஒருத்திக்கு அனுமதியோலை வேண்டுமென விண்ணப்பித்தால் அது என் அந்தஸ்திற்குப் பரிகாசமாகுமென நினைத்தேன்!'' என்றான் வீரசேகரன்.

ஜனநாதன் அலட்சியப் புன்னகையுடன் குறுக்கிட்டு, ''பொது ஜனங்களின் அற்ப ஆசைகளுக்கு வளைந்து கொடுக்காத முறையில் அரசாங்க விதிகள் அமையும்போது இது போன்ற இடைவழி உபாயங்களும் நடைமுறை ஊழல்களும் மலிவது சகஜந்தான்! இதுபோன்ற சாதாரண விஷயங்களில் ஒரு அதிகாரி ஒழுங்கு பிசகினால், இன்னொரு அதிகாரி அதைக் கண்டும் காணாதவர் போலப் போய்விடுவதுதான் புத்திசாலித்தனமாகும் என்று இதுவரை கருதப்பட்டு வந்திருக்கிறது. இப்போது நம்மில் யார் முட்டாளாக நடந்து கொள்ளப்போகிறோமோ தெரியவில்லை!'' என்று கடைக்கண்ணால் கிழவர் ஏகவாசகரைப் பார்த்தான்.

''பொறுப்புள்ள அதிகாரியே சிறை விதிகளை மீறினால் கடுமையான தண்டனைகள் அளிப்பதுதான் வழக்கம், கசையடி, சிறைப்பு, கல்லேற்றல், கிட்டி பூட்டல், நடைவிளக்கெரித்தல் என்று பலவிதமான தண்டனை முறைகளும் உண்டு. ஆனால் வீரசேகரன் நம் சோழ மகாராணியாரின் பொறுப்பில் உள்ளவனாகவும் சிறந்த தேச பக்தனாகவும் விளங்குவதால் இது முதலாவது குற்றம் ஆனபடியாலே சம்பிரதாயத்திற்காகக் குறைந்தபக்ஷத் தண்டனை விதிக்கப்படலாம். இருபது விநாடி நேரம் வெயிலில் நிற்பித்தலே போதுமான தண்டனையென நினைக்கிறேன்!'' என்றார் கிழவர் ஏகவாசகர்.

அதோடு திருப்தியடையாமல் அஞ்சு கோட்டையான் முகம் சுளித்து, ''இன்று பிரதானக் காவலில் இருந்தவர்கள் அந்தக் கூடைக்காரியைச் சரியாகப் பரிசோதிக்காமல் உள்ளே அனுமதித்து விட்டார்கள். அதற்காகவே முன்னதாகக் கூடிப்பேசி அங்கே நிறுத்தப்பட்டவர்கள்போல் தெரிகிறது! அவர்களையாவது கடுமையாகத் தண்டிக்க வேண்டும்!'' என்று கத்தினான்.

''ஜனநாதன்சட்டென்றுகுறுக்கிட்டு, இன்று பிரதானகாவலில் இருந்தவர்கள்என்னால் நிறுத்தப்பட்ட ஒற்றர்கள்.அந்தக் கூடைக்காரி சம்பந்தமாக வீரசேகரனே பூரணப் பொறுப்பேற்றுக்

கொள்வதாகச் சொல்லி வற்புறுத்தியதின் பேரில்தான் அவளை உள்ளே அனுமதித்தார்கள். என்னுடைய ஆட்கள்மீது யாராவது ஒரு விரல் நுனியைக்கூட வைக்க நினைத்தால் அது சும்மா கிடக்கிற பாம்பைச் சீண்டிவிட்டமாதிரி ஆகும்!" என்று சொல்லி விட்டு வழக்கம்போல் விஷமப் புன்னகையொன்றையும் உதிர்த்தான்.

"அந்த மருக்கொழுந்துக்காரியின் கூடையைக் கூடப் பரிசோதிக்க வீரசேகரன் விடவில்லை!" என்று அஞ்சுக் கோட்டையான் விடாமல் உறுமினான்.

"அந்தக் கூடையைப் பரிசோதிக்காததால் இப்போது என்ன தவறு நடந்துவிட்டது?" என்று வீரசேகரன் முனகினான்.

"அந்தக் கூடையிலிருந்து தேங்காய், பழம், புஷ்பங்களில் ஏதாவது சதித்திட்டம் மறைத்து வைக்கப்பட்டிருக்கலாம்! ஏதாவது குறிப்போலைகள் இருக்கலாம்; அதை நான் சர்வ நிச்சயமாக யூகிக்கிறேன்!" என்றான் அஞ்சுகோட்டையான்.

"வேண்டுமானால், இப்போதே போய் அத்தேங்காய்களை உடைத்துப்பார்! பழங்களை அறுத்துப்பார்! பூக்களைப்பிய்த்துப்பார்!" என்று குமுறினான் வீரசேகரன்.

ஜனநாதன் குறுக்கிட்டு, "அது அத்தியாவசியமான பரிசோதனைதான் என்றாலும், சிறிது நாழிகை அதை ஒத்தி வைப்போம். இப்போது வித்தியாப்பியாசத்திற்குரிய முகூர்த்த நாழிகை நெருங்கிவிட்டது. முகூர்த்த வேளையைத் தவறவிட்டால் நாமெல்லாம் முட்டாள்கள்தான் என்பதை நம் சோழ மகாராணியார் முடிவு கட்டிவிடுவார். இனிமேல் கடைத் தெருவிற்குப் போய் வேறு தேங்காய்ப்பழங்கள் வாங்கி வரமுடியாது. அதனால் இங்கு நடந்தது எதுவும் தேவியின் காதுக்கு எட்டாதபடி வைத்திருப்போம், சிறைக் கூடத்திலிருந்து தேவியின் ஆசீர்வாதத்தோடு குமாரனை நாம் மேளதாளத்தோடு அழைத்து வரும்போது, காணிக்கைத் தட்டுகளிலுள்ள தேங்காய் பழங்களின் எண்ணிக்கையையும் தன்மையையும் மேலெழுந்த வாரியாகப் பரிசோதித்துப் பார்ப்போம்! அதற்கு மேலும் தேவைப்பட்டால் வித்தியாப்பியாசம் முடிந்த பிறகு அஞ்சு கோட்டையான் எதை வேண்டுமானாலும் அறுத்துப் பார்க்கட்டும்! அவன் ஆடு கோழிகள் அறுத்து நாளாகிவிட்டது. இப்போது அவனுக்கு யார் கழுத்தையாவது அறுக்க வேண்டும்!" என்று சிரித்தான்.

"துரோகிகளின் கழுத்தைத்தான் அறுக்கவேண்டும்!" என்று துள்ளினான் அஞ்சு கோட்டையான்.

ஜனநாதன் சிரித்துக்கொண்டே, ''பார்த்தாயா, வீரசேகரா? இலட்சியவாதிகளெல்லாம் கடைசியில் சந்தர்ப்பவாதியின் கைகளில்தான் அகப்பட்டுக் கொள்கிறார்கள்!'' என்றான்.

அதன் பின்னர் ஜனநாதன் கூறிய பிரகாரமே. பிள்ளையார் கோவிலுக்குத் தேவியின் குமாரன் மேளதாளங்களோடு அழைத்து வரப்பட்டு வித்தியாப்பியாசம் தொடங்கியபோது குரு ஸ்தானத்திலிருந்து சுந்தரஜோசியர் தம் புதல்வனின் பால்வடியும் வதனத்தை ஆவலுடன் பார்த்துக் கொண்டேயிருந்தார். ஆனால் அவனை அப்படியே அள்ளியணைத்துக் கொள்ள வேண்டும் என்கிற ஆசைத் துடிப்பைத் தம் மனத்திற்குள்ளேயே வெட்டிப் புதைத்துக் கொண்டு விட்டார். அதோடு தம்மை அவன் இனங்கண்டு கொண்டு, ''அப்பா'' என கூவி விடாதபடி, தம் குரலையும் பார்வையையும் மாற்றிக் கொண்டார். முகத்தைத் தாடி மீசைகள் மறைப்பது போக மீதியுள்ள இடங்களையெல்லாம் விபூதிப் பட்டைகளாலும் குங்குமச் சந்தனப் பூச்சுகளாலும் முன் ஜாக்கிரதையாகவே மறைத்துக் கொண்டிருந்தார்.

ஒரு வழியாக வித்தியாப்பியாசம் முடிந்ததும், காணிக்கைத் தட்டுகளிலுள்ள தேங்காய்ப் பழங்களை நோக்கி அஞ்சுக்கோட்டையான் தாவிப் பாய்ந்தான். அவற்றின் எண்ணிக்கையெல்லாம் தான் வாங்கி வந்தபடி சரியாகவே இருக்கிறதென்றும், எதுவும் குறையவில்லை யென்றும் வீரசேகரன் ஒப்புக்கொண்டான்.

பழங்களையும், புஷ்பங்களையும் பலவிதமாகவும் அஞ்சு கோட்டையான் பரிசோதித்துப் பார்த்தபோது அவற்றில் எந்தவிதமான ஓலையோ சதியோ இருந்திருக்கும் என்பதற்கான அடையாளமே தென்படவில்லை.

அதிருப்தியுற்ற அஞ்சுகோட்டையான் பன்மடங்கு ஆத்திரத்துடன் தேங்காய்களையும் புரட்டிப் பார்க்கலானான்.

''உடைக்காத தேங்காய்க்குள் எப்படியப்பா எதையாவது ஒளித்து வைக்க முடியும்? உனக்கு அறிவுதான் இல்லை. கண்ணுமா இல்லை?'' என்று குத்திவிட்டான் ஜனநாதன் விஷமமாக.

உடனே ''கண்!கண்!'' என்று கூவிய அஞ்சுகோட்டையான், ''இதோ கண்டுபிடித்து விட்டேன்! இந்தப் பெரிய தேங்காயிலுள்ள மூன்று கண்களில் ஒன்று ஓட்டை செய்யப்பட்டு மெழுகாலும், வஜ்ரத்தாலும், சாந்துப் பொட்டாலும், அடைத்து வைக்கப்பட்டிருக்கிறது!'' என்று கொக்கரித்தான்.

அவ்வளவுதான் ஜனநாதனைத் தவிர அங்கிருந்த அனைவரும் திடுக்கிட்டார்கள். கலவரமடைந்த வீரசேகரனும் தாவிச் சென்று தேங்காய்களைப் பறித்துப் பரிசோதித்துப் பார்த்தான் ஒவ்வொரு தேங்காயின் குடுமிப்புறமும் ஒரு கண் ஓட்டை செய்யப்பட்டிருந்தது. தேங்காயின் உள்ளே எதையோ திணித்து வைத்துப் பிறகு எடுக்கப்பட்டதின் அறிகுறியாகத் தேங்காயின் தண்ணீரும் குறைந்து காணப்பட்டது. அந்த இளநீரையெல்லாம் நன்றாக வடிகட்டிப் பார்த்தபோது மெழுகின் துணுக்குகளும் சாந்துப் பொட்டு, வஜ்ரம் முதலானவற்றின் துணுக்குகளும் காணப்பட்டன. நுட்பமான ஓலைப் பிசிறு ஒன்றும் அகப்பட்டது.

''ஒவ்வொரு தேங்காயின் கண் வழியாகவும் ஒவ்வொரு சதியோலை கயிறுபோல் திரித்து நுழைக்கப்பட்டுத் தேங்காயினுள்ளே இரகசியமாகத் திணித்து வைக்கப்பட்டிருக்க வேண்டும்! அதனால் சதியோலையிலுள்ள எழுத்துக்கள் உருவில் பெரிதாகவும் எண்ணிக்கையில் சுருக்கமாகவுமே இருந்திருக்குமென யூகிக்கலாம்! தேங்காய்களில் ஓட்டை செய்திருப்பது பரிசோதகர்களின் கண்ணில் சரியாகப் படாதபடி மெழுகாலும் வஜ்ரத்தாலும் சாந்துப் பொட்டாலும் ஓட்டை கச்சிதமாக அடைக்கப்பட்டு ஏதோ சந்தனக்குப்பி தேங்காய்க் கூடைமீது கொட்டி விட்டது போலச் சந்தன்த்தையும் வாரித்தெளித்திருக்க வேண்டும்!'' என்று விவரிக்கலானான் அஞ்சுகோட்டையான்.

''ஒரு தேங்காயிலாவது ஓர் ஓலை கூட அகப்படவில்லையே!'' என்றான் வீரசேகரன்.

''எல்லா ஓலைத் துணுக்குகளையும் தேவி எடுத்துக்கொண்டிருப்பாள்; எடுத்த சுவடே தெரியாதவாறு மறுபடி ஓட்டைகளை மூடி மறைத்திருப்பாள்; வித்தியாப்பியாசம் முடிந்து பிள்ளையார் கோவிலின் முன் தேங்காய்களையெல்லாம் கல்லில் சிதறுகாய்களாக அடிக்கும்போது அதோடு விஷயமே உருத்தெரியாதபடி சிதறிவிடுமென நம்பியிருப்பாள்!'' என்றார் ஆடையூர் நாடாள்வார்.

அஞ்சுகோட்டையான் மிகுந்த பரபரப்புடன், ''உடனே நாம் சதியோலைகளைக் கண்டுபிடித்தே தீரவேண்டும். அதனால் சதித்திட்டங்கள் நிறைவேறாதபடி தடுக்க முடிவதோடு, சதியில் யார் யார் சம்பந்தப்பட்டிருக்கிறார்கள் என்பதையும் சுலபமாகக் கண்டுபிடித்து அவர்களையும் தீர்த்துக் கட்டி விடலாம். உடனே தேவியின் சிறைக்கூடத்தில் போய் பரிசோதித்துப் பார்த்தாலென்ன?'' என்றான்.

''போய்ப் பார்த்தால் உருப்படியாக எதுவும் அகப்படுமென எந்த முட்டாளும் எண்ணமாட்டான்! அபாயகரமான சதி ஓலைகளையெல்லாம் தேவி படித்தவுடனே தீயிலிட்டு எரித்திருப்பாள். அதற்குப் போதுமான நேரமும் சௌகரியமும் சிறைக்கூடத்தில் இருந்திருக்கிறது! தேவியின் குமாரனை நாம் மேளதாளத்தோடு அழைத்து வரும்போது, சிறைக்கூடத்திலுள்ள ஓர் அகல் விளக்கு அப்போதுதான் அணைக்கப்பட்டதுபோல புகை விடுவதைக் கவனித்தேன்! இப்போது சம்பவத்தோடு பிணைத்துப் பார்க்கும் போது அது என் கவனத்திற்கு வருகிறது! இந்நேரம் சதியோலைகளெல்லாம் கருகிச் சாம்பலாகிக் காற்றோடும் விளக்கெண்ணையோடும் கலந்து போயிருக்கும்! சதியோலைகளில் என்ன எழுதப்பட்டிருக்கும் என்பதை அஞ்சு கோட்டையான் எள்ளத்தனையும் அறிந்துகொள்ள முடியாது!'' என்றான் ஜனநாதன்.

''தேவியை விசாரித்து அதைத் தெரிந்துகொண்டு விடலாம்!'' என்றான் அஞ்சுகோட்டையான்.

''தேவி ஒருபோதும் உண்மையைச் சொல்லமாட்டாள்! அவளை இங்கே நாம் அடைத்து வைத்திருப்பதே அநியாயமென்று அவள் கருதும்போது, தன் சிறைமீட்சிப் படலத்திற்குரிய தந்திரோபாயத்தை அதர்மமெனக் கருதுவாள் என்று நாம் எதிர்பார்க்க முடியாது! தேவியைச் சித்திரவதை செய்து விஷயத்தைக் கக்க வைக்கலாம் என்றாலோ நம் வீரசேகரன் அனுமதிக்கமாட்டான்; நம் சோழ மகாராணியாரும் சம்மதிக்கமாட்டார்! இங்கு நடந்தது எதுவும் தேவிக்கு எட்டாதபடி செய்து தேவியின் நடவடிக்கைகளைக் கவனித்து வருவதே புத்திசாலித்தனமாகும்!'' என்றான் ஜனநாதன்.

மேற்கூறிய வாக்குவாதங்களையெல்லாம் கலவரத்துடன் கவனித்து வந்த சுந்தர ஜோசியர் கடைசியாகச் சிறிது நிம்மதியுடன் பெருமூச்சுவிட்டார்.

''கடைசியில் முடிவு என்ன?'' என்று ஆத்திரத்துடன் கேட்டார் ஆடையூரார்!

''முடிவென்ன? விஷயத்தை பிரமாதப்படுத்திய உம் அஞ்சு கோட்டையான் கடைசியில் ஒன்றுக்கும் பிரயோஜனமில்லாத முட்டாள் என்பதைத் தான் நிரூபித்துக்கொண்டான்!'' என்றான் ஜனநாதன்.

''ஓர் அதிகாரியை இன்னோர் அதிகாரி முட்டாள் எனக் கூறுவது சரியல்ல!'' என்றார் ஆடையூரார் எரிச்சலுடன்.

''அவரவருக்குரிய பட்டத்தைச் சொல்லிக் கூப்பிடுவதை மூன்றாவது மனுஷர் தடுக்கமுடியாது! நம் சோழிய அரசியல் சபை நடக்கும்போது மட்டுந்தான் பரஸ்பரம் கௌரவம் கொடுத்துப் பேச வேண்டும் என்பது மந்திராலோசனைப் பெருமக்களின் சபை விதி! உம்முடைய அஞ்சு கோட்டையானுக்கோ நம் அரசியல் சபையின் வாசற்படியில் நிற்பதற்குக்கூட அருகதை கிடையாது!'' என்றான் ஜனநாதன்.

மிகவும் வலியவனாகத் தோன்றும் ஜனநாதனின் ஏளனங்களெல்லாம் மிகவும் எளியவனாகத் தோன்றும் வீரசேகரன்மீதுதான் அஞ்சுக்கோட்டையானுக்கு ஆத்திரத்தைக் கிளப்பி விட்டன.

''அந்தக் கூடைக்காரியைக் கொண்டுவந்து என்னிடம் ஒப்படைக்கட்டும். அந்தச் சதிகாரியை சாகும்வரை சித்திரவதை செய்து விஷயத்தைக் கக்க வைக்கிறேன். சதித் திட்டங்களை யெல்லாம் கண்டு பிடிக்கிறேன். துரோகி யார் என்பதை உள்ளங்கை நெல்லிக்கனிபோல் நிரூபித்துக் காட்டுகிறேன்!'' என்று அஞ்சுகோட்டையான் வீரசேகரனை நோக்கிச் சீறினான்.

''அவள் சதிகாரியே இல்லை! சந்தேகத்திற்கிடமான தேங்காய்களைத் தூக்கி வந்தாளே தவிர அவளைச் சந்தேகப்படவே முடியாது!'' என்று கதறினான் வீரசேகரன்.

''தம்பி! புத்திசாலியான பெண் எவளையும் நம்பிவிடாதே! அந்தப் பெண்ணிற்காக நீ இவ்வளவு தூரம் உத்திரவாதம் அளிக்க முன் வந்தால் எந்தச் சமயமும் உன் தலைக்குத்தான் அபாயம் காத்திருக்கும்!'' என்றான் ஜனநாதன்.

''என்னிடம் நேர்மை இருக்கும் போது எதற்காக நான் அஞ்சவேண்டும்?'' என்று வீரசேகரன் குமுறினான்.

''வீரசேகரா! சதியில் அந்தப் பெண் சம்பந்தப்பட்டு இருக்க மாட்டாள் என எப்படி நீ நிச்சயமாகச் சொல்ல முடியும்?'' என்று அவனை விசாரிக்கத் தொடங்கிய காவற்படை அதிகாரியான ஏகவாசகர் கடுமையான குரலில் கேட்டார்.

''இல்லை! அதை நான் நிச்சயமாய்ச் சொல்லுவேன்! இன்று சி:றைக் கோட்டைக்கு வரவேண்டுமென அவள் அவ்வளவு கட்டாயமாக நினைக்கவில்லை. கடைசி நேரத்தில் வரமாட்டேன் என்று கூடச் சொன்னாள். தேவியைப் பார்க்கட்டும் என நான் தான் கட்டாயப்படுத்தி அவளை அழைத்து வந்தேன்!''

''அதெல்லாம் ஸ்திரீ சாகஸமாய் இருக்கும்! அவளே சதி ஓலைகளுள்ள தேங்காய்களைத் தயாரித்திருக்கலாம்!'' என்றார் ஏகவாசகர்.

''இல்லை! வீட்டைவிட்டு கிளம்பும் போது அவள் வெறுங்கூடையுடன்தான் புறப்பட்டாள். வரும் வழியில் தற்செயலாய் எதிர்ப்பட்ட தேங்காய்க்காரி ஒருத்தியை நிறுத்தி நான்தான் தேங்காய்கள் வாங்கி அவளுடைய கூடையில் போட்டேன். என் கண்ணெதிரே தேங்காய்களைத் தொடாமல் அவற்றில் ஒட்டை செய்து சதி ஓலைகளை அவள் திணித்திருக்க முடியாது!''

''அசோகவனக் கோட்டைக்கு வரும் வழியில் அவள் எங்காவது சிறிது நேரம் தேங்காய்களுடன் தனியாக இருந்தாளா?... அதாவது உன் கண்பார்வையில் இல்லாமல்?''

''இல்லை! தேங்காய்களை வாங்கிக் கூடையில் போட்டதிலிருந்து தேவியின் முன் கூடையை இறக்கும்வரை என்னைவிட்டு ஒருகணங்கூடப் பிரியவில்லை! இன்னும் சரியாகச் சொல்லப் போனால், அதற்கு பிறகும் அவள் தேங்காய்களைத் தொட்டது கூட இல்லை! காணிக்கைத் தட்டுகளில் நான்தான் தேங்காய்களை அடுக்கி வைத்து அவளிடம் கொடுத்துத் தேவியிடம் கொடுக்கச் சொன்னேன்!''

''அப்படியானால் ஏற்கனவே சதி ஓலையுள்ள ஐந்து தேங்காய்களை தயாரித்து ரகசியமாகத் தேங்காய்க்காரியின் கூடைக்குள் வேறு யாரோ சேர்த்திருக்கலாம். குறிப்பிட்ட அத்தேங்காய்களை நீ வாங்கும்படி உன் கூட வந்திருந்தவள் செய்திருக்க வேண்டும்!''

''இல்லை! என் கூட வந்தவள் குறிப்பாக எந்தத் தேங்காயையும் வாங்க சொல்லவே இல்லை. கடைத் தெருவிற்குப் போய் விலை மலிவாக வேறு தேங்காய்கள் வாங்கலாமென்று கூடச் சொன்னாள்?''

''ஐந்து தேங்காய்களையும் தேங்காய்க்காரியே உன்னிடம் பொறுக்கிக் கொடுத்தாளா?''

''இல்லை! நானாகத்தான் ஏதோ கைக்கு வந்தபடி அங்கொன்று இங்கொன்றுமாகத் தேங்காய்களைப் பொறுக்கிக் கொண்டேன்! அத்தனை தேங்காய்களுக்கு மத்தியில் சதி ஓலைகள் உள்ள ஐந்து தேங்காய்கள் மட்டும் எப்படி வரிசையாக என் கைக்கு வந்தன என்றுதான் ஆச்சரியமாக இருக்கிறது! மேலும் ஐந்து தேங்காய்கள்தான் வாங்கப் போகிறேன் என்று முன் கூட்டியே யாரிடமும் சொன்னதில்லை!''

''அப்படியானால் தேங்காய்க்காரியின் கூடையில் இருந்த அத்தனை தேங்காய்களும் ஓட்டை செய்யப்பட்டு ஒவ்வொரு தேங்காய்க்குள்ளும் ஒரே வாசகமுள்ள ஒவ்வொரு சதி ஓலை வைக்கப்பட்டிருக்கும்! நீ எந்தத் தேங்காயை எடுத்தாலும் அதற்குள் ஒரு சதி ஓலை இருக்கும்படி எதிரிகள் சதி செய்திருக்கிறார்கள். அந்தத் தேங்காய்க்காரியாவது சதி திட்டத்தில் நிச்சயம் சம்பந்தப்பட்டிருப்பாள். இல்லை மறைமுகமான கருவியாக பயன்படுத்திக் கொண்டிருப்பாள்!''

''ஆமாம்! அப்படித்தான் தோன்றுகிறது!''

அதற்குமேல் அஞ்சு கோட்டையான் குறுக்கிட்டான். ''ஆனால் சதிகாரி ஒருத்தியா இருவரா பலரா என்பது தெரியவில்லை. இங்கே கோட்டைக்குள் செல்வாக்குள்ள துரோகி ஒருவனும் இந்தச் சதித் திட்டத்தில் நிச்சயம் சம்பந்தப்பட்டிருப்பான். கோட்டைக்குள் அனுமதி ஓலையில்லாமல் நுழைந்த சிறுக்கியைக் கொண்டு வந்து சரியாக விசாரித்தால் எல்லாம் வெட்ட வெளிச்சமாகி விடும்!'' என்று அவன் கூச்சலிட்டான்.

''அவள் எதற்கு? நான் இல்லையா?'' என்று ஆத்திரத்துடன் வீரசேகரன் அவனோடு தாக்கிக்கலானான்.

''உன்னை வைத்துக் கொண்டு என்ன செய்வது? அவளை நேரில் விசாரித்தால்தான் விஷயமெல்லாம் வெளிப்படும். சதித் திட்டங்களில் நீ எவ்வளவு தூரம் நேர்முகமாகவோ மறை முக மாகவோ சம்பந்தப் பட்டிருக்கிறாய் என்பதும் தெரிய வேண்டும். அவளைக் கொண்டுவா! அப்புறம் நீ நடத்தும் பொய் நாடகம் என்ன ஆகிறதெனப் பார்! நான் சொன்னதையெல்லாம் உன் உள்ளங்கை நெல்லிக்கனி போல் நிருபித்துக் காட்டுகிறேன்!''

''என்னையுமா சதிகாரன் என்கிறாய்? கிராதகன்! உன் நாக்கு அழுகிப்போகும்!''

''பின்னே அந்தச் சிறுக்கியைக் காட்டிக் கொடுக்க ஏன் பயப்படுகிறாய்? அவளுக்கும் உனக்கும் என்ன சம்பந்தம்? அவளை ஏன் நீ பொருட்படுத்துகிறாய்?'''

அவள் என் நண்பர் ஒருவரின் நாயகி!''

''ஜனநாதன் ஒருவர்தான் உனக்கு நண்பராயிற்றே!'' என்று அஞ்சுகோட்டையான் ''ஹி...ஹி...ஹி'' என்று சிரித்தான்.

ஜனநாதன் சட்டென்று குறுக்கிட்டு ''அஞ்சுகோட்டையா, இது மாதிரியான விஷயம் என்றால் நீ கூட எவனுக்கும் வெகு

சுலபமாக நண்பனாகி விடலாம். உனக்கு எத்தனை ரகமான நாயகிகள் இருக்கிறார்களோ அத்தனை ரகமான நண்பர்கள் கிடைப்பார்கள்!'' என்றான்.

அங்கிருந்த எல்லோரும் ''கொல்''லென்ற சிரிப்பை வாய்க்குள்ளேயே அடக்கிக் கொண்டனர். அஞ்சு கோட்டையானின் முகம் அவமானத்தால் சுருங்கிவிட்டது.

''சதித்திட்டத்தைத் தடுப்பதற்கு வேண்டிய நடவடிக்கை எடுக்காமல் நாம் விளையாட்டாக இருக்கக் கூடாது. எந்தக் கணமும் ஏதோ ஒரு பெரிய விபரீதம் நடக்கப் போகிறது. ஏனெனில் நெஞ்சமுத்தக்காரர்களின் சதியில் மகாப் புத்திசாலி யொருவனும் சம்பந்தப்பட்டிருப்பான் எனச் சந்தேகிக்கிறேன்!'' என்றார் ஆடையூரார்.

''அனுமதி ஓலையில்லாமல் ஒரு சதிகாரியைக் கூட்டிவந்து விட்டு இப்போது அவளைக் காட்டிக் கொடுக்கவும் வீரசேகரன் மறுக்கிறான். இது சாதாரண ஒரு சேவகன் செய்திருந்தால் அவனுக்கு உடனே சிரச்சேதம் விதித்திருப்பீர்கள்! செல்வாக்குள்ள ஒரு சோழ அதிகாரி செய்திருப்பதால் சதியைத் தடுக்கும் சிரத்தைகூட எடுத்துக் கொள்ளாமல் விட்டுவிடுவீர்கள்.

அதிகார பூர்வமாக நீங்கள் என்னதான் கட்டளையிட்டாலும் அந்தச் சதிகாரியின் பெயரை வீரசேகரன் சொல்லக்கூட மறுத்து விடுவான். இதை நான் நிச்சயமாகச் சொல்வேன்!'' என்றான் அஞ்சுகோட்டையான்.

விஷயம் விபரீதமான திசையில் திரும்புவதைக் கண்ட காவற்படை அதிகாரியான ஏகவாசகர் தம் முகத்தைக் கடுமையாக்கிக் கொண்டு வீரசேகரனை நோக்கிப் பின்வருமாறு கூறினார்.

''வீரசேகரா! வீணாக உன் உயிருக்கு அபாயத்தைத் தேடிக் கொள்ளாதே, அரசியல் சதிகளைக் கண்டு பிடிப்பதற்குத் தேவையான செய்திகளைச் சொல்ல மறுப்பது தேசத் துரோகத்தை விடக் கொடியகுற்றமாகும். அந்தக் குற்றத்திற்காகக் கழுதைமேலேற்றி ஊர்வலம் வரச்செய்து கடைசியில் மரண தண்டனை கூட விதிக்கப்படலாம்!

இப்போது உனக்குக் கட்டளையிடுகிறேன்! சொல்! நீ கூட்டிவந்த அந்த இளம் பெண் யார்? அவள் பெயரென்ன? அவளுடைய வீடு எங்கிருக்கிறது? சொல்!

அத்தியாயம் 52

மன்மதனார் மாயம்!

எல்லியாமத்து இருளூடே
ஒளி அம்புஎய்யும் மன்மதனார்
உனக்கு இம்மாயம் உரைத்தாரோ?

- கம்ப ராமாயணம்

மனம் சிறிதும் தளராமல் வீரசேகரன் நன்றாக நிமிர்ந்து ஏகவாசகரைப் பார்த்துக் கம்பீரமான குரலில் பின்வருமாறு சொன்னான்.

''இப்போது தங்களுடைய கேள்விக்குப் பதில் சொல்ல முடியாத நிலையில் இருக்கிறேன். என் உயிர் போனாலும் அவள் யாரென்பதை சொல்லமாட்டேன். யாரும் அவளைத் தேடிக் கண்டுபிடிக்கவும் விடமாட்டேன்!''

''ஏன்? ஏன்?''

''நான் உத்தம வீரனென்றால், அரசாங்க விதிகளின் கௌரவத்தைக் காப்பாற்றுவது போல், ஓர் அபலையின் உயிரையும், அவளுடைய குடும்ப கௌரவத்தையும் காப்பாற்றுவது முக்கியமாகும்!''

''அவளைக் காவலில் வைத்து விசாரிக்கத்தான் விரும்புகிறோமே தவிர அவளுடைய உயிரை ஒன்றும் செய்துவிடமாட்டோம்!''

''அவ்வாறு அரசர் பெருமானின் ஆணையுடன் நீங்கள் உறுதிப்பட்டயம் எழுதிக் கொடுத்தாலும் அது நடைமுறையில் எவ்வாறு அனுசரிக்கப்படும் என்பது எனக்கு ஓரளவு தெரியும். குயுக்தியில் வல்லவர்களான சில விரோதிகள் எனக்கு இங்கு இருக்கிறார்கள். என்னோடு சம்பந்தப்பட்டவள் என்பதற்காகவே ஒரு சூதுவாதும் தெரியாத ஓர் அபலையை அவர்கள் சித்திரவதை செய்வார்கள். அவளுடைய குடும்பத்தையும் மானத்தையும் சீரழிப்பார்கள். அவளை மன்னிக்கும்படி நான் கோரி, சோழ மகாராணியாரிடமிருந்து சம்பிரதாயமாக உத்தரவு ஓலை வந்து சேருவதற்குள் அந்த அபலையை மறைமுகமாகவோ,

நேர்முகமாக்வோ கொன்று விடுவார்கள்! என்னை நம்பியவள் ஒருத்தி நாசமானாள் என்பதை எண்ணி எண்ணியே நான் உருகிச் சாகவேண்டுமென என் எதிரிகள் விரும்புவார்கள்!''

அஞ்சு கோட்டையான் ஆத்திரத்தோடு துள்ளி, ''ஜனநாதரின் சினேகம் இருக்கிறது என்கிற தைரியத்தால்தான் வீரசேகரன் இவ்வளவு திமிராகவும், தந்திரமாகவும் பேசுகிறான்!'' என்றான்.

ஜனநாதன் சட்டென்று சிரித்து, ''எவரையும் நண்பனென நிச்சயிக்க இந்த ஜனநாதன் விடுவதில்லை! சந்தர்ப்பத்திற்கு ஏற்றபடி ஆடையூர் நாடாள்வார் தம் ஆடைகளை மாற்றிக்கொள்வது போலவும், அஞ்சு கோட்டையான் தன் ஆசை நாயகிகளை மாற்றிக் கொள்வது போலவும் நானும் என் நண்பர்களை மாற்றிக் கொள்வேன். அஞ்சுகோட்டையான்! தேவைப்பட்டால் நீ கூட என் நண்பனாகலாம். அதற்கொன்றும் அதிகப் புத்திசாலித்தனம் வேண்டுமென்பதில்லை!'' என்றான்.

கிழவர் ஏகவாசகர் அதிகார பூர்வமாகக் கனைத்துக் கொண்டே, ''வீரசேகரா! அப்படியானால் தேங்காயின் ஓட்டைகளில் எந்தவிதமான சதித்திட்டமும் இராது என்பது உன் அபிப்பிராயமா?'' என்று கேட்டார்.

''இல்லை! தேங்காய்களில் நிச்சயம் சதித்திட்டம் இருந்திருக்கிறதென நான்தான் அதிகம் நம்புகிறேன். அதைத்தடுக்க வேண்டிய பொறுப்பும் எனக்குத்தான் அதிகம் உண்டு. என்னிடம் தேங்காய்களை விற்ற அந்தச் சதிகாரியைக் கண்டு பிடித்தால்தான் எல்லாம் வெளியாகும்!'' என்றான் வீரசேகரன்.

''அப்படியொரு தேங்காய்க்காரி இருந்தாலல்லவா? அவளைக் கண்டுபிடிக்க முடியும்! தன்னுடன் வந்த மருக்கொழுந்துக்காரியைக் காப்பாற்ற வேண்டுமென் பதற்காக வீரசேகரன் புதிதாக ஒரு தேங்காய்க்காரியைச் சிருஷ்டி செய்து கொள்ளுகிறான். அவனுடைய கற்பனையிலுள்ளவளை எப்படிக் கடைத்தெருவில் கண்டுபிடிக்க முடியும்?'' என்றார் ஆடையூர் நாடாள்வார்.

''அந்தத் தேங்காய்க்காரியை உனக்குத் தெரியுமா?'' என்று கேட்டார் ஏகவாசகர்.

''தெரியாது! அவ்வளவு குறிப்பாக நான் அவளைக் கவனிக்கவில்லை. ஆனால் என் கண்முன் கொண்டு வந்து நிறுத்தினால் ஒருவேளை அடையாளங் கண்டு கொள்ள முடியும்!'' என்றான் வீரசேகரன்.

அதற்குமேல், "அவளுடைய உயரம் நிறம் முதலான அடையாளங்கள் என்ன?" என்று ஜனநாதன் விசாரித்துக் கொண்டு, தன்னுடைய பிரதம ஒற்றனை வரவழைத்து அவளைப் பற்றிய தகவல்கள் கொடுக்கும்படி கட்டளையிட்டான்.

அன்று மாலை அந்தப் பிரதம ஒற்றன் வந்து "இரட்டைத் தென்னமரம் உள்ள குடிசையே மதுரையில் கிடையாது. மருக்கொழுந்தோ தேங்காயோ கூவி விற்கும் எந்த அங்காடிக்காரியும் இன்று காலையில் எந்தத் தெருவிலும் நடமாடியதாகத் தெரியவில்லை. மத்திய உயரமும் மாநிறமும் மஞ்சள் பூசிய முகமுமுள்ள பெண்கள் மதுரையில் ஆயிரத்திற்கு மேல் உண்டு! விசாரணைக்குரிய தேங்காய்க்காரியை இனிமேல் யாராவது உண்டு பண்ணினால்தான் உண்டு!" என்று சபையினருக்குத் தகவல் கொடுத்தான்.

வீரசேகரனுக்குத் தூக்கிவாரிப் போட்டது. அவனைக் குறிப்பாகப் பார்த்த ஜனநாதன், "தம்பி! தேங்காய்க்காரி விஷயம் நிஜந்தானா?" என்று கேட்டான்.

"உண்மைதான், நான் பொய் சொல்லவில்லை!" என்று பரிதாபமாகக் கூறினான் வீரசேகரன்.

அஞ்சுகோட்டையான் "ஹி ஹி ஹி" என்று சிரித்து, "அப்பொழுதே நான் சந்தேகித்தது இப்போது ஊர்ஜிதமாகி விட்டது. சதிகாரியைக் காப்பாற்றுவதற்காக இந்த அதிகாரி துணிந்து புளுகுகிறான். தேங்காய்க்காரி விஷயமே சுத்தப் பொய்!" என்று கத்தினான்.

வீரசேகரனின் ஆத்திரமும், உணர்ச்சிகளும் உச்ச நிலையை அடைந்து விட்டன. தன் உடைவாளை உருவி அதன்மீது ஆணையிட்டு பின்வருமாறு பிரதிக்ஞை செய்தான்.

"மூன்று தினங்களில் அந்தச் சதிகாரியான தேங்காய்க்காரியை கொண்டுவந்து விசாரணைச் சபைமுன் நிறுத்தாவிட்டால் என்னையும் சதிகாரன் எனக் குற்றம் சாட்டி அஞ்சு கோட்டையான் இஷ்டப்படும் எந்தத் தண்டனையையும் என்மீது விதித்து உடனே சிறிதும் கூசாமல் அதை நீங்கள் நிறைவேற்றி விடலாம் என்றான்!"

"வீரசேகரா! ஜாக்கிரதை மூன்று தினங்களில் தேங்காய்க்காரி அகப்படாவிட்டால், நீ அரசாங்கப் பதவியிலிருந்தே விலக்கப்படலாம். நானே அதை வற்புறுத்துவேன்! ஜாக்கிரதை!" என்றான் ஜனநாதன்!

‘‘மரண தண்டனைதான் அந்த வாயாடிக்கு விதிக்க நான் இஷ்டப்படுவேன்!’’ என்று அஞ்சு கோட்டையான் பயங்கரமான குரலில் உறுமினான்.

‘‘ஒரு விஷயம் முடிந்தது! தேங்காய்களின் ரகசியச் சதித்திட்டத்தைத் தடுப்பதற்கு நாம் தற்காலிகமாக ஏதாவது நடவடிக்கை எடுக்க வேண்டாமா?’’ என்று கேட்டார் ஆடையூரார்.

‘‘அது அவசரமானதுதான்! தேங்காயின் சிறு ஓட்டைக்குள் பெரிய எழுத்துக்கள் உள்ள சிறு ஓலை நறுக்குகள் திணிக்கப்பட்டிருக்கும் என்றால் இரண்டே வார்த்தைகளில் தேவி புரிந்து கொள்ளும்படியான அளவிற்கு அது ஒரு பகிரங்கச் சதியாக இருக்குமெனவும் நாம் யூகிக்கலாம்! கோட்டைக்கு உள்ளேயோ வெளியேயோ உள்ள சில துரோகிகள் திடீரெனத் தாக்கித் தேவியையும் குமாரனையும் ஒருங்கே சிறை மீட்பதற்கு அவ்விருவரும் குறிப்பிட்ட நாழிகையில் குறிப்பிட்ட விதமாகத் தயாராக இருக்க வேண்டும் என அறிவிக்கும் ஓலையாகவும் அவை இருக்கலாம்! அவ்வாறு யூகிப்பதுதான் புத்திசாலித்தனம் என்றால், தேவியையும், குமாரனையும் உடனடியாகப் பிரித்து தாயையும் மகனையும் வெவ்வேறு சிறையில் அடைத்து வைப்பதுதான் புத்திசாலித்தனம் ஆகும். அதுவும் முக்கியமாக இரவு நேரத்தில் தேவியும் குமாரனும் சிறைக்கூடத்தில் ஒன்றாகப் படுத்துறங்கக் கூடாது!’’ என்றான் ஜனநாதன் விஷமப் புன்னகையுடன்.

‘‘அவ்வாறு செய்வது தேவியின் உயிரையே பிரிப்பது போல் ஆகும் என்றாலும் அதில் எனக்கு ஆட்சேபணை இல்லை. தேவி உயிரோடு இருக்கவேண்டுமா என்கிற விஷயமும் இன்னும் மூன்று நாட்களில் தெரிந்து விடும்!’’ என்றான் வீரசேகரன்.

அதற்குமேல் ஆக வேண்டிய காரியங்களையெல்லாம் பார்த்து விட்டு அதிகாரிகள் அனைவரும் கலைந்து போகும்போது தனியாகத் தலைகுனிந்து செல்லும் வீரசேகரனிடம் ஜனநாதன் வந்து ‘‘தம்பி! உன் தேங்காய்க்காரி விஷயத்தை நான் நம்பாதது போலவே என்னுடைய நட்பின் போக்கையும் நீ நம்பியிருக்க மாட்டாய்!’’ என்றான்.

‘‘ஆமாம்! உன் சுபாவமே அப்படித்தான்’’

‘‘நீ கூட்டி வந்த மருக்கொழுந்துக்காரி உன்னுடைய உயிரை விட மேலானவளா? அவ்வளவு தூரம் உனக்கு நம்பிக்கை ஏற்படும்படி அவள் உன்னை மருக வைத்து விட்டாளா?’’ என்று விஷமச் சிரிப்புடன் கேட்டான் ஜனநாதன்.

''நிரபராதி ஒருத்தி வேதனைப்படுவதை என்னால் சகிக்க முடியாது.''

''தம்பி! எளியவள் பெண் என்று மிகவும் நீ இரக்கப் படுகிறாய். நட்டநடுநிசியில்தான் மன்மதனின் அம்பு உனக்கு இதமாக இருக்குமே தவிர, பட்டப்பகலில் உன் இருதயத்தைத் துளைக்கும்!''

''நீ என்ன சொல்கிறாய், ஜனநாதா?'' என்று வீரசேகரன் திடுக்கிட்டுக் கேட்டான்.

''தம்பி! மருக்கொழுந்துக்காரிக்காக மாயமாக ஒரு தேங்காய்க்காரியைச் சிருஷ்டித்தாயே, அந்தச் சமயோசித உபாயம் உனக்குச் சொல்லிக் கொடுத்தது யார்? ஒரு வேளை உனக்கு மன்மதனார் இந்த மாயம் உரைத்தாரோ!'' என்று சிரித்தான் ஜனநாதன்.

''எனக்குச் சிருஷ்டிக்கவும் தெரியாது. அழிக்கவும் தெரியாது'' என்றான் வீரசேகரன் உறுதியான குரலில்.

''தம்பி! தேங்காய்க்காரியைக் கொண்டு வந்து நீ விசாரணை சபைமுன் ஒப்படைக்கவே முடியாது! உடனடியாக நீ அரசியல் பதவியிலிருந்து விலகச் சம்மதித்தால் உன்னுடைய உயிரைக் காப்பாற்றிக் கொள்ளலாம்!''

''அதற்கு என் உயிரே போனாலும் சம்மதிக்கமாட்டேன் என்பது உனக்குத் தெரியும். என்னை ஏன் அரசியல் பதவியிலிருந்து நீக்கிவிட விரும்புகிறாய்? தேவியையும், குமாரனையும் உடனடியாக நீ ஏன் பிரித்தாய்? முக்கியமாக இரவு நேரத்தில் தேவி தனியாக இருக்க வேண்டுமென ஏன் விரும்புகிறாய்? வெளிப்படையாகச் சொன்ன காரணங்களைத் தவிர நிச்சயம் உனக்கு ஏதாவதோர் உள்நோக்கம் இருக்கும்! அது என்ன?'' என்று கேட்டான் வீரசேகரன்.

''தம்பி! எல்லாம் மனமதனார் மாயத்திற்காகச் செய்யப்படும் உபாயந்தான்!'' என்று ஜனநாதன் விஷமமாகச் சிரித்துக்கொண்டே மெல்ல நழுவி மறைந்தான்.

வீரசேகரனின் முகம் வெளுத்தது.

அத்தியாயம் 53

கனல் கண்ணாள்

போவதின் மேலே வழி நின்றாள்
தூணாம் என்னும் தோளுடையானைக்
காணாவந்தாள் கட்செவி என்னக் கனல் கண்ணாள்

— கம்ப ராமாயணம்

மதி குழம்பியவனாக அசோகவனக் கோட்டையிலிருந்து வந்த வீரசேகரன், சிவகாமியின் முகத்தில் விழிக்க விருப்பமில்லாதவனாக நேரே தன் பாசறைக்குச் சென்று குதிரை மீதேறி மனம் போனபடி தெருக்களில் அலைந்தான். இருட்டிய பிறகு பெருமாள் கோவிலில் பிரசாதங்கள் வாங்கிச் சாப்பிட்டுவிட்டு மறுபடியும் அசோகவனக் கோட்டைக் காவலுக்குக் கிளம்பினான்.

''ஊர்மிளா பத்திரமாக வீடுபோய்ச் சேர்ந்திருப்பாளா'' என்று அவனுக்குப் போய்ப் பார்க்கவேண்டும் போலிருந்தது. ஆனால் ஒற்றர்கள் தன்னைப் பின் தொடர்ந்து வந்து ஊர்மிளாவின் வீட்டை தெரிந்து கொண்டு விடுவார்களோ என்கிற பயம் தோன்றி அவனுடைய ஆவலை அடக்கி விட்டது. தேங்காய்க்காரியை மூன்று தினங்களுக்குள் கண்டு பிடித்தால்தான் அவள் மீதுள்ள பழியும் தன் தலைக்குள்ள அபாயமும் நீங்கும் என்பதை அவன் நன்றாக உணர்ந்தான். ஆனால் மகேந்திர ஜாலம்போல் சில நாழிகைக்குள் மாயமாய் மறைந்துபோன சதிகாரியை எங்கே எப்படிக் கண்டு பிடிப்பதென்றே அவனுக்குப் புரியவில்லை. ஊர்மிளாவை எந்தச் சதியிலும் சம்பந்தப்படுத்திப் பார்க்கவும் அவனுடைய உள்ளம் இடந்தர மறுத்து விட்டது. ஊர்மிளா தன் வீட்டைவிட்டுக் கிளம்பி அசோகவனக் கோட்டை யிலிருந்து தப்பி வரும் வரை அவள் நடந்து கொண்ட ஒவ்வொரு போக்கையும் நினைத்துப் பார்க்கும் போது அவள் சூதுவாது ஒன்றும் தெரியாதவள் என்றே அவனுக்குப் பட்டது. அவனோடுகூட வரும்போது அவளுடைய கருவிழிகளில் ததும்பி நின்ற பாசப் புன்னகைகளெல்லாம் அவன் மனக்கண்முன் நின்று அவனுடைய ஏக்கத்தை அதிகப்படுத்தின. அவளுக்காகத் தன் தலையைப்

பறி கொடுத்தாலாவது அவளுடைய இருதயம் முழுசாகத் தனக்குக் கிடைக்காதா, இறந்தும் இறவாதவனாக அவளுடைய உணர்ச்சிகளில் வாழ்ந்து கொண்டிருக்கலாமே என்றெல்லாம் எண்ணினான்.

அவன், தேவியின் சிறைக்கூடத்தை அணுகியபோது, அங்கே அவனுக்கு முன்பாகவே காவலுக்குச் சிவகாமி வந்திருந்தாள். பஞ்சவர்ண ஆடைகளைப் பகட்டாக அணிந்துகொண்டு வந்திருந்த அவள், நாக சர்ப்பங்களும் கண்டு அஞ்சும்படியான கருடனைப்போல வேகத்துடன் காணப்பட்டாள். அவளுடைய கால்களின் சிலம்பொலிகள் சிறைக்கோட்டத்தின் இருளையும் கீறிக்கொண்டு அச்சத்தை மூட்டுவனவாக இருந்தன. அவளுடைய தேகமெல்லாம் வியர்த்துக் கொட்டின. கண்கள் கனல் கக்கின. சூரியனைக் கவ்விப் பிடிக்க முயலும் இராகுவைப் போல எதிரே வரும் வயிரத்தோளனை ஒருகணம் உற்றுப் பார்த்தாள். அவளுக்கு எல்லா விஷயங்களும் தெரிந்திருக்கும் என்பதை யூகித்துக் கொண்ட வீரசேகரன் சிவகாமியின் முகத்தைக் கம்பீரமாகவே ஏறிட்டுப் பார்த்தான்.

"வீரசேகரா! எனக்குத் துரோகம் செய்ய நினைத்தாய்! அந்தப் பாவந்தான் உன் தலைக்கு அபாயமாக வந்து விடிந்திருக்கிறது! உன்னை மயக்கி வஞ்சிக்கும் அந்தச் சதிகாரியைக் கொண்டு வந்து உடனே ஒப்படைத்துவிடு!" என்று சிவகாமி கிரீச்சிட்டாள்.

"அவள் சதிகாரியுமல்ல; வஞ்சகியுமல்ல! அதனால்தான் நான் அவளைக் கொண்டு வந்து பழிகாரர்களிடம் ஒப்படைக்கவில்லை!" என்றான் எரிச்சலுடன் வீரசேகரன்.

"அந்தச் சிறுக்கிக்கு ஒரு புருஷன் இருக்கிறானாமே! புருஷனையே வஞ்சிக்கிறவள் யாரைத்தான் வஞ்சிக்க மாட்டாள்? அவளுக்காக உன் தலையைப் பறிகொடுக்கப் போகிறாயா?"

"ஆமாம்?"

"ஆ! இப்படி உதாசீனமாக என்னிடமே பேசும் துணிச்சல் உனக்கு எங்கிருந்து வந்தது? அந்தக் குடிகெடுக்கி உன் குணத்தையே மாற்றிவிட்டாளா?.... வீரசேகரா!.... அனாதையாகக் கிடந்த உன்னை எடுத்து வளர்த்து இவ்வளவு அருமைபெருமையாக உன்னத ஸ்திதிக்குக் கொண்டு வந்தேனே! இப்போது என்னிடமிருந்து உன்னை இன்னொருத்தி பறித்துக் கொண்டுபோக விடுவேனா? மாட்டேன்! மாட்டேன்!" அந்தமேனி மினுக்கி மட்டும் இப்போது என் கையில் அகப்பட்டால்... என்று சிவகாமி பற்களை "நறநற"வெனக் கடித்தாள்.

‘‘அவள் உன் கையில் அகப்படவே மாட்டாள்!’’

‘‘ஏன் அகப்படமாட்டாள், ஊர்மிளா என்ற அந்தச் சிறுக்கியை இந்தச் சிறைக் கோட்டைக்குள்தான் எங்கோ ரகசியமாகப் பதுக்கி வைத்திருக்கிறாயாமே?’’

‘‘யார் ஜனநாதன் சொன்னானா? உன்னை எதற்காக இப்படி ஜனநாதன் தூண்டி விடுகிறான்?’’

‘‘இரவு நேரங்களில் என்னையும் தேவியோடு சிறைக்கூடத்திற்குள் வைத்துப் பூட்டிவிட்டு நீ அந்தக் கிராதகியோடு ரகசியமாகக் கொஞ்சிக் குலாவ மெல்ல நழுவி விடுவாயாம்!’’ என்று சீறினாள் சிவகாமி அவளுடைய குரலில் அருள் என்பதே சிறிதும் இல்லை!

வீரசேகரன் மௌனமாகச் சிந்தனையில் ஆழ்ந்தான்.

இரவுக் காவலுக்கு ஆட்கள் மாறும் நேரம் வந்தது தேவியின் சிறைக்கூடத்திலிருந்து பகற் காவல்காரி வெளியே போனதும் வழக்கம்போல் அதன் உட்புறம் சிவகாமி போய் இராமல் சிறைக் கதவை வெளிப்புறம் பூட்டிக்கொண்டு, கதவின் இரும்புக் கம்பிகள் மீது சாய்ந்தவண்ணம் உட்கார்ந்தாள்.

‘‘சிறைக்கூடத்தில் தேவி தனியாக இருப்பாளே? உள்ளே பூஜையறையில்தான் தேவி படுப்பது வழக்கமாகையால் உள்ளே என்ன நடக்கிறது என்பது இங்கிருந்து பார்த்தால் ஒன்றும் தெரியாதே...?’’ என்று கலவரத்துடன் வீரசேகரன் கேட்டான்.

‘‘உள்ளே என்ன நடந்தாலென்ன? தேவி தப்பியோட வேண்டுமென்றால் இங்கே வாசல் வழியாக நம்மைத் தாண்டிக் கொண்டுதானே ஓடமுடியும்? நான் இரவு முழுதும் கண்விழித்திருந்து இந்தக் கம்பிகளின் வழியாக உள்ளேயே கவனித்துக் கொண்டிருக்கிறேன். உள்ளே ஏதாவது சப்தம் கேட்டால் உன்னை எழுப்புகிறேன். என் அருகில் நீ கவலையில்லாமல் தூங்கு!’’ என்றாள் சிவகாமி.

‘‘இப்போது ஆறுதலுக்குக்கூடத் தேவியின் அருகே தேவியின் குமாரன்கூட இல்லையே? குமாரனைத்தான் ஜனநாதன் தந்திரமாக வேறு சிறையில் பிரித்துவைத்து விட்டானே! உள்ளே தேவிக்கு ஏதாவது தேவைப்பட்டால்...’’

‘‘தேவைப்பட்டால் நம்மை வந்து கூப்பிடட்டுமே! அதற்காக நானும் போய் அவளுடன் சிறைக்குள் அடைந்து கிடக்க முடியுமா?

உன்னோடுதான் சிறைக்கு வெளியே நான் காவலிருப்பேன்!'' அதைச் சொல்லும்போது சிவகாமியின் குரலில் இருந்த வேகம் அவளுடைய உடம்பிலிருந்தும், கூந்தலிலிருந்தும் வரும் வாசனை திரவியங்களுக்குக்கூட இல்லை.

''சிவகாமி! நீ எதற்காக இந்தத் தந்திரம் செய்கிறாய் என்பது எனக்குத் தெரியும்!'' என்றான் வீரசேகரன் நெஞ்சு அடைக்கப் பலஹீனமான குரலில்.

''இல்லை, வீரசேகரா உன்னைத் தொந்தரவு செய்யமாட்டேன்! நீ பேசாமல் என் அருகில் இருந்தாலே போதும்!'' என்று சிவகாமி பரிதாபமாகக் குரல் விம்மக் கூறினாள்.

''இன்னும் இரண்டுநாள் வரைதானே உன் பிடுங்கல்! அதற்கப்புறம் என் தலையை நீ காப்பாற்ற முடியாது! எனக்கு நிம்மதி கிடைத்துவிடும்!''

''வீரசேகரா! நீயே செய்யக்கூடாத ஒரு காரியத்தைச் செய்தாய். நானும் செய்யக்கூடாத காரியத்தைச் செய்தால் உன்னைக் காப்பாற்ற முடியும்! உன்னை அடைவதற்காக நான் எந்தப் பயங்கரமான பாவத்தையும் செய்வேன்!'' என்றாள் சிவகாமி இராட்சஸி போல் உறுதியான குரலில்.

வீரசேகரனின் முகம் வெளிறியது!

சிறைக்கூடத்தில் தேவி தனியாக இருக்கும்படி ஜனநாதன் ஏன் சூழ்ச்சி செய்திருக்கிறான்? குலோத்துங்க சோழச் சக்கரவர்த்திகள் ரகசியமாகத் தேவியின் சிறைக் கூடத்திற்குள் வரும் முயற்சி நடைபெறுகிறதோ? இன்றிரவோ, நாளையிரவோ எந்தக் கணமும் சக்கரவர்த்திகள் விபரீத ஆசையுடன் வரலாம்! அப்படியானால் தேவியின் பிராணத் தியாகத்திற்கு எந்தக் கணமும் விஷதானம் கொடுக்கத் தன் கையில் தயாராக விஷப்பொடியுள்ள மோதிரத்தை வைத்திருக்க வேண்டும். தேவியின் சிறைப்புறம் குலோத்துங்க சோழச் சக்கரவர்த்திகளின் காலடியோசை கேட்டவுடனே அந்த விஷ மோதிரத்தைத் தேவியிடம் விட்டெறிந்து விடவேண்டும், அல்லது சிறைக்குள் பாய்ந்து தேவியைக் கொன்றுவிடவேண்டும்....! என்றெல்லாம் வீரசேகரன் சிந்திக்கலானான். அந்தச் சந்தேகத்தோடு அன்றிரவு முழுவதும் சிறைக் கூடத்திற்குள்ளேயே கண்கொட்டாமல் கவனித்துக் கொண்டிருந்தான். சிவகாமியோ அவனுடைய கழுத்தைக் கெட்டியாகப் பிடித்த வண்ணம் அரைகுறையான தூக்கத்தில் என்னென்னவோ முனகிக் கொண்டேயிருந்தாள்.

அத்தியாயம் 54

எவ்வழி?

அனுகலாம் வகை
எவ்வழி என்பதை உணர்வின் எண்ணினான்
செவ்வழி ஒதுக்கினன்.

— கம்ப ராமாயணம்

மறுநாள் பொழுது விடிந்ததும் பிள்ளையார் கோயிலுக்கு வீரசேகரன் வந்து சுந்தர ஜோஸியரோடு பேசிக் கொண்டிருந்தபோது தன் சந்தேகங்களை யெல்லாம் அவரிடம் விவரித்தான்.

"வீரசேகரா! நிராதரவான தேவியைக் கொன்றுவிடப் போகிறாயா?" என்று சுந்தர ஜோசியர் தழதழக்கும் குரலில் கேட்டார்.

"ஆமாம்! உயிரைவிட மானம் உயர்ந்தது என்று தேவி மதிப்பவளாதலின் அவ்வாறு செய்வதைத்தவிர வேறு வழியில்லை! இரண்டு தினங்களுக்குள் சதிகாரியான தேங்காய்க்காரியை நான் கண்டுபிடித்து என் தலையைக் காப்பாற்றிக் கொள்ள வேண்டும்? வீரபாண்டியனையும் சிறைப்படுத்தித் தேவியோடு ஒன்றாகச் சிறைக்குள் அடைக்க வேண்டும்! இவ்விரண்டும் எளிதாக நடைபெறக் கூடிய காரியங்களா...? ஜோசியரே! எங்கள் சக்கரவர்த்திகள் எந்தக் கணம் தேவியின் சிறைக்கூடத்திற்குள் எப்படி வருவாரெனச் சொல்ல முடியாது. அதனால் தேவியின் பிராணத்தியாகத்தை எந்தக் கணமும் நாம் எதிர்பார்த்திருப்பதைத் தவிர வேறு வழியில்லை! அவ்வாறு தேவி போய்விடுவாளே யானால் தாயற்ற குமாரனுக்கு நீர்தான் தந்தையாக இருந்து ஆறுதல் அளிக்க நேரிடும்!" என்று வீரசேகரன் மனமுடைந்த குரலில் சொல்லி விட்டுப் போனான்.

அவன் போனதும் சுந்தர ஜோசியர் தம் நிதானத்தை இழந்துவிட்டார். "தேவியை உடனடியாகக் காப்பாற்றியாக வேண்டும்; அல்லது தேவியைக் கடைசியாக ஒரு தடவையாவது அன்றிரவுக்குள் சந்தித்துவிட வேண்டும்!" என்று அவர் தீர்மானித்துக்கொண்டார். அதற்கு வசதியாக முந்திய இரவில் அவர் செய்த ஒரு காரியம் நினைவிற்கு வந்தது.

வித்தியாப்பியாசம் முடிந்ததும் முந்தைய இரவில் படுத்துறங்குவதற்காகப் பிள்ளையார் கோவிலின் உட்புறக் கதவை ஜோசியர் தாளிட்டுக்கொண்டார். ஆனால் அவர் இரவு முழுவதும்

படுத்துறங்கவேயில்லை. பிள்ளையாரின் பீடத்துக்கு அருகே தளவரிசையிலுள்ள ஒரு சிறு கல்லை எழுத்தாணியின் உதவியைக் கொண்டு ஓசைப்படாமல் பெயர்த்தெடுப்பதிலே ஈடுபட்டிருந்தார்!

மதில் அரண்களின் ஒரு மூலைப்புறமுள்ள அந்தப் பிள்ளையார் கோவிலுக்கும் பிரதானச் சிறை கோட்டத்திலுள்ள இருப்பறைக்கும் ஒரு சுரங்க வழி இருந்தது. அந்தச் சிறைக் கோட்டையானது சுந்தர ஜோசியர் வீரபாண்டியச் சக்கரவர்த்திகளாக அரசாண்ட காலத்தில் பொன் நாணயங்கள் தயாரிப்பதற்காகவும், அரசாங்கக் கருவூலமாகவும் உபயோகப் படுத்தப்பட்டு வந்தது. செலாவணி போக அரசாங்கத்திற்கு மூலாதாரமான பொன் நாணயங்களை நிரந்தர இருப்பாகச் சேகரித்து வைக்கும் சேமிப்பு கிடங்காகவும் மூல பண்டகமாகவும் விளங்குவதற்கு இருப்புப் பாளங்களோடு கூடிய பத்திரமான இருப்பறை ஒன்று சிறைக்கோட்டத்தின் நான்காவது அடுக்கில் கட்டப்பட்டிருந்தது. அந்த விசாலமான இருப்பறையின் ஒரு மூலையிலுள்ள பூஜை அறைக்கும், பிள்ளையார் கோவிலுக்கும் ரகசியமான சுரங்கவழியொன்று அமைக்கப்பட்டிருந்தது. பகைவரோ, கலகக்காரர்களோ, உள்ளே தொழிலாளிகளுக்கு மத்தியில் கொள்ளைக் கூட்டத்தினரோ இருப்பறையிலுள்ள சேமிப்பு நிதிகளைச் சூறையாடி நாட்டின் பொருளாதார நிலையைச் சீர்குலைக்க முனையலாம், எதிரிகளால் ஏற்படக்கூடிய அந்த நெருக்கடி தீரும்வரை, இருப்பறையிலுள்ள பொக்கிஷத்தையெல்லாம் யாருக்கும் தெரியாமல் சுரங்க வழியாகக் கொண்டுவந்து பிள்ளையார் கோயிலின் கீழே வெட்டப்பட்டிருக்கும் பாதாளக் கிடங்கினுள் மறைத்து வைக்கலாம் என்கிற முன் யோசனையுடன் அந்தச் சுரங்கவழி அமைக்கப்பட்டிருந்தது. அப்படியொரு சுரங்கமும் பாதாளக் கிடங்கும் இருப்பது வீரபாண்டியனுக்கும் மற்றும் இரண்டொரு அந்தரங்க அதிகாரிகளுக்கும் மட்டுமே தெரியும். இருப்பறையின் பூஜையறையிலுள்ள வெள்ளிக் கணபதியின் பீடத்தின் அடியில்தான் சுரங்க வழிக்குரிய துவாரம் இருந்தது. வெள்ளிப் பிள்ளையார் அமர்ந்திருக்கும் வெள்ளிப் பெருச்சாளியின் வெள்ளி வாலை இருபத்தேழு தடவைகள் வலதுபுறமாகச் சுற்றினால் மணியோசையுடன் பிள்ளையார் பீடம் அகன்று சுரங்கத் துவாரத்திற்கு வழிவிடும்! அந்தத் துவாரத்திற்குள் இறங்கி வெகுதூரம் இருட்டில் வந்தால் பிள்ளையார் கோவிலுக்கு அடியிலுள்ள பாதாளக் கிடங்கிற்குள் வந்து சேரலாம். அங்கிருந்து யாராவது ஒருவர் மிகுந்த அவசியத்தை முன்னிட்டு வெளியேற வேண்டுமானால் பாதாளக் கிடங்கின் மேல் விதானத்திலுள்ள சிறு விசையொன்றை மேலே தள்ளினால் பிள்ளையார் கோயிலுள்ள பிள்ளையார் பீடம் அகன்று ஓர் ஆள் அளவு வெளியேறக்கூடிய

சுரங்கத் துவாரத்திற்கு வழிவிடும். பகைவரோ, கலகக்காரரோ, கொள்ளைக்காரரோ எவராய் இருந்தாலும், பொற்கோட்டையின் எந்தப் பகுதியை உடைத்துத் தூள் தூளாகச் சிதறடிக்க முயன்றாலும் பிள்ளையார்மீது மட்டும் கைவைக்கமாட்டார்கள். அதனாலேயே ரகசிய வழிகள் பிள்ளையார் பீடங்களில் பொருத்தப்பட்டிருந்தன. இருப்பறையிலிருந்து பொக்கிஷத்தைக் கொண்டுவந்து பாதாளக் கிடங்கில் மறைத்து வைப்பதற்காகவே அமைக்கப்பட்ட சுரங்கமாகையால் பிள்ளையார் கோயிலிருந்தபடி யாரும் கீழேயுள்ள அந்தப் பாதாளக்கிடங்கிற்குள் இறங்குவதற்குப் பிள்ளையார் கோயிலில் எந்தவித ரகசியச் சாதனமும் அமைக்கப்படவில்லை. பிரும்மாண்டமான பிள்ளையாரோடு பீடத்தை நகற்றலாம் என்றாலோ சுந்தர ஜோசியர் தனியொருவராக அந்தக் காரியத்தை ஓசைப்படாமல் செய்ய முடியாது.

அவர் வெகுநேரம் யோசித்த பிறகு ஒரு வழி புலப்பட்டது. கீழேயுள்ள பாதாளக் கிடங்கின் மேல் விதானத்தில் பொருத்தப்பட்டிருக்கும் விசைக் கருவியானது பிள்ளையார் பீடத்தினருகே ஒரு சிறு கல்லுக்கடியில்தான் இருந்தது. பீடத்தைச் சுற்றிச் சுந்தர ஜோசியர் ஒவ்வொரு கல்லாக எழுத்தாணியைக் கொண்டு தட்டிப் பார்த்து, அதிலிருந்து எழும் சப்த வித்தியாசங்களை ஆராய்ந்து எந்தக் கல்லுக்கடியில் விசைக்கருவி பொருத்தப் பட்டிருக்கிறது என்பதை யூகித்துவிட்டார். அதன்பிறகு கற்களை இணைக்கும் ஒட்டுமானத்தை எழுத்தாணியால் மெல்லக் கீறி, அந்தக் கல்லைப் பெயர்த்தெடுப்பதற்குத் தயாராய் வைத்திருந்தார். அந்தக் கல்லின் கீழுள்ள விசைக் கருவியின் மேல் பகுதியைப் பிடித்திழுத்தால் சுரங்க துவாரம் வழி விட்டு விடும். அதன் வழியாக அவர் அன்றிரவு இறங்கிப் போனால் சிறைக் கோட்டத்திலுள்ள இருப்பறை தளவரிசையின் பகுதியை அடைந்து விடலாம். அங்கு பூஜையறையிலுள்ள வெள்ளிப் பிள்ளையாரை நகர்த்த வசதியாக வெள்ளிப் பெருச்சாளியின் வாலை யாராவது ஒடித்து வைத்தால் அதிலுள்ள விசைமுறுக்குத் தளர்ந்துவிடும். சுலபமாகச் சுரங்கக் கதவை அசைத்துத் திறந்து கொண்டு இருப்பறையை அவர் அடைந்து விடலாம்.

சிறைக்கோட்டத்திலே மிகவும் விசாலமான கூடமாகவும் பத்திரமான இடமாகவும் விளங்கும் இருப்பறையில்தான் தேவி சிறை வைக்கப்பட்டிருப்பாள் என்பது சுந்தர ஜோசியரின் சரியான யூகம்! தேவி தினந்தோறும் பூஜை செய்கிறாள் என்பதிலிருந்தும், மற்றும் வீரசேகரன் பலசமயங்களில் பேசியதில் கிரகித்துக் கொண்ட சாரத்திலிருந்தும் அவர் தம்முடைய யூகத்தை ஊர்ஜிதப்படுத்திக் கொண்டார். உயிர் எழுத்துக்களுக்குப் பதிலாக வரிசைக்கிரமமாக எண்களை உபயோகப்படுத்தும் பரிபாஷையைப்

பற்றிய குறிப்போலை ஊர்மிளாவின் மூலம் பத்திரமாகத் தேங்காய்களின் வழியாகத் தேவியின் கைக்குச் சேர்ந்து விட்டது என்பதும் அவருக்குத் தெரியும்.

இருப்பறையிலிருந்து தேவியையும் குமாரனையும் சுரங்க வழியில் ரகசியமாக அழைத்துவந்து பாதாளக் கிடங்கினுள் இரண்டு மூன்று தினங்கள் பதுக்கி வைத்தால் தேவி தப்பிவிட்டாள் என்கிற பரபரப்பில் அசோகவனக் கோட்டையின் உள்ளும் புறமும் உள்ள கடினமான காவலெல்லாம் குறைந்து விடும். தேவியை மதுரை மாநகரெங்கும் தேடியலையத் தொடங்குவார்கள். அந்தக் குழப்பத்தில் சந்தர்ப்பம் வாய்க்கும்போது பாதாளக் கிடங்கிலிருந்து வெளிப்பட்டுக் காத்தவராயனின் ரகசியக் கட்டிடத்தை அடைந்து விடலாம் அதன்பிறகு மதுரை மாநகரை விட்டு நீங்குவதற்கு ஏதாவது வழி தேடலாம் – இதுதான் சுந்தர ஜோசியரின் திட்டமாகும்!

அதற்குமேல் தேவிக்கு அறிவிப்பதற்காகப் பின்வரும் வாசகத்தைச் சுந்தர ஜோசியர் தம் மனதில் தீர்மானித்துக் கொண்டார்.

''தேவி! அவசரம். குலோத்துங்க சோழன் வரலாம். அதற்கு முன்னதாக உன்னைச் சந்திக்கிறேன். இன்றிரவு இரண்டாவது சாமமணி அடித்தபிறகு இருப்பறையின் பூஜையறையில் ஓர் அதிசயம் நிகழும். ஏதாவது காரணம் சொல்லி குமாரனையும் உன்னோடு வைத்துக்கொண்டு அங்கே காத்திரு. உனக்காக உன் பிராணநாதனே உதவிக்கு வருவான். முன்னதாகப் பெருச்சாளி வாகனத்தின் வாலை ஒடித்துவிடு.''

மேற்கூறிய வாசகத்திலுள்ள உயிரெழுத்துக்களை நீக்கிவிட்டு அவற்றிற்குப் பதிலாக எண்களை உபயோகப்படுத்தி பரிபாஷை வாசகத்துக்குரிய எழுத்துக்கள் எண்கள் முழுவதையும் ஒழுங்காக மனப்பாடம் செய்து கொண்டார் சுந்தர வாத்தியார். அன்று மாலை வித்தியாப்பியாசத்திற்குத் தேவியின் குமாரன் அவரிடம் வந்திருந்தபோது எழுத்துக்களின் உச்சரிப்பையும் எண்களின் உச்சரிப்பையும் ஒருங்கே பயிற்றுவிக்கும் தோரணையோடு மறைமுகமான வாசகத்தையெல்லாம் சுவடிகளில் எழுதிக் கொடுத்தார். வழக்கம்போல் குமாரன் அன்று படித்ததற்கு அடையாளமாகச் சுவடிகளைத் தன் தாயாரிடம் காட்டி வணங்கி விட்டுத் தன் சிறைக்குப் போவான். ஒருவேளை அவன் அப்படிப் போகாமல் இருந்து விடக்கூடாதே என்பதற்காகச் சுந்தரஜோசியர் ஒரு யுக்தி செய்தார். பிள்ளையாரின் பிரசாதமாகத் தேவியிடம் கொடுக்கும்படி சிறிது விபூதியையும் சந்தனத்தையும்

பிள்ளையாரின் வயிற்றிலிருந்து எடுத்துக் குமாரனிடம் கொடுத்தார். இது போன்ற மத உரிமைகளை யாரும் பரீக்ஷித்து அனுப்பலாமே தவிர, சிறை விதிகளில் இந்த விபூதிப் பரிவர்த்தனைக்குத் தடையேதும் கிடையாது. ஏனெனில் காவற்படை அதிகாரியான ஏகவாசக வாணகோவரசர் சிறந்த சைவப் பழமாகவும் முதிர்ந்த பிள்ளையார் பக்தராகவும் விளங்குபவர்.

''இந்த விபூதியிலும், சந்தனத்திலும் ஏதாவது விஷம் கலந்திருக்கலாம்!'' என்று அஞ்சு கோட்டையான் ஆட்சேபணை தெரிவித்தான்.

''அப்படியானால் அவ்விரண்டையும் நீயே தின்று பார்! அதற்கு மேலும் நீ உயிரோடிருந்தால் உன்னை நாஸ்திகன் என்று குற்றம் சாட்டத் தயங்க மாட்டார் எங்கள் ஏகவாசகர்!'' என்றான் விஷமச் சிரிப்புடன் ஜனநாதன்.

அதற்கு மேல் பிள்ளையாரின் விபூதி சகிதம் குமாரனைத் தேவியின் சிறைக்கூடத்திற்கு அழைத்துச் செல்லும் வழியில் அவன் கையிலிருந்த சுவடிகளை வாங்கிப் பார்த்தான் ஜனநாதன்.

''ஆகா! போதனாமுறை அசுர வேகத்தில் நடக்கிறது! அகரத்தில் காலூன்றுவதற்குமுன் தகரம் ஆரம்பித்து விடுகிறது. எழுத்துகளுக்குச் சமமாக எண்களும் சில்லறை சில்லறையாகப் புகுத்தப்படுகின்றன. ஒருவேளை பையனை சில்லறை கைம்மாற்று வியாபாரியாக்க வாத்தியார் நினைக்கிறாரோ என்னவோ!'' என்று ஜனநாதன் பரிகாசமாகச் சொல்லிவிட்டு, சுவடியில் சிறிது கிழித்தெறிந்துவிட்டு மிஞ்சியதை குமாரன் கையில் கொடுத்தான்.

கிழிந்த சுவடிகள் தேவியின் பார்வைக்கு வந்தபோது அவற்றில் பின்வரும் மறைமுக வாசகங்கள் மட்டுமே எஞ்சியிருந்தன.

''தேவி! அவசரம் குலோத்துங்க சோழன் வரலாம்... இன்றிரவு இரண்டாவது சாம மணி அடித்தபிறகு இருப்பறையின் பூஜையறையில்... உதவிக்கு நாதனே வருவான்... முன்னதாக பெருச்சாளி வாகனத்தின் வாலை ஒடித்துவிடு!''

இதைப் படித்ததும் தேவியின் முகத்தில் சவக்களை தட்டியது! இரண்டாவது சாம மணி அடித்ததும் பூஜையறையில் அதிசயமாகத் தோன்றப் போகிறவன் குலோத்துங்க சோழர்தான் என்று தேவி எண்ணிவிட்டாள்! குலோத்துங்கனின் உதவிக்காகவே ஜனநாதன் அங்கு ஏதோ சூழ்ச்சி செய்யத் தன் குமாரனோடு தொடர்ந்து வந்திருக்கிறான் என்றும் எண்ணினாள்.

அதற்கேற்றாற்போல், குமாரனையும் வீரசேகரனையும் பின் தொடர்ந்து வந்த ஜனநாதன் சிறைக்கூடத்தை ஒருமுறை விஷமச் சிரிப்புடன் சுற்றுமுற்றும் பார்த்துவிட்டு, எதையோ அவசரமாகப் பரிசோதிக்க விரும்பியவன் போலப் பூஜையறைக்குள் சென்றான். பூஜையறையிலிருந்து திரும்பி வரும்போது பெருச்சாளி வாகனத்தின் வெள்ளிவாலை ஒடித்துக் கொண்டு வந்து தேவியின் கையில் கொடுத்துவிட்டுச் சிரித்தான்.

அத்தியாயம் 55

மாயா சனகன்

ஓர் மாயையான்
அந்தமில் கொடுந்தொழில்
அரக்கனாம் எனாச்
சிந்தையில் உணர்த்தினள்
அமுதில் செம்மையாள்.

– கம்ப ராமாயணம்

மரணத்தின் எல்லையை மிதித்து விட்டது போன்ற உணர்ச்சி தேவிக்குத் தட்டியதும் அவளுக்கு எங்கிருந்தோ ஒரு துணிச்சலும், ஆத்திரங் கலந்த பரிகாசமும் வந்தன. அவள் ஜனநாதனை நன்றாக நிமிர்ந்து நோக்கினாள். அவனோ தேவியின் அருகில் கிடந்த கம்பராமாயணச் சுவடிகளையும் தேவியையும் மாறி மாறிப் பார்த்து விஷமமாய்ச் சிரித்தான்.

"இராமாயணத்தை எந்தப் புண்ணியமூர்த்தி அரங்கேற்றப்போவதாக உத்தேசம்?" என்று தேவி அளவிறந்த ஏளனத்துடன் ஜனநாதனைக் கேட்டாள்.

"எங்கள் கம்பர் அரங்கேற்றும் இராமாயணம் வெறும் கற்பனைச் சித்திரந்தான்! அதற்கு எவ்வளவு சக்தியுண்டு என்பதை நடைமுறையில் நான்தான் பரீட்சித்துப் பாக்கப் போகிறேன்!" என்று சிரித்த ஜனநாதன், பகற் காவற்காரியைப் பொழுதுக்கு முன்னதாகவே அனுப்பிவிட்டான்.

அச்சமயம் வீரசேகரன், சிவகாமி, ஜனநாதன் இம்மூவர் மட்டுமே தேவியோடும் குமாரனோடும் சிறைக் கூடத்தில் இருந்தனர்.

தேவி கம்பீரமான பார்வையுடன் ஜனநாதனை நோக்கி, "நீ கம்பராமாயணம் படித்திருப்பாய்!

இராவணன் ஆசைக்குப் பலியாகும்படி சீதைக்கு மாயா ஜனகன் புத்தி சொல்லுவதாக ஒரு படலம் உண்டல்லவா?" என்று கேட்டாள்.

"ஆம், அது மிகவும் சுவாரசியமான படலமாகத்தான் இருக்கும். இராவணன் தன் படைப்பலம் முழுவதையும் உபயோகப்படுத்தி, கிட்டி பூட்டினால் நிஜ ஜனகனைக்கூட அவ்வாறு புத்தி சொல்லும்படி செய்திருக்கலாம்!" என்றான் ஜனநாதன் அலட்சியமாக.

"நிஜ ஜனகன் தன் உயிர் போனாலும் தன்னுடைய மகளுக்குப் பாவத்தைப் போதிக்கமாட்டான் என்பதினாலேயே இராவணன் தன்னுடைய இராட்சசன் ஒருவனை மாயா ஜனகனாக உருவெடுக்கச் சொன்னான்!"

"தேவைப்பட்டால் நான் மட்டுமல்ல, எந்தப் பதவிப் பிரியனும் மாயா ஜனகனாக மாறத் தயங்கமாட்டான்!"

"அவ்வாறு சீதைக்குப் புத்தி சொன்னால், மாயா ஜனகனுக்கு என்ன ஊதியம் கிடைக்கும்?"

"சீதைக்குக் கிடைப்பதில் அரைக்கால்வாசிகூட மாயா ஜனகனுக்குக் கிடைக்காது?"

"சீதைக்கு என்ன கிடைக்கும்?"

"இராவணனின் தவம் முழுவதும் கிடைக்கலாம்! இராவணன் தன் திரிலோகப் பதவி முழுவதையும் சீதைக்குக் கொடுத்துவிட்டு மண்டோதரி உட்பட அந்தப்புர மகளிர் அனைவரையும் சீதைக்கு அடிமைகளாக்கலாம். சீதையின் காலடிகளிலே தன் புகழ், தன் செல்வாக்கு, தன் ஆயுள் அனைத்தையும் இராவணன் கொட்டி விடலாம்! தன் மகன் இந்திரஜித்திற்கும் கொடுக்காத பதவிகளைக் கூடச் சீதையின் குமாரனுக்குக் கொடுக்கலாம். சீதை பச்சாதாபப் பட்டால் ஸ்ரீராமச்சந்திர மூர்த்திக்குக்கூட பரதனின் சிம்மாசனத்தைப் பறித்துக் கொடுக்கலாம்!" என்றான் ஜனநாதன்.

''இவ்வளவையும் காதுகொடுத்துக் கேட்டதற்குப் பிராயச்சித்தமாக எனக்கு ஒரு துளி விஷம் கொடுத்தால் போதும்!'' என்றாள் தேவி கணீரென்ற குரலில்!

கண்களில் நீர்வடிய நின்ற வீரசேகரன் சட்டெனத் தேவியை நோக்கி, ''தேவி! கவலை வேண்டாம். என் உயிரைக் கொடுத்தாவது என் வாக்குறுதியைக் காப்பாற்றியே தீருவேன். மாசற்ற உங்கள் கற்பிற்குத் தேவைப்பட்டால் எந்தக் கணமும் உங்கள் பிராணத் தியாகத்திற்கு வழி வகுப்பேன். இதோ என் கையிலுள்ள மோதிரத்தைப் பாருங்கள்! உண்டதும் உயிரை உறிஞ்சக்கூடிய விஷப்பொடி இந்த மோதிரத்தில் இருக்கிறது!'' என்றான்.

தேவி அவசரமாகப் பூஜை கூடத்தினுள் சென்று அங்குள்ள கற்சுவர்கள், தரை அனைத்தையும் பரிசித்துப் பார்த்தாள். எந்தக் கல்லினுள்ளும் குலோத்துங்க சோழன் தேரையைப் போல் ஒளிந்து கொண்டிருக்கவில்லை!

பூஜையறையிலிருந்து தேவி திரும்பி வந்தபோது ஜனநாதன் ''கலகல'' வெனச் சிரித்தான்.

'':இங்கே சிறைக்கூடத்திற்கு எப்படி சுரங்கம் அமைக்க முடியுமென நானும் யோசித்து யோசித்துப் பார்த்தேன். என் புத்திக்குக் கூட அது தட்டுப்படவில்லை;'' என்றான் ஜனநாதன்.

''தேவி கலவரத்தோடு வீரசேகரனை நோக்கி, ''இன்றிரவு'' இரண்டாவது சாமக்கால மணி அடித்த பிறகு ஏதோ ஒரு விபரீதம் நடக்கப் போகிறதென என் மனசு அடித்துக் கொள்ளுகிறது!'' என்றாள்.

''தேவி! என் பிணத்தைத் தாண்டாமல் யாரும் உள்ளே நுழைய முடியாது! உள்ளே நுழைய விரும்புகிறவர் எங்கள் சக்கரவர்த்திகளாய் இருந்தால் உங்களுடைய பிணத்தைத்தான் தொடமுடியும்! கவலை வேண்டாம்! இன்றிரவு பூஜையறையில் உங்களுக்குத் துணையாகச் சிவகாமி படுத்திருக்கட்டும். இந்த விஷமோதிரத்தைச் சிவகாமியே வைத்திருக்கட்டும்! இன்றிரவு உங்களுக்கு எப்போது தேவைப்படுகிறதோ அப்போது இதை உங்களிடம் அவள் கொடுப்பாள்!'' என்று வீரசேகரன் அந்த விஷமோதிரத்தைச் சிவகாமியிடம் கொடுத்தான்.

''தம்பி! இராமாயணத்தில் சூர்ப்பனகை என்னும் ஒரு கதாபாத்திரம் இருப்பதை மறந்துவிட்டாயே?'' என்று விஷமமாய்ச் சிரித்தான் ஜனநாதன்.

''தேவிக்குத் தக்க சமயத்தில் இந்த மோதிரத்தை சிவகாமி கொடுக்க மறுப்பாளேயானால், தேவியின் கற்பிற்கு ஏற்படும் அபாயத்தைச் சிவகாமி கண்கொண்டு பார்ப்பாளேயானால், என் கையால் கட்டிய தாலியை அவளுடைய கழுத்திலிருந்து என் கையாலேயே பறித்து அவளுடைய கைகள் இரண்டையும் வெட்டி அவளுடைய காலடியில் என் தலையைத் துண்டித்து எறிவேன்!'' என்றான் வீரசேகரன். இதைக் கேட்டதும் சிவகாமி ''வெடவெட''வென நடுங்கினாள். அன்றிரவு தேவியோடு பூஜையறையில் படுத்திருக்கவேண்டும் என்கிற நினைப்பே அவளுக்குப் பயமூட்டுவதாய் இருந்தது. எப்படி இரவு கழியப் போகிறதோ என்று அப்போதே கண்ணை மூடிக் கொண்டு நடுநடுங்க ஆரம்பித்து விட்டாள்.

அவளுடைய சுபாவத்தை நன்குணர்ந்திருந்த ஜனநாதன் விஷமச்சிரிப்புடன் வீரசேகரனை நோக்கி, ''தம்பி! இன்று மத்தியானம் நீ இலேசாகக் கண்ணயரும்போது உன் கையிலிருந்த மோதிரத்தை நான் கழற்றிப் பார்த்தது உனக்கு எப்படி ஞாபகமிருக்கும்? அதிலுள்ள விஷப்பொடியை சிவகாமிக்காகத்தான் வைத்திருக்கிறாயோ என்று நினைத்து வேறொரு கருநிறப்பொடியை மாற்றி வைத்துவிட்டேன். இப்போது சிவகாமியின் கையிலுள்ள மோதிரத்திலிருப்பது உண்டதும் சாவைத் தரக்கூடிய விஷப்பொடியல்ல! மனதிற்கு நூறு யானை பலத்தையும் உணர்வின் போதையையும் தரக் கூடிய மதுசாரப்பொடி. இதில் கொஞ்சம் சாப்பிட்டால் பயமெல்லாம் மாயமாய் மறைந்துவிடும். எங்கிருக்கிறோம் என்பது கூட மறந்துவிடும்!'' என்றான் ஜனநாதன்.

அதைக் கேட்டதும் சிவகாமியின் முகத்தில் ஒருவித நிம்மதி படர்ந்தது; ஆனால் தேவியின் முகத்திலோ அதிகமாகக் கலவரம் பாய்ந்தது.

''தேவி! கவலை வேண்டாம்! விஷமில்லாவிட்டால் என் வீரவாள் இருக்கிறது! உலகம் வியக்கும் உங்களுடைய மாசுமருவற்ற அழகு, உடலில் ஒருவிதக் கோரமும் இல்லாமலே மாய்ந்துவிட வேண்டுமென நினைத்தேன். விதி வேறுவிதமாக இருக்கும் போலிருக்கிறது! உங்களுடைய சிறைக்கூடத்தின் கதவை வெளியில் பூட்டிக் கொண்டு வாசலிலேயே நான் கண்கொட்டாமல் காவல் புரிகிறேன். பூஜையறையில் நீங்கள் இரண்டாவது சாம மணி அடிக்கும்போது தூங்கிவிடாதீர்கள். ஏதாவது சிறு சப்தம் கேட்டாலும் என்னைக் கூப்பிடுங்கள்! நான் உருவிய வாளுடன் உள்ளே ஓடிவருகிறேன். தேவைப்பட்டால் அந்த வாள் முனையிலே உங்கள் இருதயத்தைப் பாய்ச்சி விடுங்கள்!'' என்றான் வீரசேகரன்.

அதன் பிறகு குமாரனை தேவி வாரியணைத்து முத்தமிட்டாள். கடைசி முறையாக அவனைப் பார்ப்பதுபோன்று மிகவும் பரிதாபமாக வெகு நேரம் அவனை உற்றுப் பார்த்து விட்டுச் சொன்னாள்.

"குழந்தாய்! நீ என் வயிற்றில் பிறக்காவிட்டாலும் என் சகோதரியிடம் பிறந்த குமாரன் என்கிற ஆசையோடு உன்னை வளர்த்தேன். உன் தாய் போன இடத்திற்கே இன்றிரவு நான் போகப்போகிறேன்! என்னால் உனக்கேற்பட்ட துர்ப்பாக்கியங்களையெல்லாம் அவளிடம் சொல்லி அழுதால்தான் என் ஆவி நிம்மதியடையும்! இந்தத் துர்ப்பாக்கியவதி தொட்டு வளர்த்ததினாலேயே இவ்வளவு பெரிய நிர்க்கதி என்றால், என் வயிற்றிலும் ஒரு குமாரன் பிறப்பானேயாகில் அவனுக்கு என்ன கதி நேரிடுமோ? நல்ல வேளையாக அதற்கு முன் நான் போய்விடுவேன்!" என்றாள் தேவி அளவிறந்த துயரத்துடன்.

"இல்லை, தேவி! இனி உங்கள் வயிற்றிலும் ஒரு குழந்தை பிறந்து அதற்கு எங்கள் குலோத்துங்க சோழ சக்கரவர்த்திகளே பெயரிட்டுப் பரிவட்டம் கட்டவேண்டும்! அதுவரை நீங்கள் இருக்கத்தான் போகிறீர்கள்!" என்றான் விஷமச் சிரிப்புடன் ஜனநாதன்.

தேவியின் தேகம் புல்லரித்தது. ஆனால் அவள் சிறிதும் மனங்கலங்கவில்லை. "வீரசேகரா! உன்னைத்தான் நம்பியிருக்கிறேன்!" என்று மட்டும் சொன்னாள்.

"தேவி! எனக்குத் தெரியாமல் எவர் எந்த ரூபத்தில் உங்களுடைய சிறைக் கூடத்திற்குள் வரமுடியும்? மதிப்புக்குரியவரும் மானத்துக்கு அஞ்சுபவரும் இங்கே யார் முகத்திலாவது விழிக்க மனம் கூசமாட்டார்களா?" என்றான் வீரசேகரன்.

"தம்பி! அத்தகைய பேர்வழிகள் இதுபோன்ற விஷயங்களில் முக அடையாளம் தெரியாதபடி திருட்டுத்தனமாக வருவதுதான் வழக்கம்! முக்கியமாக முகத்தில் தாடி மீசைகளுடன் முனிபுங்கவர்கள் போல்தான் வருவார்கள்! அதுவும் இந்தச் சிறைக்கோட்டையினுள் சாதாரணமாக நடமாடும் ஒருவரைப் போல் போலி வேஷம் தரித்துத்தான் வருவார்!" என்றான் ஜனநாதன்.

அதன்பின் தேவியின் குமாரனை வேறு சிறைக்கூடத்திற்கு அனுப்பிவிட்டு ஜனநாதன் மறுபடியும் தேவியின் சிறைக் கூடத்திற்கு முன் வந்து நின்றான். உள்ளே சிவகாமியும் தேவியும் பூஜையறைக்குள் படுத்துறங்கப் போய்விட்டார்கள். வீரசேகரன்

உருவியவாளுடன் சிறைக்கூடத்தின் வாசல் முன்னே உட்கார்ந்து காவல் புரிந்து கொண்டிருந்தான். வீரசேகரனின் முன்புறந்தான் நடைபாதையிலுள்ள திரிவிளக்கின் வெளிச்சம் இலேசாக விழுந்து கொண்டிருந்ததே தவிர அவனுக்குப் பின்புறமுள்ள சுவர் மூலையில் இருள்திட்டுச் சரிந்திருந்தது.

''வீரசேகரா! ஜாக்கிரதை! இன்றிரவு எதிரிகள் யாராவது மறைவாக நின்று உன் மண்டையில் அடித்துக் கொன்று விட முயலக்கூடும்!'' என்றான் ஜனநாதன்.

''இரண்டு நாளுக்கப்புறம் உருளப்போகிற என் தலை இப்போதே உருளுவதைப்பற்றி எனக்குக் கவலையில்லை! அதற்கு முன் என் உயிருக்குயிரான நண்பனின் உண்மையான சொரூபத்தைத் தெரிந்து கொள்ள விரும்புகிறேன்!'' என்றான் வீரசேகரன்.

''என்னை மாயா ஜனகனின் அவதாரமெனச் சற்று முன் தான் தேவி குறிப்பிட்டாள். என்னுடைய கொடுந்தொழிலுக்கு முடிவே இல்லை என்பதையும், மாயா அவதாரங்களில் மகாவல்லுனன் என்பதையும் தேவி வெகு நன்றாக உணர்த்தினாள். அலகிலா விளையாட்டுடைய இந்த ஜனநாதன் தன்னுடைய காரியசித்திக்காக இன்னும் எத்தனையோ விதமான அவதாரங்களை எடுக்க நேரிடலாம்!''

''உன்னுடைய காரியசித்திக்கு நான் குறுக்கே நிற்பதால் என்னை நீ ஒழித்துவிட விரும்புவாய், அல்லவா!''

''அவ்வாறு விரும்பினால் அதிலொன்றும் வியப்பில்லை, தம்பி! அரசியல் வட்டாரத்தில் பதவி உயர்விற்காக எந்தப் பெரிய மனிதனும், எந்தவித ஹீனமான காரியமும் செய்யத் தயங்கமாட்டான்; அவ்வாறு தயங்குபவன் முட்டாள்!''

''ஜனநாதா! நான் இறந்து போனால் உனக்குக் கொஞ்சம் கூடக் கவலை வராதா?'' என்ற வீரசேகரன் கண்களில் நீர் கசிந்தது.

''எதையும் வெறுங்கனவு, வெறும் மாயை என்று நினைக்கும் அப்பியாசம் மட்டும் மனதிற்கு இருந்து விட்டால் எப்படிக் கவலைகள் வரும்? அத்தகைய அறிவாளிக்குத் துக்கம் ஏது? ஆதிசங்கரரின் மாயாவாத தத்துவத்தில் பயிற்சியுள்ள சைவன் நான்! சுக துக்கங்கள் என்னும் தளைகளுக்கு அகப்படாத ஞானிதான் நான் என்பதை இன்னும் நீ புரிந்து கொள்ளவில்லையா?'' என்று அலட்சியமாகச் சிரித்தான் ஜனநாதன்.

‘‘இல்லை, ஜனநாதா! என் நட்பை நினைத்து என்றாவது ஒருநாள் நீ கண்ணீர் விடுவாய்!’’

‘‘அரசியல் சதுரங்கத்தில் எதிரிடையான காயைத் தன் கையாலேயே வெட்டியெறிய நேருவதைக் கண்டு எந்த முட்டாளாவது துக்கப்படுவானா? சிறிது காலம் போனால் உன்னுடைய முகங்கூட எனக்கு மறந்து போகும்! நீ இலட்சியவாதி! அதனால்தான் சந்தர்ப்பவாதிக்கு இருதயம் கிடையாது என்பதை உன்னால் புரிந்து கொள்ள முடியவில்லை!’’

வீரசேகரன் ஆத்திரமும் ஆவேசமும் கொண்டான்.

‘‘ஜனநாதா! நண்பனின் கொலை வாளுக்கு எதிராக என் வீரவாளை உயர்த்த நேரிடும்! ‘‘வாள் நிலை கண்டான்’’ என்கிற உன்னுடைய எந்தப் பட்டத்தைக் கண்டு நான் அளவற்ற மதிப்புக் கொண்டேனோ, அந்த வாள் நிலை கண்டானோடு வாட்போர் புரியும்படியான நெருக்கடியை உண்டு பண்ணாதே!’’

‘‘தம்பி! உன் விஷயத்தில் புத்திக்குப் பதில் கத்தியைத்தான் நான் உபயோகப்படுத்த வேண்டுமென நீ ஆசைப்பட்டால் எனக்கு ஆட்சேபணை இல்லை. வாள் நிலை கண்டு எனக்கும் வெகு நாட்களாகிவிட்டன. என் வீரநண்பனுக்கு வீரமரணத்தைத் தாராளமாக அள்ளிவழங்கும் கைங்கரியத்தையும் செய்தவனாவேன்! தேங்காய்க்காரி சம்பந்தமாக அதிகாரிகள் பறிக்கத்திட்ட மிட்டிருக்கிற உன் தலையை இப்போதே அகற்றிவிட நான் ஏன் அநாவசியமாகச் சிரமப்பட வேண்டுமென நினைத்தேன்; அவ்வளவு தான்! உம், வாளை எடுத்துப்பார்!’’

‘‘இன்றிரவு எப்போது தேவைப்படுகிறதோ அந்தச்சமயம் என் வாளை எடுப்பேன்! எவராய் இருந்தாலும் சரி!’’ என்றான் வீரசேகரன் உறுதியான குரலில்.

‘‘எந்தச் சமயத்தில் என் வாளை உபயோகப்படுத்த வேண்டுமோ அந்தச் சமயத்தில் நான் வருகிறேன்’’ என்று ஜனநாதன் விஷமமாகச் சிரித்துவிட்டு வெளியேறினான். அவன் இருளில் போய் மறையும் ஓசைகள் பிள்ளையார் கோயில் திசையில் கேட்கவே வீரசேகரனுக்கு வேறொரு சந்தேகம் உண்டாயிற்று. முகத்தில் தாடி மீசையுள்ள சுந்தர ஜோசியரின் வேஷத்தில் குலோத்துங்க சோழ சக்கரவர்த்திகளை ஜனநாதன் நடமாட விடுவானோ என்று நினைத்தான். அதற்கேற்றாற் போல், தூரத்தில் கேட்கும் ஏதோ ஒரு சிறு சந்தடிக்கிடையில், ‘‘குலோத்துங்க சோழ சக்கரவர்த்திகள் வாழ்க!’’ என்ற ஜனநாதனின் குரல் மெல்லியதாகக் கேட்டது!

அத்தியாயம் 56

சுரங்க வழி

"வெவ்வழி இருள்தர
மிதித்து மீச்செல்வார்"

– கம்ப ராமாயணம்

மணாளனை இழந்த மங்கையரின் மனதைப் போல அசோகவனக் கோட்டையில் இருள் சூழ்ந்திருந்தது. இரண்டாவது சாமத்து மணி அடிப்பதற்குரிய நேரமும் அதி பயங்கரமாக நெருங்கி வந்து கொண்டிருந்தது.

தேவியின் சிறைக் கூடத்துக்கு முன் வீரசேகரன் தன் உடைவாளின் கைப்பிடி மீது கைவைத்த வண்ணமே சிறிது கூடக் கண்ணயராமல் காவல் புரிந்து கொண்டிருந்தான். கோவைப் பழங்கள் போல் சிவந்த அவனுடைய இரண்டு விழிகளும் ''குறுகுறு''வென சிறைக் கதவின் கம்பிகள் வழியாக உள்ளே பதிந்திருந்தன. இங்கு பூஜையறையின் உட்புறம் தாளிட்டுக்கொண்டு உறங்கும் தேவியும் சிவகாமியும் எந்தவிதமான அபாயத்தைக் கண்டு தன்னை உதவிக்குக் கூப்பிட்டு ஓலமிடுவார்களோ என ஒவ்வொரு கணமும் எதிர்நோக்கிக் காத்திருந்தான். இடையிடையே தன் பின்புறமுள்ள சுவரின் இருளில் யாராவது மறைந்து நின்று தன் மண்டையில் அடித்துத் தாக்கக் காத்திருக்கிறார்களோ எனத் திரும்பித் திரும்பிப் பார்த்துக் கொண்டான்.

அந்தச் சமயம் பிள்ளையார் கோயிலின் உட்புறம் கதவைத் தாளிட்டுக் கொண்டு சுந்தர ஜோஸியர் உறங்குபவர்போல குறட்டைச் சப்தத்தை எழுப்பிக் கொண்டே தீவிரமான ஒரு காரியத்தில் முனைந்திருந்தார். முன் சாமத்தில் மிகவும் பிரயாசைப்பட்டதின் பேரில் பிள்ளையார் பீடத்தின் அருகிலுள்ள சிறு கல்லொன்றை தளவரிசையிலிருந்து பெயர்த்து எடுத்து விட்டார்; அதன் கீழுள்ள கல் இணைப்புகளையெல்லாம் எழுத்தாணியின் உதவியைக் கொண்டு மெல்ல மெல்ல நெம்பியெடுத்து விட்டார்; ஒரு முழ அளவு குழி ஏற்பட்டதுமே, அதனடியில் இருக்கும் விசைக் கருவியின் மேற்புறக் கம்பி

அவருடைய கைக்கு அகப்பட்டுவிட்டது. எவ்வளவுதான் தம்முடைய பலம் முழுவதையும் பிரயோகித்து அந்தக் கம்பியை மேல் நோக்கி இழுத்த போதிலும் ''கிர் கிர்'' என்ற மெல்லிய சப்தத்துடன் பிள்ளையார் பீடம் சிறிதளவே விலகி, அதன் கீழுள்ள சுரங்கத் துவாரமும் சிறிதளவே தென்பட்டது. அந்த மெல்லிய ''கிர் கிர்'' சப்தத்தைக் கேட்டதும் வெளியே நிற்கும் காவலர் யாராவது பிள்ளையார் கோயிலின் கதவைத் தட்டுவார்களோ என்று சுந்தர ஜோஸியர் பயந்து கொண்டிருந்த போது, வெளியே வானத்தில் புரண்டு கொண்டிருக்கும் இடியோசைகளால் ''கிர் கிர்'' சப்தத்தைக் காவலர் யாரும் பொருட்படுத்தவில்லையென்றே அவருக்குப் புலப்பட்டது.

அதன் பிறகு சுந்தர வாத்தியார் சில தினங்களுக்கு உபயோகப்படக் கூடிய பழவர்க்கங்களையும் கோயிற் பிரசாதங்களையும் எடுத்து மடியில் கட்டிக் கொண்டார்.

பிள்ளையார் பீடத்திலுள்ள சிறு அகல் விளக்கொன்றை சுந்தர ஜோஸியர் எடுத்துத் தம் கையில் பிடித்துக் கொண்டார். எதுவும் விபரீதம் நேரிடாமல், காப்பாற்றடி தாயே! கன்னி பகவதி! என்று அவர் தம் மனதிற்குள் தியானித்துக் கொண்டு, உடம்பைக் கூனிக்குறுகி வளைத்தவண்ணம், சிறு சுரங்கத் துவாரத்தினுள் இறங்கினார் பாம்புபோல் பலவாறும் நெளிந்து இறங்கியபடியே கீழுள்ள பாதாளக் கிடங்கை அடைந்துவிட்டார்.

பாதாளக்கிடங்கில் ஒரே அழுக்கு நாற்றமும், மண் வாசனையும் ''குபீ''ரென வீசின. அங்கே அடைத்திருக்கும் இருளை விழுங்க முடியாமல் சுந்தர வாத்தியாரின் கையிலுள்ள அகல் வெளிச்சம் திணறித் தடுமாறியது. பிள்ளையார் பீடத்தின் கீழே இரகசியமாக காற்றுத் துவாரங்கள் பொருத்தப்படாதிருந்தால் அங்கு உறைந்திருக்கும் கெட்டியான காற்றில் யாருக்கும் மூர்ச்சடைத்துப் போய் மரணமே சம்பவித்துவிடும்.

சுந்தர வாத்தியார் தம் மடியில் கட்டியிருந்த பழவர்க்கங் களையும் பிரசாதங்களையும் பாதாளக் கிடங்கின் ஒருபுறம் வைத்துவிட்டு சுரங்கவழியில் இருளை மிதித்துக்கொண்டு நடக்கலானார். மிகவும் குறுகலான அந்தச் சுரங்கப்பாதை பலவாறாக வளைந்து நெளிந்தும் ஏறியும் இறங்கியும் சிறைக்கோட்டத்தின் இருப்பறையை நோக்கிச் சென்றது. நெருக்கடியான நேரத்தில் மேலே இருப்பறையிலிருந்து பொன் நாணயப் பெட்டிகளைக் கீழே தள்ளிவிடுவதற்கு வசதியாக ஆங்காங்கே சுரங்கப் பாதையில் வழுக்குப் பாறைகள் போல காணப்பட்டனவே தவிர, அவற்றில் படிகள் காணப்படவில்லை!

அந்த வழுக்குப் பாறைகள்மீது சுந்தர வாத்தியார் தவழ்ந்தும் ஊர்ந்தும் தொற்றியும் மிகவும் சிரமப்பட்டு ஏறினார். ''இந்தப் பயங்கரமான சுரங்கப் பாதையில் எப்படி தேவியையும், குமாரனையும் பத்திரமாகக் கொண்டுவந்து சேர்க்கப் போகிறோமோ'' என்ற கவலையில் சுந்தர ஜோஸியர் துரிதமாக பூஜையறையின் தளவரிசைக்கு அடியில் வந்து சேர்ந்துவிட்டார். தலைக்கு மேலேயுள்ள வெள்ளி விக்கினேஸ்வரரை பீடத்தோடு அவர் அகற்றிவிட்டால் சுரங்கத் துவாரம் அவருக்கு வழி விட்டு பூஜையறையை அடைந்துவிடலாம். பெருச்சாளி வாகனத்தின் வால் தயாராக ஒடித்துவிடப்பட்டிருக்கிறது என்பதற்கு அறிகுறியாக அவருடைய தலைக்குமேலே உள்ள விசைக்கருவி அறுந்து சுரங்கத்தில் தொங்கிக் கொண்டிருந்தது. அவர் தம் மனதிற்குள் எண்களை எண்ணிக்கொண்டு வந்த கணக்குப்படி இந்நேரம் இரண்டாவது சாமக்கால மணி அடித்திருக்கும் என்றும் அவருக்குத் தோன்றியது. ஆனால் இப்போது தேவியும், குமாரனும் தயாராக வந்து பூஜையறையில் காத்திருப்பார்களோ மாட்டார்களோ? தேவியின் கூடவே வேறு யாராவது காவற்காரி பூஜையறையில் படுத்திருப்பாளோ? எதிர்பாராதவிதமாக வேறு விபரீதங்கள் நிகழ்ந்து இந்த இரகசிய சுரங்க வழியை எதிரிகள் தெரிந்து கொள்வார்களேயானால் அதன் பிறகு தேவியைச் சந்திக்க முடியும் என்பதைக் கனவு கூடக்காண முடியாது! இதுவே கடைசி முயற்சி! இதில் சிறு தவறு நிகழ்ந்தாலும் இங்கேயே தன் இலட்சியம் அனைத்தும் நிராசையாக முடிந்து போய்விடும். இவ்வாறெல்லாம் சிந்தித்த சுந்தர வாத்தியார் மேலே என்ன செய்வதெனத் தெரியாமல் தயங்கி நின்றார்.

சில கணங்கள் கழிந்தன.

சுந்தர வாத்தியாருக்கு வெறுங்கையராகத் திரும்பிப் போக மனமில்லை.

பூஜையறையிலுள்ள வெள்ளி விக்கினேஸ்வரரின் பீடத்தைத் தலையால் தூக்கி நகற்றாமலே, சுரங்கத்துக்குள் இருந்தவாறே, ''தேவி!'' என்று மெல்லக் குரல் கொடுத்தார்.

ஒரு பதிலும் வரவில்லை!

அந்தச் சமயம் பூஜையறையில் படுத்திருந்த தேவி கண் விழித்துக் கொண்டுதான் இருந்தாள். ஒவ்வொரு கணமும் ஏதோ ஒரு விபரீதம் நடக்கப் போகிறதெனப் பீதி அதிகரிக்கப் பெற்றவளாகத் தேவி புரண்டு புரண்டு படுத்தாள்.

அந்நிய உருவம் ஏதாவது தென்பட்டாலும், அற்ப ஓசை கேட்டாலும் "வீரசேகரா!" என உரக்கக் கூச்சலிட வேண்டுமெனத் தேவி நிச்சயித்துக் கொண்டாள்.

பூஜையறையில் வெள்ளி விக்கினேஸ்வரரின் பீடத்தின் அருகில் சிறு குத்துவிளக்கு ஒன்று மட்டும் நடுங்கியபடி எளிமையான வெளிச்சத்தைக் கக்கிக் கொண்டிருந்தது. விக்கினேஸ்வரரின் பீடத்திற்குள் யாரோ "தேவி!" என முணுமுணுப்பது போன்றிருந்தது.

அது தன்னுடைய மனப்பிரமையாக இருக்குமென்று தேவி நினைத்தாள். ஆனால் விக்கினேஸ்வரரின் பீடத்திற்குள் விசித்திரமான ஓசைகளெல்லாம் வரவர அதிகரித்து வருவது போலத் தோன்றின.

தேவிக்குப் பீதி அதிகமாயிற்று அருகில் திரும்பிக் கொண்டு படுத்திருந்த சிவகாமி நன்றாக அயர்ந்து உறங்கிக் கொண்டிருந்தாள். அவளை தேவி அசைத்துப் பார்த்தாள்; அவளை நன்றாகத் தட்டி எழுப்புவோமா என்று கூட யோசித்தாள்.

அதற்குள்—

விக்கினேஸ்வரரின் பீடத்தின் கீழே தரையில் என்னவோ "கிர் கிர்" என்ற மெல்லிய ஓசை கேட்டது. அதைத் தொடர்ந்து விக்கினேஸ்வரரின் பீடம் அகற்றப்பட்டிருப்பதையும், அதன் கீழுள்ள துவாரத்தில் தாடி மீசையுள்ள ஒரு முகம் வெளிப்படுவதையும் தேவி கண்டாள்.

அடுத்த கணம், தேவி கதிகலங்கியவளாய், "வீரசேகரா!" என்று வானமே கிழிந்துவிழுந்து விடுவதைப் போல் உரத்த குரலில் கூச்சலிட்டாள்!

அத்தியாயம் 57

ஆசை அறாது

'முடித்தலை'
அற்ற போதன்றி
ஆசை அறாது! என்றான்.

– கம்ப ராமாயணம்

இருள் நீக்கியார் மடம், பின்னிரவின் நிசபதத்தில் மூழ்கி, நட்சத்திரங்களின் மங்கல் பூச்சுடன் மயானக்களை வீசிக்கொண்டிருந்தது. வருவாய்க்குரிய நிலங்களோ, சாமர்த்தியசாலிகளோ அந்த மடத்திற்கு இல்லாததால் திருத்தொண்டர் கூட்டம் எதுவும் அங்கே வந்து குழுமுவதில்லை. முன் தலைமுறையில் அது சிவனடியார்களுக்கு உரியதா, சமணர்களுக்குரியதா என்பது பற்றிய வழக்கேற்பட்டு, ஊர்ச் சபையினரால் தீர்க்கப்படாமல் இருந்து வந்தமையாலும், யுத்தகால நெருக்கடிகளினாலும் அந்த அநாதி காலத்து மடமானது சிறிதும் அருளே இல்லாதபடி வெகு காலமாகக் கவனிப்பாராற்றுக் கிடந்தது. அதற்கு அநுபோகப் பாத்தியதை கொண்டாடி பாம்பாட்டிச் சித்தர் அடிக்கடி அந்த மடத்தில் வந்து தங்க ஆரம்பித்த பிறகு, நானாவிதமான பாம்பு ஜாதிகளும் அங்கே வந்து குடியேறத் தலைப்பட்டன. அதனால், பகல் நேரத்தில்கூட எவரும் அந்த மடத்தின் பக்கமே தலைகாட்டுவதில்லை.

அசோகவனக் கோட்டையிலிருந்து கிளம்பிய ஜனநாதன். அந்த மடத்தைத் தாண்டி மெதுவாகத் தன் குதிரையைச் செலுத்தியபோது இருளோடு இருளாக ஏதோ ஒரு பெண்ணின் உருவம் மடத்தினுள் பாய்ந்தோடி மறைவதின் சிலம்பொலிகள் கேட்டன. ஆனால் ஜனநாதன் திரும்பிக்கூடப்பாராமல் தன்வழியே குதிரையைச் செலுத்தித் தன் மாளிகை வாயிலையடைந்தான். வெளி வாசலில் காவற்காரனைக் காணோம்!

ஜனநாதன் குதிரையிலிருந்து இறங்கி, குதிரையைக் கட்டுவதற்காக அதன் கொட்டகைக்கு வந்தபோது, அங்கே இருள் சரிவின் மறைவில் இளம் பெண்ணொருத்தி முக்காடிட்ட வண்ணம் ஜனநாதனை எதிர்நோக்கிக் காத்திருந்தாள்!

அங்கே சுவர் மாடத்தில் எரிந்து கொண்டிருந்த சிறு திரிவிளக்கை ஜனநாதன் எடுத்து வந்து, அதன் மெல்லிய வெளிச்சத்தில் எதிரே நிற்கும் இளம் பெண்ணின் முகத்தை கூர்ந்து நோக்கினான்.

''யார்...? நீ தான் ஊர்மிளாவா? வீரசேகரனின் தலையைக் காப்பாற்றும் விஷயத்திற்காக வந்திருக்கிறாயா?'' என்று ஜனநாதன் விஷமச் சிரிப்புடன் கேட்டான். ஊர்மிளா தன் கண்ணீர்த் துளிகளைத் துடைத்துக் கொண்டு, ஜனநாதனை ஏறிட்டுப் பார்த்தாள். அவளுடைய அழகிய முகம் மிகவும் வாடி வதங்கிக் கண்களிரண்டும் சிவந்து போயிருந்தன. ஆனால் அவளுடைய பார்வையில் மட்டும் அலாதியான ஒரு தீக்ஷண்யம் ஒளிர்ந்தது.

''என்னுடைய காவற்காரனை என்ன செய்தாய் என்பதை முதலில் சொல்!'' என்று கேட்டான் ஜனநாதன்.

''அவனுடைய எஜமானனுக்கு அசோகவனக் கோட்டையருகில் அபாயமெனச் சொல்லி அவனை அவசரமாக அனுப்பினேன்!'' என்றாள் ஊர்மிளா.

''ஜனநாதன் எமனுக்கும் எமன் என்பது அவனுக்குத் தெரியும்! ஆனால் இரவில் பெண்ணொருத்தி வந்து சொன்னதால் நம்பியிருக்கிறான்! முட்டாள்!''

ஜனநாதன் மிகவும் பயங்கரமான மனிதன் என்று ஊர்மிளா கேள்விப்பட்டிருந்தாலும் ஒரு தீர்மானத்துடனே வந்தவளாகையால் சிறிதும் கலங்காமல் ஜனநாதன் முகத்தை நன்றாகவே நிமிர்ந்து நோக்கினாள்.

''நாளை மறுநாள் சனிக்கிழமை அஸ்தமனத்திற்குள் தேங்காய்க்காரியைக் கண்டுபிடித்து உங்கள் சோழிய விசாரணை சபை முன் கொண்டுவந்து நிறுத்த வீரசேகரனால் முடியவே முடியாது!'' என்றாள் ஊர்மிளா உறுதியான குரலில்.

''வீரசேகரனின் கண்ணில் தட்டுப்படாதபடி தேங்காய்க் காரியை எங்கே கொண்டுபோய் ஒளித்து வைத்திருக்கிறாய்? அந்த யௌவன ஸ்திரீ என் கண்ணிலும் தட்டுப்படாமல் இருக்க வேண்டுமானால், அவள் காலில் அணிந்திருக்கிற சிலம்புகளைக் கழட்டிவிடச் சொல்!'' என்று அலட்சியமாகப் புன்னகை செய்தான் ஜனநாதன்.

''அவளை நீங்கள் பிடித்துக் கொடுக்கமாட்டீர்கள் என்கிற நம்பிக்கை எனக்கு நிறைய உண்டு!'' என்றாள் ஊர்மிளா நிதானமாக.

"வீரசேகரனுக்காக ஓர் அற்பத் தியாகங்கூடச் செய்யாமல் அவனுடைய தலையை அநாவசியமாகக் காப்பாற்ற விரும்புகிறாயா? அந்த இலட்சியவாதியோ நிஜத் தேங்காய்க்காரியைக் கொண்டு வந்து நிறுத்தினாலொழிய தன் சபதப்படித் தற்கொலை செய்து கொள்ளவும் தயங்க மாட்டான்! வேறொருத்தியின் உயிரைக் கூலிக்கு விலைபேசி அவள்தான் தேங்காய்க்காரியெனப் புளுகி, விசாரணை சபைமுன் கொண்டு வந்து நிறுத்தினாலும், வீரசேகரன் ஒப்புக் கொள்ளமாட்டான்! சுத்த முட்டாள்!"

"இந்த நிலையில் மிகவும் சாமர்த்தியசாலியான ஜனநாதர் ஒருவரால்தான் வீரசேகரனைக் காப்பாற்ற முடியும் என நம்பி வந்தேன்!"

"நீ மிகவும் புத்திசாலியான பெண்தான்! ஜனநாதனிடம் வெறும் முகஸ்துதியினாலே காரியத்தைச் சாதித்துக்கொள்ள முடியும் என நம்பி வந்திருக்கிறாய்! ஆனால் வீரசேகரன் தலையை எதற்காக நான் காப்பாற்ற வேண்டுமென நீ சொல்லவில்லை!"

"வீரசேகரன் உங்கள் அருமை நண்பன்!"

"அவ்வாறு நீ உள்ளூர நம்பியிருந்தால் இந்த நேரத்தில் என்னிடம் நீ வந்திருக்கமாட்டாய்! மாபெரும் சுயநலக்காரனான ஜனநாதனுக்கு இந்த உலகத்திலே நண்பன் என்கிற தலைவேதனை எதுவும் கிடையாது என்பது உனக்குத் தெரிந்திருக்கும்! என்னை ஏதோ மிரட்டிக் காரியம் சாதிக்கலாமென்றே நம்பி வந்திருக்கிறாய்!"

"ஆமாம்! தேங்காய்க்காரியை வீரசேகரன் கொண்டுவந்து நிறுத்தப்போவதில்லை! வீரசேகரன் உயிரை நீங்கள் காப்பாற்றியே தீரவேண்டும்!" என்றாள் ஊர்மிளா மிகவும் உறுதியான குரலில்.

அவளுடைய முகத்தைக் கூர்ந்து பார்த்த ஜனநாதன் விஷமப் புன்னகை செய்தான்.

"வீரசேகரனது உயிரைக் காப்பாற்றுவதினால் உனக்கோ, அவனுக்கோ அல்லது எனக்கோ என்ன இலாபம்?" என்று ஜனநாதன் கேட்டான்.

ஊர்மிளா சட்டென முகம் வாடித் தலை குனிந்தாள். அடையமுடியாத காதலின் அளவற்ற துயரோடு வீரசேகரன் உயிர் வாழ்வதினால், அவனுக்கோ அவளுக்கோ என்ன பிரயோஜனம் என்று அவளுடைய நெஞ்சும் கேட்டது. கருவிழிகளில் நீரும் துளிர்த்தன. சில கணங்கள் கழிந்ததும், அவள் தன்னைச் சமாளித்துக் கொண்டு ஜனநாதனை பரிதாபமாகப் பார்த்தாள்.

''வீணாக வீரசேகரனை ஒழிப்பதினால் யாருக்கு என்ன இலாபம் வந்துவிடப் போகிறது?'' என்று குரல் தழதழக்க ஊர்மிளா கேட்டாள்.

''வீரசேகரனைப் போன்ற இலட்சியவாதிகள் அரசியல் துறையில் இருக்கக்கூடாது! இலட்சிய வெறியைவிடச் சந்தர்ப்பங்களைப் பயன்படுத்திக்கொள்ளும் புத்திசாலித்தனந்தான் அரசியல்துறைக்கு வேண்டும். வீரசேகரனோ, என்னுடைய காரியசித்திகளுக்கெல்லாம் அறிந்தோ அறியாமலோ அநாவசியமான இடையூறுகளை உண்டாக்குகிறான். உண்மையிலே நான் கொஞ்சம் புத்திசாலியாக இருந்தால் வீரசேகரன் தானாகவே தன் தலைக்கு அபாயத்தைத் தேடிக்கொண்டிருக்கும் இந்த அருமையான சந்தர்ப்பத்தைக் கண்டு அளவில்லாத ஆனந்தம் அடைய வேண்டும்!'' என்று சிரித்தான் ஜனநாதன்.

''அரசியலை விட்டு விலகும்படி நீங்கள் வற்புறுத்தினாலும் வீரசேகரன் விலகமாட்டானா?'' என்று ஊர்மிளா உள்ளமுருகி வினாவினாள்.

''அரசியலே தனக்கு வாய்த்த உன்னதமான இலட்சியம் என்று கருதும் முட்டாள் அவன்! அவன்மீது ஏதாவது குற்றத்தைச் சுமத்தி யாராவது அவனை அரசியலை விட்டு வெளியே பிடித்துத் தள்ளினால்தான் அவன் வெளியேறுவானே தவிர, தானாக அவன் விலகவே மாட்டான்! ஒருவேளை நீ கிடைப்பாய் என்று தெரிந்தால் இந்த உலகத்தைத் துறக்கவும் அவன் முன்வரலாம்!'' என்று ஜனநாதன் சொல்லிவிட்டு ஊர்மிளாவின் முகத்தைக் கூர்ந்து நோக்கினான்.

ஊர்மிளாவின் நெஞ்சில் ஏதோ ஒருமுள் ''சுருக்''கென்று தைப்பது போலிருந்தது.

''நீங்கள் இப்படிச் சொல்வது தர்மமா?'' என்று ஊர்மிளா விம்மினாள்.

''தர்ம அதர்மங்களைப்பற்றி நான் அதிகமாகத் தெரிந்து கொள்ள விரும்புவதில்லை! எனக்குக் காரிய சித்தி ஒன்றுதான் பிரதானம், நான் கர்மவீரன்!''

''வீரசேகரனின் உத்தம உள்ளம் உங்கள் ஒருவரையே உயிருக்குயிரான நண்பர் என மதிக்கிறது. உங்கள் உடைவாளை உருவி அவன் உள்ளத்தைச் சிதைத்தாலும் உங்களையே தன் ஒரே நண்பர் என நினைத்து அவன் உருகுவான்!''

''அத்தகைய நட்பு எனக்கு அனாவசியச் சிரமத்தையே உண்டாக்கும்! அரசியல் துறையில் நான் நட்பிற்கு வைத்திருக்கும்

விதிமுறைகளே வேறு! எனக்கு நண்பர்களாக வாய்ப்பவர்கள் என் இஷ்டப்படியெல்லாம் வளைந்து கொடுக்க வேண்டும். வீரசேகரனோ தேவியின் காரணமாக எனக்குத் தீராப் பகைவனாகி விட்டான். பகைவர்களை முளையிலேயே கிள்ளிவிடுவதுதான் புத்திசாலித்தனம் எனக் கருதுபவன் நான்!''

''உங்களுக்கு ஏற்படும் அற்ப நன்மை ஒன்றை உத்தேசித்துத் தான் உங்கள் அருமை நண்பனின் தலையை அறுக்க விரும்புகிறீர்களா?'' என்று மனமுடைந்து விம்மினாள் ஊர்மிளா.

''வீரசேகரனின் தலையை அறுப்பதினால் அவனுக்கும் உனக்கும்தான் அதிகமான நன்மைகள் விளையும்! ஏனென்றால், அவனுடைய தலையை அறுத்தாலொழிய அவனுடைய மனசின் ஆசை ஒருபோதும் அறாது!'' என்றான் ஜனநாதன்.

நெஞ்சை அறுக்கும் அந்த வலியைத் தாங்கமுடியாமல் ஊர்மிளா ''வெடுக்''கெனத் தன் உதட்டைக் கடித்துக் கொண்டாள்! மௌனமாகத் தலைகுனிந்து விம்மும் அவளைக் கவனித்துக் கொண்டிருந்த ஜனநாதன் சிறிது நேரம் அவளை அழவிட்டு விட்டுப் பிறகு பேசலானான். ''ஓர் உயிரை அழிக்கிற விஷயம், அல்லது காப்பாற்றுகிற விஷயம் இவ்விரண்டில் எனக்கு எதனால் அதிக நன்மை கிடைக்குமோ அதைத்தான் தேர்ந்தெடுப்பது என் வழக்கம்!'' என்றான் ஜனநாதன்.

''வீரசேகரனை நீங்கள் காப்பாற்றினால் நான் உங்களுக்கு எது வேண்டுமானாலும் கொடுப்பேன்!''

''நீ என்ன கொடுப்பாய்?''

''என் உயிரை வேண்டுமானாலும் கொடுப்பேனே!''

''நீ உயிர் விடுவதனால் எனக்கென்ன பிரயோஜனம்? வீரசேகரன் உயிரை நீ உன்னதமானது என்று நினைத்தால் அதற்கிணையாகப் பலி கொடுக்கக்கூடியது இந்த உலகத்தில் ஒன்றே ஒன்றுதான் உண்டு!''

''என்ன அது?'' என்று ஊர்மிளா ஆவலும் தயக்கமும் கலவரமும் ஒருங்கே தொனிக்கக் கேட்டாள்.

''தேவியின் மானம்!'' என்றான் ஜனநாதன்.

ஊர்மிளாவின் முகத்தில் பேய்க் களை தட்டியது. ஆனால் ஆத்திரத்தையெல்லாம் வெகு சிரமப்பட்டு உள்ளே அடக்கிக் கொண்டாள்.

''தேவியின் உடலில் உயிர் இருக்கும்வரை அத்தகைய பலி நடைபெறாது!'' என்ற வார்த்தைகள் மட்டும் ஊர்மிளாவின் உதடுகளிலிருந்து உதிர்ந்தன. ''வீரசேகரனை காப்பாற்றுவதும் சாமானிய விஷயமல்ல!'' என்றான் ஜனநாதன்.

''அப்படியானால் தேங்காய்க்காரியைக் கொண்டு வந்து உங்கள் சோழிய விசாரணை சபைமுன் நிறுத்தச் செய்வதைத் தவிர வேறு வழியில்லை!'' என்றாள் ஊர்மிளா அழுத்தந்திருத்தமாக.

''ஆமாம்! வீரசேகரனுக்காக நீ எதையாவது பலி கொடுத்தே தீரவேண்டும் ஒன்றை அழித்து ஒன்றை காப்பதுதான் உலக பரிபாலனத்தின் ஆத்மீக ரகசியம்!'' என்றான் ஜனநாதன்.

''தேங்காய்க்காரி விசாரணை சபைமுன் நிறுத்தப்படுவதை நீங்கள் சிறிதும் விரும்பமாட்டீர்கள்! அவ்வாறு அவளைப் பிடித்துக் கொடுத்தாலும் அவளுடைய உயிரை எப்படியாவது காப்பாற்ற நீங்களாகவே ஓர் உபாயம் தேட நேரிடும்!''

''யார் அவள் தேங்காய்க்காரி!''

''அகல்யா''

''எந்த அகல்யா? கௌதமரின் மனைவியா?''

''இந்த அகல்யாவும் ஒரு முனிவரின் மனைவிதான்! இவளும் அதிசெல்வாக்குள்ள தேவேந்திரனின் அவமானத்திற்கும் வீழ்ச்சிக்கும் காரணமாகக் கூடியவள்தான். இவள் என் பிராண சிநேகிதி, எனக்காகத் தன் பிராணனை மட்டுமல்ல எதையுமே தியாகம் செய்யக்கூடியவள்!,''

''அகல்யைப் படலம் உன் கையில் இருக்கும் வரை எவருக்கும் மேலான தேவேந்திரனைக்கூட உன் இஷ்டப்படியெல்லாம் ஆட்டி விளையாட நினைப்பாய், இல்லையா?'' ''வீரசேகரனை நீங்கள் காப்பாற்றாவிட்டால் அகல்யாவைக் கொண்டு போய் விசாரணை சபைமுன் நிறுத்துவதைத் தவிர எனக்கு வேறுவழி இல்லையே! வீரசேகரன் உயிரை நீங்கள் வீணாகப் பலி கொடுத்தால், உலகறிய அகல்யா வெளிப்படுத்தும் பலவிஷயங்கள் உங்களுக்குப் பிடிக்காமல் இருக்கும்!''

''ஜனநாதனையே மிரட்டக்கூடிய அளவு அந்தப் பேதைக்கு என்ன விஷயங்கள் தெரிந்திருக்குமென நினைக்கிறாய்?'' ''சோழ சாம்ராஜ்யத்தையே உள்ளுக்குள்ளேயே சிதைத்தெறிய உங்கள்

பல்லவ வம்சத்தின் இரத்தம் விரும்புமென அகல்யா யூகித்தறிந்திருக்கிறாள். உங்களுடைய குலோத்துங்கச் சோழ சக்கரவர்த்திகளுக்கு மானக்கேட்டை உண்டாக்கவேண்டும் என்பதற்காகவே நீங்கள் தேவியைச் சிறைபிடித்து வைத்திருப்பதாகவும் அவள் கருதுகிறாள். இதற்குமேல் அதிகமாக ஒன்றும் நான் சொல்ல விரும்பவில்லை!''

''ஓ! அவ்வளவு தூரம் அவளுக்குத் தெரியுமா? ஆனால் தேவதை இரத்தப்பேயாக மாறினாலும் இந்தத் தேவேந்திரனை ஆட்டிவைக்க முடியாது; நீ போய் வரலாம்!''

''உங்களுடைய நண்பனை நீங்கள் இழக்கச் சித்தமாக இருந்தால் அகல்யாவை இழக்கவும் நீங்கள் சித்தமாக இருக்க வேண்டும்! இதைச் சொல்லிவிட்டுப் போகவே வந்தேன். இதற்கு மேல் உங்கள் இஷ்டம்!'' என்று ஊர்மிளா கணீரென்ற குரலில் சொல்லிவிட்டு ஜனநாதன் மாளிகையிலிருந்து வெளியேறி தெருவின் சூனிய இருளில் மறைந்தாள்.

அத்தியாயம் 58

மாயன் வந்தான்!

சேய காலம் பிரிந்து
அகலத் திரிந்தான்,
மீண்டும் சேக்கையின் கண்
மாயன் வந்தான்!
இனி வளர்வான்!

– கம்ப ராமாயணம்

மரணத்தின் அறைகூவல் போல, ''வீரசேகரா!'' என்று தேவி அலறியதும், சிறைக்கூடத்தின் கதவை வீரசேகரன் திறந்துகொண்டு, தன் உடைவாளை உருவிய வண்ணம், உள்ளே ஓடி வந்தான்.

''தேவி! இதோ வந்துவிட்டேன்!'' என்ற அவனுடைய வீரகர்ஜனை வந்து சேருவதற்குள், பூஜையறையின் கதவை அவன் பலமாகத் தட்டித் திறக்க முயலும் ஓசைகள் கேட்டன.

பூஜையறையினுள், சுரங்கத் துவாரத்தின் வழியாகத் தலை நீட்டிய சுந்தர ஜோசியரோ, திடுக்கிட்டுச் சர்வ நாடியும் ஒடுங்கி ஒருகணம் சிலையாகவே நின்று விட்டார்!

தம்மையும் தேவியையும் எதிர்நோக்கி வரும் அபாயத்தின் பயங்கரத்தை உணர்ந்த மறுகணமே அவர் சுரங்கத் துவாரத்தில் இருந்தபடி தம் கையை நீட்டித் தேவியின் வாயைப் பொத்தினார்.

''தேவி! நான்தான்!'' என்ற சுந்தர ஜோஸியரின் குரலையும், அவருடைய தாடி மீசைகளுக்கு மத்தியில் ஜொலிக்கும் விழிகளின் பாசப் பார்வைகளையும் கவனித்த தேவிக்கு, அவர் தன் பிராணபதி தான் என்பது புரிந்துவிட்டது. அப்போது தான் வீரசேகரனை அறை கூவி அழைத்துவிட்ட அபாயத்தின் எதிரொலிகளும் தெரிந்தன. தலைக்குமேல் வெள்ளம் போய் விட்டதாக நினைத்த அவள் அப்படியே தன் பிராண காந்தரை இறுக அணைத்துக் கொள்ளத் துடித்தாள்.

ஆனால் சுந்தர ஜோஸியர் அவளுடைய காதுக்குள், ''தேவி! இன்னும் இரண்டு நாழிகை கழித்து மறுபடி நான் வந்து வெள்ளி விக்கினேஸ்வரரின் பீடத்தினடியில் தட்டுகிறேன். அப்போது சௌகரியப்பட்டால் விக்கினேஸ்வரரின் பீடத்தை அகற்றிவிட்டுச் சுரங்கத்தினுள் இறங்கி என்னுடன் கீழே வரத் தயாராயிரு!'' என்று சொல்லிவிட்டு, சுரங்கத்துவாரத்தினுள் நத்தையைப் போலத் தம் தலையை இழுத்துக் கொண்டு, தலைக்குமேலே வெள்ளி விக்கினேஸ்வரரின் பீடத்தை அகற்றி வைத்துக்கொள்ள முயன்றார்.

வாழ்க்கைத் துணைவரின் முகதரிசனம் கிடைத்ததும் தேவிக்கு எங்கிருந்தோ ஒரு புதுச் சக்தியும் சாமர்த்தியமும் வந்து சேர்ந்தன. நிலைமையைச் சமாளிக்க வேண்டும் என்கிற வேகத்தில் இயற்கையறிவு உற்சாகமாக வேலை செய்தது.

வெள்ளி விக்கினேஸ்வரரின் பீடத்தைத் தேவியும் மெல்ல நகற்றி சுரங்கத் துவாரம் தெரியாதபடி ஒழுங்காகப் பொருத்திவைத்தாள். அருகில் படுத்திருந்த சிவகாமியைக் கவனித்தபோது தேவிக்கு மறுபடியும் பயம் வந்துவிட்டது. அவளை எப்படி அசைத்துப் பார்த்தும் கண் விழிக்கவில்லை. ஒருவேளை சிவகாமி அயர்ந்து உறங்குபவள் போல் நடிக்கிறாளோ, பூஜையறையில் நடந்ததையெல்லாம் அவள் கவனித்திருப்பாளோ என்று தேவி நினைத்து நடுங்கினாள்.

''தேவி! தேவி! சிவகாமி! சிவகாமி! நான் உள்ளே வரலாமா?'' என்று பூஜையறையின் கதவைத் திறக்க முயலும் வீரசேகரனின் கூக்குரலும் சந்தடிகளும் அதிகரித்தன.

இனி விதிப்படி எது வந்தாலும் சரி என்று தேவி தன் மனதைத் திடப்படுத்திக்கொண்டு எழுந்துபோய் பூஜையறையின்

கதவைத் திறந்தாள். அவளுடைய நெஞ்சு ''திக் திக்''கென வேகமாக அடித்துக் கொண்டது.

வீரசேகரன் தன் கையில் பிடித்திருக்கும் வீரவாளை நீட்டிக் கொண்டே உள்ளே புகுந்தான்.

''தேவி! ஏன் அலறினீர்கள்? யார் இங்கே வந்தது?'' என்று வீரசேகரன் கேட்டுக் கொண்டே பூஜையறையைச் சுற்றுமுற்றும் பார்த்தான். அந்நியர் எவரையுங் காணோம்! தரையிலோ சுவர்களிலோ, குழியெதுவும் பறிக்கப்படவில்லை!

''தேவி! என்ன நடந்தது?'' என்று வீரசேகரன் பதறினான்.

தேவி மறுமொழியொன்றும் கூறாமல், பிரமை பிடித்தவள் போல் நின்றாள். அவளுடைய கருவிழிகள் மட்டும் சிவகாமி மீதே பதிந்திருந்தன.

''சிவகாமி ஏன் இப்படிக் கிடக்கிறாள்? இவளுக்கு என்ன நேர்ந்துவிட்டது?'' என்று பாய்ந்த வீரசேகரன் கீழே குனிந்து சிவகாமியை எழுப்ப முயன்றான்.

தேவியின் தேகம் ஜில்லிட்டது!

ஆனால், சிவகாமியிடமிருந்து மூச்சு வந்ததே தவிர, அவளை எழுப்ப வீரசேகரனால் முடியவே இல்லை.

சிவகாமியைப் புரட்டிப் பார்த்தபோது அவளுடைய வலது கை வீரசேகரனின் முகத்தின்மீது விழவே, அவன் கொடுத்த விஷ மோதிரம் அவளுடைய விரல்கள் ஒன்றில் ஒளிர்வதைக் கண்டான். அந்த மோதிரத்தின் இரத்தினக்குப்பி திறக்கப்பட்டு; அதிலுள்ள பொடியையெல்லாம் சிவகாமி விழுங்கியிருந்தாள். அதில் வீரசேகரன் வைத்திருந்த விஷப் பொடிக்குப் பதில், பய உணர்வை அகற்றும் உன்னதமான மதுசாரப் பொடியை ஜனநாதன் மாற்றி வைத்திருப்பதாகச் சொன்னது உடனே வீரசேகரனுக்கு நினைவு வந்தது. அவ்வளவு பெரிய மகிமை வாய்ந்த மதுசாரப் பொடி என்பது வெறும் மயக்க மருந்துதான் என்பதும் அவனுக்கு இப்போது விளங்கிவிட்டது. சிவகாமிக்குப் பிரக்ஞை வர இன்னும் சிறிது நேரமாகும் என்றும் தோன்றியது.

தேவி அப்போதுதான் கொஞ்சம் உயிர் வந்தவள்போல் பெருமூச்சு விட்டாள்;

''தேவி; ஏன் ஒன்றும் மறுமொழி கூறவில்லை? என்ன நடந்தது? ஏன் அலறினீர்கள் ஏன் பிரமை பிடித்ததுபோல் நிற்கிறீர்கள்?'' என்று வீரசேகரன் சரமாரியாகக் கேள்விகளைத்

தொடுத்துக் கொண்டே துடி துடித்தான். அவனுடைய வாளின் ஒளிகள் விண்மீன்களைப்போல் அங்குமிங்கும் சிதறின.

"தூக்கத்தில் யாரோ என்னைத் தீண்டுவதுபோல் இருந்தது. நான் திடுக்கிட்டுத் திரும்பியதும் என் பிராணபதியின் கனிவான குரலும் கண்ணைப்பறிக்கும் பார்வையும் தோன்றின...."

"உங்கள் பிராணபதியைக் கண்டு நீங்கள் அலறுவானேன்?"

"அவருடைய முகம் தாடி மீசைகளுடன் முனிவர் ஒருவரின் சுந்தர முகமாகவே காணப்பட்டது. யாரோ ஓர் இராட்சசன்தான் அவ்வாறு மாயா ரூபமெடுத்து வந்தானோ என நினைத்து அலறிவிட்டேன்!"

"ஓ! சந்நியாசி ரூபத்தில்தான் இராவணர், தாடி மீசைகளுடன் இங்கு நடமாடும் ஒருவரைப்போல் இரகசியமாகச் சீதாதேவியிடம் வருவார் என்று ஜனநாதன் வேடிக்கையாகச் சொல்லிவிட்டுப் போனான்!

உங்கள் குமாரனுக்கு உபாத்தியாயராக வாய்த்திருக்கும் சுந்தர முனிவர் தாடி மீசைகளை உடையவராயிருந்தாலும் எவருடைய மனதையும் கவரும்படியான சுந்தர முகமுடையவர் என உங்களிடம் நான் பலமுறை வர்ணித்துச் சொல்லியிருக்கிறேன். அவ்வாறு மாய ரூபமெடுத்து வருபவர் இராவணனாக இல்லாமல் இராமனாக இருக்கவேண்டுமென நீங்களும் ஏங்கியிருக்கலாம். இவற்றினால் ஏற்பட்ட பிரமைதான் உங்களிடம் கனவாக வெளிப்பட்டிருக்கிறது.

மறுபடியும் இதுமாதிரிக் கனவுகள் தோன்றாதபடி விக்கினேஸ்வரரைத் தொழுதுவிட்டுத் தூங்குங்கள். உங்களுடைய மனதிற்கு நிம்மதி ஏற்பட வேண்டுமென்பதற்காகத்தானே இங்கே இந்தப் பூஜையறையில் காற்றோட்டத்தையும் பொருட்படுத்தாமல் படுத்துறங்குகிறீர்கள். வழக்கம் போல் நிம்மதியாய்ப் படுங்கள். இந்தப் பூஜையறைக்குள் யாரும் வரமுடியாது!" என்று வீரசேகரன் சொல்லிவிட்டுத் தன் உடைவாளை உறையினுள் சொருகிக் கொண்டான். தேவியின் கருவிழிகள் மறுபடி சிவகாமி படுத்திருக்கும் திசையில் வட்டமிட்டன.

"சிவகாமிக்கு இன்னும் பிரக்ஞை வரவில்லை. அதுவரை இங்கே நான் இருக்கவேண்டுமா, தேவி? போயும் போயும் இந்தக் கோழைப் பெண்ணை உங்களுக்குத் துணையாகப் படுக்க வைத்தேனே ஆனால் இவளை விட்டால் வேறு எவளையும் நம்பி உங்களருகில் படுக்கவைக்க முடியாது!" என்று வீரசேகரன் மனம் நொந்து கொண்டான்.

''எனக்கு என் பிராணநாதரின் நினைவைத் தவிர வேறு துணை தேவை இல்லை! சிவகாமி உறங்கும் போது அடிக்கடி வாய் புலம்புகிறாள். யாரையோ கொன்று வஞ்சம் தீர்க்கவேண்டுமென்பது போல் ''கொல்லு! வெட்டு! இராட்சஸி!'' என்றெல்லாம் என்னென்னவோ பிதற்றுகிறாள். எனக்குப் பயமாக இருக்கிறது. இவள் படுத்திருக்கும்போது இப்படிப் பயங்கரமான பிதற்றல்! விழித்திருக்கும் போதோ, இவளுடைய குரூரமான பார்வையை என்னால் தாங்கவே முடிவதில்லை!'' என்று தேவி பெருமூச்சுவிட்டாள்.

''அப்படியானால் இனி சிவகாமி உங்களோடு பூஜையறையில் படுக்கவேண்டாம்! வெளியிலேயே அவள் படுத்துறங்கட்டும். நீங்கள் பூஜையறையை நன்றாகத் தாளிட்டுக்கொண்டு படுங்கள். சிவகாமியின் குரலோ என் குரலோ கேட்டாலொழிய நீங்கள் கதவைத் திறக்க வேண்டாம்! பத்திரம்!'' என்று வீரசேகரன் எச்சரித்து விட்டு மறுபடியும் ஒரு தடவை பூஜையறையினுள் சுற்று முற்றும் தன் கண்ணோட்டத்தைச் செலுத்தினான்.

''தேவி! பயப்படாதீர்கள்! உங்களுக்குப் பௌத்த மதத்தில் அதிகப் பிடிப்பும் புத்தர்பிரானின் அருளில் மிகுந்த பக்தியும், அவரைத் தொழுவதில் நிம்மதியும் உண்டெனக் கேள்விப்பட்டேன். நீங்கள் விரும்பினால், நீங்கள் படுத்துறங்கும் பூஜையறையில் அந்த வெள்ளி விக்கினேஸ்வரரை அகற்றிவிட்டு புத்தர்பிரான் சிலையை வைக்க ஏற்பாடு செய்கிறேன். நான் வைஷ்ணவன் ஆனபடியாலே பிள்ளையாரைக் கெல்லி எடுப்பதில் எந்த விதத்தோஷமும் வந்துவிடாது!'' என்றான் வீரசேகரன்.

''இல்லை! இல்லை! வேண்டாம்! என் பிராணபதிக்குக் குல தெய்வம் கன்னி பகவதி! நான் புகுந்த பாண்டிய வம்சம் வழி வழி சைவ சமயத்தையே பின்பற்றி வருகிறது! இந்த விக்கினேஸ்வரர் என்னை எல்லாவித விக்னங்களிலிருந்தும் காப்பாற்றுவார் என்கிற நம்பிக்கை எனக்கு உண்டு!'' என்று தேவி பதட்டத்துடன் கூறினாள்.

''தேவி! உங்களுக்கு இன்னும் பயப் பிராந்தி நீங்க வில்லையா? உங்களுக்கு ஆறுதலாக இன்னும் சிறிது நேரம் இங்கே காவலிருக்கட்டுமா?'' என்று கேட்டான் வீரசேகரன்.

''இல்லை, வேண்டாம்! இப்போது அகால நேரம்! நீ வெளியே போய் காவலிரு! போகும்போது சிறைக்கூடம் முழுவதையும் ஒரு முறை நன்றாகப் பரீட்சித்துப் பார்த்துவிட்டு வெளிக் கதவைப் பூட்டிக்கொள். இங்கே பூஜையறையில் எனக்கொருவிதப் பயமுமில்லை! பத்திரமாகவே இருப்பேன். இனி விடிகிறவரை

கதவை யார் தட்டினாலும் திறக்கவே மாட்டேன்!" என்று தேவி திடமான குரலில் சொல்லிவிட்டு வீரசேகரனை வெளியேறும்படி அவசரப்படுத்தினாள்.

வீரசேகரன் வெளியே போனதும், பூஜையறையின் கதவை நன்றாகத் தாளிட்டுக்கொண்டு, தேவி உள்ளே வந்தாள். அங்கிருந்த திரிவிளக்கின் வெளிச்சத்தைப் பெரிதாக்கினாள். வெள்ளி விக்கினேஸ்வரர்முன் பூஜைத் தட்டில் கிடந்த பூஷ்பங்களையெடுத்துத் தன் கூந்தலில் சொருகிக் கொண்டாள். தன் நெற்றிக் குங்குமத்தைத் திருத்திக் கொண்டாள். கண்ணோரங்களினின்று வடிந்திருந்த அஞ்சனத்தை துடைத்துக் கொண்டாள். விக்கினேஸ்வரர் பீடத்தின்முன் பதுமையென அமர்ந்து புதுமணப் பெண்போல் உல்லாசமாகக் காத்திருந்தாள். அந்த விக்கினேஸ்வரரின் பீடம் எப்போது அகலும், பிராணநாயகருடைய முகத்தை எப்போது காண்போம், இன்னும் இரண்டு நாழிகைகள் எப்போது கழியும் என்கிற ஆவலுடன் ஒவ்வொரு கணத்தையும் ஒவ்வொரு யுகமாகத் தேவி கழிக்கலானாள்.

திமிங்கலக் கடல் சூழ்ந்த ஏதோ ஒரு மாய மந்திரத் தீவிலே மனோகரமான ஓர் இராஜகுமாரன் அவளைத் தட்டியெழுப்புவது போல விக்னேஸ்வரப் பீடத்தினடியில் சுந்தர ஜோஸியர் மூன்று முறை இலேசாகத் தட்டும் ஓசையும் கேட்டது. அதற்கு சமிக்ஞையாகத் தேவியும் பீடத்தின் மேலே பலமாக மூன்று முறை தட்டினாள்.

கால வெள்ளத்தைக் கடந்த கனவுலகிலிருந்து "தேவி"! என்று அழைக்கும் இன்பமான மெல்லிய குரல் கேட்டது.

மறுகணமே...

தேவியின் மிருதுவான கைகளுக்கு எங்கிருந்துதான் அபரிமிதமான பலம் வந்ததோ, விக்கினேஸ்வரரின் பீடத்தை ஒரு நொடிப் பொழுதில் அகற்றினாள். அதன் கீழே தென்பட்ட சுரங்கத் துவாரத்தினுள் "சரசர"வென இறங்கினாள்.

அவளை எதிர்நோக்கிக் கையில் அகல் விளக்குடன் சுரங்கப் பாதையில் காத்திருந்தார். சுந்தர ஜோசியர் வானத்துப் பூங்காவிலிருந்து உதிர்ந்து விழும் நட்சத்திர மொட்டுபோன்ற தேவியை தம்முடைய மற்றொரு கையால் பற்றி இழுத்து இறுக அணைத்துக் கொண்டார்.

தேவி அப்படியே தன் பிராணேஸ்வரரின் விசாலமான தோளின் மீது சாய்ந்து அவருடைய நெஞ்சகத்திலே தன்னுடைய

செந்தாமரை முகத்தைப் புதைத்துக்கொண்டாள். கூண்டிலிருந்து தப்பி வானவெளிக்கு வந்துவிட்ட இளம் புறாவின் நெஞ்சைப்போல அவளுடைய நளின இதயம் உற்சாகத்துடன் ''படபட''வென அடித்துக்கொண்டது. அவள் தன் பிராணகாந்தரின் கழுத்தைக் கட்டிக்கொண்டு, கண்ணிமைகள் துவள மெய்மறந்திருந்தாள். அருகில் எரியும் அகல்விளக்கின் தகிப்புக்கூடத் தேவிக்கு உறைக்கவில்லை. அவளுக்கு எத்தனை காலத்து ஏக்கமோ...?

''தேவி! நீ இப்போது திரும்பிப்போக வேண்டியதில்லையே?'' என்று கேட்டார் சுந்தர ஜோசியர்.

''விடியற்சாமம் வரை எத்தனை நாழிகை வேண்டுமானாலும் நான் உங்களோடு இருக்கலாம். அதுவரை யாரும் பூஜையறைக் கதவைத் தட்டமாட்டார்கள்!'' என்று தேவி சொல்லும்போது உற்சாகத்தினால் அவளுடைய தேகம் முழுதும் புது வனப்பொன்று ஜொலித்தது. அதன்பிறகு, குறுகலான சுரங்கத்தின் வழுக்கலான பயங்கரப் பாதையின் மூலம் அவளைப் பாதாளக் கிடங்கிற்கு அழைத்துச் செல்ல விரும்பினார் சுந்தர ஜோசியர். அவர் தம்முடைய கழுத்தைக் கெட்டியாகப் பிடித்துக்கொள்ளும்படி தேவியிடம் சொல்லி விட்டு, புஷ்பக் குவியலைப்போல் அவளை மிருதுவாக ஒரு கையால் அள்ளி அணைத்துக்கொண்டு, இன்னொரு கையிலுள்ள அகல் வெளிச்சத்தை முன்னே காட்டியவண்ணம், ''கிடுகிடு'' பாதாளத்தை நோக்கி இறங்கலானார்.

அந்தச் சுரங்கப் பாதையின் பயங்கரத்தைக் கண்டாலே மென்மையான இதயம் படைத்த எந்தப் பெண்ணுக்கும் சாதாரணமாக மூர்ச்சை வந்துவிடும். ஆனால் தன் பிராணகாந்தரின் கைகளில் இருக்கிறோம் என்கிற உல்லாசத்தினால் தேவிக்கு அந்தப் பாதை சுவர்க்கத்தை நோக்கி வழி நடத்தும் புஷ்பப் பாதையாகவே தென்படலாயிற்று!

வழி நெடுகிலும் பலவிஷயங்களையும் பற்றி சுந்தர ஜோசியர் தேவியிடம் பேசிக்கொண்டே வந்தார். தேவியும் பூஜையறையில் நடந்தனவற்றையெல்லாம் அவரிடம் விவரித்து விட்டு, அவரிடம் பலவற்றைப் பற்றியும் எண்ணிறந்த கேள்விகளையெல்லாம் கேட்டுக் கொண்டே வந்தாள்.

மிகுந்த பிரயாசையுடன் சுந்தர ஜோசியர் வேகமாகப் பாதாளக் கிடங்கை அடைந்ததும், ''தேவி! இதுதான் நான் சொன்ன பாதாளக் கிடங்கு! நீயும் குமாரனும் எப்படியாவது ஒன்றாகப் புறப்பட்டு வந்து இந்தப் பாதாளக் கிடங்கிற்குள் மூன்று நான்கு நாள் தங்கியிருந்தால், நீங்கள் தப்பிவிட்டீர்கள் என்று எதிரிகள்

நினைத்து மதுரை நகரெங்கும் உங்களைத்தேட ஆரம்பிப்பார்கள். அசோகவனக் கோட்டையின் உள்ளும் புறமும் காவல் தளர்ந்துவிடும். அந்தச் சந்தர்ப்பத்தில் நாம் இங்கிருந்து ஏதாவது ஓர் உபாயத்தின் மூலம் சுலபமாகத்தப்பிச் சென்று விடலாம்! இப்படித்தான் நான் திட்டம் செய்திருந்தேன்!'' என்றார் சுந்தரஜோசியர்.

"என்றாவது ஒருநாள் என்னைச் சிறைமீட்க என் பிராணநாதர் வருவார் என்று நான் எண்ணாத நாளே இல்லை!'' என்று தேவி ஆனந்தபாஷ்பம் சொரிந்தாள். ஆனால் மறுகணமே அவளுடைய முகத்திலிருந்து உவகை மாறி துயரத்தின் வாடை கவிந்தது.

"என்னைச் சிறைமீட்க வந்தீர்களே! நீங்களும் சிறையில் அகப்பட்டுக்கொண்டால் உங்களைச் சிறைமீட்க வல்லவர் யார்?'' என்ற தேவியின் குரலில் விம்மல் ஒலி வட்டமிட்டது.

"தேவி! எனக்கு ஒருவித அபாயமும் நேரிடாது! நான் சுந்தர உபாத்தியாயராக மாயாரூபமெடுத்து வந்திருப்பதை அஞ்சு கோட்டையானும் நம் குமாரனுமே இனம் கண்டு பிடிக்க முடியவில்லை!'' என்றார் சுந்தரர்.

"நம் குமாரன் வீரகேரளனை என்னிடமிருந்து பிரித்துத் தனியாக வேறொரு சிறைக்கூடத்தில் வைத்திருக்கிறார்கள் கிராதகர்கள். சிறிது நேரங்கூட அவனை என்னோடு தனியாகத் தங்க விடுவதில்லை! ஜனநாதன்தான் அவ்வாறு செய்து அதில் ஏதோ ஒரு சூழ்ச்சி செய்கிறான். ஆனாலும் சந்தர்ப்பம் கிடைக்கும்போது ஏதாவது ஒரு காரணம் சொல்லிக் குமாரனை என்னோடு வைத்துக் கொள்ள முயல்கிறேன். அச்சமயம் நாம் குமாரனோடு தப்பிச் செல்லலாம்!'' என்றாள் தேவி.

"ஒருவேளை அப்படிப்பட்ட சந்தர்ப்பமே உனக்கு வாய்க்காவிட்டால்...?'' என்று தயங்கிச் சொன்ன சுந்தர ஜோசியர் மெல்லத் தேவியின் முகத்தைக் கூர்ந்து பார்க்கவும் மனம் கூசியவராய் முகத்தைத் திருப்பிக் கொண்டார்.

தேவிக்குச் சுரீரெனத் தேகமெல்லாம் புல்லரித்தது. "அப்படியானால் குமாரன் வீரகேரளனை இழந்துவிடச் சொல்லுகிறீர்களா? என்னை மட்டும் இந்த நரகத்திலிருந்து காப்பாற்றி அழைத்துச் சென்றால் போதுமென நினைக்கிறீர்களா? அவ்வளவிற்குத் தாய்மையின் பொறுப்பற்ற துர்ப்பாக்கியவதியா நான்?'' என்று தேவி விம்மலானாள்."தேவி! இருவரைக் காப்பாற்ற முடியாவிட்டாலும் ஒருவரையாவது காப்பாற்ற வேண்டுமென்று

நினைத்தேன். இதுபோல் பத்திரமாகச் சுரங்க வழியில் வரும் சந்தர்ப்பம் மற்றொரு முறை உனக்கு வாய்க்காமலே போய்விடலாம்! கண் பெற்று அதை மறுபடியும் இழந்த குருடன் ஆகவேண்டுமா நான் ஒப்பற்ற இரத்தினமான உன்னை மீட்க வழியிருந்தும் அதை நழுவ விட்டேன் என்கிற துயரை என்னால் தாங்கவே முடியாது. தேவி தாங்கவே முடியாது! நீ இல்லாவிட்டால் நானும் இல்லை என்பதை யோசித்துப் பார்த்தாயா?''

''என்மீது உங்களுக்கு அளவற்ற பிரேமை உண்டு என்பது எனக்குத் தெரியாதா? எந்தச் சக்கரவர்த்திகளின் மனைவிக்கும் கிடைக்காத பதியின் இருதயம் எனக்குக் கிடைத்திருக்கிறது. அந்த மாபெரும் பாக்கியத்தை உணராத பாவியல்ல நான்! ஆனால் நம் குமாரன் வீரகேரளன் யார் ஈன்ற செல்வம் என்பதை யோசித்துப் பாருங்கள். அவன் என் சகோதரியின் மகன். மரண காலத்தில் மகனை எவளோ ஒரு மாற்றாந்தாய் கையில் ஒப்படைக்க விரும்பாமல் என் கையாலே வளர்க்க வேண்டுமென்பதற்காகவே நீங்கள் என்னை மணக்கும்படித் தூண்டியவளின் மகன்! அவனை இராட்சதர்களின் மத்தியில் தவிக்கும்படிப் புறக்கணித்துவிட்டு நான் மட்டும் தலைதப்பிச் சென்றால், அவனைப் பெற்ற தாயின் உள்ளம் என்னைச் சபிக்காதா? இறந்தும் இறவாதவளாக என் எண்ணங்களிலே வாழும் அவளுக்கு என்ன பதில் சொல்வேன்? என்றாவது ஒருநாள் நான் மடிந்து மேலுலகம் சென்றால் அங்கே என் சகோதரி முகத்தில் எப்படி விழிப்பேன்? எனக்கு இவ்வுலகில் ஏற்பட்ட துர்ப்பாக்கியங்கள் போதாதென மறு உலகிலும் எனக்குத் துர்ப்பாக்கியம் ஏற்படவேண்டும் என்கிறீர்களா? உங்களையும்தான் உலகம் என்ன சொல்லும்? மடிந்து போன மனைவியின் மகனை மாளாத நரகில் தள்ளிவிட்டு, புது மனைவியை மட்டும் மனோ உல்லாசத்திற்குச் சிறைமீட்டு வந்தீர்களென உலகம் பழி தூற்றாதா? தனியே பச்சிளம் பாலகனைப் பாவிகளிடம் பரிதவிக்கவிட்டுத் தாய்மட்டும் தப்பிச் சென்றால், அவனுடைய பசுமையான உள்ளத்தில் கோயில் கொண்டிருக்கும் தாயின் உருவம் எவ்வளவு கோரமாக மாறும்? அதைவிடத் துர்ப்பாக்கியம் ஒருத்திக்கு வேறு உண்டா? தந்தையின் முகம் காணாமல் தனியாகச் சிறையில் வாடும் தனயன் எப்போதாவது தாயின் முகத்தைப் பார்த்தும் ஆறுதல் பெற முடியாவிட்டால் அவனுடைய பச்சிளம் இருதயம் ஏங்கி ஏங்கியே மரித்துவிடாதா? அதைவிடத் தாயின் முகத்தைப் பார்த்து ஆனந்தப்பட்டுக் கொண்டிருக்கும்போதே அவனுக்கு ஒரு துளி விஷங்கொடுத்துக் கொன்று விடுவதே மேல்! என் பதி கட்டளையிட்டால் அதையாவது செய்து விட்டுவர எனக்கு அவகாசம் கொடுங்கள்!'' என்று தேவி 'ஓ'வென்று விம்மி விம்மி அழுதாள்.

"தேவி! நெருக்கடியான நிலையை நீ இன்னும் உணரவில்லை! மகனைப்பற்றி மனம் மருகும் பாண்டிய சக்கரவர்த்தினி பாண்டிய குலத்தின் எதிர் காலத்தையும் எண்ணிப் பார்க்கவில்லை! இப்போது நம்முடைய படைபலம் பெருகியிருக்கிறது. இலங்கை மன்னர் பராக்கிரமபாகுவின் படை பலமும் கிடைத்திருக்கும் இந்தச் சமயத்தில் நாம் வெகு சுலபமாக மதுரையை முற்றுகையிட்டுச் சோழர்களை முறியடித்து நம்முடைய தலைநகரை மீட்டுவிடலாம். தேய்பிறையாக இருந்துவரும் பாண்டியர்களின் சந்திரோதயம் மறுபடியும் வளர்பிறையாக வளரத் தொடங்கிவிடும். அவ்வாறு நாங்கள் மதுரையை முற்றுகையிட்டால் உன் மானம் சூறையாடப்படுமென சோழர்கள் பயமுறுத்துகிறார்கள். இப்பொழுது தேவியைச் சிறைமீட்கும் கையோடு, தலைநகரையும் மீட்டு குலோத்துங்கனின் கொடி நகரையும் கொளுத்திவிடலாம்! பாண்டியனின் பழிவாங்கும் படலத்திலே சோழரின் சாம்ராஜ்யத்தையே சரித்திரத்திலிருந்து கிழித்தெறிந்து விடலாம்!'' என்ற சுந்தர ஜோசியரின் குரலில் வீரபாண்டியனின் கர்ஜனை மிளிர்ந்தது. தேவியின் உள்ளமோ குமாரனின் பரிவு தோய்ந்த முகத்தையே எண்ணிப் பரிதவித்துக் கொண்டிருந்தது.

"இங்கே வாடி வதங்கும் நம் பச்சிளம் குமாரனின் நிலை என்ன?"

"இப்போது நீ என்னோடு சிறை தப்பி வந்துவிட்டால் பிறகு வேறோர் உபாயத்தின் மூலம் குமாரனைச் சிறை மீட்க முயலலாம்!"

"அது சாத்தியமல்ல! நான் சிறை தப்பி விட்டேன் என்று தெரிந்தால் மறுகணமே நம் குமாரனின் உயிரைப் பணயம் வைத்து அவனைக் கொன்று விடுவார்கள் ஈவிரக்கமற்ற அரக்கர்கள்! குமாரனை என்னிடமிருந்து பிரித்து வேறொரு சிறையில் ஜனநாதன் வைத்திருப்பதன் நோக்கமே அதுவாக இருக்கலாம்!" என்று தேவி குமுறினாள்.

"தேவி! நம்முடைய கரங்களையும் வம்சத்தையும் அலங்கரிக்க இன்னும் எத்தனையோ குமாரர்கள் ஜனிப்பார்கள்!"

"உங்கள் அருகில் அரியணையையும் அந்தப்புரத்தையும் அலங்கரிக்க இன்னும் எத்தனையோ பட்டமகிஷிகளையும் நீங்கள் அடைய முடியும்!"

"தேவி! நீ இங்கு சிறையில் இருப்பதே எங்களுடைய இலட்சிய யாத்திரைக்குப் பெரும் தடையாக இருக்கிறதென என் கட்சியினர் பலர் கருதுகிறார்கள்!" என்று சுந்தர ஜோசியர் வன்மையான குரலில் கூறினார்.

"அவ்வாறானால் உங்களுடைய இலட்சியத்திற்குத் தடையாய் இருக்கும் என்னை இந்த அருமையான சந்தர்ப்பத்திலேயே கொன்றுவிடுங்கள். நான் தாய்மைப் பேறு அடையாவிட்டாலும் தாய்மையின் கடமையுள்ளவள் என்பதை நான் மறக்க முடியாது. இயலுமானால் நானும் குமாரனும் ஒன்றாகவே தப்பி வருகிறோம். இல்லையெனில் இந்தச் சிறைக் கோட்டத்திலே உயிர் நீத்துவிடுவோம். அதற்குப் போதுமான விஷத்தைக்கூட உங்கள் பாண்டிய சாம்ராஜ்யத்தின் கட்சியினரிடமிருந்து நான் எதிர்பார்க்கவில்லை!" என்றாள் தேவி, அளவற்ற கண்ணீர் துளிகளின் மத்தியில் கம்பீரமாக.

சுந்தர ஜோசியர் அவளுடைய தாமரை வதனத்தின் தூய்மையான கண்ணீர்த் துளிகளை ஒரு கணம் கூர்ந்து நோக்கினார். "தேவி! கவலை வேண்டாம்! உன்னுடைய உன்னதமான உள்ளமே உங்கள் இருவரையும் ஒன்றாகச் சிறைமீட்கும்படியான பாக்கியத்தை எனக்குத் தரலாம்! அதுவரை நான் பொறுத்திருக்கிறேன்! உங்களிருவரையும் ஒன்றாகவே நான் இழக்க வேண்டுமானால் பாண்டிய சாம்ராஜ்யத்தையும் நான் இழந்து விடுகிறேன்!"

"எனக்கு இன்னொரு வாக்குறுதியும் நீங்கள் கொடுக்க வேண்டும்! ஒருவேளை இந்தச் சுரங்க வழியை எதிர்பாராதவிதமாக எதிரிகள் கண்டுபிடித்து விடுவார்களேயானால், உங்களுக்கு அபாயம் நிச்சயம் சம்பவித்துவிடும். அப்போது எங்களிருவரையும் நீங்கள் பொருட்படுத்தாமல் தப்பிச் சென்றுவிட வேண்டும். தேவி புகுந்த வம்சம் விளங்கவில்லை என்கிற பழிச்சொல் எனக்கு எந்தக் காலத்திலும் ஏற்படக் கூடாது. இந்த மாயச் சிறையிலிருந்து மீளாமலே தேவி மாண்டு போனாலும் அவளுடைய பிராணகாந்தரின் வம்சமும் இலட்சியமும் சந்திரோதயமாக வளர்ந்தோங்கின என்கிற புகழைத்தான் நீங்கள் எனக்குத் தரவேண்டும்!" என்றாள் தேவி.

"தேவி! உன்னை இழந்த பிறகு எனக்கு எதுவும் இந்த உலகத்தில் இராது என்றாலும் உன்னுடைய ஆசைக்காக அந்த வாக்குறுதி அளிக்கிறேன். நீ இல்லாத போதும் உனக்காக இந்த உயிரைச் சுமந்து கொண்டிருப்பேன்!" என்றார் சுந்தரஜோசியர் தழதழக்கும் குரலில்.

சுந்தர ஜோசியர் அதைச் சொன்னதும் தேவி அப்படியே உணர்ச்சிவசமாகி ஓடிச்சென்று தன் பிராணபதியை இறுக அணைத்துக் கொண்டு கண்ணீர் சொரிந்தாள். அந்தக் கண்ணீரில் அளவற்ற துயரமும் ஆனந்தமும் பல நாளைய ஆசையுங்கூட ஒருங்கே கனிந்திருந்தன.

அவளுடைய கண்ணீரைத் துடைத்துவிட்டு சுந்தர ஜோசியர் மெல்ல அவளுடைய முகத்தை நிமிர்த்தி மாதுளை மொட்டுகள் போன்ற அவளுடைய கன்னங்களை வாஞ்சையுடன் வருடலானார். பதிப்பிரேமையோடு கூடிய அந்த ஸ்பரிசத்திலே தேவி மெய்மறந்து போனாள்.

அவளுடைய உள்ளமும் உதடுகளும் ஏங்கின. மெல்லக் கணவரின் முகத்தைத் தன் நீலோற்பல விழிகளால் ஏறிட்டுப் பார்த்தாள். பிராணகாந்தரின் விழிகளில் அளவற்ற கவர்ச்சி பொங்கி நிற்பதையும் கண்டாள்.

‘‘தேவி, நீ இப்போதே சிறைக்கூடத்திற்குத் திரும்பிப் போக வேண்டுமா?’’ என்று சுந்தரர் நெஞ்சு விம்மத் தழதழக்கும் குரலில் கேட்டார்.

தேவியின் கண்களில் நீர் துளிர்த்தது! ‘‘இல்லை! துன்புறுத்திய தன் பிராணகாந்தருக்கு ஆனந்தத்தைத் தராமல் மனைவி போகமாட்டாள்.

தினசரி அவரை இந்த நேரத்தில் இங்கே சந்திக்கும் பாக்கியமும் அவளுக்குக் கிடைக்கும்!’’ என்று மெல்லிய குரலில் சொன்ன தேவி, நாணத்தோடு தலைகுனிந்து கொண்டாள்.

தொலைவில் அவர் வளைவு மாடத்தில் வைத்துவிட்டு வந்த அகல் விளக்கின் வெளிச்சம் பிறை நிலாவைப்போல மங்கலாகப் பிரகாசித்தது!

அத்தியாயம் 59

ஆவியனையாள்!

‘ஆவியனையாளைக் கண்டனன் எனப்
பெரிய காதல் முதிர்கின்றான்!’

— கம்ப ராமாயணம்

மனத் துறவு பூண்ட பாம்பாட்டிச் சித்தரின் பாடலொன்று மருள் நீக்கியார் மடத்திலிருந்து விடியாத இருளில் தேய்ந்து வந்தது.

சொல்லும் புளியம் பழத்தின் ஓடு போலவே.
சுற்றத்தில் இருந்தாலும் அவர் தொந்தங்களற்று,
நில்லு மனதே பர நின்மலத்திலே
நின்றுனைதான் வெறும் பாழ் என்று ஆடாய் பாம்பே!

உலக பந்தங்களிலிருந்து கட்டறுத்துப் பாழ்வெளியை நோக்கிப் படரும் அந்த ஞானப்பாடலின் இசைவழியைப் பின்பற்றி, ஊர்மிளா வேகமாக மருள் நீக்கியார் மடத்தை நோக்கி நடந்தாள்.

அங்கே மடத்துத் திண்ணையொன்றின் இருள் விரிப்பில், யாரோ ஒருவர் கறுப்புக் கம்பளியால் போர்த்திக் கொண்டு படுத்திருப்பதை ஊர்மிளா பார்த்ததும், யாரோ வழிபோக்கர் மெல்லிய குறட்டையுடன் அங்கு படுத்துறங்குவதாக நினைத்து, ஓசைப்படாமல் மற்றொரு திண்ணைமீது ஏறி, அங்கிருந்த சாளரத்தின் வழியாக உள்ளே ஊடுருவி நோக்கினாள்.

பாழடைந்த அந்த மடத்தினுள்ளே, ஒரே இருட்டாக இருந்தது!

பித்தரைப்போல் பிதற்றும் பாம்பாட்டிச் சித்தரின் குரல், அகல்யாவின் வளையல் ஓசை, சில சமயங்களில் சிலம்பொலிகள் இவை மட்டுமே ஜடவஸ்துக்களின் மத்தியில் உயிரொலிகளாகக் கேட்டன. அங்கு படிந்திருந்த பல நாளையப் புழுதியின் அழுக்கு நாற்றத்தையும் மீறி ஒருவித மட்டிப்பால் ஊதுவத்தியின் புகை மணத்தது.

விளையாட்டுக் குழந்தைபோன்ற பருவப்பெண்ணான அகல்யா எப்படித்தான் பாம்பாட்டிச் சித்தரோடு மயானக்கரைகளிலும் பாழ் மடங்களிலும் வாழ முடிகிறதோ என்று ஊர்மிளா மிகவும் மனம் உருகினாள். சரியாக விவரம் தெரியும் வயதுக்கு முன்பே அகல்யாவின் வாழ்வு ஒரு பட்டமரத்தோடு கட்டப்பட்டுவிட்ட தலைவிதியை எண்ணி அகல்யாவும் கண்ணீர் விடவில்லையே தவிர, அந்த பொருத்தமற்ற கட்டை அறுத்துக்கொண்டு சுதந்திரப் பறவையாக வெளியேறி விதியையும் வெல்லவேண்டும் என்கிற எண்ணமும் அதற்காக அவள் துடித்த நேரங்களும் பல உண்டு. ஆனால் அதற்குப் போதுமான மனம் அவளுக்கு வளர்ந்ததே தவிர, விதியை வெல்லக்கூடிய மதி அவளுக்கு வாய்க்கவில்லை.

உலகம் தெரியாத வெகுளிப் பெண்ணான அகல்யா, உலக சம்பிரதாயங்களையொட்டிச் சித்தருக்குப் பணிவிடைகள் செய்து வருவதே தன்னுடைய ஒரே கடமையென நினைத்துத் தன்னை அதற்காகப் பழக்கப்படுத்திக் கொண்டாள். பாம்பாட்டிச் சித்தருக்கோ இந்த உலகில் எந்தவித பந்தமும் கிடையாது மனைவி யென்ற நினைப்போடு அகல்யாவை அவர் ஒருபோதும்

பார்த்தவரல்லர். அவருக்கும் அகல்யாவுக்குமிடையே தந்தை மகள் போன்ற உறவே நிலவி வந்தமையால், அவருக்கு அந்தப் பேதைப் பெண் பணிவிடைகள் செய்து வந்ததின் காரணமாக, அவர்மீது அவளுக்கு ஒருவிதத் தாய்மையின் பரிவே ஏற்பட்டிருந்தது. அதனால், ''அடி மகளே!'' என்று அவர் கூப்பிடும்போதெல்லாம், அவள் புளகாங்கித மடைவாள். ஆனால் நாளாக நாளாக, ''அடிமகளே!'' என்று கூப்பிடுவதின் உட்பொருளை அவள் புரிந்துகொள்ளத் தொடங்கியதும், அவள் நெஞ்சு துணுக்குற்றது! அதன் பின்னர், ஒன்றிலும் ஒட்டாத அவரை உலக நடப்பிற்குக் கொண்டுவந்து விடலாமென்று நினைக்கலானாள். தன்னை மிகவும் கவர்ச்சிகரமாக அலங்கரித்துக் கொண்டு அவர் முன் சென்று, ''நான் அழகாய் இருக்கிறேனா?'' என்று அவள் வாய் திறந்துகூட ஆசையோடு கேட்பாள். அப்போதெல்லாம் அவர் ''அடிமகளே!'' என்று சிரித்துவிட்டுத் தம்முடைய ஞானப்பாடலை ஆரம்பித்து விடுவார்.

"வெயில்கண்ட மஞ்சள்போன்ற மாதர் அழகை
விரும்பியே மேல்விழுந்து மேவு மாந்தர்
ஒயில்கண்ட இலவுகாத்து ஓடும் கிளிபோல்
உடல்போனால் ஓடுவார் என்று ஆடாய் பாம்பே"

இவ்வாறு பிராணகாந்தன் பாடுவதைக் கேட்டால் எந்தப் பருவப் பெண்தான் 'ஓ'வென வாய்விட்டு அழாமல் இருப்பாள்? அகல்யாவின் ஆசைகள் மாய மாய அவளுடைய இளமைக் கனவுகளெல்லாம் சாம்பலாகி அவளுக்கும் சித்தருக்குமிடையே இருந்த பந்தங்கூடக் கட்டுத் தளர்ந்துவிட்டது. புற்றுக்குள் இருக்கும் பாம்புபோல் சகபந்தமானது அவள் நெஞ்சுக்குள்ளிருந்து தலையெடுத்து ஆடும்போதெல்லாம் ஆற்றிலோ குளத்திலோ விழுந்து மாய்ந்துவிடலாமா என்றுகூட அவளுக்குத் தோன்றும்.

சித்தரின் பாடல்களெல்லாம் அவளுக்குப் புரிவதே யில்லை; புரிந்துகொள்ளவும் அவள் விரும்புவதில்லை. விளையாட்டுப் பெண்ணான அவள் தன்னோடு கொஞ்சிப் பேசிச் சிரித்து விளையாடி தன் குழந்தை உள்ளத்தை மகிழ்விக்கக்கூடிய தோழமையைத்தான் விரும்பினாள். அந்தத் தோழமை ஜனநாதன் ஒருவனிடந்தான் கிடைக்குமெனவும் அவள் நினைத்தாள். அந்த நினைப்பே தவறானது உலக சம்பிரதாயத்திற்கு விரோதமானது என்றெல்லாம் கூறும் ஊர்மிளாவின் புத்திமதிகளைக் கூட அவள் புரிந்து கொள்ள விரும்புவதில்லை. உலக சம்பிரதாயங்களை நையாண்டி செய்யும் ஞானப் பித்தரோடு அவள் நெருங்கி வாழ்ந்ததினால், சமுதாயக் கட்டுப்பாடுகளை நினைக்கும்போது

அவளுக்கு ஏளனமும் அலட்சியமுமே பிறந்தன. சாவையும் விரக்தியையும் பற்றிய ஞானப்பாடல்கள் அவள் காதில் வந்து விழுந்து விழுந்து ரீங்காரமிட்டுக் கொண்டிருந்தமையால், யாராவது இனிமையாகத் தாலாட்டும்போது ஒரு முறை செத்துப்போக வேண்டும் என்கிற ஏக்கத்தில்கூட அவளுக்கு அலாதியான ருசி விழுந்துவிட்டது.

அன்று விடியாத இருளில் அவள் ஒரு தீர்மானத்தோடு தான் அந்தப் பாழ்மண்டபத்தில் இருந்தாள்.

''நீங்கள் ஏன் என்னைப்பற்றி யோசிப்பதே இல்லை?'' என்று அகல்யா அழுகையும் ஆத்திரமும் கலந்த குரலில் பாம்பாட்டிச் சித்தரை நோக்கிக் கேட்டாள்.

சித்தர் எங்கோ பார்த்துக்கொண்டு சிரித்தார். பிறகு எதையோ நினைத்துக்கொண்டு பாட ஆரம்பித்தார்!

“பஞ்சணையும் பூவணையும் பாயலும் வெறும்
பாழ்சுடுகாடதனிலே பயன் பெறுமோ?
மஞ்சள் மணம் போய் சுடு நாறுமணங்கள்
வருமென்று தெரிந்து நின்று ஆடாய் பாம்பே.”

''அப்படியானால் உங்களுக்கும் எனக்கும் ஒருவித பந்தமுமில்லையா? இந்த உலகில் உங்கள் ஒருவரையே சதமென நம்பியிருந்தேனே! இனிமேல் நான் அவ்வாறு வாழப்போவதில்லை! ஆமாம்! வாழப்போவதே இல்லை! என்ன நான் சொல்லுகிறது புரிகிறதா?'' என்று கேட்டாள் அகல்யா.

சித்தர் சிரித்தார். ''ஆடு பாம்பே! ஆடு பாம்பே!'' என்கிற கவனத்தின் சுருதியிலேயே அவர் லயித்திருந்தார்.

''ஆடுபாம்பே, ஆடு பாம்பே என்று சதா பாடுகிறீர்களே! இங்கே ஒரு பாம்புகூட படமெடுத்து ஆடி வந்து என்னைக் கடிக்கவில்லையே? என்னைக் கடிக்கச் சொல்லுங்கள்! இல்லாவிட்டால் என்னால் உங்களுக்கு அவமானம் வரும்! ஜனநாதர் துணிந்து விட்டால் போதும்! என்ன நான் சொல்லுகிறது புரிகிறதா! நான் சாகப் போகிறேன்! ஆமாம்! சாகப் போகிறேன்!''

சித்தர் அதற்கும் பதில் சொல்லவில்லை; வழக்கம் போல் பாடலானார்.

“எள்ளளவும் அன்பு அகத்தில் இல்லாதார் முத்தி
எய்துவது தொல்லுலகில் இல்லை எனவே

கள்ளப்புலன் கட்டறுத்துக் காலாகாலனைக்
கண்டு தொழுதே களித்து ஆடாய் பாம்பே!"

''இனிமேல் என்னால் உங்களுக்குச் சேவை செய்ய முடியாது! உங்களைவிட்டு நான் போகப் போகிறேன்! அப்புறம் நான் உங்களிடம் திரும்பி வரவே மாட்டேன்... என்ன நான் சொல்லுகிறது புரிகிறதா... நான் நாளை உங்களை விட்டுப் போய்விடுவேன்!'' என்று கூவினாள் அகல்யா.

அதையும் கவனிக்காமல் சித்தர் பாடவே செய்தார்.

"ஆலப் பொந்திலே வாழ்ந்த பாம்பே!
அரசடிப் பொந்திலே புகுந்து கொண்டாய்!
வாலடி தன்னிலே பார்த்துப் பார்த்து
வாங்கியே தூங்கிநின்று ஆடாய் பாம்பே!"

''ஆமாம்! நான் நிம்மதியாகத் தூங்கப் போகிறேன்! அப்புறம் எழுந்திருக்கவே மாட்டேன்! என்ன, நான் சொல்லுகிறது புரிகிறதா? உங்களுக்கு நான் வேண்டாமல்லவா?''

சித்தர் தம் போக்கிலே பாடினார்.

"மக்கள் பெண்டிர் சுற்றம் மருமக்கள் மற்றவர்
மாளும் போது கூட அவர் மாள்வதில்லையே!
தக்க உலகு அனைத்தையும் தந்த கர்த்தனைத்
தாவித் தாவித் துதித்து நின்று ஆடாய் பாம்பே!"

''ஆமாம்; உங்களுக்கு நான் வேண்டாம்! எனக்கு நீங்கள் வேண்டாம்! நான் போய்விடுகிறேன்! நாளை ஒருநாள்தான்! என்ன நான் சொல்லுகிறது புரிகிறதா?''

சித்தர் அப்போதும் தம் பாடலை நிறுத்தவில்லை. கணீரென்ற குரலில் பாடலானார்.

"பரியாசம் போலவே கடித்த பாம்பு
பலபேரறியவே மெத்த வீங்கிப்
பரியாரம் ஒரு மாது பார்த்தபோது
பையோடே கழன்றது என்று ஆடாய் பாம்பே!"

பாம்பாட்டிச் சித்தர் அவ்வாறு பாடிக் கொண்டிருக்கும்போது மடத்துத் திண்ணையிலிருந்து அவ்வளவு காட்சியையும் கவனித்தவாறு மெய்சிலிர்த்து நின்ற ஊர்மிளா தன் கண்ணீரை துடைத்துக் கொண்டு அகல்யா! என்று மெல்லிய குரலில் கூப்பிட்டாள்.

உள்ளிருந்து அகல்யா சாளரத்தின் அருகில் வந்ததும், "அகல்யா! இதென்ன! உள்ளே கூச்சல் போடாதே! நீ இங்கு பதுங்கியிருப்பது யாருக்கும் தெரியக்கூடாது! பாம்பாட்டிச் சித்தரையும் பாடவிடாதே! நாளை அஸ்தமனம் வரை நீ இந்த மடத்தைவிட்டு வெளியே எங்கும் போகக்கூடாது! ஜனநாதரே வந்து கூப்பிட்டாலும் போகாதே! நீ இங்கு இருப்பது ஜனநாதருக்குக்கூடத் தெரியாமல் இருக்கவேண்டும்!" என்று எச்சரித்தாள் ஊர்மிளா.

"நாளை நான் மடிந்து போவதானாலும் எனக்கு ஆனந்தமாகவே இருக்கும், ஊர்மிளா!"

"கவலைப்படாதே! ஜனநாதர் உன்னைக் காப்பார்!"

"ஜனநாதரைச் சந்தித்தாயா?"

"ஆமாம்! ஆனால் அறிவாளிகளின் மனசு எப்படியிருக்கும் என்று சொல்லமுடியாது! பத்திரம்! இந்த மடத்தின் சாளரக் கதவுகளையும் நன்றாகச் சாத்தித் தாளிட்டுக்கொள்!" என்று ஊர்மிளா எச்சரித்துவிட்டு; வந்த வழியே தெருவின் இருளில் மறைந்து மறைந்து நடக்கலானாள்.

அவள் அவ்வாறு போகாமல் மடத்தைச் சுற்றி அதன் பின்புறத்தெரு வழியாகப் போயிருந்தால், மடத்தின் பின்புறத் தோப்பிலுள்ள மகிழ மரத்தடியில் பஞ்ச கலியாணி போன்ற குதிரையொன்று கட்டப்பட்டிருப்பதைப் பார்த்திருப்பாள். அந்தக் குதிரையைப் பார்த்திருந்தால், மடத்தின் மற்றொரு திண்ணையில் படுத்திருந்த வழிப்போக்கன் ஜனநாதன்தான் என்றும் யூகித்திருப்பாள்.

ஆனால் அவள் ஒருவிதச் சந்தேகமும் இல்லாமல், தெருக்கோடிவரை இருளில் நடந்து, திருவள்ளுவர் கோயிலின் பின்புறம் அவளுடைய நிழல் மறைந்ததும், மடத்தின் மற்றொரு திண்ணையில் அனந்த சயனம் செய்து கொண்டிருந்த ஜனநாதன் மெல்லத் தன் குறட்டை சப்தத்தை நிறுத்திக் கொண்டு எழுந்தான். தன்னுடைய கம்பளிப் போர்வையைச் சுருட்டிக் கையிடுக்கில் வைத்துக்கொண்டான்.

அதன் பின்னர் ஜனநாதன் இருந்த திண்ணையின் சாளரக் கதவுகளை அகல்யா தாளிட வந்தபோது, ஜனநாதன் தன் குரலை மாற்றிக் கொண்டு, "அடி மகளே! ஆத்மீக விடுதலை பெற்ற பிறகும் யாருக்கும் அஞ்சாப் பாம்பு அந்தப் பொந்துக்குள் அடைப்பட்டுக் கிடப்பதுண்டோ? வலையைவிட்டு வெளியே வா,

பாம்பே! தளைக்கு அஞ்சி நின்றிடும் சத்தியப் பாம்பே! தலையெடுத்து விளையாடு பாம்பே!'' என்றான்.

உள்ளே இருந்த பாம்பாட்டிச் சித்தர் எப்படி வெளித்திண்ணைக்கு வந்தார் என்று ஒரு கணம் திக்பிரமை பிடித்து நின்று விட்டாள் அகல்யா.

"எட்டு நாகந் தன்னைக் கையால் எடுத்து ஆட்டுவோம்
இந்திரனார் உலகத்தை இங்கே காட்டுவோம்
கட்டுக்கு அடங்காத பாம்பைக் கட்டி விடுவோம்
கடும் விஷம் தன்னைக் கக்கி ஆடு பாம்பே!"

இவ்வாறு பாம்பாட்டிச் சித்தரின் பாடலை உல்லாசமாகப் பாடுவது யார் எனப் பார்க்கவேண்டும் என்கிற ஆவல் அகல்யாவின் நெஞ்சில் வட்டமிட்டது. அவள் மெல்லக் கதவைத் திறந்து வெளியே எட்டிப் பார்த்தபோது, ஜனநாதன் "குபீ"ரெனப் பாய்ந்து; அவளுடைய கையைப் பிடித்துக் கொண்டான்.

''யார்? ஜனநாதரா?'' என்று வியப்புடன் கேட்ட அகல்யாவிற்கு முகமெல்லாம் "குப்"பென வியர்த்துக் கொட்டியது. ஜனநாதன் என்று எண்ணியதுமே மனதில் கலவரமும் பயபக்தியும் மரியாதையும் நாணமும் ஒருங்கே கலந்து மருகின. அவளையறியாமலே கன்னங்களில் குழிவிழ, அவளுடைய உதடுகள் சிரிக்கவும் செய்தன.

''விடுங்கள்!'' என்றாள் அகல்யா சங்கோஜத்துடன், ஜனநாதனின் பிடியிலிருந்து அவளால் தன் கையை விடுவித்துக்கொள்ளவே முடியவில்லை. அவனுடைய வலுவான பிடியிலிருந்து யாரும் தப்பவே முடியாது!

''இத்தனை நாளும் என்னை ஏறிட்டுப் பார்க்கவில்லையே!'' என்று அகல்யா குழந்தைபோல் முகம் சிணுங்கினாள். ஆனால் அடுத்த கணமே ஏதோ பெரிய தவறு செய்துவிட்ட பெரிய மனுஷிபோல் தன்னை நினைத்துக் கொண்டு, ''வேண்டாம்! உங்களுக்கு நான் எதற்கு?'' என்றாள்.

''அகல்யா! நீ அத்தை பாட்டிக் கதைகள் நிறையக் கேட்டிருப்பாய்! எவராலும் வெல்ல முடியாத ஒரு இராட்சதனின் உயிர் ஏழு கடலுக்கு அப்பால் ஏதோ ஒரு பொன் வண்டினுள் அடங்கியிருக்குமாம்! அந்த வண்டை அஞ்சுதலை நாகம் பத்திரமாகப் பாதுகாக்குமாம்! அதுபோல் என் ஆவியெல்லாம் உன்னிடமே அடங்கியிருக்கிறது! அதைச் சற்று முன்புதான் உணர்ந்தேன்!'' என்றான் ஜனநாதன்.

''இப்போது ஏன் இந்த நேரத்தில் இங்கே வந்தீர்கள்?'' என்று அகல்யா கேட்டாள். அவளுடைய குரலில் தீனமும் கலவரமும் நன்கு தொனித்தன.

''அகல்யா! என்னுடைய மாளிகைத் தோட்டத்தில் நீ நட்டு வைத்தாயே வெள்ளரிச் செடி, ஞாபகமிருக்கிறதா? அது ஒழுங்காக வேரூன்றாது என்றுகூடச் சொன்னேனே. அதிசயமாய் இப்போது தான் அது பிஞ்சுவிட்டது! அதன் முதல் பிஞ்சை நீதான் ருசி பார்க்கவேண்டும் என நினைத்தேன். உடனே உன்னிடம் ஓடிவந்தேன்!'' என்றான் ஜனநாதன்.

அகல்யா தன்னுடைய கருவிழிகளால் அவனுடைய புன்னகை முகத்தை ஏறிட்டு நோக்கினாள். ஜனநாதனோ, தன் உயிருக்குயிரானவளின் குளிர் நிலவு போன்ற வதனத்தைப் பார்த்ததும், அப்போதுதான் அன்பு பூவாகிக் காயாகிப் பழமாகவும் முதிர்ச்சியடைந்திருப்பதுபோல் அளவற்ற பிரேமையுடன் பார்த்துக் கொண்டேயிருந்தான். உயிரோடு நெஞ்சைக் காந்தம்போல் கவர்ந்திழுக்கும் அந்தப் பார்வையிலிருந்து அகல்யாவால் தன் கருவிழிகளை விடுவித்துக் கொள்ளவும் முடியவில்லை. புஷ்பத்தின் மதுரகந்தத்தைத் தாங்க முடியாமல் மருகும் வண்டுகளைப் போல் அவளுடைய விழிகள் துவண்டன.

''அகல்யா! என்னோடுவா!'' என்றான் ஜனநாதன் மதுரமான குரலில்.

''ஊஹூம்! மாட்டேன்!'' என்று உறுதியான குரலில் அகல்யா தலையாட்டினாள்.

''உனக்கு ஆத்மீக விடுதலை கிடைத்துவிட்டதல்லவா?''

''ஆமாம்!''

''நீயும் நானும் கந்தர்வர்களைப் போல, இந்த உலக சம்பிரதாயங்களின் குரல் எட்டாத ஓர் அமானுஷ்யமான தீவிற்குப் பறந்து போய்விடலாம் என்று எத்தனையோ தடவைகள் சொன்னாயே!''

''ஆமாம், சொன்னேன். ஆனால் நாளை சூரிய அஸ்தமனம் வரை இந்த மடத்தைவிட்டு நான் எங்கும் வர முடியாது. என்மீது உங்களுக்கு உண்மையான அன்பிருந்தால் நான் சொல்கிறபடிதான் நீங்கள் கேட்கவேண்டும்! என்ன?''

''சரி; நீ சொல்வது புரிகிறது!''

அகல்யாவின் உதடுகளில் சிரிப்பு வந்துவிட்டது.

"உள்ளே நடந்ததையெல்லாம் நீங்கள் கவனித்துக் கொண்டிருந்தீர்களா?" என்று அகல்யா நாணத்துடன் கேட்டாள்.

"ஆமாம்! காணாதன கண்டேன்! உன்னுடைய அன்பிற்கு ஆட்படவும் வந்தேன்! எவராலும் ஆட்டி அசைக்க முடியாத ஜனநாதன் என்கிற பாம்பை நீ மகுடி ஊதி உன் இஷ்டப்படியெல்லாம் ஆட்டிவைக்கப் போகிறாய்! எப்பேர்ப்பட்ட அறிவாளியும் கடைசியில் ஓர் ஆரணங்கின் அன்பிற்கு அடிமையாகியே தீர்கிறான்!" என்றான் ஜனநாதன்.

அகல்யாவின் கன்னப் பூரிப்புகளில் பெருமை பொங்கி வழிந்தது. அவளுடைய விழிச் சுடர்கள் நட்சத்திரங்களைப் போல் இருளில் மின்னின.

"அப்படியானால் நான் சொல்கிறபடி செய்யுங்கள்! இந்தப் பாழ் மடத்தில் ஓர் உக்கிராண அறை இருக்கிறது! அதில் உங்களை நாளை சூரியாஸ்தமனம் வரை பூட்டி வைப்பேன்!" என்றாள் அகல்யா.

"சம்மதம்! மறுபடி அதை நீ திறப்பாய் என்கிற நம்பிக்கை மட்டும் எனக்கு இருந்தால் போதும்! ஆனால் ஆத்மீக விடுதலை பெற்ற நீ, என்னை உன் மனச் சிறையில் பூட்டுவதற்குமுன் என் அன்பின் காணிக்கையை ஏற்றுக்கொள்!" என்று ஜனநாதன் தன் நெஞ்சுப் பதக்கத்தில் சொருகியிருந்த வெள்ளரிப் பிஞ்சு ஒன்றை எடுத்தான்.

"நான் நட்ட வெள்ளரிச் செடியில் காய்த்த முதல் பிஞ்சா?" என்று அகல்யா குழந்தைபோல் அதிசயப் பார்வையுடன் அந்த வெள்ளரிப்பிஞ்சை வாங்கிக் கொண்டாள்.

"ஆமாம்! அதை நன்றாக மென்று தின்று பார்! அதில் யாருடைய உள்ளம் அதிகமாக ருசிக்கிறது என்று சொல்!"

அந்த வெள்ளரிப் பிஞ்சை நன்றாக மென்று தின்று பார்த்த அகல்யா ஒன்றுமே சொல்லவில்லை! அந்த வெள்ளரிப் பிஞ்சில் துவாரமிட்டுக் கலந்திருந்த மயக்க மருந்தின் நெடியைத் தாங்க முடியாமல், அவள் ஸ்மரணை நழுவி, ஜனநாதனின் தோள்மீது சாயலானாள்.

மறுகணமே ஜனநாதன் அவளை மலர்க் கொத்தென அள்ளி, கறுப்புக் கம்பிளியால் அவளை மூடி மறைத்து மகிழ மரத்தடிக்குத் தூக்கிக் கொண்டு போனான். மறுகணம் அவளையும் அவனையும் சுமந்துகொண்டு கிளம்பிய வெண்ணிறக் குதிரை ரதவீதியைத் தாண்டிச் சிட்டாகப் பறந்தது!

அத்தியாயம் 60

கொடும் கூற்றனான்!

"உயிர் கொள்ள வாய்வெருவும்
கொடும் கூற்றனான்"

– கம்ப ராமாயணம்

மஞ்சள் பூசிய மங்கையரின் முகத்தைப் போல அந்திச் சூரியன் மெல்ல கருமேகத் திரைகளை நீக்கிக் கொண்டு எட்டிப் பார்த்தது.

அதன் குங்குமத் திலகம் அழியும் முன், அன்று அஸ்தமனத்திற்குள் அதிகாரியான தேங்காய்க்காரியைச் சோழிய விசாரணை சபைமுன் வீரசேகரன் கொண்டு வந்து நிறுத்தாவிட்டால், அவனுடைய சபதப்படியே அவன் தலை பறிபோய் விடும்!

அந்த விஷயத்தைப் பிரமாதப்படுத்தி அஞ்சுகோட்டை நாடாள்வான் ஆத்திரத்தோடு மதுரை மாநகரெங்கும் பரப்பியிருந்த செய்தியானது, பலரின் காதுகள் வழியாகப் புகுந்து, பலரின் வாய்களின் வழியாக வெளிவரும்போது, ஆங்காங்கே பலரகமான கைச்சரக்குகளும் சேர்க்கப்பட்டு, அவரவரின் மனப்பாங்கிற்கும் திறமைக்கும் ஏற்றபடி பலவிதமான வதந்திகளாக உருமாறி பெருகிக் கொண்டிருந்தன. சதிகாரி ஒருத்தி சாகஸமாகத் தேங்காய்களுக்குள் ஓலை நறுக்கோடு கொஞ்சம் விஷமும் வைத்து தேவியிடம் நேரில் கொடுத்துவிட்டு வந்தாளெனவும் விஷங்கலந்த தேங்காய்த் துண்டுகளை வித்தியாப்பியாசப் பிரசாதங்களாகச் சிறைக் காவலர்களுக்குத் தேவி கொடுத்துக் கொன்றுவிட்டு தப்பிவந்து விடுவதான சதித்திட்டம் நடைபெறவிருந்தது எனவும், அஞ்சு கோட்டையானின் சாமர்த்தியத்தால் அது கண்டு பிடிக்கப்பட்டது எனவும் சிலர் கதை திரித்தார்கள். வீரபாண்டியச் சக்கரவர்த்திகள் முழு ப்லத்துடன் மதுரையை முற்றுகையிட்டு மீட்பதற்கு தேவி சிறைப்பட்டிருப்பது ஒன்றுதான் பெருந்தடையாய் இருக்கிறது எனவும், அதனால் வீரபாண்டியரே தம் பிராணநாயகியின் பிராணனைக் கொன்றுவிட விரும்பி சிறிது விஷத்தையும், கட்டளை ஓலையையும் தேங்காய்களுக்குள் வைத்து, தேவியிடம் நேரில் கொடுத்து வரும்படி

தேங்காய்க்காரி யொருத்தியை அனுப்பினாரெனவும், சுதந்திரக் கட்சியினர் உற்சாகமாய் நகரெங்கும் வதந்தி பரப்பினார்கள்.

அந்தச் சதித் திட்டத்தில் ஒப்பற்ற சோழியனான வீரசேகரன் எப்படிச் சம்பந்தப்பட்டிருப்பான் என்பது மட்டும் ஒருவருக்கும் புரியவில்லை. ஆனால் அந்தச் சதிகாரி வீரசேகரனின் காதலிதான் என்று அஞ்சு கோட்டையான் சொன்னதை எல்லோரும் ஏகமனதாக நம்பினார்கள். அவன் தன் காதலியைக் காட்டிக் கொடுப்பானா மாட்டானா, அன்று அஸ்தமனத்தில் அவன் தலை உருளப் போகிறதா அல்லது அவனுடைய காதலியின் தலை உருளப் போகிறதா என்றெல்லாம் வாதப் பிரதிவாதங்கள் செய்துகொண்டிருந்த ஜனங்கள் அன்றைய அஸ்தமனத்தை ஆவலோடு எதிர் நோக்கி ஒவ்வொரு கணத்தையும் ஒவ்வொரு யுகமாகக் கழித்துக் கொண்டிருந்தார்கள்.

அன்று மாலை அசோகவனக் கோட்டையின் முன் சோழிய அதிகாரிகளின் அவசர சபை கூடி, விசாரணையும் தண்டனையும் பகிரங்கமாகவே நடத்துமென ஊரெங்கும் பறைசாற்றப்பட்டிருந்தது. அவ்வாறு பகிரங்க விசாரணை செய்தால்தான், மற்றவர்களுக்கு அது ஓர் எச்சரிக்கையாய் இருக்குமெனவும், ''தேவியைச் சிறை மீட்கும் சதித் திட்டத்தில் சம்பந்தப்பட்டிருந்தால் ஒப்பற்ற சோழிய வீரனான வீரசேகரன்கூடத் தலைதப்ப முடியாது'' என்பதையுணர்ந்து எல்லோரும் பயப்படுவார்கள் எனவும் அஞ்சு கோட்டையான் மிகவும் வற்புறுத்தி, அவ்வாறு பகிரங்க விசாரணை செய்யும்படி ஏற்பாடு செய்து விட்டான்.

தெருவில் அற்ப விஷயம் நடந்தாலும் அதைச் சுற்றி நின்று வேடிக்கை பார்க்கப் பெருவாரியாகக் கூடும் ஜனங்கள் அசோகவனக் கோட்டைமுன் இடம் பிடிப்பதற்காக மத்தியானம் முதற் கொண்டே திரள் திரளாகச் செல்லலானார்கள். வீரசேகரன் தன் காதலியைக் கொண்டுவந்து விசாரணை சபைமுன் நிறுத்தினால் அந்தத் துணிச்சல்காரி எப்படி இருக்கிறாள் என்று பார்க்கவேண்டு மெனப் பெண்களும் விரும்பினார்கள். வீரசேகரனுடைய காதலியாகத் தேங்காய்களைக் கூடையில் சுமந்து வந்த கூடைக்காரி வேறு, தெருவில் தேங்காய்களைவிற்றுச் சென்ற சதிகாரி வேறு என்று வீரசேகரன் வாதாடுவதையும் ஜனங்கள் நம்பத் தயாராக இல்லை. அந்நியமான ஓர் ஆணும், பெண்ணும் நெருங்கினால் அதைக் காதல் கண் கொண்டு பார்க்கவே எல்லோரும் ஒருமுகமாக விரும்பினார்கள். விசாரணை சபைமுன் தேங்காய்க்காரி கொண்டுவந்து நிறுத்தப்பட்டால் சதித்திட்டங்கள் அனைத்தும் அம்பலமாகி விடுமெனவும், சதிகாரர் பலரின் பெயர்ப்பட்டியலோடு அதன் மூலவேரே பகிரங்கமாகி விடுவதுடன் பாண்டிய நாட்டின் எதிர்காலத்

தலைவிதியும் தெரிந்துவிடும் எனவும் எதிர்பார்த்து, அரசியல் கட்சியினர் பலரும் அங்கு பல வேஷங்களில் வரத் தலைப்பட்டனர். ஒருவேளை தேங்காய்க்காரி கொண்டுவந்து நிறுத்தப்படா விட்டால் குறைந்த பட்சம் வீரசேகரன் தலையாவது உருளுவதைக் காணலாமெனப் பலர் நினைத்தார்கள். அஞ்சு கோட்டையானோ அன்றைய அஸ்தமனத்தைத் தன் சாமர்த்தியத்தையும் வஞ்சத்தையும் காட்டுவதற்குரிய அரிய வாய்ப்பாகவே கருதினான்.

ஊர்மிளாவின் வீட்டிலோ, ஒவ்வொரு கணமும் விரைந்து கழிகிறதே என்று அவள் புழுப்போல் துடிதுடித்துக் கொண்டிருந்தாள். அகல்யாவை அழைத்து வருவதாகச் சென்ற காத்தவராயனோ வெகு நேரங்கழித்து வெளிறிய முகத்துடன் வெறும் கையனாகத்தான் திரும்பி வந்தான்.

"மருள் நீக்கியார் மடத்தில் நாம் பதுக்கி வைத்திருந்த அகல்யாவைத் திடீரெனக் காணவில்லை! சமயத்தில் எங்கோ ஓடி மறைந்து விட்டாள். எங்கே தேடியும் அவள் போன இடமே தெரியவில்லை!" என்று காத்தவராயன் சொன்னதும் ஊர்மிளாவிற்கு உயிரே போய்விட்டது மாதிரி இருந்தது.

அகல்யா திடீரென மறைவாளென ஊர்மிளா சிறிதும் எதிர்பார்க்கவில்லை. வெகுளிப் பெண்ணான அகல்யாவின் அந்தரங்கம் முழுவதுமே அவளுக்குத் தெரியும்! அந்த உலகம் தெரியாத பெண், குழந்தை போல் தனக்கு ஜனநாதன் மீதுள்ள காதலால் பாம்பாட்டிச் சித்தரையும் புறக்கணித்து விடவிரும்பிய போதெல்லாம், ஊர்மிளாவிடந்தான் அவள் மனம் விட்டு பேசவும் ஆலோசனை கேட்கவும் வருவாள். அப்போதெல்லாம் மனதைக் கட்டுப்படுத்திக் கொள்ள முடியாவிட்டால் தன்னுடைய பெண்மை கறை படாமலே ஆத்மாவை இறைவனது மலரடிகளில் சேர்த்து விடுவதுதான் நல்லது! என்று ஊர்மிளா எத்தனையோ தடவைகள் அவளுக்குப் புத்திமதிகள் சொல்லியிருக்கிறாள். அவ்வாறு மன நிம்மதிக்காகப் பிராணத்தியாகம் செய்து கொள்ள நேர்ந்தால் தேவியைச் சிறைமீட்கும் இலட்சியத்திற்காகவே தன் உயிரைப் பலி கொடுக்கப்போவதாக அகல்யாவும் பல தடவைகள் சொன்னாள். இவற்றையெல்லாம் உத்தேசித்துத்தான் மகா சாமர்த்தியசாலியான ஜனநாதனும் தங்கள் சதி விஷயத்தில் தலையிடாதபடி அவனுக்கு ஒரு தர்ம சங்கடமான நிலைமை உண்டாக்க வேண்டுமென நினைத்து, அகல்யாவையே தேங்காய்க்காரியாக்கிச் சதித்திட்டத்தில் ஈடுபடுத்தினாள் ஊர்மிளா! தேவைப் பட்டால், வீரசேகரனின் தலையைக் காப்பாற்றுவதற்காகத் தன் உயிரையும் பலி கொடுப்பதாக

வாக்குறுதியளித்திருந்த அகல்யா, இப்போது அவ்வளவையும் மறந்து தங்களுக்குத் தெரியாமல் தானாகவே எங்கும் ஓடி ஒளிந்திருக்க மாட்டாள்? ஜனநாதன் தான் எப்படியோ அவளைத் தந்திரமாக மருள் நீக்கியார் மடத்திலிருந்து கிளப்பிக் கொண்டு போய் எங்கோ பதுக்கி வைத்திருக்கிறான் என்றும், இனி யானை வாயில் போன கரும்பு என்னும் கதையாய் அது முடிந்து போகும் என்றும் ஊர்மிளாவிற்குத் தோன்றியது. ஜனநாதனிடம் உபகாரத்திற்குப் போனதால் பெரிய அபகாரம் விளைந்து விட்டதேயென்று அவள் மனம் பரிதவித்தாள்.

அன்று அஸ்தமனத்தில், வீரசேகரன் தலை கீழே உருளுமேயானால் அவனறியாமல் அவனுக்கு அந்த அபாயத்தை உண்டாக்கியவள் ஊர்மிளாவே ஆவாள்! எட்டாத அவளுடைய எந்த அன்பிற்காகத் தலையைத் தியாகம் செய்யப் போகிறானோ, எந்த அன்பைக் காட்டி அவனுடைய கண்களைக் குருடாக்கி அபாயகரமான பாதையில் அவனை வஞ்சகமாக வழி நடத்தினாளோ, எந்த அன்பை அவளால் திருப்பிக் கொடுக்க முடியாதோ, அந்த அன்பிற்காக அவன் தன் தலையைப் பறிகொடுப்பது ஊர்மிளாவிற்குச் சிறிதும் பொறுக்கவில்லை! தன்னுயிரைப் பலி கொடுத்தாவது அவனுடைய தலையைக் காப்பாற்றவே அவள் விரும்பினாள். வேறு வழி ஏதேனும் கிடைக்காவிட்டால் அன்று அஸ்தமனத்திற்குள் தான்தான் அந்தச் சதிகாரியென விசாரணைசபைமுன் பிரசன்னமாவ தென்றும், சதித்திட்டங்களைப்பற்றி விசாரிக்க ஆரம்பித்தால் அங்கேயே வாய்பேசாப் பிணமாகிவிடச் சிறிது விஷத்தையும் தயாராகத் தன் கையில் கொண்டு போவதென்றும் ஊர்மிளா தீர்மானித்துக் கொண்டாள்! சிறிது நேரத்தில் அவ்வாறு சாகப்போகிறோம் என்கிற நினைப்பானது நடுக்கத்தை உண்டாக்குவதற்குப் பதில் அவளுக்கு அளவில்லாத ஓர் ஆனந்தத்தையும் நிம்மதியையுமே தந்தது.

''இறைவா! எவ்வளவு பந்தமற்றதாகவும், பரிசுத்தமானதாகவும் எனக்கு ஆத்மாவைத் தந்தாயோ அந்த ஆத்மாவைச் சிறிதும் கறை படாமல் பரிசுத்தத்துடனே உன் மலரடிகளில் இன்று சேர்த்து விடுவேன்!'' என்று ஊர்மிளா தன் மனதிற்குள் சொல்லிக் கொண்டாள். அவள் அசைவற்ற பதுமைபோல் மௌனமாக இருப்பதையும், அவளுடைய சலனமற்ற முகத்தையும் கூர்ந்து பார்த்துக் கொண்டிருந்த காத்தவராயனுக்கு ஏதோ இழக்கக் கூடாததை இழந்துவிடப் போகிறோம் என்கிற உணர்ச்சி ஏற்பட்டு, அவனுடைய பூதாகாரமான தேகம் ''கிடு கிடு''வென நடுங்கியது. தன்முன் மரணக் களையையே காண்பது போன்ற பீதியால் அவன் முகமெல்லாம் வியர்த்துக் கொட்டியது.

"ஊர்மிளா! கவலைப்படாதே! தேவியைச் சிறை மீட்கும் வரை வீரசேகரன் உயிரோடு இருந்தே தீரவேண்டும்! நான் நேரே விசாரணை சபைக்குச் சென்று வீரசேகரன் தலையை வேறு எந்த உபாயத்தின் மூலமாவது காப்பாற்ற முடியுமாவெனப் பார்க்கிறேன்! நீ அங்கே வராதே! நான் திரும்பி வரும்வரை நீ வீட்டைவிட்டு வெளியே தலைகாட்டாதே!" என்று காத்தவராயன் அவளுக்குக் கட்டளையிட்டுவிட்டு, அவளை உள்ளே வைத்துத் தெருக் கதவையும் கொல்லைப்புறக் கதவையும் வெளியே பூட்டிச் சாவிக் கொத்தை இடுப்பில் சொருகிக் கொண்டு "படபட"வெனத் தெருவில் பாய்ந்து நடந்தான்.

உள்ளே அடைப்பட்ட ஊர்மிளாவிற்கோ துயரத்திற்கு மத்தியில் சிரிப்பு வந்தது! கிடைத்தற்கரிய செல்வத்தை ஓர் உலோபி பூதங்காக்கிற தனம்போல் எப்படிப் பத்திரப்படுத்துகிறான் என்று நினைத்துத்தான் அவள் சிரித்தாள்! அவளுக்கோ உயிர் என்பது நிம்மதியற்ற ஒரு சுமையாகவே இத்தனை காலமும் இருந்து வந்தது. அந்தச் சுமையை அற்புதமாக நீக்கிவிடுவதற்குரிய அருமையான சந்தர்ப்பமும் கிடைத்திருக்கிறது! நெஞ்சை அறுக்கும் துயர்களுக்கெல்லாம் இன்னும் சிறிது நேரத்தில் நிம்மதி கிடைத்துவிடும்! அவள் கொல்லைப்புற சாளரத்தை நோக்கி விரைந்து சென்றாள். அதன் கம்பிகளை அவள் பெயர்த்தெடுத்தாள். ஒரு பரிமளச் சிமிழிலிருந்து திட்டி விஷத்தை எடுத்துத் தன் முந்தானையில் முடிந்து கொண்டாள். மரகதத்தில் செய்த புத்தர்பிரானின் சிறு சிலையுள்ள தங்கச் சங்கிலியையும் தன் கழுத்தில் தொங்க விட்டுக் கொண்டாள்.

மறுகணமே, அவள் முக்காடிட்டுக் கொண்டு, தெருவில் இறங்கி நெருக்கித் தள்ளும் ஜனக் கும்பலோடு கலந்து, அசோகவனக் கோட்டையின் முன்னுள்ள விசாரணை பொட்டலை அடைந்தாள்.

அங்கே விசாரணை சபைமுன் கம்பீரமாக நிறுத்தப்பட்டிருக்கும் வீரசேகரனை நோக்கி, அஞ்சு கோட்டையான் தன் விஷநாக்கை நீட்டி, பலவாறாகவும் அஞ்சு தலை நாகம்போல் சீறி விழுந்து ஆர்ப்பாட்டம் செய்து கொண்டிருந்தான்.

"மாபெரு சோழ மண்டலத் தலைவர்களே! சாதாரணப் போர்வீரன் ஒருவன் உங்களை ஏமாற்றப்பார்க்கிறான். அந்த வீரசேகரன் நிற்கிற மமதையைப் பாருங்கள்! அன்று தன்னோடு அசோகவனக் கோட்டைக்குள் அழைத்து வந்த கூடைக்காரியைக் காட்டிக் கொடுக்கப் பிடிவாதமாக மறுத்தான். அவள் சதிகாரி அல்ல, எவளோ தெருவில் சென்ற தேங்காய்க்காரிதான் சதிகாரி

என்று கூறி இந்த உலகத்திலே இல்லாத ஒருத்தியின் மீது அந்தச் சதிக்குற்றத்தைச் சுமத்தப் பார்த்தான்! அவன் கூறிய சபதப்படி இப்போது எவளையும் அவன் கொண்டு வந்து அஸ்தமனத்திற்குள் இந்த விசாரணை சபைமுன் நிறுத்தப் போவதில்லை! அவனுக்கு மிகவும் நெருங்கியவர்களெல்லாம் சம்பந்தப்பட்டிருப்பதால்தான் இந்தச் சதித்திட்டத்தை அமுக்கிவிட விரும்பித் தன் தலையைத் தியாகம் செய்பவன்போல் முன்வந்திருக்கிறான்! ஒருவேளை தனக்கு வேண்டிய சாமர்த்தியசாலிகள் யாராவது வந்து தன் தலையைத் தப்புவிப்பார்கள் என்று இன்னும் இவன் நம்பிக் கொண்டிருக்கலாம்!'' என்று அஞ்சுகோட்டையான் கூவி விட்டுச் சுற்றுமுற்றும் பார்த்தான். அங்கு ஜனநாதன் இல்லை!

''இந்த வீரசேகரனைச் சித்திரவதை செய்து ஒவ்வொரு அங்கமாக வெட்டியெறிந்து இவன் வாயிலிருந்து விஷயத்தைக் கக்கவைத்த பிறகே இவன் தலையை இதோ என் அரிவாளுக்கு இரையாக்க வேண்டும்!'' என்று மேலும் கூவிய அஞ்சு கோட்டையானின் பேய்க்குரல் அங்கிருந்த ஜனக்கும்பலை அதிரச் செய்தது! ஆட்டிறைச்சியை விரும்புபவர்கள்கூட உயிருள்ள ஆடு தங்கள் கண்முன்பாக அங்கம் அங்கமாக வெட்டப்படுவதை விரும்புவதில்லை!

அந்த ஜனக் கும்பலிலிருந்த சிவகாமி கிரீச்சிட்டாள்!

அவள் கும்பலைப் பிடித்துத் தள்ளிக்கொண்டு விசாரணை சபைமுன் வந்து நின்று பின்வருமாறு கூச்சலிட்டாள்.

''கூடைக்காரியும் தேங்காய்க்காரியும் ஒருத்திதான்! அந்தச் சதிகாரி என் வீரசேகரனை வஞ்சித்து ஏமாற்றியிருக்கிறாள். அந்தக் கிராதகியைத்தான் எப்படியும் இங்கே கொண்டு வரவேண்டும் அதற்குள் வீரசேகரன் தலையை இப்போது பறித்துவிட்டால் சதித்திட்டங்கள் அனைத்தும் அம்பலமாகாமலே போய்விடும்! அதற்காகவேனும் வீரசேகரன் உயிரை இந்த விசாரணை சபை காப்பாற்றியே தீரவேண்டும்!''

அவ்வாறு சிவகாமி சொன்னதும், கம்பீரமாக நிற்கும் அழகிய வீரனொருவன் அநியாயமாகச் சாவதை விரும்பாத ஜனங்களும், சதிகாரியின் உருவத்தைப் பார்க்க ஆசைப்பட்ட கூட்டமும், ''எங்கே சதிகாரி? எங்கே சதிகாரி?'' என்று கூச்சலிட ஆரம்பித்தார்கள். கும்பலில் இருந்த ஊர்மிளா, வெகு சிரமப்பட்டு ஜனங்களை விலக்கிக்கொண்டு, வீரசேகரனின் பின்புறம் நெருங்கி

வந்து, முன் வரிசையிலிருந்த மலைபோன்ற ஒரு ஸ்திரீயின் பின்னால் முக்காடிட்ட வண்ணம் நின்றுகொண்டாள். அவள் அங்கு இருப்பது திடீரென எதிர்வரிசையிலிருந்த காத்தவராயனின் கழுகுக் கண்களில் தென்பட்டதும், அவனுடைய குரூரமான முகத்தில் பரிதாபகரமான மரணக்களை படிந்தது. ஊர்மிளா என்ன செய்யப்போகிறாளோ என்று அவளுடைய ஒவ்வொரு அசைவையும் அவன் கூர்ந்து கவனித்துக் கொண்டிருந்தான்.

வீரசேகரனோ, சிறிதும் கலங்காமல் சுற்றுமுற்றும் கும்பலைப் பார்த்தான்! தன்னுடைய கடைசிப் புன்னகையைப் பார்த்து ஒரு துளி கண்ணீர் வடிக்கவாவது ஊர்மிளா அவசியம் அந்தக் கும்பலில் வந்திருப்பாள் என்று வீரசேகரன் நம்பினான். அவனுடைய நம்பிக்கையும் வீண்போகவில்லை!

அவன் தன் பின்புறம் திரும்பிப் பார்த்தபோது, பருத்த ஸ்திரீயின் முதுகுப்புறம் மறைந்து நின்று கொண்டிருந்த ஊர்மிளா மெல்ல வீரசேகரனை நோக்கி ஒரு புன்னகை செய்தாள். அந்தப் புன்னகையில் அவளுடைய ஆத்மா முழுவதுமே வெளிப்பட்டது.

அவளை நோக்கி, வீரசேகரன் ஒரு புன்னகை செய்து விட்டுச் சட்டென முகத்தைத் திருப்பிக் கொண்டான். அவன் முகம் முழுவதும் புதியதொரு தேஜஸ் ஜொலித்தது.

அவனை நோக்கி விசாரணைச் சபைத்தலைவராக விளங்கிய ஏகவாசகர் கடுமையான குரலில் கூறலானார்.

"வீரசேகரா! கடைசி முறையாகச் சொல்கிறேன்! அஸ்தமனமாகப் போகிறது! உன் சபதப்படி தேங்காய்க் காரியைக் கொண்டு வரவில்லை! உன்னோடு அசோகவனக் கோட்டைக்குக் கூட்டிவந்த கூடைக்காரியையாவது எங்களிடம் ஒப்படைப்பதாகச் சொல்லிவிடு! அந்தச் சதிகாரிக்காக வீணாக இந்த இளவயதில் உன்னுடைய மகோன்னதமான எதிர்காலத்தை இழந்து விடாதே!" என்று எமன் குரல் தொனித்தது.

"நான் கூட்டிவந்த கூடைக்காரியைச் சதிகாரி என்று சொல்வதைவிட என்னையே சதிகாரன் என்று அஞ்சு கோட்டையான் பழி சாற்றுவதுதான் மேல்; அவன் என் தலையை எந்தவிதமாக அவனுடைய அரிவாளுக்கு பலிகொள்ள விரும்புகிறானோ அவ்வாறெல்லாம் என்னை வெட்டிச் சிதைக்கலாம்! அதுவும் எனக்கு ஓர் ஆனந்தமே! ஆனால் அப்போது என் உடலிலிருந்து சிந்தும் ஒவ்வொரு துளி இரத்தமும் என் நேர்மையை எதிரொலித்துக் கொண்டே இருக்கும்!" என்றான் வீரசேகரன்.

வீரசேகரனின் உயிரைக் கொள்ளையிடக் கொடுங் கூற்றுவனைப் போல் இதுவரை வாய் வெருவிக் கொண்டிருந்த அஞ்சுகோட்டையான் உக்கிரமாக எழுந்தான். தயாராகத் தீட்டி வைத்திருந்த அரிவாளை எடுத்துக்கொண்டு அவன் ஆத்திரத்துடன் வீரசேகரனை நோக்கிப் பாய்ந்து வந்தான்!

அத்தியாயம் 61

வஞ்ச மகள்

"வஞ்சியென நஞ்சமென
வஞ்சமகள் வந்தாள்!"

– கம்ப ராமாயணம்

மணியை இழக்க விரும்பாத நாகத்தைப் போல் சிவகாமி பாய்ந்து சென்று அஞ்சுகோட்டையானின் அரிவாளுக்கும் வீரசேகரன் தலைக்கும் குறுக்கே நின்று சீறினாள்.

''இன்னும் அஸ்தமனமாகவில்லை!'' என்று அவள் கூவினாள்.

''இனி வீரசேகரன் தலையை இந்த உலகத்தில் எந்த சர்வேஸ்வரனால் காப்பாற்ற முடியும்!'' என்று அஞ்சுகோட்டையான் ஆங்காரத்தோடு சிரித்தான்.

''ஜனநாதன் நினைத்தால் காப்பாற்ற முடியும்!'' என்று சொல்லிக் கொண்டே ஜனநாதன் அங்கே பிரசன்னமானான்!

வழக்கம்போல் ஜனநாதன் விஷமப் புன்னகையுடன் அங்கு தோன்றியதும் ஜனசமுத்திரத்திடையே பெரியதொரு பரபரப்பும் கரகோஷமும் உண்டாயின. பாண்டிய நாட்டு அபலை ஒருத்திக்காகச் சோழிய வீரசேகரன் தன்மீது சதிக் குற்றத்தைச் சுமந்து கொண்டு மரணத்திற்குச் சித்தமாக நிற்கும் கம்பீரத்தைக் கண்டதும் பாண்டிய மக்கள் அவன்மீது அனுதாபம் கொண்டிருந்தார்கள்.

முக்கியமாகப் பெண்கள் கூட்டம்—அவனுடைய சுகுமாரப் பொலிவிலும் யௌவன விழிகளிலும் வசீகரிக்கப்பட்டிருந்த பெண்கள் கூட்டம்—அவனுக்காகப் பெரிதும் கவலைப்பட்டுக் கொண்டிருந்தது. யாராவது அவனுடைய தலையைஎப்படியாவது காப்பாற்ற மாட்டார்களாவென அவர்களையறியாமலே இளநெஞ்சுகள் துடித்துக் கொண்டிருந்தன. அந்த நிலையில் ஆபத்பாந்தவனைப்போல ஜனநாதன் தோன்றவே, ஜனசமுத்திரத்தின் கரகோஷம் வானைப் பிளந்ததில் வியப்பில்லை.

''ஆமாம்! இந்த ஜனநாதன் நினைத்தால் நிச்சயமாகக் காப்பாற்ற முடியும்! ஆனால் ஜனநாதன் ஆபத்பாந்தவனோ அனாதைரக்ஷகனோ அல்ல! அசல் வியாபாரி!'' என்று ஜனநாதன் அழுத்தந்திருத்தமாகக் கூறிவிட்டு அலட்சியமாகச் சிரித்தான். அவன் தலையிடப் போவதை உணர்ந்ததும் சோழிய விசாரணை சபையிலிருந்த பலருக்கு மெய்சிலிர்த்தன.

அஞ்சுகோட்டையானுக்கோ உள்ளூரக் கலவரம் பற்றிக் கொண்டது; அதை வெளிக்காட்டிக் கொள்ளாமல் நிலைமையைச் சமாளிக்கவே விரும்பினான்.

''வீரசேகரனுக்காக ஜனநாதன் மன்னிப்புக் கேட்கப் போகிறாரா?'' என்று கேட்டான் அஞ்சுக்கோட்டையான்.

''அந்த வழக்கமே ஜனநாதனிடம் இல்லை! பெருந்தவறுகளுக்கு மன்னிப்புக் கேட்கவும் மாட்டான்! சிறு தவறுகளை மன்னிக்கவும் மாட்டான்!'' என்று சிரித்தான் ஜனநாதன்.

அவனை நோக்கி விசாரணை சபைத் தலைவரான ஏகவாசகர், ''ஜனநாதா! வீரசேகரன் சபதப்படி தேங்காய்க்காரியைக் கொண்டு வந்து இப்போது நிறுத்தினால்தான் அவன் தலையை யாரும் காப்பாற்ற முடியும்!'' என்றார் கடுமையான குரலில்.

''அது எனக்குத் தெரியும்! போட்டியாக? முளைத்த வீரசேகரனைத் தீர்த்துவிட விரும்பும் பதவிப் பிரியர்கள் நிச்சயம் தேங்காய்க்காரியைக் கேட்பார்கள் என்பது எந்த முட்டாளுக்கும் தெரிந்த விஷயந்தான் என்று ஜனநாதன் சிரித்தான்''.

''ஜனநாதர் எவளோ ஒருத்தியைக் கூலிக்குப் பிடித்துக் கொண்டு வந்து அவள்தான் தேங்காய்க்காரியென இங்கே நிறுத்தப்பார்க்கிறார்! அவளுடைய உயிருக்குக் கூலியாக அவளுடைய ஏழைக் குடும்பத்திற்குப் பல நன்மைகள்

செய்வதாகவும் பலவித வாக்குறுதிகள் அளித்திருப்பார்!'' என்றான் அஞ்சுகோட்டையான்.

''அஞ்சு தலையா! அது யாருக்குமே சுலபந்தான். ஆனால் அதை வீரசேகரன் ஒப்புக் கொள்ள மாட்டான்!'' அவன் உன்னைப்போல் அவ்வளவு புத்திசாலியுமல்ல; சந்தர்ப்பவாதியுமல்ல; ஆகவே அவனிடம் எந்தத் தேங்காய்க்காரி சதி ஓலைகள் அடங்கிய தேங்காய்களை விற்றாளோ, எவள்மீது சதிக்குற்றம் சாட்டப்பட்டிருக் கிறதோ, அந்தத் தேங்காய்க்காரியே இப்போது இங்கு வந்து எல்லோருக்கும் காட்சி தரப்போகிறாள்!'' என்று சிரித்தான் ஜனநாதன்.

அந்தச் சமயம் செவ்வானத்திலிருந்து பறிந்து வரும் மின்னலைப் போல ஒற்றைக் குதிரை பூட்டிய வெள்ளி ரதம் ஒன்று வேகமாக வந்து நிற்கும் சக்கர ஒலிகளும், ஜனக்கும்பலுக்கு வெளியே சந்தடிகளும் கேட்டன. அந்த ரதத்தின் உச்சிமீது கட்டியிருக்கும் புலிக் கொடிக்குக் கீழே நந்திக்கொடி அதிபிரகாச மாகப் பறப்பதைப் பார்த்ததும் அது ஜனநாதனின் உல்லாச ரதம் என்பது விஷயமறிந்தவர்களுக்குத் தெரிந்து விடும்! அஞ்சுகோட்டையான் கலவரத்துடன் அந்தத் திசையை நோக்கித் திரும்பினான்.

''ஜனநாதன் அடுத்து என்ன செய்யப் போகிறானோ?'' என்று ஜனத்திரள் முழுவதும் அவனையே கண்கொட்டாமல் கவனித்துக் கொண்டிருந்தது.

''மதிப்புக்குரிய சபையோர்களே! எல்லோரும் வெகு நேரமாக எதிர்பார்க்கும் சதிகாரி இப்போது இந்த ஜனக் கும்பலில் தான் இருக்கிறாள்; வீரசேகரனின் தலையை நம் சோழ சாம்ராஜ்யத்திற்காக இன்னும் சிறிது காலத்திற்குக் காப்பாற்ற வேண்டுமென்கிற உணர்ச்சி நமக்கில்லாவிட்டாலும் அந்தச் சதிகாரி வீரசேகரனைக் காப்பாற்றுவதற்காகத் தானாகவே இப்போது உங்கள் முன் பிரசன்னமாவாள்! அந்த அற்புதச் செயலைப் பாராட்டுவதற்காகச் சோழ சாம்ராஜ்யத்தின் சார்பாக என்னுடைய வெள்ளி ரதத்தில் ஏராளமான சீர்வரிசைகளை வரவழைத்திருக்கிறேன்!'' என்று ஜனநாதன் சொல்லிவிட்டு ஜனக் கும்பலைச் சுற்றிலும் ஒருமுறை பார்த்தான்.

முகம் தெரியாதபடி முக்காடிட்ட இளம்பெண் ஒருத்தி கும்பலிலிருந்து வெளிபட்டு பதுமை போல் நடந்து, ஜனநாதனின் பின்புறம் வந்து தலைகுனிந்து நின்றாள்.

ஜன சமுத்திரத்தின் கண்கள் அனைத்தும் அந்தப் பெண்ணின் முகத்திரை மீதே பதிந்தன.

வீரசேகரனுக்கு முகமெல்லாம் வியர்த்துக் கொட்டியது.

சிவகாமி குரூரமாக அந்தப் பெண்ணின் நிழலைக் ''குறு குறு''வெனப் பார்த்தாள். அந்த முக்காடிட்ட பெண்தான் வீரசேகரனின் இருதயத்தைத் தன்னிடமிருந்து திருடிய காதலியெனச் சிவகாமி பரிபூரணமாக நம்பினாள். இந்தச் சந்தர்ப்பத்தில் அவளைத் தீர்த்துவிட்டால் வீரசேகரனை மறுபடியும் சுவாதீனப்படுத்திக் கொள்ள முடியும் என்று அவள் நினைத்தாள். அந்த நினைப்பு மேலோங்கியதும் இரத்த பலியை விரும்பும் ரௌத்திர காளிபோல் சிவகாமி பற்களை ''நற நற''வென்று கடித்தாள். அஞ்சு கோட்டையானோ ''திரு திரு''வென்று விழித்தவண்ணம் தன் கையைவிட்டு விஷயம் நழுவிப் போய் விடக்கூடாதே என்கிற பரபரப்புடன் காணப்பட்டான்.

''ஜனநாதா! அவள் ஏன் முகம் தெரியாதபடி முக்காடிட்டுக் கொண்டு வந்து நிற்கிறாள்?'' என்று கேட்டார் விசாரணை சபைத்தலைவரான ஏகவாசகர்.

''இவள் யார் என்பது முகம் தெரிந்தால் இந்தக் கும்பலில் நமக்கு முகம் தெரியாத யாராவது அம்போ, வில்லோ எய்து இவளை வாய் பேசாதபடி கொன்றுவிட முயலக்கூடும்! முதலில் இவளைச் சுற்றி கவசம் போல் உங்கள் காவலரை நிறுத்தவேண்டும்! மேலும் இந்த விஷயத்தில் வீரசேகரனை ஒரு சோதனை செய்து பார்க்க விரும்பினேன்!'' என்றான் ஜனநாதன்.

அதற்கிணங்கப் பன்னிரண்டு காவலர்கள் அந்தப் பெண்ணைக் கேடயங்களோடு சூழ்ந்து மறைத்துக் கொண்டார்கள்.

''என்ன ஜனநாதா? அந்தச் சதிகாரி தானாகவே சரணடைய முன் வந்திருக்கிறாளா? அவள் உண்மையான தேங்காய்க்காரிதானா?'' என்று விசாரணை சபைத் தலைவர் ஏகவாசகர் ஜனநாதனை நம்பாதவராய் கேட்டார்.

''இவள்தான் சதியில் சம்பந்தப்படுத்தப்பட்ட தேங்காய்க்காரி என்பதில் எள்ளளவும் சந்தேகமில்லை! வீரசேகரனுக்கு இவளை அடையாளம் தெரியும்! ஆனால் வீரசேகரன் தலையைக் காப்பாற்ற இவள் ஏன் அனாவசியமாகத் தியாகம் செய்ய முன் வந்திருக்கிறாள் என்பது வீரசேகரனால் கூடப் புரிந்து கொள்ள முடியாது!'' என்று சிரித்தான் ஜனநாதன்.

அதுதான் சமயமென அஞ்சுக்கோட்டையான் இடியெனக் கிளம்பித் தன் கடைசி பாணத்தைத்தொடுத்தான்.

"அவள் உண்மையான தேங்காய்க்காரியாகவே இருக்கலாம். ஆனால் எந்தச் சதிகாரியும் எதிராளிக்காகத் தானாகவே தன்னைத் தியாகம் செய்து கொள்ள முன் வரமாட்டாள்! அவள் இங்கு வந்து அலட்சியமாக நிற்பதைப் பார்த்தால், அவள் செய்த ராஜத்துரோகக் காரியத்தையோ, அவளுக்கு நேரப்போகும் பயங்கரத்தையோ, இந்த மாபெரும் சோழிய விசாரணை சபையையோ சிறிதும் பொருட்படுத்தாதவளாகவே தோன்றுகிறது. கொஞ்சம் கூட அவள் பயப்படுவதாகத் தெரியவில்லை. அவளை ஜனநாதர் குறித்த நேரத்தில் இந்தச் சபைமுன் நிறுத்தி வீரசேகரனை விடுவித்ததும், எப்படியாவது தந்திரமாக அந்தச் சதகாரியின் உயிரையும் காப்பாற்ற உபாயங்கள் செய்யலாம். அவ்வாறு அவளிடம் ஜனநாதர் ஏராளமான வாக்குறுதிகளும் கொடுத்திருப்பார். அதன் பேரில்தான் அவள் இந்த விசாரணை சபையைச் சாமான்யமாக நினைத்து இங்கு சிறிது நேரம் நின்றுவிட்டு போகச் சம்மதித்திருப்பாள். ஆகவே அவளுக்கு என்ன தண்டனை என்பதை இந்த விசாரணை சபை முன்னதாக நிர்ணயித்துவிட்டுப் பிறகு விசாரணை செய்ய ஆரம்பித்தால்தான் அவள் பயந்துபோய் உண்மையான விஷயங்களைக் கக்குவாள். அவளுக்கு என்ன தண்டனை விதிக்கப் போகிறீர்கள்?" என்று உறுமினான் அஞ்சு கோட்டையான்.

"அஞ்சு கோட்டையா! வீரசேகரன் சம்பந்தப்படும் இந்தச் சதியில் விசாரணை செய்யும் அதிகாரந்தான் இந்தச் சபைக்கு உண்டே தவிர, குறிப்பாக இந்த ஒரு சதிகாரியைத் தண்டிக்கும் அதிகாரம் சிவகாமி ஒருத்தியிடந்தான் இருக்கிறது. அதற்கான குலோத்துங்க சோழ சக்கரவர்த்திகளின் அதிகார ஓலையும் சிவகாமியிடமே இருக்கிறது. வீரசேகரனைப் பற்றிய விசாரணையாதலால் ஜனநாதன் இதில் தலையிடக் கூடுமெனக் கருதி இந்த விஷயத்தை முன்னதாக நான் சபைக்குத் தெரிவிக்காமல் இரகசியமாக வைத்திருந்தேன். இப்போது சிவகாமி இந்தச் சதிகாரிக்கு என்ன தண்டனை விதிக்கிறாளோ அதைத் தயாதாட்சண்யமின்றி நிறைவேற்ற இந்தச் சபை கடமைப்பட்டிருக்கிறது!" என்றார் ஏகவாசகர்.

சபைமுன் சிவகாமி மதயானைபோல் பாய்ந்து வந்து முக்காடிட்ட பெண்ணை நோக்கி உக்கிரமாகப் பார்த்த வண்ணம்; "இந்தச் சதிகாரிக்கு மரணதண்டனை விதிக்கவேண்டும்!" என்று கூவினாள். பலநாள் வஞ்சத்தைத் தீர்த்துக் கொள்ள வந்த நச்சுப் பாம்புபோல் அந்த வஞ்ச மகளின் குரல் கர்ண கடூரமாகத் தொனித்தது.

ஜனநாதன் சட்டென்று ‘‘சிவகாமி! வாயை மூடு! ஒருத்தியை விசாரிக்கும்முன் அவளுக்கு தண்டனை விதிக்கிறாய். அதன் பயங்கரத்தை உணர்ந்து பேசு!’’ என்றான்.

‘‘ஆமாம், சிவகாமி! நீ இந்தச் சபைமுன் இவளுக்கு தண்டனை விதித்து அதிகார ஓலை கொடுத்துவிட்டால் பிறகு நீயே நினைத்தால் கூட அதை மாற்றமுடியாது! இந்தச்சபையில் யாராவது உறுப்பினர் வற்புறுத்தினால்கூட அந்தத் தண்டனையை நிறைவேற்றியே தீர நேரிடும்!’’ என்றார் சபைத் தலைவரான ஏகவாசகர்.

‘‘அது எனக்குத் தெரியும்! இவளுக்கு நான் மரண தண்டனைதான் விதிப்பேன். என் உயிர் போனாலும் அதை மாற்றமாட்டேன்!’’ என்று கத்தினாள் சிவகாமி.

‘‘சிவகாமி, சற்றுப்பொறு! சதிக்குற்றம் சுமத்தப்பட்டவளை முதலில் விசாரணை செய்த பிறகு தண்டனை விதிக்கலாம். முதலில் இவள் யாரென்பதைப்பார்!’’ என்று ஜனநாதன் கடைக்கண்ணால் அஞ்சு கோட்டையானைக் கவனித்துக் கொண்டே தன் பின்புறம் திரும்பினான்.

‘‘அஞ்சு கோட்டையான் சட்டென இடைமறித்து ஜனநாதனின் கையைப் பிடித்துக்கொண்டு, இந்தச் சதிகாரியின் முகத்திரையை இப்போது நீக்கக்கூடாது. ஒருவேளை இவள் சிவகாமியின் உறவினளாய் இருந்தால் இந்தச் சதிகாரி இலேசான தண்டனையுடன் சுலபமாகப் போய்விடுவாள்! ஆகவே இவளுக்குச் சிவகாமி தண்டனை விதித்த பிறகுதான் இவளுடைய முகத்திரையை நீக்க வேண்டும். இவளுக்குத் தண்டனை விதித்த பிறகே இவளை விசாரணையும் செய்ய வேண்டும்!’’ என்றான்.

‘‘அவள் என் உறவினளாக இருந்தாலும் அவளுக்கு மரண தண்டனை விதிக்காமல் இலேசில் விடமாட்டேன்! என்னை வஞ்சித்து வீரசேகரனைத் தந்திரமாகப் பயன்படுத்திக்கெ ண்ட கிராதகி அவள்!’’ என்று சொல்லிக் கொண்டே தன் மடியி ருந்த ஓலையை எடுத்தாள். புலி இலச்சினையுடன் முத்திரையிடப்பட்டிருந்த அந்த ஓலையில் ‘‘மரணதண்டனை’’ என ஏற்கனவே எழுதப்பட்டிருந்தது. அந்த ஓலையைச் சிவகாமி வேகமாக ஏகவாசகரிடம் சேர்ப்பித்தாள்.

‘‘சிவகாமி! நீ யார்மீது வஞ்சம் தீர்க்க ஆத்திரப்படுகிறாயோ அதுவே உனக்கு வஞ்சனையாகப் போகிறது! நீ உண்மையை அறிகிறபோது உள்ளமுடையப் போகிறாய்! அப்போதாவது ஜனநாதன்

சொன்னதைக் கேட்காமல் போனது எவ்வளவு முட்டாள்தனம் என்பதை உணர்வாய்! ஐயோ பாவம்! ஆத்திரத்தால் உனக்கு ஆறாத துயரையும், அழிவையும் தேடிக்கொண்டுவிட்டாய்!'' என்று ஜனநாதன் சொல்லிக் கொண்டே முக்காடிட்ட தேங்காய்க்காரியைக் கொண்டு வந்து சிவகாமியின் முன் நிறுத்தினான். அந்தப் பெண்ணின் முகத் திரைக்குப் பின்னால் இளமை தெறிக்கும் மெல்லிய சிரிப்பொலி கேட்டது;

''நீ யாரடி?'' என்று சிவகாமி ஆங்காரத்துடன் கேட்டாள். ''சிவகாமி! நீயே அந்தப் பேதைப் பெண்ணின் முகத்திரையை நீக்கிப் பார்! நீ அவளுக்கு விதித்த தண்டனையை விடப் பயங்கரமான வேதனையை நீ அடைவாய்!'' என்றான் ஜனநாதன். ''அழகைக் காட்டி எத்தனை புருஷர்களைக் திருடினாய்? கள்ளி! என்னை வஞ்சித்த திருடி! நீ யாரடி?'' என்று சிவகாமி சீறிக் கொண்டே அந்தப் பெண்ணின் முகத்திரையை நீக்கிப் பார்த்தாள். அடுத்த கணம் ''ஆ! அகல்யாவா? நீயா? என் தங்கையா?'' என்று சிவகாமி பிரமிப்புடன் கூவினாள். 'ஆமாம், அக்கா! நான்தான்! ஆனால் உன்னை வஞ்சிக்க வேண்டுமென்று கனவிலும் நினைத்தவளல்ல! உனக்குரியது எதையும் நான் திருடவுமில்லை!'' என்றாள் அகல்யா மிருதுவான குரலில். தாமரை மொட்டுபோன்ற அவளுடைய யௌவன முகத்தில் குழந்தையின் வெகுளித்தனமும் குறுகுறுப்பும் ஒளி வீசின. ''அப்படியானால் நீ ஏன் ஜனநாதனோடு இங்கே வந்தாய்? வீரசேகரனைக் காப்பாற்ற நீ எனக்காகத் தியாகம் செய்ய வந்தாயா?'' ''உனக்காக வரவில்லை; அக்கா!''

''பின் ஏன் இந்த வேஷம் போடுகிறாய்? ஜனநாதனோடு ஏன் வந்தாய்? இங்கு எதற்காக நிற்கிறாய்?''

''மரண தண்டனையை அனுபவிக்க!''

''மரண தண்டனையா? உனக்கா? யார் விதித்தது?''

''நீதான் அக்கா!'' என்றாள் அகல்யா சாந்தமாக.

''இல்லை! இல்லை! உனக்கு விதிக்கவில்லை! சதிகாரியான தேங்காய்க்காரிக்குத்தான் மரண தண்டனை விதித்தேன்!'' என்று சிவகாமி பதறினாள்;''அக்கா! அந்தச் சதிகாரி நான்தான்.

''ஆமாம்! அவள்தான் என்னிடம் தேங்காய்களை விற்றவள்! சந்தேகமே இல்லை!'' என்று வீரசேகரன் அகல்யாவை அடையாளம் கண்டு கொண்டு கூவினான்.

அவளைத் தேங்காய்க்காரியென அடையாளங் கண்டு கொள்ள வீரசேகரனால் முடிந்ததே தவிர அவள் சிவகாமியின் தங்கை என்கிற விஷயமே அவனுக்குத் தெரியாது! வீரசேகரனைப் பூதம் காக்கிற தனம்போல் காத்துவரும் அரூபியான சிவகாமி, வீரசேகரன் கண்ணில் ரூபவதிகளே தட்டுப் படக்கூடாதெனச் சதா இறைவனைப் பிரார்த்தித்துக் கொண்டிருப்பாள். அகல்யா மிகவும் இளமையும் அழகும் வாய்ந்தவளாகையால் தன் தங்கையைக் கூட வீரசேகரன் கண்முன்னே வரவிடுவதில்லை சிவகாமி. மிகவும் சிறிய வயதிலேயே அகல்யா பாம்பாட்டிச் சித்தரை மணந்து வெளிதேசத்திற்குப் பிரிந்து போய்விட்டதால் அவளை அறியும்படியான சந்தர்ப்பமே வீரசேகரனுக்கு வாய்க்கவில்லை.

சிவகாமி பிரமை பிடித்தவள்போல் அகல்யாவின் முகத்தையே பார்த்தவண்ணம் ஒரு கணம் நின்றாள்! அவளுக்கு வீரசேகரனுக்கு அடுத்தபடியாக இந்தத் தங்கை ஒருத்தியின் நினைவுதான் இந்த உலகத்தில் இருந்த உறவு!

''ஐயோ! என் தங்கைக்கே நான் யமனாக முளைத்தேனா? இல்லை! இல்லை! இவளுக்கு மரண தண்டனை விதிக்க வேண்டாம்! இவளை விட்டு விடுங்கள்!'' என்று சிவகாமி நெஞ்செல்லாம் கிழியும்படி சபைத் தலைவரை நோக்கி உரத்த குரலில் கூவினாள்.

''சிவகாமி! இதென்ன? விசாரணை செய்யுமுன் இவளுக்கு மரண தண்டனை விதித்தாய்? இப்போது விசாரணை செய்யாமலே

இவளை விட்டுவிடச் சொல்லுகிறாய்! சோழ மண்டலத்தின் மாபெரும் அதிகார சபையினரை உன்னுடைய சேவகர்கள் என்று நினைத்தாயா? நீ தண்டனை ஓலையைச் சமர்ப்பித்ததோடு உன்னுடைய அதிகாரம் முடிந்து விட்டது! இனி இவளை விசாரிக்க வேண்டிய பொறுப்பு எங்களைச் சார்ந்தது. இவள் மீதுள்ள சதிக் குற்றத்தை விசாக்காமல் நாங்கள் விடமாட்டோம். இவள் சதிகாரியாய் இருந்தால் நீ கொடுத்த தண்டனையை நிறைவேற்றாமல் விடமாட்டோம்'' என்றார் ஏகவாசகர்.

சிவகாமி புழுப்போல் துடித்தாள். ''இவள் சதிகாரியாய் இருந்தாலல்லவா இவளுக்கு மரண தண்டனையை நிறைவேற்ற வேண்டும்?'' என்று சிவகாமி சபையை நோக்கிச் சொல்லிவிட்டு, தன் அருமைத் தங்கையைப் பிடித்து உலுக்கி, ''அகல்யா! உனக்குப் பித்துப் பிடித்து விட்டதா? உனக்குச் சதி செய்யத் தெரியாதே? எந்தச் சிறுக்கிக்குப் பதிலாக நீ இங்கே வந்து நிற்கிறாய்? எவளோ சுமக்க வேண்டிய குற்றத்தை நீ ஏனடி சுமக்கிறாய்? அப்படி என்ன அவள் உனக்குச் சொக்குப்பொடி போட்டாள்? அந்தக் கிராதகியை காட்டிக் கொடுத்துவிடு! இல்லையென்றால் உன்னைக் கொன்று விடுவார்களடி! ஐயோ! உன்னைக் கொன்றுவிடுவார்களடி!'' என்று சிவகாமி பிரலாபித்தாள்.

''அக்கா! எனக்கு உயிர் வாழ்வதில் அவ்வளவு ருசி இல்லையக்கா! நான் உண்மையைத்தான் ஒப்புக்கொள்ளப் போகிறேன்!'' என்று அகல்யா சிவகாமியின் காதுக்குள் மெல்லச் சொன்னாள்.

''ஐயய்யோ! இவள் சொல்வதை நம்ப வேண்டாம்! இவள் சதிகாரியல்ல! ஒரு குற்றமும் செய்யத் தெரியாதவள், எந்த வினைகாரியோ இவளுக்கு மாயமந்திரம் போட்டு இவளை இப்படியாக்கியிருக்கிறாள்!'' என்று சிவகாமி ஓலமிடலானாள்.

''சிவகாமி! கூச்சலிடாதே! அவள் சார்பாக நீ எதுவும் சொல்ல வேண்டாம்! மௌனமாக சபை நடவடிக்கைகளைக் கவனித்துக் கொண்டிரு! நீ இங்கே வாயை மூடிக்கொண்டு இராவிட்டால் உன்னைச் சபையை விட்டு வெளியேற்றும்படி சேவகர்களுக்குக் கட்டளையிட நேரிடும்!'' என்று கிழவர் ஏகவாசகர் கடுமையாக சிவகாமிக்கு எச்சரிக்கை விடுத்தார். அதன் பிறகு சிவகாமி மௌனமானாள். ஆனால் துயரத் தீ அவளுடைய நெஞ்சுக்குள்ளேயே அதிகமாகப் பொரிந்து கொண்டிருந்தது. அவளருகில் நின்று கொண்டிருந்த அஞ்சுகோட்டையானோ அவள் முகத்தில் விழிக்கவும் அஞ்சியவனாய் அவளுக்குப் பின்புறம் நழுவிச் சேவகர்களுக்கு மத்தியில் பதுங்கிக் கொண்டான்.

''உன் பெயர் அகல்யாவா? பெண்ணே, அருகில் வா!'' என்று சபைத் தலைவரான ஏகவாசகர் கனிவுடன் சொன்னார். குழந்தை போன்ற அகல்யாவின் வெகுளி முகம் அங்கிருந்த ஜனக்கும்பலைக் கவர்ந்தது போல அந்தக் கிழவரின் நெஞ்சையும் கவர்ந்துவிட்டது. ஆனாலும் கடமையைச் செய்வதில் சிறிதும் தயவு தாட்சண்ய மில்லாமல் கண்டிப்புடன் நடக்க வேண்டுமென்று ஏகவாசகர் தம் மனதிற்குள் நினைத்துக் கொண்டார்.

அகல்யா சித்திரப்பாவைபோல் அவர் முன் வந்து நின்றாள். மெய்க்காப்பாளர் இருவர் அவளது இருபுறமும் காவலுக்கு வந்து நின்றனர்.

ஜனநாதன் சட்டென இடைமறித்து, ''அகல்யாவை விசாரிக்கப் போகிறீர்களா?'' என்று கேட்டான்.

''ஆமாம்!'' என்றார் ஏகவாசகர்.

''ராமாயணத்தில் வரும் அகல்யாவைப் போலவே இவளுடைய நிலையும் ஆகிவிட்டது! அந்த அகல்யா என்ன குற்றம் செய்தாளென விசாரியாமலே அவளைத் தண்டித்துக் கல்லாகும்படி சபித்தார் கௌதம மகரிஷி! அதுபோலவே, இந்த அகல்யாவையும் விசாரியாமலே தண்டித்துவிட்ட நீங்கள், இப்போது இவளை வாய் பேசாக் கல்லாகவும் கருதி விடுவதுதான் நல்லதாகும்!''

''இவளை விசாரித்தால்தானே இவள் எவ்வளவு தூரம் சதியில் சம்பந்தப்பட்டிருக்கிறாள் என்பது தெரியவரும்?''

''அப்படியானால் விசாரணையின் போது இவளுக்கு இஷ்டமான கேள்விகளுக்கு மட்டுமே இவள் பதில் சொல்வாள். இவள் சொல்ல விரும்பாத கேள்விகளுக்கு உங்கள் இஷ்டம் போல் பதில் சொல்லும்படி இவளை நீங்கள் வற்புறுத்தவோ துன்புறுத்தவோ கூடாது! ஏனெனில், சோழர்கள் அபலை ஒருத்தியை விசாரியாமலே தண்டிப்பார்கள். தண்டித்த பிறகு குற்றத்தை ஒப்புக் கொள்ளும்படி சித்திரவதை செய்வார்கள்'' என்று இங்குள்ள பாண்டிய மகாஜனங்கள் நம் நியாய விசாரணை முறையைப் பற்றி ஏளனமாக நினைத்து விடுவார்கள். நம் குலோத்துங்க சோழ சக்கரவர்த்திகளின் நீதி பரிபாலனத்தை நிலை நாட்டுவதற்காகக் குற்றவாளிக்கு உரிய இந்தச் சிறு உரிமையை நான் மிகவும் வற்புறுத்துகிறேன்! என்றான் ஜனநாதன்.

அதன் பிறகு அகல்யாவைக் கிழவர் ஏகவாசகர் விசாரணை செய்யத் தொடங்கினார்.

"அகல்யா என்பது உன்னுடைய உண்மையான பெயர்தானே?"

"ஆமாம்!"

"அகல்யா! உன்மீது விசாரணை நடத்தப் போகிறோம் என்பதும், நீ குற்றவாளியாக இருந்தால் என்ன தண்டனை கிடைக்கும் என்பதும் தெரியுமல்லவா?"

"தெரியும்!"

"பூரண சம்மதத்துடன்தானே நீ இந்த விசாரணைசபை முன் வந்திருக்கிறாய்? நீ இங்கே சொல்லப்போவதெல்லாம் நீயாகவே மனப்பூர்வமாகச் சொல்பவைதானே?"

"ஆமாம்!"

"நேர்முகமாகவோ மறைமுகமாகவோ வேறு யாரும் உன்னை வற்புறுத்தவில்லையே!"

"இல்லை!"

"நீ இந்த விசாரணை சபைமுன் சொல்வதெல்லாம் உண்மையே தவிர வேறல்ல என்று சத்தியம் செய்! நீ வணங்கும் ஏதாவதொரு தெய்வத்தின் மீது ஆணையிட்டுப் பிரமாணம் செய்!"

"என்னுடைய தெய்வம் எதுவெனத் தெரியாது! என் கணவரைக் கேட்டால் கல்லெல்லாம் தெய்வம், வாவியெல்லாம் தீர்த்தம் என்கிறார்! அதனால் என் கணவரைத்தான் தெய்வமாக வழிபட்டு வந்தேன்! அவர்மீது வேண்டுமானால் ஆணையிடுகிறேன்!"

"உன் கணவர் யார்?"

"பாம்பாட்டிச் சித்தர்!"

ஜனக் கும்பலிடையே ஒரு புல்லரிப்பு பாய்ந்தோடியது.

"தெய்வானுபூதி பெற்ற துறவியென உலகமெல்லாம் போற்றுகிறதே, அந்தப் பாம்பாட்டிச் சித்தரா?"

"ஆமாம்!"

"உன்னுடைய வயதென்ன?"

"தெரியாது!"

வீ.ம **43**

"பதினாறு பதினேழு இருக்குமா?"

"இருக்கலாம்!"

"உன்னுடைய மதம் என்ன?"

"தெரியாது!"

"நீ சோழ தேசத்தைச் சேர்ந்தவளல்லவா?"

"தெரியாது!"

"சிவகாமி! சிவமதத்தினள்; சோழ தேசத்தவள்! நீ அவளுடைய தங்கைதானே?"

"ஆமாம்! ஆனால் அக்கா தங்கை என்கிற உறவு சிறு வயதிலேயே விட்டுப் போய்விட்டது. இப்போது நான் புதிதாக ஒரு அக்காவைத் தேடிக்கொண்டிருக்கிறேன்!" என்று அகல்யா சொல்லிவிட்டுக் கும்பலில் ஊர்மிளா நின்ற திசை நோக்கிப் பரிவு தோய்ந்த தன் விழிகளைச் சுழற்றினாள்.

"யாரவள்?"

அதற்கு அகல்யா மௌனம் சாதித்தாள்.

"அகல்யா! நீ பிறந்தது சோழ தேசம்! இப்போது உனது தேசம் என்ன தெரியுமா?"

"தெரியாது!"

"உன்னுடைய சொந்த ஊர் எது?"

"எல்லாம் என் ஊர்!"

"இங்கே மதுரையில் உன் வீடு எங்கே இருக்கிறது?"

"எனக்கு வீடு எதுவுமில்லை!"

"நீ எங்கே வசிக்கிறாய்!"

"சுடுகாட்டில்! பாழ்மண்டபத்தில், ஆலமரத்தடியில்! நடுத்தெருவில்! இன்னும் பாம்பாட்டிச் சித்தர் எங்கெங்கு தங்கியிருக்கிறாரோ அங்கெல்லாம் வசிப்பேன்!"

"மூன்று தினங்களுக்குமுன் புதன்கிழமையன்று அதோ நிற்கும் வீரசேகரனிடம் எவளோ தெருவில் போன ஒருத்தி சில தேங்காய்களை விற்றாளாம். அந்தத் தேங்காய்க்காரி நீதானா?"

அகல்யா மெல்ல வீரசேகரன் பக்கம் திரும்பி அவனை ஏற இறங்க ஒருமுறை நன்றாக உற்றுப் பார்த்துவிட்டு, "ஆமாம் அது நான்தான்!" என்று புன்முறுவலுடன் சொன்னாள்.

"மூன்று தினங்களாக வீரசேகரன் உன்னைத் தேடியலைந்தானே? நீ எங்கே ஒளிந்து கொண்டிருந்தாய்?"

"பாம்பு மடத்தில்!"

"மூன்று தினங்களாக வீரசேகரனின் கண்ணில் தட்டுப்படாமல் மறைந்திருந்தவள் இன்று ஏன் திடீரென்று வீரசேகரனைக் காப்பாற்ற முன்வந்தாய்?"

அகல்யா, சிறிது நேரம் யோசித்தாள். பிறகு "நேற்றுத்தான் பாம்பாட்டிச் சித்தரிடம் கடைசியாக விடைபெற்றுக் கொண்டேன்!" என்றாள்.

"பாம்பு மடத்திலிருந்து நேரே இங்கு விசாரணை சபைக்குத்தான் வருகிறாயா?"

"இல்லை! நேற்றிரவு திடீரென ஒருவர் வந்து மாய வெள்ளரிப் பிஞ்சு கொடுத்து என்னைத் தூக்கிக் கொண்டு போனார்!" என்று அகல்யா சொல்லியவண்ணம் கடைக்கண்ணால் ஜனநாதனைப் பார்த்துப் புன்முறுவல் செய்தாள்.

ஜனநாதன் சட்டென்று இடைமறித்து; "ஆமாம்! நேற்றிரவு நான்தான் வெள்ளரிப் பிஞ்சில் மயக்க மருந்தைக் கலந்து கொடுத்து இவளைத் திருட்டுத்தனமாய்த் தூக்கிக் கொண்டு வந்தேன். ஆனால் இவள் இப்போது எந்தவித மயக்கத்துடனும் பேசவில்லை! சுய மூளையோடுதான் பேசுகிறாள்! நேற்றிரவு இவளை நான் சந்திப்பதற்கு முன்பே வீரசேகரனைக் காப்பாற்ற வேண்டுமென இவள் தீர்மானம் செய்து வைத்திருந்தாள். அதனால் தான் இவளைத் தூக்கிக் கொண்டு வந்து இன்று சூரியாஸ்தமனமாகி இருட்டும்வரை என் மாளிகையில் அடைத்து வைக்க விரும்பினேன்."

"ஏன்?"

"வீரசேகரனைப் போட்டியாளாக நினைக்கும் எந்த இராஜ தந்திரியும் புத்திசாலியாக இருந்தால் இந்த அருமையான சந்தர்ப்பத்தில் நிச்சயமாக இத்தகையதொரு திருட்டுவேலை செய்தே இருப்பான்! இதற்குமேல் நான் விளக்கம் கூற முற்படுவது இங்குள்ள இராஜதந்திரிகளின் மதியூகத்தைக் குறைவாக

மதிப்பிடுவதாகும்!'' என்று ஜனநாதன் விளையாட்டைப் போலச் சிரித்துக்கொண்டு சொன்னான்.

"ஜனநாதா! இது வேடிக்கையான விஷயமல்ல! மாபெரும் சதி வழக்கில் சம்பந்தப்பட்டவளை உடனே விசாரணை சபை முன் கொண்டு வந்து ஒப்படைக்க வேண்டாமா?'' என்று ஏகவாசகர் கடுமையான குரலில் கேட்டார்.

"அது என்னுடைய வேலையல்ல! என் கௌரவத்திற்கும் இராஜதந்திரத்திற்கும் ஏற்றதுமல்ல!'' என்றான் ஜனநாதன் அலட்சியமாக.

"ஜனநாதா! நீதி விசாரணைக்காக இந்தச் சதிகாரி தேடப்பட்டவள்! இவளை நம் சோழிய அதிகாரிகளுக்குத் தட்டுப்படாதபடி உன் மாளிகையில் கொண்டுபோய் ஒளித்து வைக்க விரும்பினாயே, அது எங்கள் காவற்படையின் வேலைகளில் குறுக்கிடுவதாகாதா?''

"உங்கள் காவற்படைக்கு எப்படிச் சில வேலைகளும் அதிகாரங்களும் உண்டோ, அதுபோலவே என் ஒற்றுப் படைக்கும் சில விசேஷவேலைகளும் விசேஷ அதிகாரங்களும் உண்டு. உங்கள் காவற்படைக்கு இவள் தேவைப்பட்டது போல் என் ஒற்று வேலைகளுக்கும் இவள் தேவைப்பட்டிருக்கலாம்!''

"உன்னுடைய வேலைகளுக்கும் இந்தச் சதிகாரிக்கும் என்ன சம்பந்தம்?''

"என் ஒற்றுப்படையின் வேலை இரகசியமாக இயக்க வேண்டியதாகும்! வேலை முறைகளைப் பகிரங்கமாகச் சொல்ல வேண்டிய நிர்ப்பந்தம் எதுவும் என் இரகசிய ஒற்றுப்படைக்குக் கிடையாது!''

"அப்படியானால் உன் மாளிகையிலிருந்து அகல்யா தப்பி ஓடி இந்த விசாரணை சபைக்கு வந்து சேர்ந்தாளா?''

"இல்லை! ஜனநாதன் பார்வையிலிருந்து யாருமே தப்ப முடியாது! என்னை மிகவும் இவள் கெஞ்சிக் கேட்டுக் கொண்டதால் இவளை இங்குவர அனுமதித்தேன். அதற்குப் பிரதியாக இவள் எனக்குச் சில வாக்குறுதிகள் கொடுத்தாள். நானும் சில வசதிகள் செய்து கொடுப்பதாக வாக்களித்தேன்!''

"என்ன வாக்குறுதிகள்?''

"அவை என் சொந்த விஷயங்கள்! அவற்றிற்கும் இந்த சதி வழக்கிற்கும் எந்தவிதச் சம்பந்தமுமில்லை என உத்திரவாதம்

அளிக்கிறேன். ஜனநாதனின் இந்த உத்திரவாதத்தை நீங்கள் ஏற்றுக்கொண்டு விசாரணையை மேலே தொடர்ந்து நடத்துவது தான் உசிதமான காரியமாகும்!'' என்று ஜனநாதன் தன் பேச்சை முடித்துக் கொண்டான்.

ஏகவாசகர் ''குறு குறு'' வென அகல்யாவைச் சிறிது நேரம் உற்றுப் பார்த்தார். அகல்யா அமைதியாகவே புன்முறுவல் செய்து கொண்டிருந்தாள். பயமோ, கூச்சமோ சிறிதும் அவளிடம் காணப்படவில்லை. மரணதூதர்கள் நிறைந்த சபையில் அவள் பிடிவாதமான குழந்தை போலவே காட்சியளித்தாள்.

''அகல்யா! நீ வீரசேகரனிடம் சில தேங்காய்களைத் தெருவில் கூவி விற்றாயே, உனக்குத் தொழில் தேங்காய் வியாபாரமா?''

''இல்லை! அன்று ஒருநாள் மட்டுந்தான் தேங்காய்கள் விற்றேன்!''

''அன்று உன் கூடையிலிருந்த ஒவ்வொரு தேங்காயிலும் ஒவ்வொரு சதிஓலை இருந்திருக்க வேண்டும். அத்தேங்காய்களில் சிலவற்றை நீ வீரசேகரனிடம் விற்குமுன்பே அவற்றில் சதி ஓலைகள் அடங்கியிருக்கின்றன என்கிற விஷயம் உனக்குத் தெரியுமா?''

''தெரியும்! தெரிந்தே விற்றேன்!''

சபை நெடுகிலும் ஒருவித புல்லரிப்பு உண்டாயிற்று அகல்யாவின் துணிச்சலான பதிலைக் கேட்டு, ஜனங்களுக்கு அவள்மீது மதிப்பும் பரிவும் ஏற்பட்டன.

''அச்சதி ஓலைகள் தேவியின் கையில் சேருவதற்காகத் தானே தேங்காய்களுக்குள் வைக்கப்பட்டன?''

''ஆமாம்!''

''வீரசேகரனுக்குச் சில தேங்காய்களை விற்றதுபோல் வேறு யாருக்கும் தேங்காய்கள் விற்றாயா?''

''இல்லை! வீரசேகரன் பொறுக்கியெடுத்த தேங்காய்கள் போக, மிஞ்சியதையெல்லாம் சுக்கு நூறாக உடைத்து அனு பாண்டியன் கண்மாயில் விட்டெறிந்து விட்டேனே!''

''வீரசேகரன் ஒருவனிடம் மட்டும் ஏன் அச்சதித்தேங்காய்களைக் கொடுத்தனுப்பினாய்?''

"வீரசேகரன் ஒருவன்தான் தேவியை நெருங்கி வித்தியாப்பியாச தினத்தன்று தேங்காய்களை தேவியிடம் சேர்ப்பிக்க முடியுமென்று நம்பினேன்!"

"அவ்வாறு செய்யும்படி உன்னை யார் தூண்டி விட்டது? இதில் வேறு யார் சம்பந்தப்பட்டிருக்கிறார்கள்?"

"யாரும் என்னைத் தூண்டிவிடவில்லை! இதில் வேறு யாரும் சம்பந்தப்படவுமில்லை!"

"இந்த மாபெரும் சதித்திட்டத்தை நீ தனியொருத்தியாகவா தயாரித்தாய்?"

"இது சதியென்றால் நான் ஒருத்தியேதான் செய்தேன்!"

"அகல்யா! இந்தச் சதித்திட்டத்தில் சம்பந்தப்பட்டவர் களையெல்லாம் காட்டிக் கொடுத்துவிடு! உனக்காக எங்கள் குலோத்துங்க சோழச் சக்கரவர்த்திகளிடம் மன்னிப்பு வாங்கிப் பரிசுகளும் வாங்கித் தருகிறேன்! எதிரிகளிடமிருந்து உனக்குத் தகுந்த பாதுகாப்பும் அளிக்கிறேன்!"

"இந்தச் சதியில் உண்மையிலே யாராவது சம்பந்தப்பட்டி ருந்தால்கூட நான் காட்டிக் கொடுக்கக் கூடியவளல்ல! எனக்கு உயிர் மீதோ பரிசுகள் மீதோ ஆசை இல்லை!" என்றாள் அகல்யா.

"வீரசேகரனை உமக்கு எத்தனை நாளாகத் தெரியும்?"

"வீரசேகரனைப் பற்றி நான் நிறையக் கேள்விப்பட்டிருக்கிறேன்! ஆனால் நேரில் பரிச்சயமில்லை!"

"அவன் சிவகாமியின் கணவனல்லவா? அக்காள் புருஷனோடு உனக்குப் பரிச்சயமில்லையென்றால் அது ஆச்சரியமான விஷயம்!"

"எங்கே புருஷனைத் திருடிக்கொண்டு விடுவேனோ என்று என் அக்காள் என்னை நெருங்க விடுவதில்லை!" என்றாள் அகல்யா நிஷ்களங்கமாக.

சபை நெடுகிலும் "குபீ"ரென ஒரு சிரிப்பு பறிந்தது! மற்ற நேரமாய் இருந்தால் சிவகாமி ஆத்திரம் அடைந்திருப்பாள். ஆனால் அவளோ தங்கையின் பாசத்தால் கண்ணீர் சொரிந்து நிலைகலங்கி நின்று கொண்டிருந்தாள்.

"இந்த வீரசேகரன் தெரிந்தே இந்தச் சதித்திட்டத்தில் சம்பந்தப்பட்டு உனக்கு உதவி செய்தானா?" என்று ஏகவாசகர் அருகிலிருந்த ஆடையூர் நாடாள்வார் கேட்டார்.

"இல்லை! அவனுக்குத் தெரியாமலேயே அவனை என் கருவியாகப் பயன்படுத்திக் கொண்டேன்! நான் அவனிடம் விற்ற தேங்காய்களுக்குள் சதி ஓலைகள் அடங்கியிருக்கின்றன என்கிற விஷயமே அவனுக்குத் தெரியாது! வீரசேகரனும் ஒரு சதிகாரனாய் இருந்து தேவியிடம் ரகசியமாக ஏதாவது சொல்ல வேண்டுமென்று நினைத்தால், தேவியின் சிறைக்கூடத்திற்குள் நெருங்கிப் பழகும் அவன் எந்த நேரத்திலும் நேரிடையாக வாய் மூலமாகவே சொல்லி விட முடியும்! தேங்காய்களுக்குள் சதி ஓலைகள் வைத்து அனுப்பவேண்டிய அவசியமில்லை!" என்று அகல்யா மனப்பாடம் செய்ததுபோல் ஒரே மூச்சாகச் சொன்னாள்.

ஜனநாதன் சட்டென்று இடைமறித்து, "ஆகா! உலகந் தெரியாத இந்த வெகுளிப்பெண் நம்மையெல்லாம்விட புத்திசாலியாக இருக்கிறாள். வீரசேகரனை சதிகாரனாகச் சித்தரிக்க முயலும் அஞ்சு கோட்டையானை வெகு சுலபமாக முட்டாளாக்கிவிட்டாள்!" என்று சிரித்தான்.

அஞ்சுகோட்டையான் தலைகுனிந்தான். அவனை நோக்கி வீரசேகரன், "பார்த்தாயாடா, பார்த்தாயாடா!" என்று கேட்பது போல் முஷ்டி பிடித்தான்.

ஜனங்களும் அருவருப்போடு அஞ்சு கோட்டையானைப் பார்க்கலானார்கள்.

கிழவர் ஏகவாசகர் இருமுறை கனைத்துவிட்டு மறுபடி தம் விசாரணையைத் தொடரலானார்;

"அகல்யா! நீ வீரசேகரனிடம் சில தேங்காய்களை விற்றாய்". "ஒவ்வொரு தேங்காயினுள்ளும் ஒவ்வொரு சதி ஓலையை நீ திணித்து வைத்தாய் என்பது உனக்குத் தெரியும், அப்படியானால் அந்தச் சதி ஓலைகளில் என்ன விஷயம் எழுதப்பட்டிருந்தது என்பதும் உனக்குத் தெரிந்திருக்குமல்லவா?"

"ஓ! நிச்சயமாகத் தெரியும்!"

"அப்படியானால் அச்சதி ஓலைகளில் என்ன எழுதியிருந்ததென்பதை எங்களுக்குச் சொல்!"

"அதை அப்போதே நான் மறந்துவிட்டேன்!"

"ஞாபகப்படுத்திப் பார்!"

"பெரியவர்களே! நான் சொல்ல விரும்பியதை யெல்லாம் சொல்லிவிட்டேன். இதற்குமேல் நீங்கள் அடித்தாலும், உதைத்தாலும் எனக்கு ஒன்றும் சொல்லத் தெரியாது!" என்றாள் அகல்யா உறுதியான குரலில்.

"அப்படியானால் இதற்குமேல் ஒன்றும் நீ சொல்லப் போவதில்லையா? சொல்ல மறுக்கிறாயா?"

"ஆமாம்!"

"இதனால் உன் கதி என்ன ஆகும் தெரியுமா?"

"தெரியும்!"

"இந்த இளம் வயதில் இவ்வளவு அழகானவள் வீணாக மரண தண்டனைக்காளாவது மிகவும் துக்ககரமான விஷயமாகும்!"

"எனக்கு அதில் ஒருவிதத் துக்கமுமில்லை, அளவில்லாத ஆனந்தந்தான் உண்டாகும்!"

"நீ யாருடைய வாக்குறுதியையாவது நம்பி இப்படித் துணிச்சலாகப் பேசுகிறாயா?"

"நான் யாரையும் நம்பவில்லை! கடவுள் ஒருவரைத்தான் நம்புகிறேன்!"இனிமேல் அந்தப் பெண்ணை விசாரிப்பதில் ஒருவிதப்பலனுமில்லை என்பதை உணர்ந்த விசாரணை சபைத் தலைவர் தம்முடைய தீர்ப்பைக் கூறலானார்;

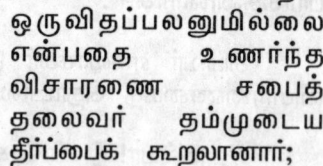

"வீரசேகரா! உன்னுடைய சபதத்திலிருந்து நீ விடுதலை செய்யப் பட்டாய்! நீ எந்தச் சமயத்திலும் சிறந்த தேச பக்தனாய் விளங்குவாய் என்பதற்குச் சரியான நிரூபணமும் சாட்சியமும்

கிடைத்துவிட்டன! சதிக்குற்றத்தை ஒப்புக்கொள்ளும் இந்த அகல்யாவிற்குச் சிவகாமியின் தண்டனை ஓலைப்பிரகாரம் மரண தண்டனையை வலியுறுத்துகிறேன்! ஆனால் சதித் திட்டங்களையெல்லாம் வெளியிட அவள் மறுப்பதால் இவளைச் சிறிது காலம் சிறைக்குள் அடைத்து வைப்போம். பின்னால் வேறு சதிகாரர்கள் சிக்கும்போதோ சதித்திட்டங்களை ஆராய நாம் முற்படும்போதோ இவளை மறுபடி விசாரிக்கும்படியான தேவை நமக்கு ஏற்படலாம். அதுவரை இவளைச் சிறையில் அடைத்து வைப்போம்!'' என்றார் ஏகவாசகர்.

''அதுதான் புத்திசாலித்தனமான காரியமென நானே கடைசியில் எடுத்துச் சொல்லலாமென்றிருந்தேன், அதற்குள் நீங்களே உணர்ந்துவிட்டீர்கள், ஆனால் இவள் சிறைக்குள் அடைப்பட்டிருக்கும் காலம்வரை அந்தப்புரத்தில் அடைப்பட்டுள்ள இராஜகன்னிகையைப் போல இவளுக்குச் சகலவிதமான வசதிகளும் செய்து கொடுக்கவேண்டும். இவளுக்குத் தேவையான ஆடையணிகளெல்லாம் அதோ என்னுடைய வெள்ளி ரதத்தில் குவிந்திருக்கின்றன. அந்த வெள்ளிரதத்திலேயே இவளை சிறைச்சாலைக்கு அழைத்துப் போகவேண்டும். இன்னும் சுருக்கமாகச் சொன்னால் இவளுக்கு சிறைவாசமென்பது சொர்க்கவாசமாக இருக்கவேண்டும்!'' என்றான் ஜனநாதன்.

''என்ன! இந்தச் சதிகாரியையா?'' என்று சபையிலுள்ள இராஜதந்திரிகள் அனைவரும் ஏககாலத்தில் வியப்புடன் கேட்டனர்.

''ஆமாம்! அவ்வாறு இவளுக்கு வாக்குறுதி கொடுத்திருக்கிறேன். இராஜதந்திரத்திற்காகவும் இராசகாரியமான ஒற்று வேலைகளின் வெற்றிக்காகவும் ஜனநாதன் கொடுத்திருக்கும் வாக்குறுதிகளைக் காப்பாற்றி ஜனநாதனுக்கு கௌரவமளிக்க வேண்டிய கடமை இந்த விசாரணை சபைக்கு மட்டுமல்ல நம் குலோத்துங்க சோழ சக்கரவாத்திகளுக்கும் உண்டு!''

''இதில் என்ன இராஜதந்திரம் இருக்கிறது?'' என்று எல்லோரும் அவநம்பிக்கையுடன் கேட்டனர்.

''அதை இப்போது வெளிப்படுத்துவது என் இராஜதந்திரத்திற்கு உகந்ததல்ல! ஏனெனில் இந்தச் சபையில் எனக்குச் சில ஜன்ம சத்ருக்கள் இருக்கிறார்கள். நான் இராச காரியத்தை முன்னிட்டுச் செய்யும் இராஜதந்திரத்தை அந்தச் சுயநலக்காரர்கள் மூடத்தனமாக உடைத்தெறிய முயலுவார்கள்!'' என்றான் ஜனநாதன்.

''ஜனநாதா!'' மூடத்தனம் என்ற பதத்தை இங்கே நீ பிரயோகிப்பது இந்தச் சபையை கௌரவிப்பது ஆகாது என்றார் ஏகவாசகர் கடுமையாக.

''எனக்கு யாரும் கௌரவமளிக்காதபோது நானும் யாருக்கும் கௌரவம் அளிப்பதில்லை. இங்கே நான் வெகு நேரமாக நின்று கொண்டிருக்கிறேன்; என்னை யாரும் இந்தச் சபையில் உட்காரச் சொல்லவில்லை! எனக்கு அந்தக் கௌரவம் அளிக்காதபோது யாரையும் புத்திசாலி என்று அநாவசியமாகப் புளுகி கௌரவிக்க வேண்டும் என்கிற அவசியம் எனக்கில்லை! மேலும் சில தனிப்பட்டவர்களின் யோக்கியாம்சங்களைப்பற்றிய என் அபிப்பிராயத்தைச் சொல்லுவது இந்தச் சபையைப் பொதுவாக அகௌரவிப்பதாகாது!'' என்றான் ஜனநாதன்.

அந்தச் சபையிலிருந்த சில கிழவர்கள் முக்கியமாக ஆடையூர் நாடாள்வாரின் கட்சியினர் – ஆத்திரத்துடன் முணுமுணுக்கலானார்கள்: ஜனநாதன் சட்டென்று துள்ளிக் குதித்து, ''ஆ! நான் நினைத்தபடியே இங்கு சிலர் ஆத்திரப்படுகிறார்கள். என் மீதுள்ள ஆத்திரத்தை இந்தப் பேதைப் பெண்ணிடம் அவர்கள் காட்ட முற்படலாம். ஆகையால் முன்னதாகவே எச்சரித்து விடுகிறேன். இந்த அகல்யாவை வேறொரு இராச காரியத்தையும், சூழ்ச்சி முறையையும், ஒற்று வேலைகளையும் முன்னிட்டு என்னுடைய மாளிகையில் ஒளித்து வைக்க நினைத்தேன். ஆனால் நம்முடைய இந்த விசாரணை சபைக்கு மிகவும் முக்கியஸ்தனான நான் மதிப்பளிக்க வேண்டுமென நினைத்து, இவளை உங்கள் கையில் ஒப்படைக்கச் சம்மதிக்கிறேன். அதுவும் இவள் என்னிடம் இருப்பதைவிட உங்களிடம் மிகவும் பத்திரமாகவும், செளகரியமாகவும், கௌரவமாகவும் இருப்பாள் என்று நம்பி உங்களிடம் ஒப்படைக்கிறேன்! ஆனால் சிறைக்குள் இவளுக்கு எந்தவிதத் தீங்கும், வேதனையும் யாரும் தரக்கூடாது. இவளை யாராவது ஏதாவது விசாரிக்க வேண்டுமென்றால் என்னை அருகில் வைத்துக்கொண்டேதான் விசாரிக்க வேண்டும். இவளுக்குக் கேடு விளைவிப்பவர்கள் நிச்சயமாகச் சதிகாரர்களாக இருப்பார்கள் என்பது என்னுடைய ஒற்றுப்படைக் குழுவின் ஆராய்ச்சி. சோழிய அதிகாரிகளுக்கிடையே உள்ள சதிகாரர்களை நடைமுறையில் என்ன வேண்டுமானாலும் செய்யலாம் என்பது என்னுடைய இரகசிய ஒற்றுப்படைக்கு அளிக்கப்பட்டிருக்கும் விசேஷ அதிகாரமாகும். எனக்குத் தெரியாமல் யாராவது இவள்மேல் சுண்டு விரல் வைத்தால்கூடப் போதும் உடனே அதில் நேர்முகமாகவும், மறைமுகமாகவும் சம்பந்தப்பட்ட அதிகாரிகள் அனைவரையும்

சதிகாரர்கள் எனத் தீர்மானித்து என் சமயோசிதம் போல் கொல்லும்படியான உரிமையும் விசேஷ அதிகாரமும் என்னுடைய ஒற்றுப்படைக் குழுவிற்கு ஏற்பட்டுவிடும்!" ஜனநாதன் முன்னெச்சரிக்கையாகச் சொன்ன விஷயங்களை யாராவது மீறுவார்களேயானால், தர்ம சாஸ்திரங்களின் விதிகளைக்கூட ஜனநாதன் மீறிவிடுவான் என்பது உங்களுக்குத் தெரியும்!" என்று ஜனநாதன் எச்சரித்தான்.

"ஜனநாதா! ஏன் இப்படிச் சபையில் அநாவசியமாகப் பிரவேசித்து இவ்வளவு பகிரங்கமாக வன்மமான வார்த்தைகளைக் கொட்டுகிறாய்?" என்று ஏகவாசகர் கடுமையாகக் கேட்டார்.

"தேவையை உத்தேசித்துத்தான்! மாபெரும் மதியூகிகளான அதிகாரிகள் ஒருவரையொருவர் வேவு பார்க்கவேண்டும் என்கிற முறையில் நம் குலோத்துங்க சோழ சக்கரவர்த்திகள் அற்புதமானதொரு ராஜதந்திரத்தைக் கையாளுகிறார். அந்த விசேஷ நடைமுறையை வைத்துக்கொண்டு ஒருவரையொருவர் ஒழித்துக் கட்டிவிடும்படியான சந்தர்ப்பத்தை ஒவ்வொரு அதிகாரியும் தேடிக்கொண்டு இருப்பதுதான் வழக்கம்! இந்தச் சந்தர்ப்பத்தில் என்னுடைய ஒற்றுப்படை வேலைகளுக்கும் நம் சோழ தேசத்தின் எதிர்காலத்திற்கும் தேவையான அகல்யாவைப் பத்திரமாகச் சிறைக்குள் பாதுகாக்கும் பொறுப்பு இந்தச் சபை முழுவதற்கும் உண்டு; அதை நினைவுபடுத்துவதற்காகவே இத்தனை வார்த்தைகளைப் பகிரங்கமாகக் கொட்டினேன்!" என்றான் ஜனநாதன்.

"இவளுக்கு மரணதண்டனை நிறைவேற்றும்வரைதான் அந்தப் பொறுப்பு எங்களுக்கு உண்டு!" என்று திருத்தம் கூறினார் ஏகவாசகர்.

"அது எனக்குத் தெரியும், இவளைச் சிறைக்குள் சித்திரவதை செய்து இல்லாததையெல்லாம் ஒப்புக்கொள்ளும்படி செய்யக் கூடாதென்பதுதான் என்னுடைய வாதம்! சிறையில் இவளுக்கு எந்தவிதமான ஊனக்கேடும், மானக்கேடும் ஏற்படக்கூடாது! அவ்வாறு ஏற்படுமானால் அதற்குப் பொறுப்பாளிகள் காவற்படைத் தலைவரும் அவருடைய சகாக்களுமே ஆவார்கள்!" என்றான் ஜனநாதன்.

அதன்பிறகு ஏகவாசகர் இருமுறை கனைத்துக் குரலில் அதிகாரத்தை வரவழைத்துக் கொண்டு காவற்படையினரை நோக்கி, "இந்தச் சதிகாரியைச் சிறைச்சாலைக்கு இரத்தினக் கம்பளம் விரித்து அழைத்துப் போங்கள்!" என்றார் ஏளனப் பார்வையுடன்.

''இரத்தினக் கம்பளம் என் வெள்ளி ரதத்திலேயே இருக்கிறது! என்று சிரித்தான் ஜனநாதன் சிறிதும் விட்டுக் கொடுக்காமல்.

குழந்தைபோல் சிரித்துக்கொண்டு கிளம்பும் அகல்யாவைக் கொடூரமான காவலர்கள் அழைத்துச் செல்லும்போது ஜனக்கும்பல் முழுவதையும் ஒருவிதத் துயரம் கவ்வியது, அதுவரை சோகச் சிலையாகச் சமைந்திருந்த சிவகாமி அந்தக் காட்சியைப் பார்த்ததும் உயிர் பெற்றெழும் இராட்சஸிபோலக் கிரீச்சிட்டாள். ''அகல்யா! அகல்யா!'' என்று வீரிட்டு அலறிக்கொண்டே தன் அருமைத் தங்கையை வாரியணைத்துக் கொள்ள ஓடிவந்தாள். ஆனால் அகல்யாவை அழைத்துச் செல்லும் முரட்டுக்காவலர் சிவகாமியைத் தடுத்தார்கள்.

''ஐயோ அகல்யா! எங்கே போகிறாய்?'' என்று சிவகாமி விம்மினாள்.

''நீ கொடுத்த மரண தண்டனையை அநுபவிக்கும் வரை சிறையில் நிம்மதியாகத் தூங்க போகிறேன்!'' என்று அகல்யா சொல்லிக் கொண்டே சேவகர்களின் மத்தியில் விரைந்து சென்றாள்.

களங்கமற்ற அவளுடைய முகத்தைப் பார்க்கும்போது வீரசேகரனுக்கு ஒருவிதச் சோகம் படர்ந்தது. ஆனால் இன்னொருபுறம் அவனுடைய முகம் ஆனந்தத்தால் மலர்ந்தது. கும்பலில் ஊர்மிளா நின்ற திசைப் பக்கம் ஆவலோடு திரும்பிப் பார்த்தான். அங்கே ஊர்மிளாவைக் காணோம்! ஊர்மிளா எங்கே மாயமாய் மறைந்திருப்பாள் என்று வீரசேகரன் சுற்றும்முற்றும் கும்பலை ஊடுருவித் தன் விழிகளைச் செலுத்தினான்.

''ஐயோ! என் தங்கையை எமகிங்கரர்கள் கொண்டு போகிறார்களே'' என்று சிவகாமி பித்துப் பிடித்தவள் போல் அலறி ஊளையிடும் குரல் வீரசேகரனின் காதைத் துளைத்தது.

அந்தச் சமயம் வெள்ளி ரதத்தில் ஏறிக்கொண்டிருந்த அகல்யா புன்சிரிப்புடன் அமைதியாகச் சிவகாமி நின்ற திசைப்பக்கம் திரும்பி, ''அக்கா! உன்னை மன்னித்துவிட்டேன்!'' என்று சொன்னாள்.

அவ்வளவுதான்; சிவகாமி பேய்போல் கிரீச்சிட்டாள், ''ஆ! தேவியினால்தானே என் தங்கை சதிகாரியானாள்! தேவியினால் தானே என் தங்கையை இழக்கப் போகிறேன்! அந்த தேவியை... தேவியை!'' என்று மேலே கத்தமுடியாமல் சிவகாமி ஆத்திரத்துடன் பற்களை ''நறநற'' வெனக் கடித்தாள்.

அத்தியாயம் 62

தேவேந்திர பதவி!

**“புரந்தரன் நடுங்கி ஆங்கோர்
பூசையாய்ப் போகலுற்றான்.”**

– கம்ப ராமாயணம்

மந்தை மந்தையாக விசாரணை சபைக்கு வந்து குழுமியிருந்த ஜனசமுத்திரம் பொழுது இருட்டியதும் ஜலப்பிரளயம் போல் பொங்கி எழுந்து பல உபநதிகளாகவும் வாய்க்கால்களாகவும் பிரிந்து, தெருக்கள் சந்துகளிலெல்லாம் வழிந்தோடியது.

ஆங்காங்கே குட்டைகள்போல் பெண்கள் கூட்டம் தெருக்களில் தேங்கி நின்று வம்பளந்து கொண்டிருந்தது. மடை வாய்கள் போல் ஆண்கள் கூட்டம் தெரு முனைகளிலுள்ள கற்றூண் விளக்கடிகளில் வடிந்து நின்று அன்றைய விசாரணை சபை நடவடிக்கைகளைப் பற்றிக் காரசாரமாக விவாதித்துக் கொண்டிருந்தது.

அன்று அரசியல் அரங்கில் அற்புதமானதொரு காதல் காட்சியை நேரில் கண்டு களித்துவிட்டதாக அவர்கள் அளவற்ற பெருமிதம் அடைந்தார்கள். அன்று அவர்கள் பார்த்த காட்சியில் அப்படியென்ன அற்புதம் என்றால் வீரசேகரனுக்கும் அகல்யாவிற்குமிடையே காதல் இருப்பதாகக் கற்பனை செய்து கொண்டு அவர்கள் திருப்தி அடைந்ததுதான் மகா அற்புதமாகும்! ஏதாவது கொஞ்சம் காதல் விஷயம் இல்லாவிட்டால் சதிகாரி ஒருத்தி தானாகவே விசாரணை சபைக்கு வந்து எதிராளியின் தலையைக் காப்பாற்ற முன்வருவாளா என்பது அவர்களுடைய ஆணித்தரமான வாதம்! அப்போது சிவபெருமானே தோன்றி, ‘‘ஓ! மகா ஜனங்களே வீரசேகரனின் இரகசியக் காதலி அகல்யா அல்ல!’’ என்று திருவாக்குச் சொன்னாலும் அதைப் பொதுஜனங்கள் ஏற்றுக் கொள்ள விரும்ப மாட்டார்கள்! ஏனெனில் தலையாவது உருளுமென ஆவலோடு வீர ரஸத்தை எதிர்நோக்கிப் போயிருந்தவர்களுக்குச் சிருங்கார ரஸமாவது கிடைக்காவிட்டால் அந்த ஏமாற்றத்தைச் சகிக்க முடியுமா?

ஆகவே வீரசேகரனுக்கும் அகல்யாவுக்குமிடையே அற்புதமானதொரு காதலைக் கற்பனை செய்து கொண்டு பலரும் அவரவர் வயதுக்கும் யுக்தியானுபவங்களுக்கும் ஏற்ப அது பற்றி வம்பளந்தார்கள்.

''காதலியைக் காட்டிக் கொடுக்காமல் சதிகாரிக்காகத் தன் தலையைப் பறிகொடுக்க முன்வந்த வீரசேகரனுடைய காதல் பெரிதா?'' காதலனின் தலையைக் காப்பாற்ற வந்த காரிகையின் காதல் பெரிதா?'' என்கிற மகத்தான விஷயந்தான் அவர்களுடைய முக்கியவாதப் பிரதிவாதங்களுக்கு இலக்காயிருந்தது. யாருடைய காதல் பெரிதாக இருந்தாலும் அது நெறிகெட்ட காதலன்றோ? பாம்பாட்டிச் சித்தர் தெய்வீக அவதாரமாகக் கருதப்பட்டுப் பாண்டிய மக்களால் கும்பிடப்படுபவர்! அத்தகைய குருமகானின் பத்தினிக்கும் சோழ வீரனொருவனுக்கு மிடையே காதல் இருப்பதாகச் சர்ச்சை செய்கிறபோது பொதுமக்களின் உணர்ச்சிகளிலும், பேச்சுகளிலும் அருவருப்பே மிகுதியாகக் குடிகொண்டிருந்தது. அகல்யா தண்டனைக்கு ஆளானதில் அளவிறந்த திருப்தியும், தலைதப்பிய வீரசேகரன் மீது சிறிது ஆத்திரமும் தொனித்தன.

அந்தச் சமயம் வீரசேகரனோ அளவிறந்த உற்சாகத்துடன் அசோகவனக் கோட்டையின் வெளிப்புறம் அலைந்து கொண்டிருந்தான். விசாரணை சபை முடிந்து வெளியேறும் அதிகாரிகளின் வாழ்த்துகளையும் முணுமுணுப்புகளையும் அவன் பொருட்படுத்தவில்லை. ஆபத்பாந்தவனாகத் தோன்றிய ஜனநாதனை ஆவலோடு கும்பலில் தேடிப் பார்த்தான். ஆனால் எப்படி அந்த மாயாவி திடீரென்று தோன்றினானோ அதுபோலவே திடீரென எங்கோ மறைந்து விட்டான். ஜனநாதனின் குதிரைபோன சுவடுகூடத் தெரியவில்லை. சிவகாமியும் கண்ணில் தட்டுப்படவில்லை.

வீரசேகரன் பலவாறாகச் சிந்தித்துக் கொண்டே அசோகவனக் கோட்டையில் தேவியின் சிறைக்கூடப் பாதுகாப்புச் சம்பந்தமாகத் தன் ஆட்களுக்குச் சில உத்திரவுகளைக் கொடுத்து விட்டு ஏகவாசகரின் காவல் கூடத்திற்கு வந்தான்.

அங்கு ஏகவாசகர் தம் சிறையதிகாரிகளோடு உரையாடிக் கொண்டிருந்தார்.

''பத்திரம்! நான் சொல்கிற வாசகங்களைக் கவனமாகக் கேளுங்கள். சிறையில் உள்ள அகல்யாவைக் கண்ணிமைபோல் பாதுகாக்க வேண்டும். ஜனநாதன் பல நிபந்தனைகள் விதித்து அகல்யாவை நம்மிடம் ஒப்படைத்திருப்பதைப் பார்த்தால் அதில் ஏதோ ஒரு சூழ்ச்சி இருக்கவேண்டும். நம்மில் எவனோ ஓர்

அதிகாரிக்கு அவன் குழிபறிக்கவும் திட்டமிட்டிருக்கலாம்! சிறையில் அகல்யாவோடு யாரும் பேச்சுக் கொடுக்காதீர்கள். யாரும் அவளை நெருங்காதீர்கள். ஆனால் அவளுடைய ஒவ்வொரு செய்கையையும் முணுமுணுப்பையும் கூர்ந்து கவனித்துக் கொண்டே இருங்கள். அவள் சிறையிலிருந்து தப்பி விடாதபடியும் அவளுடைய உயிருக்கு எவ்வித ஆபத்து ஏற்பட்டு விடாதபடியும் மிகவும் கவனமாயிருங்கள்!

அவளுக்கு ஜனநாதன் கொடுத்தனுப்பும் உணவு பானங்களைக் கூட நன்றாகப் பரீட்சித்துப் பார்த்துவிட்டே கொடுங்கள். ஏனெனில் ஜனநாதனே விஷத்தைக் கலந்தனுப்பிக் கொன்றுவிட்டு அந்தப் பழியை நம் அதிகாரிகள் எவர் மீதாவது போட்டு விடக்கூடும்! பத்திரம்!'' என்று ஏகவாசகர் எச்சரித்துத் தம் சிறையதிகாரிகள் பலருக்கும் பலவிதமான கட்டளைகளை பிறப்பித்துக் கொண்டிருந்தார்.

அங்கு வீரசேகரன் வந்து நிற்பதைக் கண்டதும் அவனை நோக்கி ஏகவாசகர் திரும்பி, ''வீரசேகரா! உனக்கு ஒரு வாசகம் சொல்லுகிறேன்! ஜனநாதனை நம்பாதே! அவனால்தான் உன் தலை தப்பியதெனச் சந்தோஷப்பட்டு விடாதே!'' என்றார்.

''ஜனநாதனால் என் தலை பறிபோவதாய் இருந்தாலும் நான் கவலைப்படமாட்டேன்!'' என்றான் நட்பின் உணர்ச்சிப் பெருக்கோடு வீரசேகரன். அவனுக்கு ஜனநாதனைத் தேடிக் கண்டுபிடித்துத் தன் நன்றியைத் தெரிவித்துக்கொள்ள வேண்டும் என்கிற ஆவலும் மேலோங்கி நின்றது.

ஆனால் கிழவரின் முகம் சுண்டியது.

அவரை நோக்கி வீரசேகரன், ''சிவகாமி எங்கே போனாளோ தெரியவில்லை! அவளைத் தேடிப் பார்த்துவிட்டு வருகிறேன்!'' என்றான்.

''தங்கையைப் பறிகொடுத்த துயரத்தில் சிவகாமி புலம்பிக் கொண்டிருந்தாளாம் ஆனால் தேசத்தின் கடமையை முன்னிட்டு எப்படிப்பட்டவர்களையும் பலி கொடுத்துத்தான் தீரவேண்டும்!'' என்று ஏகவாசகர் வீரசேகரனைக் கடுமையாகக் கூர்ந்து நோக்கினார்.

''இன்று நான் இரவுக் காவலுக்கு வரச் சிறிது காலதாமதமாகும். அதுவரை தேவியின் சிறைக்கூடத்திற்கு முன்புறம் அதிகப்படியான காவலர்களை நிறுத்த ஏற்பாடு செய்திருக்கிறேன். நான் வந்த பிறகு தேவிக்கு ஆகாரம் கொடுத்தனுப்பலாம்!'' என்று வீரசேகரன் அநுமதி கேட்டான்.

அதற்கு அனுமதி கொடுத்துவிட்டு ஏகவாசகர் அவனை நோக்கி சிறிது பரிவுடன், ''வீரசேகரா! நீ உலகம் தெரியாத பையன்! யார் யாரையோ நம்பி வீணாகக் கெட்டுப் போகிறாய்! எவளோ ஒருத்தி சதித்திட்டத்திற்கு உன்னைக் கருவியாக உபயோகப்படுத்திக் கொண்டாள். அவளை அநாவசியமாக நம்பி உன் தலைக்கு அபாயத்தையும் தேடிக் கொண்டாய்!'' என்றார்.

''இப்போது அகல்யாதான் உங்கள் சிறையில் இருக்கிறாளே?''

''அகல்யாவின் வாயிலிருந்து எந்தத் தகவலையும் பிடுங்க முடியாது! நீ அசோகவனக் கோட்டைக்குள் தேவியிடம் கூட்டி வந்தாயே ஒரு வேஷக்காரி அவளை விசாரித்தால்தான் சதித் திட்டங்களைப்பற்றிய பூரா விவரங்களையும் நாம் தெரிந்து கொள்ள முடியும்!''

''சதித் திட்டங்களை அறிந்து கொள்வது அவசியம் என்பதை நானும் உணர்கிறேன். ஆனால் தேவியிடம் நான் கூட்டிவந்த பெண் சதிகாரியல்ல! அவளுக்குச் சதியைப்பற்றி ஒன்றுமே தெரியாது! அதைப் பலமுறை உங்களிடம் உறுதியாகக் கூறியிருக்கிறேன். அவளைக்கொண்டு வந்து ஒப்படைக்கும்படி இனியும் நீங்கள் திரும்பத் திரும்ப வற்புறுத்துவதில் ஒருவிதப்பலனும் ஏற்படப்போவதில்லை!'' என்று உறுதியான குரலில் மறுத்தான் வீரசேகரன்.

''ஒருவேளை அவள் உன்னை வஞ்சிப்பவளாகவும், உண்மையிலேயே சதிகாரியாகவும் இருந்தால்....?''

சதிகாரியை மறைத்து வைத்த குற்றத்திற்காக என்மீது மரண தண்டனையை நீங்கள் எந்தக் காலத்திலும் நிறைவேற்றிக் கொள்ளலாம்.

''இப்போது நீ சொன்னதை ஒரு போதும் மறவாதே! அவள் உண்மையிலேயே சதிகாரியாக இருந்தால், ஒரு சதியோடு நின்று விடமாட்டாள்! மற்றொரு சதியிலும் ஈடுபட்டு என்றாவது ஒருநாள் பிடிபடுவாள்! அப்போது நானே உனக்கு மரண தண்டனையை நிறைவேற்றுவேன்! நீ என் சொந்தக்குமாரனாய் இருந்தாலும் விடமாட்டேன்!'' என்று ஏகவாசகர் எமகிங்கரனைப் போல் எச்சரித்தார்.

வீரசேகரன் மௌனமாக வெளியேறித் தன் குதிரைமீது தாவியமர்ந்து ஜனநாதனின் மாளிகையை நோக்கிப் பறந்தான்.

வழியில் ஜனநாதனே குதிரைமீது எதிர்ப்பட்டான்.

''தலை தப்பியது தம்பிரான் புண்யம்'' என்பதை உணர்ந்த வீரசேகரன் வேகமாக ஜனநாதன் கையைப் பற்றிக்கொண்டு, ''ஆ! ஜனநாதா!'' என்றான். அவனுடைய குரலில் அளவற்ற நன்றியும் அபரிமிதமான நட்பின் உற்சாகமும் தொனித்தன.

''முட்டாளே! உன் தலையை நான்தான் காப்பாற்றினேன் என்று குருட்டுத்தனமாக நம்புகிறாயா? அதற்கு இப்பொழுது அநாவசியமாக வெறும் நன்றி வார்த்தைகளைக் கொட்டப் போகிறாயா?'' என்றான் ஜனநாதன் அலட்சியமாகச் சிரித்துக் கொண்டே.

''ஆமாம்! பாம்பு மடத்தில் ஒளிந்திருந்த அகல்யாவை நீதான் என்னவோ தந்திரம் செய்து சூரியாஸ்தமனத்திற்குள் விசாரணை சபை முன் கொண்டு வந்து நிறுத்தினாய்! தேவியைச் சிறை வைத்தவன் என்கிற ஆத்திரம் அந்தச் சதிகாரிக்கு நிச்சயம் இருந்திருக்கும்! அவளை விசாரணை செய்யும்போது நானும் அந்தச் சதியில் சம்பந்தப்பட்டவன் என்று அவள் புளுகியிருந்தால் என்னுடைய நிலை என்னவாகியிருக்கும்?''

''என்னவாகியிருக்கும்? அஞ்சுகோட்டையானின் அரிவாளுக்கு உன் தலை அர்ப்பணமாகியிருக்கும்! போட்டி ஆள் ஒழிந்தான் என்று என்னைப்போன்ற சோழிய அதிகாரிகள் பலருக்கும் நிம்மதி ஏற்பட்டிருக்கும்! துவாரபாலகன் தொலைந்துவிட்ட பிறகு தேவியின் சிறைக்கூடத்திற்குள் இனி மேல் சுலபமாகப் பிரவேசிக்க முடியுமென நம்முடைய இராவணேஸ்வரருக்கும் சந்தோஷம் ஏற்பட்டிருக்கும்! ஆனால் துர்ப்பாக்கியவசமாக அந்தச் சதிகாரி புளுகத் தெரியாத பூவையாக இருந்துவிட்டாள்!'' என்று சிரித்தான் ஜனநாதன்.

''இல்லை, ஜனநாதா! தேங்காய்களுக்குள் சதி ஓலைகளைத் திணித்து எதிரிகளிடமே விலை கூறி விற்ற அந்தத் தந்திரக்காரிக்குச் சமயோசிதமாகப் புளுகவும் தெரிந்திருக்கும்! ஆனால் நீ ஊதிய மகுடிக்குக் கட்டுப்பட்டே அந்தப் பாம்பு ஆடியிருக்கிறது!'' என்றான் வீரசேகரன்.

''தம்பி! உனக்காகத் தியாகம் செய்ய வந்த பேதைப்பெண்ணை அநாவசியமாக பாம்பு தேள் என்றெல்லாம் சொல்லாதே! பாம்பாட்டிச் சித்தரிடமிருந்து அந்தப் பாம்பைப் பிரித்து வந்து, சூரியாஸ்தமனம் வரை என்னுடைய மாளிகையில் அடைத்து வைப்பதற்குத்தான் தூக்கிக் கொண்டு வந்தேன்! ஆனால் அந்தப் பாம்பு கீரிப்பிள்ளையிடம் மிகவும் கெஞ்சிக் கேட்டுக்கொண்டு நரிகளின் விசாரணை சபைக்கு வந்து...''

''ஓநாயைக் காப்பாற்றியதாக்கும்!''

''ஆமாம்! அதற்குப் பிரதியாக அகல்யா எனக்குச் சில வாக்குறுதிகள் கொடுத்தாள், நானும் அவளுடைய கவலைகளைத் துடைப்பதற்குச் சில வாக்குறுதிகள் கொடுத்தேன். அகல்யா நிச்சயம் தன் வாக்குறுதிகளைக் காப்பாற்றுவாள்! ஆனால் என் வாக்குறுதிகளைதான் காப்பாற்றுவேனா என்று சொல்ல முடியாது!''

''ஜனநாதா! நண்பனைக் காப்பாற்றுவதாகப் பகிரங்கமாய்க் காட்டிக் கொள்ளக்கூடாது என்று நீ நினைத்து விசாரணை சபையின் முன் சொன்னதை யெல்லாம் நானும் நம்பவேண்டும் என்கிறாயா? அந்தச் சதிகாரி என்னை எதற்காகக் காப்பாற்ற வேண்டும்....?

''அவள் உன் மைத்துனி!''

''அக்கா வைதவ்யம் அடையக்கூடாது என்பதற்காக மைத்துனி தன் அக்காள் புருஷனைக் காப்பாற்றும் அதிசயம் உண்டா?''

''தன் புருஷனோடு வாழ விரும்பாதபோது தன் அக்காள் புருஷனையாவது காப்பாற்றலாமென அவள் நினைத்திருக்கலாம்! பிராணபதியை விட்டு எந்தத் தேவேந்திரனை நம்பி அகல்யா வெளியேறினாளோ அந்தக் காதலனோடு பகிரங்கமாகவும் கௌரவமாகவும் வாழமுடியாது என்பதை உணர்கிறபோது அவள் கல்லாக மாறமட்டுமல்ல சாகவும் தயாராகி விடலாம்! அது தேவேந்திரனின் சாமர்த்தியத்தை பொறுத்திருக்கிறது!''

''ஆனால் அகல்யாவிற்கு அப்படியொன்றும் அக்காள் பாசம் இருப்பதாகத் தெரியவில்லை! சிவகாமியின் முகத்தில் அடித்தாற்போல் அதை அகல்யாவே சொல்லவில்லையா?''

''சொந்த அக்காளைத் தவிர புதிதாகச் சம்பாதித்துக் கொண்ட வேறொரு அக்காளும் இருப்பதாக அகல்யா சொன்னாளே!''.

''யார் அவள்?''

''அதை நீ இப்போது தெரிந்து கொள்வது உனக்கே நல்லதல்ல!'' என்று ஜனநாதன் ஒருவிதப் புன்னகையுடன் சொன்னதும் வீரசேகரனுக்கு சட்டென ஊர்மிளாவின் நினைவு வந்தது. ''ஊஹூம் அவ்வாறு இருக்காது!'' என்று அவன் தன் மனதில் குழப்பத்தைச் சமாதானப்படுத்திக் கொண்டான்.

''ஜனநாதா! வீணாக என் மனதைக் குழப்ப முயலாதே! நீ வெளிப்படையாக என்னதான் விபரீதமாகச் சொன்னாலும் உள்ளூர நண்பனைக் காப்பாற்ற வேண்டுமென்கிற ஆசையுடன் நிச்சயம் விசாரணை சபைக்கு நீ வருவாய் என்பது எனக்கு தெரியும்!''

''அவ்வாறுதான் ஊர்மிளாவும் நம்பிக்கொண்டு மௌனமாக இருந்திருப்பாள்! ஆனால் அவ்வளவு தூரம் யாரும் நட்பை உறுதியாக வைத்துக் கொண்டிருக்க இந்த ஜனநாதன் விடுவதில்லை! நட்பு என்பது அரசியல் உலகில் வெறும் சந்தர்ப்பவாதம்தான்!''

''ஆனால் நடந்திருப்பது என்ன? என்னை ஒழித்துவிட விரும்புவதாக வாயினால் சொன்னாலும், காரியாம்சத்தில் என்னைக் காப்பாற்றியிருக்கிறாய்? அதுதான் உண்மையான நட்பிற்கு அடையாளம்!''

''தம்பி! இப்போது உன்னை ஒழித்து விடுவதைவிட இன்னும் சிறிது காலம் உயிரோடு உன்னை வைத்திருந்தால் என் காரியங்களுக்கு அனுகூலமாய் இருக்குமென நான் நினைத்திருக்கலாம்! அதுதான் நான் ஆபத்பாந்தவனாகவும் அநாதரட்சகனாகவும் மாறிய அதிசயம்!'' என்றான் ஜனநாதன்.

வீரசேகரன் ''கலகல''வென்று சிரித்தான்.

''ஜனநாதா! அகல்யா ஒரு காதலனை நம்பி வெளியேறினாள் என்று சொன்னாயே?'' என்று வீரசேகரன் கேட்டான்.

''ஆமாம்! அந்தக் காதலன் நீ தான்!'' என்றான் ஜனநாதன்.

வீரசேகரனுக்கு தூக்கி வாரிப் போட்டது.

''என்ன நானா?''

''ஊரில் என்ன பேசிக் கொள்கிறார்கள் தெரியுமா, வீரசேகரா? உன்னுடைய மறைமுகக் காதலி அகல்யாதான் என எல்லோரும் பரிபூரணமாக நம்புகிறார்கள். ஆனால் அகல்யாவின் உண்மையான காதலன் யார் தெரியுமா?''

''நீயா?'' என்று கேட்டான் வீரசேகரன்.

''ஆமாம்! ஆனால் அதை நான் வெளிப்படையாகக் காட்டிக் கொள்ள விரும்பமாட்டேன்!'' என்றான் ஜனநாதன்.

''ஜனநாதா! ஜனநாதா! எனக்காக உன் காதலியைப் பலி கொடுக்க முன் வந்தாயா!'' என்று வீரசேகரன் உணர்ச்சி வசமாகிக் கண்களில் நீர் மல்கக் கேட்டான்.

''தம்பி! அது உன் நன்மைக்காக அல்ல! என் நன்மைக்காகத்தான்! சுயநலக் கலப்பில்லாமல் எந்தக் காரியமும் ஜனநாதன் செய்வதில்லை!''

''இதில் உன் நன்மை என்ன இருக்கிறது? காதலியைப் பலி கொடுப்பதில் காதலனுக்கு நன்மை ஏற்படுமென்றால் அதற்குக் காரணம் என்ன?''

''தேவேந்திரப் பதவிதான்!'' என்று ஜனநாதன் சொல்லி விட்டுக் குதிரையைத் தட்டிக் கிளப்பினான்.

இரு நண்பர்களின் குதிரைகளும் தெருக்களின் இருளில் உல்லாசமாகப் பாய்ந்து, ஒரு சந்தின் வழியாகப் பெரிய வீதிக்குத் திரும்பிய போது, திருவள்ளுவர் கோயிலின் அருகே ''ஒழிக! ஒழிக!'' என்ற ஜனங்களின் கூக்குரல்கள் அவ்விருவரையும் வரவேற்றன.

திருவள்ளுவர் சந்நதியின் முன், கற்றூண் விளக்கு வெளிச்சத்தில் ஒரு சிறு கும்பல் கூடியிருந்தது. அவர்களில் பெரும்பாலோர் பாண்டிய நாட்டு ஆண் பெண் பாலராவர்.

அந்தக் கும்பலின் கோஷங்கள், முணுமுணுப்புகளினிடையே, ''ஒழிக! வீரசேகரன் ஒழிக!'' என்ற அஞ்சுகோட்டையானின் கூக்குரல் அதி தீர்க்கமாக ஒலித்தது.

''இந்தப் பாண்டிய ஜனங்கள் ஏன் இப்படிக் கூக்குரலி டுகிறார்கள்!'' என்று கேட்டான் வீரசேகரன் கலவரத்துடன்.

''தம்பி! உன்னை தேவேந்திரப் பதவிக்கு உயர்த்துகிறார்கள். உன்னுடைய பரமவைரியான அஞ்சுகோட்டையான் இப்போது எனக்குப் பதில் உன்னையே தேவேந்திரனாக்கிவிட முயல்கிறான். அதோ அவனுடைய நாவன்மையைப் பார்!'' என்று ஜனநாதன் சொல்லிக்கொண்டே வீரசேகரனுடன் கும்பலை நெருங்கி வந்து ஒரு மாளிகைப் பிதுக்கத்தின் இருள் சரிவில் மறைந்து நின்று கொண்டான்.

கும்பலில் அஞ்சுகோட்டையான் அடை மழைபோல் உக்கிரமான வார்த்தைகளைப் பொழிந்து கொண்டிருந்தான்.

''பத்தினித் தெய்வம் பழிவாங்கிப் பிரகாசித்த பாண்டிய நாட்டிலே பத்தினித் துரோகம்! பத்தினித் துரோகத்திற்குத் தூண்டிய பாதகச் செயல்! அந்தச் செயல் புரிந்தவன் வீரசேகரன்! பிறன் மனைவியை நயத்தல் பேதமை என்று கூறிய திருவள்ளுவர் சந்நதியில் சொல்லுகிறேன், வீரசேகரன் பஞ்சமா பாதகன் என்று!

நாம் தெய்வமெனக் கும்பிடும் சித்தரின் மனைவி அகல்யாவை மோகித்தானே, அவனைவிடப் பஞ்சமா பாதகன் இந்த உலகில் உண்டா? ஆனாலும் வீரசேகரன் பலர் பாராட்ட இன்னும் உயர்ந்த அந்தஸ்தில் வீற்றிருக்கிறான்! இதை நீங்கள் சகிப்பீர்களா? அகல்யாவை இச்சித்த தேவேந்திரன் உடம்பெல்லாம் புண்ணாகும்படிச் சபிக்கப்பட்டான் கௌதம முனிவரால்! நமக்கும் அந்தச் சக்தி இருந்தால் வீரசேகரனைப் பாண்டிய நாடு முழுவதும் சபிக்கட்டும்! மனிதகுலம் முழுவதும் சபிக்கட்டும்!''

அதற்கு மேலும் அஞ்சு கோட்டையானின் அருவருப்பான வார்த்தைகளை வீரசேகரனால் காது கொடுத்துக் கேட்க முடியவில்லை. ஜனநாதனை அழைத்துக்கொண்டு ஜனசஞ்சாரமில்லாத ஒரு தெருவிற்கு வந்துவிட்டான்.

அவனை நோக்கி ஜனநாதன், ''தம்பி! நான் சுமக்க வேண்டிய பழிச் சொற்களையெல்லாம் நீ சுமக்கிறாய்! இப்போது யோசித்துப் பார்! யாருக்கு யார் நன்றி தெரிவித்துக் கொள்ளவேண்டும்?'' என்றான்.

''ஜனநாதா! இது உன் சம்பந்தப்பட்ட விஷயமாக இல்லாவிட்டால் நான் கூட்டத்தினுள் போய் அகல்யாவின் காதலன் நானல்ல என்று நிரூபித்திருப்பேன்!'' என்றான் வீரசேகரன்.

''தம்பி! அசல் தேவேந்திரன்கூட அப்படித்தான் அகல்யா தன் காதலியல்ல என்று சத்தியம் செய்யத் தயாராகி இருப்பான்! தம்பி நம் கம்பநாட்டாழ்வார் வர்ணிக்கும் அகலிகைப் படலத்தைப் படித்திருக்கிறாயா? பட்டமரத்திற்குப் பசுங்கொடி ஒருத்தி கன்யாதானம் செய்து கொடுக்கப்பட்டாள் கல்யாணமாகியும் கன்னிகையாகவே காலங்கழித்து வந்தாள் ஒருநாள் இரவு தேவேந்திரன் அவளுடைய குடிலுக்கு வந்தான். அகல்யா பேதை! மயங்கி விட்டாள். உலகையும் மறந்து விட்டாள். இருவரும் புதுமண மதுவின் தேறலைச் சமமாக உண்டிருந்த சமயம் அகல்யா உலகை உணர்ந்தாள். உணர்ந்த பின்னும் அது தக்கதன்றென விலக்காமல், தாழ்ந்து போனாள், கடைசியில் கல்லாகவும் மாறிவிட்டாள். ஆனால் தேவேந்திரன் என்ன செய்தான் தெரியுமா? அகப்பட்டுக் கொண்டால் அவமானப்பட நேரிடும் பதவி பறிபோய்விடும் என்றெல்லாம் பயந்து நடுங்கினான். பாலருந்திய பூனைபோல் நழுவிப் போக முயன்றான்.''

''தேவேந்திரன் சுயநலக்காரன்! கோழை! பதவி மோகி!''

''தம்பி, தேவேந்திரன் நீயாக இருந்தால் என்ன செய்திருப்பாய்? பதவியைத் துறந்து உலகைப் பொருட்படுத்தாமல்

அகல்யாவோடு பகிரங்கமாய் வெளியேறி வாழவே ஆசைப்பட்டிருப்பாய்! ஆனால் நானோ பூனையாக நழுவி விடத்தான் விரும்புவேன். எனக்குப் பதவியும் அந்தஸ்தும்தான் இந்த உலகில் மிகமிகப் பெரியவை. தம்பி! முட்டாளான இலட்சியவாதிக்கும் புத்திசாலியான காரியவாதிக்கும் உள்ள வித்தியாசந்தான் நம்மிருவரிடையே உள்ள வித்தியாசம்!''

''கடமையையும் நேர்மையையும் காதலையும்விட, எனக்குப் பதவி பெரியதல்ல!''

''தம்பி! தேவேந்திரப் பதவி சாமான்யப் பட்டதல்ல! எனக்கோ என் இனத்தவருக்கோ, என் நாட்டவருக்கோ, மனித சமுதாயத்திற்கோ நான் அதிகப்படியான காரியங்கள் செய்யவேண்டுமென்றால், எனக்குப் பதவியும் அந்தஸ்தும் செல்வாக்கும் முக்கியம். அவற்றை நான் காப்பாற்றிக் கொள்ள வேண்டுமானால் பிறன் மனைவியை விரும்பாத பெருமானாக நான் திகழ வேண்டும். ஒருவன் எவ்வளவு அக்கிரமங்கள் செய்தாலும் இந்த நாடு சகித்துக் கொள்ளும். ஆனால் பிறன் மனைவியை மோகித்தவனை இந்த நாடு சகித்துக் கொள்ளாது. இந்திரன் கெட்டதும் சந்திரன் கெட்டதும் பிறன் மனைவியை இச்சித்த தால்தான்!'' என்றான் ஜனநாதன்.

வீரசேகரன் மௌனமாகச் சிந்தனையில் ஆழ்ந்தான்.

''தம்பி! சிவபக்தனான இராவணேஸ்வரன் சகலவிதமான வரங்கள் பெற்றும் அழிந்து போனது எதனால்? ஸ்ரீ கோதண்ட ராமனின் அம்பினால் அல்ல! அயலான் மனைவிமீது ஆசை வைத்தான் என்கிற அவலச் சொல்லினால்தான்! ஜானகி என்கிற நஞ்சுதான் இராவணேஸ்வரனின் குலத்தையே சுட்டது! எவனையாவது, எவனுடைய இராஜ்யத்தையாவது, எவனுடைய குலத்தையாவது அழிக்க வேண்டுமென்றால் அவனை இராவணேஸ்வரனாகச் சித்தரித்துக் காட்டி விட்டாலே போதும்! ஆயுதங்களைவிட அந்தப் பழிச் சொல் பல தலைமுறைக்கும் அபாரமாக வேலை செய்யும்!'' என்று ஜனநாதன் சிரித்துக்கொண்டே வீரசேகரனின் முகத்தைக் கூர்ந்து நோக்கினான்.

''ஜனநாதா! நீ எதற்காக இப்படிச் சொல்லுகிறாயென எனக்குப் புரியவில்லை!''

''தம்பி! நம் குலோத்துங்க சோழ சக்கரவர்த்திகளின் மீது எனக்கு ஜன்மவிரோதம் இருக்கிறது என்று வைத்துக்கொள்!''

''உனக்கும் நம் சக்கரவர்த்திகளுக்கும் என்ன விரோதம்?''

''தனிப்பட்ட முறையில் எந்தவித விரோதமும் இராது! எங்கள் காடவராய வம்சத்தின் சரித்திரத்தை எடுத்துக் கொண்டால், எங்களுக்குச் சோழ மன்னர்கள் சலுகைகள் தந்த சிலாசாஸனங்கள் காணப்படுமே தவிர, விரோத பாவத்திற்குரிய எந்தப் புள்ளி விவரமும் தட்டுப்படாது!

தம்பி! மனித குலம் சம உரிமைகளுள்ள சுதந்திரப் பிரஜைகளாக வளர்வதற்கு நம் சோழ சாம்ராஜ்யத்தை ஒழிப்பது அத்தியாவசியமென என் அரசியலறிவு கருதுகிறது என்று வைத்துக்கொள்! நம் சக்கரவர்த்திகளின் ராஜ்யத்தை அழிக்க எனக்குப் போதிய படைகளோ வசதிகளோ கிடையாது!

இப்போதுள்ள பிரும்மாண்டமான சோழ சாம்ராஜ்யத்தைக் கடவுளால் கூட அழிக்க முடியாது. அப்படியானால் நான் என்ன செய்ய வேண்டும்? ஒரு சீதையை சிருஷ்டித்து நம்முடைய சக்கரவர்த்திகளை இராவணேஸ்வரனாக மாற்ற வேண்டும். வெகு சுலபமாக இராவணேஸ்வரனின் மகத்தான சாம்ராஜ்யம் தரைமட்டமாகிவிடும்!'' என்றான் ஜனநாதன்.

''ஜனநாதா! இராஜத் துரோகத்தைப் பற்றி விளையாட்டாகப் பேசுவதைக்கூட என்னால் காது கொடுத்துக் கேட்க முடியாது!''

''தம்பி! உனக்கு இன்னும் எவ்வளவு தூரம் இராஜபக்தி இருக்கும் என்பதைக் கடைசிவரை பரிசோதித்துப் பார்த்து விடுகிறேன்!'' என்றான் ஜனநாதன்.

''ஜனநாதா! இராஜசோதனை என்னதான் சதை சதையாக என்னை வெட்டியெறிந்து பார்த்தாலும் என் இதயத்திலே குடிகொண்டிருக்கும் தேச பக்தி ஒரு போதும் ஒளி குன்றாது!''

''தம்பி! இராஜ பக்தி என்பது வேறு; தேசபக்தி என்பது வேறு! ஆளும் அரசாங்கத்தைக் கண்மூடித்தனமாகப் பின்பற்றும் பக்தி வேறு; ஆளப்படும் தன் நாட்டைக் கண்திறந்து பார்க்கும் பக்தி வேறு; இந்த அரசியலறிவை உன்னைப் போன்ற இலட்சியவாதிகள் எப்போது புரிந்து கொள்கிறார்களோ, அப்போதுதான் உங்களுடைய தேச பக்தியால் மனித சமுதாயத்திற்கு உருப்படியான பலன்கள் கிடைக்கும்!

இல்லையெனில், கண்மூடித்தனமான அரசாங்க தாஸர்களால் கொடுங்கோன்மையும் சர்வாதிகார வெறியுமே உருவாகும்! தம்பி! சாம்ராஜ்யம் சர்வ சக்தி வாய்ந்ததாகப் பெருகப் பெருக, ஆட்சித் தலைவனிடம் அதிகாரம் குவியக்குவிய, நாட்டின் விஸ்தீரணம் அதிகரிக்க அதிகரிக்க, தனிமனிதனின் சுதந்திரமும் மனித

குலத்தின் உரிமைகளும் குறுகிக் குறுகி அடிமைச் சந்தையாகிவிடும்!''

வீரசேகரன் யோசனையோடு ஜனநாதன் முகத்தைப் பார்த்தான்.

"சரி, சரி, தம்பி! இப்போது அதிகமாக யோசித்து மூளைகுழம்பாதே, உனக்குக் கீதோபதேசம் செய்ய வேண்டிய காலம் இன்னும் வரவில்லை. அசோகவனக் கோட்டையின் காவலுக்குப் புறப்படு!''

"ஜனநாதா! சிவகாமி என்ன ஆனாள் என்று தெரியவில்லை!''

"தங்கையைப் பறிகொடுத்த துக்கத்தினால் அவள் பிரமை பிடித்துப் போனாள் என்றாலும் உயிரை விட்டுவிடுவாளென ஒருபோதும் எதிர்பார்க்காதே. அவ்வளவு சுலபமாக அவள் உன்னை விட்டுவிட்டு உயிரை விடமாட்டாள்!'' என்று சிரித்தான் ஜனநாதன்.

"தேவிக்குத் துணையாகச் சிறைக்கூடத்தினுள் படுத்துறங்கச் சிவகாமி வேண்டுமே அவளை எங்காவது தேடிக் கண்டு பிடித்துச் சமாதானப்படுத்தி அழைத்துக் கொண்டுதான் நான் இரவுக் காவலுக்குப் போகவேண்டும்!''

"தம்பி! கடைத் தெருவில் உன் சிவகாமி ஏதோ பூஜைப் பொருள்கள் வாங்கினாளாம்! அவள் எதற்காக எந்தக் கோயிலுக்கு காணிக்கை செலுத்தப் போவாள் என்பது எனக்குத் தெரியும். அவளை இன்றிரவே காவலுக்கு வரச்செய்கிறேன்.

நீ கவலையில்லாமல் அசோகவனக் கோட்டைக்குப் போ. இந்த ஒரு விஷயத்திலாவது ஜனநாதன் உனக்கு ஏதோ கொஞ்சம் உபகாரம் செய்ததாக இருக்கட்டும்!'' என்று ஜனநாதன் சிரிப்புடன் சொல்லிவிட்டுச் சென்றான்.

அத்தியாயம் 63

புழுங்கும் நாகம்

முழங்கு மேகம்
முடித்த வெந்தீயினால்
புழுங்கு நாகம்
எனப் புரண்டாள்.

— கம்ப ராமாயணம்

மகா மாரியம்மன் கோயிலை நோக்கிச் சிவகாமி உயிரற்ற சித்திரம்போல் ஊர்ந்து போய்க் கொண்டிருந்தாள். அவளுக்கு உலகமே ஒரு பாலைவனமாகவும் சாரமற்றதாகவும் தோன்றியது. அநியாயமாகத் தங்கையைத் தண்டித்து விட்டோமே என்கிற வேதனையால் பித்துப் பிடித்தவள் போலாகிவிட்டாள். சிறையில் தள்ளிய அகல்யாவை மறுபடி திரும்பப் பெறுவோமா என்கிற ஏக்கமும் இடையிடையே அவளிடம் விம்மலொலியாக வெளிப்பட்டுக் கொண்டிருந்தன.

தெருவில் அவளைக் கண்ட பெண்கள், "அதோ தங்கைக்கு மரணதண்டனை கொடுத்தவளடி!" என்று பேசிக் கொண்டு போனார்கள். சிலர் "அவள் என்னடி பெண்ணா? அரக்கி! ஆத்திரக்காரி! தீர விசாரியாமல் தண்டித்து விட்டாள். தங்கை என்ற பாசங்கூட இல்லாதவள்!" என்றெல்லாம் பலவாறாகப் பேசிக் கொண்டார்கள்.

அச் சுடுசொற்கள் சிவகாமியின் நெஞ்சை மேலும் சுட்டன. அவள் கிரீச்சிட்டாள். கூர்மையான விரல் நகங்களால் தன்னைப் பிராண்டிக் கொண்டும் கிள்ளிக் கொண்டும் அவற்றின் வலி வேதனைகளிலே குரூரமான திருப்தியடையவும் முயன்றாள். அரிவாளை எடுத்து உடம்பையெல்லாம் சதை சதையாகக் கீறிக் கொள்ள வேண்டும் என்பது போன்ற வெறியும் அவளை ஆட்கொண்டது.

பெண் உள்ளமானது யார் மீதாவது அன்பு செலுத்த வேண்டும்; அதற்குப் பிரதியாக யாரிடமிருந்தாவது திரும்ப அன்பைப் பெற வேண்டும்! வீரசேகரனைக் கிடைத்தற்கரிய

செல்வமெனக் கருதி சிவகாமி அளவற்ற அன்பு செலுத்தினாள். ஆனால் அவனிடமிருந்து அன்பை அவளால் பெறமுடியவில்லை! அவளுடைய வயதின்முன் வீரசேகரன் ஒரு குழந்தை! இளவயதுள்ள எவளாவது ஒருத்தி அவனைத் தன்னிடமிருந்து திருடிக் கொண்டு விடுவாளோ என்கிற பயத்துடன் சிவகாமி கட்டுக்காவல் செய்யச் செய்ய அவனுடைய அன்பு எங்கோ விலகி விலகிப் போய்க்கொண்டிருந்தது. ஊர்மிளாவை அவன் காதலிக்கத் தொடங்கிய பிறகோ சிவகாமியை மீறிப் பேசும் அளவிற்கு அவன் துணிச்சலும் பெற்றுவிட்டான். வீரசேகரனுக்கு அடுத்தபடியாகத் தங்கை உறவு ஒன்றுதான் இந்த உலகில் பாசத் தளையாகச் சிவகாமியின் நெஞ்சில் ஒட்டிக் கொண்டிருந்தது. வீரசேகரனை உத்தேசித்துதான் பருவமொட்டான அருமைத் தங்கையைக் கூட நெருங்கி வராதபடி ஒதுக்கி வைத்திருந்தாள் சிவகாமி! வீரசேகரனை மயக்கிய கள்ளக் காதலி அகல்யாவாக இருந்திருந்தால், அருமைத் தங்கையைத் தன் கையால் கொல்வதில்கூட சிவகாமி அளவற்ற திருப்தியும் ஆறுதலும் அடைந்திருப்பாள். ஆனால் அந்தப் போட்டிக்காரி அகல்யா அல்ல என்பதை சிவகாமி அறிந்ததும் அவளுக்குத் தங்கைப் பாசம் அளவுமீறிப் பெருக்கெடுத்தோடியது. ஆனால் அந்த அன்பிற்குப் பிரதியாகத் தங்கையிடமிருந்து அன்பைப் பெறமுடியுமா? ஆத்திர புத்தியால் தீரவிசாரியாமல் அநியாயமாகத் தங்கைக்கு மரணதண்டனை விதித்து தங்கையின் அன்பை இழந்து விடப் போகிறோமே? இந்த உலகில் உள்ள ஒரே ஒரு பாச உறவும் அறுந்து விடப் போகிறதே? சிவகாமியால் அந்த எண்ணத்தின் முட்களைப் பொறுக்க முடியவில்லை! அநியாயமாகச் சிறைக்குள் தள்ளிய தங்கையைத் திரும்ப உயிரோடு பெறுவதற்கு அவள் எதுவும் செய்யத் தயாராக இருந்தாள்.

சிறகறுந்த வண்டுபோல் சிவகாமி உருண்டும் புரண்டும் மாரியம்மன் கோயிலுக்கு ஊர்ந்து வந்து விட்டாள்.

கோயிலின் உள்ளே எரியும் அகல் விளக்குகளின் வெளிச்சம் அங்கு அப்பியிருந்த இருளை விழுங்க முடியாமல் திணறிக் கொண்டிருந்தது. அவ்விளக்குகளின் திரிகள் வாடைக் காற்றால் பொறிந்து கொண்டிருந்தன. இரத்தப் பசி தீராமல் இரணபத்திரகாளியின் வாயில் துருத்திக் கொண்டிருக்கும் செந்நாக்கு ஒன்றுதான் பெரிய தீ நாக்காகப் பளிச்சிட்டது. பலியிடப்பட்ட ஆடுகளின் இரத்தத்தால் உறைந்திருந்த கற்றரை வழுக்கலாக இருந்தது.

பூசைப் பொருட்களைக் காளியின் சன்னதியின்முன் சிவகாமி வைத்துவிட்டு, ‘‘தாயே! என் தங்கையைக் காப்பாற்றடி

ஆத்தாள்! என் வீரசேகரனை மயக்கிய சிறுக்கியைக்கொண்டு வந்து உனக்குப் பலியிடுகிறேன்! நீ எத்தனை ஆடுகள் கேட்டாலும் பலி கொடுக்கிறேன்! என்ன காணிக்கை வேண்டுமானாலும் தருகிறேனடி, தாயே!'' என்று பிரார்த்தித்தாள் சிவகாமி.

அந்தகாரத்திலிருந்து, ''சிவகாமி!'' என்று மெல்லிய குரல் ஒன்று கூப்பிட்டது. அது இயற்கையான குரலாகவே இல்லை! அமானுஷ்யமான குரலாகவே தென்பட்டது!

சிவகாமி கிரீச்சிட்டு நடுநடுங்கி வெளியே பாய்ந்தோட முயன்றாள்.

அதற்குள், போர்வையால் மறைத்துக் கொண்டிருந்த ஒரு கரிய உருவம், இருளிலிருந்து பிய்ந்து வந்து, சிவகாமியை வழிமறித்துக் கொண்டது.

''வழிப்பறித் திருடனா?'' என்று சிவகாமி பீதியுடன் கேட்டாள்.

''திருடுவதற்கு உன்னிடம் என்ன இருக்கிறது? அழகு இருக்கிறதா? இளமை இருக்கிறதா?'' என்று சிரித்தான். அந்தக் கரிய உருவினன்.

''உன் நாக்கை அறுத்துவிடுவேன்'' என்று சீறினாள் சிவகாமி.

''என்னுடைய நாக்கை அறுத்துவிட்டால் உன்னிடம் சொல்ல வந்ததை நான் சொல்லமுடியாது!''

''என்னிடம் என்ன சொல்ல வந்தாய்?''

''நீ தான் உன் தங்கையைக் கொல்லப் போகிறாய்!''

''இல்லை! இல்லை!'' என்று கிரீச்சிட்டாள் சிவகாமி.

''உன் தங்கைக்கு நீதான் மரண தண்டனை விதித்தாய்! இனி அதை யார் நினைத்தாலும் மாற்ற முடியாது!''

''எங்கள் குலோத்துங்கச் சோழச் சக்கரவர்த்திகள் நினைத்தால் எதையும் மாற்றமுடியும்!''

''ஆனால் நம் சக்கரவர்த்திகள் அப்படி நினைக்க விரும்பமாட்டார்! அதிகாரிகள் வழங்கிய நீதிமுறைகளில் கோளாறுகள் இருந்தாலும் தண்டனை வழங்கிய பிறகு அவற்றில் நம் அரசர் பெருமான் சிறிதும் குறுக்கிட விரும்பமாட்டார்!

அனாவசியமாக அதிகாரிகளின் மனவருத்தம் ஏற்படுமே என்று கருதுவார்!''

''பலியாகிறவள் என் தங்கை என்பேன்! சக்கரவர்த்திகளைச் சந்தித்து அவரிடம் எனக்குள்ள செல்வாக்குகளையெல்லாம் பிரயோகிப்பேன்!''

''நீ அந்தக் கோரிக்கையோடு வருவாய் எனத் தெரிந்தாலே நீ பேட்டி காண முடியாதபடி நம் அரசர் பெருமான் சாகசமாக நழுவி விடுவார். நீ அவரை அணுக முடியாதபடி அவர் எங்காவது திக்விஜயமோ உலாவவோ புறப்பட்டு விடுவார். உன் தங்கைக்கு மரணதண்டனை நிறைவேற்றிய பிறகுதான் அவர் உனக்குப் பேட்டி கொடுத்து உனக்காகப் பச்சாதாபப்பட்டு கருணாமிர்தமான வார்த்தைகளைப் பொழிந்து தள்ளுவார்!''

''நான் எப்படிப்பட்டவள் என்பது உனக்குத் தெரியாது!''

''அடி சூர்ப்பனகை; நீ யார் என்பது எனக்கு வெகு நன்றாகத் தெரியும்; ஸ்ரீராமன் போன்ற வீரபாண்டியனை முன்னொரு காலத்தில் இச்சித்தாய்! இலக்குவனனைப் போன்ற ஈழவராயனால் மூக்கறுப்புண்டாய்! அதன் பிறகு ஓடினாய். குலோத்துங்கச் சோழச் சக்கரவர்த்திகளிடம் சீதையைத் தூக்கிக் கொண்டு வந்துவிட வேண்டும் என்கிற உணர்ச்சியை இராவணேஸ்வரரிடம் ஊட்டியவள் நீதான்!''

சிவகாமி கலவரத்துடன், ''நீ யாரடா?'' என்று கேட்டாள்.

''நான்தான் கடவுள்!''

''என் தங்கையைக் காப்பாற்றவே முடியாதா?''

''கடவுள் நினைத்தால் காப்பாற்ற முடியும், ஆனால் வெறும் ஆடு, கோழி போன்ற காணிக்கைகளில் திருப்தியடைந்து விடக் கூடிய கடவுளல்ல நான்!''

''நீ எது கேட்டாலும் தருகிறேன்; என் தங்கையைக் காப்பாற்று!''

''நான் சொல்லுகிறபடி நீ செய்ய வேண்டும்!''

''சொல்; எது வேண்டுமானாலும் செய்கிறேன்!''

''வீரபாண்டியன் தேவியை எதற்காக அசோகவனக் கோட்டைக்குள் சிறை வைத்திருக்கிறோம் என்பது தெரியுமா!''

''வீரபாண்டியனையும் சிறை பிடிக்க!''

"அது வீரசேகரன் ஏற்றுக்கொண்ட காரணம்; வெளி உலகிற்காக நம் சக்கரவர்த்திகளும் அங்கீகரித்த காரணம்! ஆனால் உண்மையான காரணம் என்ன தெரியுமா?"

"என்ன?"

"சிறைப்பட்ட சீதாபிராட்டியாரை நம் இராவணேஸ்வரர் இரகசியமாகச் சந்திக்க விரும்புகிறார். அதற்குத் தடையாக துவாரபாலகன்போல் விளங்குகிறான் வீரசேகரன். அவனை எப்படியாவது சதித்திட்டத்தில் சிக்கவைத்து ஒழித்துவிட யாரையாவது அவர் ஏவியிருந்தாலும் அதில் ஆச்சரியப்படுவதற்கு ஒன்றுமில்லை!"

"ஆ!"

"சிவகாமி! உன் தங்கையைப் பலிகொடுத்து உன் வீரசேகரனையும் பலிகொடுக்க நேர்ந்தால் நீ என்ன ஆவாய்? மண்ணாவாய்!"

"செத்துப்போவேன்!"

"உன் தங்கையைக் காப்பாற்றி உன் வீரசேகரனுக்கு சுக்கிரதிசை தர யாராவது முன்வந்தால்...?"

"அதற்கு நான் என்ன செய்யவேண்டும்? என்ன செய்யவேண்டும்?"

"நீ பிரமாதமாக ஒன்றும் செய்ய வேண்டியதில்லை! இப்போது நம் இராவணேஸ்வரர் அசோகவனக் கோட்டைக்குள்தான் மாறுவேஷத்தில் சஞ்சரித்துக் கொண்டிருக்கிறார்! தேவியின் சிறைக்கூடத்திற்குள் சுரங்க வழியாக அவர் இரகசியமாக வர முயலலாம். அப்போது சிறைக்கூடத்தில் படுத்திருக்கும் நீ அங்கு நடப்பது ஒன்றும் தெரியாததுபோல் நடிக்க வேண்டும்! சிறைக்கூடத்தில் உட்புறத்தைத் தாளிட்டுக் கொண்டு கண்ணையும் காதையும் இறுக மூடிக்கொண்டு படுத்துறங்க வேண்டும்!"

"அது வீரசேகரனுக்குத் தெரிந்தால் என்னைக் கொன்று விடுவான்!"

"வீரசேகரனுக்குத் தெரியாதபடி நடந்து கொள்!"

"உள்ளே ஏதாவது விபரீதம் நேர்ந்து, ஏன் சொல்லவில்லை என்று விசாரிக்க நேர்ந்தால்..."

''சிறைக்கூடத்தினுள் பேய் நடமாட்டம் இருப்பதாகப் பயந்ததால் உன் காதில் பஞ்சை வைத்துக் கொண்டதாகவும் தேவைப்பட்டால் மதுச்சாரப்பொடியைத் தின்று மயங்கிக் கிடந்ததாகவும் சொல்!''

''இந்த நீசச் செயலைத் தேவி ஒருபோதும் பொறுக்க மாட்டாள்! ஒருபோதும் தன் மானத்தை இழக்கச் சம்மதிக்க மாட்டாள். அந்தக் கற்பரசியை யார்தான் அணுக முடியும்?''

''அந்தக் கவலை உனக்கு வேண்டியதில்லை. தேவிக்கு அறிமுகமான ஒருவரின் வேஷத்தில்தான் நம் இராவணேஸ்வரர் மாயரூபம் எடுத்து வரக்கூடும். தேவி சயனித்திருக்கும் பூஜையறை முழுவதும் சமயத்தில் இருட்டாக இருக்கும்படி பார்த்துக்கொள்ளும் பொறுப்புத்தான் உன்னுடையது!''

''அதெப்படி முடியும்? தேவி படுக்கப் போகுமுன் பூஜையறையிலுள்ள விளக்கில் எண்ணையிருக்கிறதா என்று பரிசோதித்துவிட்டுத்தானே வீரசேகரன் போவான்?''

''அவன் போனதும் விளக்குகளிலுள்ள எண்ணெயைக் கீழே கொட்டிவிடு. அல்லது நீ குடித்துவிடு!''

''தேவிக்கு ஏதாவது விபரீதம் நேர்ந்தால்...?''

''என்ன நேரும்? சிறையில் கிருஷ்ணாவதாரம் ஏற்படலாம். ஆமாம், சிறையில் தேவிக்கு இராஜகுமாரனோ இராஜகுமாரியோ பிறக்கத்தான் வேண்டும். அந்தப் பழிச்சொல்லைத் தாங்காமல் ஸ்ரீராமச்சந்திர மூர்த்தி வேண்டுமானால் சீதா பிராட்டியாரைக் கருப்பவதி என்றும் கருதாமல் காட்டிற்கு ஓட்டலாம். ஆனால் நம் இராவணேஸ்வரரோ பெரிதும் அகமகிழ்வார். அன்பின் சின்னத்தையும் சிருஷ்டியையும் காணும்போதுதானே காதலனோ கலைஞனோ பூரணமான திருப்தி அடைவான்!''

''என்னையும் சக்கரவர்த்திகளையும் நீ ஏளனமாகப் பேசினாயே? எங்களுக்கு நீ ஏன் உதவி செய்கிறாய்? உன்னை நம்பலாமா?''

''எனக்குக் கைக்கூலி கிடைக்கிறதென்றால் என் கொள்கைகளையெல்லாம் வெகு சுலபமாகக் காற்றில் பறக்க விட்டு விடுவேன். சரியான கூலி கொடுத்தால் யாரை நான் திட்டினேனோ அவருக்கே தாசானு தாசனாக ஆகிவிடுவேன்!''

''இந்தப் பாவச் செயலுக்கு உனக்கு என்ன கூலி கிடைக்கும்?''

"நம் ராஜாக்கள் நாயகரிடம் எனக்கு அபரிமிதமான செல்வாக்கு கிடைக்கும். சுருக்கமாகச் சொன்னால், சோழ சாம்ராஜ்யச் சக்கரவர்த்திகளின் குடுமி இந்த ஜெகஜ்ஜாலன் கையில் சிக்கிவிடும்!"

''இப்போதே என் தங்கையை விடுவித்து அவளைக் காப்பாற்றி விடுவாயா?''

''இல்லை! இப்போது காப்பாற்ற மாட்டேன். சிறைக்கூடத்தினுள் தேவியை நம் இராவணேஸ்வரர் எப்போது அடைகிறாரோ, அப்போதுதான் உன் தங்கையைக் காப்பாற்றுவேன்!''

''தேவியை அவர் அடைந்தாரா இல்லையா என்பது எப்படித் தெரியும்? எப்போது தெரியும்?''

''இயற்கை அதை வெகு சீக்கிரமாக வெளியுலகிற்குத் தெரிவித்து விடும். கூடிய விரைவில் சிறையில் கிருஷ்ணாவதாரம் ஏற்படும்! தேவிக்கு எவ்வளவு சுலபமாகப் புத்திர செல்வம் கிட்டுகிறதோ அவ்வளவு சீக்கிரமாக உன் தங்கைக்கு விமோசனம் கிடைக்கும்.''

''தேவியின் மானத்திற்குத் தீங்கு நினைப்பது பாவச் செயலாயிற்றே?''

''உன் பரம்பரையினர் எத்தனையோ பாபச் செயல்கள் செய்திருக்கிறார்கள்! நீ பிறந்த தாசி குலத்தை நினைத்துப்பார்! சொந்த மகளை தாசியாக்க வற்புறுத்தும் தாயின் செயலை விடவா இது பாபச் செயல்?''

''இப்போது நம் சக்கரவர்த்திகள் சிறைக் கோட்டைக்குள் தான் ஏதோ ஒரு மாறுவேஷத்தில் இருப்பதாகச் சொன்னாயே! எந்த மாறுவேஷத்தில் இருக்கிறார்?''

அதற்கு விடையாகச் சிவகாமியின் காதிற்குள் அந்தக் கரிய உருவினன் ஏதோ ''குசு குசு'' வெனச் சொன்னான்.

''ஆ! அவரா?'' என்று திகைப்புடன் கேட்ட சிவகாமி, ''நான் அவரைச் சரியாகக்கூடப் பார்க்கவில்லையே?'' என்றாள்.

''இனிமேலும் அவரை நீ அரைகுறையாகக் கூடப் பார்க்க முயலக்கூடாது! அவரை இன்னார் எனத் தெரிந்து கொண்டதாகவே காட்டிக் கொள்ளாதே. அவரிடம் நீ பேசவோ நெருங்கவோ அவர் இருக்கும் திசைப் பக்கமே போகவோ கூடாது!

அவருடைய இரகசியம் வெளிப்பட்டு அவர் பலர் மத்தியில் அவமானமடையக் கூடாது! இதை நீ மீறினால் அடுத்த கணமே உன் தங்கையின் சாவு உன் காதில் விழுந்து விடும்!''

''நீ யார் குரலை வேறு மாற்றிக் கொண்டு பேசுகிறாயே! உன்னை எதற்காவது சந்திக்க வேண்டும் என்றால் நான் என்ன செய்வது?''

''கடவுளைச் சந்திக்க விரும்புவதாக ஓலை எழுதி இந்தக் காளியம்மன் கையில் கட்டித் தொங்கவிடு! உன்னிடம் நேரிலோ, கடவுளெனக் கையெழுத்திட்டு ஓலை மூலமோ சந்தித்துப் பேசுவேன்!''

சிவகாமி மௌனமாகக் கரிய உருவினனை வெறித்து நோக்கினாள்.

''சிவகாமி! இனி உன் தங்கையை மறந்துவிடு! அவளைப் பற்றிய கவலை உனக்கு வேண்டாம்! மலர்ந்த முகத்துடன் ஒன்றுமே நடக்காதது போல அசோகவனக் கோட்டையின் காவலுக்குப் புறப்படு! அங்கே வீரசேகரன் உனக்காக வழிமேல் விழிவைத்துக் காத்திருக்கிறான்! நீ உடனே அங்கே போகாவிட்டால் வேறு எவள் மீதாவது அவன் விழி வைக்க நேரிடும்!''

அதைச் சொல்லிவிட்டுக் கரிய உருவினன் ''குபீ''ரென வெளியேறி ஒருபுறம் மரத்தடியில் கட்டியிருந்த வெண்ணிறக் குதிரை மீதேறி காற்றாகப் பறந்தான்.

அந்தக் குதிரை அசோகவனக் கோட்டை முன் வந்து நின்றதும், அதில் அமர்ந்திருந்தவனைநோக்கி, ''ஜனநாதா'' என்று ஏகவாசகர் ஆவலோடு வரவேற்றார்.

குதிரையிலிருந்து ஜனநாதன் இறங்கி வந்ததும், ''ஜனநாதா நீ சொன்னபடி செய்துவிட்டேன்! உன் யூகந்தான் சரியெனத் தோன்றியது!'' என்றார் ஏகவாசகர்.

''பெரியவரே! இரு துருவங்களான நம்மிருவருடைய யூகங்கள் ஒத்துப் போவதும், அதை உம் வாயாலே நேரில் ஒப்புக் கொள்வதும், இந்த அரசியல் உலகில் அபூர்வமான விஷயம்!'' என்று சிரித்தான் ஜனநாதன்.

''தேவியைச் சிறை மீட்கும்படியான சதித்திட்டம் தேங்காய்களின் வழியாகத் தேவியின் கைக்குச் சேர்ந்துவிட்டது என்பதில் சந்தேகமில்லை. தேவி சிறை தப்பி ஓடினால் குமாரனைச் சித்திரவதை செய்ய நேரிடுமெனத் தேவியிடம் பயமுறுத்தி யிருக்கிறோம்! குமாரன் இல்லாமல் தேவி இந்தச் சிறைக் கோட்டையைவிட்டு ஒருபோதும் தப்பிச் செல்லச் சம்மதிக்கமாட்டாள்! அதனால் இருவரையும் ஒன்றாகச் சிறை மீட்கும்படியான

சதித்திட்டத்தைத்தான் இனி நம் எதிரிகளால் கையாள முடியும். தேவியிடமிருந்து பிரித்து வேறொரு சிறையில் அடைத்து வைத்திருக்கும் குமாரனுக்கு அதிகப்படியான காவல் போட்டிருக்கிறேன். எந்தவித முகாந்திரத்தைக் கொண்டும் தேவியிடம் குமாரனை கொண்டுபோய் விடக்கூடாதெனவும் உத்திரவிட்டிருக்கிறேன்!'' என்றார் ஏகவாசகர்.

''அதற்கு வீரசேகரன் ஆட்சேபித்திருப்பானே?'' என்று கேட்டான் ஜனநாதன்.

''ஆமாம்; ஆட்சேபித்தான்! சேயின் முகம் கண்டுதான் தாயின் முகம் ஆறுதல் அடைய முடியுமெனப் பச்சாதாபமும் பட்டான்! ஆனால் வீரபாண்டியன் நடத்தும் சதிதிட்டத்தை தேவி வெளியிடும் வரை, குமாரனின் முகத்தைக் காணவும் அனுமதிக்க முடியாதெனக் கூறிவிட்டேன்!''

''சேயின் முகம் எதற்கு? சுந்தர காண்டம் இருக்கவே இருக்கிறது!'' என்று சிரித்த ஜனநாதன், ''உம்முடைய சிறையில் நான் ஒப்படைத்த அகல்யா எப்படி இருக்கிறாள்?'' என்று கேட்டான்.

''சிறிதுகூட கவலையில்லாமல் ஆனந்தமாகச் சிரித்துப் பாடிக்கொண்டிருக்கிறாள்!''

''நம் சக்கரவர்த்திகளிடமிருந்து அவளுக்கு மன்னிப்புக் கிடைக்குமென அவள் நம்பிக்கொண்டிருக்கிறாளோ என்னவோ!''

''சதித்திட்டம் பற்றி அகல்யாவின் வாயிலிருந்து நீயாவது கிரகிக்க முடியாதோ!'' என்று ஏகவாசகர் கேட்டார்.

''பாம்பாட்டிச் சித்தரிடமிருந்து அகல்யா அபூர்வமானதொரு யோகவித்தையைக் கற்றுக் கொண்டிருக்கிறாள்! அவள் சொல்ல விரும்பாத எதையாவது அவளிடம் நான் விசாரிக்க ஆரம்பித்தால் திடீரென அவள் சர்வாங்கமும் செயலற்றுப் போகும்படியான யோக மூர்ச்சையில் லயித்து விடுவாள்! சிலசமயம் அந்த யோக மூர்ச்சையிலிருந்து மூச்சுத் திரும்பி வருவதுண்டு. சிலசமயம் மூர்ச்சை தெளியாமலே மூச்சுப் போய்விட நேரிடுவதுண்டு!''

''ஜனநாதா! மரண தண்டனையாலன்றி அகல்யாவிற்கு வேறு எந்தவிதத்திலும் மூச்சுப்போக நேரிடுமென எதிர்பார்க்காதே! என்று ஏகவாசகர் ''வெடுக்''கெனச் சொல்லிப் போய்விட்டார்.

அவர் போனதும் அஞ்சுகோட்டையான் மெல்ல ஜனநாதனிடம் வந்து, ''உங்கள் சக்கரவர்த்திகள் எதற்காக அகல்யாவை

மன்னிக்க முடியும்? அகல்யாவிற்கும் அவருக்கும் என்ன சம்பந்தம்!'' என்று கேட்டான்.

''சம்பந்தப்படுத்துவது சுலபம்! ஆனால் அதில் உனக்கு எவ்வளவுதூரம் சம்பந்தம் இருக்கலாம் என்பதைதான் முதலில் யூகிக்க வேண்டும்?'' என்று ஜனநாதன் ஒரு மாதிரியாகச் சிரித்துக் கொண்டே போனான்.

அத்தியாயம் 64

ஆசை நோய்

'பெண்பால் வைத்த ஆசை
நோய்கொன்றது என்றால்
ஆண்மை மாசு உணாது அன்றே?'

— கம்ப ராமாயணம்

மறு மலர்ச்சிபோல் தேவியின் மலர் முகத்தில் புதியதொரு களை ஒளி வீசியது. ஆனால் அவளுடைய இதயமோ, நெருப்பில் அகப்பட்ட மணிப்புறாவின் நெஞ்சைப் போலத் துடிதுடித்தது.

தேவி கருப்பவதியானாள்!

பெண்மையின் மறுமலர்ச்சியாகத் தேவி அடையப் போகும் ஆனந்தமான முதல் அனுபவந்தான்! பாண்டிய நாடு முழுவதும் உற்சாகமாக வழியனுப்ப, சேரநாடு முழுதும் அற்புதமான வைபவங்களோடு வரவேற்கப் பிறந்தகம் சென்று புத்திரச் செல்வமடையும் உன்னதமான பேறுதான்! தேவிக்குக் குமாரன் ஜனிப்பானாயின் அவளுடைய பிதாவான சேர மகாராஜன் ஆனந்தக் கண்ணீர் சொரிவார். பாண்டிய நாட்டில் தம்முடைய வம்சத்தின் மற்றொரு சின்னமாக ஒளிவீசத் தம் குமாரிக்கு ஒரு புத்திரனே பிறக்கட்டும் என்று அனவரதமும் தவங்கிடந்திருப்பார். அந்தப் புத்திர வம்சத்திற்குரிய பாண்டிய நாட்டின் அரியணைக்காக என்றென்றும் தங்கள் உயிர்களைத் தத்தம் செய்வதாக மலை

நாட்டவர் அனைவரும் வீரப் பிரதிக்ஞை செய்து கொண்டிருப்பார்கள். அந்தக் குமார சம்பவத்தை முன்னிட்டு இருநாடுகளும் ''ஜே! ஜே'' என்று உற்சாகக் கடலில் மூழ்கிப் பல நாட்கள்வரை விழாக்கள் நடத்தியிருக்கும், பாண்டிய நாட்டின் ஒவ்வொரு குக்கிராமத்திலுள்ள சிவாலயத்திலும் சேர நாட்டிலுள்ள விஷ்ணு ஆலயங்களிலும் திரிகாலப் பூஜைகளுடன் ஆலய மணிகள் சதா முழங்கிக்கொண்டிருக்கும். பௌத்த மடங்களில் பிரார்த்தனைகள் நடக்கும். மீனக் கொடிகளும் விற்கொடிகளும் ஏந்திய இராஜ தூதர்கள் இந்தச் செய்தியை இலங்கை மன்னரான பராக்கிரமபாகுவுக்கு எடுத்துச் செல்லும்போது ஈழமண்டலத்தில் எழும்பும் வாழ்த்தொலிகள் அகில பாரத வர்ஷம் முழுதும் எதிரொலிக்கும். வீதிகள்தோறும் மகர தோரணங்கள் கட்டி, வீடுகள் தோறும் திருவிளக்குகள் ஏற்றிப் பல நாட்டு இராஜப் பிரதிநிதிகளின் பரிவாரங்கள் புடைசூழ பவழப் பல்லக்கில் பாலகன் வந்து பாங்கியர் பாவாடை விரிக்க அந்தப்புரம் புகுந்து தங்கத் தொட்டிலிட்டு இராஜ பத்தினிமார் அனைவரும் தாலாட்டும்போது தேவியின் தாய் உள்ளம் எவ்வளவு பூரிக்கும்! அரண்மனைக்கு வெளியே இரத கஜதுரகபதாதிகள் விண்ணதிர, ''ஜே! ஜே!'' என்று ஆரவாரம் செய்ய ஆழ்வார்களும் நாயன்மார்களும் தங்கள் பஜனை கோஷ்டிகளும் வந்து வாழ்த்த ஆலயமணிகள் ஒலிக்கக் குமாரனுக்கு திருநாமகரணம் செய்யும்போது, அந்த ஆனந்தத்தைத் தேவியால் தாங்கமுடியுமா....?

ஆனால்... அந்த அரிய குழந்தைச் செல்வம் இப்போது எங்கே பிறக்கப் போகிறது? சிறைக் கூடத்தில்! காற்றும் புகமுடியாது, கணவனின் நிழல் கூடப் பட முடியாது என்று கருதப்படும் சிறைக்கூடத்தில்! கணவரைப் பிரிந்து சிறைப்பட்டுப் பதினைந்து மாதங்களாகி விட்டன என்று உலகமே கணக்கிடும் சந்தர்ப்பத்தில்! இன்னும் சில மாதங்களில் தனக்குப் பிறக்கப் போகும் குழந்தைக்கு தந்தை யார் என்று யாராவது விசாரித்தால் தன் கணவர்தாம் என்று சொல்ல முடியாத நிலை தேவிக்கு! சுந்தர வாத்தியாராக மாறுவேடம் தரித்து வீரபாண்டியர்தாம் தம் குமாரனுக்கு வித்தியாப்பியாசம் செய்விக்கச் சிறைக்கோட்டைக்குள் வந்து அடைப்பட்டிருக்கிறார் என்பதையும் அவருடைய வாசஸ்தலமான பிள்ளையார் கோயிலின் கீழேயுள்ள பாதாளக்கிடங்கில் அவரும் தேவியும் அடிக்கடி நடுநிசியில் சுரங்க வழியாகச் சந்திக்கிறார்கள் என்பதையும், யாராவது யூகித்து விடுவார்களேயானால் பிராணபதியின் உயிருக்கு அபாயம் நேரிட்டுவிடும்! தேவி கருப்பவதி என்கிற இரகசியத்தை இனி அதிக காலம் யார் கண்ணிலிருந்தும் மறைத்து வைக்கவும் முடியாது. வெகு சீக்கிரம் இயற்கையே அவளுடைய நிலையைக்

காட்டிக் கொடுத்துவிடும். சிவகாமியின் ஏளனப் பார்வையையும், விஷமச் சிரிப்பையும், அசாதாரணமான பரிவு உபசாரங்களையும், முணுமுணுப்புகளையும் கவனிக்கும்போது அவள் ஓரளவு தேவியின் நிலையை யூகித்துக் கொண்டுவிட்டாள் என்றே தேவிக்குத் தோன்றியது. அந்த யூகத்தோடும் சிவகாமி நில்லாமல் சுரங்க வழியையும் யூகித்தறிய முயலும் முன் சுந்தரவாத்தியாரை வெகுவிரைவில் சிறைக்கோட்டையை விட்டு வெளியேற்றியாக வேண்டும்! பத்தினிக்கு அபவாதம் ஏற்படினும் தன் பிராணபதிக்குப் பிராணாபாயம் ஏற்படாமல் காப்பாற்றுவதே பாண்டிய மகாராணியின் முதற் கடமை என்பதை தேவி உணர்ந்தாள்.

அன்று நடுநிசியில் வழக்கம்போல் சுந்தர வாத்தியாரை இரகசியமாகச் சந்தித்துப் பாதாளக் கிடங்கில் தனித்திருந்தபோது தன்னுடைய நிலையையும் முடிவையும் தன் பிராணகாந்தரிடம் தேவி கூறினாள்.

புயலிடை அகப்பட்ட நாவாய்போல் உணர்ச்சிகளின் வசமாகி சுந்தர வாத்தியார் தத்தளித்தார்! ''தேவி! இதென்ன சோதனை? உன்னை சிறைமீட்க வந்த நான் உன்மீது அழியாத அவமானத்தையா சுமத்திவிட்டுப் போகவேண்டும்? எழிலரசியின் கற்புக்கனல் எதிரிகளின் குலத்தைச் சுட்டெரிக்கவில்லை ஏழுலகின் பழிச்சொல்தான் என் பத்தினியின் குலக்கொடியைச் சுட்டது என்கிற ஏளனத்தை என் இதய ராணிக்குத் தரச்சொல்லுகிறாயா? மாசுமருவற்ற உன் பெருமைக்கு மாறாத களங்கத்தைப் பொறித்துவிட்டு, என் மனதையும் மாளடித்துக் கொண்டு அந்த ஆறாத புண்ணோடு எப்படி இந்தச் சிறைக் கோட்டையிலிருந்து உயிர் மீண்டுபோகச் சம்மதிப்பேன்?'' என்று சுந்தர வாத்தியார் புலம்பினார் தேவி அவருடைய கண்ணீரைத் துடைத்தாள்.

''தேவி, மன்மதன் என் கண்ணை மறைத்தான்! பிரும்மதேவன் உன்னை வஞ்சித்தான். மகாதேவனும் உன் மானத்தை எரிக்க மாற்றாருக்கு நெற்றிக்கனல் தரபோகிறான்! உன்னை வரித்த பிராணநாயகனுமா உன் பெண்மையின் பெருநிதியை வஞ்சித்துவிட்டு தன் பிராணனைக் காப்பாற்றிக் கொண்டு போகவேண்டும்? உன் வாயில் மழலைச் சொற்களைக் கேட்டு மகிழ்ந்த நான் இப்போது இத்தகைய வார்த்தைகளைக் கேட்டா என் மனசை அறுத்துக் கொள்ளவேண்டும்? உனக்காகவே உயிர் வாழும் நான், உன் உயிரையும் மானத்தையும் இங்கே ஊசலாடவிட்டு உயிரோடு இந்தச் சிறைக் கோட்டையைவிட்டு வெளியேறுவேனா? அவ்வளவுக்கு நான் உளுத்த மரமாகி விட்டேனா? இல்லை! இல்லை! உன்னைச் சிறைமீட்க

முடியாவிட்டாலும், என்னால் ஏற்படபோகும் மானக்கேட்டிலிருந்து உன்னைக் காப்பாற்ற என் உயிரைக் கொடுப்பேன். இப்போதே ஓடிச்சென்று உனக்கு ஜனிக்கப்போகும் புத்திரனுக்கு நான்தான் தந்தை என்கிற பெருமையை ஏழுலகிற்கும் எட்டும்படி அறைகூவிச் சொல்லுவேன். என் உயிரின் கடைசித் துளி சிந்தும்வரை அதைச் சொல்லிக் கொண்டேயிருப்பேன்!'' என்று கதறினார் சுந்தர ஜோஸியர்.

''என்பொருட்டு என் இதய மன்னரை எதிரிகள் கொன்று விடவேண்டுமா?'' என்று தேவி துயருடன் கேட்டாள்.

''கொன்று விடட்டும்! வீரபாண்டியன் இனி எதற்காக வாழவேண்டும்? வீரபாண்டியன் தன் தலைநகரைப் பறிகொடுத்தான். தன் தேவியைப் பறி கொடுத்தான்! தன் பத்தினியின் மானத்தையும் பறிகொடுக்க வேண்டுமா?... தேவியைச் சிறை மீட்க வந்த இடத்தில் மன்மதனுக்கு அடிமையான மூடன் நான்!

என்னைக் கொன்று விடட்டும்! பத்தினியின் மீது வைத்த ஆசை நோய் கொன்றது என்றால் என் ஆண்மைக்கு மாசு உண்டாகாதல்லவா? மனைவியின் மானத்தைக் காக்க வீரபாண்டியன் மரித்தான் என்றால் என் வீரத்தை ஏழுலகும் தூற்றாதல்லவா? என் உடல் கூண்டிலிருந்து உயிர் பறந்து போய்விடட்டும்! எதிரிகள் உன்னைப் பார்த்துச் சிரிக்கவேண்டாம். உனக்குப் பிறக்கப்போகும் குழந்தை இனந்தெரியாத தந்தையைச் சபிக்கவேண்டாம்!'' என்று சுந்தர வாத்தியார் பலவாறாகக் குமுறினார்.

''நீங்கள் என் ஒருத்திக்கு மட்டும் பிராணநாதனல்ல! பாண்டிய நாட்டின் சுதந்திர ஜீவனே உங்களுடைய பிராணனைத்தான் நம்பியிருக்கிறது! எண்ணற்ற வீரமறவர்களின் நெஞ்சங்களிலே உருவாகி வரும் எதிர்கால இலட்சியங்களை யெல்லாம் என் ஒருத்திக்காகப் பலியிட விரும்புகிறீர்களா? துர்ப்பாக்கியவதியான சேர நாட்டுப் பெண்ணொருத்தி தான் புகுந்த வீட்டைத் துடைத்தாள். கடைசியில் தன் பிராணநாதரின் உயிரையும் குடித்துப் பாண்டிய நாட்டு ஜீவனையும் அழித்துவிட்டாள் என்கிற பழிச்சொல்லை எனக்குத் தர விரும்புகிறீர்களா? உங்கள் நாட்டிற்காக உங்கள் பத்தினி எத்தகைய மானக்கேட்டையும் சகிப்பாள் என்கிற ஒரே ஆனந்தத்தையும் எனக்குத் தர நீங்கள் மறுக்கிறீர்களா? பத்தினி என்ற முறையில் மட்டுமல்ல, பாண்டிய நாட்டுச் சக்கரவர்த்தினி என்ற முறையிலும் என்னுடைய முதற்கடமை எதுவென நன்குணர்ந்துதான் நான் பேசுகிறேன்!'' என்றாள் தேவி கம்பீரமாக.

‘‘தேவி!’’ என்று பரிதாபமாக அவளை நிமிர்ந்து நோக்கினார் சுந்தரஜோஸியர்.

தேவி அப்படியே தன் பிராணபதியை வாரியணைத்துக் கொண்டு அவருடைய கேசத்தை அன்புடன் வருடிக் கனிவுடன் தேற்ற முயன்றாள்.

‘‘கவலை வேண்டாம் நம்மிருவரையும் பிரிக்க விதிக்கு விருப்பமிருந்தால் என்றாவது ஒருநாள் நம்மிருவரையும் மறுபடியும் கூட்டி வைக்கட்டும்! நீங்கள் சீக்கிரம் யாரும் சந்தேகிக்குமுன் இந்தச் சிறைக் கோட்டையைவிட்டு வெளியேறி விடுங்கள். அதற்குச் சுலபமான ஒரு வழியும் எனக்குத் தோன்றுகிறது. பாண்டிய குமாரனுக்கு சோழர்களால் நியமிக்கப்பட்ட உபாத்தியாயர், என் மகனுக்குத் தாய் நாட்டைத் தூஷிக்கவும் அடிமை புத்தியை வளர்க்கவுந்தான் கற்றுக்கொடுக்கிறார் என்று குறை கூறுகிறேன். உங்களை விலக்க வேண்டுமெனப் பிடிவாதம் செய்கிறேன்; பட்டினி உபவாசம் இருந்து காரியம் சாதிக்கிறேன். சோழிய அதிகாரிகள் உங்களைக் குரு பதவியிலிருந்து விலக்கி இந்தச் சிறைக்கோட்டையைவிட்டு வெளியேற்றி விடுவார்கள். நீங்கள் இங்கிருந்து வெளியேறிய பிறகு தான், நீங்கள் எனக்குப் புத்திரச் செல்வம் அளித்துவிட்டுப் போன ஆனந்தத்தை நிர்ப்பயமாக நான் வெளியே சொல்லமுடியும்?’’ என்றாள் தேவி.

‘‘நான் இங்கிருந்து வெளியேறிய பிறகு நீ சொல்வதை வெளியுலகம் சுலபமாக நம்புமா, நான் இங்கேயே என் மாறுவேஷத்தைக் கலைத்து என் பிராணனைக் கொடுத்துத்தான் உன் கற்பின் பெருமையை நிலை நாட்டவேண்டும்!’’

‘‘என்னைச் சிறைவைத்தவர்களின் நெஞ்சங்கள் இன்னும் கிழியவில்லை. எதிரிகள் வஞ்சக்கிளையோடு இன்றுகாறும் அழியவில்லை என்கிறபோது என் கற்பு என்ன ஆகும்? அறந்தான் என்ன ஆகும்?’’ என்றாள் தேவி.

‘‘தேவி! உலக அபவாதம் எப்படிப்பட்டது என்பதை நீ உணரவில்லை! மாசுமருவற்ற மங்கையர் திலகமான சீதை சிறிது காலம் இராவணனிடம் சிறைப்பட்டிருந்தாள் என்பதற்காக எவனோ ஒருவன் உளறிய சிறு பழிச் சொல்லுக்கே அந்தப் புனிதவதி அக்னிப் பரீட்சைக்கு ஆளாக நேர்ந்தது!’’

‘‘அவ்வாறு என்னை அக்கினிப் பரீட்சைக்கு ஆளாக்கினாலும், ஸ்ரீராமச்சந்திர மூர்த்தியைப் போலக் கருப்பவதியான மனைவியைக் காட்டிற்கு ஓட்டும் இருதயம் உங்களுக்கு இராது; நான் என்னதான் துர்ப்பாக்கியவதியென்றாலும்

சீதையைவிட பாக்கியவதிதான்! உலக அபவாதத்திலிருந்து தன் பத்தினியைக் காப்பாற்றுவதற்காகத் தன் பிராணனையும் கொடுக்க முன் வந்திருக்கிற பிராணநாதனை நான் அடைந்திருக்கிறேன்! ஆனால் அத்தகைய பிராணத்தியாகத்தை ஒருபோதும் பாண்டிய சக்கரவர்த்தினி தன் உயிருள்ளவரை ஏற்றுக் கொள்ள மாட்டாள்! இராமாயணம் அரசவம்சத்தினருக்குப் போதிக்கும் பாடம் குடிமக்களுக்காக மன்னர் தம் மனைவி மக்களையும் மறந்துவிட வேண்டுமென்பது தான்! நீங்கள் எங்களை மறந்து விடுங்கள்! பாண்டிய நாட்டின் மகோன்னதத்தைப் பற்றிய கனவு ஒன்றை மட்டும் உங்கள் மனதிலே வைத்துக்கொண்டு இந்தச் சிறைக் கோட்டையைவிட்டுப் போய்விடுங்கள்! எனக்குப் பிறக்கப் போகும் புத்திரன் விதவையின் குமாரனாகப் பிறப்பதைவிடத் துர்ப்பாக்கியச் சுமங்கலி ஒருத்தியின் மகனாகவே பிறக்கவேண்டும் என்று விரும்புகிறேன் என் உடலில் இரண்டு பிராணன்கள் தரித்திருக்க வேண்டுமானால், என் பிராணகாந்தர் பத்திரமாக இந்தச் சிறைக் கோட்டையை விட்டு வெளியேற வேண்டும்! நான் இந்தச் சிறையில் பட்ட எண்ணற்ற துயரங்களுக்கும் வடித்த எல்லையற்ற கண்ணீருக்கும் பிரதியாக நான் அனுபவிக்க விரும்பும் ஆனந்தம் அது ஒன்றுதான்! என் நாதரின் உயிரைக் குடிக்கும் பேயாக என்னை ஆக்க வேண்டாம்! இதுதான் என் பிராணநாதரிடம் நான் கேட்கும் நியாயமான கோரிக்கை!" என்று தேவி தீர்மானமாகக் கூறிவிட்டாள்.

"தேவி! என் மனது சம்மதிக்காதென்றாலும் என் மனதைக் கல்லாக்கிக் கொண்டு உன் கோரிக்கையை நிறைவேற்றுகிறேன். ஆனால் அதற்குமுன் கடைசி முறையாக உங்களைச் சிறைமீட்க ஒரு முயற்சி செய்கிறேன்!"

தேவி பெருமூச்சு விட்டாள்!

"தேவி! நாளை மாலை வழக்கம்போல் குமாரன் வீரகேரளன் என்னிடம் வித்தியாப்பியாசத்திற்காகப் பிள்ளையார் கோவிலுக்கு வருவான். அந்தச் சமயம் நீ ஒரு சிறு நாடகமாட வேண்டும்! மாலை வேளையில் மேல் தளவரிசையில் சிறிது நேரம் உலாவிவர அனுமதி கேள். அங்கிருந்து உன் குமாரன் தூரத்தில் கீழே பிள்ளையார் கோயிலில் வித்தை பயிலுவதைக் காண்பதிலாவது உனக்குச் சிறிது ஆறுதல் கிடைக்கும் என்று சொல். வீரசேகரன் ஆட்சேபிக்கமாட்டான் தகுந்த பாதுகாப்புடனோ எச்சரிக்கையுடனோ உன்னை உலாவ அழைத்துச் செல்லலாமெனக் காவற்படை அதிகாரி ஏகவாசகரும் உத்திரவு கொடுப்பார். உன் சிறைக்கூடக் கதவைத் திறக்கச் சாவியுடன் வீரசேகரன் வருவான். வாசலைத் திறந்ததும் நீ வருவதற்காக வழிவிட்டு இருமருங்கும் ஏராளமான

காவலர்கள் ஈட்டியேந்தி அணிவகுத்து நிற்பார்கள். நீ ஸ்நானம் முடித்துப் புறப்படத் தயாராவதற்கு அந்தி நேரம் வரை காலதாமதம் செய்து கொண்டிரு. விளக்குகள் ஏற்றுவதற்காகத் தீவர்த்திகளுடன் வருபவன் முதலில் உன் சிறைக்கூடத்திலுள்ள விளக்குகளை யெல்லாம் ஏற்றிவிட்டுத்தான் வெளியே மற்ற விளக்குகளை ஏற்றப்போவான் என்று சொன்னாயல்லவா? தீவர்த்தியுடன் உன் சிறைக்கூடத்திற்கு ஓர் ஆள்வருவான். விளக்குகளுக்கு நெய் வார்ப்பதற்காக உன் கூட இருக்கும் பகற்காவற்காரியான கிழவி நெய் ஜாடியை எடுத்துவர முயல்வாள். பூஜையறையில் தீபம் ஏற்ற நெய் ஜாடியை நீ எடுத்துப் போவதாகவும் கைதவறி ஜாடியிலுள்ள நெய்யெல்லாம் கொட்டி விட்டதாகவும் சொல். விளக்குகளுக்கு வேறு நெய் எடுத்துவரப் பண்டகசாலைக்கு ஆள் அனுப்புவார்கள். நெய் வந்து சேரச் சிறிது நேரமாகும். அதற்குள் அநேகமாக இருட்டியும் விடும். இருட்டாது என்றால் இருட்டும் வரைக் கிழவியை உன்னோடு பூஜையறையில் வைத்துக்கொண்டு, சிறைக் கூடத்தின் உட்புறத் தாழ்ப்பாளைத் திறக்காமலும் தீவர்த்திக்காரன் உள்ளே வராமலும் இருக்கும்படி செய்து கொள். பிறகு உனக்குத் தலையைச் சுற்றி மயக்கம் வருவதாக நடித்து தண்ணீர்த் தொட்டிக்கு அருகில் மயங்கி விழு! அருகிலுள்ள கிழவியோ ஆளோ பதறி வந்து தீவர்த்தியை உன் முகத்தருகில் பிடித்துப் பார்ப்பார்கள். நீ பட்டென்று தண்ணீர் ஜாடியினால் தீவர்த்தியை அணைத்துவிடு. சிறைக்கூடம் முழுவதும் இருட்டாகி விடும். அங்கு ஒரே குழப்பம் உண்டாகும். நீ உன் கூந்தலி ல் இருக்கும் மல்லிகைப் பூவைச் சிறைக்கூடத்தின் வெளிப்புறத்தை நோக்கி விட்டெறிந்து விட்டுப் பின்னாலுள்ள பூஜையறைக்குள் ஓடி அங்குள்ள சுரங்க வழியாகப் பாதாளக் குகைக்குள் வந்து விடு! நீ அவ்வளவையும் கண்மூடிக்கண்திறக்கும் நேரத்திற்குள் செய்தாக வேண்டும். புதிய தீவர்த்தியுடன் ஆட்கள் வந்து சிறைக்கூடம் முழுவதும் தேடிப் பார்த்து அங்கு உன்னைக் காணவில்லை என்பதை அறிந்ததும் திகைப்பார்கள். இருட்டில் ஏற்பட்ட குழப்பத்தின் போது நீவெளியே தப்பி ஓடி விட்டாய் எனவும், உன்னை உலாவ அழைத்துப் போகவந்த காவலர்களிடையே பலசதிக்காரர்கள் இருந்திருப்பார்கள் எனவும் கருதி ஆர்ப்பாட்டம் செய்வார்கள். பூஜையறையில் பிள்ளையார் பீடத்தில் அடியில் சுரங்க வழி ஒன்று இருக்கும் என்பது எவருடைய யோசனைக்கும் வராது! சதிகாரர்களையும் உன்னையும் கையோடு தேடிப்பிடிக்கக் காவலாகள் அங்குமிங்கும் ஓடியலைவார்கள். சிறைக் கோட்டை எங்கும் ஒரே கூச்சலும் குழப்பமுமாக இருக்கும். அபாய அறிவிப்புப் பறைகளும், எச்சரிக்கைக்குழல்களும் ஆங்காங்கே முழங்கும். அந்தச் சமயம் என்னிடம் வித்தை பயிலும் குமாரனுக்குப் பிள்ளையார் பிரசாதம் கொடுப்பதற்காக அவனைக் கோவிலினுள் அழைத்துச் சென்று சட்டெனக் கதவுகளைச் சாத்தி உட்புறம் தாளிட்டுக் கொள்கிறேன்.

சதிகாரர்கள் குமாரனையும் சேர்த்துச் சிறை மீட்க முயல்வார்கள் என்கிற அபிப்பிராயம் உலாவுவதால், குமாரன் பத்திரமாகப் பிள்ளையார் கோயிலில் அடைப்பட்டிருப்பது உசிதம்தான் என வெளியில் உள்ள காவலர்கள் கருதுவார்கள் அல்லது கோயிலின் கதவைத் தட்டியோ இடித்தோ திறக்க முயல்வார்கள். உள்ளே நானோ விரைவில் பிள்ளையார் பீடத்தினடியிலுள்ள சுரங்க வழியாகக் குமாரனைப் பாதாளக் கிடங்கிற்குள் அனுப்பி விடுகிறேன். பிறகு பிள்ளையார் பீடத்தை அகற்றி சுரங்க வழியை மூடிவிடுகிறேன். கோயிலின் உள்ளே வலதுபுறச் சுவரின் மேற்புறம் ஒரு சிறு காற்றுத் துவாரம் இருக்கிறது. வெளியேயுள்ள அரச மரத்தின் கிளை ஒன்று மறைத்துக் கொண்டு இருப்பதால் அந்த துவாரத்தைக் காவலர் யாரும் சரியாகக் கவனித்திருக்கமாட்டார்கள். எவனோ ஒரு சதிகாரன் கோயிலினுள்ளே பதுங்கியிருந்து என் தலையிலடித்துத் தள்ளிவிட்டு குமாரனைத் தூக்கிக் கொண்டு காற்றுத் துவாரத்தின் வழியாய் ஓடிப்போய்விட்டதைப்போல் நான் பிள்ளையார் முன் மூர்ச்சித்து விழுந்து கிடப்பதாகப் பாசாங்கு செய்கிறேன். நீயும் குமாரனும் பாதாளக் கிடங்கிற்குள் இரண்டொரு தினங்கள் இருங்கள். உங்களைச் சிறைக் கோட்டை முழுவதும் தேடிப் பார்த்து அகப்படவில்லையென்று காவலர்கள் அறிகிறபோது தங்களுக்குள்ளேயே யாரோ சில துரோகிகள் இருந்து உங்களிருவரையும் காப்பாற்றித் தந்திரமாகச் சிறைக் கோட்டையைவிட்டே தப்பியோடச் செய்ததாக நினைப்பார்கள். கோட்டையினுள் காவல் தளர்ந்து விடும். வெளியே மதுரை மாநகரமெங்கும் உங்களைத் தேடிப் பிடிப்பதில்தான் அதிக அக்கறை செலுத்துவார்கள். நான் அந்தச் சமயம் தக்க சந்தர்ப்பம் பார்த்து பிள்ளையார் கோயிலில் இருந்தவாறே உங்களைப் பாதாளக் கிடங்கிலிருந்து மீட்டுச் செல்ல வழி கண்டு பிடிக்கிறேன்!''

''அது என்ன வழி?''

''இவ்வளவிற்கும் துணை செய்யக்கூடிய விதி எனக்கொரு வழியையும் காண்பிக்கக்கூடும்!'' என்றார் சுந்தர உபாத்தியாயர்.

''இதில் உங்களுக்கு எவ்வளவோ அபாயம் இருக்கிறதே!'' என்று தயங்கினாள் தேவி.

''தேவி! உன்னை இரத கஜதுரகபதாதிகளுடன் நான் சிறைமீட்டுப் போக முடியாதபோது சிறிது அபாயத்திற்குத் தலை கொடுத்துத்தான் ஆகவேண்டும்! நம் குல தெய்வம் கன்னி பகவதி நம்மைக் காப்பாற்றுவாள்!'' என்று சுந்தர உபாத்தியாயர் உறுதியான குரலில் கூறினார்.

அதன் பின்னர் இருவரும் தங்கள் திட்டத்தின் சிறு சிறு அம்சங்களைப் பற்றியும் கவனமாக ஆராய்ந்து ஒரு முடிவிற்கு வந்தார்கள்.

காலம் கரைந்து கொண்டிருந்தது.

கடைசியில், சிறை தப்ப விரும்பிய இரு புறாக்களும் ஒரு முத்தத்துடன் பிரிந்தன. மறு நாளைய நம்பிக்கையுடன்!

அத்தியாயம் 65

சிந்தை திரிந்தது!

'தூயசிந்தையும் திரிந்தது சூழ்ச்சியின்!'

— கம்ப ராமாயணம்

மறுநாள்பொழுது விடியும் வரை தேவி கண்ணுறங்கவில்லை. பொழுது விடிந்தபிறகோ அவளுடைய உடலெங்கும்அலாதியான ஜுரவேகம் பற்றிக் கொண்டது. மாலை நேரம் எப்போதுவரும் என்று ஆவலுடனும் கலவரத்துடனும் ஒவ்வொரு கணத்தையும் ஒவ்வொரு யுகமாக தேவி கழித்துக் கொண்டிருந்தாள்.

மாலை நேரத்தில் தகுந்த பாதுகாப்புடன் அவள் உலாவச் செல்ல ஏகவாசகரிடமிருந்து அநுமதி கிடைத்து விட்டதாகத் தகவலும் வந்து விட்டது. ஆனால் அந்த தகவல் வந்து சிறிது நேரத்திற்குப் பிறகு எதிர்பாராதவிதமான ஜனநாதன் அங்கே பிரசன்னமாகி சிறைக்கூடத்திற்கு வெளிப்புறம் நின்றவாறே தேவியின் முகத்திலுள்ள பரபரப்பை ஒருமுறை நன்றாகக் கூர்ந்து பார்த்துவிட்டு விஷமமாகச் சிரித்துக் கொண்டான். பின்னர் அங்கே கூடத்தினுள் காவலிருக்கும் கிழவியை ஜனநாதன் கூப்பிட்டு அவளிடம் மிகவும் தாழ்ந்த குரலில் என்னென்னவோ உரையாடிவிட்டு, அவளுடைய கையில் ஏதோ ஒரு பொருளைக் கொடுத்துவிட்டு போய்விட்டான். அவனுடைய அந்த விசித்திரமான செய்கை ஒன்றுதான் தேவியின் நெஞ்சில் விஷவேலைப் பாய்ச்சியெடுப்பது போலிருந்தது.

அவள் பூஜையறையிலுள்ள விக்கினேஸ்வரரை நோக்கி, ''தெய்வமே! இந்த மாயச் சிறையிலிருந்து மீள என் பிராண நாயகர் எனக்கொரு மார்க்கம் சொல்லியிருக்கிறார். அதற்குத் தேவையான மனோதிடத்தையும் சாதுர்யத்தையும் இந்த அபலைக்குத் தா! செஞ்சடைக் கடவுளின் செல்வமே! நீ தான் எனக்குத் துணை!'' என்று பிரார்த்தித்தாள்.

தெய்வமும் துணை செய்வதுபோல அன்று பகற்காவற்காரியான கிழவிக்கு, சிறைப்புறம் ஜனநாதன் வந்துபோன சிறிது நாழிகைக்குள் வயிற்றுப்போக்கு கண்டிருந்தது. ஜனநாதன் கொடுத்த தாது புஷ்டி லேகியம் ஒன்றினால்தான் வயிற்றுப்போக்கு வந்து விட்டதாக வெளியே சொல்லப் பயந்த கிழவி தன் வாய்க்குள்ளேயே முணுமுணுத்துக் கொண்டிருந்தாள். சோர்ந்து ஒரு மூலையில் படுத்திருக்கும் அந்தக் கிழவி போய்விட்டால், பூஜையறை வரை வந்து கண்காணிக்கப் பெண்காவல் எதுவும்தன் கூட இராதென்று தேவி நினைத்தாள்.

ஆனால் அதற்கும் ஒரு சோதனைபோல் கிழவிக்குப் பதில் சிவகாமியே எதிர்பாராதவிதமாக அங்கு காவலுக்கு வந்து சேர்ந்தாள்.

சதிகாரியெனச் சிறைப்படுத்தப்பட்டிருக்கும் அகல்யாவை ஒருமுறை பார்க்க வேண்டும் என்கிற தீவிர ஆசை சிவகாமிக்கு உண்டாயிருந்தது. சக்கரவர்த்திகளிடமிருந்து மன்னிப்பு வாங்கித் தருவதாகத் தங்கையிடம் சொன்னால் ஆறுதலாக இருக்குமென்று சிவகாமி நினைத்தாள். அந்த நினைப்பு ஜுர வேகத்தில் பற்றிக் கொள்ளவே ஏகவாசகரிடமிருந்து அனுமதி பெறுவதற்காக சிவகாமி அசோகவனக் கோட்டைக்குள் வந்தாள். வந்த இடத்தில் கிழவிக்குப் பதில் சிறைக்கூடத்தில் காவல் இருக்க வேண்டுமென்று ஏகவாசகரிடமிருந்து உத்தரவு பிறந்தது.

''சிவகாமி! ஏன் இன்னும் நிற்கிறாய்? போ, தேவியின் சிறைக்கூடத்தில் கண்ணும் கருத்துமாய்க் காவலிரு! தேவி உலாவச் செல்லும்போது நீயும் கூடச்செல். உன் இராஜ விசுவாசத்தை நான் சந்தேகிக்கவில்லை. ஆனால் உன் அருமைத் தங்கையைச் சந்திப்பதற்கு நான் அநுமதி தரமுடியாது! அவளை வலிய ஜனநாதன் எங்களிடம் கொண்டு வந்து ஒப்படைத்திருக்கும் விஷயத்தில் ஏதோ சுயநலமும் சூழ்ச்சியும் கலந்திருக்கின்றன என்பதில் சந்தேகமே இல்லை! அகல்யாவோடு யாரையும் பேச அநுமதிப்பது எங்களில் எவராவது ஓர் அதிகாரிக்கு அனாவசியமான அபாயத்தை உண்டாக்கக்கூடும்'' என்று காவற்படையதிகாரி ஏகவாசகர் ஒரே வாசகம்போல் அழுத்தந்திருத்தமாகக் கூறிவிட்டார்.

சிவகாமி ஆத்திரத்துடன் பல்லைக் கடித்துக்கொண்டு தேவியின் சிறைக் கூடத்திற்கு வந்து கிழவியைப் பிடித்து வெளியே தள்ளினாள்.

சிவகாமியைக் கண்டதும் தேவிக்கு இனந்தெரியாத ஒரு பீதி உண்டாயிற்று. சிவகாமிக்கு விஷப்பாம்பைவிட விஷமமான பார்வை உண்டு. சமீபகாலமாகத் தேவியின் ஒவ்வொரு சிறு அசைவையும், முக சலனங்களையும், உண்ணும் உணவு ஸ்நானபானாதிகளையும் கூடச் சிவகாமி மிகவும் கூர்மையாகக் கவனிக்க ஆரம்பித்தாள். தேவியைக் கண்காணிக்கும் அவளுடைய பார்வையிலே என்னவோ ஒரு சந்தேகமும் தவிப்பும் ஏளனமும் கலந்திருந்தன. அந்தப்பார்வை விசித்திரமாகத் தோன்றி தேவியின் நெஞ்சை அடிக்கடி முள்போல் உறுத்திக் கொண்டும் வந்தது. அன்று சிவகாமி தேவியிடம் நெருங்கிப் பழகிய தோரணையில் அவள் ஏதோ நோக்கத்தோடுதான் வந்திருக்கிறாள் என்றும் தோன்றியது.

வீரசேகரனும் அன்று பகற்பொழுதில் அசோகவனக் கோட்டையில்தான் இருந்தான். சிவகாமி வீட்டைவிட்டுக் கிளம்பியதுமே அவனும் அவள் பின்னாலேயே புறப்பட்டு வந்துவிட்டான். வீட்டில் தனித்திருந்தால் ஊர்மிளாவின் நினைப்பு அடிக்கடி வரும் அந்த ஆசை வெறியில் ஒருமுறை ஊர்மிளாவைப் போய்ப் பார்க்க வேண்டுமென்று தோன்றும்; அவ்வாறு போனால் ஏகவாசகரால் நியமிக்கப்பட்டிருக்கும் ஒற்றர்கள் அவனையறியாமலே பின் தொடர்ந்து வந்து ஊர்மிளாவின் வீட்டைக் கண்டுபிடித்துக் கொள்வார்களோ – என்றெல்லாம் வீரசேகரன் மனங் குழம்புவான். அசோகவனக் கோட்டைக்கு வந்து அங்குள்ள காவல் வியவகாரங்களில் முழு நேரத்தையும் ஈடுபடுத்தினால் ஊர்மிளாவைச் சுலபமாக மறந்துவிடலாம் என்றும் வீரசேகரன் நினைத்தான். ஆனால் ஊர்மிளாவை அவன் எவ்வளவுக்கெவ்வளவு மறக்க முயற்சி செய்தானோ அவ்வளவுக்கவ்வளவு ஊர்மிளாவின் தாமரைமுகம் அவன் கண்முன் வந்துநின்று அவனுடைய யௌவன நெஞ்சை மிகவும் துன்புறுத்தியது. ஊர்மிளாவின் அந்த முகத்தில் குறும்பைத் தவிர ஆசையொன்றும் இராதா...? அவளுக்காகத் தன் தலையையும் கொடுக்கச் சித்தமானேனே, அதற்குப் பிரதியாக அவள் தன் ஆசை இதயத்தில் ஒரு துளியேனும் ஓர் ஓலை மூலமாவது வடித்தனுப்பினாளா? அவளுடைய இதயம் அப்படியென்ன கல்லா? ஊர்மிளாவின் மீது அவனுக்கு என்னவோ கோபம் கோபமாக வந்தது.காத்தவராயனுக்கு அர்ப்பணிக்கப்பட்ட அவளுடைய இதயத்திலே தனக்கு ஒரு மூலையிலாவது ஓர் இடம் அவள் கொடுக்க மறுக்கிறாள் என்பதற்காகக்கூட அவன்

கவலைப்படவில்லை; அந்த அற்ப இடத்தையும் சுந்தரஜோசியர் அபகரித்துக் கொண்டிருப்பாரோ என்று நினைத்துத்தான் அவன் அதிகமாகக் கவலைப்பட்டான். தாடி மீசைகளுடன் மகா ஞானியைப் போலத் தோன்றினாலும் சுந்தர ஜோசியரின் கண்களிலே என்னவோ ஓர் அலாதியான கம்பீர வசீகரம் – எத்தகைய பெண்ணின் இதயத்தையும் கவர்ந்து இழுக்கக்கூடிய ஒருவித மந்திர சக்தி அடங்கியிருப்பதாகவே வீரசேகரன் நம்பினான். அவரை ஊர்மிளாவின் வீட்டிலிருந்து பிரித்து அசோகவனக் கோட்டையில் உபாத்தியாயராக வைத்து விட்டதினால் மட்டும் பாசக்கொடி அறுந்துபோய்விடுமா? அன்பினால் பிணைப்புண்டவர்களைப் பிரிக்கப் பிரிக்க அன்பின் தளைதான் அதிகமாக இறுகும் என்பதை வீரசேகரன் அனுபவ பூர்வமாக உணர்ந்திருந்தான்.

ஊர்மிளாவைப் பற்றிய அந்த உணர்வுக் கடலில் அவன் மூழ்கியிருந்த சமயம் ஐம்பது முரட்டுக் காவலர்கள் அவன் முன் வந்து அணிவகுத்து நின்றனர். அவர்களை வீரசேகரன் அழைத்துக் கொண்டு தேவியின் சிறைக் கூடத்திற்குச் சென்று கதவின் வெளிப்பூட்டைத் திறந்தான். தேவி வருவதற்காக வழிவிட்டு இருமருங்கும் காவலர்கள் வரிசையாக அணிவகுத்து உருவிய வாள்களுடன் கற்சிலைகள் போல் அசைவற்று நின்றார்கள்.

தேவி உலாவப் புறப்பட இன்னும் சித்தமாகவில்லை!

தேவி அப்போதுதான் முகங்கழுவிப் பொட்டிட்டு ஆடையணிகளில் கவனம் செலுத்திக் கொண்டிருப்பதாகப் பூஜையறையிலிருந்து சிவகாமியின் குரல் உற்சாகமாகக் கூவியது.

இருட்டப்போகும் சமயத்தில்தான் சிவகாமி வந்து சிறைக்கதவின் உட்புறத் தாழ்ப்பாளைத் திறந்தாள்.

"சிவகாமி! ஏன் இவ்வளவு காலதாமதம்?" என்று கேட்டான் வீரசேகரன்.

"தேவி ஒவ்வொரு ஆடையாக அணிந்து அழகு பார்க்க விரும்பினாள். இப்போது நான் தேர்ந்தெடுத்துக் கொடுத்த ஆடைதான் தேவியின் அழகுக்கு எடுப்பாக இருக்கிறது. நானே தேவிக்குக் கூந்தல் முடித்துப் பூச்சூடி அலங்கரித்தேன். இப்போது தேவியைப் பார்த்தால் மணவறைக்குச் செல்லும் மணப் பெண்ணைப்போல் கண்ணைக் கவர்கிறது!" என்று ஏளனக் குரலில் சிரித்தாள் சிவகாமி விஷமப் பார்வையுடன்.

''என்ன சிவகாமி? தேவிமீது புதிதாகப் பிரியமும் அக்கறையும் காண்பிக்கிறாய்? உனக்குப் புத்தி வந்துவிட்டதா?'' என்றான் வீரசேகரன்.

''ஆமாம்! தேவி மனசு வைத்தால்தான் என் தங்கையை விடுதலை செய்ய முடியும்! தேவி நிச்சயம் கருணை காட்டுவாள்; ஏனென்றால் தேவியை முன்னிட்டுத்தானே என் தங்கை சதித்திட்டத்தில் மாட்டிக் கொண்டு சிறையில் அவதிப்படுகிறாள்?''

''சிவகாமி! அகல்யா சதிகாரி! சதிகாரி தனக்குரிய தண்டனையை அனுபவித்துத்தான் தீரவேண்டும். நம் குலோத்துங்க சோழச் சக்கரவர்த்திகளைத் தவிர வேறு யாரும் உன் தங்கையை மன்னித்துச் சிறைவிட முடியாது!''

''தேவி சொன்னால் என் தங்கையைச் சிறையிலிருந்து விடுவித்து நம் அதிகாரிகள் அனைவரும் அவளைத் தங்கப் பல்லக்கில் ஊர்வலமாகக் கொண்டு வந்து என்னிடம் விடவேண்டும் என்று சக்கரவர்த்திகள் உத்திரவிடுவார்!'' என்றாள் சிவகாமி.

அதைக் கேட்டதும் தேவிக்கு நெஞ்சு படபடப்பையும், மீறி முகம் விகாரமடைந்தது. அதைவிட விகாரமடைந்த வீரசேகரனின் முகம் ஆத்திரத்தால் கனன்றது.

''சிவகாமி! என்ன பிதற்றுகிறாய்? உன் தங்கையை முன்னிட்டு துர்ப்போதனைகள் செய்கிறாயா? தேவியின் நெஞ்சைப் புண்ணாக்கினால் உன்னைக் கொன்று விடுவேன்!'' என்று உறுமிக் கொண்டே வீரசேகரன் சிவகாமியின் அருகில் வந்தான்.

''சிவகாமி ''வெடுக்''கென்று ஓடி தேவியின் கையைப்பற்றிக் கொண்டு, தேவி! உன் பொருட்டு எவ்வளவோ நான் செய்திருக் கிறேன். குருடியாகவும், ஊமையாகவும்கூட மாறியிருக்கிறேன்! என் தங்கையை மட்டும் மன்னித்து விடும்படி நீ சொல்ல வேண்டுமென்றுதான் கெஞ்சுகிறேன்!'' என்றாள் சிவகாமி.

''வீரசேகரா! சிவகாமியை ஒன்றும் செய்யாதே!'' என்றாள் தேவி.

வீரசேகரனுக்கு வியப்பு மேலிட்டது. தேவிக்கும் சிவகாமிக்கும் புதிதாக என்ன சொந்தம்...?

சிவகாமி வெற்றிப் புன்னகையுடனும் ஏளனப் பார்வையுடனும் தலை நிமிர்ந்தாள்.

‘‘தேவி! என் தங்கையை நாளைக்கே சிறையிலிருந்து விட்டு விடுவார்களா? நீ சொன்னால் நிச்சயம் நடக்கும்! சொல் தேவி! சொல்!’’

‘‘சிவகாமி! நானே சிறையில் வாடுகிறேன். உன் தங்கையை எப்படிச் சிறை விடுவிக்க முடியும்?’’

‘‘நீ இஷ்டப்பட்டால் இப்போதே சிறையை விட்டுப் போய்விட முடியும்; நீ இங்கே சிறையில் இருக்கத்தான் இஷ்டப்படுகிறாய்! என் தங்கை சிறையில் இருக்க இஷ்டப்படவில்லை!’’

‘‘சிவகாமி! உனக்குப் பைத்தியம் பிடித்துவிட்டதா? நீ என்ன சொல்கிறாய் என்பதை என்னால் புரிந்து கொள்ளவே முடியவில்லை!’’ என்று தேவி அழாத குறையாகக் கூறினாள்.

‘‘இல்லை! புரியும்! புரியும்! எல்லாம் எனக்குப் புரியவில்லையா? மாரியாத்தா கோவிலுக்கு ஒரு தங்கத் தொட்டில் பண்ணி மாட்டுவதாகக் கூட வேண்டுதல் செய்தேனே!’’ என்றாள் சிவகாமி ஏளனமாக.தேவியின் முகம் சவம்போல் வெளுத்தது.தேவியின் முகம் சவம்போல் வெளுத்தது.

‘‘என் தங்கைக்கு அநியாயம் செய்ய நினைக்கலாமா? உன் பொருட்டுத்தானே என் அசட்டுத் தங்கை சிறைக்குள் கிடக்கிறாள் அந்த நன்றி நினைப்புக்கூட இல்லையா?’’

‘‘எனக்கு எவ்வளவோ நன்றி இருக்கிறது. ஆனால் விதியை வெல்ல யாரால் முடியும்?’’

‘‘ஏன் முடியாது? சிறையிலே ஒருத்திக்கு நல்லது செய்கிற விதி என் தங்கைக்கு மட்டும் கெடுதல் செய்யுமா?’’ என்று கிரீச்சிட்டாள் சிவகாமி. தங்கை விஷயத்தில் தேவி ஆறுதலான வார்த்தைகூடச் சொல்லவில்லை என்கிற ஆத்திரம் சிவகாமிக்கு அதிகரித்தது.

‘‘என் தங்கையை விடமுடியுமா, முடியாதா? என் தங்கையை விடும்படி உன்னால் சொல்லமுடியுமா, முடியாதா?’’ என்று சிவகாமி உக்கிரமான குரலில் மிரட்டுவதைப் போல் கேட்டாள்.

‘‘என்னால் எப்படி முடியும்?’’ என்றாள் தேவி மிகவும் ஹீனமான குரலில்.‘‘முடியாதா? முடியாதா?... ஆ! ஆ...! முடியாதா? அப்படியானால் அப்படியானால் என்னாலும் வாயை அடக்கிக் கொண்டு ஊமையாக இருக்க முடியாது! எல்லாவற்றையும் சொல்லி விடுவேன்!’’ என்று சிவகாமி கொக்கரித்தாள்.

தேவிக்குத் தலை சுற்றியது. கீழே விழுந்து விடாமல் அங்கிருந்த கற்சுவரைப் பிடித்துக் கொண்டு நின்றாள்.

வீரசேகரன் திடுக்கிட்டுப் போனான்! சிவகாமி அங்கு நடத்தும் விசித்திரமான நாடகத்தின் உட்பொருள் எதுவும் அவனுக்கு விளங்கவில்லை. சிவகாமியின் சுடு சொற்களால் தேவியின் நெஞ்சு புண்ணாகிறது என்பதை மட்டும் அறிந்து கொண்டான். அதற்கு மேலும் அவனால் பொறுக்க முடியவில்லை.

"சிவகாமி! பத்திரம்! இனிமேல் நீ தேவியிடம் ஒரு வார்த்தை பேசினால் உன் நாக்கைத் துண்டித்து விடுவேன்!" என்று வீரசேகரன் ஆத்திரத்துடன் தன் உடைவாளின் கைப்பிடி மீது கை வைத்தான்.

அந்தச் சமயம் சிறைக்கூடத்தில் விளக்குகள் ஏற்றுவதற்காக ஒரு வீரன் தீவர்த்தி கொண்டு வந்தான். விளக்குகளில் நெய் வார்ப்பதற்காக அங்கு ஒரு மூலையில் இருந்த நெய் ஜாடியைத் தேடியபோது, "நெய் ஜாடியிலுள்ள நெய்யெல்லாம் பூஜையறையில் கொட்டிக் கிடக்கிறது! பிள்ளையார் முன் தீபம் ஏற்ற நெய் ஜாடியைச் சாய்த்தபோது அவ்வளவு நெய்யும் கீழே கொட்டிவிட்டதாம்! அப்படியென்ன அவசரமோ? அந்த அவசரம் என் தங்கையை விடுவிப்பதில் மட்டும் வராதா?" என்றாள் சிவகாமி ஆத்திரத்துடன்.

விளக்குகளுக்கு வேறு நெய் எடுத்து வருவதற்காக வீரசேகரன் அவசரமாக ஒருவனை அனுப்பினான்.

அந்த ஆள் வந்து சேர்வதற்குள் இருள் நெருங்கிவிட்டது.

தேவியின் நெஞ்சைப்போல் சிறைக்கூடத்தின் வெளிப்புறம் இருளும் கனத்துவிட்டது. வெளியே ஏராளமான காவலர் நிற்பதாலும் வீரசேகரனே அங்கு பிரசன்னமாய் இருப்பதாலும் வெளியே இருள் சூழ்வதைப்பற்றி அவன் பொருட்படுத்தவில்லை.

ஒரே தீவர்த்தி! அதைத் தேவி அணைத்துவிட முடியுமானால்... கண்மூடிக் கண்திறக்கும் நேரத்திற்குள் பூஜை அறைக்குள் ஓடி அங்குள்ள சுரங்க வழியில் மாயமாய் மறைந்துவிட முடியுமானால்...

அவற்றையெல்லாம் நினைக்கும்போது தேவிக்கு அதிகமாகத் தலைசுற்றியது. தேவி உண்மையாகவே மயங்கிக் கீழே விழுந்து விடுவதைப்போல் தடுமாறினாள்.

"தேவி, இதென்ன ஜுரமா?" என்று வீரசேகரன் கனிவுடன் பதறினான்.

"ஒன்றுமில்லை! கொஞ்சம் கிறுகிறுப்பாய் வந்தது!" என்றாள் தேவி.

சிவகாமி சட்டென்று, "வாந்தியெடுக்கவும் வருகிறதா? எல்லாம் மசக்கை அறிகுறி!" என்று சொன்னாள். அடுத்த கணமே வெடுக்கெனத் தன் உதட்டைக் கடித்துக் கொண்டு அவள் நலியாமல் தான் சொன்ன வார்த்தையை விழுங்க முயன்றாள்.

"சிவகாமி! என்ன உளறுகிறாய்? உன்னுடைய பாவகரமான நாக்கை அறுக்காமல் விட்டு வைப்பதே பெரும் பாவம்!" என்று வீரசேகரன் ஆத்திரத்துடன் வாளை உருவிக் கொண்டு சிவகாமியை நோக்கிப் பாய்ந்து வந்தான்;

"ஏன் என்மேல் சீறி விழுகிறாய்? இன்னும் எத்தனை நாளைக்குத்தான் மூடி மறைத்துவைக்க முடியும்? யாரிடம் மூடி மறைத்தாலும் உன் நண்பன் ஜனநாதனிடம் மூடி மறைக்க முடியுமா? வேண்டுமானால் தேவியையே கேட்டுப்பார்!" என்றாள் சிவகாமி சுருக்கென.

"தேவி! சிவகாமி உளறுவது உண்மையா?" என்று கேட்டான். வீரசேகரன் நம்பிக்கையிழந்த ஹீனமான குரலில்.

தேவி அவனை நோக்கிப் பரிதாபமாகப் பார்த்த பார்வை சிவகாமி கூறியது உண்மைதான் என்று நிரூபித்தது.

"தேவி கருப்பவதியென என்னால் நம்பவே முடியவில்லை! தேவி அது உண்மைதானா? உண்மைதானா? தேவி அது பொய்யென்று ஒரு வார்த்தை சொல்லுங்கள்! சிவகாமியின் நாக்கை அறுத்துப் பிராயச்சித்தம் செய்துவிடுகிறேன்!" என்று பதறினான் வீரசேகரன்.

"ஏன் பொய்யென்று சொல்ல வேண்டும்? எத்தனை நாளைக்குத்தான் அப்படிச் சொல்ல முடியும்?" என்று சீறினாள் சிவகாமி!

"அப்படியானால்... அப்படியானால்... தேவி! உங்கள் பிராணநாதரை இங்கே எப்போது எப்படிச் சந்தித்தீர்கள்? வீரபாண்டியர் இந்தச் சிறைக் கோட்டைக்குள்தான் இருக்கிறாரா?" என்று பரபரப்புடன் கேட்டான் வீரசேகரன். அப்போது அவன் உடைவாளை உருவிய வேகம் அக்கணமே வீரபாண்டியனைத் தேடிச் சிறைக் கோட்டையையே போர்க்களமாக்கி விடுவான் போலிருந்தது.

"இல்லை" என்று தேவி ஹீனமான ஸ்தாயியில் சொல்லி விட்டு முகத்தை வேறுபுறம் திருப்பிக் கொண்டாள்.

வீரசேகரன் முகத்தில் அளவற்ற அருவருப்பு பொங்கியது. அவன் பாதத்தினடியே பூமியும் அவன் தலைக்குமேலே ஆகாயமும் ''கிறுகிறு'' வெனச் சுற்றி, நரகத்தின் பேரிடியே அவன் உச்சிமீது சரிந்து விழுவது போலிருந்தது.

''ஆ! பெண்ணினத்தின் மீதே நான் நம்பிக்கையிழந்து விட்டேன்!'' என்ற முணுமுணுப்பு வீரசேகரனின் இதயத்திலிருந்து பிய்த்துக் கொண்டு கிளம்பி அவனுடைய பற்களின் வழியாகக் கொட்டியது.

அடுத்த கணம், ''ஹா!'' என்ற மெல்லிய ஒலியுடன் தேவி மயங்கிக் கீழே விழுந்தாள்.

அத்தியாயம் 66

பேதை நீ!

"பிள்ளைமை விளம்பினை! பேதை நீ!"

— கம்ப ராமாயணம்

மறுபடி தேவிக்குச் சிறிது சுயஉணர்வு வந்த போது, தன் முகத்தருகே ஓர் ஆள் தீவர்த்தி வெளிச்சத்தைக் காட்டிய வண்ணம் குனிந்து பார்த்துக் கொண்டிருப்பது தெரிந்தது.

தேவி தன் நெஞ்சின் பலத்தையெல்லாம் தன் கைகளில் திரட்டிக் கொண்டாள். அருகிலுள்ள தண்ணீர் ஜாடியின் மூலம் திடீரெனத் தீவர்த்தியின் வெளிச்சத்தை அணைத்துவிட்டாள்.

எங்கும் ''குப்''பென்று இருள் அவிழ்ந்து விழுந்தது.

இருட்டில் கூச்சலையும் குழப்பத்தையும் தவிர ஒருவருக்கும் ஒன்றுமே புரியவில்லை.

மறுபடி எண்ணற்ற தீவர்த்திகளைக் கொண்டுவந்து அவற்றின் வெளிச்சத்தை அங்குமிங்கும் வீசிப்பார்த்த பொழுது, தேவியைக் காணவில்லை.

சிறைக்கூடம் முழுவதும் தேடிப் பார்த்ததும் தேவி அகப்படவேயில்லை.

சிறைக்கூடத்தின் வெளிப்புறத்தில் ஒரு மல்லிகைப் பூச்சரம் ஒன்று சிதறி விழுந்துகிடந்தது. அது தேவியின் கூந்தலில் சிவகாமி பூச்சூட்டிய மல்லிகைப் பூச்சரந்தான்!

''தேவி தப்பி ஓடிவிட்டாள்!'' என்று எல்லோரும் ஒரு முகமாகக் கூச்சலிட்டார்கள்.

சிறிது நேரத்திற்குள் அந்தச் செய்தி சிறைக்கோட்டை முழுவதும் பரவி, எங்கும் ஒரே அமளி துமளிப்பட்டது. தேவி கருப்பவதியான செய்திகூடக் குறிப்பாக இரண்டொரு முக்கியஸ்தர்களின் காதுகளுக்கு எட்டிவிட்டது. தேவி தப்பி விட்டாள் என்கிற பிரமிப்பை விட அந்தக் கருப்பச் செய்தியின் பிரமிப்புதான் காதுகொடுத்துக் கேட்டவர்களைத் திக்பிரமை அடையச்செய்தது.

அந்தச் சமயம் பிள்ளையார் கோயிலில் சுந்தர உபாத்தியாயரோ ''வெடுக்''கெனத் தன் குமாரனைக் கோயிலினுள் வைத்துக் கதவை உட்புறம் தாளிட்டுக் கொண்டுவிட்டார்!

''ஹா!'' என்ற சுந்தரரின் அலறல் கோயிலினுள்ளே ஒலித்து அதன் இருளிலே அடங்கிவிட்டது.

பிள்ளையார் கோயிலின் வெளியே காவலர்களோடு நின்று வித்தியாப்பியாசத்தைச் சந்தேகத்துடன் கண்காணித்துக் கொண்டிருந்த அஞ்சுகோட்டையான் கொக்கரித்துத் துள்ளினான். பாய்ந்து சென்று பிள்ளையார் கோயிலின் கதவைப் பலமாகத் தட்டினான். உள்ளிருந்து ஒரு பதிலும் வரவில்லை. கதவை உடைத்துத் திறக்கும்படி காவலருக்கு அஞ்சுகோட்டையான் உத்தரவிட்டான்.

கதவை ஒரு வழியாகத் திறந்து உள்ளே அவன் பார்த்தபோது பிள்ளையார் பீடத்தின் அருகே சுந்தர வாத்தியார் மூர்ச்சித்து விழுந்து கிடக்கும் காட்சிதான் கண்களில் தைத்தது. அவருடைய தலையில் அடிபட்டதற்கு அடையாளமாகச் சிறு காயமொன்று ஏற்பட்டு இலேசாக இரத்தமும் கசிந்து கொண்டிருந்தது. ஆனால் குமாரன் வீரகேரளன் அங்கே காணப்படவில்லை! அவனைப் பத்திரமாகப் பாதாளக் கிடங்கில் சுந்தர உபாத்தியாயர் சேர்த்துவிட்டார்.

அவருக்கு அஞ்சுகோட்டையான் சுய உணர்வு ஊட்டி விசாரித்த போது, தம்மை ஒரு சதிகாரன் திடீரெனத் தாக்கித்

தள்ளிவிட்டதாகவும் மேலே உள்ள காற்று துவாரத்தின் வழியாகக் குமாரனை அந்தச் சதிகாரன் கடத்திக் கொண்டு போயிருப்பதாகத்தான் யூகிப்பதாகவும் சுந்தரகுரு சொன்னார்.

அஞ்சுகோட்டையான் உறுமினான். அந்த உறுமலில் அவநம்பிக்கையே அதிகம் தொனிப்பதாகச் சுந்தர முனிவருக்குத் தோன்றியது.

தேவியும் குமாரனும் மாயமாக மறைந்துபோன தகவல் காவற்படை அதிகாரிக்கு அறிவிக்கப்பட்டபோது ஏகவாசகர் தம் கிழத் தொந்தியைத் தூக்கிக்கொண்டு பதறி ஓடிவந்தார். வரும்போதே பலரிடம் பலவிதமான வாசகங்களைக் கேட்டுக் கொண்டும் பலவிதமான வாசகங்களைப் பிறப்பித்துக் கொண்டும் ஏகவாசகர் வந்து சேர்ந்தார்.

அவர் முக்கியமான அதிகாரிகளையெல்லாம் தம்முன் கூட்டி வைத்துக்கொண்டு தீர்க்கமாக மந்திராலோசனை செய்துவிட்டுப் பின்வருமாறு கூறினார்.

''மாபெரும் சதி ஒன்று நடந்துவிட்டது. தேவியும் குமாரனும் மறைந்த மாயம் புரியவில்லை. ஆனால் சீக்கிரம் புரிந்து விடும்! சதி நடந்த பிறகு யாரும் சிறைக்கோட்டையை விட்டு வெளியே போயிருக்க முடியாது! பிரதான வாசல் வழியாகவோ யாரும் வெளியே போகவில்லையென அங்குள்ள எண்ணற்ற காவலர்களை விசாரித்ததில் சர்வ நிச்சயமாகத் தெரிகிறது! தேவியும் குமாரனும் இங்கே சிறைக்கோட்டைக்குள்தான் எங்கோ தலைமறைந்து பதுங்கியிருக்கிறார்கள்! இங்கே கோட்டைக்குள் நமக்குத் தெரியாத மூலையிலோ சுவரறையிலோதான் அவ்விருவரையும் யார் கண்ணிலும் படாதபடி சதிக்காரர்கள் பதுக்கி வைத்திருப்பார்கள்! அவ்விருவரும் அகப்படும்வரை இந்தப் பிரும்மாண்டமான சிறைக் கோட்டையின் ஒவ்வொரு மூலையையும் நாம் சோதனையிட்டுக் கொண்டேயிருப்போம். தேவைப்பட்டால் சந்தேகப்படும் இடங்களை யெல்லாம் இடித்து எங்காவது இரகசிய அறை இருக்கிறதா என்றும் கண்டுபிடித்து விடுவோம்! இனி தேவியையும் குமாரனையும் இங்கே மறைத்து வைத்திருப்பது அபாயம் என்று நினைத்து அவ்விருவரையும் சிறைக்கோட்டையை விட்டு வெளியேற்ற முயலுவார்கள் சதிகாரர்கள்! அதற்கு அவர்களுக்குகந்த நேரம் இரவுதான்! பொழுது விடிந்து வெளிச்சம் வருவதற்குள் தந்திரமாகவோ பலாத்காரமாகவோ எப்படியும் அவ்விருவரையும் இன்றிரவே சிறைக்கோட்டையைவிட்டு வெளியேற்றச் சதிகாரர்கள் பிரும்மப் பிரயத்தனம் செய்வார்கள். கோட்டையின் மதிற் சுவர்களையெல்லாம் சுற்றி உள்ளும் புறமும், மேலும் கீழும் எண்ணற்ற

காவலர்கள் நிறுத்தி வைக்கப்பட்டிருப்பதால், எவரும் மதிற்சுவர்மீது ஏறி வெளியே குதித்துவிட முடியாது. அவ்வாறு யாராவது மதிற்சுவர் மீது ஏற முயன்றால் அந்த க்ஷணமே சிறிதும் யோசியாமல் அம்பெய்து கொன்றுவிட வேண்டுமென மதில் காவலர் அனைவருக்கும் உத்தரவிடப்பட்டுள்ளது. பிரதானக் கோட்டை வாசல் வழியாகவோ அல்லது வலதுபுற மதிற் சுவரிலுள்ள சிறுவாசல் வழியாகவோ தான் தேவியும் குமாரனும் தந்திரமாக வெளியேற முடியும்! அவ்விரு வாசல்களைத் தவிர, இக்கோட்டையை விட்டு எவரும் வெளியேற வேறு வழியில்லை! சக்தி வாய்ந்த நம் அதிகாரிகளில் ஒருவரோ பலரோ இந்த எதிர்பாராத சதித் திட்டத்தில் சம்பந்தப்பட்டிருக்கக்கூடும்!

ஆனால் நம்மில் எவரைச் சந்தேகிப்பது என்பதை இப்போது நிதானிக்கவோ விசாரிக்கவோ தடுக்கவோ முடியாது! ஆகவே எல்லா அதிகாரிகளுக்கும் ஒரே வாசகம் சொல்லுகிறேன்! என்னிடமிருந்து மறு உத்தரவு வரும்வரை எப்படிப்பட்ட அதிகாரியும் எவ்வளவு பெரிய தலைபோகிற காரியத்தை முன்னிட்டும் இந்தச் சிறைக் கோட்டையைவிட்டு வெளியே போகக் கூடாது! எவரும் போக அநுமதிக்கக்கூடாது!

இன்றிரவு பிரதானக் கோட்டை வாசலின் காவல் நம் ஆடையூர் நாடாள்வாருடைய அதிகாரத்தின் கீழ் இருக்கிறது! வலதுபுற மதிற்சுவரிலுள்ள சிறு வாசலின் காவலோ அஞ்சுகோட்டையான் அதிகாரத்தின் கீழ் இருக்கிறது! அவ்விரு வாசல் வழியாக ஓர் ஈ காக்கைகூட வெளியேற அநுமதிக்கக்கூடாது; என் உத்தரவை மீறி யாரையாவது வெளியே போக அநுமதித்தால் அவமதித்த அதிகாரியின் தலையை சிறிதும் தயவு தாட்சண்யமின்றி மரண தண்டனைக்கு ஆளாக்குவேன்!''

மேற்கூறியவாறு ஏகவாசகர் நீளமான வாசகங்களைச் சொல்லி முடித்ததும் ஜனநாதன் சட்டென்று விஷமமாகச் சிரித்துக்கொண்டே ''ஒருவேளை முக்கியமான ஒற்று வேலையையோ இராச காரியத்தையோ முன்னிட்டு ஜனநாதன் வெளியே போக வேண்டுமென்றால் வெளியே விடமாட்டீர்களோ?'' என்று கேட்டான்.

அஞ்சுகோட்டையான் சட்டென துள்ளிக்குதித்து, ''விடமாட்டோம்! அஞ்சுகோட்டையான் விழிகளைத் தாண்டி ஜனநாதரின் நிழல் கூட வெளியேற முடியாது!'' என்றான்.

''அஞ்சுதலையா? சிறுபிள்ளைபோல் பேசிவிட்டாய்; பேதை நீ!'' என்றான் ஜனநாதன்.

‘‘இல்லை! நான் சிறுபிள்ளைத்தனமாகச் சொன்ன வார்த்தையல்ல, பொறுப்புடன்தான் கூறினேன். இனி இன்றிரவு எனக்குக் கட்டளை பிறப்பித்த ஏகவாசகரே வந்தாலும் என் சிறுவாசல் வழியாக வெளியே போக முடியாது!

அந்தச் சிறுவாசலில் நான் நிறுத்தியிருக்கும் காவல் படையினர் எப்படிப்பட்ட சோழிய அதிகாரியையும் பொருட்படுத்த மாட்டார்கள்!

நானே கூட்டி வந்தாலன்றி கடவுளைக்கூட என் சிறுவாசல் வழியாக வெளியேற விடக்கூடாதென என் காவலர்களுக்கு கடுங்கட்டளை இப்போது பிறப்பித்து விடுகிறேன்!

என் முரட்டுக் காவலர்கள் கண்கொத்திப் பாம்புகள் போல் அந்தச் சிறு வாசலில் இன்றிரவு முழுதும் காத்திருப்பார்கள்!’’ என்றான்.

‘‘அஞ்சுதலையா! ஒருவேளை நீயே அஞ்சாமல் யாரையாவது கூட்டிச் சென்று உன் சிறுவாசல் வழியாக வெளியே போகவிட்டால்?’’ என்று கேட்டான் ஜனநாதன்.

‘‘அது எமனையே என்னோடு கூட்டி வந்ததாக முடிந்துவிடட்டும்!

நான் அவ்வாறு எவரையாவது அநுமதித்தேன் என்று யாராவது குற்றம்சாட்டினால் ஜனநாதரே பகிரங்கமாக என் தலையை வெட்டியெறிந்து விடட்டும்!’’ என்றான் அஞ்சுகோட்டையான்.

ஆடையூர் நாடாள்வார் அங்கிருந்த அதிகாரிகள் அனைவரையும் நோக்கி

‘‘ஏகவாசக வாணகோவரசர் கும்பிடும் சிவபெருமானே வந்தாலும் என் கண்காணிப்பிலுள்ள பிரதானக் கோட்டை வாசல் வழியாக வெளியேற முடியாது!’’ என்றார்.

‘‘ஆமாம்! அங்கே நந்திகள் போல் உம்முடைய ஆட்கள் வழி மறைத்துக் கொண்டிருப்பார்கள்!

மாடுகளைவிடப் பாம்புகள் எவ்வளவோ தேவலை!’’ என்று சிரித்த ஜனநாதன் கடைக்கண்ணால் அஞ்சு கோட்டையானைக் கவனித்தான். அவனுடைய பாம்புப் பார்வை பிள்ளையார் கோவிலைச் சுற்றியே வட்டமிட்டுக் கொண்டிருந்தது!

அத்தியாயம் 67

திட்டியின் விடம்!

"திட்டியின் விடம் அன்ன கற்பின்
செல்வியை விட்டிலையோ"

— கம்ப ராமாயணம்

மங்கையர் திலகமான தேவி மதி மோசம் செய்வாளென வீரசேகரன் சிறிதும் எதிர்பார்க்கவில்லை! தேவி மாயமாய் மறைந்து போய் வெறிச்சென்று கிடக்கும் சிறைக்கூடம் அவனை நோக்கி எள்ளி நகையாடுவதுபோல் தோன்றியது. அவன் பிடித்திருந்த வீரவாள் கூட ஆத்திரத்தால் ஜ்வாலை வீசியது.

''தம்பி! பெண்ணை நம்பாதே என்று நம் பெரியவர்கள் எவ்வளவுதான் படித்துப் படித்துச் சொன்னாலும் நாம் பெண்களை நம்பி ஏமாறிக் கொண்டேதான் இருப்போம்!'' என்று விஷமமாகச் சிரித்தான் ஜனநாதன்.

சிறைக் கூடத்தின் கதவை உட்புறம் தாளிட்டுக் கொண்டு கூடமெங்கும் அணுஅணுவாகப் பரிசோதித்துக் கொண்டிருந்த வீரசேகரன் பற்களை ''நற நற''வென்று கடித்தான்! அவனருகில் கற்சிலைபோல் நின்று கொண்டிருந்த சிவகாமி இன்னது செய்வதெனத் தெரியாமல் 'மிரள மிரள' விழித்துக் கொண்டிருந்தாள். சிறைக்கூடத்தை வீரசேகரன் சோதனை யிடுவதற்கு ஜனநாதன் தூக்கிப் பிடித்துக் கொண்டிருந்த தீவர்த்தியின் வெளிச்சங்கூட விஷம ஜ்வாலை வீசுவது போல சிறைக் கூடத்தின் இருளில் விளையாடிக்கொண்டிருந்தது.

''நான் புத்திகெட்டவன்! நம்பி மோசம் போனேன்; இது திட்டமிட்ட சதி! எதிர்பாராத நயவஞ்சகம்!'' என்று குமுறினான் வீரசேகரன்.

''தம்பி! நீ நயவஞ்சகமாகச் சிறைப்பிடித்து வந்த பசுங்கிளி கூண்டை விட்டுத் தப்பியோட நினைக்காமல் சதா அடைபட்டுக் கிடக்கும் என்று நீ நம்பியிருந்தால் இதைவிட முட்டாள்தனம்

உலகில் வேறு எதுவும் இல்லை! வஞ்சனையை வஞ்சனையால்தானே வெல்ல முடியும்?'' என்று சிரித்தான் ஜனநாதன்.

''தேவி இங்கிருந்து எங்கும் தப்பி ஓடியிருக்க முடியாது! சிறைக்கூடத்தின் வாசல் வழியாகத் தேவி வெளியேறியிருக்கவே முடியாது! ஐம்பது முரட்டுக் காவலர்களையும் என்னையும் தாண்டிக்கொண்டு தேவி எப்படி ஓடியிருக்க முடியும்? தலைக் கூந்தலில் சூடியிருந்த மல்லிகைப்பூ வாசற்புறம் சிதறி விழும்படி இருளில் பாய்ந்து ஓடியிருந்தால் வெளியே நின்ற காவலர்களின் கையில் நிச்சயம் அகப்பட்டுக் கொண்டிருப்பாளே? நமக்கு வேறு போக்கு காட்டுவதற்காகவே தேவி வாசற்பக்கம் மல்லிகைப் பூவை விட்டெறிந்திருக்கவேண்டும்!'' என்றான் வீரசேகரன்.

''அப்படியானால் தேவி எப்படித் திடீரென இங்கே சிறைக்கூடத்திற்குள்ளேயே மாயமாக மறைந்தாள்? ஒருவேளை தன் பதிவிரதா சக்தியால் அப்படியே நீராவியாக மாறி இருளோடு இருளாக அந்தர்தியானம் ஆகியிருப்பாளோ?'' என்று விஷமமாகக் கேட்டான் ஜனநாதன்.

''பதிவிரதை! ஹா ஹா ஹா! நரகத்தைவிட சுவர்க்கத்தில் உள்ள பாவந்தான் பயங்கரமானது! இவ்வளவு தூரம் பெண்ணுக்குச் சபலபுத்தியிருக்கும் என்பதை என்னால் நம்பவே முடியவில்லை!'' என்று வீரசேகரன் வெறி கொண்டவன் போல் உறுமினான். நாதனில்லாத வேளையில் தேவிக்கு ஒரு குமாரன் ஜனிக்கப் போகிறான் என்று நினைத்துப் பார்ப்பதைக்கூட அவன் அருவருத்தான். அவன் மண்டைக்குள் ஏதோ நெருப்பு உளியைக்கொண்டு கிளறுவதைப்போல் இருந்தது.

''தம்பி! பெண்களைப் பூங்கொடிகள் என்று வர்ணிப்பது நம் புராதனக் காவிய மரபு! சாதாரணமாகப் பூங்கொடி அருகிலுள்ள எந்தக் கொழு கொம்பையும் தழுவிக்கொண்டு படரக் கூடியது. சபல புத்தியுள்ளவர்கள் சந்தர்ப்ப நெருக்கடியில் பழி பாவத்திற்குக்கூட அஞ்சுவதில்லை! மேலும் பெண்புத்தி பின்புத்தி என்று வேறே நாம் கணித்து வைத்திருக்கிறோம்!'' என்றான் ஜனநாதன்.

''இந்தப் பாவச் சின்னத்தையுண்டாக்கிய பாவி யார் என்று தெரிந்தால்...?'' என்று பற்களைக் கடித்தான் வீரசேகரன்.

''தம்பி! அந்தப் பாவியை நாம் கண்டுபிடித்து விட்டால் அவன் உலகின் பரிகாசத்திற்கு ஆளாவதோடு, நம் விசாரணை சபைமுன் கொண்டுவந்து நிறுத்தப்பட்டுப் பயங்கரத் தண்டனைக்கும் ஆளாவான்!'' என்றான் ஜனநாதன்.

அருகில் இருந்த சிவகாமியின் முகத்தில் மரணபீதி தாண்டவமாடியது.

''ஒருவேளை அந்தப் பேர்வழி யாரென்று கண்டு பிடித்தாலும் அவரை நீங்கள் ஒன்றும் செய்ய முடியாது! ஒருவேளை நம் குலோத்துங்க சோழ சக்கரவர்த்திகளைப் போன்றவர் எவராவது மாறுவேஷத்தில் தேவியிடம் வந்திருந்தால் நீங்கள் என்ன செய்வீர்கள்? அவரைக் கண்டுபிடித்துப் பரிகாசப் பொருளாக்க முயலுவீர்களோ?'' என்று சிவகாமி ஏளனத்துடன் அச்சுறுத்த முயன்றாள்.

''யாராயிருந்தால் என்ன? எங்களுடைய கடமையை நாங்கள் செய்தே தீரவேண்டும்! தேவிக்கு உலக அபவாதத்தை உண்டாக்கியவன் யாரென நாங்கள் கண்டு பிடிக்காவிட்டால், காவற்படை அதிகாரி ஏகவாசகருக்கு மட்டுமல்ல, ஜனநாதனின் ஒற்றுப்படைக்குக் கூட அவமானம் ஏற்பட்டுவிடும்!'' என்றான் ஜனநாதன்.

சிவகாமியின் நெஞ்சிலே ஏதோ புளியைக் கரைத்து விட்ட மாதிரி இருந்தது.

''வீரசேகரா! தேவி தப்பி ஓடிவிட்டால் உன் தலை பறிபோய்விடும்! என் அருமை நண்பனை இந்தச் சமயத்தில் நான் அநாவசியமாகப் பறிகொடுக்க விரும்பவில்லை! இன்றிரவு பலருக்குப் பரோபகாரம் செய்வதற்காக நான் மாயாவியாக மாறி சில ஏற்பாடுகள் செய்துவிட்டுத் தயாராக வந்திருக்கிறேன்!'' என்று சிரித்தான் ஜனநாதன்.

''தேவி வாசற்பக்கமாக வெளியேறி மறையவில்லை. இந்தச் சிறைக்கூடத்தில் எங்கோ சுரங்க வழி இருந்திருக்கவேண்டும்! தீவர்த்தி வெளிச்சம் அணைந்து இருட்டாகி மறுபடி வெளிச்சம் ஏற்பட்டபோது என் கண்முன் இருந்த தேவியைத் திடீரெனக் காணவில்லை. அந்த இருட்டில் தேவி திடீரென எழுந்து பின்புறமாக ஓடிப் பூஜையறைக்குள்தான் புகுந்திருக்க முடியும்! பூஜையறைக்குள் நிச்சயம் ஒரு சுரங்கம் இருந்திருக்கும்!'' என்று சொல்லிய வீரசேகரன் சட்டென பூஜையறைக்குள் பாய்ந்து சென்று அங்குள்ள சுவர் தரை முதலானவற்றையெல்லாம் பல தடவைகள் தட்டிச் சோதித்துப் பார்த்தான்.

''தம்பி, தேரை நுழையக்கூடிய துவாரங் கூட கல்லில் இல்லையே! நீதான் ஒவ்வொரு தினமும் எத்தனையோ தடவை தரை சுவர்களையெல்லாம் தட்டிச் சோதித்துப் பார்த்து விட்டாயே? திடீரெனக் கண்மூடித் திறக்கும் நேரத்திற்குள் உன்

மகாவிஷ்ணுவால் கூட சுரங்கம் அமைக்க முடியாது! அதோ எங்கள் விக்கினேஸ்வரர் ஒருவரால்தான் முடியும்!'' என்று விஷமமாகச் சிரித்தான் ஜனநாதன்.

''இந்தப் பூஜையறையில் எல்லா இடத்தையும் சோதித்துவிட்டேன். இன்னும் ஒரே ஒரு இடத்தைத்தான் சோதிக்கவில்லை!'' என்று வீரசேகரன் சொல்லிவிட்டு அங்குள்ள விக்கினேஸ்வரரின் பீடத்தை நோக்கிப் பாய்ந்தான்.

பீடத்தின் அருகில் ருத்திராட்ச மாலையின் கொட்டை ஒன்று உதிர்ந்து கிடந்தது. முந்திய இரவில் சுந்தர ஜோஸியர் சுரங்க வழியாகத் தலை நீட்டியபோது அருகிலிருந்த குத்துவிளக்கொன்றில் அவருடைய ருத்திராட்சமாலை சிக்கிக்கொண்டு அவசரத்தில் இழுபட்டபோது கீழே கழன்று விழுந்த கொட்டை அது தேவியோ ஜோஸியரோ கவனித்திருந்தால் அல்லவா அந்தக் கொட்டையை அங்கிருந்து அப்புறப்படுத்தியிருப்பார்கள்!

அந்த ருத்திராட்சக் கொட்டையை எடுத்துச் சோதித்துப் பார்த்த வீரசேகரனின் முகம் சுரீரெனப் பிரகாசமடைந்தது. சுந்தர ஜோஸியரின் பிரகாசமான விழிகளும், எந்தப் பெண்ணின் நெஞ்சையும் கவர்ந்திழுக்கக் கூடிய அவரது வசீகரமான பார்வையுங்கூட வீரசேகரனுக்குச் சட்டென நினைவு வந்தது.

''என்ன தம்பி! தேவேந்திர பூபதி கௌதம மகரிஷிபோல் மாறுவேடம் தரித்து அகல்யாவின் குடிலுக்கு வந்த கதை ஞாபகம் வருகிறதோ உனக்கு? தேவேந்திரன் பூனையாக நழுவ முயன்ற கதை இன்னும் விசித்திரமானது இல்லையா?'' என்று கேட்டான் ஜனநாதன்.

''நான் அமிர்தம் என்று நம்பியதெல்லாம் விஷம் கலந்திருக்கிறது! சாதாரண விஷமல்ல! திட்டி விஷம்!'' என்று வெறிகொண்டவன்போல் கூவினான் வீரசேகரன்.

''தம்பி! திட்டியின் விஷமென்ன தேவியை நீ விட்டிலை! அந்தத் திட்டியின் விஷமோ தன்னை விடுவிக்கக்கூடிய எந்த விஷத்தையும் அமிர்தமென ஏற்கத் தயாராய் இருந்திருக்கும்!'' என்றான் ஜனநாதன்.

வீரசேகரனோ பிள்ளையார் பீடத்தை ஆத்திரத்தோடு அங்குமிங்கும் அசைத்துப் பார்த்தான்.

''வீரசேகரா! வீர வைஷ்ணவனான நீ எங்கள் சைவ மதத்தின் செல்லப் பிள்ளையாரைப் பீடத்தோடு பிடுங்கியும் எடுத்து

விடுவாய் அல்லவா? சைவப் பழமான ஏகவாசகர் கேட்டால் பிள்ளையார் பீடத்தின் அடியில் சுரங்கம் இருக்கலாம் என்று சந்தேகித்ததாகக் கூறுவாய் இல்லையா?'' என்று ஜனநாதன் தூண்டிவிட்டான்.

''இந்தப் பிள்ளையார் பீடத்திற்கு அடியில் ஏதாவது இரகசியச் சுரங்க வழி நிச்சயம் இருந்திருக்கும்! அது எங்கேபோய் முடிகிறதென்று பார்த்தால் தேவி போன சுவடும் தெரிந்துவிடும்! தேவியும் குமாரனும் மறுபடி நம்மிடம் அகப்பட்டுக்கொண்டு விடுவார்கள்!'' என்று வீரசேகரன் சொல்லிக்கொண்டே மிகுந்த பிரயாசைப் பட்டுப் பிள்ளையாரைப் பீடத்தோடு நகர்த்திவைத்தான்.

அங்கே ஒரு சிறு சுரங்கத் துவாரம் தென்பட்டது. வீரசேகரன் உடனே பூஜையறையின் கதவை உட்புறம் தாளிட்டுக்கொண்டு சுரங்கவழியில் இறங்கத் தயாரானான். ''சிவகாமி இங்கேயே நீ காவலிரு, தப்பியவர்களை நாங்கள் மறுபடி சிறைபிடித்து வருகிறோம்!'' என்று வீரசேகரன் கூவிய வண்ணம் சுரங்க வழியில் இறங்கினான். ஜனநாதன் அவனைப் பின் தொடர்ந்து சர்வ அலட்சியமாகச் சுரங்க வழியில் இறங்கினான்.

அவர்கள் போனதும் சிவகாமியோ அந்த இடத்தைவிட்டு ''பரபர''வென எழுந்து சிறைகூடத்தின் வாசல் வழியாக வெளியே பாய்ந்தோடினாள்.

அத்தியாயம் 68

குற்றமும் பொறுத்தி!

"குற்றமும் உள எனின் பொறுத்தி, கொற்றவ!"

— கம்ப ராமாயணம்

மனித மிருகம் போல் வீரசேகரன் வெறி கொண்டவனாகச் சுரங்க வழியில் இறங்கித் தட்டுத் தடுமாறியவாறு போய்க் கொண்டிருந்தான். அவனுக்குத் தீவர்த்தி வெளிச்சம் காட்டியவாறு பின் தொடர்ந்த ஜனநாதனோ, ஊர்மிளாவின் நினைப்பை வீரசேகரனுக்கு அதிகமாகத் தூண்டிப்

பிரகாசிக்கச் செய்து கொண்டே வந்தான். ''ஜனநாதா! நான் ஊர்மிளாவை மறந்தாலும் நீ மறக்கவிடமாட்டாய் போலிருக்கிறதே! நாம் இப்போது போகும் வேலையென்ன, இப்போது நீ ஊர்மிளாவின் பேச்சை எடுக்கவேண்டியதின் அவசியமென்ன?'' என்று கேட்டான் வீரசேகரன்.

''தம்பி! நீ எப்போது ஊர்மிளாவை மறந்திருந்தாலும் இப்போது அவளை ஞாபகப்படுத்துவது மிகமிக அவசியமாகும்!'' என்று சிரித்தான் ஜனநாதன்.

''ஏன்?''

''தம்பி! தேவிக்கு அபவாதமுண்டாக்கியவன் என்று குற்றஞ்சாட்டி சுந்தர உபாத்தியாயரை இப்போது நாம் பிடித்துக் கொடுத்தோமானால் அரசாங்கம் அவரை ஒழித்துக் கட்டிவிடும்! அதனால் நம் கௌரவப் பட்டயங்கள் உயர்வது மட்டுமல்ல, உன் காதல் விஷயத்திலும் பெரிய மாறுதல் ஏற்படும்!'' என்றான் ஜனநாதன்.

''சுந்தர வாத்தியாருக்கும் ஊர்மிளாவின் காதலுக்கும் என்ன சம்பந்தம்?'' என்று கலவரத்துடன் கேட்டான் வீரசேகரன்.

''தம்பி! காதல் துறையில் போட்டியாளாகக் கருதப்பட்டவர் சுந்தர ஜோஸியர்! அவருடைய உயிரை ஒழித்துக்கட்ட இப்போது உனக்கு ஓர் அரிய சந்தர்ப்பம் கிடைத்திருக்கிறது!'' என்று சிரித்தான் ஜனநாதன்.

வீரசேகரன் திடுக்கிட்டான். ''ஜனநாதா! நீ என்ன சொல்லுகிறாய்? சுந்தர ஜோஸியரும் சுந்தர உபாத்தியாயரும் ஒரே பேர்வழிதான் என்பது உனக்குத் தெரிந்துவிட்டதா?'' என்று அவன் பீதியுடன் கேட்டான்.

ஜனநாதன் ''கலகல'' வெனச் சிரித்தான். ''தம்பி! ஜனநாதனுக்குத் தெரியாதது இந்த உலகத்தில் எதுவும் இல்லை! ஊர்மிளாவிடமிருந்து சுந்தர ஜோஸியரைப் பிரித்து வைப்பதற்காக அவரை உபாத்தியாயராக உருமாற்றி இங்கே சிறைக் கோட்டத்தில் கொண்டுவந்து அடைத்து வைத்தாய்! இப்போது நேரே பிள்ளையார் கோவிலுக்குச் சென்று அங்கு பதுங்கியிருக்கும் சுந்தரர்மீது சதிக் குற்றம் சாட்டி இப்போதே அவருடைய தலையை நீ வெகு சுலபமாக வெட்டியும் எறிந்து விடலாம்! அதற்கு உனக்குச் சன்மானமும் கிடைக்கும். துஷ்ட நிக்ரக சிஷ்ட பரிபாலரான உன் மகாவிஷ்ணு உனக்கு எவ்வளவு அருமையான சந்தர்ப்பத்தைக் கொடுத்திருக்கிறார், பார்!'' என்றான் ஜனநாதன்.

''இல்லை! தேவிமீது அவருக்கு எல்லோரையும் போல் ஒருவிதக் கழிவிரக்கம் இருந்து வந்தது உண்மைதான்! ஆனால் அவர்மீது சதிக்குற்றம் சுமற்றி அவருடைய உயிரை அழிக்க என் மனம் துணியவில்லை!''

''ஆமாம்! உன் மனம் துணியாது!'' பூவோடு சேர்ந்த நீயும் கொஞ்சம் புத்திசாலியாகி விட்டாய்! இப்போது நீ சுந்தரரைப் பிடித்துக் கொடுத்தால் ஊர்மிளா என்ன நினைப்பாள் தெரியுமா? நீ பொறாமையினால் அவர்மீது அபாண்டம் சுமத்தி அவரை ஒழித்துக் கட்டினாய் என்றுதான் அவள் நினைப்பாள்! அதன் பிறகு ஊர்மிளாவின் நெஞ்சில் உனக்கிருக்கும் துளி இடங்கூடப் பறி போய்விடும்! நெஞ்சிலே இரத்தக் கறையுடன் காதலியின் வீட்டுப் படியைக் கூட நீ மறுபடியும் மிதிக்க முடியாது! ஏனெனில் பொறாமைக்காரனையும் கொலைக்காரனையும் எந்தப் பெண்ணும் காதலிக்க விரும்பமாட்டாள்! என்று விஷயத்தை திரித்து விட்டான் ஜனநாதன்.

''இந்தச் சுரங்கவழி இருப்பதை எப்படியும் நம் அரசாங்கத்திற்கு நான் அறிவித்தாக வேண்டும்! இன்றிரவு இல்லாவிட்டாலும் நாளைக் காலையிலாவது அதிகாரிகள் சுந்தர உபாத்தியாயரைக் கைப்பற்றித் தண்டித்து விடுவார்கள்!'' என்றான் வீரசேகரன்.

''சுந்தரரை யார் தண்டித்தாலும் நீ ஊர்மிளாவின் காதலை இழந்து விடுவாய்! சுந்தரரை இங்கே இழுத்துவந்து அபாயத்தில் நீதான் மாட்டி வைத்தாய் என்று அவள் நினைப்பாள். அதற்கு அனுசரணையாக உன் அருமை நண்பன் ஜனநாதனின் சூழ்ச்சியும் அலாதியாகக் கலந்திருக்கும் என்றும் அவள் நிச்சயிப்பாள்!'' என்று ஜனநாதன் சொல்லிய வாறு வீரசேகரனின் முகத்தைக் கூர்ந்து கவனித்தான்.

சரத்கால சந்திரோதயம் போன்ற வீரசேகரனின் முகம் சந்திர கிரகணம் பிடித்தது போல் இருள் கவ்வியது.

''தம்பி! இன்றிரவே சுந்தர குருஸ்வாமி, யாருக்கும் தெரியாமல் இந்தச் சிறைக்கோட்டத்தை விட்டு வெளியேறி அந்தர்த்யானம் ஆகிவிடுவாரானால்...?''

''அஞ்சு கோட்டையான் அஞ்சுதலைப் பாம்பாயிற்றே! ஈ காக்கையைக்கூட இன்றிரவு தன் சிறைவாசல் வழியாக வெளியேற விடமாட்டானே! உன்னையும் என்னையும் போன்ற சோழ அதிகாரிகளைக் கூட இன்றிரவு அவன் தன் வாசல் வழியாக வெளியேற விடக்கூடாது என்பது நம் காவற்படை ஏகவாசகரின்

உத்திரவாயிற்றே? அவ்வாறு இன்றிரவு யாரையாவது வெளியேற அனுமதிப்பானேயாகில் நாளைச் சூரியோதயத்தில் அஞ்சு கோட்டையான் தலைக்கு எமன் காத்திருப்பானே! சுந்தர குருவிற்காக அவன் தன் உயிரைத் தியாகம் செய்ய முன்வருவானா? நான் குருவாக நியமித்தவர் என்பதற்காகவே சுந்தர உபாத்தியாயர் மீது வன்மம் பாராட்டுபவனாயிற்றே?'' என்று மருகினான் வீரசேகரன்.

''வீரசேகரா! அந்த அஞ்சு தலைப் பாம்போ கருடனைக் கண்டதுபோல் அஞ்சுகிற அதிசயம் நடக்கிறது என்று வைத்துக் கொள். இரகசியமாக உன் சுந்தரரை அஞ்சுகோட்டையான் கைகூப்பித் தொழுது சிறிதும் அச்சமில்லாமல் கூட்டிக் கொண்டு போய் தன் வாசல் வழியாக வெளியேறச் செய்கிறான் என்று வைத்துக்கொள்! அதற்குச் சன்மானமாகப் பதவி உயர்வையும் எதிர்பார்க்கிறான் என்று வைத்துக்கொள்!''

''மாய மந்திரம் போட்டாலும் அந்த மகாமுரடன் சிறிதும் அசையமாட்டானே?''

''தம்பி! மாய மந்திரத்தாலும் நடக்க முடியாத அதிசயம் இந்த ஜனநாதனின் தந்திரத்தால் நடந்துவிடமுடியும்! மகா புத்திசாலியையும் மகா முட்டாளாக்கும் சக்தி இந்த ஜனநாதனுக்கு உண்டு என்றால் அந்த மகா முரடன் எனக்கு எம்மாத்திரம்? அந்தக் கவலை உனக்கு வேண்டாம்! உன் காதலுக்கு இந்த அற்ப உதவிகூட நான் செய்யவில்லை யென்றால் நீ ஜனநாதனின் அரிய நட்பைப் பெற்றிருந்தும் என்ன பயன்?''

''ஆனால் ஜனநாதா..''

''தம்பி! உன் சுந்தரரின் வெளியேற்றுப் படலம் உன் கடமையுள்ளத்திற்கு விரோதமான காரியம் என்று நினைக்கிறாயா? அப்படியானால் சுந்தரர் சதிகாரர் என்பது உன்னுடைய சம்பூர்ண அபிப்பிராயமா?''

''இல்லை! தாயைக் காணவேண்டுமென்ற குமாரரின் தவிப்பையும் சுந்தரஜோசியர் கவனித்திருப்பார். தாயுள்ளத்தின் தவிப்பையும் யூகித்திருப்பார். அவ்விருவரும் சந்திக்க ஏதாவது மறைமுகமாகச் செய்ய முயன்றிருப்பாரே தவிர நேர்முகமாக எந்தவிதச் சதியிலும் சம்பந்தப்பட்டிருக்க மாட்டார்!'' என்றான் வீரசேகரன்.

''தம்பி அவ்வாறு கடமையுள்ளத்திற்குச் சமாதானம் சொல்லிக் கொள்வதுதான் புத்திசாலிகளுக்கு அழகு!'' என்று ஜனநாதன் சொல்லிவிட்டுத் தீவர்த்தி ஏற்றிய வண்ணம் அவனுக்கு முன் நடக்கலானான்.

"ஜனநாதா! இதயத்திற்கு இதயம் பரிந்துதவுவதுதான் நட்பு! முகத்திற்கு முகம் ஏற்படுவது நட்பல்ல! திருவள்ளுவர் வகுத்த நட்பு இலக்கணத்தை உன்னிடம்தான் அனுபவபூர்வமாகக் காண்கிறேன்!"

"தம்பி! அவ்வளவு தூரத்திற்கு என் நட்பை நம்பி விடாதே! என்னைக் கேட்காமல் சுந்தர ஜோசியரை இங்கே குருவாகக்கொண்டு வந்து அமர்த்தினாய் என்கிற ஆத்திரத்தினால் இவ்வாறு அவருடைய வெளியேற்றப் படலத்திற்கு நான் வழி வகுத்திருக்கலாம். இன்னும் சொல்லப் போனால்...."

"நீயே அவரை இந்த அபாயத்தில் அகப்பட வைத்தாய் என்று சொல்லப்போகிறாயா?"

"அவ்வாறு சொன்னாலும் ஆச்சரியப்படுவதற்கில்லை! ஆனால் என் பேச்சைக் கொண்டு எதையும் தீர்மானித்து விடாதே! ஏனெனில் எதையும் சமயத்திற்குத் தகுந்தாற்போல் என் இஷ்டம்போல் திரித்துக்கொள்ளக் கூடிய நாரதர் நான்!"

அவ்விருவரும் சுரங்க வழியின் முடிவில் பாதாளக் கிடங்கை அடைந்தபோது அங்கே பதுங்கியிருக்கும் தேவியையும் குமாரனையும் சிறைபிடித்துக்கொண்டார்கள். பாதாளக் கிடங்கு மேலே பிள்ளையார் கோவிலுக்கு ஒரு சுரங்கத் துவாரம் இருக்கிறதென்பதையும் வீரசேகரன் கண்டுபிடித்து விட்டான்.

சுந்தரஜோசியரை எதுவும் செய்து விடுவார்களோ என்று பயந்த தேவி, "அவரை ஒன்றும் செய்யவேண்டாம்! அவர் ஒரு குற்றமும் அறியாதவர்!

நான்தான் பாவி வஞ்சித்து விட்டேன் அவரை அவருக்குப் பிராணஹானி ஏதாவது நேர்ந்தால் நான் உபவாசம் இருந்தே உயிர் நீத்துவிடுவேன்!" என்று பதறினாள்.

"சுந்தரஜோசியரை நம் வீரசேகரன் பிடித்துக் கொடுக்க மாட்டான்! காதலின் சக்தி அவனுக்குத் தெரியும்!" என்று சிரித்தான் ஜனநாதன்.

வீரசேகரனோ அருவருப்புடன் ஒருமுறை தேவியை உற்றுப் பார்த்துவிட்டு அவளையும் குமாரனையும் வாள்முனையில் அழைத்துச் சென்று அன்றிரவு முழுவதும் கண்விழித்துச் சிறைக்கோட்டத்தில் காவலிருக்க தீர்மானித்தான்.

ஜனநாதனோ சிறிது நேரத்தில் வீரசேகரனை விட்டுப் பிரிந்து எங்கோ மாயமாக மறைந்துவிட்டான்.

பிள்ளையார் கோவிலின் இருளில் சுந்தர ஜோசியரோ மரண பீதியோடு விழித்துக் கொண்டிருந்தார். கோயிலுக்கு வெளியே அஞ்சுகோட்டையான் அவ்வப்போது உறுமும் சப்தங்கள் மரண தேவனின் கர்ஜனைகள் போல் சுந்தரரின் நெஞ்சில் ஊடுருவின. அடுத்த கணம் என்ன ஆகுமோ என்று நினைக்கவும் பயந்தவராகச் சுந்தரர் நடுநடுங்கிக் கொண்டிருந்தபோது, அவரருகில் ஓர் உருவம் இருளோடு இருளாகப் பதுங்கி வந்து நின்றது.

அந்த உருவினன் ஜனநாதன்தான் என்று சொல்லத் தேவையில்லை.அவன் உருத்தெரியாமல் வந்து சுந்தரரின் கைக்குள் ஓலைச் சுருள் ஒன்றையும் முத்திரை மோதிரத்தையும் திணித்து விட்டு, ''குருஸ்வாமி! இந்த ஓலைச் சுருளை நீர் பிரித்துப் பாராமல் முத்திரை மோதிரத்துடன் அஞ்சுகோட்டையானிடம் கொண்டுபோய் நீட்டும்! ஆனால் அவன் முகத்தை நிமிர்ந்து பாராதீர்! ஏதோ செய்யத்தகாத காரியத்தைச் செய்துவிட்டவர் போல் தலைகுனிந்து நில்லும்! அகல்யாவின் குடிசையை விட்டுப் பூனையாகி வெளியேற முயலும் தேவேந்திரனைப் போலவே உம்மை உருவகப்படுத்திக் கொள்ளும்! உம் நிலை கண்டு அஞ்சுகோட்டையான் முதலில் சிறிது தயங்கினாலும், கடைசியில் அவன் உம்மைக் கொண்டுபோய் வந்தனோபசாரத்துடன் வெளியேற்றிவிடுவான்!'' என்று அவருடைய காதுக்குள் மெல்லச் சொல்லிவிட்டு மாயாவிபோல் இருளில் மறைந்து விட்டான்.

''நீ யார்?'' என்று சுந்தரர் இரகசியமாகக் கேட்ட கேள்வியைக் கூட காதில் வாங்கிக் கொள்ளாமல் போய்விட்டான்.

சுந்தரரின் நெஞ்சில் பெரியதொரு குழப்பமும், போராட்டமும் எழுந்தது! அந்த மாயாவியை நம்பலாமா? ஓலைச்சுருளை அஞ்சு கோட்டையானிடம் நீட்டினால் என்ன நடக்கும்? இதில் ஏதாவது எதிரிகளின் சூழ்ச்சி கலந்திருக்குமோ, தமக்கு உதவ வந்த மாயாவி பகையாளியா அல்லது இனந்தெரியாத உளவாளியா? என்றெல்லாம் குழம்பிய சுந்தரஜோசியர் தலைக்குமேலே போகிற வெள்ளம் சாண் போனாலென்ன, முழம் போனாலென்ன என்ற முடிவிற்கு வந்துவிட்டார். அந்த மாயாவி சொன்ன பிரகாரமே சுந்தர ஜோசியர் அணுவளவும் பிசகாமல் செய்தார்.

சுந்தரர் தலைகுனிந்தவாறு நீட்டிய ஓலைச் சுருளையும் புலி இலச்சினை பொறித்த முத்திரை மோதிரத்தையும், அஞ்சு கோட்டையான் உற்றுப் பார்த்தபோது அவனுக்கு வியப்பு மேலிட்டது. அந்த ஓலைச் சுருளைப் பிரித்துப் படித்தபோதோ அஞ்சுகோட்டையானின் உறுமலெல்லாம் இருந்த சுவடு தெரியாமல் மறைந்து அவனுக்கு உடம்பெல்லாம் உதறல் எடுத்தது.

அந்த ஓலையில் பின்வரும் வாசகம் எழுத்தாணியால் எழுதபட்டிருந்தது.

‘‘இராச காரியமாக எழுதப்பட்ட இரகசிய ஓலை.

சிறைக் கோட்டத்தில் சுந்தர குருஸ்வாமியாக மாறு வேடம் புனைந்து ஒரு காரியத்தின் நிமித்தம் தங்கியிருப்பவர் குலோத்துங்க சோழச் சக்கரவர்த்திகளே ஆவார்! இது இரகசியம். இந்த ஓலையைப் படிப்பவரைத் தவிர வேறு யாருக்கும் இந்த இரகசியம் எட்டக்கூடாது! கோட்டையை விட்டுக் குருஸ்வாமி எப்போதாவது தம்மை இன்னாரெனக் காட்டிக் கொள்ளாமலேயே வெளியேறும் படியான தேவை ஏற்படலாம்! அப்போது இந்த ஓலையும் சக்கரவர்த்திகளின் முத்திரை மோதிரமும் எந்த அதிகாரியின் கையிலாவது கொடுக்கப்பட்டால் அந்த அதிகாரி உடனே குருஸ்வாமியை இரகசியமாக வெளியேற்றச் சகலவிதமான பிரயாசைகளும் எடுத்துக் கொள்ள வேண்டியது.

நெருக்கடியான நேரத்தில் இந்த ஓலையைப் பொருட்படுத்தாவிட்டால் சம்பந்தப்பட்ட அதிகாரிக்குப் பிற்பாடு என்ன நேரிடுமெனச் சொல்லத் தேவையில்லை. இதில் சம்பந்தப்படுகிற அதிகாரி சிறைவிதிகளை மீறுவதினால் தற்காலிகமாகத் தண்டனைகள் அனுபவிக்க நேர்ந்தாலும் பிற்பாடு அவருக்குச் சக்கரவர்த்திகளிடமிருந்து நேர்முகமாகச் சம்பிரதாய மன்னிப்பு வருவதோடு மறைமுகமான பல அனுகூலங்களும் கிடைக்கும்...!

எழுதினாள் அகல்யா.’’

மேற்கூறிய ஓலையைப் படித்ததும், ‘‘அஞ்சு கோட்டையானுக்கு என்ன செய்வதென்றே புரியவில்லை!’’

அவன் கலவரமடைந்த குரலில் சுந்தர குருவை நோக்கி, ‘‘இதோ வந்து விட்டேன்!’’ என்று பணிவுடன் கூறிவிட்டு ஓடினான்.

எதிரே இருளில் ஜனநாதன் விஷமச் சிரிப்புடன் எதிர்ப்பட்டான்.

‘‘என்ன அஞ்சுதலையா? புற்றுப் பாம்பு வெளிக் கிளம்பிவிட்டதா?’’ என்று கேட்டான் ஜனநாதன்.

‘‘யார் புற்றுப் பாம்பு?’’

பிறகு அவன், அது யாராகவும் இருக்கலாம்! சுந்தர வாத்தியாராகவும் இருக்கலாம்! அவர் ஒரு வேஷதாரியாக இருப்பாரோ என்ற சந்தேகம் இப்போதுதான் எனக்குத் தட்டியது!

ஏனெனில் கருடாழ்வார்போல நீ அந்தப் பிள்ளையார் கோயிலைச் சுற்றியே வட்டமிட்டுக் கொண்டிருந்தாயன்றோ? பொழுது விடியட்டும்! அவரை நான்கு பேருக்கு மத்தியில் வைத்து நாலாறு விதமாகப் பரிசோதித்து விடுவோம்! என்றான்.

அஞ்சுகோட்டையான் முகத்தில் பீதி அதிகரித்தது! சுந்தர குருஸ்வாமி பொழுது விடிவதற்குள் வெளியேறி விடுவதுதான் நல்லது! ஆனால்...?

சட்டென அஞ்சுகோட்டையானுக்கு ஒரு யோசனை உதித்தது.

அவன் தன் கையிலிருந்த முத்திரை மோதிரத்தை ஜனநாதனின் கண்முன் நீட்டி, ''இது உங்கள் குலோத்துங்க சோழச் சக்கரவர்த்திகளின் முத்திரை மோதிரமா?'' என்று கேட்டான்.

''ஆமாம்! அதில் சந்தேகமே இல்லை. இந்த மோதிரம் எப்படி உன் கைக்கு வந்தது? எங்கள் சக்கரவர்த்திகள் கொடுத்தாரா? இனிமேல் உனக்கென்ன உயர்ந்து விடுவாய் கோபுரம் அளவு! இந்த மாபெரும் பாண்டியநாடு எங்கள் சோழ சாம்ராஜ்யத்தில் ஒரு மண்டலமாக இணைக்கப்பட்டால், நீ தான் எங்களையெல்லாம் விடப் பெரிய மண்டலாதிகாரி ஆவாய்! ஆனால் உனக்கேன் அவ்வளவு தூரம் எங்கள் சக்கரவர்த்திகள் கருணைகாட்ட வேண்டும் என்பது தான் எனக்குப் புரியவில்லை!'' என்றான் ஜனநாதன்.

அஞ்சுகோட்டையான் ஓர் அசட்டுச் சிரிப்பு சிரித்தான்.

''அகல்யாவைப் பற்றி ஜனநாதரின் அபிப்பிராயம் என்ன?''

''சாப விமோசனத்திற்காக ஸ்ரீராமபிரானின் பாததூளிகளை எதிர்பார்த்துக் கிடக்கும் அகல்யாதானே?''

''சிறையில் அகல்யா சிறிதும் கவலையில்லாமல் சதாகாலமும் சிரித்துக் கொண்டிருக்கிறாளே, காரணம் என்ன?''

''எங்கள் குலோத்துங்க சோழச் சக்கரவர்த்திகளிடமிருந்து மன்னிப்புக் கிடைக்குமென நம்பிக் கொண்டிருக்கிறாள்! தற்காலத் தண்டனையைப் பற்றிக் கவலைப்படாவிட்டால் எதிர்காலத்தைப் பற்றி எவளுக்கும் சிரிப்புத்தான் வரும்!''

''அகல்யாவைச் சக்கரவர்த்திகள் எதற்காக மன்னிக்க வேண்டும்?''

மன்னித்தே தீரும்படியான ஓர் அவசியம் ஏற்பட்டிருக்கலாம்!

‘‘தான் சதிகாரியெனப் பலரறிய அகல்யா பகிரங்கமாக ஒப்புக்கொண்டாள். அதற்காக தண்டனையையும் சர்வ அலட்சியமாக ஏற்றுக் கொண்டாள். ஆனால் தேவியிடம் கொண்டு போன தேங்காய்களுக்குள் என்னவிதமான சதி ஓலை இருந்தது என்பதை மட்டும் சொல்ல மறுத்தாளே? ஒரு வேளை அது காதல் ஓலையாகவும் இருந்திருக்கலாமோ!’’

‘‘அந்த ஓலை எவர் கையிலும் அகப்படாதவரை அது எந்தவிதமான ஓலையாகவும் இருந்திருக்கலாம்!’’

‘‘தேவிக்கு ஒரு புத்திரியோ புத்திரனோ பிறக்கப் போகிறதே, அதற்குத் தந்தை யாராக இருக்கும்?’’ என்று ஏளனமாகக் கேட்டான் அஞ்சு கோட்டையான். ‘‘சிறையிலே சஞ்சரிக்கும் ஒரு மகானுபாவர்தான்!’’ என்று அலட்சியமாகப் பதிலளித்தான் ஜனநாதன். ‘‘தேவி எப்படி இத்தகைய அவமானச் சின்னத்தை ஏற்கத் துணிந்திருப்பாள்?’’

‘‘பிராணபதியின் வாழ்விற்காகவும் பாண்டிய நாட்டின் சுதந்திரத்திற்காகவும் ஓர் இராஜபத்தினி எந்தவிதமான தாழ்வை ஏற்கவும் துணிந்து விடுவாள் என்பதில் அதிசயமொன்றுமில்லை!’’ என்று அழுத்தந்திருத்தமாகக் கூறினான் ஜனநாதன். ‘‘அப்படியானால்... அப்படியானால்... உங்கள் குலோத்துங்க சோழச் சக்கரவர்த்திகள்?’’ என்று அஞ்சு கோட்டையான் மேலே சொல்லமுடியாமல் வாய்கூசி நின்றான். ‘‘அஞ்சு தலையா! இதற்குமேல் எதையும் நான் யூகிக்க விரும்புவது புத்திசாலி த்தனமல்ல!

இதுவரை உன் கேள்விகளுக்குப் பதில் சொன்னதே ஜனநாதனின் தரத்திற்கு ஏற்றதல்ல!’’ என்று ஜனநாதன் சொல்லி விட்டு எங்கோ போய் இருளில் மறைந்தான.

சுந்தர ஜோசியரிடம் அஞ்சு கோட்டையான் திரும்பி வந்தபோது அவரிடம் அழாத குரலில் ஏதோ கெஞ்சிக் கேட்டுக் கொண்டிருந்தாள் சிவகாமி.

‘‘சக்கரவர்த்திகளே... மன்னித்தேன் என்று ஒரு வார்த்தை சொல்லுங்கள்... என் தங்கை அகல்யா வெகுளிப்பெண்! தேவியை முன்னிட்டுத்தான் என் தங்கை சிறையில் பரிதவித்துக் கொண்டிருக்கிறாள்! சக்கரவர்த்திகளே எனக்கு இந்த உலகத்தில் உள்ள ஒரே உறவு அவள் ஒருத்திதான்!’’ என்று பிதற்றும் சிவகாமியின் அழுகை அதிகரித்துவிடும் போல தோன்றியது. சிவகாமியின் பிதற்றலைக் கவனித்தபோது சுந்தர உபாத்தியாயர் குலோத்துங்கச் சோழ சக்கரவர்த்திகள்தான் என்று அஞ்சு

கோட்டையான் ஊர்ஜிதம் செய்து கொண்டான். அதன்பிறகு நிலைமையைச் சமாளித்து சுந்தரரை இரகசியமாக வெளியேற்றிச் சோழ மன்னனின் அலாதியான அபிமானத்தைச் சம்பாதிக்கும் வழியில் இறங்கலானான் அஞ்சு கோட்டையான். ''சிவகாமி! அவரைத் தொந்திரவு செய்யாதே! உன் காவல் வேலையைக் கவனிக்கப் போ! உனக்கு ஏதாவது காரியம் ஆக வேண்டு மென்றால் நானே அவரிடம் சொல்லிக் கொள்கிறேன்!'' என்று சிவகாமியை அஞ்சுகோட்டையான் அப்புறப்படுத்திவிட்டுச் சுந்தரரை இரகசியமாகத் தன் சிறுவாசலுக்கருகில் அழைத்துச் சென்றான். அங்கே காவலிருந்த முரட்டு வீரர்கள், யாரையும் வெளியே விடக்கூடாது என்ற கடும் உத்திரவைத் தலைமீது கொண்டு, ஆந்தைகள் போலக் கொட்டக் கொட்டக் கண் விழித்துக் கொண்டிருந்தார்கள். ஆனால் அவர்களின் தலைமையதிகாரியான அஞ்சுகோட்டையானே சுந்தரரை அழைத்து வந்து வாசல் வழியாக வெளியே கடத்தும் போது அக்காவலர்களால் தடுக்க முடியுமா என்ன? சிறைக் கோட்டையை விட்டுச் சுந்தர ஜோசியர் வெளியேறி இருளில் மறைந்து போனதைச் சிறு வாசல் காவலர்கள் மௌனமாகக் கவனித்துக் கொண்டிருந்தார்கள். அதுபோல் மௌனமாகத் தூரத்தில் நின்று மாயாவி போல் கவனித்துக் கொண்டிருந்த ஜனநாதன் இருளைக் கிழித்துக் கொண்டு தேவியின் சிறைக் கூடத்திற்குச் சென்று அங்கே பூஜையறையில் காத்திருந்த வீரசேகரனை அடைந்தான். மருண்டகிளிகள் போல் தேவியும் குமாரனும் அடைப்பட்டிருக்கும் பூஜையறையில் வீரசேகரன் உருவிய வாளுடன் காவல் புரிந்து கொண்டிருந்தான்.

''வீரசேகரா! இனி இன்றைய உன் வீரப்பிரதாபங்களை அதிகாரிகள் அனைவருக்கும் பறைசாற்றலாம்! தேவைப்பட்டால் என் புத்திசாலித்தனத்தையும் சேர்த்து நீ பெருமையடித்துக் கொள்ளலாம்!'' என்றான் ஜனநாதன். வீரசேகரனின் முகம் பிரகாசமடைந்தது. அதில் அரைகுறையாய்த் தேங்கி நின்ற கேள்விக் குறியை ஜனநாதன் கவனித்தான்.

''தம்பி! சுந்தரகாண்டம் சம்பூரணமாக முற்றுப்பெற்றது!'' என்று சிரித்தான் ஜனநாதன். ''இனி அடுத்தது என்ன?'' என்று வீரசேகரன் புன்னகையுடன் கேட்டான்.

''அடுத்ததென்ன? சவிஸ்தாரமாகப் பாலகாண்டம் ஆரம்பமாக வேண்டியதுதான்!'' என்று ''கலகல''வெனச் சிரித்த ஜனநாதன் கடைக்கண்ணால் தேவியைக் கவனித்தான்.

(இரண்டாவது பாகமான சுந்தரகாண்டம் முற்றிற்று. கதையின் தொடர்ச்சியை 3 ம் பாகத்தில் காண்க..)

பிரேமா பிரசுர வெளியீடுகள்

புராண நூல் வரிசை

நூல்	விலை
ஸ்ரீ விநாயகர் புராணம் *(Crown size-Paper Back)*	180.-
ஸ்ரீ கந்த புராணம் இரண்டு பாகங்கள்	430.-
ஸ்ரீ தேவி பாகவதம் மூன்று பாகங்கள்	460.-
ஸ்ரீ சிவமஹா புராணம் 3 பாகங்கள், 3 நூல்கள் =	610.-
ஸ்ரீ அறுபத்து மூவர் கதைகள் *(Dy size-Paper Back)*	280.-
ஸ்ரீ விஷ்ணு புராணம் *(Crown size-Paper Back)*	190.-
ஸ்ரீ கருட புராணம்	100.-
ஸ்ரீ குருவாயூரப்பன்	70.-
ஸ்ரீ வன்னிய புராணம்	70.-
ஸ்ரீ வசவ புராணம்	100.-
ஸ்ரீ பன்னிரு ஆழ்வார்கள் கதைகள்	80.-
ஸ்ரீ ஆதிசங்கரர்	40.-
ஸ்ரீ ராமானுஜர்	55.-
ஸ்ரீ சுவாமியே சரணம் ஐயப்பா	50.-
ஸ்ரீ நாரதர் புராணம்	90.-
ஸ்ரீ காஞ்சி காமகோடி புராணம்	45.-
ஸ்ரீ திருமலை திருப்பதி புராணம்	80.-
ஸ்ரீமத் பாண்டுரங்க பக்த விஜயம்	190.-
ஸ்ரீ கணபதி ஹோமம்	30.-
பிரதோஷம்	35.-
சிவபெருமானுக்கு உரிய அஷ்ட மஹா விரதங்கள்	190.-
ஸ்ரீ சிவ ஸஹஸ்ரநாமம்	100.-
அபிராமி அந்தாதி	30.-
வல்லமை தரும் வாராஹி தேவி	20.-
சாணக்கியரும் அர்த்த சாத்திரமும்	70.-
திருப்புகழ் பாமாலை	80.-
திருப்புகழ் (மூலம் மட்டும் முழுதும்)	490.-
திருஅருட்பிரகாச வள்ளலார் சரிதம்	330.-
திருஅருட்பா 1 முதல் 5 திருமுறைகள்	440.-
வள்ளலாரின் திருஅருட்பா 6ம் திருமுறை	400.-
வள்ளலாரின் மெய்ஞ்ஞான நூல்கள்	180.-
திருஅருட்பா பாமாலை	80.-
ஸ்ரீ ரமண மகரிஷி (சரிதமும் உபதேசமும்)	180.-
பஞ்சபூதலிங்கத் தல புராணம்	100.-
பன்னிருஜோதிலிங்கத் தல புராணம்	90.-
திருக்கயிலாயம் மானசரோவர் தரிசனம்	80.-
நான்கு புனித தல தரிசனம்(சார்தாம்யாத்திரை)	120.-
கொல்லிமலை மகிமை	60.-
ஸ்ரீ நாலாயிர திவ்வியப் பிரபந்தம் (மூலம் மட்டும்)	340.-
ஸ்ரீ ராமானுஜ நூற்றந்தாதி	40.-
கம்ப ராமாயணம் (முழு உரைநடை *H.Bound*)	640.-
சுந்தர காண்டம்	100.-
மகாபாரதம் (வசன வடிவில்-*H.Bound*)	340.-
ஸ்ரீமத் பகவத் கீதை	80.-
வைஷ்ணவமும் ஆசார்யர்களும்	55.-
ஸ்ரீமந் நாராயணீயம் (மூலம் மட்டும்)	100.-

சித்தர் பாடல்கள்	350.-
தமிழ்ப் புலவர் ஔவையார்	60.-
தமிழ்ப் புலவர் கவி காளமேகம்	35.-
தமிழ்ப் புலவர் புகழேந்தி	38.-

பன்னிரு திருமுறைகள்

1 வது திருமுறை திருஞானசம்பந்தர் தேவாரம்	150.–
2 வது திருமுறை திருஞானசம்பந்தர் தேவாரம்	150.–
3 வது திருமுறை திருஞானசம்பந்தர் தேவாரம்	140.–
4 வது திருமுறை திருநாவுக்கரசர் தேவாரம்	160.–
5 வது திருமுறை திருநாவுக்கரசர் தேவாரம்	100.–
6 வது திருமுறை திருநாவுக்கரசர் தேவாரம்	140.–
7 வது திருமுறை சுந்தரர் தேவாரம்	120.–
8 வது திருமுறை மாணிக்கவாசகர் திருவாசகம்	90.–
8 வது பகுதி 2 மாணிக்கவாசகர் திருக்கோவையார்	90.–
9 வது திருமுறை திருமாளிகைத்தேவர் திருப்பல்லாண்டு	60.–
10 வது திருமுறை திருமூலர் திருமந்திரம்	230.–
11 வது திருமுறை காரைக்கால் அம்மையார்	200.–
12 வது திருமுறை சேக்கிழார் திருத்தொண்டர்புராணம்	620.-
ஸ்ரீ அகத்தியர் தேவாரத் திரட்டு	40.–
பெரிய எழுத்து **திருவாசகம்** (H.Bound)	150.–
பெரிய எழுத்து **திருவாசகம்** (Paper Back)	120.–

கதைகள்

விக்கிரமாதித்தன் கதைகள்	220.-
மரியாதைராமன் கதைகள்	20.-
வேதாளம் சொன்ன கதைகள்	35.-
திராவிட நாட்டுக் கதைகள்	150.
கதைக்கடல்	110.-
தெனாலிராமன் கதைகள்	50.-
இராயர் அப்பாஜி கதைகள்	50.-
பீர்பால் கதைகள்	20.-
ஈசாப் கதைகள்	90.-
போதிசத்துவர் கதைகள்	240.-
சிந்தைக்கு விருந்தாகும் குட்டிக் கதைகள்	50.-
குரு சிஷ்யக் கதைகள்	80.-

ஜோதிட நூல் வரிசை

திசாபுத்தி பலன்கள் 120.-, நீங்கள் பிறந்த மாத அதிர்ஷ்ட ஜோதிடம் (12 மாதங்களில் பிறந்தவர்களுக்கும் ஒரே புத்தகம்) 180.-, பெண்கள் பூப்படையும் பலன்கள் 45.-, ஜாதகமும் திருமணப் பொருத்தங்களும் 50.-, குரு பகவான் தரும் பலன்கள் – 544 பக் (H Bound) 450.–

பொன்மொழிகள்

விவேக சிந்தாமணி- 30, ஔவையார் 35, பஞ்சதந்திரம்-20, புத்தர் - 20, சங்கரர் - 20, மகாகவி பாரதியார் - 50, மகாத்மா காந்தி பொன்மொழிகள்- 35, இக்பால்-25, குர் ஆன்-18, அதிவீரராம பாண்டியன்-30, பைபிள்- 30, பாரதிதாசன்-20, முத்துக் குவியல்-20

தமிழ்ப் புலவர்கள் நூல் வரிசை

தமிழ்ப் புலவர் ஔவையார் 60.- தமிழ்ப் புலவர் கவி காளமேகம் 35.- தமிழ்ப் புலவர் புகழேந்தி 38.-
கூடப்ப நாயக்கன் காதல் 85.-

வரலாறு

வீரபாண்டிய கட்டபொம்மன்: 180.- ராணி மங்கம்மாள் 100, மேரி க்யூரி- 50., மார்ட்டின் லூதர் கிங்- 70, தாமஸ் ஆல்வா எடிசன்- 45.- இரவீந்திரநாத்தாகூரும் கீதாஞ்சலியும் 70.-

அரு. ராமநாதன் எழுதியவை

வீரபாண்டியன் மனைவி (3 பாகங்கள்) 610.- Hard Bound -720; அசோகன் காதலி 70.-; குண்டு மல்லிகை -200, நாயனம் சௌந்திரவடிவு 20.-; இராஜராஜ சோழன் (நாடகம்) 65.- கிளியோபெத்ரா (சரித்திர நாவல்) 40, பழையனூர் நீலி (சமுக நாவல்) 70, சுந்தரின் பக்தியும் காதலும், (புராண நாடகம்) 70.-; காலத்தால் அழியாத காதல் 70.-

பல்சுவைக் கதைகள்

நவீன ஆராபிய இரவுகள்	280.-	நான்கு பக்கீர்கள் கதை	230.-
எத்தன் சாம்பாஜி	220.-	மோகனக்கிளி	250.-

வீர சாகச நாவல்கள்

மாவலிக்கோட்டை புரட்சி	100.-	மலைநாட்டு மாவீரன்	170.-
பேசும் ஓவியம்	100.-	மைனர் மதுரை வீரன்	200.-
கட்டய சிம்மன்	150.-		

சிந்தனையாளர் வரிசை

டார்வின்	70	பிளேட்டோ	42
கார்ல்மார்க்ஸ்	60	பெஞ்சமின் பிராங்ளின்	40
இங்கர்சால்	80	வால்டேர்	100
மாக்கியவெல்லி	50	ப்ராய்டு	80
மாண்டெயின்	30	கன்பூசியஸ்	160
சா அதி	40	நியட்ஸே	45
ஐன்ஸ்டைன்	22	ரூஸோ	30
அரிஸ்டாட்டில்	60	எமர்சன்	28
தொல்காப்பியர்	68	விவேகானந்தர்	45
சாக்ரடீஸ்	24	டால்ஸ்டாய்	70
ஷோபன்ஹவர்	30	எபிகுரஸ்	25
ஹவ்லக் எல்லீஸ்	32		

மற்றும் இதர விவரங்கள் கொண்ட இலவச விலைப் பட்டியலுக்குத் தொடர்பு கொள்க.

பிரேமா பிரசுரம்

59, ஆற்காடு சாலை, சென்னை 24.
போன்: 044-24800325. செல்: 9486000325.